MPSC, UPSC च्या मुख्य परीक्षेच्या सुधारित अभ्यासक्रमावर आधारित
तसेच सर्व स्पर्धा परीक्षांसाठी उपयुक्त

राज्यशास्त्र

ऐच्छिक – पेपर २

(तुलनात्मक राजकारण आणि आंतरराष्ट्रीय संबंध)

प्रा. डॉ. बी. डी. तोडकर

डायमंड पब्लिकेशन्स

राज्यशास्त्र ऐच्छिक – पेपर २
(तुलनात्मक राजकारण आणि आंतरराष्ट्रीय संबंध)

प्रा. डॉ. बी. डी. तोडकर

डायमंड प्रथम आवृत्ती – २०१०

ISBN   978-81-8483-347-8

© डायमंड पब्लिकेशन्स

अक्षरजुळणी
अक्षरवेल, पुणे

मुखपृष्ठ
शाम भालेकर

प्रकाशक
डायमंड पब्लिकेशन्स
१२५५ सदाशिव पेठ, लेले संकुल
पहिला मजला, निंबाळकर तालमीसमोर
पुणे ४११ ०३० ☎ ०२० – २४४५२३८७
diamondpublications@vsnl.net
www.diamondbookspune.com

प्रमुख वितरक
डायमंड बुक डेपो
६६१ नारायण पेठ, अप्पा बळवंत चौक
पुणे ४११ ०३० ☎ ०२० – २४४८०६७७

प्रस्तावना

राज्यसेवा व केंद्रीय लोकसेवा आयोगाच्या मुख्य परीक्षेसाठी राज्यशास्त्र पेपर-२ 'तुलनात्मक राजकारण आणि आंतरराष्ट्रीय संबंध' या सुधारित अभ्यासक्रमावर आधारित लिहिलेल्या ग्रंथाची अभ्यासक्रमानुसार एकूण चार विभागांत विभागणी केलेली आहे.

पहिल्या विभागात तुलनात्मक राजकारण, त्याचे स्वरूप आणि व्याप्ती, तुलनात्मक राजकारणाच्या संदर्भातील विविध दृष्टिकोन, राजकीय विकास, राजकीय आधुनिकीकरण, राजकीय सामाजिकीकरण, राजकीय संस्कृती व संसूचन, अमेरिका, ब्रिटन, फ्रान्स व स्वित्झर्लंडमधील संविधानवाद, या राष्ट्रांतील संघराज्य, संघराज्यापुढील आव्हाने, या देशांमधील कार्यकारीमंडळ,कायदेमंडळ व न्यायमंडळ यांची रचना, अधिकार व कार्ये या मुद्द्यांची सविस्तरपणे चर्चा करण्यात आलेली आहे. दुसऱ्या विभागात आंतरराष्ट्रीय राजकारण, त्याचे स्वरूप आणि व्याप्ती,आंतरराष्ट्रीय राजकारणाच्या संदर्भातील विविध सिद्धान्त किंवा दृष्टिकोन,आंतरराष्ट्रीय राजकारणातील महत्त्वाच्या संकल्पना, त्यांमध्ये राष्ट्रीय हित, राष्ट्रीय सुरक्षितता, सत्तासमतोल, सामूहिक सुरक्षितता, शीतयुद्ध, शीतयुद्धोत्तर जग आणि एकध्रुवीय जग, पेच व्यवस्थापन आणि संघर्षनिवारण, परराष्ट्रीय धोरण आणि राजनय, आंतरराष्ट्रीय कायदा, आंतरराष्ट्रीय राजकारणातील कळीचे मुद्दे, अरब-इस्त्रायल संघर्ष, आखाती युद्ध, अफगाणिस्तानातील यादवी युद्ध व सोव्हिएत रशियाचे विघटन, दहशतवाद व त्याचे प्रकार, मानवतावादी हस्तक्षेप, जागतिकीकरण आणि जागतिक व्यापार- संघटना,आंतरराष्ट्रीय प्रादेशिक संघटनेमध्ये,संयुक्त राष्ट्रसंघटना, प्रादेशिक संघटना, त्यामध्ये प्रामुख्याने युरोपीय संघ, ओपेक, सार्क,या मुद्द्यांची व संकल्पनांची सविस्तरपणे चर्चा करण्यात आलेली आहे. तिसऱ्या विभागात भारताचे परराष्ट्रीय धोरण, उगम व निर्धारक घटक, परराष्ट्रधोरणनिर्मिती, कायदेमंडळ, कार्यकारी मंडळ व नोकरशाहीतील विविध यंत्रणांची भूमिका, परराष्ट्रधोरणनिर्मिति प्रक्रिया, राजकीय पक्ष, दबाव गट, प्रसारमाध्यमे व जनमत, भारत व दक्षिण आशिया संबंध, पाकिस्तान, बांग्लादेश, श्रीलंका, नेपाळ, भूतान आणि मालदीव यांच्याबरोबरचे भारताचे संबंध, भारत आणि सार्क संघटन, भारत आणि आग्नेय आशिया संबंध, मलेशिया, सिंगापूर, थायलंड आणि म्यानमार, फिलिपाईन्स आणि इंडोनेशियाशी भारताचे संबंध, भारत आणि आग्नेय आशियाई राष्ट्रांची संघटना या मुद्यांची सविस्तरपणे चर्चा करण्यात आलेली आहे. चौथ्या विभागात भारताचे अमेरिका व रशियाशी असलेले संबंध, भारताचे चीन व जपानशी असणारे संबंध, भारत व हिंदी महासागर, भारताचे आण्विक धोरण, आण्विक धोरणाचे घटक, पोखरण-१ व पोखरण-२ चे महत्त्व, एनपीटी, सीटीबीटी, भारताची भूमिका, भारताचा संयुक्त राष्ट्रांमधील सहभाग, भारत व युरोपीय संघ, भारत व जागतिक व्यापार संघटना या मुद्द्यांची व संकल्पनेची सविस्तरपणे चर्चा करण्यात आलेली आहे. या चारही विभागांतून पर्यायाने या ग्रंथातून अत्यंत विस्तृत व सखोल, अत्यावश्यक, अद्ययावत व उपयुक्त स्वरूपाची माहिती देण्याचा प्रामाणिक प्रयत्न केलेला आहे. हा ग्रंथ राज्यसेवा व केंद्रीय लोकसेवा आयोगाच्या मुख्य परीक्षेसाठी अत्यंत उपयुक्त असून त्याचा उपयोग हा विषय घेणाऱ्या सर्वच परिक्षार्थींना निश्चितच होईल याची मला पूर्णपर्ण खात्री आहे.

प्रस्तुत ग्रंथासाठी डायमंड प्रकाशनचे दत्तात्रेय पाष्टे यांचे अत्यंत मोलाचे वेळोवेळी मार्गदर्शन लाभले आहे. या ग्रंथामध्ये काही त्रुटी अथवा काही नवीन स्वरूपाची माहिती राहून गेली असल्यास आपण मला जरूर तसे कळवावे म्हणजे पुढील आवृत्ती काढताना त्याचा विचार करणे मला शक्य होईल.

डॉ. बी. डी. तोडकर

न्यू आर्ट्स कॉमर्स ॲण्ड सायन्स कॉलेज,अहमदनगर.

पेपर २ – तुलनात्मक राजकारण आणि आंतरराष्ट्रीय संबंध

गुण २०० कालावधी ३ तास

विभाग (अ) (गुण ५०)

(१) तुलनात्मक राजकारण

(अ) तुलनात्मक राजकारण : व्याख्या, स्वरूप आणि व्याप्ती

(ब) दृष्टिकोन : पारंपरिक, व्यवस्था, रचनात्मक–कार्यवाद आणि विश्वव्यवस्था सिद्धान्त

(२) राजकीय विकास, आधुनिकीकरण आणि संस्कृती

(अ) राजकीय विकास आणि आधुनिकीकरण

(ब) राजकीय सामाजिकीकरण

(क) राजकीय संस्कृती आणि संसूचन

(३) संविधानवाद आणि संघराज्य

(अ) अमेरिका, ब्रिटन, फ्रान्स आणि स्वित्झर्लंडमधील संविधानवाद

(ब) अमेरिका, ब्रिटन, फ्रान्स व स्वित्झर्लंडमधील संघराज्य

(क) आधुनिक काळातील संघराज्यासमोरील आव्हाने

(४) अमेरिका, ब्रिटन, फ्रान्स आणि स्वित्झर्लंड या देशांच्या संदर्भात तुलनात्मक राजकारण

(अ) कार्यकारी मंडळ – रचना, अधिकार व कार्ये

(ब) कायदेमंडळ – रचना, अधिकार व कार्ये

(क) न्यायमंडळ – रचना, अधिकार व कार्ये आणि न्यायिक पुनर्विलोकन

विभाग (ब) (गुण ५०)

(५) आंतरराष्ट्रीय राजकारण

(अ) अर्थ, स्वरूप व व्याप्ती

(ब) सिद्धान्त : आदर्शवाद–चिद्वाद, वास्तववाद, व्यवस्था विश्लेषण, निर्णयनिर्धारण, खेळ सिद्धान्त

(६) आंतरराष्ट्रीय राजकारणविषयक महत्त्वाच्या संकल्पना

(अ) राष्ट्रीय हित, राष्ट्रीय सुरक्षा, सत्ता संतुलन/समतोल, सामूहिक सुरक्षितता

(ब) शीतयुद्ध, शीतयुद्धोत्तर जग आणि एकध्रुवीय जग

(क) पेच व्यवस्थापन आणि संघर्षनिवारण

(ड) परराष्ट्रधोरण आणि राजनय, आंतरराष्ट्रीय कायदा

(७) आंतरराष्ट्रीय राजकारणातील कळीचे मुद्दे

(अ) अरब–इस्त्राईल तंटा; तेल पेच आणि आखाती युद्ध

(ब) अफगाणिस्तान यादवी युद्ध, सोव्हिएत रशियाचे विघटन, आशियातील अण्वस्त्रांचा प्रसार

(क) दहशतवाद – राज्यसंस्थेद्वारा प्रायोजित, सीमापार आणि आंतरराष्ट्रीय दहशतवाद

(ड) मानवतावादी हस्तक्षेप, पर्यावरण, मानवी हक्क, लिंगभाव न्याय, जागतिकीकरण आणि जागतिक व्यापार संघटना

(८) आंतरराष्ट्रीय प्रादेशिक संघटना

(अ) संयुक्त राष्ट्र संघटना आणि तिची विशेषीकृत उपांगे – आंतरराष्ट्रीय न्यायालय, आंतरराष्ट्रीय कामगार संघटना, संयुक्त राष्ट्र आंतरराष्ट्रीय बालक आणि शैक्षणिक निधी, संयुक्त राष्ट्र शैक्षणिक, वैज्ञानिक आणि सांस्कृतिक संघटना, संयुक्त राष्ट्र मानव आयोग.

(ब) प्रादेशिक संघटना – युरोपीय संघ, आशिया पॅसिफिक आर्थिक सहकार्य, आग्नेय आशियाई राष्ट्रांची संघटना, तेल निर्यात देशांची संघटना, आफ्रिकी संघ आणि दक्षिण आशिया प्रादेशिक सहकार्य संघ.

विभाग (क) (गुण ५०)

(९) भारताचे परराष्ट्रधोरण

(अ) उगम, तत्त्वज्ञान आणि निर्धारक घटक

(ब) परराष्ट्रधोरण निर्मिती : कायदे मंडळ, कार्यकारी मंडळ आणि नोकरशाहीतील विविध यंत्रणांची भूमिका

(क) परराष्ट्रधोरण निर्मितिप्रक्रिया : राजकीय पक्ष, दबाव गट, प्रसारमाध्यमे व जनमत

(१०) भारत आणि दक्षिण आशिया

(अ) पाकिस्तान, बांगलादेश, श्रीलंका आणि नेपाळ,भूतान आणि मालदीव या देशाशी भारताचे असणारे संबंध

(ब) भारत आणि आग्नेय आशियाई राष्ट्रांची संघटना

विभाग (ड) (गुण ५०)

(१२) भारत आणि जागतिक घडामोडी

(अ) अमेरिका व रशियाशी संबंध

(ब) चीन व जपानशी असणारे संबंध

(क) भारत आणि हिंदी महासागर

(१३) भारताचे आण्विक धोरण

(अ) आण्विक धोरण निर्धारित करणारे घटक

(ब) पोखरण १ व पोखरण २ चे महत्त्व

(क) अण्वस्त्रप्रसारबंदी (NPT) व सर्वंकष अणुचाचणी बंदी करारासंबंधी (CTBT) भारताची भूमिका

(१४) भारत आणि आंतरराष्ट्रीय संघटना

(अ) संयुक्त राष्ट्रांच्या उपक्रमातील भारताचा सहभाग

(ब) भारत आणि युरोपीय संघ

(क) भारत आणि जागतिक व्यापार संघटना

अनुक्रमणिका

विभाग (अ)

प्रकरण १

तुलनात्मक राजकारण

प्रस्तावना
(अ. १) तुलनात्मक राजकारण : व्याख्या व अर्थ
(अ. २) स्वरूप व व्याप्ती
(ब. १) दृष्टिकोन : पारंपरिक , व्यवस्था, रचनात्मक-कार्यवाह आणि विश्वव्यवस्था सिद्धान्त

प्रस्तावना

तुलनात्मक राजकारणपद्धतीचा वापर अतिप्राचीन काळापासून राज्यशास्त्रामध्ये केला जात आहे. प्राचीन काळापासून माणसाच्या स्वभावाचा वेगवेगळया पद्धतीने राजकीय विचारवंतांनी अभ्यास करण्यास सुरुवात केली. यातूनच तुलनात्मक राजकीय व्यवस्थांमधील विविधता जाणून घेण्यासाठी या पद्धतीचा उदय झाला असावा. तुलनात्मक राजकारण हा इतर विषयांच्या तुलनेत नवीन स्वरूपाचा विषय आहे. या विषयामुळे राज्यशास्त्राच्या अभ्यासाच्या कक्षा निश्चितच विस्तारित झाल्या आहेत. तुलनात्मक राजकारणाच्या अभ्यासाने आपले लक्ष राजकीय वास्तविकतेवर तसेच राजकीय प्रक्रियांवर केंद्रित केले. तसेच राजकीय व्यवहाराशी संबंधित असलेल्या सर्व प्रक्रिया, सरकारी, बिगर सरकारी संस्था यांच्या अभ्यासापेक्षा तुलनात्मक राजकारणाच्या अभ्यासावर भर दिला जाऊ लागला. तुलनात्मक राजकारणाचा अभ्यास करताना वेगवेगळे सिद्धान्त व नियम अभ्यासावे लागतात. या प्रकरणामध्ये तुलनात्मक राजकारणाचा अर्थ, व्याख्या, स्वरूप व व्याप्ती या घटकांबरोबरच यामध्ये परंपरागत, व्यवस्थात्मक, रचनात्मक कार्यवाही व विश्वव्यवस्था सिद्धान्तपद्धतीचा सविस्तरपणे अभ्यास करण्यावर भर दिला आहे

(अ. १) तुलनात्मक राजकारण : अर्थ व व्याख्या
अर्थ :

तुलनात्मक राजकारण समजण्यासाठी त्याचा व्यापक अर्थ समजावून घेणे गरजेचे आहे. प्राचीन काळापासून समाजशास्त्रज्ञांनी, राज्यशास्त्रज्ञांनी माणसाच्या स्वभावाचा निरनिराळया माध्यमातून अभ्यास करण्याचा प्रयत्न केला. त्या अभ्यासाच्या अनुषंगाने माणूस हा प्राणी तुलना करणारा प्राणी असून तो आपली तुलना आपल्या सभोवतालच्या मित्रांसोबत सतत करतो, तसेच आपल्याव्यतिरिक्त अन्य समाजांतील लोक कसे राहतात, कसे व्यवहार करतात, त्यांच्या चालीरीती, प्रथा, परंपरा, संकेत, नियम कोणते आहेत? या सर्व घटकांचे पालन ते कशा प्रकारे करतात? हे जाणून घेण्याची उत्सुकता माणसांमध्ये असल्याचे या

अभ्यासकांच्या निदर्शनास आले.

माणसाच्या मनात तुलना करण्याची प्रवृत्ती त्याच्या तीन प्राथमिक इच्छांद्वारे निर्माण होत असते अशा प्रकारचा निष्कर्ष त्यांनी काढला.

(१) दुसरे लोक कशा प्रकारे राहतात व व्यवहार करतात हे जाणण्याची इच्छा.
(२) आपल्यातील आणि दुसऱ्यातील समानता-असमानता शोधण्याची इच्छा की ज्यामुळे आपण स्वत :ला योग्यरीत्या समजू शकू.
(३) दुसऱ्यामध्ये जे सर्वोत्तम आहे ते स्वीकारण्याची इच्छा म्हणजेच स्वत :मध्ये सुधारणा करण्याची इच्छा.

याच इच्छा त्याच्या कृतीलाही लागू पडतात आणि शासन जरी मनुष्याची सर्वोच्च कृती नसली, तरी ते सर्वोत्तम कृतीमधील एक आवश्यक अंग आहे आणि म्हणूनच तुलनात्मक शासनाचा एक फार मोठा इतिहास असून राज्यशास्त्राच्या सर्व उपांगांचा त्यात प्रामुख्याने संस्था, संघटना, लोकमत इत्यादींचा समावेश आहे. त्याचबरोबर तुलनात्मक राजकारण हा विषय सर्व देशांमध्ये सतत वाढत्या स्वरूपात महत्त्वाचा विषय बनत चालला आहे, कारण या अभ्यासविषयामुळे लोकांना अन्य देशांच्या राजकीय व्यवस्थांची माहिती प्राप्त होण्यास मदत होते. या दृष्टीनेच तुलनात्मक राजकारणाच्या अभ्यासास सुरुवात होऊन हे अध्ययन वैज्ञानिक स्तरावर पोहोचवण्याचा अभ्यासकांचा उद्देश सफल झाला आहे.

इतर विषयांच्या तुलनेत तुलनात्मक राजकारण हा नवीन विषय आहे. याने राज्यशास्त्राच्या अभ्यासाच्या कक्षा निश्चितच विस्तारित केल्या आहेत. याचा अभ्यास करणाऱ्यांनी आपले लक्ष राजकीय वास्तविकतेवर तसेच राजकीय प्रक्रियांवर केंद्रित केले आहे.

तुलनात्मक राजकारणाच्या अभ्यासाचा विकास द्वितीय महायुद्धानंतर ज्या जलद गतीने झाला; त्यासंबंधी अभ्यासकांनी आपले मत व्यक्त करताना असे प्रतिपादन केले की, तुलनात्मक राजकारण हा अभ्यासविषय केवळ स्वायत्त अनुशासनाच्या रूपात प्रतिष्ठित होण्याच्या दिशेने वाटचाल करत आहे त्यामुळे या अभ्यासशाखेचे महत्त्व वाढलेले आहे. या विषयाचे वाढते महत्त्व लक्षात घेऊन एका विद्वान अभ्यासकाने असे म्हटले आहे की, तुलनात्मक राजकारणाचा अभ्यास समकालीन राज्यशास्त्रात सर्वाधिक महत्त्वाचा ठरला आहे. या अभ्यासविषयाला लोकप्रिय आणि व्यापक बनविण्यासाठी गॅब्रिअल अल्मंड, कोलमॅन, पॉवेल, शिल्स, ॲप्टर या अमेरिकन राज्यशास्त्रज्ञांनी आपली महत्त्वपूर्ण भूमिका वठवली आहे.

१९ व्या शतकाच्या शेवटी मात्र या अभ्यासाला राजकीय पक्ष व दबावगट यांच्या अभ्यासाची जोड दिली गेली. कोणतेही विधेयक विधिमंडळात प्रस्तुत करण्यापूर्वी ते विधेयक संबंधित समितीकडे का सोपवावे त्यावर वादविवाद करताना व्यक्तिगत मतापेक्षा सामाजिक आणि आर्थिक आंतरक्रिया व प्रक्रिया स्पष्ट का करावी याचा विचार राज्यशास्त्रज्ञांनी करण्यास सुरुवात केली. एखादे विशिष्ट धोरण सरकार का स्वीकारते किंवा ते का नाकारते, सरकारच्या धोरणनिर्णयप्रक्रियेवर कोणाचा आणि कसा प्रभाव पडतो याचा अभ्यास राज्यशास्त्रात होऊ लागला;त्यानुसार त्याची व्याख्या बदलली.

व्याख्या :

तुलनात्मक राजकारण म्हणजे विविध देशांतील समाजांचा, त्यांच्या राजकीय व्यवहारांचा, वर्तनाचा अभ्यास होय. तुलनात्मक राजकारणामध्ये प्रामुख्याने सरकार व राजकीय संस्था यांचा अभ्यास करण्यावर भर दिला जातो. तुलनात्मक राजकारणाच्या व्याख्या या मुद्द्याला अनुसरून राजकीय विचारवंतांमध्ये वेगवेगळया प्रकारचे मतभेद आहेत. असे असले तरी अनेक विचारवंतांनी तुलनात्मक राजकारणाच्या खालील प्रकारच्या व्याख्या करण्याचा प्रयत्न केलेला आहे.

पॉल बी. लेविन यांनी तुलनात्मक राजकारणाविषयी असे म्हटले आहे की, राजकारणामध्ये शक्ती,

सरकार व सत्ता यांचा अभ्यास केला जातो. या अभ्यासातून योग्य धोरण आणि सैद्धांतिक दृष्टिकोन यांचा उपयोग करून सामान्य नियमांचा शोध घेतला जातो. हा शोध विशिष्ट समस्या किंवा विशिष्ट प्रश्नांच्या संदर्भात योग्य स्पष्टीकरण देतो म्हणूनच याला 'तुलनात्मक राजकारण' असे म्हटले जाते.

एडवर्ड ए. फ्रिमेन यांच्या मते, तुलनात्मक राजकारण हे तुलनात्मक राजकीय संस्था व सरकारच्या विविध प्रकारांचे एक तुलनात्मक विवेचन व विश्लेषण आहे.

हेरॉल्ड लॉस्वेल यांच्या मते, तुलनात्मक राजकारण हे एक असे अनुभवमुलक शास्त्र आहे की, ज्यामध्ये शक्तीची भागीदारी असते आणि शक्तीला आकार देण्याचा अभ्यास केला जातो. मात्र दृष्टिकोन राजकारण्याच्या कार्यशक्तीचे ध्येय समोर ठेवून करणे हाच असतो.

एकंदरीत राजकीय वास्तविकतेचे, पारंपरिक राजकारणाच्या अभ्यास दृष्टिकोनामुळे आकलन होत नसल्यामुळे अनेक बुद्धिवंत निराश झाले होते. यातून बाहेर पडण्यासाठी राजकारणाच्या अभ्यासकांनी केलेले प्रयत्न म्हणजेच तुलनात्मक राजकारण होय. राजकारण ही न संपणारी व कायम बदलणारी जागतिक कृती आहे. ही कृती निर्णयातून प्रकट होत असते. साधारणत : अतिशय त्रासदायक, राजकारणाशी संबंधित निर्णय राजकारणात घेतले जातात, राज्याच्या सत्तेवर परिणाम करणारी प्रत्येक कृती ही राजकारणाशी संबंधित असते.

तुलनात्मक राजकारणाच्या संदर्भात रॉबर्ट ढाल्ह असे म्हणतात की, 'जेथे जेथे राज्याचा संबंध येतो, तेथे राजकारण असते, राजकारण म्हणजे समाजावर व्यापक परिणाम करणारी निर्णय प्रक्रिया कधीही न संपणारी असते.'

(अ. २) स्वरूप व व्याप्ती

तुलनात्मक राजकारणाचे स्वरूप :

तुलनात्मक राजकारणाच्या व्याख्या देऊन निरनिराळया राजकीय विचारवंतांनी त्याचे स्वरूप स्पष्ट करण्याचा प्रयत्न केला आहे. त्यात बानफिल्ड या राजकीय विचारवंताचा अग्रक्रमाने विचार करावा लागतो. त्यांच्या अभ्यासाचा केंद्रबिंदू व्यक्ती आणि औपचारिक संघटना हा होता आणि या दोन्ही गोष्टी काही उद्दिष्ट प्राप्त करण्यासाठी ते सतत प्रयत्नशील असतात असे त्यांचे मत होते. त्या दृष्टीने त्यांने म्हटले आहे की, 'राजकारण ही अशी विकसित प्रक्रिया आहे की, ज्याद्वारे कोणत्याही प्रश्नावर आंदोलन केले जाते व अंतिमत : निर्णय घेतला जातो; अशा प्रकारची राजकारणाची व्याख्या केलेली आहे.

राजकारणाच्या प्रक्रियांमध्ये माहिती देणे, तर्क करणे, वादविवाद करणे, शक्तिचा प्रयोग करणे, समजावणे, धमकावणे, मतपरिवर्तन करणे, वाटाघाटी, युक्तिवाद, चर्चा, जनआंदोलन अशा कितीतरी गोष्टी केल्या जातात. या सर्व विकास प्रक्रियांमध्ये राजकीय नेत्यांचे फार महत्त्व असते. वरील सर्व प्रकारच्या मार्गांनी एखादा प्रश्न सोडविण्याची प्रक्रिया करणे म्हणजेच राजकारण होय.

राजकारण म्हणजे मानवी संबंधांची अशी प्रतिमाने की, ज्यात शक्ती, शासन आणि सत्ता या गोष्टी अंतर्भूत असतात असे काही राजकीय विचारवंत म्हणतात, तर काही विचारवंत तुलनात्मक राजकारणाचा संबंध राजकीय व्यवहाराच्या संपूर्णतेच्या अभ्यासाशी जोडतात, येथे राजकीय व्यवहार म्हणजे शासनाची विभिन्न रूपे, शासकीय संस्था यांचा अभ्यास अपेक्षित आहे. परंतु त्यात औपचारिक कायद्यांचे संघटन आणि नियम यांच्याकडे विशेष लक्ष दिले जात नाही. यात शासनाची धोरण प्रक्रिया, शासकीय निर्णय, प्रक्रियांच्या मागील राजकारण, नीतिनिर्धारण करणारे आणि त्यांच्याशी संबंधित असणारे शासकीय उच्चाधिकारी म्हणजेच राजकीय शक्ती धारण करणारे या सर्वांचा अभ्यास केला जातो. यामुळे तुलनात्मक राजकारणाचे

अध्ययनक्षेत्र तुलनात्मक शासनापेक्षा कितीतरी पटीने व्यापक आहे असेच म्हणावे लागेल.

आजचा नागरिक, देश, शाळा, चर्च, व्यापारी, फर्म, नागरिकांचे संघ व अशा प्रकारच्या अनेक संघटनांमध्ये राजकारण पहात असतो, असे मत रॉबर्ट ढाल्ह यांनी व्यक्त केले आहे. ते पुढे असे म्हणतात की, 'राजकारणाने मानवी जीवनात असे स्थान पटकावले आहे की, त्यातून कोणीही सुटू शकत नाही, प्रत्येक व्यक्ती प्रत्येक वेळी कोणत्या ना कोणत्या रूपात राजकारणात ओढली जात असते; म्हणजेच राजकारण ही अत्यंत प्राचीन व सर्वव्यापी अनुभवाची गोष्ट सिद्ध झालेली आहे. राजकारण ही मानवी संबंधामध्ये कायमस्वरूपी अस्तित्वात असलेली अशी संकल्पना आहे की, ज्यात शक्ती, नियम व सत्ता यांच्याशी संबंधित व्यवहार सतत होत असतात.

एकंदरीत मानवाच्या जीवनातील विविध समस्यांचा संबंध राजकारणाशी कसा येतो? राजकारणाच्या पद्धतीत कोणत्या गोष्टी सामान्य असतात? तिचा प्रत्येक पैलू दुसऱ्या पैलूपासून कशाप्रकारे भिन्न असतो? राजकारणामध्ये सत्तेची भूमिका कोणती असते? त्यामुळे मानवी व्यवहार कसे बदलत जातात? विभिन्न प्रकारच्या राजकारण प्रक्रियांमध्ये स्थायित्व, परिवर्तन आणि क्रांती होण्यासाठी कोणत्या गोष्टी आवश्यक असतात? त्यावरून कोणत्या प्रकारचे राजकारण श्रेष्ठ ठरते? ते कसे व का श्रेष्ठ ठरते या सर्व समस्यांचा अंतर्भाव राजकारणात केला जातो असे स्पष्ट मत रॉबर्ट ढाल्ह यांनी व्यक्त केले.

सामान्यत : राजकीय प्रश्न का निर्माण होतात? असे प्रश्न कोणते राजकीय नेतृत्व उचलून धरतात? त्यासाठी लोकांसमोर असे नेतृत्व कोणते पर्याय ठेवतात? प्रश्नाच्या सोडवणुकीसाठी कोणत्या प्रकारचे संघर्ष होतात? त्यासाठी शासनावर कोणत्या आणि कशा प्रकारचा प्रभाव पाडला जातो?असे संघर्ष निर्माण होण्यापूर्वीच कधीकधी शासनसंस्था त्यांचे निराकरण कशाप्रकारे करते, या सर्व गोष्टींचे किंवा प्रक्रियांचेच नाव राजकारण आहे; अशा प्रकारचे जेम्स चार्लवर्ड राजकारणाचे स्वरूप स्पष्ट करतात.

तुलनात्मक राजकारणाची व्याप्ती :

राजकीय व्यवस्था हा तुलनात्मक राजकारणाच्या अभ्यासाचा मुख्य विषय असल्यामुळे तुलनात्मक राजकारणाने अभ्यासक्षेत्र शासनाकडून राजकीय व्यवस्थेकडे विकसित केले. पारंपरिक राज्यशास्त्रज्ञ आणि आधुनिक राज्यशास्त्रज्ञांमध्ये या विषयाच्या व्याप्तीबाबत मतभिन्नता आढळते.

जीन ब्लॉण्डेलने या मतभिन्नतेशी दोन गोष्टी संबंधित असल्याचे मानले आहे - १. सीमा संबंधीचा विवाद आणि २. नियम प्रमाणक आणि व्यवहारासंबंधीच्या विषयांमधील वाद.

(१) सीमा संबंधीचा विवाद : परंपरावादी राज्यशास्त्रज्ञांनी विधिविषयक दृष्टिकोनाचे समर्थन केले आहे. या दृष्टिकोनानुसार तुलनात्मक राजकारणामध्ये संविधानाद्वारे स्थापित शासनाच्या विभिन्न अंगाशी तुलना कायदेशीरदृष्ट्या व्हावयास पाहिजे. या उलट व्यवहारवादी दृष्टिकोनाचे समर्थन व्यवस्थांच्या अभ्यासासाठी शासनासंबंधी घटकांची तुलना आवश्यक न मानता गैरराजकीय व्यवस्थांच्या अभ्यासाला महत्त्व देतात. अनौपचारिक संस्थांचा, घटकांचा अभ्यास ते आवश्यक मानतात.

(२) नियम, प्रमाणक आणि व्यवहारासंबंधीच्या विषयांमधील वाद : हा विवाद सीमासंबंधी विवादाशी संबंधित आहे. प्रमाणकांचा संबंध संविधानाद्वारे प्रमाण नियमांशी असतो, तर व्यवहाराचा संबंध नियमांच्या वास्तविक कार्यकारणाशी असतो. परंपरावादी राज्यशास्त्रज्ञ संवैधानिक नियमांना या अभ्यासासाठी जास्त महत्त्व देतात, तर तुलनात्मक राजकारणाचे नवे अभ्यासक प्रमाणकांपेक्षा, नियमांपेक्षा वास्तविक राजकीय व्यवहारांना जास्त महत्त्व देतात ज्यांचा संवैधानिक नियमांशी मेळ बसत नाही.

तुलनात्मक राजकारणाच्या व्याप्तीविषयी आता विवाद असला तरी आजच्या परिस्थितीत या विवादाला

महत्त्व राहिलेले नाही. सर्वसामान्यपणे या अभ्यासक्षेत्रात संविधान, शासनाच्या औपचरिक संस्था, कायदेमंडळ, कार्यपालिका आणि न्यायपालिका, याशिवाय राजकीय पक्ष, दबावगट, निर्वाचन प्रक्रिया, मतदारवर्तन, राजकीय संस्कृती, राजकीय परिवर्तन, राजकीय आधुनिकीकरण, लोकप्रशासन इत्यादी विषयांचा तुलनात्मक अभ्यास समाविष्ट आहे. याचाच अर्थ असा की, तुलनात्मक शासनाचा संबंध राज्याच्या कायदाक्षेत्राशी आणि प्रक्रियांशी तसेच अंत :क्रियांशी येतो. त्यामुळे या अभ्यासशाखेचे क्षेत्र अधिकाधिक विस्तारित झाले आहे. अलीकडे तुलनात्मक राजकारणाच्या अभ्यास क्षेत्रामध्ये बऱ्याच विषयांचा समावेश होऊन या विषयाची व्याप्ती वाढल्याचे दिसते.

राजकीय व्यवस्थेतील समस्या जाणून घेऊन सार्वजनिक हितांसाठी निर्णय घेतले जातात; व ते कार्यान्वित केले जातात. उदा. कोणत्याही राज्याचे शासन हा राजकीय व्यवस्थेतील अविभाज्य भाग असल्यामुळे औपचारिक, दोन्ही घटकांचा शासनासंबंधित प्रक्रियांमध्ये अंतर्भाव होत असतो. जसे समाजाचा ऐतिहासिक वारसा, भौगोलिक साधनसंपत्ती, सामाजिक व आर्थिक संघटन, नेतृत्त्व इत्यादी सर्वांचे मिळून जे पर्यावरण बनते तोच राजकारणाचा आधार असतो, राजकीय व्यवस्थेतील हे आधार व शासनाची अंगे यांच्यात ज्या आंतरक्रिया होत असतात त्यातूनच राजकारणाचे गतिविज्ञान निर्माण होते.

विविध राजकीय संरचनांच्या अभ्यासासोबत अराजकीय संस्था आणि त्या संस्थांचा राजकीय व्यवस्थांवर होणारा परिणाम याचाही अभ्यास तुलनात्मक राजकारणाच्या अभ्यासात होतो. विकसनशील समाजाच्या अभ्यासावरही या अभ्यासशाखेने भर दिला आहे. तुलनात्मक राजकारण हे पाश्चिमात्य, गैरपाश्चात्य आणि साम्यवादी राजकीय व्यवस्थांचे तुलनात्मक विश्लेषण आहे. परंपरावादी राज्यशास्त्रज्ञ मात्र पाश्चिमात्य देशांच्या संवैधानिक व्यवस्थांच्या अभ्यासावर जास्त भर देतात.

तुलनात्मक शासनाच्या अभ्यासाचा संबंध पर्यावरणाशी येतो, कारण प्रत्येक राज्याच्या धोरणाच्या प्रक्रियेमध्ये त्या राज्याची भौगोलिक रचना, राजनैतिक मूल्य, विचारप्रणाली आणि राजकीय संस्कृती यांना महत्त्वाचे स्थान असते. हीच मूल्ये राजकीय पर्यावरणाशी संबंधित असतात. धर्म, शिक्षण, संसूचन माध्यमे ते कार्यान्वित होत असतात.

या अभ्यास शाखेमुळे अनेक नवीन संकल्पना आणि सिद्धांत उदयाला आले. सिद्धांत निर्मितीला आणि विकासाला संकल्पना पूरक ठरतात. अभ्यासक अशा संकल्पनांचा बौद्धिकदृष्ट्या उपयोग करतात व राजकीय सिद्धांताची मांडणी करतात. उदा. राजकीय श्रेष्ठजन सिद्धांत अनेक सत्तावादी वगैरे तसेच या अभ्यासशाखेत राजकीय प्रणाली आणि राजकारण याला महत्त्वाचे स्थान प्राप्त झाले आहे.

तुलनात्मक राजकारणातील आधार :

तुलनात्मक राजकारण कला नाही परंतु राजकारण मात्र कला आहे म्हणूनच तुलनात्मक राजकारणाचे अभ्यासक्षेत्र आजच्या काळात अतिव्यापक झालेले आहे. शिवाय त्याने राज्यशास्त्रीय अभ्यासात स्वतंत्र अनुशासनाचे पद प्राप्त केले आहे. त्यात राजकारणाचे सर्व पैलू, शासनाची विभिन्न अंगे, शासनाच्या क्रिया-प्रक्रिया, राजकीय पद्धतीची वैशिष्टे या सर्वांचा अभ्यास अंतर्भूत आहे. या अभ्यासात प्रामुख्याने तुलना करण्यावर भर दिला जातो. त्यात पैलूंच्या रूपात अधिकाधिक राज्यांची सरकारे, राजकीय पद्धती, शासनाची अंगे, शासनावर प्रभाव टाकणारी परिस्थिती, सामाजिक आर्थिक व्यवस्था, राजकीय संस्कृती, सामाजिकीकरण, राजकीय पक्ष, दबावगट, जनसंचाराची माध्यमे, लोकमताची साधने, निर्णयनिर्धारण पद्धती, राजकीय व्यवहार, निर्वाचन अभियान, मतदानाचे प्रकार आणि पद्धती इत्यादींचा अंतर्भाव होतो. मुख्यत : कोणत्याही एका विशिष्ट पैलूंच्या आधारे निरनिराळ्या देशात होणाऱ्या राजकीय व्यवहारांची तुलना करणे आणि त्या तुलनांमधून उपयुक्त असे निष्कर्ष काढणे अतिशय महत्त्वाचे ठरले आहे.

तुलनात्मक राजकारणाचे प्रामुख्याने दोन आधार सांगितले जातात. १. लंबात्मक आणि २. अलंबरांतीय किंवा समस्तरीय. या आधारावरच निरनिराळया देशातील सर्व प्रकारच्या संस्थांची तुलना करून सर्वसामान्य निष्कर्ष शास्त्रीय पद्धतीने सिद्धांत रूपात मांडण्यावर तुलनात्मक राजकारणांच्या अभ्यासकांचा भर असतो.

तुलनात्मक राजकारणाची वैशिष्टे :

(१) अधिक विस्तारपूर्ण क्षेत्र व वास्तविकतेचा शोध घेणे, की ज्यामुळे तुलनात्मक राजकारण हे वैज्ञानिक आहे याचेच द्योतक ठरते, कारण शास्त्रशुद्ध विश्लेषणावर तुलनात्मक राजकारणाच्या अभ्यासात भर दिला जातो.

(२) तुलनात्मक राजकारणाच्या अभ्यासात विश्लेषण पद्धती वापरून वर्णन आणि विवेचन केले जाते तसेच अनुभवजन्य व व्यवहारवादी उद्दिष्टांचा अंगीकार केला जातो.

(३) अन्य सामाजिक शास्त्रांसोबत तुलनात्मक राजकारणाचा निकट संबंध प्रस्थापित करणे.

(४) तुलनात्मक राजकारणाचा अभ्यास हा शासनाच्या औपचारिक कार्याचा व रचनात्मक तत्त्वांच्या अभ्यासापुरता मर्यादित नसून राजकीय व्यवस्थेत जीवन जगणाऱ्या लोकांच्या समस्यांशी, त्यांचे वर्तन, त्यांची समाजजीवनाबद्दलची बांधिलकी आणि त्यांच्या अनौपचारिक कार्याशी संबंधित आहे.

(५) आधुनिक राजकीय विचारवंतांनी तुलनात्मक राजकारणाच्या अभ्यासाची मांडणी ही प्रामुख्याने विकसनशील देशाच्या व समाजाच्या अभ्यासाच्या आधारे केली आहे.

म्हणूनच तुलनात्मक राजकारणाच्या अभ्यासात शासन हे एक महत्त्वपूर्ण अंग मानले आहे. शासनाच्या कायद्याच्या प्रक्रिया यांचा अभ्यास राजकारणात समाविष्ट असतो. उदा. निर्वाचन मंडळ, प्रशासन आणि न्यायालयीन कामकाजातील आंतरक्रिया शोधून काढणे व त्यांची उत्तरे शोधणे. भूतकाळात राजकारणात ज्या गोष्टींचा अंतर्भाव केला जात नव्हता अशाही अनेक गोष्टींचा अंतर्भाव आधुनिक काळात, राजकारणात लक्षात घेतला जात आहे. तुलनात्मक राजकारणाचा आरंभच सामाजिक पर्यावरणापासून होतो ज्याला आपण राजकारणाची पार्श्वभूमी म्हणू शकतो.

एकंदरीत सामाजिक मूल्ये तुलनात्मक राजकारणावर परिणाम करतात. तसेच समाजरचना तुलनात्मक राजकारणास वळण देते या गोष्टी आता मान्यता पावल्या आहेत. सामाजिक मान्यता बदलल्याशिवाय नागरिक होता येत नाही हे सिद्ध झालेले आहे. तुलनात्मक राजकारणाचे अभ्यासक आता राजकीय समाजशास्त्राच्या दृष्टिकोनातून अधिकाधिक अभ्यास करताना दिसतात.

तुलनात्मक राजकारणाच्या अभ्यासाचे महत्त्व :

जागतिक राजकारणाचे महत्त्व दिवसेंदिवस वाढत चाललेले आहे. अलीकडच्या काळात मानवी समाजात व्यक्तीचे जीवन गतिमान झाल्यामुळे सामाजिक जीवन अधिक गुंतागुंतीचे व वेगवान होत चाललेले आहे. एकेकाळी जग फारच मर्यादित होते. दळणवळणाची अपुरी व अप्रगत साधने असल्याने जगाच्या वेगवेगळ्या भागाची परस्परांना कोणत्याही प्रकारची जाणीव व माहिति नसायची, प्राचीन काळातील ज्या नगरराज्याचा आपण विचार करतो ती नगरराज्येदेखील परस्परांपासून स्वतंत्र व दूर होती. त्याकारणाने त्यांचा केला गेलेला अभ्यास हा पूर्णत : इतर राजकीय पद्धतीपासून पूर्णत : स्वतंत्र अशा राजकीय घटकांचा अभ्यास होता.

दळणवळणची साधने आणि संपर्क क्रांतीमुळे आज जग फारच जवळ आलेले आहे. कोणत्याही देशातील व्यक्तीचा व समाजाचा जगातील इतर राष्ट्रांशी तत्काळ संबंध येत असल्यामुळे माणूस इतर देशांचा तुलनात्मक विचार करू लागलेला आहे, यात विविध देशांची राजकीय क्षेत्रे अलिप्त व स्वतंत्र कशी राहू शकतील. त्या दृष्टीने तुलनात्मक राजकारणाच्या अभ्यासाचे महत्त्व आजच्या काळात फारच मोठे झालेले आहे.

देशातील राजकीय संस्था, गैर राजकीय संस्था, राजकीय पक्ष, दबावगट, विभिन्न प्रकारच्या शासनपद्धती, शासनाचे निर्णय, निणर्यांना प्रभावित करणारे घटक यांचा अभ्यास तुलनात्मक राजकारण या अभ्यास पद्धतीद्वारे केला जाऊ लागला. एवढेच नाही तर या अभ्यास शाखेमुळे तुलनात्मक राजकारणाच्या अभ्यासासाठी आदानप्रदान, प्रत्यादान, मूल्ये, अधिकार, अधिमान्यता, प्रदत्त विधिविधान, कायद्याची अधिसत्ता, नियंत्रण संतुलन सिद्धांत, अधिमान्यता, संज्ञापन अशा अनेक नवीन शब्दांचा वापर करण्यात येऊ लागला. तुलनात्मक राजकारण मूल्यरहित विश्लेषणावर भर देते. तसेच राजकारणावर परिणाम करणाऱ्या अराजकीय गोष्टींचीही दखल घेते. त्याचप्रमाणे राजकारणाला शास्त्रीय स्वरूप बहाल करणे, त्यात व्यवहार्यता आणणे, पूर्वी प्रस्थापित केलेले सिद्धांत पडताळून पाहणे, त्याची यथार्थता सिद्ध करणे, त्यासाठी आधुनिक संशोधन तंत्राचा, पद्धतीचा, सामग्रीचा शोध लावणे, शासनाच्या प्रमुख अंगामध्ये पारंपरिक संबंध निर्माण करणे. या दृष्टीने तुलनात्मक राजकारणाच्या अभ्यासाला अधिकाधिक महत्त्व प्राप्त झाले आहे.

राजकारणातील वेगवेगळया राजकीय घडामोडी, राजकीय प्रक्रिया, राजकीय शक्ती यांचा अभ्यास तुलनात्मक राजकारणात केला जातो तो असा की, अन्य विविध देशामध्ये राजकीय सामाजिकीकरणाच्या विभिन्न पद्धती कशाप्रकारे कार्य करतात. निरनिराळया देशांमध्ये अधिकाऱ्यांची भरती, पदोन्नती, पदावनती यांच्या पद्धतींचा तुलनात्मक अभ्यास तसेच प्रजातंत्रीय देश, हुकूमशाहीवादी देश, अध्यक्षप्रधान देश यांच्यातील कायदे निर्माण करण्याच्या पद्धतींची तुलना कायदे अंमलात आणण्याच्या पद्धतींची तुलना, वादविवाद सोडविण्याच्या पद्धती यांच्यातील तुलनात्मक अभ्यास केला जातो.

विविध देशातील परिवर्तनाचे प्रकार, विकासाचे विविध दृष्टिकोन यांचा विश्लेषणात्मक पद्धतीने अभ्यास करणे तसेच या अभ्यासाला शास्त्रीय स्वरूप प्राप्त झाल्यामुळे काही प्रमाणात विश्लेषणात्मक व अनुभवजन्य पद्धतीमुळे भविष्यकथनही केले जाऊ शकते. विभिन्न सामाजिक संस्थामध्ये अंतर्गत संबंध प्रस्थापित करण्याची त्यांच्यातील जे जे चांगले आहे ते स्वीकारण्याची प्रवृत्ती असल्यामुळे आणि इतर अनेक महत्त्वाच्या कारणांमुळे हा एक महत्त्वाचा अभ्यास विषय बनला.

तुलनात्मक राजकारण या अभ्यास शाखेने पूर्वीचे विश्लेषणाचे राज्यशास्त्रीय स्वरूप नाकारून वास्तविकता स्पष्ट करण्यास सुरुवात केली. म्हणजेच राजकारणाचे विश्लेषण करण्याचे कार्य तुलनात्मक राजकारणाच्या अभ्यासकांनी चालू केल्यामुळे त्याचे महत्त्व वाढले.

विकसित, विकसनशील व अविकसित अशा राष्ट्रातील सरकारे त्यांची धोरणे यांचा शास्त्रीय दृष्टीने अभ्यास करून तुलनात्मक राजकारणाच्या अभ्यासात राजकीय सिद्धांत मांडले जातात. हे सिद्धांत भविष्यकाळातही उपयोगी ठरतात; म्हणून शैक्षणिक तसेच व्यावहारिक दृष्ट्या हा अभ्यास महत्त्वाचा ठरू लागला आहे.

विकसित देशातील नागरिक आज तुलनात्मक राजकारणाच्या अभ्यासामुळे राजकीय क्षेत्रात मोठ्या प्रमाणात सक्रिय झालेले आहेत, त्यांचे राजकीय सहभागाचे प्रमाण सर्वत्र वाढल्याचे दिसू लागले आहे, जनता देखील स्वत :च्या मागण्या व समस्यांचे निराकरण तत्परतेने व्हावे या भावनेने शासनाकडून मोठ्या प्रमाणात अपेक्षा करू लागली आहे. संपर्क क्षेत्रातील झालेला विकास हा जनतेच्या जागृतीला कारणीभूत ठरलेला आहे; त्यामुळेच राजकारणाच्या अभ्यासाला नवी दिशा मिळाली.

जसजसे राजकारणाचे महत्त्व वाढत आहे; तसतसे तुलनात्मक राजकारणाच्या अभ्यासाचा वेग व महत्त्व वाढत आहे. तिसऱ्या जगातील नव्याने निर्माण झालेल्या राज्यांना असा अभ्यास मार्गदर्शक ठरत आहे. आपल्या देशातील समस्यांसाठी दुसऱ्या देशाची पद्धती अभ्यासून आपल्या समस्यांचे उत्तर शोधणे हा प्रयत्न या शाखेच्या अभ्यासातून केला जाऊ शकतो.

तुलनात्मक राजकारणाचा विकास :

तुलनात्मक राजकारणाचा विचार अलीकडच्या काळात जरी नव्याने होऊ लागला असला तरी या विचाराची खरी सुरुवात प्राचीन काळीच झालेली आपणास दिसते. राज्यशास्त्राचा जनक असणाऱ्या ॲरिस्टॉटलपासून या तुलनात्मक राजकारणाच्या अभ्यासाला प्रारंभ झाला असे समजले जाते. त्यांनी त्या काळात वेगवेगळया अशा जवळजवळ १५८ राष्ट्रांच्या राज्यघटनांचा अभ्यास करून या आधारे राज्याचे वर्गीकरण चक्रीय सिद्धांताच्या आधारे तुलनात्मक राजकारणाचा स्विकार केलेला दिसतो. वास्तविक पाहता प्राचीन काळापासून ते आधुनिक काळापर्यंत या ज्ञानशाखेच्या विकासासाठी बराच कालावधी जावा लागला. राजकीय विचारांचा इतिहास जितका प्राचीन आहे तेवढाच तुलनात्मक राजकारणाचा विकास प्राचीन आहे, असे हेन्री एकेस्टीन याने आपल्या 'तुलनात्मक राज्यशास्त्रकाल आणि आज' या ग्रंथात म्हटले आहे. त्याचवेळी त्यांनी तुलनात्मक राजकारणाच्या विकासाचे तीन भाग पाडले. असंस्कृत, सुसंस्कृत व अधिक सुसंस्कृत. पहिल्या भागात ॲरिस्टॉटल, मॉटेस्क्यू, मॅकेव्हेली, ब्राईस आदी शास्त्रज्ञांचा समावेश होतो. दुसऱ्या भागात व्हीयर मॅक्रेडीज आणि इलम या शास्त्रज्ञांचा समावेश होतो, आणि तिसया भागात डेव्हिड ईस्टन, रॉबर्ट ढाल्ह, कौलमेन अल्मंड, पॉवेल ड्यूस आणि ब्लॉन्डेल या राज्यशास्त्रज्ञांचा त्यांच्या मते समावेश होतो.

वरील सर्व राजकीय विचारवंतांनी त्या त्या काळातील शासनपद्धतींचा तुलनात्मक अभ्यास करून आज अस्तित्वात असलेली व भूतकालीन शासनप्रकारातील चुका सांगून चांगली राजकीय व्यवस्था कशा प्रकारची असावी व ती निर्माण कशी करता येईल याचे स्पष्टीकरण त्यांनी दिले.

अशा प्रकारे तुलनात्मक राजकारणाच्या विकासाचा विचार करत असताना या विषयाची उत्क्रांती तीन अवस्थांमधून झाल्याचे दिसून येते

(१) पहिल्या महायुद्धापूर्वी झालेला विकास :

इ. स. पूर्व ३८४ ते ३२७ वर्षे या कालखंडात 'राज्यशास्त्र' या ग्रंथात प्राचीन ग्रीक विचारवंत ॲरिस्टॉटलने राज्याच्या तुलनात्मक अभ्यासास सुरुवात केली. त्याने राजकीय निर्णय घेणाऱ्यांची संख्या आणि सत्तेचा वापर करण्याचा उद्देश या आधारे राज्याचे तीन शुद्ध प्रकार आणि तीन अशुद्ध प्रकार असे एकूण सहा प्रकार पाडले. राजतंत्र, महाजनसत्ता आणि प्रजातंत्र हे तीन शुद्ध तर हुकूमशाही, अल्पजनसत्ता आणि समूहतंत्र हे तीन अशुद्ध प्रकार त्याने मांडले होते. लिपसेटने १९६० मध्ये आपल्या 'राजकारणी माणूस' या ग्रंथात याचाच सखोल अभ्यास केलेला आहे. ॲरिस्टॉटलनंतर इ. स. पूर्व २०१ ते १२० या कालखंडात पॉलिबिअसन आणि सिसेरोने तुलनात्मक राजकारणाचे क्षेत्र अधिक व्यापक केले मात्र उल्लेखनीय अशी भर अभ्यासात त्यांना घालता आली नाही. इ. स. १४६१ ते १५२७ च्या दरम्यान युरोपच्या पुर्नजागरण कालखंडात मॅकॅव्हेलीने इटली व इतर राज्यांच्या राजकारणाचा तुलनात्मक अभ्यास केला.

१६ व्या शतकात फ्रेंच राज्यशास्त्रज्ञ जीन बोडीनने ॲरिस्टॉटल आणि मॅकॅव्हेलीच्या तुलनात्मक राजकारणाच्या अभ्यासाचा विस्तार इ. स १५३० ते १५९६ मध्ये केला. मॉटेस्क्यूने मानवी संस्था, परंपरा आणि कायदा यांची निर्मिती दैवी सिद्धांतानुसार झाली नाही हे व्यवहारवाद आणि बुद्धीवादाच्या आधारावर स्पष्ट केले. या प्रक्रियांचा विकास होतांना त्याच्या यशापशाच्या अभ्यासासाठी तुलनात्मक पद्धतीचा आधार का व कसा घ्यावा लागतो हेही त्यांनी स्पष्ट केले. तसेच तुलनात्मक विश्लेषणाच्या आधारावरच राजकीय पद्धतीचे वर्गीकरण करता येते. राजकारण समाज व अर्थव्यवस्थेशी प्रत्यक्ष संबंधित असतो. या गोष्टींचाही त्याने तुलनात्मक राजकारणाच्या अभ्यासात विचार केला. मॉटेस्क्यूनंतरच्या काळात आदर्शवादी विचारवंत हेगेलने इतिहासाचे सूक्ष्म निरीक्षण करून ऐतिहासिक परिस्थिती व तत्कालीन शासनव्यवस्था यांचे अध्ययन करून भविष्यकाळात प्रजातंत्र पद्धतीचा उदय होण्याची शक्यता वर्तविली होती. रॉय मॅक्रिडिज, ऑसस्ट

कॉट, लेमार्क, डार्विन, बेजहॉट, सेव्हिनी हर्डर या निरनिराळया देशातील शास्त्रज्ञांनी राजकारणाच्या तुलनात्मक अभ्यासाला याच काळात चालना दिली. अमेरिकन शास्त्रज्ञांनी आणि वर्तनात्मक दृष्टीने फरक करून विभिन्न देशांतील सरकारांच्या तुलनात्मक अभ्यासाला १९व्या शतकात सुरुवात केली.

(२) पहिल्या महायुद्धानंतर झालेला विकास :

पहिल्या महायुद्धानंतर खऱ्या अर्थाने तुलनात्मक राजकारणाच्या अभ्यासाला परिपक्वता आली असे आपणास म्हणता येईल. या कालावधीत याचा अभ्यास केवळ युरोप खंडापुरता मर्यादित न राहता पूर्व आणि लॅटिन अमेरिका, चीन, जपान, ब्रिटिश राष्ट्रकुल संघातील देश या सर्वच क्षेत्रात सुरू झाला. या कालावधीतील फायनर सेट फ्रेडरिच यांच्या ग्रंथामधून तुलनात्मक अभ्यासाच्या वाढत्या विकासाचे महत्त्व आपणास कळते. कालांतराने फिनलॅड, घाना, चिली, थायलंड या देशातील शासनपद्धतींचा तुलनात्मक दृष्ट्या अभ्यास करून हेचर आणि लिव्ही या राज्यशास्त्रज्ञांनी या तुलनात्मक राजकारणाच्या अभ्यासात मोलाची भर घातली.

तुलनात्मक कायदे अमलात आणण्यासाठी आधुनिक राजकीय समाजशास्त्रज्ञ गटानु मोस्का, विल्फ्रेड पॅरेटो, मिचेल्स यांनी विश्लेषणात्मक पद्धतीचा वापर करून नवीन तंत्राचा विकास केला आणि दबावगट, राजकीय पक्ष, हितसंबंधी गट या नवीन संकल्पनांच्या अभ्यासाला महत्त्व दिले. राजकीय सिद्धांत मांडण्यासाठी आधुनिक संशोधनाच्या तंत्राचा वापर करण्याची गरज या विचारवंतांनी याच काळात प्रतिपादित केली.

(३) दुसऱ्या महायुद्धानंतर झालेला विकास :

पाश्चात्त्यांच्या गुलामगिरीतून नव्यानेच स्वतंत्र झालेल्या राष्ट्रांमध्ये लोकशाही शासनव्यवस्था अयशस्वी का झाली? नवीन उदयास आलेल्या शासनव्यवस्था अस्थिर का आहेत? अशा देशामध्ये स्थिर किंवा कायमस्वरूपी शासन कसे निर्माण होऊ शकेल? या सर्व प्रश्नांची उत्तरे शोधणे अतिशय महत्त्वाचे होते. अभ्यासकांसमोर तुलनात्मक राजकारणापुढील हे एक आव्हान ठरले आणि दुसऱ्या महायुद्धानंतर राजकीय परिवर्तनास वेगाने गती मिळाली.

दुसऱ्या महायुद्धानंतर अमेरिकन शास्त्रज्ञ अल्मंड व पॉवेल यांनी औपचारिकतेच्या विरूद्ध तुलनात्मक राजकारणाचा अभ्यास सुरू केला. त्यातूनच तुलनात्मक राजकारणाचा संरचनात्मक कार्यवाद उदयास आला आणि तेव्हापासून राजकीय समाजशास्त्राचा प्रभाव तुलनात्मक राजकारणाच्या अभ्यासात वाढू लागला. त्याचबरोबर डेव्हिड ईस्टने आदान-प्रदान-प्रत्यादान सिद्धान्त प्रस्तुत करून राजकीयदृष्ट्या तुलनात्मक अभ्यासास अतिमहत्त्व प्राप्त करून दिले. आजच्या स्थितीत तुलनात्मक राजकारणाचा अभ्यास करतांना हेन्री एकस्टीन पुढील गोष्टींचा यामध्ये समावेश करतात- (१) राजकीय अभ्यासासाठी प्रयोग करता येऊ शकेल काय? तुलनात्मक विधी प्रक्रियांची उपयोगिता मर्यादित आहे काय? तुलनात्मक अभ्यास कोणत्या प्रकारच्या अभ्यासाला म्हणावे आणि त्यापासून आपणास किती ज्ञान प्राप्त होईल. इ. प्रश्नांचा समावेश त्याने यामध्ये केला. तर (२) राजकीय निर्णय प्रक्रियेत भाग घेणाऱ्यांची संख्या किती आहे. यावरून तुलनात्मक राजकारणामध्ये राज्याच्या वर्गीकरणासंबंधीच्या प्रश्नांचे उत्तर शोधणे, असे अनेक प्रश्न सोडविण्याचे प्रयत्न या अभ्यासशाखेद्वारे होऊ शकतात.

तुलनात्मक राजकारणाचा अभ्यास करतांना अमेरिका व युरोप यांनी प्रस्थापित केलेले साचे तितकेसे उपयोगी ठरत नाहीत तर तुलनात्मक राजकारणाच्या पद्धतीत गैरपाश्चिमात्य देशातील शासनपद्धती, त्यांनी निर्माण केलेल्या राजकीय प्रक्रिया, त्यांचे राजकीय व्यवहार, त्यांची कार्ये यांचाही समावेश करावयास पाहिजे, असे मत वाल्ड आनि मॅक्रिडीज् यांनी मांडले. यामध्ये राजकीय पद्धती, राजकीय संस्कृती व

सामाजिकीकरण, राजकीय आधुनिकीकरण व विकास, राजकीय परिवर्तन व क्रांती, राजकीय सहभाग, हितसमूह, राजकीय पक्ष इ. गोष्टींचा तुलनात्मकदृष्ट्या अभ्यास करण्यात येतो. किंबहुना तुलनात्मक राजकारणाच्या अभ्यासाचे हे महत्त्वाचे पैलू आहेत, असे त्यांचे मत होते. यापैकी कोणताही एक पैलू घेऊन अनेक राष्ट्रांची उदाहरणे समोर ठेवून त्यांच्यातील समानता आणि असानतेच्या मुद्यांची तुलना केली जाऊ शकते व तुलना करताना तथ्य आणि आकडे गोळा करावे लागतात. म्हणून तुलनात्मक राजकारणाचा अभ्यास वैज्ञानिक पद्धतीने केला जातो. वाल्ड आणि मॅक्रिडिज यांनी खऱ्या अर्थाने आजच्या स्थितीतील शासनाचा अभ्यास करून तुलनात्मक राजकारणाच्या अभ्यासाला चालना दिली.

तुलनात्मक शासन व तुलनात्मक राजकारण यातील फरक :

(१) शासनाकडून होणाऱ्या सर्व क्रिया-प्रक्रियात राजकारण असतेच असे नाही. त्याचप्रमाणे राजकारण एक प्रकारचे मानवी तसेच सामाजिक व्यवहाराचा महत्त्वाचा भाग आहे. ज्याप्रमाणे कोणत्याही समाजात धोरणासंबंधीच्या हालचाली क्रिया-प्रक्रिया या सतत सुरू असताना त्यांचे स्वरूप शासकीय असतेच असे नाही.

(२) राजकीय पद्धतीनुसार विभिन्न संस्था, त्यांनी केलेली कार्ये यांचा तुलनात्मक अभ्यास तुलनात्मक शासनात होत असतो. परंतु, तुलनात्मक राजकारणाचे क्षेत्र मात्र अधिक व्यापक आहे.

(३) तुलनात्मक राजकारणाचे क्षेत्र तुलनात्मक शासनापेक्षा अधिक व्यापक आहे. कारण तुलनात्मक राजकारणामध्ये तुलनात्मक शासनात ज्या गोष्टींचा अंतर्भाव होतो त्या तर समाविष्ट असतातच शिवाय त्या व्यतिरिक्त अराजकीय गोष्टींचाही समावेश व अंतर्भाव होत असतो.

(४) तुलनात्मक शासनाचा अभ्यास करताना राज्य त्याच्या संस्था आणि त्यांची कार्ये व कार्याच्या संबंधात येणारे काही समूह उदा. राजकीय पक्ष, हितसंबंधी गट यांचाही अभ्यास उपयुक्त ठरतो. परंतु तुलनात्मक राजकारणाचे लक्ष, अभ्यासविषयक आणि ध्येय अधिक व्यापक असल्याने त्यात अराज्यीय राजकारण जनजातींचा अभ्यास खासगी संस्थांचा अभ्यास, सामाजिक पर्यावरणाचा अभ्यास समाविष्ट आहे. तुलनात्मक राजकारणाचा अभ्यास विभिन्न राजकीय पद्धतीने नियम बनविणे नियमाची अंमलबजावणी करणे त्यानुसार न्याय देणे इत्यादीशी संबंधित तर आहेतच. याशिवाय संविधानाच्या बाहेरील संस्था, राजकीय पक्ष, दबाव गट यांच्या अभ्यासाशी सुद्धा संबंधित आहे आणि इथेही तुलनात्मक राजकारणाचा अभ्यास थांबत नाही तर पुढे जाऊन तुलनात्मक राजकारणाच्या क्षेत्रात अर्थशास्त्र, समाजशास्त्र, मानसशास्त्र यांचाही अभ्यास केला जातो.

(५) तुलनात्मक राजकारणात सरकारच्या विभिन्न रूपाचाच तुलनात्मक अभ्यास अंतर्भूत होत नाही तर त्यात विभिन्न राजकीय प्रक्रिया आणि त्यांच्याशी संबंधित असणाऱ्या राजकीय व गैरराजकीय संस्थांचाही अभ्यास समाविष्ट आहे.

(६) तुलनात्मक राजकारणात अनेक शासनपद्धतीचे अनुभव संस्थांचे व्यवहार आणि प्रक्रिया यांचा विस्तारपूर्व पद्धतीने अभ्यास केला जातो. तसेच संविधानाच्या बाहेरील अशा माध्यमांचा व अशा संस्थांचाही अभ्यास केला जातो की, ज्यांचा शासनाच्या औपचारिक अंगाशी काहीही संबंध नाही. तुलनात्मक राजकारणाच्या अभ्यासामुळे औपचारिक अंगाशी काहीही संबंध नाही. तुलनात्मक राजकारणाच्या अभ्यासामुळे एकप्रकारच्या राजकीय हालचालींचा, कृतींचा बोध होतो. या कृतींचा संबंध राजकीय व्यवहारांशी असतो. राजकीय व्यवहार धर्म नैतिकता, आर्थिक समस्या इत्यादींमधून उत्पन्न होतो.

(७) एकंदरीत तुलनात्मक राजकारण, अभ्यास करताना सत्तेला केंद्रबिंदू मानून अभ्यास करते. यात शासनाचा, त्यांच्या हालचालींचा, त्यांच्यावर परिणाम करणाऱ्या सर्व प्रकारच्या गोष्टींचा समावेश केला

जातो. राजकारण हे सत्ता, अधिकार आणि अधिमान्यतेशी संबंधित असते. या भूमिकेतून राजकारणाकडे तुलनात्मक राजकारण पाहत असते. तुलनात्मक राजकारणाने राज्यशास्त्रास मूल्याधिष्ठित विश्लेषणापासून मुक्त केले व मूल्यरहित अनुभवजन्य अभ्यासास महत्त्व देण्यात आले.

(ब. १) दृष्टिकोन : पारंपरिक व्यवस्था, रचनात्मक-कार्यवाह आणि विश्वव्यवस्था सिद्धांत

दृष्टिकोन :

तुलनात्मक राजकारणातील वास्तवाचा शोध घेण्यासाठी व त्याचे संपूर्ण ज्ञान प्राप्त करण्यासाठी राजकीय विचारवंतांनी वेळोवेळी विविध अभ्यासपद्धती आणि दृष्टिकोन यांना अतिशय महत्त्व दिले. बदलत्या परिस्थितीनुसार नवनवीन तंत्रे पद्धती आणि दृष्टिकोन विकसित करण्याची पद्धती व प्रवृत्ती राजकीय विचारवंतांमध्ये आढळते. अर्थात, या संज्ञांच्या अर्थामध्ये मूलभूत स्वरूपाचा फरक आहे. तसेच शास्त्राच्या निरनिराळया पैलूंचे ज्ञान प्राप्त करण्यासाठी वेगवेगळ्या दृष्टिकोनांचा आधार हा घ्यावाच लागतो. दृष्टिकोन म्हणजे एखाद्या समस्येकडे पाहणे आणि त्यासंबंधी स्पष्टीकरण देणे किंवा त्याच्याजवळ जाणे हा आहे. विचारवंतांने आपल्या विचाराकरिता कशाची निवड केली आहे, याला दृष्टिकोन असे म्हणतात. वेगवेगळया विषयाकडे पाहण्याची राजकारण्यांची भूमिका यालाही दृष्टिकोन असे म्हणतात. तसेच अभ्यासासाठी निवडलेल्या विषयाकडे पाहण्याची अभ्यासकाची पद्धती असा दृष्टिकोन या संज्ञेचा सरळ व सोपा अर्थ आहे. एखाद्या राजकारण्याचा दृष्टिकोन वर्तनवादी आहे याचा अर्थ असा की, त्याच्या मते राजकारणात मानवाच्या वर्तनाचा अभ्यास हा प्रमुख भाग असला पाहिजे. सत्तात्मक दृष्टिकोन स्वीकारणारे राज्यशास्त्रज्ञ सत्तासंघर्षाचे राजकारण हा राज्यशास्त्रातील अभ्यासाचा खरा विषय मानतात. तात्पर्य दृष्टिकोन हे नेहमी राजकारणात आपण कशाचा अभ्यास करावा, या प्रश्नाचे उत्तर देतात. अभ्यासाकरिता कोणते विषय निवडावेत आणि त्या विषयासंबंधीची माहिती कशी गोळा करावी याबाबत जे असतात त्याला दृष्टिकोन असे म्हणतात, असे मत डायक या विचारवंताने व्यक्त केले आहे.

तथ्यशोधनाकरिता ज्या साधनांचा आणि कार्यविधीचा वापर करण्यात येतो त्यांना 'पद्धती' असे म्हणतात. पद्धती आणि दृष्टिकोन यामधील फरकसुद्धा लक्षात घेतला पाहिजे. पद्धतीच्या द्वारे, निरनिराळया प्रकारची तथ्ये निदर्शनाला येतात. परंतु, विशिष्ट दृष्टिकोनामुळे विशिष्ट अशी आपल्याला उपयोगी असलेली तथ्ये या अनेक तथ्यातून वेगळी काढता येतात आणि अशा प्रकारे निरनिराळया दृष्टिकोनातून प्रगट झालेली निरनिराळी तथ्ये, त्यांची मांडणी आणि यांचे परस्परसंबंध, अभ्यासाच्या संपूर्ण विषयाच्या अनुषंगाने जोडले गेले म्हणजे त्यामधील सहेतुकता स्वाभाविकपणे उघड होते. अभ्यास कशाचा करावयाचा हे निश्चित झाल्यानंतर त्याच्या अभ्यासाची पद्धती कोणती असावी हे आपण नंतर ठरवितो. थोडक्यात सांगावयाचे झाल्यास अभ्यासाचा हेतू म्हणजे दृष्टिकोन व मार्ग म्हणजे पद्धती होय.

पारंपरिक दृष्टिकोन :

परंपरागत दृष्टिकोनात कायदेविषयक, औपचारिक, आदर्शवादी, वर्णनात्मक आणि ऐतिहासिक दृष्टिकोनाचा समावेश होतो. परंपरागत दृष्टिकोन हा मुख्यत : मूल्यभारित आहे. यामध्ये राजकीय व्यवस्था कशी असावी. याचा अभ्यास करण्यावर भर दिला जातो. ॲरिस्टॉटलच्या काळापासून तुलनात्मक राजकारणाच्या अभ्यासातील पारंपरिक दृष्टिकोनाची सुरुवात झाली असे मानले जाते. त्यांनी सांगितलेल्या संविधानाचे वर्गीकरण तुलनात्मक दृष्टीने महत्त्वपूर्ण मानले जाते. प्लेटोपासून एडमण्ड बर्कपर्यत अनेक राजकीय विचारवंत, राजकारण सिद्धांताचे निर्धारण करण्यासाठी इतिहास, विधिशास्त्र, तत्त्वज्ञान, नीतिशास्त्र यांच्या आधारवाक्यांचा उपयोग करत असत. यातूनच स्वातंत्र्य, समता, अधिकार, न्याय, विधी यासारख्या

महत्त्वपूर्ण संकल्पना अस्तित्वात आल्या. ज्यांनी आदर्श राजकारणाच्या सिद्धांतासाठी महत्त्वपूर्ण योगदान दिले. त्यामध्ये प्लूटो, हेगेल यांचा समावेश होतो. ॲरिस्टॉटल, मॅकिआव्हेली व हॉब्ज यांसारख्या विचारवंतांनी सत्तेच्या स्वरूपाची व्याख्या करण्यात व त्या समजावून सांगण्याचा प्रयत्न केला, तर ग्रोशियस बेथॅम, ऑस्टिन डायसी यांनी कायद्यास साधन बनविले. अशा प्रकारे तुलनात्मक राजकारणाच्या अभ्यास क्षेत्रात परंपरावादी दृष्टिकोन अस्तित्वात आला व मानव इतिहासाच्या दीर्घ काळापर्यंत कार्यरत राहिला.

घडलेल्या घटनांचा अभ्यास व परीक्षण करून, समकालीन राजनैतिक प्रक्रियांच्या कार्याच्या काही पैलूंच्या संदर्भात अंतिम निष्कर्ष काढण्याचा प्रयत्न यामध्ये केला जातो. या सर्वांचा परिणाम म्हणजे विवरणात्मक व संस्थात्मक पद्धती अस्तित्वात आल्या व राजकीय विचारवंतांनी आपले विचार राज्यातील मुख्य राजकीय संस्थांच्या परीक्षणांवर प्रामुख्याने केंद्रित केले. उदा. कार्यकारी मंडळ, कायदेमंडळ, राजकीय सेवा, न्यायपालिका, स्थानिक सरकारे इत्यादी. तुलनात्मक राजकारणाच्या परंपरागत अभ्यासाचा दृष्टिकोन हा विवरणात्मक स्वरूपाचा होता, कारण यात आपल्या तुलनेचा उद्देश, समस्या समाधानकारक किंवा विश्लेषणात्मक बनविल्या गेल्या नाहीत. ॲरिस्टॉटलने शासकांची संख्या तसेच राज्यांच्या उद्देशास वर्गीकरणाला आधार मानले. राज्यशास्त्राच्या अभ्यासात नीती, न्याय यांसारख्या अमूर्त दृष्टिकोनांचा त्याग करून तर्क व अनुभववाद यावर मॅकीआव्हेलीने भर दिला. मॉन्टेस्क्यूने निरीक्षण, ऐतिहासिक पद्धतीचा प्रयोग केला. कॉम्प्त, हेगेल, मार्क्स या राज्यशास्त्रज्ञांनी सामाजिक गतिशीलता व विकासवादी सिद्धांतावर भर दिला. १९ व्या शतकाच्या उत्तरार्धात औपचारिक, वैज्ञानिक संस्थांच्या अभ्यासावर भर दिला गेला. २० व्या शतकाच्या सुरुवातीला या संदर्भात अनेक विचारवंतांनी आपले ग्रंथ प्रकाशित करून या दृष्टिकोनावर सविस्तरपणे प्रकाश टाकला आहे.

पारंपरिक दृष्टिकोनाची वैशिष्ट्ये :

(१) राज्य, शासनसंस्था, शासनसंस्थेचे वेगवेगळे घटक, त्यांची कार्ये, शासनसंस्थांचा विकास व त्यांचे औपचारिक स्वरूप स्पष्ट करण्याचा प्रयत्न केला गेला.

(२) राजकीय संस्थांचा उदय व कारणे, त्याआधारे त्यांचे स्वरूप व रचना समजून घेण्यासाठी घटनात्मक कायद्याचा अभ्यास महत्त्वाचा मानला गेला. पारंपरिक दृष्टिकोनावर इतिहास कायदा व तत्त्वज्ञान यांचा प्रभाव आढळतो.

(३) तत्त्वज्ञानाच्या प्रभावामुळे मूल्ये व आदर्श तत्त्वे यांना तुलनात्मक राजकारणात महत्त्व प्राप्त झाले. आदर्श राज्य व आदर्श शासन या संकल्पना मांडण्यात येऊन स्वातंत्र्य, समता व न्याय या मूल्यांवर आधारित विचार मांडण्यात आले.

(४) प्रत्येक सामाजिक शास्त्राच्या अभ्यासाचे स्वतंत्र क्षेत्र मानण्यात येऊन विचार मांडण्यात आले. तसेच राजकीय क्षेत्र हे राज्यशास्त्राचे स्वायत्त क्षेत्र असून इतर सामाजिक शास्त्रांशी त्यांचा फारसा संबंध येत नसल्याचे मानले गेले.

(५) द्वितीय महायुद्धापूर्वी आशिया व आफ्रिका खंडातील बहुतेक देश गुलामगिरीत होते; त्यामुळे त्या देशातील राजकारणाचा अभ्यास करणे महत्त्वाचे मानले गेले नाही. युरोप व अमेरिकेत राजकारणाच्या अभ्यासाचे क्षेत्र मर्यादित होते.

व्यवस्था दृष्टिकोन :

व्यवस्था म्हणजे विशिष्ट परिसीमेत आपल्या अंतर्गत घटकांचा परस्परांशी योग्य संबंध ठेवून कार्य करणारी एक यंत्रणा असते. अशा स्वरूपाची व्यवस्थेची व्याख्या टॉलकॉट पार्सन्स यांनी केली आहे. या

यंत्रणेच्या अंतर्गत कार्य करणाऱ्या वेगवेगळया घटकांचा परस्परसंबंध असतो. व्यवस्थेला काही हेतू आणि उद्दिष्टे असतात आणि व्यवस्थेचे कार्य योग्य प्रकारे पार पाडले जावे यासाठी व्यवस्थेच्या घटकांमध्ये सुसंवाद असावा लागतो. राज्यशास्त्रात व्यवस्थात्मक दृष्टिकोन महत्त्वाचा मानला जातो.

राजकीय व्यवस्थेचे अंतरंग :

राजकीय व्यवस्थेचे अंतरंग म्हणजेच राजकीय व्यवस्थेची अंतर्गत रचना होय. प्रत्येक व्यक्ती राजकीय व्यवस्थेमध्ये विशिष्ट प्रकारचे कार्य करते व त्या कार्यानुसार व्यक्तीला या राजकीय व्यवस्थेमध्ये विशिष्ट प्रकारचे स्थान प्राप्त होत असते, असे विशिष्ट कार्य करणाऱ्या व्यक्तींच्या परस्पर मांडणीलाच 'रचना' असे म्हणतात. व्यक्तीच्या दृश्य अशा भूमिकांची मांडणी म्हणजे 'रचना' होय. राजकीय व्यवस्थेच्या अंतरंगामध्ये अनेक उपव्यवस्थांचा समावेश असतो. यात कायदेमंडळ, कार्यकारी मंडळ, न्यायमंडळ या उपव्यवस्था असतात. तसेच प्रांतिक व स्थानिक प्रशासन, राजकीय पक्ष, दबाव गट यांसारख्या उपव्यवस्थांचा समावेश होतो.

न्यायमंडळासारख्या व्यवस्थेच्या सर्वोच्च न्यायालय, उच्च न्यायालय, जिल्हा न्यायालय यांसारख्या उपव्यवस्थांचा समावेश होतो. कोणत्याही व्यवस्थेच्या अंतरंगात अनेक उपव्यवस्था, दुय्यम व्यवस्था यांचा समावेश होतो. त्यांच्यातही पुन्हा काही दुय्यम व्यवस्थांचे कार्य चालते व या उपव्यवस्था मिळून व्यवस्थेचे अंतरंग बनते.

राजकीय व्यवस्थेचे कार्य :

डेव्हिड ईस्टनच्या मते, राजकीय व्यवस्थेचे कार्य प्रामुख्याने तीन प्रक्रियांमधून चालते. ते खालीलप्रमाणे

(१) आदान प्रक्रिया : राजकीय व्यवस्थेकडे सतत कोणत्या ना कोणत्या मागण्यांचे सादरीकरण परिस्थितीकडून किंवा वातावरणातून सतत होत असते, अशा मागण्यांची जेव्हा राजकीय व्यवस्थेचा पाठिंबा मिळतो तेव्हा त्यास 'मागण्याचे आदान प्रक्रिया' असे म्हटले जाते. राजकीय व्यवस्थेकडे या मागण्या पूर्ण करण्याची क्षमता असते. अर्थात, कोणतीही व्यवस्था सर्व मागण्यांची पूर्तता करू शकत नाही तर व्यवस्थेची क्षमताही मर्यादित असते. कारण मागण्या विविध प्रकारच्या असतात आणि त्या तातडीने पूर्ण व्हाव्यात अशाच प्रकारची प्रत्येकाची इच्छा असते. परंतु शासनाकडून त्या सर्वच मागण्या तातडीने पूर्ण होणाऱ्या नसतात, अशा वेळी राजकीय व्यवस्थेकडून मागण्यांची प्रतवारी लावण्यात येते. मागण्यांचे अग्रक्रम ठरविण्यात येतात तर काही मागण्या थोपवून धरल्या जातात तर काही मागण्या राजकीय व्यवस्थेच्या अस्तित्वाला धोका पोहोचविणाऱ्या असतात म्हणून फेटाळल्या जातात. मागण्यांच्या मागे परिस्थितीकडून किती दबाव येतो यावर मागण्या मान्य किंवा अमान्य केल्या जातात.

(२) प्रदान प्रक्रिया : वातावरणाकडून राजकीय व्यवस्थेकडे आलेल्या मागण्यांवर प्रदान प्रक्रियेत निर्णय घेणे अथवा धोरण निश्चित करणे, त्या धोरणाची किंवा निर्णयांची अंमलबजावणी करणे त्या निर्णयाच्या अर्थाबाबत मतभेद निर्माण झाल्यास त्याचा अर्थ लावून न्यायदान केले जाते, यास 'प्रदानाची प्रक्रिया' असे म्हणतात. राजकीय व्यवस्थेत जे निर्णय घेतले जातात त्याचा परिस्थितीवर परिणाम होत असतो. पाठिंब्यांचे आदान म्हणजे समाजातील ज्या गटांना निर्णयापासून लाभ होतो, त्यांचे समाधान होते ते गट विविध मार्गांनी राजकीय व्यवस्थेला पाठिंबा देतात. ज्या गटांना लाभ होत नाही ते गट व्यवस्थेला विरोध करतात. म्हणजेच प्रदानाची प्रक्रिया प्रामुख्याने तीन प्रक्रियेमधून कार्य करताना दिसून येते- **अ.** कायदे व नियम यांच्या निर्मितीची प्रक्रिया. **ब.** अंमलबजावणीची प्रक्रिया. **क.** न्यायदानाची प्रक्रिया

(३) रूपांतर किंवा प्रत्यादान प्रक्रिया : वातावरणातून आलेल्या मागण्यांचे आदान व प्रदान प्रक्रियांद्वारे निर्णयात, धोरणात आणि त्यांच्या कार्यात रूपांतर किंवा प्रत्यादान होत असते. अशा रूपांतरित कार्यांचा परिणाम आणि प्रतिक्रिया राजकीय व्यवस्थेवर होत असते, यालाच 'रूपांतर किंवा प्रत्यादान प्रक्रिया' असे म्हणतात. राजकीय व्यवस्थेचे अस्तित्व व स्थैर्य यावरच अवलंबून असते. आदानप्रदान प्रक्रियेत ज्या मागण्या मान्य होतात किंवा काही मान्य होत नाहीत त्यांचा परिणाम लोकांवर होऊन त्यांच्यात दोन गट पडतात. ज्यांच्या मागण्या मान्य होतात ते खुश होतात तर ज्यांच्या मागण्या मान्य होत नाहीत ते नाराज होतात. त्यातून ते सरकारला प्रचंड विरोध करतात त्यामुळे राजकीय व्यवस्था धोक्यात येते. थोडक्यात, या प्रक्रियेतून राजकीय व्यवस्थेला पाठिंबा किंवा विरोध होत असतो आणि यावरच तिचे स्थैर्य अवलंबून असते, असे डेव्हिड ईस्टन याचे मत आहे. या प्रक्रियेत राजकीय व्यवस्थेतील कायदेमंडळ, कार्यकारी मंडळ, दबाव गट, राजकीय पक्ष इत्यादी घटक सहभागी होतात व त्यांच्या विचारविनिमयातून निर्णय घेतले जातात.

अशा प्रकारे राजकीय व्यवस्थेतील प्रयेक निर्णयाला पाठिंबा किंवा विरोध चालू राहतो. राजकीय व्यवस्थेला आपल्या निर्णयांना अधिकाधिक लोकांचा पाठिंबा मिळविण्यासाठी प्रयत्न करावा लागतो. तसेच विरोधाचे प्रमाण अधिक वाढणार नाही याचीही काळजी घ्यावी लागते. विरोध जर ठराविक मर्यादेपेक्षा जास्त वाढला तर राजकीय व्यवस्था अस्थिर बनून ती कोलमडण्याची शक्यता निर्माण होते.

राजकीय व्यवस्था जे निर्णय घेते ते पुन :पुन्हा तपासून पाहते व आवश्यक ते फेरबदल करते. थोडक्यात, मागण्यांचे सादरीकरण, रूपांतर-प्रक्रिया, निर्णयांची अंमलबजावणी, त्यांच्या परिणामानुसार निर्णयांमध्ये आवश्यक ते फेरबदल केले.

रचनात्मक-कार्यवाह दृष्टिकोन :

रचनात्मक-कार्यात्मक दृष्टिकोन ग्रॅबिएल आल्मंड यांनी आपल्या तुलनात्मक राज्यशास्त्र या ग्रंथात मांडला. त्यामागील उद्देश वेगवेगळया राजकीय व्यवस्थांच्या तुलनात्मक अभ्यासासाठी उपयुक्त ठरेल अशी पद्धती निर्माण करणे हा होता. याशिवाय रचनात्मक-कार्यात्मक दृष्टिकोन म्हणजे राजकीय व्यवस्थेकडून केली जाणारी कार्ये आणि अशी कार्ये की ज्या रचनांकडून ती पार पाडली जातात यासंबंधीचा विश्लेषणविषयक दृष्टिकोन किंवा रचनात्मक-कार्यात्मक दृष्टिकोन होय. मर्टंन, ग्रॅबिएल आल्मंड, डेव्हिड ईस्टन, मेलिनॅवस्की, रॅडक्लिफ ब्रॉऊन, टॉलकॉट पार्सन, मेरियन लेव्ही यांनी या दृष्टिकोनाचा स्विकार केला. यामध्ये व्यवस्था रचना व कार्य यांची योजना करण्यात आलेली आहे. रचनेचा अभ्यास करून कार्य समजावून घेणे आणि त्या कार्यावरून व्यवस्थेचे स्वरूप जाणून घेणे याला रचनात्मक-कार्यात्मक दृष्टिकोन असे म्हणतात. तसेच राजकीय व्यवस्थेचा अभ्यास करण्यासाठी पुढील पद्धतींचा अवलंब केला-

(१) पहिल्या पद्धतीत अभ्यासाकरिता एखादी संस्था म्हणजेच व्यवस्था निवडून त्या संस्थेने साध्य करण्याची उद्दिष्टे कोणती होती व प्रत्यक्षात ती संस्था स्वत :ची उद्दिष्टे साध्य करण्यात कितपत यशस्वी झाली हे शोधून काढण्यावर भर दिला जातो. अशा वेळी प्रथम ती संस्था प्रत्यक्षात कोणती कार्ये करते व त्या कार्यामुळे त्यांची कोणती उद्दिष्टे कितपत साध्य होतात हे शोधून काढावयाचे. त्या वेळी संस्थेच्या अंतर्गत कामाच्या कोणत्या प्रक्रिया कशा घडून येतात. एखादे कार्य त्या संस्थेकडून कशा रीतीने पार पाडले जाते हे लक्षात घेतले जाते. त्या प्रक्रियांचा अभ्यास करून प्रक्रियेत काही दोष असल्यास तो शोधून काढला जातो. कामाच्या प्रक्रियेत बदल केल्याने त्या संस्था आपली उद्दिष्टे अधिक चांगल्या रीतीने साध्य करू शकतील का, याचा विचार केला जातो.

(२) दुसऱ्या पद्धतीमध्येच एखाद्या संस्थेतील अंतर्गत रचना कोणत्या प्रकारची आहे याचा शोध

घेण्यासाठी तिची अंतर्गत रचना, विशिष्ट प्रकारचे उद्दिष्ट किंवा कार्य साध्य होते, या गोष्टी गृहीत धरल्या जातात. रचना म्हणजे संस्थेच्या अंतर्गत असलेल्या पदांचा पारस्परिक संबंध होय. अंतर्गत रचना ही निरनिराळया प्रकारे असू शकते व विशिष्ट प्रकारच्या रचनेमुळे विशिष्ट प्रकारचे कार्य घडून येते असे गृहीत धरून रचना व कार्याचा संबंध शोधला जातो.

(३) तिसरी पद्धत म्हणजे स्वत :चे अस्तित्व टिकविण्याच्या दृष्टीने कोणत्याही व्यवस्थेला कार्य करावे लागेल अशी आवश्यक कार्ये कोणती हे शोधून काढणे होय.

(४) नव्या देशातील राजकीय व्यवस्था, त्यांची रचना, कार्ये व त्यांची त्या देशांनी आपल्या समोर ठेवलेली ध्येये व उद्दिष्टे यांच्याशी काय संबंध आहे असा संशोधनाचा विषय होऊन त्यातून रचनात्मक-सकारात्मक दृष्टिकोन निर्माण झाला.

(५) नव्या देशातील समाजाची बदलती उद्दिष्टे साध्य करण्याकरिता त्या त्या देशातील राजकीय व्यवस्थेच्या अंतर्गत रचनेत कोणते बदल करावयास पाहिजे, याचा विचार होऊ शकतो, कशा प्रकारची राजकीय संस्थांची अंतर्गत रचना असली की ही उद्दिष्ट्ये साध्य होऊ शकतात. तसेच त्या रचनेत कोणती कार्ये करावीत या प्रश्नांचा विचार करता येणे शक्य होऊ लागले.

आल्मंड याने राजकीय व्यवस्थेची खालील वैशिष्टे सांगितली

(१) प्रत्येक राजकीय व्यवस्थेची ठराविक रचना असते. त्यात काही अधिक वैशिष्ट्यपूर्ण असल्याने अधिक कार्य करू शकते व इतर कमी वैशिष्ट्यपूर्ण असल्याने त्यात कमी कार्य करतात, म्हणजेच रचनेशिवाय राजकीय व्यवस्थेला कोणतेही कार्य करता येत नाही.

(२) व्यवस्था व त्याच्या रचनांमध्ये काही प्रमाणात फरक असू शकतो, परंतु सर्व राजकीय व्यवस्थेमध्ये समान राजकीय कार्य केले जाते. उदा. कायदेनिर्मिती त्यांची अंमलबजावणी व न्यायदान ही कार्ये राज्यव्यवस्था लोकशाही प्रकारची असो की साम्यवादी प्रकारची असो.

(३) समाजाच्या विविध गरजा आणि त्यांची पूर्तता या दृष्टीने राजकीय व्यवस्थेला बहुविध कार्ये करावा लागतात. आधुनिक राज्ये कल्याणकारी स्वरूपाची कार्ये करतात. संरक्षण, शांतता, सुव्यवस्था, शिक्षण, आरोग्य, शिक्षण, आरोग्य, वाहतूक, समाजसेवा इत्यादी बहुविध कार्ये राजकीय व्यवस्थेला करावी लागतात.

(४) प्रत्येक राजकीय व्यवस्था ही जुन्या व नव्या संस्कृतीचे मिश्र रसायन असते. पारंपरिक व आधुनिक संस्कृतीचे मिश्रण आधुनिक राजकीय व्यवस्थेमध्ये आढळते.

(५) समाजात जी राजकीय व्यवस्था असते तिच्यावर आंतरराष्ट्रीय परिस्थितीचा प्रभाव असतो. प्रादेशिक उपव्यवस्थांवर राष्ट्रीय व आंतरराष्ट्रीय घडामोडींचा व राजकारणाचा प्रभाव असतो.

आल्मंड रचित संरचनात्मक प्रकार्यात्मक व्यवस्था :

आल्मंडने राजकीय व्यवस्थेच्या संरचनात्मक प्रकार्यात्मक व्यवस्थेत राजकीय व्यवस्थांचे आदान, रूपांतरण प्रक्रिया व राजकीय व्यवस्थांचे प्रदान या ईस्टनप्रमाणे तीन अवस्था स्वीकारलेल्या आहेत

राजकीय व्यवस्थेच्या आदानांसाठी आल्मंडने मागण्या किंवा समर्थनाचा स्वीकार केला. त्यानुसार आदानच्या रूपात येणाऱ्या मागण्यांच्या चार श्रेणी आहेत.

(१) वस्तू व सेवांसाठी वितरणाबाबतच्या मागण्या.
(२) व्यवहारांना नियंत्रित करण्याबाबतच्या मागण्या.
(३) राजकीय सहभागासंबंधींच्या मागण्या.
(४) संसूचनासंबंधींच्या मागण्या.

आल्मंड यांनी परिस्थितीकडून व्यवस्थेकडे सादर केलेल्या मागण्यांना आदान असे संबोधून त्याचे तीन पैलू स्पष्ट केले, ते खालीलप्रमाणे –

(१) समाजामध्ये अनेक स्वरूपाचे हितसंबंधी गट असतात व त्यांच्या वेगवेगळया स्वरूपाच्या मागण्या असतात;परंतु सर्वच मागण्यांना स्वरूप मिळेलच असे नाही. त्यामुळे मागण्या मूर्त होऊन त्यांना निश्चित स्वरूपात मांडता येणे यास 'हितसंबंधांचे आविष्करण' असे म्हणतात.

(२) हितसंबंधाचे एकत्रीकरण हे त्यांच्या आविष्करणानंतर केले जाते. हितसंबंधी गटांच्या मागण्यांमधील कोणत्या मागण्या तातडीने पूर्ण करणे काही मागण्या काही काळ स्थगित ठेवणे यासाठी मागण्यांची क्रमवारी लावणे, आवश्यक असते. लोकमत संघटित करून त्या मागण्या शासनाकडे प्रभावीपणे मांडण्याचे कार्य राजकीय पक्ष आल्या स्वार्थाला अनुसरून करतात. तर वेगवेगळया हितसंबंधी गटांच्या संघटना किंवा दबावगट हे आपल्या गटातील लोकांच्या हितसंबंधांचे रक्षण करण्यासाठी शासनावर दबाव आणून मागण्या मान्य करून घेण्याचा प्रयत्न करतात. थोडक्यात, राजकीय पक्ष व दबाव गट त्याद्वारे हितसंबंधाचे एकत्रीकरण होत असते.

(३) शासनावर दबाव किंवा प्रभाव पाडण्यासाठी राजकीय पक्ष व दबाव गट हे लोकमत घडवणारी वृत्तपत्रे, सभा-संमेलने, दूरचित्रवाणी, आकाशवाणी या माध्यमांद्वारे आपल्या मागण्यांचे सादरीकरण करतात व आपल्या मागण्या कशा योग्य आहेत हे लोकांना व शासनाला पटवून देण्याचा प्रयत्न करतात. या पद्धतींतून संसूचन प्रक्रिया घडते. ही प्रक्रिया दुहेरी असते. एका बाजूला शासनापर्यत विविध स्वरूपाची माहिती पोहचविणे व दुसऱ्या बाजूला शासनाचे निर्णय व धोरण लोकांपर्यत पोहचविले जातात. याशिवाय विविध संघटनांचे नेते शासनाशी संपर्क साधून विचारविनिमय करतात.

प्रदान प्रक्रिया :

राजकीय व्यवस्थेत मागणी केल्यानंतर निर्णयप्रक्रिया सुरू होते. या प्रक्रियेत मंत्रिमंडळ, कायदेमंडळाचे सदस्य, राजकीय पक्षाचे नेते, दबाव गटाचे नेते यांचा समावेश होतो, ते निर्णय प्रक्रियेत आपली भूमिका चांगल्या प्रकारे बजावतात. त्यानंतरच मागण्यांचे धोरणात रूपांतर होते. धोरण ठरविण्याच्या प्रक्रियेस 'रूपांतर प्रक्रिया' असे म्हटले जाते. धोरणाची निश्चिती झाल्यानंतर प्रदान प्रक्रिया सुरू होते, ती खालील मुद्यांना अनुसरून करण्यावर भर दिला जातो

(१) धोरण ठरविल्यानंतर निश्चित स्वरूपाचे नियम त्यांचा तपशील ठरविण्याचे काम विधिमंडळाकडून केले जाते.

(२) विधिमंडळाकडून नियम निश्चित केल्यानंतर त्यांची कार्यवाही सुरू होते, हे काम मंत्रिमंडळ व प्रशासन करते.

(३) नियम किंवा कायद्यांची कार्यवाही सुरू झाल्यानंतर त्या कायद्याच्या अर्थाबाबत मतभेद तसेच कायद्यात काही उणिवा किंवा त्रुटी राहिल्यास त्या दूर करण्याची गरज भासत असते यासाठी कायद्याचा योग्य अर्थ लावण्याचे कार्य न्यायमंडळ करते.

राजकीय व्यवस्था गतिशील असून बदलत्या परिस्थितीनुसार तीमध्ये बदल होतात व ते घडवून आणताना राजकीय व्यवस्थेस अपयश आले तर ती व्यवस्था टिकू शकत नाही. समाजाकडून विविध प्रकारच्या मागण्या येत असतात. उदा. आर्थिक विकास सामाजिक परिवर्तन किंवा नवनव्या तंत्रज्ञानाच्या प्रक्रियांद्वारे होणाऱ्या मागण्या त्या पूर्ण करण्याची क्षमता व्यवस्थेत असणे आवश्यक असते. त्यामुळे व्यवस्थेचा विकास अत्यावश्यक मानला जातो. याचसाठी आल्मंड यांनी रचनात्मक-कार्यावादामध्ये विकासात्मक दृष्टिकोन स्वीकारला.

एका बाजूने परिस्थितीमध्ये घडून येणारे बदल, संस्कृतीतील बदल यांचा प्रभाव राजकीय व्यवस्थेवर पडून त्या व्यवस्थेत बदल घडून येतात तर दुसऱ्या बाजूला व्यवस्था घेत असलेले निर्णय त्यांची अंमलबजावणी यांचा परिणाम परिस्थितीवर होऊन परिस्थितीत बदल घडून येतात. ही प्रक्रिया सतत चालू राहते व त्यातून राजकीय संस्कृती व व्यवस्था या दोन्ही विकसित होतात. विकसित, विकसनशील व अविकसित व्यवस्था असे राजकीय व्यवस्थांचे वर्गीकरण करून आल्मंड यांनी राजकीय व्यवस्थेचा विकास किती प्रमाणात झाला हे ठरविण्यासाठी दोन कसोट्या मांडल्या त्या खालीलप्रमाणे-

(१) राजकीय व्यवस्थेचा विकास होत असताना तिच्या कार्यक्षमतेत वाढ अपेक्षित असते. अशा वेळी तिच्या कार्याचे विभागीकरण करून त्यानुसार वेगवेगळे विभाग निर्माण केले जातात. तसेच वेगवेगळी कार्ये पार पाडण्यासाठी तज्ज्ञांची नियुक्ती केली जाते.

(२) राजेशाहीमध्ये राजा हा कायदानिर्मिती, कायद्याची अंमलबजावणी करणे असे कार्य पार पाडत असे, त्याची जागा आज कायदेमंडळ, कार्यकारी मंडळ व न्यायमंडळाने घेतलेली आहे. याशिवाय निवडणूक आयोग, नियोजन मंडळ, सार्वजनिक उद्योग-व्यवसाय यांच्यासाठी स्थापन केलेली वेगवेगळी प्राधिकरणे अथवा महामंडळे असे विभाग निर्माण केलेले आहेत.

ज्या वेळी राजकीय व्यवस्था प्रगत होते त्यावेळी राजकीय संस्कृतीवर त्याचा परिणाम होऊन नवे विचार, मूल्ये व घटक यांना महत्त्व प्राप्त होते.

रचनात्मक-कार्यावादी विश्लेषणास संशोधकांत लोकप्रियता मिळण्यामागील कारणे

(१) याचा फायदा राजकीय व्यवस्थांचा तुलनात्मक अभ्यास करण्याकरिता होतो.

(२) तुलनात्मक राज्यशास्त्रात रचनात्मक अभ्यास त्याला अनुसरून होणारी कार्ये व्यवस्था टिकविण्याच्या दृष्टीने कितपत योग्य किंवा अयोग्य हे ठरविता येते.

(३) विशिष्ट व्यवस्था कोणत्या परिस्थितीत मोडकळीस आली हे शोधता येते.

(४) विशिष्ट प्रकारच्या राजकीय व्यवस्थेकडून विशिष्ट उद्दिष्टे साध्य होऊ शकतात किंवा नाही या प्रश्नाचा विचार करता येणे शक्य झाले.

(५) राजकारण अभ्यासास शास्त्रीय दिशा देण्याचा प्रयत्न केला गेला.

(६) राजकारणाला याद्वारे नवा दृष्टिकोन व तुलनात्मक अभ्यासाची नवी पद्धती प्रदान केली गेली.

(७) या सिद्धांताअगोदर प्रत्येक शास्त्र वेगळे मानून अभ्यास केला जात असे, परंतु त्यामुळे सामाजिक शास्त्रांच्या अभ्यासास एकांगी स्वरूप प्राप्त झालेले होते. त्यात शास्त्रशुद्ध विवेचनाची व्यापकता नव्हती, परंतु ही उणीव या सिद्धांतामुळे भरून काढता आली. या सिद्धांताने आंतरराष्ट्रीय दृष्टिकोन स्वीकारल्याने सर्व शास्त्रातील उपयुक्त अशी अभ्यासपद्धती निर्माण करता येणे शक्य झाले.

(८) या सिद्धांताद्वारे राजकारणात शास्त्रीयता येण्याच्या दृष्टीने संस्थात्मक दृष्टिकोन बाजूला ठेवून राजकीय प्रक्रिया कशी चालते यावर भर दिला गेला व राजकीय व्यवस्थांचे वर्गीकरण केले गेले.

(९) राजकीय विश्लेषण करताना गतिशीलतेचा घटक विचारात घेऊन आल्मंड यांनी विकासात्मक दृष्टिकोन मांडला.

मूल्यमापन :

राजकीय घटना व राजकारण यांचे विश्लेषण व्यवस्था रचनात्मक-कार्यावाद या दृष्टिकोनातून मर्टन, गॅब्रियल आल्मंड, डेव्हिड ईस्टन यांनी केले. प्रत्येकाने आपल्यासमोर संशोधनाचा एक आराखडा उभा केला, प्रत्येकजण व्यवस्था, रचना व कार्य हे शब्द वापरतात. सर्वसाधारण व्यवस्था सिद्धांत वापरून राज्य

व राजकीय जीवन यांचे विश्लेषण जर आपण करू लागलो तर आपले विश्लेषण फार गूढ स्वरूपाचे होते. अर्थात, याचा अर्थ असा नव्हे की हा दृष्टिकोन संशोधनाच्या दृष्टीने महत्त्वाचा नाही. दृष्टिकोनामुळे राजकारणशास्त्रज्ञांना एक नवीन दिशा व दृष्टी मिळाली आहे.

मार्क्सवादाला एक पर्यायी वाद म्हणून हा वाद मांडण्यात आला, रचनात्मक-कार्यावादावर अशी स्वरूपाची टीका केली जाते, तर रूसीमन यांच्या विचारानुसार, मार्क्सवादाला हेतूपुरस्सररीत्या शोधून काढण्यात आलेला पर्यायी सिद्धांत म्हणून याकडे पाहतात. कार्ल मार्क्सने भांडवलशाही समाजरचना ज्वालामुखीच्या तोंडाशी उभी आहे व वर्गयुद्धाच्या ज्वालात ती नष्ट होईल आणि नवीन समाजरचना निर्माण होईल असे म्हटले. त्यावर प्रत्युत्तर म्हणजे अमेरिकन राजकारणशास्त्रज्ञांनी रचनात्मक-कार्यावादाचा सिद्धांत शोधून काढला. प्रत्येक व्यवस्थेला आपले अस्तित्व टिकवावयाचे असते व त्यासाठी ती व्यवस्था स्वत :च्या अंतर्गत रचनेत आवश्यक ते बदल करीत असते, अशा रीतीने बाहेरून येणाऱ्या धोक्यांना ती नीट परतवून लावू शकते. कार्यवाद हा कार्यकारण दर्शविणारा एखादा त्रिकालाबाधित सिद्धांत नाही. विशिष्ट प्रकारचे कार्य करण्याकरिता विशिष्ट प्रकारची रचना असली पाहिजे नाहीतर ते विशिष्ट प्रकारचे कार्य होऊच शकणार नाही असा नियम शोधलेला नाही. रचनात्मक-कार्यावाद ही एक विश्लेषण करण्याची पद्धती या दृष्टीने महत्त्वाची आहे.

विश्वव्यवस्था सिद्धांत :

राष्ट्र राज्यांच्या कल्पनेतून विश्वराज्याची कल्पना पुढे आली. काही संघटनांद्वारे जागतिक सरकार स्थापन करण्याचा प्रयत्न केला गेला व त्यासाठी तात्त्विक विवेचन केले गेले. त्यामुळे तुलनात्मक राजकारणाचा अभ्यास राष्ट्र-राज्यांच्या अभ्यासापुरताच मर्यादित न राहता त्यात विश्वराज्याच्या अभ्यासासही महत्त्व प्राप्त झाले.

१९९१ मध्ये सोव्हिएत रशिया या महासत्तेचे विघटन व पूर्व युरोपातील साम्यवादी राजवटी अतिवेगाने कोसळल्यामुळे आंतरराष्ट्रीय राजकारणात व तत्संबंधित साम्यवादी गटांच्या समाप्तीनंतर तीव्र वेगाने बदल घडून आले व त्यानंतर निर्माण झालेल्या नवीन विश्वव्यवस्थेची वैशिष्टे जगासमोर आली, ती प्रामुख्याने खालीलप्रमाणे आहेत-

(१) जागतिक राजकारणाचे स्वरूप द्विध्रुवीय ऐवजी एकध्रुवीय झाले. यामध्ये तिचे नेतृत्व करण्याची क्षमता अमेरिकेकडे असल्यामुळे या कल्पनेच्या केंद्रस्थानी अमेरिकेला मानण्यात आले.

(२) शीतयुद्धकालीन महाशक्तींचे दृष्टिकोन समाप्त झाले, परंतु आता क्षेत्रीय सत्ता बनण्याच्या आकांक्षांस सुरुवात झाली.

(३) साम्यवादाचा धोका संपुष्टात आला त्याचबरोबर आंतरराष्ट्रीय पातळीवरील वाद संपुष्टात येऊन अमेरिका व सोव्हिएत रशियामधील शस्त्रस्पर्धा संपुष्टात आली.

(४) विश्व किंवा जागतिक व्यापार संघटनेच्या स्थापनेबरोबर विश्व किंवा जागतिक आर्थिक व्यवस्थेच्या जागतिकीकरणाचा प्रारंभ झाला. आता आर्थिक समृद्धीला कोणत्याही देशाच्या समृद्धीचे द्योतक मानले जाऊ लागले. या दृष्टीने जपान, चीन, जर्मनी काही मर्यादेपर्यंत भारताचे महत्त्व आंतरराष्ट्रीय राजकारणात वाढले.

(५) नव्या विश्वव्यवस्थेत सर्व जागतिक संस्थाप्रमाणे संयुक्त राष्ट्रसंघ, जागतिक व्यापार संघटना, आंतरराष्ट्रीय नाणेनिधी, जागतिक बॅंक, मानवाधिकार संघटना यांवर अमेरिका व तिच्या समर्थक देशांची पकड वाढत आहे.

विश्वव्यवस्थेचा किंवा जागतिक व्यवस्थेचा भारतावर प्रभाव

(१) आपल्या राष्ट्रीय हिताच्या प्रश्नात आंतरराष्ट्रीय स्तरावर आपल्या सहकार्यांच्या रूपात सतत उभ्या राहणाऱ्या सोव्हिएत रशियासारख्या महाशक्तीला गमावल्यानंतर भारताला जागतिक स्तरावर अमेरिकेचे सहकार्य प्राप्त करणे आवश्यक झाले.

(२) साम्यवादी गटातील देशांच्या वाढत्या आर्थिक समस्यांमुळे भारताला यापुढे पश्चिमी देशांबरोबर तसेच आग्नेय आशियातील आपले आर्थिक संबंध सुधारण्यासाठी मजबूर व्हावे लागले.

(३) आपल्या आर्थिक समस्यांचे निर्मूलन करण्यासाठी भारतास आर्थिक उदारीकरणाचे धोरण इच्छा नसतानाही अंगीकारावे लागले.

(४) भारताची विशाल आर्थिक क्षमता व विशाल लोकसंख्येमुळे तसेच एक विशाल बाजारपेठ उपलब्ध करून देण्याच्या क्षमतेने नव्या विश्वव्यवस्थेत अमेरिका व तिच्या समर्थक देशांचा भारतप्रती सकारात्मक दृष्टिकोन तयार झाला.

नव्या विश्वव्यवस्था किंवा जागतिक व्यवस्थेचा इतर दक्षिण आशियाई देशांचा प्रभाव

(१) इतर दक्षिणआशियाई देशांचे अमेरिकेसाठी महत्त्व नव्या विश्व व्यवस्थेत कमी होत आहे की, त्यांचा उपयोग अमेरिका शीतयुद्ध काळात भारत, चीन व सोव्हिएत रशियावर अंकुश लावण्यासाठी करीत होते. त्याची आता आवश्यकता राहिली नाही.

(२) अमेरिकेतील आर्थिक तंगीमुळे अमेरिकेच्या धोरण निर्मात्यांना आकारण कोणत्याही देशाला मोठमोठे अनुदान वगैरे देण्याची प्रवृत्ती सोडण्यासाठी हतबल केले गेले व याच कारणाने १९९१ नंतर पाकिस्तान, बांगला देश, श्रीलंका वगैरे देशांना मिळणारे अमेरिकेचे अनुदान व मदत हळूहळू कमी होऊ लागली.

(३) भारताच्या तुलनेत या सर्व दक्षिण आशियाई देशांच्या कमी आर्थिक क्षमतेने या देशांना अमेरिकेच्या महत्त्वपूर्ण सूचीमध्ये प्राधान्य देण्यात आले.

(४) अमेरिकेत भारताप्रती वाढते समर्थन, मोठमोठ्या भांडवलदारांचे भारताचे समर्थन करणारे धोरण, आंतरराष्ट्रीय स्तरावर पाकिस्तान वगैरे देशांद्वारे भारत किंवा इतर देशांत दहशतवादी कारवाया वाढवण्याबाबत केल्या जाणाऱ्या धोरणप्रती वाढता विरोध या कारणांमुळे अमेरिकेच्या दक्षिण-आशियाई धोरणात भारताचे महत्त्व वाढविले व इतर दक्षिण आशियाई देशांचे महत्त्व कमी केले. वरीलप्रमाणे वाढत्या आंतरराष्ट्रीय व्यवस्थेमध्ये अमेरिकेच्या बदलत्या दक्षिण आशियाई धोरणास पहावे लागते. अमेरिकेच्या दृष्टीने जरी पाकिस्तान, बांगला देश, श्रीलंकेचे महत्त्व काही प्रमाणात कमी झाले आहे व भारताचे वाढलेले असले तरी अमेरिका पूर्णपणे भारताचा समर्थक बनलेला नाही कारण अमेरिकेला पाकिस्तानच्या अणुकार्यक्रमासाठी चीनच्या सहकार्याची माहिती असूनही तसेच पाकिस्तानद्वारे भारत व इतर देशांमध्ये दहशतवादी कारवाया चालवित असल्याची माहिती असूनही अमेरिका पाकिस्तानला कोणत्या ना कोणत्या रूपात मदत करत आहे. याचाच अर्थ, अमेरिकेचे दुटप्पी धोरण यातून स्पष्ट होते. अमेरिकेसाठी भारताचे आर्थिकदृष्ट्या महत्त्व वाढत असले तरी अमेरिका भारताला कोणत्याही परिस्थितीत एक शक्तिशाली देश बनवू इच्छीत नाही. उदा. संयुक्त राष्ट्र सुरक्षा परिषदेत भारताच्या स्थायी सदस्यत्वाच्या मागणीला विरोध करणे, एनपीटी व सीटीबीटीच्यामार्फत भारताच्या अणुकार्यक्रमावर नियंत्रण आणणे तसेच भारताच्या अंतराळविषयक कार्यक्रमांच्या विकासमार्गात अडथळे निर्माण करण्याचा प्रयत्न करणे हे अमेरिकेच्या भारतविषयक धोरणातून स्पष्ट होते.

आजच्या परिस्थितीत भारत व पाकिस्तानद्वारे अणुस्फोट केल्यानंतर अमेरिकेद्वारे दोन्ही देशांवर आर्थिक प्रतिबंध लावण्याच्या घोषणेने अमेरिकेच्या दक्षिण आशियाई धोरणाबाबत असामंजस्याची परिस्थिती

निर्माण झाली आहे व या परिस्थितीत अमेरिका दक्षिण आशियाई बाबींमध्ये चीनलाही महत्त्वपूर्ण स्थान देण्याच्या प्रयत्नात आहे. राजकीय तज्ज्ञांच्या मते अमेरिकेची ही रणनीती दक्षिण आशियामध्ये अधिक तणाव उत्पन्न करेल, कारण चीन भारताप्रती कधीही सामान्य भूमिका घेऊ शकत नाही. चीनचे धोरण म्हणजे पाकिस्तान, नेपाळ, बांगला देश, म्यानमार, श्रीलंका वगैरे देशांना लष्करी व इतर मदत करून भारताला व्याप्त करावयाचे आहे. अमेरिकेद्वारे दक्षिण आशियाई क्षेत्रात चीनच्या महत्त्वात वाढ करण्याच्या व या क्षेत्रातील देशांद्वारे (भारत वगळता) चीनकडून अधिक लष्करी सहकार्य वाढविण्यामुळे या क्षेत्रात भविष्यात अधिकाधिक शस्त्रास्त्र स्पर्धा वाढेल व या क्षेत्रात अशांतता निर्माण होण्याची शक्यता मात्र निर्माण झाली आहे.

लघूत्तरी प्रश्न :

(१) तुलनात्मक राजकारणाची व्याख्या सांगून व्याप्ती स्पष्ट करा.

(२) तुलनात्मक राजकारणाच्या अभ्यासाचा रचनात्मककार्यात्मक दृष्टिकोन स्पष्ट करा.

(३) तुलनात्मक राजकारणाचे स्वरूप स्पष्ट करा.

(४) तुलनात्मक राजकारण व तुलनात्मक शासन यातील फरक स्पष्ट करा.

(५) तुलनात्मक राजकारणाची वैशिष्टे कोणती.

(६) विश्वव्यवस्था सिद्धान्त थोडक्यात स्पष्ट करा.

(७) पारंपरिक सिद्धांताची थोडक्यात माहिती लिहा.

दीर्घोत्तरी प्रश्न :

(१) तुलनात्मक राजकारणाचा अर्थ स्पष्ट करून त्याची व्याप्ती स्पष्ट करा.

(२) तुलनात्मक राजकारणाच्या अभ्यासाची उत्क्रांती किंवा विकास स्पष्ट करा.

(३) तुलनात्मक राजकारणाच्या अभ्यासाचे महत्त्व स्पष्ट करून सध्याच्या राजकारणात त्याची उपयुक्तता काय ते स्पष्ट करा.

(४) तुलनात्मक राजकारणाच्या अभ्यासातील व्यवस्थावादी दृष्टिकोनाचे सविस्तर वर्णन करा.

प्रकरण २

राजकीय विकास, आधुनिकीकरण आणि संस्कृती

प्रस्तावना
(अ) राजकीय विकास आणि आधुनिकीकरण
(ब) राजकीय सामाजिकीकरण
(क) राजकीय संस्कृती आणि संसूचन

प्रस्तावना

राजकीय विकास, आधुनिकीकरण, राजकीय सामाजिकीकरण, राजकीय संस्कृती आणि संसूचन या राजकीय व्यवस्थेतील घटकांची या प्रकरणात सविस्तर चर्चा केली आहे. राजकीय विकासाच्या संकल्पनेतून नव्याने स्वतंत्र झालेल्या देशांमधील समाजाची जडण-घडण, आदर्श व समस्या यातून आवश्यक त्या संस्था निर्माण करून राजकीय व्यवस्थेचे सामर्थ्य वाढविणे असा अर्थ होतो. राजकीय विकासातून पायाभूत संबंध बदलणे अपेक्षित असते. आधुनिकीकरणाच्या प्रक्रियेतून समाजातील व्यक्तींची मूल्ये, दृष्टिकोन व अपेक्षा बदलत असतात व अशा भौतिक बदलांशी व्यक्ती जुळवून घेत असते. या प्रक्रियेत संकुचित मूल्यांचा प्रभाव कमी होऊन व्यापक वैश्विक मूल्ये प्रस्थापित होऊ लागतात. राजकीय विकासामध्ये आधुनिकीकरणास अत्यंत महत्त्व प्राप्त झालेले आहे. कारण त्यातून राजकीय जागृती व लोकशाहीकरण घडून येते. राजकीय सामाजिकीकरणाची संकल्पना सन १९५९पासून प्रचलित झाली. राजकीय सामाजिकीकरण म्हणजे जीवनाच्या प्रत्येक टप्प्यावरील औपचारिक व अनौपचारिक तसेच बुद्धिपूर्वक केलेले व अनियोजित असे राजकीय शिक्षण असते की, ज्यातून व्यक्तिमत्त्वाची राजकीय दृष्ट्या महत्त्वाची वैशिष्ट्ये तयार होतात व विकसित होणाऱ्या प्रक्रियांमधून व्यक्ती राजकीय दृष्टिकोन व वर्तनप्रकार संपादित करते. राजकीय संस्कृतीमध्ये शासनव्यवस्था कशा प्रकारे चालवावी शासनव्यवस्थेची कार्ये याबाबतची मूल्ये, श्रद्धा व भावनिक दृष्टिकोन यांचा समावेश होतो, तर 'राजकीय संसूचन सिद्धांत' हा माहिती पुरविणाऱ्या शास्त्रावर आधारित असून भोवतालची राजकीय परिस्थिती व राजकीय व्यवस्थेतील आदानप्रदान, प्रत्यादान यांच्यामार्फत सातत्याने साधलेला संपर्क होय.

अ. राजकीय विकास आणि आधुनिकीकरण

राजकीय विकास अर्थ आणि व्याख्या :

राजकीय विकास व त्याच्या अर्थाबाबत आजही राजकीय विचारवंतांमध्ये मतभेद आहेत. काही राजकीय विचारवंतांनी राजकीय विकासास आर्थिक विकासाच्या राजकीय पूर्वअटीच्या रूपात समजावण्याचा प्रयत्न केला आहे. तर रस्टोव्हसारख्या अर्थशास्त्रज्ञाने राजकीय विकासास औद्योगिक समाजाची विशेष राजनीती मानले. गुन्नार मिर्डाल आणि लर्नर यांसारख्या समाजशास्त्रज्ञांनी राजकीय विकासास राजकीय आधुनिकीकरणाचा पर्याय म्हटले. बाइन्डरने राजकीय विकासास राष्ट्रराज्याचे संघटक मानले. रिग्ज याने राजकीय विकासाची व्याख्या प्रशासकीय तसेच वैधानिक विकासाच्या आधारावर केली आहे. आमन्ड आणि कोलमन हे राजकीय विकासास लोकशाहीचा पर्याय मानतात. साम्यवादी आणि हुकूमशाही व्यवस्थांवर आधारित पक्ष हे स्थायित्व व व्यवस्थित परिवर्तनास राजकीय विकासाशी जोडतात. काही विचारवंत यास शक्ती व संघटनाचे एक रूप मानतात. डोयच आणि फर्ल्स यांनी राजकीय विकासास जनसंपर्क व लोकांचा सहभाग मानले. आल्मंड, कोलमन, ब्लॅक, आयजेन्स्टाड यांनी राजकीय विकासास सामाजिक परिवर्तनाच्या बहुदिशायुक्त प्रक्रियेचा एक पैलू किंवा दृष्टिकोन या रूपात विवेचन केले आहे.

वरील उदाहरणावरून असे स्पष्ट होते की, राजकीय विकासाची व्याख्या आणि त्याचे विभिन्न अर्थ हे विचारवंतांच्या दृष्टिकोनातून स्पष्ट होतात. ल्युसियन पाय ज्याने राजशास्त्रात राजकीय विकासाची सर्वप्रथम संकल्पना मांडली व राजकीय विकासास अनेक दृष्टिकोनांतून समजावून देण्याचा प्रयत्न केला त्याने आपल्या 'राजकीय विकासाचे घटक' या पुस्तकात याचे विवेचन केले आहे. त्याच्या मते, 'राजकीय विकास म्हणजे संस्कृतीचा प्रसार किंवा फैलाव आणि जीवनाच्या पुरातन प्रतीकांना नव्या मागण्यांच्या अनुकूल बनविणे होय.' याचाच अर्थ, राजकीय विकासास राजकीय व्यवस्थेत समानता, त्याची कार्यक्षमता तसेच संरचनात्मक विभेदीकरणाच्या बरोबर संबंधित मानले. या नव्या अर्थानुसार राजकीय विकास ही अशी विकास प्रक्रिया मानली की, ज्यात जनतेत समानता यावी, राजकीय व्यवस्थेत निर्माण होणाऱ्या मागण्यांचे संसाधन व समाधान करण्याची क्षमता निर्माण व्हावी व राजकीय संरचनांचे विभेदीकरण होऊ शकेल. राजकीय विकासाची संकल्पना ही समानता, क्षमता व विभेदीकरण या तीन आधारस्तंभांशी संबंधित आहे. ल्युसियन पाय याने राजकीय विकासास तीन स्तरावर होणाऱ्या परिवर्तनाबरोबरच जोडले. हे तीन स्तर म्हणजे संपूर्ण जनतेचा स्तर, राजकीय व्यवस्थेच्या कार्यनिष्पन्नेचा स्तर तसेच राजकीय संघटनात्मकतेचा स्तर होय. तसेच ल्युसियन पाय यांच्या मते, स्थानिक व क्षेत्रीय स्तरावरील संकुचित प्रश्नाऐवजी राष्ट्रीय हिताला मजबुती प्राप्त करून देण्याची आवश्यकता यावर जास्त भर देऊन प्रशासकीय व राजकीय गट या दोहोंत एक प्रकारचा परिणामकारक सहयोग असला पाहिजे, कारण पुष्कळशा समाजात नोकरशाहीची राजकीय शक्ती ही राजकीय गट व संस्था यांच्या शक्तीपेक्षा जास्त बळकट आहे, असे राजकीय गट व संस्था कमकुवत व अप्रगत स्वरूपाच्या आहेत. आल्फ्रेड डायपेंट याने राजकीय विकासाच्या संकल्पनेस सामान्य रूप देताना म्हटले की, राजकीय विकास ही एक अशी प्रक्रिया आहे की, जिच्यामुळे एका राजकीय व्यवस्थेत नवीन लक्ष्यांना निरंतर यशस्वी रूपात मिळविण्याची क्षमता राहते.

रिगिन्स व स्पेनग्लर यांनी, 'राजकीय विकास म्हणजे दीर्घ कालावधीत राजकीय कारकीर्द लोकाभिमुख करण्याचा प्रयत्न करीत असताना अल्पावधीत राजकीय व्यवस्था आपल्या मूलभूत समस्यांचे परिणामकारक निराकरण करू शकेल या दृष्टीने संस्था व प्रथा यांची वाढ होय.' या कल्पनेनुसार निर्णय निर्धारण प्रक्रियेत जास्त लोकांना व गटांना सहभागी होता येईल ही गोष्ट महत्त्वाची आहे. आल्मंड याने राजकीय विकासाची कल्पना राजकीय व्यवस्थेची नव्याने केलेली कार्यमान क्षमता किंवा समर्थता या संदर्भात मांडलेली आहे.

त्याच्या मते, कार्यभागाच्या विशेष रचना व विभागीकरणाभिमुख या स्वरूपात नवीन सामर्थ्य प्राप्त करणे म्हणजे राजकीय विकास होय. अशा या दोन्हीही गोष्टीसहित कमी-अधिक स्वायत्तता या आधारे नव्याने उत्पन्न होणाऱ्या समस्या यांना क्षमतापूर्वक प्रतिसाद देण्याची शक्यता राजकीय व्यवस्थेत निर्माण केली जाऊ शकते. त्यासाठी एकात्मक सामर्थ्य, आंतरराष्ट्रीय स्तरावर सहजीवनाचे सामर्थ्य उदा. आंतरराष्ट्रीय क्षेत्रात निरनिराळया स्वरूपाचे करार करण्याचे सामर्थ्य सहभागित्त्वाचे सामर्थ्य म्हणजेच नागरिकांची कर्तव्ये व लोकशाहीप्रधान राजकीय रचना या स्वरूपात राजकीय संस्कृतीची निर्मिती हितकारक किंवा वितरण सामर्थ्य म्हणजेच हितकारक प्रमाणांचा जास्तीत जास्त स्वरूपाचा प्रसार करणे, राजकीय आणि सामाजिक रचना यात साहचर्य प्रस्थापित करणे. जाग्वाराइव्ह यांच्या मते, राजकीय विकास प्रक्रियेच्या राजकीय आधुनिकीकरण हा सांधा आहे. आयसेन्डट यांच्या मते, नवीन स्वरूपाच्या राजकीय मागण्या सतत उचलून धरणे व संघटना टिकवणे या दृष्टीने राजकीय व्यवस्थेची समर्थता म्हणजे राजकीय विकास होय. थोडक्यात, विशिष्ट राजकीय परिस्थिती निर्माण करण्याची प्रक्रिया म्हणजे राजकीय विकास असे न मानता सतत वाढणारे सामाजिक प्रश्न सोडविण्याकरिता संस्था व रचनांचे जाळे निर्माण करणे म्हणजे 'राजकीय विकास' होय.

राजकीय विकासाची संकल्पना :

प्रत्येक समाजातील राजकीय पद्धती ठरलेली असते व त्यात बदल घडून येणे म्हणजेच 'राजकीय विकास' होय. समाजाने शांतता व सुव्यवस्था कायम ठेवण्याच्या दृष्टीने शासनव्यवस्थेची निर्मिती केलेली असून समाजातील अनेक प्रश्न सोडविण्याचे काम शासनव्यवस्थेबरोबर इतर संघटना व संस्था करीत असतात, राजकीय विकासाचा अर्थ पुढील पद्धतीने लावण्यात येतो-

(१) राजकीय विकास म्हणजे लोकशाही मजबूत करणे : राजकीय विकास म्हणजे लोकशाही स्वरूपाच्या संस्था व व्यवहार प्रस्थापित करणे तसेच लोकशाहीला बळकटी प्राप्त करून देणारी प्रक्रिया अशा कल्पना मांडल्या जातात. अमेरिकेसारखा देश विकसनशील व अविकसित देशांमध्ये लोकशाही मजबूत करण्याच्या दृष्टीने मोठ्या प्रमाणावर खर्च करून विकास कार्यक्रम राबवित आहे; परंतु अमेरिका आपली मूल्ये या राष्ट्रांच्या गळी उतरविण्यासाठी असे धोरण स्वीकारत असल्याचा आरोप केला जातो, कारण लोकशाही ही मूल्याधिष्ठित राजकीय व्यवस्था आहे व राजकीय विकासाची प्रक्रिया ही स्वतंत्र प्रक्रिया असून ती मूल्यनिरपेक्ष आहे. लोकशाहीशी त्यांचा संबंध प्रस्थापित केला तर राजकीय विकासाची कल्पना विशुद्ध स्वरूपात राहू शकत नाही.

(२) राजकीय विकास म्हणजेच राजकीय आधुनिकीकरण : उद्योगप्रधान समाजात विशिष्ट किंवा आदर्शवत राजकारणास राजकीय विकास मानले जाते. असा राजकीय विकास म्हणजे राजकीय आधुनिकीकरण असे मत मांडले जाते; उद्योगप्रधान देशामध्ये असलेले व्यवहार हे सर्व समकालीन तसेच सार्वत्रिक राजकीय व्यवस्थांच्या बाबतीत आदर्श स्वरूपाची राजकीय विकासाची प्रमाणके होऊ शकतात. यास मान्यता दिलेली नसली तरी काही प्रथा आणि सामाजिक नियमांना मात्र सार्वत्रिक मान्यता मिळालेल्या आहेत. या प्रथा व सामाजिक नियम उद्योगप्रधान देशांत निर्माण होतात. उदा. बहुजन सहभाग, सार्वत्रिक स्वरूपाचे विधिनियम, जन्मापेक्षा गुणवत्तेला प्राधान्य, न्याय, नागरिकत्व यासंबंधी सामाजिक कल्पना यांना मान्यता मिळालेल्या आहेत. राजकीय विकासाची उद्दिष्टे मानली जातात.

(३) राजकीय विकास हे उद्योगप्रधान समाजाचे खास राजकारण होय : लोकशाही व इतर स्वरूपाच्या उद्योगप्रधान समाजात राजकीय व्यवहार व कार्यकाल यांची काही प्रमाणे असतात व त्या आधारे राजकीय विकास निश्चित केला जातो. इतर व्यवस्थांच्या बाबत ही प्रमाणके राजकीय विकासाची उद्दिष्टे मानली जातात.

(४) राजकीय विकास म्हणजे प्रशासकीय व वैधानिक विकास : राष्ट्राची उभारणी करताना संस्था व रचनाची निर्मिती तसेच नागरिकांचा विकास या गोष्टींना अतिमहत्त्व दिले जाते. संस्था व रचनेच्या दृष्टीने राजकीय विकासाला एक इतिहास आहे. पाश्चात्त्य राष्ट्रांचे साम्राज्य, आफ्रिका, लॅटिन अमेरिका, तसेच आशिया खंडातील ज्या-ज्या देशांमध्ये प्रस्थापित झालेले होते तेथे त्यांनी एक प्रशासकीय व वैधानिक व्यवस्था निर्माण केली होती. त्या देशातील समाजाला राजकीय स्वरूप प्राप्त करून देण्याचा प्रयत्न केला होता. तसेच परिणामकारक स्वरूपाच्या शासकीय सेवा संघटनेची स्थापन केली होती. प्रशासकीय विकास हा वैधानिक संज्ञा व कल्पना तसेच तांत्रिक व विशेषत्वाच्या स्वरूपाचे ज्ञान यांना महत्त्वाचे स्थान असलेल्या गोष्टींशी निगडित असतो. तसेच ज्या राजकीय व्यवस्थेत सार्वजनिक स्वरूपाची कार्ये करण्याची क्षमता नसते त्या राजकीय व्यवस्थेला विकसित राजकीय व्यवस्था असे म्हणता येत नाही.

वर्तमान स्थितीत जवळजवळ सर्वच राजकीय व्यवस्था या थोड्या फार फरकाने सामर्थ्यवान प्रशासकीय व्यवस्था आहेत असे असले तरी फक्त प्रशासकीय व्यवस्थेलाच जर जास्त महत्त्व दिले तर राजकीय व्यवस्थेत असंतुलन निर्माण होऊन राजकीय विकास खंडित होऊ शकतो. म्हणून प्रशासकीय विकासाबरोबरच नागरिकत्त्वाचा विकास करणे हे राजकीय विकासाच्या दृष्टीने महत्त्वाचे असते.

(५) राजकीय विकास म्हणजे लोकसमुदायाची जुळवाजुळव व सहभाग : राजकीय दृष्ट्या लोकजागृती व नागरिकत्वाची भावना उत्तेजित करणे हे राजकीय विकासाचे एक स्वरूप आहे. जे देश साम्राज्यशाहीच्या बंधनात होते तेथे या प्रकारची राजकीय जागृती व नागरिकत्वाची भावना आढळून येते. म्हणजेच पारतंत्र्याच्या काळात राजकीय विकास या नात्याने ही गोष्ट समजू शकते; परंतु स्वातंत्र्यानंतर ज्या वेळी लोक सातत्याने निदर्शने घडवून आणतात त्यावेळी राजकीय विकास होतो असे मात्र म्हणता येत नाही, कारण अशी निदर्शने ज्या ठिकाणी कमी आढळतात तेथे लोक राजकीय दृष्ट्या जागृत नाहीत असे समजले जाते.

राजकीय विकासाचे महत्त्वाचे लक्षण म्हणजे राजकारणात जनतेचा सहभाग होय. पाश्चात्त्य देशांत मतदानाच्या प्रश्नाबाबत तसेच राजकारणात आणखी काही लोकांचा सहभाग या अर्थाने राजकीय विकासाची प्रक्रिया सुरू होती. परंतु नवोदित राष्ट्रांमध्ये लोकनिदर्शनाचा संबंध श्रेष्ठीजनांच्या अधिकार व प्रभावाशी अधिक आहे. उदा. भारतात सतत होत असलेले किसान मेळावे, या लोकनिदर्शनास राजकीय विकासाच्या दृष्टीने फार महत्त्व आहे कारण अशी लोकनिदर्शने जनतेच्या भावना उत्तेजित करून, त्याचा फायदा आपल्या राजकारणाला करून देतात किंवा अशी लोकनिर्दशने ही भावनांचे निष्प्रभ व व्यर्थ प्रदर्शन ठरतात. यासाठी लोकभावना व सार्वजनिक सुव्यवस्था यांचा मेळ घालणे अत्यंत आवश्यक असते.

(६) राजकीय विकास म्हणजे जुळवाजुळव व अधिकार : राजकीय विकासाची कल्पना करताना राजकीय व्यवस्था ही कार्यमानाच्या स्वरूपाची असते व राजकीय व्यवस्थेत समाजोपयोगी कार्यावर भर दिला जातो. त्या दृष्टीने क्षमतेच्या आधारावर राजकीय व्यवस्थेचे काही तात्त्विक किंवा कल्पनेवर आधारित नमुने सादर केले जातात तसेच ते वस्तुस्थितीच्या आधारावर पडताळून पाहिले जातात. राजकीय व्यवस्था निरंकुश स्वरूपात शक्तीची जुळवाजुळव कितपत करू शकते यावर त्या राजकीय व्यवस्थेचे मूल्य अवलंबून असते. ज्या ठिकाणी निर्णय निर्धारण अनिश्चित स्वरूपाचे आहे अशा व्यवस्था अस्थिर असतात. काही व्यवस्था अशा आहेत की, निर्णय निर्धारण शक्तीसंपन्न आहेत तसेच तेथे समाजात आवश्यक असलेले बदल विशिष्ट उद्दिष्टांच्या आधारावर घडवून आणले जातात. साधनसामग्रीच्या बाबतीत निरनिराळया राजकीय व्यवस्थामध्ये फरक आहे, परंतु उपलब्ध असलेल्या साधनसामुग्रीची अधिकाधिक प्रमाणात जुळवाजुळव करून त्याचा पुरेपूर उपयोग करून घेण्याची क्षमता म्हणजे 'राजकीय विकास' होय. लोकशाही व्यवस्थेत

लोकसंमतीच्या आधारावर साधनसामग्रीची जुळवाजुळव ही अधिक परिणामकारक असते तशी ती हुकूमशाहीत नसते. प्रत्यक्ष व्यवहाराच्या दृष्टीने विचार करता राजकीय विकास अशा स्वरूपाचा असतो की, जेथे जनतेच्या मतांचा विचार प्रामुख्याने केला जातो. जनतेच्या मदतीच्या आधारावरच सत्तेची जुळवाजुळव करता येणे शक्य असते व अशा राजकीय विकासाचे मूल्यमापनही करता येते.

(७) राजकीय विकास म्हणजे स्थिरता व सुव्यवस्थित बदल : राजकीय क्षेत्रात स्थैर्याची आवश्यकता असते व त्या दृष्टीने आर्थिक व सामाजिक क्षेत्रात विशिष्ट योजनेनुसार बदल घडवून आणले जातात. उदा. नियोजन पद्धती, या स्वरूपाचे प्रयत्न वैचारिक व हेतूपुरस्सर नियंत्रित स्वरूपाचे असतात. राजकीय विकास म्हणजे या प्रकारची क्षमता की जी समाजातील बदलाला नियंत्रित करते किंवा सामाजिक बदलांनी नियंत्रित होते. समाजात सुव्यवस्था कायम ठेवण्याची क्षमता याचा अर्थ सामाजिक शक्तींना नियंत्रित ठेवणे असाही होतो.

राजकीय विकासाचा संबंध स्थैर्य प्रस्थापित करीत असताना महत्त्वाचा असतो, कारण अशी स्थिरता राजकीय विकासाला कितपत साह्यभूत ठरते हा प्रश्न महत्त्वाचा ठरतो.

राजकीय विकासात काहीतरी निश्चित व भरीव स्वरूपाचा बदल करणे ही गोष्ट महत्त्वाची आहे.

(८) राजकीय विकास म्हणजे सामाजिक बदलाच्या बहुविध दिशात्मक प्रक्रियेतील एक भाग : राजकीय विकास हा स्वतंत्ररीत्या होतो; परंतु त्याच्यावर समाजातील इतर क्षेत्रांत होणारे बदल याचाही परिणाम होत असतो. समाजातील सामाजिक व आर्थिक रचनेत होणाऱ्या बदलामुळे राजकीय विकासाचे स्वरूप स्पष्ट होते.

(९) आर्थिक विकासाच्या दृष्टीने राजकीय विकास ही एक आवश्यक पूर्व अट : प्रत्येक समाजाचे आर्थिक प्रश्न वेगवेगळया स्वरूपाचे असतात. त्यांच्या संदर्भात राजकीय विकासाचा प्रश्न लक्षात घेता राजकीय विकास हा समाजपरत्वे भिन्न स्वरूपाचा असतो. अविकसित देशात आर्थिक बाबींपेक्षा राजकीय गोष्टींना अधिक महत्त्व प्राप्त झालेले असते, अशा ठिकाणी लोकांचे लक्ष राजकीय विकासाकडेच असते.

(१०) राष्ट्रराज्य व्यवहार म्हणजे राजकीय विकास : राष्ट्रराज्याच्या निर्मितीमुळे राजकारणाच्या दृष्टीने काही विशेष गोष्टींची आवश्यकता भासू लागली. ती म्हणजे राजकीय संस्था आणि व्यवहार यांना आधुनिक राज्याच्या कार्यपद्धतीची आवश्यकता याबरोबर मिळतेजुळते घेणे जरूरीचे ठरेल तसेच समान नावाचे व आंतरराष्ट्रीयदृष्ट्या राष्ट्र-राज्य आहे त्यांना खऱ्या अर्थाने राष्ट्रराज्य करण्याची प्रक्रिया करताना -

(अ) काही प्रमाणात सार्वजनिक सुव्यवस्था प्रस्थापित करण्याच्या क्षमतेचा विकास.

(ब) आंतरराष्ट्रीय जबाबदारी स्वीकारणे व ती परिणामकारकरीत्या कायम ठेवणे. या दृष्टीने राष्ट्र-राज्याची अंतर्गत रचना व सार्वजनिक संस्थांचा विशिष्ट प्रकारचा संच निर्माण करणे.

(क) राष्ट्रीयत्वाची भावना प्रदर्शित करण्यासाठी नियंत्रित प्रदर्शन करणारे राजकीय जीवन यावरून राष्ट्रराज्य ही राजकीय विकासाची एक आवश्यक बाब मानली जाते. राष्ट्र-राज्याची बांधणी म्हणजे राजकीय विकास असेही मानले जाते.

राजकीय विकासाचे स्वरूप :

राजकीय विकासाच्या स्वरूपाबाबत राजकीय विचारवंतामध्ये मतभेद आहेत. या मतभेदाचे कारण म्हणजे राजकीय विकासाच्या भिन्न भिन्न दृष्टिकोनांतून केलेल्या व्याख्या होय. ल्युसियन पाय यांनी राजकीय विकासाच्या संकल्पनेच्या अनेक दृष्टिकोनांतून केलेल्या व्याख्यांचा उल्लेख 'राजकीय विकासाचे घटक' या पुस्तकात केला. ल्युसियन पाय यांच्याद्वारे केलेल्या राजकीय विकासाच्या संकल्पनेचे स्वरूप खालीलप्रकारे स्पष्ट करता येईल-

(१) लोकतंत्राच्या निर्मितीच्या रूपात राजकीय विकास : यामध्ये राजकीय संरचना व प्रक्रियांचे प्रतियोगी स्वतंत्र तसेच जनसहभागित्वाच्या लक्षणांनी युक्त करण्याची प्रक्रिया आहे.

(२) प्रशासकीय व वैधानिक विकासाच्या रूपात राजकीय विकास : यामध्ये राजकीय संरचनांचे विभेदीकरण विशेषीकरण हे सर्वव्यापी माध्यमातून शासनाच्या स्थापनेसाठी आवश्यक आहे.

(३) औद्योगिक समाजाच्या विशेष राजनीतीच्या रूपात राजकीय विकास आर्थिक विकासाशी जोडलेला आहे : रस्टेव्ह यांने या दोहोंचे परस्परसंबंध स्पष्ट करून राजकीय विकास समजावून सांगितला आहे.

(४) राजकीय आधुनिकीकरणाच्या रूपात राजकीय विकास : राजकीय विकास हा राजकीय आधुनिकीकरणाचेच एक रूप आहे. यात दोहोंना समानार्थी मानून राजकीय विकासाची व्याख्या केली गेली.

(५) राष्ट्रराज्याच्या प्रचारकाच्या रूपात राजकीय विकास : यात राष्ट्रीयत्वाच्या भावनेचा विकास व एक राष्ट्रराज्याच्या निर्मितीस जोड दिली जाते.

(६) आर्थिक विकासाच्या राजकीय अटींच्या रूपात राजकीय विचार : रणनीतीची एक अशी अवस्था म्हटली गेलेली आहे की, जी आर्थिक उन्नती, प्रगती व समृद्धीसाठी साहाय्य असेल.

(७) सामाजिक परिवर्तनाच्या बहुदिशायुक्त प्रक्रियेच्या रूपात राजकीय विकास : यास परिवर्तनाच्या सामाजिक प्रक्रियेस जोडले जाते.

(८) स्वामित्व आणि व्यवस्थित परिवर्तनाच्या रूपात राजकीय विकास : राजकीय व्यवस्थेच्या अशा अवस्थेस समजावे लागते की, ज्यात परिवर्तनाची व्यवस्थित पद्धती असून त्यात अनावश्यक राजकीय गोंधळ होत नाही.

(९) जनसंचारण आणि सहभागितेच्या रूपात राजकीय विकास : यामध्ये जनसंचारण आणि लोकांच्या सहभागित्वाची वाढ यांना समाविष्ट करणे.

(१०) सत्ता रूपात राजकीय विकास : यामध्ये राजकीय व्यवस्था विकासासाठी किती शक्ती समाजास एकत्र करू शकते हे पाहिले जाते.

ल्युसियन पाय यांच्या या व्याख्यांच्या संक्षिप्त विवेचनावरून हे स्पष्ट होते की, राजकीय विकासाच्या दृष्टिकोनाच्या स्वरूपाबाबत अत्याधिक मतभेद आहेत. या व्याख्यांमध्ये राजकीय विचारवंतांचे दृष्टिकोन वैशिष्ट्यांच्या आधारावर राजकीय विकासास अजमावण्याचा प्रयत्न केला जातो. ल्युसियन पाय यांनी सर्व व्याख्यांना एकपक्षीय किंवा अपूर्ण मानून स्वीकार केलेले नाही तरीही आपली व्याख्या प्रस्तुत केली आहे. ल्युसियन पाय याने राजकीय व्यवस्थेचे भिन्न-भिन्न स्तरांवर होणाऱ्या परिवर्तनाशी संबंधित मानले आहे. त्याने राजकीय विकासास राजकीय व्यवस्थेच्या दृष्टिकोनातून होणाऱ्या विकासांचा समुच्चय मानले.

हे दृष्टिकोन म्हणजे :

(१) शासकीय व सामान्य व्यवस्था मूल्यमापनाचा संदर्भ : राजकीय व्यवस्थेस क्षमतेचे तीन निकष पूर्ण झाल्यावरच विकसित मानले जाते व हे निकष या प्रकारे आहेत-

(अ) राजकीय बाबींचा योग्य प्रयत्न करू शकेल.

(ब) राजकीय विवादांना नियंत्रित ठेवेल.

(क) जनतेच्या मागण्यांचा योग्य प्रकारे विचार. या तीन क्षमतांना राजकीय व्यवस्थेच्या क्षमता म्हणतात.

(२) राजकारणाच्या संघटनांचा संदर्भ : राजकीय विकासाला राजकीय व्यवस्थेत संरचनात्मक व प्रक्रियात्मक परिवर्तनाने जोडले जाते. एक विशेष प्रकारची संरचनात्मक व्यवस्था व राजकीय विकासाचे

लक्षण प्रस्तुत केले जाते. राजकीय संघटकाच्या रूपात राजकीय विकासाची राजकीय व्यवस्थेची ही तीन लक्षणे येतात

(अ) संरचनात्मक विभिन्नीकरण वाढते.

(ब) संरचनांमध्ये अधिक प्रकार्यात्मक विशेषीकरण होते.

(क) सहभागी संस्था व संघटनामध्ये अधिक ताळमेळ प्रस्थापित होतो. या प्रकारे राजकीय व्यवस्थेच्या संघटनांच्या संदर्भात राजकीय विकास संरचनात्मक, विभिन्नीकरण व कार्यात्मक विशेषीकरणाचा संकेतक आहे. यात एकता, समन्वय व पारस्परिकता बनून राहते.

(३) संपूर्ण लोकसंख्येचा संदर्भ : या संदर्भात राजकीय विकासाच्या व्याख्येत हे पाहिले जाते की, जनतेत राजकीय स्वरूपात एखादे भौतिक परिवर्तन झाले किंवा नाही, जर एखाद्या व्यवस्थेच्या लोकांमध्ये अभिवृत्तात्मक व व्यावहारिक परिवर्तन झाले तर या आधारावर राजकीय व्यवस्थेस राजकीय दृष्टीने विकसित म्हणता येते. सारांशाने हे परिवर्तन म्हणजे जनतेचा राजकीय निर्णय घेण्याच्या प्रक्रियांद्वारे उदासीन किंवा निष्क्रिय न राहता त्यात अधिकाधिक आवड निर्माण होईल. जनतेत समानतेच्या सिद्धांताद्वारे अधिक संवेदनशीलता येईल. सर्वव्यापी नियमांना सर्वांची संमती मिळू लागेल. राजकीय व्यवस्थेत जनतेची या प्रकारची लक्षणे राजकीय विकासाची सूचक आहे. यास ल्युसियन पाय याने 'समानता' या शब्दात अभिव्यक्त केले आहे. ज्या राजकीय समाजात योग्य अर्थाने समानता असेल तो समाज राजकीय दृष्टिकोनातून विकास असणारा समाज मानला जातो.

ल्यूनियस पायच्या मते, राजकीय विकास हा या त्रिसूत्री व्याख्यांच्या आधारावर समानता, क्षमता व विभिन्नीकरण आहे.

राजकीय विकासाची लक्षणे :

राजकीय विकासाची लक्षणे आपणास खालीलप्रमाणे सांगता येतील

(१) राजकीय विकास करणे म्हणजे मागण्यांची पूर्ती लवचिक करणे होय.

(२) राजकीय विकासात नवीन उद्दिष्टे व मागण्या चालू असणे म्हणजेच राजकीय शक्तीचे वाटप समाजात व्यापक प्रमाणावर होत असून अंतिमत : सर्व व्यक्ती व गट निर्णय निर्धारण प्रक्रियेत सहभागी होतात.

(३) विकसनशील राजकीय व्यवस्था शासनव्यवस्थेद्वारे केवळ शासकीय प्रश्नच सोडवित असते असे नसून समाजातील सर्व प्रश्न सोडविण्याचा प्रयत्न करत असते.

(४) राजकीय व्यवस्थेत यशस्वीरीत्या टिकून राहण्याची क्षमता असणे की, जेणेकरून नवीन प्रकारच्या सामाजिक उद्दिष्टांची सातत्याने वाढ होते व नवीन स्वरूपात संघटना निर्माण होतात.

(५) राजकीय विकासाच्या दृष्टीने राजकीय व्यवस्था किंवा शासनसंस्था यांचा सहभाग विशेष महत्त्वाचा नसतो, कारण अतिकेंद्रित किंवा सर्वंकष स्वरूपाच्या राजकीय व्यवस्थेत राजकीय विकासाची प्रक्रिया आढळते.

(६) राजकीय विकास सतत चालू राहण्यासाठी समाजातील निरनिराळी क्षेत्रे व प्रदेश यातील साधनसामग्रीचे अधिपत्य व त्यावर शक्तिप्रदर्शन या स्वरूपात केंद्रीय तसेच विभागीय राज्यव्यवस्था अस्तित्वात येणे आवश्यक आहे.

(७) राजकीय विकास प्रक्रियेत निश्चित अवस्था सांगणे कठीण असते की, ज्या आधारे नवीन राजकीय व्यवस्था किंवा शासनसंस्था विकसित स्वरूप धारण करू शकेल.

राजकीय विकासाची वैशिष्ट्ये :

राजकीय विकासाची वैशिष्ट्ये **आयसेन्डट** यांनी खालीलप्रमाणे सांगितली आहेत-

(१) परंपरागत श्रेष्ठजन व अधिमान्यता यांचा प्रभाव कमी करून त्या जागी आधुनिक स्वरूपाचे श्रेष्ठजन व अधिमान्यता यांची योजना करणे.

(२) मोठ्या गटांना व सरतेशेवटी सर्व गट व व्यक्ती यांना सातत्याने राजकीय शक्तीचा लाभ प्राप्त करून देणे.

(३) मोठ्या स्वरूपात विशिष्ट राजकीय कार्यभाग संस्था आणि विशिष्ट राजकीय उद्दिष्टे असलेली केंद्रीय राज्यव्यवस्था याबरोबरच विभागीय राजकीय रचना यांची निर्मिती करणे.

(४) वैज्ञानिक, प्रशासकीय व राजकीय हालचाल यांचा केंद्रीय स्तरावरील हेतू, प्रादेशिक व कार्यात्मक स्तरावर विस्तारित करणे समाजाच्या सर्व क्षेत्रात व स्तरावर त्यांचा शिरकाव शोधणे.

राजकीय विकासाची खालील तीन वैशिष्ट्ये **ल्युसियन पाय** यांनी सांगितलेली आहेत-

(१) समानता : पाय यांच्या मतानुसार राजकीय विकासाचे प्रमुख वैशिष्ट्य म्हणजे राजकीय व्यवस्थेतील व्यक्तींमध्ये समानतेची भावना उत्पन्न होणे होय. समानता अशा अवस्थेत मानली जाईल की, जेव्हा राजकीय कार्यात भाग घेणाऱ्या सर्व लोकांना समान संधी प्राप्त होईल तसेच राजकीय प्रक्रियांमधील जनसहभागित्वामध्ये कोणत्याही प्रकारचा भेदभाव नसेल. पाय यांनी केवळ मर्यादित अर्थामध्ये घेऊन राजकीय विकासाचे वैशिष्ट्य मानले नाही; तर त्यांनी राजकीय विकासाकडे पुढील दृष्टिकोनातून पाहिले. राजकीय सक्रियतेच्या सर्व स्तरावर नागरिकांना समान संधी प्राप्त असणे, जनसहभागित्व भेदभावरहित असणे, परावलंबी व आदेश मिळविणाऱ्या जनतेच्या स्थानावर राजकीय निर्णयात समाविष्ट व सहयोगी जनता असणे, कायद्याची सर्वव्यापकता राखणे म्हणजेच सर्व व्यक्ती एकाच कायद्यानुसार शासित असणे व उपलब्धीच्या आधारावर राजकीय भरती असणे.

या प्रकारची लक्षणे असलेला राजकीय समाज समानतेवर आधारित असेल. तो पाय यांच्या मतानुसार राजकीय विकासाचे मौलिक लक्षण आहे. यात ल्युसियन पाय हे कायद्याच्या व्यवस्थांच्या आधारावर स्थापन केलेल्या समानतेवर संतुष्ट होत नाहीत तर त्यापुढेही जातात. त्यांच्या मते राजकीय विकासाच्या लक्षणांना सैद्धान्तिकतेतून व्यावहारिकतेच्या स्तरावर पारखले आहे. भारतात समानता केवळ नावानेच आहे किंवा अधिकाधिक दृष्टीनेच पाहावयास मिळते. शेवटी राजकीय विकासाचे पहिले वैशिष्ट्य समानता आहे. जे पाय यांच्या मतानुसार ते केवळ कायदेशीरच नसून ते व्यवहारीकही असले पाहिजे.

(२) क्षमता : क्षमतेचा संबंध राजकीय सत्तेच्या संरचनात्मक व्यवस्थेच्या प्रभावकारिकतेबरोबर आहे. पाय यांच्या मतानुसार या वैशिष्ट्यांचा संबंध राजकीय व्यवस्थेच्या प्रदानापेक्षा अधिक आहे. राजकीय विकासात राजकीय व्यवस्थेची क्षमता वृद्धीचे वैशिष्ट्ये म्हणजे मागण्यांचे योग्य समाधान करणे वादविवादांचे तर्कसंगतीच्या आधारावर निराकरण करणे. शासनाची प्रभावकारिता व समर्थता, प्रशासकीय नैपुण्य किंवा कार्यकुशलता व प्रशासकीय बुद्धिप्रामाण्यता या वैशिष्ट्यांचा संबंध राजकीय व्यवस्थेच्या क्षमतेशी असतो. राजकीय विकास अशा राजकीय व्यवस्थेत होतो जिची क्षमता वरील आयामांमध्ये वाढते. उदा. समाजात निर्माण होणाऱ्या मागण्यांमध्ये योग्य किंवा अयोग्य अशा सर्व प्रकारच्या मागण्यांचा समावेश असतो. अयोग्य मागण्यांचा दृढतेने अस्वीकार करणे हे राजकीय व्यवस्थेच्या क्षमतेचे सूचक आहे. शेवटी राजकीय विकासाचे दुसरे वैशिष्ट्य राजकीय व्यवस्थेच्या क्षमतेशी संबंधित आहे.

(३) विभिन्नीकरण : राजकीय संरचनांच्या स्वरूपाचा राजकीय विकासाशी जवळचा संबंध आहे.

हा स्वत :च प्रक्रियांचा विशेषीकरणाशी निगडित होतो. यात पुढील वैशिष्ट्यांचा समावेश होतो. राजकीय संरचना या वेगवेगळया कार्यासाठी स्वतंत्र असतात कार्यात्मक दृष्टीने कार्याचे विभाजन केले जाते. प्रकार्यात्मक सुनिश्चितता असते व संरचना व प्रक्रियांच्या समूहांचे एकीकरण व समन्वय यांचा परस्परसंबंध असतो.

पॉवेल आणि आल्मंड यांनी राजकीय विकासाची खालील तीन वैशिष्ट्ये सांगितली आहेत-

(१) भूमिकांचे विभिन्नीकरण : पॉवेल आणि आल्मंड यांच्या मते, संरचनांचे विभिन्नीकरण इतके महत्त्वाचे नाही जितके भूमिकेचे विभिन्नीकरण आहे. विशेषत : साम्यवादी व विकसित राज्ये अशी आहेत की, जेथे संरचनात्मक विभिन्नीकरणाच्या विस्तृत व सुनिश्चित व्यवस्था केल्या जातात. परंतु, ज्यावेळी वास्तविक व्यवहाराची बाब येते त्यावेळी या देशात एकाच संरचनेद्वारे अन्य संस्थांच्या कार्यांचे मूल्यमापन होते. सोव्हिएत रशियात संरचनांत्मक विभिन्नीकरण आहे. परंतु, भूमिकांचे विभिन्नीकरण नाही. यामुळे पॉवेल आणि आल्मंड यांनी भूमिकांच्या विभिन्नीकरणास महत्त्व दिले आहे. भूमिका विभिन्नीकरणातून एक विशेषीकरण येऊ शकते ते भूमिका विभिन्नीकरण संरचनांत्मक विभिन्नीकरण व विशेषीकरणाबरोबर जोडलेले आहेत.

(२) उपव्यवस्था स्वायत्तता : उपव्यवस्था स्वायत्ततेचा संबंध राजकीय व्यवस्थेच्या क्षमतेशी यासाठी होतो की, उपव्यवस्था स्वायत्तता सत्तेच्या एका स्थानावर तसेच केंद्रकाच्या स्थानावर विकेंद्रीकरणाचा संकेत आहे. यामुळे राजकीय व्यवस्थेच्या मागण्यांमधील योग्य असलेल्या मागण्या पूर्ण करण्याची क्षमता वाढते. उपव्यवस्था, स्वायत्तता असणाऱ्या राजकीय व्यवस्थेमध्ये सर्व मागण्या सरळ एक केंद्रस्थित सरकारकडे येत नाहीत तर इतर संरचनांना तसेच उपव्यवस्था स्वायत्तता प्राप्त होण्यामुळे त्यांच्या निर्णयांमध्ये रूपांतरणाची व्यवस्था अनेक स्तरांवर होते. यातूनच राजकीय व्यवस्थेच्या क्षमतेत वृद्धी होते.

(३) आधुनिकीकरण : आधुनिकीकरणाचा संबंध हा संस्कृतीशी आहे. परंपरागत पद्धतीपासून दूर होण्यासाठी व धर्मनिरपेक्षेतेकडे समाज तेव्हाच जाऊ लागतो. जेव्हा व्यक्तीमध्ये समानता येते. याच संदर्भात पाय यांनी राजकीय विकासाच्या वैशिष्ट्यांच्या रूपात सांगितले आहे. पाय यांनी समानतेच्या संबंध औचित्यपूर्ण तसेच व्यवस्थेशी निष्ठा वाढविणाऱ्या राजकीय संस्कृतीशी व भावनांशी आहे. पॉवेल आणि आल्मंड यांच्या मते ही तीनही लक्षणे आपापसात अशा प्रकारे संघटित आहेत की एकातील परिवर्तन हे दुसऱ्या व तिसऱ्या लक्षणातही परिवर्तन आणते. शेवटी राजकीय व्यवस्थेत राजकीय विकासाच्या तीन वैशिष्ट्यांची अनिवार्यता एकाच वेळी मिळणे आवश्यक आहे. वरील वैशिष्ट्यांवरून तसेच राजकीय विकासाच्या लक्षणांतून समानतेच्या प्रती लोकांचा रचनात्मक दृष्टिकोन राजकीय व्यवस्थेत नीतिनिर्धारण व क्रियान्वित करण्याची क्षमता एकतायुक्त कक्षेत राजकीय कार्यांचे विभेदीकरण व विशेषीकरण आधुनिकीकृत राजनीती थोडक्यात, राजकीय विकास हा सामान्य विकासाशी संबंधित होऊनही त्यात स्वायत्तता राखतो.

राजकीय विकासाच्या समस्या :

राजकीय विकासाच्या समस्या केवळ राजकीय व्यवस्थेशी संबंधित नाहीत. वास्तवात, या समस्यांचा संबंध अशा पर्यावरणाशी अधिक आहे की, ज्यात राजकीय व्यवस्था स्थित असून विकासाचा क्रम चालत आहे. राजकीय विकासाच्या समस्या पुढीलप्रमाणे आहेत. राष्ट्रनिर्मितीची समस्या, राजकीय व्यवस्थेच्या क्षमतेत वृद्धीची समस्या, समानता आणणारी समस्या, सहभागिता शक्य बनविण्याची समस्या, वैधता प्राप्त करण्याची समस्या व आधुनिकीकरणाची समस्या.

वरील समस्यांचे निराकरण हे राजकीय विकासाशी संबंधित आहे. जसजसा राजकीय विकासाचा स्तर वाढत जातो. तसतसे या समस्यांचे निराकरण करण्यात सहाय्यता मिळते. परंतु विकसित राज्यात राजकीय विकासाच्या समस्येत भिन्नता आढळते. यातील काही समस्या खालीलप्रमाणे आहेत-राजकीय विकासाच्या प्रारूपाच्या निवडीची समस्या, राजकीय स्थायित्वाची समस्या, संरचात्मक व्यवस्थांच्या सुस्थिर स्थापनेची

समस्या, राजकीय विकासाची साधने, राजकीय पक्ष, हित, दबाव गटाचे योग्य रूपात संघटित व विकसित होण्याची समस्या व हिंसात्मक राजनीतीची समस्या.

विकसित देशांत या समस्यांच्या निराकरणात राजकीय पतनाकडे नेणारी स्थिती निर्माण होऊन राजकीय विकासात अडथळे निर्माण होतात.

राजकीय विकासाचा सिद्धांत :

तुलनात्मक राजकारणामध्ये राजकीय विकासाच्या संकल्पनेचा केवळ व्यापक प्रयोग नसून अनुशासनाच्या रूपात वेगळे स्थान बनविले आहे. राजकीय विकासाच्या आधारावर राजकीय व्यवस्थांच्या अवस्थांचे निर्धार व त्यांच्या परस्पर तुलनांनी तुलनात्मक विश्लेषण अधिक समृद्ध बनले आहे. हा दृष्टिकोन राजकीय व्यवस्थांच्या तीन विभागात होणारा विकास व परिवर्तनांना परस्पर एक विकास सुलक्षण बांधून तुलनात्मक राजकारणामध्ये राजकीय विकासाच्या संकल्पनेचा प्रयोग शक्य बनवितो. आल्मंड व कोलमेन यांचे 'द पॉलिटिक्स ऑफ द डेव्हलपिंग एरिया' या पुस्तकात या दृष्टिकोनाची तुलनात्मक राजकारणाच्या प्रयोगाच्या संदर्भात विस्तारपूर्वक चर्चा केली आहे. तुलनात्मक राजकारणाच्या विश्लेषणासाठी या पुस्तकात एक व्यवहारिक व व्यवस्थावादी दृष्टिकोन प्रस्तुत केलेला आहे. ल्युसियन पाय यांनी दिलेल्या तीन स्तरासंबंधी परिवर्तनाचा उल्लेख या दृष्टिकोनाचा तुलनात्मक राजकारणाच्या अभ्यासाच्या प्रयोगामध्ये समजण्याचा प्रयत्न करू शकेल. १. राजकीय सत्तेची संरचनात्मकता २. राजकीय व्यवस्थेची निष्पन्नता ३. राजनैतिक जन अभिवृत्तात्मकता

(१) राजकीय सत्तेची संरचनात्मकता : राजकीय सत्तेच्या संरचनात्मकतेमध्ये राजकीय शक्तीचे संस्थाकरण किती आहे, हे पाहिले जाते. या संस्था किंवा संरचनांमध्ये विभिन्नीकरण व विशेषीकरण कोणत्या मर्यादेपर्यंत आहे तसेच वेगवेगळया संरचनात्मक व प्रक्रियात्मक परिवर्तनांनी जोडले जाते. तसेच अशा परिवर्तनांची विभिन्न राजकीय व्यवस्थामध्ये सरळसरळ तुलना केली जाते व निष्कर्ष काढले जातात. या शिवाय या परिवर्तनांना इतर दोन पक्ष्यांच्या परिवर्तनांनी जोडूनही संपूर्ण तुलना केली जाते.

(२) राजकीय व्यवस्थेची निष्पन्नता : राजकीय व्यवस्थेच्या निष्पन्नतेत पाहिले जाते की, राजकीय व्यवस्था राजकीय बाबींचा कुठपर्यंत योग्य प्रबंध करू शकेल, ती राजनैतिक विवादांना नियंत्रित ठेवण्यासाठी किती दक्षता व क्षमता ठेवते. तसेच जनतेच्या मागण्या कोठपर्यंत योग्य व मान्य परिणाम काढू शकतात. अशा प्रकारे या राजकीय व्यवस्थेच्या सामर्थ्याचा भाग आहे. ज्याच्या आधारावरही तुलना केल्या जातात.

(३) राजनैतिक जन अभिवृत्तात्मकता : जनतेच्या अभिवृत्तात्मकतेचे तात्पर्य म्हणजे जनता समानतेच्या प्रति किती संवेदनशील आहे, तसेच सर्वांत वर लागू होणाऱ्या नियमांच्या बरोबर किती निष्ठा ठेवते? यात जनतेच्या सहभागितेपेक्षा अधिक हे पाहिले जाते की, ही सहभागिता किती अर्थपूर्ण आहे. हा राजकीय विकास जनतेत आलेल्या अभिवृत्तात्मक आचरण किंवा व्यवहारासंबंध परिवर्तनांशी जोडून पाहणे आहे. या आधारावरही तुलनात्मक विश्लेषण केले जाते.

अशा प्रकारे राजकीय विकासाच्या सिद्धांताचा तुलनात्मक राजकारणामध्ये प्रयोग विकासाच्या स्तरांच्या आधारावर केले जाते. यात हंटिग्टन, आयजेन्सटाड आल्मंड व ओरगेन्सीद्वारे सांगितलेल्या स्तरांच्या प्रारूपांपैकी कोणत्याही प्रारूपाचा प्रयोग केला जातो. राजकीय व्यवस्थेत राजकीय विकासाचे स्तर किंवा अवस्थांच्या आधारावर केल्या गेलेल्या तुलना अत्याधिक सुस्पष्ट निष्कर्षाच्या असतात. यात राजकीय व्यवस्थांच्या वर्तमान स्थितीबद्दल माहिती तसेच संभाव्य भावी विकासाबाबतचे संकेत मिळतात. हंटिग्टन याने केवळ तुलनात्मक विश्लेषणामध्ये प्रतिपादन केलेले नसून तिसऱ्या जगातील देशांच्या राजकारणातील संभाव्य संकेताचाही विचार केलेला आहे. राजकीय विकास व राजकीय ऱ्हास या दोन्ही बाजूंना तपासण्याचा

प्रयत्न केलेला आहे. त्याने राजकीय विकासाच्या सिद्धांतांचा मार्ग प्रशस्त करण्याबरोबरच तुलनात्मक राजकारणामध्ये राजकीय विकासाच्या दृष्टिकोनास आधारभूत स्थानही दिले. जाग्वाराइबने असे मत मांडले की, राजकीय विकासाचा सिद्धान्त राजकारणामध्ये विशेष उपयुक्त ठरतो. हा दृष्टिकोन राजकीय विकासाच्या विभिन्न स्तरांना परस्परमापन योग्य परिवर्त्यांच्या आधारावर तुलना करणे संभाव्य बनतो. त्याच्या मतानुसार राजकीय विकास तीन प्रकारच्या समष्टी परिवर्त्याच्या विभागानुसार पाहिले जातात व या आधारावर तुलना केली जाते. त्याच्या मतानुसार हे समष्टी परिवर्त्य विभाग पुढीलप्रकारे आहेत

(अ) संक्रियात्मक परिवर्त्य विभाग यामध्ये विवेकोन्मुख अभिवृत्ती, संरचनात्मक विभेदीकरण व राजकीय सामर्थ्य यांचा समावेश होतो.

(ब) सहभागिता परिवर्त्य विभाग यामध्ये राजकीय संचालन, राजकीय एकीकरण व राजकीय प्रतिनिधित्व यांचा समावेश होतो.

(क) दिशात्मक परिवर्त्य विभाग यामध्ये राजकीय उच्चकोटिता व विकासोन्मुख यांचा समावेश होतो.

जाग्वाराइबने मत, परिवर्त्याच्या आधारावर तुलनात्मक विश्लेषण केले जाते. या तिन्हीमधील एका विभागाचा किंवा कोणत्याही एका विभागाच्या कोणत्याही परिवर्त्यास घेऊन उपयोगी तुलना केल्या जातात. जाग्वाराइबने या दृष्टिकोनाच्या तुलनात्मक राजकारणाच्या प्रयोगाचा उल्लेख करताना म्हटले की, समष्टी परिवर्त्याचे हे विभाग अनेक विशिष्ट प्रकारच्या निर्माणाच्या आधारावर प्रस्तुत केले आहेत. त्यात व्यवस्था, व्यक्ती, तुलनात्मक विश्लेषण राजकीय व्यवस्था, राज्यांचे सामान्य प्रकारात वर्गीकरण व राजकीय तुलनात्मक अधिमापन समाविष्ट केले जाते.

वरील विवेचनावरून स्पष्ट होते की, राजकीय विकासाच्या संकल्पनेचे तुलनात्मक राजकारणामध्ये अनेक प्रकारे प्रयोग केले जातात. थोडक्यात,

(१) राजकीय व्यवस्थेचा संपूर्णपणे कोणताही एक भाग-राजकीय सत्तेची संरचनात्मकता, राजकीय व्यवस्थेची निष्पन्नता, जनतेची राजकीय अभिवृत्तात्मकतेस तुलना करणे.

(२) राजकीय व्यवस्थेत राजकीय विकासाचे विभिन्न स्तर किंवा अवस्थांच्या आधारावर तुलना करणे.

(३) राजकीय विकासाच्या तीन प्रकारच्या समष्टी परिवर्त्या, संक्रियात्मक व दिशात्मक परिवर्त्य विभाग यापैकी कोणताही एक विभाग किंवा एक विभागाच्या कोणत्याही एका परिवर्त्याच्या आधारावर तुलना करणे.

राजकीय विकासाच्या सिद्धांताची उपयुक्तता :

आल्मंड व पॉवेल यांनी राजकीय विकासाच्या सिद्धांतास तुलनात्मक विकासासाठी महत्त्वपूर्ण मानले. त्यांच्या मतानुसार राजकीय विकासाच्या दृष्टिकोनाने तुलनात्मक राजकारणाला अशा वेळी वाचविले की, ज्या वेळेस ती व्यवहारवादाच्या दबावामुळे अधिक प्रमाणात दिशाहीन झाली होती. सारांशाने, याची उपयुक्तता खालील मुद्यांच्या आधारावर सांगता येते

(१) यात राजकीय व्यवस्थांचे विवेचन, तुलना, स्पष्टीकरण व त्यांच्या संदर्भात भविष्यवाणी करण्याचा आधार स्थापित करण्यास मदत मिळते.

(२) यात राजकीय व्यवस्थांचा त्यांच्या राजकीय भूतकाळ व भविष्य ज्याच्याशी ते सामना करतील, त्या त्या संदर्भात वर्गीकरण करण्यास मदत मिळते.

(३) राजकीय व्यवस्थांची अर्थपूर्ण मानदंडाच्या आधारावर तुलना करणे शक्य होते.

या सूचीमध्ये रिग्ज याने राजकीय विकासाच्या उपयुक्ततेचा आणखी एक आयाम जोडला. त्यानुसार राजकीय विकास दृष्टिकोनामुळे व्यवहारवादी तुलनात्मक राजकारणाच्या क्षेत्रीय अभ्यासाच्या प्रयत्नांना जोडणे

शक्य होते. यातून स्पष्ट होते की, तुलनात्मक राजकारणाच्या अभ्यासात राजकीय विकासाच्या दृष्टिकोनास विशेष महत्त्व आहे कारण राजकीय विकासाच्या दृष्टिकोनातून राजकीय व्यवस्थांच्या गतकालीन माहितीच्या आधारावर वर्गीकरण व तुलना करता येणे शक्य होते.

राजकीय व्यवस्थांचा भूतकाळ :

राजकीय व्यवस्थांचा इतिहासामुळे कोणत्या व्यवस्थेचा भूतकाळात कशा प्रकारे सामना केला होता, कोणत्या उपाययोजना केल्या होत्या, हे समजते. तसेच भविष्यातील समस्यांचा ती व्यवस्था कशा प्रकारे सामना करेल. समस्यांचे निराकरण करण्याच्या क्षमतेचे ज्ञान वास्तवात प्रत्येक राजकीय व्यवस्थेच्या भूतकाळातून पर्याप्त स्वरूपात होत असते. हा राजकीय विकासाच्या संभाव्य मार्गांचा संकेत असतो. राजकीय व्यवस्थांचा इतिहासच त्यांच्या भावी विकासाचा एकमात्र नियामक नसून त्यांच्या भूतकाळाशी संबंध असतो व तो राजकीय व्यवस्थांचा संभाव्य भावी विकल्पांनाही मर्यादित करतो. अशा प्रकारे भूतकालीन राजकीय विकासाच्या आधारावर राजकीय व्यवस्थांचे वर्गीकरण करून त्यांची तुलना करणे व निष्कर्ष काढणे शक्य झाले आहे.

राजकीय व्यवस्थांच्या त्या भविष्याच्या संदर्भात ज्याचा त्यांना सामना करावा लागणार आहे हे समजावून घेता येते. म्हणजे वर्तमानातील राजकीय व्यवस्थांचे वर्गीकरण लौकिकीकरण, उपव्यवस्था, स्वायत्तत्ताचे स्तर हे निश्चित करतात की, भविष्यात या राजकीय व्यवस्थांच्या विकासाच्या मार्गात कोणत्या समस्या येणार तसेच कोणकोणत्या प्रतिरोध करणाऱ्या शक्तींचा त्यांना सामना करावा लागणार. अर्थात विभिन्नीकरण लौकिकीकरण व उपव्यवस्था स्वायत्तत्तेच्या स्तर, राजकीय व्यवस्थेत भविष्याचा सामना करण्याच्या क्षमतांचा संकेत देत असतो. या आधारावर विकसित व्यवस्थांचे वर्गीकरण करून त्यांच्या तुलनेत त्यांच्या भविष्याच्या संदर्भात संभाव्य विकास, दिशांचे संकेत देणे शक्य होते.

राजकीय व्यवस्थांतील अर्थपूर्ण मानदंडाचा आधार :

राजकीय विकासाच्या सिद्धांताची राजकीय व्यवस्थांच्या अर्थपूर्ण मानदंडाच्या आधारावर तुलना करणे शक्य होते. विकासाचे मूल्यमापन, भूमिका, विभिन्नीकरण, लौकिकीकरण, उपव्यवस्था व स्वायत्तता यांच्या संकेतकांचे मूल्यमापन शक्य आहे. सातत्याने असे पाहिले जाते की, ही तीन लक्षणे राजकीय व्यवस्थांमध्ये बरोबरच विकसित होत असतात. यांच्यामुळे राजकीय व्यवस्थांचे निष्पादन, प्रतिमान व कार्यक्षमतांचे निर्धारण होते. आर्थिक, सामाजिक व सांस्कृतिक विकासांचाही राजकीय व्यवस्थांच्या क्षमतेशी संबंध असतो. अशा प्रकारे एका प्रकारची क्षमता असणाऱ्या व्यवस्थेचे दुसऱ्या प्रकारच्या क्षमता असणाऱ्या व्यवस्थेशी तुलनात्मक अध्ययन केले जाते. उदा. लोकतांत्रिक व्यवस्थांची विकासाशी संबंधित लक्षणांच्या आधारावर तुलना केली जाऊ शकते. उदा. उच्च स्वायत्तता असणाऱ्या लोकतांत्रिक व्यवस्था मर्यादित स्वायत्तता असणाऱ्या लोकतांत्रिक व्यवस्था व अल्प स्वायत्तता असणाऱ्या लोकतांत्रिक व्यवस्था.

स्वायत्तता क्षमता व निष्पादनता यांच्याबरोबर अशी राजकीय व्यवस्था जोडता येते की, ज्या राजकीय व्यवस्थेत उच्च स्तराची उपव्यवस्था स्वायत्तता असेल व त्याच्या क्षमता अन्य दोन प्रकारांत म्हणजेच मर्यादित व अल्प उपव्यवस्था स्वायत्तताच्या व्यवस्थांशी अनिवार्य असेल, अशा प्रकारे, लौकिकीकरण किंवा विभिन्नीकरणाच्या आधारास घेऊन राजकीय व्यवस्थांची तुलना व त्यांच्या संदर्भात अनुभवजन्य निष्कर्ष काढता येतात.

राजकीय व्यवस्थांच्या संदर्भात सामान्यीकरण करण्यात सहाय्यता :

राजकीय विकासाचा सिद्धांत राजकीय व्यवस्थांच्या संदर्भात सामान्यीकरण करण्यात साहाय्यता

करतो. अशा साहाय्यता अनेक कारणांनी या दृष्टिकोनाद्वारे शक्य असतात. ही कारणे पुढीलप्रमाणे राजकीय विकासाच्या संकेतकांचे मूल्यमापन करणे शक्य आहे. राजकीय विकासाच्या स्तरांचे निर्धारण शक्य आहे. राजकीय विकास अन्य विकासांशी संबंधित मानला जातो. राजकीय विकासाच्या व्यवस्थेचे वर्गीकरण शक्य आहे व राजकीय व्यवस्थांची तुलना करता येते. अशा प्रकारे राजकीय विकासाचा दृष्टिकोन सिद्धांत निर्मितीपर्यंत नाही; परंतु कमी सामान्यीकरणापर्यंत नेण्याचा मार्ग तरी देतो.

रिग्ज यांच्या मते, राजकीय विकासाच्या सिद्धांतामुळे व्यवहारवादी अभ्यासाचा दृष्टिकोन व क्षेत्रीय अभ्यासाचा दृष्टिकोन यात ताळमेळ बसणे शक्य होते. याच्या साहाय्याने या दोहोंमधील भिंत पाडता येणे शक्य होते. एक दुसऱ्याच्या परिणामांना तसेच निष्कर्षांना राजकीय विकासाच्या प्रवर्गांच्या आधारावर स्पष्ट करणे शक्य होते.

थोडक्यात, राजकीय विकासाच्या सिद्धांताचे तुलनात्मक राजकीय अध्ययनात विशेष महत्त्व आहे. राजकीय विकास हा यथार्थवादी वैज्ञानिक व परिष्कृत प्रवर्गावर आधारित असल्याने तुलनेचे विश्वसनीय माध्यम बनतो. जरी यात अजूनही काही कमतरता असतील तसेच हळूहळू या दृष्टिकोनाच्या नव्या आयामांच्या अभ्यासात समाविष्ट करण्यात अनेक समस्या उद्भवत असतील तरीही ज्ञानाच्या वर्तमान सीमेत हा दृष्टिकोन राजकीय व्यवस्थांमध्ये होणाऱ्या घटनाक्रमांचे स्पष्टीकरण करण्यासाठी अधिक सहाय्यता करतो, यातून त्याच्या उपयोगितेचे संकेत मिळतात.

विकसनशील राज्यांच्या राजकीय व्यवस्थांनी राजकारणाच्या क्षेत्रात तुलनात्मक राजकारणासाठी नवे आयाम व नवे तथ्य प्रस्तुत केले. या तथ्यांना योग्य प्रत्ययी रचनेत स्पष्ट करता येणे शक्य होतो. शेवटी तुलनात्मक राजकीय अभ्यास 'राजकीय विकासा'च्या प्रत्ययावर आधारित केला जाऊ लागला. तुलनात्मक राजकारणास सामान्यीकरणाच्या अवस्थेत पोहोचण्यासाठी आवश्यक आहे की, राजकीय व्यवस्थेत होणाऱ्या परिवर्तनाचे मूल्यमापन करता येईल. राजकीय विकास दृष्टिकोनातून अशी क्षमता समाविष्ट केलेली दिसून येते, कारण यात अशा प्रवर्गाचा विकास करणे शक्य असल्याचे दिसून येते. ज्यातून कोणत्याही देशाच्या राजकीय विकासाच्या स्तरांचे मूल्यमापन करता येते तसेच राजकीय विकासाच्या दिशेचा संकेत देणे शक्य होते. यामुळे तुलनात्मक राजकारणामध्ये राजकीय विकासाचा दृष्टिकोन केवळ आवश्यक नसून अनिवार्य बनत आहे. यासाठी पुढील मुद्दे महत्त्वाचे ठरतात

(१) तुलनात्मक राजकारणात तुलना करण्यासाठी एका सर्वग्रही संकल्पनेच्या अभावाची पूर्तता करण्यासाठी.
(२) राजकीय व्यवस्थांचे विवेचन, तुलना, स्पष्टीकरण व त्याबाबत भविष्यवाणी करणारे मापणीय आधार उपलब्ध करण्यासाठी.
(३) राजकीय व्यवस्थेच्या परिवर्तनात विकासाची व्यापक संदर्भात चौकशी व तपासण्यासाठी.
(४) राजकीय व्यवस्थांच्या अर्थपूर्ण मानदंडांच्या आधारावर तुलना शक्य होण्यासाठी.
(५) राजकीय व्यवस्थेत विकासाची दिशा व त्यांचा स्तर किंवा अवस्था निर्धारणात साहाय्यता करण्यासाठी.
(६) तुलनात्मक विश्लेषणासाठी राजकीय विकासाचा नवा सैद्धान्तिक दृष्टिकोन उपलब्ध करण्यासाठी.

राजकीय विकासाचे मूल्यमापन :

राजकीय विकासाच्या संबंधित अभ्यासाचे समालोचन करताना प्रा. एस. पी. वर्मा यांनी राजकीय विकासाच्या सिद्धांताच्या शोधाच्या संबंधात अत्याधिक निष्कर्ष काढत लिहिले आहे की, 'राजकीय विकासाची इतकी प्रारूपे आहेत की, ज्यांचे स्वरूप पश्चिम व साम्यवादी असेल तरीही राजकीय विकासाच्या सिद्धांताचा संपूर्ण शोध निरर्थक दिसून येतो.'

ला. पालेंबारा यांनी असे म्हटले आहे की, राजकीय विकासाचा सिद्धांत किंवा त्याच्या कल्पना

इतक्या अमूर्त व अस्पष्ट आहेत की, ते एक प्रकारे नवविचारवाद बनतात किंवा गतिमान होण्याऐवजी स्थिर बनतात की, त्यांचे अनुभवजन्य परीक्षण किंवा खर्चिक उद्योग बनतो किंवा अशक्य होतो. ला. पालेंबारा राजकीय विकासाच्या सिद्धांताशी संबंधित प्रस्थापनांची अनुभविक परीक्षणाच्या कसोटीवर येणाऱ्या समस्यांच्या कारणाने राजकीय विश्लेषणात त्याच्या उपयुक्ततेच्या बाबत शंका व्यक्त करतात.

प्रा. एस. पी. वर्मा यांनी राजकीय विकासाच्या सिद्धांतासंबंधी निराशा व्यक्त केली. त्यांच्या मते असा कोणताही समाज परिपूर्ण किंवा आदर्श समाज नाही की, ज्याच्याकडे सर्व समाजाने पाहिले पाहिजे व अशा संचालनाची अपरिहार्यताही नाही. त्यांच्या मतानुसार पाश्चिमात्य जगात मतभेद व साम्यवादी जगात अनेक रूपात अलग होण्याचे तसेच तिसऱ्या जगातील प्रत्येक राज्याने आपला विकास किंवा पतनाचा स्वतंत्र मार्ग स्वीकारून विकसनशील व विकसित राज्यांमध्ये प्रत्ययी अंतरास अर्थहीन बनविले आहे. थोडक्यात, राजकीय विकासाच्या सिद्धांताचा शोध हा अत्याधिक अस्थिर व कमजोर आधारावर स्थापन झालेला आहे.

राजकीय विकासाच्या सिद्धांतनिर्मितीच्या प्रयत्नात असफलता किंवा निराशा यासाठी वैशिष्ट्यपूर्ण मानता येत नाही. सामाजिक विज्ञानामध्ये विशेषत : तुलनात्मक राजकीय अभ्यासात सिद्धान्ताचा शोध हा अत्याधिक कठीण व जटिल होतो. या अनुशासनात राजकीय व्यवस्था, संरचना, प्रक्रिया किंवा अन्य इतर व्यवस्था, तथ्यांनी प्रभावित, नियमित व नियंत्रित राहतात. शेवटी अशा विविध प्रकारांनी राजकीय व्यवस्थांच्या राजकीय विकासासंबंधी सिद्धांत निर्माण करण्यासाठी सरळपणा राहील याचा विचारही करायला नको. राजकीय विकासाचा अर्थ, व्याख्या व लक्षणांना किंवा वैशिष्ट्यांना घेऊन किती मतभेद आहे, हे दिसून येते. राजकीय विकासाच्या संबंधात जर कोणत्याही एका विचारवंताच्या दृष्टिकोनातून विचार केला तर तो एकपक्षीय विचार वाटतो. अमेरिकेत सामाजिक शास्त्र अनुसंधान परिषदेत तुलनात्मक राजकारणाच्या समितीने राजकीय विकासाच्या विभिन्न संरचना व व्यवस्थेबरोबर संबोधित करून या संदर्भातील अनेक पुस्तके प्रकाशित केली. राजकीय विकासाचा सामान्य सिद्धांत निर्माण करण्याचा प्रयत्न विकसनशील राज्यांच्या संदर्भात शक्य असतो. या देशात राजकीय विकासाची गती व तीव्रता विशेष महत्त्व राखते. या देशांमध्ये विचारप्रणालींमधील मतभेद व दबाव यातून समस्या निर्माण होतात. या व्यतिरिक्त जाग्वाराइव्ह यांच्या मते, विकसनशील राज्यात ही उलथापालथ विशेष चिंताजनक असण्याचे कारण सांगावयास नको. ही संक्रमणशील व्यवस्थांची सामान्य विलक्षणता आहे. थोडक्यात, विकासनशील राज्य हे अस्थायित्व व परिवर्तन यात एक विचित्र अनुक्रमातून विकास मार्गाकडे जात आहे. याच्या उत्थान-पतनातून संकलित व्यापक तथ्य अवस्था राजकीय विकासाचा सामान्य सिद्धांत निर्माण करण्यात साहाय्यक होते.

राजकीय आधुनिकीकरण

अर्थ :

आधुनिकीकरणाचे विविध पातळीवरून खालील स्वरूपाचे अर्थ सांगितलेली आहेत-

(१) लोकसंख्येच्या दृष्टिकोनातून आधुनिकीकरण म्हणजे जीवनाचा आकृतीबंध यात बदल आरोग्य व वयोमर्यादा यात निश्चित वाढ, जास्त प्रमाणात व्यवसायात्मक व भौगोलिक स्थलांतर, ग्रामीण क्षेत्रातून शहराकडे लोकसंख्येचा प्रवाह या स्वरूपाचा अर्थ केला आहे.

(२) आर्थिक पातळीवरून आधुनिकीकरण म्हणजे जेथे शेती हा उपजीविकेचा व्यवसाय न समजता तिला बाजारपेठेचे स्वरूप प्राप्त करून देणे, व्यापार, उद्योग व इतर बिगर शेतीविषयक क्रिया यांच्या तुलनेत उत्तरोत्तर महत्त्व कमी होणे, आर्थिक क्रियांची व्याप्ती वाढत जाऊन त्या उत्तरोत्तर राष्ट्रीय स्तरावर केंद्रित

होणे, अशा स्वरूपाचा अर्थ केला आहे.

(३) मानसशास्त्रीय पातळीवरून आधुनिकीकरण म्हणजे मूल्ये, अभिवृत्ती व आकांक्षा यात मूलभूत बदल होय, अशा स्वरूपाचा अर्थ केला आहे.

(४) बौद्धिक पातळीवरून आधुनिकीकरण म्हणजे व्यक्तीच्या ज्ञानात त्यांच्या वातावरणासंबंधी होणारी फार मोठी वाढ व समजात अशा ज्ञानाचे साक्षरता, बहुजन संसूचन व शिक्षण याद्वारे अभिसरण या स्वरूपाचा अर्थ केला आहे.

(५) सामाजिक पातळीवरून आधुनिकीकरणात अशी प्रवृत्ती निर्माण होते की, ज्याद्वारे कुटुंब, जात व गाव या संबंधीची व्यक्तीची निष्ठा स्वेच्छेने निर्माण करण्यात आलेल्या गटांच्या बाबतीत निर्माण होते, अशा स्वरूपाचा अर्थ केला आहे.

व्याख्या :

मानवी विचार व क्रिया या संबंधीच्या सर्व क्षेत्रांत बदल घडवून आणणारी बहुमुखी प्रक्रिया म्हणजेच 'आधुनिकीकरण' होय. अशी सर्वसामान्य व्याख्या आधुनिकीकरणाची करण्यात आलेली आहे. आधुनिकीकरण ही निरंतर चालणारी प्रक्रिया असून सर्वव्यापी व अत्याधिक गुंतागुंतीची प्रक्रिया आहे.

नीतिमत्तेच्या किंवा आदर्शाच्या, सामाजिक किंवा समाजरचनेच्या आणि व्यक्तिगत किंवा वर्तनात्मक अशा सर्व क्षेत्रांत निवड करीत असताना व्यक्ती ती कशी करते याविषयी पृच्छा व चौकशी करण्याची अभिवृत्ती ज्या वेळी एखाद्या संस्कृतीत निर्माण होते त्या वेळी आधुनिकीकरणाची प्रक्रिया सुरू होते.

क्लोडवेल्व या राजकीय विचारवंताच्या मते, आधुनिकीकरण एक अशी प्रक्रिया आहे की जी साधनांच्या विवेकपूर्ण उपयोगावर आधारित आहे व आधुनिक समाजाच्या स्थापनेच्या उद्देशाने युक्त असते.

लर्नर या राजकीय विचारवंताच्या मते, आधुनिकीकरण हे विवेकपूर्ण परिवर्तनाची, प्रक्रिया आहे.

रॉबर्ट ई वार्ड या राजकीय विचारवंताच्या मते, आधुनिकीकरण ही आधुनिक समाजाकडे जाणारी एक अशी प्रक्रिया आहे की, ज्याची प्रमुख विशेषता याच्या वातावरणाशी भौतिक व सामाजिक परिस्थितींना नियंत्रित व प्रभावित करण्याची अभूतपूर्व समर्थता आहे व जे मूल्यव्यवस्थेच्या दृष्टीने या क्षमतेच्या परिणामाबाबत आशावादी आहेत.

कोलमॅन यांनी याबाबत सविस्तरपणे लिहिले आहे की, राजकीय आधुनिकीकरण संक्रमणशील समाजाच्या राजकीय व्यवस्थेत होणाऱ्या संरचनात्मक तसेच सांस्कृतिक परिवर्तनांचा समूह आहे. या परिवर्तनांचा संबंध राजकीय व्यवस्थेच्या संबंधित संस्था, संरचना, प्रक्रिया तसेच व्यवहार प्रतिनिधीद्वारे होतो. तसेच राजकीय आधुनिकीकरण हे अशा संस्थात्मक रचनेचा विकास आहे की, जो इतका शक्तीशाली व लवचिक असतो की तो निर्माण होणाऱ्या मागण्यांना तोंड देऊ शकेल. ज्या योग्य मागण्या असतील त्यांचा स्वीकार करण्याची व अयोग्य मागण्या दृढतेने ठोकरण्याची क्षमता असणाऱ्या राजकीय व्यवस्थेस राजकीय दृष्टीने आधुनिक व्यवस्था म्हणता येते.

अशाच प्रकारे राजकीय आधुनिकीकरण ही राजकीय विकासापेक्षा अत्यंत व्यापक स्वरूपाची संकल्पना आहे. समाजात संचलन व आर्थिक विकासाच्या परिणामस्वरूप राजकीय परिवर्तनांना सामान्यत : राजकीय आधुनिकीकरण असे म्हटले जाईल अशा प्रकारची सुटसुटीत व्याख्या करता येईल.

आधुनिकीकरणाची उपयुक्तता :

आधुनिकीकरणाची उपयुक्तता आपणास खालील मुद्यांच्या आधारे स्पष्ट करता येईल

(१) विकसनशील देशांच्या आशा-आकांक्षांबाबत आधुनिकीकरणामुळे माहिती मिळू शकते. तसेच

याची निर्मिती कशी होते व त्या पूर्ण करण्यासाठी कोणते प्रयत्न केले जातात यांची माहिती मिळू शकते.

(२) विकसित देशांनी आपल्यासमोर विकासाच्या दृष्टीने कोणते ध्येय ठेवले आहे व अविकसित देशांनी कोणते ध्येय आपल्यासमोर ठेवावे हे आपणास आधुनिकीकरणामुळे समजते.

(३) समाजातील अपेक्षित बदल कितपत व किती लवकर साध्य होऊ शकेल हे आपणास आधुनिकीकरणामुळे जाणून घेता येते.

(४) समाजातील निरनिराळया राजकीय प्रश्नांचे विश्लेषण आधुनिकीकरणाच्या साहाय्याने करणे शक्य व सोपे जाते.

(५) समाज कोणत्या दिशेने प्रगट होत आहे व समाजातील सामाजिक, आर्थिक व राजकीय शक्ती त्याला कितपत साहाय्य करीत आहेत व त्याच्या मार्गात अडचणी निर्माण करीत आहेत याची माहिती आपणास आधुनिकीकरणाद्वारे मिळते.

(६) विकसित देशातील उपलब्धीचे स्वरूप आधुनिकीकरणाच्या साहाय्याने लक्षात येऊ शकते व त्याचे मापन करता येते.

(७) समाजात बदलाचे स्वरूप कोणते हे आपणास आधुनिकीकरणामुळे समजते.

(८) तुलनात्मक राजकारणाच्या अभ्यासास आधुनिकीकरणामुळे प्रेरणा मिळू शकते. अशा अभ्यासाच्या आधारे बदल कसे, कोणत्या पद्धतीने व कोणत्या संस्थांद्वारे घडून येतात यांचे ज्ञान प्राप्त होते.

राजकीय आधुनिकीकरणाची वैशिष्ट्ये :

राजकीय आधुनिकीकरणाची वैशिष्टे खालीलप्रमाणे-

(१) समाजात राज्य किंवा केंद्राचा अधिकाधिक प्रवेश किंवा संपर्क : प्राचीन समाजातील राज्यव्यवस्थेत पोलिस-राज्य असे संबोधले जाते. या समाजाच्या राज्याचे काम केवळ पोलिसांद्वारे केले जाते. राज्य देशाचे बाह्य आक्रमणापासून संरक्षण करण्याचे तसेच आंतरिम व्यवस्था राखण्याच्या कार्यांचे नियंत्रण करीत होते. शासनाची जनतेच्या बरोबर नकारात्मक संपर्कता व भूमिका होती व याचे महत्त्वाचे कारण म्हणजे सरकारचा जनतेशी किंवा समाजाशी संपर्क नव्हता व तो आवश्यक मानलेला नव्हता. सरकारच्या नकारात्मक भूमिकेमुळे जनतेला केवळ कर वसूल करण्याचा व व्यवस्था बनविण्याइतपतच सहभाग होता. राजकीय आधुनिकीकरणासाठी सरकारने जनतेपर्यंत पोहोचणे किंवा जनतेशी संपर्क साधणे अत्यंत महत्त्वाचे आहे. जनता व सरकारच्या प्रत्येक स्तरावरील संपर्क याचा अर्थ समाजात राज्याचा अधिकाधिक प्रवेश होय. थोडक्यात, लोककल्याण व जनसामान्यांच्या उद्धारासाठी सरकारने कार्य करणे हे राजकीय आधुनिकीकरणासाठी एक लक्षण आहे.

राजकीय आधुनिकीकरण असणाऱ्या राजकीय व्यवस्थेमध्ये राज्य किंवा केंद्र सरकारचा जनतेशी संपर्क असतो. लोककल्याणकारी राज्यात विचारांच्या विकासाने शासनाच्या कार्यांना विकासाच्या कार्यांना एवढे वाढविले आहे की, त्यांचा समाजात प्रवेश सुरू झाला व राजकीय आधुनिकीकरणासाठी हा प्रवेश आवश्यक होता. जनतेच्या इच्छेनुसार राज्याने कार्य करणे म्हणजे लोकतांत्रिक व्यवस्थेचा विकास होय. आधुनिक शासनाचा समाजातील प्रत्येक क्षेत्रात प्रवेश शक्य आहे. संसूचन साधनांच्या विकासामुळे सरकारच्या कार्याच्या क्षेत्राचे विस्तारीकरण झाले. त्यामुळे बहुसंख्याक नोकरशाही किंवा प्रशासकीय कर्मचाऱ्यांच्या संख्येत वाढ झाली. राजकीय वैशिष्ट्यामध्ये सरकार हे व्यक्ती किंवा समाजात इतका संपर्क करते की, समाजाचे संचलन हे सरकार किंवा राजकीय व्यवस्थेद्वारे होऊ लागले.

(२) राज्यात वाढणारी शक्तिकेंद्रे व दुर्बल बनणारी सत्तेचा परंपरागत स्त्रोत : परंपरागत

राजकीय समाजात राजकीय सत्तेचा स्त्रोत समुहाचा किंवा गटाचा मुख्य राजेमहाराजे धार्मिक गुरू, कुटुंबप्रमुख हे आहेत. अशा राजकीय समाजात लोकांची प्राथमिक निष्ठा व आस्था अशा परंपरागत शक्तींच्या केंद्रात राहते. व्यक्तींना या शक्तिस्रोतांबद्दल महत्त्व तर असतेच त्याचबरोबर श्रद्धेचाही दृष्टिकोन असतो. भारतास स्वातंत्र मिळाल्यानंतर अनेक वर्षे राजेमहाराजे, जातीय नेते यांचा प्रभाव होता. राजकीय आधुनिकीकरणात सत्तेच्या परंपरागत स्रोताचा लोप होऊ लागला व समजा जरी हे स्रोत समाजात राहिले तरी ते शक्तिहीन असतात. तसेच व्यक्ती राष्ट्रीय राजकीय सत्तेच्या प्रति निष्ठावान बनतात.

हंटिग्टनच्या मते, आधुनिक राजकीय समाजात धार्मिक, परंपरागत, कौटुंबिक व जातीय स्थान एक लौकिकात्मक व राष्ट्रीय तसेच राजकीय सत्तेद्वारे घेतले जाते. कार्ल डायच यांनी या वैशिष्ट्यांना सामाजिक संचालनाचे नाव देऊन लिहिले की, जुने सामाजिक आर्थिक व मनोवैज्ञानिक प्रतिबद्धतेचे प्रमुख समूह दुर्बल होतात व व्यक्तीचे सामाजिकीकरण व व्यवहाराच्या नव्या प्रतिमानांचा स्वीकार करण्यासाठी उद्युक्त होतील. अशा वेळी हा विकास राजकीय आधुनिकीकरणाच्या दिशेने महत्त्वपूर्ण पाऊल असेल.

सत्तेच्या परंपरागत स्रोतांना दुर्बल बनविण्यासाठी त्यांच्या जागी राष्ट्रीय व राजकीय सत्तेची स्थापना हे राजकीय आधुनिकीकरणाचे सर्वात महत्त्वपूर्ण व मूलभूत वैशिष्ट्ये आहे. यांच्या अभावाने आधुनिकीकरणाची इतर सर्व लक्षणे प्रभावहीन बनतात. यासाठी आधुनिकीकरणाची संक्षिप्त स्वरूपात व्याख्या करताना हंटिग्टन यांनी लिहिले आहे की, राजकीय आधुनिकीकरण परंपरेपासून मुक्त आहे. कोणत्याही समाजात परंपरेची निशाणी राहते. हा आधुनिकीकरणाचा विलोम मानला जातो. शेवटी राजकीय आधुनिकीकरण हे सत्तेच्या परंपरागत स्रोतांवर सत्तेच्या नव्या स्रोतांचे आरोपण असत. उदा. विकसनशील देशात राजकीय आधुनिकीकरणाच्या रस्त्यात सर्वात मोठी अडचण सत्तेचे परंपरागत स्रोत मजबुतीने अडून राहतात ही आहेत. भारताला स्वातंत्र्य मिळून आजही जातीयता, धार्मिकता, तसेच राजेमहाराजे यांचा प्रभाव अत्याधिक होता. अनेक विकसनशील राज्यांत सत्तेचा परंपरागत स्रोत अधिकाधिक लोकतंत्राच्या असफलतेचे प्रमुख कारण बनली.

(३) केंद्र व व्यवस्था यांची वाढती आंतरक्रिया : आधुनिक राजकीय समाजात केंद्र व परिसराची आंतरक्रिया व्यापक झालेली आहे. याचा अर्थ राजकीय शक्तीचे विभिन्न केंद्र आपापसात इतके अधिक आंतरक्रियाशील होतात की, दोन्ही स्तरांवर केंद्र निरंतर संप्रेषणाच्या माध्यमांनी जोडले जातात; जर यास आपण राजकीय आधुनिकीकरण वैशिष्ट्यांबरोबर संबंधित करू पाहणार असाल तर असे म्हणता येईल की, राजकीय आधुनिकीकरणात एकाच वेळी दोन्ही बाजूंनी प्रक्रिया चालत राहते. येथे केंद्राचा अर्थ राजकीय व्यवस्थेशी आहे व व्यवस्था याचा अर्थ समाजाशी आहे. व्यवहारवाद्यांच्या शब्दात यास आदानप्रदान असे म्हटले जाते.

(४) जनतेचे राजकारणात वाढते सहभागित्व तसेच संपूर्ण राजकीय व्यवस्थेशी व्यक्तींचे आधिकाधिक अभिज्ञ : विकसनशील राज्यात दोन परस्परविरोधी प्रवृत्ती जनसहभागित्वाच्या संदर्भात पाहावयास मिळतात. काही राज्यात सहभागित्व चार सीमांना पार करून अराजकतेच्या अवस्थेपर्यंत राजकीय व्यवस्थांना ढकलण्यासाठी उद्युक्त आहे. उदा. २६ जून १९७५ पर्यंत भारत अशाच प्रकारे सहभागित्व होऊ लागले होते. दुसऱ्या बाजूला अनेक देश असे आहेत जेथे नागरिक राजकीय व्यवस्थेप्रती निष्क्रिय व उदासीन आहेत की, तेथे सहभागित्वाची अवस्था निर्वाचनाचाही ते उपयोग करीत नाहीत. त्यांचा मताधिकार निरर्थक राहातो. सहाभागित्व असे असावे की, ज्यात व्यक्ती आपले दायित्व समजावून घेऊन सहभागी होईल राज्यात राजकीय सहभागित्वास संस्थात्मक रूपात हित व दबाव गटांद्वारे अनेक स्तरांवर शक्य बनविले जाते; परंतु या देशात ट्रेड युनियन राजकीय पक्ष हितसमूहांच्या सहभागित्वास अयोग्यरीत्या निष्पन्न करणारे प्रेरक आहे. यासाठी राजकीय व्यवस्थेत अनुचित व अयोग्य दबाव पडू लागतील व राजकीय

व्यवस्था विखंडित होईल. विकसनशील देशात अस्थायित्व आणि सरकारची उलथापालथ होण्याचे हेच कारण असते. या देशामध्ये एकतर जनसहभागित्वाचा अभाव असणार किंवा ही संस्थात्मक व प्रक्रियात्मक व्यवस्थांची सर्व सीमा पार करते. राजकीय आधुनिकीकरण असणाऱ्या राजकीय व्यवस्थांमध्ये व्यक्तींच्या अभिवृत्तींमध्ये परिवर्तने होणे आवश्यक आहे.

राजकीय आधुनिकीकरणासाठी संस्थात्मक व प्रक्रियात्मक परिवर्तन पुरेसे नाही. संस्था व प्रक्रियेत जनतेचे सहभागित्व किती आहे, हा राजकीय आधुनिकीकरणाचा महत्त्वपूर्ण मानदंड आहे. विकसनशील राज्यात जनतेस संस्थागत व्यवस्था व प्रक्रियात्मक विकासांच्या माध्यमांच्या विकासाच्या कारणाने राजकारणात सहभागी होण्याचा अवधी व साधन उपलब्ध आहे; परंतु लोकांच्या राजकारणाप्रती उदासीन राहण्यामुळे त्यांच्यात जनसहभागित्व वाढत नाही. यासाठी जन-परियोजन आवश्यक आहे. जोपर्यंत जन-परियोजन आधुनिकीकरण व्यावहारिक रूप घेऊ शकत नाही. सर्वसाधारणपणे राजकारणात सहभागित्व राजकीय आधुनिकीकरणाची अशी पूर्व अट आहे की, ज्याच्या अभावाने इतर विकास निरर्थक बनतो. राजकीय व्यवस्थेत लाभांचे इतर सर्व वर्ग व समाजाच्या सर्व भागांमध्ये तेव्हाच होऊ शकते जेव्हा जनसमुदाय राजकीय प्रक्रियेमध्ये सक्रिय बनेल व उत्तरदायित्व पूर्णरूपाने त्यात सहभागी होईल.

(५) जनतेची राजकीय व्यवस्थेत वाढती रूची : राजकीय आधुनिकीकरण असणाऱ्या राजकीय व्यवस्थेत व्यक्तींच्या अभिवृत्तींमध्ये परिवर्तन येणे अत्यंत महत्त्वाचे असते. जोपर्यंत मनुष्यांचे विचार व दृष्टिकोन यात परिवर्तन येत नाही तोपर्यंत राजकीय आधुनिकीकरणाची संरचनात्मक व प्रक्रियात्मक व्यवस्था औपचारिक बनून राहते. राजकीय आधुनिकीकरणाच्या वरील रचनेत तत्त्वांचा समावेश व्यक्तींच्या दृष्टिकोनात परिवर्तन झाल्यानंतर होतो. जोपर्यंत व्यक्ती राष्ट्रीय अभिज्ञान किंवा राष्ट्रीयतेच्या विचारापासून मुक्त होत नाही तोपर्यंत राज्य व राजकीय व्यवस्थेत त्यांना आपलेपणा वाटणार नाही. या आपलेपणाच्या अभावामुळे व्यक्तींची निष्ठा इतर कोणत्या तरी स्थानावर प्रतिबद्ध होईल. त्यामुळे राजकीय आधुनिकीकरणाच्या इतर वैशिष्ट्यांना अर्थ राहणार नाही. राजकीय व्यवस्थांच्या आधुनिकीकरणासाठी हे आवश्यक आहे की, व्यक्तीची सर्वाधिक निष्ठा राजकीय व्यवस्थांच्या विभागांपेक्षा अधिक राजकीय व्यवस्थेशी असते, असे अभिज्ञान एकीकरणाचे माध्यम बनते व त्यामुळे संपूर्ण राजकीय व्यवस्था एक असा बंधनकारक प्रवाह प्रवाहित होतो की, व्यक्ती परस्परांमध्ये आपलेपणाने बांधल्या जाऊन सक्रिय राहू लागतील.

(६) विस्तीर्ण आधार असणारी नोकरशाही : राजकीय आधुनिकीकरण असणाऱ्या राजकीय समाजात शासनाच्या कार्यात वाढ होते. अनेक नव्या संस्था व संरचना स्थापन केल्या जातात. आधुनिकीकरणामुळे आर्थिक विकासाचे नवे दायित्व शासनावर येते. या सर्वांना विस्तारित करण्यासाठी नोकरशाहीचा आकार आवश्यक रूपापेक्षा वाढत जातो. उदा. भारताला १९४७ मध्ये स्वातंत्र मिळाले त्या वेळेस नोकरशाहीतील कर्मचाऱ्यांची संख्या आणि आजची ही संख्या यात प्रचंड वाढ झालेली आहे. राजकीय व्यवस्थांना केवळ नोकरशाहीच्या व्यापक आधारावर आधुनिक म्हणता येणार नाही. वास्तवात आधुनिकीकरणासाठी नोकरशाहीच्या आकाराच्या वाढण्यापेक्षा अधिक महत्त्वपूर्ण त्यांच्या आधाराची व्यापकता आहे. व्यापक आधाराचा अर्थ म्हणजे नोकरशाही कर्मचाऱ्यांमध्ये सर्व समाजातून भरती होण्याची केवळ प्रक्रियात्मक व्यवस्थाच नाही तर प्रशासक वास्तवात समाजाच्या सर्व वर्गातून यावेत अशी व्यवस्था असावी. राजकीय व्यवस्थेत सातत्याने मागण्यांमध्ये वाढ होत असते. त्यांना तोंड देण्यासाठी त्यांचे व्यवस्थापन करण्यासाठी विभागीय आणि वैशिष्ट्यपूर्ण राजकीय तसेच प्रशासकीय कर्मचारी संघटना निर्माण होऊन त्यांचे एक प्रकारचे जाळे आधुनिक राजकीय व्यवस्थेत निर्माण होते.

(७) शक्तीचे राज्य किंवा केंद्रात अधिकाधिक केंद्रीकरण : राजकीय आधुनिकीकरणाचे हे एक

महत्त्वपूर्ण वैशिष्ट्य आहे व मानवी जीवनातील क्रियांशी संबंधित सर्व प्रकारच्या शक्तींचे राज्य किंवा राजकीय व्यवस्थेत केंद्रीकरण होऊ लागते. तात्पर्य-राजकीय व्यवस्था अधिकाधिक शक्तींची नियामक बनू लागते. तांत्रिक प्रगती, आंतरराष्ट्रीय समस्या, संरक्षणाची आवश्यकता, संचालन किंवा संप्रेषण, साधनांच्या विकासाच्या कारणाने व्यक्तीच्या जीवनातील राजकीय दृष्टिकोन, राजकीय आधुनिकीकरणाची परिस्थिती प्रस्तुत होते. राजकीय शक्तीचे महत्त्व वाढणे हे राजकीय आधुनिकीकरणाचे द्योतक आहे; परंतु याचा अर्थ असा नव्हे की, राजकीय शक्ती एका बिंदुवर केंद्रित झाली पाहिजे. राजकीय शक्तीच्या विकेंद्रीकरणाची व्यवस्था ही राजकीय आधुनिकीकरणासाठी आवश्यक मानली जाते. येथे राज्यात सत्ताकेंद्रीकरणाचा अर्थ असा आहे की, राजकीय शक्ती महत्त्वपूर्ण व अन्य शक्तींची नियामक व संचालक बनली तर राजकीय दृष्ट्या तो समाज आधुनिक समजला जातो.

(८) राजकीय संस्थांचे विभिन्नीकरण किंवा विभेदीकरण व विशेषीकरण : सरकार राजकीय क्षेत्रात पुढे जाऊन सामाजिक, आर्थिक व सांस्कृतिक क्षेत्रात कार्य करू लागते. त्यात वाढ झाल्यामुळे आधुनिक राजकीय व्यवस्था अधिकाधिक गुंतागुंतीची बनली, तसेच कार्यक्षेत्राच्या व्याप्तीमुळे सरकारला सुयोग्य संचलनासाठी केवळ संस्थागत व्यवस्थांचे विभेदीकरणच अत्यावश्यक नसते तर त्यांच्यात कार्यात्मक विशेषता आणणेही अनिवार्य असते. संस्थांच्या विभेदीकरण व विशेषीकरणाशिवाय हे शक्य नसते की, सरकारने सर्व कार्ये योग्यरीत्या पार पाडली की जी कार्ये करण्यासाठी आधुनिक समाजाचे त्यांना उत्तरदायित्व सोपविले जाते. आधुनिक राजकीय व्यवस्थेत राजकीय संस्थांचे विभिन्नीकरण व विशेषीकरण होणे अनिवार्य असते. या दोन्ही व्यवस्था बरोबर चालणाऱ्या आहेत, विभेदीकरणाने विशेषीकरणास व्यावहारिक बनविणे शक्य आहे. अन्यथा विशेषीकरण असूनही संस्थागत स्वतंत्र किंवा अलगअलग केलेले नाही. या देशांमध्ये राजकीय संरचनांच्या विभिन्नीकरणात कठीणता येत नाही; परंतु या विभिन्न संस्थांसाठी विशेषज्ञ कारागिरांचा अभाव आहे. याच कारणामुळे विकसनशील देशात आर्थिकदृष्ट्या आधुनिकीकरण व राजकीय आधुनिकीकरणामध्ये मेळ बसू शकत नाही.

राजकीय आधुनिकीकरणाच्या समस्या :

राजकीय आधुनिकीकरणाच्या समस्या आपणास खालीलप्रमाणे सांगता येतील-

(१) समाजात निधर्मी भावना निर्माण करणे अवघड : जातिव्यवस्थेचे प्राबल्य परंपरागत समाजात असते. समाजात जातीय भावना अत्यंत तीव्र स्वरूपाच्या असतात. या समाजात जाती-जातीत वैमनस्य आढळते. अशा अवस्थेत निधर्मी भावना निर्माण करणे अत्यंत कठीण असते, कारण आधुनिकीकरण हे जातीय निष्ठा किंवा भावनांचा अव्हेर करीत असते. अशा वेळेस सामाजिक जीवनात लोक निधर्मी दृष्टिकोन स्वीकारावयाचा की, जातीय निष्ठा कायम ठेवायच्या या पेचप्रसंगात अडकतात.

(२) बदलांचा परंपरागत समाजात अस्वीकार : परंपरागत गोष्टींची जोपासना विकसनशील व अविकसित देशात केली जाते. परंपरागत सांस्कृतिक मूल्यांबाबत त्यांच्यात आदराची भावना असून तिचे ते निष्ठेने पालन करतात. परंपरागत समाजात अनेक बदल घडून येतात; परंतु असे बदल त्यातील लोक सहजासहजी स्वीकारत नाहीत. त्यामुळे त्यांच्यासमोर एक पेचप्रसंग निर्माण होतो तो म्हणजे नवीन बदल स्वीकारून उदासीन राहावयाचे व समाजाची घडी बिघडू द्यायची नाही.

(३) राष्ट्रीय एकात्मता : राष्ट्रीय एकात्मतेची भावना परंपरागत समाजात अत्यंत क्षीण स्वरूपाची आढळते व याचे मुख्य कारण म्हणजे स्थानिक अभिमानास दिले जाणारे प्राधान्य होय. वंश, धर्म, भाषा व प्रांत या आधारावर लोकांमध्ये विभिन्नतेची भावना निर्माण झालेली असते, अशी भावना राष्ट्रीय एकात्मतेच्या दृष्टीने विघटन करणारी असते; परंतु आधुनिकीकरणामुळे राष्ट्रीय एकात्मतेच्या भावना जोपासल्या जाऊ

शकतात व त्या प्रबळ होतात. वरील राष्ट्रीय एकात्मतेला आव्हान देणाऱ्या गोष्टी कशा नष्ट करायच्या याबाबत समस्या विकसनशील राष्ट्रांपुढे निर्माण झालेल्या असतात.

(४) सामाजिक न्यायसंकल्पनेस विरोध : सामाजिक न्याय ही कल्पना आधुनिकीकरणामुळे निर्माण झालेली असून ती परंपरागत समाजास मान्य नसते, अशा वेळी परंपरागत समाजाकडून सामाजिक न्याय संकल्पनेस विरोध केला जातो.

(५) समतेस विरोध : परंपरागत समाजात श्रेष्ठ व कनिष्ठ या आधारावर समाजाचे व्यवहार चालतात व मूठभर श्रेष्ठजनाच्या हातात अधिकार व सत्ता एकवटलेली असते; परंतु आधुनिकीकरणाच्या प्रक्रियेमुळे समाजात लोकांमध्ये समानतेची भावना निर्माण होते. राज्यशासन चालविण्यासाठी कनिष्ठ वर्गासही प्राधान्य दिले जाते. अशा वेळी परंपरागत समाजाला आधुनिकीकरणामुळे निर्माण होणारी समानता हे संकट वाटते.

(६) आधुनिकीकरणामुळे निर्माण झालेल्या नव्या विचारांना विरोध : परंपरागत समाजातील स्तररचनेमुळे लोकांची स्थिती उच्च-नीच स्वरूपाची असते स्त्रियांना समाजात गौण स्थान असते; परंतु आधुनिकीकरणामुळे निर्माण झालेल्या नवीन विचारांमुळे समाजातील जनमानसांचा दृष्टिकोन बदलण्यास प्रारंभ होतो व त्यातून कनिष्ठ स्तरावरील वर्गाला दयनीय स्थितीबद्दल तसेच स्त्रियांना मिळणाऱ्या गौण स्थानामुळे असंतोष निर्माण होऊ लागतो, अशा वेळी हा असंतोष मिटवून लोकांमध्ये समाधान व संतोषाची भावना निर्माण करणे ही विकसनशील देशांना त्रस्त करणारी समस्या वाटत असते.

(७) बदलांच्या स्वरूपाचा प्रश्न : आधुनिकीकरण जुन्या संस्थांना एक प्रकारे आव्हान देत असते. त्यात विस्कळीतपणा निर्माण करण्याचा प्रयत्न केला जातो. अशा वेळेस होणाऱ्या बदलाच्या स्वरूपाचा प्रश्न किंवा पेचप्रसंग निर्माण होतो. तो म्हणजे हा बदल संथ स्वरूपाचा असावा की, जलदगतीचा असावा? हा बदल उत्क्रांतीच्या मार्गाने आणावयाचा की, क्रांतीचा मार्ग अनुसरायचा या स्वरूपाचे प्रश्न परंपरागत समाजातील लोकांपुढे प्रकर्षाने उभे राहतात. या समाजातील लोक नवीन गोष्टी स्वीकारण्यासाठी फारसे उत्सुक नसतात. याउलट त्यांना आपल्या जुन्या गोष्टी कायम राहाव्यात अशी उत्कट इच्छा असते.

(८) परंपरागत अधिनायकशाही व आधुनिक लोकशाहीत संघर्ष : परंपरागत समाज हा अधिनायकवादी स्वरूपाचा असून निर्णय निर्धारण प्रक्रियेत जनतेचा विशेष सहभाग नसतो. याउलट, लोकशाहीमध्ये निर्णय निर्धारण प्रक्रियेत जनतेचा सहभाग मोठ्या प्रमाणात असतो. आधुनिकीकरणाच्या प्रक्रियेमुळे परंपरागत अधिनायकशाही व आधुनिक लोकशाही यात सघर्ष निर्माण होतो. परंपरागत अधिनायकशाहीला अशी लोकशाही संकटाप्रमाणे भासते.

राजकीय आधुनिकीकरण व राजकीय विकास यातील फरक :

(१) राजकीय आधुनिकीकरणाची संकल्पना ही मर्यादित आहे. याउलट, राजकीय विकासाची संकल्पना ही व्यापक स्वरूपाची आहे.

(२) राजकीय आधुनिकीकरणाचा संबंध राजकारणाच्या संरचनात्मक परिवर्तनातून आहे की ज्यात संस्थापन आवश्यक नसते. याउलट, राजकीय विकास हा राजकीय प्रक्रिया व राजनीती यांचे संस्थापन आहे.

(३) राजकीय आधुनिकीकरण हे आधुनिकीकरणाच्या प्रक्रियेतून स्वायत्त न होता त्याचा महत्त्वाचा भाग असतो. याउलट, राजकीय विकास हा विकास प्रक्रियेपासून स्वतंत्र किंवा स्वायत्त असतो.

(४) राजकीय आधुनिकीकरणाची प्रक्रिया पलटू शकत नाही. याउलट, राजकीय विकास माघार घेणारी प्रक्रिया असते.

(५) राजकीय आधुनिकीकरणात क्रम व प्रतिमान असू शकतात. परंतु, सुनिश्चित अवस्था असू

शकत नाही. याउलट, राजकीय विकासाच्या सुनिश्चित अवस्था असतात.

(६) राजकीय आधुनिकीकरण हे मुळात प्रत्येक आधुनिकीकरणाच्या अवस्थेशी संबंधित असते. याउलट, राजकारणामध्ये होणारा विकास अनिवार्यतेने राजकीय विकास असणे आवश्यक नसते. असा विकास राजकीय पतनही असू शकतो.

(ब) राजकीय सामाजिकीकरण

व्याख्या व अर्थ :

आधुनिक राजकीय सामाजिकीकरणाची व्याख्या आणि अर्थ अनेक राजकीय विचारवंतांनी सांगण्याचा प्रयत्न केलेला आहे. त्यातील काही विचारवंतांनी राजकीय सामाजिकीकरणाची व्याख्या आणि अर्थ खालीलप्रमाणे सांगितले आहेत-

(१) पॉवेल आणि आल्मंड यांच्या मते राजकीय सामाजिकीकरण म्हणजे अशी प्रक्रिया की, ज्याद्वारे राजकीय संस्कृतीचे संवर्धन आणि परिवर्तन होत असते.

(२) ॲलन बॉल यांच्या मते राजकीय सामाजिकीकरण म्हणजे अशी प्रक्रिया की, ज्याद्वारे राजकीय व्यवस्थेसंबंधीचे दृष्टिकोन, श्रद्धा यांची प्रस्थापना होऊन त्यांचा विकास होत राहतो.

(३) डेव्हिड ईस्टन आणि जॅक डेव्हिस यांच्या मते, राजकीय सामाजिकीकरण म्हणजे अशी प्रक्रिया की, ज्यामुळे व्यक्तीला राजकीय प्रवृत्ती आणि राजकीय वर्तन या संबंधीचे ज्ञान मिळते.

(४) ल्युनियस पाय यांच्या मते, आधुनिकीकरणाच्या प्रक्रियेत मूल्ये आणि दृष्टिकोन यांना अन्यन्यसाधारण महत्त्व असते, कारण विकासाची संपूर्ण प्रक्रिया त्यांच्या संक्रमणावर म्हणजेच राजकीय सामाजिकीकरणावर अवलंबून असते.

(५) रॉबर्ट सिगेल यांच्या मते, राजकीय सामाजिकीकरणचा मुख्य हेतू असा असतो की, राज्यातील व्यक्तींना अशा प्रकारे प्रशिक्षित आणि विकसित करणे की ज्यामुळे ते राजकीय समाजाचे सुजाण आदर्श नागरिक होऊ शकतात.

(६) ॲडलर आणि हॅरिंग्टन यांच्या मते, राजकीय सामाजिकीकरणाच्या प्रक्रियेद्वारे राज्यातील मुलांना राजकीय घटना संस्था पद्धती या संबंधीचे समाजाचे दृष्टिकोन मूल्ये, भावना, कल यांचे ज्ञान होऊन ती त्यांचा स्वीकार करतात.

(७) प्रा. एरिक रोवे यांच्या मते, राजकीय सामाजिकीकरण म्हणजे अशी प्रक्रिया की, ज्याद्वारे राजकीय संस्कृतीची मूल्ये, श्रद्धा, भावना, दृष्टिकोन यांचे भावी पिढयांमध्ये संक्रमण होत असते.

(८) डेनिस कॅव्हॅघ यांच्या मते, व्यक्तीमध्ये राजकीय प्रवृत्ती आणि राजकारणासंबंधीचे ज्ञान विकसित करणारी प्रक्रिया म्हणजे राजकीय सामाजिकीकरण होय.

वरील सर्व राजकीय सामाजिकीकरणाच्या विविध व्याख्यांचा अभ्यास केला असता आपणास असा निष्कर्ष काढता येईल की, व्यक्तीला राजकीय संस्कृतीचे ज्ञान करून देणारी एक प्रक्रिया म्हणजे राजकीय सामाजिकीकरण होय. भावी पिढयांना राजकीय संस्कृतीची मूल्ये, श्रद्धा, भावना, दृष्टिकोन व प्रवृत्ती यांचे संक्रमण एका पिढीकडून दुसऱ्या पिढीकडे होत असते. राजकीय सामाजिकीकरण हे केवळ बालपणीच होते असे नाही तर ती आयुष्यभर चालणारी प्रक्रिया आहे. कुटुंब, शाळा, मित्रमंडळ, विविध संस्था व राजकीय पक्ष या घटकांद्वारे राजकीय सामाजिकीकरणाची प्रक्रिया चालू असते. व्यक्ती जेवढया प्रमाणात कोणत्याही उपव्यवस्थेत सहभागी होते तेवढया प्रमाणात तिच्यावर संस्कारण होत असते. राजकीय सामाजिकीकरणाच्या प्रक्रियेद्वारे व्यक्तीच्या राजकीय व्यक्तिमत्त्वाची जडणघडण होत असते. व्यक्तीचे राजकीय व सामाजिक

जीवन घडविण्याचे कार्य राजकीय सामाजिकीकरणाद्वारे होत असते. थोडक्यात, राजकीय सामाजिकीकरणाद्वारे राजकीय संस्कृतीची मूल्ये, श्रद्धा, भावना, दृष्टिकोन व प्रवृत्ती यांचे संक्रमण एका पिढीकडून दुसऱ्या पिढीकडे होऊन राजकीय स्थैर्य आणि राजकीय विकास घडून येतो. म्हणूनच आधुनिक राजकीय विचारवंतांनी राजकीय सामाजिकीकरणाच्या अभ्यासाला विशेष प्राधान्य दिलेले आहे.

राजकीय सामाजिकीकरणाचे स्वरूप :

राजकीय सामाजिकीकरण ही अविरत चालणारी क्रिया आहे. तिच्या आधारे राजकीय व्यवस्थेने स्वीकारलेली मूल्ये, आधारभूत तत्त्वे व दृष्टिकोन समाजात संक्रमित होतात. राजकीय प्रक्रियेची लोकांना माहिती होते व लोकांची राजकीय मते ठरतात. डेव्हिड ईस्टन आणि जॅक डेव्हिस यांच्या मते, राजकीय सामाजिकरण म्हणजे अशी प्रक्रिया की, ज्यामुळे व्यक्तीला राजकीय प्रवृत्ती आणि राजकीय वर्तन या संबंधीचे ज्ञान मिळते.

सामाजिकीकरणाच्या प्रक्रियेतून राजकीय व्यवस्थेच्या स्थैर्यासाठी व्यवस्थेची आधारभूत तत्त्वे समाजात रूजविण्याचे कार्य केले जाते. प्राचीन काळी राज्यकर्त्यांनी सत्ता मजबूत करण्यासाठी तसेच स्थिरता प्राप्त करण्यासाठी, लोकांच्या निष्ठा मिळविण्यासाठी विविध प्रयत्न केलेले आढळतात. त्या काळात दैवी सिद्धांत प्रचलित होता. त्यानुसार राजा हा परमेश्वराचा दूत किंवा पुत्र मानला जात असे व त्याच्या आज्ञांचे पालन करणे हे जनतेचे कर्तव्य ठरत असे. त्याचबरोबर राष्ट्रध्वज, मानचिन्हांसारख्या प्रतीकांना अत्यंत महत्त्व होते. युद्धातील विजयप्राप्तीनंतर पोवाडे, स्तुतीपर कवने गायली जात असत, आधुनिक काळातील विज्ञान व तंत्रज्ञानातील प्रगतीमुळे सामाजिकीकरण प्रक्रिया अधिक कार्यक्षम व गतिमान बनली. त्याचबरोबर देशाचे राष्ट्रगीत, राष्ट्रध्वज व राष्ट्रचिन्हे ही प्रतीके तसेच राज्यघटना व राज्यव्यवस्थेने स्वीकारलेली मूल्ये यांच्याबाबत समाजात श्रद्धा आणि आदरभाव निर्माण होण्याच्या दृष्टीने प्रयत्न केला जातो. उदा. लोकशाहीप्रधान देशात व्यक्तिस्वातंत्र्य मूलभूत हक्काबाबत जनतेच्या श्रद्धा बळकट करण्याचा प्रयत्न केला जातो. साम्यवादी देशात साम्यवादी तत्त्वप्रणालीची सूत्रे जोपासली जातात. ज्यावेळेस जुनी राज्यव्यवस्था क्रांतीच्या किंवा अन्य मार्गाने नष्ट केली जाऊन त्याजागी नवी व्यवस्था प्रस्थापित केली जाते. त्या वेळेस नवी मूल्ये नवे कार्यक्रम तसेच नव्या धोरणांचा पाठपुरावा केला जातो. पूर्वीच्या राजकीय व्यवस्थेतील राजकीय प्रतीके बदलली जातात व त्या जागी नवी प्रतीके स्वीकारली जातात व त्यांच्याबद्दल जनतेच्या मनात श्रद्धास्थान प्रस्थापित करण्यासाठी प्रयत्न केला जातो. थोडक्यात, राजकीय व्यवस्थेने स्वीकारलेली मूल्ये तिची आधारभूत तत्त्वे तिचे दृष्टिकोन समाजात संक्रमित होतात. राजकीय प्रक्रियेची लोकांना माहिती होते लोकांची राजकीय मते ठरतात अशी प्रक्रिया म्हणजे राजकीय सामाजिकीकरण होय.

राजकीय सामाजिकीकरणाची वैशिष्टे :

राजकीय सामाजिकीकरणाची वैशिष्ट्ये आपणास खालीलप्रमाणे सांगता येतील-

(१) ज्ञानात्मक आणि भावात्मक स्वरूपाचे सामाजिकीकरण : व्यक्तीला राजकीय सामाजिकीकरणाद्वारे राजकीय ज्ञान प्राप्त होत असते. हे राजकीय ज्ञान ज्ञानात्मक आणि भावात्मक असे दोन प्रकारचे असू शकते. ज्ञानात्मक सामाजिकीकरण म्हणजे व्यक्तीला समाजातील विविध माध्यमांद्वारे राजकीय व्यवस्थेबद्दल राजकीय संस्थाबाबत ज्ञान प्राप्त होणे होय. भावात्मक सामाजिकरण म्हणजे व्यक्तीचा इतर व्यक्तींशी संस्थांशी संघटनांशी संबंध येऊन तिला बालपणापासूनच राजकीय मूल्ये, श्रद्धा यांचे ज्ञान प्राप्त होत असते. राजकारणातील योग्ययोग्यता चांगले-वाईट ठरविण्याची कुवत व्यक्तीमध्ये भावात्मक सामाजिकीकरणामुळे येत असते. बालवयात कुटुंब शाळा मित्रपरिवार यातून राजकीय शिक्षण प्राप्त होत

असते. तरुणवयात निवडणुका, राजकीय पक्ष याद्वारे राजकीय उद्दिष्टे दृष्टिकोन मूल्ये यांचे ज्ञान होते. वृत्तपत्रे, दूरदर्शन याद्वारे व्यक्तीला विधिमंडळ कार्यकारी मंडळ, न्यायसंस्था, प्रशासन यांचे राजकीय ज्ञान होत असते.

(२) वेगळया स्वरूपाची प्रक्रिया : राजकीय सामाजिकीकरण प्रक्रिया प्रेषक व्यक्तीच्या बाबतीत भिन्न स्वरूपाची असते, कारण सामाजिकीकरणाच्या साधनांद्वारे जेव्हा एखाद्या तत्त्वाचा किंवा मूल्याचा प्रभाव पाडला जातो तेव्हा तो प्रभाव सर्वांच्या बाबतीत सारखा नसतो. उदा. दूरदर्शन, सभा-संमेलने याद्वारे जेव्हा लोकांच्या मनावर विशिष्ट राजकीय मूल्यांचा प्रभाव पाडला जातो, तेव्हा तो प्रत्येक श्रोत्याच्या प्रेक्षकाच्या बाबतीत वेगळा असतो. काही लोकांना एखाद्या राजकीय मूल्याबाबत जेव्हा आदर वाटतो, तेव्हा त्याच मूल्याबाबत इतर काही लोकांना तिरस्कार वाटतो. राजकीय मूल्ये, श्रद्धा, दृष्टिकोन याचा प्रभाव समान असला तरी प्रत्येक व्यक्तीकडून होणारी त्यासंबंधाची प्रतिक्रिया व भूमिका भिन्न असू शकते.

(३) प्रभाव, अनुकरण, राजकीय शिक्षण आणि प्रेरणा : याद्वारे राजकीय सामाजिकीकरणाची प्रक्रिया घडून येत असते. समाजात पिढयान्पिढया राजकीय परंपरा, दृष्टिकोन, श्रद्धा संक्रमित होत असतात. उदा. एखाद्या राजकीय पक्षाचा प्रभाव एखाद्या कुटुंबावर पिढयान्पिढया होत आलेला दिसून येतो. उदा. नेहरू आणि गांधी घराण्यावर कॉंग्रेस पक्षाचा असा प्रभाव होता व आहे. अनुकरण ही मानवाची नैसर्गिक प्रवृत्ती असल्यामुळे मानव आपल्या सभोवतालच्या परिस्थितीचे व घडामोडीचे अवलोकन करून, अनुकरण करीत असता, राजकीय शिक्षण देऊन सामाजिकीकरण घडवून आणता येते. साधारणपणे वयाच्या सातव्या वर्षापासून मुलांना राजकीय शिक्षण प्राप्त होत असते. राष्ट्रपुरूषांच्या कथेमधून या मुलांना राजकीय शिक्षणाची ओळख होते. तसेच राजकीय सहभागामुळे व्यक्तीचे राजकीय सामाजीकरण घडून येते. या शिक्षणामुळे व्यक्तीत राजकीय जाणीव आणि जागृती निर्माण होऊन व्यक्ती स्वत :ची राजकीय मते, दृष्टिकोन मांडू शकते.

(४) सतत चालणारी प्रक्रिया : ही एक कायमपणे चालणारी राजकीय प्रक्रिया आहे. सामान्यत, व्यक्तीच्या तारूण्यवस्थेपासून राजकीय सामाजिकीकरणास सुरुवात होते. व्यक्तीला समज येऊ लागला की, तिला राजकीय मूल्ये, श्रद्धा, भावना, उद्दिष्टे यांचे ज्ञान होऊ लागते. प्रौढावस्थेत येणाऱ्या विविध अनुभवांद्वारे व्यक्तीला राजकीय व्यवहारांचे ज्ञान प्राप्त होते. लहानपणी कुटुंबात मुलावर आईवडिलांच्या राजकीय मतांचा आणि विचारांचा प्रभाव पडून जे राजकीय मत तयार होत असते ते प्रौढवयात येणाऱ्या विविध अनुभवांद्वारे बदलत जाते. उदा. बालवयात आई-वडिलांच्या प्रभावाखाली एखाद्या राजकीय पक्षाबद्दलचे तयार झालेले मत पुढे प्रौढवयात टिकून राहत नाही. प्रौढवयात विविध राजकीय पक्षांची ध्येय-धोरणे आणि भूमिका समजून आल्यामुळे व्यक्ती आपल्या इच्छेप्रमाणे विशिष्ट राजकीय पक्षांच्या विचाराशी सहमत होत असते. अशाप्रकारे व्यक्तीचे मत बदलत असले तरी प्रामुख्याने येथे महत्त्वाची बाब लक्षात ठेवणे गरजेचे आहे की, राजकीय सामाजिकीकरण ही प्रक्रिया व्यक्तीच्या आयुष्यभर चालणारी प्रक्रिया आहे. व्यक्तीवर रोज नव्याने संस्करण होत असते आणि त्या अनुषंगाने व्यक्ती आपली राजकीय भूमिका बजावत राहते.

(५) अनुभवातून ज्ञानप्राप्ती : समाजातील विविध प्रकारच्या अनुभवातून व्यक्तीला राजकीय व्यवहारांचे आणि घडामोडींचे ज्ञान प्राप्त होते. तरुणपणी व्यक्ती भावनेच्या भरात राजकीय तत्वे, श्रद्धा, स्वीकारते; तर प्रौढ वयात तीच व्यक्ती वैचारिकतेतून राजकीय तत्त्वांचा आणि मूल्यांचा स्वीकार करत असते. काही वेळा राजकीय तत्त्वे, मूल्ये, यापेक्षाही एखाद्या राजकीय नेत्याचे प्रभावी व्यक्तिमत्त्व, सामाजिकीकरणाची प्रक्रिया घडवून आणते. व्यक्तीच्या मनावर एखाद्या नेत्याची एवढी जबरदस्त पकड असते की, ती त्याची मते सहजपणे स्वीकारते. प्रभावी व आकर्षक व्यक्तिमत्त्वाचे नेते राजकीय सामाजिकीकरणाच्या प्रक्रियेत

महत्त्वाची भूमिका बजावत असतात. उदा. पंडित नेहरूंजीच्या प्रभावी व आकर्षक व्यक्तिमत्त्वाची छाप भारतीय जनमानसावर खोलवर रूजलेली होती. त्यामुळेच नेहरूंजीची आर्थिक आणि परराष्ट्रविषयक धोरणे भारतीयांनी स्वीकारली होती. काही वेळा राजकीय पक्षांच्या प्रभावामुळे राजकीय सामाजिकीकरण सहज घडून येते. उदा. राष्ट्रीय कॉंग्रेस पक्षाचा भारतीय जनमानसावर जबरदस्त प्रभाव होता. अशा प्रकारे विविध राजकीय नेते, राजकीय पक्ष, राजकीय घडामोडी व अनुभव याद्वारे राजकीय मूल्ये, श्रद्धा, भावना, दृष्टिकोन यांचे संक्रमण एका पिढीकडून दुसऱ्या पिढीकडे होत राहते.

(६) हेतुपुरस्सर व औपचारिक स्वरूपाची प्रक्रिया : राजकीय सामाजिकीकरण औपचारिक स्वरूपाचे असून ते जाणीवपूर्वक व हेतुपुरस्सर केले जाते. राजकीय संस्कृतीच्या मूल्यांची श्रद्धा, भावनांची जोपासना, करण्याच्या हेतूने सामाजिकीकरणाची प्रक्रिया घडवून आणली जाते. शिक्षणसंस्था, दूरदर्शन, नभोवाणी, वृत्तपत्रे, सभा-संमेलने, प्रदर्शने इत्यादी मार्गांनी राजकीय मूल्ये, श्रद्धा, भूमिका यांचे संस्कारण अधिक प्रभावीपणे होऊ शकते. या माध्यमांद्वारे विशिष्ट राजकीय विचारप्रणालींचा प्रभाव लोकांवर पाडता येतो. त्यामुळे मानवी मनाची जडणघडण होऊन राजकीय हेतू सफल होतो. उदा. जर्मनीमध्ये हिटलरच्या नाझी पक्षाचा प्रभाव, इटालीमध्ये मुसोलिनीच्या फॅसिस्टवादी विचारसरणीचा प्रभाव तसेच सोव्हिएत रशिया, चीनमधील साम्यवादी विचारप्रणालीचा प्रभाव हा हेतुपुरस्सर जाणिवेने घडवून आणला होता. त्यासाठी राज्यकर्त्यांनी सामाजिकीकरणाच्या विविध माध्यमांचा वापर हेतुपुरस्सर आणि औपचारिकपणे केला होता.

(७) प्रत्यक्षअप्रत्यक्षपणे चालणारी प्रक्रिया : राजकीय सामाजिकीकरणाची प्रक्रिया प्रत्यक्ष-अप्रत्यक्ष अशा दोन्ही पद्धतीने होत असते. अप्रत्यक्ष सामाजिकीकरण म्हणजे व्यक्तीला बालपणात सहजपणे नकळत राजकीय ज्ञान प्राप्त होत असते. कुटुंबसंस्था, धर्मसंस्था, आर्थिक संघटना, मित्रमंडळे अशा बिगर राजकीय घटकांत असणारी मूल्यव्यवस्था व्यक्तीला राजकीय व्यवस्थेची मूल्ये व त्यांचे महत्त्व विशद करतात. अशा प्रकारे अराजकीय मूल्यांच्या प्राप्तीचा परिणाम राजकीय मूल्यांच्या प्राप्तीवर होऊ शकतो. यालाच 'अराजकीय सामाजिकरण' असे म्हणतात. प्रत्यक्ष सामाजिकरण म्हणजे व्यक्तीला उघडपणे राजकीय ज्ञान प्राप्त होते. प्रौढवयात व्यक्तीला राजकीय मूल्ये, श्रद्धा, दृष्टिकोन यांचे ज्ञान उघडपणे होत असते. वृत्तपत्रे, दूरदर्शन, राजकीय पक्ष, नेते, याद्वारे लोकांना राजकीय ज्ञान संपादन करता येते. विविध संस्था संघटनांद्वारे व्यक्तीचा राजकीय सहभाग वाढतो. राजकीय संकेत, प्रथा, परंपरा, याद्वारे अप्रत्यक्ष राजकीय सामाजिकरण होत असते, तर कायदेकानून, नियम, पद्धती, याद्वारे प्रत्यक्ष राजकीय सामाजिकीकरण होत असते.

राजकीय सामाजिकीकरणाची साधने :

राजकीय सामाजिकीकरणाची प्रक्रिया ही व्यक्तीच्या आयुष्यभर तसेच सतत चालणारी प्रक्रिया आहे. बालपणापासूनच राजकीय सामाजिकरणाला सुरुवात होते. समाजातील विविध संस्था, घटक याद्वारे राजकीय सामाजिकीकरणाची प्रक्रिया प्रत्यक्ष-अप्रत्यक्षपणे चालू असते. कुटुंब, शाळा, महाविद्यालये, राजकीय पक्ष, लोकमत घडविण्याची प्रचारसाधने इ. माध्यमाद्वारे राजकीय सामाजिकीकरणाची प्रक्रिया घडून येत असते.

(१) कुटुंब : राजकीय सामाजिकीकरण घडविणारी कुटुंबसंस्था ही महत्त्वाची मूलभूत संस्था होय. सामाजिकीकरणाच्या प्रक्रियेची खरी सुरुवात कुंटुंबातच होत असते. मूल हे अनुकरणप्रिय असल्यामुळे ते आपल्या आई-वडिलांचे अनुकरण करत असते. मुले कुटुंबातील वडीलधाऱ्या व्यक्तींची मते, श्रद्धा, कल, दृष्टिकोन आत्मसात करतात. मुलाच्या व्यक्तिमत्त्वाच्या विकासाची सुरुवात कुटुंबातच होते. मुले आई-वडिलांच्या राजकीय ज्ञानाचा मूल्यांचा वारसा जतन करतात. कुटुंब ही व्यक्तीच्या नागरी जीवनाची पाठशाळाच असते.

(२) मित्रमंडळी आणि समवयस्क सहकारी : मूल जेव्हा कुटुंबातून बाहेर पडून शाळेत जाऊ

लागते. तेव्हा त्याच्या सभोवार मित्र परिवार आणि सहकारी असतात. व्यक्तीला समवयस्क मित्रमंडळीकडून राजकीय ज्ञान आणि माहिती मिळू शकते. बालवयात आणि तारुण्यवस्थेत व्यक्तीला मित्रमंडळींशी गप्पा मारणे, चर्चा करणे अधिक आवडते. मुले ज्या गोष्टी आपल्या आई-वडिलांजवळ बोलू शकत नाही त्या गोष्टी आपल्या समवयस्क मित्रांबरोबर मनमोकळेपणाने बोलू शकतात. यातूनच मित्रमंडळे गट, समुह निर्माण होतात. अशा मित्रमंडळींच्या सहवासातून मुलांमध्ये सहकार्य, निष्ठा, सहनशीलता या गुणांची वाढ होते. त्यातूनच ते राजकीय सामाजिकीकरणाच्या प्रक्रियेत अत्यंत महत्त्वाची भूमिका बजावू शकतात.

(३) शिक्षणसंस्था : राजकीय सामाजिकीकरणाच्या प्रक्रियेतील अत्यंत महत्त्वाचे प्रभावी साधन म्हणून शिक्षणसंस्था या घटकाला महत्त्व दिले जाते. आल्मंड आणि व्हर्बा यांच्या मते, व्यक्तीला जेवढया जास्त प्रमाणात शिक्षण मिळते तेवढया जास्त प्रमाणात तिला राजकीय ज्ञान प्राप्त होते. शिक्षणामुळे व्यक्तीला राजकीय जाणीव आणि जबाबदारी येते आणि तिला सामाजिक बांधीलकी समजते. शाळा, महाविद्यालये ही एका अर्थाने संस्कार केंद्रेच मानावी लागतील. शिक्षणामुळे, सुजाण सुशिक्षित आणि सुसंस्कारित बनते. अशिक्षित व्यक्तीपेक्षा सुशिक्षित व्यक्तीचे राजकीय वर्तन अधिक जबाबदार आणि सक्षम् असते. देशात सुशिक्षित, सुजाण मतदार असतील तर तेथे राजकीय स्थैर्य आणि राजकीय विकास घडून येतो. तेव्हा व्यक्तीचा राजकीय दृष्टिकोन ठरविण्यामध्ये शिक्षणाचे योगदान फार मोठे असते.

(४) प्रतीके : राजकीय मूल्ये, दृष्टिकोन, श्रद्धा, निष्ठा यांचा विकास घडवून आणण्यासाठी त्यांचा प्रभाव व्यक्तीवर घडवून आणण्यासाठी प्रतिकांचा वापर केला जातो. सामान्यत : लहान मुलांवर प्रतिकांचा प्रभाव अधिक पडतो. राजकीय नेत्यांचे जन्मदिवस साजरे करणे, राष्ट्रीय दिन साजरे करणे, राज्याभिषेक वा राज्यारोहण समारंभ घडविणे, राष्ट्रपती, पंतप्रधान यांचा शपथविधी इत्यादी मार्गांनी लोकांना विशेषत : मुलांना राजकीय ज्ञान दिले जाते. त्यामुळे त्यांच्यात राष्ट्रप्रेम, राष्ट्रसेवा, राष्ट्राभिमान, हे गुण वाढीस लागतात.

(५) राजकीय पक्ष : राजकीय सामाजिकीकरणाच्या प्रक्रियेतील एक प्रभावी माध्यम म्हणून राजकीय पक्षाची भूमिका महत्त्वाची मानली जाते. राजकीय पक्ष हे सत्ताप्राप्तीसाठी आणि सत्ता टिकविण्यासाठी लोकांचा पाठिंबा मिळविण्याच्या प्रयत्नात सतर्क असतात. राजकीय पक्ष आपली ध्येयधोरणे कार्यक्रम आणि उद्दिष्टे जनतेपुढे ठेवून लोकांना राजकीय शिक्षण देत असतात. शासन जनकल्याणासाठी काय करते? ते लोकांचे संरक्षण आणि संवर्धन कसे करत? यासंबंधी लोकांना माहिती देतात. वास्तविक जनता आणि शासन यांना जोडणारा दुवा म्हणजे राजकीय पक्ष होय. राजकीय पक्षाची तत्त्वप्रणाली, ध्येयधोरणे आणि कार्यपद्धती यावर त्या पक्षाला निवडणुकीत यश मिळत असते. तसेच देशात कोणती पक्षपद्धती आहे यावर राजकीय पक्षाचे कार्य अवलंबून असते.

(६) लोकमत घडविणारी प्रसारमाध्यमे : वृत्तपत्रे, नभोवाणी, दूरदर्शन, सभा, संमेलने, प्रदर्शने, मासिके, साप्ताहिके, व्यासपीठे, भित्तीपत्रके, माहितीपत्रके इत्यादी माध्यमांचा वापर करून लोकमत घडविले जाते. जनतेत विशिष्ट राजकीय मूल्ये, श्रद्धा, प्रवृत्ती, दृष्टिकोन निर्माण करून जनतेचे मत अनुकूल करून घेतले जाते. लोकमत घडविण्याची साधने लोकांना राजकीय गोष्टींचे ज्ञान करून देतात.

(७) राजकीय व्यवस्थांचे स्वरूप : शासनसंस्था हे राजकीय सामाजिकीकरणाचे प्रभावी माध्यम आहे. तेव्हा राजकीय व्यवस्थेचे स्वरूप कोणते आहे? यानुसार शासनसंस्था तेथील प्रसारमाध्यमांवर नियंत्रण ठेवते. राजकीय व्यवस्था लोकशाही किंवा सर्वंकष स्वरूपाची आहे. यानुसार राजकीय सामाजिकीकरणाची प्रक्रिया घडून येते.

(८) अनुभव : राजकीय सामाजिकीकरणाची प्रक्रिया काही प्रमाणात व्यक्तीच्या अनुभवावर अवलंबून

असते. समाजात व्यक्तीला जे अनुभव येतात त्याचा परिणाम व्यक्तीच्या राजकीय वर्तनावर होतो. राजकीय मूल्ये, दृष्टिकोन, ज्ञान, श्रद्धा, निष्ठा इत्यादी गोष्टी व्यक्तीला अनुभवातून प्राप्त होतात.

(९) व्यवसाय क्षेत्र : व्यक्तीचे नोकरीचे ठिकाण, व्यवसायाचे क्षेत्र यांचा परिणाम राजकीय सामाजिकीकरणावर होत असतो. सामान्यत नोकरी व्यवसायानुसार विविध संघटना निर्माण होतात. व्यक्ती ज्या ठिकाणी नोकरी व्यवसाय करते तेथे तिला राजकीय मूल्यांचे दृष्टिकोनांचे ज्ञान मिळते. कामगार संघटना, मजूर संघटना, प्राध्यापक संघटना, शेतकरी व शेतमजूर यांच्या संघटना, वकिलांची संघटना अशा विविध प्रकारच्या संघटना राजकीय सामाजिकीकरणाचे कार्य करतात. प्रत्येक संघटना आपले हितसंबंध जोपासण्यासाठी कोणत्या ना कोणत्या राजकीय पक्षाच्या प्रभावाखाली कार्य करीत असते. या हितसंबंधी संघटना जेव्हा शासनावर प्रभाव पाडतात; तेव्हा त्या दबावगट म्हणून ओळखल्या जातात. दबावगट हे राजकीय समाजकरणाचे प्रभावी साधन मानले जाते.

राजकीय सामाजिकीकरणाचे महत्त्व :

२० व्या शतकात आधुनिक राजकीय विश्लेषणात राजकीय सामाजिकीकरणाच्या अभ्यासाला विशेष महत्त्व प्राप्त झाले आहे. आल्मंड व पॉवेल यांच्या मते, राजकीय स्थैर्य आणि विकास जाणून घेण्यासाठी जे महत्त्वाचे दृष्टिकोन आहेत त्यापैकीच राजकीय सामाजिकीकरण हा एक दृष्टिकोन आहे. राजकीय, वैज्ञानिक, राजकीय समाजशास्त्रज्ञ व राजकीय मानसशास्त्रज्ञ, राजकीय व्यवस्थेत होणारे बदल आणि स्थित्यांतरे यांचे विश्लेषण करू लागलेले आहेत. प्रगत राष्ट्रातील राजकीय स्थैर्य आणि विकास यांच्या अभ्यासाबरोबरच राजकीय विचारवंत, अप्रगत आणि विकसनशील राष्ट्रांच्या राजकीय अस्थैर्याचा आणि राजकीय परिवर्तनाचा अभ्यास करू लागले आहेत. राजकीय सामाजिकीकरणामुळे राजकीय संस्कृतीचे संरक्षण आणि संवर्धन होत असते. राजकीय संस्कृतीची मूल्ये, दृष्टिकोन, श्रद्धा, प्रवृत्ती यांचे संस्करण एका पिढीकडून दुसऱ्या पिढीकडे होत असते. अशा या संस्कृतीच्या संस्करणात राजकीय सामाजिकीकरणाची प्रक्रिया अत्यंत महत्त्वाची भूमिका बजावित असते. अनेक विचारवंतांनी राजकीय सामाजिकीकरणाच्या प्रक्रियेचा अभ्यास शास्त्रीय व वास्तववादी पद्धतीने करून निष्कर्ष काढलेले आहेत. सामान्यत : राजकीय सामाजिकीकरणाच्या अभ्यासाचे महत्त्व खालीलप्रमाणे स्पष्ट करता येईल

(१) व्यक्तींचा राजकारणातील सहभाग : राजकीय सामाजिकीकरणाच्या अभ्यासामुळे व्यक्तींचा राजकीय सहभाग समजून येतो. मानव हा राजकीय प्राणी आहे. व्यक्तीचा राजकारणाशी नेहमी संबंध येत असतो. राजकीय व्यवस्था आणि शासनव्यवस्था व्यक्तीच्या संरक्षणाची व संवर्धनाची जबाबदारी पार पाडत असतो. व्यक्ती हा राजकीय व्यवस्थांचा महत्त्वाचा घटक असतो. तेव्हा राजकीय व्यवस्थेतील व्यक्तीची राजकीय भूमिका तिचा राजकीय सहभाग समजून घेणे आवश्यक असते. व्यक्ती राजकारणात सहभागी होते तर काही वेळा ती प्रचलित राजकारणाला विरोध करते;अशा प्रकारे राजकीय व्यवस्थेचे होणारे व्यक्तीचे वर्तन जाणून घेण्यासाठी राजकीय सामाजिकीकरणाचा अभ्यास आवश्यक मानला जातो.

(२) लोकमत घडविणारी प्रक्रिया : सर्वच आधुनिक राज्ये प्रगतीच्या दिशेने वाटचाल करू लागल्यामुळे लोकांना राजकीयदृष्ट्या जागृत करणे त्यांचा पाठिंबा मिळविणे आवश्यक असते. लोकांना हवी असणारी राजकीय व्यवस्था निर्माण करावयाची असेल तर त्या पद्धतीचे लोकमत घडवावे लागते. तशी मूल्ये, दृष्टिकोन, श्रद्धा, भावना, निष्ठा, निर्माण कराव्या लागतात. राजकीय सामाजिकीकरणाच्या प्रक्रियेत आपणाला हवे असणारे लोकमत घडविता येते. साम्यवादी राजकीय तत्त्वज्ञान आणि पद्धती यांचा प्रभाव रशियन जनतेवर पाडण्यासाठी राजकीय सामाजिकीकरणाची प्रक्रिया उपयुक्त ठरली होती. जर्मनीत नाझीवाद, इटलीत फॅसिस्टवाद आणि रशियन साम्यवाद प्रस्थापित करण्यासाठी राजकीय सामाजिकीकरणाची प्रक्रियाच

उपयुक्त ठरली होती. राजकीय सामाजिकीकरणाद्वारे तेथील लोकांना राजकीय दृष्ट्या जागृत व आकर्षित करून घेण्यात आले होते.

(३) राजकीय वर्तनाचा अभ्यास : व्यक्तीच्या राजकीय वर्तनाचा अभ्यास करताना राजकीय सामाजिकीकरणाचा अभ्यास करणे आवश्यक ठरते. व्यक्ती राजकारणात विशिष्ट पद्धतीने का वागते हे राजकीय सामाजिकीकरणाद्वारे समजू शकते. व्यक्तीच्या मनावर विशिष्ट राजकीय मूल्ये, दृष्टिकोन, श्रद्धा, निष्ठा यांचा प्रभाव पडतो. व्यक्तीचे राजकीय संस्करण होऊन तिचे वर्तन विशिष्ट पद्धतीचे होऊ शकते. मतदारांचे वर्तन राज्यकर्त्यांचे वर्तन यामध्ये भिन्नत्व आढळते. हे भिन्नत्व राजकीय सामाजिकीकरणाच्या अभ्यासामुळे समजून येते.

(४) राजकीय आणि सामाजिक व्यवस्था यांच्या परस्परसंबंधाचा अभ्यास : राजकीय व्यवस्था हा सामाजिक व्यवस्थेचाच एक भाग आहे. समाजव्यवस्थेत संरक्षण आणि संवर्धन करण्यासाठी राजकीय व्यवस्था निर्माण केली जाते. राजकीय व्यवस्थेवर सामाजिक, आर्थिक, धार्मिक, नैतिक अशा विविध दृष्टिकोनांचा प्रभाव पडत असतो. व्यक्तींचा राजकीय सहभाग समजून येतो. मानव हा राजकीय प्राणी आहे. व्यक्तीच्या राजकीय सामाजिकीकरणाच्या अभ्यासामुळे तिची राजकीय मनोभूमिका समजून येते. राजकीय व्यवस्थेविषयी असणारा व्यक्तीचा कल, दृष्टिकोन, श्रद्धा, भावना, निष्ठा यावरून त्या राजकीय व्यवस्थेचे स्थैर्य व विकास समजून येतो.

(५) विकसनशील राष्ट्राच्या सर्वांगीण विकासास उपयुक्त ठरणारी प्रक्रिया : तिसऱ्या जगातील राष्ट्रे राजकीय व आर्थिकदृष्ट्या मागासलेली व अप्रगत असल्यामुळे तेथे राजकीय संस्करणाची आवश्यकता निर्माण झाली आहे. विकसनशील देशांत औद्योगिकीकरण आणि आधुनिकीकरण होत असले तरी तेथे राजकीय परिवर्तन गतिशील नसते; कारण तेथील प्रजा धार्मिक, सनातनी, परंपरावादी वृत्तीची असते. त्यामुळे विकासाला खिळ बसते. तसेच आशिया, आफ्रिका, द. अमेरिका या खंडातील विकसनशील देशांत राजकीय सामाजिकीकरणाच्या प्रक्रियेत दोन दृष्टिकोन निर्माण झालेले दिसतात. साम्राज्यवादातून मुक्त झालेल्या या नवोदित राष्ट्रांनी पाश्चिमात्य राजकीय व संस्कृतीचे अनुकरण करून आधुनिकीकरणास सुरुवात केली. राजकीय संस्था, शिक्षणसंस्था, वृत्तपत्रे, नोकरयंत्रणा या माध्यमातून तेथे राजकीय सामाजिकीकरण झाले. त्याचबरोबर धर्म, जात, कुटुंब अशा पारंपरिक संस्थांचा प्रभावही तेथे टिकून होता.

(६) आंतरशाखीय परस्परसंबंधाचा अभ्यास : राजकारणाचा किंवा राज्यशास्त्राचा संबंध इतर विविध शास्त्रांशी येत असतो. सामाजिक शास्त्रांचा परस्परांशी असणारा संबंध जाणून घेण्यासाठी राजकीय सामाजिकीकरणाचा अभ्यास उपयुक्त ठरतो. इतिहास, भूगोल, समाजशास्त्र, मानसशास्त्र, अर्थशास्त्र, नीतिशास्त्र इत्यादी सामाजिक शास्त्रांचा संबंध व्यक्तींच्या राजकीय सामाजिकीकरणाशी येतो. ऐतिहासिक, भौगोलिक, आर्थिक, सामाजिक आणि राजकीय स्थित्यंतरे व्यक्तीच्या राजकीय व्यक्तिमत्त्वाच्या जडणघडणीस कारणीभूत ठरतात. अशा स्थित्यंतरांतून व्यक्तीची मते निश्चित होत असतात. व्यक्तीच्या आर्थिक स्थितीचा परिणाम व्यक्तीच्या मतावर होतो.

२०व्या शतकात राजकीय विचारवंतांनी राजकीय विश्लेषणात राजकीय सामाजिकीकरणाच्या अभ्यासाला विशेष प्राधान्य दिलेले आहे. राजकीय सामाजिकीकरणामुळे व्यक्तीचे राजकीय व्यक्तिमत्त्व घडत असते. राजकीय संस्कृतीचे संस्करण एका पिढीकडून दुसऱ्या पिढीकडे करण्याचे महत्त्वपूर्ण कार्य राजकीय सामाजिकीकरणाद्वारे होत असते. राजकीय सामाजिकीकरणामुळे लोकांचा राजकीय सहभाग वाढतो. व्यक्तीला राजकीय गोष्टींचे घडामोडींचे पद्धतीचे ज्ञान होऊन तिचा पाठिंबा राजकीय व्यवस्थेला मिळतो. राजकीय सामाजिकीकरणामुळे राजकीय व्यवस्थेला स्थैर्य प्राप्त होत असते. राजकीय संस्करण राजकीय परिवर्तन

आणि राजकीय विकास समजावून घेण्यासाठी राजकीय सामाजिकीकरणाचा अभ्यास उपयुक्त मानला जातो.

(क) राजकीय संस्कृती आणि संसूचन

व्याख्या :

समाजशास्त्र व मानसशास्त्र यातील संस्कृती या संकल्पनेवर आधारलेली राजकीय संस्कृती ही संकल्पना आहे. प्रत्येक समाजाला व्यापक अशी संस्कृती असते आणि अशा समाजातील लोकांचा राजकीय व्यवस्थेसंबंधीचा जो दृष्टिकोन किंवा कल असतो तो राजकीय संस्कृतीचा एक भाग समजला जातो. राजकीय वर्तनासंबंधीचे लोकांचे नियम, लोकांची सहकार्याची भावना, निष्ठा आणि विश्वास यांचा समावेश राजकीय संस्कृतीत केला जातो. 'एखाद्या राजकीय व्यवस्थेतील लोकांनी राजकीय जीवनासंबंधी स्वीकारलेले समान ध्येये व नियम म्हणजे राजकीय संस्कृती होय' अशा प्रकारची सर्वसामान्य राजकीय संस्कृतीची व्याख्या करण्यात आली आहे याशिवाय अनेक राजकीय विचारवंतांनी राजकीय संस्कृतीची व्याख्या खालीलप्रमाणे केल्या आहेत

(१) आल्मंड व पॉवेल यांच्या मते, 'ज्या मूल्यांचा किंवा प्रेरणांच्या आकृतीबंधात एखादी राजकीय व्यवस्था कार्य करीत असते तो आकृतीबंध म्हणजे 'राजकीय संस्कृती' होय.'

(२) ॲलन बॉल यांच्या मते, 'राजकीय व्यवस्था आणि राजकीय समस्या यासंबंधी असलेल्या समाजाच्या प्रवृत्ती, श्रद्धा, भावना आणि मूल्ये यांचा समावेश राजकीय संस्कृतीत केला जातो.'

(३) ल्युसियन पाय यांच्या मते, 'राजकारणाची व्याप्ती राजकारणातील उद्दिष्टे व साधने यांचा समन्वय साधण्याचा मार्ग, राजकीय कृतीचे मूल्यमापन करण्याचे निकष आणि राजकीय कृतीमागील मूल्ये यांचा समावेश राजकीय संस्कृतीच्या अभ्यासात केला जातो.'

(४) जी. के. रॉबर्ट्स यांच्या मते, 'राजकीय संस्कृती म्हणजे राजकीय प्रक्रियांशी संबंधित असलेला आणि त्या प्रक्रियेने अविष्करण करणारा चालीरीतीचा आणि प्रवृत्तींचा समुच्चय होय.'

(५) सिडने व्हर्ब यांच्या मते, 'अनुभवजन्य श्रद्धा राजकीय व्यवस्थेची प्रतीके आणि मूल्ये यांचा समुच्चय म्हणजे राजकीय संस्कृती होय.'

वरील सर्व व्याख्येवरून आपणास असे म्हणता येईल की, राजकीय व्यवस्थेसंबंधीच्या घटकाबद्दलचा लोकांचा दृष्टिकोन म्हणजे 'राजकीय संस्कृती' होय. राजकीय व्यवस्थासंबंधी, राजकीय संरचनेसंबंधी आणि शासकीय प्रणालीसंबंधी लोकांच्या ज्या प्रवृत्ती, श्रद्धा, कल, दृष्टिकोन, भावना, मूल्ये असतात; त्याच्या आकृतिबंधाला 'राजकीय संस्कृती' असे म्हणता येईल.

राजकीय संस्कृतीचे स्वरूप :

राजकीय संस्कृतीचे स्वरूप स्पष्ट करताना खालील गोष्टींचा प्रामुख्याने विचार करावा लागतो.

(१) वेगळेपणाची जपवणूक : आल्मंड यांच्या मते, 'राजकीय संस्कृती सर्वसाधारण संस्कृतीबरोबर संबंधित असूनही वेगळी स्वायत्तता असते. व्यक्तीची वर्तणूक तसेच तिची वैयक्तिक मते ही तिच्या राजकीय मतापेक्षा वेगळी असू शकतात'. उदा. एक पक्ष बदलून दुसऱ्या पक्षात प्रवेश करणारी मंडळी पक्षबंदी विधेयकास विरोध करतात.

(२) अलिखित स्वरूप : राजकीय संस्कृतीचे प्रतिबिंब त्या त्या देशाच्या राज्यघटनेत संपूर्णत : उमटेलच असे नाही तर राजकीय क्षेत्रातही काही संस्था, त्यांचे संबंध व त्यांचे गुणधर्म यांचा उल्लेख राज्यघटनेत नसतानाही ते राजकीय संस्कृतीचा एक भाग बनू शकतात. कायद्याची निर्मिती करणारे सनदी नोकरांपेक्षाही वरिष्ठ असतात. हितसंबंधी किंवा दबाव गटाचा प्रभाव विधेयकाचा प्रस्ताव मांडेपर्यंतच

असतो. सनदी नोकर हे तटस्थ असणे आवश्यक असते. या गोष्टी राज्यघटनेत नसल्या तरी राजकीय संस्कृतीचा भाग म्हणून त्याचे पालन केले जाते.

(३) एकजिनसी नाही : राजकीय संस्कृती ही एकजिनसी स्वरूपाची नसून बहुविध असते. राजकीय संस्कृतीचा विचार एक संस्कृती असा न करता ती अनेक संस्कृतींचे मिश्रण समजून केला जावा अशी भूमिका घेतली जाते. कारणे खालीलप्रमाणे

(अ) समाजात विविध गट व त्याचे पडसाद : समाजात प्रांत, भाषा, धर्म, वर्ग, जात, पिढी व व्यक्तीची समाजातील भूमिका यावरून अनेक दृष्टिकोन निर्माण होतात व त्याचे पडसाद किंवा प्रभाव राजकारणावर पडत असतो. या वेगवेगळया स्वरूपाच्या गटांमुळे उपसंस्कृती निर्माण होतात व प्रत्येक गटाला उपसंस्कृतीचे स्वरूप प्राप्त होते.

(ब) राजकीय व्यवस्थेच्या विविध रचनांत विविध गट : ज्याप्रमाणे समाजात वेगवेगळया गटांमुळे उपसंस्कृतीची निर्मिती होते. त्याचप्रमाणे निर्मिती राजकीय व्यवस्थेतील रचनांवरील गटांमुळे होत असते. राजकीय श्रेष्ठीजन, सनदी नोकरवर्ग, लष्कर, न्यायदान क्षेत्रातील व्यक्ती, यांच्या राजकीय प्रवृत्ती व दृष्टिकोनात फरक आढळतो आणि त्यातूनच राजकीय संस्कृतीत विविधता येते. प्रत्येक गटाने राजकारणात किती प्रमाणात सहभाग घ्यावा याबाबत गटांगटांतील परस्परासंबंधावर समतोल आधारित असतो. त्या आधारावर राजकीय व्यवस्थेची स्थिरता अवलंबून असते.

(क) परस्परविरोधी मूल्यांचा प्रभाव : समाजात असणाऱ्या परस्परविरोधी मूल्यांच्या प्रभावाने संस्कृतीत विविधता निर्माण होते. व्यक्तीवर परंपरेने चालत आलेल्या तसेच आधुनिक मूल्यांचा प्रभाव पडता असतो. भारतात कनिष्ठ वर्गातील लोकांपेक्षा वरिष्ठ वर्गातील लोकांमध्ये आधुनिकीकरणाची प्रक्रिया घडते. भारतात समाजावर जात, धर्म व भाषा यांचा प्रभाव अत्याधिक आढळतो तर अमेरिकेतील समाजावर आधुनिकतेचा प्रभाव जास्त आढळत असला तरी तेथे पारंपरिक मूल्यांचा प्रभावही अल्प प्रमाणात आढळतो.

(४) सामाजिक संस्कृतीची उपसंस्कृती : राजकीय संस्कृती ही सामाजिक संस्कृतीने प्रभावीत झालेली उपसंस्कृती आहे. समाजमान्य मूल्ये व सामाजिकीकरण हे व्यक्तीच्या व्यक्तिमत्त्वाचा एक भाग बनतात. सिडने व व्हर्बा यांनी या संदर्भात खालील मते मांडली ती म्हणजे-

(अ) नैसर्गिक अधिकाराकडे ग्राहकांचा किंवा शासनाचा दृष्टिकोन उदासीन किंवा अगतिक असेल तर त्या समाजातील लोकही त्याच दृष्टीने शासनाकडे पाहत असतात व ज्यावेळी शासन नैसर्गिक संकटावर उपाययोजना करते त्या वेळी समाजाकडून त्याला विशेष प्रतिसाद व सहकार्य मिळत नाही.

(ब) समाजाजवळ जर नैसर्गिक अधिकारांवर नियंत्रण करण्याबाबतचा विश्वास असेल तर तो समाज सरकारने अशा संदर्भात कृती करण्याबाबत पुढाकार घ्यावा याबाबत प्रयत्न करतो.

(क) १. ज्या राष्ट्रात मानवी समाज हा विश्वास ठेवण्यास पात्र असल्याची भूमिका ठेवतो त्या राष्ट्रातील राजकीय नेते. तसेच राजकीय विरोधक यांच्यात सहकार्याची व विश्वासाची भावना असते; जर याउलट परिस्थिती असेल तर त्या राष्ट्रातील तरुण हे प्रौढपणी राजकीय संबंधाबद्दल विश्वास बाळगत नाहीत.

२. ज्या समाजात अनिर्बंध स्वातंत्र्यास महत्त्व असते तो समाज सरकारच्या हस्तक्षेपाला विरोध करतो. सरकारद्वारे परकीय आक्रमणांपासून संरक्षण तसेच अंतर्गत शांतता व सुव्यवस्था राखण्याबाबत अपेक्षा ठेवली जाते.

३. समानता या मूल्यास महत्त्व देणाऱ्या समाजात साधनसामग्री व उत्पन्न सारख्या प्रमाणात वाटले जाते. जनतेच्या सर्वसाधारण दृष्टिकोनाचा प्रभाव राजकीय दृष्टिकोनावर पडतो. विविध देशातील जनतेची

शासनाबाबतची मते विभिन्न असल्याचे आढळते. यावरून राजकीय संस्कृती ही सामाजिक संस्कृतीची उपसंस्कृती आहे असे म्हणता येते.

(५) गतिमान स्वरूप : राजकीय संस्कृती स्थिर न राहता गतिमान राहते. राजकीय संस्कृतीमध्ये होणारी वाढ किंवा घट शैक्षणिक प्रगती दळणवळणाच्या साधनांतील वाढ, राजकीय नेत्यांचा प्रभाव, औद्योगिकीकरणाची होणारी वाढ, तसेच परक्या देशातील कल्पनांचा होणारा संपर्क यामुळे फरक पडत असतो. भारतातही लोकशाही समाजवाद, संसदीय पद्धत, सामाजिक न्याय या कल्पना खोलवर रूजत आहेत. आणीबाणीच्या कालखंडातही भारतीय जनतेला वाईट अनुभव आल्याने भारतात लोकशाही मूल्यांनी पुन्हा उचल घेतली.

राजकीय संस्कृतीला चालणा देणारे घटक :

(१) राजकीय व्यवस्थेचे स्थैर्य बहुतांशी राजकीय सत्ता व अधिकार करणाऱ्या नेतृत्वासंबंधीच्या लोकाभावनेवर आधारित असते. ज्या ठिकाणी नेतृत्त्वासंबंधी विश्वास व आदर कमी प्रमाणात असतो तेथे राजकीय जीवन अस्थिर आढळते.

(२) देशातील राजकीय संस्थाकडे त्या देशातील जनतेचा पाहण्याचा दृष्टिकोन व तत्संबंधी त्यांची मनोवृत्ती निर्णय व निश्चितीसंबंधीच्या प्रक्रियेत असणाऱ्या सहभागाबाबत व प्रभाव पाडण्याबाबत असलेली भावना.

(३) ज्या देशात शिक्षणप्रसार जास्त होतो त्या प्रमाणात लोकांचे देशाच्या राजकीय प्रक्रियेत सहभागित्व अवलंबून असते. तसेच तेथील सामाजिक व आर्थिक विकासाचा दर्जा राजकीय स्थैर्यामध्ये प्रतिबिंबित होतो.

(४) राजकीय प्रक्रियेत जनतेचे निरंतर सहभागित्व निर्णयनिश्चितीमधील त्यांचा सततचा सहभाग या गोष्टी राजकीय व्यवस्थेच्या दृष्टीने महत्त्वाच्या असतात.

(५) काही देशात तेथील राजकीय संस्थांविषयी जनतेच्या भावना ज्वलंत स्वरूपाच्या असतात. उदा. इंग्लंड.

(६) विकसनशील व अविकसित देशांमध्ये राजकीय स्थैर्य हे संमोहित नेतृत्वाच्या आधारे निर्माण होते व हे नेतृत्व काही कारणाने नाहीसे झाल्यास तेथे पुन्हा राजकीय अस्थिरता निर्माण होते.

(७) उदारमतवादी लोकशाहीत राजकीय व्यवस्थेच्या कक्षा निश्चित असून शासकीय कार्याला मर्यादा असतात तसेच व्यक्ती स्वातंत्र्याला अधिक प्राधान्य दिलेले असते. शासनाच्या कार्यापासून काही निश्चित लाभ प्राप्त होण्याबाबत लोकांच्या अपेक्षा असतात. या गोष्टी लोकांच्या नेतृत्वावर ज्या प्रकारचा विश्वास असेल त्यावर अवलंबून असतात.

राजकीय संस्कृतीची वैशिष्ट्ये :

(१) राजकीय संस्कृती बहुविध स्वरूपाची असते.

(२) अनेक भाषा, धर्म, वंश व रीतिरिवाज यांना अनुसरून प्रादेशिक विभागाची उप-राजकीय संस्कृती बनते व त्यांना एका समान सूत्रात बांधण्याचे काम राजकीय संस्कृती करते.

(३) समाजातील लोकांचा वैयक्तिक व सामाजिक जीवनाबाबत विशिष्ट दृष्टिकोन, भावना असते व त्यांना अनुसरून त्यांच्यात राजकीय व्यवहार निर्धारित होत असतात.

(४) राजकीय जीवनासंबंधी समाजात श्रद्धा निष्ठा मूल्ये व स्फूर्तिकेंद्रे याचा अंतर्भाव असतो.

राजकीय संस्कृतीत बदल घडविणारी साधने :

राजकीय संस्कृतीत बदल घडविणारी साधने खालीलप्रमाणे आहेत

(१) कुटुंब व शाळा : कुटुंब व शाळा हे समाजातील प्राथमिक घटक असून, ते यामध्ये महत्त्वाची भूमिका बजावतात. विविध देशांमधील राहणीमान, विचारसरणीतील भिन्नता ही तेथील कुटुंबव्यवस्था व शिक्षण या घटकांच्या आधारे स्पष्ट होते. राजकीय संस्कृतीत योग्य बदल घडवून आणण्यासाठी शैक्षणिक अभ्यासक्रमात योग्य तो बदल राजकीय व्यवस्था करते.

(२) प्रसार किंवा संपर्क साधने : वर्तमानपत्रे, मासिके, दूरदर्शन व आकाशवाणी ही संसूचन माध्यमे असून राजकीय अभिजन या माध्यमांच्या साहाय्याने जनतेशी संपर्क ठेवतात. शासनाद्वारे जनतेचे राजकीय सामाजिकीकरण होण्याच्या दृष्टीने प्रसरण केले जातात. जनसंपर्क माध्यमांच्या वापारातून राजकीय व्यवस्था जनतेचे राजकीय ज्ञान वाढविण्याच्या दृष्टीने प्रयत्न करते. एकत्वाची भावना, नवीन राजकीय संरचनांची ओळख, जनतेची सरकारबद्दल आपुलकी वाढविण्याच्या दृष्टीने या माध्यमांच्या शासनाद्वारे उपयोग करून घेतला जातो. अशा माध्यमांवर शासनाद्वारे योग्य प्रमाणात नियंत्रण ठेवण्याचा प्रयत्न केला जातो.

(३) राजकीय संघटन : साम्यवादी देशात जुन्या परंपरांचा बीमोड करण्यासाठी अभिजन जनतेच्या सहभागाला अधिक महत्त्व देतात. उदा. क्युबा संकट. जनतेत राष्ट्रीय व राजकीय सहभागाची जाणीव करण्यासाठी संवर्धन करण्यासाठी, जनतेला संघटित केले जाते. त्यातूनच राजकीय संस्कृतीच्या बदलाला वेग येतो व राजकीय व्यवस्थेच्या दृष्टीने अनुकूल बदल घडवून आणता येणे शक्य होतो.

(४) राजकीय पक्ष : राजकीय पक्षामुळे राजकीय, सामाजिक, तसेच आर्थिक उद्दिष्टे निश्चित केली जातात व त्यातून नवीन मूल्ये निर्माण होतात. अशा स्वरूपाचे कार्य राजकीय संघटनांद्वारे केले जाते. निवडणूक काळात ठराविक प्रश्नांवर आपल्या पक्षाची मूल्ये, तत्त्वे, विचारप्रणाली जनतेच्या मनावर ठसविणे यासारखे प्रयत्न केले जातात.

(५) विचार प्रणाली : वैचारिक प्रणालीतून राष्ट्रीय एकात्मतेची भावना जोपासली जाते. अप्रगत समाजात परंपरागत जीवन जगणे पारंपरिक तुटकता, संकुचित गटावरील निष्ठा, नाहीशी करण्याकरिता विचारप्रणालीचा उपयोग केला जातो. सर्वसामान्य जनतेला प्रभावित करणारी विचारप्रणाली महत्त्वाची मानली जाते. तसेच नवीन राज्यांनी स्वीकारलेल्या विचारप्रणालींना 'राजकीय धर्म' असे म्हटले जाते. जनतेत संघटित प्रवृत्ती निर्माण करण्यासाठी राजकीय संरचनेचा विकास करण्यासाठी, नवीन राजकीय व्यवस्थेबद्दल नैतिकता निर्माण करण्यासाठी विचारप्रणालीचा उपयोग होतो. शासनाद्वारे लोकशाही-समाजरचना, राष्ट्रनिष्ठा, राष्ट्रभक्तीत्याग, सर्वधर्मसमभाव, परधर्म सहिष्णुता या विचारप्रणालींचे महत्त्व जनतेला पटवून दिले जाते व त्यासाठी संपर्क माध्यमांचा उपयोग करून घेतला जातो.

(६) बाह्यशक्तीचा प्रभाव : दळणवळण साधनांतील प्रगतीमुळे जगातील राष्ट्रे ही परस्परांशी त्वरीत संपर्क साधू शकतात. एका राष्ट्रातील घडलेल्या घटनांचा प्रभाव दुसऱ्या देशातील जनतेवर चटकन होतो. व्यापार-नोकरी, उद्योगधंदे, पर्यटन या निमित्ताने स्थलांतरित केलेल्या लोकांमधून संस्कृतीत बदल घडवून येतात. एखाद्या देशातील राजकीय तत्त्वज्ञानाचा प्रभाव पडून दुसऱ्या देशातील संस्कृती बदलण्यास मदत होते, कारण तेथील जनता चळवळी करण्यास प्रवृत्त होते. चळवळीतील नेते संघटित करून त्यांच्यात नवीन ज्ञान व जाणीव निर्माण करतात. त्यातूनच राजकीय संस्कृतीत बदल होतो.

राजकीय संस्कृतीचे आधारभूत घटक :

प्रत्येक राष्ट्राची राजकीय संस्कृती वैशिष्ट्यपूर्ण अशा स्वरूपाची असते. राजकीय संस्कृतीची जडणघडण विशिष्ट घटकाद्वारे होत असते. राजकीय व्यवस्थेत नागरिकांच्या ज्या मन :प्रवृत्ती, प्रेरणा, श्रद्धा, दृष्टिकोन,

निष्ठा आढळतात त्यांच्या निर्मिती मागे विशिष्ट घटक कारणीभूत असतात. हेच घटक राजकीय संस्कृतीचे आधारही मानले जातात.

(१) भौगोलिक परिस्थिती व स्थान : राजकीय व्यवस्थेच्या भौगोलिक परिस्थितीवर राजकीय संस्कृतीचे स्वरूप निश्चित होत असते. देशाचे भौगोलिक स्थान, हवामान, नैसर्गिक साधनसामुग्री, पर्जन्यमान इत्यादी गोष्टींचा समावेश भौगेलिक घटकात केला जातो. गंगा व सिंधू या नद्यांच्या सुपीक खोयात साम्राज्ये उदयाला आली. अतिथंड हिवाळा रशियाला लाभला असल्यामुळे नेपोलियन किंवा हिटलरला त्यावर विजय मिळवता आला नाही. भौगोलिक सलगता नसल्यामुळे पाकिस्तानमधून बांगला देश स्वतंत्र होऊ शकला. याचाच अर्थ असा होतो की, भौगोलिक स्थान आणि संरक्षण यांचा परिणाम राजकीय संस्कृतीवर झालेला दिसतो. एवढेच नाही तर भूमी, हवामान, खनिजसंपत्ती, पाऊस अशा नैसर्गिक संपत्तीचाही परिणाम राजकीय संस्कृतीच्या जडणघडणीवर होत असतो.

(२) सामाजिक परिस्थिती : आर्थिक परिस्थितीप्रमाणेच सामाजिक परिस्थितीचा प्रभाव राजकीय संस्कृतीच्या जडणघडणीवर होत असतो. प्रथम समाज निर्माण झाला त्यानंतर राज्यसंस्था निर्माण झाली. राजकीय व्यवस्था ही समाजव्यवस्थेवर नियंत्रण ठेवणारी एक महत्त्वपूर्ण व्यवस्था होय. राजकीय समाजात एकजीनसीपणा, ऐक्य आणि एकात्मता निर्माण केली असता तेथे स्थैर्य निर्माण होऊ शकते. राजकीय व्यवस्थेला राजकीय सामाजिक आणि आर्थिक स्थैर्य प्राप्त झाले असता तेथे राष्ट्र निर्माण होऊ शकते. तेव्हा सामाजिक हा घटक राजकीय संस्कृतीच्या जडणघडणीत महत्त्वाचा मानला जातो. परंतु सामाजिक परिस्थितीत धर्मभेद, वंशभेद, वर्णभेद, जातिभेद, भाषाभेद निर्माण झाले तर समाजाच्या राजकीय संस्कृतीवर विपरित परिणाम होऊन त्या समाजाचे विघटन होते.

(३) ऐतिहासिक विकास : देशाचा इतिहास हा राजकीय संस्कृतीचा महत्त्वाचा आधारभूत घटक मानला जातो. देशाचा ऐतिहासिक विकास ज्या पद्धतीने झाला त्या पद्धतीनेच राजकीय संस्कृतीची जडणघडण होत असते. भारतीय ऐतिहासिक विकासाचा परिणाम भारतीय राजकीय पद्धतीवर झालेला आहे. भारतीय राज्यघटना निर्माण करताना घटनाकारांनी ब्रिटिशांच्या उदारमतवादी धोरणांचा आणि संसदीय लोकशाहीचा स्वीकार केलेला आहे. तसेच घटनाकारांनी भारतातील सामाजिक, आर्थिक, विषमतेचा ऐतिहासिक विकास विचारात घेऊन भारतीय घटनेत समता, स्वातंत्र्य, न्याय या तत्त्वांचा पुरस्कार केलेला आहे. म्हणजेच ऐतिहासिक विकास हा जसा राजकीय संस्कृतीचा आधार असतो तशी राजकीय संस्कृतीसुद्धा देशाचा इतिहास घडविण्यात कारणीभूत ठरत असते. देशातील लोकांच्या इच्छा, आकांक्षा, दृष्टिकोन, मूल्ये, भावना, यांचा परिणाम म्हणजे ऐतिहासिक घटना घडामोडी आणि स्थित्यंतरे होत.

(४) आर्थिक परिस्थिती आणि अर्थव्यवस्था : आर्थिक परिस्थितीचा प्रभाव व्यक्तीच्या राजकीय जीवनावर पडत असल्याने राजकीय संस्कृतीच्या जडणघडणीत आर्थिक परिस्थिती या घटकाला अनन्यसाधारण महत्त्व प्राप्त झाले आहे; देशाची उत्पादन क्षमता, उत्पादन पद्धती, प्रत्यक्ष उत्पादन, दरडोई उत्पादन, राहणीमान, चलनव्यवस्था इत्यादी गोष्टींचा समावेश आर्थिक व्यवस्था या घटकात केला जातो. प्रत्येक राष्ट्राची आर्थिक स्थिती भिन्न-भिन्न असल्यामुळे राजकीय संस्कृती ही भिन्न असते. आर्थिक दृष्ट्या देश संपन्न असेल तर तेथील राजकीय व्यवस्था अधिक स्थिर व यशस्वी होऊ शकते. आर्थिक परिस्थितीवर लोकांचे राहणीमान अवलंबून असते. लोक सुखी, समाधानी असतील तरच ते राजकारणात सक्रिय भाग घेऊ शकतात. अन्यथा, ही राष्ट्रे मागासलेली म्हणून ओळखली जातात. याचाच परिणाम म्हणजे तिसऱ्या जगातील राष्ट्रे राजकीय दृष्ट्या अजूनही स्थिर न झाल्यामुळे त्यांची राजकीय संस्कृती विकसित झालेली नाही.

(५) शिक्षणव्यवस्था : शिक्षण हा राजकीय संस्कृतीचा आधारभूत घटक आहे. शिक्षणाद्वारे

व्यक्तीचे सामाजिकीकरण आणि संस्करण होते. लहानपणापासून व्यक्तीवर चांगले संस्कार घडवून आणण्यासाठी शिक्षण हाच एकमेव प्रभावी मार्ग आहे. तेव्हा देशात शिक्षणव्यवस्था कशी आहे? नागरिकांना कोणत्या प्रकारचे शिक्षण दिले जाते? यानुसार नागरिकांच्या राजकीय व सामाजिक व्यक्तिमत्त्वाची जडणघडण होत असते. शिक्षणामुळे विशेषत : राजकीय शिक्षणामुळे व्यक्तीला राजकीय व्यवस्था, तिची संरचना, अधिकार, कार्यपद्धती, मूल्ये, उद्दिष्टे, ध्येये इत्यादी गोष्टींचे ज्ञान प्राप्त होते. शिक्षणाद्वारे नागरिकांना व्यक्स्वातत्र्य, मूलभूत हक्क, कर्तव्ये याची जाणीव होते. शिक्षणाने व्यक्ती सुशिक्षित सुसंस्कृत आणि सुजाण बनते. सुशिक्षित नागरिक आपला मतदानाचा हक्क उत्तम प्रकारे बजावू शकतात. नागरिकांना प्रतिकाराचा अधिकार वापरण्यासाठी त्यांना प्रथम राजकीय शिक्षण प्राप्त होणे आवश्यक असते. समाजातील अनिष्ट प्रथा, परंपरा, रूढी, अंधश्रद्धा यांचे निर्मूलन करण्यासाठी शिक्षणपद्धती आवश्यक असते. शिक्षणाने निरक्षरता कमी होऊन नागरिक जागरूक आणि कर्तव्यदक्ष बनतात. त्यातूनच खऱ्या अर्थाने राजकीय संस्कृतीचा विकास होतो.

(६) राजकीय व्यवस्था आणि राजकीय पक्ष : राजकीय व्यवस्था आणि राजकीय संस्कृती यांचा परस्परांवर प्रभाव पडत असतो. राजकीय व्यवस्था आणि पक्षपद्धती कोणत्या स्वरूपाची आहे यानुसार राजकीय संस्कृती आकार घेत असते. तसेच राजकीय संस्कृतीची मूल्ये, उद्दिष्टे, दृष्टिकोन, मन :प्रवृत्ती या अनुषंगाने राजकीय व्यवस्था अस्तित्वात येत असते. भारतात राजकीय व्यवस्था संसदीय शासनप्रणाली या प्रकारची आहे. यामध्ये समता, स्वातंत्र्य, न्याय या मूल्यांची जोपासना केली जाते म्हणजेच राजकीय संस्कृतीची जडणघडण राजकीय व्यवस्थेच्या स्वरूपानुसार होत असते आणि अशी राजकीय संस्कृती त्या राजकीय व्यवस्थेला परिपोषक व पूरक असतात.

राजकीय संस्कृतीचे महत्त्व :

आधुनिक राजकीय सिद्धांताच्या विकासात राजकीय संस्कृतीच्या दृष्टिकोनाचे योगदान अनन्यसाधारण आहे. व्यक्ती आणि राजकीय व्यवस्था यांना जोडणारा दुवा म्हणजे राजकीय संस्कृती होय. आधुनिक राजकीय सिद्धांतात व्यापक दृष्टिकोनातून राजकीय व्यवस्थेचा अभ्यास केला जातो आणि सूक्ष्म दृष्टिकोनातून व्यक्ती हा केंद्रबिंदू मानून राजकीय क्रिया-प्रक्रियांचा अभ्यास केला जातो. व्यक्ती आणि राजकीय व्यवस्था यांचा सूक्ष्म दृष्टिकोनातून केलेला अभ्यास राजकीय संस्कृतीचा अभ्यास मौलिक स्वरूपाचा मानला जातो.

राजकीय व्यवस्थांचे स्वरूप नेहमी बदलत असते. जेव्हा राजकीय स्थित्यंतरे होत असतात तेव्हा नव्या राजकीय बदलांचा आणि नव्याने निर्माण झालेल्या समस्यांचा अभ्यास करण्यासाठी राजकीय संस्कृतीचा अभ्यास आवश्यक ठरतो. राजकीय संस्कृतीच्या अभ्यासाने राज्यातील लोकांचे राज्याविषयीचे कल, दृष्टिकोन, श्रद्धा, भावना आणि रीतीरिवाज समजून येतात.

राजकीय संस्कृतीच्या अभ्यासाने व्यक्तीच्या राजकीय वर्तनाचे आकलन होऊ शकते. विशिष्ट परिस्थितीत व्यक्तीचे राजकीय वर्तन कसे असते व्यक्तीच्या वर्तनाला कारणीभूत ठरणारे घटक कोणते, मतदारांचे वर्तन, शासनकर्त्यांचे वर्तन यामध्ये विविध देशात भिन्नता का आढळते अशा विविध समस्यांची उकल राजकीय संस्कृतीच्या अभ्यासाने होऊ शकते. व्यक्तीच्या, राजकीय व्यक्तिमत्त्वाच्या जडणघडणीत राजकीय संस्कृती आणि राजकीय सामाजिकीकरण यांना अनन्यसाधारण महत्त्व आहे.

प्रत्येक देशाची राजकीय संस्कृती वैशिष्ट्यपूर्ण असते. तेथील विविध सामाजिक, आर्थिक, ऐतिहासिक घटकांचा राजकीय संस्कृतीवर परिणाम होत असतो. राजकीय संस्कृतीच्या अभ्यासाने विविध देशांचा राजकीय विकास समजून येतो. द्वितीय महायुद्धानंतर अनेक नवीन राष्ट्रे उदयाला आली. अशा राष्ट्रांच्या राजकीय समस्या अडचणी विभिन्न स्वरूपाच्या आहेत; त्या समस्या सोडविण्यासाठी त्यांच्या राजकीय

संस्कृतीचा अभ्यास करणे आवश्यक झाले आहे.

जग २१व्या शतकात झेपावले आहे. अमेरिका, चीन, भारत, जपानसारखी राष्ट्रे सर्वच क्षेत्रांत प्रगतीपथावर आहेत. आर्थिक, औद्योगिक, वैज्ञानिक, अंतराळ, तंत्रज्ञान अशा सर्वच क्षेत्रात अग्रेसर असून आज ही राष्ट्रे इतरांवर प्रभुत्व विशेषत : आर्थिक प्रभुत्व प्रस्थापित करू लागली आहेत. याउलट तिसऱ्या जगातील राष्ट्राची स्थिती आहे. या राष्ट्रांना आपल्या जनतेला अत्यावश्यक गरज देणे अशक्य झालेले आहे. तेव्हा राजकीय, सामाजिक, आर्थिक अशा सर्व क्षेत्रात अस्थिर झालेल्या या राष्ट्रांच्या राजकीय संस्कृतींचा अभ्यास करण्याची नितांत गरज भासू लागली आहे.

आधुनिक काळात कल्याणकारी राज्यांचे कार्यक्षेत्र व्यापक बनल्यामुळे आणि वाढत्या समस्यांमुळे व्यक्तिस्वातंत्र्य संकुचित झालेले आहे. राज्यांच्या वाढत्या हस्तक्षेपामुळे व्यक्तिस्वातंत्र्यावर मर्यादा येऊन पडलेल्या आहेत. साहजिकच व्यक्तीच्या भावना, मूल्ये, श्रद्धा, दृष्टिकोन यात फरक पडलेला आहे. त्यामुळे राजकीय संस्कृतीचा अभ्यास अधिक वास्तववादी दृष्टिकोनातून करणे आवश्यक झाले आहे.

वाढती स्थित्यंतरे, राजकीय परिवर्तन आणि राजकीय अस्थिरता यामुळे राज्याचा विकास ठप्प झालेला आहे. तेव्हा या नव्या बदलत्या परिस्थितीतील लोकांच्या भावना आणि त्यांचे सहभागित्व यांचा विचार अधिक साकल्याने होणे गरजेचे आहे. शिक्षणाचा प्रसार, दळणवळणाची अत्याधुनिक साधने, प्रगत संपर्कसाधने, व्यापारवाढ, औद्योगिकीकरण, परराष्ट्रधोरण इत्यादी कारणांनी राजकीय संस्कृतीत परिवर्तन घडून आलेले आहे. अशा प्रकारे नव्या राजकीय व्यवस्थांचा आणि तेथील राजकीय संस्कृतीचा अभ्यास अधिक शास्त्रीय व वास्तववादी दृष्टिकोनातून करण्याचे नवे आवाहन विचारवंतापुढे आलेले आहे.

संसूचन सिद्धांत :

संसूचनाचे निर्णय प्रक्रियेतील महत्त्व लक्षात घेऊन कार्लवाईड या जर्मन विचारवंताने संसूचन सिद्धांत मांडला. या सिद्धांतास आधुनिक राजकीय विश्लेषणात अतिशय महत्त्वाचे स्थान आहे.

निर्णय प्रक्रिया व निर्णयाचे परिणाम यांचे विश्लेषण करणे. संसूचन सिद्धांतामध्ये राजकीय व्यवस्थेकडे जी माहिती पोहोचते त्यावर निर्णयप्रक्रिया आधारलेली असते. या गृहीत तत्त्वाला अनुसरून शासनव्यवस्था म्हणजे विविध माहिती प्रवाहावर आधारलेली निर्णय प्रक्रियेची व्यवस्था अशी व्याख्या करण्यात आली. संसूचनाचे कार्य करणाऱ्या यंत्रणा व संसूचन प्रक्रिया याबाबत संकल्पना या सिद्धांतात मांडलेल्या आहेत.

माहितीचे प्रवाह :

मार्ग : देशांतर्गत व आंतरराष्ट्रीय परिस्थितीतून व्यवस्थेकडे माहिती पोहोचविण्याचे कार्य ज्या साधनांद्वारे केले जाते. त्यास 'मार्ग' असे म्हटले जाते.

भार : भार म्हणजे ज्या मार्गामधून ठराविक वेळा किती माहितीचा स्वीकार केला जातो त्या मार्गास 'भार' असे म्हटले जाते.

भारक्षमता : भारक्षमता म्हणजे माहिती वाहून नेण्यासाठी किती मार्ग उपलब्ध आहेत ती भारक्षमता होय. घडलेल्या घटना, माहिती, वृत्तपत्रे, पोलीस यंत्रणा, दूरदर्शन, प्रशासन यंत्रणा, आकाशवाणी सारख्या माध्यमातून संबंधित व्यवस्थेकडे पाठविली जाते. या विविध मार्गांनी पोहोचवली जाण्याची क्षमता म्हणजे भारक्षमता होय.

माहितीचा स्वीकार : व्यवस्थेद्वारे आवश्यक माहितीचा स्वीकार केला जातो. तसेच तिचे वर्गीकरण व विश्लेषण करणे महत्त्वाचे ठरते. ज्या कार्यक्षमतेने ही निवड वर्गीकरण तसेच विश्लेषण केले जाते त्यास प्रतिसाद क्षमता म्हटले जाते. ज्या वेळेस व्यवस्थेकडे माहिती येते त्यावेळेस तिचे योग्य प्रकारे संकलन

वर्गीकरण व विश्लेषण झाले पाहिजे. त्यामुळे त्या माहितीचा अचूक उपयोग करून त्यांचे आपल्या धोरणांना पोषक ठरतील असे निर्णय घेता येतात. व्यवस्थेकडून या प्रक्रिया जितक्या काटेकोरपणे पार पाडल्या जातात त्यावर तिची विश्वसनीयता ठरते.

निर्णय प्रक्रिया : माहितीचे जतन करणे, तिचे मूल्यमापन करणे व शेवटी निर्णय घेणे या टप्प्यांतून पाहिले जाते. माहितीचे वर्गीकरण विश्लेषण झाल्यानंतर तिला पूर्वीच्या अनुभवांशी पडताळून पाहिले जाते. निर्णय घेताना या पूर्वानुभवांचा विचार होतो व त्या माहितीचे मूल्यमापन केले जाते.

प्रत्यादान प्रक्रिया :

प्रत्यादान म्हणजे व्यवस्थेकडून घेतल्या जाणाऱ्या निर्णयांचा परिस्थितीवर होणारा परिणाम होय. शासनाने निर्णय घेतल्यानंतर त्यांची अंमलबजावणी सुरू होऊन तिचे परिणाम परिस्थितीवर होतात व या परिणामांची माहिती पुन्हा निर्णय घेणाऱ्या यंत्रणेकडे पोहोचवणे आवश्यक असते, कारण त्या आधारे यंत्रणा निर्णयात आवश्यक ते फेरबदल करू शकते. प्रत्यादान प्रक्रिया कार्य योग्य होण्यावरच शासनाच्या धोरणाचे यशापयश अवलंबून असते. तसेच शासनापर्यंत त्याने घेतलेल्या निर्णयाचे कोणते परिणाम झाले, याची अचूक माहिती पुन्हा पोहोचणेही तितकेच आवश्यक असते, कारण त्याद्वारे ते शासननिर्णयात आवश्यक ते फेरबदल करून आपले उद्दिष्ट साध्य करण्याचा प्रयत्न करू शकेल. कार्लवाईडने या प्रत्यादान प्रक्रियेच्या संदर्भात चार घटकांचा उल्लेख केला; ते म्हणजे भार, गतिरोध, फलित व पुढाकार हे होत.

भार : परिस्थितीवर निर्णयाच्या झालेल्या परिणामांची माहिती व्यवस्थेकडे पोहोचवली जाते. त्या वेळेस ती किती प्रमाणात पोहोचवली जाते त्यास भार असे म्हणतात.

गतिरोध : माहिती परत येत असताना त्यात अनेक कारणांमुळे गतिरोध असू शकतो. गतिरोध हा माहिती पुरेशा वेगाने येत नसेल किंवा माहिती पोहोचवणारे अपुरे मार्ग किंवा माहितीचा स्वीकार कार्यक्षमतेने होत नसेल तर निर्माण होतो;असा गतिरोध निर्माण झाल्यास शासनाला आपल्या धोरणात आवश्यक फेरबदल करावे लागतात व उद्दिष्टे गाठण्यास वेळ लागतो.

फलित : प्रत्यादानातून प्राप्त झालेल्या माहितीला व्यवस्थेकडून योग्य प्रतिसाद दिला जाणे आवश्यक असते, कारण त्यावरच फलित ठरते. योग्य प्रतिसाद नसल्यास अपेक्षित फलित किंवा फळ मिळत नाही.

पुढाकार : शासनाकडून जे निर्णय घेतले जातात त्याचे परिणाम काय होतील हे जाणून कृती करण्याची क्षमता म्हणजे पुढाकार होय. पुढच्या काळात परिस्थितीत कोणते बदल होणार आहेत व कोणत्या अपेक्षा निर्माण होणार आहेत याचा अंदाज बांधून त्यानुसार निर्णय घेतले जातात त्यास पुढाकार असे म्हणता येते, असा अंदाज जाणून घेतल्याशिवाय निर्णय अंमलात आणल्यास अपेक्षित परिणाम दिसून येणार नाही त्यासाठी भविष्यातील परिस्थितीत कोणते बदल होऊ शकतात याचा अंदाज बांधणारी यंत्रणा व्यवस्थेकडे असणे अत्यंत आवश्यक असते.

प्रत्यादान व उद्दिष्टांतील बदल :

परिस्थितीत होणाऱ्या बदलानुसार या व्यवस्थेत उद्दिष्टे बदलत असतात ही उद्दिष्टे कायमस्वरूपी नसतात. परिस्थितीत होणाऱ्या बदलामुळे समाजात नव्या अपेक्षा निर्माण होतात नवीन मूल्ये स्वीकारली जातात त्याची जाणीव शासकांना होणे जरूरीचे असते. ही जाणीव योग्यरीत्या झाल्यास शासक उद्दिष्टांमध्ये बदल घडवून आणू शकतात, तसेच उद्दिष्टांमध्ये कोणते बदल आवश्यक आहे हे प्रत्यादान प्रक्रियेद्वारे समजते. व्यवस्थेला सामाजिक दबावाखाली उद्दिष्टात बदल करणे भाग पडत असते. यामागे जनतेत निर्माण होणाऱ्या नव्या आशा-आकांक्षा, अपेक्षा यांना जी व्यवस्था प्रतिसाद देत नाही ती टिकू शकत नाही, त्यामुळे

असे बदल करणे अत्यावश्यक ठरते.

संसूचन सिद्धांताच्या आधारे राजकीय व्यवस्थांच्या कार्याचा शास्त्रशुद्ध अभ्यास करणे शक्य आहे व त्यासाठी लागणारी मापनक्षमता ही संसूचन सिद्धांतात असल्याचा दावा कार्लवाईर्डने केला आहे. त्यांच्या मते, माहितीचे वहन किती प्रमाणात व किती वेगाने होते तसेच संसूचन मार्गांची भारक्षमता किती आहे याचे मोजमाप करणे शक्य आहे. त्याचबरोबर माहितीचे संकलन, वर्गीकरण आणि विश्लेषण किती अचूकपणे होते व मूल्यमापन किती योग्य होते या आधारे व्यवस्थेची कार्यक्षमता व दर्जा ठरविणे शक्य आहे. या सिद्धांताच्या आधारे राजकीय व्यवस्था राजकीय प्रक्रियांवर कोणत्या प्रकारे नियंत्रण ठेवते व आपली उद्दिष्टे साध्य करण्यात किती प्रमाणात यशस्वी होते याचेही मोजमाप करणे शक्य आहे.

कार्लवाईडने या सिद्धांताच्या मर्यादा स्पष्ट केल्या. उदा. राजकीय व्यवस्थेचे कार्य किती कार्यक्षमतेने चालते आहे किंवा उद्दिष्टे गाठण्यात ती किती प्रमाणात यशस्वी झाली आहे. यावरून राजकीय व्यवस्थेचे यश आजमावता येत नाही तसेच नागरिकांचा व्यक्तित्व विकास व चारित्र्याची जडणघडण करण्यात राज्यव्यवस्था किती यशस्वी ठरली यांचे मोजमाप सिद्धांताच्या आधारे करता येत नाही.

राजकीय संसूचनाची माध्यमे किंवा साधने :

राजकीय संसूचनाची माध्यमे किंवा मार्ग पुढीलप्रमाणे

(१) दैनिक वृत्तपत्रे : यामध्ये वेगवेगळया प्रकारची दैनिके, साप्ताहिके, मासिके व नियतकालिके यांचा समावेश होतो. ही सर्व साधने लोकमत घडविण्याचे काम करत असल्यामुळे ती सर्वात प्रभावी साधने मानली जातात. कला, क्रीडा, आरोग्य यासाठी तसेच तरुणवर्गासाठी, लहान मुलांसाठी किंवा महिलांसाठी काही वृत्तपत्रे ही कार्यरत असतात. शिवाय ही विकत घेण्यास जास्त खर्चिक नसल्यामुळे ती सर्वसामान्यांना विकत घेण्यास परवडते. त्यामुळे व्यक्ती वृत्तपत्राची निवड आपल्या आवडीनुसार करू शकतात. नोकरी व्यवसायात मनुष्य आपल्या सवडीनुसार वृत्तपत्राचे वाचन करतो. वृत्तपत्रांद्वारे माहिती तसेच माहितीच्या आधारे तयार मतच सादर केलेले असते. लक्ष्यवेधी पद्धतीचे मजकूर वाचकांना आकर्षित करतात. संपादकांची महत्त्वाची भूमिका वृत्तपत्र लोकप्रिय करण्यासाठी असते. संपादकांची आकर्षक भाषाशैली, चतुरस बुद्धी, विविध विषयाची जाण याचा उपयोग वृत्तपत्रास होत असतो. देशविदेशातील अनेक घटनांचा अग्रलेखातून तसेच पहिल्या पानावर मजकूर प्रसिद्ध केला जातो. तसेच योग्य त्या ठिकाणी छायाचित्रांचाही वापर केला जातो. वर्तमानपत्रांद्वारे अनेक राजकीय नेते विचारवंत आपल्या उद्दिष्टांचा प्रचार करतात. काही राजकीय पक्षांच्या मुखपत्रातून राजकीय पक्षांच्या ध्येयधोरणांचा प्रचार केला जातो. स्वातंत्र्यपूर्व काळात जनतेसमोर मते मांडण्यासाठी वृत्तपत्रे महत्त्वाची भूमिका बजावत असत. त्या काळातील 'राजाराम मोहन रॉय यांचे संवाद कौमुदी' किंवा लोकमान्य टिळक यांचे 'केसरी व मराठा' आगरकरांचे 'सुधारक' महात्मा गांधीजीचे 'हरिजन' अशा अनेक वृत्तपत्रांची उदाहरणे देता येतील, की, ज्यांनी लोकजागृतीचे काम त्या काळात केले.

वृत्तपत्रांद्वारे अचूक वस्तुनिष्ठ माहिती निष्पक्षपातीपणे निर्भीडपणे मांडली जाते. लोकशाही शासनव्यवस्थेत वृत्तपत्रांना स्वातंत्र्य असते व याउलट परिस्थिती हुकूमशाही व्यवस्थेत आढळते. वृत्तपत्राचे संपादक, उपसंपादक, वार्ताहर यांच्या भूमिका यात अत्यंत महत्त्वाच्या असतात.

(२) दूरचित्रवाणी व आकाशवाणी : दूरचित्रवाणी व आकाशवाणी ही माध्यमे किंवा साधने मनोरंजनाबरोबरच विविध माहिती पुरविण्याचे तसेच लोकशिक्षणाचे कार्य प्रभावीपणे करतात. दूरचित्रवाणी या माध्यमाचा विकसित तसेच अविकसित देशात वेगाने प्रसार होत आहे. उपग्रहाद्वारे दूरचित्रवाणीवरून कार्यक्रम प्रसारित केले जातात. यावरून दाखविण्यात येणाऱ्या घडामोडींची दृश्ये अधिक परिणामकारक व विश्वसनीय असतात. उदा. पूर, दुष्काळजन्य परिस्थिती व इतर घटकांचे प्रत्यक्ष चित्रीकरण असल्याने

तत्संबंधी माहिती किंवा बातम्या परिणामकारक ठरतात. आकाशवाणीद्वारे देश-विदेशातील महत्त्वपूर्ण घडामोडी, विविध प्रश्नांवर चर्चा, भाषणे, निवडणूक प्रचाराचे माध्यम म्हणून उपयोग होतो. इंग्लंड व अमेरिकेसारख्या प्रगत देशांत आकाशवाणीच्या शक्तिमान प्रक्षेपण यंत्रणा उभारलेल्या आहेत. उदा. इंग्लंडमधील बी. बी. सी. तसेच अमेरिकेतील व्हाईस ऑफ अमेरिका यावरील कार्यक्रमात बातम्या तसेच इतर कार्यक्रमांचा समावेश असतो.

(३) सरकारी माहिती विभाग : शासनाच्या धोरणाबाबत, उपक्रमाबाबत व विकास योजनांबाबत जनतेला माहिती देण्याचे कार्य शासनाच्या माहिती विभागाद्वारे दिले जाते. याद्वारे सरकारी योजनांची जाहिरात, माहिती पुरविण्यात येते अशी माहिती वस्तुनिष्ठ स्वरूपाची असते व त्यासाठी माहिती संकलन व विश्लेषण करणारा विभाग आणि संशोधन विभाग असतो.

(४) कायदेमंडळ : संसदेत कायदेमंडळामध्ये होणाऱ्या चर्चेतून लोकांना राजकीय प्रश्नांचे ज्ञान होत असते. संसदेत राष्ट्रीय स्वरूपाच्या प्रश्नांची प्रामुख्याने चर्चा होते. तसेच राज्य विधिमंडळात राज्यांच्या प्रश्नांची प्रामुख्याने चर्चा केली जाते. कायदेमंडळाचे कार्य चर्चात्मक स्वरूपाचे असते. यातून एखाद्या घटनेवर अधिक प्रकाश पडतो तसेच प्रश्नोत्तरांच्या तासातून विविध खात्याच्या सदस्यांना प्रश्न-उपप्रश्न विचारले जातात. त्यातून राज्यकारभाराविषयक माहिती जनतेसमोर येते. शासकीय धोरणातील दोष व चुकांवर प्रकाश टाकला जातो. सत्तारूढ पक्षाचे सदस्य शासनाच्या धोरणांचे समर्थन करतात. तसेच शासनाचे व विरोधी पक्षांचे धोरण यांची माहिती जनतेला देतात. कायदेमंडळातील कामकाजाचे वृत्त वृत्तपत्रांच्या माध्यमातून देतात. यातून जनतेला राजकीय प्रश्नांची माहिती उपलब्ध होते.

(५) विविध राजकीय पक्ष : राजकीय पक्षाद्वारे संसूचन कार्य देशव्यापी स्वरूपाचे असते. राजकीय पक्ष, संघटना व तिचे स्थानिक व राष्ट्रीय पातळीवरील नेते हे कार्य करतात. जनतेचा अधिकाधिक पाठिंबा मिळविण्यासाठी सतत संपर्क ठेवणे आवश्यक असते. लोकांपर्यंत पक्षाची धोरणे पोहोचविणे लोकांचे प्रश्न, त्यांच्या मागण्यांचा पाठपुरावा करणे, शासनाद्वारे लोकांचे प्रश्न सोडविण्यासाठी कोणकोणते प्रयत्न केले जातात याची लोकांना माहिती देणे. विरोधी पक्ष शासनाच्या धोरणातील दोष लोकांपुढे मांडून त्यांना संघटित करण्याचा प्रयत्न करतो. सार्वजनिक सभा, वृत्तपत्रे आणि दूरचित्रवाणी या संसूचन माध्यमांचा वापर केला जातो. राजकीय पक्ष हे स्वत : संसूचनाचे प्रभावी माध्यम असतात. मतदार संघातील आपला प्रभाव टिकविण्यासाठी मतदारांच्या मागण्या शासनापर्यंत पोहोचविणे शासनाच्या कार्यक्रमांची माहिती लोकांना देणे हे काम पक्षनेते करतात.

(६) विविध संघटना : समाजातील उद्योगपती, व्यावसायिक, कामगार, शासकीय कर्मचारी, शिक्षक, बँक कर्मचारी व तसेच सांस्कृतिक व सामाजिक, धार्मिक, क्षेत्रातील संघटना संसूचन कार्य करतात. या संघटनांचे उद्दिष्ट प्रामुख्याने गटातील लोकांचे प्रश्न सोडविणे त्यांच्या हितसंबंधाचे रक्षण करणे हे असते. त्यासाठी त्या शासनाकडे मागण्या सादर करणे. शासनाचे निर्णय लोकांपर्यंत पोहोचविणे ही कार्ये करतात. या संघटना किंवा दबाव गटांचे शासनाशी संपर्क ठेवून मागण्यांचा पाठपुरावा करतात तसेच शासनाच्या धोरणांची माहिती संघटनेला देतात.

(७) सार्वजनिक सभा-संमेलने : सार्वजनिक सभा-संमेलनांद्वारे लोकांशी प्रत्यक्ष संपर्क साधता येतो. राजकीय पक्ष सार्वजनिक सभा आयोजित करून त्यातून प्रभावी नेत्यांद्वारे विचार जनतेसमोर मांडले जातात. निवडणुक काळात प्रचारसभांच्या आयोजनातून पक्षास हितकारक अशी माहिती जनतेसमोर मांडली जाऊन लोकमत पक्षाच्या दृष्टीने अनुकूल बनविण्यासाठी प्रयत्न केला जातो. प्रगत राष्ट्रांमध्ये प्रचार सभांऐवजी वेगवेगळया संघटनांच्या प्रतिनिधीबरोबर संपर्क साधला जातो. दूरचित्रवाणीवर, मुलाखत व चर्चा

यावर भर दिला जातो. भारतात आजही सार्वजनिक सभा हा निवडणूक प्रचाराचा प्रमुख मार्ग आहे. सभांप्रमाणे अधिवेशने, चर्चासत्र व संमेलने यातून विविध विषयांवर चर्चा, विचारविनिमय व प्रश्नोत्तरे होतात. एकाच विषयावर वेगवेगळया दृष्टिकोनातून मते मांडली जातात व त्याचा परिणाम लोकमतावर होतो.

(८) चित्रपट व नाटके : या माध्यमातून मनोरंजनाबरोबरच राजकीय शिक्षण व लोकजागृती घडविण्याचे कार्य केले जाते. स्वातंत्र्यपूर्वकाळात नाटके व चित्रपटांतून प्रबोधन तसेच ब्रिटिश राजवटीविरूद्ध रूपकात्मक कथांद्वारे जनतेशी संपर्क साधला जात असे लोकजागृती घडवून आणली जात असे. आधुनिक काळात चित्रपटांतून, नाटकांमधून सामाजिक व राजकीय प्रश्नांचे प्रभावकारी चित्रण करून जनतेत जागृती घडवून आणली जाते. याशिवाय समाचार, चित्रे, राजकीय शिक्षण देणारे लघुपट यातून राष्ट्रउभारणीचे कार्य, राजकीय घडामोडी, पंचवार्षिक योजना व कुटुंबनियोजन या विषयावर समाचार चित्रे तयार करून लोकांना माहिती पुरविली जाते.

(९) इतर संघटना : समाजात विविध प्रकारच्या संघटना कार्यरत असतात. समाजातील विविध गटांच्या प्रश्नांना वाचा फोडणे व शासनाशी संपर्क साधून प्रश्न सोडविण्याचा प्रयत्न करणे तसेच काही संघटना विशिष्ट वर्गाचे हितसंबंधांचे रक्षण करण्यासाठी प्रयत्न करतात. संघटनेच्या कार्यातून त्या संघटनेत असलेल्या सदस्यांचे राजकीय शिक्षण तर होतेच याशिवाय शासनाचे धोरण व विरोधी धोरण याबाबतही माहिती उपलब्ध होते. चर्चासत्रे, सभा-संमेलने व अधिवेशनातून राजकीय, सामाजिक प्रश्नांची माहिती सदस्यांना उपलब्ध होते.

लघूत्तरी प्रश्न :

(१) राजकीय विकास व राजकीय आधुनिकीकरण यातील फरक स्पष्ट करा.
(२) राजकीय विकासाच्या समस्या सांगा.
(३) आधुनिकीकरणाच्या समस्या कोणत्या.
(४) आधुनिकीकरणाची उपयुक्तता स्पष्ट करा.
(५) आधुनिकीकरणाची वैशिष्टे कोणते?
(६) राजकीय विकासाचे वैशिष्टे कोणते?
(७) राजकीय विकासाची संकल्पना स्पष्ट करून विविध दृष्टिकोन विषद करा.
(८) राजकीय संस्कृतीचे स्वरूप व आधार स्पष्ट करा.
(९) राजकीय सामाजिकीकरणाची प्रक्रिया व साधने विषद करा.
(१०) राजकीय सामाजिकीकरणाचे महत्त्व स्पष्ट करा
(११) राजकीय संस्कृतीची वैशिष्टे कोणते.
(१२) राजकीय संस्कृतीवर प्रभाव टाकणारे घटक कोणते.

दीर्घोत्तरी प्रश्न :

(१) राजकीय विकासाच्या सिद्धांताचे सविस्तर वर्ण करा.
(२) राजकीय विकासाचा अर्थ सांगून स्वरूप स्पष्ट करा.
(३) राजकीय सामाजिकीकरणाची साधने स्पष्ट करा.
(४) संसूचन सिद्धांत स्पष्ट करा.
(५) राजकीय संसूचनाची माध्यमे किंवा साधने कोणती ती स्पष्ट करा.

प्रकरण ३
संविधानवाद आणि संघराज्य

प्रस्तावना
(३. अ) अमेरिका, ब्रिटन, फ्रान्स व स्वित्झर्लंडमधील संविधानवाद
(३. ब) अमेरिका, ब्रिटन, फ्रान्स व स्वित्झर्लंडमधील संघराज्य
(३. क) आधुनिक काळातील संघराज्यासमोरील आव्हाने

प्रस्तावना

संविधानवादामध्ये जनतेचे घटनेमध्ये असलेले अधिकार व सत्ता यावर व्यक्त केलेली निष्ठा असते, यात राजकीय संस्थांचे प्रकार व प्रक्रियांबाबत मतैक्य तसेच कायद्याच्या राज्याची आवश्यकता प्रतिपादन केलेली असते. त्याचबरोबर नागरिकांचे मूलभूत अधिकार, स्वातंत्र्य, राजकीय सत्तेचे विभाजन, सत्ता- विकेंद्रीकरण, नियंत्रण, समतोल, स्वतंत्र व निष्पक्ष न्यायमंडळ यांना महत्त्व दिले जाते. थोडक्यात, संविधानवाद एकविचारधारेचे प्रतीक म्हणजेच राष्ट्राचे मूल्य, विश्वास व राजकीय आदर्श मिळून बनलेल्या विचारधारांचे प्रतीक असते. प्रस्तुत प्रकरणात अमेरिका, इंग्लंड, फ्रान्स व स्वित्झर्लंडमधील संविधानात्मक शासनव्यवस्थेचे मूल्यमापन केलेले आहे. तसेच प्रस्तुत राष्ट्रांनी संघराज्याचे तत्त्व स्वीकारण्यामागील पार्श्वभूमी तसेच शासनाच्या अधिकारांची सत्ताविभागणी, न्यायालयाचे स्वातंत्र्य व न्यायालयीन पुनर्विलोकन, नागरिकांचे मूलभूत अधिकार व स्वातंत्र्य याबाबत विवेचन केलेले आहे. त्याचबरोबर आधुनिक काळातील संघराज्यवादाअगोदर असलेली आव्हाने यांचा गोषवारा घेतलेला आहे.

(३. अ) अमेरिका, ब्रिटन, फ्रान्स व स्वित्झर्लंडमधील संविधानवाद

अमेरिका, ब्रिटन, फ्रान्स व स्वित्झर्लंडमधील संविधानवादाचा विकास पाहण्याअगोदर संविधानवादाचा अर्थ व व्याख्या, स्वरूप, विकास, तत्त्वे, वैशिष्ट्ये, घटक व त्याचे भवितव्य यासंबंधीची थोडक्यात माहिती घेऊ-

संविधानवादाचा अर्थ व व्याख्या :

संविधानवादाची व्याख्या करण्याचा प्रयत्न अनेक विचारवंतांनी केलेला असून त्यांतील काही व्याख्या पुढीलप्रमाणे

राजकीय संस्थेचे सर्वश्रेष्ठ कायद्याने स्वरूप निश्चित केलेली व्यवस्था म्हणजे संविधानवाद होय.

पैन्नल आणि स्मिथ यांच्या मते, 'संविधानवाद म्हणजे केवळ प्रक्रिया किंवा तथ्य यांचेच नांव नाही तर राज्यांतर्गत समाज, राजकीय पक्ष व सत्ताधारी वर्ग यांच्यावरील नियंत्रण, तसेच अमूर्त व व्यापक स्वरूपाची मूल्ये, ऐतिहासिक परंपरा व भावी महत्त्वाकांक्षा यांच्याशीही संबंधित आहे.' याचाच अर्थ असा होतो की, जनतेने घटनेमध्ये असलेले अधिकार व सत्तेवर व्यक्त केलेली निष्ठा असते की, जिच्यामुळे सरकार योग्य प्रकारे काम करते म्हणजेच जनतेच्या निष्ठा व आकांक्षा यांच्या इच्छाशक्तीमध्ये सुसंघटित राजकीय सत्ता नियंत्रित राहते.

केरी आणि अब्राहम यांच्या मते, 'प्रचलित संविधानातील निर्देशानुसार शासन कारभाराच्या पद्धतीला 'संविधानवाद' असे म्हणतात.'

कार्ल फ्रेडरिक यांच्या मते, 'संविधानवाद म्हणजे अशी अवस्था की ज्यामध्ये सत्तेची विभागणी करून शासनाच्या कार्यावर प्रभावी बंधने घातली जातात. तसेच निष्पक्ष शासनाचे आश्वासन किंवा हमी असते.'

कार्टर व हर्ज यांच्या मते, 'मूलभूत अधिकार आणि स्वतंत्र न्यायपालिका ही संविधानाची अनिवार्य आणि सर्वसामान्य अशी विशेषता आहे.'

राऊसैकच्या यांच्या मते, 'संकल्पना या दृष्टीने संविधानवाद म्हणजे अनिवार्य असे मर्यादित सरकार आणि शासनकारभाराचे स्वरूप नियंत्रित करण्याची राजकीय पद्धती होय.'

वरील व्याख्यांवरून स्पष्ट होते की, राज्य व शासनकारभार यासंबंधीच्या आधारभूत आस्था व तत्त्वांची जपवणूक आणि दैनंदिन जीवनपद्धतीत प्रत्येक नागरिकाला ती उपलब्ध करून देण्याची पद्धती म्हणजे 'संविधानवाद' होय. शासनाची सत्ता मर्यादित व नियंत्रित करण्याच्या प्रक्रियेला किंवा राजकीय पद्धतीला 'संविधानवाद' असे म्हणतात. म्हणजेच शासनाने निश्चित केलेल्या मूलभूत नियमांच्या चौकटीतच काम केले पाहिजे; मूलभूत नियमांनी जितके अधिकार प्रदान केलेले आहेत त्यापेक्षा अधिक अधिकाराचा वापर करता येणार नाही अशा व्यवस्थेस 'संविधानवाद' म्हणून ओळखले जाते. अतिशय सोप्या शब्दांत संविधानवाद ही लोकांच्या निष्ठा व आस्थांनी मिळून बनलेली अशी शक्ती आहे की, जिच्यामुळे राजकीय सत्ता नियंत्रित राहते. थोडक्यात, संविधानवादात लहरी, अरेरावी स्वरूपाच्या अधिकाराच्या वापराला स्थान नसते. संविधानवादाचे तत्त्वज्ञान अमर्याद सत्ता शासनास किंवा एका व्यक्तीस देण्याच्या विरोधी आहे. कोणत्याही देशातील राज्य कायद्यानुसार तेथील लोकांना जास्तीतजास्त अधिकार देऊन चालविले जावे अशी त्यात अपेक्षा केली जाते.

संविधानवादाचे स्वरूप :

प्रत्येक नागरिकास प्रिय असलेल्या मूल्य, विश्वास व राजकीय आदर्श यांचा बोध संविधानातून होत असतो. ही मूल्ये व आदर्श राष्ट्रीय नेत्यांनी संविधानात प्रस्थापित केलेली असतात. यांचे संरक्षण, प्राप्ती व विकास यासाठी राष्ट्रातील समाज मोठ्यात मोठा त्याग करावयास तयार असतो. या सर्वांचा संविधानवादात समावेश केलेला असतो. संविधानवाद ही एक विचारप्रणाली आहे. शासनसंस्थेची सत्ता विभाजित असावी, नियंत्रित असावी व राज्यकारभाराविषयी आणि शासनसंस्थेच्या रचनेसंबंधी काही मूलभूत तत्त्वे त्यामध्ये असावीत अशा प्रकारच्या विचारांचा उदय इ. स. पूर्व काळात झाला. म्हणून ऐतिहासिक दृष्टीने संविधानवाद राज्यसंस्थेइतकाच प्राचीन आहे असे म्हणता येते. संविधान या शब्दापेक्षा संविधानवाद ही स्वतंत्र अर्थाची व प्राचीन स्वरूपाची संकल्पना आहे याबाबतीत विचारवंतांमध्ये कोणतेही मतभेद नाहीत.

शासनसंस्थेची मर्यादा निश्चित करणे या अर्थाने संविधानवाद ही संकल्पना वापरली जाते. अमेरिकन

शास्त्रज्ञ सी. एच्. मैकिलव्हॅन याने १९३९ मध्ये आपल्या कॉन्स्टीटयुशनॅलिझम इन ए चेंजिंग वर्ल्ड या पुस्तकात असे विचार व्यक्त केले होते की, आजच्या युगात मुख्य समस्या ही संविधानवादाची आहे. तेव्हा पश्चिम युरोपमध्ये फॅस्टिवादाचा धोका निर्माण झाला होता आणि सोव्हिएत रशियामध्ये साम्यवादाला धोका निर्माण होण्याची चिन्हे दिसू लागली होती. या दोन्ही सर्वंकषवादी व्यवस्थांच्या स्पर्धेमध्ये केवळ संविधानवादच शासनाला नियंत्रित करू शकतो आणि व्यक्तिच्या स्वातंत्र्याचे संरक्षण करू शकतो या अर्थाने मैकिलव्हॅन याने या संकल्पनेच्या स्वरूपाला दुजोरा दिला.

तुलनात्मक राजकारणाच्या अभ्यासात संविधानवादास विशेष महत्त्व प्राप्त झाले आहे. आधुनिक राजकारणात जेथे लोकशाही आहे तेथे सार्वभौम सत्तेवर संविधानाद्वारे बंधने घातली जातात. केवळ सत्ताधारकांवरच संविधानाद्वारे बंधने घातली जात नाही, तर लोकांवर देखील बंधने घातली जातात, सत्तेचा वापर कोणी करावा? कसा करावा? किती प्रमाणात करावा? कशासाठी करावा? यासाठी तरतूद म्हणजे संविधानवाद होय. म्हणूनच संविधानवादाचा अर्थ मर्यादित अधिकार असलेले सरकार किंवा अनियंत्रित सत्तेच्या विरोधी असलेले सरकार असा केला जातो. हा संविधानवाद प्रामुख्याने पाश्चात्त्य देशांमध्ये विकसित झाल्याचे आढळते.

संविधानवादाचा विकास :

संविधानवादाचा विकास सर्वप्रथम ग्रीकमध्ये झाला. ॲरिस्टॉटलने त्यावेळच्या १७८ नगरराज्यांच्या संविधानांचा अभ्यास करून संविधानात्मक शासनाची कल्पना मांडली आणि 'राज्याच्या विकासाला उत्तम संविधान आवश्यक असते' असे प्रतिपादन केले. इ. स. पूर्व ६२४ आणि ४०४ या काळात येथे ११ संविधाने होती असे म्हटले जाई. संविधानाच्या विकासाचा हा कालखंड लक्षात घेतल्यास आपणास असे दिसून येते की, ग्रीक नगरराज्यांमध्ये एकाच वेळी दोन पातळयांवर संविधानाचा विकास झाला.

(१) राजकीय पातळीवर संस्थांची निर्मिती झाली.

(२) वैचारिक पातळीवर कमी अधिकार आवश्यक आहे या अनुषगांने वैचारिक सिद्धांताची मांडणी करण्यात आली आणि लोकमतावर आधारित सरकारच फक्त अधिमान्य असते या विचाराचा विकास झाला.

ग्रीक नगरराज्याचा कालखंड : या कालखंडात ग्रीक विचारवंतांनी सार्वजनिक धोरणांची निर्मिती व अंमलबजावणीच्या संबंधीची प्रक्रिया स्पष्ट स्वरूपात मांडण्याचा प्रयत्न केला. परंतु, शासक व जनता यांच्या सत्तासंबंधामध्ये मर्यादा निश्चित करणे हे तत्कालीन ग्रीक विचारवंतांचे प्रमुख ध्येय असल्यामुळे त्यांनी मर्यादा स्पष्ट करण्यावर लक्ष केंद्रित केल्याचे आढळून येते.

रोमन साम्राज्याचा कालखंड : या कालखंडात रोमन गणराज्याचे स्थायित्व निर्माण होण्यासाठी पॉलिबियस आणि अन्य विचारवंतानी कोणते घटक आवश्यक आहेत याचे स्पष्टीकरण दिले. त्यात रोमन कायद्याचा विकास आणि प्रशासनाचे सिद्धांत विकसित होण्याच्या दृष्टीने रोमन न्यायाधीशांनी व्यक्तिगत संबंध आणि सार्वजनिक उत्तरदायित्व यातील फरक स्पष्ट करण्यावर भर दिला. रोमनांनी शासनाची सत्ता व जनतेचे व्यक्तिस्वातंत्र्य यामध्ये योग्य संतुलन साधण्याचा प्रयत्न केला. रोमन विचारवंतांचा ठाम विश्वास होता की, शासक वर्ग सत्तेचा उपयोग करतो परंतु, सत्तेचे स्त्रोत जनताच असते; अशा प्रकारे शासनाला प्राप्त झालेली सत्ता जनतेने प्राप्त केलेली असते. या तत्त्वाचा प्रभाव रोमन काळात दिसून येतो. अशा प्रकारे नगरराज्य समाप्त होऊन रोमन राज्याचा विकास झाला. समाजशास्त्रापासून राज्यशास्त्राने फारकत घेतली. दोन्ही शास्त्रे स्वतंत्र विषय म्हणून अस्तित्वात आले. राज्य व समाज यांना एकत्र समजणे बंद झाले. राज्याच्या ऐवजी व्यक्ती हा विचारांचा केंद्रबिंदू झाला मानवतावादाची सुरुवात झाली. रोमन लोकांनी आपल्या अधिकारांचा दुरुपयोग करण्याचा प्रयत्न केला तेव्हा संविधान विकसित केले. इ. स. पूर्व ५००

मध्ये राजेशाही अस्तित्वात आली. रोमन विचारवंत सिसेरो याने जनतेची संमती हा राज्याचा आधार आहे हे स्पष्ट केले आणि याच काळात कायद्याचे संहितीकरण झाले.

मध्ययुगातील संविधानवाद : रोमन साम्राज्याच्या पतनानंतर धर्मसत्तेचे महत्त्व वाढून राजसत्ता खिळखिळी झाली म्हणूनच मध्ययुगाला 'अंधकाराचे युग' म्हटले जाते. शासनसत्तेचे स्वरूप, शासन व प्रजा यांचे संबंध इत्यादींबाबत मध्ययुगात अनिश्चितता असली तरीही मध्ययुगात संविधानाचा विकास झाला. संविधानाचा खरा विकास सर्वप्रथम इंग्लंडमध्ये झालेल्या १६४०च्या यादवी युद्धानंतर राजाचा पराभव होऊन झाला. कायद्याचे राज्य ही संकल्पना त्याच काळात इंग्लंडमध्ये विकसित होऊन संविधानवादाचा विकास त्यामुळे झाला. याशिवाय मध्ययुगीन संविधानवादाचे तीन प्रमुख पैलू पुढीलप्रमाणे स्पष्ट करता येतील

(१) सेन्ट थॉमस ॲक्वीनास हा धर्मप्रसारक असूनही सर्वव्यापी कायदा असावा हा विचार त्याने मांडला.

(२) लोकप्रिय सार्वभौम सत्तेच्या सिद्धांतांचा उदय मध्ययुगात झाला नाही परंतु या सिद्धांतासंबंधीच्या विचाराला प्राचीन काळापेक्षा मध्ययुगात महत्त्व प्राप्त झाले.

(३) प्रातिनिधिक शासनाचा प्रारंभ मध्ययुगात झाला असे समजले जाते. चर्चच्या अधिकारासाठी देखील प्रातिनिधिक शासनाचा सिद्धांत मध्ययुगीन विचारवंतांनी मांडलेला दिसतो.

आधुनिक युगातील संविधानवाद : मध्ययुगाच्या समाप्तीनंतरचा कालखंड म्हणजे अर्वाचीन कालखंड होय. प्राचीन चळवळीने याचा प्रारंभ झाला. धर्मसत्ता व राजसत्ता या दोन्हींमध्ये राजसत्ता श्रेष्ठ आहे, हे मॅकॅव्हेलीने मांडलेले विचार या काळात दूर गेले. राज्याच्या दैवी अधिकाराचा सिद्धांत हळूहळू मागे पडला. निरंकुश राजेशाहीचे समर्थन करणारे विचार मागे पडले व मर्यादित शासनाचा विचार अनेक विचारवंतांनी मांडला व तो दृढ झाला, अशा पद्धतीने संविधानवादाचा विकास झालेला आपणास दिसून येतो.

संविधानवादाची वैशिष्ट्ये :

संविधानवादाची वैशिष्ट्ये आपणास खालीलप्रमाणे स्पष्ट करता येतील-

(१) संविधानवाद ही मूल्ययुक्त धारणा म्हणजेच ती मूल्यांशी संबंधीत असलेली कल्पना आहे.

(२) संविधानवाद ही संस्कृतीशी संबंधित धारणा असून ही मूल्ये संस्कृतीतूनच निर्माण होत असतात.

(३) संविधानवाद ही गतिमान संकल्पना असते व ती प्रगतीसाठी उपयुक्त ठरते.

(४) विविध देशांचे राजकीय आदर्श, आस्था व मान्यता समान असू शकतात. त्यामुळे अशा देशांत संविधानवाद समानता राखू शकते.

(५) सामान्यपणे प्रत्येक देशाच्या संविधानात भविष्याबाबत जनतेच्या आशा-आकांक्षा, आदर्श व मूल्ये प्रतिबिंबित झालेली असतात, म्हणून संविधानवाद ही संविधानावर आधारित संकल्पना आहे, असे म्हणता येते.

संविधानवादाचे घटक :

व्यापक स्वरूपाचा अर्थ व्यक्त करणारी संविधानवाद ही संकल्पना आहे. या संकल्पनेचा काटेकोरपणे अर्थ आपणास सांगता येत नाही. त्यामुळेच संविधानवादाचे घटक निश्चित करणे हे अभ्यासकांच्या दृष्टीने अवघड असे कार्य झाले आहे. अशाही परिस्थितीत कार्ल जे. फ्रेडरिकचे घटकांच्या संदर्भातील विचार समजण्यासाठी आपणास त्यांनी सांगितलेली राजकीय उद्दिष्ट्ये किंवा लक्ष्ये विचारात घ्यावीच लागतात. ते खालीलप्रमाणे-

(१) खासगी व व्यक्तिगत जीवनातील खऱ्या स्वातंत्र्याला कोणतीही इजा पोहोचणार नाही या दृष्टीने राजकीय समाजाच्या प्रत्येक सदस्याचे संरक्षण करण्याचे उद्दिष्ट.

(२) धार्मिक स्वातंत्र्याचा अधिकार व अन्य अधिकारांचे संरक्षण.

(३) कायद्याची अधिसत्ता या तत्त्वांमध्ये अशी संविधानात्मक शासनसंस्था की जी लहरीनुसार नव्हे तर कायद्याच्या आधारावर राज्यकारभार करते.

(४) कार्ये व प्रदेश या दोन्ही आधारांवर राजकीय सत्तेचे विभाजन करण्याचे उद्दिष्ट.

संविधानवादाची तत्त्वे :

संविधानवादाचे कायद्याद्वारे नियंत्रित सरकार हे मुख्य तत्त्व पिनॉन व स्मिथ यांनी मानले, याशिवाय खालील चार घटकरूपी तत्त्वे त्यांनी स्पष्ट केली आहेत.

(१) आवश्यक संस्थांची अभिव्यक्ती या रूपात संविधान : संविधान कोणत्याही प्रकारचे मग ते लिखित असो किंवा अलिखित असो. त्यामध्ये कायदेमंडळ, कार्यकारीमंडळ व न्यायमंडळ या सरकारच्या तीन विभागांची रचना, अधिकार व कार्ये परस्परसंबंध सर्व बाबींची स्पष्ट अशी व्यवस्था असणे गरजेचे असते, जर संविधानात आधारभूत राजकीय संस्थांची रचना, अधिकार व कार्ये आदींबाबत स्पष्टता नसेल तर संविधानवादाची कल्पना करणे देखील शक्य होत नाही, असेही त्यांनी म्हटले आहे.

(२) राजकीय सत्तेवरील मर्यादा या रूपात संविधान : सरकारच्या राजकीय सत्तेवरील मर्यादा हे संविधानवादाचे मूलभूत तत्त्व आहे, असे त्यांचे मत आहे. प्रत्येक राज्यातील संवैधानिक सरकारच्या सत्तेवर कोणत्या ना कोणत्या प्रकारची नियंत्रित व्यवस्था असणे आवश्यक ठरते, अशी नियंत्रण व्यवस्था वा पद्धती म्हणून काही तत्त्वांची यादी पुढीलप्रमाणे सांगता येईल- कायद्याची अधिसत्ता, मूलभूत अधिकारांची व्यवस्था, सत्ताविभाजन आणि विकेंद्रीकरणाची व्यवस्था या सर्व नियंत्रणाच्या माध्यमाद्वारे सरकार आणि नागरिक या दोहोंचे कार्यक्षेत्र निश्चित व मर्यादित होते.

(३) विकासाचे निर्देशक या रूपात संविधान : काळ, परिस्थिती व गरज यानुसार सामाजिक मान्यता, मूल्ये व आदर्शामध्ये बदल घडून येत असतात. हे सर्व बदल प्रत्यक्षात आणण्यासाठी संविधानाची एक स्वत :ची पद्धती वा योजना असावयास पाहिजे. जर संविधानात अशा प्रकारची सोय नसेल तर संविधान बदललेल्या मान्यतांचे प्रतीक राहणार नाही. संविधान हे भविष्यातील संभाव्य विकासाचे उत्तम साधन असावयास पाहिजे.

(४) राजकीय संघटन या रूपात संविधान : सरकारची कार्ये अधिकारयुक्त असतील आणि सरकार हे कायदेशीर असेल अशी व्यवस्था संविधानाद्वारे निर्माण करणे म्हणजे राजकीय शक्तीचे संघटन करणे होय.

संविधानात ही चार तत्त्वे समाविष्ट असणे आवश्यक आहे. जर ही चार तत्त्वे संविधानात समाविष्ट नसतील तर ते संविधानवादाची अभिव्यक्ती करण्याचे माध्यम राहणार नाही, तसेच त्या देशात संविधानवादही होण्याची शक्यता असते.

संविधानवादाच्या समस्या :

२०व्या शतकाच्या सुरुवातीपासूनच जनतेच्या हितांचे रक्षण करण्यासाठी व सरकार नियंत्रित ठेवण्यासाठी संविधानात अनेक बदल करण्यात आले. त्याचवेळी संविधानासमोर अनेक समस्या उभ्या राहिलेल्या आपणास दिसून येतात. त्यापैकी काही खालीलप्रमाणे आहेत-

(१) संविधानवादाची पहिली प्रमुख समस्या अशी आहे की, जीवनाच्या अराजनैतिक क्षेत्रांमध्ये

झालेला विस्तार लक्षात घेता अलीकडे राज्यांच्या आर्थिक क्षेत्रामध्ये अनेक प्रकारचे नियम व उपनियम बनविलेले दिसून येतात

(२) राज्याचे वाढते कार्यक्षेत्र आणि व्यक्तीचे स्वातंत्र्य यांच्यात सामंजस्य व संतुलन संविधानाच्या आधाराने कसे काय प्रस्थापित करावयाचे?

(३) अराजकीय क्षेत्रांचा विकास झाल्यामुळे त्यावर नियंत्रण कसे करावयाचे?

(४) द्वितीय महायुद्धानंतर अनेक देश जगात निर्माण झाली आहेत. या नवीन राज्यात सामाजिक, राजकीय व्यवस्थेत प्रस्थापना कशी करावयाची?

(५) तुलनात्मक राजकारणाच्या अभ्यासाच्या दृष्टिने संविधानवादाच्या विकासात सर्वात मोठा अडसर म्हणजे अंतर्गत संघर्षाची स्थिती आणि युद्धजन्य परिस्थिती आहे.

(६) मोठ्या प्रमाणात विषमता जर समाजात असेल तर सामाजिक असंतोषाचा उद्रेक होऊन संविधानच बाजूला ठेवले जाते.

(७) एखादे राष्ट्र जर सतत युद्धाच्या भीतीत वावरत असेल तर त्या राष्ट्रातील लष्कर प्रभावी होते आणि असे प्रभावी लष्कर संविधानाला दूर सारून सत्ता काबीज करते.

संविधानवादाचे भवितव्य :

संविधानासमोरील वरील समस्या विचारात घेता असे सिद्ध होते की, संविधानवाद म्हणजे सरकारची शक्ती मर्यादित करणे होय. याचाच अर्थ संविधानाचे भवितव्य आपणास पुढीलप्रमाणे सांगता येईल-

(१) नव्याने स्वतंत्र झालेले देश अजूनही क्रांतीकारक सामाजिक अस्थिरतेच्या स्थितीत आहेत.

(२) अधिक राज्यांमध्ये किंवा देशांमध्ये पंरपरागत जीवनाचा नाश झालेला आहे.

(३) नव्याने स्वतंत्र झालेल्या राष्ट्रांत कायदा अंमलबजावणीची पद्धत पाश्चिमात्याप्रमाणे नाही.

(४) नव्याने स्वतंत्र झालेल्या देशांमध्ये व तेथील लोकांमध्ये जे मानसिक वातावरण निर्माण होते तेसुद्धा बांधक ठरते.

(५) काही युरोपातील देशांमध्ये राजकीय आणि अन्य उद्देशांच्या बाबतीत एकमताचा अभाव होत असल्यामुळे त्याठिकाणी संविधाने असफल होत असतांना दिसतात.

(६) राष्ट्रवाद हा आधुनिक राज्य, राष्ट्रातील महत्त्वाचा विचार आहे याचा विचार झालाच पाहिजे, म्हणजेच राष्ट्रीय भावना संविधानात प्रतिबिंबीत झाली पाहिजे.

(७) लोकशाहीमध्येच संविधानवादास भवितव्य आहे.

(८) संविधानवादाचे यश संघराज्य पद्धतीवर अवंलबून असते.

संविधानवादावरील उपाययोजना :

संविधानासमोरील वरील प्रकारच्या समस्या कशा पद्धतीने सोडवाव्यात हा एक कठीण स्वरूपाचा प्रश्न आहे. या वर काही विचारवंतांनी पुढील प्रकारच्या उपाययोजना सुचविलेल्या आहेत.

(१) संविधानाने स्वयंनिर्णयच्या अधिकाराचा विचार प्रामुख्याने केला पाहिजे. त्यासाठी राष्ट्रवादाचा विचार करणे आवश्यक आहे.

(२) सर्वंकष व्यवस्थेत संविधानवादाचे भवितव्य संपले जाऊ शकते, कारण संविधानवाद म्हणजे नियंत्रित सरकार त्यामुळे लोकशाही शासनव्यवस्थेत संविधानवादास भवितव्य आहे असे म्हणता येईल.

(३) समाजात जे अनेक वर्ग असतात त्या सर्वांच्या हितसंबंधांना जपणाऱ्या तरतुदी घटनेत असणे आवश्यक आहे.

(४) संविधानवादाच्या यशासाठी एकात्मशासनपद्धतीत देखील विविध प्रदेशांना स्वायत्तता दिली जाते.

(५) जागतिक शांततेची गरज जगातील सर्वच राष्ट्रांना आहे. जागतिक शांततेच्या अभावी तिसरे महायुद्ध सुरू होऊन जागतिक अराजक निर्माण होऊ शकते.

अमेरिकेतील संविधानवाद :

इंग्लडंच्या राज्याच्या अत्याचाराला कंटाळून अनेक इंग्लंडमधील लोकांनी अमेरिकेच्या उत्तरेला वसाहती स्थापन केल्या की, ज्या त्या काळात व्हर्जिनिया नावाने ओळखल्या जातात. अशाच प्रकारच्या अनेक वसाहती अमेरिकेच्या उत्तरेकडे निर्माण झाल्या. या वसाहतीकडे इंग्रजी सत्तेचे लक्ष्य नसल्यामुळे या वसाहतींना स्थिरता लाभू शकली, पण कालातरांने इंग्रजी सत्तेचे लक्ष तिकडे वेधले गेल्याने त्यांनी वसाहतीवर अनेक स्वरूपाची बंधने लादली. तसेच युद्धातील खर्च भागविण्यासाठी या लोकांवर मोठ्या प्रमाणात कर लावले जाऊ लागले. याला जनतेने विरोध केला. त्याच काळात युरोपात संविधानवाद व सत्ता यामध्ये संघर्ष चालू होता.

त्याचवेळी अमेरिकेतील जनतेला कळून चुकले की, राष्ट्रासाठी कार्य करण्याचा अधिकार राजाचा आहे. त्याच काळात रूसोच्या विचाराचा प्रभाव त्याचा सामाजिक सिद्धांताचा करार व त्यातील स्वातंत्र्याविषयक संकल्पना अमेरिकेच्या १७७६ च्या स्वातंत्र्याच्या जाहिरनाम्यात स्वीकारल्या गेल्या. या आधारे अमेरिकेत जे संविधान निर्माण करण्यात आले त्याचा आधुनिक काळात सर्वश्रेष्ठ नमुना म्हणुन अमेरिकेच्या संविधानाचा विचार करता येतो. अमेरिकेने १७७६ मध्ये स्वातंत्र्याची घोषणा केली. समानतेच्या तत्त्वाला अमेरिकेतील जनतेने स्वीकारले आणि सर्व समान आहेत यावर ते ठाम राहिले. यामधूनच अमेरिकेतील सर्व राज्यांचे एक संघराज्य स्थापन करण्याचे निश्चित करण्यात आले. यामध्ये सामील होणाऱ्या सर्वच राज्यांना समान अधिकार राहतील हे ठरविण्यात आले; तसेच जनतेच्या स्वातंत्र्याचे संरक्षण करण्यासाठी नियंत्रण व संतुलन व्यवस्थेवर राज्यघटना आधारित आहे किंवा सद्य स्थितीत त्यास सत्ताविभागणी किंवा अधिकार विभाजन तत्त्व असे म्हटले जाते. हे विभाजनाचे तत्त्व माँटेस्क्यूच्या सत्ताविभाजन सिद्धांतानुसार निर्माण करण्यात आले. हे जगातील पहिले लिखित संविधान मानले जाते.

अमेरिकन संविधानात नियंत्रण आणि संतुलनाच्या सिद्धांताला प्राधान्य देण्यात आले. त्याचबरोबर त्यावर इतर विभागांचेही नियंत्रण ठेवण्यात आले. यामागील प्रमुख हेतू म्हणजे कोणताही विभाग सर्वश्रेष्ठ होऊ नये व त्यांच्यामध्ये सत्तासमतोल राखला गेला पाहिजे. याच हेतूने अमेरिकन काँग्रेसला कायदेविषयक अधिकार, अध्यक्षाला कार्यकारी अधिकार आणि न्यायपालिकेला न्यायविषयक अधिकार देण्यात आले. संविधान म्हणजे सर्वश्रेष्ठ कायदा संविधानाचे रक्षण करण्यासाठी न्यायपालिकेला न्यायालयीन पुनर्विलोकनाचा अधिकार देण्यात आला. अशा प्रकारे संविधानास सर्वश्रेष्ठ स्थान देऊन संविधानवादाचा सर्वश्रेष्ठ नमुन्याचा पाया अमेरिकेतच घातला गेला. याबाबत सी. एफ. स्ट्रॉग यांनी असे म्हटले आहे की, आधुनिक संविधानवाद प्रामुख्याने राष्ट्रवाद आणि प्रातिनिधिक लोकशाही या दोन तत्त्वांमुळे विकसित झाला आहे तर मॅडिसनच्या विचारानुसार सत्ताविभाजनाचा अर्थ प्रत्येक विभागाला स्वतंत्र ठेवणे नाही तर परस्परांद्वारे एकमेकांवर नियंत्रण ठेवून सत्तासमतोल निर्माण करणे होय. शिवाय यातील कोणताही विभाग कोणाच्याही कार्यात हस्तक्षेप करत नाही.

माँटेस्क्यूच्या सत्ताविभाजन सिद्धांतानुसार कायदेविषयक कार्य अमेरिकन काँग्रेसकडे कार्यकारी सत्ता राष्ट्राध्यक्षांकडे तर न्यायविषयक सत्ता सर्वोच्च न्यायालयाकडे घटनेनुसार देण्यात आलेली आहे. तसेच अमेरिकेच्या राज्यघटनेद्वारे न्यायालयीन पुनर्विलोकनाचा अधिकार सर्वोच्च न्यायालयाला देऊन घटनाकारांनी

जनतेच्या मूलभूत हक्कांचे तसेच घटनेच्या संरक्षणाची जबाबदारी त्यांच्यावर टाकली आहे. याशिवाय अमेरिकन संघराज्यात घटक राज्य सरकार व संघराज्य सरकार यांच्यामध्ये काही कारणास्तव संघर्ष झाल्यास यावर सर्वोच्च न्यायालयाने निर्णय द्यावा असेही ठरले याच संदर्भात अमेरिकेचे सर्वोच्च न्यायालय हे राज्यघटनेचे समतोल केंद्र आहे, असे जेम्स बीकने म्हटले आहे.

अमेरिकन संविधानवादानुसार अमेरिकेच्या सरकारमधील व घटकराज्यातील शासनप्रमुख हे जनतेने निवडलेले असतात. साहजिकच येथील राज्यघटना ही प्रजासत्ताक असून, तिला प्रामुख्याने जनतेचा पाठिंबा असतो. आज अमेरिकेत अध्यक्षीय लोकशाही अस्तित्वात आहे, कारण तेथील शासनप्रमुख हा संसदेला जबाबदार नसतो. संविधानवादानुसार राजकीय व्यवस्थेतील बदल हे शांततापूर्वक मार्गाने व पद्धतीने केले जावेत तसेच मुद्रण स्वातंत्र्यास महत्त्व दिले जावे.

अमेरिकेच्या राज्यघटनेने जनतेला काही अधिकार दिलेले आहेत त्यादृष्टीने स्वतंत्र न्यायालय व सर्वोच्च न्यायालयाचा न्यायालयीन पुनर्विलोकनाचा अधिकार असल्याने नागरिकांचे अधिकार कायदेमंडळ व कार्यकारी मंडळ हिरावून घेऊ शकत नाही;असे असले तरी अमेरिकन न्यायालय निग्रोबाबत योग्य निर्णय करताना दिसत नाही.

अमेरिकेची राज्यघटना ही त्या देशातील सर्वोच्च कायदा असून त्यातील तरतुदींना धोका निर्माण होईल अशा स्वरूपाचा राज्यघटनेला धोकादायक कायदा जर मान्य झाला तर तो रद्द करण्याचा अधिकार घटनेद्वारे सर्वोच्च न्यायालयाला दिलेला आहे. याचबरोबर सर्वसाधारण कायदा व घटनात्मक कायदा यांच्यातील संघर्ष, व्यक्ती किंवा समूहाचे अधिकार तसेच एका बाजूला शासनाचे वेगवेगळे विभाग व दुसऱ्या बाजूला अल्प किंव बहुसंख्यांक यांच्यामध्ये समन्वय प्रस्थापित करणे याबाबत सर्वोच्च न्यायालय निर्णय घेत असते. म्हणजेच अमेरिकेच्या घटनाकारांनी राज्यघटनेचे संरक्षण करण्याची जबाबदारी सर्वोच्च न्यायालयाकडे सोपविलेली आहे.

अमेरिकेमध्ये राज्यघटना ही सार्वभौम असल्यामुळे तिच्याविरोधी असा कोणताही कायदा काँग्रेस किंवा कायदेमंडळ करू शकत नाही. सर्वोच्च न्यायालयाला दिलेला न्यायिक पुनर्विलोकनाचा अधिकार राज्यघटनेच्या सहाव्या परिच्छेदानुसार प्राप्त झाला आहे. एखादा कायदा तयार करण्याचा अधिकार कायदेमंडळाला असला तरी तो कायद्याच्या योग्य प्रक्रियेनुसार आहे की नाही हे पाहून तो घटनाबाह्य ठरविण्याचा अधिकार सर्वोच्च न्यायालयाला आहे.

इंग्लंडमधील संविधानवाद :

संविधानवादाच्या विकासात इंग्लंडचे स्थान अतिशय महत्त्वाचे आहे; कारण संविधानवादाची खरी सुरुवात येथेच झाली असे म्हटले जाते. इंग्लंडची राज्यघटना इतर देशांच्या घटनेप्रमाणे कोणत्याही घटनासमितीने एका जागी बसून तयार केलेली नाही यासंदर्भात टॉकव्हिले व पेन यांनी इंग्लंडला राज्यघटनाच नाही असे म्हटले आहे; कारण त्यांची राज्यघटनाही फार मोठी अलिखित स्वरूपाची तर अगदी थोडी लिखित स्वरूपात आहे. प्राचीन काळापासून चालत आलेल्या रूढी व परंपरा निरनिराळया खटल्यातील न्यायालयाने दिलेले निर्णय याची मिळून इंग्लंडची घटना तयार झालेली आहे. इंग्लंडमध्ये रूढी व परंपरा यांना फारच महत्त्व आहे त्यांचे तेथे काटेकोरपणे पालन केले जाते. परंतु, त्यांना कायद्याचा पाठिंबा नाही, तसेच कोणत्याही कायद्यात किंवा न्यायालयाच्या निर्णयात त्यांचा समावेश नाही. असे असले तरी कायद्यापेक्षा त्यांना अधिक प्राधान्य दिले जात आहे.

राजसत्ता श्रेष्ठ आहे की, कायदा श्रेष्ठ आहे या प्रश्नावर इंग्लंडमध्ये १६४० मध्ये यादवी युद्ध झाले. यामध्ये राजाचा पराभव झाला आणि जनतेच्या सार्वभौमत्वाचा विजय झाला. यामुळे लोकशाही प्रक्रियेला

गतिशिलता आली व लोकशाहीसाठी आवश्यक असे कायदे तयार झाले. कायद्याचे राज्य ही संकल्पना इंग्लंडमध्येच विकसित झाली आणि संविधानवाद सतत विकसित होत गेला. १९११ मध्ये हाऊस ऑफ लॉर्डस चे अधिकार तसेच आर्थिक अधिकार कमी करण्यात आले. द्विपक्षीय पद्धतीचा विकास झाल्यामुळे संसदीय पद्धतीस काम करणे शक्य झाले. म्हणजेच इंग्लंडमध्ये संसद ही सार्वभौम सत्ता मानली जाते. शासनाने सर्व अधिकार संसदेकडे दिलेले आहेत. येथील शासकवर्ग संसदेला जबाबदार आहे. सरकारचे अधिकार मंत्रिमंडळाला दिलेले असल्याने मंत्रिमंडळ हे संसदेला जबाबदार असते. तसेच संसद अविश्वासाचा ठराव संमत करून मंत्रिमंडळाला बरखास्त करू शकते. अलिकडेच वर्तमानपत्रातील बातम्यावरून आपणास हे जाणवते की, इंग्लंडचे जे हाउस ऑफ लॉर्डस् आहे ते विसर्जित होण्याच्या मार्गावर आहे.

राजा किंवा राणी हे इंग्लंडचे शासनप्रमुख आहेत. असे असले तरी सर्व अधिकार हे मंत्रिमंडळाकडेच असतात. पंतप्रधानाच्या सांगण्यावरून ते निर्णय घेत असते. इंग्लंडमध्ये व्यक्तीपेक्षा कायदा श्रेष्ठ मानला जातो. त्यानुसार तेथे कायद्याचे अधिराज्य या संकल्पनेस महत्त्व आहे. कायद्यापुढे सर्वजण समान असून सर्वांसाठी समान कायदा अस्तित्वात आहे. कोणत्याही व्यक्तीवरील आरोप सिद्ध होत नाही तोपर्यंत त्याला शिक्षा केली जात नाही. एकंदरीत सर्व नागरिकांना समान स्वरूपाचा अधिकार मिळाला आहे. मंत्र्यांची संसदेत जबाबदारी निश्चित झाली आहे. कायद्याचे अधिराज्य ही अतिशय महत्त्वाची संकल्पना तेथे विकसित झाली. परिणामत : संविधानवादाचा विकास होत गेला.

इंग्लंडमधील जनतेला देण्यात आलेले सर्वच प्रकारचे कायदे हे न्यायालयाच्या कसोटीवर लावलेले आहेत. ज्या कायद्याचा सरळ सोपा व सरळ निघत नसेल तर अशा कायद्यांचा अर्थ लावणे हे न्यायालयाचे कार्य असते. यासंदर्भातील न्यायालयाचा निर्णय हा अंतिम मानला जातो. जनतेचे अधिकार हे न्यायालयाने दिलेल्या निर्णयातून उदयास आलेले आहेत. याची कोठेही राज्यघटनेत नोंद नाही. न्यायलय जनतेच्या हक्कांचे संरक्षण करते. कि जे त्याला कायद्याद्वारे न मिळता परंपरेने मिळालेले असतात. थोडक्यात, इंग्लंडच्या राज्यघटनेमध्ये एकत्रितरित्या जनतेच्या अधिकारांचा उल्लेख केलेला नाही. पण इंग्लंडच्या संविधानवादातील राज्यघटना अलिखित संसदेचे सार्वभौमत्त्व, शासनाचे विधिनियम, पंतप्रधान, मंत्रिमंडळ, जनतेचे मूलभूत हक्क, न्यायालयाचे निर्णय, कायद्याचे अधिराज्य या प्रमुख घटकांचा प्रामुख्याने विचार केला जातो. तसेच नव्याने स्वतंत्र झालेल्या देशांना संविधानवादाचा नमुना इंग्लंडने उपलब्ध करून दिला. जॉन लॉक या ब्रिटिश विचारवंताने संविधानाचा खरा पाया इंग्लंडने घातला असे म्हटले आहे. तसेच लोकांनी आपल्या जीविताच्या स्वातंत्र्याच्या व मालमत्तेच्या रक्षणासाठी राज्यसंस्थेची निर्मिती केली आहे असेही त्याने प्रतिपादन केले.

फ्रान्समधील संविधानवाद :

रूसोच्या सामाजिक कराराच्या सिद्धांतातून फ्रान्समध्ये वैचारिक संविधानवादाचा विकास आणि फ्रान्सच्या क्रांतीच्या स्वरूपात तो व्यवहारात आला. १७८९मध्ये फ्रेंच राज्यक्रांतीमुळे अधिकारांची घोषणा झाली. फ्रान्समधील घटनाकारांचा तसेच फ्रेंच जनतेचा १७८९च्या क्रांतीतील तत्त्वांवर आधारित असून स्वातंत्र्य, समता व बंधुत्व ही तत्त्वे त्यांच्या जीवनाचा अद्वितीय भाग बनलेले आहे. या घोषणेतील अधिकारांना १७९१च्या संविधानात स्थान प्राप्त करून देण्यात आले. १८८४मध्ये राजेशाहीचा पूर्ण पराभव होऊन तेथे संविधानावर आधारित लोकशाहीची स्थापना करण्यात आली. १८७५मध्ये तिसरे गणराज्य फ्रान्समध्ये अस्तित्वात आले. त्यामुळे देशांनी सांसदीय व अध्यक्षीय पद्धतींचा अनुभव घेतला.

वास्तविकपणे फ्रान्स एक अविभाज्य, निधर्मी, लोकसत्ताक व सामाजिक गणराज्य असून, कोणत्याही विशिष्ट प्रातांतील लोकांना, विशिष्ट धर्मीयांना किंवा वर्गीयांना वेगळा दर्जा दिलेला नाही तर कायद्यापुढे सर्व

प्रांताचे, धर्माचे व वर्गाचे लोक समान आहेत. फ्रान्सची जनता फ्रान्सच्या राष्ट्रीय सार्वभौमत्वाची धनी किंवा मालक आहे, कारण फ्रान्समधील शासन हे लोकांनी, लोकांकडून व लोकांसाठी चालविले जाते.

फ्रान्सच्या एकूण पाच राज्यघटना आहेत. १९४३ मध्ये चौथे गणराज्य अस्तित्वात आले. संसदीय पद्धती व घटनात्मक अध्यक्ष अशी पद्धती या राज्यघटनेने निर्माण केली. ४ ऑक्टोबर १९५८ मध्ये पाचवे गणराज्य अस्तित्वात आले. प्रभावी अध्यक्ष व कमकुवत प्रधानमंत्री असे या पद्धतीचे वैशिष्टे होते. स्वातंत्र्य, समता, बंधुत्व या तत्त्वांवर फ्रान्सचे संविधान भर देत होते. फ्रेंच राज्यक्रांतीत लॉकने मांडलेले विचार आणि माँटेस्क्यू ने मांडलेल्या सत्ताविभाजनाचा सिद्धांत या सर्वाचे संविधानवादातील योगदान महत्त्वपूर्ण ठरलेले आहे.

संसदीय शासनपद्धतीबरोबरच फ्रान्सच्या राज्यघटनेने अध्यक्षीय शासनपद्धतीच्या तत्त्वांचा अंतर्भाव केलेला आहे. फ्रान्सच्या राज्यघटनेने रूसो व माँन्टेस्कू यांच्या तत्त्वज्ञानाचा स्वीकार केलेला आहे. रूसोची स्वातंत्र्य, समता व बंधुत्व ही तत्त्वे तसेच माँन्टेस्क्यूचा सत्ताविभाजनाचा सिद्धांत स्वीकारलेला आहे. त्यानुसार नॅशनल असेंब्ली व सिनेट या सदनांनी बनलेली फ्रान्सची संसद ही प्रमुख कायदेशीर संस्था आहे. फ्रान्स शासनाचे सदस्य हे संसदेचे सदस्य नसतात. पंतप्रधान, मंत्रिमंडळ आणि राष्ट्राध्यक्ष यांच्या संमतीने व सहकार्याने कायद्याच्या अंमलबजावणीचे कार्य केले जाते. येथील न्यायमंडळ स्वतंत्र असून तिच्या कार्यामध्ये सरकारच्या कोणत्याही शाखेस हस्तक्षेप करता येत नाही.

फ्रान्समध्ये न्यायालयीन पुनर्विलोकनाचे तत्त्व अस्तित्वात नाही तरी कायद्याची बाजू तपासण्यासाठी घटनात्मक मंडळाची स्थापना करण्यात आलेली आहे. यामध्ये एकूण नऊ सदस्य असतात. तसेच येथे न्यायमंडळाचे स्वांतत्र्य अबाधित ठेवण्यासाठी नऊ सदस्यीय सर्वोच्च न्यायपरिषदेची तरतूद करण्यात आली आहे. राष्ट्राध्यक्ष हा त्या परिषदेचा अध्यक्ष असून कायदामंत्री हा त्या परिषदेचा पदसिद्ध उपाध्यक्ष असतो. फ्रान्समध्ये जेवढे महत्त्व लिखित कायद्यात आहे तेवढे अलिखित स्वरूपातील रूढी व संकेतांना नाही. तसेच शासनाला आर्थिक व सामाजिक समस्यांवर योग्य तो सल्ला देण्यासाठी एक आर्थिक व सामाजिक मंडळाची स्थापना केलेली आहे. हे मंडळ शासनाला विविध स्वरूपाच्या विधेयकावर व वटहुकूमावर सल्ला देते. तसेच एखाद्या विधेयकासंबंधी मते संसदेच्या अधिवेशनामध्ये प्रकट करू शकतात.

स्वित्झर्लंडमधील संविधानवाद :

स्वित्झर्लंड हे प्रजासत्ताक राष्ट्र असून तेथे राष्ट्रप्रमुख ही एक व्यक्ती नसून सात व्यक्ती मिळून तयार झालेली अनेकात्मक कार्यकारिणी आहे. हे सातही जण राष्ट्रप्रमुख समितीत असतात व या कार्यकारणीला एक अध्यक्ष असतो; पण त्याला विशेष असे कोणतेही अधिकार दिलेले नसतात. ही कार्यकारिणी म्हणजे काही प्रमाणात मंत्रिमंडळ असून ती राष्ट्रप्रमुखही आहे. स्वित्झर्लंडमध्ये प्रत्यक्ष लोकशाही व्यवस्थेचा स्वीकार केलेला आहे. तेथे जवळजवळ चार हजार निर्वाचित संस्था असून त्या मुलकी राज्यकारभार चालवितात; तर कायदा करणाऱ्या जवळजवळ २६ यंत्रणा आहेत. चार अर्धकॅंटॉन्स व एक कॅंटॉन्समध्ये प्रत्यक्ष लोकशाही आहे. मतदारांना लोकनिर्णय प्रस्तावाधिकार पूर्वीच्या निवडलेल्या सदस्याचे सदस्यत्व रद्द करणे यांसारखे अधिकार असतात.

स्वित्झर्लंडमधील सर्वोच्च न्यायालयास फेडरल ट्रायब्युनल असे म्हणतात. केंद्रीय मंत्रिमंडळाच्या कायद्यांचे पुनर्विलोकन करण्याचा अधिकार या न्यायालयाला नाही; परंतु कॅंटॉन्सने संमत केलेले कायदे संघराज्याच्या कायद्याला बाधक असतील तर ते कायदे रद्द करण्याचा अधिकार सर्वोच्च न्यायालयाला आहे. इतर देशांच्या राज्यघटनेत ज्याप्रमाणे त्या देशातील नागरिकांच्या हक्कांविषयीची नोंद स्वतंत्र प्रकरणात केलेली असते. त्याचप्रमाणे स्वित्झर्लंडच्या लोकशाही राज्यात नागरिकांच्या मूलभूत हक्कांचा समावेश राज्यघटनेत नाही; परंतु याचा अर्थ तेथील नागरिकांना राजकीय किंवा नागरी स्वातंत्र्य नाही असा मुळीच

नाही कारण मूलभूत हक्कांविषयी राज्यघटनेत एकत्रित उल्लेख केलेला नसला तरी राज्यघटनेत हक्काविषयी उल्लेख जागोजागी केलेला आहे. अन्य नागरिकांप्रमाणेच स्वित्झलंडच्या नागरिकांना मूलभूत हक्क आहेत. स्वित्झर्लंड हा असा एकमेव देश आहे की, जेथे नागरिकांचे धार्मिक, आर्थिक व बौद्धिक स्वातंत्र्य टिकविण्याचे जास्तीत जास्त प्रयत्न केले जातात. नागरिकांच्या हक्कांची पायमल्ली होत असल्यास ते त्याविरूद्ध न्यायालयाकडे अर्ज करून दाद मागू शकतात.

(३. ब) अमेरिका, ब्रिटन, फ्रान्स व स्वित्झर्लंडमधील संघराज्य

संघराज्यवाद :

एका निश्चित किंवा ठराविक क्षेत्रात कायद्याने किंवा सामान्य संविधानाने आखून दिलेल्या केंद्रीय व राज्यीय संघटना सर्वश्रेष्ठ असतात. अशा केंद्रीय व राज्यीय शासनाची एकाच सार्वभौमत्वाखाली जुळणी झाली की ते संघराज्य तयार होते. संघराज्यामध्ये एक मध्यवर्ती सत्ता व काही स्वायत्त घटकराज्यांचा समावेश असतो. ही मध्यवर्ती सत्ता घटकराज्यांचे प्रातिनिधिक स्वरूप असते. या मध्यवर्ती सत्तेकडे घटकराज्यांच्या समान हितसंबंधाची खाती सोपविलेली असतात व न सोपविलेल्या खात्यांबाबत घटकराज्यांना स्वायत्तता असते. संघराज्य हे ‘संयोगीकरण’ व ‘वियोगीकरण’ या दोन पद्धतींनी तयार होते. सार्वभौम असलेली राज्ये स्वत :च्या सर्व गरजा पूर्ण करू शकत नसल्यामुळे ते परस्परांमध्ये करार करून मध्यवर्ती सत्ता स्थापन करतात. मध्यवर्ती सत्तेला काही अधिकार देतात व इतर अधिकाराबाबत स्वायत्त असतात. संयोगीकरण पद्धतीने निर्माण झालेले संघराज्य असे म्हटले जाते. उदा. अमेरिका. वियोगीकरण पद्धतीच्या संघराज्यात एखाद्या सलग मोठ्या राष्ट्राचे स्थानिक लोकांच्या विकासास पूर्णपणे वाव मिळण्यासाठी केंद्र सरकारच्या हाती काही अधिकार राखून बाकीचे अधिकार त्या राष्ट्राचे प्रांत किंवा राज्य असे विभाजन करून त्यांचेकडे सोपवितात व केंद्र सरकारला संघात्मक स्वरूप आणतात. संघराज्यात्मक शासनव्यवस्थेत केंद्र व घटकराज्य सरकारचे संबंध निश्चित करण्यासाठी परिदृढ घटनेची आवश्यकता असते. किंबहुना परस्परांचे परस्परांवर आक्रमण होण्याची शक्यता असते; अशा वेळी नागरिकांना घटनेविषयी आत्मीयता राहणार नाही व संघराज्य नष्ट होऊ शकते. संघराज्यात्मक शासनव्यवस्थेत केंद्र व घटकराज्य सरकारमध्ये निश्चित अधिकार विभागणी केलेली असते. यामुळे केंद्र सरकार व घटकराज्य सरकारचे अधिकारविषयक कोणते विषय याची कल्पना सरकारला येते. तसेच राज्यघटनेद्वारे केंद्रसूची राज्यसूची व समवर्ती सूची तयार केलेल्या असून केंद्र व राज्य सरकार यांना सामाईक विषय समवर्ती सूचीत आढळतात. संघराज्यात्मक शासनव्यवस्थेत न्यायमंडळाचे श्रेष्ठत्व असते. घटकराज्य सरकारे यांच्यात परस्परांमध्ये किंवा त्यांचा केंद्रशासनाशी संघर्ष निर्माण झाला तर त्याचा निवाडा करण्यासाठी संविधानाचा अर्थ लावण्यासाठी तसेच नागरिकांच्या हक्कांचे संरक्षण करण्यासाठी सर्वोच्च न्यायालयाची आवश्यकता असते व सर्वोच्च न्यायालयाने दिलेला निर्णय अंतिम मानला जातो. थोडक्यात, संघात्मक शासनव्यवस्थेत शासनाच्या सत्तेचे विभाजन करून दोन स्वतंत्र सरकारच्या स्तरांची स्थापनाच केली जात नाही तर उलट दोन प्रकारचे सरकार व शासनव्यवस्थेत सहयोगाची व्यवस्था केलेली असते व ज्याने विभक्त क्षेत्रात प्रशासन प्रभावशाली ढंगाने कौशल्यपूर्ण चालेल व असा सहयोग होणे आवश्यक असते. कारण दोन्ही स्तरांवरील सरकार एकाच राजकीय व्यवस्थेशी संबंधित असून त्यांचा उद्देश एकसमान आहे व यासाठी संघात्मक राजकीय व्यवस्थेत विविधता राखण्याच्या साहाय्यतेशिवाय परस्पर आंतरक्षेत्रीय संबंध व सहयोग अनिवार्य केले जातात. प्रत्येक संघात्मक व्यवस्थेत शेवटी सरकारी सहयोग संस्थेची किंवा संविधानाद्वारे व्यवस्था केलेली असते. या प्रकारच्या सहयोगी संस्था परंपरांच्या रूपात विकसित होतात.

अमेरिकेतील संघराज्यवाद :

जागतिक राजकारणात संघराज्याचा प्रयोग सर्वप्रथम अमेरिकेत करण्यात आला. त्यानंतर त्याचे अनुकरण जगातील इतर देशांनी केले. अमेरिकेच्या संघराज्यात प्रामुख्याने खालील वैशिष्ट्ये असलेली आपणास पाहावयास मिळतात-

(१) एक मध्यवर्ती सत्ता व अनेक घटकराज्ये यांचे अस्तित्व.
(२) मध्यवर्ती सत्ता व घटकराज्ये यांच्यामध्ये झालेली सत्तेची विभागणी.
(३) सत्तेची विभागणी ही लिखित राज्यघटनेद्वारे स्पष्ट होते.
(४) सत्तेबाबत मध्यवर्ती सत्ता व घटकराज्ये यांच्यामध्ये मतभेद निर्माण झाल्यास त्यात निर्णय देण्यासाठी स्वतंत्र सर्वोच्च न्यायालयाची व्यवस्था करण्यात आलेली आहे.
(५) अमेरिकेत राज्यघटनेचे ताठर स्वरूप आपणास पहावयास मिळते.

अमेरिका हे एक राज्य असूनसुद्धा अमेरिकेच्या राज्यघटनेने त्यामधील घटकराज्यांचे स्वतंत्र अस्तित्व मान्य केले आहे. घटकराज्यांना राज्यघटनेने काही अधिकार देऊन त्यात त्यांना सार्वभौम समजण्यात आले आहे. तसेच सिनेटमध्ये प्रत्येक राज्यांचे दोन प्रतिनिधी असले पाहिजेत हे राज्याच्या स्वायतत्तेचे द्योतक आहे. प्रत्येक राज्याची स्वतंत्र घटना आहे की, जी इतर घटकराज्यांच्या घटनेपेक्षा वेगळी वाटते. अमेरिकेच्या राज्यघटनेने मध्यवर्ती सत्तेला काही निश्चित अधिकार दिलेले असून इतर अधिकार घटकराज्यांकडे ठेवले. यातून स्वतंत्र राहण्याच्या प्रवृत्तींचा किंवा एकात्मक पद्धतीचा विरोध हे स्पष्ट होते. अमेरिकेत संघराज्यात ५१ संघराज्ये आहेत. तत्पूर्वी प्रारंभी ती फक्त १३ राज्ये होती. अमेरिकेतील संघसरकार हे राज्याच्या अंतर्गत क्षेत्रांत कधीही हस्तक्षेप करीत नाही.

मध्यवर्ती सरकार व घटकराज्ये अशा प्रकारची सत्तेची विभागणी अमेरिकन संघराज्यामध्ये केलेली आहे. या विभाजनामागील प्रमुख हेतू म्हणजे केंद्राला काही निश्चित सत्ता देऊन शेष सत्ता घटक राज्यांकडे सुरक्षित ठेवण्यात आली. केंद्र व घटकराज्ये यांच्यामध्ये सत्तेची विभागणी खालीलप्रमाणे करण्यात आलेली आहे

अ. मध्यवर्ती सरकार किंवा केंद्राची सत्ता :

अमेरिकेचे मध्यवर्ती सरकार किंवा केंद्र यांना अमेरिकन राज्यघटनेद्वारे काही निश्चित स्वरूपाच्या सत्ता केंद्राला दिलेल्या असून त्यावर केंद्र सरकारचा अधिकार आहे. केंद्रसरकारच्या अखत्यारीत असलेले विषय किंवा ज्या विषयावर केंद्रसरकारचा अधिकार आहे. त्यातील काही विषय पुढीलप्रमाणे -

(१) राष्ट्राचे अंतर्गत व बाह्य शत्रूच्या संकटापासून संरक्षण करणे
(२) राष्ट्राच्या विकासासाठी कर्ज घेणे व घेतलेले कर्ज फेडणे
(३) राष्ट्रावरील कर्ज फेडण्यासाठी सर्वसामान्य जनतेवर कर लावणे
(४) देशातील व्यापारी क्षेत्रांमधील वजने व मापे यांबाबत नियम तयार करणे
(५) राष्ट्रसंरक्षणासाठी असलेल्या सैन्याचे संघटन करून त्यावर नियंत्रण ठेवणे
(६) देशाच्या सर्वांगीण विकासासाठी आंतरराष्ट्रीय व्यापार वाढविण्यावर भर देणे
(७) आपल्या राष्ट्रावर सतत अन्याय करणाऱ्या राष्ट्रांच्या विरोधात युद्धाची घोषणा करणे
(८) देशाची आर्थिक स्थिती डबघाईला येऊ नये म्हणून चलनव्यवस्था व्यवस्थित करणे
(९) देशसंरक्षणासाठी शस्त्रास्त्रनिर्मिती व सैन्यांच्या हालचाली करण्यावर भर देणे
(१०) जनतेच्या सेवेसाठी टपालाची चांगली व्यवस्था करणे
(११) अमेरिकन संघराज्याची राजधानी वॉशिंग्टन व त्या भोवतालच्या १० मैलाच्या क्षेत्रांतील प्रशासन व्यवस्था पाहणे

(१२) अमेरिकेचे परराष्ट्रीय संबंध तयार करून ते मजबूत करण्यावर भर देणे
(१३) अमेरिकन संघराज्यामध्ये जे नागरिक आहेत त्यांच्या नागरिकत्वाचा प्रश्न हाताळणे
(१४) देशाच्या सर्वांगीण विकासासाठी विज्ञान व कला यांच्या विकासाच्या दृष्टीने कार्य करणे.

ब. अमेरिकन केंद्र सरकारवर असलेली बंधने :

अमेरिकेच्या राज्यघटनेद्वारे अमेरिकन केंद्राच्या अधिकारांवर काही बाबींमध्ये बंधने घातलेली आहेत. त्यामध्ये अशा स्वरूपाचे विषय आहेत की, ज्याबाबत केंद्र सरकारला घटनेने अधिकार दिलेले नाहीत ते विषय खालीलप्रमाणे आहेत-

(१) केंद्रसरकार देशातील धार्मिक बाबी व स्वातंत्र्याला विरोधी नियम बनवू शकत नाही.
(२) केंद्र सरकार देशातील नागरिकांच्या शस्त्रास्त्र वापरण्यावर बंदी घालू शकत नाही.
(३) कोणत्याही व्यक्तीचे जीवन, स्वातंत्र्य व संपत्ती बेकायदेशीररीत्या सरकारला हिरावून किंवा जप्त करून घेता येत नाही.
(४) केंद्र सरकार शांततेच्या काळात कोणत्याही व्यक्तीच्या घरावर सैनिकी पहारा ठेवू शकत नाही.
(५) फौजदारी खटल्याचा निकाल हा सार्वजनिक व न्यायालयाद्वारे दिला जाणे आवश्यक आहे, त्यामध्ये सरकार हस्तक्षेप करू शकत नाही.
(६) देशातील कोणत्याही व्यक्तीला सरकार अत्याधिक दंड किंवा कठोर शिक्षा करू शकत नाही.
(७) देशातील २० डॉलरपेक्षा अधिक रकमेच्या खटल्याचा निर्णय ज्युरीद्वारे दिला जाईल.
(८) संघ सरकार हे भूतकाळातील एखाद्या घटनेवर ज्याचा परिणाम होऊ शकेल असे विधिनियम बनवू शकणार नाही.
(९) देशाच्या विविध घटक राज्यातून निर्यात होणाऱ्या वस्तूंवर सरकार कर लावू शकत नाही.
(१०) देशातील कोणत्याही नागरिकास वंश, लिंग, धर्म किंवा रंग इत्यादी कारणांमुळे मताधिकार नाकारता येणार नाही.
(११) देशातील कोणत्याही गुन्हेगारास त्यांच्या स्वत :च्या विरूद्ध साक्ष देण्यासाठी जबरदस्ती करता येणार नाही.

क. घटकराज्याची सत्ता व अधिकार :

अमेरिकेतील घटक राज्यांना खालील प्रश्नाबाबत सत्ता व अधिकार आहेत-

(१) जनतेच्या मालावर स्थानिक कर लावणे
(२) राज्यांतर्गत व्यापाराबाबत नियम बनविणे व त्याची अंमलबजावणी करणे
(३) राज्याच्या सर्वांगिण विकासासाठी कर्ज घेणे किंवा ते परत फेडणे
(४) राज्याच्या अंतर्गत सुरक्षिततेसाठी पोलीस संघटन तयार करणे
(५) राज्यातील सर्वसामान्य जनतेला मूलभूत स्वरूपाचे शिक्षण उपलब्ध करून देणे
(६) राज्यातील दळणवळणाच्या विकासासाठी रस्ते बांधणे
(७) स्थानिक शासनावर नियंत्रण ठेवणे व त्यांच्याकडून कार्य करून घेणे
(८) विविध शहरातील कॉर्पोरेशन संघटन मजबूत करणे व त्यावर नियंत्रण ठेवणे.

ड. घटकराज्यावर घातलेली बंधने :

अमेरिकेच्या राज्यघटनेद्वारे घटक राज्यावर काही बाबींमध्ये बंधने घातलेली आहेत, अशा स्वरूपाचे विषय की, ज्याबाबत घटक राज्याला कोणत्याही स्वरूपाचे अधिकार नाहीत ते विषय खालीलप्रमाणे-

(१) जगातील कोणत्याही राष्ट्राबरोबर किंवा परराष्ट्राशी करार करता येत नाहीत
(२) घटक राज्यांना परराष्ट्राशी स्वतंत्रपणे संबंध ठेवता येत नाहीत
(३) घटकराज्यासाठी कोणत्याही प्रकारचे परिणामकारक विधिनियम बनविता येत नाहीत
(४) कोणत्याही प्रकारची गुलामगिरी वैध ठरविता येत नाही
(५) कोणत्याही घटकराज्याला स्वतंत्र सैन्य ठेवता येत नाही
(६) कोणत्याही घटकराज्याला स्वतंत्र चलनव्यवस्था ठेवता येत नाही
(७) कोणत्याही घटकराज्याला वर्ण व जातीच्या आधारावर नागरिकत्व देता येत नाही
(८) कोणत्याही घटकराज्याला युद्ध घोषित करण्याचा अधिकार नाही.

थोडक्यात, केंद्र व राज्य सरकारमध्ये अमेरिकेच्या राज्यघटनेने केलेली सत्तेची विभागणी पाहता घटनेद्वारे राज्यांना श्रेष्ठत्व प्रदान केले आहे की, ज्यामुळेच राज्ये प्रबळ बनू शकली व त्यातूनच गृहयुद्धास सुरुवात झाली.

मॉरिस एम्स यांच्या मते, राष्ट्राच्या संघ सरकारकडे काही सत्ता सोपविली; याचा अर्थ राज्याने संघ सरकारला काही बाबतीत सवलत दिलेली आहे, असे समजू नये कारण राज्याची सार्वभौम सत्ता अलग-अलग एकाच स्थानापासून मिळालेली आहे. तसेच घटनेने ज्या सत्ता संघ सरकारला स्पष्टपणे किंवा अप्रत्यक्षरीत्या दिलेल्या नाहीत. त्या सर्व सरकारजवळ आहेत; परंतु याचा अर्थ असा नव्हे की, घटनेद्वारे राज्यांना प्रथम स्थान दिलेले आहे.

जेफरसन याने या संदर्भात म्हटले आहे की, घटनेची इमारत याच पायावर उभी आहे की ज्या सत्ता संघसरकारला दिलेल्या नाहीत आणि ज्या सत्तेच्या उपायाबाबत राज्यावर बंधने नाहीत अशी सर्व सत्ता घटकराज्यांजवळ किंवा जनतेजवळ सुरक्षित आहे. काँग्रेसच्या चारही बाजूला जी बंधनरूपी रेषा आहे त्या बाहेर एक पाऊलही टाकणे म्हणजे अमर्यादित क्षेत्रावर सत्ता सांगणे होय.

(इ) लिखित व सार्वभौम सत्ता : अमेरिकन राज्यघटनेचे सर्वश्रेष्ठत्व तसेच संघसरकार व घटक राज्ये यांच्यात केलेली सत्तेची विभागणी यामुळे अमेरिकेची राज्यघटना लिखित आहे. १७८७ साली घटना समितीने घटनेस मान्यता दिली आहे. अमेरिकेच्या घटनेच्या कलम सहा नुसार घटना ही देशाचा सर्वोच्च नियम आहे. प्रत्येक राज्यातील न्यायाधीश हा नियम लक्षात ठेवून कार्य करतील तसेच या नियमांचे रक्षण करतील. राज्या-राज्यातील संघर्ष, संघराज्य आणि घटकराज्ये यांच्यातील संघर्ष हा घटनेनुसार सोडविला जाईल.

(ई) सर्वोच्च न्यायालय : राज्य व विधिमंडळाने केलेले कोणतेही विधिनियम जर ते घटनेच्या विरूद्ध असतील तर ते बेकायदेशीर म्हणून घोषित करण्याचा सर्वोच्च न्यायालयाला अधिकार आहे व राज्या-राज्यातील किंवा राज्य आणि संघसरकार यांच्यातील वाद सर्वोच्च न्यायालयात सोडविण्यात येतात व सर्वोच्च न्यायालयाचे निर्णय बंधनकारक असतात.

(फ) परिदृढ घटना : राज्यघटना ही अपरिवर्तनीय किंवा ताठर असावी अशी संघराज्यांची वैशिष्टे असून अमेरिकेच्या घटनेत दुरुस्ती करावयाची म्हणजे साधारण कायद्यापेक्षा अलग अशा विशिष्ट प्रक्रियेद्वारे दुरुस्ती सूचना मंजूर करून घ्यावी लागते. अमेरिकन घटना दुरुस्तीची सूचना काँग्रेसच्या दोन्ही गृहात २/३ बहुमताने मंजूर व्हावयास पाहिजे. तसेच या सूचनेला ३/४ घटकराज्यांतील विधिमंडळाची संमती मिळणे आवश्यक आहे व संघराज्याच्या दृष्टीने ही पद्धती अतिशय योग्य होय.

(ग) इतर वैशिष्टे :

(१) कोणत्याही अमेरिकेतील प्रदेशाला संघराज्यांत प्रवेश घेता येतो; परंतु एकदा संघराज्यात सामील झाल्यानंतर त्यातून बाहेर मात्र पडता येत नाही.

(२) अमेरिकेत संघराज्यात दुहेरी नागरिकत्व असून एकाच वेळी अमेरिकन संघराज्याचा व तो ज्या राज्याचा रहिवाशी आहे त्या राज्याचा नागरिक असतो.

(३) प्रत्येक घटकराज्याला त्यांच्या अस्तित्वाची हमी घटनेने दिली आहे. घटकराज्याच्या संमतीशिवाय त्याच्या भूप्रदेशात बदल केला जात नाही.

इंग्लंडमधील संघराज्यवाद :

इंग्लंडच्या संविधानाची विविध वैशिष्ट्ये म्हणजेच तेथील संसदीय शासनपद्धती होय. कारण

(१) इंग्लंडमध्ये पंतप्रधान व त्याचे मंत्रिमंडळ हे वास्तविक शासक असतात, तर राजा हा नामधारी शासनप्रमुख असून वास्तविक शासक पार्लमेंटच्या समर्थनावर अवलंबून असल्याने त्याचा कार्यकाळ अनिश्चित असतो.

(२) वास्तविकपणे शासनप्रमुख हा संसदेला जबाबदार असतो. संसद अयोग्य विषयावर ठराव मंजूर करून म्हणजेच अविश्वासाचा प्रस्ताव संमत करून आपला अविश्वास दाखविते व अशा वेळी पंतप्रधानाला मंत्रिमंडळासह आपल्या अधिकार पदाचा राजीनामा द्यावा लागतो.

(३) इंग्लंडमध्ये कायदेमंडळ व कार्यकारी मंडळ यामध्ये युतीचे राजकारण असते.

(४) इंग्लंडमध्ये कोणत्याही स्वरूपाचा कायदा तयार करण्याच्या वेगवेगळया पद्धती नाहीत. घटनादुरुस्तीची पद्धती कठीण स्वरूपाची नाही. याचाच अर्थ इंग्लंडचे संविधान हे परिवर्तनीय किंवा लवचिक स्वरूपाचे आहे.

(५) अमेरिकेच्या संविधानातील सत्ताविभाजन मूलाधारांप्रमाणे इंग्लंडमध्ये नसून वेगळे आहे. इंग्लंडमधील कार्यकारी व कायदेशीर शाखेत हे सत्ताविभाजन होत नाही. सत्ताविभाजन सिद्धांत जाऊन सत्तासंयोजनांची वस्तुस्थिती तयार झाली. त्यानुसार पंतप्रधान हा संसदेचा व संसदेमधील बहुमतप्राप्त पक्षाचा नेता असतो. तसेच मंत्रिमंडळाचे सदस्य हे संसदेचे सदस्य असतात. इंग्लंडमध्ये कार्यकारी व कायदेकारी शाखा एकमेकांत मिसळून गेलेल्या असतात, सत्तासंयोजनाला खरे नियंत्रण 'द्विपक्ष पद्धती' हे आहे अशा स्वरूपाचे मत कार्ल फ्रेडरिकने मांडलेले आहे. देशातील सर्व महत्त्वाच्या गोष्टी किंवा मुद्दे संसदेत चर्चेसाठी येतात, अशा वेळी विरोधी पक्षालाही या चर्चेत सहभागी करून घेतले जाते. म्हणजेच विरोधी पक्षाचा अनादर करून सत्तेचा वापर करता येत नाही.

(६) इंग्लंडमध्ये दोनच राजकीय पक्ष आहेत. म्हणजेच इंग्लंडने द्विपक्ष पद्धतीचा स्वीकार केलेला आहे. हुजूर पक्ष व उदारमतवादी पक्ष अशी द्विपक्ष पद्धती येथे अस्तित्वात आहे किंवा सध्या 'हुजूर पक्ष' व 'मजूर पक्ष' आहे. पक्षाद्वारे हाऊस ऑफ कॉमन्सचे संघटन केले जाते. तसेच पक्ष शासनावर नियंत्रणाचेही काम करतात. पक्ष हेच जनता आणि शासन यांतील दुवा असतात.

(७) इंग्लंडमधील नागरिकांना परंपरेने जे हक्क व अधिकार प्राप्त झालेले आहेत व ज्याला न्यायालयाची मान्यता आहे. अशा हक्कांचा विरोध संसद करू शकत नाही. त्यामुळे इंग्लंडमध्ये ज्याप्रमाणे जगातील इतर देशांच्या संविधानात नागरिकांच्या मूलभूत हक्कांची स्पष्ट हमी असते तशी नसतानाही जगातील कोणत्याही देशापेक्षा इंग्लंडमधील नागरिकांना आपले मूलभूत अधिकार अधिक सुरक्षित वाटतात.

(८) इंग्लंडमधील जनतेला अतिशय मोठ्या रकमेच्या जमानतीपासून संरक्षण क्रूर व अनैसर्गिक शिक्षेपासून संरक्षण तसेच सर्वसामान्य विधिनियम साधनांशिवाय नागरिकांच्या मूलभूत हक्कांचे संरक्षण

करणारे तिसरे तत्त्व इंग्लंडच्या संविधानात आहे; ते म्हणजे कायद्याचे अधिराज्य होय.

(९) इंग्लंड संविधानाचा मूलाधार हा कायद्याचे अधिराज्य किंवा विधिनियमाची अधिसत्ता हा आहे. डायसीने या संकल्पनेतून यथायोग्य अर्थ, कायद्यासमोर समान अर्थ, मूलभूत स्वातंत्र्य घटनेची उगमस्थाने असून काहीच परिणाम नाही असा होतो. याचाच अर्थ सामान्य विधिनियम श्रेष्ठ असतात. कार्यकारी शाखेला वाटेल तसे अधिकार वापरता येत नाहीत. शासनाधिकाऱ्यांना मन मानेल तसे वागता येणार नाही. दुसरे म्हणजे प्रशासकीय अधिकाऱ्यांना सामान्य कायद्यापासून सुटका नाही. फ्रान्समध्ये सरकारी अधिकाऱ्यांसाठी ज्याप्रमाणे प्रशासकीय विधिनियम व प्रशासकीय न्यायालय असतात तसे येथे नाही.

(१०) इंग्लंडमध्ये सार्वभौम संसदेसह राजा हा नामधारी आहे. संसदेत हाऊस ऑफ कॉमन्सला प्रभावी व निर्णायक असे स्थान आहे. इंग्लंडमध्ये कोणताही कायदा तयार करणे किंवा नष्ट करणे हा पार्लमेंटचा अधिकार आहे. कोणतीही व्यक्ती किंवा संघटना पार्लमेंटने केलेले कायदे रद्द ठरवू शकत नाही; तसेच अवैध ठरवू शकत नाही. पार्लमेंट कोणताही कायदा, दुरूस्त, नष्ट किंवा तयार करू शकते, न्यायाधिशाने दिलेल्या निर्णयावरही कायदा करू शकते. तसेच एखादी प्रथा अवैधानिक म्हणून घोषितही करू शकते.

(११) ब्रिटिश राज्यघटनेचा पाया प्रामुख्याने प्रथा यावर आधारलेला आहे. त्याचे स्वरूप व महत्त्व समजावून घेतल्याशिवाय ब्रिटिश शासनव्यवहार समजणार नाही. ब्रिटिश राज्यघटना अलिखित असण्याचे उत्तर म्हणजे लिखित नियमाप्रमाणे येथील प्रथादेखील ब्रिटिश शासनप्रणालीत बंधनकारक आहेत. प्रथा या व्यवहारातील नीतिनियमांसारखा काही व्यवहार, रीतीरिवाज किंवा वहिवाटीसारख्या आहेत. याचा उपयोग शासनातील पदाधिकाऱ्यांना सार्वजनिक कार्य करताना मार्गदर्शनात्मक रीतीने होत असतो. राजाने आपले अधिकार कसे वापरावेत याबाबत हे नियम आहेत. तसेच वैधानिक सार्वभौमत्व व राजकीय सार्वभौमत्व यात संघर्ष होत नाही. वैधानिक सार्वभौमत्वाच्या चौकटीत राहून राजकीय सार्वभौमत्वाच्या इच्छेप्रमाणे परिवर्तने होतात. प्रथा, रूढी या परंपरांनी विकसित होतात. एखाद्या विशिष्ट परिस्थितीत पूर्वीपेक्षा वेगळे वर्तन केले की, तेच वर्तन किंवा व्यवहार सोईस्कार वाटू लागले. या पूर्वाधाराने पुन्हा तेच वर्तन होते व त्यातून प्रथा उत्पन्न होतात त्यांचे पालन घटनात्मक नियमांप्रमाणे होऊ लागले. प्रथांमुळे राजसत्तेचे रूपांतर लोकसत्तेत होते. राजाचे परमाधिकार लोकांचे विशेष अधिकार झालेले आहेत. प्रथा संथपणे व प्रदीर्घ कालापर्यंत वाढतात व त्यामुळे ब्रिटिश संविधान ब्रिटिश संविधान उत्क्रांत स्वरूपाचे बनले आहेत. प्रथा या अलिखित असतात परंतु बंधनकारक नसतात. कायदा बंधनकारक असून त्याचे उल्लघंन झाले तर न्यायालयाकडे धाव घेता येते.

फ्रान्समधील संघराज्यवाद :

राष्ट्रीय सार्वभौमत्वाचा स्वीकार फ्रान्सच्या राज्यघटनेने केलेला असून लोकसत्ताक गणराज्य निर्माण केले आहे. फ्रान्सची राज्यघटना ही लिखित मध्यम आकाराची व दृढ आहे. तसेच फ्रान्स हे एक निधर्मी, अविभाज्य, लोकसत्ताक, सामाजिक गणराज्य आहे. कोणत्याही विशिष्ट प्रांतातील लोकांना, विशिष्ट धर्मीयांना व विशिष्ट वर्गाला केवळ विशिष्ट दर्जा नसून सर्व प्रांतांचे, धर्माचे व वर्गाचे लोक फ्रान्सच्या कायद्यापुढे समान आहेत. स्वातंत्र्य, समता व बंधुत्व हे फ्रान्सच्या गणराज्यांचे ब्रीदवाक्य आहे. फ्रान्सची जनता फ्रान्सच्या राष्ट्रीय सार्वभौमत्वाची धनी आहे. अप्रत्यक्षरीत्या ती आपल्या प्रतिनिधीमार्फत व प्रत्यक्षरीत्या जनमताच्या साहाय्याने फ्रान्सची सत्ता चालविते. संसदीय पद्धतीनुसार फ्रान्समध्ये द्विगृही संसद असून मंत्रिमंडळ त्यास जबाबदार आहे. नॅशनल असेंब्ली साधारण बहुमताच्या जोरावर अविश्वासाचा ठराव संमत करून केव्हाही मंत्रिमंडळाला पदच्युत करू शकते. फ्रान्समध्ये संसदीय शासनपद्धतीबरोबर अध्यक्षीय

शासनपद्धतीच्या तत्त्वांचा अंतर्भाव केलेला आहे. राष्ट्राध्यक्षांची निवड प्रत्यक्षरीत्या होते. राष्ट्रपती हा राष्ट्रीय आणीबाणीच्या प्रसंगी पंतप्रधानांपेक्षा अधिक सत्ता उपभोगू शकतो. तसेच फ्रान्सची सत्ता ही केंद्रीय सरकारमध्ये केंद्रित करण्यात आलेली आहे. फ्रान्समधील शासन हे इंग्लंडप्रमाणे एकात्मक पद्धतीचा अवलंब केलेले शासन आहे. संपूर्ण सत्ता ही एका शासन संस्थेद्वारे चालविली जाते. स्थानिक संस्थांना स्वायतत्ता नसून त्यावर केंद्रीय शासनाचा वरचष्मा असतो.

मॉन्टेस्क्यू यांच्या सत्ताविभाजनाच्या सिद्धांताचा फ्रान्समध्ये स्वीकार केलेला आहे. नॅशनल असेंब्ली व सिनेट ही दोन सभागृहे असलेली संसद ही प्रमुख कायदेकारी संस्था फ्रान्समध्ये आहे. फ्रान्समध्ये न्यायालयीन पुनर्विलोकनाचे तत्त्व अस्तित्वात नसले तरी कायद्याची वैधता किंवा अवैधता तपासून पाहण्यासाठी घटनात्मक मंडळाची स्थापना करण्यात आलेली आहे. फ्रान्समधील नागरिकांना १७८९ च्या जाहिरनाम्यात नमूद केलेले तसेच १९४६ च्या घटनेतील सरनाम्यात देऊ केलेले सर्व अधिकार देण्यात आले आहेत. सर्व नागरिकांना कोणत्याही प्रकारचा धार्मिक, आर्थिक व इतर अधिकार प्रदान केलेले असले तरी फ्रान्समधील नागरिकांच्या अधिकाराचे स्वरूप हे केवळ तात्त्विक असून कायद्याच्या दृष्टिकोनातून त्यांना महत्त्व नाही; कारण घटनेत अशी तरतूद नाही. जर एखाद्याच्या अधिकारावर मर्यादा आल्या किंवा उल्लंघन झाले तर ती व्यक्ती न्यायालयात दाद मागू शकत नाही. फ्रान्समध्ये लिखित कायद्यास जे स्थान आहे; त्याप्रमाणे तेथील रूढींना नाही. फ्रेंच राज्यघटनेत फ्रान्स व समुद्रपार प्रदेश यातील संबंध नियंत्रित करण्यासाठी, कम्युनिटी स्थापण्याबाबत उल्लेख आहे. कम्युनिटीच्या अधिकार क्षेत्रातील विषयांमध्ये परराष्ट्रीय धोरण, संरक्षण, सामाजिक-आर्थिक धोरण यांचा समावेश होतो. फ्रान्समध्ये स्थानिक शासनाचा प्रारंभ हा १७८९च्या महान राज्यक्रांतीनंतर झाला. स्थानिक संस्थांचा मुख्य घटक डिपार्टमेंट आहे; परंतु स्थानिक संस्थांना स्वायतत्ता नसल्याने त्यांना केंद्र सरकारच्या पूर्वसंमतीशिवाय महत्त्वाचे निर्णय घेता येत नाहीत. दुसरे म्हणजे डिपार्टमेंट, अरोन्डाइजमेंट, कॅन्टॉन, कम्युन्समधील स्थानीय संस्थाची रचना, कार्य, कार्यपद्धती यासारख्याच म्हणजे एकरूप आहेत; परंतु स्थानिक शासनावर केंद्रशासनाचे नियंत्रण आढळते.

स्वित्झर्लंडमधील संघराज्यवाद :

स्वित्झर्लंड हे २५ गटांचे एक समूह राष्ट्र असून यात १९ कॅटॉन्स व ६ अर्ध कॅटॉन्स आहेत. या सर्व विभागांचे मिळून स्वित्झर्लंड एक संघराज्य झालेले आहे. त्यालाच स्वीस संघराज्य असेही म्हणतात. स्वीस संघराज्य हे अत्यंत कमजोर असे संघराज्य आहे. घटनेने त्यास दिलेले अधिकार हेच त्याचे क्षेत्र आहे. अलिखित स्वरूपात प्रमुख विषय व अधिकार हे कॅटॉन्स सरकाराला दिलेले आहेत. कॅटॉन्स हे सार्वभौम असून त्यांच्या सार्वभौमत्वास केंद्राच्या अधिकाराने मर्यादा घातलेल्या आहेत. कॅटॉन्सला आपल्याकरिता स्वतंत्र राज्यघटना तयार करता येतात; परंतु अशा प्रकारे केलेल्या राज्यघटनेमुळे केंद्राच्या राज्यघटनेला व प्रजासत्ताक स्वरूपाला बांधा येऊ नये. या राज्यघटनेमध्ये बहुमताने बदल करता येण्याची तरतूद आहे. स्वित्झर्लंडमध्ये राष्ट्रप्रमुख ही एक व्यक्ती नसून सात व्यक्ती मिळून तयार झालेली कार्यकारिणी आहे व ती राज्यकारभाराकरिता जबाबदार असते व त्यांची मिळून राष्ट्रप्रमुख समिती होते. स्वीसमध्ये प्रत्यक्ष लोकशाही असून मतदारांना लोकनिर्णय प्रस्तावाधिकार पूर्वी निवडलेल्या सदस्याचे सदस्य रद्द करणे हे अधिकार प्राप्त झालेले आहे. स्वित्झर्लंडमध्ये सर्वोच्च न्यायालय म्हणजेच फेडरल ट्राब्युनल हे भिन्न स्वरूपाचे आहे व ते केंद्रीय विधिमंडळाला जबाबदार आहे. कायद्यांचे पुनर्विलोकन करण्याचा या न्यायालयाला अधिकार नाही.

(३. क) आधुनिक काळातील संघराज्यासमोरील आव्हाने

आजच्या काळात जगातील सर्व संघराज्याअंतर्गत केंद्र सरकारच्या अधिकारात वाढ होण्याची प्रवृत्ती

आढळते व या प्रकारच्या केंद्रीकरणाच्या प्रवृत्तीमुळे संघराज्य हे लवकरच एकात्म राज्यांमध्ये परिवर्तित होईल असे मत अनेक विचारवंतांनी मांडले आहे. सिजविक व फ्रेडरिक या राजकीय विचारवंतांनी आर्थिक कारणावर आधारित आशंका व्यक्त करून म्हटले की, संघवाद हा स्थायी स्वरूपाचा सिद्ध होऊ शकणार नाही; परंतु व्हीअरने याबाबत असहमती व्यक्त करून म्हटले की, संघात्मक शासन हे एकात्म शासनपद्धतीत परिवर्तन होऊ शकेल असे जरी असले तरी प्रत्यक्षात आतापर्यंत असे घडलेले नाही व याबाबतची प्रामाणिक पुरावा नाही की, संघात्मक शासन एकात्मक शासनाकडे जाणाऱ्या प्रक्रियेत एका स्तरापेक्षा अधिक नाही. प्रा. विलोबी यांच्या मते, संघाच्या स्थापनेबरोबर राष्ट्रीय भावना दोलायमान होऊ लागते व आवश्यकतेच्या अनुरूप केंद्र सरकारच्या अधिकारांत वाढ होऊ लागते; परंतु राज्यसरकारच्या अधिकारांचा -हास होऊ लागतो. संघाच्या स्थापनेनंतर काही असे परिवर्तन सुरू होते की, संघाच्या ज्या अटी किंवा जे निकष असतात ते तोडून एकात्मक शासनाकडे वाढत आहे, गार्नरनेही याच प्रकारे विचार व्यक्त केले.

एका बाजूला संघराज्यांतर्गत केंद्र सरकारच्या अधिकारांच्या वाढीबरोबर दुसऱ्या बाजूला राज्य सरकारचेही महत्त्व वाढत आहे. तसेच राज्य सरकारांद्वारे काही असे कार्य केले जाते की, जे संघाच्या स्थापनेच्या वेळी स्वतंत्र रूपात व्यक्तींद्वारे केले जाते. याशिवाय राज्य सरकारे आपले स्वातंत्र्य व अस्तित्व संरक्षित ठेवण्यासाठी प्रयत्नाशी असतात, जितके ते संघाच्या निर्मितीच्या वेळी होती. अनेक नवीन राज्येही संघराज्याच्या स्थापनेसाठी आकर्षित होत आहेत. उदा. पश्चिम युरोपातील राज्यांमध्ये संघाच्या स्थापनेचे विचार प्रबळ होत आहेत व मॅस्ट्रिच करार किंवा तह याचे उत्तम उदाहरण आहे. आशिया व आफ्रिका खंडातील राज्यांमध्ये अशा प्रकारची भावना दिसून येत आहे. वास्तविक संघवादाने जगापुढील अनेक समस्यांचे निराकरण करण्यासाठी प्रयत्न केला आहे;असे असले तरी संघशासनापुढे अनेक प्रकारच्या समस्या किंवा आव्हाने आहेत त्या आपणास पुढीलप्रमाणे सांगता येतील

(१) अंतर्गत प्रशासनासंबंधी कमकुवतपणा : एकात्म सरकारमध्ये आढळणारी एकता संघराज्यात आढळत नाही. ज्या विषयाचा प्रबंध संघाच्या विभागांद्वारे केला जातो त्या संदर्भात विभिन्न क्षेत्रांत एकात्मता आढळत नाही व त्यातून अंतर्गत प्रशासनासंबंधी कमकुवतपणा वाढीस लागतो.

(२) संघातून फुटून बाहेर पडण्याची राज्यांची शक्यता : संघव्यवस्थेत एखाद्या राज्याची फुटून वेगळी होण्याची भीती किंवा संशय कायम राहण्याची शक्यता राहते. वास्तविक पाहता सर्व राज्यांनी मिळून संघाची निर्मिती केलेली आहे त्यातील एक किंवा काही राज्ये संघातून बाहेर पडू नयेत. अशाच स्वरूपाची धारणा असते;याबाबत गिलख्रिस्टने आपले पुढील मत व्यक्त केले आहे, एखाद्या राज्याला संघामधून बाहेर पडणे हे संघात्मक शासनात अधिक सोपे आहे. संघामध्ये प्रत्येक राज्याचे स्वतःचे शासन आधीपासूनच असते.

(३) प्रगतीच्या विरूद्ध : अनेकदा ताठर संविधान हे बदलत्या परिस्थितींच्या बाबतीत उदासीन असते. सामान्यत : घटनेत दुरूस्तीसाठी विभागांची संमती आवश्यक असल्याने योग्य होऊ शकत नाही व प्रगती होण्यास अडथळे निर्माण होतात. बदलत्या परिस्थितीमुळे घटनेद्वारे केलेल्या सत्ताविभाजनात परिवर्तनाची आवश्यकता असते व हे परिवर्तन सुलभतेने शक्य होत नाही.

(४) राष्ट्रीय एकात्मतेस धोका : अनेकदा संघराज्यांतर्गत विविध विभागांच्या शासनावर केंद्र सरकारचे नियंत्रण पुरेसे दृढ नसते. अशी वेळ येते की, कोणतेही विभाग मिळून संघराज्याच्या धोरणास प्रतिरोध करण्यासाठी तयार होतील. अमेरिकेत ज्या वेळी संघसरकारने गुलामगिरी प्रथेचा शेवट करण्याचा निश्चय केला त्या वेळी या धोरणाशी असहमत असलेल्या अनेक दक्षिणी राज्यांनी या धोरणास विरोध केला व अमेरिकेत गृहयुद्धाची स्थिती उत्पन्न झाली. गटेलच्या मते, संघशासन पद्धतीतील देशांमध्ये केंद्र सरकार

व प्रादेशिक किंवा राज्य सरकारांमध्ये शत्रूत्वाचा धोका सतत असतो, अशा प्रकारची परिस्थिती नेहमीच राहते. शिवाय कोणत्याही राज्याने विद्रोह करू नये किंवा यातून सांप्रदायिक तत्त्वाने तोंड वर काढू नये अशा प्रकारची संशयास्पद परिस्थिती नेहमीच असते.

(५) उत्तरदायित्वाची अनिश्चितता : संघीय शासनात विभिन्न प्रशासकीय उणिवांसाठी केंद्र सरकार व प्रांतीय सरकार हे परस्परांना उत्तरदायी ठरवतात, अशा परिस्थितीत उत्तरदायित्व नेमके कोणाचे हे निश्चित करणे कठीण जाते.

(६) आंतरराष्ट्रीय क्षेत्रात दुर्बलता : जर प्रत्येक संघराज्यात आंतरराष्ट्रीय संबंधांचे सूत्रीकरणाचे कार्य केंद्र सरकारद्वारे केले जाते; परंतु आंतरराष्ट्रीय संबंधांचे सूत्रीकरण व्यवस्थितरीत्या करण्यासाठी व्यापार, वाणिज्य, सूचना व पर्यटन वगैरे विभागात सहयोग आवश्यक असतो. एका संघराज्यांतर्गत हे विभाग सामान्यत : विभागवार अधिकारांच्या अंतर्गत असत व त्यामुळे केंद्र सरकारला आंतरराष्ट्रीय संबंधांचे सूत्रीकरण करण्यात अडचणी येतात. ज्या वेळी अंतर्गत विभेदीकरणाचे धोरण परराष्ट्रीय धोरणास प्रभावित करू लागतात त्या वेळेस विदेशामध्ये राज्याची प्रतिष्ठा कमी करण्यात आली.

(७) संघटनात काठिण्य : संघात्मक शासनात संघटन होणे अधिक कठीण बनते कारण घटनेद्वारे केंद्र तसेच विभागीय शासनात सत्ताविभाजन केले गेल्याने या दोन विभागांमध्ये प्रवेश व अधिकार क्षेत्राच्या संबंधात सदैव्य कलह किंवा संघर्ष उत्पन्न होण्याचा धोका निर्माण होतो.

(८) वेळ व पैसा यांचा अपव्यय : संघशासन व्यवस्थेंतर्गत दुहेरी कायदे व दुहेरी राजकीय संस्था असते यात वेळ व अधिकारांचेही अधिक प्रमाणात अपव्यय होतो; कारण समान कायदे व समान प्रशासन आणण्यासाठी राज्यांना अनेक तडजोडी कराव्या लागतात. संघशासनाच्या स्थानावर एकात्म शासन स्वीकारून वेळ व पैशांची बचत करता येऊ शकते. डॉ. फायनर यांच्या मते, वित्तीय दृष्टिकोनातून ही व्यवस्था खर्चिक आहे, कारण यात प्रशासकीय यंत्रणा तसेच प्रक्रियेचे अधिक दुहेरीपण असते.

आजच्या किंवा वर्तमान स्थितीत जगातील सर्व संघराज्यांत राज्य सरकारच्या तुलनेत केंद्र सरकारचे अधिकार वाढण्याची प्रवृत्ती आढळत आहे. अमेरिका, ऑस्ट्रेलिया, स्वित्झर्लंड वगैरे पुरातन संघराज्यांतर्गत वर्तमान स्थितीतील प्रवृत्ती केंद्र सरकारच्या अधिकारात वाढ करणारी आहे. वर्तमान स्थितीत पुढील कारणे अशा परिस्थितीस कारणीभूत होताना दिसून येत आहेत.

(अ) युद्ध : युद्ध हे केंद्र सरकारचे प्रमुख काम आहे. युद्धकाळात केंद्रसरकारचे सर्वत्र नियंत्रण अधिक प्रबळ स्वरूपाचे होते कारण अशा वेळी समाजाच्या सुरक्षिततेची अत्यंत आवश्यकता असते. युद्धात संघटित अधिकार व निश्चित नेतृत्व यांच्या आवश्यकतेमुळे राष्ट्राच्या संपूर्ण रचनेवर केंद्र सरकारचे नियंत्रण स्थापित होते. पहिल्या व दुसऱ्या महायुद्धात अमेरिका वगैरे संघराज्यांना केंद्रशासनाच्या अधिकारात वाढ केली व वर्तमान स्थितीत युद्धाच्या शंकेमुळे किंवा युद्धासाठी तयारी म्हणून सर्व संघराज्यात राज्यांमध्ये केंद्र सरकारच्या अधिकारात वाढ होत आहे.

(ब) सर्वच क्षेत्रात केंद्रीकरण : सद्यस्थितीत अर्थव्यवस्था व समाजव्यवस्थेचे केंद्रीकृत स्वरूप विकसित होत असल्याने सर्वत्र केंद्रीकरण होत आहे. व्यापारी संघ किंवा महामंडळाची स्थापना व श्रमिक संघाच्या विस्ताराच्या कारणांनी श्रम उत्पादन व वितरण हे सर्व केंद्रीय विषय झाले आहेत. केंद्र सरकार सरकारांपेक्षा अधिक मोठी व संपन्न अशी सत्ता असते, यासाठी या प्रकारच्या कार्याचे महत्त्व वाढण्याबरोबरच केंद्र सरकारद्वारे कार्ये पार पाडली जातात.

(क) न्यायमंडळाकडून उदारमतवादाची व्याख्या : संघराज्याची राज्यघटना लिखित स्वरूपात व ताठर असल्यामुळे घटनेची व्याख्या व रक्षणाचे कार्य न्यायमंडळाद्वारे केले जाते. जवळपास सर्व देशांमध्ये

न्यायमंडळाने राज्यघटनेची अशी उदार व्याख्या केलेली आहे की, ज्यामुळे केंद्र सरकारच्या अधिकारात अधिक वाढ झाली आहे.

(ड) सशर्त सहाय्यता अनुदान : सर्वसाधारणपणे संघातील राज्यांजवळ आपले शासन चालविण्यासाठी व आपल्या क्षेत्राची आर्थिक प्रगती करण्यासाठी पुरेसे आर्थिक साधन नसते व त्यामुळे केंद्र सरकारद्वारे राज्य सरकारांना सशर्त सहाय्यता अनुदान दिले जाते. त्यामुळे केंद्र सरकारच्या अधिकारांत वाढ होते. केंद्र सरकार या अनुदानावर सर्वसामान्य अटी ठेवते की, राज्य सरकार केंद्र सरकारच्या आदेशांचे पालन करेल आपले प्रशासन सुदृढ ठेवेल. राज्य कर्मचाऱ्यांचे निवड निश्चित नियमानुसार करेल व केंद्र सरकारला माहिती पाठवित राहील. केंद्र सरकारच्या अधिकाऱ्यांना निरिक्षण व अधीक्षणाच्या सुविधा प्रदान करतील. यातूनच केंद्र सरकारच्या अधिकारांत वाढ झालेली दिसून येते.

(इ) राष्ट्रीयत्वाची भावना : अमेरिका, स्वीस्, कॅनडा या संघराज्यातील जनतेत समान राष्ट्रीयतेच्या भावना विकसित झालेल्या दिसून येतात. त्यांचे हित संपूर्णत : राज्याच्या विकासात समाविष्ट असून केवळ केंद्र सरकार त्यांच्या विकासात वृद्धी करू शकेल असा दृष्टिकोन तयार होत आहे. त्यामुळे आर्थिक, सामाजिक व इतर समस्यांच्या निराकरणासाठी किंवा उपायांसाठी केंद्र सरकारकडे अपेक्षेने पाहिले जाते.

लघूत्तरी प्रश्न :

(१) अमेरिकेतील संविधानवादाचे स्वरूप स्पष्ट करा.

(२) आधुनिक काळातील संघराज्य व्यवस्थेपुढील प्रमुख आव्हानांची चर्चा करा.

(३) फ्रान्समधील संविधानवादाचे स्वरूप स्पष्ट करा.

(४) स्वित्झर्लंडमधील संविधानवादाचे स्वरूप स्पष्ट करा.

(५) संघराज्यवाद म्हणजे काय.

(६) इंग्लंडमधील संघराज्यवादाचे स्वरूप स्पष्ट करा.

(७) स्वित्झर्लंडमधील संघराज्यवादाचे स्वरूप स्पष्ट करा.

दीर्घोत्तरी प्रश्न :

(१) अमेरिकेतील संघराज्यवादाचे स्वरूप स्पष्ट करा.

(२) फ्रान्समधील संघराज्यवादाचे स्वरूप स्पष्ट करा.

(३) इंग्लंडमधील संविधानवादाचे स्वरूप स्पष्ट करा.

(४) आधुनिक काळातील संघराज्यासमोरील आव्हाने सविस्तर स्पष्ट करा.

प्रकरण ४

अमेरिका, ब्रिटन, फ्रान्स व स्वित्झर्लंड या देशांच्या संदर्भात तुलनात्मक राजकारण

प्रस्तावना

(अ) अमेरिका :
(१) कार्यकारीमंडळ : रचना, अधिकार व कार्ये
(२) कायदेमंडळ : रचना, अधिकार व कार्ये
(३) न्यायमंडळ : रचना, अधिकार व कार्ये आणि न्यायिक पुनर्विलोकन

(ब) ब्रिटन :
(१) कार्यकारीमंडळ : रचना, अधिकार व कार्ये
(२) कायदेमंडळ : रचना, अधिकार व कार्ये
(३) न्यायमंडळ : रचना, अधिकार व कार्ये आणि न्यायिक पुनर्विलोकन

(क) फ्रान्स :
(१) कार्यकारीमंडळ : रचना, अधिकार व कार्ये
(२) कायदेमंडळ : रचना, अधिकार व कार्ये
(३) न्यायमंडळ : रचना, अधिकार व कार्ये आणि न्यायिक पुनर्विलोकन

(ड) स्वित्झर्लंड :
(१) कार्यकारीमंडळ : रचना, अधिकार व कार्ये
(२) कायदेमंडळ : रचना, अधिकार व कार्ये
(३) न्यायमंडळ : रचना, अधिकार व कार्ये आणि न्यायिक पुनर्विलोकन

प्रस्तावना

अमेरिका, ब्रिटन, फ्रान्स व स्वित्झर्लंड या चार देशातील कार्यकारी मंडळ, कायदेमंडळ व न्यायमंडळ यांची रचना, त्यांचे अधिकार आणि कार्ये यासंबंधीची सविस्तर चर्चा, त्याचप्रमाणे उभय राष्ट्रातील कार्यकारी मंडळ, कायदेमंडळ व न्यायमंडळांच्या कार्यांची तुलना सविस्तरपणे या प्रकरणात केलेली आहे. अमेरिकेमध्ये अध्यक्षीय पद्धतीचा अवलंब केलेला असल्यामुळे जगातील कोणत्याही प्रमुखास दिले नाहीत एवढे अधिकार अमेरिकन राष्ट्राध्यक्षांना आहेत. तसेच अमेरिकेतील घटनाकारांनी सत्ताविभाजन तत्त्वाचा अवलंब केलेला आहे. इंग्लंडने संसदीय लोकशाही पद्धतीचा स्वीकार केल्यामुळे राजाचे स्थान व त्याचे अधिकार महत्त्वाचे आहेत. फ्रान्समध्ये अध्यक्षांना मानाचे स्थान आहे. स्वित्झर्लंडने अनेकात्मक शासनपद्धतीचा स्वीकार केलेला आहे. यामध्ये एक व्यक्ती शासनप्रमुख नसते तर व्यक्तींचा समूह किंवा

फेडरल कौन्सिलला शासनप्रमुख म्हणून ओळखले जाते. या मुद्यांचा ऊहापोह या प्रकरणात सविस्तरपणे केलेला आहे.

(अ) अमेरिका

(१) कार्यकारीमंडळ : रचना, अधिकार व कार्ये

अमेरिकन कार्यकारीमंडळाची रचना :

कायद्याची अंमलबजावणी करणे, विकासाचे व समाजकल्याणाचे कार्यक्रम निश्चित करून त्यांची अंमलबजावणी करणे हे कार्यकारी मंडळाचे प्रमुख काम आहे. कार्यकारी मंडळ, कायदेमंडळ व न्यायमंडळ या शासनसंस्थेच्या तीन विभागांपैकी फक्त कार्यकारी मंडळाशी राष्ट्रातील संपूर्ण जनतेचा प्रत्यक्ष व अप्रत्यक्षपणे संबंध येतो. याच विभागाला देशाचे नेतृत्व करावे लागते. सरकारची विविध खाती व प्रशासनावर याच विभागाचे नियंत्रण असते. संपूर्ण देशात शांतता व सुव्यवस्था प्रस्थापित करून संघर्ष निर्माण करणाऱ्या घटकांवर नियंत्रण ठेवण्याचे कामही याच विभागाला करावे लागते. अध्यक्ष, उपाध्यक्ष व मंत्रिमंडळ यांचा अमेरिकेच्या कार्यकारी मंडळात समावेश होतो यामध्ये अध्यक्षांना जास्त महत्त्व आहे.

राष्ट्राध्यक्ष किंवा राष्ट्रपती :

अमेरिकेमध्ये अध्यक्षीय शासनपद्धती निर्माण करण्यात आली असून अमेरिकन अध्यक्ष हा कार्यकारी प्रमुख आणि वास्तविक शासक आहे. हे अमेरिकन संविधानाने मान्य केलेले आहे. इंग्लंडचा राजा व इंग्लंडचा पंतप्रधान ही दोन्ही पदे एकत्र करून अमेरिकेच्या अध्यक्षाचे पद निर्माण करण्यात आले आहे. त्यामुळे ते जगातील सर्वश्रेष्ठ पद म्हणून मान्य केलेले आहे असे लॉर्ड ब्राईस यांने म्हटले आहे. अमेरिकेचा अध्यक्ष हा अमेरिकेचा पहिला नागरिक, कार्यकारी मंडळाचा अमेरिकन संघराज्याचा तसेच अमेरिकन सैन्यांचा सर्वोच्च प्रमुख असतो. विल्सनच्या मते अमेरिकेसारख्या मोठ्या राष्ट्राचा शासक राष्ट्राच्या गल्लीबोळात बोलल्या जाणाऱ्या गावगप्पांची किंवा वर्तमानपत्रात आलेल्या मताचा पुनरूच्चार करून, या देशाचे नेतृत्व करू शकत नाही; तर अशा देशाचे नेतृत्व तीच व्यक्ती करू शकते की जी विविध चर्चा सतत ऐकते. ती चर्चा चांगल्या रीतीने समजू शकते व देशाला नवीन दिशा दाखवू शकते असे गुण अंगी असलेली व्यक्तीच राष्ट्रपती होऊ शकते. १७८९ मध्ये जॉर्ज वॉशिंग्टन हे अमेरिकेचे पहिले अध्यक्ष झाले तेव्हापासून आजपर्यंत एकूण ४५ अध्यक्ष अमेरिकेत झाले. आज अमेरिकेचे ४५वे राष्ट्राध्यक्ष बराक ओबामा हे कृष्णवर्णीय आहेत.

राष्ट्राध्यक्ष किंवा राष्ट्रपती यांची पात्रता :

अमेरिकेच्या राज्यघटनेतील कलम २ उपघटक १ नुसार अध्यक्षाच्या निवडणुकीला उभे राहण्यासाठी तीन प्रमुख पात्रता सांगितल्या आहेत -

(१) तो अमेरिकन संघराज्याचा जन्मजात नागरिक असावा

(२) तो कमीत कमी १४ वर्षे अमेरिकन संघराज्यामध्ये वास्तव्याला असला पाहिजे

(३) त्याने वयाची ३५ वर्षे पूर्ण केलेली असावीत.

अशी पात्रता राष्ट्रपतीच्या पदासाठी निर्धारित केलेली असून या उमेदवाराची पात्रता ठरविताना स्त्री किंवा पुरूष असा फरक केला जात नाही. या लिखित पात्रतेशिवाय अध्यक्षपदासाठी ६५ वर्षांपेक्षा कमी व ४५ वर्षांपेक्षा जास्त वयाचा कुटुंबवत्सल ब्रिटिश वंशाचा वकील किंवा एखाद्या राज्याचा गर्व्हनर असावा आरोग्यसंपन्न व राजकारणात आणि सार्वजनिक जीवनात कार्य केलेला असावा त्याचप्रमाणे तो उत्तर किंवा

पश्चिम अमेरिकेचा असावा अशा प्रकारची अलिखित पात्रता अमेरिकन अध्यक्षपदाच्या निवडणुकीसाठी असते असे विचार अमेरिकन प्राध्यापक क्लिंटन रॉसिटर यांनी व्यक्त केले आहेत, पण याला कायद्याचा काहीही आधार नाही.

राष्ट्राध्यक्ष किंवा राष्ट्रपतीची निवडणूक :

अमेरिकेच्या संविधानात अध्यक्षपदासाठी अप्रत्यक्ष निवडणुकीची तरतूद केली आहे. या स्वरूपाचे संविधान तयार करताना दोन पर्याय पुढे आले होते.

(१) जनतेने प्रत्यक्ष मतदानाने अध्यक्षाची निवड करावी.

(२) काँग्रेसच्या सदस्यांकडून अध्यक्षांची निवड करणे.

परंतु, अमेरिकन घटनाकारांनी हे दोन्ही पर्याय अमान्य केले, कारण अध्यक्षपदासाठी प्रत्यक्ष निवडणुकीच्या मार्गाचा अवलंब करणे अनेक दृष्टीने धोकादायक होते. यातील सर्वात महत्त्वाचा धोका म्हणजे सामान्य मतदारांच्या बाबतीत भावनेवर होणारी मात आणि त्यातून निवडणुकीला मिळणारे अनिष्ट वळण होय असे घटनाकारांना वाटले. त्यामुळे त्यांनी हा मार्ग अमान्य केला. दुसरा पर्यायसुद्धा त्यांनी स्वीकारला नाही; कारण त्यांच्यावर सत्ताविभाजनाच्या सिद्धांताचा विशेष प्रभाव होता. शासनसंस्थेचे तिनही विभाग परस्परांपासून स्वतंत्र ठेवण्याचा त्यांचा आग्रह होता. तेव्हा काँग्रेसला अध्यक्षाची निवड करण्याचा अधिकार देऊन काँग्रेसला अध्यक्षापेक्षा श्रेष्ठ बनविण्याची घटनाकारांची तयारी नव्हती. वरील सर्व पर्याय अमान्य केल्यानंतर अमेरिकन घटनाकारांनी अप्रत्यक्ष पद्धतीचा अवलंब करण्याचे मान्य केले. संविधानातील निवडणूक पद्धतीनुसार अध्यक्षाची निवड करण्यासाठी एक निर्वाचक मंडळ तयार केले जाते. यातील सदस्य म्हणजेच अध्यक्षाची निवड करणारे मतदार हे सर्व घटक राज्यातून निवडून आलेले प्रतिनिधी असतात. प्रत्येक घटकराज्य काँग्रेसच्या दोन्ही सभागृहात जितके प्रतिनिधी निवडून देतील तितकेच प्रतिनिधी अध्यक्षांच्या निर्वाचन मंडळात पाठविण्याचा हक्क घटकराज्याला देण्यात आलेला आहे.

प्रत्यक्ष निवडणुकीनंतर मतमोजणी दोन्ही सभागृहांच्या संयुक्त बैठकीत सिनेटचा अध्यक्ष करतो व नंतर निकाल जाहीर करतो. कोणत्याच उमेदवाराला बहुमत मिळाले नसेल तर जास्त मते मिळालेल्या पहिल्या तीन उमेदवारांमधून प्रतिनिधी सभागृह एकाची अध्यक्षपदी निवड करते. ही तरतूद १२व्या संविधान दुरूस्तीने करण्यात आली आहे. अशा पद्धतीने अध्यक्षाची निवड करण्याची वेळ आजपर्यंत अमेरिकेवर दोनदा आली आहे. १८००मध्ये जेफर्सन व बर्र यांना सारखीच मते मिळाली होती तेव्हा प्रतिनिधी सभेने जेफर्सनची निवड केली होती. तसेच १८२५मध्ये अशाच प्रकारचे मतदान झाल्यामुळे प्रतिनिधी सभेने जॉन किन्सी यांची अध्यक्ष म्हणून निवड केली होती.

अमेरिकन अध्याक्ष्याची निवडणुकीतील अध्यक्षीय उमेदवाराची निवड, अध्यक्षीय मतदारांची निवड व अध्यक्षाची मतदाराकडून निवड या टप्प्यानुसार चालते. या प्रक्रियेमधून निवडून आलेले अमेरिकन अध्यक्ष घटनेने निश्चित केलेल्या २० जानेवारी याच दिवशी सर्वोच्च न्यायालयाच्या सरन्यायधीशाकडून पद व गोपनीयतेची शपथ घेतात.

राष्ट्राध्यक्ष किंवा राष्ट्रपतीचा कार्यकाळ :

राज्यघटनेने अमेरिकेच्या अध्यक्षाचा कार्यकाळ ४ वर्षे निश्चित केलेला आहे. या कार्यकाळात अध्यक्षाला पदावरून काढण्याची प्रक्रिया अत्यंत कठीण आहे. मात्र, देशद्रोह, लाचलुचपत किंवा गंभीर स्वरूपाच्या गुन्ह्यासाठी घटनेतील दुसऱ्या कलमानुसार बहुमताने महाभियोग चालवून अमेरिकन अध्यक्षाला पदच्युत करता येते, त्याचप्रमाणे एकाच व्यक्तीने अध्यक्ष म्हणून किती काळ कार्य करावे याविषयी घटनेत

कोणतीही तरतूद नाही; पण १९५१ मध्ये २२ वी घटना दुरूस्ती करण्यात येऊन एका व्यक्तीला जास्तीत जास्त दोनच वेळा अध्यक्ष होता येईल असे निश्चित करण्यात आले. कार्यकाल समाप्त होण्यापूर्वी अध्यक्षपदावरील एखाद्या व्यक्तीचा मृत्यू झाल्यास त्यांच्या उर्वरित कार्यकाळासाठी उपाध्यक्ष पदभार सांभाळतो. या घटनादुरूस्तीनुसार युद्धप्रसंगी काँग्रेसद्वारे राष्ट्राध्यक्ष निवडणूक लढवून तिसऱ्या वेळेस राष्ट्राध्यक्षपद घेण्यासाठी आग्रह धरला जाऊ शकतो.

राष्ट्राध्यक्ष किंवा राष्ट्रपतींचा पगार, भत्ते व इतर सुविधा :

अध्यक्षाला त्याच्या कार्याचा मोबदला मिळावा व तो त्याच्या कार्यकाळात कमी किंवा जास्त करण्यात येऊ नये असे संविधानात म्हटले आहे. परंतु, तो कुणी ठरवावा हे स्पष्ट केलेले नाही, परंतु काँग्रेसने ते कार्य आपल्याकडे घेतले आहे. राष्ट्राध्यक्षाचे वेतन, भत्ते यांत मध्येच बदल केला जात नाही. बदल करावयाचा झाल्यास तो नवीन राष्ट्राध्यक्षांच्या कार्यकालापासून करावा लागतो. १९८८ पासून अध्यक्षाला वार्षिक दोन लाख डॉलर्स वेतन देण्यात येत आहे. हे वेतन करपात्र असते. तसेच इतर खर्चासाठी वार्षिक पन्नास हजार डॉलर्स आणि प्रवासासाठी वार्षिक दहा हजार डॉलर्स देण्यात येतात. निवृत्तीनंतर त्याला ६३ हजार डॉलर्स पेन्शन देण्यात येते. तसेच त्याच्या निधनानंतर त्याच्या विधवा पत्नीला वार्षिक दहा हजार डॉलर्स देण्यात येतात. याशिवाय सेवेत असताना राहण्यासाठी व्हाईट हाऊस हे सरकारी निवासस्थान दिले जाते.

राष्ट्राध्यक्ष किंवा राष्ट्रपतीचे अधिकार व कार्ये :

अमेरिकन अध्यक्षाला व्यापक अधिकार व सत्ता प्राप्त झाली असून, तो जगातील सर्वांत जास्त शक्तिशाली शासक म्हणून मानला जातो. अमेरिकन अध्यक्ष हा संघराज्याचा कार्यकारी प्रमुख आणि सर्वोच्च शासक आहे. त्याच्या नावानेच अमेरिकेचा शासन कारभार चालतो. याशिवाय अमेरिकन अध्यक्षाचे अधिकार व कार्ये आपणास खालीलप्रमाणे सांगता येतील

(१) कायदेविषयक अधिकार : केंद्र सरकारचे कायदेविषयक काही अधिकार अध्यक्षांना प्राप्त झालेले आहेत. संविधानाने परस्पर नियंत्रण व संतुलनाचे तत्त्व स्वीकारल्यामुळे अध्यक्षांना या संदर्भातील अधिकार देण्यात आले आहेत. काँग्रेस सभागृहाचे अधिवेशन बोलावणे, तसेच अधिवेशन केव्हा समाप्त करावे याबाबत दोन्ही सभागृहात एकमत न झाल्यास ते समाप्त करणे, विशेष अधिवेशन बोलावणे इत्यादी अधिकार अध्यक्षाला आहेत. अध्यक्ष आपणास हवे ते कायदे करण्यास काँग्रेसला सूचना करू शकतो. कायदेमंडळाचा सदस्य नसतानाही विधिविषयक क्षेत्रातही महत्त्वपूर्ण अधिकार अमेरिकेच्या अध्यक्षाला आहेत. अध्यक्षाने संमती दिल्याशिवाय कोणत्याही विधेयकाचे कायद्यात रूपांतर होत नाही. अमेरिकेच्या काँग्रेसने मंजूर केलेल्या विधेयकांना तो नाकारू शकतो मात्र त्याचा हा नाकारण्याचा अधिकार मर्यादित स्वरूपाचा आहे.

(२) प्रशासकीय किंवा शासनविषयक अधिकार : प्रशासनात सूसूत्रता आणण्यासाठी अध्यक्षांना व्यापक प्रमाणात अधिकार प्राप्त झालेले आहेत. सांघिक कायद्याची अंमलबजावणी करणे, सांघिक संविधानाचे संरक्षण करणे आणि संघराज्यात सुव्यवस्था राखणे ही त्यांची कर्तव्ये आहेत. यासाठी आवश्यक ते अधिकार त्यांना मिळालेले आहेत. राज्यकारभारावर देखरेख ठेवणे आणि संचलन करण्यासाठी शासकवर्गाची नेमणूक करण्याचे अधिकार अध्यक्षांना आहेत. त्यामध्ये अधिकाऱ्यांच्या व इतरांच्या नियुक्त्या करणे आणि त्याला सिनेटची मान्यता घेणे आवश्यक असते, मात्र अधिकाऱ्यांच्या पदच्युतीला सिनेटची मंजुरी घेणे आवश्यक नाही.

(३) सैन्यविषयक अधिकार : अध्यक्ष हा अमेरिकेच्या तीनही सेनादलाचा सेनापती आहे. या

नात्याने सेनादलप्रमुखाच्या नेमणुका करणे किंवा त्यांना पदावरून काढून टाकण्याचा अधिकार अध्यक्षाला आहे. राष्ट्राच्या संरक्षणाच्या दृष्टीने आपली सेनादले सदैव सज्ज ठेवण्याचे कार्य त्याला करावे लागते. सैन्यांचे नियंत्रण आणि संचालन अध्यक्षाच्या नेतृत्वाखाली व आदेशानुसार केले जाते. संविधानानुसार परराष्ट्राविरूद्ध युद्ध पुकारण्याचा किंवा काँग्रेसच्या परवानगी शिवाय एखाद्या राष्ट्रात सैन्य पाठविण्याचा अधिकार अध्यक्षाकडे आहे. उदा. १९१८ मध्ये अध्यक्ष विल्यसन यांनी साम्यवादाशी लढण्यासाठी सैबिरियात सैन्य पाठविले होते. १९५० मध्ये दक्षिण कोरियाच्या संरक्षणासाठी अध्यक्ष ट्रुमन यांनी सैन्य पाठविले होते. सेनादलाचा प्रमुख आणि परराष्ट्रव्यवहाराचा सूत्रधार या नात्याने तो अशी परिस्थिती निर्माण करू शकतो की, काँग्रेसला युद्ध पुकारण्याशिवाय पर्यायच राहत नाही. युद्धकाळात अध्यक्षाला अनेक महत्त्वाचे निर्णय घ्यावे लागत असल्यामुळे त्यांच्या सैन्यविषयक अधिकारात खूपच वाढ झालेली आहे.

(४) आर्थिक अधिकार : अमेरिकेमध्ये ब्युरो द बजेट हे कार्यालय वार्षिक अंदाजपत्रक तयार करते. या कार्यालयावर अध्यक्षाचे नियंत्रण असते. अंदाजपत्रक तयार झाले की, ते अमेरिकन अध्यक्षासमोर ठेवले जाते. यामध्ये ते आवश्यक ते बदल करू शकतात; तसेच आर्थिक क्षेत्रात काँग्रेसने मंजूर केलेल्या अंदाजपत्रानुसार कार्याची अंमलबजावणी करणे, कर वसूल करणे, विविध विभागांवर पैसा खर्च करणे इत्यादी आर्थिक क्षेत्रात अध्यक्षांचे अधिकार आहेत.

(५) राजनैतिक किंवा परराष्ट्रविषयक अधिकार : या क्षेत्रातील अध्यक्षांचे अधिकार संविधानात स्पष्टपणे लिहिले नसले तरी वेळोवेळी सर्वोच्च न्यायालयाने केलेल्या संविधानाच्या विशदीकरणातून आणि दिलेल्या निर्णयामधून प्राप्त झालेले आहेत. आंतरराष्ट्रीय क्षेत्रांत अमेरिकेचा प्रतिनिधी म्हणून संबंध ठेवणे, अमेरिकेचे वकील परराष्ट्रात पाठविणे, अध्यक्ष या नात्याने परराष्ट्रधोरणाचे संचलन करणे, परराष्ट्रातील वकिलांच्या अधिकारपत्राचा स्वीकार करणे, अमेरिकेचे परराष्ट्रधोरण ठरविणे, संयुक्त राष्ट्रसंघ व तत्सम इतर आंतरराष्ट्रीय संघटना यामध्ये अमेरिकेचे प्रतिनिधी पाठविणे जगातील नवी राज्ये व नव्या शासनसंस्था यांना मान्यता देणे, परराष्ट्राशी तह किंवा करार करणे, एकमेकांच्या देशातील कायदा समिती स्थापनेला मान्यता देणे, आंतरराष्ट्रीय क्षेत्रात देशाचे प्रतिनिधित्व करणे इत्यादी महत्त्वपूर्ण कार्य अमेरिकेचा अध्यक्ष करतो.

(६) न्यायविषयक अधिकार व कार्ये : अमेरिकेच्या संविधानाने न्यायविषयक अधिकाराच्या क्षेत्रात न्यायमंडळाला पूर्ण स्वातंत्र्य दिले असले तरी राज्यप्रमुख या नात्याने अध्यक्षांवरही काही जबाबदारी सोपविली आहे. सर्वोच्च न्यायालय व इतर सांघिक न्यायालये यामधील न्यायाधीशांच्या नियुक्त्या सिनेटच्या संमतीने अध्यक्ष करतो. न्यायालयीन निर्णयाची अंमलबजावणी करण्याचे मोलाचे कार्य अमेरिकन अध्यक्ष करतो. अध्यक्षाला सांघिक कायद्यानुसार गुन्हेगाराला झालेली शिक्षा कमी करणे, तिचे स्वरूपात बदल करणे, शिक्षेची अंमलबजावणी लांबणीवर टाकणे, शिक्षेत बदल करण्याचा किंवा तो पूर्णपणे माफ करण्याचा अधिकार अमेरिकन अध्यक्षाला आहे. महाभियोगाच्या शिक्षा देण्यात आलेल्याच्या बाबतीत अध्यक्षांना काहीही करता येत नाही.

(७) राज्यघटना : अध्यक्षाला राज्यकारभार सुरळीत चालविण्यासाठी निरनिराळया विभागाचा सल्ला घ्यावा लागत असे यातूनच मंत्रिमंडळाची रचना निर्माण झाली. अमेरिकेच्या राज्यघटनेत मंत्रिमंडळासंबंधी कोणतीही नोंद किंवा तरतूद नाही. अमेरिकन मंत्रिमंडळ हे इंग्लंडच्या मंत्रिमंडळापेक्षा भिन्न आहे. अमेरिकन मंत्री हे कायदेमंडळाचे सदस्य राहू शकत नाही.

अमेरिकन अध्यक्षाला सर्वोच्च अधिकांराची शासनव्यवस्था असली तरी अध्यक्ष हा अंतिमत : जनतेला जबाबदार असतो. राज्यघटनेने विस्तृत अधिकार प्रदान केले असले तरी जनतेचे हित तसेच राष्ट्रीयहित पाहूनच अध्यक्षाला राज्यकारभार करावा लागतो. अध्यक्षाला मर्यादित राहूनच कार्य करावे लागते.

उदा. वॉटरगेट प्रकारणात प्रे. निक्सन यांना व शस्त्रपुरवठा प्रकरणात प्रे. रेगन यांना राजीनामा द्यावा लागला होता, आणि अशा प्रकारे त्यांच्या राजकीय जीवनाचा अस्त झाला.

उपराष्ट्राध्यक्ष किंवा उपराष्ट्रपती :

अमेरिकेमध्ये अध्यक्षीय शासनपद्धती निर्माण करण्यात आली असून अमेरिकन संविधानात राष्ट्राध्यक्षांबरोबरच उपराष्ट्राध्यक्षपदाची निर्मिती केली आहे. यांच्या निवडीची प्रक्रिया राष्ट्राध्यक्षाप्रमाणेच असते. उपराष्ट्राध्यक्षाचे पद रिकामे झाल्यास राष्ट्राध्यक्ष एखाद्या व्यक्तीची त्या पदासाठी नेमणूक करतो. परंतु याला काँग्रेसच्या दोन्ही सभागृहांची संमती आवश्यक असते. उपराष्ट्राध्यक्ष हा सिनेटचा पदसिद्ध अध्यक्ष असतो परंतु तो फक्त निर्णायक मत देऊ शकतो. याशिवाय घटनेने कोणतीही महत्त्वाची कामे यांच्याकडे दिलेली नाहीत.

उपराष्ट्राध्यक्ष किंवा उपराष्ट्रपती यांची पात्रता :

अमेरिकेच्या राज्यघटनेतील कलम २ उपघटक १ नुसार उपराष्ट्राध्यक्षाच्या निवडणुकीला उभे राहण्यासाठी खालील प्रमुख पात्रता सांगितल्या आहेत-

(१) तो अमेरिकन संघराज्याचा जन्मजात नागरिक असावा
(२) तो कमीत कमी १४ वर्षे अमेरिकन संघराज्यांमध्ये वास्तव्याला असला पाहिजे
(३) त्याने वयाची ३५ वर्षे पूर्ण केलेली असावीत.
(४) राष्ट्राध्यक्ष व उपराष्ट्राध्यक्ष हे वेगवेगळया राज्यातील असावे लागतात.
(५) राष्ट्राध्यक्ष व उपराष्ट्राध्यक्ष हे वेगवेगळया गटातील असावे लागतात.

उपराष्ट्राध्यक्ष किंवा उपराष्ट्रपती यांची कामे :

(१) अमेरिकेचा उपराष्ट्रपती हा सिनेटचा पदसिद्ध अध्यक्ष असतो.
(२) सिनेटमधील मतदानात दोन्ही बाजूंना समसमान मते पडली तर यांचे मत निर्णायक मानले जाते.
(३) उपराष्ट्रपतींना बाकी विशेषस्वरूपाचे अधिकार नसतात.

राष्ट्राध्यक्ष किंवा राष्ट्रपती यांचे मंत्रिमंडळ :

अमेरिकेच्या मंत्रिमंडळाचा उल्लेख संविधानात नाही. अमेरिकन मंत्रिमंडळ पद्धती पूर्णत : संकेतांवर किंवा रूढींवर आधारित आहेत. संविधानाच्या कलम २ नुसार एवढेच सांगण्यात आले आहे की, खात्यासंबंधी शासकीय प्रमुखाकडून अध्यक्ष सल्ला घेऊ शकतो. सल्ला देण्याचे काम मंत्रिमंडळ करते म्हणून त्याला सल्लागार मंडळ असेही म्हटले जाते. शासनातील ज्या खात्याचा प्रमुख जो मंत्री असतो त्यालाच तेथील सर्व कामे करावी लागतात. फक्त त्या खात्याचे धोरण राष्ट्राध्यक्ष ठरवितात व त्याची अंमलबजावणी संबंधित मंत्री करतो, कारण तोच त्या खात्याला जबाबदार असतो. एकंदरीत अमेरिकेचे मंत्रिमंडळ व त्याची कार्यपद्धती अध्यक्षाच्या मर्जीवर अवलंबून असते. स्वत :ची स्वतंत्र प्रतिष्ठा नसणारे, बहुमतावर निर्णय न घेणारे आणि आपल्या कार्याचा प्रभाव अध्यक्षावर पाडू न शकणारे लोकशाही शासनपद्धतीतील एक वैशिष्ट्यपूर्ण मंत्रिमंडळ आहे.

(२) कायदेमंडळ : रचना, अधिकार व कार्ये

द्विगृही संसदेची तरतूद अमेरिकन संविधानामध्ये केलेली आहे. अमेरिकन संघराज्याच्या कायदेमंडळास काँग्रेस त्याचप्रमाणे संसद या नावानेही ओळखले जाते. यामध्ये दोन सभागृहे असतात. त्यातील वरिष्ठ सभागृहाला सिनेट तर कनिष्ठ सभागृहाला हाऊस ऑफ रिप्रेझेंटेटिव्ह किंवा प्रतिनिधी सभा असे म्हटले जाते.

संविधानाच्या पहिल्याच कलमाच्या पहिल्याच विभागात असे म्हटले आहे की, सर्व कायदेविषयक सत्ता संयुक्त संस्थानांच्या काँग्रेसकडे राहतील. काँग्रेसच्या दोन सभागृहांपैकी सिनेट हे घटक राज्यांचे प्रतिनिधित्व करते व प्रतिनिधिगृह हे लोकांचे प्रतिनिधित्व करते, मात्र दोन्ही सभागृहातील सदस्यांची निवडणूक प्रत्यक्ष मतदानपद्धतीने लोकच करतात. त्याचप्रमाणे अमेरिकन संविधानाने कार्याबाबत दोघांनाही समान अधिकार दिलेले असले तरी अर्थविषयक विधेयक हे प्रथम प्रतिनिधी सभागृहातच मांडले जाते. दोन्ही सभागृहांनी विधेयके संमत केल्यानंतर ते राष्ट्रपतींच्या मंजुरीसाठी पाठविले जातात. संसदेद्वारे विधीमंडळाची अधिवेशने बोलावणे किंवा ते तहकूब करणे अशा स्वरूपाची कामे केली जातात. संसद कायदानिर्मितीचे कार्य करत असली तरी घटनेला धोका निर्माण होईल अशा स्वरूपाचे विधेयक संसद संमत करू शकत नाही; आणि एखादे विधेयक संमत होऊन त्याचे कायद्यात रूपांतर झाल्यास न्यायालय ते अवैध ठरविते. सिनेट हे कनिष्ठ सभागृह असून त्यास शासनविषयक आणि न्यायविषयक अधिकार देण्यात आलेले आहेत. जे प्रतिनिधी सभागृहाला दिलेले नाहीत त्यामुळे सिनेट हे खऱ्या अर्थाने वरिष्ठ सभागृह झालेले आहे.

अमेरिकन काँग्रेसचे अधिकार व कार्ये :

द्विगृही संसदेची तरतूद अमेरिकन संविधानांमध्ये केलेली आहे. अमेरिकन कायदेमंडळाला काँग्रेस आणि काँग्रेसलाच संसद या नावाने ओळखले जाते. काँग्रेसची दोन सभागृहे असून वरिष्ठ सभागृहाला सिनेट तर कनिष्ठ सभागृहाला हाऊस ऑफ रिप्रेझेंटेटिव्ह किंवा 'प्रतिनिधी सभा' असे म्हणतात. संघराज्य व अध्यक्षीय शासनपद्धतीमुळे अमेरिकन केंद्रीय कायदेमंडळ वैशिष्ट्यपूर्ण ठरले आहे. अमेरिकन काँग्रेसला कायदे करण्याची सर्वोच्च सत्ता असली तरी अमेरिकन काँग्रेस इंग्लंडच्या संसदेप्रमाणे सार्वभौम नाही. राज्यघटनेच्या विरूद्ध जातील असे कायदे निर्माण करण्याचा अधिकार काँग्रेसला नाही. घटकराज्यांच्या स्वतंत्र अस्तित्वामुळे काँग्रेसची सत्ता नियंत्रित आणि मर्यादित झाली आहे, असे असूनही तिला न्यायविषयक व शासनविषयक अधिकार प्राप्त झालेले आहेत. याशिवाय अमेरिकन काँग्रेसला खालील स्वरूपाचे अधिकार प्राप्त झालेले आहेत.

(१) अमेरिकन राज्यघटनेने काही विषयांच्या निर्मितीचा अधिकार काँग्रेसला दिलेला आहे. कायदे निर्माण करणे हे याचे प्रथम कार्य आहे. कायदे निर्माण करण्याच्या संदर्भात प्रदत्त, विहीत आणि समवर्ती अशा तीन प्रकारचे कायदे करण्याचा अधिकार यांना आहे.

(२) राष्ट्रीय वित्तावर नियंत्रण प्रस्थापित करणे हे काँग्रेसचे एक महत्त्वपूर्ण कार्य आहे. वार्षिक अंदाजपत्रक संमत करण्याचे त्याचबरोबर गरज भासल्यास त्यामध्ये बदल करण्याचे काम काँग्रेसला करावे लागते.

(३) काँग्रेसची दोन सभागृहे आहेत. यातील सदस्यांच्या अनुशासनाच्या संदर्भात कायदे करण्याचा अधिकार काँग्रेसला आहे. शिस्तीचा भंग करणाऱ्याला बहुमताने पदच्युत करण्याचा सल्ला काँग्रेस सभागृहांना देते.

(४) नवीन राज्यांना अमेरिकन संघात प्रवेश देण्याचे काम काँग्रेसला करावे लागते.

(५) अमेरिकन प्रशासनातील भ्रष्टाचाराच्या चौकशीचा किंवा इतर बाबतीत चौकशी समिती निर्माण करण्याचा अधिकार काँग्रेसला आहे.

(६) युद्धाची घोषणा करण्याचा अधिकार काँग्रेसला आहे.

(७) राष्ट्राध्यक्ष निवडणुकीच्या संदर्भातील अनेक कामे काँग्रेसला करावी लागतात. उदा. राष्ट्राध्यक्ष निवडणुकीची मतमोजणी करणे निवडणुकीत जास्त खर्च करू न देणे.

(८) काँग्रेस वरिष्ठ अधिकाऱ्यांचे वेतन ठरविते विविध खात्यांचा वार्षिक खर्च ठरवून देते. एकंदरीत राष्ट्राच्या शासनवर्गावर नियंत्रण ठेवण्याचे काम काँग्रेस करते.

(९) कॉंग्रेसला कोणत्याही सभागृहात घटनादुरुस्ती विधेयक मांडता येते. शिवाय घटनादुरूस्ती करण्याचे महत्त्वाचे काम कॉंग्रेसचे आहे.

सिनेट :

सिनेट हे अमेरिकन कॉंग्रेसचे वरिष्ठ किंवा द्वितीय सभागृह असून जगातील सर्वात शक्तिशाली असे सभागृह आहे. काही भागात सिनेटला प्रतिनिधी सभांपेक्षा जास्त अधिकार आहेत. सिनेटच्या तुलनेत इंग्लंड व भारतातील अनुक्रमे 'हाउस ऑफ लॉर्डस' आणि 'राज्यसभा' या वरिष्ठ सभागृहांना निम्न दर्जाचे अधिकारी आहेत. प्रतिनिधी सभेच्या सदस्यांप्रमाणे सिनेटचे सभासद मतदारांकडून प्रत्यक्षपणे निवडून दिले जातात. सिनेटचे सभासद राज्याचे प्रतिनिधित्व करतात. सांधिक तत्त्वानुसार संघराज्यातील सर्व घटकराज्यांना समान प्रतिनिधित्व देण्याच्या उद्देशाने कायदेमंडळाच्या सभागृहात घटकराज्यांना समान प्रतिनिधित्व देण्याचे तत्त्व संविधानाने मान्य केले आहे. यानुसार प्रत्येक घटक राज्यांना सिनेटमध्ये दोन प्रतिनिधी पाठविता येतात आज अमेरिकेत ५० घटकराज्ये असून सिनेट सदस्यांची संख्या १०० आहे.

सिनेट सभागृह हे अमेरिकेचे कायम किंवा स्थायी सभागृह असून, दर दोन वर्षांनी यातील २/३ सभासद निवृत्त होऊन त्यांच्या जागी नवीन सभासद येतात. यातील सदस्यांना 'सिनेटर' असे म्हणतात. त्यांचा कार्यकाळ हा ६ वर्षांचा असतो. सिनेटर होण्यासाठी संबंधित व्यक्ती ज्या घटक राज्याचे प्रतिनिधित्व करू इच्छित असेल त्या घटकराज्याची ती रहिवासी असावी ती कमीतकमी ३० वर्षे वयाची असावी. ती कमीतकमी ९ वर्षे अमेरिकेची नागरिक असावी व ती संघराज्याच्या नोकरीत नसावी अशा स्वरूपाच्या पात्रता आहेत. सिनेटरला वार्षिक ३० हजार डॉलर एवढे वेतन मिळते. सिनेटरला सभागृहात कितीही तास भाषण करण्याचे पूर्ण स्वातंत्र्य आहे. म्हणूनच तिला लॉर्ड्स बाईस हे अमेरिकन विचारवंत राजकीय संस्थांमधील सर्वात यशस्वी संस्था म्हणून मानतात. सिनेट सभागृहाचा एक सभापती व एक उपसभापती असतो. यांनाही अमेरिकन संसदेने विशेष स्वरूपाचे अधिकार दिलेले आहेत.

सिनेटचे अधिकार व कार्ये :

सिनेटच्या वैविध्यपूर्ण अधिकारामुळे सिनेट हे जगातील शक्तीशाली सभागृह बनले आहे. याशिवाय संविधानाने सिनेटला त्याच्या विशिष्ट रचनेमुळे प्रत्यक्षात प्रतिनिधिगृहापेक्षा अधिक महत्त्व प्राप्त करून दिले आहे. तिचे अधिकार व कार्ये खालीलप्रमाणे आहेत-

(१) कायदेविषयक अधिकार : कायदानिर्मिती आणि कार्यकारी मंडळ या क्षेत्रात महत्त्वपूर्ण अधिकार आहेत. सिनेटच्या मंजुरीशिवाय कॉंग्रेस कोणतेही विधेयक मंजूर करू शकत नाही, आणि त्याचे कायद्यात रूपांतर होऊ शकत नाही. एखाद्या विधेयकाच्या बाबतीत सिनेट व प्रतिनिधी गृह यांच्यात एकमत होऊ शकले नाही तर अशा वेळी ते विधेयक दोन्ही सभागृहांच्या संयुक्त समितीकडे अधिक विचारांसाठी पाठविले जाते. या समितीत विधेयकावर एकमत न झाल्यास ते आपोआप रद्द होते.

(२) अर्थविषयक अधिकार : संविधानात्मक तरतुदींनुसार उत्पन्नासंबंधीचे धनविधेयक प्रथम प्रतिनिधीगृहातच मांडले जाऊ शकते. ते सिनेटमध्ये प्रथम मांडले जाऊ शकत नाही. तथापि, धनविधेयकाव्यतिरिक्त विधेयकाच्या बाबतीत असे बंधन नाही. तरी पण प्रथेनुसार तेही प्रतिनिधीसभेतच सादर होते, अन्यथा सिनेटला प्रतिनिधीगृहाच्या बरोबरीने अधिकार प्राप्त झाले आहेत. सिनेट धनविधेयकावर चर्चा करू शकते व त्यामध्ये दुरुस्त्या सुचवू शकते. इतकेच नव्हे तर विधेयकाचे शीर्षक सोडून इतर सर्वच गोष्टींत ते बदल करू शकते. म्हणजे प्रतिनिधीगृह सिनेटच्या सहकार्याशिवाय धनविधेयक संमत करू शकत नाही.

(३) कार्यकारी अधिकार : सत्ताविभाजनाच्या तत्त्वानुसार अध्यक्षांच्या कार्यकारी अधिकारांवर

नियंत्रण ठेवण्याचा खास अधिकार सिनेटला प्राप्त झाला असून त्यात वरिष्ठ अधिकाऱ्यांच्या नेमणुकींना मान्यता देणे, तहांना किंवा करारांना मान्यता देणे, युद्ध घोषित करणे, इत्यादी महत्त्वपूर्ण अधिकारांचा यामध्ये समावेश आहे.

(४) न्यायविषयक अधिकार : न्यायविषयक क्षेत्रात सिनेटला महत्त्वपूर्ण अधिकार प्राप्त झाले असून उच्चपदस्थ अधिकायाविरूद्ध महाभियोग चालवून त्यांना २/३ बहुमताच्या जोरावर पदच्चुत करण्याचा अधिकार सिनेटला आहे, तसेच एखाद्या विभागाच्या राज्यकारभाराची चौकशी सिनेट करू शकते.

(५) इतर अधिकार : संविधान दुरूस्तीच्या प्रक्रियेत सिनेटचा अतिशय महत्त्वाचा वाटा असतो. संविधान दुरूस्ती विषयक प्रत्येक विधेयकाला सिनेटने २/३ बहुमताने संमती देणे आवश्यक असते. त्यास संविधानात दुरूस्ती सुचविण्याचाही अधिकार प्रशासकीय कार्याची चौकशी करण्याचा आणि त्यासाठी समिती नेमण्याचा अधिकार आहे. सिनेटचा आणखी एक महत्त्वाचा अधिकार असा की, ज्यावेळी उपाध्यक्षाच्या निवडणुकीत कोणत्याही उमेदवाराला निर्विवाद बहुमत मिळू शकत नाही त्यावेळी सिनेट सर्वात जास्त मते मिळविलेल्या पहिल्या दोन उमेदवारांमधून उपाध्यक्ष म्हणून निवड करते.

सिनेट शक्तिशाली असण्याची कारणे :

(१) सिनेटची सदस्यसंख्या : सिनेटची सदस्यसंख्या प्रतिनिधी सभेपेक्षा कमी म्हणजे शंभर आहे. त्यामुळे प्रत्येक सिनेटरला सभागृहातील चर्चेत भाग घेता येतो. त्यामुळे योग्य व सखोल चर्चा होते आणि योग्य ते निर्णय घेतले जातात. त्यामुळेच सिनेट जनतेच्या विश्वासास पात्र ठरली आहे.

(२) सिनेट जनतेचे प्रतिनिधीत्व करणारे सभागृह : सिनेट द्वितीय सभागृह असूनही सिनेट सदस्याची निवडणूक प्रत्यक्ष पद्धतीने जनतेकडून होते. यामुळे घटनेनुसार सिनेट जरी घटक राज्याचे प्रतिनिधित्व करीत असले तरी लोकमताची अभिव्यक्ती या सभागृहात होते. यामुळे हे सभागृह शक्तिशाली बनले आहे.

(३) सिनेटची कार्यपद्धती : सिनेट शक्तिशाली होण्यास सिनेटची कार्यपद्धती महत्त्वाची आहे. सिनेटमध्ये बोलण्याचे सदस्यांना पूर्ण स्वातंत्र्य असते. सदस्याला हवे असेल तितका वेळ भाषण करता येते. आपले विचार व्यक्त करता येतात, त्यामुळे योग्य निर्णय घेतले जातात. सिनेटमधील सदस्यांच्या एकीमुळेच सिनेटचे वर्चस्व प्रस्थापित होण्यास महत्त्वाचे कारण आहे. अमेरिकन राजकीय पक्षपद्धतीमध्ये पक्षशिस्तीच्या बंधनाचा अभाव आहे म्हणूनच सभागृहात दोन्ही प्रमुख राजकीय पक्ष सिनेटच्या प्रथेमध्ये आपल्या ऐक्याचे प्रदर्शन करू शकतात. उदा. १९३८ मध्ये रूझवेल्ट यांनी सिनेटचा शिष्टाचार पाळला नाही. त्यावेळी त्यांच्याच पक्षातील सदस्यांनीच त्यांना विरोध केला. सिनेटच्या सभासदांच्या ऐक्यामुळे सिनेट शक्तिशाली बनली आहे.

(४) घटनाकर्त्याची इच्छा : संविधानानुसार सिनेटला प्रतिनिधी सभेच्या बरोबरीचे अधिकार प्राप्त झालेले आहेत. त्याचबरोबर घटनाकारांना प्रामाणिकपणे असे वाटत होते की, शासनाचा कोणताही विभाग स्वैराचारी व हुकूमशहा व्हावयास नको; म्हणूनच घटनाकारांनी अध्यक्षांवर आणि प्रतिनिधी सभेवर नियंत्रण ठेवण्याचे अधिकार सिनेटला दिलेले आहेत. अध्यक्ष हुकूमशहा होऊ नये म्हणून सिनेट नेमणुकीला मान्यता देण्याचा अध्यक्षाने केलेल्या करारांना मान्यता देण्याचा अधिकार दिला. सिनेटची संमती झाल्याशिवाय कोणताही धोरणात्मक निर्णय अध्यक्ष घेऊ शकत नाही. तसेच प्रतिनिधी सभेने घाईगर्दीने मंजूर केलेल्या विधेयकांवर नियंत्रण ठेवण्यासाठी घटनाकारांनी सिनेटला प्रतिनिधी सभेच्या बरोबरीने अधिकार दिलेले आहेत. या सर्वांचा परिणाम सिनेट शक्तिशाली गृह बनले.

(५) राष्ट्रीय एकतेचे प्रतीक : घटनेनुसार घटक राज्याचे प्रतिनिधित्व करते; परंतु अमेरिकेतील

घटकराज्यांना समान राजकीय दर्जा सिनेटने प्राप्त करून दिलेला आहे. घटकराज्याला भूप्रदेश व लोकसंख्येचा विचार करता समान प्रतिनिधित्व देण्यात आल्यामुळे सिनेटला राष्ट्रीय दर्जा प्राप्त झाला आहे.

(६) सिनेटचा कार्यकाळ : प्रत्येक सिनेट सदस्याला सहा वर्षांचा कार्यकाळ प्राप्त होतो. प्रतिनिधी सदस्याचा कार्यकाळ दोन वर्षांचा आहे. या दोन वर्षात प्रशासन व कायदा निर्मिती यासंबंधात ते कोणतेच विशिष्ट कार्य करू शकत नाही. प्रत्येक तिसऱ्या वर्षी निवडणुकीला तोंड द्यावे लागते. त्यामुळे कर्तबगार प्रभावशाली व्यक्ती सिनेटवर निवडून येण्याचा प्रयत्न करतात. परिणामी सिनेटमध्ये गुणवंत व्यक्तींचा भरणा होतो. त्यामुळे सिनेट शक्तिशाली सभागृह बनले आहे.

(७) अनुभवी व महत्त्वाकांक्षी राजकीय नेत्यांचा समावेश : संविधानातील तरतुदींनुसार सिनेटर्सच्या वयाची अट तीस वर्षे आहे तर प्रतिनिधीसभेच्या सभासदाच्या वयाची अट पंचवीस आहे. त्यामुळे प्रतिनिधी सभेपेक्षा सिनेटचे सभासद वैचारिकदृष्ट्या परिपक्व असतात. तसेच सिनेटला प्रतिनिधी सभागृहापेक्षा शासनविषयक अधिकार भरीव स्वरूपात दिलेले असल्यामुळे व अधिकाराचा सिनेट जागरूकपणे सतत वापर करीत असल्यामुळे अमेरिकेत ज्यांना राजकीय महत्त्वाकांक्षा आहेत आणि राजकारणात ज्यांना लौकिक प्राप्त करावयाचा आहे. अशी सर्व माणसे सिनेटमध्ये प्रवेश मिळविण्याचा प्रयत्न करतात. परिणामी सिनेटमध्ये गुणी, कर्तबगार, मुत्सद्दी, लोकांचाच अंतर्भाव होतो. साहजिकच सिनेटने घेतलेले निर्णय मौलिक स्वरूपाचे असतात. त्यामुळे राष्ट्राची प्रगती होते. सिनेटच्या या प्रशंसनीय कार्यामुळे सिनेट शक्तिशाली गृह बनले आहे.

(८) व्यापक प्रसिद्धी : अमेरिकेतील प्रसारमाध्यमे, वृत्तपत्रे, रेडिओ, टी. व्ही. इ. सिनेटमध्ये होणाऱ्या कामकाजाला व्यापक प्रसिद्धी देतात. त्यामुळे सिनेटर्सच्या चातुर्य व मुत्सद्देगिरीला राष्ट्रीय स्तरावर प्रसिद्धी मिळते, म्हणून असे म्हटले जाते की, व्हाईट हाऊसची वाट सिनेटमधून जाते.

सिनेटच्या कार्याचे मूल्यमापन :

अमेरिकन सिनेट शक्तीशाली म्हणून ओळखली जाते, पण तिच्या कार्यामध्ये काही त्रुटी आहेत किंवा तिच्या कार्यावर मोठ्या प्रमाणात टीका होताना दिसून येते असे असले तरी तिच्यातील विशिष्ट गुणांमुळे तिला काही विचारवंतांच्या मते महत्त्वही प्राप्त झालेले आहे. तिच्यावर होणाऱ्या टीका व तिचे महत्त्व आपणास खालील मुद्यांच्या आधारे स्पष्ट करता येईल-

सिनेटवरील टीका किंवा आरोप : सिनेटच्या कार्यावर प्रामुख्याने खालील स्वरूपाचे आरोप होताना दिसतात.

(१) सिनेटर्सना भाषण करण्यासाठी वेळेचे बंधन नसते; परंतु या दीर्घ कालावधीच्या भाषणामुळे सिनेटमधील चर्चा लांबत जाते व मांडली जाणारी विधेयके संमत होण्यास वेळ लागतो.

(२) सिनेटच्या वेगवेगळया समित्यांची कार्यवाही राजकीय पक्षबंदीने प्रभावित होते व त्यामुळे राष्ट्रीय हिताची उपेक्षा केली जाते.

(३) युद्धप्रसंगी किंवा राष्ट्रीय संकटाच्या काळात सिनेटच्या प्रवृत्तीमुळे राष्ट्रीय हितांना हानी पोहचते.

(४) सिनेटचे संघटन अप्रजातंत्रात्मक असे आहे. अमेरिकन संघाच्या विभागांमध्ये लोकसंख्येच्या दृष्टीने अधिक फरक आहे.

(५) पक्ष नेते ज्याप्रमाणे सांगतील त्याचप्रमाणे सिनेटर्स कृती करतात.

(६) सिनेटचे सदस्य समाजातील अत्यंत कुलीन वर्गातून आलेले असतात व त्यांच्याद्वारे जनसामान्यांच्या हितांची उपेक्षा केली जातो.

(७) सिनेट आपल्या स्वार्थास नजरेसमोर ठेवून आपल्या राजकीय समर्थकांना व मित्रांना उच्च पदावर नियुक्त करतात. त्यामुळे गुण व योग्यतेची उपेक्षा होते.

(८) अनेकदा सिनेट सदस्यांच्या निवडणुकीत भ्रष्ट साधने व धनाचा प्रयोग करण्याबाबत बोलले जाते.

(९) सिनेट जगातील इतरांच्या तुलनेत जास्त वेळ घेत असल्यामुळे तिचे महत्त्व कमी होताना दिसते.

(१०) सिनेट हे पारंपरिक सहकार्याचे एक भ्रष्ट साधन आहे.

(११) सिनेट जे प्रशासकीय कार्यासाठी उत्तरदायी नाही तसेच त्यास महत्त्वपूर्ण प्रशासकीय सत्ता प्राप्त होणे कोणत्याही प्रकारे उचित म्हणता येत नाही.

सिनेटचे महत्त्व : सिनेट जगातील अनेक संस्थापैकी श्रेष्ठ स्वरूपाची एक संस्था आहे असे प्रा. लास्की यांचे मत आहे. प्रा. रोजर्स याच्या मते, आधुनिक राजकारणाचा सिनेट हा महत्त्वपूर्ण स्वरूपाचा आविष्कार आहे. याचप्रमाणे अमेरिकन सिनेटच्या महत्त्वाबाबत सर हेन्री मेन असे म्हणतात की, आधुनिक लोकशाहीच्या विकासाबरोबरच जेवढया संस्था उदयाला आल्या त्यातील सिनेट ही एकमेव यशस्वी झालेली संस्था आहे. अशा या सिनेटचे महत्त्व आपणास प्रामुख्याने खालील मुद्यांच्या आधारे स्पष्ट करता येईल-

(१) अमेरिकेत अध्यक्षीय शासनप्रणाली असल्याने कार्यकारी मंडळ हे कायदेमंडळाला जबाबदार नाही तसेच प्रतिनिधी सभागृहास कार्यकारी मंडळावर कोणताही अधिकार प्राप्त झालेला नाही. त्यामुळे काँग्रेसच्या पहिल्या गृहापेक्षा सिनेट अधिक शक्तिशाली बनलेले आहे.

(२) अमेरिकन सिनेटचा आकार छोटा असल्याने त्याचे महत्त्व व प्रतिष्ठा वाढली आहे. सिनेटची एकूण सदस्यसंख्या १०० आहे; परंतु प्रतिनिधी सभेत ४३५ सदस्य आहेत. लहान आकाराच्या कारणाने या सदस्यांमध्ये परस्पर घनिष्ट संबंध राहतात व ते स्वातंत्र्यापूर्वक वादविवाद करू शकतात. सिनेटचा आकार असा आहे की, त्यांच्या विचारात भिन्नता आहे.

(३) अमेरिकन राजकीय नेता जो आपल्याला देशाच्या राजकीय जीवनात अधिकाधिक शक्तिशाली बनवू इच्छितो. त्यामुळे बहुतांशाने सिनेटकडे आकर्षित होतात. सिनेटचे अधिकार योग्य असल्यास सिनेटच्या प्रतिष्ठेत तसेच त्याच्या महत्त्वात वाढ होते. गव्हर्नर, उपराष्ट्रपती तसेच राष्ट्रपती बनण्यासाठी सिनेट ही महत्त्वपूर्ण शिडी आहे. प्रतिनिधी सभागृहात जे होते त्याकडे वर्तमानपत्रांचे लक्ष जात नाही; परंतु सिनेट सदस्यांच्या वक्तव्यांना शीर्षस्थान दिले जाते.

(४) संविधान निर्मात्यांना या गोष्टीचे भय इतके असते की, जनतेद्वारे निर्वाचित प्रतिनिधी सभा लोकांचे उत्तरदायित्व स्वीकारत नाही किंवा राष्ट्रपती एक निरंकुश शासक स्थिती ग्रहण करत नाही. त्यामुळे राष्ट्रपती व सिनेट हे प्रतिनिधी सभेच्या संमतीशिवाय अनेक कार्य करतात. अशा प्रकारे सिनेट व प्रतिनिधी सभा राष्ट्रपतीची उपेक्षा करून अनेक कार्य करते.

(५) मूळ अमेरिकन घटनेत सिनेट सदस्यांची प्रत्यक्ष निवड होण्यामुळे जगातील इतर देशात ज्या नावाच्या आधारावर दुसऱ्या सभागृहाचे महत्त्व कमी आहे ते अमेरिकेच्या राज्यव्यवस्थेत नाही व सिनेटच्या लोकशाही तत्त्वाच्या आधारावर त्यास प्रजातंत्र बनविले आहे. निर्वाचनाबाबत सिनेटला अधिक शक्तिशाली बनविले आहे. प्रतिनिधी सभेच्या सदस्यांचे निर्वाचन; क्षेत्रीय नियमानुसार होते, परंतु, सिनेटपूर्व राज्याचे प्रतिनिधित्व करते व त्यांचा दृष्टिकोन व्यापक बनतो.

(६) ज्यावेळी एखाद्या राष्ट्रपतीद्वारे सिनेटचा शिष्टाचार किंवा सिनेटच्या इतर सुनिश्चित परंपरांचे उल्लघंन केले जाते त्या वेळी सिनेटचे सदस्य सिनेटच्या सन्मानाचे रक्षण करण्याच्या हेतूने एक होतात. तसेच

सिनेटवर परस्परांवर आक्षेप घेतले तरी काही काळाने ते परस्परांशी सलोख्याने वागतात.

(७) संविधान व परंपरांच्या आधारावर सिनेटला काही असे अधिकार दिले आहेत की, त्या अधिकारांच्या आधारावर सिनेटचे महत्त्व वाढते. कायदेनिर्मितीच्या क्षेत्रात सिनेट प्रतिनिधी सभेचे समकक्ष होते. हे केवळ साधारण विधेयके तसेच वित्तीय विधेयकांच्या संबंधित खरे आहे. नियुक्त्यांच्या आधारावर सिनेट अंतर्गत प्रशासकीय कार्यांना प्रभावित करते व संधी किंवा कराराच्या समर्थनाच्या आधारावर सिनेटद्वारे विदेशी संबंधांच्या संचालनावर नियंत्रण ठेवते. सिनेटच्या या कार्यकारी अधिकारांमुळे सिनेटच्या प्रतिष्ठेत भर पडलेली दिसून येते. त्यामुळे सिनेटने सर्वाधिक योग्य व राजकीयदृष्ट्या महात्त्वाकांक्षी व्यक्तींना आकर्षित केले.

(८) सिनेटचे स्थायित्व तसेच सदस्यांचा दीर्घ कार्यकाल हे सिनेट वृद्धीचे रहस्य आहे. पूर्ण सिनेट ही कधीच भंग होत नाही. सिनेट सदस्यांचा कार्यकाल सहा वर्षाचा असतो. त्या तुलनेने प्रतिनिधी सभेचा कार्यकाल दोन वर्ष इतका असतो. प्रतिनिधी सभेचे सदस्य एकदा निवडले की त्यांना पुनर्निवाचनाची चिंता असते. परंतु सिनेट सदस्यांना निर्वाचनानंतर जवळजवळ पाच वर्षापर्यत स्वतंत्र व निर्भयपणे राष्ट्राची सेवा करता येते.

(९) सिनेटची कार्यप्रणाली ही त्यांच्या अधिकाराचा स्रोत आहे. सिनेटची कार्यप्रणाली अशी आहे की, त्यात सदस्यांना बोलण्याच्या कालावधीची निश्चितता नाही. त्यामुळे येथे विषयांवर विचार सर्वार्थाने केले जातात व त्यातून घेतलेले निर्णय हे देशासाठी लाभदायक ठरलेले आहेत, त्यामुळे सिनेटचे महत्त्व वाढले.

प्रतिनिधी सभागृह :

प्रतिनिधी गृह हे अमेरिकेन काँग्रेसचे कनिष्ठ सभागृह असून या सभागृहात जनतेने प्रत्यक्ष मतदानाने निवडून दिलेले प्रतिनिधी असतात. सिनेटच्या तुलनेत प्रतिनिधी सभागृहाला दुय्यम स्वरूपाचे अधिकार आहे. संविधानांतर्गत मिळालेले अधिकार आणि सभागृहाच्या रचनेमुळे सिनेटच्या तुलनेत या सभागृहाचे स्थान कमी महत्त्वाचे राहिले आहे.

लोकसंख्येच्या प्रमाणात प्रतिनिधित्व या तत्त्वाप्रमाणे साडेतीन लाख लोकांचा एक प्रतिनिधी याप्रमाणे अमेरिकेत या सभागृहाचे ४३५ सदस्य आहेत. म्हणजेच प्रत्येक सदस्य अंदाजे ३० हजार लोकांचे प्रतिनिधित्व करतो. प्रत्येक राज्याला किमान एक सदस्य निवडण्याचा अधिकार असतो. या गृहाचा कार्यकाळ हा कायमस्वरूपी दोन वर्षांचा करण्यात आलेला आहे. हा कार्यकाल पूर्ण होण्याअगोदर ती विसर्जित केली जाऊ शकत नाही. तसेच दोन वर्षांपेक्षा कमीसुद्धा होऊ शकत नाही. अर्थात, सदस्यांना आपल्या सदस्यत्वाचा राजीनामा केव्हाही देता येतो. यामध्ये सदस्य होण्यासाठी तो किंवा ती किमान सात वर्षे अमेरिकेची नागरिक असावी; ती किंवा तो २५ वर्षे पूर्ण केलेला असावा; ती व्यक्ती ज्या घटक राज्याचे प्रतिनिधित्व करू इच्छित असेल त्या घटकराज्याची ती रहिवासी असावी व ती संघराज्याच्या नोकरीत नसावी अशा स्वरूपाच्या पात्रता आहेत. सिनेट सदस्यांना जे वेतन व भत्ते दिले जातात. तेच यांनाही मिळतात. उमेदवाराला स्थानिक जनतेच्या विविध प्रश्नांची व समस्यांची माहिती असते. यामुळे उमेदवार जनतेचे प्रतिनिधित्व अधिक चांगल्या प्रकारे करू शकतो. अमेरिकन काँग्रेसच्या दोन्ही सभागृहांना सारखे अधिकार देण्यात आलेले आहेत, मात्र सिनेटला अध्यक्षांवर नियंत्रण ठेवण्याच्या उद्देशाने काही विशेष अधिकार देण्यात आले आहेत. सभागृहाचा अल्प कालावधी, अवाढव्य सभासद संख्या, सभासदांचा दर्जा इत्यादी कारणांमुळे हे सभागृह प्रभावहीन ठरले आहे. अध्यक्ष हा या गृहाचा महत्त्वाचा पदाधिकारी असतो.

प्रतिनिधी सभेचे अधिकार व कार्ये : अध्यक्ष हा या गृहाचा महत्त्वाचा पदाधिकारी असतो. या सभागृहात अध्यक्षांना अनेक महत्त्वपूर्ण कार्ये करावी लागतात. त्याचे महत्त्वाचे अधिकार खालीलप्रमाणे सांगता येतील-

(१) प्रतिनिधीगृहाच्या बैठकीचे अध्यक्षस्थान भूषविणे.
(२) सभागृहात शांतता व शिस्त प्रस्थापित करणे.
(३) सभागृहाच्या कामकाजावर नियंत्रण ठेवून ते व्यवस्थित चालविण्यासंबंधी उपाययोजना करणे.
(४) सभागृहाच्या प्रतिष्ठेचे रक्षण करणे.
(५) सभागृहाच्या चर्चेत भाग घेण्यासाठी सदस्यांना परवानगी देणे.
(६) सभागृहाच्या कामकाजाच्या नियमांना अर्थ लावणे.
(७) सभागृहापुढे येणारी विधेयके निरनिराळया समित्यांकडे पाठविणे.
(८) सभागृहाने संमत केलेल्या विधेयकावर सही करणे.
(९) मतदान घेणे व त्यासंबंधीचा निर्णय जाहीर करणे.
(१०) एखाद्या प्रस्तावावर समसमान मतदान झाल्यास निर्णायक मत देणे.

सभागृह अध्यक्षाप्रमाणेच सभागृहाचे अधिकार व कार्य खालीलप्रमाणे आहेत -

(१) कायदेविषयक अधिकार : कायदे करण्याच्या क्षेत्रात सभागृहाला सिनेटच्या बरोबरीचे अधिकार आहेत. कोणत्याही विधेयकाची सुरुवात या सभागृहात होऊ शकते. या सभागृहाच्या संमतीशिवाय कोणतेही विधेयक कायदा बनू शकत नाही.

(२) अर्थविषयक अधिकार : आर्थिक अधिकाराबाबत प्रतिनिधिगृह काही बाबतीत सिनेटपेक्षा श्रेष्ठ आहे कारण उत्पन्ना संबंधीची विधेयके संविधानाप्रमाणे प्रथम फक्त याच सभागृहात मांडली जाऊ शकतात. खर्चविषयक विधेयकही प्रथेनुसार याच सभागृहात मांडले जाते. सिनेटला आर्थिक क्षेत्रांत जवळजवळ बरोबरीचे अधिकार असले तरी व्यवहारात प्रतिनिधिगृहालाच जास्त महत्त्व आहे.

(३) इतर अधिकार : इतर अधिकारांमध्ये संविधान दुरूस्तीच्या कार्यात भाग घेणे अध्यक्षाच्या निवडणुकीत समान मते पडल्यास अध्यक्षाची निवड करणे, राज्यकारभाराची चौकशी करणे, इत्यादी अधिकारांचा समावेश होतो.

(३) न्यायमंडळ : रचना, अधिकार व कार्ये आणि न्यायिक पुनर्विलोकन

अमेरिकन न्यायव्यवस्था :

अमेरिका हे संघराज्य आहे. न्यायमंडळ हा अमेरिकेच्या शासनसंस्थेचा तिसरा महत्त्वाचा विभाग आहे. अमेरिकन संविधानाने राष्ट्रपती व कॉंग्रेस यांच्याइतकेच महत्त्व न्यायमंडळाला दिले आहे. घटकराज्यांची न्यायालये व संघीय न्यायालये अशी दुहेरी न्यायव्यवस्था अमेरिकेत आहे; म्हणून अमेरिकेच्या संविधानाने न्यायविषयक सत्ता संघराज्याचे सर्वोच्च न्यायालय आणि इतर कनिष्ठ न्यायालये यांच्याकडे सोपविली आहे. राज्यघटनेच्या तिसऱ्या कलमानुसार त्याच्या निर्मितीची व्यवस्था करण्यात आली आहे. या तिसऱ्या कलमात असे म्हटले आहे की, संयुक्त संस्थानाची न्यायविषयक सत्ता सर्वोच्च न्यायालय व कॉंग्रेसकडून वेळोवेळी स्थापन करण्यात येणारी कनिष्ठ न्यायालये यांच्याकडे राहील. अमेरिकन न्यायपद्धतीचे एक महत्त्वाचे वैशिष्ट्ये म्हणजे ती दुहेरी स्वरूपाची आहे. संघराज्याची न्यायशाखा वेगळी असून घटकराज्यांची न्यायशाखा स्वतंत्र आहे. म्हणजेच अमेरिकेच्या संविधानाने संघराज्याची न्यायविषयक सत्ता सर्वोच्च न्यायालय आणि कनिष्ठ न्यायालय यांच्याकडे सोपविली आहे. मात्र, संविधानात कनिष्ठ न्यायालयांचा उल्लेख नसला तरी ती

स्थापन करण्याचा अधिकार काँग्रेसला दिला आहे. काँग्रेसच्या कायद्याने ती अस्तित्वात येतात. त्यानुसार दोन प्रकारची कनिष्ठ न्यायालये स्थापन केली आहेत. त्यामध्ये जिल्हा न्यायालये व प्रादेशिक स्तरावर अपिलाची न्यायालये असून त्याची माहिती खालीलप्रमाणे-

जिल्हा न्यायालये : संघराज्य न्यायालयामध्ये सर्वात कनिष्ठ न्यायालय म्हणजे जिल्हा न्यायालये होत. या न्यायालयांची संख्या १००च्या जवळ आहे. सर्वोच्च न्यायालयाचे प्रारंभिक अधिकार क्षेत्र सोडल्यास सांघिक न्यायशाखेच्या अधिकार क्षेत्रातील सर्व खटले याच न्यायालयांमध्ये सादर केली जातात. प्रत्येक न्यायालयात किमान एक न्यायाधीश असतो पण ही संख्या जास्तही असू शकते. सध्या या सर्व न्यायालयातील एकूण न्यायाधीशांची संख्या ७५८ आहे. यामध्ये २०४ पूर्णवेळ न्यायाधीश व ४५७ अर्धवेळ मॅजिस्ट्रेटस आहेत. न्यायाधीशांची नेमणूक अध्यक्षच करतो व महाभियोगाने त्यांना पदच्युत करता येते. प्रत्येक घटकराज्यात एक किंवा अधिक जिल्हे तयार करण्यात आले असून तेथे हे न्यायालय असते. दिवाणी व फौजदारी अशा दोन्ही प्रकारचे खटले या न्यायालयापुढे चालतात. जिल्हा न्यायालयांनी दिलेल्या निर्णयाविरूद्ध अपिलाच्या न्यायालयाकडे अपील करता येते.

अपिलाची न्यायालये : अमेरिकन काँग्रेसने १७८९च्या ॲक्टनुसार या न्यायालयांची स्थापना केलेली आहे. सध्या यांची संख्या १२ असून त्यासाठी १२ विभाग पाडण्यात येऊन प्रत्येक विभागासाठी एक कोर्ट ऑफ अपील आहे. यांनाच सर्किट कोटर्स असेही म्हणतात. एका न्यायालयात ३ ते ९ न्यायाधीश असतात. आज या सर्व न्यायालयातील न्यायाधीशांची संख्या २२६ आहे. यामध्ये बदल करण्याचा अधिकार काँग्रेसला आहे. न्यायाधीशांची नेमणूक अध्यक्ष ॲटर्नी जनरलच्या सल्ल्यानुसार करतात व ती कायम स्वरूपाची असते. त्यांना महाभियोगाच्या प्रक्रियेने काढता येते. या न्यायालयाच्या काही निर्णयाविरुद्ध सर्वोच्च न्यायालयाकडे अपील करता येते.

सर्वोच्च न्यायालय :

सर्वोच्च न्यायालय हे अमेरिकन संघराज्यातील सर्वश्रेष्ठ न्यायालय आहे. अमेरिकेत सर्वोच्च न्यायालयाची निर्मिती संविधानाने केलेली आहे. घटकराज्यांच्या अधिकारांचे रक्षण करण्यासाठी आणि संघशासन व घटकराज्यशासन यांच्यामधील विवादांवर निष्पक्षपणे न्याय देणारे न्यायमंडळ असावे, असे अमेरिकेच्या संविधाननिर्मात्यांना वाटले म्हणून त्यांनी काँग्रेस अध्यक्ष या राजकीय संस्थांप्रमाणेच सर्वोच्य न्यायालयाची स्थापना किंवा निर्मिती करण्यासाठी अमेरिकेच्या संविधानात तरतुदी केल्या. अमेरिकन शासनव्यवस्थेत सर्वोच्य न्यायालयाला फार महत्त्वाचे स्थान प्राप्त झाले आहे. अमेरिकन संविधान निर्मात्यांनी सत्ताविभाजनाच्या तत्त्वावर आधारित शासनसंस्थेत तीन विभाग निर्माण केले. तसेच शासनसंस्थेच्या तीन विभागांमध्ये नियंत्रण व समतोलाची व्यवस्था निर्माण केली; अशा स्थितीत शासनसंस्थेतील अध्यक्ष व काँग्रेस यांच्याप्रमाणेच न्यायविभाग देखील महत्त्वाचा आहे. सत्ताविभाजन व नियंत्रण समतोलाच्या तत्त्वामुळेच अमेरिकन संविधाननिर्मात्यांना सर्वोच्च न्यायालयाला महत्त्वपूर्ण स्थान देण्याची आवश्यकता वाटत होती.

सर्वोच्च न्यायालयाची रचना : अमेरिकन सर्वोच्च न्यायालयाच्या रचनेचा अभ्यास करताना त्यामध्ये प्रामुख्याने न्यायाधीशांची संख्या, त्याची नेमणुक व पात्रता त्यांचा कार्यकाल व वेतन या गोष्टींबाबत अमेरिकन संविधानात कोणत्याही तरतुदी नाहीत. संविधानाने या सर्व बाबी निश्चित करण्याचा अधिकार काँग्रेसला दिलेला आहे.

संख्या : अमेरिकेत सर्वोच्च न्यायालयाची स्थापना १७८९ मध्ये झाली. सर्वोच्च न्यायालयात एक सरन्यायाधीश व काही सहन्यायाधीश असावेत असे संविधानात म्हटले आहे. १७८९ मध्ये एक सरन्यायाधीश व पाच सहन्यायाधीश असे एकूण सहा न्यायाधीश होते. १८६९च्या कायद्यानुसार न्यायाधीशांची जी संख्या

निश्चित करण्यात आली ती आजपर्यंत कायम आहे. सर्वोच्च न्यायालयात एक मुख्य म्हणजेच सरन्यायाधीश व नऊ सहन्यायाधीश असे एकूण १० न्यायाधीश आहेत.

नेमणूक व पात्रता : सर्वोच्च न्यकायालयाच्या न्यायाधीशांची नेमणूक करण्याचा अधिकार राष्ट्राध्यक्षाला असतो. मात्र, याला सिनेटची संमती मिळणे आवश्यक आहे. अध्यक्षाने सिनेट संमतीशिवाय केलेली नियुक्ती सिनेट रद्द करू शकते. सहन्यायाधीशांची संख्या ठरविण्याचा अधिकार काँग्रेस किंवा सिनेटला आहे. संविधानाने सर्वोच्च न्यायालयाच्या न्यायाधीश पदावर नियुक्त होण्यासाठी पात्रतेसंबंधी कोणत्याही अटी ठरवून दिलेल्या नाहीत. तथापि, न्यायाधीशांची नियुक्ती करताना सामन्यत : कायदा व त्याचे ज्ञान, न्यायक्षेत्रात पारंगत किंवा अनुभव असणाऱ्या व्यक्तीची न्यायाधीश म्हणून नियुक्ती करताना या गोष्टी विचारात घेतल्या जातात. कधी कधी त्याच्या नियुक्तीच्या वेळी पक्षनिष्ठाही विचारात घेतली जाते. परंतु, राष्ट्राध्यक्षांना सिनेटच्या संमतीने या नेमणुका कराव्या लागत असल्याने त्या बाबतीत राष्ट्राध्यक्ष मनमानी करू शकत नाही.

कार्यकाल : अमेरिकेत न्यायालयाच्या न्यायाधीशांचा कार्यकाल आजीवन असून सदाचारी असेपर्यंत ते आपल्या पदावर राहू शकतात; पण वयाच्या ७०व्या वर्षी किंवा त्यानंतर त्यांची इच्छा असेल तर ते निवृत्त होऊ शकतात. साधारणपणे न्यायाधीश शारीरिक व मानसिकदृष्ट्या कार्यक्षम असेपर्यंत आणि त्यांचे चांगले वर्तन असेपर्यत ते काम करू शकतात.

पदच्युत : सर्वोच्च न्यायालयाच्या न्यायाधीशाला महाभियोगाच्या पद्धतीने पदच्युत करण्याची तरतूद संविधानात आहे. न्यायाधीशावर राष्ट्रद्रोह, लाचलुचपत, भ्रष्टाचार किंवा इतर एखाद्या गंभीर स्वरूपाचा गुन्हा केल्याचा आरोप असल्यास महाभियोगाच्या पद्धतीने त्याची चौकशी केली जाऊ शकते. या पद्धतीत प्रतिनिधीगृह प्रथम विशिष्ट आरोप ठेवते. सिनेट या आरोपाची चौकशी करते; जर सिनेटने चौकशीनंतर न्यायाधीशांवरील आरोप २/३ बहुमताने मान्य केले तर त्या न्यायाधीशाला पदच्युत केले जाते. सर्वोच्च न्यायालयाच्या स्थापनेपासून आजपर्यत जवळजवळ एक हजार न्यायाधीशांपैकी केवळ चार न्यायाधीशांना महाभियोगाने पदच्युत करण्यात आले आहे. त्यापैकी १९८६ मध्ये न्यायाधीश ॲलसी हेस्टींग्ज यांना अशाच पद्धतीने पदच्युत केले होते.

वेतन : न्यायधीशांना निश्चित वेतन दिले जाते, हे ठरविण्याचा अधिकार अमेरिकन काँग्रेस किंवा सिनेटला आहे. सध्या हे वेतन सरन्यायाधीश यांना वार्षिक ३५, ५०० डॉलर्स व सहन्यायाधीश यांना ३५,००० डॉलर्स अशा स्वरूपाचे आहे. यांच्या कार्यकालात त्यांच्या वेतनात कपात करता येत नाही.

कामकाज पद्धत : सर्वोच्च न्यायालयाचे प्रमुख कार्यालय वॉशिंग्टन येथे असून त्याचे कामकाज १७९० पासून सुरू झाले आहे. सर्वोच्च न्यायालयाचे वर्षातून एकच अधिवेशन होते. सर्वोच्च न्यायालयाचे कामकाज ऑक्टोबर महिन्यापासून ते जून महिन्यापर्यंत असे वर्षातून नऊ महिने चालते. आठवड्यातून मंगळवार ते शुक्रवार या चार दिवसात खटला चालवितात. शनिवारी एकत्र येऊन न्यायाधीश निर्णय घेतात आणि सोमवारी खटल्याचा अंतिम निकाल जाहीर केला जातो. ९ पैकी किमान ६ न्यायधीश खटल्यांची सुनावणी करू शकतात. खटल्याच्या सुनावणीच्या वेळी सरन्यायाधीश हा न्यायालय व्यासपीठाच्या बैठकीच्या अध्यक्षस्थानी असतो. न्यायाधीशांच्या बहुमताने निर्णय घेण्यात येतो. समान मते पडल्यास खटल्याची पुन्हा सुनावणी होते. सर्वोच्च न्यायालयाचे सर्व निर्णय दरवर्षी प्रसिद्ध होतात.

सर्वोच्च न्यायालयाच्या नियंत्रणाखाली अमेरिकन राज्यघटनेच्या तरतुदींच्या आधारे पुनर्निर्णय न्यायालये व जिल्हा न्यायालये कार्यरत आहेत. अमेरिकेचे सर्वोच्च न्यायालय हे स्वतंत्र आणि नि :पक्ष आहे. कार्यकारी मंडळ न्यायाधीशांना पदच्युत करू शकत नाही. अमेरिकन सर्वोच्च न्यायालय हे लोकशाही आणि स्वातंत्र्याचे

संरक्षक मानले जाते. सर्वोच्च न्यायालयाला राज्यघटनेचा अर्थ आणि समीक्षा करण्याचा अधिकार आहे. न्यायमूर्ती फ्रँकफुर्टच्या मते, सर्वोच्च न्यायालय म्हणजे राज्यघटना होय. प्रा. लस्कीच्या मते, सर्वोच्च न्यायालय हे अमेरिकन काँग्रेसचे तिसरे गृह आहे; तर जेम्सबैक यांच्या मते, अमेरिकन सर्वोच्च न्यायालय केवळ न्यायदान करणारे मंडळ नाही तर राज्यघटनेच्या निर्मितीची प्रक्रिया आहे.

अमेरिकेतील सर्वोच्च न्यायालयाचे अधिकार व कार्ये :

अमेरिकेच्या सर्वोच्च न्यायालयाच्या अधिकार क्षेत्रात प्रारंभिक आणि पुनर्निर्णयात्मक अशा दोन्ही खटल्यांचा समावेश होतो. त्याचा तपशील पुढीलप्रमाणे सांगता येईल-

(१) प्रारंभिक अधिकारक्षेत्र : सर्वोच्च न्यायालयाच्या प्रारंभिक अधिकार क्षेत्रांत येणाऱ्या खटल्यांची सुनावणी थेट या न्यायालयात होते. त्यांच्या प्रारंभिक अधिकारक्षेत्रांत पुढील प्रकारचे खटले किंवा वाद येतात-

(अ) परराष्ट्रवकील, राजदूत, राजनैतिक प्रतिनिधी, यांच्याशी संबंधित असलेले किंवा त्यांच्यात होणारे वाद.

(ब) मध्यवर्ती शासन व घटकराज्ये यांच्यतील वाद किंवा दोन अथवा अधिक घटकराज्यांमधील वाद.

(क) प्रवासी व मालवाहतूक करणाऱ्या जहाजासंबंधीचे प्रश्न किंवा वाद.

(२) पुनर्निर्णयात्मक अधिकारक्षेत्र : सर्वोच्च न्यायालयाच्या पुनर्निर्णयात्मक अधिकारक्षेत्रात येणारे खटले म्हणजे असे खटले असतात की जे संघराज्याची कनिष्ठ न्यायालये किंवा घटक राज्याची उच्च न्यायालये यांनी दिलेल्या निकालाविरूद्ध पुनर्विचारासाठी या न्यायालयापुढे येतात. घटक राज्यातील उच्च न्यायालयाकडून खालील प्रकारचे वाद पुनर्निर्णयासाठी सर्वोच्च न्यायालयात येऊ शकतात-

(अ) राज्यातील उच्च न्यायालयाने सांघिक संविधान कायदा किंवा तह यांना बाधक किंवा त्याच्याशी विसंगत अशा घटकराज्यांचा कायद्याला वैध ठरविणारा निर्णय दिला असेल तर; किंवा

(ब) काँग्रेसचा कायदा किंवा तह घटकराज्यातील न्यायालयाने अवैध ठरविला असेल तर; मात्र कोणत्याही कनिष्ठ सांघिक न्यायालयाला घटक राज्याच्या उच्च न्यायालयाने दिलेल्या निर्णयावर पुनर्विचार करण्याचा अधिकार नाही; म्हणून वरील प्रकारचे वाद घटक राज्याच्या उच्च न्यायालयातून सरळ सर्वोच्च न्यायालयासमोरच पुनर्निर्णयासाठी जातात.

याशिवाय सर्वोच्च न्यायालयास संविधानाचा अर्थ लावण्याचा तसेच संविधानाचे संरक्षण करण्याचा अधिकारही संक्षिप्त स्वरूपात असल्यामुळे संविधानकारांनी त्यासंबंधीचा तपशील ठरविण्याचा अधिकार काँग्रेस व सर्वोच्च न्यायालय यांना दिला आहे. संविधानातील ज्या तत्त्वांबाबत संदिग्धता निर्माण होते त्या तत्त्वांचा अर्थ स्पष्ट करण्याचे कार्य सर्वोच्च न्यायालय करते.

न्यायिक पुनर्विलोकन किंवा पुनर्निरीक्षणाचा अधिकार :

वास्तविकपणे या अधिकाराचा संविधानात स्पष्ट उल्लेख नाही; पण सर्वोच्च न्यायालयाने गर्भित अधिकारांचे तत्त्व या आधारे या अधिकाराचे समर्थन केले आहे. संविधानाचा अर्थ स्पष्ट करण्याची जबाबदारी, तसेच तिचे संरक्षण करण्याची जबाबदारी सर्वोच्च न्यायालयावर आहे. तसेच या संविधानात व्यक्तीचे जीवित स्वातंत्र्य किंवा संपत्ती कमी करावयाची असल्यास ते कायद्याच्या विशिष्ट प्रक्रियेशिवाय कमी करता येणार नाही, असे म्हटलेले आहे. कायद्याची 'विशिष्ट प्रक्रिया' म्हणजे काय हे मात्र न्यायालयच ठरविते, अशा प्रकारे संविधानातील तरतुदींचा आणि कलमांचा विशिष्ट प्रकारे अर्थ लावून सर्वोच्च

न्यायालयाने आपले अधिकारक्षेत्र वाढवून घेतले आणि त्यातूनच न्यायिक पुनर्विलोकन किंवा पुनर्निरीक्षणाचा अधिकार निर्माण झाला.

काँग्रेस व घटकराज्यातील विधिमंडळे यांनी केलेल्या कायद्यांचा, अध्यक्ष किंवा घटकराज्यांचे गव्हर्नर यांनी काढलेल्या आदेशांच्या वैधपणा ठरविण्याचा अधिकार म्हणजे न्यायिक पुनर्विलोकनाचा अधिकार होय. ज्या कायद्यावर किंवा आदेशावर आक्षेप घेण्यात आलेला आहे; त्यास संविधानाशेजारी ठेवून त्याच्यातील तरतुदींशी पडताळून पाहून, तो संविधानाशी सुसंगत आहे किंवा नाही हे न्यायालय ठरविते. सुसंगत असल्यास तो वैध ठरतो आणि नसल्यास असंवैधानिक ठरतो व त्यामुळे रद्द म्हणून घोषित केला जातो. हे कार्य करताना न्यायालय संविधानातील कलमांचा आणि शब्दांचा अर्थ लावण्याचे कार्य करते.

सुरुवातीला या अधिकाराकडे कोणाचे लक्ष नव्हते; पण सर्वोच्च न्यायालयाच्या सरन्यायाधीशपदी १८०२ मध्ये जॉन मार्शल यांची नेमणूक झाली. १८०३ मध्ये जॉन मार्शल यांनी 'मारबरी विरूद्ध मॅडिसन' या खटल्यात महत्त्वाचा निर्णय दिला आणि त्यातून न्यायालयाचा हा अधिकार प्रस्थापित झाला. जेम्स मॅडिसन हा अध्यक्ष जेफरसन याचा सेक्रेटरी ऑफ स्टेट होता. याच्याविरुद्ध विल्यम मारबरी याने मॅडामसचा अर्ज करून मॅडिसनने मारबरीच्या नेमणुकीचा अडवून ठेवलेला आदेश काढण्यास सांगावे अशी विनंती केली होती. सर्वोच्च न्यायालयाने कोणताही आदेश दिला तरी तो मानायचा नाही असे अध्यक्ष जेफरसन आणि मॅडिसन यांनी ठरविले होते; याची पूर्ण कल्पना न्यायाधीश जॉन मार्शल यांना होती. २४ फेब्रुवारी १८०३ रोजी सरन्यायाधीश मार्शल यांनी त्यात असे म्हटले की, सेक्रेटरी ऑफ स्टेट विरुद्ध सुद्धा मॅडामसचा आदेश देण्याचा अधिकार सर्वोच्च न्यायालयास आहे. मात्र काँग्रेसच्या ज्या कायद्यानुसार हा हक्क वापरावयाचा आहे तो कायदा संविधानाच्या तिसऱ्या कलमाशी विसंगत आहे म्हणून अवैध आहे आणि त्यामुळे 'सेक्रेटरी ऑफ स्टेट' असा आदेश देता येत नाही. या निर्णयाने न्यायिक पुनर्विलोकन किंवा पुनर्निरीक्षणाचा अधिकार निर्माण झाला. हा निर्णय देताना जॉन मार्शल यांनी स्पष्टपणे सांगितले की, सर्वोच्च न्यायालयास कायदेमंडळाच्या कायद्यांची घटनात्मकता तपासून पाहण्याचा अधिकार आहे. अमेरिकेचे संविधान लिखित असून तिने कायदेमंडळाच्या अधिकारांवर काही मर्यादा घातल्या आहेत. तसेच संविधान हा सर्वश्रेष्ठ कायदा आहे, म्हणून कायदेमंडळाच्या कायद्यापेक्षा घटनात्मक कायदा श्रेष्ठ ठरतो, अशा परिस्थितीत संविधानाचे संरक्षण करण्यासाठी काँग्रेसने केलेला कायदा संविधानाशी सुसंगत आहे की नाही, याची तपासणी करण्याचा अधिकार काँग्रेसने केलेला कायदा संविधानाशी सुसंगत आहे की नाही, याची तपासणी करण्याचा अधिकार न्यायालयाला निश्चितच आहे. मार्शल यांच्या या निर्णयानंतर सर्वोच्च न्यायालयाच्या न्यायाधीशांनी या अधिकाराचा नेहमीच अवलंब केला.

अमेरिकेतील अनेक विचारवंतांनी या अधिकाराचे समर्थन केले आहे. हॅमिल्टन यांनी असे म्हटले आहे की, संविधान हा सर्वश्रेष्ठ कायदा असल्याने न्यायाधीशांनी संविधानाचे श्रेष्ठत्व मान्य करून कायदेमंडळांनी केलेल्या कायद्यांचा अर्थ लावला पाहिजे. प्रा. चार्लस् यांनीही असे मत व्यक्त केले आहे की, अमेरिकेच्या संविधानकारांना न्यायिक पुनर्विलोकनाच्या किंवा पुनर्निरीक्षणाच्या अधिकाराची जाणीव होती व त्यांनी त्यास मान्यताही दिली होती.

न्यायिक पुनर्विलोकनाच्या किंवा पुनर्निरीक्षणाच्या अधिकाराचे गुण :

सर्वोच्च न्यायालयाच्या न्यायिक पुनर्विलोकनाच्या अधिकाराचे मोठ्या प्रमाणात काहींनी समर्थन केले आहे; म्हणजेच या अधिकाराचे आपणास खालील काही गुण सांगता येतील-

(१) लिखित संविधानाचा उद्देश विधिविभाग व कार्यकारी विभाग यांची सत्ता व अधिकार निश्चित करणे हा असतो; जर या विभागांनी संविधानात नमूद केलेल्या मर्यादांचे उल्लंघन केले तर लिखित

संविधानांचा अर्थच राहणार नाही.

(२) विधिविभागाने केलेले कायदे रद्द करण्याचा अधिकार न्यायालयांना नसेल तर घटनादुरुस्ती न करता देखील सामान्य कायद्यांद्वारे संविधानात बदल करता येतील.

(३) संघराज्यात शासनसंस्था आपले अधिकार वापरून घटकराज्य शासनसंस्थेचे अधिकार कमी करू शकते; यामुळे संघशासनपद्धती नष्ट होऊ शकते. म्हणून हा अधिकार न्यायालयाला असणे आवश्यक आहे.

(४) नागरिकांच्या मूलभूत अधिकारांचे संरक्षण करण्यासाठी न्यायालयांना हा अधिकार असणे आवश्यक आहे.

न्यायिक पुनर्विलोकनाच्या किंवा पुनर्निरीक्षणाच्या अधिकारावरील टीका :

सर्वोच्च न्यायालयाच्या न्यायिक पुनर्विलोकनाच्या अधिकाराचे जसे काहींनी समर्थन केले आहे. तसेच काहींनी यावर जोरदार टीकाही केली आहे. त्या टीका खालीलप्रमाणे -

(१) या अधिकारांमुळे सत्ताविभाजनाच्या तत्त्वाला बाधा येते आणि संविधान करणाऱ्यांच्या हेतूशी हे विसंगत आहे.

(२) या अधिकारांमुळे सर्वोच्च न्यायालयास कॉंग्रेसच्या कायद्यावर एक प्रकारचा नकाराधिकार मिळाला आहे.

(३) हा अधिकार लोकशाही विरोधी आहे; या अधिकारामुळे सर्वोच्च न्यायालयाला कॉंग्रेसने केलेले कायदे घटनाबाह्य किंवा अवैध ठरविता येतात. न्यायालयाची ही कृती लोकशाही तत्त्वांशी पूर्णपणे विसंगत आहे कारण कॉंग्रेसच्या दोन्ही सभागृहांचे सदस्य लोकांनी निवडून दिलेले असतात.

(४) सर्वोच्च न्यायालयाचे न्यायाधीश एखाद्या कायद्याची घटनात्मकता ठरविताना नेहमीच निष्पक्षपाती दृष्टिकोनातून विचार करतात असेही म्हणता येत नाही. अनेकदा त्यांचे निर्णय राजकीय हेतूने प्रेरित झालेले असतात. उदा. अध्यक्ष फ्रँकलीन रूझवेल्टच्या 'न्यूडील'या आर्थिक धोरणाला सर्वोच्च न्यायालयाने घटनाबाह्य ठरविले होते.

(५) न्यायाधीशांच्या पदांना संरक्षण असल्याने व त्यांना लोकांच्या प्रति उत्तरदायित्व नसल्याने ते लोकमताच्या विरुद्ध निर्णय देतात. न्यायाधीशांमध्ये एक प्रकारची बेजबाबदार वृत्ती येण्याची शक्यता नाकारली जाऊ शकत नाही.

सर्वोच्च न्यायालयाच्या न्यायिक पुनर्विलोकनाच्या किंवा पुनर्निरीक्षणाच्या अधिकारावर टीका केली जात असली तरी ती पूर्णांशाने वस्तुस्थितीवर आधारित आहे असे म्हणता येत नाही. या अधिकारांमुळे अमेरिकेच्या सर्वोच्च न्यायालयाला संविधानाचे संरक्षक या नात्याने आपली जबाबदारी प्रभावीपणे पार पाडणे शक्य झाले आहे, ही गोष्ट नाकारली जाऊ शकत नाही.

सर्वोच्च न्यायालयाचे स्थान : अमेरिकेच्या शासनव्यवस्थेत या न्यायालयास महत्त्वाचे स्थान प्राप्त झाले आहे. प्रा. लास्की यांच्या मते अमेरिकेतील लोक या न्यायालयाकडे आदराने पाहतात व त्याचा अमेरिकन लोकांच्या जीवनाच्या प्रत्येक क्षेत्रावर प्रभाव पडतो. न्यायमूर्ती हॅस्कीन यांनी शासकीय यंत्रणेतील समतोल राखणारे चक्र असे त्याचे वर्णन केले आहे. तर डॉ. फायनर यांनी अमेरिकन सांघिक संचनेला 'मजबूत करणारे सिमेंट' असे म्हटले आहे. सरन्यायाधीश ह्यूजेस यांनी अमेरिकेला संविधान असले तरी ते न्यायाधीश म्हणतील तसेच आहे असे म्हटले आहे. न्यायमूर्ती फ्रँक फर्टर यांनी तर सर्वोच्च न्यायालय हेच 'संविधान' होय असे म्हटले आहे. अमेरिकेच्या सर्वोच्च न्यायालयाने, संविधानाचे संघराज्य पद्धतीने व नागरिकांच्या स्वातंत्र्याचे संरक्षक या नात्याने केलेले कार्य निश्चितच उल्लेखनीय आहे; म्हणूनच डॉ. फायनर

यांनी असे म्हटले आहे की, अमेरिकेचे सर्वोच्च न्यायालय ही अमेरिकेने राज्यशास्त्र व राजकारणाला दिलेली वैशिष्ट्यपूर्ण अशी देणगी आहे, यावरून सर्वोच्च न्यायालयाचे स्थान व महत्त्व स्पष्ट होते.

(ब) ग्रेट ब्रिटन किंवा इंग्लंड

(१) कार्यकारीमंडळ : रचना, अधिकार व कार्ये

ब्रिटन कार्यकारीमंडळाची रचना :

ब्रिटनमध्ये सांसदीय लोकशाही आहे. सांसदीय शासनव्यवस्थेची विशेषता ही आहे की, कार्यकारी मंडळाचे प्रमुख दोन भाग असतात. एक म्हणजे नाममात्र कार्यकारी प्रमुख तर दुसरे वास्तविक कार्यकारी प्रमुख. नाममात्र कार्यकारी प्रमुखांमध्ये राजा किंवा राणी व राजपद व प्रिव्ही कौन्सलचा तर वास्तविक कार्यकारी प्रमुखामध्ये पंतप्रधान व मंत्रिमंडळ यांचा समावेश होतो. म्हणजेच इंग्लंडच्या कार्यकारी मंडळात राजा किंवा राणी व राजपद, प्रिव्ही कौन्सिल, पंतप्रधान व मंत्रिमंडळ यांचा समावेश होतो. ब्रिटनच्या शासनाची सुरुवात निरंकुश राजेशाहीने झाली. मात्र, कालांतराने लोकशाहीकरणाच्या प्रक्रियेमुळे राजाची सत्ता राजपदाकडे हस्तांतरित झाली. आज तेथे लोकशाही आहे आणि निरंकुश राजेशाहीच्या जागी घटनात्मक राजपद अस्तित्वात आले. हे इंग्लंडचे शासन होय. राजपदाला अनेक अधिकार असून ती अमर व स्थिर आहे. पूर्वी राजा राज्यकारभार प्रिव्ही कौन्सिल या सल्लागार मंडळाची मदत घेत असे. मात्र, मंत्रिमंडळाच्या उदयामुळे या सल्लागार मंडळाची भूमिका नाममात्र ठरली आहे. हीचे महत्त्व ब्रिटनच्या राज्यव्यवस्थेत राष्ट्रीय उत्सव व कार्यक्रमांमध्ये जाणवते. विशेष म्हणजेच प्रिव्ही कौन्सिलमधूनच मंत्रिमंडळाची निर्मिती झाली.

राजा किंवा राणी आणि राजपद :

ब्रिटन संविधानात राजा किंवा राणी आणि राजपद यांना अतिशय महत्त्वाचे स्थान आहे. ब्रिटनचा राष्ट्रप्रमुख राजा आहे. राजाच्या नावानेच तेथे राज्यकारभार चालतो. पंतप्रधान व मंत्रिमंडळाची निर्मिती करण्याचा अधिकार राजाला आहे. तसेच कॉमन्स सभागृहाचा कार्यकाल समाप्त होण्यापूर्वी विसर्जित करण्याचा अधिकारही राजाला आहे; पण हळूहळू राजाचे अधिकार कमी होऊन ते राजपद तसेच मंत्रिमंडळाकडे हस्तांतरित झालेले दिसून येतात. राजपद ही संविधानातील सर्वप्रथम प्राचीन संस्था आहे. ॲंग्लो-सॅक्शन काळात राजपद निर्माण झाले तेव्हापासून ते अखंड चालू आहे. ब्रिटिश लोकांना आपल्या राजाचा व राजपदाचा अतिशय अभिमान आहे. ब्रिटिश संविधानाचा इतिहास म्हणजे राजपदाचाच इतिहास आहे; म्हणून राजा व राजपद असा स्पष्ट स्वरूपाचा फरक लोकशाही करणाच्या प्रक्रियेमुळे निर्माण झाला.

राजाचे स्थान व भूमिका :

ब्रिटनमध्ये राजा केवळ घटनात्मक प्रमुख आहे; तो राज्य करतो, परंतु शासनकारभार पाहत नाही. शासकीय कार्यामध्ये जेनिंग्जचाने म्हटल्याप्रमाणे राजपदात क्षमता नाही पण ते पद गौरव प्रदान करते. राजाला असलेल्या अनेक विशेषाधिकारांना सुद्धा तो आपल्या विवेकानुसार स्वतंत्र्यपणे वापर करू शकत नाही. त्यातच १६८९ साली बिल ऑफ राईट्स हे अधिकारपत्र राजाने मान्य केले आणि राजाची सर्व सत्ता हस्तांतरित झाली; तेव्हापासून ब्रिटनच्या राज्यव्यवस्थेत नाममात्र शासनप्रमुख हीच राजाची भूमिका बनून राहिली आहे. याचाच अर्थ ब्रिटनमध्ये राजा जरी सर्वसत्ताधारी मानला जात असला तरी सत्ता ही व्यक्ती वापरत नसून राजपद ही संस्था या सत्तेचा वापर करते; राजाला आपल्या मंत्रिमंडळाच्या सल्ल्यानुसारच कार्य करावे लागते; म्हणजेच राजा या व्यक्तीचे कार्यकारी प्रमुख म्हणून अस्तित्व कायम ठेवण्यात ब्रिटिश लोकशाहीच्या विकासाला कोणताही अडथळा आलेला नाही. उलट, राजपदाचे अधिकार जसजसे वाढत

जातील तसतशी ब्रिटिश लोकशाही बळकट होत जाईल; कारण राजा ही व्यक्ती आहे तर राजपद ही संस्था आहे. परंतु, याचा अर्थ असा नाही की राजा केवळ रबरी शिक्का आहे की, ज्याचा वापर मंत्रिमंडळ आपल्या इच्छेनुसार करू शकेल किंवा तो केवळ सही करणारे मशीन नाही की मंत्र्यांच्या इच्छेनुसार कोठेही सही करेल.

राजाचा प्रभाव शासनकारभारात कितपत असतो या संदर्भात निश्चित काही सांगता येत नाही; कारण राजा व मंत्रिमंडळ यांच्यात कायदेशीर संबंध नाहीत. त्यामुळे राजा मंत्रिमंडळाच्या कार्यांना प्रभावित करतो की, मंत्रिमंडळ राजाच्या कार्याचे निर्देशन करते हे स्पष्ट करता येत नाही. परंतु, इतिहासात अशी काही उदाहरणे आहेत की, मंत्रिमंडळावर राजाचा प्रभाव होता. उदा. राणी व्हिक्टोरिया, सातवा एडवर्ड, पाचवा जॉर्ज, सहावा जॉर्ज यांच्या राजवटीत राजाचा मंत्रिमंडळावर प्रभाव होता. राणी व्हिक्टोरिया तर शासनाच्या दैनंदिन कार्यात केव्हाही हस्तक्षेप करत असे. मंत्र्याची निवडसुद्धा तिच्या इच्छेनुसार होत असे. मंत्रिमंडळ राणी व्हिक्टोरियाला घाबरत होते. यावरून हे स्पष्ट होते की, राजा कशाप्रकारे मंत्रिमंडळाचे कार्य प्रभावित करू शकतो. अर्थात, राजाच्या भूमिकेमुळे शासनाच्या धोरणात आमूलाग्र बदल होत नाही. राजाचे स्थान केवळ घटनात्मक प्रमुखाचे आहे. त्यामुळे व्यावहारिक दृष्टिकोनातून या पदाला फारसे स्थान नाही; असे असले तरी पंतप्रधान व त्यांचे मंत्रिमंडळ राज्याचे धोरण ठरवितात व निर्णय घेतात. राजा मंत्रिमडळाने घेतलेल्या निर्णयांना मंजुरी देण्याचे कार्य करतो. एवढेच नाही तर मंत्रिमंडळाने घेतलेल्या काही धोरणांवर राजाचा प्रभाव असलेला दिसतो. प्रामुख्याने अंतर्गत धोरणांपेक्षा परराष्ट्रधोरणावर राजाचा प्रभाव जास्त असलेला दिसून येतो. राष्ट्रप्रमुख या नात्याने तो पंतप्रधान किंवा परराष्ट्रमंत्र्याशी चर्चा करतो. राजा पक्षीय राजकारणापासून दूर वा अलिप्त असतो. अर्थात, राजाचे व्यक्तिमत्व, अनुभव, संसदीय शासनाची कार्यपद्धती, राजाची निष्पक्षता आणि राजपदाचे महत्त्व या कारणांमुळे राजपदाचे महत्त्व असू शकते. राजपदाच्या कार्यावरून व अधिकारांवरून हे स्पष्ट होते की, राजपदाला वास्तविक अधिकार नाहीत. राजपदाचे स्थान त्या पदावर असलेल्या व्यक्तिमत्त्वावर अवलंबून असते.

राजाचे अधिकार :

बेगहॉट यांच्या मते, राजा ही व्यक्ती म्हणून त्याला काही वैयक्तिक अधिकार आहेत. राजाला वैयक्तिकरीत्या वापरता येतील असे तीन प्रकारचे जे अधिकार असतात त्यालाच 'राजाचे विशेषाधिकार' असे म्हणतात, तर काही अपवादात्मक परिस्थितीत राज्याने स्वच्छेने वापरावयाचे दोन अधिकार आहेत. त्याला राजाचे विवेकाधिष्ठिन अधिकार म्हणतात.

(१) राजाचे वैयक्तिक विशेषाधिकार

(अ) मंत्रिमंडळाला सल्ला देण्याचा अधिकार : पूर्वी राजा मंत्रिमंडळाचा सल्ला घेत असे. आज राजा मंत्रिमंडळाला संकटप्रसंगी सल्ला देतो. राजकारणापासून अलिप्त व निष्पक्ष असल्यामुळे निरपेक्षपणे सल्ला देण्याचे काम तो करतो. राजा मरेपर्यंत तो राजा असल्यामुळे, अनेक प्रकारची राजकीय परिस्थिती त्याने जवळून पाहिलेली असल्यामुळे अनेक प्रसंग जवळून अनुभवले असल्यामुळे परिस्थितीनुरूप राष्ट्रहित लक्षात घेऊन तो मंत्रिमंडळाला त्या संदर्भाचा सल्ला देतो; मंत्रिमंडळही राजाने दिलेला सल्ला मानते.

(ब) मंत्रिमंडळाला उत्तेजन देण्याचा अधिकार : राजा मंत्रिमंडळाचा सल्लागार आणि मार्गदर्शक आहे. देशाच्या बिकट परिस्थितीत मंत्रिमंडळाने योग्य कार्य करावे त्यांचे मनोधैर्य खचू नये यादृष्टीने मंत्रिमंडळाला उत्तेजन देण्याचे कार्य राजा सदैव करत असतो. तसेच संसदेतील पक्षीय मतभेद, दोन्ही सभागृहातील मतभेद दूर करण्याचा प्रयत्न राजा करीत असतो.

(क) मंत्रिमंडळाला समज देण्याचा अधिकार : सरकार जर जनतेच्या हितांकडे दुर्लक्ष करीत असेल व बेजबाबदारपणाने वागत असेल तर देशहिताकडे सरकारचे लक्ष खेचण्याचे काम राजा करतो त्याबाबर सरकारला योग्य त्या सूचना देतो. प्रधानमंत्र्याच्या प्रत्येक भेटीत राजा एखाद्या प्रश्नाबाबत निर्णय घेण्यासंबंधी किंवा न घेण्यासंबंधी समज देऊ शकतो. अर्थात, राजाचा मंत्रिमंडळाला विरोध करण्याचा हेतू नसतो. तसेच राजाने दिलेला सल्ला मंत्रिमंडळाने मानलाच पाहिजे असे त्यांच्यावर बंधन नसते, असे असले तरी मंत्रिमंडळ त्याकडे दुर्लक्ष करू शकत नाही.

वरील तीनही विशेषाधिकाराचा वापर राजाने अनेक वेळा करून राष्ट्रहिताची जपवणूक केलेली आहे. काही अपवादात्मक परिस्थितीत राजाने स्वेच्छेने वापरावयाचे दोन अधिकार आहेत. त्याला 'राजाचे विवेकाधिष्ठित अधिकार' असे म्हणतात. ते खालीलप्रमाणे आहेत.

(२) राजाचे स्वेच्छेचे विवेकाधिष्ठिन अधिकार

(अ) प्रधानमंत्र्याची निवड : 'हाऊस ऑफ कॉमन्स' या सभागृहात ज्या पक्षाला बहुमत मिळते त्या पक्षाच्या नेत्यास प्रधानमंत्री म्हणून राजा नियुक्त करतो. हा संकेत आहे; परंतु कॉमन्समध्ये कोणत्याच पक्षाला स्पष्ट बहुमत प्राप्त झाले नाही तर अशा परिस्थितीत राजा स्वत :च प्रधानमंत्र्याची नियुक्ती करतो. उदा. जॉर्ज राजाने १९२३ मध्ये लॉर्ड कर्झन व बाल्डवीन या दोघांपैकी प्रधानमंत्री म्हणून बाल्डवीनची नियुक्ती केली होती.

(ब) कॉमन्स सभागृहाचा विसर्जन करण्याचा अधिकार : कॉमन्समधील बहुमतवाल्या पक्षाचा नेता प्रधानमंत्री बनतो. परंतु, काही कारणाने प्रधानमंत्र्याला असलेले बहुमत कमी होत आहे असे वाटू लागल्यास कॉमन्स सभागृह विसर्जित करण्याचा सल्ला तो राजाला देतो. सामान्यपणे कॉमन्स सभागृहाचे मुदतपूर्व विसर्जन करण्याबाबत प्रधानमंत्र्याच्या निर्णयाला राजाकडून मंजुरी मिळते; परंतु तत्कालीन विशिष्ट परिस्थिती लक्षात घेऊन राजा कॉमन्सच्या विसर्जनाची मंजुरी नाकारू शकतो. उदा. १९१३ मध्ये कॉमन्सच्या मुदतपूर्व विसर्जनाला राजाने मंजुरी नाकारली होती.

राजपदाचा इतिहास :

इ. स. च्या पाचव्या शतकापासून म्हणजेच ॲग्लोसॅक्शन काळ ते ११ व्या शतकापर्यंतच्या काळात, केव्हा तरी राजपद निर्माण झाले असावे असे म्हटले जाते. राजपदाचा निश्चित असा काळ दर्शविता येत नाही. परंतु एजवर्ड या राजाने ब्रिटनमध्ये इ. स. ८२९ मध्ये राजेशाहीची स्थापना केली असे मानण्यात येते. सॅक्शन काळात राजावर विद्वान लोकांच्या संमितीचे नियंत्रण असल्यामुळे त्याला निरंकुश अधिकार नव्हते. नॉर्मडीच्या विल्यमने इंग्लंडवर इ. स. १०६६ मध्ये हल्ला करून ब्रिटनचे राजपद हस्तगत केले. नॉर्मन राजाच्या काळात राजाचे महत्त्व अतिशय वाढले. विल्यमच्या वारसांनी अमर्याद सत्ता वापरली. परंतु, पुढे दुसऱ्या हेन्रीच्या मुलांच्या पहिला रिचर्ड व जॉन प्लॅटॅजेनेट यांच्या कारकिर्दीत राजाला आव्हान देण्यात आले. तेव्हापासून राजा व प्रजा यांच्यात सत्तेसाठी संघर्ष सुरू झाला. यामध्ये प्रजेचा विजय होऊन राजसत्ता नाममात्र बनली. जॉन राजाला सरदार व जहागिरदारांनी आव्हान देऊन मॅग्नाकार्टा या सनदेला १५ जून, १२१५ रोजी मान्यता द्यावयास भाग पाडले. याच जॉन राजाने लोकांचे प्रतिनिधी बोलावून त्यांच्या संमतीने कर बसविण्याची पद्धत १२१३ मध्ये सुरू केली. यातूनच पार्लमेंटचा उदय झाला; पहिल्या एडवर्डने १२९५ मध्ये जी सभा बोलविली ती इतिहासात 'मॉडेल पार्लमेंट'म्हणून प्रसिद्ध आहे; तेव्हापासून पुढे पार्लमेंटचा विकास झाला.

ट्यूडर घराणे ब्रिटिश राजपदावर इ.स. १४८५ मध्ये आले. त्यावेळी पार्लमेंट एक स्थायी स्वरूपाची

संस्था बनली होती. सातवा व आठवा हेन्री आणि राणी एलिझाबेध पहिली हे या राजघराण्यातील प्रसिद्ध राजे किंवा राणी होती. त्यांनी पार्लमेंटला विचारात घेऊन अमर्याद सत्ता उपभोगली. एलिझाबेथ राणी पहिली नंतर राजपदाचा वारसा स्कॉटलंडच्या जेम्स स्टुअर्टकडे गेला. १६०३ मध्ये तो पहिला जेम्स म्हणून इंग्लंडचा राजा झाला आणि स्टुअर्ट घराण्याच्या कारकिर्दीला सुरुवात झाली. या घराण्यातील सर्वच राजे धोरणशून्य स्वभावाचे असल्यामुळे त्यांना पार्लमेंटला सांभाळून अमर्याद सत्ता वापरता आली नाही. पहिल्या जेम्सने आणि पार्लमेंटचे तर कधीच पटले नाही. त्याच्यानंतर पहिला चार्ल्स राजा झाला पण त्यानेही पार्लमेंटशी संघर्ष करून ११ वर्षे पार्लमेंटची सभाच बोलावली नाही. पार्लमेंट आणि पहिला चार्ल्स यांच्यात १६४२ मध्ये युद्ध सुरू झाले आणि यामध्ये राजा पराभूत झाला. त्याला गुन्हेगार ठरवून १६४९ मध्ये फाशी देण्यात आली. या युद्धात ऑलिव्हर क्रोमवेल हा विजयी झालेला पार्लमेंटचा सेनापती होता. त्याने विजयाच्या नशेत अतिरेक करून राजपद व हाऊस ऑफ लॉर्डस नष्ट केले. म्हणजेच १६४९ ते १६६० या काळात इंग्लंडमध्ये राजपदच नव्हते. क्रोमवेलच्या निधनानंतर १६६० मध्ये पार्लमेंटने स्टुअर्ट घराण्यातील दुसरा चार्ल्स याला राजा केले. या घटनेला 'रेस्टोरेशन ऑफ मॉनर्की' असे म्हणतात. दुसरा चार्ल्स १६६० ते १६८५ या काळात राजा होता. त्यांच्यानंतर त्याचा भाऊ दुसरा जेम्स १६८५ मध्ये इंग्लंडचा राजा झाला. हा अतिशय उन्मत व हेकेखोर असल्यामुळे तीनच वर्षात पार्लमेंटने त्याला पदावरून दूर करण्याचे ठरविले. हॉलंडमधील ऑरेंज नावाच्या संस्थानचा प्रमुख विलियम याला पार्लमेंटने बोलावले. विलियम आपल्या सैन्यासह ५ नोव्हेंबर १६८८ या दिवशी इंग्लंडमध्ये येताच जेम्स फ्रान्सला पळून गेला. रक्तविहित क्रांती होऊन पार्लमेंटने विल्यम आणि मेरी यांना संयुक्तरीत्या राजसिंहासनावर बसविले. या वेळेपासून राजाच्या सत्तेला पायबंद बसला.

१६८८ ते १७०२ मध्ये विल्यम आणि मेरी यांनी व त्यांच्यानंतर राणी ॲन यांनी १७०२ ते १७१४ या कालावधीत पार्लमेंटच्या सहकार्याने राजकारभार केला. राणी ॲननंतर १७०१ च्या 'ॲक्ट ऑफ सेटलमेंट' या कायद्यातील तरतुदींनुसार इंग्लंडच्या राजपदाचा वारसा जर्मनीतील हॅनोव्हर नावाच्या एका लहान संस्थानाच्या प्रमुखाची विधवा पत्नी सोफिया की जी पहिल्या जेम्सची नात होती तिच्या वारसाकडे गेला. तिचा पुत्र पहिला जॉर्ज हॅनोव्हर वंशाचा असल्यामुळे इंग्लंडचा राजा झाला. हॅनोव्हर वंशाचे राजे १७१४ ते १९०१ या काळात राजपदावर होते. यामध्ये जॉर्ज पहिला ते चौथा विल्यम, चौथा आणि राणी व्हिक्टोरिया यांचा समावेश होतो. व्हिक्टोरिया राणीनंतर सातवा एडवर्ड १९०१ ते १९१० याकाळात राजा होता. सातवा एडवर्ड हा सॅक्स-कोबर्ग या जर्मन राजघराण्यातील होय. त्याचा पुत्र पाचवा जॉर्ज की, ज्याचा कालावधी १९१० ते १९३६ हा होता. तो सुद्धा त्याच घराण्यातील होता. पहिल्या महायुद्धाच्या वेळी जर्मन इंग्लंडचा शत्रू होता. त्यामुळे इंग्रजांना जर्मन राजघराण्याचे नाव इंग्लंडच्या राजाला असावे हे योग्य वाटले नाही. म्हणून इ. स. १९१७ मध्ये राजघोषणेद्वारा इंग्लंडच्या राजघराण्याचे नांव बदलून 'विंडसर' असे ठेवण्यात आले. आजही तेच नाव चालू आहे.

पाचव्या जॉर्जनंतर आठवा एडवर्ड १९३६ मध्ये इंग्लंडचा राजा झाला; पण कॅथॉलिक पंथाच्या मुलीशी विवाह केल्यामुळे त्याला राजपदाचा त्याग करावा लागला. त्याच्यानंतर त्याचा धाकटा भाऊ सहावा जॉर्ज हा १९३६ ते १९५२ या काळात राजपदावर होता. सध्याची राणी एलिझाबेथ दुसरी ही फेब्रुवारी १९५२ पासून कार्यरत आहे. सहाव्या जॉर्जला पुत्र नसल्यामुळे त्याची जेष्ठ मुलगी 'दुसरी एलिझाबेथ' ब्रिटनची राणी झाली. तिच्यानंतर तिचा ज्येष्ठ पुत्र प्रिन्स चार्ल्स तोच ड्युक ऑफ कॉर्नवाल हा ब्रिटनचा राजा झाला.

राजपद अधिकाराची उगमस्थाने :

राजपदाच्या अधिकाराची प्रामुख्याने दोन उगमस्थाने मानली जातात ती खालीलप्रमाणे-

(१) परमाधिकार : राजाला अधिकार म्हणून आपोआप प्राप्त झालेले अधिकार म्हणजे परमाधिकार. हे परमाधिकार राजपदाला कुणाकडून मिळालेले नाही. राजपदाला जेव्हा त्याची आवश्यकता भासली; तेव्हा ते त्याकडे आले आणि पुढे प्रथा व रूढी यांच्यामुळे त्यावर शिक्कामोर्तब झाले. प्रा. डायसी यांनी परमाधिकारांची व्याख्या करताना असे म्हटले आहे की, राजाने स्वत:च्या मर्जीनुसार वापरावयाच्या अधिकारांपैकी जे शिल्लक राहिले असतील व कायद्याने जे राजाच्या हाती ठेवले असतील असे अधिकार म्हणजे परमाधिकार होय. ऑग आणि झिंक यांनी म्हटल्याप्रमाणे राजपदाचे परमाधिकार रूढीनुसार निश्चित झालेले असतात आणि ते नष्ट करण्याची सत्ता पार्लमेंटला मिळालेली असतानाही पार्लमेंटने ते मान्य केलेले असतात. परमाधिकाराची उदाहरणे म्हणून पुढील अधिकार सांगता येतील-

(१) पार्लमेंटचे अधिवेशन बोलावणे
(२) पार्लमेंटचे अधिवेशन स्थगित करणे
(३) पार्लमेंट विसर्जन करणे
(४) लॉर्ड ही पदवी देणे
(५) मंत्री व न्यायाधीश यांच्या नेमणुका करणे
(६) गुन्हेगारांना शासन किंवा क्षमा करणे इत्यादी .

अर्थात, पार्लमेंट राजपदाचे परमाधिकार कमीजास्त किंवा ते रद्दही करू शकते.

(२) पार्लमेंटचे कायदे : पार्लमेंटने केलेले कायदे हे राजपदाच्या अधिकाराचे प्रमुख उगमस्थान आहे ब्रिटिश पार्लमेंटने वेळीवेळी कायदे करून राजपदाला अधिकार दिलेले आहेत. हे अधिकार शासनातील निरनिराळया अधिकाऱ्यांच्या नेमणुका आणि प्रशासकीय कार्यासंबंधी आहेत. राजपदाचे जास्तीत जास्त अधिकार पार्लमेंटने केलेल्या कायद्यावरच आधारित आहेत. आधुनिक काळात या अधिकारांमध्ये सतत वाढ होत आहे.

राजपदाचे अधिकार :

ब्रिटनमध्ये लोकशाहीकरणाच्या प्रक्रियेबरोबरच राजाचे अधिकार कमी होण्यास सुरुवात झाली आणि त्याचबरोबर राजपदाचे अधिकार वाढू लागले. त्यातूनच राजपदाला अतिशय महत्त्वपूर्ण आणि व्यापक अधिकार प्राप्त झालेले आहेत; कारण राजपद शासनाचे प्रतीक आहे आणि त्यामुळे त्यांना खालील स्वरूपाचे अधिकार दिलेले आहेत

(१) कायदेविषयक अधिकार : कायदे करण्याचे काम पार्लमेंट करीत असते; पण राजपद हे कायदेमंडळाचेच एक अंग असल्याने त्यास नियमानुसार कायदेविषयक अधिकार प्राप्त झालेले आहेत. देशासाठी कायदे करण्याचा अधिकार राजाधिष्ठित पार्लमेंटला प्राप्त झाला आहे. पार्लमेंटने संमत केलेल्या कायद्यांवर राजाची स्वाक्षरी झाल्याशिवाय त्याचे कायद्यात रूपांतर होऊ शकत नाही. म्हणजेच पार्लमेंटने केलेला कोणताही कायदा राजपदाची संमती मिळाल्याशिवाय अंमलात येऊ शकत नाही. पूर्वी राजा ही संमती नाकारू शकत असे; राणी ॲनने इ. स. १७०७ मध्ये 'स्कॉटिश मिलिशिया बिल' या विधेयकाला राजाने संमती नाकारली नाही म्हणून राजपदाचा नकाराधिकार न वापरल्यामुळे रद्द झाला आहे. राजा स्वत: ही संमती देत नाही तर त्याच्या वतीने हाऊस ऑफ लॉर्ड्सचे एक कमिशन ही संमती देते.

(२) संसद किंवा पार्लमेंटविषयीचे अधिकार : पार्लमेंटच्या संबंधातही राजाला अनेक अधिकार प्राप्त झालेले आहेत. यामध्ये पार्लमेंटचे अधिवेशन बोलावणे, ते स्थगित करणे किंवा समाप्त करणे, हाऊस

ऑफ कॉमन्सचे विसर्जन करणे, हाऊस ऑफ लॉर्ड्सच्या सदस्यांची नियुक्ती करणे इत्यादी अधिकारांच्या समावेश होतो. पार्लमेंटच्या अधिवेशनाचे उद्घाटनही राजाच करतो. तसेच उद्घाटन प्रसंगी भाषण करण्याचा अधिकारही त्याला आहे. हे भाषण राजा स्वत : वाचून दाखवतो किंवा त्याच्या तर्फे लॉर्ड चॅन्सेलर वाचून दाखवतो. याला 'स्पीच फ्रॉम दी थ्रोन' असे म्हणतात. पूर्वी राजाला वटहुकूम काढण्याचा अधिकार होता; आता मात्र हा अधिकार नाही. राजपदाच्या नावे आदेश मात्र काढता येतात. यांना ऑर्डर्स इन कौन्सिल असे म्हणतात आणि त्या किंग-इन-कौन्सिल काढतो असे म्हणतात; इत्यादी कायदेविषयक अधिकार राजपदाला प्राप्त झालेले आहेत.

(३) शासनविषयक अधिकार : ग्रेट ब्रिटनची संपूर्ण शासनविषयक सत्ता राजपदात निहीत आहे. त्यामुळे राजपद हे सर्वश्रेष्ठ शासक आहे; या अधिकारामध्ये शासनाचे धोरण ठरविणे, शासनाला मार्गदर्शन करणे, प्रशासनाचे संचालन करणे व त्यावर नियंत्रण ठेवणे, कायद्यांची अंमलबजावणी करणे इत्यादी अधिकारांचा समावेश होतो. हे कार्य पार पाडण्यासाठी विविध पदाधिकाऱ्यांच्या नेमणुका करण्याचा अधिकारही राजपदाला आहे. त्यामुळे राजपद, मंत्रिमंडळ आणि पंतप्रधानांची नेमणूक करते. न्यायाधीश, सेनाप्रमुख आणि प्रशासनातील वरिष्ठ अधिकाऱ्यांच्या नेमणुका राजपद करते. काही अपवाद वगळता सर्व अधिकाऱ्यांना पदावरून दूर करण्याचा अधिकारही राजपदाला आहे. सर्व सेनादलांचे सरसेनापतीपद राजपदाकडेच असते. युद्धाची घोषणा करणे, शांततेचा तह करणे, गुन्हेगारांना क्षमा करणे, दया दाखविणे, शिक्षा कमी करणे किंवा स्थगित करणे इत्यादी शासनविषयक अधिकार राजपदाला आहेत.

(४) राजनैतिक अधिकार : राजनैतिक अधिकारांत परराष्ट्रसंबंधविषयक अधिकारांचा समावेश होतो. यामध्ये ब्रिटनचे परराष्ट्रातील राजदूत किंवा वकील यांच्या नेमणुका करणे परराष्ट्रातून येणाऱ्या राजदुतांचे अधिकारपत्र स्वीकारणे आंतरराष्ट्रीय परिषदा किंवा संयुक्त राष्ट्रसंघात ब्रिटनचे प्रतिनिधी पाठविणे एखाद्या राष्ट्राला किंवा देशाला मान्यता देणे किंवा त्याची मान्यता रद्द करणे ब्रिटनचे परराष्ट्रीय धोरण निश्चित करणे, ते अंमलात आणणे इत्यादी अधिकार राजपदाला प्राप्त झालेले आहेत.

(५) न्यायविषयक अधिकार : पूर्वी राजा हा ब्रिटनचा सर्वश्रेष्ठ न्यायाधीश होता. तो कोणत्याही न्यायालयाचा निर्णय बदलू शकत असे. त्याला न्यायाचे व कायद्याचे उगमस्थान असे म्हटले जात असे आजही राजा सर्वश्रेष्ठ न्यायाधीश नाही तरीही तो न्यायाधीशांची नेमणूक करतो. पण न्यायाधीशांवर त्याचे नियंत्रण नसते. पार्लमेंटच्या संमतीशिवाय तो न्यायाधीशांना पदावरून दूर करू शकत नाही. न्यायालयाचे कार्य मात्र राजपदाच्या नावावरच चालते. राजाच्या नावेच न्यायालये चालतात आणि लॉर्ड चॅन्सलर राजपदाच्या नावानेच न्यायव्यवस्थेवर नियंत्रण ठेवतो. राजा स्वत : गुन्हेगारांना क्षमा करू शकतो त्याच्या शिक्षेत बदल करू शकतो किंवा शिक्षा पूर्णपणे माफ करू शकतो तसेच शिक्षेची अंमलबजावणी पुढे ढकलू शकतो.

(६) अर्थविषयक अधिकार : देशाचे अंदाजपत्रक राजाच्याच नावाने व त्याच्या पूर्वसंमतीने पार्लमेंटमध्ये प्रस्तुत केले जाते. पार्लमेंटने मंजूर केलेल्या अंदाजपत्रकाची अंमलबजावणी करण्याचे कार्य राजपद करते.

(७) इतर अधिकार : इतर अधिकारांत सामाजिक आणि धर्मविषयक अधिकारांचा समावेश होतो. राजपद हे सन्मानाचे उगमस्थान आहे असे म्हटले जाते. म्हणजेच सन्मानदर्शक पदव्या देण्याचा अधिकार राजपदाला आहे. लॉर्ड, नाईट, अर्ल इत्यादी सन्मानदर्शक पदव्या देण्याचा अधिकार राजपदाला आहे. अर्थात, या अधिकाराचा वापर तो पंतप्रधानांच्या सल्ल्यानेच करीत असतो.

(८) धर्मविषयक अधिकार : चर्चच्या बाबतीतही राजपदाला व्यापक अधिकार आहेत. १५३४ च्या ॲक्ट ऑफ सुप्रिमसीनुसार ब्रिटनमधील चर्चचा प्रमुख 'राजा' आहे. ब्रिटनमधील ॲग्लीकन व प्रेस्बिटेरियन चर्चवर राजपदाचे नियंत्रण आहे. या चर्चमधील आर्चबिशप, बिशप, डीन इत्यादी अधिकाऱ्यांच्या नेमणुका राजपदाच्या नावानेच केल्या जातात. या चर्चेसनी केलेल्या नियमांना, राजपदाची संमती आवश्यक असते.

राष्ट्रकुलाचे प्रमुखत्व ब्रिटनच्या राजाकडेच आहे. अर्थात, राष्ट्रकुलाची सदस्य राष्ट्रे पूर्णपणे स्वतंत्र असल्याने हे प्रमुखत्व केवळ प्रतीकात्मक स्वरूपाचे असते. भारतसुद्धा राष्ट्रकुलाचा सभासद आहे.

ब्रिटीश राजपदाचा वारसा :

ब्रिटिश राजपदावर कोण आरूढ होऊ शकेल म्हणजेच ब्रिटीश राजपदाचा वारसा कोण, हा प्रश्न सोडविण्यासाठी ब्रिटिश पार्लमेंटने कायदे केले आहेत. १७०१ मध्ये ॲक्ट ऑफ सेटलमेंट हा कायदा करण्यात आला. त्या कायद्यानुसार विलियम आणि राणी ॲन यांच्यानंतर हॅनोव्हरच्या राजकुमारी सोफिया व तिच्या वारसांकडे ब्रिटिश राजपदाचा वारसा जावा असे ठरविण्यात आले. तसेच राजपदाचा वारसा प्रोटेस्टंट पंथीय असला पाहिजे, असेही निश्चित करण्यात आले. कॅथॉलिक पंथाचा स्वीकार करणारी व्यक्ती राजपदावर बसू शकत नाही, असेही त्यावेळी ठरविण्यात आले. पहिल्या महायुद्धानंतर हॅनोव्हर हे जर्मन वाचक नाव रद्द करण्यात आले कारण या युद्धात जर्मनी ब्रिटिशांचा शत्रू होता म्हणून त्याऐवजी 'विडसर घराणे' असे शब्द टाकण्यात आले. राजपदाचा वारसा कायद्यानुसार ज्येष्ठपुत्राला मिळतो. मुलगा आणि मुलगी असल्यास मुलाला व एकापेक्षा जास्त मुले असल्यास मोठा मुलगा राजा होतो. १७०१ मध्ये पूर्वीच्या राजघराण्याला वारसा नसल्यामुळे दुसरे राजघराणे ब्रिटनच्या राजपदावर आणण्यात आले. सहाव्या जॉर्जला मुलगा नसल्यामुळे त्याची मोठी मुलगी 'एलिझाबेथ दुसरी' कायद्यानुसार राणी झाली. राजपदावर आरूढ होतेवेळी वारसाचे वय १८ वर्ष पूर्ण असावे, अशा स्वरूपाचा कायदा आहे. अन्यथा तो सज्ञान होईपर्यंत एक रीजन्सी कौन्सिल नेमण्यात येते. व ती राजपदाचे कार्य पहाते. ती सज्ञान होताच तिच्या हाती राजपदाचा कारभार सोपवून कौन्सिल बरखास्त होते. राजा मृत्यू पावल्यास राजपदाचा वारसा ताबडतोब कायद्याने त्यांच्या वारसाकडे किंवा युवराजाकडे जातो. राज्यारोहण समारंभ नंतर झाला तरी चालतो; सध्याची राणी दुसरी एलिझाबेथ हिच्यानंतर तिचा मुलगा प्रिन्स चार्ल्स हा कायद्याच्या आधारे राजा होऊ शकतो.

राजपद टिकवून असण्याची कारणे :

लोकशाहीचे माहेरघर म्हणून ब्रिटनकडे पाहिले जाते; अशा परिस्थितीत ब्रिटनमध्ये आजही राजपद असणे लोकशाहीशी विसंगत वाटत आहे. तसेच एकीकडे ब्रिटन संसदीय लोकशाही शासनपद्धतीचे जन्मस्थान आहे तर दुसरीकडे तेथे राजेशाहीसुद्धा अस्तित्वात आहे. या गोष्टीचे जगातील लोकांना फार मोठे आश्चर्य वाटते कारण 'लोकशाही' आणि 'राजेशाही' एकत्र राहू शकत नाही असे त्यांचे मत आहे. तसेच गेल्या दोन दशकांत अनेक देशातील राजपदे नष्ट झालेली आहेत; पण ब्रिटनमध्ये मात्र राजेशाही टिकवून ठेवण्यात आली; इतकेच नव्हे तर राजपदाची लोकप्रियताही कायम टिकवून राहिली आहे; म्हणून आजच्या लोकशाहीत ब्रिटनमध्ये राजपद का टिकले त्याची कारणे आपणास खालीलप्रमाणे सांगता येतील

(१) ब्रिटिशांचा पुराणमतवादी स्वभाव : ब्रिटिश लोकांचा पुराणमतवादी आणि परंपराप्रिय अशा स्वरूपाचा दृष्टिकोन आहे. राजपदासारखी एक पुरातन संस्था नष्ट करणे त्यांना योग्य वाटत नाही. ब्रिटनमधील राजपद हे १२०० वर्षांचे जुने आहे. ब्रिटिश लोक आपली कोणतीही रूढी, प्रथा किंवा संस्था

नष्ट करण्यास तयार नाहीत. मग; राजपदासारखी जुनी व प्रतिष्ठित संस्था नष्ट करणे त्यांना योग्य वाटत नाही. उलट, क्रॉमवेलने नष्ट केलेले राजपद त्यांनी पुन्हा निर्माण केले. याप्रमाणेच परंपराप्रिय ब्रिटिश लोक प्राचीन काळापासून चालत आलेल्या राजपदाला नष्ट करण्याच्या विरूद्ध आहेत. म्हणजेच ब्रिटनमधील जनतेला राजा आणि राजपद या दोघांचाही अभिमान वाटतो.

(२) राजा भावनिकतेचे कारण : ब्रिटिश लोकांचा भावनेनुसार राजपद त्यांच्या एकतेचे आणि सुरक्षेचे प्रतीक आहे. राजपदाच्या अस्तित्वामुळे ब्रिटिश लोकांच्या मनात एक प्रकारची सुरक्षिततेची भावना निर्माण भावना झाली होती. म्हणूनच असे म्हटले जाते की, 'राजा बकिंग हॅम राजवाडयात आहे. म्हणून लोक आपल्या बिछान्यात शांतपणे झोपी जातात. ब्रिटनच्या शेष राहिलेल्या साम्राज्याच्या शेवटचा दुवा म्हणूनही राजपदाकडे पाहिले जाते. ब्रिटिशांच्या या भावनेमुळेही राजपद टिकले आहे.'

(३) सांसदीय शासनपद्धतीसाठी आवश्यक : या पदाचा व्यावहारिक उपयोग त्यांना जाणवतो; राज्याला प्रमुख असणे आवश्यक आहे. ब्रिटनमध्ये संसदीय शासनपद्धती असल्यामुळे या पद्धतीसाठी एक घटनात्मक प्रमुख आवश्यक आहे. राजपद ही आवश्यकता पूर्ण करते; तसेच वंशपरंपरागत राजा हा पक्षीय राजकारणाच्या वर असून सर्व पक्षांकडे नि :पक्षपातीपणे पाहू शकतो आणि केवळ घटनात्मक प्रमुख राहण्यातच आपले पद सुरक्षित राहील याची जाणीव त्याला असते. त्यामुळे घटनात्मक प्रमुखासाठी राजपद अधिक उपयुक्त आहे.

(४) राजा राष्ट्रकुल एकतेचे प्रतीक आहे : राजपद कायम असण्याचे एक कारण त्याचे आंतरराष्ट्रीय स्थानही आहे. तो राष्ट्रकुलातील देशांना एकसूत्रात बांधणारा दुवा आहे. राष्ट्रकुलातील देशांना स्वातंत्र्य मिळण्यापूर्वी राजाचे स्थान महत्त्वपूर्ण होते. आज अनेक देशांना स्वातंत्र्य मिळाले आहे. भारत स्वतंत्र असूनही राष्ट्रकुलाचा सदस्य आहे. आजही ब्रिटनची राणी राष्ट्रकुलाची प्रमुख आहे. यामुळे ब्रिटनला हा एक प्रकारे सन्मान प्राप्त झालेला आहे. परराष्ट्रांशी कशाप्रकारे संबंध ठेवावेत याचा अनुभवही राजपदाजवळ अधिक असतो; म्हणून राजपदाला महत्त्व आहे.

(५) राजा ब्रिटिश समाजमूल्यांचे व सन्मानाचे प्रतीक : चर्चचा प्रमुख आणि ब्रिटिश समाजाच्या मूल्यांचे व सन्मानाचे प्रमुख म्हणून राजपदाचे स्थान महत्त्वाचे आहे. यामुळे राजाच नव्हे तर ब्रिटनचे राजघराणे अत्यंत लोकप्रिय झाले आहे. समाजात आदर्श निर्माण करण्याचे कार्य राजघराणे करीत असते. राजघराण्यातील व्यक्तींच्या वागणुकीने समाजाची नैतिक पातळी वाढण्यास मदत होऊ शकते. राजपद नष्ट केल्यास चर्चची व्यवस्था सुद्धा बदलावी लागेल; म्हणून राजपद नष्ट करणे ब्रिटिशांना योग्य वाटत नाही.

(६) राजपद खर्चिक नाही : या पदावर होणारा खर्चसुद्धा अत्यंत कमी म्हणजे ब्रिटिश अंदाजपत्रकाच्या एक टक्का इतकाच आहे. आज पार्लमेंट राणीला केवळ वार्षिक पाच पौंड वर्षासन देते गेल्या काही वर्षापासून दुसरी एलिझाबेथ राणी आपला प्राप्तीकर स्वत :च भरताना दिसते. इतकेच नव्हे, तर वर्षातून काही दिवस बंकींगहॅम पॅलेस लोकांना बघण्यासाठी ठेवून त्यातून आलेले उत्पन्न सरकारी तिजोरीत जमा करण्यात येत आहे. यामुळे राजपदाच्या तुलनेत त्यावरील खर्च ब्रिटिश लोकांना जाणवत नाही.

(७) राजपदाचे राष्ट्रीय स्तरावरील फायदे : राजपदाचे अस्तित्व कायम राहण्यासाठी या पदापासून ब्रिटनला कोणते फायदे प्राप्त होतात? याचा विचार करणे आवश्यक आहे. राष्ट्रीय स्तरावर राजपदाचे पुढील फायदे झालेले आहेत.

(अ) राजा कॉमन्स सभागृहातील बहुमत प्राप्त करणाऱ्या नेत्याला मंत्रिमंडळ निर्माण करण्यासाठी आमंत्रित करतो. त्यामुळे निर्वाचक मतदारांच्या हितसंबंधांची पूर्ती होते.

(ब) मंत्रिमंडळाचा मित्र, मार्गदर्शक व तत्त्वज्ञ म्हणून राजाच कार्य करीत असतो.

(क) राजकीय पक्षांमधील विवाद सोडविण्यासाठी पक्षीय राजकारणापासून अलिप्त राहणारा राजा सहाय्यभूत ठरतो.

वरील सर्व कारणांमुळे ब्रिटनमध्ये आजही राजपद टिकले आहे. सध्याची राणी एलिझाबेथ दुसरी १९५२ पासून सिंहासनावर आहे. आता सुमारे ५३ वर्षे तिची कारकीर्द झाली असून या काळात ती अत्यंत लोकप्रिय झालेली दिसते. अजूनही राणीच्या दर्शनासाठी ब्रिटिश नागरिक हजारोंच्या संख्येने हजर असतात. असे असले तरी दुसऱ्या एलिझाबेथ नंतर राजपदाचा वारस असलेला प्रिन्स चार्ल्स याचेबाबत मात्र ब्रिटिश लोकमत वाईट झालेले दिसते. त्याचे व त्याची पत्नी प्रिन्सेस डायना यांचे विवाहबाह्य संबंध असल्यामुळे त्यांचे संबंध बिघडले. प्रिन्सेस डायना हिचा अपघात होऊन निधन झाले. यामुळे जगातून ब्रिटिश राजघराण्यावर टीकाही झाली. असे असूनसुद्धा ब्रिटिश लोकांनी राजघराण्याविरुद्ध उठाव केला नाही किंवा आवाजही उठवला नाही हे विशेष.

प्रिव्ही कौन्सिल :

ब्रिटीशच्या राज्यव्यवस्थेत प्रिव्ही कौन्सिल ११११६ काळापासून आजही अस्तित्वात आहे. आज प्रिव्ही कौन्सिलचे अस्तित्व हे केवळ राष्ट्रीय उत्सव व कार्यक्रमांमध्ये जाणवते. राजपदाची काही कार्ये प्रिव्ही कौन्सिलद्वारा केली जातात. ही सर्व कार्ये केवळ औपचारिक स्वरूपाची आहेत. त्यामुळे वैधानिक व राजकीय दृष्टीने प्रिव्ही कौन्सिलचे महत्त्व जवळपास संपल्यासारखेच आहे. तथापि, ब्रिटिश जनतेचा राजकीय संस्थांबाबत पुराणमतवादी दृष्टिकोन असल्यामुळे प्रिव्ही कौन्सिलचे अस्तित्व अद्यापही कायम आहे. मंत्रिमंडळाचा प्रारंभ प्रिव्ही कौन्सिलमधूनच झाला म्हणून प्रिव्ही कौन्सिल हे ब्रिटनच्या सरकारचे सर्वात प्राचीन अंग ठरते.

प्रिव्ही कौन्सिलचा विकास :

नार्मन राजांच्या काळात महासमिती किंवा मॅग्नम कौन्सिलियम अस्तित्वात आली; आणि त्याच काळात महासमितीची एक उपसमिती म्हणून 'क्युरिया रेजिस' या नावाने संबोधिली जाणारी एक लहान समिती अस्तित्वात आली. सुरुवातीला राजाला राज्यकारभाराबाबत सल्ला देण्याचे कार्य ती करीत असे. क्युरिया रेजिसच्या कार्यामध्ये हळूहळू बरीच वाढ झाली म्हणून प्रशासकीय कार्ये करण्यासाठी एक नवीन संस्था निर्माण करण्यात आली. कालांतराने क्युरिया रेजिसमधून इ. स. ११११६ मध्ये दुसऱ्या हेन्रीच्या काळात आणखी एक समिती निर्माण करण्यात आली. या समितीलाच 'प्रिव्ही कौन्सिल' असे संबोधण्यात येऊ लागले. तेव्हापासून शासनकारभारात प्रिव्ही कौन्सिलचे वर्चस्व स्थापन झाले. टयूडर घराण्याच्या कारकिर्दीत प्रिव्ही कौन्सिल राजाच्या अनियंत्रित सत्तेचे प्रभावी माध्यम बनले होते; आणि तेव्हापासूनच प्रिव्ही कौन्सिलचे महत्त्व हळूहळू कमी होऊ लागलेले आपणास दिसून येते. त्यातूनच पुढे प्रिव्ही कौन्सिलची एक समिती म्हणून मंत्रिमंडळाचा उदय झाला आणि प्रिव्ही कौन्सिल स्थान नाममात्र राहिले.

प्रिव्ही कौन्सिलची रचना :

प्रिव्ही कौन्सिलची सदस्यसंख्या निश्चित नसते. त्यामध्ये सतत बदल होत असतो. आज प्रिव्ही कौन्सिलची सभासद संख्या जवळपास ३५० आहे. राजकीय व्यवहारात प्रिव्ही कौन्सिलला फारसे महत्त्वाचे स्थान नसले, तरीही या संस्थेचे सदस्यत्व प्राप्त होणे हे सन्मानाचे व प्रतिष्ठेचे लक्षण समजले जाते. आज यामध्ये मंत्रिमंडळातील सर्व आजी आणि माजी मंत्री, कॅंटरबरी व यार्कचे आर्चबिशप, लंडनचा बिशप, लॉ-लॉर्डस निवृत्त मंत्री, राजदूत, कॉमन्सचा सभापती किंवा अध्यक्ष राजाचे नातलग, विविध क्षेत्रात नावाजलेल्या व्यक्ती, राष्ट्रकूल संघटनेच्या सदस्य, राष्ट्रांचे पंतप्रधान, न्यायाधीश इत्यादींचा त्यात समावेश होतो.

प्रिव्ही कौन्सिलच्या सदस्यांची नेमणूक :

प्रिव्ही कौन्सिलच्या सदस्यांची नेमणूक राजा करतो. अर्थात, राजपदाच्या नावाने पंतप्रधान करतात. निरनिराळया क्षेत्रात महत्त्वाची कामगिरी बजावलेल्या व्यक्तींचा सन्मान करण्यासाठी त्यांची प्रिव्ही कौन्सिलवर नेमणूक करण्यात येते. ब्रिटिश साम्राज्यातील काही व्यक्तींचीही नेमणूक करण्यात येते. याचाच एक भाग म्हणून भारतातील कै. बॅरिस्टर जयकर यांची नेमणूक यावर करण्यात आलेली होती. प्रिव्ही कौन्सिलच्या सदस्यांना 'राईट ऑनरेबल' ही पदवी असते. प्रिव्ही कौन्सिलचे सभासदत्व आजीव असते. त्याला 'लॉर्ड प्रिजेन्ट ऑफ कौन्सिल' असे म्हणतात. हा कॅबिनेट दर्जाचा मंत्रिमंडळाचा सभासद असतो;पण राजाकडून त्याचे सदस्यत्व केव्हाही रद्द केले जाऊ शकते.

प्रिव्ही कौन्सिलची सभा :

प्रिव्ही कौन्सिलची सभा महिन्यातून तीन ते चार वेळा होते. मात्र, या सभेला सर्वच सभासद केव्हाच बोलावले जात नाहीत. राजघराण्यातील सदस्यांचा विवाह राजाने राजपदाची सूत्रे स्वीकारण्याचा समारंभ तसेच राजाचा मृत्यू यासारख्या महत्त्वपूर्ण प्रसंगाच्यावेळी प्रिव्ही कौन्सिलची सर्व सदस्यांची सभा किंवा बैठक आमंत्रित केली जाते. अन्यथा, प्रिव्ही कौन्सिलची म्हणजे तिच्या मंत्र्याची सभा असते. तसेच काही सामान्य कार्ये करण्यासाठीही प्रिव्ही कौन्सिलची बैठक आमंत्रित केली जाते. प्रिव्ही कौन्सिलची बैठक बॅकहॅम पॅलेसमध्ये भरते. या बैठकीला सामान्यपणे ५ ते ७ सदस्य उपस्थित असतात. कमीत कमी तीन सदस्य उपस्थित राहावेत अशा प्रकारचा नियम आहे. या सभेला राणी कधी कधी उपस्थित असते पण तिची उपस्थिती आवश्यक मानली जात नाही. तिच्या अनुपस्थितीत लॉर्ड प्रेसिडेंट ऑफ दि कौन्सिल सभेचा अध्यक्ष असतो. आज मंत्रिमंडळाच्या निर्मितीमुळे प्रिव्ही कौन्सिलचे महत्त्व कमी झाले आहे. ती एक केवळ औपचारिक संस्था म्हणून अस्तित्वात आहे.

प्रिव्ही कौन्सिलचे अधिकार व कार्ये :

प्रिव्ही कौन्सिल नाममात्र आहे. तिचे शासनविषयक कार्ये आणि त्यासंबंधीचे अधिकार मंत्रिमंडळाकडे गेले आहेत; पण कायदेशीररीत्या प्रिव्ही कौन्सिलच राजाला सल्ला देणारी समिती आहे. मंत्रिमंडळाचे निर्णय प्रिव्ही कौन्सिलचे निर्णय म्हणून जाहीर करावे लागतात. त्यांना 'ऑर्डर्स- इन-कौन्सिल' असे म्हणतात; द्वारे राजाच्या वतीने पुढील कार्ये केली जातात-

(१) नवीन मंत्रिपरिषदेच्या सदस्यांना शपथ देणे आणि मंत्र्यांना प्रिव्ही कौन्सिलर म्हणूनच शपथ घ्यावी लागते. कारण मंत्रिमंडळास कायद्याचा आधार नाही.

(२) आज प्रिव्ही कौन्सिलचे खरे महत्त्व तिच्या न्यायविषयक कार्यामुळे अस्तित्वात आहे; कारण ब्रिटिश साम्राज्यातील वसाहती आणि राष्ट्रकुटुंबातील स्वयम्शासित प्रदेश यांच्यासाठी प्रिव्ही कौन्सिल सर्वश्रेष्ठ न्यायालय आहे. भारतासाठीही ते सर्वश्रेष्ठ न्यायालय होते.

(३) अध्यादेश लागू करणे.

(४) विद्यापीठ, नगरपालिका व अन्य स्थानिक स्वराज्य संस्थांसाठीच्या आदेशांना अनुमती देऊन ते घोषित करणे.

(५) महानगरांमध्ये शेरीफची नियुक्ती करणे.

(६) दंड माफ करणे.

(७) पार्लमेंटच्या दोन्ही सभागृहांचे अधिवेशन आमंत्रित करण्यासाठी तसेच अधिवेशन सत्राची समाप्ती करण्यासाठी आणि कॉमन्स सभागृहाचे मुदतपूर्व विसर्जन करण्यासाठीच्या आदेशांना अनुमती देऊन ते घोषित करणे.

(८) युद्ध आणि संधी किंवा करार याबाबत आदेशपत्र घोषित करणे.
(९) वसाहतींच्या देशाबाबत आदेशपत्र घोषित करणे.
(१०) राजाला निर्णय देण्याच्या संदर्भात सल्ला देण्याचे काम करणे.

पंतप्रधान :

मंत्रिमंडळास ब्रिटनच्या संसदीय शासनव्यवस्थेत महत्त्वपूर्ण स्थान प्राप्त झाले आहे, पण या मंत्रिमंडळाचा पंतप्रधान हा नेता असतो. त्यामुळे या शासनव्यवस्थेत पंतप्रधानाचे स्थान अतिशय महत्त्वपूर्ण स्वरूपाचे असते.'मंत्रिमंडळरूपी कमानीची आधारभूत शिला' या शब्दात मॅरिऑट याने त्यांच्या स्थानाचे वर्णन केले आहे, तर जेनिंग्जने त्यांच्या स्थानास 'घटनात्मक कमानीची आधारभूत शिला' असे म्हटले आहे. प्रा. लास्की यांनी 'मंत्रिमंडळाची निर्मिती, त्याचे जीवन व त्याचा मृत्यू यांचे केंद्रस्थान पंतप्रधान असतो.' असे म्हटले आहे. रॅम्से मूर याच्या मते 'मंत्रिमंडळातील राज्यरूपी नौकेचे सुकाणू आहे. अशी कल्पना केली तर पंतप्रधान हा सुकाणूधारी आहे.' सर विल्यम हारकोर्ट याने 'ताऱ्यांमध्ये चंद्र'असे पंतप्रधानाच्या स्थानाचे वर्णन केले आहे. ही वर्णने अपुरी आहेत असे मत व्यक्त करून जेनिंग्जने म्हटले आहे की, 'तो केवळ समानता प्रथम नाही; हायकोर्ट म्हणतो त्याप्रमाणे ताऱ्यांमध्ये चंद्र असावा तसाही नाही; ज्याच्या भोवती ग्रहगोल फिरतात अशा एखाद्या सूर्याप्रमाणे तो आहे. अशा प्रकारे निरनिराळ्या विचारवंतांनी वेगवेगळ्या प्रकारे पंतप्रधानांच्या स्थानाचे वर्णन केले आहे, यावरून हे पद किती महत्त्वाचे आहे हे स्पष्ट होते.

पंतप्रधान पदाची निर्मिती :

ब्रिटनमध्ये इतर संस्थांप्रमाणेच पंतप्रधानपदाची निर्मिती ऐतिहासिक विकास संक्रमणातून किंवा परंपरेतून झालेली आहे. हे पद ब्रिटनचा राजा पहिला जॉर्ज यांच्या काळात इ. स. १७२० ते १७४२ या दरम्यान निर्माण झाले. ब्रिटनचा पहिला पंतप्रधान सर रॉबर्ट वॅालपोल हा समजण्यात येतो. पहिल्या जॉर्जने आणि दुसऱ्या जॉर्जने मंत्रिमंडळासंबंधीची आपली सर्व कार्ये वॉलपोलवर सोपवली. म्हणजेच वॉलपोल मंत्रिमंडळाचा नेता आणि अध्यक्ष बनला व राज्याची सर्व कामे करू लागला; इतर मंत्र्यांनी आपणास पाठिंबा दिला पाहिजे म्हणून त्याने मंत्रिमंडळावर नियंत्रण प्रस्थापित केले, अशा प्रकारे पंतप्रधानाचे पद निर्माण झाले. तेव्हापासून आजपर्यंत सुमारे ३०० वर्षांत ५५ पंतप्रधान ब्रिटनमध्ये झाले. त्यापैकी ३० एकवेळा, १५ दोन वेळा, २ दोन वेळा व एकाने चार वेळा पंतप्रधानपद भूषविले. त्यापैकी मार्गरिट थॅचर १९७९ ते ९० या काळात ब्रिटनच्या पहिल्या महिला पंतप्रधान होत्या. आज मजूर पक्षाचे नेते टोनी ब्लेअर हे या पदावर कार्यरत आहेत.

सर्वप्रथम १८७८ च्या बर्लिन तहावर सही करणाऱ्या लॉर्ड बिकन्सफील्ड यांचा उल्लेख 'फर्स्ट लॉर्ड ऑफ हिज मॅजेस्टीज ट्रेझरी प्राइम मिनिस्टर ऑफ इंग्लंड' असा करण्यात आला होता. यानंतर इ. स. १९०६ मध्ये एका आज्ञापत्रात पंतप्रधानाचे स्थान निश्चित करण्यात आले आणि त्याला यार्कच्या आर्चबिशपनंतर चौथ्या क्रमांकाचे स्थान देण्यात आले. पंतप्रधान हे पद इतके महत्त्वपूर्ण असूनही १९३७ पर्यंत पंतप्रधानाला कोणत्याही प्रकारचे कायदेशीर हक्क किंवा मान्यता नव्हती. इ. स. १९१७ च्या चेकर्स संबंधातील कायद्यात पंतप्रधानांचा उल्लेख करण्यात आल्यामुळे १९३७ च्या मिनिस्टर ऑफ क्राऊन ॲक्टनुसार पंतप्रधानपदाला प्रथमच मान्यता देण्यात आली. मात्र त्याचे अधिकार व कार्ये यासंबंधी कोणतीही कायदेशीर तरतूद नाही. म्हणजे पंतप्रधानांच्या अधिकारांना कायद्याची मान्यता नसून ते घटनात्मक संकेतांवर आधारित आहे.

द्वितीय महायुद्धानंतरच्या राजकीय विचारवंतांनी ब्रिटनच्या पंतप्रधानांचे महत्त्व पुढीलप्रमाणे सांगण्याचा

प्रयत्न केला आहे. सामान्यपणे या महायुद्धानंतर हे पद अतिशय महत्त्वाचे झाले आहे; कारण या पदाची सत्ता व अधिकार यामध्ये पूर्वीपेक्षा अधिक वाढ झाली आहे. क्रॉसमन यांच्या मते, 'ब्रिटनमधील शासनसंस्थेला वर्तमानकाळात पंतप्रधानीय शासनसंस्था असे संबोधणे योग्य ठरते.' क्रॉसमनचे नवीन विचार काही अभ्यासकांना मान्य नसले तरीही ब्रिटनच्या पंतप्रधानपदाची सत्ता व अधिकार यामध्ये दिवसेंदिवस वृद्धी होत आहे याबाबत विचातवंतांचे दुमत नाही म्हणूनच पंतप्रधानपदाची सत्ता व अधिकार हा राजकीय व्यवस्थात्मक दृष्टिकोनाच्या अभ्यासक्षेत्रातील एक महत्त्वपूर्ण विषय झाला आहे.

पंतप्रधानाची नेमणूक व पात्रता :

घटनात्मकदृष्ट्या पंतप्रधानाची नेमणूक राजा करतो; पण प्रत्यक्ष व्यवहारात राजाच्या या अधिकारावर फारच मर्यादा आहेत. राजाला आपल्या इच्छेनुसार कोणत्याही व्यक्तीची पंतप्रधान म्हणून निवड करता येत नाही. संसदीय शासनपद्धतीनुसार पार्लमेंटमधील बहुमत असलेल्या पक्षाच्या नेत्याचीच राजाला पंतप्रधान म्हणून नेमणूक करावी लागते; अशा स्वरूपाचा संकेत आहे. ब्रिटनमध्ये द्विपक्षपद्धती असल्यामुळे कोणत्या तरी एका पक्षाला बहुमत मिळविणे शक्य होते. त्यामुळे त्या पक्षनेत्याचीच पंतप्रधान म्हणून नेमणूक करणे राजाला बंधनकारक आहे. उदा. अलीकडेच जून २००२ मध्ये झालेल्या हाऊस ऑफ कॉमन्सच्या निवडणुकीत मजूर पक्षाला बहुमत प्राप्त झाले त्यामुळे राणी एलिझाबेथ दुसरी हिने मजूर पक्ष नेते टोनी ब्लेअर यांची पंतप्रधान म्हणून नेमणूक केली. १९९७ च्या निवडणुकीतसुद्धा मजूर पक्षाला बहुमत असल्यामुळे ब्लेअर यांचीच पंतप्रधान म्हणून नेमणूक करण्यात आली होती.

तसे पाहिल्यास पंतप्रधान हा पार्लमेंटचा सदस्य असावा लागतो. इ. स. १९२३ पूर्वी तो पार्लमेंटच्या दोन्ही सभागृहांपैकी एका सभागृहाचा सदस्य असला पाहिजे असा संकेत होता; पण २० व्या शतकात पंतप्रधान हा हाऊस ऑफ कॉमन्सचाच सदस्य असला पाहिजे हा आग्रह मान्य करण्यात आला. १९२३ मध्ये लॉर्ड कर्झन व स्टॅनले बाल्डविन या दोहोंपैकी पंतप्रधानांची नेमणूक करण्याचा प्रसंग तत्कालीन राजा पाचवा जॉर्ज यांच्यावर आला. लॉर्ड कर्झन हा हाऊस ऑफ लॉर्डस्चा सदस्य होता तर स्टॅन्ले बाल्डविन हा हाऊस ऑफ कॉमन्सचा सदस्य होता. पाचव्या जॉर्जने बाल्डविनची पंतप्रधान म्हणून नेमणूक केली. तेव्हापासून पंतप्रधान हा 'हाऊस ऑफ लॉडस'चाच सदस्य असावा अशा स्वरूपाची प्रथा पडली. आजही तीच पद्धत चालू आहे. पंतप्रधान व त्याचे मंत्रिमंडळ हाऊस ऑफ लॉडसला जबाबदार असते; त्यामुळे पंतप्रधान हा त्या सभागृहाचा सदस्य असणेच अधिक योग्य वाटते.

पंतप्रधानाचे वेतन :

१९३७ च्या 'मिनिस्टर्स ऑफ क्रॉऊन ॲक्टने' पंतप्रधानाचे व मंत्र्यांचे वेतन निश्चित केले आहे. या कायद्यामध्ये तसेच वेतनात बदल करण्याचा अधिकार पार्लमेंटला आहे. जून २००१ मध्ये पार्लमेंटने केलेल्या कायद्यानुसार पंतप्रधानाला वार्षिक एक लाख त्रेसष्ठ हजार पाचशे अठरा पौंड वेतन मिळते. जुन्या किंवा मूळ कायद्यानुसार हे वेतन दहा हजार पौंड होते. निवृत्त झाल्यानंतर त्यांना निवृत्तीवेतनही मिळते. याशिवाय राहण्यासाठी मोफत सरकारी निवासस्थान १० डाऊनिंग स्ट्रीट देण्यात येते. हे निवासस्थान दुसऱ्या जॉर्जने रॉबर्ट वॉलपोल यास फर्स्ट ऑफ दि ट्रेझरी म्हणून दिले होते. तेच सध्याच्या पंतप्रधानांचे लंडन येथील निवासस्थान आहे.

पंतप्रधानाचे अधिकार व कार्ये :

पंतप्रधान हाच खऱ्या अर्थाने देशाचा शासनकर्ता असतो. तो संपूर्ण शासनव्यवस्थेचा केंद्रबिंदू असतो. घटनात्मकदृष्ट्या राजा शासनाचा प्रमुख असला तरी प्रत्यक्षात सर्व सत्ता पंतप्रधानांकडे आलेली

असते. शासनकार्यासंबंधी त्याचे अधिक महत्त्व आहे. ग्लॅडस्टनने म्हटले आहे की, पंतप्रधानांच्या माहितीअभावी कोणत्याही विभागात कोणत्याही योजनेवर चर्चा होत नाही तसेच कोणतीही योजना तयार करण्यात येत नाही. कोणतेही महत्त्वपूर्ण कार्य मंत्रिमंडळासमोर ठेवण्यापूर्वी प्रामुख्याने पंतप्रधानास सांगण्यात येते; तोच मंत्रिमंडळांचे निर्णय राजाला कळवितो आणि राजघराण्यातील अधिकाऱ्यांना अनेक वेळा भेटतो, त्यांच्या अधिकाराचे व कार्याचे वर्णन खालीलप्रमाणे

(१) पंतप्रधानांकडून मंत्रिमंडळाची निर्मिती : पंतप्रधानाचे सर्वात महत्त्वाचे कार्य म्हणजे तो देशासाठी मंत्रिमंडळाची निर्मिती करीत असतो. पंतप्रधान आपल्या मंत्रिमंडळाच्या सदस्यांची यादी तयार करून राजाला सादर करतो. घटनात्मक दृष्ट्या राजा मंत्र्यांची नेमणूक करतो. अर्थात प्रत्यक्षात मंत्र्यांची निवड पंतप्रधानच करीत असतो; आणि त्याने तयार केलेल्या मंत्रिमंडळाच्या यादीला राजा औपचारिकरीत्या मान्यता देतो. राजा सहसा मंत्रिमंडळामध्ये हस्तक्षेप करत नाही. मंत्रिमंडळाची निर्मिती हा संपूर्णपणे पंतप्रधानांचा अधिकार असला तरी या बाबतीत तो मनमानी करू शकत नाही. संसदीय शासनपद्धतीत मंत्रिमंडळाचे अस्तित्व संसदेतील बहुमताच्या पाठिंब्यावर अवलंबून असल्याने हे बहुमत टिकविण्याच्या दृष्टीने त्याला विचार करावा लागतो. त्यामुळे आपल्या पक्षातील इतर नेत्यांच्या विचारानेच त्याला मंत्रिमंडळ बनवावे लागते. आपल्या पक्षातील हितसंबंधी गटांना त्यामध्ये योग्य प्रतिनिधित्व द्यावे लागते.

मंत्रिमंडळाच्या निर्मितीबरोबरच मंत्र्यामध्ये खातेवाटप करण्याचे कार्यही पंतप्रधानाला करावे लागते कोणत्या मंत्र्याला कोणते खाते द्यावे, हे पंतप्रधानांच्या इच्छेवर अवलंबून असते. पंतप्रधानास आपल्या पक्षातील सदस्यांची क्षमता आणि योग्यता चांगल्या प्रकारे माहीत असते. या माहितीच्या आधारे मंत्र्यामध्ये तो खातेवाटप करतो. ब्रिटनमध्ये अर्थ, गृह, संरक्षण, शिक्षण आणि विज्ञान इ. महत्त्वाची खाती 'हाऊस ऑफ कॉमन्स'मध्ये निवडून आलेल्या सदस्यांनाच दिली जातात; अशा प्रकारचा संकेत आहे. मंत्रिमंडळातील एखाद्या मंत्र्याला काढून टाकण्याचा अधिकारही पंतप्रधानाला असतो. मंत्रिमंडळामध्ये राजकीय एकजिनसीपणा असणे आवश्यक असते. त्यामुळे पंतप्रधानांचे एखाद्या मंत्र्याशी मतभेद निर्माण झाले तर तो संबधित मंत्र्याला राजीनामा देण्यास भाग पाडू शकतो. म्हणजेच कोणताही मंत्री जोपर्यंत पंतप्रधानाचा त्याच्यावर विश्वास असेल तोपर्यंतच आपल्या पदावर राहू शकतो. याशिवाय संपूर्ण मंत्रिमंडळाचे अस्तित्वदेखील पंतप्रधानांच्या इच्छेवरच अवलंबून असते कारण पंतप्रधानाने राजीनामा दिला तर संपूर्ण मंत्रिमंडळच बरखास्त होते.

(२) मंत्रिमंडळाचे नेतृत्व करणे : मंत्रिमंडळाचे नेतृत्व पंतप्रधानच करीत असतो. तो मंत्रिमंडळाच्या सभांचे अध्यक्षस्थान भूषवतो तसेच मंत्रिमंडळाचे कामकाज व्यवस्थित चालविण्याची जबाबदारी त्यांच्यावरच असते. मंत्रिमंडळातील सदस्यांमध्ये मतभेद निर्माण झाल्यास स्वत : मध्यस्थी करून ते मतभेद मिटविण्याचे कार्य त्याला करावे लागते. मंत्रिमंडळाच्या बैठकीची कार्यक्रम पत्रिका पंतप्रधानांच्या सल्ल्यानेच तयार केली जाते. या बैठकीत चर्चेसाठी कोणते विषय घ्यायचे याचा निर्णय पंतप्रधान घेत असतो. मंत्र्यांना एखादा विषय मंत्रिमंडळांच्या बैठकीपुढे ठेवायचा असेल तर त्यांना त्याबाबत अगोदर पंतप्रधानांशी विचारविनिमय करावा लागतो.

(३) सरकारी धोरण ठरविणे : शासन चालविण्याची जबाबदारी खऱ्या अर्थाने पंतप्रधानावरच असते. घटनात्मक दृष्ट्या राजा हाच देशाचा शासनप्रमुख असला तरी प्रत्यक्षात शासनप्रमुखाच्या सर्व अधिकारांचा वापर पंतप्रधानच करीत असतो. शासनविषयक कार्यात पंतप्रधानास आपल्या मंत्रिमंडळाच्या सल्ल्याने शासनाचे धोरण निश्चित करणे, योजना आखणे, शासनाच्या विविध खात्यांत समन्वय व परस्पर सहकार्य निर्माण करणे, प्रत्येक खात्याच्या कारभारावर देखरेख व नियंत्रण ठेवणे, इत्यादी कार्य ते करत

असतात. पंतप्रधानांच्या या कार्यावरच शासनाची कार्यक्षमता अवलंबून असते. शिवाय मंत्रिमंडळातील सर्व मंत्री त्याने ठरविलेल्या सरकारी धोरणाप्रमाणे चालत असतात, म्हणून पंतप्रधानाला शासनयंत्रणेचे चालना देणारे आंतरचक्र असे मानले जाते.

(४) राजाला सल्ला देणे : राजा नाममात्र शासक तर पंतप्रधान वास्तविक शासक आहे. तोच मंत्रिमंडळाचा व पार्लमेंटचा नेता असतो. मंत्रिमंडळाने घेतलेले निर्णय पंतप्रधान राजाला वेळोवेळी कळवतो. पंतप्रधान राज्याचा प्रमुख सल्लागार असतो. राजा नाममात्र असल्यामुळे त्याला प्रत्येक गोष्ट पंतप्रधानाच्या सल्ल्यानेच करावी लागते. म्हणजे राजा आपल्या अधिकारांचा वापर पंतप्रधानांमार्फतच करीत असतो. तो पंतप्रधानांच्या सल्ल्याशिवाय काहीही करू शकत नाही. पंतप्रधान हा राजा व मंत्रिमंडळ यांना जोडणारा दुवा म्हणूनही कार्य करीत असतो.

(५) हाउस ऑफ कॉमन्सचे नेतृत्व करणे : पंतप्रधान हा हाऊस ऑफ कॉमन्सचा नेता असतो. तो हाऊस ऑफ कॉमन्समधील बहुमतवाल्या पक्षाचा नेता असल्याने त्या सभागृहाचे नेतृत्वही तोच करीत असतो. हाऊस ऑफ कॉमन्सचे अधिवेशन केव्हा व किती काळासाठी बोलवावे हा अधिकार पंतप्रधान यांना आहे. या सभागृहात शासनाच्या महत्त्वाच्या धोरणासंबंधी घोषणा करणे व निवेदने करणे शासनाच्या वतीने महत्त्वाच्या विषयावर भाषणे करणे सभागृहात एखाद्या मंत्र्याची काही चूक झाल्यास ती दुरुस्त करणे इत्यादी अधिकार पंतप्रधानांचे आहेत. थोडक्यात, मंत्रिमंडळाच्या वतीने 'हाऊस ऑफ कॉमन्स'मध्ये महत्त्वाच्या प्रश्नांवर निवेदन करण्याचे कार्य पंतप्रधान करीत असतो.

(६) हाउस ऑफ कॉमन्स बरखास्त करणे : हाऊस ऑफ कॉमन्स बरखास्त करण्याचा अधिकार राजाचा असला तरी राजा या अधिकाराचा वापर पंतप्रधानांच्या सल्ल्यावरूनच करीत असतो. याचाच अर्थ पंतप्रधानाने हाऊस ऑफ कॉमन्स बरखास्त करण्याचा सल्ला राजाला दिल्यास तो सल्ला स्वीकारणे राजाला भागच असते. गेल्या शंभर वर्षात पंतप्रधानांच्या याबाबतचा सल्ला राजाने अमान्य केल्याचे उदाहरण नाही.

(७) पक्षाचे नेतृत्व करणे : पंतप्रधान हा त्यांच्या पक्षाचा नेता असतो. त्यामुळे आपल्या पक्षाला नेतृत्व देण्याची जबाबदारी त्याच्यावर असते. पक्षयंत्रणेवर प्रभावीपणे नियंत्रण ठेवणे आणि राजकीय प्रचारात महत्त्वाची भूमिका बजावणे हे कार्य पंतप्रधानाचे पक्षनेता म्हणून असते. सार्वत्रिक निवडणूक ही खऱ्या अर्थाने पंतप्रधानांची निवडणूक असते कारण सर्वसामान्य मतदार राजकीय पक्ष्यांकडे पाहून मतदान करीत नाही तर तो नेत्याकडे पाहूनच मतदान करीत असतो; म्हणून आपल्या पक्षाचे प्रभावीपणे नेतृत्व करून पक्षाला लोकमताचा पाठिंबा मिळविणे आणि आपल्या पक्षाविषयी लोकांच्या मनात विश्वास निर्माण करणे हे पंतप्रधानाचे महत्त्वाचे कार्य असते.

(८) आंतरराष्ट्रीय क्षेत्रातील पंतप्रधानांची कार्ये : पंतप्रधान हाच देशाच्या परराष्ट्रधोरण निर्मितीचा शिल्पकार असतो. आंतरराष्ट्रीय प्रश्नाबाबत ब्रिटनची भूमिका अधिकृतरीत्या पंतप्रधानच घोषित करतात, युद्धाची घोषणा, सैन्याची हालचाल, परराष्ट्राबरोबरचे तह किंवा करार याला पंतप्रधानाचीच स्वीकृती असते. थोडक्यात, इंग्लंडचे अन्य राष्ट्रांशी संबंध कसे असावेत हे ठरविण्याचा अधिकार पंतप्रधानालाच असतो.

(९) नियुक्तीविषयक कार्ये : पंतप्रधान यांना प्रशासनातील उच्च पदावरील अधिकाऱ्यांच्या नेमणुका करण्याचा अधिकार असतो. परराष्ट्रीय दूत, वाणिज्य दूत, न्यायालयातील न्यायाधीश, विविध आयोगाचे अध्यक्ष, प्रिव्ही कौन्सिलचे सभासद, सचिव, तिन्ही दलांचे सेनाधिकारी इ. च्या नेमणुका पंतप्रधानांच्या शिफारशीवरून राजा करीत असतो; शिवाय पार्लमेंटच्या विविध समित्यांचे सभासद आणि अध्यक्ष तोच नेमतो.

(१०) सन्मानार्थ पदव्या देणे : पंतप्रधान हा इंग्लंडमधील विशिष्ट व्यक्तींना विशेष सेवेबद्दल

अनेक सन्माननीय पदव्या देण्याचे कार्य करतात. परंतु, कोणत्या व्यक्तीला कोणती पदवी किंवा किताब द्यावा यासंबंधीचा निर्णय मंत्रिमंडळाच्या बैठकीत पंतप्रधान घेतो व तसा सल्ला राजाला देतो. ड्यूक, मार्क्विस, अर्लबॅरन या पदव्या किंवा लॉर्ड हा किताब राजाच्या वाढदिवशी प्रदान केल्या जातात. ही पदवी किंवा लॉर्ड हा किताब मिळताच संबंधित व्यक्ती हाऊस ऑफ लार्ड्‌सची सभासद होते.

पंतप्रधानांचे स्थान :

पंतप्रधानांचे अधिकार व कार्ये यासंबंधीच्या वरील वर्णनावरून हे स्पष्ट होते की, पंतप्रधानाला अतिशय महत्त्वपूर्ण असे स्थान प्राप्त झाले आहे. अर्थात, त्याला व्यापक अधिकार मिळालेले असले तरी त्याचे स्थान, त्याचे व्यक्तिमत्व आणि त्याचे त्याच्या मंत्रिमंडळाशी असलेले संबंध यावर अवलंबून असते. पंतप्रधानाचे सामर्थ्य त्याला पक्षात असलेल्या स्थानावर देखील अवलंबून असल्याने ज्या पंतप्रधानाला आपल्या पक्षयंत्रणेवर नियंत्रण प्रस्थापित करणे शक्य होते त्याच्या हाती स्वभाविकच मोठ्या प्रमाणावर सत्ता असते; पण पंतप्रधानपदावर असलेली व्यक्ती कमकुवत असल्यास तिचे सहकारी मंत्रिमंडळाच्या कामकाजावर आपलाही प्रभाव पाडण्याचा प्रयत्न करतात. अशा वेळी पंतप्रधानास आपल्या सहकार्‍यांच्या मदतीनेच अनेक गोष्टी कराव्या लागतात. म्हणजेच पंतप्रधानाचे व्यक्तिमत्त्व जितके प्रभावी असेल तितके त्याचे अधिकार व सामर्थ्य वाढत जाते. म्हणूनच आपले महत्त्व टिकवून ठेवण्यासाठी पंतप्रधानाचे व्यक्तिमत्त्व प्रभावी असणे आवश्यक असते. मॅकिनटोश यांनी म्हटले आहे की, 'जो पंतप्रधान आपल्या मंत्रिमंडळांकडून आपल्या इच्छेनुसार कार्य करून घेऊ शकत नाही. त्याला अशा महत्त्वपूर्ण पदांवर अधिकार नाही.' पंतप्रधानाचे अधिकार आणि त्याचे महत्त्व जेनिंग्जने म्हटल्याप्रमाणे, काही त्यांच्या व्यक्तिगत प्रतिष्ठेवर, काही त्याच्या व्यक्तिमत्त्वावर आणि त्याला असलेल्या पक्षाच्या पाठिंब्यावर अवलंबून असते. म्हणूनच पंतप्रधानपदाच्या संदर्भात असे म्हटले जाते की, त्या पदाचे महत्त्व त्याला कायद्याने दिलेल्या अधिकारावर अवलंबून नसते, तर त्या पदावर असणाऱ्या व्यक्तीच्या व्यक्तिमत्त्वावर अवलंबून असते. म्हणूनच जेनिंग्ज यांनी असे म्हटले आहे की, पंतप्रधानपद हे ते धारण करणारी व्यक्ती जसे बनवू इच्छिते आणि इतर मंत्री तिला जसे बनवू देऊ इच्छितात तसे बनत असते, पण पंतप्रधानाच्या हाती कितीही सत्ता केंद्रित असली तरी त्याचा हुकूमशहा म्हणून उल्लेख करणे मात्र योग्य ठरणार नाही, कारण एकतर त्याला मंत्रिमंडळातील इतर मंत्र्याच्या सहकार्यानेच कारभार करावा लागतो आणि दुसरे म्हणजे पंतप्रधानाचे पद शेवटी हाऊस ऑफ कॉमन्समधील बहुमताच्या पाठिंब्यावरच अवलंबून असते; संसदीय शासनपद्धतीत पंतप्रधान हा कधीच हुकूमशहा बनू शकत नाही.

पंतप्रधानपदाचे परीक्षण :

पंतप्रधानाचे विविध प्रकारचे अधिकार व कार्ये या संबंधीच्या वरील वर्णनावरून हे स्पष्ट होते की, पंतप्रधान हा समाजातील प्रथम व्यक्ती आहे. एवढयापुरतेच त्याचे स्थान राहिलेले नाही, तर त्यांच्या निर्णयाला मंत्रिमंडळ व पार्लमेंटचे समर्थन प्राप्त होते, म्हणून देशाचे शासन पंतप्रधानांकडून चालविले जाते किंवा 'पंतप्रधानच सरकार' आहे असे म्हटले जाते. त्यांचे शासनातील स्थान वर्णन करताना पंतप्रधान एखाद्या रोमन सम्राटाप्रमाणे किंवा आधुनिक हुकूमशाहीप्रमाणे सत्ता गाजवितो असे आयव्हर जेनिंग म्हणतो, असे असले तरी पंतप्रधान जबाबदार लोकनेता असल्यामुळे तो हुकूमशहा नाही असे फायनर म्हणतात, तो हुकूमशहा नाही. पुढीलप्रमाणे कारण

(१) तो जरी कोणत्याही मंत्र्याची मंत्रिमंडळातून हकालपट्टी करू शकत असला तरी त्यात अनेक अडचणी आहेत, कारण एखाद्या मंत्र्याची हकालपट्टी पक्षात व पार्लमेंटमध्ये दुफळी निर्माण करू शकते.

पक्षाचा त्याला सतत पाठिंबा मिळेल असे नाही तर त्यातून नेतृत्वबदलही होऊ शकतो.

(२) राजाला कॉमन्स सभागृह बरखास्त करण्याचा सल्ला देऊ शकतो; परंतु तसे तो करू शकत नाही कारण नव्या निवडणुकीचा खर्च तसेच सत्तारूढ पक्षाला नेहमीच लोकमत अनुकूल असेल असे नाही. त्यामुळे पुन्हा विजयाची खात्री देता येत नाही. प्रा. लास्की याबाबत असे म्हणतात की, संसदीय पद्धतीत पंतप्रधानांचे स्थान त्यांच्या व्यक्तिमत्त्वावर व कार्यावर अवलंबून असते. थोडक्यात, पंतप्रधानांचे लोकमतातील स्थान हेच त्याला सर्वसत्ताधीश बनविण्यास कारणीभूत आहे.

मंत्रिमंडळ :

ब्रिटनच्या प्रत्यक्ष दैनंदिन राजकीय व्यवहारात क्रियाशील असणारे शासन म्हणजेच मंत्रिमंडळ होय. तिलाच वास्तविक कार्यपालिका असेही म्हटले जाते, अलिखित संविधानानुसार विकसित झालेल्या शासनाच्या रचनेत मंत्रिमंडळाचे स्थान महत्त्वपूर्ण आहे. निरनिराळया विचारवंतांनी मंत्रिमंडळाचे महत्त्व विविध शब्दांत स्पष्ट केले आहे. डायसी यांच्या मते, शासन राजाच्या नावाने निर्णय घेते मात्र वास्तविक कार्यकारी सत्ता मंत्रिमंडळाजवळ केंद्रित झालेली असते. लॉवेल यांच्या मते, 'मंत्रिमंडळ ही राज्यशासनाच्या कमानीची आधारभूत मध्यशीला आहे.' रॅम्से म्यूर यांच्या मते मंत्रिमंडळ हे राज्याच्या जहाजाचे नियंत्रण चक्र असते ज्याचा मालक पंतप्रधान असतो, जॉन मॅरियट यांच्या मते, 'मंत्रिमंडळ म्हणजे ज्याच्याभोवती संपूर्ण यंत्रणा फिरते असा आस आहे.' मंत्रिमंडळाच्या या वर्णनावरून त्याचे सामर्थ्य व महत्त्व स्पष्ट होते.

पारंपरिक अर्थाने मंत्रिमंडळाचे पार्लमेंटसंबंधी असणारे उत्तरदायित्व वर्तमानकाळात पूर्वीएवढे अर्थपूर्ण राहिले नाही. पक्षशिस्त या घटकांमुळे मंत्रिमंडळाच्या धोरणाला व कृतीला पार्लमेंटचा पाठिंबा प्राप्त होतच असतो, म्हणून आजच्या काळात 'पार्लमेंटला जबाबदार किंवा उत्तरदायी' असणारे मंत्रिमंडळ या शब्दप्रयोगाऐवजी 'पार्लमेंटला प्रतिसाद देणारे' असा शब्दप्रयोग अधिक सयुक्तिक ठरतो; असे काही विचारवंतांना वाटते. पंतप्रधानांच्या नेतृत्वाखालील मंत्रिमंडळ हेच वास्तविक सत्तेचे केंद्र आहे. मंत्रिमंडळाची निर्मिती, रचना व कार्ये तसेच मंत्रिमंडळ व्यवस्थेची आधारभूत तत्त्वे या सर्वांच्या अभ्यासाला तुलनात्मक राजकारणात महत्त्व प्राप्त झाले आहे.

मंत्रिमंडळाच्या विकासाचा इतिहास किंवा मंत्रिमंडळाची निर्मिती :

प्रिव्ही कौन्सिलमधून मंत्रिमंडळाची खऱ्या अर्थाने निर्मिती झाली आणि तिला पाठबळ देण्याचे काम दुसरा चार्ल्स याने केले. राजा आपल्या विश्वासातील लोकांना सल्लामसलतीसाठी बोलावू लागला. त्यातूनच 'कॅबिनेट' हा शब्द पुढे आला. आपोआप यावर पार्लमेंटचे नियंत्रण प्रस्थापित झाले; राणी ॲनच्या मृत्यूनंतर पहिला जॉर्ज व त्याच्यानंतर त्याचा मुलगा दुसरा जॉर्ज हे जर्मन असल्यामुळे त्यांना ब्रिटनच्या राजकारणात अजिबात रस नव्हता. त्यामुळे ते मंत्रिमंडळाच्या बैठकीला हजर राहत नसत. त्यातूनच मंत्रिमंडळाला नेता असावा किंवा अध्यक्ष असावा यातून पंतप्रधानपद निर्माण केले गेले असावे. १७२० ते १७४२ या काळात सर रॉबर्ट वॉलपोल हा पंतप्रधान होता; तोच ब्रिटनचा पहिला पंतप्रधान म्हणून ओळखला जातो.

कॉमन्स सभागृहाच्या निवडणुकीचे निकाल जाहीर होताच कोणत्या राजकीय पक्षाला बहुमत प्राप्त झाले, हे स्पष्ट होते. बहुमतप्राप्त पक्षाच्या नेत्याला राजा मंत्रिमंडळाची निर्मिती करण्यासाठी आमंत्रित करतो. हे आमंत्रण म्हणजेच मंत्रिमंडळाच्या नेत्याची नियुक्ती होय. नेत्याच्या सल्ल्याने राजा मंत्रिमंडळातील इतर मंत्र्याची व त्यांच्या खात्यांची खातेवाटप करीत असतो. तथापि, प्रत्यक्ष व्यवहारात पंतप्रधानांनी सादर केलेल्या यादीनुसार मंत्र्यांची नियुक्ती राजाद्वारे केली जाते. म्हणूनच डॉ. जेनिंग्ज यांनी म्हटले आहे की, 'राजाचे काम मंत्रिमंडळ मिळविण्याचे आहे. स्वत :च्या इच्छेनुसार मंत्रिमंडळ तयार करणे हे राजाचे काम

नाही कारण स्वत : च्या इच्छेने मंत्रिमंडळ बनविण्याचे कार्य केल्यास राजाने पक्षीय राजकारणात भाग घेतला असा त्याचा अर्थ होईल.' परंतु कॉमन्स सभागृहात कोणत्याही पक्षाला बहुमत मिळाले नाही, अशा वेळी देशहित विचारात घेऊन राजा स्वविवेकाने पंतप्रधानांची व मंत्रिमंडळाची नेमणूक करतो. उदा. १९५६ मध्ये अँथनी ईडनच्या राजीनाम्यानंतर सध्याच्या राणीने बटलर व मॅक्‌मिलन यांच्यापैकी मॅक्‌मिलनची पंतप्रधान म्हणून निवड केली होती.

पंतप्रधानांची अधिकृत निवड झाल्यानंतर मंत्रिमंडळातील इतर मंत्र्यांची नावे निश्चित करण्याचे सर्वात कठीण काम त्याला करावे लागते असे वर्णन अनेक माजी पंतप्रधानांनी केले आहे. ही निवड करताना त्याला अनेक दबावाला तोंड द्यावे लागते. शिवाय मंत्रिमंडळाची निवड करताना परंपरा, रूढी, प्रथा, प्रदेश यांचाही ही विचार त्याला करावा लागतो. निवड करताना राज्यांच्या विचारांचा प्रभावही पंतप्रधानांवर पडण्याची शक्यता असते. उदा. १९२५ मध्ये चेंबरलेन यांची परराष्ट्रमंत्री म्हणून निवड केल्यास त्याचे स्वागत केले जाईल, अशी सूचना राजाने केली होती. मंत्रिमंडळातील सहकाऱ्यांची नावे निश्चित करण्याबाबत पंतप्रधानांना पूर्ण स्वातंत्र्य असते असे म्हणता येत नाही; कारण पंतप्रधानाला मंत्रिमंडळामध्ये पक्षातील विविध गटांच्या नेत्यांना प्रतिनिधित्व द्यावे लागते. त्याचप्रमाणे प्रथम श्रेणीच्या मंत्र्यापैकी कमीत कमी तीन व द्वितीय श्रेणीच्या मंत्र्यापैकी कमीतकमी दोन मंत्री हाऊस ऑफ लॉर्ड्‌समधून घेतलेच पाहिजेत असे पंतप्रधानावर बंधन असते. विविध बाबींचा विचार मंत्रिमंडळातील सहकाऱ्यांची नावे निश्चित करताना करावा लागत असल्यामुळेच मंत्रिमंडळांची निर्मिती हे अतिशय अवघड कार्य पंतप्रधानांना करावे लागत असते.

मंत्री होण्यासाठी तो शक्यतो पार्लमेंटचा सदस्य असणे आवश्यक आहे. अर्थात, पार्लमेंटचा सदस्य नसला तरी तो मंत्री होऊ शकतो पण त्याने मंत्रीपदाची शपथ घेतल्यानंतर सहा महिन्यांच्या आत पार्लमेंटचा सदस्य बनणे त्यांच्यावर बंधनकारक असते; अन्यथा त्याला आपल्या पदाचा राजीनामा द्यावा लागतो. मंत्र्याचा कालावधी हा सामान्यपणे पाच वर्षांचा असतो. या कालावधीत एखाद्या मंत्र्याला आपल्या पदाचा राजीनामाही द्यावा लागतो.

मंत्रिमंडळाची रचना व मंत्र्यांचे प्रकार :

मंत्रिपरिषद व मंत्रिमंडळ या राजकारणामध्ये दोन वेगळ्या प्रकारच्या संकल्पना आहेत. मंत्रिपरिषदेत उपमंत्री, राज्यमंत्री व मंत्री या सर्वांचा समावेश होतो. म्हणजेच सर्व मंत्र्यांना मिळून 'मंत्रिपरिषद' असे म्हणतात. मंत्रिपरिषदेत सदस्यांची संख्या ९० च्या आसपास असते. मंत्रिपरिषदेतील प्रमुख असलेल्या मंत्र्यांच्या समूहाला मंत्रिमंडळ असे म्हणतात. स्थूलमानाने मंत्रिमंडळ याचा अर्थ केवळ कॅबिनेट मंत्री हा दर्जा असणाऱ्या मंत्र्यांचे मंडळ होय. यामध्ये १८ ते २० मंत्र्यांचा समावेश असतो; धोरण ठरविणे व निर्णय घेण्याचा अधिकार केवळ मंत्रिमंडळालाच असतो. पंतप्रधानांच्या अध्यक्षतेखाली कॅबिनेट मंत्री हा दर्जा असणाऱ्या मंत्र्यांची बैठक होत असते.

अलीकडच्या काळात पंतप्रधान मंत्रिमंडळातील काही निवडक व विश्वासू मंत्र्यांशी वारंवार विचारविनिमय करतात असे आढळून येते. सामान्यत : मंत्रिमंडळातील तीन किंवा चार मंत्री पंतप्रधानाला विविध बाबींवर सल्ला देण्याचे कार्य करतात. या गटाला 'अंतर्गत मंत्रिमंडळ किंवा किचन कॅबिनेट' अशा नावाने ओळखले जाते. अर्थात, अंतर्गत मंत्रिमंडळ किंवा किचन कॅबिनेट हे अनौपचारिक मंडळ आहे. याला पंतप्रधानांच्या विश्वासू मित्रांच्या लहानसा गट असे संबोधणे योग्य होईल. अंतर्गत मंत्रिमंडळाला कोणतीही सत्ता किंवा स्थान नाही. पंतप्रधानाने घेतलेल्या काही निर्णयांवर किचन कॅबिनेट प्रभाव असतो; केवळ राजकीय दृष्टीनेच अंतर्गत मंत्रिमंडळाला महत्त्व आहे, असे म्हणता येईल.

मंत्रिमंडळ रचनेच्या संदर्भात मंत्रिमंडळाच्या आकारासंबंधी चर्चा करणे आवश्यक ठरते. प्रशासनातील खात्यांची संख्या ठरविण्याचा अधिकार पंतप्रधानाला आहे. पंतप्रधान एकाच खात्याचे विभाजन करून दोन खाती निर्माण करू शकतो. पंतप्रधानाचा हा अधिकार लक्षात घेतला तर मंत्रिमंडळाचा आकार हा पंतप्रधानांच्या इच्छेनुसार निर्धारित होत असतो, असे म्हणता येईल.

मंत्रिमंडळाची कार्यपद्धती :

मंत्रिमंडळाची बैठक आमंत्रित करण्याचा अधिकार पंतप्रधानाला आहे. बैठकीच्या अध्यक्षस्थानी पंतप्रधानच असतो. सामान्यपणे मंत्रिमंडळाची बैठक आठवड्यातून दोन वेळा नियमितपणे होते. पार्लमेंटचे अधिवेशन सुरू असताना तसेच गंभीर स्वरूपाची राष्ट्रीय समस्या निर्माण झाल्यास, मंत्रिमंडळाची विशेष बैठक बोलावली जाते. पंतप्रधानाचे निवासस्थान असलेल्या '१० डाउनिंग स्ट्रीट' या इमारतीतच मंत्रिमंडळांच्या बैठकी होतात. तथापि, मंत्रिमंडळाची बैठक केव्हा आणि कोठे घ्यायची हे ठरविण्याचा अधिकार पंतप्रधानाला आहे.

मंत्रिमंडळाच्या बैठकीत कोणत्या प्रश्नावर चर्चा करावयाची हे ठरविण्याचा अधिकार पंतप्रधानाला आहे. मंत्रिमंडळाच्या बैठकीची कार्यक्रमपत्रिका पंतप्रधानांच्या संमतीनेच तयार केली जाते. कार्यक्रमपत्रिकेचा मसुदा प्रत्यक्ष बैठक होण्यापूर्वी कॅबिनेट मंत्र्याकडे पाठवला जातो. या पद्धतीमुळे ज्या प्रश्नांवर चर्चा करावयाची आहे त्यांच्या मंत्र्याला अभ्यास करता येतो. तसेच त्याबाबतचे निश्चित स्वरूपाचे विचार बैठकीत मांडता येतात. कार्यक्रमपत्रिका तयार झाल्यानंतर एखाद्या तातडीच्या प्रश्नावर पंतप्रधानाच्या संमतीने चर्चा करता येते; विभिन्न खात्याचे मंत्री आपापल्या खात्याशी संबंधित महत्त्वपूर्ण प्रश्न व प्रस्ताव प्रामुख्याने धोरणात्मक प्रश्नांशी संबंधित असतात. या विभिन्न प्रस्तावांपैकी कोणत्या खात्याच्या प्रस्तावावर चर्चा करावयाची, हे पंतप्रधान ठरवतो.

मंत्रिमंडळ बैठकीत कार्यक्रमपत्रिकेतील विषयावर चर्चा होते. प्रत्येक मंत्र्याला स्वत :चे मत व्यक्त करता येते. सामान्यत : एकमत होईपर्यंत चर्चा सुरू असते. एकमत न झाल्यास बहुमताने निर्णय घेतला जातो. मंत्रिमंडळ बैठकीचे कामकाज गुप्त स्वरूपाचे असते. मंत्रिमंडळ बैठकीत होणाऱ्या चर्चेच्या नोंदी लेखी स्वरूपात ठेवण्याची कार्ये कॅबिनेट सचिव करीत असतो. ही पद्धती अलीकडच्या काळात निर्माण झाली आहे. या नोंदीची कागदपत्रे गोपनीय स्वरूपात ठेवली जातात. यामुळे बैठकीत कोणती चर्चा झाली? कोणत्या मंत्र्यांनी विचार मांडले, इ. गोष्टींची माहिती गुप्त स्वरूपात राहते. कोणत्याही मंत्र्याला राजीनामा दिल्यानंतर देखील ही माहिती जाहीर करता येत नाही. मंत्रिमंडळाच्या बैठकीत एकमत किंवा बहुमत यापैकी कोणत्याही प्रकारे निर्णय झाला, तरीही तो निर्णय संपूर्ण मंत्रिमंडळाचा असतो. प्रत्येक मंत्री त्या निर्णयाचे समर्थन करतो. मंत्रिमंडळाच्या या विशिष्ट कार्यपद्धतीतूनच 'मंत्रिमंडळाची आधारभूत तत्त्वे' निर्माण झाली आहे.

मंत्रिमंडळाच्या कार्यपद्धतीची चर्चा करीत असताना, मंत्रिमंडळाच्या उपसमित्या संबंधीची माहिती समजून घेणे आवश्यक आहे. इ. स. १९१६ ते १९ या काळात, म्हणजेच पहिल्या महायुद्धाच्या काळात 'युद्धमंडळ' नियुक्त करण्यात आले होते. या मंडळात पंतप्रधानांसह कॅबिनेट दर्जाचे पाच मंत्री होते; हाच मंत्रिमंडळ उपसमितीचा प्रारंभ होय. महायुद्धानंतरच्या काळात मंत्रिमंडळांच्या कार्यात बरीच वाढ झाली. यामुळे मंत्रिमंडळाला कार्यक्षमतेने व तत्परतेने कार्य करता यावे यासाठी मंत्रिमंडळ उपसमिती नियुक्त करण्याची पद्धती रूढ झाली. मंत्रिमंडळाच्या उपसमितीत तीन ते पाच कॅबिनेट दर्जाचे मंत्री असतात. त्यांची नियुक्ती पंतप्रधान करतो; ही उपसमिती संबंधित प्रश्नांवर सर्वांगीण अभ्यास व चर्चा करते. उपसमिती आपल्या कार्याचा अहवाल मंत्रिमंडळाला सादर करते, त्या प्रश्नावर अंतिम निर्णय मंत्रिमंडळाच्या बैठकीत

घेतला जातो. उपसमितीने या प्रश्नाचा सर्वांगीण विचार केला असल्यामुळे संपूर्ण मंत्रिमंडळाला त्याबाबत सखोल व सविस्तर चर्चा करण्याची गरज राहत नाही, परिणामी मंत्रिमंडळाला अधिक कार्यक्षमतेने व शीघ्रतेने निर्णय घेता येतो. अर्थसमिती, संरक्षण समिती यासारख्या काही स्थायी स्वरूपाच्या मंत्रिमंडळ उपसमित्या आहेत तसेच विशिष्ट प्रकारचा सखोल अभ्यास करण्यासाठी अस्थायी स्वरूपाच्या उपसमित्या देखील नियुक्त केल्या जातात.

मंत्रिमंडळाची आधारभूत तत्त्वे :

ब्रिटिश मंत्रिमंडळाच्या कार्यपद्धतीचा अभ्यास करताना मंत्रिमंडळ व्यवस्थेची काही आधारभूत तत्त्वे आहेत, हे लक्षात येते. या आधारभूत तत्त्वाची स्वतंत्रपणे चर्चा करणे आवश्यक ठरते. सर्वात महत्त्वाचे म्हणजे शासकीय शासनव्यवस्थेतील मंत्रिमंडळ हे अन्य शासनव्यवस्थेतील मंत्रिमंडळापेक्षा कसे भिन्न असते, ही गोष्ट या आधारभूत तत्त्वांमधून स्पष्ट होते, म्हणून ब्रिटिश मंत्रिमंडळाच्या आधारभूत तत्त्वांच्या अभ्यासाला महत्त्व प्राप्त झाले आहे.

(१) मंत्रिमंडळाची सामूहिक जबाबदारी : सामूहिक जबाबदारी या तत्त्वातून मंत्रिमंडळातील सर्व मंत्र्यांचे एकाच वेळेस सत्तेवर राहणे किंवा सत्ता गमाविणे असा अर्थ सूचित होतो. म्हणूनच मंत्र्याचे एखाद्या प्रश्नासंबंधी स्वत:चे खासगी मत कोणतेही असले तरी त्या प्रश्नाबाबत मंत्रिमंडळाच्या धोरणाचे त्याला समर्थन करावे लागते. दुसऱ्या शब्दांत, मंत्रिमंडळाने ठरविलेल्या धोरणाबाबत किंवा निर्णयाबाबत कोणत्याही मंत्र्याला असहमती व्यक्त करता येत नाही, मंत्रिपदाचा राजीनामा दिल्यानंतरच शासकीय धोरणासंबंधी असहमती व्यक्त करता येते. पार्लमेंटमध्ये कोणत्याही खात्याच्या कार्यावर टीका केली जाते, या टीकेचा रोख संबंधित खात्यांच्या मंत्र्यावर असतो. परंतु, त्या खात्याचे धोरण ठरविण्यात सर्वच कॅबिनेट मंत्री सहभागी झालेले असतात; म्हणून प्रत्येक कॅबिनेट मंत्र्याला अन्य खात्यांच्या धोरणांचे समर्थन करावेच लागते. या तत्त्वामुळेच संपूर्ण मंत्रिमंडळ या पद्धतीने एक टीम म्हणून कार्य करू शकते. पंतप्रधानाने तातडीच्या स्वमताने निर्णय घेतला तरी त्याचे समर्थन सर्व कॅबिनेट मंत्र्यांना करावे लागते. पंतप्रधानाने निर्णय घेताना चर्चा केली नव्हती, या आधारावर कोणताही मंत्री सामूहिक जबाबदारीच्या तत्त्वातून मुक्त होऊ शकत नाही. सामूहिक जबाबदारीच्या तत्त्वामुळे केवळ मंत्रिमंडळाची नव्हे तर पंतप्रधानांची देखील स्थिती मजबूत होते; तसेच विरोधी पक्षाच्या शासकीय धोरणावरील टीकेच्या भडिमाराला यशस्वीरीत्या तोंड देणे मंत्रिमंडळाला व सत्ताधारी पक्षाला शक्य होते. यावर विचार व्यक्त करताना क्विटीन हॉग ने असे म्हटले आहे, की सामूहिक जबाबदारी ब्रिटिश मंत्रिमंडळ कार्यपद्धतीचा मूळ आधार आहे.

(२) मंत्र्यांची वैयक्तिक जबाबदारी : मंत्रिमंडळातील प्रत्येक मंत्री हा त्याच्या खात्याशी संबंधित असणारी प्रशासकीय कार्ये व धोरणांची अंमलबजावणी करताना काही गैरव्यवहार झाल्याचे सिद्ध झाल्यास त्याला आपल्या मंत्रिपदाचा राजीनामा द्यावा लागतो. वैयक्तिक जबाबदारीच्या तत्त्वामध्ये प्रत्येक मंत्री हा त्याच्याशी संबंधित असणाऱ्या सर्व बाबींच्या सार्वजनिक प्रवक्ता असतो. तसेच खात्याच्या प्रशासकीय रचनेचा रक्षणकर्ता असतो. या दोन्ही कल्पना अंतर्भूत आहेत. मंत्र्याला आपल्या खात्याच्या कारभाराशी संबंधित बाबींबाबत कॉमन्स सभागृहाचे समाधान करता आले नाही तर राजीनामा द्यावा लागतो. तथापि, काही वेळा घडलेल्या घटनांची वैयक्तिक स्वरूपाची जबाबदारी ही संबंधित विशिष्ट मंत्र्यावर असताना देखील पंतप्रधान त्याला राजीनामा देण्यास परवानगी देत नाही; कारण संबंधित मंत्र्याची राजकीय दृष्टीने उपयुक्तता महत्त्वपूर्ण आहे असे पंतप्रधानाला वाटते. उदा. १९५४ मध्ये जमीन खरेदी प्रकरणातील घोटाळयामुळे कृषिमंत्री अडचणीत आले असतानाही त्यांना राजीनामा देण्याची तत्कालीन पंतप्रधानाने संबंधित मंत्र्याला पूर्ण पाठिंबा दिला, तर वैयक्तिक जबाबदारीच्या तत्त्वाला अर्थ राहत नाही. म्हणून

वैयक्तिक जबाबदारीच्या तत्त्वाची प्रत्यक्ष व्यवहारातील अमंलबजावणी ही सर्वस्वी पंतप्रधानाच्या इच्छेवर व भूमिकेवर अवलंबून असते; हे लक्षात घेणे आवश्यक ठरते.

(३) गुप्तता : ब्रिटिश मंत्रिमंडळ व्यवस्थेचे गुप्तता हे आधारभूत तत्त्व महत्त्वपर्ण आहे. या तत्त्वामुळे मंत्रिमंडळाच्या बैठकीत प्रत्येक मंत्र्याला संबंधित बाबींवर स्वत :चे मत मोकळया मनाने मांडता येते. एखाद्या प्रश्नावर मंत्र्याचे मतभेद असले तरी या गुप्ततेच्या तत्त्वामुळे त्यांची वाच्यता करता येत नाही. यामुळे संपूर्ण मंत्रिमंडळ आपल्यामध्ये मतभेद नाहीत असे दर्शवू शकते. परिणामी सामूहिक जबाबदारीच्या तत्त्वाचे पालन करणे मंत्रिमंडळाला शक्य होते; अशा प्रकारे गुप्ततेचे तत्त्व सामूहिक जबाबदारीच्या तत्त्वास साहाय्यभूत ठरते.

(४) राजकीय एकजीनसीपणा : विशिष्ट राजकीय कार्यक्रम, राजकीय ध्येय व उद्दिष्टे, राजकीय कार्यपद्धती आदींबाबत समान विचार किंवा विचारसरणी असणारा समूह असा राजकीय एकजिनसीपणा या संज्ञेचा शब्दश : अर्थ आहे. राजकीय एकजिनसीपणा या तत्त्वामुळे संपूर्ण मंत्रिमंडळाला सामूहिकरीत्या कार्य करणे तसेच सामूहिक जबाबदारीच्या तत्त्वाचे पालन करणे शक्य होते. एकाच राजकीय पक्षाला स्पष्ट बहुमत प्राप्त होऊन बहुमताच्या आधारावर निर्माण झालेल्या मंत्रिमंडळामध्ये राजकीय एकजिनसीपणा असतो; दोन किंवा त्यापेक्षा अधिक पक्षांच्या मंत्रिमंडळांमध्ये देखील राजकीय एकजिनसीपणा असतो. उदा. इंग्लंडमध्ये युद्ध किंवा राष्ट्रीय संकटकाळात 'राष्ट्रीय सरकार' स्थापन केले जाते. राष्ट्रीय सरकार म्हणजे मंत्रिमंडळात सर्व प्रमुख राजकीय पक्षांचे सभासद असणे होय; अशा स्थितीत पक्षीय मतभेद बाजूला ठेवून काही किमान राजकीय बाबींवर सर्वांचे एकमत किंवा सहमती असते; म्हणजेच राजकीय एकजिनसीपणाचे तत्त्व मान्य असल्याशिवाय सामूहिकपणे कार्य करणे मंत्रिमंडळाला शक्य नाही; हे लक्षात घेणे आवश्यक ठरते.

(५) एक नेतृत्व : राजकीय एकजिनसीपणा या तत्त्वामुळे मंत्रिमंडळाच्या सभासदांमध्ये एकवाक्यता निर्माण होते. ही एकवाक्यता निर्माण होण्यास एक नेतृत्व हे तत्त्वदेखील कारणीभूत असते. संपूर्ण मंत्रिमंडळाचा नेता पंतप्रधान असतो. एक नेतृत्व या तत्त्वाच्या आधारावरच पंतप्रधानाला मंत्र्यामधील मतभेद कमी करणे किंवा समाप्त करणे शक्य होते. तसेच विभिन्न खात्यांच्या मंत्र्यांना मार्गदर्शन करणे, मंत्रिमंडळामध्ये फेरबदल करणे आदी बाबी एक नेतृत्व या तत्त्वावरच आधारित आहे. एक नेतृत्वाचे तत्त्व असल्यामुळेच पंतप्रधानाला मंत्रिमंडळ बैठकीचे अध्यक्षस्थान भूषविणे व मंत्रिमंडळ बैठकीची कार्यक्रमपत्रिका स्वत :च्या इच्छेनुसार तयार करणे शक्य होते; अर्थात सर्व मंत्र्यांना पंतप्रधानांशी जुळवून घ्यावे लागते आणि हे ज्याला शक्य नसेल त्याला राजीनामा द्यावा लागतो.

(६) राजाचे स्थान मंत्रिमंडळाबाहेर : ब्रिटनचा राजा शासक असल्यामुळे कार्यकारीमंडळाचा तो एक अविभाज्य घटक आहे; असे असूनही त्याचा मंत्रिमंडळात समावेश नसतो.

(७) एकता : मंत्रिमंडळाचे सदस्य केवळ एकाच राजकीय पक्षाचे किंवा एकाच विचारसरणीचे असून चालत नाही तर त्यांनी आपले ऐक्य जनतेसमोर आणि पार्लमेंटमध्ये सिद्ध केले पाहिजे. उदा. मंत्र्याने एकमेकाविरूद्ध बोलू नये किंवा टीका करू नये व शक्यतो मंत्रिमंडळाने स्वीकारलेल्या ध्येयधोरणाला एकमुखाने पाठिंबा दिला पाहिजे. एकतेमध्येच मंत्रिमंडळाचे सामर्थ्य असते. याविषयी लॉर्ड मेलबोर्न यांनी आपल्या मंत्रिमंडळास सांगितले होते की, आपण काय म्हणतो याला महत्त्व नसून आपण जे काही म्हणतो ते एकमुखाने म्हणतो की नाही, हे महत्त्वाचे आहे.

ब्रिटिश मंत्रिमंडळ व्यवस्थेच्या यशस्वी कार्यपद्धतीचे रहस्य वर उल्लेखित केलेल्या आधारभूत तत्त्वांमध्ये दडले आहे म्हणून कोणत्याही शासनव्यवस्थेतील मंत्रिमंडळ हे संसदीय पद्धतीनुसार कार्य करणारे आहे की नाही, हे ठरविण्याचे निकष किंवा कसोटी म्हणून या आधारभूत तत्त्वांचाच विचार आपणास करावा लागतो.

याच कारणामुळे ब्रिटिश मंत्रिमंडळ व्यवस्थेच्या वर उल्लेखित आधारभूत तत्त्वांच्या अभ्यासाला तुलनात्मक राजकारणात महत्त्व प्राप्त झाले आहे.

मंत्रिमंडळाची कार्ये :

ब्रिटनचे मंत्रिमंडळ हेच शासनव्यवस्थेचे केंद्रस्थान आहे. प्रा. डायसी यांच्या मते 'राज्याची प्रत्येक कृती राजपदाच्या नावाने केली जात असली तरी ब्रिटनचे खरे कार्यकारीप्रमुख मंत्रिमंडळ हेच आहे.' शासन किंवा राज्यकारभार करणारी सर्वश्रेष्ठ सत्ता या एकाच घटकावर भर देऊन मंत्रिमंडळाच्या कार्याचा अभ्यास केला तर त्यामुळे वैधानिक दृष्टीने मंत्रिमंडळाला कोणते अधिकार आहेत; हे तर स्पष्ट होतेच; याशिवाय दैनंदिन जीवनातील राजकीय घटनांचे स्पष्टीकरण अधिक सुसंगतपणे करणे शक्य होते.

(१) शासकीय धोरण ठरविणे : राष्ट्रीय व आंतरराष्ट्रीय स्तरावरील विविध प्रश्नांवर चर्चा करून मंत्रिमंडळ ब्रिटनचे शासकीय धोरण निश्चित करते. यामध्ये अंतर्गत धोरण तसेच परराष्ट्रीय धोरण या दोघांचाही समावेश होतो. देशात तसेच देशाबाहेर घडणाऱ्या महत्त्वपूर्ण प्रचलित समस्येसंबंधी अंतिम स्वरूपातील शासकीय धोरण ठरविण्याचा अधिकार मंत्रिमंडळाला आहे. व्यापार, उद्योगधंदे, शिक्षण, संरक्षण, आर्थिक स्थिती आदी बाबींवर धोरण ठरविण्याचा व निर्णय घेण्याची सत्ता मंत्रिमंडळाला प्राप्त झाली आहे.

धोरणासंबंधी निर्णय घेतल्यानंतर त्यास कायदेशीर स्वरूप देण्यासाठी प्रत्येक संबंधित खात्याच्या मंत्र्यातर्फे विधेयके पार्लमेंटमध्ये मांडली जातात. या विधेयकांवर पार्लमेंटमध्ये चर्चा झाल्यानंतर बहुमताने त्यास मंजुरी प्राप्त होते. याचा अर्थ मंत्रिमंडळाच्या धोरणाला पार्लमेंटचे समर्थन प्राप्त होते, असा होतो. मंत्रिमंडळातील प्रत्येक मंत्र्याला आपल्या खात्याशी संबंधित ठरलेल्या राष्ट्रीय धोरणाची व पार्लमेंटने मंजूर केलेल्या विधिनियमांची अंमलबजावणी स्थायी स्वरूपातील सनदी नोकरवर्गातर्फे करावी लागते. पार्लमेंटमध्ये सादर करण्यात येणाऱ्या शासकीय विधेयकाबाबत तसेच प्रशासकीय यंत्रणेद्वारे होणाऱ्या कृतींबाबत मंत्रिमंडळचं जबाबदार असते; अशा प्रकारे धोरण ठरविणे व त्याची अंमलबजावणी करण्याच्या कार्यामधून मंत्रिमंडळाला प्रशासकीय व विधिविषयक व्यापक स्वरूपाची सत्ता प्राप्त होते. अर्थव्यवस्था, शिक्षण, आरोग्य, उद्योगधंदे, संरक्षण यासारख्या सर्वच विषयांबाबत मंत्रिमंडळाला सत्ता प्राप्त झालेली असते.

(२) पार्लमेंटने मंजूर केलेल्या राष्ट्रीय धोरणावर सर्वोच्च नियंत्रण : ब्रिटिश जनतेचे निर्वाचित प्रतिनिधी पार्लमेंटमध्ये असतात ते जनतेची इच्छा व्यक्त करतात. पार्लमेंटने मंजूर केलेल्या धोरणाची प्रशासकीय यंत्रणेद्वारे अंमलबजावणी करण्याची जबाबदारी मंत्रिमंडळावर असते. म्हणूनच संपूर्ण प्रशासकीय यंत्रणेला सूचना देण्याच्या व सर्व प्रशासकीय कार्यावर नियंत्रण ठेवण्याचा अधिकार मंत्रिमंडळाला असतो. प्रशासकीय यंत्रणेद्वारेच मंत्रिमंडळाचे संपूर्ण देशावर दृढ नियंत्रण होते अशा प्रकारे पार्लमेंटने मंजूर केलेल्या धोरणावर मंत्रिमंडळाचे सर्वोच्च नियंत्रण असल्यामुळे संपूर्ण राष्ट्रात मंत्रिमंडळाची सत्ता प्रस्थापित झालेली असते; मंत्री त्याच्या खात्याच्या प्रशासनाबाबत पार्लमेंटला जबाबदार असतात.

(३) शासनाच्या विविध खात्यांमध्ये समन्वय : मंत्रिमंडळाला शासनाच्या विभिन्न खात्यामध्ये सातत्याने समन्वय निर्माण करण्याचे कार्य करावे लागते. त्याचबरोबर प्रत्येक खात्याच्या अधिकारक्षेत्रांची मर्यादा सुनिश्चित करण्याचे कार्यही मंत्रिमंडळच करीत असते. या कार्यामुळेच प्रशासकीय यंत्रणा सुरळीत व यशस्वीपणे कार्य करू शकते. खात्याचे अधिकारक्षेत्र व खात्यांद्वारे होणारी कार्ये यासंबंधी मंत्र्यामधील मतभेद परस्पर चर्चेद्वारे दूर केले जातात किंवा पंतप्रधानांच्या मध्यस्थीद्वारे समाप्त केले जातात.

(४) आर्थिक कार्ये : देशाच्या आर्थिक बाबींसंबंधीची अंतिम जबाबदारी मंत्रिमंडळावर असते. राज्यकारभारासाठी लागणारा पैसा उभारणे, नवीन कर बसविणे, खर्चावर नियंत्रण ठेवणे आणि कोणत्या

बाबींवर किती खर्च करावा याचा निर्णय घेणे यासारखे कार्य मंत्रिमंडळच करीत असते. मंत्रिमंडळाला शासनाचा विभिन्न अर्थसंकल्प तयार करण्याच्या कार्यामुळे मंत्रिमंडळाचे संपूर्ण अर्थव्यवस्थेवर नियंत्रण प्रस्थापित होते.

(५) कायदेविषयक कार्ये : ब्रिटनचे मंत्रिमंडळ कायदेविषयक क्षेत्रांत महत्त्वपूर्ण भूमिका बजावत असते. बेजहॉटने त्याचे वर्णन कार्यकारी आणि कायदेमंडळ यांना जोडणारा दुवा अशा शब्दांत केले आहे. मंत्रिमंडळ पार्लमेंटचे नेतृत्व करीत असते; त्यामुळे मंत्रिमंडळास बरेच कायदेविषयक अधिकारही मिळालेले आहेत. मंत्रिमंडळाच्या सल्ल्यानेच पार्लमेंटचे अधिवेशन बोलाविले जाते किंवा तहकूब केले जाते. पार्लमेंटमध्ये महत्त्वाची विधेयके मंत्रिमंडळांच्या सदस्यांकडूनच मांडली जातात. पार्लमेंटच्या उद्घाटनप्रसंगी राजाने करावयाचे भाषण मंत्रिमंडळच तयार करते. मंत्रिमंडळास कराव्या लागणाऱ्या वरील महत्त्वपूर्ण कायदेविषयक कार्यामुळे असे म्हटले जाते की, आता हाउस ऑफ कॉमन्स मंत्रिमंडळावर नियंत्रण ठेवीत नाही तर मंत्रिमंडळच हाऊस ऑफ कॉमन्सवर नियंत्रण ठेवीत असते.

मंत्रिमंडळ शासनपद्धतीची वैशिष्ट्ये :

(१) ब्रिटनच्या मंत्रिमंडळात राजाचा सहभाग नसतो म्हणजेच तो नामधारी असतो.
(२) ब्रिटन शासनाचे सर्व अधिकार मंत्रिमंडळ वापरते.
(३) मंत्रिमंडळाने घेतलेले निर्णय राजा ताबडतोब मान्य करतो.
(४) कोणत्या ना कोणत्या सभागृहाचे मंत्रिमंडळातील सदस्य सभासद असावेच लागतात. नसतील तर सहा महिन्यांच्या आत त्यांना कोणत्यातरी सभागृहाचे सभासदत्व मिळवावे लागते अन्यथा मंत्रिपदाचा राजीनामा द्यावा लागतो.
(५) राजा व जनता यांच्यामधील दुव्याचे काम मंत्रिमंडळ करते.
(६) मंत्रिमंडळातील सर्व निर्णय बहुमताने घेतले जातात.
(७) कॅबिनेटच्या विरोधी वर्तन करणाऱ्या मंत्र्याला आपल्या पदाचा राजीनामा द्यावा लागतो.
(८) मंत्रिमंडळ राजाला सल्ला देण्याचे काम करते.
(९) मंत्रिमंडळ संसदेला जबाबदार असते.
(१०) संसदेने जर मंत्रिमंडळाविरूद्ध अविश्वासाचा ठराव पास केला तर मंत्रिमंडळाला राजीनामा द्यावा लागतो.
(११) मंत्रिमंडळाचे सर्व कामकाज अतिशय गुप्ततेने चालते.

मंत्रिमंडळाची हुकूमशाही :

'सामूहिक जबाबदारी' हे संसदीय शासनव्यवस्थेचे मंत्रिमंडळाचे पार्लमेंटबाबतीत आधारभूत तत्त्व आहे. मंत्रिमंडळातील कोणत्याही मंत्र्याकडून देशहिताला बाधक अशा स्वरूपाचे वर्तन झाल्यास संसद किंवा पार्लमेंट मंत्रिमंडळाला अविश्वासाच्या ठरावाद्वारे राजीनामा देण्यास भाग पाडते, असा अर्थ मंत्रिमंडळ शासनव्यवस्थेच्या आधारभूत तत्त्वांमध्ये समाविष्ट आहे; परंतु संघटित पक्ष, पक्षशिस्त पाळण्याचे बंधन आदी कारणांमुळे संसदेला मंत्रिमंडळाच्या कार्यांवर पूर्वीप्रमाणे नियंत्रण ठेवता येत नाही. याउलट बहुमताच्या आधारावर मंत्रिमंडळांच्या प्रत्येक कृतीचे व निर्णयाचे समर्थन संसदेद्वारे केले जाते. त्यामुळे २० व्या शतकात ब्रिटनच्या राज्यव्यवस्थेत मंत्रिमंडळाची हुकूमशाही अथवा मंत्रिमंडळाची सर्वशक्तिमान स्थिती निर्माण झाली आहे असे मत डॉ. जेनिंग्ज रॅम्से मूर यांच्यासारख्या राजकारणाचे प्रसिद्ध अभ्यासक व्यक्त

करू लागले. ब्रिटनच्या राज्यव्यवस्थेत मंत्रिमंडळाची हुकूमशाही निर्माण झाली आहे. या विचारांचे समर्थन पुढील मुद्द्यांच्या आधारे केले जाते.

(१) प्रशासकीय क्षेत्र : मंत्रिमंडळाला राष्ट्रीय धोरणाची आणि संसदेने मंजूर केलेल्या कायद्याची अंमलबजावणी करावी लागते. प्रशासकीय क्षेत्राचा प्रचंड प्रमाणात महायुद्धानंतरच्या काळात विस्तार झाला आहे; परिणामी प्रशासकीय क्षेत्रांत मंत्रिमंडळाची सत्ता वाढली आहे कारण 'सार्वजनिक शांतता व सुरक्षेला बांधा' या नावाखाली किंवा सबबीखाली मंत्री पार्लमेंटमध्ये विचारलेल्या प्रश्नांची उत्तरे देखील देत नाहीत.

(२) विधिनियमनिर्मितीचे क्षेत्र : पार्लमेंटच्या अधिवेशनाचा कालावधी, अधिवेशन काळातील कामकाजाची रूपरेषा ही निश्चित करण्यामध्ये मंत्रिमंडळाचा सहभाग असतो. अधिवेशनात कोणती विधेयके सादर करावयची हे मंत्रिमंडळ ठरविते. खासगी विधेयकांना मंत्रिमंडळाने विरोध केला नाही तरच मंजुरी मिळते. वर्तमानकाळात मंत्रिमंडळाने सादर केलेल्या गोष्टींना मान्यता देणारी संस्था असे पार्लमेंटचे स्वरूप झाले आहे; म्हणून पार्लमेंटच्या सत्ता मंत्रिमंडळाने बळकावल्या आहेत; असे म्हणावे लागते. अनेकदा विधेयकांवर सविस्तर चर्चा करण्यास पार्लमेंटच्या दोन्ही सभागृहांना वेळ उपलब्ध नसतो; पार्लमेंटच्या कार्यांमध्ये वृद्धी झाल्यामुळे ही स्थिती निर्माण झाली आहे; अशा स्थितीत विधेयकांच्या रूपरेषेवर चर्चा करून त्याला पार्लमेंट मंजुरी देते. विधेयकातील तपशीलवार कलमे व उपनियम तयार करण्याचे कार्य शासकीय खात्यांकडे सोपविले जाते; याला 'प्रत्यायुक्त विधान' असे म्हणतात.

(३) आर्थिक क्षेत्र : राष्ट्राच्या अर्थव्यवस्थेवर तर मंत्रिमंडळाचेच पूर्ण नियंत्रण असते. धनविधेयक व अर्थसंकल्प पार्लमेंटमध्ये सादर करण्याचा अधिकार फक्त मंत्रिमंडळालाच आहे. सभागृहातील अन्य सभासद धनविधेयक मांडू शकत नाहीत. खात्याच्या खर्चामध्ये कपात करावी अशा प्रकारची कपातीची सूचना सदस्य मांडू शकतो. सभागृहात बहुमत मंत्रिमंडळाच्या मागे असते. यामुळे ही कपात सूचना बहुमताने फेटाळली जाते, अशा प्रकारे सभागृहाच्या सभासदांना धनविधेयक मांडता येत नाही; तसेच खात्याच्या खर्चामध्ये कपात करणारी सूचना नामंजूर होते म्हणून पार्लमेंट मंत्रिमंडळाच्या आर्थिक कार्यावर प्रभावी नियंत्रण ठेवू शकत नाही; त्यामुळे आर्थिक क्षेत्रातील सत्तेबाबत मंत्रिमंडळाची स्थिती मजबूत झाली आहे.

अशा प्रकारे पार्लमेंटचे मंत्रिमंडळावरील नियंत्रण पूर्वीप्रमाणे प्रभावी राहिले नाही म्हणून ब्रिटिश मंत्रिमंडळाची हुकूमशाही निर्माण झाली आहे किंवा मंत्रिमंडळाची स्थिती सर्वशक्तिमान झाली आहे असे राजकीय अभ्यासकांना वाटते.

'मंत्रिमंडळाची हुकूमशाही' टीकात्मक समीक्षण :

ब्रिटनच्या संवैधानिक रचनेत मंत्रिमंडळयंत्रणा आहे ही बाब सत्य आहे; तथापि, सर्वशक्तिमान स्थितीमुळे मंत्रिमंडळाची हुकूमशाही निर्माण झाली आहे; अशी विधाने करणे पुढील कारणामुळे अयोग्य ठरते-

(१) पार्लमेंटचे सर्वोच्च स्थान हे संसदीय पद्धतीचे आधारभूत तत्त्व होय. या तत्त्वाचे स्वरूप वर्तमानकाळात बदलले आहे. 'पार्लमेंटला प्रतिसाद देणारे मंडळ' असे या तत्त्वाचे स्वरूप झाले आहे. दुसऱ्या शब्दांत, संसदीय शासनपद्धतीत मंत्रिमंडळाचे अस्तित्व पार्लमेंटच्या विश्वासावरच अवलंबून असते; या तत्त्वाला वर्तमानकालीन स्थितीमध्ये धक्का बसला नाही; हे पुढील उदाहरणावरून स्पष्ट होते. पंतप्रधान ॲथनी इडन यांना सुएझ प्रकरणात आणि पंतप्रधान मॅकमिलन यांना प्रोफ्युमो प्रकरणात पार्लमेंटमध्ये होणाऱ्या टीकेकडे दुर्लक्ष करून बहुमताच्या बळावर शासनकारभार करणे मंत्रिमंडळाला शक्य झाले नाही.

(२) ब्रिटिश मंत्रिमंडळ हे संविधान चौकटीबाहेरील दबावाच्या राजकारणापासून पूर्णतः मुक्त नाही. काही वर्षांपूर्वी पक्षशिस्त, मजबूत संघटन व द्विपक्ष पद्धती या कारणांमुळे दबावगटांच्या कार्याला ब्रिटनमध्ये

वाव नाही असे समजले जाते. तथापि, अलीकडच्या काळातील अभ्यासकांनी कामगार संघटना, उद्योगपतींची संघटना यासारख्या दबाव गटांच्या कार्यांचा प्रभाव ब्रिटनमध्येही आहे, असे स्पष्ट केले आहे. हितसंबंधी व दबावगटांच्या प्रभावापासून कोणतीही शासनव्यवस्था आधुनिक काळात मुक्त राहू शकत नाही; असे वर्तमानकालीन राजकारणीय अभ्यासकांना वाटते. विविध संघटना दबाव गट म्हणून मंत्रिमंडळावर यशस्वीरीत्या प्रभाव टाकतात; याचा अर्थ मंत्रिमंडळाची हुकूमशाही निर्माण होऊ शकत नाही, असा होतो.

(३) वर्तमानकाळात मंत्रिमंडळाच्या हुकूमशाहीवर लोकमताचे प्रभावी नियंत्रण असते. लोकशाही व्यवस्थेतील कोणतेही मंत्रिमंडळ लोकमताकडे दुर्लक्ष करून किंवा त्यांचा अनादर करून कारभार करू शकत नाही. लोकमताचा आदर मंत्रिमंडळाला करावा लागतो; या संदर्भात अनेक उदाहरणे नमूद करता येतात. उदा. चेंबरलेन मंत्रिमंडळाने ब्रिटनमधील जनतेचे समाधान करण्यासाठीच दुसऱ्या महायुद्धाच्या प्रारंभी राजीनामा दिला होता.

वरील तीन मुद्यांचा विचार केला तर मंत्रिमंडळाची हुकूमशाही निर्माण झाली आह; या विधानाचे खंडन होते, म्हणून कॉमन्स सभागृहात व्यक्त होणाऱ्या लोकमताच्या आधारे ब्रिटिश मंत्रिमंडळाची स्थिती वर्चस्वपुर्ण झाली आहे असे विधान करणे अधिक सुसंगत ठरते. कॉमन्स सभागृहातील बहुमत हे राजकीय कृती करण्याबाबत मंत्रिमंडळाचे हात मजबूत करते. वर्तमानकाळात मंत्रिमंडळाच्या पार्लमेंटसंबंधीचा प्रतिसाद लक्षात घेता 'मंत्रिमंडळाची पार्लमेंटसंबंधीची जबाबदारी' या तत्त्वाच्या अर्थात काही प्रमाणात बदल झालेला आहे, असे म्हणता येईल.

(२) कायदेमंडळ : रचना, अधिकार व कार्ये

ब्रिटनच्या कायदेमंडळास 'पार्लमेंट' किंवा 'संसद' असे म्हणतात. ब्रिटनचे पार्लमेंट हे जगातील सर्वात जुने व पहिले कायदेमंडळ समजण्यात येते. याची निर्मिती ही योगायोगाने पण सुमारे सातशे वर्षांपूर्वी झालेली आहे. इ. स १२९१ मध्ये जॉन राजाने बोलावलेल्या मॅग्नम कौन्सिलियम म्हणजेच महासमितीच्या सभेतून पार्लमेंटचा उदय झाला. १२९५ ला पहिल्या एडवर्डने जी सभा बोलावली होती तिलाच 'मॉडेल पार्लमेंट' असे म्हटले जाते; त्यावेळी ते एकगृही पार्लमेंट होते. पुढे ५० वर्षानंतर म्हणजेच १४ व्या शतकात कॉमन्स सभा निर्माण झाली व द्विगृही विधीमंडळ असे स्वरूप ब्रिटनच्या पार्लमेंटला प्राप्त झाले. ब्रिटनला द्विगृहा कायदेमंडळाचे जन्मस्थान म्हटले जाते; कारण जगात सर्वात प्रथम ब्रिटनमध्येच कायदेविषयक कार्यासाठी दोन सभागृहांचा उपयोग करण्यात आला; म्हणूनच ब्रिटिश पार्लमेंटला 'संसदेची जननी' असेही म्हटले जाते. ब्रिटिश पार्लमेंटचे दोन सभागृह आहेत; यापैकी वरिष्ठ सभागृहाला 'हाउस ऑफ लॉर्डस किंवा उमरावगृह' आणि कनिष्ठ सभागृहाला 'हाउस ऑफ कॉमन्स' असे म्हणतात.

हाउस ऑफ लॉर्डस किंवा उमरावगृह :

हाउस ऑफ लॉर्डस किंवा उमरावगृह हे ब्रिटिश पार्लमेंटचे वरिष्ठ किंवा द्वितीय सभागृह आहे; ते सर्वात जुने सभागृह असून या सभागृहाचे सदस्यत्व अनुवंशिकतेच्या तत्त्वावर प्राप्त होते. त्यामुळेच त्याला 'वंशपरंपरागत सभागृह' असेही म्हटले जाते. सी. एफ. स्टॉग याचा उल्लेख जगात शिल्लक असलेले एकमेव आनुवंशिक तत्त्वावरील वरिष्ठ सभागृह असा करतात; नॉर्मन राजांच्या काळात मॅग्नम कौन्सिलियममधून याची निर्मिती झाली; म्हणजेच याला साधारणपणे एक हजार वर्षांची ऐतिहासिक परंपरा आहे.

यामध्ये ब्रिटनमधील सरंजाम राजावट, कुळे, बडे सरदार, जमीनदार, बिशप्स इत्यादी उच्चवर्गातील सदस्य असतात. यांनाच 'कुलीन वर्ग'असे म्हणतात; तसेच या कुलीन वर्गातून सभागृहात आलेल्या सदस्यांना 'पीअर' म्हणजेच समान दर्जाचे असे म्हणतात, असे असले तरी या सदस्यांची पाच श्रेण्यात

विभागणी केली जाते. ती पुढीलप्रमाणे- सर्वात महत्त्वाची आणि पहिली श्रेणी डयूक असून दुसरी मार्क्वीस तिसरी अर्ल ही श्रेणी सर्वात जुनी असून ती सॅक्शन काळापासून अस्तित्वात आहे. चौथी श्रेणी ही व्हायकाऊंट असून सर्वात शेवटची किंवा पाचवी श्रेणी ही बॅरन या नांवाने ओळखली जाते.

लॉर्डपद हे सन्मानदर्शक असून वंशपरंपरेने एकाकडून दुसऱ्याकडे जाते, अशी व्यक्ती मृत झाल्यास त्या व्यक्तीच्या जेष्ठ मुलास वारसा हक्काच्या तत्त्वावर हे पद मिळते, मात्र मुलीला हा अधिकार मिळत नसे; १९५८ पासून यामध्ये राणी एलिझाबेथ यांच्या पुढाकाराने महिलांना प्रवेश मिळाला. एकेकाळी हे सभागृह अतिशय शक्तिशाली म्हणून ओळखले जात होते; पण काळाच्या ओघात त्यांच्या प्रभावात घट होत जाऊन आज त्याचे स्थान ब्रिटनच्या शासनात दुय्यम दर्जाचे बनलेले दिसून येत आहे; असे असले तरी त्याचे अस्तित्व मात्र कायम ठेवण्यात ब्रिटिश जनतेला यश मिळालेले दिसते.

हाऊस ऑफ लॉर्ड्सची रचना :

हाऊस ऑफ लॉर्ड्स या सभागृहाच्या रचनेची सदस्यसंख्या, सभासद निवडण्याची पद्धत, सभागृहाचा कार्यकाळ, सभागृहाचा अध्यक्ष व कामकाज पद्धती या बाबींचा विचार करून चर्चा केली जाते-

सदस्य संख्या : हाऊस ऑफ लॉडर्स हे संख्येच्या दृष्टीने जगातील सर्वात मोठे कायदेमंडळाचे सभागृह आहे. येथे सदस्यसंख्येवर मर्यादा नाही. त्यामुळे सदस्यसंख्येत सतत बदल होत असतो; आज या सभागृहाची सभासद संख्या जवळपास ११०० एवढी आहे, यामध्ये पुढील सहा प्रकारचे सभासद आहेत.

(१) राजघराण्यातील राजपुत्र हे पहिल्या श्रेणीचे सदस्य असून त्यांना 'राजवंशातील सदस्य' असे म्हणतात. आज याची सदस्यसंख्या फक्त दोन एवढी आहे. ते सभागृहाच्या कामकाजात शक्यतो सहभागी होत नाहीत.

(२) वंशपरंपरागत पिअर्स हे द्वितीय श्रेणीचे सदस्य असून यांची संख्या एकूण सदस्यसंख्येच्या ९० टक्के एवढी असते म्हणजेच यांची संख्या जवळजवळ ८०० आहे. आजीव पिअर्स यामध्ये उमरावांचा समावेश होतो; आज यामध्ये १० पुरूष व ४ स्त्रिया आहेत.

(३) १७०७ च्या युनियन ॲक्टनुसार स्कॉटलंडमधील सर्व पीयर आपल्यामधून १६ प्रतिनिधिंची निवड लॉडर्स सभागृहाचे सदस्य होण्यासाठी करतात.

(४) स्कॉटलंडप्रमाणेच आयलंडमधील सर्व पीयर आपल्यामधून २८ प्रतिनिधिंची निवड लॉर्ड्स सभागृहाचा सदस्य होण्यासाठी करतात.

(५) ब्रिटनचे अंतिम न्यायालय म्हणून पुनर्निर्णयासाठी आलेल्या खटल्याची सुनावणी करण्याचा अधिकार या सभागृहाला आहे. न्यायादानाच्या कार्यासाठी उच्च दर्जाची पात्रता असणाऱ्या ९ लॉ किंवा वकील लॉर्डसची सभासद म्हणून या सभागृहात निवड केली जाते.

(६) तसेच २६ आध्यात्मिक लॉडर्स याचा समावेश यामध्ये होतो.

सभासद निवडण्याची पद्धत : राजाकडून सन्मानदर्शक पदवी किंवा किताब प्राप्त झाला की, त्या व्यक्तीला 'पीयर' असे म्हटले जाते. त्यानंतर ती सभागृहाची सदस्य बनते. वंशपरंपरेचे तत्त्व, धार्मिक संघटनेतील वरिष्ठ स्थान किंवा पद या कारणांमुळेदेखील या सभागृहाचे सभासदत्व प्राप्त होते.

सभागृहाचा कार्यकाळ : ब्रिटिश पार्लमेंटचे लॉडर्स सभागृह हे स्थायी सभागृह आहे; म्हणजे याचे कधीही विसर्जन होत नाही. राजाकडून किताब प्राप्त झालेल्या किंवा अनुवांशिकतेच्या तत्त्वाने पीयरचे स्थान प्राप्त झालेल्या व्यक्ती त्यांच्या मृत्यूपर्यंत लॉडर्स सभागृहाचे सदस्य असतात.

सभागृहाचा सभापती किंवा अध्यक्ष :

हाऊस ऑफ लॉर्ड्सला स्वत:चे काही पदाधिकारी असतात. यामध्ये लॉर्ड चॅन्सेलर हा सर्वात महत्त्वाचा असतो. तो हाऊस ऑफ लॉर्ड्सचा सभापती म्हणून कार्य करीत असतो. तसेच तो मंत्रिमंडळाचाही म्हणजेच कॅबिनेट दर्जाचा मंत्री असतो; म्हणजेच तो कॉमन्स सभागृहाचाही सदस्य असू शकतो असे असताना लॉर्ड चॅन्सेलर म्हणून तो लॉर्ड सभागृहात बसू शकत नाही. परंतु, यावरही मार्ग काढण्यात आला. त्याची खुर्ची म्हणजे 'वूल सॅक' ही लॉर्ड सभागृहाच्या बाहेर आहे असे तत्त्वत : समजले जाते. प्रत्यक्षात मात्र ती सभागृहातच असते; लॉर्ड एरविन हे सध्या म्हणजेच २००४ पासून लॉर्ड चॅन्सेलर म्हणून कार्यरत आहेत. सभापती म्हणून कार्यरत असला तरी चॅन्सेलरला काहीही अधिकार नाहीत. राजा इतर काही सदस्यांची उपाध्यक्ष म्हणून निवड करू शकतो. लॉर्ड चॅन्सेलर गैरहजर असल्यास अध्यक्ष म्हणून ते काम पाहतात. सभागृहाच्या कायम नोकरवर्गामध्ये सभागृहाचा लिपिक जंटलमेन उशर ऑफ दि ब्लॅक रॉड व सारजेंट-एट-आर्म्स प्रमुख असतात.

कामकाज :

हाऊस ऑफ लॉर्ड्सचे अधिवेशन हाऊस ऑफ कॉमन्सच्या अधिवेशनाबरोबर सुरू होते; पण हे अधिवेशन हाऊस ऑफ कॉमन्सप्रमाणे दीर्घकाळापर्यत चालत नाही; तर प्रत्येक आठवडयातील सोमवार ते गुरूवार असे चार दिवस अधिवेशनाच्या काळात कामकाज चालते; या गृहाची सभासदसंख्या फारच मोठी असली तरी बैठकीची उपस्थिती फारच कमी असते म्हणून कमीतकमी तीन सभासद प्रत्येक वेळी हजर असावेत असा नियम आहे; पण एखाद्या विधेयकाला मंजूरी देण्यासाठी मात्र ३० सदस्य हजर असलेच पाहिजेत. अलीकडच्या काळात या सभागृहात उच्च गुणवत्ताधारक सभासद येऊ लागल्यामुळे हजर राहण्याचे प्रमाणात वाढत आहे शिवाय यामध्ये चर्चाही दर्जेदार होऊ लागली आहे. हीचे जे कामकाज चालते ते 'हाऊस ऑफ कॉमन्स'प्रमाणे नियमाला धरून चालत नाही. यामध्ये कोणत्याही समितीची सोय नाही. पण कोणताही सदस्य एकाच विषयावर दोन वेळा बोलू शकत नाही व सभागृहातील चर्चा विषयाला सोडून होत नाही या दोन स्थायी आदेशानुसार या गृहाचे कामकाच चालते.

हाऊस ऑफ लॉडर्सचे अधिकार आणि कार्ये :

हाऊस ऑफ लॉडर्स हे ब्रिटिश पार्लमेंटचे आद्य व जुने सभागृह असल्यामुळे प्रारंभीच्या काळात या सभागृहाला फार मोठ्या प्रमाणात अधिकार होते; पण ब्रिटनमधील लोकशाहीच्या विकासाबरोबरच त्यांचे अधिकारही हळूहळू कमी कमी होत गेलेले दिसून येतात; आज या सभागृहापेक्षा हाऊस ऑफ कॉमन्स प्रभावशाली बनलेले आहे; कारण यामध्ये जनतेचे प्रतिनिधी नसतात; यावर प्रतिक्रिया देताना ऑग व झिंग असे म्हणतात की, 'आता परिस्थिती अशी आहे की हाऊस ऑफ लॉडर्स दुसरे सभागृह नाही तर दुसऱ्या दर्जाचे सभागृह बनलेले आहे'. त्याचे महत्त्व कमी होण्याचे प्रमुख कारण म्हणजे येथील शासनपद्धती संघराज्य स्वरूपाची नसून एककेंद्री स्वरूपाची आहे. परंतु, राज्यांच्या अधिकारांचे संरक्षण करण्याची गरज नसतानासुद्धा हे सभागृह इतर कार्य करते. या सभागृहाचे प्रमुख अधिकार आपणास पुढीलप्रमाणे सांगता येतील-

(१) कायदेविषयक अधिकार : इ. स १९११ चा संसद कायदा संमत होण्यापूर्वी हाऊस ऑफ लॉड्सला हाऊस ऑफ कॉमन्सच्या बरोबरीने कायदेविषयक अधिकार होते. अर्थविषयक विधेयके सोडून इतर विधेयके संसदेच्या कोणत्याही सभागृहात प्रथम मांडली जात असत. तसेच ही विधेयके फेटाळून लावण्याचा किंवा त्यात सुधारणा करण्याचा अधिकारही या सभागृहाला होता; पण वरील कायद्याने या

सभागृहाचे बरेच अधिकार कमी करण्यात आले आणि कायदेविषयक क्षेत्रांत हाऊस ऑफ कॉमन्सचे श्रेष्ठत्व प्रस्थापित करण्यात आले. या कायद्यानुसार अर्थविषयक सोडून इतर सर्वसाधारण विधेयक हाऊस ऑफ कॉमन्सने संमत केल्यास आणि हाऊस ऑफ लॉर्डसकडे पाठवल्यास हे सभागृह ते फेटाळून परत पाठवू शकत नाही तर त्याला जास्तीत जास्त दोन वर्षांपर्यंत रोखण्याचे काम करू शकते. १९४९ मधील कायद्यातील दुरुस्तीनंतर परत या सभागृहाचे अधिकार कमी करण्यात आले आहेत. या कायद्यानुसार हाऊस ऑफ कॉमन्सने पास केलेले कोणतेही विधेयक हे सभागृह कमीतकमी एक वर्षे रोखून धरू शकते. त्यानंतर ते या सभागृहाला मान्य आहे असे समजून राजाच्या संमतीसाठी पाठवले जाते. याचाच अर्थ असा होतो की, सामान्य विधेयकाला हे सभागृह फक्त एक वर्ष रोखून धरू शकते. या कालावधीत ते यामध्ये बदल किंवा दुरुस्ती सूचवू शकते. एवढाच अधिकार या सभागृहाला आहे; अतिमहत्त्वाची विधेयके यामध्ये मांडली जात नाहीत.

(२) शासनविषयक अधिकार : या स्वरूपाचे अधिकारही या सभागृहाला कमी दर्जाचे आहेत. १९०२ नंतर या सभागृहाचा कोणताही सभासद देशाचा पंतप्रधान झालेला नाही; एवढेच नाही तर महत्त्वाच्या पदाचे मंत्रीही हाऊस ऑफ कॉमन्समधूनच निवडले जातात. मंत्रिमंडळ हे प्रामुख्याने कॉमन्स सभागृहाला जबाबदार असते. वास्तविक पाहता कोणतेही शासनविषयक अधिकार या सभागृहाला नाहीत; फार तर शासनाच्या धोरणावर आणि कार्यावर यामध्ये चर्चा होऊ शकते आणि टीकाही केली जाऊ शकते; याच्या माध्यमातूनच फक्त हे सभागृह शासनावर नियंत्रण ठेवू शकते. तसेच मंत्रिमंडळातील इतर काही मंत्री हे या सभागृहातून घेतले जातात पण तसे बंधन मात्र पंतप्रधानांवर नसते.

(३) आर्थिक अधिकार : इ. स १९११ चा संसद कायदा संमत होण्यापूर्वी आर्थिक बाबतीत हाउस ऑफ लॉर्ड्सचे अधिकार तात्त्विकदृष्ट्या हाऊस ऑफ कॉमन्सच्या बरोबरीने होते. फक्त अर्थविषयक विधेयक प्रथम या सभागृहात मांडले जात नसे पण कॉमन्स सभागृहाने संमत केलेल्या अर्थविषयक विधेयकाला दुरुस्त्या सूचविणे किंवा ते फेटाळणे हे अधिकार या सभागृहाला होते. अर्थात, हे सभागृह या अधिकाराचा सहसा वापर करत नव्हते. वरील कायद्याने हाऊस ऑफ कॉमन्सला जास्त अधिकार देण्यात आले त्याचबरोबर या सभागृहाने संमत केलेले अर्थविषयक विधेयक 'हाउस ऑफ लॉर्ड्स' फक्त एक महिना रोखू शकते. त्यानंतर या सभागृहाची अनुमती आहे असे गृहीत धरून ते राजाकडे संमतीसाठी पाठवून दिले जाते. म्हणजेच आर्थिक बाबतीत या सभागृहाची परिस्थिती किती दयनीय आहे हे आपणास कळते.

(४) न्यायविषयक अधिकार : या संदर्भात मात्र या सभागृहाला काही प्रमाणात अधिकार आहेत. ब्रिटन व आयर्लंड यामधील दिवाणी आणि फौजदारी खटल्याकरिता लॉर्ड्स सभागृह हे सर्वोच्च न्यायालय आहे. जगात कोणत्याही संविधानात असा अधिकार कायदेमंडळाकडे नाही. मात्र या कार्यात केवळ नऊ लॉ किंवा वकील लॉर्ड्स भाग घेतात आणि लॉर्ड चॅन्सेलर अध्यक्षपदी बसतो व तो न्यायालयाचा प्रमुख न्यायाधीश म्हणून काम पाहतो. लॉर्ड चॅन्सेलर अध्यक्षपदी असताना 'हाऊस ऑफ लॉर्ड्स'समोर ब्रिटन, स्कॉटलंड व उत्तर आयर्लंडमधील खटले पुनर्निर्णयासाठी येतात. या न्यायालयाने दिलेला निर्णय अंतिम स्वरूपाचा मानला जातो; म्हणजेच हे न्यायालय सुप्रीम कोर्ट ऑफ अपील म्हणूनही कार्य पाहते.

(५) घटनात्मक अधिकार : या संदर्भात या सभागृहाला मोठ्या प्रमाणात अधिकार प्राप्त झाले आहेत. उदा. १९११ च्या पार्लमेंट ॲक्टनुसार कॉमन्स सभागृहाच्या कार्याकालामध्ये लॉर्ड्स सभागृहाच्या संमतीशिवाय कोणताही बदल करता येत नाही.

(६) विलंबकारी सभागृह : १९११ आणि १९४९ च्या पार्लमेंट ॲक्टनुसार या सभागृहाच्या

अधिकारात मोठ्या प्रमाणात कपात करण्यात आली असे असूनही कॉमन्स सभागृहाने घाईघाईने संमत केलेले विधेयक रोखून धरणे, त्यावर कॉमन्सला पुनर्विचार करण्यास भाग पाडणे, काम थांबवून विधेयकातील दोष कॉमन्सच्या नजरेस आणून देणे, इ कामे हे सभागृह करत असल्यामुळे यासाठी बराच वेळ लागतो म्हणूनच याला 'विलंबकारी सभागृह' म्हणून ओळखले जाते.

हाउस ऑफ लॉर्ड्सच्या सभासदांचे विशेषाधिकार :

हाउस ऑफ लॉर्ड्समधील सदस्यांना खालीलप्रमाणे विशेषाधिकार देण्यात आलेले आहेत-

(१) हाउस ऑफ लॉर्ड्सचे सदस्य वैयक्तिकरीत्या राजाला भेटून सार्वजनिक हिताच्या गोष्टीबाबत विचारविनिमय करू शकतात.

(२) पार्लमेंटचे अधिवेशन चालू असताना किंवा त्यापूर्वी व नंतर चाळीस दिवसांपर्यंत या सभागृहाच्या सदस्याला कोणत्याही कारणास्तव अटक करता येत नाही.

(३) सदस्यांना सभागृहात संपूर्ण भाषण स्वातंत्र्य असते; त्यांच्या भाषणावर त्यांच्या विरूद्ध न्यायालयात खटला भरला जाऊ शकत नाही.

(४) नवीन उमरावांची निर्मिती करण्यासंबंधीचे विधेयक प्रथम 'हाउस ऑफ लॉर्ड्स'मध्येच मांडण्यात येते.

(५) सभागृहाच्या विशेषाधिकारांचा भंग झाल्यास भंग करणाऱ्या व्यक्तीस शिक्षा देण्याचा अधिकार या सभागृहास आहे.

याशिवाय तात्त्विकदृष्ट्या हाऊस ऑफ कॉमन्सच्या सदस्यांना मिळालेले सर्व विशेषाधिकार हाऊस ऑफ लॉर्ड्सच्या सदस्यांनाही प्राप्त होत असतात.

हाउस ऑफ लॉर्ड्सची उपयुक्तता :

हाऊस ऑफ लॉर्ड्सच्या उपयुक्ततेबद्दल अनेक उलटसुलट मते व्यक्त करण्यात आली आहेत. कायदेमंडळाचे द्वितीय सभागृह अनावश्यक आहे असे मत राजकारण्यांनी मांडले आहे. विशेषत : हाऊस ऑफ लॉर्ड्ससारखे वंशपरंपरेच्या तत्त्वावर निर्माण करण्यात आलेले कायदेमंडळाचे सभागृह लोकशाही तत्त्वाशी पूर्णपणे विसंगत आहे असे अनेकांना वाटते. त्यामुळेच हाउस ऑफ लॉर्ड्सचे अस्तित्व नष्ट करण्याचा विचार पुढे येऊ लागला आहे. ब्रिटनमधील मजूरपक्षाने १९०७ साली केलेल्या ठरावात तर हाऊस ऑफ लॉर्ड्स समूळ नष्ट करण्यात यावे अशी कल्पना मांडली होती. उदारमतवादी पक्षाने देखील या सभागृहामध्ये आमूलाग्र सुधारणा करण्याची कल्पना मांडली; पण अशा स्थितीतही हाऊस ऑफ लॉडर्सचे अस्तित्व टिकून राहिले आहे. याचे महत्त्वाचे कारण म्हणजे हाउस ऑफ लॉर्ड्सची उपयुक्तता संपली आहे हे म्हणणे ब्रिटिश लोकांना अजूनही मान्य नाही, हाउस ऑफ लॉर्ड्सच्या उपयुक्ततेसंबंधी खालील काही कारणे दिली जातात.

(१) लोकशाहीस आवश्यक : लोकशाहीमध्ये कायदेमंडळाच्या द्वितीय सभागृहाची नेहमीच आवश्यकता असते. जगातील बहुतेक लोकशाही देशातील कायदेमंडळे द्विगृहीच आहेत. कायदेमंडळाचे द्वितीय सभागृह हे प्रथम सभागृहाच्या हुकूमशाही प्रवृत्तीवर नियंत्रण ठेवण्याचे कार्य करते. द्वितीय सभागृहाच्या अभावी प्रथम सभागृह हुकूमशाही पद्धतीने शासन करण्याचा धोका निर्माण होतो. ब्रिटनमध्ये पार्लमेंट सार्वभौम असल्याने तर हा धोका निश्चितच संभवतो. हाउस ऑफ लॉर्ड्सचे अस्तित्व संपुष्टात आणल्यास हाऊस ऑफ कॉमन्समधील बहुमतवाला पक्ष स्वत :च्या मर्जीप्रमाणे पाहिजे त्या गोष्टी करू लागेल. म्हणून हाउस ऑफ कॉमन्सच्या मनमानी वृत्तीवर नियंत्रण ठेवण्यासाठी हाउस ऑफ लॉर्ड्सची आवश्यकता आहे. शिवाय यातील सभासद राजकारणापासून अलिप्त; तसेच ते वेगवेगळया क्षेत्रातील नामवंत तज्ज्ञ व अनुभवी असतात; साहजिकच जनतेच्या व देशाच्या दृष्टीने ते विवेकपूर्ण निर्णय घेणारे असतात त्यामुळे लोकमताचे

संरक्षण खऱ्या अर्थाने याच सभागृहात केले जाते.

(२) हाउस ऑफ कॉमन्सला मदत : आधुनिक काळात कल्याणकारी राज्याच्या कल्पनेमुळे कायदेमंडळाच्या कामाचा व्याप प्रचंड प्रमाणात वाढला आहे; अशा परिस्थितीत हाऊस ऑफ कॉमन्स सर्व कायदेविषयक कामे पुरेशा कार्यक्षमतेने करू शकत नाही. हाऊस ऑफ कॉमन्समध्ये सर्वच विधेयकांवर वेळेअभावी सविस्तर चर्चा करणे शक्य नसते. त्यामुळे अनेक विधेयके घाईघाईने व पुरेसा विचारविनिमय न करताच संमत केली जातात; हे सभागृह अशा विधेयकांचा पुनर्विचार करण्याची आवश्यकता आहे असे सांगून ते परत पाठवते. यामध्ये अनुभवी पक्षनिरपेक्ष व तज्ज्ञ लोक असल्यामुळे त्यांनी केलेल्या सूचना कॉमन्स सभागृह उचित व ग्राह्य मानते; म्हणजे हाऊस ऑफ कॉमन्सला त्याच्या कार्यात मदत करण्यासाठी हाऊस ऑफ लॉर्डसची आवश्यकता असते.

(३) हाउस ऑफ लॉर्डस मधील सभासदाचा स्वभाव : लॉर्ड ब्राईसच्या मते, हाऊस ऑफ लॉर्डसचा सर्वात मोठा फायदा म्हणजे त्याची नैतिक प्रतिष्ठा होय. नैतिक प्रतिष्ठा म्हणजे लॉडर्सच्या पाठीमागे असलेली आदराची लोकभावना. या सभागृहातील सदस्य प्रदीर्घ अनुभवी, कुशल राजकारणी, मुत्सद्दी त्याचबरोबर कामाशिवाय ते सभागृहात हजर राहात नाहीत; तसेच त्यांना ज्या विषयाबाबत समजत नाही त्याबाबत ते बोलत नाहीत; त्यामुळे या सभागृहाचे कामकाज अतिशय सुरळीत चालू असते. त्यांच्या तीक्ष्ण बुद्धिमत्तेची प्रशासनाला गरज असते; म्हणून लोकांच्या मनात त्यांच्याविषयी वेगळाच आदर आहे. जगात कोणत्याही द्वितीय सभागृहाची सुरुवात इतक्या जुन्या काळापासून झाली नाही; थोडक्यात, अनेक दृष्टींनी हे सभागृह उपयुक्त असल्यामुळे ते आजही टिकून आहे.

(४) लोकभावना : ब्रिटनमधील लोकांचा विचार केला तर असे म्हणता येईल की, तो एकाचवेळी पुराणमतवादी व परंपरावादी आहे. तो पुरोगामी कार्य करतो परंतु आतून तो पुराणमतवादी व परंपरावादी आहे. जुने ते सोने याच मताचा तो आहे. शतकानुशतके चालत आलेल्या संस्थांबद्दल त्यांच्या मनात अतिशय आस्था व आदर आहे, त्या नष्ट करणे ही कल्पनाच तो सहन करू शकत नाही, म्हणूनच लॉर्ड सभागृह टिकून राहीले आहे. लॉर्ड्समधील तर्कविरहित आणि त-हेवाईकपणा आधुनिक ब्रिटिश लोकशाहीचा पाया बनला आहे.

(५) राष्ट्रहिताच्या दृष्टीने महत्त्वाचे : हाउस ऑफ कॉमन्सच्या सदस्यांची निवड जनतेकडून होत असल्याने त्यांना जनतेच्या दैनंदिन प्रश्नाला प्राधान्य देणे भाग पडते. त्यामुळे त्याचे व्यापक राष्ट्रहिताच्या प्रश्नांकडे दुर्लक्ष होण्याची शक्यता असते; अशा वेळी हाऊस ऑफ लॉर्ड्सचे सदस्य राष्ट्रहिताच्या प्रश्नांवर लक्ष केंद्रित करू शकतात. तसेच जनतेला अप्रिय वाटणारे पण राष्ट्रहिताच्या दृष्टीने महत्त्वाचे असलेले विचारही ते परखडपणे मांडू शकतात.

(६) न्यायालयीन कार्ये : लॉर्ड सभा ब्रिटनचे अंतिम व सर्वोच्च न्यायालय आहे; जर लॉर्ड सभा नष्ट केली तर दुसरे नवे न्यायालय निर्माण करावे लागेल; त्यामुळे नवीन अनेक स्वरूपाच्या समस्या निर्माण होतील, तसेच या सभागृहाच्या अस्तित्वामुळे संसदेला जे न्यायालयीन अधिकार प्राप्त झाले आहेत तेही आपोआप नष्ट होतील व पार्लमेंटच्या सार्वभौमत्वावर मर्यादा घातली जाईल.

(७) स्थायी सभागृह : लॉर्ड सभागृह हे कायम सभागृह असल्यामुळे कॉमन्सच्या विसर्जनानंतरही तसेच पार्लमेंटचे कामकाज कॉमन्सच्या गैरहजेरीतही चालूच असते. जनहिताच्या रक्षणाचे कार्य व शासनावर नियंत्रण ठेवण्याचे काम हे सभागृह करीत असते म्हणून त्याची गरज आहे.

अशा प्रकारे हाउस ऑफ लॉर्ड्स ब्रिटनच्या राष्ट्रीय जीवनात महत्त्वाची भूमिका पार पाडीत असल्याने

त्याचे अस्तित्व कायम टिकून राहणे आवश्यक आहे असे ब्रिटिश जनतेला वाटते.

हाउस ऑफ लॉर्ड्सला विरोध होण्याची कारणे :

सर्वसामान्यपणे हाऊस ऑफ लॉर्ड्सला राष्ट्रीय जीवनात महत्त्वपूर्ण भूमिका पार पाडीत असल्याने त्याचे अस्तित्व कायम राहिले पाहिजे असे बहुसंख्य ब्रिटिश जनतेला वाटत असते; पण या सभागृहाला होणारा विरोधही बराच मोठा आहे; वर उल्लेख केल्याप्रमाणे मजूर पक्षाने हाऊस ऑफ लॉर्ड्सला नेहमीच विरोध केला आहे; या सभागृहाला विरोध होण्याची महत्त्वाची कारणे पुढीलप्रमाणे सांगता येतील-

(१) वंशपरंपरागत सदस्यत्व : या सभागृहाविरुद्ध घेण्यात येणारा सर्वात महत्त्वाचा आक्षेप म्हणजे, त्याच्या सदस्यत्वाचा आधार वंशपरंपरा हा असल्याने ते लोकशाही तत्त्वाशी पूर्णपणे विसंगत आहे. या सभागृहाचे सदस्य कोणालाही जबाबदार नसतात. ते कोणाचेही प्रतिनिधित्व करीत नाहीत; तसेच ते लोकमताविषयी बेफिकीर असतात. त्यातील ९ ते १० सदस्य हे वंशपरंपरेने येत असतात. त्यामुळे आजच्या लोकशाही युगातील त्याचे अस्तित्व हा राजकीय कालविपर्यास आहे असे म्हटले जाते. हे सभागृह संपूर्ण जनतेचे प्रतिनिधित्व न करता केवळ वरिष्ठ वर्गाचेच प्रतिनिधित्व करीत असल्याने ते लोकशाही तत्त्वाच्या विरोधी ठरते. या संदर्भात कॉर्टर असे म्हणतात की, 'हे सभागृह केवळ संपत्ती व विशेषाधिकार यांचे प्रतीक आहे; म्हणूनच ते कॉमन्सने घेतलेल्या सुधारणावादी धोरणाला विरोध करते'. म्हणजेच लोकशाहीच्या प्रगतीस हे सभागृह घातक आहे.

(२) हुजूर पक्षाचे वर्चस्व : या सभागृहात नेहमीच हुजूर पक्षाचे वर्चस्व दिसून येते. या सभागृहाचे बहुसंख्य सदस्य हुजूर पक्षाशी संबंधित असतात. हा पक्ष ब्रिटिश राजकारणात प्रतिगामी विचारांचे प्रतिनिधित्व करणारा पक्ष आहे. त्यामुळे या सभागृहावरही प्रतिगामी विचारांचा पगडा दिसून येतो. वास्तविक लोकशाही राज्यात जनतेच्या इच्छेनुसार कायदेमंडळातही बदल घडून येणे आवश्यक असते; पण या सभागृहात असा बदल कधीच होत नाही. सर्वसामान्य मतदाराने निवडणुकीत हुजूर पक्षाचा दारुण पराभव केला तरी या सभागृहात मात्र हुजूर पक्षाचेच प्राबल्य राहते. आजही म्हणजेच १९९७ पासून मजूर पक्ष सत्तेत असूनही या सभागृहात मात्र हुजूर पक्षाचेच प्राबल्य आहे. जेव्हा हुजूर पक्ष सत्तेवर असतो तेव्हा हे सभागृह सरकारला पूर्ण सहकार्य करते पण जेव्हा मजूर किंवा उदारमतवादी पक्ष सत्तेवर असतो तेव्हा ते सरकारला सतत विरोध करते. मॅरिऑट यांनी याबाबत असे म्हटले आहे की जेव्हा हुजूर पक्षाचे सरकार असते तेव्हा हाऊस ऑफ लॉर्ड्स मुक्या कुत्र्याप्रमाणे वर्तन करते पण इतर वेळी ते वखवखलेल्या लांडग्याप्रमाणे वर्तन करते. तसेच लॉर्ड बालफोरने याबाबत असे म्हटले आहे की, हाऊस ऑफ लॉर्ड्सचे कार्य केवळ या सभागृहात हुजूर पक्षाचे वर्चस्व राहावे हे पाहणे आहे; मग या पक्षाचे सरकार राहो की न राहो.

(४) सदस्यांची उदासीनता : या सभागृहाचे बहुसंख्य सदस्य आपल्या कर्तव्याविषयी उदासीन असतात. सभागृहात सभासदांची उपस्थिती अत्यल्प असते. तसेच सभागृहाचे फारच थोडे सदस्य सभागृहाच्या कामकाजात भाग घेत असतात. सभागृहाच्या गणपूर्तीसाठी केवळ तीन सदस्यांची उपस्थिती पुरेशी असते; सुमारे १००० सदस्यसंख्या असलेल्या या सभागृहात सदस्यांची नेहमीची उपस्थिती १००च्या आसपास असते. साहजिकच या सभागृहाकडून कर्तव्यपूर्तीची अपेक्षा धरता येणार नाही. याच संदर्भात मॅकबेल असे म्हणतात की, 'या सभागृहाच्या हाती देशाचे भवितव्य देण्यापेक्षा मासेमारी करणारे जे लोक असतात त्यांच्या हाती देणे मला जास्त आवडेल.' १९३८ मध्ये केलेल्या पाहणीनुसार या सभागृहाच्या ७२९ सदस्यांपैकी ३७१ सदस्य असे होते की, ज्यांनी १९१९ ते १९३१ पर्यंत कधीच कामकाजात भाग घेतला नाही. १११ सदस्यांनी कधीच आपल्या मताचा वापर केला नाही तर

केवळ ८३ सदस्यांनीच कामकाजात भाग घेतला होता. या सर्व बाबींचा विचार करता हे सभागृह नष्ट केलेच पाहिजे असा युक्तिवाद केला जातो.

(४) भांडवलदारांचे रक्षण करणारे सभागृह : हे सभागृह श्रीमंत आणि भांडवलदार वर्ग यांच्या हितसंबंधाच्या रक्षणासाठी नेहमीच प्रयत्नशील असते. लास्की यांनी याबाबत असे म्हटले आहे की, देशात असा एकही मोठा उद्योगधंदा नाही की ज्यातील भांडवलदारांचे प्रतिनिधित्व 'हाऊस ऑफ लॉर्ड्स'मध्ये केले जात नाही. या सभागृहातील बहुसंख्य सदस्य जमीनदार, सरंजामदार व भांडवलदार या वर्गातून आलेले असतात. त्यामुळे हे सभागृह श्रीमंत व भांडवलदार वर्गाच्या हितसंबंधाच्या आड येण्याच्या प्रत्येक गोष्टीला विरोध करीत असते. या सर्व बाबींचा विचार करता हे सभागृह नष्ट केलेच पाहिजे असा युक्तिवाद केला जातो.

(५) मर्यादित अधिकार व व्यत्ययकारी सभागृह : १९११ व १९४९ च्या पार्लमेंट कायद्याने या सभागृहाचे अधिकार अतिशय मर्यादित केलेले आहेत. हे सभागृह आता हाऊस ऑफ कॉमन्सने संमत केलेले कोणतेही विधेयक पूर्णपणे फेटाळून लावू शकत नाही. ते असे विधेयक फक्त काही काळ लांबणीवर टाकून त्यांच्या कार्यात व्यत्यय आणण्याचे काम करू शकते. तसेच या सभागृहाकडे आता फारसे अधिकार राहिले नाहीत. साहजिकच अशा प्रकारच्या सभागृहाची गरजच काय, असा प्रश्न उपस्थित होतो. ॲबे सेई या फ्रेंच लेखकाने या संदर्भात म्हटल्याप्रमाणे जर द्वितीय गृह प्रथम गृहाशी सहमत असेल तर ते निरुपयोगी आहे आणि जर विरोधी असेल तर धोकादायी आहे. यावरून द्वितीय सभागृह हे एकतर निरुपयोगी असते किंवा ते धोकादायक असते; म्हणून लॉस्कीसारख्या विचारवंतांनी हाऊस ऑफ लॉर्डस्सारखे लोकशाहीविरोधी आणि फक्त वरिष्ठ वर्गाच्या हितसंबंधाचाच विचार करणारे सभागृह नष्ट करण्याची मागणी केली आहे.

हाउस ऑफ कॉमन्स :

ब्रिटिश पार्लमेंटचे प्रथम व कनिष्ठ सभागृह म्हणजे 'हाऊस ऑफ कॉमन्स' होय. हे लोकनिर्वाचित सभागृह आहे. सुरुवातीला फक्त हाउस ऑफ लॉर्ड्स हे एकमेव सभागृह होते नंतर हे सभागृह निर्माण करण्यात आले. राजा व ब्रिटिश पार्लमेंट यांचा विचार केला तर हे सभागृह सर्वात शक्तिशाली म्हणून ओळखले जाते; कारण राजा पार्लमेंटने मंजूर केलेल्या विधेयकाबाबत नकाराधिकार कधीही वापरत नाही. १९११ च्या पार्लमेंट ॲक्टमुळे हाऊस ऑफ लॉर्ड्सचे अधिकार कमी झाले आहेत; म्हणून पार्लमेंट एक शक्तिशाली राजकीय संस्था ही स्थिती केवळ कॉमन्स सभागृहापुरती अर्थपूर्ण ठरते; म्हणूनच तिचे वर्णन ब्रिटिश लोकशाहीचे प्रतीक असणारी सर्वात वैशिष्ट्यपूर्ण संस्था असे केले जाते; कारण या सभागृहात जनता निवडणुकीच्या माध्यमातून आपले प्रतिनिधी पाठवते. काळाच्या ओघात या सभागृहाचे महत्त्व व विकास मोठ्याप्रमाणात होताना दिसून येतो. न्यूमन यांच्या शब्दांत सांगावयाचे झाल्यास ते असे म्हणतात की, संसदेचे सार्वभौमत्व 'हाउस ऑफ कॉमन्स'मध्येच वास करीत असते.

हाउस ऑफ कॉमन्सची रचना :

हाउस ऑफ कॉमन्स हे ब्रिटिश समाजातील विविध घटकांचे म्हणजेच जनतेचे प्रतिनिधित्व करणारे सभागृह म्हणून ओळखले जाते. जनसामान्यांचे प्रतिनिधित्व हेच या सभागृहाच्या रचनेचे आधारभूत तत्त्व आहे. याच्या अनुषगांने या सभागृहाच्या रचनेचे स्पष्टीकरण करण्यासाठी खालील मुद्यांचा विचार करणे आवश्यक ठरते.

सदस्यसंख्या व सदस्य निवडण्याची पद्धत :

या सभागृहातील सभासदांची संख्या वेळोवेळी बदलत गेलेली आपणास दिसून येते. १९४४ मध्ये या सभागृहात सभासदसंख्या ६४० होती ती १९८३ मध्ये ६५० एवढी होती; तर हीच सभासदसंख्या १९९७ पासून ६५९ एवढी झालेली आहे. प्रतिनिधी लोकसंख्येच्या प्रमाणात निवडले जातात. १९४९ च्या लोकप्रतिनिधित्वाच्या कायद्यानुसार या सभागृहाचे सदस्य प्रौढ मताधिकाराच्या तत्त्वानुसार व गुप्त मतदानपद्धतीने निवडले जातात. सामान्यपणे ७५ हजार लोकांचा एक प्रतिनिधी असे प्रतिनिधित्वाचे प्रमाण आहे. संपूर्ण देशाचे विभाजन, समान लोकसंख्या व सलग भूप्रदेश या आधारावर प्रादेशिक मतदारसंघांमध्ये केले जाते. प्रत्येक प्रादेशिक मतदार संघातून साधे बहुमत प्राप्त करणाऱ्या म्हणजेच जास्त मते पडणाऱ्या उमेदवाराची त्या मतदारसंघाचा निर्वाचित प्रतिनिधी म्हणून निवड केली जाते. ज्या मतदार संघात जर एकच उमेदवार निवडणूक लढवत असेल तर तेथे मतदान न होता ती जागा बिनविरोध निवडून आली असे जाहीर केले जाते.

उमेदवार पात्रता :

वयाची २१ वर्षे पूर्ण करणाऱ्या प्रत्येक स्त्रीपुरूषाला उमेदवार म्हणून निवडणुकीस उभे राहता येते. चर्चचे अधिकारी, सनदी नोकर, लष्कर, पोलिस सेवेतील कर्मचारी व पीयर यांच्याबरोबरच गुन्हेगार, दिवाळखोर व्यक्ती किंवा वेडसर व्यक्ती यांना निवडणुकीसाठी उभे राहता येत नाही. निवडणुकीला उभी राहणारी व्यक्ती ब्रिटनची नागरिक त्याचप्रमाणे त्याचे त्याच मतदार यादीत नांव असले पाहिजे. शिवाय तो हाऊस ऑफ लॉर्ड्सचा प्रतिनिधी नसावा. सरकारी कर्मचायांना निवडणूक लढविता येते पण निवडून आल्यानंतर त्याला आपल्या पदाचा राजीनामा द्यावा लागतो.

मतदार पात्रता :

मतदान पात्रतेसाठी ब्रिटनमध्ये आतापर्यंत अनेक कायदे करण्यात आले. त्या कायद्यानुसार मतदारपात्रता ही संपत्ती कर, लिंगभेद यावर आधारित होती. १९२८ पर्यंत ब्रिटनमध्ये स्त्रियांना मतदानाचा अधिकार नव्हता. वेळोवेळी कायद्यात सुधारणा करून पुढील मतदार पात्रता निश्चित करण्यात आली. ब्रिटनमध्ये वयाची १८ वर्षे पूर्ण करणाऱ्या प्रत्येक स्त्री-पुरूषाला मतदानाचा अधिकार आहे. मतदार हा ब्रिटनचा नागरिक असावा, त्याचबरोबर त्याचे ज्या मतदान यादीत नांव आहे तेथे तीन महिन्यांपेक्षा जास्त वास्तव्य असले पाहिजे. मतदार हा वेडा, गुन्हेगार, दिवाळखोर व न्यायालयाने त्याला शिक्षा दिलेली नसावी.

कार्यकाल :

या सभागृहाचा कार्यकाल पार्लमेंट ॲक्ट १९११ नुसार पाच वर्षांचा करण्यात आलेला आहे; पण पंतप्रधानांच्या सल्ल्यावरून राजा हे सभागृह मुदतीपूर्वी विसर्जित करू शकतो, किंवा देश संकटाच्या काळात हे सभागृह ठराव मंजूर करून आपला कार्यकाल वाढवून घेऊ शकते; म्हणजेच या सभागृहाचा कार्यकाल कमी-जास्त करण्याचा अधिकार पार्लमेंटलाच असतो. द्वितीय महायुद्धाच्या काळात या सभागृहाचा कालावधी १९३५ ते १९४५ असा १० वर्षांचा करण्यात आला होता.

अधिवेशन व कामकाजपद्धती :

प्राचीन काळापासून प्रस्थापित झालेल्या राजकीय संकेतानुसार पार्लमेंटचे वर्षातून किमान एक अधिवेशन होणे आवश्यक आहे. तसेच या सभागृहाची वर्षातून दोन अधिवेशने होतात; प्रसंग पाहून या सभागृहाचे खास अधिवेशन बोलावले जाते. सार्वजनिक निवडणुकीनंतर साधारणपणे १५ दिवसांनी या

सभागृहाचे अधिवेशन बोलावले जाते. वर्षाच्या सुरुवातीचे अधिवेशन राजाच्या अभिभाषणाने सुरू होते. त्यानंतर सदस्यांमध्ये चर्चा होते. आठवड्यातील पहिले पाच दिवस याचे कामकाज चालते. या सभागृहातील सभासद सभापतीला संबोधून सभागृहात स्वत :चे विचार व्यक्त किंवा भाषण करतात. या सभागृहाचे कामकाज चालविण्यासाठी कमीत कमी ४० सभासद उपस्थित असलेच पाहिजेत. सभासद किंवा सदस्यांना ४ हजार पौंड वार्षिक वेतन मिळते. १००० पौंड भत्ता मिळतो. तसेच इतर सवलतीही मिळतात.

हाउस ऑफ कॉमन्सच्या सभासदांचे विशेषाधिकार :

हाउस ऑफ लॉर्ड्समधील सभासदांना ज्याप्रमाणे काही विशेषाधिकार आहेत त्याचप्रमाणे या सभागृहातील सदस्यांनाही काही विशेषाधिकार आहेत; हे विशेषाधिकार रूढी व परंपरेवर आधारित असून ते पुढीलप्रमाणे आहेत-

(१) हाऊस ऑफ कॉमन्सचे सदस्य वैयक्तिरीत्या राजाला भेटून सार्वजनिक हिताच्या किंवा देशहिताच्या गोष्टींबाबत विचारविनिमय करू शकतात.

(२) पार्लमेंटचे अधिवेशन चालू असताना किंवा त्यापूर्वी व नंतर चाळीस दिवसांपर्यंत या सभागृहातील कोणत्याही सदस्याला अटक करता येत नाही.

(३) सदस्यांना या सभागृहात संपूर्ण भाषण स्वातंत्र्य असते, त्यांच्या भाषणावर त्यांच्या विरूद्ध न्यायालयात खटला भरला जाऊ शकत नाही.

(४) सभागृह आपल्या कामकाजाचे नियम स्वत : तयार करते.

(५) सभागृहाच्या विशेषाधिकारांचा भंग झाल्यास भंग करणाया व्यक्तीस शिक्षा देण्याचा अधिकार या सभागृहास आहे.

याशिवाय तात्त्विकदृष्ट्या हाऊस ऑफ लॉर्ड्सच्या सदस्यांना मिळालेले सर्व विशेषाधिकार हाऊस ऑफ कॉमन्सच्या सदस्यांनाही प्राप्त होत असतात.

हाउस ऑफ कॉमन्सचा सभापती :

या सभागृहाच्या अध्यक्षाला 'सभापती किंवा स्पीकर' असे म्हणतात. हे पद केव्हा निर्माण झाले हे निश्चित सांगता येत नसले तरी कॉमन्स सभागृहाच्या उदयाबरोबरच ऐतिहासिक परंपरेतून या पदाचा उदय झाला. सभापतींना ब्रिटिश शासनव्यवस्थेत महत्त्वपूर्ण स्थान व प्रतिष्ठा प्राप्त झाली आहे. सभापती हा कॉमन्स सभागृहाच्या राजाशी बोलणारा प्रतिनिधी असतो म्हणूनच त्याला 'स्पीकर' असे म्हणतात. जनसामान्यांचे प्रतिनिधित्त्व करणारी संस्था म्हणून या सभागृहाचे स्थान महत्त्वपूर्ण बनण्यास मदत झाली आहे. याच सभागृहाच्या प्रतिष्ठेचा रक्षणकर्ता म्हणून सभापतीच्या स्थानाला आजच्या काळात अतिमहत्त्व प्राप्त झाले आहे.

या सभागृहातील कोणताही निर्वाचित सदस्य सभापती होऊ शकतो; एकदा सभापती झाला म्हणजे तो कायमचा सभापती असा राजकीय संकेत ब्रिटनमध्ये रूढ आहे. म्हणजेच या पदावर काम करणारी व्यक्ती त्याची इच्छा असेपर्यंत त्या पदावर राहू शकते. पाच वर्षांचा कार्यकाळ संपल्यानंतर दुसरे सरकार सत्तेवर येईपर्यंत हे सभापती या पदावर आरूढ असतात. पदावर असताना सभापतीचा मृत्यू झाल्यास पंतप्रधान विरोधी पक्षाशी विचारविनिमय करून एक नाव या पदासाठी सूचविणारा ठराव मांडतो. हा ठराव शक्यतो बहुमताने मंजूर होऊन नवीन सभापतीची निवड होते. सभापतीला राजाची मान्यता मिळणे आवश्यक समजले जात असले तरी राजाची मान्यता ही केवळ औपचारिक बाब झाली आहे.

निवडणुकीनंतर पहिल्याच अधिवेशनात सभापती किंवा अध्यक्षाची निवड करण्यात येते. या पदासाठी

एक सदस्य नाव सुचवतो तर दुसरा त्या सूचनेला अनुमोदन देतो. पंतप्रधान किंवा मंत्रिमंडळातील कोणताही प्रतिनिधी अध्यक्षाचे नाव सुचवत नाही. निवड झाल्यानंतर सभापतीचा राजकारणाशी संबंध राहत नाही; म्हणजेच तो कोणत्याही राजकीय पक्षाच्या बैठकीला, सभेला, अधिवेशनाला हजर राहत नाही. म्हणजेच तो सभागृहात निष्पक्षपणे वर्तन करतो. साहजिकच त्यांच्या सूचनांचा व कृतींचा सभागृहातील सदस्य मान राखतात व त्याच्याविषयी आदराची भावना व्यक्त करतात. शिवाय तो ज्या मतदार संघातून निवडणुकीला उभे राहतो तेथून त्याला त्याच्या वरील वागण्यामुळे सर्वच राजकीय पक्ष बिनविरोध निवडून देतात.

सभापतीचे अधिकार व कार्ये :

ब्रिटनच्या संसदीय शासनव्यवस्थेत सभापती किंवा अध्यक्षाला अतिशय महत्त्वाचे त्याचप्रमाणे आदरणीय स्वरूपाचे स्थान प्राप्त झाले आहे. अतिशय सन्मानाचे व प्रतिष्ठेचे हे पद समजले जाते, त्याचे अधिकार व कार्ये खालीलप्रमाणे आहेत-

(१) या सभागृहाच्या प्रत्येक सदस्याला स्वत :चे विचार सभागृहात मांडण्यास अनुमती देण्याचा अधिकार सभापतीला आहे.

(२) सभापतीची अनुमती न घेता एखादा सदस्य बोलण्यास उभा राहिला तर त्याच्या भाषणाची अधिकृत नोंद केली जात नाही.

(३) एखाद्या सभासदाने सभापतीच्या आज्ञेची अवहेलना केली तर अशा सभासदाला मार्शलद्वारे किंवा सभागृहाचा सेवक याचे द्वारे जबरदस्तीने सभागृहाच्या बाहेर काढले जाते.

(४) सभागृहाचे कामकाज नियमानुसार चालविणे.

(५) सभागृहाच्या कामकाजाबाबत अंतिम स्वरूपाचा निर्णय देणे.

(६) आपल्या भाषणात सभागृहाचा अपमान होत असेल तर संबंधित सदस्यांना सभागृहाची माफी मागण्यास सभापती भाग पाडतात.

(७) 'हाउस ऑफ कॉमन्स' च्या विविध समित्यांच्या अध्यक्षांच्या नियुक्त्या करणे.

(८) गैरवर्तनाबाबत सभासदाला शिक्षा देणे.

(९) राजा तसेच लॉर्ड सभागृहासमोर बोलण्याचा अधिकार यांना नियमानुसार असतो. राजाकडून आलेला संदेश सभागृहाला वाचून दाखविणे.

(१०) सभागृहाच्या अधिकाराचे रक्षण करण्याची जबाबदारी सांभाळणे.

(११) सदस्यांच्या विशेषाधिकारांचे रक्षण करणे.

(१२) एखाद्या ठरावावर समसमान मते पडल्यास निर्णायक मत देणे.

यावरून अध्यक्षाच्या जबाबदाऱ्या किंवा त्यांच्या कार्याचे महत्त्व लक्षात येते.

हाउस ऑफ कॉमन्सचे अधिकार आणि कार्ये :

ब्रिटनच्या दोन सभागृहांपैकी हाउस ऑफ कॉमन्स हे खऱ्या अर्थाने जनतेचे प्रतिनिधित्व करते. म्हणूनच या सभागृहाला महत्त्वपूर्ण स्वरूपाचे अधिकार व कार्ये प्राप्त झाली आहेत. ती कार्ये पुढीलप्रमाणे आहेत.

(१) विधिविषय अधिकार : 'हाउस ऑफ कॉमन्स' हे सभागृह विधिनियम करण्याचे काम करते. कोणत्याही सामान्य विधेयकांचा प्रारंभ याच सभागृहात होतो. सभागृहातील कोणत्याही सदस्याला कोणत्याही विषयावर विधेयकरूपी ठराव मांडण्याचा अधिकार आहे. या सभागृहाने मंजूर केलेल्या विधेयकाला लॉर्ड्स सभागृह केवळ एक वर्षाचा विलंब करू शकते. त्यानंतर त्याला राजाकडून मान्यता मिळते; कारण राजकीय

संकेतानुसार राजा नकाराधिकार उपयोग करीत नाही; ही वस्तुस्थिती लक्षात घेतली तर विधिविषयक अधिकारांबाबत कॉमन सभागृह शक्तिशाली आहे, हे स्पष्ट होते.

(२) आर्थिक अधिकार : 'हाउस ऑफ कॉमन्स' या सभागृहात आर्थिक बाबींशी संबंधित असणारे विधेयक मांडले जातात. या सभागृहाने मंजुरी दिल्याशिवाय मंत्रिमंडळ कराद्वारे पैसा उभा करू शकत नाही; अगर खर्चही करू शकत नाही. या सभागृहाने मंजूर केलेल्या धनविधेयकाला केवळ एक महिन्यांचा विलंब लावण्याचा अधिकार लॉर्डस सभागृहाला आहे. अशा प्रकारे आर्थिक अधिकारांबाबतही कॉमन्स सभागृह शक्तिशाली आहे.

(३) शासनविषयक अधिकार : 'हाउस ऑफ कॉमन्स'या सभागृहाची शासनविषयक कार्ये ही आर्थिक व विधिविषयक कार्यापेक्षा अधिक महत्त्वपूर्ण आहेत. मंत्रिमंडळ हे खऱ्या अर्थाने याच सभागृहाला जबाबदार असते. यातील सदस्य मंत्र्यांना त्यांच्या खात्याच्या कारभारासंबंधी प्रश्न विचारू शकतात. महत्त्वपूर्ण सार्वजनिक घटना किंवा प्रश्नासंबंधी कामतहकुबीचा ठराव मांडून त्याबाबत सभागृहातच चर्चा घडवून आणू शकतात. मंत्रिमंडळाच्या कार्यासंबंधी असंतोष व्यक्त करण्यासाठी अविश्वासाचा ठराव मांडू शकतात. मंत्रिमंडळाने निर्धारित केलेल्या धोरणाला व निर्णयाला हे सभागृह अस्वीकृती देऊ शकते, अशा परिस्थितीत मंत्रिमंडळाला राजीनामा द्यावा लागतो; यावरून मंत्रिमंडळाच्या कार्यावर नियंत्रण ठेवण्यासंबंधीचे सभागृहाचे अधिकार महत्त्वपूर्ण आहेत, हे स्पष्ट होते.

(४) न्यायविषयक कार्ये : हाउस ऑफ कॉमन्स या सभागृहाच्या प्रतिष्ठेचा भंग करणाऱ्या सभासदाला सभापतीच्या आदेशानुसार अटक केली जाते; अशा सभासदाला कोणती शिक्षा द्यावयाची हे ठरविण्याचा अधिकार या सभागृहाला आहे. या संदर्भात सभागृहाने दिलेला निर्णय अंतिम असतो; कारण त्यावर कोणत्याही न्यायालयात अपील करता येत नाही.

संसदेच्या अधिकारांचे परीक्षण :

ब्रिटनची संसद किंवा पार्लमेंट सार्वभौम आहे. तिच्या अधिकारांवर कोणतेही निर्बंध नाहीत. ब्रिटनच्या संसदेला नवीन कायदे करण्याचा व जुने कायदे रद्द करण्याचा अधिकार आहे. संसदीय शासनपद्धतीचा ब्रिटनने स्वीकार केला असल्यामुळे देखील तेथील शासनव्यवस्थेत पार्लमेंटला सर्वोच्च स्थान प्राप्त झाले आहे. संसदीय शासनपद्धतीच्या तत्त्वानुसार मंत्रिमंडळ त्याच्या प्रत्येक कृतीसाठी पार्लमेंटला जबाबदार असते. पार्लमेंट मंत्रिमंडळावर अविश्वास व्यक्त करून मंत्रिमंडळास राजीनामा देण्यास भाग पाडू शकते. कोणतेही मंत्रिमंडळ जोपर्यंत त्याच्यावर पार्लमेंटचा विश्वास असेल तोपर्यंतच अधिकारावर राहू शकते. पार्लमेंटच्या मान्यतेशिवाय मंत्रिमंडळास कसलाही खर्च करता येत नाही; अशा प्रकारे ब्रिटनमध्ये पार्लमेंटचे श्रेष्ठत्व मान्य करण्यात आले आहे; पार्लमेंटची सार्वभौम सत्ता हे तेथील राजकीय व्यवस्थेचे एक वैशिष्ट्ये आहे.

आजच्या काळात म्हणजेच २० व्या शतकात मात्र पार्लमेंटच्या श्रेष्ठत्वाला उतरती कळा लागली आहे असे म्हटले जाते. आजही बिटिश पार्लमेंट तात्त्विकदृष्ट्या सार्वभौम आहे; पण प्रत्यक्षात मात्र तिचे अधिकार नावापुरतेच राहिले नसून मंत्रिमंडळाच्या अधिकारात व सत्तेत वाढ झाली आहे. याबाबत रॅम्से मूर यांनी असे म्हटले आहे की, मंत्रिमंडळाच्या हुकूमशाहीच्या स्थापनेमुळे पार्लमेंटची प्रतिष्ठा आणि अधिकार यात घट झाली आहे. पार्लमेंटचे कायदेविषयक आणि आर्थिकअधिकार कितीही महत्त्वपूर्ण असले तरी तिच्या या अधिकारांचा प्रत्यक्ष वापर मंत्रिमंडळच करीत असते. महात्मा गांधीजींनी हिंद स्वराज या ग्रंथात ब्रिटिश पार्लमेंटविषयी असे म्हटले आहे की, 'तुम्ही ज्याला पार्लमेंट म्हणता ते ब्रिटन पार्लमेंट वांझोटे आहे आणि वेश्या आहे मी त्याला वांझोटे म्हटले कारण त्याच्यावर बाहेरून दडपण आणणारे कोणी नसेल तर

काहीच करणार नाही, ते वेश्या अशासाठी की जे प्रधानमंत्री त्याला हातात ठेवील त्याच्यापाशी ते म्हणजे पार्लमेंट राहते.' यावरून ब्रिटिश पार्लमेंटवर मंत्रिमंडळाचे कशा प्रकारचे नियंत्रण असते, हेच स्पष्ट होते.

अर्थात पार्लमेंटच्या अधिकारांचा ऱ्हास होत असला तरी ते संपूर्णपणे निष्क्रिय झाले आहे, असे मात्र म्हणता येणार नाही; कारण मंत्रिमंडळास पार्लमेंटचा विश्वास संपादन करूनच कार्य करावे लागते. मंत्रिमंडळाने पार्लमेटवर अतिरेकी स्वरूपाचे नियंत्रण प्रस्थापित करण्याचा प्रयत्न केल्यास पार्लमेंट मंत्रिमंडळचे अस्तित्वच नष्ट करू शकते.

३. न्यायमंडळ : रचना, अधिकार व कार्ये आणि न्यायिक पुनर्विलोकन

ब्रिटनमध्ये न्यायमंडळाचाही ऐतिहासिकरीत्या विकास झालेला आहे म्हणजेच तिला ऐतिहासिक स्वरूपाची पार्श्वभूमी लाभलेली आहे. सुरुवातीला पार्लमेंट विधिनियम करणारी संस्था म्हणून ती अगदी १४ व्या शतकात अस्तित्वात होती. त्या काळात पार्लमेंटच्या सभा नियमित होत नसत. याचाच फायदा घेऊन निरंकुश राजेशाहीने त्यावर वर्चस्व टाकण्यास सुरुवात केलेली होती. परंतु, त्या काळातही शासकीय दडपणापासून स्वतंत्र राहण्याची आपली भूमिका ब्रिटिश न्यायव्यवस्थेने सोडली नाही. त्यावेळच्या न्यायाधीशांनी त्यावेळी समाजात असलेल्या अनेक प्रथांचे एकत्रीकरण केले. त्यातून समान अर्थ काढून कायद्याची आधारभूत तत्त्वे तयार केली. यालाच कालांतराने 'सामान्य कायदा' असे म्हटले जाऊ लागले. तसेच न्यायदान करण्यासाठी त्या काळात स्थानिक स्वरूपाची न्यायालये होती व त्यांच्यावर केंद्रीय नियंत्रण नव्हते; त्यावेळचे बहुतेक कायदे अलिखित स्वरूपाचे होते.

ब्रिटनच्या न्यायव्यवस्थेची वैशिष्ट्ये :

ब्रिटनच्या न्यायव्यवस्थेची वैशिष्ट्ये पुढीलप्रमाणे सांगता येतील-

(१) न्यायविभागाचे स्वातंत्र्य : ब्रिटनमधील न्यायालये स्वतंत्रपणे कार्य करतात. न्यायाधीशसुद्धा स्वतंत्र बुद्धीने आणि न्याय भावनेने आपले न्यायदानाचे कार्य करीत असतात. त्यांच्यावर ब्रिटनचे कायदेमंडळ किंवा कार्यकारी मंडळ यांचे दडपण येत नाही किंवा त्यांच्या कार्यात कसल्याही प्रकारचा हस्तक्षेप केला जात नाही; त्यांची नेमणूक राजपदामार्फत करण्यात येते आणि त्यांना त्यांच्या अधिकारपदाची संपूर्ण शाश्वती देण्यात आलेली असते. न्यायाधीशांची नेमणूक कायमस्वरूपी असते. वयाच्या ७० व्या वर्षापर्यंत ते कार्य करू शकतात. तसेच त्यांना वेतनही भरपूर देण्यात येते. त्यामुळे न्यायदान नि :पक्षपातीपणे होते; म्हणूनच जेनिंग्ज यांनी असे म्हटले आहे की, 'ब्रिटिश न्यायाधीशाविरूद्ध पक्षपात, भ्रष्टाचार किंवा राजकीय प्रभाव यासंबंधीचा आरोप कधीही केला जात नाही.'

(२) त्वरित न्याय : ब्रिटनमध्ये त्वरित न्याय देण्यात येतो. खटला कितीही गुंतागुंतीचा असला तरी साधारणत : एका महिन्याच्या आत त्याचा निकाल देण्यात येतो. त्यामुळे नागरिकांना समाधान मिळते. 'न्यायास विलंब म्हणजे न्याय नाकारणे'अशी ब्रिटिशांची समजूत आहे; म्हणून त्वरित न्याय हे येथील न्यायालयाचे वैशिष्टे मानले जाते.

(३) ज्यूरी पद्धती : ज्यूरी पद्धती किंवा पंचांमार्फत न्याय देण्याची पद्धती ब्रिटनमध्ये अस्तित्वात आहे. तेथे फौजदारी व दिवाणी अशा दोन्ही खटल्यांत ज्युरी पद्धतीचा अवलंब करण्यात येतो. ब्रिटन वेल्समध्ये या फौजदारी खटल्यांत तीन महिन्यांपेक्षा जास्त कारावासाची शिक्षा दिली जाऊ शकते; असे सर्व फौजदारी खटले प्रतिवादीची इच्छा असल्यास ज्युरीसमोर चालविण्यात येतात. दिवाणी दाव्याच्या बाबतीत मात्र ज्युरी पद्धतीचा अबलंब मर्यादित प्रमाणावरच करण्यात येतो. अब्रूनुकसानी, बेकायदा अटक विवाहासंबंधी वचनभंग यासारख्या दिवाणी दाव्यात ज्युरी पद्धती उपयोगात आणली जाते. ज्युरी पद्धतीमुळे न्यायालयात

अधिक निर्णय देतात; सामान्यत : १२ सदस्यांची की ज्यामध्ये १० पुरूष व २ स्त्रिया ज्युरी असतात व ती प्रत्यक्ष घटनांच्या बाबींवर निर्णय देते.

(४) कायद्याचे अधिराज्य : कायद्याला सर्वश्रेष्ठ स्थान ब्रिटनमध्ये देण्यात आले आहे. कायद्याचे अधिराज्य प्रस्थापित करण्यात आले आहे. सर्वांसाठी एकच कायदा व एकच न्यायालय आहे. ब्रिटनच्या पंतप्रधानांपासून ते सामान्य नागरिकांपर्यंत सर्वांचा दर्जा कायद्यासमोर समान आहे.

(५) न्यायिक पुनरीक्षणाचा अभाव : ब्रिटनमध्ये सार्वभौमत्व मान्य करण्यात आले असल्याने कायदेनिर्मिती संबंधीचे सर्वोच्च अधिकार तिला प्राप्त झाले आहेत. साहजिकच पार्लमेंटने केलेल्या कायद्याची वैधता तपासून पाहण्याचा अधिकार तेथील न्यायालयांना प्राप्त झालेला नाही; म्हणजेच पार्लमेंटचा कोणताही कायदा तेथील न्यायालये अवैध ठरवू शकत नाही.

याशिवाय साक्षीदारांना सन्मानपूर्वक वागविण्यात येते; त्यामुळे लोक साक्ष देण्यास तयार असतात. साक्षीदारांचा अपमान होईल असे प्रश्न विचारण्यात येत नाहीत. त्यामुळे प्रतिष्ठित लोक साक्ष देण्यास पुढे येतात व न्यायाला हातभार लावतात. तसेच ज्यांचा खर्च करण्याची आर्थिकक्षमता नसते त्यांना मोफत कायदेविषयक सल्ला आणि मदत देण्याची व्यवस्था ब्रिटनमध्ये आहे.

न्यायालयाची संघटना किंवा रचना :

स्थानिक स्तरापासून ते राष्ट्रीय पातळीपर्यंत न्यायालयाच्या रचनेचे स्वरूप आपणास न्यायव्यवस्थेच्या वैशिष्ट्यांवरून स्पष्ट होते; म्हणजेच तिची रचना समजावून घेणे महत्त्वाचे आहे. वास्तविक पाहता ब्रिटनच्या न्यायालयांना प्रदीर्घ स्वरूपाची ऐतिहासिक पार्श्वभूमी आहे. येथे प्रारंभीच्या काळात न्यायालये स्थापन झाली पण कनिष्ठ किंवा वरिष्ठ न्यायालये त्या काळात नव्हती; पहिल्या हेन्रीच्या काळात न्यायशाखेचे एकत्रीकरण झाले; पण हा प्रयत्न म्हणावा तेवढया प्रमाणात फारसा यशस्वी झाला नाही. त्यानंतर विविध प्रकारची न्यायालये निर्माण झाली. परंतु, इ. स. १८७६ ते १९७६ मध्ये न्यायालयाची फेररचना करण्यात येऊन न्यायालयाचे दिवाणी व फौजदारी न्यायालये असे दोन गट पाडण्यात आले; त्यांची रचना पुढीलप्रमाणे सांगता येईल-

अ. दिवाणी न्यायालये :

यामध्ये काउंटी न्यायालये, सर्किट न्यायालये, सुप्रीम कोर्ट ऑफ ज्युडीकेचर यांचा समावेश केला जातो.

(१) काउंटी न्यायालये : दिवाणी खटल्याची सुनावणी करणारे हे कनिष्ठ स्तरावरील न्यायालय आहे. या न्यायालयात ४०० पौड किंमतीपर्यंतच्या खटल्यांची सुनावणी होते. आजच्या काळात बदललेल्या आर्थिक परिस्थितीमुळे या न्यायालयाचे काम बरेच वाढलेले आहे. ब्रिटनमध्ये आज अशा प्रकारची जवळजवळ ५०० काउंटी न्यायालये आहेत.

(२) सर्किट न्यायालये : ब्रिटनची विभागणी एकूण ५५ सर्किटमध्ये म्हणजे विभाग किंवा प्रदेशांमध्ये करण्यात आली आहे. प्रत्येक सर्किटमध्ये एक प्रमुख न्यायालय निर्माण करण्यात आले आहे. यालाच 'सर्किट न्यायालय' असे म्हणतात. काऊंटी न्यायालयातून येणाऱ्या खटल्यामध्ये पुनानिर्णय देण्याचे कार्य येथे केले जाते; त्याचप्रमाणे या न्यायालयांना काही महत्त्वपूर्ण बाबींशी संबंधित खटल्यांमध्ये प्रारंभिक अधिकार क्षेत्रही प्राप्त झाले आहे. यातील न्यायाधीशांची नियुक्ती लॉर्ड चॅन्सेलरकडून केली जाते.

(३) सुप्रीम कोर्ट ऑफ ज्युडीकेचर : प्रत्यक्षात हे न्यायालय स्वतंत्र न्यायालय नसून 'हायकोर्ट

ऑफ जस्टिस' व 'कोर्ट ऑफ अपील' या दोन न्यायालयांना एकत्र करून या न्यायालयाची रचना करण्यात आलेली आहे.

(३. १) हायकोर्ट ऑफ जस्टिस : याचे तीन उपविभाग करण्यात आले आहेत.

(३. १. अ) चॅन्सरी डिव्हिजन : चॅन्सरी डिव्हिजनमध्ये लॉर्ड चॅन्सेलर व पाच न्यायाधीश असतात. लॉर्ड चॅन्सेलर अध्यक्ष असतो, हा विभाग न्यायबुद्धीच्या कायद्यांचा वापर करतो व त्यानुसार न्याय देतो.

(३. १. ब) किंग्स किंवा क्वीन्स बेंच डिव्हिजन : किंग्स किंवा क्वीन्स बेंच डिव्हिजन लॉर्ड चीफ जस्टीस व १९ न्यायाधीश असतात. हा विभाग सामान्य कायद्यानुसार न्यायदान करतो; या विभागाकडे सर्वात जास्त खटले जातात. याच विभागातील न्यायाधीश असायझेसचे न्यायाधीश म्हणून काऊंटीजमध्ये दौरा करतात व फौजदारी आणि दिवाणी खटले चालवितात.

(३. १. क) प्रोबेट , डायव्होर्स व ॲडमिरॉल्टी डिव्हिजन : प्रोबेट, डायव्होर्स व ॲडमिरॉल्टी विभागात सात न्यायाधीश व एक अध्यक्ष असतो. मृत्यूपत्रे, घटस्फोट व सागरी गुन्हे यांच्याविषयीचे खटले या भागाकडे जातात.

या तीनही विभागातील न्यायाधीशांची नियुक्ती लॉर्ड चॅन्सेलरकडून केली जाते.

(३. २) कोर्ट ऑफ अपील : सुप्रीम कोर्ट ऑफ ज्युडीकेचर हा वरिष्ठ भाग आहे. या न्यायालयात ९ न्यायाधीश असतात. लॉर्ड चॅन्सेलर अध्यक्ष असतो, या न्यायालयात हायकोर्ट ऑफ जस्टिसच्या तीनही विभागातून आलेल्या खटल्यांमध्ये पुननिर्णय देण्याचे काम या न्यायालयात चालते. या न्यायालयाने दिलेला निर्णय हा अनेक खटल्यांमध्ये अंतिम स्वरूपाचा ठरतो; कारण यातील कोणताही खटला पुनर्निर्णयासाठी लॉर्ड्स सभागृह या अंतिम न्यायालयात जातोच असे नाही. ॲटनी जनरलने शिफारस केलेले खटले पुननिर्णयासाठी लॉर्ड्स या अंतिम न्यायालयात जातात, म्हणून या न्यायालयाला महत्त्वपूर्ण स्थान प्राप्त झाले आहे.

ब. फौजदारी न्यायालये :

यामध्ये पेटी कोर्ट ऑफ सेशन्स, पेटी सेशन्स कोर्ट, कोर्ट ऑफ क्वार्टर सेशन्स, कोर्ट ऑफ असाइझेस व कोर्ट ऑफ क्रिमिनल अपील यांचा समावेश केला जातो.

(अ) पेटी कोर्ट ऑफ सेशन्स : हे न्यायालय म्हणजे फौजदारी न्यायालयांच्या रचनेतील सर्वात कनिष्ठ न्यायालय होय. स्थानिक स्तरावर होणाऱ्या किरकोळ स्वरूपाच्या गुन्ह्याशी संबंधित खटल्याची सुनावणी या न्यायालयात होते. १४ दिवसांची शिक्षा करण्याचा अधिकार या न्यायालयाला आहे; प्रत्येक लहान मोठ्या गांवात एक तरी अशा प्रकारचे न्यायालय असतेच.

(ब) पेटी सेशन्स कोर्ट : गंभीर स्वरूपाच्या फौजदारी दाव्याची सुनावणी या न्यायालयात होते. यामध्ये ६ महिन्यांपर्यंत शिक्षा देण्याचा अधिकार या न्यायालयाला आहे.

(क) कोर्ट ऑफ क्वार्टर सेशन्स : हे न्यायालय काऊंटी कोर्टाच्या दर्जाचे आहे; वरील दोन्ही न्यायालयातील खटल्यांवर पुनर्निर्णय देण्याचे कार्य हे न्यायालय करते. या खटल्याच्या सुनावणीच्या वेळेस ज्युरी उपस्थित असतात.

(ड) कोर्ट ऑफ असाइझेस : कोर्ट ऑफ क्वार्टर सेशन्सच्या निर्णयावर पुन्हा निर्णय देणे हे याचे प्रमुख काम आहे. असाइझेस ही महत्त्वाची न्यायालये असून ती फिरत्या स्वरूपाची असतात. किंग्स किंवा क्वीन्स बेंच डिव्हिजनचे १९ न्यायाधीश निरनिराळया भागात दौऱ्यावर जाऊन न्यायादान करतात. त्यांनाच असाइझेस न्यायालय म्हणतात. प्रत्येक काऊंटीमधून वर्षातून चार वेळा अशी न्यायालये पुनर्निर्णयासाठी

भरतात. मुख्यत : फौजदारी तसेच दिवाणी खटले चालविण्याचा अधिकार त्यांना आहे. एक किंवा दोन न्यायाधीश अशा न्यायालयात कार्य करतात. ते हायकोर्ट ऑफ जस्टिसमधील न्यायाधीश असतात; या खटल्याची सुनावणी ऐकण्यासाठी ज्युरी देखील उपस्थित राहत असत.

(इ) कोर्ट ऑफ क्रिमिनल अपील : कनिष्ठ स्तरावरील फौजदारी न्यायालयांनी दिलेल्या निर्णयावर या न्यायालयात अपील केले जाते. फौजदारी खटल्यांमध्ये या न्यायालयाने दिलेला निर्णय जवळपास अंतिम स्वरूपाचा असतो; कारण काही महत्त्वपूर्ण व वादाचे प्रश्न असतील तरच या न्यायालयाने दिलेल्या निर्णयाविरूद्ध अंतिम न्यायालय असलेल्या लॉर्ड्स सभागृहाकडे अपील करता येते; फौजदारी न्यायालयांच्या रचनेत या न्यायालयाला महत्त्वपूर्ण स्थान प्राप्त झाले आहे.

हाउस ऑफ लॉर्ड्स पुनर्निर्णयाचे अंतिम न्यायालय :

हाउस ऑफ लॉडर्स हे ब्रिटनचे सर्वोच्च व अंतिम न्यायालय आहे. फौजदारी व दिवाणी या दोन्ही प्रकारच्या खटल्यांची अपिले ऐकण्याचा अधिकार 'हाऊस ऑफ लॉर्ड्स'ला आहे. तसेच या प्रकारच्या खटल्याची सुनावणी या न्यायालयात होते. पुनर्निर्णयासाठी आलेल्या खटल्यांची सुनावणी न्यायालयाच्या नऊ लॉ किंवा वकील लॉर्ड्स समोर होते; म्हणजेच हे नऊ न्यायाधीश या सभागृहाच्या वतीने न्यायदानाचे काम करतात आणि अध्यक्षस्थानी लॉर्ड चॅन्सेलर असतो; यांचा निर्णय अंतिम व सर्वांवर बंधनकारक असतो.

न्यायाधीशाची नेमणूक :

लॉर्ड चॅन्सेलरच्या सल्ल्यावरून राणी वरिष्ठ न्यायालयाच्या न्यायाधीशांची नेमणूक करते. राणी त्यांना पार्लमेंटच्या दोन्ही सभागृहांनी विनंती केल्याशिवाय पदावरून दूर करू शकत नाही. कनिष्ठ न्यायालयाच्या न्यायाधीशांची नेमणूक लॉर्ड चॅन्सेलर करतो आणि गैरवर्तन केल्यास तो त्यांना पदावरून दूर करू शकतो; पण प्रत्यक्ष व्यवहारात न्यायाधीशांना सहसा पदावर दूर केले जात नाही. १९९५ च्या पार्लमेंट कायद्यानुसार न्यायाधीशांच्या सेवानिवृत्तीचे वय ७० वर्षे करण्यात आले आहे. न्यायाधीशांची नेमणूक सामान्यत : वयाच्या ५०व्या वर्षी करण्यात येते. न्यायाधीश म्हणून ब्रिटनमध्ये सहसा स्त्रियांची नेमणूक करण्यात येत नाही.

खास खटल्याची न्यायालये :

वरील न्यायालयाशिवाय ब्रिटनमध्ये खास खटल्यासाठी न्यायालये आहेत. यामध्ये प्रिव्ही कौन्सिलची न्याय समिती, धार्मिक न्यायालये आणि प्राईज कोर्ट यांचा समावेश होतो.

प्रिव्ही कौन्सिलची न्याय समिती : प्रिव्ही कौन्सिलची न्याय समिती ब्रिटनच्या वसाहतीमधील न्यायालयाकडून आलेल्या अपिलांची सुनावणी करते. मात्र ज्या स्वयंशासित वसाहतींच्या कायदेमंडळांनी प्रिव्ही कौन्सिलकडे अपील करण्यावर निर्बंध घातले असतील अशा वसाहतींमधील दावे प्रिव्ही कौन्सिलकडे येत नाही. सध्या प्रिव्ही कौन्सिलचा हा अधिकार राहिला आहे. याशिवाय धार्मिक न्यायालयातून येणाऱ्या अपिलांची सुनावणी ही समिती करते. भारत स्वतंत्र होण्यापूर्वी प्रिव्ही कौन्सिलची न्याय समिती भारताचे सर्वोच्च न्यायालय होते; आता मात्र नाही.

धार्मिक न्यायालये : ब्रिटनच्या चर्चेची जी न्यायालये आहेत त्यांना धार्मिक न्यायालये म्हणतात. ही न्यायालयेदेखील राजाची न्यायालये समजण्यात येतात. या न्यायालयात धार्मिक प्रश्नांशी संबंधित असलेल्या बाबींसंबंधी विचार करण्यात येतो.

प्राईज कोर्ट : या न्यायालयात युद्धात पकडलेली जहाजे आणि इतर मालमत्ता यासंबंधीचे खटले चालविले जातात. या न्यायालयाच्या निर्णयाविरूद्ध प्रिव्ही कौन्सिलला न्याय समितीकडे अपील करता येते.

कायद्याचे प्रकार : ब्रिटनमध्ये न्यायशाखेतून लागू करण्यात येणारे कायदे तीन प्रकारचे आहेत, ते पुढीलप्रमाणे -

(१) सामान्य कायदा : ब्रिटनचा हा मुख्य कायदा आहे. ब्रिटनच्या अनेक शतकांच्या प्राचीन रूढी व प्रथा यामधून हा कायदा विकसित झाला आहे. पूर्वीपासून चालत आलेल्या रूढी आणि प्रथा यांना मान्यता देऊन न्यायाधीश त्यांचा उपयोग करतील किंवा ज्या नियमांचा वापर करतील त्यांना सामान्य कायद्याचा दर्जा प्राप्त होतो. थोडक्यात, देशातील विविध प्रकारच्या रूढी व प्रथा यांचा न्यायाधीशांनी अर्थ लावून त्यांचे केलेले सुसूत्रीकरण म्हणजेच सामान्य कायदा होय. हे कायदे अलिखित आहेत. त्यांचा विकास मुख्यत : न्यायालयांनी केला म्हणून त्यांना 'जजमेंट लॉ' असे म्हणतात. ब्रिटिश जनता या कायद्यांना अतिशय महत्त्व देते.

(२) पार्लमेंटचे कायदे : पार्लमेंटने केलेल्या कायद्यांना पार्लमेंटचे कायदे म्हणतात. पार्लमेंटने केलेला कायदाच आज ब्रिटनमध्ये सर्वश्रेष्ठ समजला जातो. पार्लमेंटने केलेला कायदा आणि सामान्य कायदा यांच्यात संघर्ष झाल्यास पार्लमेंटचा कायदा श्रेष्ठ आणि प्रमाण समजला जातो. मात्र, आजही सामान्य कायदा हाच देशाचा मूळ कायदा मानला जातो; हा कायदा लिखित स्वरूपाचा असतो.

(३) न्यायबुद्धीचे कायदे : हा कायद्याचा एक वैशिष्ट्यपूर्ण प्रकार आहे. राजाने किंवा न्यायाधीशाने स्वत :च्या न्यायबुद्धीला जागरूक ठेवून एखादा नवीन निर्णय दिला आणि एखाद्यावर झालेला अन्याय दूर केला तर त्यातून हा कायदा निर्माण होतो. पूर्वी ब्रिटनमध्ये न्यायालयांनी निर्णय दिल्यानंतरही एखाद्याला न्याय मिळाला नाही तर तो राजाकडे 'कायद्याचे उगमस्थान व न्यायाचा झरा' म्हणून विनंती अर्ज करीत असे आणि अन्याय दूर करून न्याय द्यावा अशी विनंती करण्यात येई. राजा स्वत: किंवा लॉर्ड चॅन्सेलरला हे काम सोपवून त्या खटल्यावर पुन्हा निर्णय देई व त्यावेळी सदसद्विवेकबुद्धीचा आणि सामान्यबुद्धीचा वापर करण्यात येत असे; यातूनच चॅन्सेरीचे न्यायालय ही नवीन न्यायालये निर्माण झाली आणि न्यायबुद्धीचा कायदा प्रस्थापित झाला.

तुलनात्मक विवेचन

(१) अमेरिकन राष्ट्राध्यक्ष व ब्रिटिश सम्राट किंवा राजा किंवा राजपद

अमेरिका व ब्रिटन या दोन्ही शासनपद्धतीमधील राज्यप्रमुख म्हणून अमेरिकन अध्यक्ष व ब्रिटिश राजा किंवा राजपद यांचा तुलनात्मक विचार करताना आपणास खालील मुद्द्यांचा आधार घ्यावा लागते. वास्तविक पाहाता ब्रिटिश राजा व अमेरिकन अध्यक्ष हे दोघे सत्तेच्या बाबतीत आपापल्या राष्ट्राचे संविधानात्मक प्रमुख आहेत. हे साम्य सोडल्यास त्यांची तुलना होऊ शकत नाही. या दोघांमध्ये साम्यवादापेक्षा फरकच अधिक आहेत.

प्रा. लास्की यांचे मत : प्रा. लास्की यांच्यातील तुलनेविषयी असे म्हणतात की, 'अमेरिकेचा अध्यक्ष हा ब्रिटिश राजापेक्षा कमी सत्ताधारी आणि अधिक सत्ताधारी असा दोन्ही आहे.'

संविधान व अधिकार : अध्यक्षाच्या हातात खऱ्या अर्थाने अधिकार असून तो नामधारी प्रमुख व कार्यकारीप्रमुख म्हणून सर्व कार्यकारी सत्ता उपभोगतो. याउलट संविधानात्मक दृष्ट्या विचार केला तर राजाच्या हातात आजही अमर्याद अधिकार आहेत; परंतु प्रत्यक्षात मात्र यामध्ये फरक असतो.

सत्ता व वापर : अमेरिकन अध्यक्षाला फक्त कार्यकारी सत्तेबाबत खऱ्या अर्थाने सर्वश्रेष्ठ सत्ता

उपभोगता येते. त्यांच्या इतर क्षेत्रातील अधिकारांवर काँग्रेस व न्यायपालिकेच्या अधिकारांमुळे बंधन निर्माण झाले आहे. संविधानाप्रमाणे राजाच्या हातात मात्र कायदेविषयक, कार्यकारी आणि न्यायविषयक व इतर सर्व प्रकारच्या सत्ता आहेत. परंतु; त्याचा उपयोग त्याने संकेत व रूढींनुसार मंत्र्यांद्वारा करावयाचा असतो.

शासनप्रमुख व मंत्रिमंडळ : अमेरिकेचा अध्यक्ष आपले मंत्रिमंडळ स्वत :च्या इच्छेने नेमतो. त्याने केलेल्या नेमणुकांना सिनेटची संमती आवश्यक असते. मंत्री व्यक्तिश : त्याला जबाबदार असतात व तो त्यांना केव्हाही काढून टाकू शकतो. याउलट, सार्वत्रिक निवडणुकीनंतर कॉमन्सगृहात बहुमत मिळालेल्या पक्षनेत्याला राजा पंतप्रधान म्हणून पाचारण करतो; कोणाला पंतप्रधान करावे याबाबत त्याला आपल्या इच्छेप्रमाणे वागता येत नाही. पंतप्रधानाने सादर केलेल्या त्यांच्या मंत्र्यांच्या यादीला तो औपचारिक मान्यता देतो. घटनात्मक दृष्ट्या राजाची मर्जी असेपर्यंतच मंत्री अधिकारावर राहतात. मंत्रिमंडळाच्या बैठकींना तो हजर राहत नाही. मंत्रिमंडळाचे निर्णय पंतप्रधान त्याला कळवतो; वरील सर्व बाबतीत राजाची सत्ता औपचारिक आहे.

सभागृह बरखास्त : अमेरिकन अध्यक्ष मात्र काँग्रेस बरखास्त करू शकत नाही. राजाला कॉमनगृह बरखास्त करण्याचा अधिकार असला तरी त्यासाठी पंतप्रधानाने त्याला तसा सल्ला दिला पाहिजे.

शासनप्रमुख व पदच्युत : अध्यक्षाची महाभियोग प्रक्रियेद्वारे चौकशी करून काँग्रेस त्याला पदच्युत करू शकते. परंतु, राजाला मात्र ब्रिटिश पार्लमेंट पदावरून काढू शकत नाही.

शासनप्रमुख व कार्यकाळ : अमेरिकेचा अध्यक्ष चार वर्षं पदावर राहतो; तर ब्रिटनचा राजा मात्र मृत्यूपर्यंत राजपदावर राहतो.

शासनप्रमुख व प्रतिमा : अमेरिकन अध्यक्ष व ब्रिटिश राजा दोन्हीही घटनात्मकदृष्ट्या राज्यप्रमुख असले तरी ब्रिटिश राजपदाची ब्रिटिश जनमानसात जी प्रतिमा आहे तशा प्रकारची प्रतिमा अमेरिकन अध्यक्षाबद्दल अमेरिकन जनमानसात नाही. ब्रिटिश राजाचे हे एक बलस्थान आहे.

(२) अमेरिकन राष्ट्राध्यक्ष व ब्रिटिश पंतप्रधान

आंतरराष्ट्रीय राजकारणात विविध शासनांचा तुलनात्मक अभ्यास करणारे राजकीय अभ्यासक अमेरिकेचा अध्यक्ष आणि ब्रिटनचा पंतप्रधान यांचे स्थान व अधिकाराची तुलना करतात; या दोन वेगवेगळया पद्धतीच्या शासनप्रमुखामध्ये अधिकाराबाबत साम्य व भेदही आहेत.

अमेरिकेचा अध्यक्ष आणि ब्रिटनचा पंतप्रधान यांचे स्थान व अधिकारात साम्य :

(१) अमेरिकेचा अध्यक्ष आणि ब्रिटनचा पंतप्रधान हे दोघेही प्रथम दर्जाच्या राष्ट्रांमधील सर्वोच्च प्रमुख आहेत.

(२) अमेरिकेचा अध्यक्ष आणि ब्रिटनचा पंतप्रधान हे दोघेही जनतेची इच्छा सर्वश्रेष्ठ मानून जनतेला अंतिमरीत्या जबाबदार राहून ते लोकशाही पद्धतीने कार्य करतात.

(३) दोन्हीही पद्धतीत त्या पदावर येणारी व्यक्ती शासनाच्या या सर्वोच्च पदावर एका विशिष्ट परंतु ठरलेल्या पद्धतीने म्हणजेच ब्रिटनमध्ये हाउस ऑफ कॉमन्समध्ये बहुमत मिळालेल्या पक्षाचा नेतृत्वामुळे तर अमेरिकन अध्यक्ष, मतदारांनी निवडून दिलेल्या प्रतिनिधींच्या औपचारिक मान्यतेने येतो.

(४) दोघांनाही शांततेच्या काळात फार मोठ्या सत्ता असतात; व अशांततेच्या काळात ही सत्ता आणखी मोठ्या प्रमाणात वाढते.

अधिकार व सत्ता या दृष्टीने त्यांच्यात वरीलप्रमाणे साम्य असले तरी मुळात ते दोन भिन्न शासनपद्धतीनचे प्रमुख प्रतिनिधी असल्यामुळे त्यांच्यात साम्यापेक्षा फरकच अधिक आहेत; ते पुढीलप्रमाणे सांगता येतील-

(१) अमेरिकेचा अध्यक्ष घटनात्मक व कार्यकारी अशा दोन्ही दृष्टीने प्रमुख आहे; परंतु, ब्रिटनचा घटनात्मक प्रमुख राजा आहे तर कार्यकारी प्रमुख पंतप्रधान आहे.

(२) अमेरिकेचा अध्यक्ष व ब्रिटनचा पंतप्रधान यांच्यातील फरकाची कारणे अध्यक्षीय व संसदीय शासनपद्धतीच्या वैशिष्ट्यांमध्ये आहे. अमेरिकेने अध्यक्षीय पद्धतीचा स्वीकार केला आहे; तर ब्रिटनने संसदीय पद्धतीचा स्वीकार केला आहे.

(३) अध्यक्षाची सत्ता अमेरिकेच्या लिखित संविधानाने निश्चित केली आहे व त्यामुळे ती मर्यादित आहे. याउलट, ब्रिटिश पंतप्रधानांची सत्ता संकेतावर आधारित असल्यामुळे ती अनिश्चित परंतु अमर्याद आहे.

(४) अमेरिकेच्या अध्यक्षाचा कार्यकाळ चार वर्षांसाठी निश्चित केलेला असतो. प्रतिनिधीगृहाच्या बहुमतावर त्यांचा कार्यकाळ अवलंबून असतो. याउलट, घटनात्मक दृष्ट्या पंतप्रधानांचा कार्यकाळ पाच वर्षांचा असला तरी हाउस ऑफ कॉमन्समधील बहुमतावर त्याचा कार्यकाळ अवलंबून असतो, त्यामुळे ब्रिटिश पंतप्रधानांचा कार्यकाळ अनिश्चित असतो.

(५) अध्यक्ष जरी सरकारचा प्रमुख असला तरी तो काँग्रेसचा सदस्य नसतो. आपापल्या क्षेत्रात सर्वश्रेष्ठ असलेल्या शासनाच्या तीन शाखांपैकी तो एक असतो. ब्रिटिश पंतप्रधान पार्लमेंटचा सदस्य असतो व कॉमन्स गृहातील बहुमतावर त्याचे पंतप्रधान पद अवलंबून असते; कार्यकारी मंडळ पार्लमेंटची एक समिती असते व त्या समितीचा तो अध्यक्ष असतो.

(६) अध्यक्ष कार्यकारी मंडळाचा प्रमुख असतो. मंत्रिमंडळात त्यांच्याशी समान कोणीही नसतो. त्याच्या निर्णयांना त्याचे सहकारी आव्हान देऊ शकत नाहीत. त्याच्या तथाकथित मंत्रिमंडळातील मंत्री त्याच्या सचिवाप्रमाणे असतात. ब्रिटनचा पंतप्रधान जरी सर्वसत्ताधीश असला तरी आपल्या सहकार्यामध्ये तो समाजातील प्रमुख असतो.

(७) प्रा. लास्कींनी या बाबतीत दोघांमधील फरक दाखविताना म्हटले आहे की, 'ज्याच्याशी निश्चितपणे कोणी समान नाही परंतु ज्याला महत्त्वाचे दुय्यम अधिकार आहेत अशा संघटनेचा तो अध्यक्ष किंवा अधिकारी असतो. एखादा पंतप्रधान आपल्या सत्तेच्या बाबतीत एवढा सर्वाधिकारी असणे अशक्य आहे आणि संमिश्र मंत्रिमंडळात तर अगदीच अशक्य आहे.'

(८) अध्यक्ष काँग्रेसच्या कोणत्याही गृहाचा सदस्य नसतो व काँग्रेसला जबाबदारही नसतो. पंतप्रधान पार्लमेंटच्या दोन्ही गृहांपैकी एकाचा सदस्य असणे आवश्यक असते; तो हाउस ऑफ कॉमन्सला जबाबदार असतो.

(९) अध्यक्षाला आपले मंत्रिमंडळ बनविण्याच्या बाबतीत अमर्याद स्वातंत्र्य आहे. अध्यक्षाचे मंत्रिमंडळ हे अध्यक्षाचे सचिवमंडळ असते. अध्यक्ष स्वत:च्या मतानुसार मंत्र्यांची नेमणूक करू शकतो तसेच त्यांना पदावरून दूर सुद्धा करू शकतो. पंतप्रधानाला मात्र आपल्या मंत्रिमंडळातील मंत्री नेमण्याच्या बाबतीत अनियंत्रित व अमर्याद स्वातंत्र्य नाही; मंत्रिमंडळ तयार करताना त्याला विविध गोष्टी विचारात घ्याव्या लागतात.

(१०) अध्यक्षाला विधेयके तयार करण्याच्या बाबतीत पुढाकार घेता येत नाही व त्याने पाठवलेले विधेयक संमत झाले नाही तर त्याच्यावर परिणाम होत नाही. पंतप्रधान मात्र विधेयक तयार करण्याच्या बाबतीत व ती संमत करून घेण्याच्या बाबतीत पुढाकार घेतो. पार्लमेंटमध्ये मांडण्यापूर्वी त्याबाबत तो आपल्या सहकाऱ्यांशी चर्चा करतो.

(११) अध्यक्षाने पाठविलेल्या विधेयकाला काँग्रेसने संमती दिली नाही तर काँग्रेस बरखास्त करून

मतदारांचा पाठिंबा घेण्याची अध्यक्षासाठी संविधानात तरतूद आहे. परंतु पंतप्रधानाला 'कॉमन्स गृहा'चा पाठिंबा मिळाला नाही तर तो कॉमन्स गृह बरखास्त करण्याचा राणीला सल्ला देऊन मतदारांचा आपल्या धोरणाला पाठिंबा मागू शकतो.

(१२) लॉर्ड ऑक्सफोर्ड आणि अॅस्क्वीथ म्हणतात त्याप्रमाणे अमेरिकेच्या अध्यक्षाला सामान्यत : आपल्या व्यक्तिमत्त्वाचा एवढया परिणामकारकपणे उपयोग करता येणार नाही. त्याला संविधानाने घालून दिलेल्या मर्यादांमध्ये राहूनच आपल्या अधिकाराचा उपयोग करता येईल. परंतु, प्रंतप्रधानाचे स्थान 'या पदावर आरूढ होणारा काय करू इच्छितो' यावर अवलंबून असते. समर्थ पंतप्रधानांच्या निर्णयांना त्यांचे सहकारी आव्हान देऊ शकत नाहीत; तर कमकुवत पंतप्रधान आपल्या स्थानावर क्वचितच आपल्या व्यक्तिमत्त्वाचा ठसा उमटवेल.

(१३) द्वितीय महायुद्धापर्यंत जागतिक राजकारणापासून अलिप्त असलेली अमेरिका हे राष्ट्र आता जागतिक राजकारण करू लागले आहे. ते जगातील सर्वात समृद्ध व प्रबळ राष्ट्र झाले आहे. त्यामुळे अमेरिकेच्या अध्यक्षाचे महत्त्व वाढले आहे व जागतिक राजकारणाच्या मुख्य स्थानावर तो विराजमान झाला आहे. याउलट, एकेकाळी ब्रिटनचे साम्राज्य सर्व जगभर पसरले होते. त्यामुळे ब्रिटनचा पंतप्रधान जगातील सर्वात मोठ्या व प्रबळ साम्राज्यातील सर्वात प्रभावी राष्ट्रप्रमुख होता. परंतु, द्वितीय महायुद्धानंतरच्या काळात ब्रिटनचे साम्राज्य नष्ट झाले. त्यामुळे ब्रिटनच्या पंतप्रधानाचे जागतिक राजकारणातील महत्त्व कमी झाले आहे.

(३) सिनेट व हाउस ऑफ लॉर्ड्स किंवा अमेरिकन काँग्रेस किंवा ब्रिटिश संसद

जगातील लोकशाही शासनव्यवस्थांमध्ये लोकप्रतिनिधींचे प्रतिनिधित्त्व करणारी मंडळे एक सभागृह असणारी असावीत की द्विगृही असावीत हा नेहमीच वादाचा प्रश्न राहिलेला आहे. अमेरिकन सिनेट व हाउस ऑफ लॉर्ड्स यातील फरक आपणास खालील मुद्द्यांच्या आधारे सांगता येईल-

(१) सभागृहाचे महत्त्व : अमेरिकेचे सिनेट हे सभागृह संविधान तयार करणाऱ्यांनी मुद्दाम निर्माण केले आणि त्याला अनेक महत्त्वाचे अधिकार प्रदान करण्यात आले. याचे एक कारण म्हणजे अमेरिकेत संघराज्य व्यवस्था असून संघराज्यात घटक राज्यांचे प्रतिनिधित्व करण्यासाठी द्वितीय सभागृह आवश्यक होते. याउलट ब्रिटनमधील हाउस ऑफ लॉर्ड्स हे एका ऐतिहासिक प्रक्रियेतून निर्माण झाले ते मुद्दाम निर्माण करण्यात आले नाही. वास्तविक ते जगातील पहिले कायदेमंडळ होय; पुढे मात्र 'हाऊस ऑफ कॉमन्स'चा उदय झाला आणि लॉर्ड्स सभागृहाचे अधिकार कमी झाले व शेवटी ते नाममात्र अधिकार असलेले सभागृह बनले; परंतु ते नष्ट करण्यात आले नाही.

(२) सभागृह असावे की नसावे : कायदेमंडळाचे द्वितीय सभागृह का असावे आणि ते कसे उपयुक्त आणि प्रभावी ठरू शकते याचे उदाहरण 'सिनेट' होय. द्वितीय सभागृह का नसावे व ते कसे निरूपयोगी आहे, याचे उदाहरण हाउस ऑफ लॉर्ड्स होय.

(३) सभागृहाची रचना : रचनेच्या बाबतीत विचार केला तर सिनेट व हाउस ऑफ लॉर्ड्स यांच्यात फार मोठा फरक आहे.

(अ) सिनेटची रचना घटकराज्यांना समान प्रतिनिधित्व देण्यासाठी आहे. याउलट हाऊस ऑफ लॉर्ड्सची रचना लोकशाही तत्त्वावर आधारित नाही.

(ब) प्रतिनिधिगृहाच्या अतिउत्साहाला नियंत्रित करण्यासाठी सिनेटची रचना करण्यात आलेली आहे. याउलट प्रौढ मतदान पद्धती किंवा निवडणुकीच्या पद्धतीला लॉर्ड्सच्या रचनेत स्थान नाही.

(क) सिनेटची सदस्यसंख्या १०० एवढया सुटसुटीत व जनतेच्या प्रतिनिधित्वावर आधारित; प्रौढ मतदान पद्धतीने तयार झालेली आहे.

(ड) प्रत्येक राज्याला सिनेटवर प्रत्येकी दोन प्रतिनिधी पाठविता येतात. प्रतिनिधित्व देतांना राज्याची लोकसंख्या किंवा क्षेत्रफळ लक्षात घेतले जात नाही. 'हाउस ऑफ लॉर्ड्स'ची सदस्य संख्या ११०० च्या वर असून ९० टक्के सदस्य हे वंशपरंपरेने आलेल्या उमरावांचे व राजघराण्याचे प्रतिनिधी आहेत. उमरावांशिवाय तहात उमरावगृहाचे प्रतिनिधीत्त्व मिळालेले लॉ किंवा वकील लॉर्डस, चर्चचे प्रतिनिधी, आयर्लंड व स्कॉटलंडचे प्रतिनिधी हे लॉर्ड्सचे सदस्य असतात.

(इ) अमेरिकेच्या सिनेटची रचना करताना संघराज्य तत्त्व हे मार्गदर्शक आहे. परंतु ब्रिटनचे उमरावगृह सर्वसत्ता केंद्रसरकारमध्ये एकवटलेल्या एकात्म पद्धतीचे वरिष्ठ गृह आहे.

(४) कार्यकाळ : दोन्ही सभागृहे कधीही बरखास्त होत नाहीत; परंतु प्रत्येक सिनेटरचा कार्यकाळ सहा वर्षांचा असून एक तृतीयांश सदस्य दर दोन वर्षांनी निवृत्त होतात. परंतु, उमरावगृहाचे सदस्य म्हणजे उमराव हे वंशपरंपरेने किंवा तहयात गृहाचे सदस्य असतात.

(५) मत देण्याचा अधिकार : सिनेटच्या कार्याचे नियमन करण्यासाठी अध्यक्षपदावर देशाच्या उपाध्यक्षाच्या संविधानाने पदसिद्ध अध्यक्ष म्हणून तरतूद केलेली आहे. तो सिनेटचा सदस्य नसतो; त्याला अध्यक्ष म्हणून निर्णायक मत देण्याचा अधिकार आहे. उमरावगृहाचा अध्यक्ष म्हणून लॉर्ड चॅन्सेलर काम पाहतो; तो सभागृहाचा सदस्य असतोच असे नाही. परंतु पुढे त्याला सदस्य करून घेतले जाते, तो मंत्रिमंडळाचा सदस्य असतो; त्याला निर्णायक मत देण्याचा अधिकार नाही.

(६) पात्रता : सिनेटचा सदस्य होण्यासाठी वयाची ३० वर्षे पूर्ण झाली पाहिजे व सिनेटचा सदस्य किमान नऊ वर्षांपासून अमेरिकेचा नागरिक असला पाहिजे. उमरावगृहाचा सदस्य होण्यास वयोमर्यादेची अट नाही. वंशपरंपरेने आलेले उमरावपद ज्येष्ठ मुलाला घराण्यातील उमरावाचा मृत्यू झाल्याबरोबर प्राप्त होते.

(७) गणसंख्या : सिनेटचे कामकाज चालविण्यासाठी गणसंख्या ५१ आहे. गणसंख्या पूर्ण न झाल्यास सिनेट सभा स्थगित करू शकते. सिनेटच्या कामकाजात सिनेटर उत्साहाने भाग घेतात. उमरावगृहाचे कामकाज चालविण्यासाठी गणसंख्या केवळ तीन आहे; व विधेयक संमत होण्यासाठी तीस सदस्यांची उपस्थिती आवश्यक असते.

(८) सामर्थ्याशाली व कमकुवत : सिनेट हे जगातील इतर द्वितीय गृहांप्रमाणे अधिकाराने दुय्यम गृह नसून ते जगातील सर्वाधिक सामर्थ्यशाली व कनिष्ठ गृहापेक्षा अधिक अधिकार असलेले व सामर्थ्यवान वरिष्ठ गृह आहे. उमरावगृह अधिकाराच्या बाबतीत सिनेटपेक्षा कमकुवत आहे. कॉमन्स गृहाने संमत केलेल्या विधेयकांना विलंब लावण्याशिवाय ते काहीही करू शकत नाही.

(४) अमेरिका व इंग्लंडमधील कायदा किंवा संविधानदुरुस्ती प्रक्रियेतील तुलना

अमेरिका व ब्रिटनमध्ये शासनव्यवस्थेतील रचनेत मूलभूत स्वरूपाचा फरक आहे. अमेरिकेत अध्यक्षीय पद्धती तर ब्रिटनमध्ये संसदीय शासनपद्धती आहे. कायदा किंवा संविधान दुरुस्तीसाठी विभिन्न पद्धती तेथे वापरण्यात आल्या आहेत; म्हणजेच अमेरिका व ब्रिटिश संविधान दुरुस्ती प्रक्रिया एकमेकांपेक्षा भिन्न आहेत. त्या भिन्न कशा आहेत हे पुढील मुद्द्यांच्या आधारे स्पष्ट करता येईल.

घटकराज्यांची मान्यता : अमेरिकन संघराज्यात सत्ताविभाजनाच्या तत्त्वामुळे संघराज्यांची निर्मिती ही राज्यांनी आपली स्वायत्तता कायम ठेवण्यासाठी करार केलेला असल्याने संविधानदुरुस्तीसाठी काँग्रेसने संमत केलेल्या विधेयकाला घटकराज्यांची मान्यता आवश्यक असते. याउलट ब्रिटन हे एककेंद्री स्वरूपाचे

राज्य असल्याने संविधान दुरुस्तीसाठी घटक राज्यांची किंवा प्रादेशिक विभागांची मान्यता ब्रिटनमध्ये आवश्यक नाही.

कायद्यात फरक : अमेरिकन संविधान लिखित व परिदृढ असल्याने संविधान कायदा व सामान्य कायदा यांच्यात फरक केला जातो. संविधान कायदा बदलण्यासाठी संविधानात दिलेल्या पद्धतीचाच अवलंब करावा लागतो. याउलट ब्रिटिश संविधान अलिखित व परिवर्तनीय असल्यामुळे तेथे संविधान कायदा व सामान्य कायदा यांच्यात फरक केला जात नाही. संसद सार्वभौम असल्याने सर्व कायद्यांत एकाच प्रकारे म्हणजेच सामान्य बहुमताने बदल घडवून आणता येतात.

संविधानदुरुस्ती मान्यता : अमेरिकेत काँग्रेसने संमत केलेल्या संविधानदुरुस्तीला मान्यता देण्यासाठी दोन तृतीयांश एवढया जनतेच्या प्रतिनिधींची आवश्यकता असते. तर ब्रिटिश संसद सार्वभौम असल्याने सर्व प्रकारच्या दुरुस्त्या व बदल संसदेतील जनतेचे प्रतिनिधी, सामान्य बहुमताने घडवून आणतात.

संविधानदुरुस्तीची पद्धत : अमेरिकन संविधान हे परिदृढ असल्याने संविधानदुरुस्ती करण्याच्या दृष्टीने विचार करता ते जगातील सर्वात अवघड संविधान आहे. म्हणूनच गेल्या २१५ वर्षांत या संविधानात केवळ २७ संविधान दुरुस्त्या झाल्या आहेत. याउलट, ब्रिटनचे संविधान परिवर्तनीय आहे व त्यामुळे संविधान दुरुस्ती करण्याच्या दृष्टीने विचार करता ती अतिशय सोपी पद्धत आहे.

संविधानदुरुस्तीस शासनप्रमुखाची मान्यता : अमेरिकेत संविधानदुरुस्ती विधेयकाला अमेरिकेच्या अध्यक्षाची मान्यता आवश्यक नसते. याउलट ब्रिटनमध्ये संविधान कायद्यात बदल करण्यासाठीच्या विधेयकाला राजाची मान्यता औपचारिक का होईना पण आवश्यक असते.

संविधानदुरुस्तीची प्रवृत्ती : अर्थात, कअमेरिकन पार्लमेंट संविधानात्मक बदल करण्याबाबत अतिशय सनातनी किंवा परंपराप्रिय प्रवृत्तीची आहे. याउलट ब्रिटिश संविधान दुरुस्तीची पद्धत अतिशय साधी व सोपी असली तरी तिच्यात सारखे बदल होतात असे नाही.

(५) अमेरिकन व ब्रिटिश न्यायालय किंवा मंडळ तुलना

अमेरिकन व ब्रिटिश न्यायालयातील साम्य : अमेरिकन व ब्रिटिश न्यायालय किंवा न्यायमंडळ यामध्ये काही प्रमाणात साम्य आहे. ते खालीलप्रमाणे -

(१) सर्वसामान्य न्यायदान करणे
(२) कायद्याचा अर्थ लावणे व अर्थ लावताना कायद्यामध्ये भर घालणे
(३) शासनसंस्थेच्या कार्यकारी व प्रशासकीय शाखांना व्यक्तींच्या मूलभूत हक्क व स्वातंत्र्यावर आक्रमण करण्यावर बंदी घालणे
(४) दोन्ही देशांच्या न्यायमंडळाकडे नागरिक आपल्या हक्काचे संरक्षण या दृष्टीने पहातात.
(५) न्यायमंडळाकडे पाहण्याचा दृष्टिकोन दोन्ही देशांत पावित्र्याचा व आदराचा आहे.

इत्यादीसारख्या अधिकारांबाबत अमेरिकन व ब्रिटिश न्यायालय किंवा मंडळात सारखेपणा आहे.

परंतु, वरील साम्य सोडल्यास दोन्ही देशांनी स्वीकारलेल्या भिन्न शासनप्रकारांमुळे दोघांची काही कार्ये व देशातील शासनात असलेले स्थान भिन्न प्रकारचे आहे; म्हणजेच त्यांच्यामध्ये काय फरक आहे हे आपणास खालील मुद्यांच्या आधारे स्पष्ट करता येईल -

न्यायालयाचे वर्चस्व : अमेरिकेत न्यायमंडळ न्यायालयीन क्षेत्रात सर्वश्रेष्ठ असून संविधानाचे पालकत्व त्याच्याकडे आहे. संविधान सार्वभौम असल्याने न्यायमंडळाने काँग्रेस व अध्यक्ष यांच्यावर आपले वर्चस्व निर्माण केले आहे. ब्रिटनने मात्र संसदीय पद्धतीचा स्वीकार करून संसदेचे सार्वभौमत्वही मान्य केले

आहे. त्यामुळे ब्रिटनमध्ये कायदेमंडळ म्हणजे पार्लमेंट सर्वश्रेष्ठ आहे. न्यायमंडळास दुय्यम स्थान आहे. न्यायमंडळास पार्लमेंटने संमत केलेल्या कायद्याच्या चौकटीत राहूनच न्यायदान करावे लागते.

अंतिम स्वरूपाचा न्याय : अमेरिकेने संघराज्य पद्धतीचा अवलंब केला असून संविधानाने केंद्र व घटकराज्यांमध्ये अधिकारांची विभागणी केल्यामुळे त्यांच्यात अधिकारक्षेत्राबाबत संघर्ष निर्माण झाल्यास अंतिम न्याय देणारे व संविधानाचा अर्थ लावणारे न्यायालय म्हणून सर्वोच्च न्यायालयाचे स्थान सर्वश्रेष्ठ आहे. संघराज्यपद्धतीनुसार न्यायालयांचे श्रेष्ठत्वही अमेरिकन सर्वोच्च न्यायालयास प्राप्त झाले आहे. ब्रिटनने मात्र एककेंद्री शासनप्रकारचा स्वीकार केलेला असल्याने व सर्वसत्ता मध्यवर्ती सरकारच्या हातात केंद्रित झालेली असल्याने अमेरिकेसारख्या केंद्र व स्थानिक सरकार असा संघर्ष ब्रिटनमध्ये संभवत नाही. त्यामुळे याबाबतीत अमेरिकन न्यायमंडळास ब्रिटिश न्यायामंडळापेक्षा अंतिम लवाद म्हणून एक अधिकार अधिक मिळाला आहे.

स्थानाची तुलना : सर जॉन मॅरियटने अमेरिकन व ब्रिटिश न्यायमंडळाच्या स्थानाची तुलना करताना म्हटले आहे, 'अमेरिकेत न्यायालयीन प्रश्न सतत न्यायाधीशांसमोर येतो ते तो कायदा कायद्याच्या पुस्तकात आहे का एवढाच प्रश्न विचारून थांबत नाहीत, तर तेथे असण्यास पात्र आहे का, असाही प्रश्न त्यांना विचारता येतो. याबाबतीत दोघातील भेद मूलभूत आहे परंतु ब्रिटनमधील न्यायालयांना कोणत्याही परिस्थितीत आपल्यापुढे असलेला कायदा कायदेमंडळास करता येणाऱ्या पात्रतेबाबत प्रश्न उपस्थित करता येत नाही; तो कायद्याच्या पुस्तकात आहे तोपर्यंत व त्याला दुरुस्ती सुचविली जाईपर्यंत तो न्यायालयांवर बंधनकारक असतो.'

कायदा व न्यायदान : अमेरिकेत काँग्रेसने संमत केलेला कायदा हा सामान्य कायदा असतो व तो घटनात्मक तरतुदींस सुसंगत आहे किंवा नाही हे ठरविण्याचा अधिकार न्यायमंडळास आहे. आपल्या या अधिकाराद्वारे सर्वोच्च न्यायालयास काँग्रेस संमत कायदा रद्द करता येतो; परंतु, ब्रिटनमध्ये मात्र पार्लमेंटने संमत केलेला कोणताही कायदा ती दुसरा कायदा करेपर्यंत मूलभूत मानूनच न्यायमंडळास न्यायदान करावे लागते. त्यांच्या घटनात्मकतेबाबत तिला प्रश्न उपस्थित करता येत नाही; पार्लमेंट संमत कायद्यानुसारच त्यांना न्यायदान करावे लागते.

न्यायिक पुनर्विलोकनाचा अधिकार : अमेरिकेच्या सर्वोच्च न्यायालयास न्यायिक पुनर्विलोकनाचा अधिकार आहे. ब्रिटनमध्ये न्यायालयांना मात्र न्यायिक पुनर्विलोकनाचा अधिकार नाही.

प्रा. डायसींनी या दोन देशांच्या न्यायालयीन पद्धतीत केलेला फरक : 'अमेरिकेत याबाबत घटनाबाह्य शब्द वापरला तर त्यातून काँग्रेसच्या बऱ्यावाईटपणाचा विचार न होता तो कायदा तिच्या अधिकाराबाहेरील आहे असा अर्थ अभिप्रेत होतो; परंतु ब्रिटनमध्ये एखादा कायदा घटनाबाह्य आहे याचा अर्थ तो रूढी विरुद्ध आहे असा होतो व ती गोष्ट दुराचार दर्शविते.' त्यांच्यामते हा फरक संविधानाच्या लिखित व अलिखित स्वरूपामुळे निर्माण होतो.

अशा प्रकारे अमेरिका व ब्रिटिश न्यायमंडळामध्ये तेथील शासनपद्धती वेगवेगळी असल्यामुळे तसेच संविधानही वेगवेगळे असल्यामुळे तुलनात्मक फरक आहे.

(६) अमेरिकन व ब्रिटिश मंत्रिमंडळ किंवा कॅबिनेटची तुलना :

अमेरिकन मंत्रिमंडळ व ब्रिटिश मंत्रिमंडळ यांच्यतील मंत्रिमंडळ किंवा कॅबिनेट हे सारखेच नाव सोडल्यास त्यांच्यात कोणतेही साम्य नाही. दोघाची निर्मिती, कार्याचे स्वरूप, रचना या सर्वच बाबतीत फरक आहे व हा फरक आपणास खालील मुद्द्यांच्या आधारे स्पष्ट करता येईल-

शासनपद्धती : अमेरिकेत सत्ताविभाजनाचे तत्त्व उपयोगात आणून निर्माण केलेली अध्यक्षीय पद्धत रूढ आहे; तर ब्रिटनमध्ये संयुक्त जबाबदारीच्या तत्त्वावर आधारित संसदीय पद्धत रूढ आहे

नेता किंवा नेतृत्व : अमेरिकेच्या अध्यक्षीय पद्धतीत फक्त अध्यक्षाचीच जनतेकडून निवड होते. परंतु, त्याच्या मंत्रिमंडळातील काँग्रेसच्या कोणत्याही गृहात निवडून आलेले नसतात. अध्यक्ष आपल्या मंत्रिमंडळात कोणत्याही व्यक्तीची नेमणूक करू शकतो. काँग्रेसमध्ये कोणत्या पक्षाला बहुमत आहे. याचा विचार करण्याचे त्याला कारणच नसते. याउलट ब्रिटनने संसदीय शासनपद्धतीचा स्वीकार केला असल्यामुळे ज्या पक्षाला पार्लमेंटच्या कनिष्ठ गृहात म्हणजे कॉमन्सगृहात बहुमत असेल तोच पक्ष सत्तारूढ होतो व त्याचा नेता पंतप्रधान बनतो; तो आपल्या मंत्रिमंडळाची आपल्या पक्ष सदस्यामधून निवड करतो.

मंत्रिमंडळाची निर्मिती : अमेरिकेच्या अनेक अध्यक्षांनी विरोधी पक्षाच्या नेत्यांना व काही वेळा विरोधी पक्षाच्या संभाव्य अध्यक्षीय उमेदवारालाही मंत्रिमंडळात घेतल्याची उदाहरणे आहेत. याउलट ब्रिटिश पंतप्रधानाला आपल्या पक्षातील सदस्यांनाच मंत्रिमंडळात घ्यावे लागते; तसे न केल्यास संयुक्त जबाबदारीचे तत्त्व प्रत्यक्षात येणार नाही व बहुमत असलेल्या पक्षातील ऐक्य भंग होऊन सरकारचे स्थैर्य नष्ट होईल.

मंत्री व सभागृह : अमेरिकन मंत्र्यांना कोणत्याही गृहात निवडून यावयाची आवश्यकता नसते. ब्रिटिश मंत्रिमंडळात मंत्री होण्यासाठी तो पार्लमेंटच्या कोणत्याही एका सभागृहाचा सदस्य असला पाहिजे किंवा मंत्रिपदावर नेमणूक झाल्यापासून संविधानात्मक तरतुदींनुसार घातलेल्या कालमर्यादेच्या आत तो निवडून आला पाहिजे.

मंत्री व सदस्य : अमेरिकन मंत्री काँग्रेसच्या कोणत्याही गृहाचे सदस्य नसतात. मंत्रिपदावर नेमणूक होण्यापूर्वी ते काँग्रेसच्या कोणत्याही गृहाचे सदस्य असल्यास त्यांना आपल्या नेमणुकीनंतर आपल्या काँग्रेस सदस्यत्वाचा राजीनामा द्यावा लागतो; त्याचप्रमाणे ब्रिटिश मंत्री पार्लमेंटचे सदस्य असतात.

मंत्री व कामकाज : अमेरिकन मंत्र्यांना काँग्रेसच्या कोणत्याही गृहाचे सदस्यत्व नसल्याने त्यांना कोणत्याही गृहात हजर राहून काँग्रेसच्या कामकाजात सहभागी होता येत नाही. आपल्या खात्याबाबत विचारलेल्या प्रश्नांविषयी माहिती व उत्तरे देण्यासाठी काँग्रेसपुढे हजर राहण्याचा प्रश्न त्यांच्यापुढे नसतो. याउलट ब्रिटिश मंत्री पार्लमेंटचे सदस्य असल्यामुळे त्यांना पार्लमेंटच्या कोणत्याही गृहात हजर राहता येते व चर्चेत भाग घेता येतो. ते विधेयके सादर करतात व त्यांच्यावर चर्चा घडवून आणतात; त्यांच्या संबंधित खात्याबाबत विचारलेल्या प्रश्नांची उत्तरे व आवश्यक ती माहिती त्यांना द्यावी लागते.

मंत्रिमंडळ व संयोजन : अमेरिकेत सत्ताविभाजनाच्या सिद्धांताचे काटेकोरपणे पालन करण्यात आल्यामुळे मंत्री कोणत्याही गृहाचे सदस्य नसल्याने व लोकांनी त्यांना निवडून दिलेले नसल्याने काँग्रेस व मंत्रिमंडळ यांच्यात संयोजन झालेले नसते. ते एकमेकांना कोणत्याही प्रकारे संबंधित नसतात. ब्रिटनच्या सत्ताविभाजनाच्या सिद्धांतांची अमेरिकेप्रमाणे काटेकोरपणे अंमलबजावणी करण्यात आलेली नाही. त्यामुळे पार्लमेंट व मंत्रिमंडळ यांच्यात संयोजन झालेले आहे.

मंत्रिमंडळ व जबाबदारी : अमेरिकन मंत्रिमंडळ काँग्रेसला कोणत्याही प्रकारे जबाबदार नसते. त्यांना काँग्रेस पदावरून दूर करू शकत नाही. परंतु, ब्रिटिश मंत्रिमंडळ पार्लमेंटला सामूहिकरीत्या जबाबदार असते. मंत्रिमंडळाच्या धोरणावर पार्लमेंटमध्ये अविश्वास ठराव मंजूर झाल्यास संपूर्ण मंत्रिमंडळास राजीनामा द्यावा लागतो.

शासनप्रमुख व मंत्री : अमेरिकन मंत्री मात्र अध्यक्षाचे सहकारी नसतात; तर त्याचे सचिव असतात. त्यांना मंत्री म्हणण्यापेक्षा अध्यक्षाचे सचिव म्हणणे अधिक योग्य ठरते. ते अध्यक्षाला जबाबदार असतात. ब्रिटिश मंत्री पंतप्रधानांचे सहकारी असतात; त्याची नेमणूक पक्षातील त्यांच्या स्थानामुळे व ते पार्लमेंटमध्ये निवडून आल्यामुळे झालेली असते.

मंत्री व कार्यातील स्वातंत्र्य : अमेरिकेत मंत्र्यांना आपल्या कार्यक्षेत्रात फारसे स्वातंत्र्य नसते. अध्यक्षाच्या सूचनेप्रमाणेच त्यांना कार्य करावे लागते. परंतु, ब्रिटिश मंत्र्यांना कोणत्याही खात्यासंबंधी एकदा निर्णय घेतल्यानंतर अंमलबजावणीत फार मोठे स्वातंत्र्य असते.

अशा प्रकारे अमेरिकन आणि ब्रिटिश मंत्रिमंडळामध्ये साम्यापेक्षा फरकच अधिक आहेत; त्याचे कारण दोन्ही देशातील वेगवेगळी शासनपद्धती आहे.

(क) फ्रान्स

(१) कार्यकारीमंडळ : रचना, अधिकार व कार्ये

फ्रान्सच्या कार्यकारीमंडळाची रचना :

फ्रान्सचा राष्ट्राध्यक्ष, पंतप्रधान व मंत्रिमंडळ यांचा समावेश फ्रान्सच्या कार्यकारीमंडळात केला जातो.

फ्रान्सचा राष्ट्राध्यक्ष :

राष्ट्राध्यक्षाला फ्रेंच घटनेनुसार देशाचा प्रमुख बनण्याचा मान मिळालेला आहे. तसेच ते देशाचे आधारस्तंभ म्हणूनही ओळखले जातात, याशिवाय ते शक्तिशाली कार्यकारी मंडळाचे प्रतीक व हत्यारही मानले जातात. देशाचा प्रमुख या नात्याने त्याला घटनेचे पवित्र्य व शासनाचे सातत्य टिकवून ठेवण्याचा किंवा राखण्याचा प्रयत्न करावा लागतो.

पात्रता :

राष्ट्राध्यक्ष पदासाठी फ्रान्समध्ये कोणतीही व्यक्ती उमेदवार होऊ शकत नाही : तर जो फ्रान्सच्या एखाद्या भूतपूर्व राजवंशाचा वंशज असेल, उदा. बोनापार्ट, बोर्बो, आरलिन्स यांचा वंश असेल, तरच तो या पदासाठी योग्य म्हणून ओळखला जातो कारण या देशातील फ्रेंच गणराज्याच्या स्थानावर पुन्हा कोणत्याही प्रकारची राजसत्ता स्थापन होणार नाही, हे पाहणे हाच या मागील एकमेव उद्देश होता; पण फ्रान्समध्ये राष्ट्राध्यक्ष हे पद अतिशय दुबळे मानले जात असल्याकारणाने कोणतेही प्रभावशाली किंवा महत्त्वाकांक्षी राजकारणी याकडे आकर्षित होत नाहीत; शिवाय राष्ट्राध्यक्ष या पदासाठी कोणती पात्रता असावी याचाही कोठेही उल्लेख आढळत नाही; पण, फ्रान्सच्या भूतपूर्व राजवंशांपैकी कोणताही नागरिक राष्ट्राध्यक्ष पदाचा उमेदवार होऊ शकतो. शिवाय तेथील कोणत्याही १८ वर्षांवरील कोणत्याही नागरिकांना मतदानाचा अधिकार असतो याचा मात्र उल्लेख सापडतो. १९५८ मध्ये झालेल्या घटनादुरुस्तीनुसार राष्ट्राध्यक्ष पदाच्या उमेदवाराचे नागरिकत्व, वय तसेच अधिकार ग्रहण करण्याच्या सद्य:स्थितीत उल्लेख केलेला नाही. राष्ट्राध्यक्ष उमेदवारास संसदेच्या सामाजिक, आर्थिक मंडळाच्या व स्थानिक संस्थांच्या कमीतकमी १०० निर्वाचित प्रतिनिधींनी त्यांच्या उमेदवारीस संमती दर्शविणे अत्यंत आवश्यक आहे.

राष्ट्राध्यक्ष पदाची निवडणूक :

१९५८ मधील घटनादुरुस्तीनुसार राष्ट्राध्यक्ष पदाच्या निवडणूक प्रक्रियेच्या संदर्भात स्पष्ट उल्लेख केलेला आहे. शिवाय या प्रक्रियेमुळे राष्ट्राध्यक्ष हे पद वास्तविक रूपात किंवा राष्ट्रीय नेत्याच्या स्वरूपात आणण्याचा हेतू होता. कालांतराने या पदाच्या निवडीसाठी एक निर्वाचन मंडळ निर्माण करण्यात आले. या मंडळाच्या निर्णयानुसार, फ्रान्समध्ये कधीकधी राष्ट्राध्यक्षपदासाठी दोन निवडणूकप्रक्रिया राबविल्या जातात. त्यातील पहिल्या मतदानप्रक्रियेत संसदसदस्य, स्थानिक संस्थांचे सभासद, मेयर व वसाहतीतील विधि सभेचे सदस्य हे लोक मतदान करतील अशा प्रकारची तरतूद त्यामध्ये करण्यात आलेली आहे. यामध्ये जर कोणत्याही उमेदवारास स्पष्ट बहुमत मिळाले तर त्यास निर्वाचित म्हणून घोषित केले जाते; पण यामध्ये

किंवा प्रथम निवडणूकप्रक्रियेत कोणालाही स्पष्ट बहुमत मिळाले नाही तर अशा वेळी द्वितीयमतदान प्रक्रियेचा आधार घेतला जातो. यामध्ये जे उमेदवार पहिल्या दोन नंबरावर आहेत त्यांच्यात निवडणूक घेतली जाते. त्यानंतर ज्या व्यक्तीला जास्त मते पडतील तिला निर्वाचित म्हणून घोषित केले जाते.

राष्ट्राध्यक्षपदाचा निर्वाचन काळ :

वर्तमान अध्यक्षांची मुदत संपण्याअगोदर १९५८ मध्ये झालेल्या घटनादुरुस्तीनुसार कमीतकमी २० दिवसांच्या आत किंवा जास्तीत जास्त ३५ दिवसांच्या आत नवीन अध्यक्षाची निवडणूकप्रक्रिया राबविली जाते. नवीन अध्यक्ष निवडून आल्यानंतर तो पदाची सूत्रे हातात घेईपर्यंत जुन्याच अध्यक्षाला कामकाज पहावे लागते. जेव्हा दुर्दैवाने सत्तेवर असतानाच एखाद्या राष्ट्राध्यक्षाचे निधन झाले तर त्याच्या निधनानंतर कमीतकमी २० व जास्तीत जास्त ३५ दिवसांच्या आत नवीन किंवा दुसऱ्या अध्यक्षाची निवड करावी लागते; जर एखादा राष्ट्राध्यक्ष मानसिकतेमुळे किंवा शारीरिक दुर्बलतेमुळे अपात्र ठरलेला असेल तर या मुदतीत दुसरी निवडणूक घेऊन दुसरा राष्ट्राध्यक्ष निवडप्रक्रियेने निवडावा लागतो; अशा आणीबाणीच्या परिस्थितीत दुसऱ्या राष्ट्राध्यक्षांची निवडणूक होईपर्यंत या पदाचे कामकाज सिनेट या संसदेच्या वरिष्ठ गृहाचा अध्यक्ष पाहतो; पण या हंगामी स्वरूपाच्या अध्यक्षास घटनेतील ११ व १२ व्या कलमानुसार राष्ट्राध्यक्षाचे काही अधिकार वापरता येत नाहीत. उदा. हंगामी अध्यक्षाला एखाद्या विधेयकावर जनमत घेता येत नाही. नॅशनल असेंब्ली बरखास्त करून नवीन सार्वत्रिक निवडणूक घेता येत नाही; या काळात घटनेतील दुरुस्तीबाबत किंवा राजीनाम्याबाबत कोणताही निर्णय यांना घेता येत नाही; पण याशिवाय जे अध्यक्षाचे अधिकार असतात ते सर्व यांना मिळतात.

राष्ट्राध्यक्षपदाचे निर्वाचनविषयक अधिकार :

१९५८ मध्ये झालेल्या घटनादुरुस्तीनुसार निवडणुकीबाबत व्यवस्था करणे, त्यावर देखरेख करणे, निवडणूकीचा निकाल जाहीर करणे, या काळात कोणत्याही प्रकारचा गैरप्रकार होणार नाही अशा प्रकारची जबाबदारीची कामे करण्यासाठी एक नऊ सदस्यांचे मंडळ नियुक्त केले जाते व या संदर्भाचा अंतिम व बंधनकारक निर्णय घेण्याचा अधिकार या मंडळाला दिलेला आहे.

राष्ट्राध्यक्ष पदाचा कालावधी :

फ्रान्सच्या चौथ्या गणराज्याच्या संविधानानुसार राष्ट्राध्यक्षपदाचा कालावधी हा सात वर्षाचा होता. फ्रान्सच्या वर उल्लेख केलेल्या कोणत्याही नागरिकास एकदाच राष्ट्राध्यक्षपदाची निवडणूक लढविण्याचा अधिकार आहे. फ्रान्समध्ये उपराष्ट्राध्यक्ष या पदाची व्यवस्था केलेली नाही. त्यानंतर कमीतकमी २० जास्तीत जास्त ३५ दिवसांच्या आत नवीन किंवा दुसऱ्या अध्यक्षाची निवड केली जाते.

राष्ट्राध्यक्षाची पदच्युती :

राष्ट्राध्यक्षाच्या पदच्युतीची तरतूद फ्रान्सच्या पाचव्या गणराज्याच्या संविधानानुसार केलेली आहे. यामध्ये केवळ राजद्रोह किंवा राष्ट्राद्रोहाच्या गुन्ह्यावरून राष्ट्राध्यक्षावर महाभियोग चालविला जातो. संसदेच्या दोन्ही सभागृहात याबाबतचे ठराव मंजूर केल्यानंतर उच्च न्यायालयात राष्ट्राध्यक्षावर लावलेला हा गुन्हा चौकशीअंती सिद्ध झाला तर त्याला आपल्या पदाचा त्याग करावा लागतो.

राष्ट्राध्यक्षाचे अधिकार व कार्ये :

राष्ट्राध्यक्षांना १९५८ मध्ये झालेल्या घटनादुरुस्तीनुसार खालील प्रकारचे अधिकार व कार्ये उपलब्ध करून दिलेली आहेत-

(१) प्रशासकीय अधिकार : फ्रान्सचे कार्यकारी मंडळ हे अध्यक्ष, पंतप्रधान व मंत्रिमंडळ यांचे मिळून बनलेले असते. त्यामुळे अध्यक्षास पुढीलप्रमाणे प्रशासकीय अधिकार प्राप्त होतात. कलम २१ नुसार सरकारचा मुख्य पंतप्रधान राहील; परंतु त्याची निवड ही राष्ट्राध्यक्षाद्वारे केली जाईल. तसेच तो पंतप्रधानांच्या सल्ल्यानुसार अन्य मंत्र्याचीसुद्धा निवड करतो. त्यामुळे तो खऱ्या अर्थाने सरकारचा मुख्य अध्यक्ष असतो; कारण फ्रान्समध्ये ज्यावेळी एका पक्षाला बहुमत प्राप्त होत नाही किंवा एखाद्या व्यक्तीच्या निवडीबद्दल इतर पक्षामध्ये मतैक्य होत नाही अशावेळेस राष्ट्राध्यक्ष आपल्या इच्छेनुसार कोणत्याही व्यक्तीची पंतप्रधानपदी नियुक्ती करतो. तसेच कोणत्याही वेळी पंतप्रधान व मंत्रिमंडळाच्या सदस्यांना पदावरून कमी करू शकतो. मंत्रिमंडळाच्या बैठकीचे अध्यक्षपद भूषविणे, तसेच राष्ट्राध्यक्ष या नात्याने मंत्रिमंडळाचे कामकाज पार पाडणे, राज्यातील नागरी व लष्करी अधिकाऱ्यांच्या नेमणुका करणे. कौन्सिल ऑफ स्टेटच्या सदस्यांची, डिपार्टमेंटच्या परफेक्टसूची नियुक्ती, समुद्रापार प्रदेशातील अधिकाऱ्यांची नियुक्ती, राजदूत, शैक्षणिक संस्थांचे प्रमुख, शासन विभागातील डायरेक्टर्सची तो नेमणूक करतो. घटनात्मक मंडळाच्या ९ सदस्यांपैकी ३ सदस्यांची निवड करणे, तसेच मंडळाच्या अध्यक्षांचीही निवड करणे, फ्रेंच राष्ट्राध्यक्ष लवाद म्हणून कार्य करीत असतो; ज्यावेळी राजकीय पक्षांमध्ये पंतप्रधानांच्या नियुक्तीबाबत मतैक्य होत नसते किंवा मंत्रिमंडळ व संसदेत भिन्नता आढळते. त्यावेळी त्यांच्यात एक समन्वय घडवून आणण्याचा प्रयत्न यांच्यामार्फत केला जातो; तसेच तो कायद्याच्या अंमलबजावणीसाठी संपूर्ण शासनव्यवस्थेत कार्यरत ठेवतो व शासनाचे सातत्य टिकवून ठेवण्याचा प्रयत्न करतो.

(२) वैधानिक स्वरूपाचे अधिकार : फ्रेंच राज्याच्या घटनेनुसार राष्ट्राध्यक्षाला अनेक वैधानिक अधिकार प्राप्त झालेले आहेत. त्यामध्ये प्रामुख्याने संसदेने संमत केलेल्या विधेयकावर राष्ट्राध्यक्षांची संमती असल्याशिवाय त्या विधेयकाचे कायद्यात रूपांतर होऊ शकत नाही. संसदेने संमत केलेल्या विधेयकावर राष्ट्राध्यक्षांना १५ दिवसांच्या आत आपली संमती दर्शवावा लागते; परंतु, त्यादरम्यान एखादे विधेयक किंवा विधेयकातील एखादा भाग तो संसदेच्या पुनर्विचारार्थ पाठवू शकतो परंतु असे पुनर्विचारार्थ पाठविलेल्या विधेयकावर संसदेला पुन्हा विचार करणे आवश्यक असते; संसद या विधेयकाला विरोध करू शकत नाही. राष्ट्राध्यक्षास व्हेटो किंवा नकाराधिकाराचा अधिकार नाही. घटना कलम ५ प्रमाणे राष्ट्राध्यक्षाचे प्रमुख कर्तव्य म्हणजे घटनेचे पावित्र्य व तिच्याबद्दल आदर राखणे हे असते. त्याचप्रमाणे घटनात्मक तरतुदी अंमलात आणून शासनसंस्थेला कार्यरत ठेवणे व राज्याचे स्वातंत्र्य अबाधित ठेवणे हे त्यांचे कर्तव्य आहे. त्यांना घटनेचा अर्थ प्राप्त झालेला आहे. तो आपल्या सद्सद्विवेकबुद्धीने घटनेचा अर्थ लावू शकतो. संसदअधिवेशन चालू असताना शासनाकडून एखाद्या विधेयकावर जनमत घेण्याबाबतची सूचना आली असेल तर किंवा संसदेच्या दोन्ही सभागृहांनी बहुमताने तशा प्रकारचा ठराव मंजूर केला असेल तर ते विधेयक जनमतासाठी प्रस्तुत करेल. मात्र, ते विधेयक शासनसंस्थेच्या रचनेसंबंधी किंवा कम्युनिटी कराराच्या मान्यतेविषयी किंवा महत्त्वाच्या करारांना स्वीकृती देण्याच्या अधिकाराविषयी असणे आवश्यक असते. परंतु जर जनमत विधेयकाच्या बाजूने असेल अथवा त्या विधेयकात असलेल्या मुद्द्यांचे समर्थन केले जात असेल तर राष्ट्राध्यक्ष १५दिवसांच्या आत त्या विधेयकास कायद्याचे स्वरूप देऊ शकतो. राष्ट्राध्यक्ष हा पंतप्रधान व संसदेच्या दोन्ही सभागृहांतील अध्यक्षांशी सल्लामसलत करून नॅशनल असेंब्ली बरखास्त करू शकतो. तसेच नॅशनल असेंब्ली विसर्जित झाल्यानंतर २० ते ४० दिवसांच्या दरम्यान नवीन निवडणुका घेऊ शकतो मात्र नव्याने अस्तित्वात आलेल्या नॅशनल असेंब्लीत कमीत कमी एका वर्षाच्या आत बरखास्त करता येत नाही. मंत्रिमंडळबैठकीत ठरलेल्या हुकूम व अधिनियमांवर राष्ट्राध्यक्षाने सही केल्यावर ते लागू केले जातात. तसेच संसद संमतीने मर्यादित काळासाठी कोणत्याही विषयाच्या संबंधात अध्यक्ष व त्यांच्या मंत्रिमंडळास

वटहुकूम किंवा अध्यादेश जारी करण्याचा अधिकार प्राप्त होतो. संसदेच्या नियमित अधिवेशनांव्यतिरिक्त सर्व खास अधिवेशने भरविणे व बरखास्त करणे, ही अधिवेशने कलम २९ नुसार पंतप्रधानांच्या विनंतीवरून तसेच नॅशनल असेंब्लीच्या बहुसंख्य सभासदांच्या विनंतीवरून बोलावतात. मात्र, खास अधिवेशन भरविण्यासाठी निश्चित कार्यक्रम निदर्शनास आणून देणे आवश्यक असते. संसदेचे खास अधिवेशन बोलावले जावे किंवा नाही हे ठरविण्याचा अधिकार राष्ट्राध्यक्षास असतो, इत्यादी अधिकारांचा समावेश होतो.

(३) न्यायविषयक अधिकार : राष्ट्राध्यक्षास पुढीलप्रमाणे न्यायविषयक अधिकार असतात. राष्ट्राध्यक्षांस एखाद्या गुन्हेगारास कठोर शिक्षा झालेली असल्यास ती माफ करण्याबाबत विनंती केल्यास त्याला क्षमा करण्याचा अधिकार आहे, अशा वेळी तो सर्वोच्च न्यायालयाचा सल्ला घेऊन पूर्ण किंवा काही प्रमाणात शिक्षा माफ करतो. तसेच न्यायमंडळाच्या स्वातंत्र्याचा संरक्षक म्हणून तो कार्य करीत असतो. कोर्ट ऑफ केसेशनच्या न्यायाधीशांची व कोर्ट ऑफ अपीलच्या मुख्य न्यायाधीशाची नेमणूक सर्वोच्च न्यायालयाच्या सल्ल्यानुसार करतो.

(४) आणीबाणी किंवा संकटकाळातील अधिकार : घटनेच्या कलम १६ नुसार संकटकालीन अवस्था निर्माण होण्यासाठी दोन कारणे कारणीभूत होतात. ती म्हणजे ज्यावेळी गणराज्याच्या प्रशासनसंस्थेस राष्ट्रीय स्वांतत्र्यास किंवा प्रादेशिक एकात्मतेस धोका निर्माण होतो किंवा आंतरराष्ट्रीय अभिवचने पूर्ण करण्यासाठी अडथळा निर्माण होतो अथवा अचानक गंभीर धोका उद्भवल्यास शासनसंस्थेच्या कार्यात अडथळे निर्माण झाल्यास किंवा विसकळीतपणा येत असल्यास संकटकालीन अवस्था प्राप्त होते; अशा संकटकालीन परिस्थितीत अध्यक्षास पुढील अधिकार प्राप्त होतात. या अधिकारानुसार ते सर्वप्रथम देशात संकटकालीन अवस्था जाहीर करतात. त्यानंतर संपूर्ण देशाची सत्ता हस्तगत करून देशहिताच्या दृष्टीने मार्ग काढण्यावर भर दिला जातो. या कालावधीमध्ये राष्ट्राध्यक्षाने घेतलेले निर्णय किंवा तयार केलेले नियमच देशात लागू केले जातात; या नियमांना किंवा निर्णयांना 'कौन्सिल ऑफ द स्टेट' घटनाबाह्य ठरवू शकत नाही किंवा अशा नियमांना मान्यतेचीही आवश्यकता नसते; अशा संकटकाळामध्ये नॅशनल असेंब्ली बरखास्त करता येत नाही किंवा या काळात तिने कोणती कामे केली पाहिजेत याबाबत कोणत्याही प्रकारची घटनात्मक तरतूद नाही.

संकटकालीन अवस्था जर परकीय आक्रमणाने निर्माण झाली असेल तर कलम ८९ नुसार परकीय आक्रमणाच्या वेळी राष्ट्रास धोका निर्माण झाल्यास घटनादुरुस्तीविधेयक प्रस्तुत केले जाणार नाही किंवा प्रस्तुत केलेले असेल तर त्यावर संसद कोणतीही कार्यवाही करीत नाही. म्हणजेच संसदेला संकटकाळामध्ये घटनादुरुस्ती विधेयक संमत करता येत नाही. या काळात संसद फक्त संकटकालीन अवस्थेसंबंधी मत व्यक्त करू शकते. व राष्ट्राध्यक्षाने जे कार्य अवलंबिले आहे त्यास मान्यता देऊ शकते. म्हणजेच संकटकालीन अवस्था केव्हा निर्माण होते व त्याबाबत कोणती उपाययोजना करावी याबाबतचे अधिकार राष्ट्राध्यक्षास असतात. या काळात देशाची सर्व सत्ता त्यांच्याकडे एकवटली जाते. त्यामुळे परिस्थितीनुसार ते आवश्यक त्या उपाययोजना करू शकतात. कलम ८९ नुसार राष्ट्राध्यक्षाला पंतप्रधानांच्या सल्ल्यावरून संसदेत घटनादुरुस्तीबाबत विधेयक प्रस्तुत करण्याचा अधिकार असतो. ज्यावेळी विधेयक संसदेत बहुमताने संमत होते त्यावेळी त्यावर जनमत अजमावले जाते. जनमत विधेयकाच्या बाजूने असल्यास त्याचे कायद्यात रूपांतर होते; परंतु राष्ट्राध्यक्ष असे विधेयक जनमताऐवजी संसदेच्या संयुक्त बैठकीतही सादर करू शकतो व त्यास संसदेची २/३ बहुमताने मान्यता मिळाली तर त्याचे कायद्यांत रूपांतर होते. म्हणजेच घटनादुरुस्ती विधेयक प्रस्तुत करणे व जनमताऐवजी संसदेच्या संयुक्त बैठकीत त्या विधेयकास प्रस्तुत करणे हा अधिकार राष्ट्राध्यक्षास मिळतो.

(५) जागतिक संबंध : जगातील राष्ट्रांबरोबर संबंध प्रस्थापित करण्यासाठी परराष्ट्र धोरण आखण्याचे व त्याची अंमलबजावणी करण्याचे अधिकार प्राप्त झालेले आहेत. आपल्या देशातील राजदूतांना दुसऱ्या देशात पाठविणे, इतर देशातील राजदुतांना आपल्या देशात स्थान देणे. तसेच फ्रान्स व अन्य देश यातील दुवा साधून दोन्हींमधील संबंध वाढविण्यासाठी प्रयत्न करणे, परराष्ट्राबरोबर शांतता करार करणे, त्यांना स्वीकृती देणे, ज्या करारांद्वारे फ्रान्सच्या प्रदेशाचा ताबा दुसऱ्या राष्ट्राला देण्यासंबंधी, प्रदेशाची अदलाबदल करण्याबाबत तसेच ज्यादा प्रदेश घेण्यासंबंधी तरतूद केलेली असेल तर असे करार त्या विशिष्ट प्रदेशातील लोकांच्या संमतीशिवाय केली जात नाही. आंतरराष्ट्रीय परिषदामध्ये आपल्या देशाच्या वतीने प्रतिनिधित्व करणे.

(६) सेनेविषयक अधिकार : फ्रेंच राज्याच्या घटना कलम १५ नुसार राष्ट्राध्यक्ष हाच सेनेचा प्रमुख असतो व राष्ट्रीय संरक्षण समित्यांचाही तोच अध्यक्ष असतो; तसेच तो कमांडिग-इन-चीफ म्हणून काम करतो.

राष्ट्राध्यक्षाचे महत्त्व : फ्रेंच गणराज्याच्या घटनेनुसार राष्ट्राध्यक्षाला विपुल प्रमाणात अधिकार प्राप्त झालेले आहेत. घटनेच्या कलम १९ मध्ये स्पष्ट केलेल्या सर्व विषयांबाबत राष्ट्राध्यक्षाला स्वत : निर्णय घेता येतो. राष्ट्राध्यक्षाला पंतप्रधानाचा सल्ला मानणे आवश्यक आहे असे नाही. संयुक्त अमेरिकेचा अध्यक्ष सत्ताधारी असला तरी तो केवळ चार वर्षांसाठी पदावर असतो. फ्रेंच राष्ट्राध्यक्ष मात्र सात वर्षांच्या दीर्घ कालावधीसाठी अध्यक्षपदावर असतो. केवळ देशद्रोहाचा गुन्हा सोडून अन्य कोणत्याही कारणास्तव त्याला जबाबदार धरता येत नाही. राष्ट्राध्यशांसा घटनेच्या संरक्षणाचा अधिकार, संकटकालीन अधिकार व जनमत घेण्याचा अधिकार यामुळे त्याची स्थिती अत्यंत महत्त्वपूर्ण झालेली आहे. बहुपक्ष पद्धतीमुळे सतत संमिश्र मंत्रिमंडळाचे नेतृत्व करणाऱ्या पंतप्रधानांपेक्षा तो अधिक सुरक्षित शक्तिशाली व सत्तासंपन्न आहे.

पंतप्रधान : फ्रान्समध्ये झालेल्या १७८९च्या क्रांतीच्या वेळेस फ्रान्समध्ये पंतप्रधानांचे पद महत्त्वपूर्ण होते. तिसऱ्या गणराज्याच्या काळापासून फ्रान्समध्ये पंतप्रधानांचे पद अस्तित्वात होते. परंतु फ्रान्सच्या संविधानात पंतप्रधानांचा कोणताही उल्लेख नव्हता. चौथ्या गणराज्याच्या संविधानाद्वारे सर्वप्रथम पंतप्रधानपदास कायदेशीर मान्यता दिली गेली व त्यास मंत्रिपरिषदेचे प्रमुखपद दिले गेले. पाचव्या गणराज्याच्या संविधानात पंतप्रधानपदाच्या पदाचा उल्लेख आहे व या पदावर फ्रान्सच्या शासनव्यवस्थेत महत्त्वाचे स्थान आहे.

१९४६ च्या संविधानानुसार पंतप्रधानपदाच्या नियुक्तीसाठी राष्ट्रपती व राष्ट्रीय सभा दोन्हींची संमती आवश्यक असते; परंतु अनुभवाच्या आधारावर हे दाखविले गेले की पंतप्रधानांच्या नियुक्तीस राष्ट्रीय सभा ज्यावेळी प्रभावशाली बनते त्यावेळी ती विरोध करते, अशावेळी संवैधानिक गतिरोधाची स्थिती निर्माण होऊ शकते. शेवटी यात परिवर्तन केले व आता पाचव्या गणराज्याच्या घटनेच्या आठवा कलमानुसार पंतप्रधानांच्या नियुक्तीमध्ये राष्ट्रपतीस एकाधिकार प्राप्त झालेला आहे.

मार्च १९७३ मध्ये राष्ट्रीय सभेच्या निवडणुकीत राष्ट्रपती जॉर्ज पापिंदूद्वारे अशी घोषणा केली की, राष्ट्रीय सभेत डाव्या पक्षाचे बहुमत झाले तरी ते त्यांच्या नेत्यास पंतप्रधानपद ग्रहण करण्यासाठी आमंत्रित करणार नाही. यातून हे स्पष्ट होते की, पंतप्रधानाची नियुक्ती ही राष्ट्राध्यक्षांचा अधिकार आहे. संविधानानुसार, पंतप्रधान संसद सदस्य असत नाही. नवीन संविधानानुसार राष्ट्रपती पंतप्रधानास पदच्युतही करू शकतो. पंतप्रधानाद्वारे त्यागपत्र दिल्यानंतर राष्ट्रपती त्याच्या कार्यातून त्याला मुक्त करू शकतात. याव्यातिरिक्त पंतप्रधान आपल्या मंत्रिपरिषदेसहित राष्ट्रीय सभेप्रती उत्तरदायी असतो. संविधानाच्या कलम ५०नुसार राष्ट्रीय सभा सरकारचा कार्यक्रम व सार्वजनिक धोरणास अस्वीकृत करणे किंवा शासनाविरुद्ध निंदाप्रस्ताव संमत करून पंतप्रधानास त्यागपत्र देण्यासाठी विवश करू शकते.

पंतप्रधानांचे अधिकार व कार्ये :

फ्रेंच घटनेद्वारे पंतप्रधानास अनेक महत्त्वपूर्ण अधिकार प्रदान करण्यात आलेले आहेत, ती कार्ये स्थूलपणे आपणास खालीलप्रमाणे सांगता येतील-

(१) पंतप्रधान हा कार्यकारी मंडळ क्षेत्रात राष्ट्रपतीनंतर सर्वप्रमुख अधिकारी आहे. आवश्यकता भासल्यास तो राष्ट्राध्यक्षाच्या स्थानावर राष्ट्रीय सुरक्षेसंबंधी उच्च परिषदा व समित्यांचे सभापती म्हणून कार्य करतो; राष्ट्रपती त्यास मंत्रिपरिषदेचा सभापती करण्याचा अधिकार आहे.

(२) पंतप्रधान हा राष्ट्रपतींचा प्रमुख सल्लागार असतो व राष्ट्रपती आपल्या अधिकाराचा उपयोग पंतप्रधानांच्या माध्यमातून करतात. संविधानाद्वारे राष्ट्राध्यक्षाच्या राष्ट्रीय सभेस भंग करण्यासाठी संवैधानिक परिषदेचे गठन व संकटकालीन घोषणा इत्यादींच्या संबंधात जो स्वविवेक अधिकार प्रदान केलेला आहे त्या संदर्भात संविधान अशी अपेक्षा करते की, राष्ट्रपतींद्वारे या अधिकारांच्या प्रयोगाच्या संबंधात पंतप्रधानांशी सल्ला अवश्य घेतला जाईल.

(३) मंत्रिमंडळातील सदस्यांची नियुक्ती व पदच्युती करणे.

(४) मंत्र्यांमध्ये कार्यविभाजन, परिवर्तन व त्याच्या कार्याचे निरीक्षण पंतप्रधान करतो, तो आपले काही कार्य इतर मंत्र्यांवर सोपवू शकतो.

(५) पंतप्रधान मंत्रिमंडळाची निर्मिती, कार्य-निवारण व शेवटी केंद्रीय स्थिती, योग्य, महत्त्वपूर्ण व पर्याप्त प्रभावशाली स्थिती कायम ठेवण्याचा प्रयत्न करतात.

(६) पंतप्रधान हा शासनावर नियंत्रण ठेवतो व तो केवळ आंतरिक प्रशासन तसेच राष्ट्रीय सुरक्षिततेसाठी उत्तरदायी आहे. या दृष्टीने तो राज्याच्या सशस्त्र सेनेस आवश्यक निर्देश देतो.

(७) संविधानाच्या १३ व्या कलमात उल्लेख केलेल्या काही पदांना सोडून तो इतर सैन्य किंवा अन्य पदाधिकाऱ्यांची नियुक्ती करतो.

(८) पंतप्रधानास विधायक क्षेत्रात महत्त्वपूर्ण अधिकार प्राप्त झालेले आहेत; त्यांच्याद्वारे संसदेत विधायक प्रस्ताव राखण्याचे कार्य केले जाते.

(९) संसदेचा सदस्य नसतानाही तो कायदेनिर्मिती क्षेत्रात शासनाचा प्रमुख प्रवक्ता असतो. तो संसद, मंत्रिपरिषद, राष्ट्राध्यक्षाच्या एका संपर्कसूत्राचे कार्य करतो.

(१०) शासनाच्या दोन प्रमुख शाखा व्यवस्थापिका व कार्यकारी मंडळ यांच्यामध्ये ताळमेळ बसवितो. पाचव्या गणराज्याचे संविधान निर्माते राष्ट्रपतीस प्रभावशाली स्थिती प्रदान करू इच्छित होते; परंतु त्याबरोबर त्यांना राष्ट्राध्यक्षांच्या निरंकुशतेची भीती होती. पंतप्रधानपदाची व्यवस्था केवळ राष्ट्रपतीचे मूळ साहाय्यक व सल्लागर एवढीच नसून राष्ट्राध्यक्षांवरही काही अंकुश ठेवणाऱ्या पदाधिकाऱ्यांच्या रूपात केली होती. यानुसार घटनेच्या कलम ८, ११, १२, १६, १८, ५४, ५६ आणि ६१ मध्ये उल्लेख केलेल्या राष्ट्रपतींच्या कार्यास सोडून त्याच्या उरलेल्या कार्यासंबंधित आदेशांवर पंतप्रधानांची प्रतिस्वाक्षरी आवश्यक असते.

पंतप्रधानाचे महत्त्व किंवा त्या पदाची वास्तविकता :

फ्रान्सच्या घटनेनुसार पंतप्रधानाची स्थिती दुर्बल होती व त्याचे प्रमुख कारण संयुक्त मंत्रिमंडळ हे होते; संयुक्त मंत्रिमंडळ असल्याने मंत्रिमंडळाचे सदस्य विभिन्न राजकीय पक्षाचे होते. एक राजकीय पक्षाचा विशेष नेता म्हणून पंतप्रधानांसाठी हे शक्य नव्हते की, ते आपल्या सर्व सहकाऱ्यांवर पूर्णपणे नियंत्रण ठेवतील. पंतप्रधान आपल्या सहकाऱ्यांवर त्यांच्या इच्छेविरुद्ध अनुशासन लादण्यात समर्थ नव्हते. ते त्यांना केवळ समजावण्याचे कार्य करत. या प्रकारे पंतप्रधान राष्ट्रीय सभेप्रती दुर्बल होता. पाचव्या गणराज्य

संविधानानुसार पंतप्रधानांच्या अधिकारात सुधारणा केल्या गेल्या. पंतप्रधानांच्या नियुक्तीत राष्ट्रीय सभा येत नाही तसेच त्याचे प्रत्येक कार्य आणि आदेश यावर त्यांच्या काही सहकाऱ्यांच्या प्रतिस्वाक्षरीची आवश्यकता नव्हती; इतर मंत्र्यांच्या नियुक्तीमध्ये आता त्याचे अधिकार अधिक व्यापक झाले आहेत. तो शासनाचा प्रमुख संचालक असून राष्ट्रपतींचा विश्वास असेपर्यंत तो अमर्यादित अधिकारांचा वापर करू शकतो; म्हणजेच पंतप्रधान अधिक शक्तिशाली पदाधिकारी नाही; जर पंतप्रधानांवर राष्ट्रीय सभेचे नियंत्रण पहिल्याच्या तुलनेत कमी केले आहे; परंतु, अजूनही पंतप्रधान व मंत्रिपरिषद राष्ट्रीय सभेच्या प्रति उत्तरदायी आहेत. संविधानाच्या कलम ५० नुसार राष्ट्रीय सभा निंदाजनक प्रस्ताव संमत करून मंत्रिपरिषदेस पदच्युत करू शकतात. त्याच्याबरोबर गणराज्याच्या संविधानाद्वारे ज्या वेळी राष्ट्रीय सभेबरोबर संबंधाच्या विषयात पंतप्रधानांच्या स्थितीत सुधारणा केल्या गेल्या. येथे राष्ट्राध्यक्षाच्या बरोबर संबंधातील विषयात पंतप्रधानांची स्थितीत सुधारणा केल्या गेल्या. येथे राष्ट्राध्यक्षाच्या बरोबर संबंधातील विषयात पंतप्रधानांची स्थिती पहिल्यापेक्षा दुर्बल केली गेली आहे. राष्ट्राध्यक्षाच्या संबंधी पंतप्रधानांच्या निर्बल स्थितीतून असे स्पष्ट होते की, राष्ट्रपती पंतप्रधानास पदच्युत करू शकतात. पाचव्या गणराज्याचे पंतप्रधान ब्रिटिश पंतप्रधानांप्रमाणे संसदीय शासनपद्धतीचे सर्वशक्तिमान पदाधिकारी नाहीत; तसेच राष्ट्राध्यक्षांच्या अधी एक कार्यकारी मंडळ पदाधिकारी आहे. प्रसिद्ध फ्रेंच अभ्यासक एण्ड्रे सिजफ्राईड यांनी मंत्र्यांना राष्ट्रपतीचे लिपिक व पंतप्रधानाचे प्रमुख लिपिक असे म्हटले होते. एण्ड्रे सिजफ्राईडच्या मूल्यांकनाशी पूर्णत : सहमत नसतानाही हे मानावे लागते की, राष्ट्राध्यक्षाच्या तुलनेत पंतप्रधानाची स्थिती निश्चितपणे दुर्बल आहे.

फ्रान्सचे मंत्रिमंडळ :

फ्रान्सच्या घटनेनुसार राष्ट्राध्यक्ष पंतप्रधानांच्या सल्ल्याने मंत्रिमंडळातील इतर सदस्यांची नियुक्ती करतात. पंतप्रधान व इतर मंत्री मिळून मंत्रिमंडळ बनते. मंत्रिमंडळाचे सदस्य इतर देशांतील संसदीय पद्धतीप्रमाणे संसद सदस्य नसतात. नियुक्तीच्या वेळी ते सर्वजण किंवा त्यांच्यापैकी काही जण संसदेचे सदस्य असल्यास नियुक्तीनंतर त्यांना संसद सदस्यत्वाचा राजीनामा द्यावा लागतो; त्याचप्रमाणे मंत्रिमंडळातील कोणताही मंत्री सरकारी नोकरीत राहू शकत नाही; परंतु त्यांना स्थानीय संस्थांचे सदस्य किंवा मेयर म्हणून कार्य करता येते.

फ्रान्सच्या मंत्रिमंडळाची रचना :

फ्रान्सच्या घटनेनुसार मंत्रिमंडळाची खालील स्वरूपाची रचना केलेली आहे.

फ्रेंच मंत्रिमंडळात २५ ते ४० सदस्यांचा समावेश असतो. मंत्रिमंडळाचे कौन्सिल ऑफ कॅबिनेट व कौन्सिल ऑफ मिनिस्टर्स असे दोन विभाग केलेले असतात. कौन्सिल ऑफ कॅबिनेट म्हणजेच मंत्रिमंडळामध्ये सर्व मंत्री व अंडर सेक्रेटरी यांचा समावेश होतो. महिन्यातून कौन्सिल ऑफ कॅबिनेटची बैठक एक किंवा दोन वेळा होत असते व त्या बैठकीचे अध्यक्षस्थान मात्र पंतप्रधान भूषवितो. मंत्रिमंडळातील सर्व मंत्र्यांना खाते किंवा विभाग वाटून दिलेले असतात; प्रत्येक मंत्री आपापल्या खात्यांचे मुख्य असतात. त्यांना साहाय्य करण्यासाठी कॅबिनेट मंत्रिमंडळाची नियुक्ती केलेली असते. यात एक डायरेक्टर चीफ द कॅबिनेट, अन्य सल्लागार असतात व संबंधित मंत्र्याला प्रशासनाविषयी सल्ला देण्याचे कार्य ते करतात. प्रत्येक मंत्री आपापल्या विभागातील कॅबिनेट मंत्रिमंडळाची नियुक्ती करतो.

कॅबिनेट मंत्रिमंडळाचे सदस्य पगारी असतात व त्यांचा कार्यकाळ त्यांना नियुक्त केलेल्या काळापुरताच मर्यादित असतो. डायरेक्टर हा एखाद्या खात्याशी संबंधित नियमांना अंमलात आणण्याचे कार्य करतो. तसेच मंत्र्यांच्या नंतर विभागाचा मुख्य डायरेक्टर असतो; परंतु परराष्ट्र खाते व लष्कर विभागात डायरेक्टर

मुख्य नसून सेक्रेटरी जनरल हे मुख्य कार्यकारी असतात. विभागातील डिव्हिजनवर सब-डायरेक्टर नेमलेले असतात व त्यांच्या हाताखाली ब्युरोतील ब्युरोचीफ असतात. त्यानंतर अनेक कारकून व ऑडिटर्स व इतर अधिकारी असतात. या सर्वांना मिळून केंद्रातील विभाग बनतो व त्यांच्याकडून त्या-त्या विभागाशी संबंधित नियमांना अंमलात आणले जाते.

कौन्सिल ऑफ मिनिस्टर्समध्ये सर्व मंत्री व पंतप्रधान यांचा समावेश होतो. याची बैठक आठवड्यातून एकदा तरी होतेच. या बैठकीचा अध्यक्ष पंतप्रधान नसून गणराज्याचा राष्ट्राध्यक्ष असतो. कौन्सिल ऑफ मिनिस्टर्समध्ये चार श्रेणी असतात.

(१) मिनिस्टर्स ऑफ स्टेट : यामध्ये ४ ते ६ वरिष्ठ मंत्री असतात.

(२) मिनिस्टर्स ऑफ डेलिगेट : यामध्ये १ किंवा २ मंत्री असतात व ते पंतप्रधानास मदत करतात.

(३) मंत्री : या श्रेणीमध्ये सर्व विभागाचे मिळून १२ ते २० मंत्री असून ते आपापल्या खात्यांचा कारभार पाहतात.

(४) सेक्रेटरीज ऑफ स्टेट : या श्रेणीत ४ ते २० कनिष्ठ मंत्र्यांचा समावेश केला जातो.

फ्रान्सच्या मंत्रिमंडळाची वैशिष्ट्ये :

फ्रान्सच्या मंत्रीमंडळाचे वैशिष्ट्ये आपणास खालीलप्रमाणे सांगता येतील

(१) संसद व मंत्रिमंडळ यांच्यामध्ये दूरचे संबंध असतात. याचाच अर्थ, फ्रेंच मंत्रिमंडळातील सदस्यांना संसदेची सदस्य असण्याची आवश्यकता नाही तसेच नियुक्तीच्या वेळी संसदेचे सदस्यत्व नसलेल्या व नियुक्तीनंतर संसद सदस्यात्वाचा राजीनामा दिलेल्यांनाच मंत्रिमंडळात सामील केले जाते.

(२) मंत्रिमंडळाचे सदस्य जरी संसदसदस्य नसले तरी संसदीय प्रणालीमध्ये ते व्यक्तिगत व सामूहिकरीत्या संसदेला जबाबदार असतात.

(३) मंत्रिमंडळाला संसदेत विचारलेल्या प्रश्नांना समाधानकारक उत्तरे देणे आवश्यक असते.

(४) संसदेने जर मंत्रिमंडळावरील अविश्वासाचा ठराव बहुमताने संमत केलेला असेल तर पंतप्रधानास आपल्या मंत्रिमंडळाचा राजीनामा देणे आवश्यक असते.

(५) बहुपक्ष पद्धती असल्यामुळे निवडणुकीमध्ये कोणत्याही एका पक्षाला स्पष्ट बहुमत प्राप्त होत नाही. त्यामुळे काही पक्ष एकत्र येऊन मंत्रिमंडळ बनवतात व या मंत्रिमंडळाचे स्वरूप संमिश्र असते.

(६) फ्रान्समध्ये बहुपक्ष पद्धत असल्यामुळे तसेच कोणत्याही पक्षास स्पष्ट बहुमत प्राप्त होत नसल्याने मंत्रिमंडळ हे नेहमी संमिश्र स्वरूपाचे, सत्ताहीन व अस्थिर स्वरूपाचे असते अशा मंत्रिमंडळाचे नेतृत्व करणाऱ्या पंतप्रधानाची स्थिती त्यापेक्षा बिकट असते.

(७) अध्यक्षांकडून मंत्रिमंडळाच्या सदस्यांची नियुक्ती केली जाते व मंत्रिमंडळाच्या बैठकीचे अध्यक्षस्थानदेखील तोच भूषवितो. तसेच व्यक्तिगत एखाद्या मंत्र्याने किंवा सामुहिकरीत्या संपूर्ण मंत्रिमंडळाने दिलेला राजीनामा स्वीकारतो. तो स्वत :च मंत्रिमंडळाचा नेता असल्यामुळे मंत्रिमंडळास त्याची मर्जी संपादन करणे आवश्यक असते. अन्यथा बहुपक्षपद्धतीमुळे निर्माण झालेल्या कमकुवत संमिश्र मंत्रिमंडळास अध्यक्षांच्या हातातले बाहुले बनून राहावे लागते. पंतप्रधान हा मंत्रिमंडळाचा केवळ नामधारी नेता असतो.

(८) मंत्रिमंडळ हे अनेक पक्ष सदस्यांचे मिळून बनलेले असल्याने त्यांच्यामध्ये बऱ्याच समस्यांवर मतैक्य नसते व ते सर्वजण एका विशिष्ट कार्यक्रमाच्या उद्देशाने एकत्र आलेले नसतात तर त्यांना केवळ शासन चालविण्यासाठी मंत्रिमंडळात आणले जाते. ज्या वेळी एखाद्या समस्येवर तीव्र मतभिन्नता असते त्या वेळी मंत्रिमंडळ नष्ट होत असते; अशा रीतीने मंत्रिमंडळ हे अस्थिर असते.

(९) संसदीय पद्धतीत अधिकाराबरोबरच जबाबदारीचे तत्त्व मान्य केलेले असते. फ्रान्समध्ये अध्यक्षाला शासनाचा अधिकार आहे; परंतु तो संसदेला जबाबदार नाही. मंत्रिमंडळ त्या मानाने अधिकारसंपन्न नसताना त्यास संसदेला जबाबदार धरले जाते. याचाच अर्थ, एका बाजूने त्यास संसदेचा विश्वास संपादन करावा लागतो व दुसऱ्या बाजूला अध्यक्षांची मर्जी संपादन करावी लागते.

फ्रान्सच्या मंत्रिमंडळाचे अधिकार व कार्ये :

फ्रान्सच्या घटनेनुसार मंत्रिमंडळाला खालील स्वरूपाचे अधिकार दिलेली असून त्याच्या अंतर्गत राहून त्यांना विविध प्रकारची कार्ये करावी लागतात. ती पुढीलप्रमाणे -

(१) पंतप्रधानांकडून मंत्रिमंडळ सदस्यांना प्रदत्त स्वरूपाची सत्ता दिली जाते.

(२) पंतप्रधानांनी जे नियम बनविलेले असतात त्यांवर संबंधित मंत्र्यांची सही आवश्यक असते.

(३) मंत्रिमंडळाचे सदस्य जरी संसदेचे सदस्य नसले तरी त्यांना संसदेच्या अधिवेशनात भाग घेण्याचा अधिकार असतो.

(४) संसदेच्या पूर्वसंमतीने मर्यादित काळासाठी वटहुकूम जारी करता येतात; अशा वटहुकूमावर मंत्रिमंडळाच्या बैठकीत चर्चा करून ठरविले जाते.

(५) शासनाद्वारे मर्यादित काळासाठी वटहुकूम अध्यक्षाच्या सहीने जारी केला जातो व त्यानुसार नियोजित कार्यक्रमाची अंमलबजावणी केली जाते.

(६) संसद सदस्यांच्या बरोबर मंत्रिमंडळ सदस्यांना घटनादुरूस्ती विधेयक संसदेत प्रस्तुत करण्याचा अधिकार असतो.

(७) संसदेत प्रस्तुत करावयाच्या सरकारी विधेयकावर ते विचारविनिमय करून त्यास नॅशनल असेंब्ली किंवा सिनेटमध्ये प्रस्तुत करू शकतात; परंतु अर्थविषयक विधेयक मात्र नॅशनल असेंब्लीमध्ये प्रस्तुत करणे आवश्यक असते.

(८) एखादे अर्थविषयक विधेयक संसदेला सादर केल्यामुळे ७० दिवसांच्या आत संमत केले गेले नसल्यास पंतप्रधान व मंत्रिमंडळाचे सदस्य एका आदेशाद्वारे त्या विधेयकातील तरतुदींना अंमलात आणू शकतात.

(९) राष्ट्राचे अंतर्गत व बर्हिगत धोरण ठरवणे व ते धोरण अंमलात आणणे हे मंत्रिमंडळाचे मुख्य कार्य असते; हे काम मंत्रिमंडळ घटनेला अनुसरून करीत असते.

(२) कायदेमंडळ : रचना, अधिकार व कार्ये

फ्रान्समध्ये राष्ट्रीय संसदेस एक दीर्घ स्वरूपाचा इतिहास आहे व १३०२ मध्ये चौथ्या फिलिपच्या राजवटीत जी स्टेट्स जनरल नावाची संस्था होती. त्याचे रूप संसदेसारखे होते; परंतु या संस्थेद्वारे नियमित रूपात कार्य केले जात नव्हते. खऱ्या अर्थाने राष्ट्रीय संसदेचे निरंतर स्वरूप १७८९ च्या क्रांतीनंतर पाहिले जाते; क्रांतीनंतर सर्वप्रथम १७९१ मध्ये फ्रान्ससाठी जे संविधान बनविले गेले होते त्यांच्याद्वारे एका सभागृहाची स्थापना केली होती. १७९५ ते १७९९ च्या काळात फ्रान्समध्ये सर्वप्रथम द्विसभागृहात्मक पद्धती स्वीकारण्यात आली होती. परंतु नेपोलियन ज्यावेळी फ्रान्सचा सम्राट बनला त्यावेळी संसदेच्या सभागृहाची संख्या चार करण्यात आली व नेपोलियनच्या पतनानंतर ती पुन्हा द्विसभागृहात्मक संसदेची स्थापना झाली. परंतु, १८४८ च्या द्वितीय लोकतंत्राच्या संविधानाद्वारे द्विसभागृहात्मक कायदेमंडळाच्या स्थानावर पुन्हा एक सदनात्मक कायदेमंडळाची स्थापना केली गेली. फ्रान्सच्या संवैधानिक विकासातील संसदेचा इतिहास १८७५ च्या तृतीय लोकतंत्रापासून आरंभ होतो. तृतीय लोकतंत्राच्या संविधान निर्मितीच्या

वेळी पर्याप्त वादविवादानंतर फ्रान्ससाठी द्विसभागृहात्मक कायदेमंडळास स्वीकारले गेले. तेव्हापासून आजतागायत फ्रान्समध्ये द्विसभागृहात्मक कायदेमंडळ चालत आले आहे. तृतीय लोकतंत्राच्या संविधानात प्रथम व द्वितीय सभागृहाचे नाव क्रमश: प्रतिनिधी सभा आणि सिनेट होते. चौथ्या लोकतंत्राच्या संविधानाद्वारे संसदेची स्थापना, कार्य व अधिकारात बदल केले गेले. प्रतिनिधी सभा व सिनेटच्या नावात बदल करून क्रमश : राष्ट्रीय सभा किंवा प्रतिनिधी सभा आणि लोकतंत्र परिषद किंवा सिनेट असे करण्यात आले.

राष्ट्रीय सभा किंवा प्रतिनिधिसभा रचना :

फ्रान्सच्या संसदेची राष्ट्रीय सभा किंवा प्रतिनिधीसभा प्रथम तसेच लोकप्रिय अशा स्वरूपाचे सभागृह आहे.

सदस्यसंख्या : या सभागृहाची सदस्यसंख्या व तिच्या स्थापनेत सातत्याने बदल होताना दिसून येतात. तिसऱ्या लोकतंत्राच्या वेळेसे या सभागृहाची सदस्यसंख्या ६१८ एवढी होती; तर चौथ्या लोकतंत्राच्या वेळेसे या सभागृहाची सदस्यसंख्या ५४४ पाचव्या गणतंत्राच्या संविधानाद्वारे या सभेची सदस्यसंख्या ४६५ एवढी निर्धारित केली होती. परंतु, त्यांमध्ये नंतरच्या काळात दुरुस्ती करण्यात येऊनही सदस्यसंख्या ४९१ निश्चित करण्यात आली.

सदस्यांची निवड किंवा निवडणूक : नवीन संविधानाच्या कलम २४ नुसार राष्ट्रीय सभेच्या सदस्यांची निवड जनतेद्वारे प्रत्यक्षपणे प्रौढ मताधिकार व गुप्त मतदानाच्या आधारावर केले जाते. सभेच्या निवडणुकीसाठी 'एकल सदस्यीय निर्वाचन क्षेत्र' व 'द्वितीय मतपत्र योजना' ही पद्धती स्वीकारण्यात आली. या निवडणूक पद्धतीनुसार समस्त देशास ४९१ निर्वाचन क्षेत्रात विभाजित केले गेले.

द्वितीय मतपत्र योजनेंतर्गत राष्ट्रीय सभेची निवडणूक दोन वेळा मत टाकण्याची असते. स्पष्ट बहुमत प्राप्त करणारे उमेदवार प्रथम मतदानाच्यानंतर निर्वाचित म्हणून घोषित केले जातात; परंतु ज्या क्षेत्रांतर्गत प्रथम मतदानादरम्यान उमेदवारास मतदानाच्या वेळी ५० टक्क्यांपेक्षा अधिक व नोंदणीकृत मतदानांच्या १/४पेक्षा अधिक मत प्राप्त होत नाही. त्यांच्या मते दुसऱ्या वेळेस मतदान होते. दुसऱ्या वेळेस सर्वाधिक मत प्राप्त करणाऱ्या उमेदवारास विजयी म्हणून घोषित केले जाते. निवडणुकीच्या दुसऱ्या टप्प्यात ते सर्व पक्ष निवडणुकीत भाग घेऊ शकत नाहीत. ज्यांना पहिल्या टप्प्यात १० टक्क्यांपेक्षा कमी मते मिळाली होती. राष्ट्रीय सभेची निवडणूक प्रौढ मतदान पद्धतीच्या आधारावर होते व फ्रान्समध्ये आता १८ वर्षे पूर्ण असलेल्या प्रत्येक व्यक्तीस मताधिकार प्राप्त होतो. राष्ट्रीय सभेच्या निवडणूक पद्धतीला मार्च १९७३ मध्ये निवडणुकीच्या उल्लेखाच्या आधारावर चांगल्या स्वरूपात समजले जाईल.

कार्यकाल व सभा पदच्युत : चतुर्थ लोकतंत्रानुसार राष्ट्रीय सभेचा कार्यकाळ हा पाच वर्षे होता. राष्ट्राध्यक्ष या कालावधीच्या अंतर्गत मंत्रिमंडळाच्या सल्ल्यानुसार राष्ट्रीय सभा भंग करू शकतो; परंतु राष्ट्राध्यक्षाच्या या विघटनाच्या अधिकारावर काही प्रतिबंध होते. मंत्रिपरिषदेद्वारे केलेल्या या विघटनाची प्रार्थना राष्ट्राध्यक्षांद्वारे त्याच परिस्थितीत संमत होऊ शकते. राष्ट्रीय सभेची निवडणूक होऊन १८ महिन्यांचा कालावधी निघून गेला व राष्ट्रीय सभेने १२ महिन्यांतर्गत दोन मंत्रिमंडळास त्यागपत्र देण्यास भाग पाडले.

पाचव्या लोकतंत्रानुसारही राष्ट्रीय सभेचा कार्यकाल हा पाच वर्षेच राहिला होता. घटनेच्या कलम १२ नुसार राष्ट्राध्यक्ष या काळापूर्वी पंतप्रधान तसेच संसदेच्या दोन्ही सभागृहांच्या सल्ल्याने राष्ट्रीय सभेस भंग करू शकतो. राष्ट्राध्यक्षांने या संबंधात पंतप्रधान तसेच संसदेच्या दोन्ही सभागृहांच्या सभापतींकडून सल्ला घेणे आवश्यक आहे; अनुमती नव्हे. राष्ट्राध्यक्षाच्या राष्ट्रीय सभा भंग करणाऱ्या अधिकारांवर दोन प्रतिबंध आहेत. एका वर्षात दोन वेळा राष्ट्रीय सभेस भंग करता येत नाही. जर राष्ट्राध्यक्ष अनुच्छेद १६ द्वारे प्रदत्त संकटकालीन अधिकारांच्या आधारावर कार्य करत आहे तर तो राष्ट्रीय सभेस भंग करत नाही व संसदेचे

अधिवेशन स्थगित केले जात नाही. राष्ट्रीय सभेस भंग केल्यानंतर २० ते ४० दिवसांच्या आत नव्या राष्ट्रीय सभेची निवडणूक होणे आवश्यक असते.

कार्यपद्धती : संविधानानुसार संसदेची दोन अधिवेशने असतात. ती सलग तीन महिन्यांपर्यंत चालतात. राष्ट्राध्यक्षांस पंतप्रधान किंवा संसदेच्या बहुमत सदस्यांच्या आग्रहावर संसदेचे असाधारण अधिवेशन बोलविण्याचा अधिकार आहे. संसदेचे अधिवेशन सार्वजनिक असते; परंतु पंतप्रधान किंवा सभागृहाच्या १/१० सदस्यांच्या आग्रहावर गुप्त अधिवेशन होऊ शकते. सभागृहाची कार्यवाही सरकारी पत्रात किंवा अहवालात प्रकाशित केली जाते.

सदस्यांचा विशेषाधिकार : संसदेच्या सदस्यांना सभागृहात भाषणस्वातंत्र्य आहे. त्यासाठी कोणत्याही सदस्यास पकडले जात नाही व तो सभागृहाबरोबर कोणत्याही अधिकाराप्रती उत्तरदायी असतो; इतर कोणत्याही अपराधासाठी संसदेच्या अधिवेशनाचा कालावधी सभागृहाच्या आज्ञेशिवाय कोणत्याही सदस्यास कैदी बनवले जात नाही किंवा त्याच्यावर अभियोग चालविला जात नाही. संसदेच्या स्थगन काळात सभागृहाच्या सचिवालयाच्या संमतीशिवाय कोणत्याही सदस्यास कैद करता येत नाही परंतु, गंभीर अपराधाच्या स्थितीमध्ये सभागृहाच्या सचिवालयाच्या संमतीची आवश्यकता नसते. सभागृहास कोणत्याही कैद केलेल्या सदस्यास मुक्त करण्याचा व त्याच्या अभियोगाची स्थगिती करण्याचा आदेश देण्याचा अधिकार आहे.

सभापती : चौथ्या लोकतंत्राच्या संविधानांअंतर्गत राष्ट्रीय सभेच्या कार्यसंचालनाच्या हेतूने एका 'ब्युरो'ची व्यवस्था केली गेली. ज्यामध्ये एक सभापती, सहा उपसभापती, चौदा सचिव, तीन क्वेस्टर असतात. सभापती ब्युरोचे प्रमुख असतात व त्याच्याद्वारे सभागृहाचे अध्यक्षपदही दिले जाते. सभापतींच्या अनुपस्थितीत उपसभापती हे अध्यक्षपदी असतात. राष्ट्रीय सभेच्या सभापतीचे पद तत्कालीन राजकारणामध्ये अधिक महत्त्वपूर्ण होते. सभापती अमेरिकेच्या प्रतिनिधी सभेच्या सभापतीप्रमाणे सक्रियतेने पक्षीय राजकारणामध्ये भाग घेतात व आपल्या संहितांच्या पूर्ततेसाठी सतत तत्पर असतात.

ब्रिटनमध्ये संसदात्मक व्यवस्था असल्याने कायदेनिर्मिती क्षेत्राचे नेतृत्व पंतप्रधानांद्वारे केले जाते. परंतु, अमेरिकेत अध्यक्षीय शासनव्यवस्था असल्याने कार्यकारी मंडळ पदाधिकारी कायदेनिर्मितीच्या कार्यात भाग घेत नाही व कायदेनिर्मितीच्या कार्याचे नेतृत्व प्रतिनिधी सभेच्या प्रतिनिधींद्वारे केले जाते. फ्रान्सच्या पाचव्या लोकतंत्रात सत्तेच्या विभाजनास अंगीकारले आहे. मंत्रिमंडळ परिषदेचे सदस्य हे संसदेचे सदस्य नसतात. शेवटी मंत्रिमंडळ सभागृहात सरकारचे प्रतिनिधित्व करीत नाहीत व या अभावाची पूर्ती राष्ट्रीय सभेच्या सभापतींद्वारे केली जाते. राष्ट्रीय सभेचे सभापती, प्रतिनिधी सभेच्या अध्यक्षाप्रमाणे राजकारणामध्ये सक्रियतेने भाग घेतात व आपल्या पक्षीय दृष्टिकोनानुसार कायदेनिर्मितीचे कार्य करण्याचा प्रयत्न केला जातो या प्रकारे राष्ट्रीय सभेच्या सभापतीची स्थिती अमेरिकेच्या प्रतिनिधी सभेच्या प्रतिनिधी सभेच्या सभापतीप्रमाणे आहे; ब्रिटनच्या हाऊस ऑफ कॉमन्सच्या सभापतीप्रमाणे नाही.

लोकतंत्र परिषद किंवा सिनेट : रचना :

चौथ्या लोकतंत्रात द्वितीय किंवा उच्च सभागृहास लोकतंत्र परिषद म्हटले जाते; पाचव्या लोकतंत्रात त्यास 'सिनेट' असे नाव दिले आहे. लोकतंत्र परिषद एक स्थायी सभागृह होते.

सदस्यसंख्या व कार्यकाळ : १९४६ मध्ये परिषदेची सदस्यसंख्या ३१५ निश्चित केली होती. परंतु, सन १९४८ मध्ये त्यास ती ३२० करण्यात आली. परिषदेच्या सदस्यांचा कार्यकाळ सहा वर्षे असून निम्मे सदस्य तीन वर्षांसाठी निवडले जातात. पाचव्या लोकतंत्राच्या संविधानाद्वारे सिनेटच्या रचनेत महत्त्वपूर्ण परिवर्तन केले गेले. त्याची सदस्यसंख्या कमी होऊन २३० करण्यात आली;यामध्ये सदस्यांच्या कार्यकाल सहा वर्षांवरून नऊ वर्षे करण्यात आला व १/३ सदस्य प्रति तीन वर्षांनी पदत्याग करतात.

सदस्यांची निवड किंवा निवडणूक : सिनेटची निवडणूक अप्रत्यक्ष होते व त्यात काही सामाजिक वर्गांना इतर सामाजिक वर्गापेक्षा अधिक प्रतिनिधित्व प्रदान करण्यात आले आहे. सिनेटमध्ये फ्रान्सच्या प्रादेशिक विभागांना तसेच प्रवासी नागरिकांच्या प्रतिनिधित्वाची व्यवस्था केली आहे. पाचव्या लोकतंत्र संविधानाअंतर्गत राष्ट्रीय सभा व सिनेट या दोन्हींच्या निवडणुकांच्या संबंधात अशी व्यवस्था केलेली आहे की, प्रत्येक उमेदवाराद्वारे आपला एक वैकल्पिक किंवा प्रतिउमेदवार उभा केला जातो. जो संबंधित सदस्यांचा मृत्यू किंवा असमर्थता या कारणांनी रिक्त झाल्यावर सभागृहाच्या सदस्यांच्या रूपात कार्य करते.

सदस्यांची पात्रता : पाचव्या लोकतंत्राच्या संविधानात म्हटले की, सिनेट सदस्यांची योग्यता एक संवैधानिक कायद्यांद्वारे निर्धारित होते. सदस्यांचे वेतन, भत्ते व इतर सुविधा संवैधानिक कायद्याद्वारे निश्चित होते, त्यावेळी सदस्यांचे वय कमीतकमी ३५ वर्षे निर्धारित केलेले आहे. सिनेटच्या सदस्यांच्या इतर योग्यता किंवा पात्रता राष्ट्रीय सभेच्या सदस्यांप्रमाणेच आहेत.

सभापती व त्यांची कार्ये : चौथ्या लोकतंत्राच्या संविधानाद्वारे लोकतंत्र परिषदेच्या कार्यसंचलनाचा हेतू एक ब्युरो किंवा सचिवालयाची व्यवस्था केली गेली, ज्यामध्ये एक सभापती, काही उपसभापती, सचिव, गण व क्वेस्टर असतात. घटनेच्या कलम ११ नुसार त्याचे निर्वाचन सभागृहाच्या प्रत्येक अधिवेशनाच्या प्रारंभी होते.

पाचव्या लोकतंत्राच्या संविधानात सिनेट सभापतींची व्यवस्था केलेली आहे. त्याचे निर्वाचन प्रत्येक तीन वर्षांनंतर सदस्यांद्वारे केले जाते. घटनेच्या कलम सातमध्ये त्यांच्या अधिकारांचा उल्लेख केला गेला आहे व त्यांचे अधिकार व प्रतिष्ठेत पहिल्यापेक्षा अधिक वाढ केली. त्यामध्ये सिनेटच्या सभागृहाचे अध्यक्षपद भूषविणे, सभापती होण्याच्या नात्याने सभागृहात शांतता व व्यवस्था राखणे तसेच सभागृहात कायदेनिर्मिती कार्यास संचलित करतात. याशिवाय त्यांना अन्य अधिकार असतात. राष्ट्रीय सभा बरखास्त करणे व संकटकाळात घोषणा करण्याच्या वेळी राष्ट्राध्यक्ष राष्ट्रीय सभा व सिनेट हे दोन्हीही सभागृहांच्या सभापतींकडून सल्ला घेतील. राष्ट्रीय सभेच्या सभापतींच्या तुलनेत सिनेटच्या सभापतीस काही अधिक अधिकार प्राप्त झालेले आहेत. चौथ्या लोकतंत्राच्या संविधानानुसार राष्ट्राध्यक्षपदाच्या अकस्मित रिक्ततेच्या स्थितीत राष्ट्रीय सभेचा अध्यक्ष अस्थायी रूपात राष्ट्राध्यक्षाच्या अधिकारांचा प्रयोग करत होता; परंतु नव्या संविधानानुसार हा अधिकार सिनेटच्या सभापतीस दिलेला आहे. सिनेटच्या सभापतीद्वारे घटनात्मक परिषदेच्या तीन सदस्यांची निवड केली जाते.

संसदेचे अधिकार व कार्ये :

(१) अर्थसंबंधीची कार्ये : देशाची सर्वोच्च सत्ता होण्याच्या नात्याने फ्रान्सच्या संसदेस राष्ट्रीय अर्थिक प्रश्नांवर विचार करण्याचा पूर्ण अधिकार आहे. संसदेद्वारे वार्षिक अंदाजपत्रक संमत केले गेल्यावर शासनाद्वारे आय-व्यय यांच्याशी संबंधित कोणते कार्य केले जाते. संसद याबाबत निर्णय घेते की कोणत्याही साधनांशी आवश्यक धनराशी प्राप्त केली जाते व त्याचा कशा प्रकारे खर्च केला जातो.

(२) प्रशासनासंबंधीची कार्ये : इतर संसदेप्रमाणे फ्रान्सची संसदही प्रशासनासंबंधी धोरण निर्धारण करते व प्रत्यक्ष व अप्रत्यक्षपणे राष्ट्रीय प्रशासनावर नियंत्रण ठेवते. चतुर्थ लोकतंत्राच्या अंतर्गत कार्यकारी मंडळावर संसदेचे पूर्ण नियंत्रण असते व संसदेच्या कार्यकारी मंडळाची निर्मिती तसेच त्याचा अंत करते. पाचव्या लोकतंत्राच्या संविधानाद्वारे कार्यकारी मंडळावर संसदेचे नियंत्रण कमी करण्यावर त्यास हा अधिकार प्राप्त होतो. संसदेद्वारे प्रशासनासंबंधी वेगवेगळया प्रस्तावांवर वाद-विवाद तसेच विचारविमर्श केला जातो. याशिवाय मंत्रिपरिषद राष्ट्रीय सभेच्या प्रति उत्तरदायी आहे व राष्ट्रीय सभा निंदाव्यंजक ठराव संमत करून त्यास पदच्युत करतात. निंदाव्यंजक ठराव किंवा प्रस्ताव राष्ट्रीय सभेच्या एकूण बहुमताद्वारे संमत केले जावे;

उपस्थित व मतदानात भाग घेणाया सदस्यांच्या बहुमताद्वारे नाही. संसदेच्या विदेशी संबंधांच्या संचालनाच्या विषयात अधिकार प्राप्त होतो. आंतरराष्ट्रीय संधीचे समर्थन व युद्धाची घोषणा संसदेद्वारे केली जाते. संसदेच्या दोन्ही सभागृहास राष्ट्राध्यक्षांविरुद्ध महाभियोग प्रस्तावित करण्याचा अधिकार आहे; जर संसदेच्या दोन्ही सभागृहाद्वारे स्वतंत्ररीत्या आपल्या एकूण बहुमताने दोषारोपण प्रस्ताव संमत केला व त्याची चौकशी उच्च न्यायालयाद्वारे झाली पाहिजे. या उच्च न्यायालयाच्या सदस्यांना संसदेच्या दोन्ही सभागृहांद्वारे समान संख्येत नियुक्त केले.

(३) घटनादुरुस्तीसंबंधीची कार्ये : घटनेच्या कलम ८९ मध्ये घटना दुरुस्तीसाठी ज्या दोन पद्धतींचे वर्णन केले त्यानुसार संसदेस दुरुस्तीस महत्त्वपूर्ण भूमिका प्राप्त होते. पहिल्या पद्धतीनुसार राष्ट्राध्यक्षाद्वारे संसदेत विधेयक प्रस्तावित केले जाते; जर त्यास संसदेची दोन्ही सभागृहे संमत करतील व लोकमत संग्रहात निर्वाचकांचे बहुमत यास स्वीकारेल तर ते संविधानाचा एक अंग बनते; अशा प्रकारे संसदेच्या संवैधानिक संशोधनात महत्त्वपूर्ण भूमिका आहे. परंतु, केवळ संसद संसदेत मनाप्रमाणे दुरुस्ती करू शकत नाही.

(४) कायदानिर्मितीसंबंधीची कार्ये : पाचव्या लोकतंत्राच्या संविधानाच्या कलम तीन नुसार राष्ट्रीय सार्वभौमत्व जनतेत निवास करते व याचा प्रयोग आपले प्रतिनिधी तसेच जनमत संग्रहाद्वारे करते. या प्रकारे सार्वभौमत्व जनतेत अंतर्भूत आहे व जनता याचा प्रयोग आपल्या प्रतिनिधींद्वारे करते. जनतेच्या प्रतिनिधींचे स्थान संसद आहे. संसदेत राष्ट्राच्या प्रशासनासाठी कायदेनिर्मितीचा अधिकार आहे. परंतु, या संबंधात पाचव्या लोकतंत्राची संसद ब्रिटिश संसदेप्रमाणे सर्वशक्तिशाली नाही. संविधानाच्या अंतर्गत त्या विषयांची सूचि दिली गेली की, ज्यावर संसद कायदा निर्माण करेल व उर्वरित विषय कार्यपालिकेद्वारे अध्यादेश जारी करण्यासाठी सोडले जातात. याद्वारे नागरिक स्वातंत्र्य राष्ट्रीयतेशी संबंधित प्रश्न, अपराध व दंड, करार, निर्वाचकीय प्रबंध, खासगी संपत्तीचे राष्ट्रीयीकरण इत्यादींमधून उत्पन्न झालेल्या प्रश्नांवर कायदे निर्माण केले जातात. त्या व्यतिरिक्त त्यांच्याद्वारे शिक्षण स्थानीय स्वशासन, संरक्षण, पक्षीय संबंधावर विस्तारांच्या गोष्टींवर निर्धारित करण्याचा अधिकार कार्यकारी मंडळास प्राप्त होतो.

संसद देशासाठी जे कायदे करते, ते कायदेनिर्मितीचे अधिकार कलम १६ व कलम ३८ नुसार नियंत्रित केले जातात. कलम १६ नुसार कार्यकारी मंडळ संकटकाळात संबंधित विषयावर कायदे करू शकते की, जे संविधानाद्वारे संसदेस सोपविले जातात व कलम ३८ हे शासनास अनुमती देते की ते संसदेस आग्रह करेल की, संसदेस सोपविलेल्या या विषयावर कायदेनिर्मितीचे अधिकार निश्चित काळासाठी शासनास प्रदान करतील. १९६८ पर्यत संसदेद्वारे उपयुक्त प्रकारच्या ८ वेळा कायदेनिर्मितीच्या अधिकार शासनास प्रदान केले गेले.

संसदेच्या कायदेनिर्मितीच्या अधिकारावर महत्त्वपूर्ण प्रतिबंध लोकमताचा संग्रह आहे. घटनेच्या कलम ११ नुसार राष्ट्राध्यक्ष काही विषयांशी संबंधित विधेयकांना मंत्रिमंडळ किंवा संसदेच्या दोन्ही सभागृहांच्या संयुक्त प्रस्तावावर लोकमत संग्रहासाठी पाठविले जाते. लोकमत संग्रहात बहुमताद्वारे विधेयकाचे समर्थन केल्यानंतर ते सामान्य विधीप्रमाणे त्याची घोषणा करते.

(३) न्यायमंडळ : रचना, अधिकार व कार्ये आणि न्यायिक पुनर्विलोकन

फ्रान्सचे न्यायमंडळ :

फ्रान्समध्ये १७८९ च्या राज्यक्रांतीच्या पूर्वी न्यायव्यवस्थेचा विशेष स्वरूपाचा विकास झालेला नव्हता. राज्यक्रांतीपूर्वी फ्रान्सची न्यायव्यवस्था अत्यंत दोषपूर्ण होती. त्यात क्रमबद्धतेचा अभाव होता.

फ्रान्सचे शासन ज्यावेळी नेपोलियन बोनापार्टच्या हातात आले त्यावेळी त्याने कायद्यांना एकरूपता प्रदान करण्यासाठी संहितेची निर्मिती केली त्यास 'नेपोलियन संहिता' असे म्हटले जाते. जरी बदलत्या परिस्थितीनुसार फ्रान्सच्या कायदा व्यवस्थेत सतत परिवर्तन होत राहिले तरी आजही त्याचा आधार 'नेपोलियन संहिता' आहे. नेपोलियन संहितेस फ्रान्सच्या न्यायव्यवस्थेचा विकसित आधार म्हटला जातो.

फ्रान्सच्या न्यायपद्धतीची वैशिष्ट्ये :

फ्रान्सच्या न्यायव्यवस्थेची वैशिष्ट्ये पुढीलप्रमाणे सांगता येतील-

लिखित कायदे : फ्रान्समध्ये सर्व कायदे पूर्णतः लिखित स्वरूपात उपलब्ध आहेत.

संसदीय कायदे : फ्रान्समध्ये सर्व कायद्यांची निर्मिती संसद किंवा अन्य कोणत्याही संघटित संस्थांद्वारे केली जाते इंग्लंडप्रमाणे फ्रान्सच्या कायद्यामध्ये रूढी किंवा प्रथांचा तसेच न्यायाधीशांनी निर्माण केलेल्या कायद्यांचाही समावेश झालेला नाही.

न्यायपालिका व प्रशासकीय अंग : फ्रान्समध्ये न्यायपालिकेस प्रशासकीय अंग मानले जाते व न्यायमंडळाच्या स्वातंत्र्यास मान्यता दिलेली नाही. फ्रान्समध्ये न्यायिक कार्यावर सरकारी वकिलाचे पुरेसे नियंत्रण असते; सरकारी वकिलांच्या कार्यालयास 'पारक्वेट' असे संबोधले जाते. जे प्रत्येक न्यायालयाशी संबंधित असते व ॲडव्होकेट जनरलच्या अधीन कार्य करतात. अनेकदा पारक्वेटमध्ये कार्य करणारा सरकारी वकील हा न्यायाधीशांच्या रूपातही कार्य करतो.

न्यायालयीन पुनर्विलोकनाचा अभाव : संयुक्त राज्य अमेरिका, भारत इत्यादी देशांत कायदेमंडळाद्वारे निर्माण केलेल्या कायद्यांच्या घटनात्मकतेची चौकशी न्यायालयाद्वारे केली जाते व त्यास न्यायालयीन पुनर्विलोकन असे म्हटले जाते; परंतु फ्रान्समध्ये न्यायमंडळास सामान्य प्रशासकीय यंत्रणेचे एक अंग मानले जाते व त्या कारणाने फ्रान्समध्ये नियमित न्यायमंडळ कायद्याची संवैधानिकतेची चौकशी करत नाही. या प्रकारे फ्रान्समध्ये न्यायिक पुनर्विलोकनाचा अभाव आहे. पाचव्या लोकतंत्राच्या राज्यघटनेच्या कलम - ७ नुसार हे कार्य एका संवैधानिक परिषदेकडे सोपविले गेले जे संसदेद्वारे निर्माण केलेल्या कायद्यांच्या संवैधानिकतेचा अंतिम निर्णय करते. संवैधानिक परिषदेची स्थापना ज्या प्रकारे केली जाते त्या दृष्टीने ही न्यायसंस्था नाही.

न्यायाधीशांची नियुक्ती : फ्रान्समध्ये न्यायाधीशांच्या नियुक्तीची प्रणाली इतर देशांपेक्षा भिन्न आहे इंग्लंड, संयुक्त राज्य अमेरिका, भारत इत्यादी देशांच्या अंतर्गत उच्च स्तरांच्या न्यायपदांवर नियुक्ती प्रसिद्ध वकिलांमधून केली जाते; परंतु फ्रान्समध्ये न्यायाधीशांची नियुक्ती इतर सरकारी पदाधिकाऱ्यांप्रमाणे केली जाते. न्यायाधीशांची नियुक्ती स्पर्धा परीक्षांच्या परिणामांच्या आधारावर उच्च न्यायिक परिषदेच्याद्वारे केली जाते. ज्यामध्ये राष्ट्राध्यक्ष, न्यायमंत्री, राष्ट्रीय परिषदेद्वारे निर्वाचित चार न्यायाधीश व दोन वकील असतात.

न्यायालयात पूर्वनिर्णयांना मान्यता नाही : ब्रिटन तसेच इतर देशांमध्ये कायद्याचा प्रमुख स्रोत न्यायाधीशांनी निर्माण केलेला कायदा किंवा केस लॉ आहे व न्यायालय आपल्या पूर्वनिर्णयांनी व आपल्यापेक्षा उच्च न्यायालयाच्या निर्णयांना मार्गदर्शक मानतात; परंतु, फ्रान्समध्ये न्यायाधीश पूर्वनिर्णयांशी बांधलेले असत नाहीत. फ्रान्सच्या कायद्यांची दिवाणी संहिता, वाणिज्य संहिता, दिवाणी व्यवहार, संहिता दंड व्यवहार संहिता असे पाच संग्रह आहेत. फ्रान्समध्ये न्यायालय या संहितांच्या आधारावर न्याय प्रदान करते, कोणत्याही पूर्वनिर्णयांच्या आधारावर नाही.

प्रशासकीय न्यायालयांची व्यवस्था : फ्रान्समध्ये स्वतंत्र तसेच समान असे विधिसंग्रह व न्यायालय आहे. एका साधारण न्यायालयात नागरिकांच्या वादांबाबत निर्णय घेतले जातात व दुसरे प्रशासकीय न्यायालय जे प्रशासकीय कायद्यांना लागू करते. प्रशासकीय न्यायालय त्या विवादांवर विचार करतात जे

साधारण नागरिक व सरकारी पदाधिकाऱ्यांमध्ये उत्पन्न करतात. या व्यतिरिक्त ब्रिटन, अमेरिका वगैरे देशांमध्ये दौरा करणारे न्यायालय होते की, ज्यांच्याद्वारे वेगवेगळया ठिकाणांचा दौरा करून न्याय प्रदान केले जातात; परंतु फ्रान्समध्ये सर्व न्यायाधीशांच्या बैठकी आपल्या निश्चित स्थानांवर होतात.

फ्रान्सच्या न्यायालयांचे संघटन व कार्ये :

फ्रान्सच्या न्यायालयीन संघटनेत सामान्य न्यायालय, प्रशासकीय न्यायालय, उच्च न्यायालयीन परिषद व न्यायाचे उच्च न्यायालय हे घटक समाविष्ट आहेत.

(१) सामान्य न्यायालय : सामान्य न्यायालय साधारण नागरिकांशी संबंधित विवादांवर न्याय प्रदान करण्याचे कार्य करते. ते पुढीलप्रमाणे आपणास सांगता येतील

(अ) शांततान्यायाधीशांचे न्यायालय : सामान्य न्यायालयात सर्वात खालच्या स्तरावर शांतता न्यायाधीशांचे न्यायालय असते. ब्रिटनमध्ये या प्रकारची न्यायालये आहेत. या दोन्ही देशांतील या न्यायालयांच्या नावातील समानतेशिवाय यात कोणतेही साम्य नाही. प्रत्येक कॅटॉन्समध्ये असे एक न्यायालय असते. मोठमोठ्या शहरांत अशा प्रकारची अनेक न्यायालये असतात ज्यास 'शांतिपालन' असे म्हटले जाते. हे न्यायालय दिवाणी व फौजदारी अशा दोन्ही प्रकारच्या विवादांचे निर्णय देते. यात महत्त्वपूर्ण कार्य विवादांचे निर्णय करण्याची अपेक्षा विवादांना उत्पन्न करण्यापासून रोखते. शांतीपालन हे विधवा व अल्पवयीनांच्या हिताचे रक्षण करण्याचे कार्य करते.

(ब) प्रथम किंवा प्रारंभिक न्यायालय : शांतीपालनच्या न्यायालयाच्या वर प्रथम किंवा प्रारंभिक न्यायालय असते. प्रत्येक एरोण्टा इजमेंटमध्ये या प्रकारचे न्यायालय असते. यात कमीतकमी तीन व जास्तीत जास्त १५ न्यायाधीश असतात. यास दिवाणी किंवा फौजदारीमध्ये प्रारंभिक व अपिलीय क्षेत्राधिकार प्राप्त आहेत. दिवाणी न्यायालयाबाबतीत ३ हजार फ्रँकपेक्षा अधिक दिवाणी दाव्यामध्ये यास प्रारंभिक क्षेत्राधिकार प्राप्त आहे. फौजदारी बाबतीत त्याचे मौलिक क्षेत्राधिकार चोरी, मारहाण वगैरे गैरवर्तनाशी संबंधित आहे. अपिलीय क्षेत्राधिकाराच्या अंतर्गत शांतता न्यायालयाच्या निर्णयावर अपील या न्यायालयांमध्ये केले जाते. काही निर्णयांविरूद्ध अपीलीय न्यायालयात अपील केले जाते.

(क) अपिलाचे प्रादेशिक न्यायालय : या न्यायालयाचे कार्यक्षेत्र सामान्यत: सात प्रांतापर्यंत असते. फ्रान्समध्ये २७ न्यायालये या प्रकारची आहेत. प्रत्येक न्यायालयात तीन विभाग आहेत ते म्हणजे दिवाणी, फौजदारी व दोषरोपण हे होत. पहिला विभाग दिवाणी व द्वितीय विभाग फौजदारी विवादांवर विचार करते. दोषारोपणाचा विभाग या गोष्टींवर विचार करतात की, कोणत्याही व्यक्तीवर दोषारोपण केले जाते किंवा नाही; प्रत्येक विभागात पाच न्यायाधीश असतात. या न्यायालयास कोणतेही मौलिक अधिकारक्षेत्र प्राप्त नाहीत. हे मुख्यत : प्रारंभिक न्यायालयाच्या दिवाणी दाव्यांच्या संदर्भात निर्णयाविरुद्ध अपील ऐकते. याच्या तथ्यासंबंधी निर्णय अंतिम असतो; परंतु वैधानिक तथ्यांशी संबंधित निर्णयाविरुद्ध उच्च न्यायालयात अपील केले जाऊ शकते.

(ड) सर्वोच्च न्यायालय : यात महाअध्यक्ष, तीन विभागीय अध्यक्ष तसेच ४५ अन्य न्यायाधीश असतात. ज्यांना सल्लागार म्हटले जाते. याचे तीन विभाग आहेत. याचिका विभाग, दिवाणी विभाग व दंड विभाग. हे तिन्ही विभाग आपले कार्य स्वतंत्ररीत्या करतात. हे केवळ अपिलीय न्यायालय आहे व अपिलामध्ये हे केवळ विधी प्रश्नांवर विचार करते. हे आपल्याकडून कोणताही निर्णय देत नाही.

(२) प्रशासकीय न्यायालय : फ्रान्समध्ये साधारण न्यायालयांव्यतिरिक्त प्रशासकीय न्यायालये आहेत. १९७० मध्ये प्रशासकीय अधिकाऱ्यांना साधारण न्यायालयाच्या दबावापासून वाचविण्यासाठी

प्रशासकीय न्यायालयांची स्थापना केली गेली. जी प्रशासकीय कायद्यांना लागू करतात. प्रशासकीय न्यायालयाचे तीन स्तर आहेत; ते खालीलप्रमाणे आहेत-

(अ) प्रादेशिक परिषद : प्रशासकीय न्यायालयात खालील स्तरावर प्रादेशिक परिषद असते. फ्रान्समध्ये या प्रकारच्या २३ प्रादेशिक परिषदा आहेत. या परिषदा निर्धारणासंबंधी विवाद, सार्वजनिक बांधकाम, स्थानिक निवडणूक वगैरे प्रश्नावर निर्णय देते. प्रशासनासंबंधी किंवा सर्वप्रथम या न्यायालयात येतात, या निर्णयांविरूद्ध राज्यपरिषद जी उच्च न्यायालय आहे त्यात अपील केले जाते.

(ब) राज्यपरिषद : राज्य परिषद फ्रान्सचे सर्वोच्च प्रशासकीय न्यायालय आहे. हे पॅरिसमध्ये असून त्याचे काही विभाग असतात. याचे अध्यक्ष फ्रान्सचे न्यायाधीश असतात. त्या अंतर्गत एक उपाध्यक्ष, पाच विभागाध्यक्ष असतात. या परिषदेमध्ये १४९ सदस्य असतात ज्याची नियुक्ती न्यायाधीशांच्या सल्ल्याने राष्ट्राध्यक्ष करतात. सामान्यत: विधि व प्रशासकीय कार्यात देश अशा उच्च सरकारी अधिकाऱ्यांना यात नियुक्त केले जाते. हे प्रादेशिक परिषदांच्या निर्णयाविरूद्ध अपील ऐकते; व मंत्रिपरिषदेस ज्याच्याद्वारे जारी केलेल्या आज्ञा, आदेश यांच्या संबंधात सल्ला देते. सरकारच्या विभिन्न विभागामध्ये उत्पन्न झालेल्या विवादांवरही निर्णय देण्याचे कार्य करते. ही स्वतंत्र, गौरवपूर्ण व प्रभावशाली संस्था असून प्रशासकीय न्यायाचे वास्तविक उत्तरदायित्व यावर आहे. याची कार्यप्रणाली अत्यंत सरळ व सुलभ आहे. याचा उद्देश अतिशय गतिने न्याय प्रदान करणे हा आहे; कोणताही नागरिक स्वत: उपस्थित राहून लिखित रूपात किंवा पोस्टाद्वारे आपली तक्रार पाठवू शकतो. दोन महिन्यांच्या आत संबंधित कर्मचाऱ्यास सूचना दिली जाते व त्यास दोन सप्ताहाच्या आत आपली बाजू मांडावी लागते. राज्यपरिषद प्रशासकीय अधिकाऱ्यांशी जनतेच्या अधिकारांचे रक्षण करण्यात महत्त्वपूर्ण भूमिका बजावते.

(क) संवैधानिक परिषद : फ्रान्समधील कायद्यांच्या वैधतेची चौकशी करण्याचा अधिकार नियमित न्यायालयांना दिलेला नाही. त्यासाठी संवैधानिक परिषदेची स्थापना केली गेली आहे; ज्यास अर्ध-न्यायिक संस्था असे म्हटले जाते. चौथ्या लोकतंत्राच्या संविधानात या प्रकारची एक अर्ध-न्यायिक संस्था 'संवैधानिक समिती' होती. पाचव्या लोकतंत्रात त्याचे स्थान संवैधानिक परिषदेने घेतले. वर्तमान स्थितीत घटनेचे कलम ५५ ते ६३ हे संवैधानिक परिषदेशी संबंधित आहे.

रचना : संविधानाच्या सातव्या प्रकरणात अनुच्छेद ४८ मध्ये संवैधानिक परिषदेची रचना, अधिकार व कार्ये यांचा उल्लेख केलेला आहे. या परिषदेत नऊ सदस्य असतात ज्यांची नियुक्ती ९ वर्षांसाठी केली जाते व प्रत्येक तीन वर्षानी १/३ सदस्य पदग्रहण करतात. त्यात ३ सदस्य राष्ट्राध्यक्षाद्वारे, ३ सदस्य राष्ट्रीय सभेच्या सभापतीद्वारे व ३ सिनेटच्या सभापतींद्वारे नियुक्त केले जातात. या सदस्यांची पुनर्नियुक्ती करता येत नाही या सदस्यांव्यतिरिक्त फ्रान्सचे माजी राष्ट्राध्यक्ष याचे पदसिद्ध सदस्य असतात. परिषदेच्या सदस्यांना आपला कार्यकाळ मंत्रिपरिषद किंवा संसदेची सदस्यता किंवा इतर कोणतेही पद धारण करता येत नाही. परिषदेचे सदस्य आपल्या समोर आलेल्या बाबींवर सार्वजनिक वक्तव्य देऊ शकत नाहीत व त्याबाबत सार्वजनिक स्वरूपात कोणासही सल्ला देता येत नाही; परिषदेच्या अध्यक्षाची नियुक्ती राष्ट्रपतींद्वारे केली जाते व त्यास निर्णायक मत देण्याचा अधिकार असतो.

कार्ये : संवैधानिक परिषदेची कार्ये आपणास खालीलप्रमाणे सांगता येतील-

(१) कायद्याद्वारे निर्धारित पद्धतीचे निर्वाचन करणे तसेच निर्वाचनासंबंधी सर्व आरोपीची चौकशी करून निर्णय देणे.

(२) संसदेच्या कोणत्याही सदस्याची निर्वाचनासंबंधी अनियिमिततेवर बंधन ठेवणे.

(३) जनमत संग्रहाची व्यवस्था व तिचे परिणाम घोषित करणे.

(४) जेव्हा घटनेच्या कलम १६ अंतर्गत राष्ट्राध्यक्ष आणीबाणीची घोषणा करण्याचा विचार करेल त्या वेळेस त्यासाठी पंतप्रधान, संसदेच्या दोन्ही सभागृहांचे व संवैधानिक परिषदेच्या बरोबर विचारविनिमय करणे आवश्यक असते. राष्ट्राध्यक्षासाठी परिषदेचा सल्ला मानणे अनिवार्य नाही; परंतु परिषदेचा सल्ला घेणे व त्यास परिषदेसमोर ठेवणे आवश्यक असते की, ज्याच्या आधारावर जनता राष्ट्राध्यक्षाच्या कार्यावर आपला निर्णय करू शकेल; आपत्कालीन संवैधानिक परिषद यंत्रणेच्या मागणीवर संमती देणे.

(५) जर सरकार प्रार्थना करेल की, परिषद या गोष्टीवर निर्णय देतील की राष्ट्राध्यक्ष हे असमर्थ आहेत का? त्यावर परिषद निर्णय देईल.

(६) परिषदेचे सर्वाधिक महत्त्वपूर्वक कार्य विधेयके, आंतरराष्ट्रीय प्रपत्र, अंगभूत कायदे व संसदेच्या स्थायी आदेशांची सवैधानिकतेवर निर्णय देणे परिषद यात कोणासही अवैधानिक घोषित करू शकते व परिषदेद्वारे अवैधानिक घोषित केल्यानंतर त्यास कार्यान्वित करता येणार नाही. परिषदेचे निर्णय सर्व सार्वजनिक पदाधिकारी व समस्त प्रशासकीय व न्यायसत्तेवर बंधनकारक आहेत व त्याविरूद्ध कोणतेही अपील करता येत नाही; हा प्रकार म्हणजे परिषदेस न्यायालयीन पुनर्विलोकनाचा अधिकार प्राप्त आहे व या आधारावर यास फ्रान्सच्या संसदेचे 'तृतीय सदन' असे म्हटले जाते.

परिषदेस आपला निर्णय एक महिन्यांच्या अवधीत द्यावा लागतो; परंतु, जर सरकारने विधेयकास त्वरित म्हणून घोषित केले तरी परिषदेद्वारे आपला निर्णय आठ दिवसांच्या आत द्यावा लागतो. परिषदेचा निर्णय कमीतकमी ७ सदस्यांद्वारे केला जातो. परिषदेनंतर विवाद व मतदानाच्या संबंधांत गोपनीयता राखली जाते व अल्पमतास प्रकाशित केले जात नाही. परिषदेच्या निर्णयाचा आधार संविधान हाच असतो; जरी संवैधानिक परिषदेस न्यायालयीन पुनर्विलोकनाची सत्ता प्राप्त आहे; परंतु दुसरीकडे काही बाबी आहेत ज्यात या परिषदेची सत्ता मर्यादित झालेली आहे; त्या बाबी पुढीलप्रमाणे-

(क) परिषदेद्वारे कायद्यांच्या संवैधानिकतेवर तेव्हाच विचार केला जातो ज्या वेळेस त्यास लागू करण्यापूर्वी लोकतंत्राचे राष्ट्राध्यक्ष, पंतप्रधान किंवा दोन्ही सभागृहांमधून कोणत्याही सभागृहाच्या सभापतींद्वारे कायदे विचारांसाठी परिषदेसमोर ठेवले जातील. जर यातील कोणाहीद्वारे परिषदेची परवानगी मागितलेली नसेल तर दुसरे कोणतेही असे साधन नाही की, ज्याच्याद्वारे परिषद आपल्या मतांना अभिव्यक्त करेल; नागरिक व न्यायालय परिषदेप्रती अपील करू शकत नाही.

(ख) परिषदेस आपले निर्णय लागू करण्याचा अधिकार नाही.

(ग) संविधानाच्या कलम ५ मध्ये राष्ट्रपतीस संविधानाने निर्वाचन किंवा व्याख्या करण्याचे जे अधिकार प्रदान केले

गेले त्यामुळे परिषदेचे कार्यक्षेत्र मर्यादित झाले आहे.

(४) उच्च परिषद : न्यायाधीशांच्या नियुक्त्या करण्यासाठी तसेच इतर काही न्यायालयीन कार्याच्या संपादनाच्या हेतूने पाचव्या लोकतंत्राच्या संविधानाद्वारे उच्च न्यायालयीन परिषदेची व्यवस्था केली गेली ज्याची रचना, अधिकार व कार्यांचा उल्लेख संविधानाच्या आठव्या प्रकरणात आहे. राष्ट्राध्यक्ष न्यायालयीन परिषदेचे सभापती असतात. ही परिषद फ्रान्सच्या सर्वोच्च न्यायालयाच्या न्यायाधीश व अपिलीय न्यायालयाचे अध्यक्ष यांची नियुक्ती करतो. यास न्यायालयातील क्षेत्राच्या अनुशासनासंबंधित बाबींशी निर्णयाचे अधिकार आहेत; घटनेच्या कलम ६४ नुसार राष्ट्रपती न्यायमंडळाच्या स्वातंत्र्याचे संरक्षक आहे व परिषद त्यास या कार्यात मदत करते.

(५) न्यायाचे उच्च न्यायालय : हे एक राजकीय न्यायालय आहे. ज्याचे सदस्यांना संसदेच्या दोन्ही सभागृहांद्वारे समान संख्येत निर्वाचित केले जाते. आपल्याच सदस्यातून एकाची अध्यक्ष म्हणून न्यायालय

निवड करते. संसदेद्वारे जेव्हा राष्ट्राध्यक्ष किंवा मंत्र्यांवर देशद्रोह किंवा देशाच्या सुरक्षिततेच्या विरुद्ध कार्य करणे यासारखे दोषारोप केले जातात.

तुलनात्मक विवेचन

(१) फ्रान्सचे राष्ट्राध्यक्ष व अमेरिकेचे राष्ट्राध्यक्ष

फ्रान्सच्या चौथ्या गणराज्याचे राष्ट्राध्यक्ष संसदीय व्यवस्थेचे प्रमुख असण्याच्या नात्याने एक औपचारिक प्रमुख होते व त्यामुळे त्यांची अमेरिकेच्या राष्ट्राध्यक्षांशी तुलना करणे उपयुक्त नव्हते. परंतु, फ्रान्सच्या पाचव्या गणराज्याच्या संविधानाद्वारे राष्ट्राध्यक्षाच्या स्थितीत महत्त्वपूर्ण परिवर्तन केले जाते व आता फ्रान्सचा राष्ट्राध्यक्ष अमेरिका संघाच्या अध्यक्षाच्या केवळ वैधानिक व वास्तविक दोन राष्ट्रांचे प्रमुख आहेत. या दृष्टीने या दोन पदाधिकाऱ्यांच्या तुलना नितांत उपयुक्त आहेत. ती तुलना पुढीलप्रमाणे

निवडणूक : वास्तविक या दोन्ही राष्ट्राध्यक्षांची निर्वाचन पद्धती एकसारखी आहे. अमेरिकेच्या संविधान निर्मात्यांनी राष्ट्राध्यक्षांसाठी अप्रत्यक्ष निर्वाचन पद्धतीस स्वीकारलेले होते परंतु, व्यवहारात त्यांना प्रत्यक्ष निर्वाचनाप्रमाणे स्वरूप प्राप्त केले होते. याप्रकारे फ्रान्सच्या मूळ संविधानात अप्रत्यक्ष निर्वाचनास स्वीकारलेले होते. परंतु १९६२ मध्ये केलेल्या घटनादुरुस्तीनुसार आता राष्ट्रपतीचे निर्वाचन प्रत्यक्ष होते. अशा प्रकारे दोन्ही देशांचे राष्ट्राध्यक्ष आपल्या निर्वाचन पद्धतीच्या आधारावर राष्ट्राचे सर्वोच्च प्रतीक बनलेले होते.

कार्यकाळ व पदच्युती : दोन्ही राष्ट्राध्यक्षांच्या कार्यकालात फरक आहे. अमेरिकेच्या राष्ट्राध्यक्षांचा कार्यकाल चार वर्षाचा तर फ्रान्सच्या राष्ट्रपतीच्या कार्यकाल सात वर्षे इतका आहे. अमेरिकेचा राष्ट्राध्यक्ष त्याच्या पदासाठी दोनपेक्षा अधिक वेळा निर्वाचित होऊ शकत नाही परंतु फ्रान्सच्या राष्ट्राध्यक्षाच्या पदाबाबत असा कोणताही प्रतिबंध नाही. दोन्ही राष्ट्राध्यक्षांचा कार्यकाल पूर्ण पूर्ण होण्याअगोदर केवळ महाभियोगाच्या आधारावर त्यांना पदच्युत केले जाते. फ्रान्सच्या राष्ट्रपतीचा दीर्घकार्यकाल व्यवहारात त्यांना अधिक शक्तिशाली पदाधिकारी बनवितो.

अधिकार : अधिकारांच्या बाबत दोन्ही राष्ट्रांचे राष्ट्राध्यक्ष समान आहेत व काही बाबतीत फ्रान्सचे राष्ट्राध्यक्ष अमेरिकेच्या राष्ट्राध्यक्षापेक्षा कमी किंवा अधिक शक्तिशाली आहेत. या संबंधात असे सांगता येते की, फ्रान्समध्ये अमेरिकेप्रमाणे पूर्णत : अध्यक्षीय तसेच ब्रिटनची संसदीय पद्धती स्वीकारलेली नाही.

कार्यकारी मंडळ क्षेत्रांत अमेरिकेच्या राष्ट्रपतीस फ्रान्सच्या पाचव्या गणराज्याच्या अध्यक्षापेक्षा अधिक शक्तिशाली मानले जाते; कारण अमेरिकेचे राष्ट्राध्यक्ष कोणत्याही बाबतीत आपल्या मंत्र्यांचा सल्ला मानण्यास बांधील नाहीत. परंतु, फ्रान्सच्या राष्ट्राध्यक्षांना मात्र पंतप्रधानांची नियुक्ती, संसदेचा भंग करणे, संवैधानिक परिषदेचे गठन, संकटकाळात अधिकाराच्या संबंधात पंतप्रधानाचा सल्ला मानण्यासाठी बांधील नाहीत. परंतु, त्याचबरोबर दुसरीकडे ज्या संबंधात राष्ट्राध्यक्षाच्या आदेशांवर पंतप्रधान किंवा विभागीय मंत्र्यांच्या प्रती स्वाक्षरी आवश्यक आहे. या प्रकारे राष्ट्राध्यक्ष हा संयुक्त राज्य अमेरिकेचे कार्यकारी मंडळ आहे. परंतु, फ्रान्सचे कार्यकारी मंडळ राष्ट्राध्यक्ष व मंत्रिपरिषद आहे ज्यात राष्ट्राध्यक्ष निश्चित स्वरूपात प्रमुख असले तरी ते सर्वेसर्वा नाही. संयुक्त राज्य अमेरिकेचा राष्ट्राध्यक्ष मंत्र्यांना पदच्युत करू शकतात परंतु, सर्व परिस्थितीत व अधिकारांबरोबर ते असे करण्याच्या स्थितीत नसतात या व्यतिरिक्त दोन्ही आपापल्या राज्याचे प्रमुख सेनापती व सर्वोच्च पदाधिकारी आहेत व त्यांना दयेचा अधिकार असतो. दुसरीकडे विधिविषयक क्षेत्रांत फ्रान्सच्या पाचव्या गणराज्याचे राष्ट्राध्यक्ष हे अमेरिकेच्या राष्ट्राध्यक्षांपेक्षा अधिक शक्तिशाली असतात.

तसेच काही विधेयकांना जनमताच्या संग्रहासाठी प्रसारित करू शकतात. परंतु, अमेरिकेच्या राष्ट्राध्यक्षास

या प्रकारे कोणताही अधिकार प्राप्त होत नाही. राष्ट्रीय सभेस भंग करण्याचा अधिकार विशेत्वाने राष्ट्रपतीचा असा अधिकार आहे की, ज्याच्या आधारावर तो कायद्यांची निर्मिती करू शकतो व अशा वेळी कार्यकारी मंडळ त्याच्या इच्छेत बाधक ठरत नाही; परंतु अमेरिकेच्या राष्ट्राध्यक्षांच्या संबंधात या प्रकारे चर्चा केली जात नाही व अनेकदा काँग्रेसच्या विरोधामुळे राष्ट्राध्यक्षास आपल्या धोरणात परिवर्तन करावे लागते. काही इतर बाबतीत फ्रान्सच्या पाचव्या गणराज्याच्या राष्ट्रपतीस अमेरिकेच्या राष्ट्राध्यक्षांपेक्षा अधिक शक्तिशाली बनविते. यात राष्ट्राध्याक्षांस अनुच्छेदाद्वारे प्रदत्त संविधानाच्या निर्वाचनाचा अधिकार व राष्ट्राध्यक्षाचे संकटकालीन अधिकार हे आहेत. अमेरिकेच्या राज्यघटनेच्या व्याख्येचा अधिकार सर्वोच्च न्यायालयास प्रदान केलेला आहे. परंतु, पाचव्या गणतंत्राच्या संविधानाद्वारे ही सत्ता राष्ट्राध्यक्षास प्रदान व्याख्येचा केलेला आहे व या आधारावर स्वत:स अधिक शक्तिशाली बनविलेली आहे.

(ड) स्वित्झर्लंड

(१) कार्यकारीमंडळ : रचना, अधिकार व कार्ये

स्वित्झर्लंड कार्यकारीमंडळ किंवा फेडरल कौन्सिल :

स्वित्झर्लंडमधील सांघिक कार्यकारीमंडळ किंवा फेडंरल कौन्सिल हे अनेक बाबतीत वैशिष्ट्यपूर्ण आहे. स्वित्झर्लंडमध्ये अनेकात्मक शासनपद्धती असून ती एक अभिनव स्वरूपाची राजकीय संस्था आहे. राजकीय विचारवंत तिला 'बहुल कार्यपालिका' किंवा 'सामूहिक कार्यपालिका' असे म्हणतात. हीची रचना अधिकार व कार्ये आपणास पुढीलप्रमाणे सांगता येतील-

कार्यकारीमंडळ किंवा फेडरल कौन्सिलची रचना :

कार्यकारीमंडळ किंवा फेडंरल कौन्सिलची सदस्य संख्या सात आहे. म्हणजेच येथे कार्यकारी मंडळाचा शासनप्रमुख म्हणून एक व्यक्ती नसते तर व्यक्तिसमूह हा शासनप्रमुख म्हणून ओळखला जातो. या शासनपद्धतीत सात व्यक्तींचा समूह तेथील शासक असतो; या सात व्यक्तींचे अधिकार व त्यांचा दर्जा समान असतो. त्यांच्यामध्ये परस्पर सहकार्य राहून त्यांच्या कार्यात समन्वय असतो. त्यामुळे या सामूहिक शासक किंवा बहुल कार्यपालिका असे म्हणतात. म्हणजेच या सात व्यक्तींची सात खाती किंवा विभागरूपी मंत्रिमंडळ तेथे कार्यरत आहे. या खांत्यामध्ये किंवा संबंधित खात्याच्या मंत्र्यामध्ये बदल केला जात नाही त्यामुळे एकाच खात्याचा कारभार चालविण्याची संधी त्याला दीर्घकाळापर्यंत मिळू शकते.

पात्रता : सांघिक कायदेमंडळाच्या कनिष्ठ सभागृहांच्या सदस्यत्वासाठी आवश्यक ती पात्रता असलेला कोणताही स्विस नागरिक यामध्ये मंत्री म्हणून निवडला जातो. म्हणजेच मंत्री होण्यासाठी खालील पात्रता संविधानाने निश्चित केलेली आहे.

(१) तो स्वित्झर्लंडचा नागरिक असावा.

(२) त्याचे वय २० वर्षापेक्षा जास्त नसावे.

(३) मतदार म्हणून त्याच्या नावाची नोंद झालेली असावी.

(४) तो धर्मोपदेशक नसावा.

(५) तो सरकारी नोकर नसावा.

(६) फेडरल असेंब्लीचा सदस्य असल्यास त्याला प्रथम सभागृहाच्या सदस्यत्वाचा राजीनामा द्यावा लागतो व नंतरच यामध्ये सभासद होता येते. असे असतानाही वैयक्तिक व सार्वजनिक जीवनात विनम्रता हा गुण असणारी व्यक्ती यामध्ये निवडण्यावर भर दिला जातो.

निवडपद्धती : स्वित्झर्लंडमधील सांघिक कायदेमंडळाच्या दोन्ही सभागृहांच्या संयुक्त बैठकीत मंत्रिमंडळाची निवड केली जाते. या मंत्रिमंडळास बंडेजरॅट असे म्हणतात. यामध्ये सात मंत्री असतात, मंत्र्यांची निवड सांघिक कायदेमंडळाच्या सदस्यांमधून करण्यात येते. फेडरल असेंब्लीचे सभासद त्यांच्या पसंतीच्या उमेदवाराचे नाव मतपत्रिकेवर लिहितात. प्रत्येक उमेदवाराला स्पष्ट बहुमत प्राप्त होईपर्यंत निवडणूक प्रक्रिया राबविली जाते. मंत्र्यांची निवड करताना सांघिक कायदेमंडळास काही नियम अटी व रूढी पाळाव्या लागतात. उदा. संविधानाच्या १६ व्या कलमानुसार एका कॅटॉन्समधून एकापेक्षा जास्त मंत्री निवडू नयेत असे बंधन आहे. कायद्यानुसार रक्ताने किंवा विवाहाने संबंधित असलेले जवळचे नातेवाईक एकाचवेळी मंत्रिमंडळात नसावेत. संकेतानुसार जर्मन, फ्रेंच आणि इटालियन भाषिक कॅटॉन्समधून अनुक्रमे ४, २ व १ याप्रमाणे सदस्य मंत्रिमंडळात घेतले जातात. मंत्रिमंडळातील एखादी जागा रिक्त झाल्यास त्या जागेवर पुन्हा वरील पद्धतीप्रमाणेच निवड करण्यात येते आणि त्याची जागा रिक्त झाली तो मंत्री ज्या कॅटॉन्सचा किंवा भाषिक गटाचा असेल त्याच कॅटॉन्समधील आणि भाषिक गटाची व्यक्ती निवडण्यात यावी असा संकेत आहे. सुरुवातीपासून बर्न, जूरिच व व्हॉड या तीन कॅटॉन्सना मंत्रिमंडळात नेहमी प्रतिनिधित्व असावे अशी रूढी आहे; अर्थात ही रूढी मोडली जाऊ शकते.

कार्यकाळ : मंत्रिमंडळाचा कार्यकाल सांघिक कायदेमंडळाच्या प्रथम सभागृहाच्या कार्यकाला इतकाच म्हणजे चार वर्षांचा असतो. परंतु, संकेतानुसार एकदा निवड झाल्यानंतर त्याच सदस्याला इच्छा असेल तर पुन :पुन्हा मंत्री म्हणून निवडले जाण्याची प्रथा आहे; पण या मंत्रिमंडळाचा चार वर्षांचा कार्यकाल संपला की पुन्हा सात सदस्यांची निवड करण्यावर भर दिला जातो. या सातांपैकी एखादी जागा रिक्त झाली तरच त्याजागी दुसरा निवडण्यात येतो. चार वर्षाचा कार्यकालात मंत्र्यावर किंवा मंत्रिमंडळावर अविश्वास आणून त्यांना काढून टाकण्याचे अधिकार सांघिक कायदेमंडळास नाही. त्यामुळे चार वर्षे त्यांच्या पदाला स्थिरता प्राप्त होते. दहा वर्षांपेक्षा अधिक काळ पदावर असणाऱ्या मंत्र्यांची संख्या स्विसमध्ये अधिक आहे. त्यांच्या प्रदीर्घ कार्यकालावरून व त्यांच्या कार्यपद्धतीवरून प्रा. डायसी यांनी या मंत्रिमंडळाची तुलना 'जॉइंट स्टॉक' कंपनीच्या बोर्ड ऑफ डायरेक्टरशी केली आहे. ते कार्यकुशल असल्यास वर्षानुवर्षे कार्य करतात आणि शेअर होल्डर्सच्या बैठकीत करण्यात आलेल्या सूचना निमूटपणे स्वीकारतात; तसेच या मंत्रिमंडळाचे आहे.

वेतन व भत्ते : सांघिक कार्यकारीमंडळाच्या सदस्यांना वेतन तसेच भत्ते देण्यात येतात. १९५० च्या संघसरकारच्या आज्ञापत्रानुसार प्रत्यके मंत्र्यांला वार्षिक ४८ हजार फ्रँक्स वेतन देण्यात येते. अध्यक्षाला याशिवाय वार्षिक तीन हजार फ्रँक्स भत्ता मिळतो. ५५ वर्षे वयाच्या मंत्र्याला तो मंत्रिपदावर कमीतकमी दहा वर्षे राहिल्यास, त्याला सेवानिवृत्तीवेतनही देण्यात येते.

मंत्रिमंडळाचा अध्यक्ष किंवा अध्यक्षाचे स्थान : सांघिक कायदेमंडळाच्या दोन्ही सभागृहांच्या संयुक्त बैठकीत जेव्हा मंत्रिमंडळाची निवड होते तेव्हाच त्या सातांपैकी एकाला सांघिक कार्यकारी मंडळाचा अध्यक्ष म्हणून आणि एकाला उपाध्यक्ष म्हणून निवडले जाते. हे दोघेही एक-एक वर्षासाठीच निवडले जातात. संविधानानुसार पुन्हा पुढील वर्षी तेच अध्यक्ष व उपाध्यक्ष निवडले जाऊ शकत नाहीत. मात्र, संकेतानुसार अगोदरच्या वर्षाचा उपाध्यक्ष दुसऱ्या वर्षी अध्यक्ष म्हणून निवडला जातो. यामुळे सर्व मंत्री क्रमाक्रमाने अध्यक्ष व उपाध्यक्ष होतात. लागोपाठ दोन वर्षे अध्यक्ष होता येत नसले तरी एकापेक्षा अधिक वेळा अध्यक्ष किंवा उपाध्यक्ष होऊ नये असे बंधन नाही. यांनाच स्विस संघराज्याचे अध्यक्ष आणि उपाध्यक्ष म्हणतात.

या मंत्रिमडळाचा अध्यक्ष हा स्विसचा राष्ट्रप्रमुख समजला जातो. मंत्रिमडळाची बैठक बोलावण्याचे काम तोच करतो, अन्य राष्ट्रांत आपल्या राष्ट्राचे प्रतिनिधित्व करणे राष्ट्रीय उत्सवात राष्ट्रातर्फे मानवंदना

स्वीकारणे, परराष्ट्रातील राजदूतांना आपल्या देशात कार्य करण्यास परवानगी देणे, मंत्रिमंडळाची ही कामे केवळ औपचारिक स्वरूपाची असतात. हे लक्षात घेणे आवश्यक आहे कारण ही सर्व कार्ये अध्यक्ष मंत्रिमंडळातर्फे करीत असतो.

अध्यक्षाचे कार्य व अधिकार : सांघिक कार्यकारीमंडळाचा अध्यक्ष असला तरी त्याला फारसे विशेष स्वरूपाचे अधिकार नाहीत. राज्याच्या समारंभाच्यावेळी आणि इतर काही औपचारिक कार्ये सोडल्यास इतर कोणतेही जास्त अधिकार अध्यक्षाला नाहीत. इतर मंत्र्यांप्रमाणे त्याच्याकडेही खाते असते, परंतु खातेवाटप करण्याचा अधिकार त्याला नाही. संकेतानुसार विविध खात्यांवर देखरेख ठेवण्याचा त्याला अधिकार आहे. परराष्ट्रातील राजदूतांच्या अधिकारपत्राचा तो स्वीकार करतो. सांघिक कार्यकारी मंडळाच्या बैठकीच्या वेळी तो अध्यक्षस्थान स्वीकारतो आणि समान मते पडल्यास निर्णायक मत देण्याचा अधिकार अध्यक्षास आहे.

मंत्रिमंडळाची बैठक सामान्यत : आठवड्यातून दोन वेळा होते व कामकाज सुरू करण्यासाठी किमान चार सदस्य हजर असावे लागतात. निर्णय बहुमताने घेतले जातात. राष्ट्रीय आणीबाणीच्या परिस्थितीत सांघिक कार्यकारी मंडळ अध्यक्षाला आपल्या नावाने कार्य करण्याचे विशेष अधिकार देऊ शकते; अशा प्रकारे स्विस संघराज्याचा अध्यक्ष भारत किंवा अमेरिकेतील अध्यक्षांप्रमाणे नाही; म्हणून हॅन्स ह्यूबरने म्हटले आहे की, 'या संघराज्याला अध्यक्ष नाही'. त्याचा कार्यकाल केवळ एका वर्षाचा असल्यामुळे त्याचा कार्यकाळ संपताच तो इतर सभासदांप्रमाणेच एक होतो. यावरून जगातील सर्वांत शक्तिहीन राष्ट्रप्रमुख असे त्याचे वर्णन केले जाते, अशा प्रकारे स्विस मंत्रिमंडळाच्या अध्यक्षाचे स्थान महत्त्वपूर्ण नसल्यामुळे हे मंत्रिमंडळ ही बहुल किंवा सामूहिक कार्यपालिका आहे, असे म्हटले जाते.

फेडरल कौन्सिलचे किंवा सांघिक कार्यकारी मंडळाचे अधिकार व कार्ये :

संविधानाच्या कलम १०२ मध्ये सांघिक कार्यकारीमंडळाचे अधिकार आणि कार्ये नमूद केलेले आहेत. स्थूलमानाने पुढील चार प्रकारांत त्याच्या अधिकार आणि कार्याचे वर्गीकरण करण्यात येते.

(१) प्रशासकीय अधिकार व कार्ये : या कार्यामध्ये सांघिक कायदे व आदेश यांचे धोरण ठरविणे, निर्णय घेणे, अंमलबजावणी करणे व शासनाचे मार्गदर्शन करणे, शांतता व सुव्यवस्था राखणे, परराष्ट्रीय धोरण निश्चित करणे व अंमलात आणणे, सैन्यावर नियंत्रण ठेवणे, सांघिक न्यायालयाच्या निर्णयांची अंमलबजावणी करणे, कॅंटॉन्सनी आपापसात केलेल्या करारांना तसेच परराज्यांशी केलेल्या तहांची व करारांची चौकशी करून संमती देणे, नियुक्त्या करणे, कॅंटॉन्सच्या संविधानांना संमती देणे व त्यांच्या संविधानाच्या संरक्षणाची जबाबदारी स्वीकारणे, कॅंटॉन्सनी केलेल्या कायद्यांची व नियमांची पाहणी करणे आणि मध्यवर्ती शासनाच्या नियंत्रणाखाली कार्य करणाऱ्या कॅंटॉन्सच्या प्रशासनातील प्रशासनविभागांवर देखरेख ठेवणे इत्यादी. तसेच स्वित्झर्लंडच्या तटस्थतेचे रक्षण करणे, सैन्यावर नियंत्रण ठेवणे व बाह्य आक्रमण, अंतर्गत बंडाळी यापासून देशाचे संरक्षण करणे इत्यादी शासनविषयक अधिकार सांघिक कार्यकारीमंडळास आहेत.

या देशात प्रशासकीय सत्ता विकेंद्रित स्वरूपात आहे. म्हणजे येथे शासनसंस्थेची स्वतंत्र नोकरशाही किंवा प्रशासकीय यंत्रणा नाही. यामुळे या कौन्सिलला धोरणांची व कायद्यांची अंमलबजावणी कॅंटॉन्सच्या प्रशासकीय यंत्रणेकडून करून घ्यावी लागते. याबाबत कॅंटॉन्सच्या प्रशासकीय यंत्रणेकडून सदरच्या कार्यात कुचराई होत असेल तर त्यांच्या विरोधात योग्य ती कार्यवाही करण्याचा अधिकार या कौन्सिलला आहे. ही कौन्सिल आपल्या कार्याबाबत फेडरल असेंब्लीला जबाबदार असते; म्हणून फेडरल कौन्सिलला संघराज्याच्या राजकीय परिस्थितीसंबंधीचा वार्षिक अहवाल फेडरल असेंब्लीच्या अधिवेशनात सादर करावा लागतो.

(२) कायदेविषयक अधिकार व कार्ये : फेडरल कौन्सिलचे सातही सभासद फेडरल असेंब्लीच्या सभागृहाचे सदस्य नसतात. तरीही ते फेडरल कौन्सिलच्या अधिवेशन काळात सभागृहात उपस्थित राहतात; तेथील चर्चेत सहभागी होतात स्वत:चे विचार व्यक्त करतात विधेयक मांडू शकतात इतरांनी मांडलेल्या विधेयकांचे समर्थन करू शकतात तसेच विरोधही करू शकतात. संविधानात असे म्हटले आहे की, 'मंत्रिमंडळ विधेयकांचे मसुदे तयार करील आणि त्यांच्याकडे पाठविलेल्या प्रश्नावर मत देईल.' प्रत्यक्षात मात्र एकूण विधेयकापैकी सुमारे ९५ टक्के विधेयके मंत्रिमंडळ तयार करते आणि कायदेमंडळास सादर करते. अनेकदा कायदेमंडळ विनंती ठराव संमत करून मंत्रिमंडळास विशिष्ट विषयावर विधेयक तयार करून ते सादर करण्याची सूचनाही करते. खासगी सदस्याने सादर केलेले विधेयक संबंधित खात्याच्या प्रमुखाकडे पाठविले जाते. तो ते विधेयक रद्द करू शकत नाही मात्र त्यात बदल सूचवू शकतो. अनेकदा मंत्रिमंडळास पसंत नसलेली विधेयके केवळ कायदेमंडळाच्या विनंतीवरून सभागृहात सादर करावी लागते आणि ती संमत झाल्यास त्याची अंमलबजावणी करावी लागते. परंतु, सामान्यत: मंत्रिमंडळास नको असलेला कायदा सहसा संमत होत नाही. याशिवाय वटहुकूम किंवा अध्यादेश काढण्याचा अधिकारही मंत्रिमंडळास आहे, म्हणजेच फेडरल कौन्सिल हे फेडरल असेंब्लीचे 'सल्लागार मंडळ'आहे असे समजले जाते.

(३) न्यायविषयक अधिकार व कार्ये : सांघिक कार्यकारी मंडळास न्यायविषयक अधिकारही आहेत. परंतु, १८७४ नंतर ते कमी झाले आहेत. कॅटॉन्सनी आपसात व परराष्ट्राशी तहांचे परीक्षण करून ते सांघिक संविधानांशी सुसंगत आहेत किंवा नाहीत ते ठरविणे. व्यापार करार, पेटंट्स कॅटॉन्समधील निवडणुका लष्करी करार इत्यादींबाबत तक्रार अर्जावर निर्णय घेणे. मात्र, त्यांच्या निर्णयावर सांघिक, प्रशासकीय, न्यायालय किंवा सांघिक कायदेमंडळ यांच्याकडे अपील केले जाऊ शकते. इत्यादी न्यायविषयक अधिकार या मंडळास आहेत.

(४) अर्थविषयक अधिकार व कार्ये : स्वित्झर्लंडचे वार्षिक अंदाजपत्रक तयार करून ते सभागृहात मांडण्याचा अधिकारही मंत्रिमंडळास आहे. अंदाजपत्रक कायदेमंडळात संमत झाल्यानंतर त्यानुसार खर्च करण्याचा अधिकारही मंत्रिमंडळास आहे.

(२) कायदेमंडळ : रचना, अधिकार व कार्ये

स्वित्झर्लंड संविधानाच्या दुसऱ्या प्रकरणात सांघिक कायदेमंडळाची तरतूद करण्यात आलेली आहे. तिलाच इंग्रजीत 'फेडरल असेंब्ली' असे म्हणतात. ही या देशातील सर्वोच्च संस्था आहे. संविधानाने द्विगृही कायदेमंडळ स्थापन केलेले आहे.

सांघिक कायदेमंडळाचे स्थान :

या कायदेमंडळाचे स्थान सर्वोच्च म्हणून ओळखले जाते. कारण तिला विसर्जित करण्याचा अधिकार मंत्रिमंडळाला नाही. तसेच या मंडळाने मंजूर केलेल्या विधेयकाला अंतिम मंजुरी देण्याचा अधिकारही मंत्रिमंडळाला नाही. हे विधेयक फक्त स्विस जनताच जनमतदर्शन याखाली ते नामंजूर करू शकते; या सर्वोच्च स्थानाबाबत डॉ. स्ट्रॉग यांनी असे म्हटले आहे की, स्विसच्या सांघिक कार्यकारी मंडळासारखेच सांघिक कायदेमंडळही अद्वितीय आहे कारण हे जगातील एकच कायदेमंडळ असे आहे की ज्यात वरिष्ठ सभागृहाला कनिष्ठ सभागृहाच्या बरोबरीने अधिकार आहेत. स्विस सांघिक कायदेमंडळाने संमत केलेल्या विधेयकाला कार्यकारीमंडळ नकार देऊ शकत नाही. तसेच त्या कायद्याला सांघिक न्यायालय घटनाबाह्य म्हणून रद्द ठरवू शकत नाही या दृष्टीने हे कायदेमंडळ सार्वभौम आहे. मात्र, स्विसमधील जनता लोकनिर्णयाद्वारे सांघिक कायदेमंडळाचा कायदा फेटाळू शकतात; म्हणजे येथे लोकांचा नकाराधिकार अस्तित्वात आहे,

म्हणूनच रॅपार्डने म्हटले आहे की, जोपर्यंत कायदेमंडळ लोकांच्या इच्छा अमलात आणते व लोकांच्या विश्वासपात्र असतो तोपर्यंत ते सर्वोच्च असते. कार्यकारी मंडळास विसर्जनाचा अधिकार नाही मात्र जनता संविधानात संपूर्ण दुरुस्तीची मागणी करून कायदेमंडळाचे विसर्जन करण्याची परिस्थिती निर्माण करू शकतात; यावरून हे लक्षात येते की, सांघिक कायदेमंडळाची सत्ता फक्त लोकांच्यासमोर अंतिम नाही कारण लोक त्यांचा कायदा नाकारू शकतात; म्हणून तर 'सार्वभौम' परंतु व्यवहारात स्विस जनतेच्या संमतीनेच कार्य करू शकेल असे वैशिष्ट्यपूर्ण कायदेमंडळ होय. म्हणजेच स्विस संघराज्यातील जनतेचे कॅटॉन्सचे प्रतिनिधी फेडरल असेंब्लीच्या दोन्ही सभागृहांत असल्यामुळे स्विस जनतेचे लोकमत या दोन्ही सभागृहांत दिसून येते. स्विस जनतेची राजकीय, आर्थिक व सामाजिक प्रश्नाबाबत इच्छा व्यक्त करण्याची महत्त्वपूर्ण भूमिका करण्याचे कार्य फेडंरल कौन्सिल करते; तसेच स्वित्झर्लंडच्या संघराज्याचे व आंतरराष्ट्रीय क्षेत्रातील तटस्थतेचे रक्षण करण्याची महत्त्वपूर्ण भूमिका फेडरल असेंब्लीने केली आहे.

कायदा निर्माण प्रक्रिया :

स्विस सांघिक कायदेमंडळातील कायदा निर्माण प्रक्रियासुद्धा वैशिष्ट्यपूर्ण आहे. जास्तीत जास्त विधेयके मंत्रिमंडळात तयार केली जातात व दोन्ही सभागृहात एकाचवेळी सादर करण्यात येतात. अर्थात, कायदेमंडळाचे सदस्यही विधेयक सादर करू शकतात. कॅटॉन्स व लोकही विधेयक तयार करण्याच्या बाबतीत पुढाकार घेऊ शकतात. धनविषयक विधेयक मात्र नेहमी मंत्रिमंडळच तयार करते. इतरांना धनविधेयक तयार करण्याचा अधिकार नाही.

कोणतेही विधेयक दोन्ही सभागृहांपुढे एकाचवेळी मांडण्यात येते. हे एक वैशिष्ट्ये आहे. यामुळे दोन्ही सभागृहात एकाचवेळी स्वतंत्रपणे विधेयकाचा विचार होतो व वेळ वाया जात नाही : परंतु एखाद्या सभागृहाने ते नामंजूर केल्यास दोन्ही सभागृहांचा वेळ व्यर्थ जातो; पण असा प्रसंग सहसा येत नाही. दोन्ही सभागृहांची मंजुरी मिळाल्याशिवाय त्याचा कायदा होत नाही. कारण दोन्ही सभागृहांना समान अधिकार आहेत. विधेयकाला मंत्रिमंडळाच्या मंजूरीची आवश्यकता नाही. काही कायद्यांच्या बाबतीत अंमलबजावणी करण्यासाठी लोकनिर्णयाद्वारा लोकांची संमती मिळविणे आवश्यक असते.

सांघिक कायदेमंडळाचे किंवा फेडंरल असेंब्लीचे अधिकार : स्विस कायदेमंडळाच्या दोन्ही सभागृहांचा दर्जा व अधिकार समान असल्यामुळे त्यांना संविधानानुसार संयुक्त अधिकार व कार्ये प्राप्त झालेली आहेत. संविधानाच्या ८५ व्या कलमात या अधिकाराची यादी देण्यात आलेली आहे. काही कार्ये दोन्ही सभागृहांनी संयुक्तपणे करावयाची आहेत तर काही स्वतंत्रपणे पण दोन्ही सभागृहांच्या संमतीने करावयाची आहेत.

दोन्ही सभागृहांच्या संयुक्त बैठकीत करावयाची कार्ये पुढीलप्रमाणे आहेत.

(१) सांघिक कार्यकारी मंडळ व त्याचे अध्यक्ष आणि उपाध्यक्ष यांची निवड करणे.
(२) सांघिक न्यायालयाचे न्यायाधीश, सैन्याचे प्रमुख अधिकारी व चॅन्सेलर यांची निवड करणे.
(३) सांघिक अधिकाराच्या कार्यक्षेत्राबद्दल वाद उपस्थित झाल्यास त्यावर निर्णय देणे तसेच सांघिक संविधानाने सांघिक कायदेमंडळाकडे कोणते विषय सोपविले आहेत हे निश्चित करणे.
(४) गुन्हेगारांवर त्याने विनंती केल्यास दया दाखविणे.

वरील कार्ये करण्यासाठी दोन्ही सभागृहांची संयुक्त बैठक भरविली पाहिजे, या बैठकीचे अध्यक्षस्थान राष्ट्रीय सभेच्या अध्यक्षाला देण्यात येते. सर्व निर्णय दोन्ही सभागृहातील मतदान करणाऱ्या सदस्यांच्या बहुमताने घेण्यात येतात.

वरील अधिकारांशिवाय आणि कार्याशिवाय खालील कार्य प्रत्येक सभागृह स्वतंत्रपणे पार पाडते.

(१) कायदे संमत करणे, त्यात दुरुस्ती करणे किंवा रद्द करणे, वार्षिक अंदाजपत्रकाला मंजुरी देणे, कर बसविणे, सांघिक कार्यकारीमंडळास कर्ज उभारण्यास परवानगी देणे, मध्यवर्ती सरकारमध्ये नवीन पदे निर्माण करण्याची संमती देणे व त्यांचे वेतन ठरविणे.

(२) परराष्ट्राशी करण्यात येणाऱ्या तहांना, करारांना मान्यता देणे, शासनावर देखरेख ठेवणे, सैन्यावर नियंत्रण ठेवणे व परकीय आक्रमणापासून संरक्षण करण्याच्या दृष्टीने आणि स्विसची तटस्थता कायम राखण्यासाठी आवश्यक ती उपाययोजना करणे.

(३) सांघिक कायद्यांची कॅटॉनमध्ये योग्य प्रकारे अंमलबजावणी होत नसल्यास त्या दृष्टीने मध्यवर्ती सरकारने काय करावे हे ठरविणे.

(४) सांघिक संविधानावर फेरविचार करण्याची परवानगी देणे, संविधान दुरुस्तीचे प्रस्ताव आणणे, तसेच लोकांनी संविधान दुरुस्तीची मागणी केली असेल तेव्हा त्यांच्या मागणीनुसार संविधानदुरुस्तीविधेयक तयार करणे.

(५) सांघिक कार्यकारीमंडळाकडून दरवर्षी सादर होणाऱ्या स्विसच्या अंतर्गत परिस्थितीबद्दलचा अहवाल स्वीकारणे व आवश्यक वाटल्यास एखाद्या विषयावर अहवाल मागविणे आणि त्यावर विचारविनिमय करून सांघिक कार्यकारी मंडळास सूचना करणे, इत्यादी विविध कार्ये स्विस सांघिक कायदेमंडळ पार पाडते.

दोन्ही सभागृहात एखाद्या प्रश्नावर मतभेद झाल्यास दोन्ही सभागृहांतून समान संख्येने प्रतिनिधी घेऊन एक समिती स्थापन करण्यात येते. ही समिती देवाण-घेवाणीच्या तत्त्वानुसार मतभेद दूर करण्याचा प्रयत्न करते. वादग्रस्त प्रश्न सोडविण्यास समितीला अपयश आल्यास तो प्रश्न सोडून दिला जातो; पण असा प्रसंग सहसा येत नाही.

या कायदेमंडळात दोन सभागृहे असून द्वितीय किंवा वरिष्ठ सभागृहाला राज्यसभा किंवा कौन्सिल ऑफ स्टेट व प्रथम किंवा कनिष्ठ सभागृहाला राष्ट्रीय सभा किंवा नॅशनल कौन्सिल असे म्हणतात.

राज्यसभा किंवा कौन्सिल ऑफ स्टेट :

राज्यसभा हे स्विस कायदेमंडळाचे वरिष्ठ किंवा द्वितीय सभागृह आहे. हे सभागृह स्वित्झर्लंडच्या संघराज्यातील कॅटॉन्सचे प्रतिनिधित्व करते. संघराज्यातील आवश्यकतेप्रमाणे घटकराज्यांना प्रतिनिधित्व देण्यासाठी हे सभागृह संविधानाने निर्माण केलेले आहे. संघराज्यातील घटकराज्यांचे प्रतिनिधित्व हे या सभागृहाच्या रचनेचे आधारभूत तत्त्व आहे. स्विस संघराज्यातील कॅटॉन्सची लोकसंख्या व क्षेत्रफळ समान नाही; म्हणजेच कॅटॉन्स हे आकाराने लहान व मोठे आहेत, असे असले तरी या सभागृहात समान संख्येने प्रतिनिधी पाठवण्याचा अधिकार सर्व कॅटॉन्सना संविधानाने दिलेला आहे.

रचना : या सभागृहाची रचना सांघिक तत्त्वावर करण्यात आलेली आहे.

संख्या : संघराज्यातील प्रत्येक कॅटॉन्सला यामध्ये समान प्रतनिधित्व देण्यात आलेले आहे. यामध्ये १९ पूर्ण-कॅटॉन्स आणि ६ अर्ध-कॅटॉन्स आहेत. पूर्ण-कॅटॉन्सला प्रत्येकी दोन आणि अर्ध-कॅटॉन्सला प्रत्येकी एक प्रतिनिधी या सभागृहात पाठविण्याचा अधिकार आहे. त्यामुळे १९ पूर्ण-कॅटॉन्सचे ३८ आणि ६ अर्ध-कॅटॉन्सचे ६ असे एकूण ४४ सदस्य या सभागृहात असतात. म्हणजेच या सभागृहाची सदस्यसंख्या ४४ आहे.

उमेदवार पात्रता : स्विस संविधानाने राज्यसभेच्या सदस्यासाठी कोणतीही निश्चित पात्रता सांगितलेली नाही. यासंबंधी कायदा करण्याचा अधिकार कॅटॉन्सवर सोपविला आहे; त्यामुळे या सभागृहाच्या रचनेबाबत

विविधता निर्माण झालेली आहे. कॅटॉन्सनी राज्यसभेच्या उमेदवारासाठी पुढील पात्रता निश्चित केलेली आहे.

(१) तो स्वित्झर्लंडचा नागरिक असावा.
(२) त्याचे वय २० वर्षांपेक्षा जास्त नसावे.
(३) मतदार म्हणून त्याच्या नावाची नोंद झालेली असावी.
(४) तो राष्ट्रीय सभेचा सदस्य नसावा असल्यास त्याने राजीनामा दिला पाहिजे.

निवडणूक : प्रत्येक कॅटॉन्स आपल्या प्रतिनिधीची निवड स्वत :च्या कायद्यानुसार करते, यामध्ये समानता नाही. १७ कॅटॉन्समध्ये प्रतिनिधींची निवड सर्व लोक प्रत्यक्षपणे करतात; चार कॅटॉन्समध्ये त्यांची निवड प्रत्यक्षसभा करीत असते आणि सहा कॅटॉन्समध्ये तेथील कायदेमंडळाच्याद्वारे राज्यसभेच्या प्रतिनिधींची निवड करण्यात येते.

कार्यकाल : राज्यसभेच्या सदस्यांचा कार्यकाल सुद्धा प्रत्येक कॅटॉन्सच्या मर्जीनुसार ठरविण्यात आला आहे. तो एक वर्षापासून तर चार वर्षांपर्यंत आहे. १४ कॅटॉन्सचे प्रतिनिधी चार वर्षांसाठी, ८ कॅटॉन्सचे प्रतिनिधी तीन वर्षांसाठी आणि ३ कॅटॉन्सचे प्रतिनिधी एक वर्षासाठी निवडून देण्यात येतात. स्विसमध्ये सदस्यांची क्रमाक्रमाने निवृत्त होण्याची पद्धती नाही. ज्या कॅटॉन्सच्या सदस्यांचा कार्यकाल संपला असेल ते कॅटॉन्स आपल्या सदस्यांची निवड परत करतात; यापूर्वी सदस्य केव्हाही राजीनामा देऊ शकतात. वॉड व न्युशाटेला कॅटॉन्समध्ये सदस्यांना बदली सदस्य देऊन पहिल्या सदस्याला परत बोलावण्याचा अधिकार आहे.

गणसंख्या : सभागृहाचे कोणतेही कामकाज सुरू करण्यासाठी राज्यसभेच्या एकूण सदस्यसंख्येच्या अर्ध्यापेक्षा अधिक सदस्य उपस्थित असले पाहिजेत म्हणजेच गणसंख्या २३ आहे. कोणत्याही प्रश्नावर बहुमताने निर्णय घेण्यात येतो; या सभागृहात सदस्य स्वतंत्रपणे मतदान करू शकतात.

पदाधिकारी, अध्यक्ष व उपाध्यक्ष : राज्यसभेत एक अध्यक्ष व एक उपाध्यक्ष असे दोन पदाधिकारी असतात. त्यांची निवड राज्यसभेचे सदस्य एका वर्षासाठी करतात; त्यांना पुढील वर्षी त्या पदावर राहता येत नाही. तसेच अध्यक्ष व उपाध्यक्ष या दोघांनाही एकाच कॅटॉन्समधून निवडता येत नाही. सर्व कॅटॉन्सना तो मान मिळावा म्हणून अशी तरतूद करण्यात आली आहे. अध्यक्षाला विशेष अधिकार नाहीत. एखाद्या प्रश्नावर समान मते पडल्यास निर्णायक मत देण्याचा अधिकार मात्र अध्यक्षाला आहे.

सभागृहाचे अधिकार व कार्ये : राज्यसभेला सर्व बाबतीत प्रथम सभागृहाच्या किंवा राष्ट्रीय सभेच्या बरोबरीचे अधिकार आहेत. ते कोणत्याही प्रकारे कमी दर्जाचे नाहीत. संविधानाने कोणताही फरक दोन सभागृहाच्या अधिकारात केलेला नाही. प्रत्यक्षात मात्र लोकांना राष्ट्रीय सभेचे महत्त्व कमी झालेले दिसते; कारण राज्यसभा कायम स्वरूपाचे सभागृह नाही.

राष्ट्रीय सभा किंवा नॅशनल कौन्सिल :

राष्ट्रीय सभा हे स्वित्झर्लंडच्या सांघिक कायदेमंडळ किंवा फेडरल असेंब्लीचे प्रथम किंवा कनिष्ठ सभागृह आहे. हे सभागृह स्विसच्या संघराज्यातील लोकांचे प्रतिनिधित्व करते.

रचना : राष्ट्रीय सभेच्या रचनेचे स्पष्टीकरण आपणास खालीलप्रमाणे देता येईल.

सदस्यसंख्या : राष्ट्रीय सभेच्या रचनेचे आधारभूत तत्त्व म्हणजे लोकसंख्येच्या प्रमाणात प्रतिनिधित्व होय. संविधानाच्या ७२ व्या कलमाने २४ हजार लोकांचा एक प्रतिनिधी असावा असे प्रमाण ठरविले आहे. १२ हजारांच्यावर लोकसंख्येलासुद्धा एक प्रतिनिधी असावा असे म्हटले आहे. तसेच प्रत्येक कॅटॉन्सला, त्याची लोकसंख्या कितीही असो, एकतरी प्रतिनिधी असावा असे संविधानात म्हटले आहे. त्यामुळे संपूर्ण

राष्ट्रातून सभासद निवडण्यावर भर दिला जातो. म्हणजेच प्रत्येक कॅंटॉन्सला या सभागृहात प्रतिनिधित्व मिळते. १९४७ च्या लोकसंख्येनुसार या सभागृहाची सदस्यसंख्या १९४ होती. १९६३ पासून आजपर्यंत या सभागृहाची सदस्यसंख्या २०० आहे, दर १० वर्षांनी येथील जनगणना होऊन प्रतिनिधींची संख्या व कॅंटॉन्सच्या जागा ठरविण्यात येतात.

मतदारपात्रता : स्विस संविधानाने राष्ट्रीय सभेच्या सदस्यासाठी त्याचप्रमाणे मतदारांसाठी कोणतीही निश्चित पात्रता सांगितलेली नाही. यासंबंधी कायदा करण्याचा अधिकार प्रत्येक कॅंटॉन्सवर सोपविला आहे. कॅंटॉन्सनी राष्ट्रीय सभेच्या मतदारासाठी खालील पात्रता निश्चित केलेली आहे.

(१) तो स्वित्झर्लंडचा नागरिक असावा.
(२) त्याचे वय २० वर्षांपेक्षा जास्त नसावे.
(३) त्याचा कॅंटॉन्समधील मतदानाचा अधिकार काढून घेतलेला नसावा.
(४) १९७१ पर्यंत या देशांमध्ये स्त्रियांना मतदानाचा अधिकार नव्हता.
(५) मतदार म्हणून त्याच्या नावाची नोंद झालेली असावी.

उमेदवारपात्रता : स्विस संविधानाने मतदारांच्या पात्रतेबरोबरच राष्ट्रीयसभेच्या सदस्यासाठी कोणतीही निश्चित पात्रता सांगितलेली नाही. यासंबंधी कायदा करण्याचा अधिकार कॅंटॉन्सवर सोपविला आहे. कॅंटॉन्सनी राष्ट्रीयसभेच्या उमेदवारासाठी खालील पात्रता निश्चित केलेली आहे.

(१) तो स्वित्झर्लंडचा नागरिक असावा.
(२) त्याचे वय २० वर्षांपेक्षा जास्त नसावे.
(३) मतदार म्हणून त्याच्या नावाची नोंद झालेली असावी.
(४) तो राज्यसभेचा सदस्य नसावा असल्यास त्याने राजीनामा दिला पाहिजे.
(५) तो धर्मोपदेशक नसावा.
(६) तो सांघिक तसेच कॅंटॉन्सच्या मंत्रिमंडळाचा सदस्य नसावा.

निवडणूक : राष्ट्रीयसभेची निवडणूक कशी करावी, हे संविधानाने ठरविले आहे. निवडणूक दर चार वर्षांनी ऑक्टोबरच्या शेवटच्या रविवारी होते. मतदान गुप्त मतदानपद्धतीने आणि प्रमाणबद्ध प्रतिनिधित्वाच्या निवडणूक पद्धतीने होते. यामुळे सर्व राजकीय पक्षांना योग्य प्रमाणात प्रतिनिधित्व मिळते. प्रत्येक पक्षाला त्या पक्षाने मिळविलेल्या मतांच्या प्रमाणात प्रतिनिधित्व मिळते. निवडणुकीसाठी कॅंटॉन्सची निर्वाचन क्षेत्रांत विभागणी करण्यात येते. बहुतेक सर्व निर्वाचनक्षेत्रे बहुसदस्यीय असतात. एका निर्वाचनक्षेत्रातून दोन, सहा किंवा आठ देखील प्रतिनिधी निवडले जातात, म्हणजेच या सभेचे सभासद निवडण्यासाठी प्रमाणशीर प्रतिनिधित्वाच्या पद्धतीमुळे लोकमताचा पाठिंबा असणाऱ्या सर्व राजकीय पक्षांचे उमेदवार सभागृहाचे सदस्य होऊ शकतात.

कार्यकाल : १९३० पर्यंत राष्ट्रीयसभेचा कार्यकाल तीन वर्षांचा होता. आज राष्ट्रीयसभेचा कार्यकाल चार वर्षांचा आहे. हा कार्यकाल संपण्यापूर्वी राष्ट्रीय सभेचे विसर्जन करण्याचा अधिकार कोणालाही नाही; पण फेडरल असेंब्लीच्या दोन सभागृहांमध्ये पूर्ण संविधानदुरुस्तीबाबत मतभेद झाले; तरच या सभागृहाचा कार्यकाल संपण्यापूर्वी तिचे विसर्जन केले जाते. मात्र, स्वत : राष्ट्रीय सभा ठराव करून आपले विसर्जन करू शकते किंवा संविधानात संपूर्ण दुरुस्ती करण्याची मागणी करून लोक सांघिक कायदेमंडळाच्या दोन्ही सभागृहांचे विसर्जन करू शकतात. हा कार्यकाळ संपण्यापूर्वी सदस्य केव्हाही आपल्या सदस्यत्वाचा राजीनामा देऊ शकतात.

गणसंख्या : या सभागृहाचे कोणतेही कामकाज सुरू करण्यासाठी एकूण सदस्यसंख्येच्या अर्ध्यापेक्षा

अधिक सदस्य उपस्थित असले पाहिजेत म्हणजेच सध्या गणसंख्या १०१ आहे. या सभागृहात कोणत्याही प्रश्नावर बहुमताने निर्णय घेण्यात येतो; याही ठिकाणी सदस्य स्वतंत्रपणे मतदान करू शकतात.

पदाधिकारी, अध्यक्ष व उपाध्यक्ष : राष्ट्रीय सभेत एक अध्यक्ष व एक उपाध्यक्ष असे दोन पदाधिकारी असतात. त्यांची निवड राष्ट्रीय सभेचे सदस्य एका वर्षासाठी करतात. त्यांना सतत दोन वर्षे आपल्या पदावर राहता येत नाही. सामान्यत: उपाध्यक्ष पुढील वर्षी अध्यक्ष म्हणून निवडला जातो. सभागृहाचे कामकाज नियमांनुसार चालविण्याची जबाबदारी अध्यक्षांची असते, तरीही अध्यक्षाला विशेष स्वरूपाचे अधिकार नाहीत; परंतु, एखाद्या प्रश्नावर समान मते पडल्यास निर्णायक मत देण्याचा अधिकार मात्र अध्यक्षाला आहे; तसेच अध्यक्ष व उपाध्यक्ष या दोघांनाही एकाच कॅटॉन्समधून निवडता येत नाही. सर्व कॅटॉन्सना तो मान मिळावा म्हणून अशी तरतूद करण्यात आली आहे. एकंदरीत अध्यक्षाचे पद हे गौरवाचे व प्रतिष्ठेचे पद आहे असे समजले जाते.

सभागृहाचे अधिकार व कार्ये : राष्ट्रीय सभेला सर्व बाबतीत द्वितीय सभागृहाच्या बरोबरीचे अधिकार आहेत. ते कोणत्याही प्रकारे कमी दर्जाचे नाहीत. संविधानाने कोणताही फरक दोन सभागृहांच्या अधिकारात केलेला नाही. प्रत्यक्षात मात्र लोकांना राष्ट्रीय सभेचे महत्त्व कमी झालेले दिसते; तसेच आर्थिक क्षेत्रातही या सभागृहाला बरोबरीचे अधिकार आहेत. प्रथम सभागृह म्हणून या सभागृहाला संविधानकारांनी विशेष स्थान दिलेले दिसत नाही.

(३) न्यायमंडळ : रचना, अधिकार व कार्ये आणि न्यायिक पुनर्विलोकन

स्वित्झर्लंडचे संघीय न्यायालय :

स्विस संविधानाच्या कलम १०६ ते ११४ मध्ये संघीय बाबींच्या न्याय प्रशासनासाठी संघीय न्यायालयाची स्थापना, रचना व तिच्या अधिकारक्षेत्राचा सविस्तर विचार केलेला आहे. संविधानाच्या नवीन तरतूदींनुसार १८४८ मध्ये संघीय न्यायालयाची स्थापना केली गेली; परंतु, १८४८च्या संविधानाद्वारे स्थापन केलेल्या संघीय न्यायालयला दिलेले अधिकार मात्र मर्यादित स्वरूपाचे होते व न्यायालयीन क्षेत्राचे अधिकांश कार्य संघीय परिषदेद्वारा केले जात होते. १८७४ मध्ये संविधानात दुरुस्ती करून त्याद्वारे संघीय न्यायालयाच्या अधिकारात वाढ केली गेली. त्यानंतर १९०७ मध्ये संघीय न्यायालयास दिवाणी संहितेच्या संबंधातील अधिकार प्रदान केले. १९२९ मध्ये यास प्रशासकीय कायद्याच्या अंतर्गत अधिकार प्रदान केले गेले व १९३७ मध्ये यास फौजदारी संहितेअंतर्गत अधिकार प्रदान केले गेले. एकंदरीत या न्यायालयाला हळूहळू अधिकार प्रदान केलेले दिसून येतात. सद्य:स्थितीत स्विस संघीय न्यायालयात सर्व प्रशासकीय तंत्रात ती स्थिती प्राप्त नाही जी स्थिती संघीय राज्य अमेरिका, भारत वगैरे संघराज्यात सर्वोच्च न्यायालयास प्राप्त झालेली आहे; परंतु १८४८ च्या तुलनेत संघीय न्यायालयाच्या अधिकारक्षेत्रांत वाढ व त्याच्या स्थितीत सुधारणा झाल्या हे मात्र निश्चित. या अधिकार क्षेत्रामुळे व त्यांच्यात झालेल्या सुधारणांमुळे त्याला 'फेडरल ट्रिब्युनल' असे म्हटले जाऊ लागले.

संघीय न्यायालयाची रचना :

संविधानाच्या नवीन तरतूदीनुसार १८४८ मध्ये संघीय न्यायालयाची स्थापना केली गेली असे जरी असले तरी तिची अधिकृत स्थापना मात्र १८७५ मध्ये व्हॉड या कॅटॉन्सच राजधानी लॉसेन येथे झालेली आपणास दिसून येते. संविधानाद्वारे संघीय न्यायालयातील न्यायाधीशांची संख्या निश्चित केलेली नाही. यामध्ये किती न्यायाधीश असावेत हे ठरविण्याचा अधिकार स्विस कायदेमंडळाला दिलेला आहे; त्यानुसार ते वेळोवेळी सदस्यांची संख्या निश्चित करताना दिसते. १८७५ मध्ये केवळ ९ न्यायाधीश होते; परंतु

१९४३ च्या घटनादुरुस्तीनुसार या न्यायालयातील न्यायाधीशांची संख्या २६ ते २८ याशिवाय ११ ते १३ वैकल्पिक न्यायाधीश अशा स्वरूपात करण्यात आली. यावेळी संघीय न्यायालयात २६ न्यायाधीश व १२ वैकल्पिक न्यायाधीश आहेत. नियमित न्यायाधीशांची कार्य करण्याबाबत असमर्थता असेल तर त्यांच्या जागी वैकल्पिक न्यायाधीशांद्वारे कार्य केले जाते. या सर्व न्यायाधीशांची संघीय सभा सहा वर्षांसाठी निश्चित केली आहे. न्यायाधीशांच्या पुनर्निवडीबाबत कोणताही प्रतिबंध नाही व परंपरेनुसार न्यायाधीश जोपर्यंत या पदावर कार्य करू इच्छितो तो पुनर्निर्वाचित होत राहतो.

पात्रता किंवा योग्यता : न्यायाधीशांच्या पात्रतेविषयी संविधानात निश्चित स्वरूपाची तरतूद नाही. राष्ट्रीय सभेचा सदस्य होण्यास योग्य असलेली व्यक्ती यामध्ये न्यायाधीश होऊ शकते. शिवाय कायद्याच्या ज्ञानाबाबत कोणतीही अट या संविधानामध्ये सापडत नाही; पण यामध्ये न्यायाधीश होण्यासाठी ती व्यक्ती स्विसची नागरिक, त्याचे वय २० वर्षापेक्षा अधिक असावे, ती धर्मोपदेशक नसावी, ती सांघिक कायदेमंडळाची किंवा मंत्रिमंडळाची सदस्य नसावी, त्याचप्रमाणे ती संघराज्याच्या नोकरी नसावी. याशिवाय कायद्यानुसार दोन निकटवर्तीय न्यायालयाचे सदस्य बरोबरच होऊ शकत नाही; एक परंपरा स्थापन झालेली आहे की मुख्य राजकीय पक्ष व प्रोटेस्टंट किंवा कॅथॉलिक धर्म तसेच तीन मुख्य भाषांच्या प्रतिनिधीला न्यायालयात स्थान दिले जाते.

कार्यकाल : न्यायाधीशांचा कार्यकालही संविधानाने निश्चित केलेला नाही, हा कार्यकाल ठरविण्याचा अधिकारसुद्धा कायदेमंडळालाच आहे. सध्या न्यायाधीशांचा कार्यकाळ सहा वर्षांचा आहे. अर्थात तो या क्षेत्रांमधून या काळानंतरही कार्य करू शकत असेल तर त्याची पुन्हा फेरनिवड करण्यात येते; म्हणजेच त्याचे पद स्थायी स्वरूपाचे झालेले आहे. त्याचप्रमाणे न्यायाधीशांच्या वयासंबंधी कोणतीही अट नसली तरी व्यवहारात न्यायाधीश त्या वर्षी राजीनामा देतो ज्या वर्षी त्याचे वय ७० वर्षांचे होते. या पुनर्निर्वाचनाच्या आधारावर न्यायाधीशांच्या प्रदीर्घ अनुभवाचा लाभ उठवता येतो. सामान्यत: असे समजले जाते की, न्यायाधीशांची नियुक्ती हेतू निर्वाचनाची पद्धत स्वीकारण्यामुळे न्यायिक स्वातंत्र्यावर प्रभाव पडतो व ते राजकीय प्रभावात कार्य करतात. परंतु स्वित्झर्लंडमध्ये पुनर्निर्वाचनाची परंपरा स्वीकारण्यामुळे ही आशंका समाप्त झालेली आहे.

वेतन व भत्ते : एका संघीय न्यायाधीशाला ५३ हजार स्विस फ्रँक वार्षिक वेतन मिळते. न्यायालयाच्या प्रमुख किंवा अध्यक्षाला २६ हजार फ्रँक व उपप्रमुखास २४ हजार फ्रँक अतिरिक्त मिळतात. वैकल्पिक न्यायाधीशांना कोणतेही नियमित वेतन मिळत नाही; तर त्यांना त्यांच्या सेवाकाळात भत्ता मिळतो. ज्या वेळी त्याचे वय ६० वर्षांचे होते त्या वेळी त्यांना पेन्शन मिळण्याचा अधिकार आहे; जर कमीत कमी १० वर्षांपर्यंत या पदावर कार्य केलेले आहे. सेवाकालानुसार त्यांच्या वेतनाचे ४० ते ६० टक्के पेन्शनच्या रूपात मिळतात. सर्व न्यायाधीशांना आपल्या कार्यक्षेत्रामध्येच राहावे लागते; परंतु राजकीय व नागरिक यांना त्या कॅन्टनकडून राहण्यासाठी जागा प्राप्त होते ज्याचे ते रहिवासी आहेत. संघीय न्यायाधिकरणाच्या न्यायाधीश आपल्या पदावर राहूनही तो संघीय सरकार किंवा कॅटॅन्सांच्या सरकारच्या अधीन कोणतीही नोकरी करू शकत नाही व कोणताही खासगी व्यवसाय किंवा उद्योगाचे संचालन करता येत नाही.

संघीय न्यायालयाचे विभाग : संघीय न्यायालयाच्या कार्यास अधिक सुव्यवस्थितपणे चालविण्यासाठी त्याची तीन भागांत विभागणी केलेली आहे.

(१) संवैधानिक व प्रशासकीय विधी न्यायालय

(२) दिवाणी विधी न्यायालय

(३) फौजदारी अपील न्यायालय

प्रत्येक विभागामध्ये ३ ते ९ पर्यंत न्यायाधीश असतात. या प्रमुख विभागांव्यतिरिक्त संघीय न्यायालयाचे काही लहान विभाग किंवा चेंबर असतात. उदा. कर्ज तसेच दिवाळेपणाचे चेंबर, दोषारोपण चेंबर यातील प्रत्येकात न्यायाधीश असतात. या व्यतिरिक्त संघीय न्यायालयात एक उपविभाग, फौजदारी न्यायालय तसेच असाधारण अवरोध न्यायालयही असते.

कार्यप्रणाली : संघीय न्यायालयाच्या कामकाजासाठी एक प्रमुख व एक उपप्रमुख असतो ज्याचे निर्वाचन संघीय सभेद्वारे दोन वर्षांच्या कालावधीसाठी केले जाते. प्रमुख तसेच उपप्रमुख पदावर त्वरित दुसऱ्या कालावधीसाठी यातील कोणासही निर्वाचित केले जात नाही. फौजदारी न्यायालयाव्यतिरिक्त शेष सर्व विभागांचे अध्यक्ष संघीय न्यायालयाच्या संपूर्ण बैठकीत निवडले जातात. फौजदारी न्यायालये प्रत्येक अभियोगासाठी आपल्यातील कोणत्याही एकास अध्यक्ष म्हणून निवडतात. प्रत्येक विभाग किंवा न्यायालय तसेच उपविभाग किंवा लहान न्यायालयासाठी वेगवेगळया गणपूर्तीची निश्चिती केली जाते. सर्व विभाग तसेच उपविभागात निर्णय बहुमतासाठी जातो व सारखे मत पडण्याच्या स्थितीत अध्यक्षास निर्णायक मत देण्याचा अधिकार असतो. संघीय न्यायालयास कार्यवाही जनतेसाठी खुली असते परंतु सुरक्षेच्या दृष्टीने आवश्यक होण्यावर गुप्त कार्यवाही केली जाते.

संघीय न्यायालयाचे अधिकारक्षेत्र :

संघीय न्यायालयाची दिवाणी, फौजदारी, प्रशासकीय व संविधानात्मक स्वरूपात सुनावणी केली जाते. त्यानुसार याचे अधिकारक्षेत्र आपणास खालीलप्रमाणे सांगता येईल.

(१) प्रारंभिक अधिकार क्षेत्र : संघीय न्यायाधिकरणास दिवाणी व फौजदारी अशा दोन्ही प्रकारच्या विवादांमध्ये प्रारंभिक अधिकार क्षेत्र प्राप्त होतात. न्यायालयास खालील प्रकारच्या दिवाणी विवादात प्रारंभिक अधिकार क्षेत्र प्राप्त होते.

(क) जे स्विस राज्यमंडळ तसेच कॅंटॅन्सांच्यामध्ये आहे.

(ख) राज्यमंडळ तसेच महापालिका किंवा साधारण नागरिकांच्यामध्ये उत्पन्न विवाद परंतु हे आवश्यक आहे की, वादी नागरिक किंवा निगम असो व विवादग्रस्त रक्कम ८ हजार फ्रँकपेक्षा कमी नसावे.

(ग) असा विवाद जो वेगवेगळया कॅंटॉन्सच्यामध्ये उत्पन्न होईल.

(घ) नागरिकत्व व राष्ट्रीयतेच्या अस्तित्वासंदर्भातील विवाद.

(च) कॅंटॉन्स किंवा कम्यून्सच्या नागरिकत्वासंबंधी विवाद.

(छ) इतर दिवाणी विवाद संघीय न्यायाधिकरणाच्या समोर प्रस्तुत केले जातात; जर दोन पक्ष त्यास संघीय न्यायाधिकरणास सोपविण्यासाठी तयार होतील व जे कायद्यांशी संबंधित असेल; या विवादात १० हजार फ्रँकपेक्षा अधिक विवादग्रस्त असावा.

संघीय न्यायालयास खालील प्रकारच्या विवादांत प्रारंभिक अधिकार क्षेत्र प्राप्त होतात.

(अ) राज्यमंडळाच्या विरुद्ध विद्रोह, संघीय अधिकारांच्या विरुद्ध विद्रोह, तसेच हिंसा.

(ब) आंतरराष्ट्रीय कायद्यांच्या विरुद्ध अपराध.

(क) असे राजकीय अपराध जे अशांततेच्या फलस्वरूप असतील किंवा ज्यांच्यामुळे अशांतता उत्पन्न होईल व ज्यात अधिकाऱ्यांच्या सशस्त्र हस्तक्षेपाची आवश्यकता पडेल.

(ड) ते विवाद की जे उच्चसंघीय अधिकाऱ्यांद्वारे आपल्या कर्मचाऱ्यांवर लावलेल्या अपराधासंबंधी असतील.

(इ) ते विवाद जे त्याच्याजवळ कॅंटॉन्सद्वारे संघीय सभेच्या संमतीने पाठवतील.

फौजदारी विवाद ऐकण्यासाठी स्वित्झर्लंडला पाच जिल्ह्यांमध्ये १२ व्यक्तींची एक ज्युरी स्थापन केली जाते की, ज्याच्या मदतीने विवादांची सुनावणी होते. प्रत्येक अभियोगात अपराध्यास दोषी ठरविण्यासाठी

५ ते ६ ज्युरींची संमती आवश्यक असते.

(२) अपिलीय अधिकारक्षेत्र : संघीय सभेने संघीय न्यायालयास त्या विवादात अपील ऐकण्याचा अधिकार प्रदान केला. ज्यास कॅटॉन्सचे न्यायालयाने ऐकलेले आहे व जे चार हजार फ्रँकपेक्षा अधिक रकमेशी संबंधित आहे.

(३) प्रशासकीय अधिकारक्षेत्र : संविधानाचे कलम १३३ द्वारे संघ न्यायाधिकरणास प्रशासकीय क्षेत्रांत खालील अधिकार दिले आहेत.

(अ) प्रशासकीय अभियोगासंबंधी विवाद.

(ब) सरकारी कर्मचाऱ्यांच्या विधीक्षमतेसंबंधी विवाद.

(क) रेल्वे प्रशासनासंबंधी विवाद.

(ड) कररोपणासंबंधी प्रशासकीय विवाद

(४) संविधानात्मक अधिकारक्षेत्र :जर स्वित्झर्लंडमध्ये संघीय न्यायालयाचे संविधानात्मक क्षेत्र इतके व्यापक नाही जितके इतर संघराज्याच्या सर्वोच्च न्यायालयाचे असते; परंतु तरीही यास खालील विवादासंबंधी संविधानात्मक अधिकार क्षेत्र प्राप्त होते.

(अ) संघीय अधिकारी तसेच कॅटॉन्सच्या अधिकारामध्ये उत्पन्न होणाऱ्या या क्षेत्राधिकारासंबंधी विवाद

(ब) कॅटॉन्समध्ये सार्वजनिक विधीसंबंधी विवाद

(क) नागरिकांच्या संवैधानिक अधिकारांच्या उल्लंघनासंबंधी विवाद

(ड) कॅटॉन्सच्या निर्वाचन तसेच धार्मिक स्वातंत्र्यासंबंधी विवाद.

आंशिक न्यायालयीन पुनर्विलोकनाची व्यवस्था :

संविधानात्मक अधिकार क्षेत्रासंबंधी एक विशेष बाब अशी आहे की, अमेरिका संघ सर्वोच्च न्यायालयाप्रमाणे स्विस संघीय न्यायालयास पूर्ण अर्थाने न्यायालयीन पुनर्विलोकनाचा अधिकार प्राप्त नाही परंतु, त्यास असा अधिकार आंशिक स्वरूपात प्राप्त होतो. संघीय न्यायाधिकरण कॅटॉन्सच्या विधी व कॅटॉन्सच्या सरकारच्या कार्याची या आधारावर चौकशी करू शकतो की, ते संविधानाच्या विरुद्ध तर नाही व जर तो त्यांना संविधानाच्या विरुद्ध समजेल तर त्यास अवैध घोषित करता येते परंतु, त्यास संघीय क्षेत्रात न्यायालयीन पुनर्विलोकनाचा अधिकार प्राप्त नाही. अर्थात, ते संघीय सभेद्वारे निर्माण केलेल्या कायद्यास संविधानात्मक घोषित करू शकत नाही; सर्व बाबतीत संघीय न्यायालयांचा संघीय सभेद्वारे पारित केलेले कायदे व सर्वसर्वमान्य आज्ञांना तसेच संघीय सभेद्वारे अनुमोदित केलेल्या कायद्यांना मान्यता देण्यावर विवश होतील.

स्वित्झर्लंड न्यायालयीन पुनर्विलोकन नसल्याबाबत काही राजकीय पक्षांद्वारे परीक्षण केले गेले. उदा. डायसी यास संविधान निर्मात्यांची विफलता व संविधानात्मक त्रुटी असे म्हणतात; परंतु वास्तवात असा दृष्टिकोन त्रुटीपूर्ण आहे. स्विस नागरिक अत्याधिक लोकतंत्रवादी असून ते जनतेच्या इच्छांवर कोणताही प्रतिबंध लादू शकत नाहीत त्यामुळे त्यांनी न्यायालयीन पुनर्विलोकनास स्वीकारले नाही.

लघूत्तरी प्रश्न :

(१) अमेरिकेच्या कार्यकारी मंडळाची रचना व अधिकाराची चर्चा करा.

(२) स्वित्झर्लंडच्या कायदेमंडळाची रचना व कार्ये विषद करा.

(३) ब्रिटनच्या न्यायव्यवस्थेची वैशिष्ट्ये सांगा.

(४) अमेरिकन राष्ट्राध्यक्षांचे अधिकार व कार्ये स्पष्ट करा.

(५) अमेरिकन काँग्रेसचे अधिकार व कार्ये स्पष्ट करा.

(६) अमेरिकन सिनेट शक्तिशाली बनण्याची कारणे स्पष्ट करा.

(७) अमेरिकन सर्वोच्च न्यायालयाची रचना स्पष्ट करा.
(८) अमेरिकन राष्ट्राध्यक्ष व ब्रिटिश पंतप्रधान यांची तुलना करा.
(९) अमेरिकन काँग्रेस किंवा संसद व ब्रिटिश संसद यांच्यातील फरक स्पष्ट करा.
(१०) अमेरिका व इंग्लंडमधील कायदा निर्मिती प्रक्रियेतील तुलना स्पष्ट करा.
(११) अमेरिकन व ब्रिटिश न्यायालयाची थोडक्यात तुलना करा.
(१२) ब्रिटनच्या राजपदाचे अधिकार व कार्ये स्पष्ट करा.
(१३) ब्रिटनच्या राजपद टिकून राहण्याची कारणे कोणती.
(१४) ब्रिटनच्या मंत्रिमंडळाची आधारभूत तत्त्वे स्पष्ट करा.
(१५) हाउस ऑफ कॉमन्सची रचना व कार्ये स्पष्ट करा.
(१६) हाउस ऑफ लॉर्डसला विरोध होण्याची कारणे कोणती आहेत.
(१७) हाउस ऑफ कॉमन्सच्या सभापतीची माहिती सांगून त्यांचे कार्ये स्पष्ट करा.
(१८) सिनेट व हाऊस ऑफ लॉर्डस किंवा अमेरिकन काँग्रेस किंवा ब्रिटिश संसद यातील फरक स्पष्ट करा.
(१९) अमेरिका व इंग्लंडमधील कायदा किंवा संविधान दुरुस्ती प्रक्रियेतील तुलना करा.
(२०) अमेरिकन व ब्रिटिश न्यायालय किंवा मंडळ यांची सविस्तर तुलना करा.
(२१) अमेरिकन राष्ट्राध्यक्ष व ब्रिटिश सम्राट किंवा राजा किंवा राजपद यांची तुलना करा.
(२२) अमेरिकन व ब्रिटिश मंत्रिमंडळाची सविस्तर तुलना करा.
(२३) फ्रान्सच्या पंतप्रधानांचे अधिकार व कार्ये स्पष्ट करा.
(२४) फ्रान्सच्या मंत्रिमंडळाची कार्ये सविस्तर स्पष्ट करा.
(२५) फ्रान्सचे राष्ट्रपती व अमेरिकेचे राष्ट्राध्यक्ष यांची सविस्तर तुलना करा.
(२६) फ्रान्सच्या न्यायमंडळाची रचना व कार्ये विषद करा.
(२७) स्वित्झर्लंडच्या संघीय न्यायालयाची रचना व अधिकारक्षेत्र स्पष्ट करा.

दीर्घोत्तरी प्रश्न :

(१) अमेरिकेतील न्यायलयीन पुनर्विलोकनाचा अधिकार स्पष्ट करा.
(२) इंग्लंडमधील कायदे मंडळाची रचना व अधिकाराची चर्चा करा.
(३) अमेरिकन सिनेटची सविस्तर माहिती लिहा.
(४) अमेरिकन राष्ट्राध्यक्ष व ब्रिटिश सम्राट किंवा राजा यांची सविस्तर तुलना करा.
(५) सिनेट व लॉर्ड सभेशी किंवा जगातील अन्य द्वितीय सभागृहांशी थोडक्यात तुलना करा.
(६) प्रिव्ही कौन्सिलची रचना व कार्ये स्पष्ट करा.
(७) ब्रिटनच्या पंतप्रधानांचे अधिकार व कार्ये स्पष्ट करा.
(८) ब्रिटनच्या मंत्रिमंडळाची कार्ये सविस्तर स्पष्ट करा.
(९) हाउस ऑफ लॉर्ड्सची रचना, अधिकार आणि कार्ये सविस्तर स्पष्ट करा.
(१०) अमेरिकन राष्ट्राध्यक्ष व ब्रिटिश पंतप्रधान यांच्या कार्याची सविस्तर तुलना करा.
(११) फ्रान्सच्या कार्यकारी मंडळाची रचना व अधिकारांची चर्चा करा.
(१२) फ्रान्सच्या कायदे मंडळाची रचना व अधिकारांची चर्चा करा.
(१३) स्वित्झर्लंडमधील राज्यसभेची रचना सविस्तर स्पष्ट करा.
(१४) स्वित्झर्लंडमधील राष्ट्रीयसभेची रचना सविस्तर स्पष्ट करा.

विभाग (ब)

प्रकरण ५
आंतरराष्ट्रीय राजकारण

प्रस्तावना

अलीकडच्या काळात म्हणजेच २०व्या शतकात आंतरराष्ट्रीय राजकारण हा महत्त्वाचा अभ्यास विषय म्हणून उदयास आलेला आहे. दळणवळणातील क्रांतिकारक बदलांमुळे जगाच्या विविध भागातील राष्ट्रांना एकमेकांच्या जवळ आणले आहे; तसेच या बदलांमुळे राष्ट्रांतर्गत वेगवेगळे संबंध वाढीस लागले आहेत. त्यातूनच आंतरराष्ट्रीय राजकारणालाही विशेष महत्त्व प्राप्त झाले आहे; यातूनच त्याचा शास्त्रशुद्ध अभ्यास करण्याची गरज भासू लागलेली आपणास दिसून येते. आंतरराष्ट्रीय राजकारणाचा अभ्यास करताना या प्रकरणामध्ये त्याचे स्वरूप व व्याप्ती जाणून घेणे महत्त्वाचे वाटते; तर दुसऱ्या भागामध्ये आंतरराष्ट्रीय राजकारणाच्या संदर्भातील वेगवेगळे सिद्धांत यांचा अभ्यास करावा लागतो. आंतरराष्ट्रीय राजकारणाचे स्वरूप व व्याप्ती यांचा अभ्यास करताना आपणास आंतरराष्ट्रीय संबंध, आंतरराष्ट्रीय व्यवहार इत्यादी महत्त्वाच्या संकल्पना व त्यांचे अर्थ स्पष्ट करूनच आंतरराष्ट्रीय राजकारणाचे स्वरूप व व्याप्ती अभ्यासावी लागते.

(५. अ) अर्थ, स्वरूप व व्याप्ती

आंतरराष्ट्रीय संबंधाचा अभ्यास करताना अनेकदा आंतरराष्ट्रीय संबंधाला आंतरराष्ट्रीय राजकारण आणि आंतरराष्ट्रीय व्यवहार या शब्दांनी संबोधले जाते. परंतु अभ्यासाच्या व्यवहारांमध्ये या संकल्पनांमध्ये मूलभूत भिन्नता असलेली दिसून येते.

आंतरराष्ट्रीय राजकारण :

आंतरराष्ट्रीय समुहामध्ये वावरताना एक राष्ट्र दुसऱ्या राष्ट्रावर कशा प्रकारे मात करते. हे आंतरराष्ट्रीय राजकारण या संकल्पनेतून व्यक्त होते. आजच्या काळात प्रत्येक राष्ट्र आपण दुसऱ्यापेक्षा कसे श्रेष्ठ, शक्तिशाली किंवा वरचढ आहोत हे सिद्ध करण्याचा प्रयत्न करत असते. यासाठी युद्ध करून त्यामध्ये विजय मिळवावा लागतो पण युद्धात विजय मिळेलच याची पूर्णपणे खात्री कोणालाच नसते. म्हणजेच

युद्धातून श्रेष्ठत्व सिद्ध करणे मोठ्या प्रमाणात घातक ठरण्याचीच शक्यता जास्त असते; म्हणूनच इतरांपासून श्रेष्ठत्व सिद्ध करण्यासाठी इतर मार्गांचा अवलंब करण्यावर भर दिला जातो. उदा. एखाद्या वादाच्या प्रश्नामध्ये आपल्या शत्रूला एकटे पाडणे आपल्या समर्थनार्थ इतर राष्ट्रांचे मन कसेही करून वळविणे प्रतिपक्षाची किंवा आपल्या शत्रूची श्रेष्ठता कमी करण्याचा सतत प्रयत्न करणे, इत्यादी मार्गांचा अवलंब करून जगातील राष्ट्रे आपले श्रेष्ठत्व जगासमोर प्रकर्षाने मांडण्याचा प्रयत्न करीत असतात. यालाच, 'आंतरराष्ट्रीय राजकारण' असे म्हणतात.

आंतरराष्ट्रीय व्यवहार :

आंतरराष्ट्रीय व्यवहार या संकल्पनेमध्ये जागतिक पातळीवर घडणाऱ्या सर्व प्रकारच्या घटनात्मक करारांचा देवाण-घेवाणीचा करार, वेगवेगळया प्रकारचे तह, चर्चा, बोलणी इत्यादींचा समावेश होतो. यामध्ये दोन किंवा त्याहून अधिक राष्ट्रे व यांच्यामधील देवाण-घेवाण महत्त्वाची असते दोन राष्ट्रे किंवा संस्थांमधील किंवा दोन व्यक्तींमधील व्यवहार, व्यक्ती, संस्था व राष्ट्र यांच्यामधील देवाण-घेवाण इत्यादी सर्व घडामोडींचा समावेश या संकल्पनेत केला जातो. हे आंतरराष्ट्रीय व्यवहार सर्वस्पर्शी असावे लागतात. त्यामुळे राजकीय व्यवहारांपासून आर्थिक, सामाजिकसारख्या सर्वच व्यवहारांचा उल्लेख या संकल्पनेत येतोच; आज आंतरराष्ट्रीय कायद्याच्या माध्यमातून राजनीतिच्या व्यवहारांच्या नियमांद्वारे जागतिक पातळीवरील सर्वच व्यवहार नियंत्रित केले जातात. हा संदर्भ घेऊन किंवा त्या दृष्टीने आंतरराष्ट्रीय व्यवहारांचा अभ्यास चांगल्या प्रकारे करता येतो.

आंतरराष्ट्रीय राजकारणाची व्याख्या :

आंतरराष्ट्रीय राजकारण ही एक सतत बदलणारी गतिशील प्रक्रिया आहे. आपल्या उद्देश पूर्ततेसाठी प्रमुख गटावर प्रभाव पाडण्याची, त्यावर नियंत्रण ठेवण्याची कला म्हणजे 'राजकारण' होय. याच दृष्टिकोनातून आंतरराष्ट्रीय राजकारण ही सुद्धा 'एका राष्ट्राला अगर राष्ट्रगटाला अनुकूल अशाप्रकारे राष्ट्राराष्ट्रांतील संबंध सत्तेच्या साधनांद्वारे जुळविण्याची प्रक्रिया असते.' आंतरराष्ट्रीय राजकारणाची किंवा संबंधांची चांगली किंवा समर्पक स्वरूपाची व्याख्या करणे आज तरी अवघड आहे; तरीही अनेक राजकीय विचारवंतांनी आपापल्या परीने आंतरराष्ट्रीय राजकारणाच्या व्याख्या करण्याचा प्रयत्न केलेला आहे; त्यातील काही व्याख्या खालीलप्रमाणे आहेत

पामर आणि पर्किन्स : 'आंतरराष्ट्रीय राजकारण किंवा संबंध म्हणजे संक्रमणशील जागतिक समाजाचा अभ्यास.'

श्लेश्वर : 'आंतरराष्ट्रीय राजकारणामध्ये सर्व प्रकारच्या आंतरराज्य संबंधांचा समावेश होतो.'

क्विन्सी राईट : 'आंतरराष्ट्रीय संबंध म्हणजे एखाद्या ऐतिहासिक कालखंडात जागतिक जीवनमानात महत्त्व प्राप्त झालेल्या प्रादेशिकदृष्ट्या संघटित असलेल्या राष्ट्रराज्यांमधील संबंध होय.'

पॅडेलफोर्ड आणि लिंकन : 'स्वत :चे राष्ट्रीय हितसंबंध आणि उद्दिष्टे जोपासण्याचा प्रयत्न करणाऱ्या राष्ट्र-राज्यांमधील आंतर-क्रिया म्हणजे आंतरराष्ट्रीय राजकारण होय.'

हॅन्स मॉर्गेन्था : 'राष्ट्राराष्ट्रांतर्गत सत्तेसाठी चाललेला संघर्ष आणि सत्तेचा वापर म्हणजे आंतरराष्ट्रीय राजकारण होय.'

स्प्राऊट : 'विरोध, प्रतिरोध आणि हितसंबंधांचा संघर्ष अंतर्भूत आहे, अशा स्वतंत्र राजकीय घटकांचे व्यवहार म्हणजे आंतरराष्ट्रीय राजकारण किंवा संबंध होय.'

आंतरराष्ट्रीय राजकारणाचा अर्थ :

आपण ज्या आंतरराष्ट्रीय राजकारणाच्या व्याख्या अभ्यासल्या त्यातून आंतरराष्ट्रीय राजकारणाच्या संबंधांची विविध वैशिष्ट्ये किंवा अर्थ समोर येतात; तसेच प्रत्येक व्याख्या या संबंधाचा वेगवेगळा पैलू दाखवते. त्यामुळे सर्वच व्याख्यांचा एकत्रित अभ्यास केल्यास आंतरराष्ट्रीय संबंधाबद्दल कोणता अर्थ त्यातून निघतो ते खालील मुद्द्यांच्या आधारे सांगता येईल

(१) वरील व्याख्यांमध्ये आंतरराष्ट्रीय संबंध आणि आंतरराष्ट्रीय राजकारण या शब्दांचा वापर केलेला असल्याने वरील संकल्पनेतील फरक लक्षात घेऊन त्यांचा अभ्यास करावयाचा आहे.

(२) आंतरराष्ट्रीय संबंधामध्ये घटना, व्यवहार यांचा प्रत्यक्ष अभ्यास आणि त्या अनुषंगाने होणारा ज्ञानसमुच्चय यांचा अंतर्भाव होतो.

(३) आंतरराष्ट्रीय संबंधामध्ये राज्यातील अधिकृत शासनप्रमुख, लोकप्रतिनिधी आणि अधिकारी यांच्या स्तरावर जे व्यवहार होतात त्यांचा समावेश होतो.

(४) याबरोबरच इतर मानवी समूह व त्यांचे गट, त्यांच्या विविध प्रकारच्या संघटना, यातील व्यवहारांचा अभ्यास आंतरराष्ट्रीय संबंधांमध्ये केला जातो.

(५) वेगवेगळ्या राज्यांमधील वेगवेगळ्या प्रकारचे शक्तीप्रदर्शन, वेगवेगळ्या प्रकारचा सत्तासंघर्ष, एकमेकांवर कुरघोडी करण्यासाठी केले जाणारे विविध प्रकारचे प्रयत्न वेगवेगळ्या प्रकारचे विरोध, प्रतिरोध इत्यादी संघर्षमय व्यवहारांचा अभ्यास आंतरराष्ट्रीय संबंधामध्ये केला जातो.

(६) संघर्षमय व्यवहारांबरोबरच सहकार्ययुक्त, सहसमृद्धी वाढणाऱ्या व्यवहारांना उद्युक्त करण्याचे प्रयत्न या विषयात अपेक्षित आहेत. त्यामुळे व्यापक स्वरूपात मानवातील मैत्रीपूर्ण संबंधांचाही अभ्यास आंतरराष्ट्रीय संबंधामध्ये केला जातो.

(७) एकूण मानवी जीवन संक्रमणशील आणि प्रगतिशील आहे; त्यामुळे आंतरराष्ट्रीय संबंध हा विषय सुद्धा विकसनशील आहे; म्हणजेच कालानुरूप या विषयाच्या व्याख्येत व्यापक अर्थ समाविष्ट करणे अनिवार्य आहे.

आंतरराष्ट्रीय राजकारणाचे उद्देश किंवा उद्दिष्टे :

(१) सामाजिकशास्त्राच्या प्रत्येक विद्याशाखेचे जसे विशिष्ट प्रकारचे उद्दिष्ट असते तसेच आंतरराष्ट्रीय राजकारणाचेही उद्दिष्ट आहे. मानवी जीवनाच्या कोणत्या अंगाविषयी काही निश्चित दिशा निर्धारित करणे आणि त्याद्वारे मानवी जीवन सुसह्य व विकसित करणे हे सामाजिक शास्त्राचे उद्दिष्ट आहे.

(२) आंतरराष्ट्रीय संबंध हेसुद्धा मानवी जीवनाशी निगडित असे सामाजिक शास्त्र आहे; त्यामुळे मानवी जीवन सुधारणे, त्यात सुसूत्रता आणणे हे आंतरराष्ट्रीय राजकारणाचे व्यापक उद्दिष्ट आहे.

(३) मानवी जीवन आज अत्यंत गुंतागुंतीचे झाले आहे. विज्ञान-तंत्रज्ञानाच्या प्रगतीमुळे सर्व जग जवळ आल्यासारखे झाले आहे. सर्वच देशांचे हितसंबंध एकमेकांत गुरफटले आहेत. दारिद्र्य, बेकारी, लोकसंख्यावाढ, सुरक्षितता असे प्रश्न एका देशापुरते किंवा भागापुरते मर्यादित न राहता त्यांना जागतिक स्वरूप प्राप्त झाले आहे. या प्रश्नांची उकलसुद्धा सर्व देशांनी मिळून जागतिक स्तरावर करावयाची आहे. त्यामुळे सर्वच देशांमध्ये सहकार्य निर्माण करणे हे आंतरराष्ट्रीय राजकारणाचे उद्दिष्ट झाले आहे.

(४) आज जगामध्ये प्रचंड संहारक अशा अण्वस्त्रांची फार मोठ्या प्रमाणावर निर्मिती होत आहे. जगाचा विनाश होण्याची शक्यता फार वाढली आहे म्हणून युद्ध टाळण्यासाठी सर्व देशांचा प्रयत्न आहे. त्यासाठी जागतिक शांततेला धोका उत्पन्न करणाऱ्या घटकांचा अभ्यास करणे हे आंतरराष्ट्रीय राजकारणाचे उद्दिष्ट आहे.

(५) याचीच दुसरी बाजू म्हणून जागतिक शांतता टिकवण्यास पोषक किंवा उपयुक्त घटकांचा अभ्यास करणे हे सुद्धा आंतरराष्ट्रीय राजकारणाचे उद्दिष्ट आहे.

(६) विज्ञानयुगाच्या प्रभावामुळे जग जवळ आले आहे; त्याचप्रमाणे देशांचे परस्परावलंबित्वही वाढले आहे. कोणताही देश सर्वच बाबतीत आज तरी स्वयंपूर्ण नाही आणि त्यामुळे कोणीही एकमेकांपासून अलिप्त राहू शकत नाही; म्हणूनच पूर्वीप्रमाणेच युद्ध किंवा संघर्षाच्या माध्यमातून कोणताही देश जगात वावरू शकत नाही. आंतरराष्ट्रीय राजकारणात 'जगा आणि जगू द्या' हे तत्त्व जास्त उपयुक्त आहे; याची जाणीव प्रत्येकाला आहे. त्या दृष्टीने आंतरराष्ट्रीय राजकारणााचे उद्दिष्ट 'शांततामय सहअस्तित्व' हे आहे.

(७) वरील मुद्द्यांवरून आपल्या लक्षात येईल की, आंतरराष्ट्रीय राजकारण हा विषय व्यापक अत्यंत गुंतागुंतीचा आणि तांत्रिक स्वरूपाचा विषय झाला आहे. इतर सामाजिक शास्त्रांप्रमाणेच आंतरराष्ट्रीय राजकारणालाही काही ठोस मूल्यांचा आधार आहे. ही मूल्ये म्हणजेच जागतिक शांतता प्रस्थापित करणे,जागतिक सहकार्य वाढविणे, जागतिक सुरक्षितता वाढविणे आणि समान विकासाकरिता प्रयत्न करणे हे होत. या मूल्यांना साध्य करण्यासाठी योग्य जागतिक दृष्टिकोन असलेले नागरिक निर्माण करणे, उच्च दर्जाचे जागतिक नेतृत्व तयार करणे, आंतरराष्ट्रीय राजकारणाशी संबंधित विविध विषयांचे तज्ज्ञ घडविणे आणि या सर्वांसाठी आंतरराष्ट्रीय प्रश्नांचे वस्तुनिष्ठपणे संशोधन किंवा विश्लेषण करणे ही सुद्धा आंतरराष्ट्रीय राजकारणाची उद्दिष्टे आहेत.

आंतरराष्ट्रीय राजकारणाचे स्वरूप :

आंतरराष्ट्रीय राजकारण हा इतर विषयांप्रमाणेच जुना विषय आहे. त्याचे स्वरूप हे कालानुरूप बदलत गेले आहे; पण मोठ्या प्रमाणात बदल हे द्वितीय महायुद्धानंतर झालेले दिसून येतात. त्याला जागतिक घडामोडींबरोबरच सैद्धांतिक पायाही लाभला आहे. सुरुवातीला इतिहासाच्या अभ्यासाचा एक भाग म्हणून केवळ घडणाऱ्या घटनांचे संगतवार विवेचन करणे असे याचे स्वरूप होते. कालांतराने राज्यशास्त्र, तत्त्वज्ञान, भूगोल, कायदा, अर्थशास्त्र, समाजशास्त्र, विज्ञान अशा विषयांच्या सहकाऱ्याने नवीन दृष्टिकोनातून आंतरराष्ट्रीय राजकारणाचा अभ्यास होऊ लागला. अशा रीतीने आंतरराष्ट्रीय राजकारणाचे स्वरूप बदलत गेले आहे; वरील वेगवेगळया संबंधांमुळे आंतरराष्ट्रीय राजकारण हा विषय आंतर विद्याशाखीय झाला आहे.

नवीन राष्ट्रे : नवीन राष्ट्रांच्या उदयामुळे आंतरराष्ट्रीय राजकारणाचे स्वरूप व्यापक झाले आहे. पूर्वी युरोप खंडातील राष्ट्रांचीच आंतरराष्ट्रीय राजकारणावर मक्तेदारी होती. द्वितीय महायुद्धानंतर आशिया व आफ्रिका खंडातील राष्ट्रांनीसुद्धा आंतरराष्ट्रीय राजकारणात भाग घेऊन युरोपीय राष्ट्रांचे वर्चस्व कमी केले.

आज जगामध्ये अनेक स्वतंत्र राष्ट्रे आहेत. हीच राष्ट्रे आंतरराष्ट्रीय संबंधांचे घटक किंवा एकक आहेत; या राष्ट्रांमध्ये विविध स्तरांवर अनेक व्यवहार होतात. त्यातूनच आंतरराष्ट्रीय संबंधाचे स्वरूप निर्धारित होते. नवीन स्वतंत्र राष्ट्रांच्या संख्येत वाढ झाल्याने आंतरराष्ट्रीय राजकारण खऱ्या अर्थाने आंतरराष्ट्रीय आणि जागतिक स्वरूपाचे झाले आहे.

लोकतांत्रिक पद्धती : आंतरराष्ट्रीय राजकारणाचे स्वरूप आज अधिक लोकशाहीभिमुख झाले आहे. जगातील बहुतांश राष्ट्रे लोकशाही पद्धतीने चालणारी व लोकशाही मूल्यांचा आदर करणारी आहेत. प्रत्येकाच्या अंतर्गत धोरणात व परराष्ट्रव्यवहारात पारदर्शकता आली असून जनतेच्या इच्छा व आकांक्षांनुसार ही धोरणे आखली जातात. आंतरराष्ट्रीय राजकारणांमध्येसुद्धा लोकतांत्रिक पद्धतीने व्यवहार करण्याचा प्रघात सर्वमान्य झाला आहे. चर्चा, वाटाघाटी, समस्यांचे समंजसपणे निराकरण, इत्यादी शिष्टसंमत व शांततामय मार्गांचा अवलंब आज जागतिक राजकारणामध्ये होत आहे.

विज्ञान व तंत्रज्ञानाची प्रगती : आंतरराष्ट्रीय राजकारणाचे स्वरूप अतिशय गतिमान झाले आहे;

याचे कारण विज्ञान व तंत्रज्ञानाची प्रगती होय. वाहतुकीची गतिमान साधने, संपर्कासाठी अत्याधुनिक इलेक्ट्रॉनिक यंत्रणा आणि संदेशवहनाची व माहिती-तंत्रज्ञानाची प्रगती यामुळे जगातील व्यवहारांमध्ये क्रांती झाली आहे. आंतरराष्ट्रीय राजकारण्यांमध्ये मोठ्या प्रमाणात तांत्रिकता आली आहे. या बदलामुळे सर्वसामान्य जनतासुद्धा आंतरराष्ट्रीय राजकारणात भाग घेत आहे. किंबहुना, आंतरराष्ट्रीय राजकारणाचे किमान ज्ञान असणे ही काळाची गरज बनली आहे.

आण्विक प्रगती : तांत्रिक प्रगतीमुळे आंतरराष्ट्रीय राजकारण जेवढे सुखकर, सोपे आणि व्यापक झाले आहे. तितकीच त्यातील संहारकता व धोकादायक स्वरूप वाढले आहे. मुख्यत: नवीन विनाशक शस्त्रे व अण्वस्त्रांच्या निर्मितीमुळे जगाच्या संरक्षणाची चिंता निर्माण झाली आहे. आंतरराष्ट्रीय राजकारणात आज अण्वस्त्रसंपन्न असणारे देश व नसणारे देश असे दोन गट आढळतात. त्यांच्यातील पहिल्या गटात शस्त्रास्त्रांची स्पर्धा आणि दुसऱ्या गटात स्वत :च्या विकासाची व अस्तित्वाची चिंता असे विषयाचे स्वरूप आजच्या आंतरराष्ट्रीय राजकारणात आढळते.

जागतिक संघटना : आंतरराष्ट्रीय राजकारणामध्ये जागतिक संघटनांचा उदय झाल्याने त्याचे स्वरूप बदलले आहे. जागतिक संघटना या देशांमध्ये विविध क्षेत्रांत सहकार्य वाढविणे शांतता प्रस्थापित करणे आणि युद्ध टाळणे, या उद्दिष्टांकरिता कार्य करत आहेत. त्यामुळे आजच्या आंतरराष्ट्रीय राजकारणाचे स्वरूप संघर्षमय नसून सहकार्यमय झाले आहे. देशांच्या परस्परावलंबित्वामुळे आज असे सहकार्य अनिवार्य झाले आहे.

क्षेत्रीय संघटना : आजच्या आंतरराष्ट्रीय राजकारणात काही मूठभर आर्थिक व लष्करीदृष्ट्या संपन्न राष्ट्रांची मक्तेदारी जागतिक संघटनांचे दौर्बल्य आणि बहुसंख्य अविकसित व विकसनशील राष्ट्रे असे विषम स्वरूप दिसते आहे. अविकसित व विकसनशील राष्ट्रांनी आंतरराष्ट्रीय राजकारणात आपला दबदबा वाढविण्यासाठी आणि परस्परांमध्ये सहकार्य वाढवण्यासाठी अनेक प्रयत्न चालवले आहेत. उदा. अलिप्ततावाद आणि क्षेत्रीय संघटना, क्षेत्रीय पातळीवर समान मुद्यांसाठी किमान सहकार्य साध्य करण्याचे प्रयत्न हे आजच्या आंतरराष्ट्रीय राजकारणाचे नवीन स्वरूप आढळते. जगात आज अनेक क्षेत्रीय संघटना आढळतात. उदा. दक्षिण आशियायी क्षेत्रीय सहकार्याचे संघटन म्हणजेच सार्क, युरोपीय संघ इ. या संघटना संयुक्त राष्ट्र संघासारख्या जागतिक संघटनेला पूरक म्हणून कार्य करताहेत.

आंतरराष्ट्रीय राजकारण हा विषय अधिक व्यापक व आंतरशाखीय होत आहे. राज्यशास्त्र, तत्त्वज्ञान, भूगोल, कायदा, अर्थशास्त्र, समाजशास्त्र, विज्ञान इ. विषयशाखांच्या सहकार्याने आंतरराष्ट्रीय राजकारणाच्या अभ्यासाला नवीन आयाम प्राप्त झाले आहेत. नवीन सिद्धांत व संशोधन पद्धतींद्वारे आंतरराष्ट्रीय राजकारणाचे विश्लेषण होत आहे. त्यामुळे आंतरराष्ट्रीय राजकारणाचे स्वरूप अधिकाधिक शास्त्रीय होत असून फक्त स्वतंत्र अभ्यासविषय म्हणून तो विकसित होत आहे.

आंतरराष्ट्रीय राजकारणाचा व्याप्ती :

आंतरराष्ट्रीय राजकारण या विषयाच्या अभ्यासामध्ये प्रामुख्याने राज्य-राष्ट्राची व्यवस्था याचा अभ्यास केला जातो. द्वितीय महायुद्धानंतर आंतरराष्ट्रीय राजकारणाचे स्वरूप वेगाने बदलले. या विषयाच्या स्वरूपात झालेल्या बदलांमुळे त्यांच्या व्याप्तीतही वेगाने बदल झाले व होत आहेत. हे बदल होताना त्यातील मूलतत्त्वे व घटक मात्र बदलले नाहीत. आंतरराष्ट्रीय राजकारणाची व्याप्ती खालील मुद्द्यांच्या किंवा घटकांच्या आधारे आपणास स्पष्ट करता येईल.

(१) वसाहतवाद व साम्राज्यवाद : औद्योगिक क्रांतीनंतर युरोपातील राष्ट्रे आशिया व आफ्रिका

खंडातील राष्ट्रांकडे वळले. तेथून कच्चा माल मिळविण्यासाठी या भागाला त्यांनी वसाहतींचा दर्जा दिला; यातूनच वसाहतवाद उदयास आला; तर पुढे या वसाहतीच्या संरक्षणाचा प्रश्न पुढे करून या राष्ट्रांनी साम्राज्यवाद आशिया व आफ्रिका खंडातील राष्ट्रांवर लादला; याचा अभ्यास या व्याप्तींमध्ये केला जातो.

(२) आंतरराष्ट्रीय संघटना : अणुशक्तीमुळे किती विनाश होतो याची कल्पना आल्यामुळे मानव व संपत्तीची हानी टाळण्यासाठी, जगामध्ये शांतता व सुरक्षितता कायमस्वरूपी टिकवण्यासाठी, आंतरराष्ट्रीय समूहातील राष्ट्राराष्ट्रांमध्ये सहकार्य वाढीस लावण्यासाठी व विनाशक शस्त्रास्त्रांवर नियंत्रण घालण्यासाठी आणि पूर्वीच्या राष्ट्रसंघातील चुका दुरुस्त करून संयुक्त राष्ट्रसंघ निर्माण करण्यात आला. याच संयुक्त राष्ट्रसंघाने आंतरराष्ट्रीय राजकारणात मोलाचे योगदान दिले आहे; म्हणून याचा अभ्यास आंतरराष्ट्रीय राजकारणाच्या व्याप्तीत केला जातो.

(३) शांतता स्थापन करणे : राष्ट्रशक्तीवर नियंत्रण ठेवण्याचे विविध मार्ग, आंतरराष्ट्रीय संघटना, शस्त्रास्त्रांवर नियंत्रण, राजनय, आंतरराष्ट्रीय कायदा अशा विविध साधनाद्वारे आंतरराष्ट्रीय शांतता व सुरक्षितता स्थापन करण्याचे कार्य अखंडपणे चालू आहे म्हणून याचा अभ्यास आंतरराष्ट्रीय राजकारणाच्या व्याप्तीत केला जातो.

(४) बहुराष्ट्रीय करार किंवा संघटना :संरक्षणाच्या नावाखाली नाटो, सिएटो, सेन्टो, आर्थिक सहकार्यासाठी युरोपीय आर्थिक समुदाय, ओपेक किंवा सार्क तर व्यापारासाठी जागतिक व्यापार संघटना म्हणजेच अशा विविध कारणासाठी बहुराष्ट्रीय करार किंवा संघटनांची निर्मिती झाली आहे म्हणून याचाही अभ्यास आंतरराष्ट्रीय राजकारणाच्या व्याप्तीत केला जातो.

(५) राष्ट्रराज्य व्यवस्था : आजच्या काळातील राज्यव्यवस्था ही राष्ट्र-राज्य व्यवस्था आहे. आंतरराष्ट्रीय राजकारण म्हणजे राष्ट्राराष्ट्रांतील संघर्ष व सहकार्याचे राजकारण असते म्हणून याचाही अभ्यास आंतरराष्ट्रीय राजकारणाच्या व्याप्तीत केला जातो.

(६) राष्ट्रीय शक्तीचे घटक : राष्ट्राची शक्ती राष्ट्राची भौगोलिक परिस्थिती, आर्थिक साधने, लोकसंख्या, राजनय, लष्करीशक्ती, मानसिकता या विविध घटकांवर अवलंबून असते. यांचा ही अभ्यास आंतरराष्ट्रीय राजकारणाच्या व्याप्तीत केला जातो.

(७) राष्ट्रीय शक्तीच्या वाढीचे घटक : राष्ट्राची शक्ती युद्ध, प्रचार, आर्थिक साधने या घटकांमुळे वाढली जाते म्हणून यांचा ही अभ्यास आंतरराष्ट्रीय राजकारणाच्या व्याप्तीत केला जातो.

(८) परराष्ट्रधोरण : आंतरराष्ट्रीय राजकारणाचा गाभा म्हणून परराष्ट्रधोरणाकडे पाहिले जाते. परराष्ट धोरण युद्धनीति, राजनीति, यांच्यावरही परिणाम करते. मोठमोठ्या राष्ट्रांचे परराष्ट्रीय धोरण व हे धोरण निश्चित करणारे घटक यांचा अभ्यासही आंतरराष्ट्रीय राजकारणाच्या व्याप्तीत केला जातो.

(९) केवळ युद्ध, शांतता, सहकार्याचे करार या विषयांतर्गत येत नसून आंतरराष्ट्रीय संघटना, स्वयंसेवी संघटना, निरनिराळया विचारप्रणाली, वेगवेगळे डावपेच, इत्यादींचा अभ्यास आंतरराष्ट्रीय राजकारणाच्या व्याप्तीत केला जातो.

(१०) आंतरराष्ट्रीय राजकारण हे आंतरशाखीय झाले आहे. याच्या अभ्यासांतर्गत भूगोल, मानसशास्त्र, अर्थशास्त्र, समाजशास्त्र, कायदा, संस्कृती, मानवंशशास्त्र, लोकसंख्या, शास्त्र, भौतिकशास्त्र, रसायनशास्त्र, मानववंशशास्त्र जीवशास्त्र, परमाणुशास्त्र, युद्धशास्त्र, अशा असंख्य विषयांचा समावेश होतो किंवा आंतरराष्ट्रीय राजकारणाच्या अभ्यासासाठी वरील विषयांची मदत केव्हातरी, कोणत्या तरी स्वरूपात होत असते.

राज्य-राष्ट्र पद्धतीची वैशिष्ट्ये :

(१) राज्य-राष्ट्र पद्धती ही प्रामुख्याने भौगोलिक सीमारेषांवर आधारित असते. म्हणजेच पृथ्वीच्या भूतलावर जेवढी राष्ट्रे किंवा राज्ये आहेत त्या प्रत्येकांच्या निश्चित स्वरूपाच्या सीमारेषा निर्धारित झालेल्या आहेत.

(२) या सीमारेषांतर्गत सर्व असलेली नैसर्गिक साधनसामग्री, वेगवेगळया प्रकारची संपत्ती आणि लोकसंख्या यावर संपूर्ण संबंधित राष्ट्राची मालकी असते.

(३) आधुनिक राज्य-राष्ट्र पद्धतीचा लोकसंख्या हा एक अविभाज्य घटक आहे. लोकसंख्या म्हणजेच नागरिक होय. त्यातूनच देशाचे नेतृत्व उदयास येते.

(४) नेता किंवा नेतृत्व ही आधुनिक राज्य-राष्ट्र पद्धतींमधील केंद्रभूत अशा प्रकारची व्यवस्था असते की ज्याद्वारे लोकांवर नियंत्रण ठेवून शासन करणे सोपे जाते.

(५) सत्ता गाजविणे किंवा सार्वभौम किंवा प्रभुत्व असणे हेच आधुनिक राज्य-राष्ट्र शासन पद्धतीमधील सर्वात महत्त्वाचे वैशिष्ट्य मानले जाते. सत्ता गाजविणे किंवा सार्वभौम किंवा प्रभुत्व हिच्या देशांतर्गत जनतेवर आणि नित्याच्या व्यवहारांवर नियंत्रण ठेवले जाते. शिवाय अशा शक्तीवर कोणत्याही बाह्यशक्तीचे वर्चस्व चालत नाही.

(६) राष्ट्रवाद किंवा राष्ट्रभावना, देशप्रेम, एकीची भावना या मानवामधील गुणधर्मांमुळे राज्य-राष्ट्र पद्धतीला बळकटी येते. त्याचप्रमाणे वेगवेगळया आकाराच्या राष्ट्रांना आंतरराष्ट्रीय कायद्यानुसार समानतेची वागणूक दिली जाते.

(७) आंतरराष्ट्रीय समूहामध्ये प्रत्येक राष्ट्र आपली एक वेगळया प्रकारची प्रतिमा निर्माण करण्याचा प्रयत्न करत असते. त्यासाठी ते आपल्या राष्ट्राचे राष्ट्रीय सण, राष्ट्रीय ध्वज, राष्ट्रीय गीत, सेना, राष्ट्रीय चिन्हे किंवा प्रतीके यासारख्या घटकांचा आधार घेत असते.

आंतरराष्ट्रीय राजकारणाचा विकास :

आंतरराष्ट्रीय राजकारणाची सुरुवात आधुनिक राज्य-राष्ट्र पद्धतीच्या विकासानंतर झाली असे मानले जाते.

मध्ययुगीन काळात म्हणजेच १६व्या व १७व्या शतकात युरोपात सामंतशाही व पोपच्या धर्मसत्तेविरुद्ध प्रखर स्वरूपाची आंदोलने झाली. राजा व त्यांची अमर्याद स्वरूपाची सत्ता, धर्मविचार व पोपचे वर्चस्व, अंधश्रद्धा, पारंपरिक रूढी, इत्यादींविरूद्ध त्याकाळी अनेक विचारवंतांनी आपले विचार व्यक्त केले. अमर्याद स्वरूपाच्या अशा या सत्तेच्या विरुद्धचा हा संघर्ष जवळजवळ ३०वर्षे चालला होता आणि यावर तोडगा काढण्यासाठी युरोपातील सर्व शासनकर्ते वेस्टफालिया या गावी एकत्र आले आणि विचारविनिमयानंतर त्यांच्यामध्ये एक तह झाला. या तहामुळे आधुनिक,स्वतंत्र,सार्वभौम, राज्यव्यवस्था उदयास येऊन आंतरराष्ट्रीय राजकारणाचा त्यामुळे उदय झाला असे म्हटल्यास चूक होणार नाही.

राज्य-राष्ट्र पद्धतीच्या विकासामुळे आंतरराष्ट्रीय राजकारणाच्या विकासात भर पडली. म्हणजेच ते एक तुलनात्मक दृष्टीने विचार केल्यास नवीन शास्त्र मानण्यास हरकत नाही.

वेस्टफालिया तह ते पहिले महायुद्ध हा आंतरराष्ट्रीय राजकारणाच्या विकासाचा पहिला टप्पा मानला जातो. या काळात आंतरराष्ट्रीय राजकारण हे पूर्णपणे युरोपातील राष्ट्रांच्या ताब्यात होते. युरोपातील राष्ट्रांच्या परस्परसंबंधातील घडामोडींचा अभ्यास करणे एवढाच त्या काळातील आंतरराष्ट्रीय राजकारणाचा उद्देश होता. या काळातील वेगवेगळ्या प्रकारचे संघर्ष (मग तो दोन देशांतील युद्धाचा संघर्ष असो की, राष्ट्रातील यादवी संघर्ष असो.) त्यातून होणारे संधी किंवा करार यांचा समावेश यामध्ये केला जाई. त्या काळातील राष्ट्रामध्ये पुढील उद्दिष्टांसाठी राष्ट्रांराष्ट्रामध्ये व्यवहार होत असत.

(१) कसेही करून युरोपातील राजेशाही सुरक्षित राहिली पाहिजे.
(२) ख्रिश्चन धर्माचा प्रचार व त्याचे संरक्षण करणे.
(३) वैवाहिक संबंधांद्वारे उच्च राजघराण्यातील रक्ताचे संबंध सुरक्षित ठेवणे.

१८ व्या व १९ व्या शतकात युरोपातील राष्ट्रांनी आफ्रिका व आशिया खंडातील देशांवर आर्थिक वर्चस्व गाजविण्यास सुरुवात केली; कारण त्यावेळी युरोपमध्ये औद्योगिक क्रांती झाली होती. या वसाहतीमधून कच्चा माल युरोपातील कारखान्यांसाठी नेणे व तेथील कारखान्यातून तयार झालेला माल वसाहतीत आणून विकणे. यामधून वसाहतवाद उदयास आला. या खंडातील वसाहतींना हळूहळू संरक्षणाची गरज आहे असे युरोपीयन राष्ट्रांना वाटू लागले त्यातूनच त्यांनी स्थानिक फौज उभी केली. या खंडातील लोक मागासलेले आहेत त्यांना सुधारवण्यासाठीच युरोपातील राष्ट्रांनी राजकीय व लष्करी साम्राज्यवादाचे समर्थन केले. म्हणजेच युरोपातील लोक, मालक व उर्वरित जग हे त्यांचे गुलाम असे चित्र या कालखंडात होते. तसेच जगावर राज्य कोणाचे? आपणच सर्वात प्रबळ असले पाहिजे या इर्षेतून युरोपातील राष्ट्रे एकमेकांत सतत संघर्ष करीत होती. या संघर्षाचा परिणाम म्हणजेच पहिले महायुद्ध होय असे म्हटल्यास चूक होणार नाही. म्हणजेच या काळातील आंतरराष्ट्रीय राजकारण हा विषय शिकवण्याची पद्धतीसुद्धा ऐतिहासिक घडामोडींच्या स्वरूपावर अवलंबून असलेली आपणास दिसून येते.

पहिल्या महायुद्धानंतर म्हणजेच १९१९ पासून ते १९४५ पर्यंत आंतरराष्ट्रीय राजकारणाच्या विकासाचा दुसरा टप्पा मानला जातो. पहिल्या महायुद्धाचे भयंकर स्वरूपाचे परिणाम जगावर झाले. याचा विचार करून आंतरराष्ट्रीय राजकारणासंबंधी वेगळया दृष्टिकोनातून पण स्वतंत्र स्वरूपात अभ्यासाला याच कालखंडात सुरुवात झाली. दुसरे महायुद्ध संपविण्यासाठी अमेरिकेने अण्वस्त्राचा जपानविरुद्ध वापर केला. म्हणजेच या कालखंडातील आंतरराष्ट्रीय राजकारणावर विज्ञान व तंत्रज्ञानाचा प्रभाव जाणवतो. याच कालखंडात मानवाने विज्ञान व तंत्रज्ञानाच्या मदतीने युद्धशास्त्रासाठी वेगवेगळ्या प्रकारची शस्त्रास्त्रे शोधून काढली. त्यातून युद्धशास्त्र प्रगत बनू लागले. दळणवळण यंत्रणेत आमूलाग्र अशा स्वरूपाचे बदल झाले. यामुळेच आंतरराष्ट्रीय राजकारण हळूहळू ऐतिहासिक घडामोडीपासून वेगळे होऊ लागले.

या कालखंडातील सर्वात मूलभूत स्वरूपाचा बदल म्हणजे पहिले महायुद्ध, ज्या युरोपातील राष्ट्रांमुळे झाले. त्या युद्धाचे अतिभंयकर स्वरूपाचे परिणामही सर्वात जास्त त्यांच्यावरच झाले आणि युद्धानंतर जगात शांतता आणि सुरक्षितता राखण्यासाठी व अशा प्रकारचे महाभंयकर स्वरूपाचे महायुद्ध परत होऊ नये, यासाठी यांनीच पुढाकार घेऊन राष्ट्रसंघाची १९१९ मध्ये स्थापना केली. साहजिकच राष्ट्रसंघाची सभासद राष्ट्रेही युरोपातीलच राष्ट्रे होती; पर्यायाने जगात शांतता आणि सुरक्षितता राखणे व अशा प्रकारचे महाभंयकर स्वरूपाचे महायुद्ध परत होऊ नये यासाठी प्रयत्न करणे अशा प्रकारची नवीन उद्दिष्टे आंतरराष्ट्रीय राजकारणासमोर आली. त्यातच पहिल्या महायुद्धाअगोदर युरोपात सुरू झालेल्या वैचारिक क्रांतीला या युद्धानंतर गती प्राप्त झालेली आपणास दिसून येते. यातूनच व्यक्तीस्वातंत्र्य, लोकशाही, निवडणूक, शासनयंत्रणा व त्यावर जनतेचे नियंत्रण यासारखे नवीन पण क्रांतीकारक बदल या महायुद्धानंतर जोमाने विकसित होऊ लागले. या वैचारिक क्रांतीमुळे सर्वात महत्त्वाची घडलेली घटना म्हणजे रशियातील राजेशाही जाऊन जनतेचे राज्य स्थापन झालेली साम्यवादी क्रांती होय. रशियन साम्यवादी क्रांतीबरोबरच इटली व जर्मनीमध्ये हुकूमशाही निर्माण झाल्याने आंतरराष्ट्रीय राजकारणापुढे एक प्रकारचे आव्हान उभे राहिले. युरोपातील राष्ट्रांचे आपसातील मतभेद व संशयी प्रवृत्ती, विचारसरणीतील संघर्ष, दुबळा राष्ट्रसंघ या विविध कारणातून द्वितीय महायुद्धाला सुरुवात झाली. याच काळात आशिया व आफ्रिका खंडांतील राष्ट्रांनी स्वातंत्र्यासाठी आंदोलने करून ते स्वतंत्र झाले. याच काळात नवनवीन कायदे व नियम अस्तित्वात आले.

त्यातूनच आंतरराष्ट्रीय राजकारणाचा अभ्यास अधिक व्यापक व जोमाने, स्वतंत्र व शास्त्रशुद्ध पद्धतीने होऊ लागला.

दुसऱ्या महायुद्धानंतर म्हणजेच १९४५ पासून ते १९९० पर्यंत आंतरराष्ट्रीय राजकारणाच्या विकासाचा तिसरा टप्पा मानला जातो. दुसऱ्या महायुद्धाचे जगावर जे परिणाम झाले. त्या परिणामांमुळे आंतरराष्ट्रीय राजकारणामध्ये आमूलाग्र बदल घडून आले. याच काळात आंतरराष्ट्रीय राजकारणाची जागतिकीकरणाच्या दिशेने वाटचाल सुरू झालेली दिसून येते. दुसऱ्या महायुद्धानंतर आंतरराष्ट्रीय राजकारणातील युरोपचे महत्त्व संपुष्टात आले; कारण या युद्धाअगोदर अव्वल स्थानी असलेल्या फ्रान्स व इंग्लंड या सत्ता दुय्यम स्थानावर आल्या. अमेरिका व सोव्हिएत रशिया महासत्ता म्हणून आंतरराष्ट्रीय राजकारणात उदयास आल्या. आशिया व आफ्रिका खंडातील स्वतंत्र झालेल्या राष्ट्रांनी इतरांच्या बरोबरीने जागतिक राजकारणात मोलाची भर घालण्यास सुरुवात केली.

या कालखंड विकासाचे महत्त्वाचे वैशिष्ट्य म्हणजे अणुशक्तीचा युद्धातील वापर किती भयंकर स्वरूपाचा आहे याचा अनुभव जगाने घेतला आणि आंतरराष्ट्रीय राजकारण त्यामुळे पार बदलून गेले. जास्त भू-प्रदेश, मोठी सेना हे शक्तीची लक्षणे पूर्वीच्या काळी मानली जात होती. त्याची जागा आज आण्विक शक्तीने घेतली आहे. शिवाय अणुशक्तीच्या वापराने आंतरराष्ट्रीय राजकारणाची उद्दिष्टे आणि परिमाणच बदलून गेले. याशिवाय आंतरराष्ट्रीय राजकारणाची पुढील काही उद्दिष्टे निश्चित करण्यात आली.

(१) यापुढे होणारी युद्धे अणुशक्तीमुळे किती विनाशकारी होतील याची कल्पना आल्यामुळे मानव व संपत्तीची हानी टाळण्यासाठी विनाशकारी युद्धे टाळण्यावर भर देणे.
(२) जगामध्ये शांतता व सुरक्षितता कायमस्वरूपी टिकवण्याचा प्रयत्न करणे.
(३) आंतरराष्ट्रीय समूहातील राष्ट्राराष्ट्रांमध्ये सहकार्य वाढीस लावणे.
(४) विनाशक शस्त्रास्त्रांवर नियंत्रण घालणे.

ही उद्दिष्टे अंमलात आणण्यासाठी पूर्वीच्या राष्ट्रसंघातील चुका दुरुस्त करून संयुक्त राष्ट्रसंघ निर्माण करण्यात आला. याच संयुक्त राष्ट्रसंघाने या कालखंडातील आंतरराष्ट्रीय राजकारणात मोलाचे योगदान दिले आहे.

या कालखंड विकासाचे महत्त्वाचे दुसरे वैशिष्ट्य म्हणजे अमेरिका व सोव्हिएत रशिया महासत्ता म्हणून आंतरराष्ट्रीय राजकारणात उदयास आल्या आणि त्यांनी एकमेकांना शह देण्यासाठी शीतयुद्ध सुरू केले. शीतयुद्धामुळे जगातील अनेक राष्ट्रे या महासत्तांच्या दोन गटात विभागली गेली. आण्विक शक्तीच्या जोरावर अमेरिका व सोव्हिएत रशियासारखी राष्ट्रे आंतरराष्ट्रीय राजकारणात वर्चस्व गाजवू लागले. त्याचप्रमाणे आर्थिक शक्तीवरून प्रगत, विकसित व विकसनशील राष्ट्रे अशी तीन गटांत जगातील राष्ट्रांची विभागणी याच कालखंडात झाली; याच कालखंडात महासत्तांच्या आशीर्वादाने जगात ठिकठिकाणी संघर्ष उभे राहिले. एकंदरीत हा कालखंड मोठ्या प्रमाणात संघर्षमय ठरलेला आपणास दिसून येतो.

साधारणपणे १९९० हे वर्ष चौथ्या टप्प्यांच्या आंतरराष्ट्रीय राजकारणाचा विकास कालखंडाची सुरुवात मानली जाते. आंतरराष्ट्रीय राजकारण विकासाचा हा टप्पा अतिशय नाट्यपूर्ण व संघर्षाने भरलेला दिसतो. या कालखंडाची सुरुवात जरी १९९० असली तरी या टप्प्याची ठिणगी मात्र १९८०च्या दशकातच पडलेली आपणास दिसून येते. या दशकात महासत्तांच्या वर्चस्वाला विकसनशील राष्ट्रांकडून आव्हाने मिळू लागली होती. उदा. दोन्ही महासत्तांच्या नियंत्रणाखाली असलेल्या दोन्ही जर्मनींनी एकीकरणाची प्रक्रिया सुरू केली होती. त्यातच सोव्हिएत रशियामध्ये मुक्त विचारांचे वारे खुल्या वातावरणात वाहू लागले आणि त्याचा परिणाम म्हणून १९९१ला सोव्हिएत रशिया या महासत्तेचे विघटन झाले. त्याचवेळी पूर्व

युरोपातील सर्वच साम्यवादी राजवटी कोसळून पडल्या. तेथे मोठ्या प्रमाणात वांशिक दंगली सुरू झाल्या; यामधून जागतिक शांतता व सुरक्षितता मोठ्या प्रमाणात धोक्यात आली. रशियाचे जागतिक राजकारणातील वर्चस्व कमी तर अमेरिकेचे वाढले. जर्मनीचे एकीकरण होऊन शक्तिशाली राष्ट्र बनण्याच्या दिशेने त्यांनी आपली वाटचाल याच कालखंडात सुरू केली.

अमेरिकेचे जगावर एकच्छत्री वर्चस्व निर्माण झाले. अमेरिकेपुढे वेळोवेळी संयुक्त राष्ट्रसंघटना हतबल झालेली दिसते. विकसनशील राष्ट्रांवर अमेरिकाप्रणीत आर्थिक व्यवस्था लादण्यात आल्या. मुक्त व्यापार जोमाने सुरू झाला. भारत, पाकसारख्या राष्ट्रांनी अण्वस्त्रांच्या चाचण्या घेतल्या त्यामुळे शस्त्रास्त्रस्पर्धा व अणुयुद्धाचा धोका वाढला आहे. दहशतवाद ही या कालखंडापुढील सर्वात मोठी समस्या मानली जाते; तसेच जागतिक राजकारणावर अर्थकारणाने मोठ्या प्रमाणात परिणाम केलेला आहे. पर्यावरण संरक्षण व प्रदूषण नियंत्रण या सुद्धा या कालखंडात जागतिक समस्या बनलेल्या आहेत. या सर्व परिस्थितीचा विचार करता १९९० नंतरचा हा कालखंड आंतरराष्ट्रीय राजकारणाच्या दृष्टीने अतिशय गुतांगुतीचा व विस्तीर्ण झाला आहे.

आंतरराष्ट्रीय राजकारण आणि आंतरराष्ट्रीय संबंध :

आंतरराष्ट्रीय राजकारण आणि आंतरराष्ट्रीय संबंध या दोन्ही संकल्पना अनेक वेळा एकाच अर्थाने वापरल्या जातात, पण आंतरराष्ट्रीय व्यवहारांमध्ये त्यांचे वेगवेगळे अर्थ आहेत; त्याचप्रमाणे आंतरराष्ट्रीय राजकारणाचे स्वरूप समजण्यासाठी या दोन्ही संकल्पनेतील फरक हा स्पष्ट झालाच पाहिजे. अर्थात या दोन्ही संकल्पनेच्या व्याप्तीबाबत एखादा निश्चित स्वरूपाचा दृष्टिकोनही सापडत नाही. तरीसुद्धा आंतरराष्ट्रीय संबंधांच्या अभ्यासासाठी आधुनिक व शास्त्रीय दृष्टिकोनाचा वापर करण्यावर भर दिला जातो तर आंतरराष्ट्रीय राजकारणाच्या अभ्यासासाठी ऐतिहासिक व वर्णनात्मक दृष्टिकोनाचा अवलंब केला जातो. शिवाय त्यांची कार्ये करण्याचेही निश्चित असे क्षेत्र नाही. आंतरराष्ट्रीय राजकारण हा आंतरराष्ट्रीय संबंधांचा गाभा आहे असे विचार हॅन्स मॉर्गेन्था व के. डब्ल्यू थॉमसन हे विचारवंत मांडताना दिसतात. या दोन्ही संकल्पनेच्या बाबतीत असे विचार आहेत की, 'आंतरराष्ट्रीय संबंध' ही अधिक व्यापक स्वरूपाची संकल्पना आहे. यामध्ये राष्ट्रा-राष्ट्रातील राजकीय व बिगर राजकीय स्वरूपाचे संबंध, शांततामय तसेच युद्धजन्य काळातील संबंध, त्याचबरोबर आर्थिक, राजकीय, सांस्कृतिक, भौगोलिक, इ. संबंधांचा समावेश होतो; पण आंतरराष्ट्रीय राजकारणाचा अभ्यास फक्त राजकीय संबंधापुरताच मर्यादित असतो. म्हणजेच आंतरराष्ट्रीय राजकारण हा आंतरराष्ट्रीय संबंधाचा एक भाग आहे असे म्हटल्यास चूक होणार नाही. तसेच आंतरराष्ट्रीय राजकारण ही संकल्पना अतिशय महत्त्वाची असते कारण ती सर्व प्रकारच्या आंतरराष्ट्रीय संबंधांवर परिणाम घडवून आणते. तसेच ती आंतरराष्ट्रीय संबंध नियंत्रणात ठेवण्याचे काम करते. तसेच आधुनिक काळाचा विचार करता आंतरराष्ट्रीय शांतता व सुरक्षितता यांचाही विचार आंतरराष्ट्रीय राजकारणामध्ये होऊ लागलेला असल्यामुळे या विषयाची व्याप्ती मोठ्या प्रमाणात वाढलेली आपणास दिसून येते.

आंतरराष्ट्रीय संबंधांचा अर्थ :

आंतरराष्ट्रीय संबंध हा अभ्यासाचा नवीन व स्वतंत्र असा विषय आहे. प्राचीन काळातील राज्ये स्वावलंबी होती. साहजिकच त्या काळातील संबंध फक्त राजकीय क्षेत्रापुरते मर्यादित होते; पण आज राज्यांचे वेगवेगळ्या प्रकारचे संबंध प्रस्थापित झालेले आपणास दिसून येतात. विज्ञान व तंत्रज्ञानातील प्रगतीमुळे तसेच दळणवळणाच्या वेगवेगळ्या क्षेत्रात झालेल्या बदलांमुळे राष्ट्राराष्ट्रांतील अंतर कमी होऊन ते एकमेकांच्या अगदी जवळ आले आहेत. तसेच अलीकडच्या काळात त्यांच्या गरजा मोठ्या प्रमाणात

वाढल्यामुळे ते एकमेकांवर अवलंबून राहू लागले. साहजिकच आंतरराष्ट्रीय संबंधांच्या कक्षा रुंदावल्या आहेत. एका राज्याचे इतर राज्यांबरोबर प्रामुख्याने दोन प्रकारचे संबंध असतात. एक म्हणजे मित्रत्त्वाचे अन् दुसरे म्हणजे शत्रुत्वाचे. मित्रत्वाच्या संबंधात परस्पर सहकार्य व यामध्ये मदतीची अपेक्षा असते. यांना 'गैरराजकीय संबंध' तर काही राज्यात संबंध बिघडतात त्यातून त्यांच्यात युद्धस्थितीही निर्माण होते, अशा वेळी त्यांच्यात शत्रुत्त्वाचे संबंध प्रस्थापित होतात अशा संबंधांना 'शक्तिसंबंध' असे म्हणतात. तर अनेक राज्यांच्या हितसंबंधामध्ये साम्य आढळत नाही म्हणून यांना 'राजकीय हित' असे म्हणतात. आंतरराष्ट्रीय हितसंबंधावरूनच आंतरराष्ट्रीय संबंधाचे स्वरूप ठरत असते.

आंतरराष्ट्रीय संबंधांच्या व्याख्या :

आंतरराष्ट्रीय संबंधांच्या व्याख्या अनेक विचारवंतांनी करण्याचा प्रयत्न केलेला आहे त्यामध्ये

हॅन्स मॉर्गेन्था यांच्या मतानुसार, 'आंतरराष्ट्रीय संबंध म्हणजे राष्ट्राराष्ट्रांतर्गत सत्तेसाठी चाललेला संघर्ष आणि सत्तेचा वापर म्हणजे आंतरराष्ट्रीय राजकारण होय.' तर **पामर आणि पर्किन्स** यांच्या मते, 'आंतरराष्ट्रीय राजकारण किंवा संबंध म्हणजे संक्रमणशील जागतिक समाजाचा अभ्यास होय.' पुढे जाऊन **क्विन्सी राईट** असे म्हणतात, 'आंतरराष्ट्रीय संबंध म्हणजे एखाद्या ऐतिहासिक कालखंडात, जागतिक जीवनमानात महत्त्व प्राप्त झालेल्या प्रादेशिक दृष्ट्या संघटित असलेल्या राष्ट्र-राज्यांमधील संबंध होय.' किंवा 'आपल्या कुटील डावपेचाचा उपयोग करून, प्रभाव पाडून किंवा त्यांच्यावर आपले नियंत्रण प्रस्थापित व्हावे यासाठी कुणाच्या विरोधाची प्रसंगी पर्वा न करता आपले उद्दिष्ट सफल करायला उद्युक्त होणारी कला होय.'

केनथ थॉम्पसन यांच्या मते, राष्ट्राराष्ट्रातील संघर्षाला कारणीभूत ठरणारी परिस्थिती व संस्था परस्परांचे संबंध बिघडविण्यास किंवा सुधारण्यास कारणीभूत ठरतात; त्यांचा अभ्यास म्हणजेच आंतरराष्ट्रीय संबंध होय.'

हार्टमन यांच्या मते, 'ज्या प्रक्रियांद्वारे विभिन्न राज्ये आपल्या राष्ट्रीय हितसंबंधांची जुळवणी इतर राज्याच्या राष्ट्रीय हितसंबंधांशी करीत असतात. या प्रक्रियांना आंतरराष्ट्रीय संबंध असे म्हणतात.'

आंतरराष्ट्रीय संबंधाचे स्वरूप :

वेगवेगळया कालखंडात आंतरराष्ट्रीय संबंधांच्या स्वरूपात बदल घडून आलेले आहे. आज आंतरराष्ट्रीय संबंधांचे स्वरूप मोठ्या प्रमाणात व्यापक बनलेले आहे. पूर्वी हे स्वरूप अतिशय मर्यादित होते; म्हणजेच ते डावपेचात्मक किंवा सैनिकी स्वरूपाचे होते. त्या काळात प्रत्येक राष्ट्राची लोकसंख्याही मर्यादित असल्यामुळेच अशी राष्ट्रे पूर्णपणे स्वावलंबी अशा स्वरूपाची होती.

आज मानवाने विज्ञान व तंत्रज्ञानात केलेल्या प्रगतीमुळे तसेच दळणवळणाच्या वेगवेगळ्या क्षेत्रांत झालेल्या बदलांमुळे राष्ट्राराष्ट्रातील अंतर कमी होऊन ते एकमेकांच्या अगदी जवळ आले आहेत. तसेच अलीकडच्या प्रत्येक राष्ट्राची लोकसंख्या मोठ्या प्रमाणात वाढल्यामुळे त्यांच्या गरजाही मोठ्या प्रमाणात वाढल्या आहेत. त्यातच मानवाने विनाशक स्वरूपाची शस्त्रास्त्रे निर्माण केल्यामुळे जागतिक परिस्थिती तणावाची बनून ते संरक्षणासाठी व इतर गरजांच्या पूर्ततेसाठी एकमेकांवर अवलंबून राहू लागले. त्याचवेळी दुसरीकडे अशा तणावाच्या परिस्थितीमधून जगाला बाहेर काढण्यासाठी व जागतिक शांतता व सुरक्षिततेसाठी आंतरराष्ट्रीय संघटनेच्या निर्मितीवर भर देण्यात आला; यातून आंतरराष्ट्रीय संबंध स्वरूपाच्या कक्षा रुंदावलेल्या आपणास दिसून येतात.

पूर्वीच्या युद्धाचे स्वरूप हे दोन राष्ट्रांपुरतेच मर्यादित होते; तेव्हा आंतरराष्ट्रीय संबंध स्वरूपही मर्यादित असलेले आपणास दिसून येते; पण औद्योगिक क्रांतीने संपूर्ण चित्रच पालटवले. औद्योगिक

क्रांतीमुळे उत्पादनात प्रचंड प्रमाणात वाढ झाली; तयार झालेले उत्पादन विकण्यासाठी व कच्चा माल मिळविण्यासाठी युरोपातील राष्ट्रांनी आशिया आणि आफ्रिका खंडांत जाऊन तेथील राष्ट्रांना गुलाम बनवून आपला माल विकण्यासाठी व तेथील कच्चा माल मिळविण्यासाठी त्यांना वसाहतींचा दर्जा दिला; त्यातूनच वसाहतवाद व साम्राज्यवादाची निर्मिती झाली; यामधूनच युरोपातील या देशांनी एकमेकांना शह देण्यासाठी तसेच जगातील प्रमुख राष्ट्रांनी शस्त्रस्पर्धेला सुरुवात केली. यामधूनच विनाशकारी पहिले व दुसरे महायुद्ध घडून आले. जगातील मानवतेच्या रक्षणासाठी व कल्याणासाठी जगामध्ये आंतरराष्ट्रीय संघटना स्थापन झाल्या तरीही आज मानवी मूल्ये नष्ट होताना दिसून येत आहेत; मात्र प्रत्येक राष्ट्रांच्या धोरणात परिस्थितीनुसार बदल होत आहे. प्रत्येकाच्या अर्थव्यवस्था बदलत आहेत; त्यासाठी प्रत्येक राष्ट्र निरनिराळ्या संघटनात सहभागी होत आहेत; त्यामुळेच जागतिक संघर्षाचे स्वरूपही व्यापक बनले आहे.

आंतरराष्ट्रीय संबंधांच्या स्वरूपात खालील कारणांमुळे बदल घडून आलेले आहेत.

(१) जगात स्वतंत्र राष्ट्रांच्या संख्येत झालेली वाढ : २० व्या शतकाच्या सुरुवातीपर्यंत जागतिक राजकारण युरोपभोवती फिरत होते; कारण संपूर्ण जगावर युरोपातील राष्ट्रांचीच सत्ता होती. द्वितीय महायुद्धानंतर त्यांची ही सत्ता हळूहळू नामशेष होऊन त्यांच्या गुलामगिरीतून अनेक राष्ट्रे स्वतंत्र होऊ लागली. त्यामुळे युरोपातील राष्ट्रांचे महत्त्व कमी होण्यास मदत झाली. साहजिकच आंतरराष्ट्रीय संबंधांचे क्षेत्र व्यापक बनण्यास मदत झाली.

(२) परराष्ट्रसंबंध आखणाऱ्या व्यक्तींच्या संख्येत झालेली वाढ : गुलामगिरीतून मुक्त झालेल्या अनेक राष्ट्रात लोकतांत्रिक शासनाचा उदय झाल्यामुळे परराष्ट्रधोरण आखणाऱ्या व्यक्तींच्या संख्येत मोठ्या प्रमाणात वाढ होण्यास मदत झाली; त्यातूनच आंतरराष्ट्रीय संबंधांचे क्षेत्र व्यापक बनण्यास मदत झाली.

(३) विज्ञान व तंत्रज्ञानातील प्रगती : २० व्या शतकात मानवाने विज्ञान व तंत्रज्ञानामध्ये आमूलाग्र बदल घडवून आणले. अण्वस्त्रासारखे विनाशक शस्त्रास्त्रे निर्माण करण्यात आली. त्यामुळे जगात भीतीचा समतोल निर्माण झाला. त्यातूनच आंतरराष्ट्रीय संबंधांचे क्षेत्र व्यापक बनण्यास मदत झाली.

(४) आंतरराष्ट्रीय संघटनांची स्थापना : २० व्या शतकात झालेल्या दोन महायुद्धांमुळे मोठ्या प्रमाणात विनाश घडून आला. साहजिकच द्वितीय महायुद्धानंतर जगात शांतता व सुरक्षितता स्थापन करण्याच्या हेतूने संयुक्त राष्ट्रसंघाची स्थापना करण्यात आली. त्यामुळेही आंतरराष्ट्रीय संबंधांचे क्षेत्र व्यापक बनण्यास मदत झाली.

आंतरराष्ट्रीय संबंधाची व्याप्ती :

स्वतंत्र अभ्यासाचा विषय म्हणून आंतरराष्ट्रीय संबंधाला मान्यता मिळाली. तेव्हा प्रथमच या विषयाच्या व्याप्तीचा विचार होऊ लागला. आंतरराष्ट्रीय संबंधाला व्याप्तीविषयी अनेक विचारवंतांनी आपले विचार व्यक्त करण्यास सुरुवात केली. त्यामध्ये प्रामुख्याने खालील मुद्द्यांचा समावेश करण्यात आला.

(१) संबंध प्रस्थापित : एका राष्ट्राने आपल्या सीमा उल्लंघन करून दुसऱ्या राष्ट्राबरोबर जे संबंध प्रस्थापित केलेले असतात, त्यांचा समावेश या विषयात केला जातो.

(२) समस्या : जागतिक समुदायातील स्वतंत्र राजकीय समुदायाच्या परस्पर संबंधाबाबत ज्या समस्या असतात त्यांचांच आंतरराष्ट्रीय संबंधांत विचार केला जातो.

(३) प्रश्न : जागतिक, सामाजिक संघर्ष व त्यातील समन्वयातून जे प्रश्न उद्भवलेले असतात. त्यांचाच यामध्ये विचार केलेला असतो. म्हणजेच यांचा प्रमुख उद्देश सामाजिक स्थितीत सुधारणा करणे हा असतो. आंतरराष्ट्रीय संबंध वरील उद्देश पूर्ण करण्याचा सतत प्रयत्न करीत असतो.

(४) परराष्ट्रीय धोरण : परराष्ट्रीय धोरणाचा अभ्यास हा आंतरराष्ट्रीय संबंधाचा केंद्रबिंदू मानला जातो. काही विचारवंत परराष्ट्रीय धोरण व आंतरराष्ट्रीय राजकारणाचा अभ्यास परस्परांशी तंतोतत जुळणारा आहे; असे मत व्यक्त करतात.

(५) राज्यव्यवस्था : आंतरराष्ट्रीय संबंधांच्या अभ्यासात आधुनिक राज्यव्यवस्थेचा आज प्रत्येक व्यक्ती सार्वभौम राज्यव्यवस्थेच्या अंतर्गत राहून आपले हित साध्य करीत आहेत; म्हणूनच या विषयात याचाही अभ्यास करावा लागतो.

(६) राष्ट्रीय हित : आज प्रत्येक राष्ट्र आपले राष्ट्रीय हित साध्य करण्याच्या हेतूने परराष्ट्र धोरणाची निर्मिती करताना दिसून येत आहेत. म्हणूनच या विषयात याचाही अभ्यास करावा लागतो.

(७) राष्ट्रीय सत्ता किंवा शक्ती : आंतरराष्ट्रीय राजकारणात राष्ट्रांचा सत्तेसाठी संघर्ष चालू आहे. आपल्या राष्ट्रशक्तीत कशी वाढ होईल हाच विचार आज प्रत्येक राष्ट्र करताना दिसून येत आहे म्हणजेच राष्ट्रीय हित साध्य करण्याचे राष्ट्रशक्ती हे प्रमुख साधन असल्यामुळे त्याचाही या विषयात अभ्यास करावा लागतो.

(८) राष्ट्रवाद, नववसाहतवाद : आंतरराष्ट्रीय संबंधांच्या व्याप्तीत राष्ट्रवाद, साम्राज्यवाद, वसाहतवाद व नववसाहतवादाचाही समावेश केला जातो. जगातील राजकीय जीवनाचा राष्ट्रवाद हा आत्मा मानला जातो. साम्राज्यवाद व वसाहतवादाची आज समाप्ती झालेली असली तरी त्याची जागा नववसाहतवादांनी घेतलेली आहे; म्हणूनच या विषयात याचाही अभ्यास करावा लागतो.

(९) नियंत्रण ठेवणे : आंतरराष्ट्रीय संबंधांतील राष्ट्रांच्या व्यवहारांवर नियंत्रण ठेवण्याचे कार्य सत्तासमतोल, सामूहिक सुरक्षा, नि :शस्त्रीकरण, आंतरराष्ट्रीय कायदा, आंतरराष्ट्रीय संघटना या साधनाद्वारे केले जाते. आंतरराष्ट्रीय संबंधांच्या व्याप्तीत यांचाही अभ्यास करावा लागतो.

(१०) मानवाची निर्णय घेण्याची क्षमता याचाही अभ्यास आंतरराष्ट्रीय संबंधांच्या व्याप्तीत करावा लागतो. याशिवाय आंतरराष्ट्रीय संबंधांची व्याप्ती खालील पाच प्रकारे दाखवता येते-

(१) आंतरराष्ट्रीय राजनीती

(२) आंतरराष्ट्रीय आर्थिक संबंध

(३) आंतरराष्ट्रीय कायदे व आंतरराष्ट्रीय संघटन

(४) आंतरराष्ट्रीय राजकीय संबंध

(५) आंतरराष्ट्रीय संबंधांचा इतिहास व राजकीय भूगोल

(५. ब) सिद्धान्त

राष्ट्रामधील विविध पातळ्यांवरील परस्परसंबंधांची वैशिष्टे, राष्ट्रांचे वेगवेगळ्या काळातील वर्तन, प्रमुख चल घटकांच्या शोधासाठी वापरण्यात येणारी सुव्यवस्थित, अनुभवस्थित, अनुभवसिद्ध अशा ज्ञानावर आधारित जी पद्धत असते तिलाच 'सिद्धान्त' असे म्हणतात. **ॲण्डी हॉकट** यांनी, राजकीय व्यवस्थेबाबत भूतकालीन वर्तमानकालीन व भविष्यकालीन तत्त्वज्ञान व शास्त्रीयज्ञान म्हणजे 'सिद्धान्त' अशा प्रकारची व्याख्या केलेली आहे, तर अनेक विचारवंतांच्या मते एखाद्या गोष्टीसंबंधी किंवा वस्तुस्थितीविषयी ज्ञान प्राप्त करून देण्याच्या दृष्टीने नियमांच्या स्वरूपात सुसंगत आणि पद्धतशीर जी विचारसरणी मांडण्यात येते तिला 'सिद्धान्त' असे म्हणतात. सिद्धान्तांमुळेच आंतरराष्ट्रीय राजकारण हा विषय स्वतंत्र अभ्यासविषय म्हणून विकसित झालेला आहे; तसेच सिद्धान्तांमुळे या विषयाचा पायासुद्धा भक्कम होण्यास मदत झाली असून या विषयाची व्याप्ती विस्तीर्ण बनली आहे; म्हणजेच सामाजिक शास्त्रांमध्ये सिद्धान्त या संकल्पनेला

स्वत:चा अर्थ व व्याप्ती असते. यातील विविध सिद्धांतांमुळे आंतरराष्ट्रीय राजकारणाच्या अभ्यासाला सैद्धान्तिक स्वरूपाचे अधिष्ठान प्राप्त होऊन निश्चित स्वरूपाची दिशाही मिळालेली आहे. आंतरराष्ट्रीय संबंधात काही विचारवंतांनी सिद्धांताच्या संदर्भात खालील तीन आवश्यक तत्त्वे गृहीत धरले आहेत-

(१) संशोधनासाठी उपयुक्त ठरणाऱ्या प्रश्नांचा संच, तत्त्वे गृहीत धरली आहेत.

(२) संकल्पनेचा असा आराखडा ज्याद्वारे कामचलाऊ,गृहीत तत्त्वे निर्धारित करणे जेणेकरून संशोधनास मदत होईल.

(३) संशोधनाला पूरक ठरणारे परस्पर सिद्धांतसिद्धांतांचे तत्त्वज्ञानाशी निकटचे संबंध असतात. याशिवाय सिद्धांतांची आणखी काही तत्त्वे खालीलप्रमाणे आहेत.

सिद्धांतांची तत्त्वे :

(१) वास्तविकतेचा अभ्यास
(२) सार्वधिकता व कालनिरपेक्षता
(३) सत्याचार व आदर्शांचा शोध
(४) मूल्यनिरपेक्षता
(५) व्यावहारिकता
(६) हितसंबंधांचा विचार
(७) विचारसरणी
(८) त्रुटींचा शोध घेऊन उपाययोजना करणे
(९) सूत्रबद्ध मांडणी
(१०) संशोधनाला व पूर्ण विचाराला वाव

सिद्धांतांची वैशिष्ट्ये :

(१) एखादी घटना स्पष्ट व तिचे विश्लेषण करणे यासाठी सिद्धांत ही चांगली पद्धत आहे.

(२) सत्याचा शोध घेणे व सत्य जगासमोर मांडण्याचा प्रयत्न करणे हे सिद्धांतांचे प्रमुख उद्दिष्ट आहे.

(३) राष्ट्राराष्ट्रांमधील वेगवेगळ्या प्रकारच्या संबंधांचे वर्गीकरण सिद्धांतांमुळेच शक्य होते.

(४) जगात शांतता व सुव्यवस्था स्थापन करण्यासाठी ज्या आंतरराष्ट्रीय संघटना किंवा आंतरराष्ट्रीय व्यवस्था निर्माण करण्यात आली आहे, याचे वेगवेगळे पैलू जगासमोर मांडण्याचे काम हे सिद्धांत करतात.

(५) सत्तासमतोल, सौदेबाजी, परराष्ट्रधोरण, राजनय इ. च्या निर्मिती प्रक्रियेवर परिणाम करणाऱ्या घटकांचे सविस्तर स्पष्टीकरण सिद्धान्तांमध्ये केले जाते.

(६) एखाद्या घटनेचे स्पष्टीकरण व त्या घटनेच्या विश्लेषणाबरोबरच घटनेतील त्रुटींचाही शोध घेण्याचा प्रयत्न सिद्धांतात केला जातो.

सिद्धांतांची भूमिका :

(१) आंतरराष्ट्रीय राजकारण व आंतरराष्ट्रीय संबंधांचा अर्थ, स्वरूप व व्याप्तीमध्ये घडून आलेल्या बदलानंतर त्या संदर्भातील सत्याची पडताळणी करून ती जगासमोर मांडण्यासाठी सिद्धांतांची आवश्यकता मोठ्या प्रमाणात जाणवू लागली.

(२) आंतरराष्ट्रीय राजकारण व संबंधांविषयीच्या ज्या वेगवेगळया संकल्पना आहेत त्यांची सविस्तर माहिती विशिष्ट आकडेवारीसह जगासमोर मांडणे.

(३) आंतरराष्ट्रीय राजकारण व संबंधांविषयीच्या अभ्यासाला निश्चित स्वरूपाची दिशा दाखविण्याचे

काम करणे.

(४) जगामध्ये ज्या वेगवेगळ्या स्वरूपाच्या घडामोडी घडतात त्यांचा अर्थ व त्यांची भूमिका समजावून घेण्यासाठी सिद्धान्ताचा उपयोग केला जातो.

(५) आंतरराष्ट्रीय राजकारण व संबंधांविषयीच्या संशोधनाला प्रोत्साहन देण्याचे काम सिद्धांतांमुळे सोपे होते.

(६) परराष्ट्रधोरण, लष्करी धोरण, आर्थिक धोरण, राजनय याबाबत चांगल्या प्रकारचा निर्णय घेण्यासाठी तसेच शासनकर्त्यांना योग्य दिशा दाखविण्याचे काम सिद्धांत करतात.

(७) आंतरराष्ट्रीय राजकारण व आंतरराष्ट्रीय संबंध यांची उपयोगिता समजविण्यासाठी सिद्धांताचा चांगल्या प्रकारे उपयोग होतो.

वरील विविध मुद्द्यांसाठी सिद्धान्त ही संकल्पना आवश्यक बनली असून आंतरराष्ट्रीय संबंधांत तिच्या या भूमिकेचे चांगल्या प्रकारे समर्थन केले गेलेले आपणास दिसून येते.

(५. ब. १) आदर्शवाद किंवा चिद्वाद

आंतरराष्ट्रीय संबंधातील 'आदर्शवादी सिद्धांत' हा फार जुना सिद्धांत म्हणून ओळखला जातो. १७व्या व १८ व्या शतकात या सिद्धान्ताने फ्रेंच व अमेरिकन स्वातंत्र्य आंदोलनाला मार्गदर्शन केलेली दिसून येते, त्यानंतर आंतरराष्ट्रीय राजकारणातील आदर्शवादी मांडणी होऊ लागली आहे. आंतरराष्ट्रीय राजकारणात आदर्शवादी सिद्धांताने खालील मूलभूत स्वरूपाचे विचार मांडलेले दिसून येतात.

(१) मानवी स्वभाव मुळातच सद्गुणी, परस्परांना सहकार्य करणारा, नीतिमत्ता पाळणारा असा आहे.
(२) युद्ध हे वाईट कृत्य असून जागतिक पातळीवर सर्वांनी सामूहिक रीत्या त्याचा विरोध केला पाहिजे.
(३) इतरांबरोबरच स्वत :चाही विकास करणे या मानवातील उपजत गुणामुळेच सर्वांचा सहज विकास घडून येतो.
(४) मानवातील वाईट प्रवृत्ती या वाईट व्यक्तीमुळे नसून वाईट संस्था आणि रचनेमुळे निर्माण होतात.
(५) या संस्था मानवाला प्रलोभने दाखवून वाईट वागण्यास प्रवृत्त करतात त्यामुळे त्यांच्यामध्ये स्वार्थ जाणवतो.
(६) हा स्वार्थ व प्रलोभनेच युद्धासारख्या घृणास्पद वाईट प्रकाराला जन्म देतात.
(७) आंतरराष्ट्रीय नीतिमत्तेचा प्रसार करून आणि पारंपरिक भेदभाव पूर्ण व्यवहारांचा त्याग करून आंतरराष्ट्रीय राजकारणातील व्यवहारांचे नियमन करता येणे.
(८) जगामधून युद्ध, असमानता, हुकूमशाही राजवट यांचे पूर्ण उच्चाटन व्हावे.
(९) जगामधून शस्त्रे आणि व्यापारांवरील नियंत्रणे नष्ट व्हावीत.
(१०) आंतरराष्ट्रीय समस्या सोडविण्यासाठी एक जागतिक संघटना असावी.
(११) पहिल्या महायुद्धाचे भयंकर असे परिणाम पाहता आंतरराष्ट्रीय राजकारणातील सर्व व्यवहार खुलेपणाने व्हावेत व त्यामध्ये पारदर्शकता असावी.
(१२) आदर्शवादी सिद्धांतांचे अंतिम उद्दिष्ट साऱ्या जगाचे संघराज्य स्थापन करणे हे आहे .
(१३) नैतिकतेवर आधारित सर्व प्रकारच्या शोषणाला प्रोत्साहित करणारे घटक नष्ट करून व्यापक स्वरूपात मानवाचे कल्याण साधणारे जागतिक परिस्थिती निर्माण करणे हेसुद्धा आदर्शवादाचे उद्दिष्ट आहे.

पहिल्या व दुसऱ्या महायुद्धाचा जो काळ आहे यावर या सिद्धांताचा विशेष प्रभाव पडलेला दिसतो.

रूसो, कांट, वुड्रो विल्सन यांच्यासारख्या विचारवंतांनी या सिद्धांतांचा पुरस्कार केलेला दिसून येतो. या विचारवंतांच्या दृष्टीने या नव्या जगात सतत मानवीय कल्याण साधले जाईल व त्यामुळे प्रगती होईल कारण त्यात बुद्धी, शिक्षण आणि विज्ञानाच्या आधारे व्यवहार करण्यात येतील. त्याचप्रमाणे जगात कायमस्वरूपी शांतता प्रस्थापित करण्यावर भर दिला जाईल. अमेरिकेचे अध्यक्ष वुड्रो विल्सन यांनी पहिल्या महायुद्धानंतर जागतिक शांततेसाठी व्हर्सायचा तह पराभूत राष्ट्रांबरोबर केला. त्यामध्ये त्यांचे आदर्शवादी विचार दिसून येतात. एवढेच नाही तर त्यांच्या ज्या १४ तत्त्वांवर राष्ट्रसंघाची निर्मिती झाली. ही १४ तत्त्वे आदर्शवादी विचारांनी प्रभावित झालेली आहेत. ती आदर्शवादी तत्त्वे खालीलप्रमाणे आहेत

(१) शस्त्रास्त्रकपात व शस्त्रास्त्रनिर्मितीवर बंधने घालणे.
(२) रशियन प्रदेशातून सैन्य मागे घ्यावे.
(३) फ्रान्समधून जर्मनीने सैन्य काढून घ्यावे.
(४) बेल्जियमला सार्वभौमत्व प्रदान करण्यात यावे.
(५) ऑस्ट्रिया-हंगेरीतील जनतेला स्वयंनिर्णयाचा हक्क देण्यात यावा.
(६) ऐतिहासिक परंपरेच्या आधारे बाल्कन राज्यांची पुनर्रचना, सर्बिया, रुमानिया तसेच माँटेनिग्रोमधून सैन्य काढून त्यांना स्वातंत्र्य बहाल करणे सर्बियाला समुद्रमार्ग मिळवून देणे.
(७) तुर्कस्थानच्या अधिपत्तेखालील पारतंत्र्यात असलेल्या लोकांना स्वयंनिर्णयाचा अधिकार देणे, तसेच आंतरराष्ट्रीय हमीवर दार्दानिल्सची सामुद्रधुनी सर्व राष्ट्रांच्या जहाजांना व व्यापाराला खुली करणे.
(८) पोलंडला स्वातंत्र्य दिले जावे, पोलंडला समुद्रमार्ग देण्याकरिता आवश्यक असलेला प्रदेश आंतरराष्ट्रीय करारान्वये दिला जावा.
(९) सर्व लहान-मोठ्या राष्ट्रांचे राजकीय स्वातंत्र्य व प्रादेशिक अखंडत्व निश्चित अशा करारान्वये टिकविण्यासाठी किंवा आंतरराष्ट्रीय समस्या, शांतता व सहकार्याच्या माध्यमातून सोडविण्यासाठी जागतिक संघटनेची निर्मिती करणे. उदा. राष्ट्रसंघ.
(१०) राष्ट्रीय दृष्ट्या इटालीच्या सीमारेषांची निर्मिती करणे.
(११) साम्राज्यवादी राष्ट्रांच्या ताब्यातील वसाहतींना स्वयंनिर्णयाचा हक्क देणे.
(१२) मुक्त आंतरराष्ट्रीय करार किंवा तह यांचा पुरस्कार करणे.
(१३) जगातील सर्व राष्ट्रांना सागरी स्वातंत्र्य देणे.
(१४) जगातील सर्व राष्ट्रांना व्यापारविषयक समान संधी व मुक्त आंतरराष्ट्रीय व्यापाराच्या सवलती देणे.

आदर्शवादी सिद्धांताची वैशिष्ट्ये :

(१) उदारमतवादी दृष्टिकोनावर हा सिद्धान्त आधारलेला आहे.
(२) रूसो, कांट, वुड्रो विल्सन यांच्यासारख्या विचारवंतांच्या विचारांतून हा सिद्धांत विकसित झालेला आहे.
(३) १७ व्या व १८ व्या शतकात या सिद्धांताने फ्रेंच व अमेरिकन स्वातंत्र्य आंदोलनाला मार्गदर्शन केले.
(४) जागतिक शांतता, सुव्यवस्था व सुरक्षिततेला हा सिद्धान्त प्राधान्य देणारा आहे.
(५) शिक्षण व आंतरराष्ट्रीय संघटनेच्या जोरावर हा सिद्धान्त जागतिक रचनेची कल्पना राबवू शकतो.
(६) जागतिक रचनेच्या कल्पनेत हिंसा, युद्ध यांना थारा नसेल तर सगळीकडे शांतताच असेल.
(७) स्वातंत्र्य, बंधुत्व, क्षमता व न्याय या मूल्यांवर या सिद्धांतांची विचारसरणी आधारलेली आहे.
(८) लोकांच्या चांगलेपणावर, सहकार्यावर हा सिद्धांत अवलंबून आहे.

(९) संस्थेच्या किंवा चांगल्या संरचनात्मक परिवर्तनावरच व्यक्तींमधील दुर्गुण दूर होतील यावर या सिद्धांताचा विश्वास आहे.

(१०) युद्ध हे वाईट कृत्य असून जागतिक पातळीवर सर्वांनी सामूहिकरीत्या त्याचा विरोध करण्यासाठी जागतिक संघटना स्थापन करण्यावर हा सिद्धांत भर देतो.

जागतिक रचनेची आदर्शवादी कल्पना : जगामध्ये एकच आदर्शवादी जागतिक रचनेची कल्पना निर्माण करण्यासाठी खालील प्रकारची **उपाययोजना** चांगल्या प्रकारे राबवल्यास यशस्वी होईल.

(१) आंतरराष्ट्रीय संघटना : आदर्शवादी जागतिक रचनेच्या निर्मितीसाठी चांगल्या आंतरराष्ट्रीय संघटनेची निर्मिती आवश्यक आहे. या संघटना आंतरराष्ट्रीय संघर्ष, शांततेच्या व चर्चेच्या माध्यमातून सोडवण्याचा प्रयत्न करतात. त्यातूनच जागतिक युद्धाचा प्रसंग टाळण्यास मदत होते.

(२) आंतरराष्ट्रीय कायदा : आदर्शवादी जागतिक रचनेची कल्पना ही प्रामुख्याने आंतरराष्ट्रीय कायद्यावर त्यातील संकेत, रूढी, परंपरेवर आधारित आहे. आदर्शवाद्यांच्या मते राष्ट्रशक्तीवर नियंत्रण ठेवण्यासाठी हा कायदा आवश्यक आहे. तसेच युद्धाचा धोका टाळण्यासाठी, तसेच जागतिक शांतता व सुरक्षिततेसाठी प्रत्येक राष्ट्रांने आंतरराष्ट्रीय कायद्याचे पालन हे केलेच पाहिजे. या आंतरराष्ट्रीय कायद्याच्या संरक्षणाची व त्यांच्या अंमलबजावणीची जबाबदारी जागतिक संघटनेवर असून त्यासाठी जागतिक राष्ट्रांच्या सामूहिक सहकार्याची आवश्यकता असते.

(३) शस्त्रास्त्रांवर नियंत्रण : आदर्शवादी जागतिक रचनेची कल्पना यशस्वी करावयाची असेल तर सर्वप्रथम युद्धे बंद झाली पाहिजेत. युद्धे शस्त्रास्त्रांमुळे होतात. त्यामुळे जागतिक शांतता धोक्यात येते. पर्यायाने हा युद्धाचा धोका टाळण्यासाठी शस्त्रास्त्रे नष्ट करणे आवश्यक आहे; तसेच आदर्शवादी जागतिक रचनेची कल्पना ही प्रामुख्याने अहिंसेवर आधारित असून त्यासाठी शस्त्रास्त्रांवर नियंत्रण आवश्यक आहे.

(४) नैतिकतेचा पुरस्कार : युद्धे, गटबाजी, सत्तेचा समतोल या अनैतिक गोष्टी आहेत. याचा जगातील राष्ट्रांनी त्याग केला पाहिजे. तरच राष्ट्राराष्ट्रांतील परस्पर संशय, तणाव, अविश्वास कमी होण्यास मदत होईल, म्हणजेच आदर्शवादी जागतिक रचनेची कल्पना यशस्वी करण्यासाठी नैतिकतेच्या धोरणांचा पुरस्कार केला पाहिजे.

आदर्शवाद सिद्धांताचे दोष किंवा टीकात्मक परीक्षण :

(१) या सिद्धांतातील पहिली अडचण अशी आहे की, यानुसार आदर्शस्थिती त्याचवेळी निर्माण होईल की, जेव्हा राष्ट्रे सत्तेच्या ऐवजी व्यवहारात नैतिकतेचे पालन करून व्यवहार करतील परंतु व्यवहारात अशी स्थिती निर्माण होणे शक्य नाही.

(२) आदर्शवादी जागतिक रचनेची कल्पना आंतरराष्ट्रीय कायदा व नैतिकतेवर आधारलेली आहे हे एक स्वप्न वाटते की, जे खरे कधीच होत नाही.

(३) राष्ट्र-राज्यांकडून ज्या व्यवहारांची अपेक्षा या सिद्धांतात केली जाते तशा प्रकारे राज्ये प्रत्यक्षात वागत नाहीत.

(४) आदर्शवादी जागतिक रचनेची कल्पना ही अहिंसेवर आधारित असणे शक्य नाही, कारण आपल्या राष्ट्रीय हितासाठी जगातील प्रत्येक राष्ट्र आपली शक्ती वाढविण्याचा प्रयत्न करताना दिसून येते.

(५) आदर्शवादी जागतिक रचनेची कल्पना तेव्हाच यशस्वी होईल ज्यावेळी राष्ट्रे युद्धाऐवजी चर्चेतून जागतिक शांतता व सुव्यवस्था निर्माण करण्याचा प्रयत्न करतील परंतु व्यवहारात हे शक्य नाही.

(६) या सिद्धांताच्या निर्मितीशी लोकशाही पद्धतीने सर्वंकषवाद आणि शक्ती यांना नष्ट करावे

लागेल आणि त्यासाठी जागतिक शासनाची निर्मिती करावी लागेल; या सर्वच गोष्टी व्यवहारात अशक्य वाटतात.

(७) या सिद्धांताचे विचार वास्तवतेला धरून नाहीत तर ते कल्पनेवर आधारलेले आहेत.

(८) आंतरराष्ट्रीय संघटना व आंतरराष्ट्रीय कायदा यांचे पालन जगातील कोणतेही राष्ट्र मनापासून करत नाही.

(९) जगातील प्रत्येक राष्ट्र आपल्या परराष्ट्रीय धोरण व राजनयाच्या माध्यमातून राष्ट्रीय हितसंबंधाची जोपासना करताना दिसते त्याचवेळी ते दुसऱ्याकडे तिरस्काराने पाहते यातूनच संघर्षाची परिस्थिती निर्माण होऊन जागतिक शांतता धोक्यात येते.

या सर्व दोषांमुळे आदर्शवादी सिद्धान्त इतरांच्या मागे पडलेला आहे.

(५. ब. २) वास्तववाद

हा सिद्धान्त १९३० नंतर विकसित होऊ लागला, परंतु हा खऱ्या अर्थाने दुसऱ्या महायुद्धानंतर विकसित झाला. आंतरराष्ट्रीय संबंधाच्या अभ्यासाचा वास्तववादी सिद्धान्त हा एक महत्त्वाचा आहे. आदर्शवादी सिद्धांत आंतरराष्ट्रीय राजकारणातील समस्या सोडविण्यास किंवा त्याचे विश्लेषण करण्यास अपुरा पडला. त्यातूनच जगातील राष्ट्रांना राजकीय वास्तव्याला सामोरे जावे लागले. त्याची एक प्रतिक्रिया म्हणून हा सिद्धांत उदयास आला. त्याचप्रमाणे आदर्शवादी सिद्धांतांमध्ये काही अस्वीकारार्ह अशा तरतुदी होत्या, त्यामध्ये व्यवहारिकता नव्हती. या पार्श्वभूमीवर ड्राइष्क, नित्झे, कॉकमन, क्विन्सी राइट इत्यादी विचारवंतांनी आपले या संदर्भातील दृष्टिकोन मांडले. या सर्व विचारवंतांमध्ये इतर काही बाबतीत मतभेद असले तरी राजकारणामध्ये सत्ता हा प्रमुख घटक असतो. राजकारण मग ते राष्ट्रांतर्गत असो वा आंतरराष्ट्रीय असो तशा प्रकारे सत्तेची प्राप्ती, रक्षण आणि वाढ हा राजकीय प्रक्रियेचा गाभा असतो, याबाबत सर्व वास्तवादी विचारवंतांचे एकमत आहे.

वास्तववादी सिद्धांतांमध्ये प्रत्येक देशाचा राजकीय नेता स्वत :च्या देशाच्या हिताचा सर्वप्रथम विचार करतो. त्यासाठी सत्ता आणि शक्तीचा वापर करतो. त्याने सत्तेचा वापर योग्य मार्गाने केला नाही तर त्या राष्ट्रातील जनता त्याला सत्तेवर ठेवत नाही, ही वस्तुस्थिती आहे. सत्ता संपादन करणे आणि ती टिकविणे हा राजकारणाचा प्रमुख भाग आहे. कोणत्याही प्रकारे सत्ता टिकविणे, सत्तेवर आपले वर्चस्व निर्माण करणे, ही सत्ता राष्ट्रीय सत्तांवर आंतरराष्ट्रीय स्तरावर प्रस्थापित करणे. हे करताना नैतिक-अनैतिक कोणते योग्य कोणते अयोग्य याकडे विशेष पाहिले जात नाही. राजकारणात ध्येयप्राप्तींचा विचार केला जातो, मार्गांचा नाही. सत्तास्पर्धेमध्ये राजकारण हे अनीतीने होते असेही म्हणता येणार नाही पण ही नीतितत्त्वे काटेकोरपणे पाळली जात नाहीत. आंतरराष्ट्रीय राजकारणातील नैतिकता परिस्थितीसापेक्ष मानली जाते राष्ट्रीय नीतिमत्ता व आंतरराष्ट्रीय नीतिमत्ता यामध्ये फरक असल्याचे मान्य करण्यात येते. आंतरराष्ट्रीय क्षेत्रांत सत्ता हीच आपला प्रभाव निर्माण करीत असते. आपल्या हितसंबंधाचे रक्षण प्रत्येक राष्ट्राने करावे. हा त्यांचा हक्क आहे हे जरी खरे असले तरी दुबळ्या राष्ट्रांना आपल्या हितसंबंधाच्या रक्षणासाठी मोठ्या शक्तिशाली राष्ट्रांच्या इच्छेवर अवलंबून राहावे लागते ही वस्तुस्थिती आहे; म्हणून यालाच 'वास्तववादी सिद्धान्त' असे म्हणतात.

सत्तासिद्धान्त किंवा वास्तववादी सिद्धान्ताची तत्त्वे :

(१) आंतरराष्ट्रीय संबंध म्हणजे सत्ता संघर्ष आहे की, जो सतत सुरू असतो. यामुळे प्रत्येक राष्ट्राचे परराष्ट्र धोरणही त्यानुसार निर्धारित होते. जागतिक राजकारणात शक्तिप्रदर्शन किंवा बलसंवर्धन हे एक प्रमुख उद्दिष्ट असते.

(२) जागतिक पातळीवर चांगला-वाईट, शांतता-युद्ध असा कधीही न संपणारा संघर्ष चालू असतो. त्यातूनच सत्तेची लालसा निर्माण होते. परंतु, मॉर्गेन्थांच्या मत्ते सत्ता ही राष्ट्रीय हित साध्य करण्याचे चांगले साधन आहे. आंतरराष्ट्रीय राजकारणात सत्ता ही साध्य व साधन दोन्ही ठरते म्हणजेच सत्तेद्वारे राष्ट्रहित साध्य करायचे आणि सत्ताही वाढवयाची अशा प्रकारची अखंड प्रक्रिया सुरू असते.

(३) राष्ट्रीय हित साध्य करताना योग्य प्रमाणात व ज्याद्वारे जास्तीतजास्त फायदा होत असेल त्यानुसार शक्तीचा किंवा बळाचा वापर करणे सर्वथा योग्य असते.

(४) सत्तासंघर्ष किंवा बलसंवर्धन करताना प्रत्येक देश आपले राष्ट्रीय हित जोपासण्याचा प्रयत्न करतो; त्यानुसार परराष्ट्रधोरण निर्धारित होते; म्हणजे राष्ट्रीय हित बलाच्या स्वरूपात परिभाषित करून मांडले जाते.

(५) या सिद्धांतांमध्ये आंतरराष्ट्रीय राजकारणात वापरण्यासाठी अनेक उपाय सांगितले आहेत. कौटिल्याने आपल्या अर्थशास्त्र या ग्रंथात साम, दाम, दंड, भेद व तटस्थता असे उपाय सांगितले. मॉर्गेन्थाने सत्ता नियंत्रणाद्वारे शांतता प्रस्थापित करणे, सत्ता हस्तांतरित करणे आणि सोईनुसार सत्तेवर बंधने घालणे हे उपाय सांगितले आहेत. त्याचप्रमाणे सत्तेचा अविवेकी किंवा अतिरेकी वापर न करता वेळप्रसंगी स्थितीस्थापकता निर्माण करणे हासुद्धा उपाय सांगितला आहे.

(६) हा सिद्धांत बुद्धी, अनुभव,तर्कशुद्धता आणि वास्तविक परिस्थिती यांना महत्त्व देतो. त्यासाठी प्रथम आंतरराष्ट्रीय व्यवहारांचे नियमन करणारे, सर्वसाधारण नियम, देशाचे परराष्ट्रधोरण, पुढाऱ्यांचे वर्तन इत्यादी उपलब्ध तथ्यांचा अभ्यास करणे आवश्यक आहे.

(७) या सिद्धांतामध्ये कोणत्याही प्रकारच्या भावना, तत्त्व किंवा नीतिमत्तेला स्थान नाही. निव्वळ राष्ट्राचे हित साध्य करण्यासाठी जे जे आवश्यक आहे ते करणे हेच खरे ध्येय आहे.

हा सिद्धांत वास्तववादी, तर्कनिष्ठ आणि विवेकपूर्ण विचार आहे. त्यामध्ये सत्तेचा अमर्याद वापर किंवा अविवेकी विचार नाही. कौटिल्य किंवा मॉर्गेन्था दोघांनीही सत्ताकांक्षी राज्यकर्त्यांना राजनयाचा अवलंब करण्यास बजावले आहे. कोणत्याही प्रकारचा अतिरेक टाळून सत्ता समतोल कायम राखीत जागतिक शांतता स्थापन करण्याचा उद्देश यामध्ये आहे.

मॉर्गेन्थाचा वास्तववादी सिद्धान्त :

हॅन्स मॉर्गेन्था या जर्मन विचारवंताने आपल्या 'पॉलिटिक्स अमंग नेशन्स' या ग्रंथात अतिशय शास्त्रशुद्ध आणि व्यावहारिक विश्लेषण करून हा सिद्धांत मांडला. त्यालाच 'सत्ता सिद्धांत' किंवा 'वास्तववादी सिद्धांत' असेही म्हणतात. मॉर्गेन्था यांनी वास्तववादी विचारांना आणि त्यातील सत्तेच्या संकल्पनेला मध्यवर्ती कल्पना मानले आहे. व्यक्तीचे इतर व्यक्तीच्या मनावरील आणि कृतीवरील नियंत्रण म्हणजे सत्ता अशी त्याने सत्तेची व्याख्या केली आहे. आंतरराष्ट्रीय राजकारणात सत्ता हीच प्रामुख्याने प्रभाव पाडीत असते; तसेच आंतरराष्ट्रीय संबंध म्हणजे एकप्रकारचा सत्तासंघर्ष असून प्रत्येक राष्ट्राचे परराष्ट्र धोरण हे सत्तेला महत्त्व देत असते, इतरांवर आपली सत्ता कशी गाजवता येईल हीच प्रत्येक राष्ट्राची इच्छा असते. यासाठीच जगातील सर्व राष्ट्रे प्रयत्न करीत असतात. आपापल्या हितसंबंधाच्या प्रयत्नातूनच संघर्ष वाढतो; या संदर्भातही मॉर्गेन्था यांनी सामूहिक सुरक्षितता, आंतरराष्ट्रीय न्यायव्यवस्था, संयुक्त राष्ट्रसंघ, शस्त्रनियंत्रण या प्रकारचे संघर्ष नियंत्रणाचे मार्ग सांगितले आहेत. यांच्या सहकार्याने संघर्ष नियंत्रित करता येतात आणि त्याद्वारे शांतता प्रस्थापनेसाठी आदर्श राजनय पद्धतीचा वापर करून आंतरराष्ट्रीय वादाची भावना निर्माण करता येते. मॉर्गेन्थाने साररूपाने आपल्या सिद्धांताची **सहा तत्त्वे** खालीलप्रमाणे सांगितली आहेत.

(१) आंतरराष्ट्रीय राजकारणाचे वास्तविक नियमांद्वारे नियंत्रण : सामान्य नियमाप्रमाणेच राजकारणदेखील काही ठराविक नियमांद्वारे नियंत्रित होत असते. आंतरराष्ट्रीय समाजाच्या राजकीय व्यवहारांची माहिती करून घेण्यासाठी किंवा त्यात सुधारणा करण्यासाठी प्रथम या नियमांची माहिती करून घेणे गरजेचे आहे. हे नियम कोणत्याही नैतिक नियमांद्वारे नियंत्रित होत नसतात. हा सिद्धांत सत्यास यथार्थ व बौद्धिक मानतो. हा सिद्धांत बुद्धी व अनुभव यांना राजकीय सिद्धांतांचे आधार मानतो. उदा. एखाद्या देशाचे परराष्ट्रधोरण समजण्यासाठी तेथील घटना व परिणामांचे विश्लेषण करणे आवश्यक असते. राजकीय पुढाऱ्यांनी केलेल्या कार्याद्वारेच त्यांच्या उद्देशांचा अंदाज लावता येतो, अशा प्रकारे तेथील तथ्यांचे तर्कसंगत विश्लेषण करून काही निष्कर्ष काढता येतात व तथ्यांची रचना करता येते.

(२) राष्ट्रीय हित साध्य करण्यात शक्तीचा उपयोग करणे : वास्तववादी विचारवंत कोणत्याही नैतिकतेचा विचार न करता केवळ कोणत्या परिस्थितीत राष्ट्रीय हिताच्या दृष्टीने कोणते कार्य योग्य ठरेल, याचाच विचार करतात. त्यांच्या मते परराष्ट्रधोरणाचा उद्देश राष्ट्रीय हित साध्य करणे हाच असला पाहिजे, वास्तववादी केवळ विशुद्ध राष्ट्रीय हित व शक्तीद्वारे त्याचा प्रसार हे आंतरराष्ट्रीय राजकारणाचे मुख्य तत्त्व मानतात.

(३) परिस्थितीच्या संदर्भात राष्ट्रीय हिताचा विचार : राष्ट्रीय हित हेच आंतरराष्ट्रीय राजकारणाचे उद्दिष्ट आहे व शक्तीवर आधारित राष्ट्रीय हिताचा विचार करणे व त्यानुसार शक्तीचा उपयोग करणे आवश्यक ठरते.

(४) नैतिक आदर्शाबाबत वास्तववादी दृष्टिकोन : नैतिकता या तत्त्वाबाबत वास्तववाद्यांचा प्रखर विरोध नाही; तरीही नैतिक सिद्धांतांना राज्याचे धोरण ठरविताना आधार म्हणून मान्य करणे त्यांना मान्य नाही; नैतिक सिद्धांतांचे राजकीय व्यवहारात थोडेफार महत्त्व जरूर आहे. परंतु, त्यासाठी देश, काळ व परिस्थितीनुसार त्यांचे स्वरूप ठरत असते. वास्तववादी लेखक राजकारणात विवेक अथवा बुद्धीला अधिक महत्त्व देतात.

(५) राष्ट्रीय व आंतरराष्ट्रीय सामान्य नैतिक नियमांत वेगळेपणा : वास्तववादी कोणत्याही राष्ट्राच्या नैतिक इच्छा, आकांक्षा व जगाला नियंत्रित करणाऱ्या नैतिक नियमांमध्ये समन्वय स्थापन करीत नाही. दोहोंचे नियम वेगळे असतात असे वास्तववादी सिद्धांतांचे प्रतिपादन आहे.

(६) राजकीय विचारांची श्रेष्ठता : वास्तववादी विचारवंत राजकीय क्षेत्राची स्वायत्तता मान्य करतात. राष्ट्रीय हित साध्य करण्यात शक्तीच्या उपभोगावर भर दिला जातो. वास्तववादी सिद्धांतात राजकीय विचारांनाच प्राधान्य दिले जाते म्हणून वास्तववाद आंतरराष्ट्रीय राजकारणाबाबत वैज्ञानिक किंवा नैतिक दृष्टिकोनाचे महत्त्व स्वीकारण्याच्या विरुद्ध आहे.

वास्तववादी सिद्धांताचे परीक्षण :

मॉर्गेन्थ्या यांनी निर्माण केलेल्या वास्तववादाला किंवा सत्तेच्या सिद्धांताला आंतरराष्ट्रीय राजकारणात महत्त्वाचे स्थान आहे. असे असले तरी या सिद्धांतांवर पुढील प्रकारच्या टीका होताना दिसतात.

(१) आंतरराष्ट्रीय राजकारणाचा संघर्ष हा एक महत्त्वाचा घटक आहे. वास्तविक पाहता आंतरराष्ट्रीय समूहात राज्याचे सहकार्य व परस्परावलंबित्व हे घटकही तेवढेच महत्त्वाचे आहेत; यांचा विचार मॉर्गेन्थ्या यांनी केलेला नाही; म्हणूनच या सिद्धांताला अभ्यासाचा अंशिक दृष्टिकोन म्हणता येईल.

(२) मॉर्गेन्थ्या यांनी आपल्या सिद्धांताला शास्त्रीय सिद्धान्ताचे नियम लावले नाहीत. कारण तथ्यांच्या अनुभवजन्य संशोधनातून सामान्य विधान काढणे व त्यातून एक निश्चित सिद्धांत निर्माण करणे आवश्यक

असते. मॉर्गेन्था यांनी याच्या उलट प्रक्रिया करून सामान्य विधानापासून प्रारंभ करून त्यातून जे विधान केले त्यालाच त्याने एक व्यक्तव्य किंवा निवेदन मानले; त्यामुळे त्यांच्या विचारात विसंगती आढळते.

(३) जगातील सर्व माणसे व सर्व राज्ये सत्तेसाठी संघर्ष करतात, असे सांगून त्यांनी आंतरराष्ट्रीय संबंध म्हणजे सतत संघर्षासाठी चालणारे व्यासपीठ मानले आहे व त्यामुळे जगात शांतता कधीच स्थापन होणार नाही.

(४) मॉर्गेन्था यांच्या सिद्धांतात आंतरराष्ट्रीय क्षेत्रांत काय घडले याचे वर्णन आहे; तर काही ठिकाणी राजकीय पुढाऱ्यांना ते मौलिक स्वरूपाचा सल्ला देतानाही आढळतात. मॉर्गेन्थाचा सिद्धांत सत्याधिष्ठित आहे असे ते अधिकारवाणीने सांगतात, तरीही ते अशी तक्रार करतात की जगात जे प्रत्यक्षात घडले ते त्यांच्या सिद्धांतात समाविष्ट होऊ शकले नाही म्हणजेच सिद्धांत व वस्तुस्थिती यांच्यातही तफावतीची यांना जाणीव आहे.

(५) मॉर्गेन्था यांनी सर्व व्यक्ती व राज्ये सत्ता प्राप्त करतात, असे सांगितले आहे. परंतु, या विधानामुळे त्यांच्या सिद्धांताला वास्तववादी सिद्धांत म्हणता येणार नाही.

(६) मॉर्गेन्था यांनी ज्यावेळी हा सिद्धांत प्रतिपादन केला, त्यावेळी त्यांचा मानवावर विश्वास नव्हता. परंतु, उत्तम राजनीतिज्ञ व कुशल राजनयपद्धतीद्वारे जगात शांतता प्रस्थापित होऊ शकते असे ते म्हणतात. तेव्हा मात्र मानवावर ते विश्वास व्यक्त करताना दिसतात, ही त्यांच्या विचारातील विसंगती आहे.

(७) राजनयाद्वारे संघर्ष नियंत्रित होऊ शकतात पण त्यासाठी उत्तम राजनयिक प्रतिनिधींची गरज असते, परंतु असे प्रतिनिधी क्वचितच आढळतात असे त्यांचे मत आहे आणि याच ठिकाणी त्यांच्या सिद्धांतातील दोष प्रकर्षाने जाणवतो.

(८) उत्तम राजनितिज्ञ कसे निर्माण होतील याचे उत्तर मॉर्गेन्था यांनी आपल्या सिद्धांतात दिलेले दिसत नाही.

(९) मॉर्गेन्था यांनी आपल्या सिद्धांतात मानवाच्या फक्त हितसंबंध व सत्ता याच पैलूंवर भर दिला आहे.

(१०) स्टेनले हॉफमन यांनी या सिद्धांतावर 'तो सत्तेचा एकात्मवाद होय' अशा प्रकारची टीका केली आहे.

(११) आधुनिक लेखकांच्या मतानुसार मॉर्गेन्था यांनी हित व सत्तेवर अवास्तव भर दिला आहे तर स्थानिक महत्त्व, शासनाचे स्वरूप, लोकांचा विश्वास व मूल्ये याकडे त्यांनी लक्ष दिलेले आहे.

(१२) १८ व्या व १९ व्या शतकातील आंतरराष्ट्रीय राजकारणातील सिद्धांतांच्या आधारावर या सिद्धांतांचे प्रतिपादन त्यांनी केले आहे. म्हणूनच 'राष्ट्रीय हिताची' त्यांची कल्पना संदिग्ध वाटते.

(१३) आंतरराष्ट्रीय संबंधांचे सत्तेच्या आधारावर विश्लेषण व महत्त्व यांचे प्रतिपादन करणे योग्य नाही. काही राज्ये सत्तासंघर्षापासून अलिप्त राहू इच्छितात. याबाबत स्वित्झर्लंड व भारताचे उदा. देता येईल. अलिप्ततेचे धोरण सत्तेच्या राजकारणाशी संबंधित नाही; तसेच अमेरिका-रशिया-चीन यांचे परस्परसंबंध नेहमी सत्तेच्याच दृष्टिकोनातून विचारात घेणे योग्य ठरणार नाही.

(१४) हा सिद्धान्त केवळ सत्तेवर भर देतो; आजच्या संघर्षाची मूळ कारणे, विचारधारांमधील संघर्ष, वसाहतवाद विरूद्ध स्वातंत्र्याची चळवळ ही आहेत; त्यांचा विचार मॉर्गेन्था यांनी आपल्या सिद्धांतात केलेला दिसत नाही.

(१५) या सिद्धान्तात 'मनुष्य हा आक्रमक वृत्तीचा आहे.' हे गृहीत धरून तेच गुण राज्याला लागू करण्याचा प्रयत्न त्यांनी केलेला आहे. आजच्या अणुशक्तीच्या जगात प्रत्येक राज्य सरळ संघर्ष टाळण्याचा

प्रयत्न करून आंतरराष्ट्रीय शांतता व सहकार्याचा विचार करीत आहे परंतु याचा विचार त्यांनी केलेला दिसत नाही.

वास्तववादी सिद्धांताचे मूल्यमापन :

मॉर्गेन्था यांच्या वास्तववादावादी सिद्धांतांवर जागतिक पातळीवर जरी मोठ्या प्रमाणात टीका करण्यात येत असली तरी त्यांच्या सिद्धांताचे मूल्यमापन करताना गुण-दोषांचा विचार करणे आवश्यक ठरते. मॉर्गेन्था हे आजच्या आंतरराष्ट्रीय राजकारणातील विचारवंतांमधील सर्वश्रेष्ठ विचारवंत म्हणून ओळखले जातात, म्हणूनच त्यांचे स्थान आज तरी सर्वश्रेष्ठ समजले जाते.

मूल्यांचा राष्ट्रीय धोरणावर होणारा परिणाम व प्रभाव याकडे मॉर्गेन्था यांनी दुर्लक्ष केले असे मत क्विन्सी राईट यांनी व्यक्त केले आहे. तसेच मॉर्गेन्था यांनी विचारधारा व राष्ट्रीय धोरणाचा मेळ योग्य प्रकारे घातला नाही अशा प्रकारची टीका रेमन्ड रॉन यांनी केली आहे. परंतु, एखाद्या चांगल्या विचारवंतांचे मूल्यमापन हे त्याने सिद्धांतात कोणती तत्त्वे मांडली नाहीत यावरून होत नसून त्याचे त्यामधील गुणात्मक योगदान किती आहे यावरून होत असते. मॉर्गेन्था यांच्या सिद्धांताचे मूल्यमापन याचदृष्टीने किंवा पातळीवरून होणे आज तरी गरजेचे आहे.

मॉर्गेन्थाच्या सिद्धांताचे मूल्यमापन करताना, २० व्या शतकात उदयास आलेल्या तीन संप्रदायाचा विचार करणे गरजेचे आहे. पहिला संप्रदाय आदर्शवादी संप्रदाय असून त्याने या शतकाच्या प्रारंभापासून ते १९४० पर्यंतच्या आंतरराष्ट्रीय राजकारणाला प्रभावित केले आहे. दुसरा संप्रदाय वास्तववाद्यांचा असून द्वितीय महायुद्ध ते १९६० पर्यंत त्याचा जगावर प्रभाव टिकलेला आपणास दिसतो. तिसरा संप्रदाय व्यवस्थात्मकवाद्यांचा असून त्याचे कार्य इ. स. १९६० पासून सुरू झाले आहे.

आदर्शवाद्यांनी स्वप्नदर्शी आशावाद व्यक्त केला व जगात युद्ध संपुष्टात येऊन कायदा व सुव्यवस्था प्रस्थापित होईल, असे प्रतिपादन त्याने केले. परंतु, लवकरच सुरू झालेल्या द्वितीय महायुद्धाने आदर्शवादी संप्रदायास आश्चर्याचा धक्का दिला. वास्तववाद्यांनी आदर्शवाद्यांना, आंतरराष्ट्रीय राजकारणाचे योग्य निदान नैतिक सिद्धान्ताची शिकवण देऊन होत नाही, तर आंतरराष्ट्रीय राजकारणातील घटनांचे योग्य विश्लेषण करून करणे आवश्यक असते, असे प्रतिपादन करून त्यांना स्वप्नातून जागे केले. याचाच अर्थ असा होतो की, मॉर्गेन्था यांच्या सिद्धांताशिवाय वास्तववादाचे संपूर्ण आकलन होऊच शकत नाही, कारण त्यांनी वास्तववादाला योग्य आकार व वळण देऊन त्याला एक संप्रदायाचे स्वरूप प्राप्त करून दिलले आहे. या विषयातील शास्त्रीय किंवा तर्कशुद्ध अभ्यासाला सुरुवात करण्याचे श्रेय मॉर्गेन्था यांनाच द्यावे लागते. आंतरराष्ट्रीय राजकारणातील नव्यानेच उदयाला आलेल्या व्यवस्थात्मक सिद्धांतामुळे वास्तववादी सिद्धांत मागे पडला, परंतु या नवीन सिद्धान्ताचा उदय मॉर्गेन्था यांनी केलेल्या संशोधनात्मक कार्यातूनच झालेला आहे हे मान्य करावचे लागेल.

केनेथ थॉम्पसन यांनी 'मॉर्गेन्था यांचा सिद्धान्त अजून विकसित होण्याच्या प्रक्रियेत आहे. त्यांच्या लिखाणाला अजून प्रारंभ व्हावयाचा आहे.'असे मत व्यक्त केले.

मॉर्गेन्था यांनी आंतरराष्ट्रीय राजकारणाचे अध्ययन आदर्शवादाकडून व्यवस्थात्मक वादाकडे परिवर्तित केले आहे. म्हणूनच त्यांना आदर्शवाद व व्यवस्थात्मकवाद यांना जोडणारा 'दुवा' म्हणतात. परंतु त्यांचे लिखान आज कालबाह्य झाले आहे काय असा प्रश्न उपस्थित होतो. वास्तविक पाहता व्यवस्थात्मक सिद्धांताचा जसजसा विकास होत जाईल व या विषयास स्वतंत्र अभ्यासाचा विषय म्हणून मान्यता मिळेल त्यावेळी मॉर्गेन्था यांचे लिखाण ऐतिहासिक स्वरूपाचे ठरेल, म्हणजेच ते विचार कालबाह्य होणार नाही. परंतु आधुनिक विचारवंतांच्या प्रयत्नातून कोणताही सर्वमान्य असा शास्त्रीय सिद्धांत पुढे आला नाही तर

नवमॉर्गेन्थावाद उदयाला येण्याची शक्यता नाकारता येणार नाही. आज सत्तेसाठी संघर्ष चालूच आहे; आंतरराष्ट्रीय संघर्ष नष्ट झालेला नाही; म्हणूनच मॉर्गेन्था यांच्या सिद्धांताचे आजही तेवढेच महत्त्व आहे की, जे महत्त्व सिद्धांत मांडला तेव्हा होते.

आदर्शवादी व वास्तववादी सिद्धांतांची तुलना :

आंतरराष्ट्रीय राजकारणाच्या अभ्यासात अनेक दृष्टिकोन आहेत. त्या अनुषंगाने अनेक सिद्धांत उदयाला आले. त्यातील काही सिद्धांताची वैशिष्ट्ये परस्परविरोधी असूनही अनेक सिद्धांतांची निर्मिती त्यातूनच झाली आहे. या विविध सिद्धांतांना मुख्यत्वे करून दोन भागात विभागले जाते.

१. आदर्शवादी आणि २. वास्तववादी.

(१) आदर्शवादी सिद्धांताचे समर्थक आंतरराष्ट्रीय व्यवहारात नैतिकतेला स्थान देतात याउलट वास्तववादी सत्तेवर भर देतात.

(२) आदर्शवादी सिद्धांत जगात कायमची शांतता आणि दोन राज्यांमधील सुसंवादावर भर देतो; तर वास्तववादी सिद्धांत राष्ट्रीय हिताच्या संवर्धन विकासासाठी संघर्ष आणि युद्धाच्या स्थितीचा विचार करतो.

(३) आदर्शवादी सिद्धांत जागतिक रचनेची कल्पना मांडतो तर ही कल्पना वास्तववादी सिद्धांताला मान्य नाही.

(४) **क्विन्सी** राइट यांच्या मते, वास्तववाद आणि आदर्शवाद या दोन्हीही संकल्पना गोंधळ निर्माण करणाऱ्या आहेत. आज या कल्पनांचा विचार केवळ अल्पकालीन किंवा दीर्घकालीन राजकीय उद्दिष्ट्ये साध्य करण्याच्या दृष्टीने केला जाऊ शकतो.

(५) आदर्शवादी सिद्धान्त नि :शस्त्रीकरणाचा पुरस्कार करणारा आहे तर वास्तववादी सिद्धांतांमध्ये ते अशक्य आहे.

(६) मेकॅव्हली, हॉब्ज, मॉर्गेन्था, काप्लान, जॉर्ज एफ केनन हे सर्व वास्तववादाचे समर्थक आंतरराष्ट्रीय राजकारणाकडे सत्तेच्या संघर्षातून पाहतात. त्यांच्या दृष्टीने राष्ट्रीय हित ही परमोच्च संकल्पना आणि साध्य असते. वास्तववादी पुढे जाऊन आंतरराष्ट्रीय शांतता व राज्यांचे चांगले संबंध देखील गौण ठरवतात.

(७) वास्तववादी सिद्धांतांमधील मानव स्वार्थी आहे तर आदर्शवाद सिद्धांतातील मानव नि :स्वार्थी म्हणजेच चांगल्या गुणांचा किंवा दुसऱ्याला मदत करणारा आहे.

(८) वास्तववादी दृष्टिकोन आंतरराष्ट्रीय राजकारणातील सर्व प्रकारच्या नैतिक व्यवहारांना अमान्य करतो. या उलट राष्ट्रशक्तीच्या साधनांना महत्त्व देतो.

(९) वास्तविक पाहता वास्तववाद आणि आदर्शवाद या दोघांचाही दृष्टिकोन परस्परविरोधी आहेत असे मानण्याचे कारण नाही; एका विशिष्ट सीमेपर्यंत येऊन ते एकरूप होतात; आंतरराष्ट्रीय क्षेत्रात संघर्ष असूनही वास्तववाद शांततेचा विरोधक नाही.

(५. ब. ३) व्यवस्थासिद्धांत

आंतरराष्ट्रीय राजकारणाचा अभ्यास हा द्वितीय महायुद्धापूर्वी ऐतिहासिक घटना व नैतिक मूल्यांच्या आधारावर केला जात असे, त्यामुळे शास्त्रीयदृष्ट्या यामध्ये अनेक दोष असल्यामुळे आंतरराष्ट्रीय प्रश्न सुटत नव्हते. त्याचप्रमाणे द्वितीय महायुद्धानंतर आंतरराष्ट्रीय संबंधाचे स्वरूप व व्याप्तीमध्ये मोठ्या प्रमाणात बदल घडून आले अशा प्रसंगी या युद्धानंतर आंतरराष्ट्रीय प्रश्न सोडविण्यासाठी व आंतरराष्ट्रीय राजकारणाच्या अभ्यासासाठी नवनवीन मार्ग शोधण्यावर भर देण्यात आला. त्यामधूनच आंतरराष्ट्रीय संबंधाचा अभ्यास मोठ्या प्रमाणात प्रभावित करणारा सिद्धांत म्हणून १९५० मध्ये व्यवस्था विश्लेषण सिद्धांत पुढे आला

आणि हा सिद्धांत पुढे आणण्याचे श्रेय मॉर्टन काप्लान यांना द्यावे लागते. या सिद्धांतामध्ये एखादी विशिष्ट स्वरूपाची घटना का घडली तिचे परिणाम काय होतील याविषयीचे तर्क बांधणे सोपे जाते. शिवाय यावर व्यवस्थेचे नियंत्रण असते. एकाच व्यवस्थेमधील घटना या परस्परांशी निगडित असतात त्यामुळेच त्यांचे स्वरूप शास्त्रशुद्ध विश्लेषण केल्याने उलगडणे सोपे जाते. एकंदरीत आंतरराष्ट्रीय संबंधात घडणाऱ्या विविध प्रकारच्या घटना या स्वतंत्र व अलिप्तपणे घडत नाहीत तर त्यामागे विशिष्ट प्रकारचे सूत्र असते. तसेच या घटना एका ठराविक व्यवस्थेचा भाग असल्याने त्याच्या स्पष्टीकरणासाठी व्यवस्थेचे परीक्षण आवश्यक असते हाच व्यवस्था सिद्धांताचा प्रमुख गाभा किंवा केंद्रबिंदू मानला जातो.

अनेक वर्षापर्यंत राज्याच्या समुहाला राज्याचे कुटुंब किंवा समाज म्हणून ओळखले जात असे. परंतु यापेक्षा 'आंतरराष्ट्रीय व्यवस्था किंवा पद्धती' ही कल्पना अधिक शास्त्रीय व स्पष्ट स्वरूपाची आहे. राजकीय व्यवस्था किंवा पद्धती म्हणजे राजकीय घटनांचा परस्परांशी संबंध आणि त्या संबंधाचे नियमन करणारे नियम होत. 'जगाच्या विविध राजकीय क्षेत्रात घडणाऱ्या घटना या अव्यवस्थितपणे घडत नसून त्यांच्यात एक निश्चित व्यवस्था किंवा पद्धती व ठराविक क्रम असतो. राजकीय व्यवहार एका निश्चित राजकीय व्यवस्थेमुळे होत असतात. 'पद्धती किंवा व्यवस्था म्हणजे विशिष्ट परिस्थितीतील एक अशी सुव्यवस्थित रचना की जिचे विभिन्न घटक परस्परातील क्रिया व प्रतिक्रिया यांच्याद्वारे एकमेकांशी संबंध ठेवत असतात.' अशा प्रकारची व्यवस्था किंवा पद्धतीची व्याख्या जेम्स एन. रोसेनो यांनी केली आहे.

व्यवस्था किंवा पद्धती या शब्दांचा वापर प्रामुख्याने खालील तीन प्रकारांनी करण्यात आला आहे.

(१) आंतरराष्ट्रीय व्यवस्थेचा जरी यात अभ्यास होत असला तरी ही व्यवस्था किंवा पद्धती स्वत : निष्क्रियच असते. परंतु या पद्धतीची रचना करणारी वेगवेगळी राज्ये मात्र यासाठी सक्रिय असतात ही राज्ये परस्परांतील क्रिया व प्रतिक्रिया यांच्याद्वारे या आंतरराष्ट्रीय व्यवस्थेत गतिशीलता निर्माण करतात. या पद्धतीची माहिती करून घेण्यासाठी यातील घटकांचे परस्परातील व्यवहार समजून घेणे आवश्यक आहे. हे घटक स्वतंत्र आहेत व त्यांच्यावरच ही पद्धत अवलंबून आहे. म्हणूनच या घटकांचे व्यवहार समजून घेणे म्हणजेच व्यवस्थेची माहिती करून घेणे होय.

(२) व्यवस्था किंवा पद्धतीची रचना ही तिच्या घटकांपेक्षा श्रेष्ठ आहे. या अर्थानुसार ही पद्धतीच घटकांचे परस्परव्यवहार नियंत्रित करीत असते. या व्यवस्था किंवा पद्धतीमागे एक प्रकारची नियमव्यवस्था असते व ती आपल्या घटकांना मार्गदर्शन करीत असते. या अर्थाप्रमाणे व्यवस्था किंवा पद्धती स्वावलंबी असून तिचे घटक या रचनेवर अवलंबून असतात.

(३) काही विचारवंतांनी व्यवस्था किंवा पद्धती म्हणजे आंतरराष्ट्रीय संबंधांचा अभ्यास व त्याची विश्लेषक पद्धती असे म्हटले आहे. या विचारवंतांनी आंतरराष्ट्रीय राजकारणातील समस्या समजून घेण्यासाठी व त्याचे स्पष्टीकरण करण्यासाठी एका व्यवस्थेची किंवा पद्धतीची कल्पना केली आहे. या अर्थाने व्यवस्था किंवा पद्धती म्हणजे आंतरराष्ट्रीय संबंधाचे विश्लेषण करण्याचा एक मार्ग होय. आंतरराष्ट्रीय राजकारणाच्या अभ्यासात व्यवस्थात्मक दृष्टिकोन एकूण चार प्रकारचे आहेत.

(अ) सत्तासंतुलनात्मक दृष्टिकोन.

(ब) समतोलाचा दृष्टिकोन.

(क) द्विध्रुवीय दृष्टिकोन.

(ड) जागतिक किंवा वैश्विक दृष्टिकोन.

याचबरोबर मॉर्टन काप्लान यांनी सहा पद्धती किंवा व्यवस्थेचा दृष्टिकोन सांगितला आहे.

मार्टन काप्लान यांचा सिद्धान्त :

संपूर्ण जगामध्ये भूतकाळ किंवा वर्तमानकाळात आंतरराष्ट्रीय क्षेत्रात एकच पद्धती एकावेळी अस्तित्वात नसते तर एकाच वेळी अनेक पद्धती अस्तित्वात असतात असे मत काप्लान यांनी व्यक्त केले. काप्लान यांच्या मते आंतरराष्ट्रीय राजकारणात एक क्रम व सुसंबद्धता आहे. आंतरराष्ट्रीय राज्यव्यवस्थेत राष्ट्रराज्यांची प्रमुख भूमिका काळ व परिस्थितीनुसार बदलत असते. एकंदरीत त्यांचा यामागील प्रमुख उद्देश आंतरराष्ट्रीय व्यवस्थेचे स्पष्टीकरण करून व्यवस्था व बाह्य परिवर्तन याच्यातील देवाण-घेवाण प्रक्रियेचे विश्लेषण करणे हा होता. काप्लान यांनी आंतरराष्ट्रीय राजकारणाच्या अभ्यासासाठी सहा प्रकारच्या पद्धती किंवा व्यवस्थेचे प्रतिपादन केले आहे.

(१) सत्तासमतोल पद्धती : इ. स. १६४८ मध्ये राष्ट्रराज्य व्यवस्थेला प्रारंभ झाला त्यावेळी कोणत्याही प्रकारची केंद्रीय सत्ता नव्हती. एकच राज्य जास्त शक्तिशाली बनल्यास इतरांना धोका निर्माण होतो म्हणून इतर राज्ये एकत्र येऊन ती या राष्ट्राविरुद्ध लढत. त्यावेळेपासून सत्तासमतोल पद्धतीचा प्रारंभ झाला. यामध्ये सत्तेच्या अनियंत्रित वापरावर ही पद्धती नियंत्रण घालते. १७, १८ व १९ व्या शतकात युरोपीय देशांत ही पद्धती अस्तित्वात होती. यामध्ये पाच सहा शक्तिशाली राज्ये असणे आवश्यक असते. या पद्धतीत पुढील नियमांचे पालन करण्यावर विशेष भर दिला जात असे. प्रत्येक राष्ट्राने राजनीतीचा अवलंब करून आपली शक्ती वाढवावी,प्रत्येक राष्ट्राने राष्ट्रहिताचा विचार करून गरज पडल्यास युद्ध करावे,युद्ध झाल्यास शत्रूचा अधिकाधिक नाश करणे, कोणत्याही एका राष्ट्रास किंवा गटास अधिपत्य स्थापित करू देऊ नये,जी राज्ये विश्वराज्यीय संस्था स्थापन करण्याचा प्रयत्न करतील त्यांना तसे करण्यापासून रोखावे व पराभूत राष्ट्रास सत्तासमतोल पद्धतीत सामील करून घ्यावे.

वरील नियम भंग झाल्यास ही पद्धतीच नष्ट होते. २० व्या शतकात या नियमाचा भंग झाल्यामुळे पहिले व दुसरे महायुद्ध घडून आली.

(२) शिथिल किंवा लवचिक द्वि-ध्रुवीकरण पद्धती : द्विध्रुवीय पद्धतीत जगाचे विभाजन दोन प्रभावी व परस्परविरोधी गटात झाल्याचे आढळून येते हे विभाजन विचारधारेच्या तत्त्वानुसार होत असते. उदा. द्वितीय महायुद्धानंतर निर्माण झालेला अमेरिकन गट व सोव्हिएत रशियाचा गट. तसेच द्वि-ध्रुवीकरण पद्धतीत शक्तिगटामध्ये अंतर्गत मतभेद असण्याची शक्यता असते. उदा. नाटो व सिटो यांना दृढसंघटन म्हणता येणार नाही. तरी देखील सत्तासमतोलाप्रमाणे यात गट बदलण्याची संभावना कमी असते. या पद्धतीत तिसऱ्या गटाचे आंतरराष्ट्रीय क्षेत्रात अस्तित्व राहू शकते. किंवा राष्ट्रांना एका गटातून दुसऱ्या गटात जाण्याची किंवा दोघांमध्ये न जाता अलिप्त राहण्याची सवलत असते.

(३) दृढ-द्वि-ध्रुवीकरण पद्धती : शिथिल द्विध्रुवीकरण पद्धतीतून दृढ द्वि-ध्रुवीकरण पद्धती निर्माण होते. शिथिल द्वि-ध्रुवीकरण पद्धतीमधील दोषांमुळे दृढ द्वि-ध्रुवीकरण निर्माण झाले तर जगातील तटस्थ राष्ट्रे नष्ट होऊन कोणत्या तरी गटात संम्मीलित होतील व आंतरराष्ट्रीय संघटन समाप्त होऊन जगात केवळ दोन प्रभावी गट राहतील. म्हणजेच यामध्ये राष्ट्रांना आपला गट सोडून दुसऱ्या गटात जाण्याची सवलत नसते.

(४) विश्वात्मक संस्थापद्धती : या पद्धतीत आंतरराष्ट्रीय संघटनांची निर्मिती शिथिल द्विध्रुवीकरणातून निर्माण होईल. प्रत्येक राज्य आपले कार्यजबाबदारी व आपली शक्ती आंतरराष्ट्रीय शांततेस बाधक होणार नाही याचा विचार करून वाढविण्याचा प्रयत्न करील. सर्व राष्ट्रे आपले ध्येय शांततेच्या मार्गाने गाठण्याचा प्रयत्न करतील. आंतरराष्ट्रीय पातळीवर एकसंघ सरकार राहील. पर्यायाने राष्ट्राचे सार्वभौमत्व विश्वात्मक किंवा आंतरराष्ट्रीय सार्वभौमत्वात मिसळून जाईल.

(५) श्रेणीबद्ध पद्धती : जरी शिथिल द्वि-ध्रुवीपद्धतीतून निर्माण झालेली विश्वात्मक किंवा आंतरराष्ट्रीय

संस्थात्मक पद्धती देखील छिन्नविछिन्न झाली तरी त्यातून श्रेणीबद्ध पद्धती निर्माण होऊ शकेल व सर्व राष्ट्रे सामूहिकरीत्या एका शक्तिशाली राष्ट्राच्या नेतृत्वाखाली येतील उदा. आपल्या राष्ट्राच्या सुरक्षेसाठी द्वितीय महायुद्धानंतर अमेरिकेच्या नेतृत्त्वाखाली काही राष्ट्रे आली. तर आर्थिक परिस्थितीचा विचार करता श्रीमंत विकसनशील अविकसित राष्ट्रे अशा श्रेण्या पडतात. अणुशक्तीचा विचार केल्यास अण्वस्त्राधारी व बिगर अण्वस्त्रधारी अशा श्रेण्या पाडाव्या लागतात.

(६) एकात्मक नकाराधिकार पद्धती : ही पद्धती पहिल्या पाचपैकी कोणत्याही पद्धतीतून निर्माण होऊ शकते. ज्यावेळी प्रत्येक राज्याकडे दुसऱ्याचा विनाश करू शकतील अशी भयानक अस्त्रे असतील अशा परिस्थितीत एकात्मक नकाराधिकार पद्धती निर्माण होऊ शकेल. म्हणजेच प्रत्येक राज्यास एक प्रकारे नकाराधिकार राहील. ही पद्धती त्याचवेळी यशस्वी होऊ शकते, जेव्हा शांतता भंग करणाऱ्या राष्ट्राविरुद्ध सर्व राष्ट्रे उभी राहतील. म्हणजेच ही पद्धती सामुहिक सुरक्षेवर आधारलेली आहे. यामध्ये युद्धखोर राष्ट्राच्या विरोधी सर्व राष्ट्रे एकत्र येतात व त्याच्या विरोधात कार्यवाही करतात.

व्यवस्थासिद्धांताची गृहीत तत्त्वे :

व्यवस्था सिद्धांताची गृहीत तत्त्वे खालीलप्रमाणे आपणास सांगता येतील-

(१) आंतरराष्ट्रीय संबंध : आंतरराष्ट्रीय संबंधाच्या अध्ययनासाठी वेगवेगळया प्रकारचे दृष्टिकोन पद्धतींचा अवलंब केला जातो. जगात दररोज कोठेना कोठे घटना स्वतंत्रपणे घडत असते. पण आंतरराष्ट्रीय संबधातील घटना मात्र स्वतंत्रपणे घडत नाहीत. तर त्या घडतानाही विशिष्ट अशा सुत्रावर आधारलेल्या असतात. घटना व त्यामागील सूत्र समजण्यासाठीच व्यवस्थेच्या अभ्यासाची किंवा अध्यनाची गरज आहे.

(२) आंतरराष्ट्रीय संबंध परस्परांवर आधारित आहेत : आंतरराष्ट्रीय संबंधाला परस्पर संलग्न असणाऱ्या विविध घटकांचा संच असे काही व्यवस्था सिद्धांताचा पुरस्कार करणारे विचारवंत मानतात. याच्याआधारे घटना का घडली तिचे विश्लेषण तिची देवाण-घेवाण तिचे रूपांतर या सर्व प्रक्रिया आंतरराष्ट्रीय व्यवस्थेत देखील चालू असतात. आज आंतरराष्ट्रीय संबंधाचे स्वरूप व व्याप्ती मोठ्या प्रमाणात वाढल्यामुळे या सिद्धांताचे स्वरूपही गुंतागुंतीचे, गतिशील व अनाकलनीय बनले आहे.

(३) जागतिक दृष्टिकोन : या सिद्धांताच्या विचारवंतांच्या मते आंतरराष्ट्रीय घडामोडींच्या विश्लेषणासाठी जागतिक दृष्टिकोन असलेली चौकट महत्त्वाची आहे. व्यवस्था सिद्धांताच्या या जागतिक दृष्टिकोनाला पेप्पर हे जागतिक गृहीत किंवा परिकल्पना म्हणून संबोधतात. तर ॲरिस्टॉटलच्या जागतिकसंपूर्णत्व या विचारावर तो आधारित आहे. म्हणजेच सामाजिक सत्य जाणून घेण्यासाठी त्याकडे पाहण्याची गरज आहे. हाच या सिद्धांताचा एक भाग आहे. या सिद्धांताच्या विचारवंतांच्या मते आंतरराष्ट्रीय घटना अविभाज्य आहेत.

(४) सामान्य नियमक्रम : या सिद्धांताच्या विचारवंतांच्या मते, जगात घडणाऱ्या घटना गुंतागुंतीच्या आहेत असे असले तरी त्या विभाजणाऱ्या नाहीत तर त्या संघटित स्वरूपात व त्या नियमक्रम गतिशील आहे. यामुळे आंतरराष्ट्रीय घटना अविभाज्य राहतात. या सिद्धांताच्या विचारवंतांच्या मते,इतर व्यवस्थांप्रमाणे जागतिक व्यवस्थेमध्ये आत्मनियंत्रणाची क्षमता असून बाहेरच्या वातावरणाला अनुकूल बदल घडवून आणण्याची प्रक्रिया या व्यवस्थेत सतत चालू असते.

मार्टन कॉप्लान यांच्या सिद्धांताचे परीक्षण :

(१) काप्लान यांनी फक्त भूतकाळ किंवा वर्तमानकाळातील गोष्टींचाच विचार केला आहे. भविष्यकाळात राष्ट्रीयहिताच्या दृष्टीने कोणते परिवर्तन होऊ शकतील याचा विचार केलेला नाही.

(२) या सिद्धांतात राष्ट्रीयहिताच्या कल्पनेस गतिहीन मानले आहे. परंतु जग हे गतिमान असून

बदलत्या परिस्थितीनुसार राष्ट्रीय हिताच्या कल्पनेत बदल होत असतो.

(३) या सिद्धांतांत केवळ राजकीय पद्धतीचाच विचार केला आहे. वास्तविक पाहता आंतरराष्ट्रीय क्षेत्रात राज्यांच्या व्यवहारावर धार्मिक, सांस्कृतिक, सामाजिक इत्यादी अनेक कल्पनांचा तसेच घटनांचा परिणाम होत असतो. याचा विचार या दृष्टिकोनात झालेला नाही.

(४) यातील पहिल्या पाच पद्धती जागतिक प्रगती घडवून आणणाऱ्या पद्धती आहेत. पण सहावी पद्धती प्रगतीकडे जाणारी नाही.

(५) यातील पहिल्या दोन पद्धती सत्तासमतोल व शिथिल द्वि-ध्रुवीकरण पद्धती या वास्तविक पद्धती आहेत; परंतु इतर चार पद्धतींच्या आधारे भविष्यकाळात उदयास येणाऱ्या पद्धतींचा अभ्यास करणेही कठीण जाईल.

(६) मॉर्टन काप्लान यांचा सिद्धांत चुकीचा आहे, कारण त्यात जागतिक पद्धतीतून श्रेणीबद्ध पद्धतीत परिवर्तन होऊ शकते असे म्हटले आहे. परंतु, असे परिवर्तन केवळ साम्राज्यवाद किंवा वसाहतवादाचे पुनरुज्जीवन झाल्यास होऊ शकते. आजच्या काळात अशा पुनरुज्जीवनाची कल्पना करणे योग्य होणार नाही.

(७) यातील घटक नकारात्मक पद्धती भविष्यकाळात उदयास येऊ शकणारी पद्वती म्हणून मात्र तिला मान्यता देता येईल. जेव्हा सर्व राज्यांजवळ अण्वस्त्रे उपलब्ध होतील त्यावेळी सर्वांचे सर्वांविरुद्ध युद्ध होण्याची शक्यता निर्माण होऊ शकते. आजची अण्वस्त्र निर्माण करण्याची स्पर्धा पाहून भविष्यकाळात अशा पद्धतींची कल्पना करता येऊ शकते.

या सिद्धांताच्या अभ्यासात काही अडचणीही आहेत म्हणून याठिकाणी त्यांचाही विचार होणे गरजेचे आहे. त्या अडचणी खालीलप्रमाणे आपणास सांगता येतील.

या सिद्धांताच्या अभ्यासातील पहिली अडचण अशी आहे की, सर्व राष्ट्रे एकाच आंतरराष्ट्रीय पद्धतीचे घटक आहेत आणि ते वेगवेगळ्या पद्धतीत भाग घेत असतात. या संबधीही विचार करणे आवश्यक आहे. आज आपणास दक्षिणपूर्व आशिया पद्धती पश्चिम पद्धती साम्यवादी पद्धती अशा अनेक पद्धती आढळतात. वस्तुत : हे वर्गीकरण अव्यवस्थित व अशास्त्रीय आहे. उदा. दक्षिण-पूर्व आशिया पद्धती व पश्चिम युरोपीय पद्धती या परस्परांशी संबंधित असलेल्या पद्धती आहेत.

या सिद्धांताच्या अभ्यासात दुसरी अडचण कार्यकर्त्याबाबतची आहे. एक व्यक्ती शासकीय अधिकारी व खासगी व्यक्ती म्हणून देखील कार्य करीत असते. परंतु जेव्हा राष्ट्रांबाहेरील निर्णयाबाबत कृती किंवा कार्य ती व्यक्ती करीत असते तेव्हा ती आंतरराष्ट्रीय पद्धतीमधील कार्यकर्ता म्हणून ओळखली जाते. काही सामुदायिक संघटनाही आंतरराष्ट्रीय पद्धतीमध्ये कार्यकर्ते म्हणून कार्य करीत असतात. परंतु या संस्थामधील निश्चित कार्यकर्ते कोण हे सांगता येत नाही. त्याचप्रमाणे शासनाच्यावतीने अनेक व्यक्ती कार्य करीत असतात. तेव्हा आंतरराष्ट्रीय पद्धतीमधील निश्चित कार्यकर्ते कोण हे समजणे कठीण जाते.

ही अडचण दूर करण्यासाठी काही विचारवंत राज्यांनाच निर्णय निर्धारक मानतात. तरी देखील निर्णय निर्धारक कोण? हा प्रश्न कायमच राहातो.

या सिद्धांताच्या अभ्यासात तिसरी अडचण वातावरणाची आहे. आंतरराष्ट्रीय पद्धतीचा विचार करताना काही विचारवंत संपूर्ण विश्वालाच आंतरराष्ट्रीय व्यवस्थेचे क्षेत्र मानतात व त्याबाहेरील अंतरिक्षातील वातावरणाला आंतरराष्ट्रीय वातावरण असे म्हणतात. परंतु काही विचारवंत आंतरराष्ट्रीय घटनांचा राज्यांवर होणारा परिणाम विचारात घेतात तर काही लेखक आंतरराष्ट्रीय घटनांचा निर्णय निर्धारकावर होणारा परिणाम म्हणजे आंतरराष्ट्रीय वातावरणाचा परिणाम होय असे समजतात.

या सिद्धांताच्या पद्धतीमध्ये वरीलप्रमाणे काही दोष व काही अडचणी असल्या तरी त्या आपणास

सहजपणे दूर करता येतील. आज आपणास आंशिक आंतरराष्ट्रीय पद्धतीचे अस्तित्व मान्य करावेच लागते. आज जगातील राष्ट्रांचा कल आंतरराष्ट्रीय शांतता सुव्यवस्था व सहकार्याकडे झुकताना आढळतो. परंतु ही प्रक्रिया अतिशय मंदगतिने होत आहे. या सिद्धांतातील अडचणी त्यामुळे हळूहळू दूर होतील. आंतरराष्ट्रीय संबंध या विषयाच्या अभ्यासास स्वतंत्र शास्त्र म्हणून स्थान प्राप्त झाल्यास व एक शास्त्रीय विषय म्हणून सर्वांनी त्याला मान्यता दिल्यास या व्यवस्था किंवा पद्धती दृष्टिकोनास शास्त्रीय विश्लेषणाचा सिद्धांत म्हणून लवकरच मान्यता मिळेल आणि तो लवकरच जागतिक समूहाची लोकप्रियता मिळवेल.

(५. ब. ४) निर्णयनिर्धारक

अर्थ आणि स्वरूप :

आधुनिक आंतरराष्ट्रीय संबंधाच्या अभ्यासातील हा एक सिद्धांत आहे. शिवाय तो वेगवेगळया विषयातील अभ्यासातील नवीन स्वरूपाचा दृष्टिकोन आहे. यालाच निर्णय प्रक्रिया सिद्धांत किंवा निर्णयग्राही सिद्धांत असेही म्हणतात. किंवा आंतरराष्ट्रीय संबंधाबाबत विविध राज्यांकडून जे निर्णय घेतले जातात त्यासंबंधीचा अभ्यास करणारा जो दृष्टिकोन त्यास निर्णयवादी दृष्टिकोन असे म्हणतात. हर्बर्ट सायमन याच्या मते, 'निर्णय घेणे हे प्रशासनातील अत्यंत महत्त्वाचे कार्य आहे.' यासाठी त्यांनी तीन प्रकारची कार्ये सांगितली आहेत.

(१) योग्य वेळ आणि प्रसंग यांची निवड

(२) अपेक्षित पूर्तीसाठी उपलब्ध असणारे संभाव्य मार्ग, साधने आणि

(३) या विविध मार्गातून योग्य मार्गाची निवड या आधारावर अनेक पर्यायातून योग्य मार्गाची निवड करणे म्हणजे निर्णय घेणे होय.

तेव्हापासून संपूर्ण जगाचे लक्ष या क्षेत्राकडे वेधलेले आपणास दिसते. राष्ट्रीय अथवा आंतरराष्ट्रीय क्षेत्रात प्रत्येक वेळी प्रशासनप्रमुखाला काही निर्णय हे घ्यावेच लागतात. कारण राज्य चालवत असताना प्रमुख या नात्याने कोणत्या ना कोणत्या स्वरूपाचे निर्णय, ठोस भूमिका घ्यावीच लागते. महत्त्वाच्या प्रसंगी हे निर्णय गतीने घेतले नाहीत तर मोठ्या प्रमाणात नुकसान होण्याची शक्यता असते. हा निर्णय घेताना त्या प्रक्रियेत असलेले सर्वच जण याला जबाबदार असतात. निर्णय योग्य की, अयोग्य तो कोणत्या परिस्थितीत घेतला या सर्वच बाबींना फारच महत्त्व असते; म्हणूनच निर्णयग्राही किंवा निर्णयवादी दृष्टिकोनाला अतिशय महत्त्व आहे. विधिमंडळाचे सभासद, राजकीय पक्ष व मतदातेदेखील आपापल्या पद्धतीने निर्णय घेत असतात. म्हणूनच राजकारण म्हणजे अव्याहत निर्णय घेण्याचे शास्त्र मानले आहे.

त्याचप्रमाणे आंतरराष्ट्रीय क्षेत्रांतदेखील याच आधारावर निर्णयग्राही दृष्टिकोन मागील १५ ते २० वर्षांपासून अभ्यासला जात आहे. राज्याच्या परस्पर व्यवहारात राज्यांना आंतरराष्ट्रीय धोरणाबाबत काही निर्णय घ्यावे लागतात. या सिद्धांतात असे गृहीत धरण्यात आले आहे की, आंतरराष्ट्रीय राजकारण म्हणजे राज्याच्या क्रिया-प्रतिक्रिया व पारंपरिक क्रिया होत. क्रियेला महत्त्व दिल्यामुळे पुढीलबाबींचे विश्लेषण करणे आवश्यक ठरते. उदा. विशिष्ट कार्य का व कोणत्या परिस्थितीत करण्यात येते, त्यासंबंधी निर्णय घेणारे घटक इत्यादींचा यात विचार करावा लागतो.

अनेक गणिततज्ञ, राज्यशास्त्रज्ञ, अर्थशास्त्रज्ञ व माणसशास्त्रज्ञ यांनी याविषयी मोठ्या प्रमाणात लिखाण केले आहे. परराष्ट्रधोरणातील निर्णयांचे विश्लेषण करून त्याला विकसित करण्याचे काम सर्वप्रथम प्रो. रिचर्ड स्नायडर व त्यांचे सहकारी एच. डब्ल्यू ब्रुक व बर्टन सॅपीन या विचारवंतांनी १९५० मध्ये केले, त्यांनी विकसित केलेल्या या सिद्धांतातील प्रमुख मुद्दे खालीलप्रमाणे आहेत

(१) निर्णय प्रक्रिया सिद्धांत हा राष्ट्र किंवा राज्य यांना आंतरराष्ट्रीय राजकारणातील घटक किंवा नेता

मानीत नाही. यामधील राज्य ही अमूर्त कल्पना आहे; त्यामुळे हे स्वत :हून कोणतेच निर्णय घेऊच शकत नाहीत, प्रत्यक्षात निर्णय घेणाऱ्या या व्यक्ती असतात.

(२) राज्याची कृती म्हणजेच राज्यांच्या वतीने अधिकृतपणे कार्य करणाऱ्या व्यक्तींची कृती होय. या व्यक्ती राज्यातील विधिमंडळ, कार्यपालिका, प्रशासन, न्यायपालिका आदी संस्थांमध्ये कार्यरत असतात.

(३) या व्यक्ती निर्णय कोणत्या परिस्थितीत कसे घेतात याचे अध्ययन करणे हा या सिद्धांताचा मुख्य उद्देश आहे. त्याचप्रमाणे निर्णयकार म्हणजेच निर्णय घेणाऱ्या व्यक्तींचा अभ्यास करणे हे सुद्धा या सिद्धांतात अभिप्रेत आहे. याव्यतिरिक्त निर्णय परिस्थिती आणि निर्णय प्रक्रिया यांचा सविस्तर अभ्यास या सिद्धांतामध्ये आवश्यक आहे.

(४) निर्णय परिस्थितीमध्ये एखाद्या घटनेची अपेक्षितता, किंवा अनपेक्षितता त्यावरील प्रतिक्रियेसाठी उपलब्ध कालावधी, घटनेचे तौलनिक महत्त्व यांचा समावेश होतो. त्याचप्रमाणे निर्णय जो घेतो त्याचे स्वतःचे जीवन चारित्र्य, दृष्टिकोन, संस्कार याचा निर्णय प्रक्रियेत प्रभाव पडतो. निर्णय परिस्थितीमध्ये अंतर्गत घटक म्हणजे देशांतर्गत सामाजिक, आर्थिक, राजकीय वातावरण, देशाचे उद्दिष्ट, देशाच्या गरजेची तीव्रता या गोष्टींचा प्रभाव पडतो. त्याचप्रमाणे बाह्यघटक म्हणजे जागतिक परिस्थिती, अन्य राष्ट्रांची धोरणे, तेथील निर्णय घेणारे इत्यादी बाबींचा परिणाम निर्णय प्रक्रियेवर होत असतो, याशिवाय निर्णय घेणाऱ्यांसमोर निर्णयाविषयी अनेक पर्याय उपलब्ध असतात त्यातून त्याला एकाची निवड करायची असते.

(५) निर्णयप्रक्रिया ही सतत व अखंड चालणारी प्रक्रिया आहे. एकदा निर्णय घेतल्यानंतर त्याचा परिणाम प्रतिक्रियांच्या स्वरूपात दिसतो. अनेक प्रतिक्रिया मिळून अंतिम निष्पत्ती दिसते. त्यातून पुन्हा आवश्यकता भासल्यास निर्णय घेणाऱ्याला नवीन निर्णय घ्यावे लागतात; निर्णय जास्तीत जास्त तर्कशुद्ध व स्थैर्य निर्माण करणारा असावा अशी अपेक्षा आहे.

(६) या सिद्धांताच्या आधारे अभ्यास करताना अभ्यासकाने निर्णय प्रक्रियेवर प्रभाव टाकणाऱ्या घटकांची माहिती गोळा करणे गरजेचे आहे. अभ्यासकाने निर्णय घेणाऱ्याच्या भूमिकेतून विचार केला पाहिजे. निर्णय घेणाऱ्यावर कोणत्या घटकांचा प्रभाव पडला निर्णय घेणाऱ्याने निर्णय तर्कनिष्ठ की भावनिष्ठ राहून आणि उपलब्ध पर्यायांपैकी योग्य पर्याय निवडला की नाही, हे अभ्यासकाने तपासले पाहिजे. म्हणजेच अभ्यासकांने स्वत :च्या दृष्टिकोनातून न पाहता जर अध्ययन केले तर ते जास्त वास्तववादी होईल.

आजच्या आधुनिक काळात तर दळणवळणांच्या साधनांत झालेला विकास विज्ञान व तंत्रज्ञानांनी केलेली प्रगती, सतत वाढत्या मानवी गरजा, वाढती लोकसंख्या आणि त्यामुळे आलेली स्पर्धा आणि या सर्व बाबींमधून निर्माण झालेले परस्परावलंबित्व हे सर्व घटक निर्णयप्रक्रियेत येतात.

निर्णयग्राही दृष्टिकोनाचा ऐतिहासिक विकास :

ग्रीकांच्या काळात ग्रीक नगर राज्ये परस्परांत युद्ध व शस्त्रांबाबत निर्णय घेत असत. निर्णय घेत असताना राज्ये निर्णयाला प्रभावित करणाऱ्या घटकांचाही विचार करीत असत अशा प्रकारचा उल्लेख प्राचीन ग्रीक लिखाणात आढळतो. कौटिल्यानेही विदेशी नीतीसंबंधी निर्णय घेण्याबाबत राज्याला उपदेश केलेला आढळतो. मध्ययुगाच्या शेवटी व आधुनिक युगाच्या सुरुवातीला मॅक्यॅव्हलीने राज्यास अंतर्गत व बाह्य राजकारणाबाबत निर्णय घेण्यासंबंधी मार्गदर्शन केलेले आढळते. उदा. शेजारील राज्य जर युद्धात उतरले असेल; तर आपल्या राज्याने तटस्थ राहणे धोक्याचे ठरते. इ.

आधुनिक लेखकांमध्ये वॉल्टर लिपमन व मॉर्गेन्था यांचाही निर्णयग्राह्याच्या संदर्भात उल्लेख करता येईल. मॉर्गेन्था परराष्ट्र धोरणातील निर्णयाबाबत सल्ला देतात. उदा. तुमच्या दुर्बल मित्रास आंतरराष्ट्रीय

राजकारणात तुमच्या वतीने निर्णय घेऊ देऊ नका. रिचर्ड स्नायडर व त्यांच्या सहकाऱ्यांनी मात्र निर्णयग्राही दृष्टिकोनांची कल्पना शास्त्रीय निकष लावून प्रतिपादन केली.

निर्णयग्राही सिद्धांत हा सूक्ष्म विश्लेषणात्मक पद्धतीवर आधारलेला आहे. राजकीय व्यवस्थेतील अगदी सूक्ष्म अशा घटनेवर लक्ष ठेवून त्यातून निर्णय घेण्याची प्रक्रिया होत असते.

निर्णयाचे विभिन्न प्रकार आढळतात, काही निर्णय घेतल्यानंतर विशिष्ट क्रिया करावी लागते तर काही निर्णय केवळ घेतले जातात, त्यातून कोणतीही नवीन क्रिया होत नाही. काही निर्णय विधिमंडळ कार्यकारिणी किंवा न्यायपालिकेच्या मार्गदर्शनानुसार घ्यावे लागतात तर काही अंतर्गत किंवा बाह्य प्रभावामुळे घ्यावे लागतात. चार्ल्स इ. लिन्डब्लोम यांच्या मतानुसार, काही निर्णय बदललेल्या परिस्थितीनुसार घ्यावे लागतात तर काही भरपूर उपलब्ध माहितीच्या आधारावर व काही निर्णय अल्पमाहितीच्या आधारावर घ्यावे लागतात.'

निर्णयाच्या दृष्टिकोनातून दोन प्रमुख उद्देश असतात पहिला उद्देश म्हणजे राजकीय क्षेत्रांत जेथे निर्णय घेतले जातात व त्यानुसार प्रत्यक्ष कार्य केले जाते अशा निर्णायक किंवा महत्त्वाच्या रचनेची ओळख करून घेणे व दुसरा उद्देश म्हणजे निर्णयाचे शास्त्रीय व पद्धतशीर विश्लेषण करणे.

निर्णयाची प्रक्रिया व त्यावरील विभिन्न प्रभाव :

राज्यास प्रमुख निर्णयात्मक केंद्र निर्णयग्राही दृष्टिकोनात मानले जाते. निर्णय निर्धारकांच्या कृतीचे विश्लेषण केले जाते. आंतरराष्ट्रीय राजकारणाबाबत निर्णय घेत असताना धोरण निर्धारकांवर ज्या विभिन्न परिस्थितींचा प्रभाव पडत असतो त्याची थोडक्यात माहिती पुढीलप्रमाणे-

बाह्य स्थिती : राज्याच्या भौगोलिक सीमेबाहेरील परिस्थितीचा विचार निर्णय घेताना निर्णय निर्धारकांना करावा लागतो. निर्णय राज्याबाहेरील जागतिक संघटना, जागतिक लोकमत, बड्या शक्तींचे सैनिकीकरण, इत्यादी सर्व घटकांचा व त्याच्या परिणामांचा विचार करूनच परराष्ट्र धोरणाबाबत घेत असतात.

अंतर्गत स्थिती : अंतर्गत स्थितीचा निर्णयावर प्रभाव पडत असतो. निर्णय घेणाऱ्या राज्यांचे अंतर्गत राजकारण, राज्यातील लोकमत, भौगोलिक स्थिती, शासनातील प्रमुख व्यक्ती व त्याचे कार्य निर्णय घेणारी शासनयंत्रणा, राज्यातील दबाव गट, राज्यातील भौतिक, तांत्रिक व आर्थिक स्थिती आणि राज्याच्या ध्येयधोरणाचा विचार करून परराष्ट्रधोरण विषयक निर्णय घेत असतात. काही विचारवंत निर्णयांवर वातावरणाचा प्रभाव मान्य करतात. हेरॉल्ड व मार्गरिट स्प्राउल्ट हे दोघे निर्णय का व कसे घेतले जातात यावर भर देत नसून निर्णयोत्तर परिणामांवर भर देतात.

व्यक्तिमत्त्वाचा प्रभाव : निर्णयनिर्धारकांवर त्याच्या व्यक्तिमत्वाचा व वर्तणुकीचा प्रभाव पडत असतो. अलेक्झॉडर व ज्युलिएट जॉर्ज हे त्यातील प्रमुख आहेत. उदा. अध्यक्ष विल्सन यांनी राष्ट्रीय व आंतरराष्ट्रीय क्षेत्रात घेतलेल्या निर्णयांवर त्यांच्या चारित्र्य व व्यक्तिमत्त्वाचा प्रभाव पडलेला आढळून येतो. प्रे. ट्रुमन व प्रे. केनेडी यांच्या निर्णयात निश्चितच फरक आढळतो. स्टॅलिन व क्रुश्चेव यांच्याही परराष्ट्र धोरणासंबंधी घेतलेल्या निर्णयावर त्यांच्या व्यक्तिमत्त्वाचा प्रभाव आढळून येतो. पं. नेहरू व श्रीमती गांधी यांच्या निर्णयातही आपणास फरक आढळतो. यावरून व्यक्तिमत्त्वाचा प्रभाव निर्णयावर होत असतो हे मान्य करावे लागते. हेराल्ड लॉसवेल यांनी या विचारप्रवाहांचे समर्थन केले आहे; निर्णय कोणी घेतले यावर त्याचे परिणाम अवलंबून असतात.

वातावरणाचा परिणाम : प्रत्येक राज्याच्या निर्णयात फरक आढळतो, कारण प्रत्येक धोरण निर्धारकांवर मनोवैज्ञानिक वातावरणाचा परिणाम आढळून येतो. उदा. इंग्लंड व फ्रान्स मधील पुढाऱ्यांना साम्यवादी आक्रमणाचे अमेरिकेइतके भय वाटत नव्हते; त्यामुळे त्यांच्या साम्यवादी राष्ट्राबद्दलच्या निर्णयात

व अमेरिकेच्या साम्यवादीविरोधी धोरणविषयक निर्णयात फरक आढळतो.

कार्यकारिणी व विधिमंडळाचा प्रभाव : रॉजर हिल्सन यांनी कार्यकारिणी व विधीमंडळाच्या विचारांचा प्रभाव निर्णयावर पडत असतो असे मत व्यक्त केले आहे. जेव्हा परराष्ट्र धोरण निर्धारित केले जाते त्यावेळी त्या धोरणास विधिमंडळ व कार्यपालिकेच्या संघर्षात्मक प्रक्रियेतून जावे लागते. उदा. अमेरिकेतील सिनेट हे परराष्ट्र धोरणातील निर्णयांवर प्रभावी नियंत्रण ठेवीत असते. त्याचप्रमाणे बर्नाड कोहन यांनी परराष्ट्रधोरणाची रूपरेषा तयार करणाऱ्या अधिकृत व अनधिकृत कार्यकर्त्यांच्या परस्पर व्यवहाराचा विचार करणे आवश्यक आहे असे म्हटले आहे. जोसेफ फ्रँकेल यांनी, परराष्ट्रधोरणातील अनेक निर्णय विवेकशून्य असतात अशी काही उदाहरणे दिली आहेत. उदा. इस्त्रायल किंवा इंडोनेशियातील प्रश्नांबाबत संबंधित साम्राज्यवादी राज्यांनी घेतलेले निर्णय हे तर्कसंगत होते असे त्यांनी स्पष्ट केले आहे. सारांशरूपाने निर्णय म्हणजे निर्धारकाने मनात ठरविलेल्या कृतीचा क्रम होय. आंतरराष्ट्रीय संबंधातील निर्णयग्राही दृष्टिकोन म्हणजे परराष्ट्र धोरणाबाबत परस्परांनी घेतलेल्या निर्णयांचा अभ्यास होय, तर डेव्हिड इस्टन यांच्या मतानुसार निर्णय म्हणजे राजकीय व्यवस्थेतील निष्पत्ती होत.

परीक्षण :

(१) हा दृष्टिकोन अनिश्चित तत्त्वांवर आधारलेला आहे; कारण यातील कोणते तत्त्व वास्तविक उपयोगी आहे याबाबत मतैक्य नाही.

(२) यात केवळ निर्णय घेण्याचा विचार केलेला आहे; तो निर्णय योग्य की अयोग्य याचा विचार करणे आवश्यक असते; परंतु त्यासंबंधी चर्चा केलेली नाही.

(३) सत्तेच्या राजकारणाच्या व आंतरराष्ट्रीय वर्तणुकीच्या इतरही अनेक पद्धती आहेत. उदा. सत्तासमतोल, आंतरराष्ट्रीय कायदा, मानवीय दृष्टिकोन, इत्यादींचा विचार या दृष्टिकोनात झालेला नाही.

(४) निर्णय हे आंतरराष्ट्रीय परिस्थितीमुळे राष्ट्रीय परिस्थितीमुळे की, व्यक्तिमत्त्वाच्या प्रभावामुळे घेतले जातात याबाबत स्पष्टीकरण देणे कठीण आहे. उदा. इ. स. १९६८ मध्ये प्रे. जॉन्सन यांनी व्हिएटनामवरील बॉम्बहल्ले बंद करण्याचा जो निर्णय घेतला तो कोणत्या कारणांमुळे हे ठरविणे कठीण आहे.

(५) या दृष्टिकोनात शवचिकित्सा करावी तशी पद्धती वापरण्यात येते. निर्णय अगोदर घेतले जातात व त्यांच्यावर मागाहून चर्चा होत असते.

(६) भविष्यकाळात कशी परिस्थिती निर्माण होईल व कसे निर्णय घेतले जातील याचा अंदाज लावता येत नाही.

(७) या सिद्धांताची उपयुक्तता प्रामुख्याने उपलब्ध माहितीवर अवलंबून आहे, अचूक माहिती न मिळाल्यास चुकीचे निर्णय घेतले जाऊ शकतात.

मूल्यमापन :

वरीलप्रमाणे या सिद्धांतात अनेक दोष असले तरी आंतरराष्ट्रीय राजकारणातील परराष्ट्र धोरणाबाबत अभ्यास करणाऱ्यांना हा एक मार्गदर्शक सिद्धांत असून त्याचे महत्त्व अनन्यसाधारण असे आहे. आंतरराष्ट्रीय क्षेत्रातील कठीण समस्या समजावून घेण्याचा हा एक महत्त्वाचा मार्ग आहे. या दृष्टिकोनामुळे परराष्ट्रधोरणातील प्रक्रिया समजण्याबाबत मदत झालेली आहे. या दृष्टिकोनामुळे केवळ सत्तेवर भर देवून आंतरराष्ट्रीय राजकारणाचा अभ्यास करणाऱ्या परंपरावादी दृष्टिकोनास पर्याय म्हणून या दृष्टिकोनाचा उपयोग झाला आहे. या अभ्यासामुळे वर्तमानकाळात निर्धारित केलेले धोरण व भविष्यकाळात कोणते धोरण आखले जाईल याचा अंदाज घेता येतो. आंतरराष्ट्रीय संबंधाच्या अभ्यासात उपयुक्त अशी माहिती आणि आकडे उपलब्ध

होतात. विभिन्न देशाच्या परराष्ट्र धोरणाचे विश्लेषणात्मक व तुलनात्मक अध्ययन करता येते. म्हणजेच शेवटी निर्णय हा खूप अभ्यास आणि सर्वदृष्टीने विचार करूनच घ्यायचा असतो भावनेच्या आहारी जाऊन अथवा कुठल्यातरी दबावाला बळी पडून घेतलेले निर्णय अशा वैयक्तिक स्वार्थापोटी घेतलेले निर्णय हे चुकीचे ठरू शकतात; चुकीचे ठरलेले आहेत. ही पद्धती अमेरिकेत लोकप्रिय असून या दृष्टिकोनासंबंधी तेथे भरपूर साहित्यसामग्री उपलब्ध आहे.

(५. ब. ५) खेळ सिद्धांत

आधुनिक आंतरराष्ट्रीय संबंधांच्या अभ्यासातील खेळ सिद्धांत हा अत्यंत अभिनव स्वरूपाचा सिद्धांत आहे. तसेच हा सिद्धान्त विश्लेषणाची एक चांगली पद्धती असून जगातील बदलत्या परिस्थितीनुसार कोणते निर्णय किंवा पवित्रे घ्यावेत यासंदर्भात मार्गदर्शन करणारा चांगला सिद्धान्त म्हणून ओळखला जातो. आंतरराष्ट्रीय राजकारणात राष्ट्रांना योग्य कृतीची नेहमीच निवड करावी लागते; यासाठी हा सिद्धांत उपयुक्त व राष्ट्रांना उत्तम मार्गदर्शन देणारा आहे.

सर्वप्रथम याचा विकास गणिततज्ज्ञ व अर्थशास्त्रज्ञांनी केला; आर्थिक देवाणघेवाण, व्यापार आणि युद्धनीतीच्या दृष्टीने या सिद्धांताचा जास्त उपयोग करण्यात आला. सर्वप्रथम इ. स. १७१० मध्ये गणिततज्ज्ञ व तत्त्ववेत्ता असलेल्या लिबनीझने युद्धनीतिच्या दृष्टीने या सिद्धांताचे प्रतिपादन केले. त्यानंतर १९ व्या शतकात आर्थिक प्रक्रिया व युद्धनीतीच्या दृष्टीने एजवर्थने एक नमुना प्रतिपादित केला. १९२८ मध्ये न्यूमन यांनी खेळसिद्धांताचे महत्त्व सांगणारे प्रमेय मांडले. १९४४ मध्ये न्यूमन व मॉर्गेन्स्टर्न यांनी आर्थिक क्षेत्राबाबत या सिद्धांताचे प्रतिपादान केले.

याशिवाय आंतरराष्ट्रीय राजकारणात या सिद्धांताचे सविस्तर प्रतिपादान मार्टिन शुबिक आणि कार्ल ड्वाईश यांनी केले आहे. मानवी जीवनातील संघर्षाप्रमाणे आंतरराष्ट्रीय राजकारणही संघर्षमय आहे. या सिद्धांतामध्ये आंतरराष्ट्रीय राजकारणाला खेळ समजून त्याचे विश्लेषण केले आहे; म्हणजेच आंतरराष्ट्रीय राजकारण समजण्यासाठी खेळाला साधन बनविण्यात आले आहे. परस्परविरोधी राज्यांना खेळाडूंच्या दोन गटांप्रमाणे समजून एकमेकांच्या हालचालींचा अंदाज घेतला जातो. तसेच खेळाप्रमाणेच आंतरराष्ट्रीय राजकारणात कमीत कमी दोन खेळाडू किंवा प्रतिस्पर्धी म्हणजेच राज्ये असतात. प्रत्येकाजवळ काही डावपेच असतात आणि प्रतिस्पर्ध्याच्या डावपेचांचीही थोडीफार कल्पना असते; हे डावपेच आपल्या राष्ट्राचे उद्दिष्ट, गरजा क्षमता व उपलब्ध साधनसामग्री यावर आधारित असतात आणि प्रतिस्पर्ध्याची उद्दिष्टे, गरजा, क्षमता आणि उपलब्ध साधसामग्री यांचा अभ्यास करून डावपेचांचे नियोजन केले जाते. या माहितीच्या जोरावरच एक पक्ष दुसऱ्या पक्षाचे डावपेच विफल करण्याचा प्रयत्न करीत असतो. या सिद्धांतानुसार खेळाप्रमाणेच आंतरराष्ट्रीय व्यवहारातील प्रत्येक सहभागी प्रतिस्पर्ध्यापेक्षा जास्तीतजास्त लाभ मिळविण्याचा प्रयत्न करतो. त्यासाठी आपल्याजवळ उपलब्ध डावपेचांद्वारे किती लाभ होईल याचा अंदाज बांधला जातो. प्रतिस्पर्धीसुद्धा कोणते डावपेच योजेल याचे अंदाज काढले जातात. या प्रक्रियेत एक अशी स्थिती येते की, दोन्ही पक्षाचे डावपेच जुळतात आणि दोघांच्या लाभांचे समीकरण समान राहते.

खेळ सिद्धांताची तत्त्वे :

(१) यात सहभागी होणाऱ्या दोन राष्ट्रांत हा संघर्ष किंवा खेळ चालतो. यामध्ये एकाचा पराभव तर दुसऱ्याचा निश्चित फायदा होतो.

(२) यात सहभागी होणाऱ्या राष्ट्रांच्या डावपेचाचे विश्लेषण करून त्यामध्ये कोणते परिणाम होतील याचा अंदाज केला जातो.

(३) यात सहभागी होणारी राष्ट्रे एकमेकांच्या कमकुवत बाजूंचा सखोल अभ्यास करतात. या अभ्यासासाठी त्यांना आपल्या देशाच्या गुप्तहेर संघटनेवर प्रामुख्याने अवलंबून राहावे लागते.

(४) या खेळात सहभागी झालेली परस्परविरोधी राष्ट्रे आपली स्थिती व बळ लक्षात घेऊन हा खेळ किंवा संघर्ष करण्यासाठी काही नियम तयार करतात. यानुसार खेळ किंवा संघर्ष झाला तरच त्याचा निकाल लागतो.

(५) आपल्या प्रतिस्पर्ध्यांचे गुप्तहेरांनी आणलेल्या माहितीवरून डावपेच आखले जातात. हे डावपेच आखताना या खेळात आपला अधिकाधिक फायदा कसा होईल याचाच सर्वप्रथम विचार करण्यावर भर दिला जातो.

ज्याप्रमाणे खेळाचे काही नियम असतात त्याचप्रमाणे आंतरराष्ट्रीय व्यवहारांचे व संघर्षाचेही काही नियम असतात; त्यानुसार प्रत्येक राष्ट्र आपल्या हालचाली निश्चित करीत असतात.

खेळ सिद्धांताचे काही नियम पुढीलप्रमाणे आहेत :

(१) आंतरराष्ट्रीय क्षेत्रांत परस्परविरोधी दोन तुल्यबळ प्रभावी पक्ष किंवा राष्ट्रे असतात. त्यांच्या परस्परविरोधी धोरणामुळे किंवा डावपेचांमुळे त्यांच्यात संघर्ष अटळ असतो, यालाच खेळाडूंमधील किंवा राष्ट्रांमधील संघर्ष असे म्हणतात.

(२) ज्याप्रमाणे खेळाडूंचे दोन पक्ष आपल्या बळाचा विचार करून खेळाचे काही नियम निश्चित करतात; त्याचप्रमाणे परस्परविरोधी राष्ट्रेदेखील आपली स्थिती व बळ लक्षात घेऊन काही नियम तयार करतात व यांना आंतरराष्ट्रीय राजकारणातील खेळाचे नियम असे म्हटले जाते.

(३) आपल्या प्रतिस्पर्धी राष्ट्रांची अंतर्गत व बाह्य व्यवहारांबाबत माहिती काढण्यासाठी गुप्तहेर व अन्य साधनांचा उपयोग करण्यावर भर दिला जातो. अंतर्गत स्थितीत प्रतिस्पर्धी राष्ट्रातील आर्थिक, तांत्रिक व सैनिक क्षमतेचा अंदाज घेतला जातो. तर बाह्य स्थितीत प्रतिस्पर्धी राष्ट्राचे मित्र व शत्रूंचा, त्या राष्ट्राविषयीचा दृष्टीकोन जाणून घेण्याचा प्रयत्न केला जातो; या पद्धतीला शत्रूविषयीची सूचना प्राप्त करणे असे म्हणतात.

(४) खेळ सिद्धांताप्रमाणे राष्ट्रे परस्परांविरूद्ध वेगवेगळे डावपेच आखत असतात. तसेच शत्रूराष्ट्रांच्या हालचाली लक्षात घेऊन आपले युद्धधोरण व परराष्ट्र धोरण ठरविले जाते.

(५) पाचव्या अवस्थेत या खेळाचे मूल्यमापन केले जाते; त्यास पूर्ण मूल्य फेड असे म्हणतात. युद्धकाळात आपला एकूण किती लाभ होऊ शकतो याचा यावरून अंदाज केला जातो.

याचाच अर्थ असा होतो की, खेळ सिद्धांतामध्ये संघर्ष, खेळाचे नियम, सूचनाप्राप्ती, युद्धनीती व मूल्यमापन हे पाच नियम असतात.

खेळ सिद्धांताचे राष्ट्रांच्या हितानुसार पाडण्यात आलेले प्रकार :

(१) पहिल्या प्रकारच्या खेळांना हितसंबंधाचे खेळ असे म्हणतात. हे खेळ समजुतदार खेळाडूंद्वारे व सहकार्यांच्या तत्त्वानुसार खेळले जातात .

(२) दुसऱ्या प्रकारच्या खेळांना परस्परविरोधी हितसंबंधाचे खेळ असे म्हणतात. यामध्ये खेळाडूंचे सहकार्य अशक्य असल्यामुळे परस्परांवर दबाव आणण्याचा प्रयत्न केला जातो.

(३) तिसऱ्या प्रकारच्या खेळांना संमिश्र हितसंबंधाचे खेळ असे म्हणतात. वरील दोन्ही प्रकारांमध्ये तिसरा प्रकार समाविष्ट आहे कारण त्यात सहकार्य व विरोधी दोन्हींची शक्यता असते; म्हणूनच त्यास संमिश्र हितसंबंधाचा खेळ असे म्हणतात. अर्थातच,समान हितसंबंधाच्या स्थितीतही पूर्ण सहकार्य प्राप्त झालेले

नसते.

याशिवाय खेळ सिद्धांताचे तीन प्रकार पुढीलप्रमाणे आहेत :

(१) शून्य योग खेळ : जेव्हा खेळातील एक पक्ष प्रतिस्पर्ध्यास पूर्णपणे नष्ट करून विजयी होतो त्या प्रकारास 'शून्य योग खेळ' असे म्हणतात. असा खेळ सर्वंकष अमर्यादित अवस्थेत निर्माण होऊ शकतो. या खेळात दोन्ही पक्ष जीवन-मरणात्मक संघर्षात गुंतले असतात यातील खेळाडूंकडे अनेक प्रकारच्या युक्त्या असतात त्या परस्परास माहीत होणार नाहीत अशा प्रकारची त्यांची योजना असते. यात लाभ व नुकसान यांचे समीकरण सारखेच असते. म्हणजे एकाला ज्या प्रमाणात लाभ होतो तसे दुसऱ्यांचे त्याच प्रमाणात नुकसान होत असते. या खेळात फक्त दोनच खेळाडू असल्यामुळे जय पराजय परस्परांना रद्द करीत असतात. अशा खेळासाठी खूप तयारी करावी लागते.

(२) सतत किंवा अविरत योग खेळ : जगातील अनेक राष्ट्रे हा खेळ खेळत असतात. जेव्हा खेळातील एक पक्ष किंवा गट दुसरा पक्ष किंवा गटाचे कोणतेही नुकसान होऊ न देता स्वत: जास्तीत जास्त लाभ प्राप्त करून घेण्याचा प्रयत्न करीत असतो त्या खेळाच्या प्रकारास 'अविरत योग खेळ' असे म्हणतात. यामध्ये प्रतिस्पर्ध्याचे नुकसान करणे व त्यांच्याशी संघर्ष करणे अभिप्रेत नसून प्रतिस्पर्ध्याबरोबर सहकार्य करण्याचा प्रयत्न केला जातो. ज्याप्रमाणे एखाद्या बाजारात विक्रेते दुसऱ्यांचे नुकसान न करता स्वत :चा अधिकाधिक फायदा करून घेण्याचा प्रयत्न करत असतात. तद्वतच आंतरराष्ट्रीय राजकारणातील खेळ सिद्धांतात आढळते.

(३) अ शून्य योग खेळ : आंतरराष्ट्रीय क्षेत्रातील राष्ट्रे आपापल्या देशाचा राष्ट्रवाद म्हणजेच आपल्या देशाचा फायदा कसा होईल याचाच या खेळात प्रयत्न करतात. म्हणजेच परस्पराविरोधी राज्ये निरंतर संघर्ष व सहकार्य दोहोंत व्यस्त असतात अशा खेळास 'अ शून्य योग खेळ' असे म्हणतात. जेव्हा खेळात भाग घेणाऱ्या खेळाडूंची संख्या जास्त होते त्यावेळी कोणाचे किती नुकसान किंवा लाभ झाला हे जाणणे कठीण असते. जेव्हा खेळात दोनपेक्षा जास्त खेळाडू भाग घेतात त्यावेळी त्यांच्यात सहमीलन होते व त्यातूनच स्वत :चा लाभ करून घेण्याचा प्रयत्न खेळाडू करीत असतात. खेळ सिद्धांताचे क्षेत्र व्यापक हितसंबंधची प्राप्ती असून आर्थिक, राजकीय, सामाजिक व लष्करी हितसंबंधाचाही समावेश असतो.

खेळ सिद्धांतात बुद्धिबळाच्या खेळाप्रमाणे जास्तीत जास्त प्यादे किंवा राष्ट्रे पटावर असतील तो जिंकला जातो व कमी प्यादे राहतील तो पराभूत झाला असे समजले जाते.

खेळ सिद्धांताची वैशिष्ट्ये :

(१) आंतरराष्ट्रीय राजकारण हा एक चांगल्या प्रकारचा खेळ आहे : आंतरराष्ट्रीय राजकारणात आज सर्वच राष्ट्रे सत्ता मिळविण्यासाठी प्रयत्न करताना दिसतात त्यासाठी ते या सिद्धांताचा वापर करतात; जागतिक सत्तेबरोबरच राष्ट्रीय हितसंबंधाच्या जपवणुकीसाठी जगातील राष्ट्रे यांचाच अवलंब करताना दिसतात. परस्परविरोधी राष्ट्रीय हितसंबंधातूनच संघर्ष निर्माण होत असतात. संघर्षामध्ये विशिष्ट प्रकारचे नियमही असतात; तसेच या सिद्धांताच्या माध्यमातून प्रत्येक राष्ट्र दुसऱ्याचा पराभव कसा होईल हेच पाहण्याचा प्रयत्न करताना दिसते. म्हणजेच एकाचे नुकसान दुसऱ्याचा फायदा हे यामध्ये अभिप्रेत असते. शिवाय या संघर्षात बुद्धिबळाच्या खेळाप्रमाणे अचूक डावपेच आखावे लागतात अन्यथा त्यामध्ये आपलेच नुकसान होण्याची शक्यता जास्त असते.

(२) डावपेचाचे विश्लेषण : जगातील राष्ट्रे सत्ताप्राप्तीसाठी जे संघर्ष करतात; त्या संघर्षामध्ये विजयी होण्यासाठी आणि शत्रूला पराभूत करण्यासाठी वेगवेगळ्या प्रकारचे डावपेच आखावे लागतात. हे

डावपेच आखताना शत्रूच्या कमकुवत बाजू विचारात घ्याव्या लागतात. त्याचबरोबर आपल्या डावपेचाचे काय परिणाम होऊ शकतात याचेही विश्लेषण आपल्या पातळीवर आपण करून ठेवले पाहिजे; तरच यामध्ये आपणास निश्चितच यश मिळेल.

(३) तर्कसंगत वर्तनाची तत्त्वे ठरविणे : सत्ताप्राप्तीच्या खेळामध्ये विजयासाठी तर्कसंगत वर्तनाची मोठ्या प्रमाणात अपेक्षा असते, की ज्यामध्ये उपलब्ध परिस्थितीमध्ये ठरविलेले डावपेच, त्यातून निर्माण झालेले पर्याय किंवा पर्याय निवडण्याचे वर्तन होय. यामधून फायदा मिळेल अशा प्रकारचे डावपेच ठरविण्यासाठी राष्ट्राला आपल्या शत्रूच्या डावपेचांचा सखोल अभ्यास करावा लागतो; या सिद्धांताचे विचारवंत भिन्न परिस्थितीमध्ये तर्कसंगत वर्तनाची तत्त्वे ठरविण्याचा युद्धपातळीवर प्रयत्न करतात व त्यांच्या आधारावरच वर्तनाच्या फायद्या-तोट्यांचाही विचार केला जातो.

(४) निर्णयप्रक्रियेचे विश्लेषण :निर्णयप्रक्रियेचा अभ्यास किंवा विश्लेषण करणारी खेळ सिद्धांत ही एक चांगली पद्धती आहे. स्पर्धेवर आधारलेल्या निर्णयाचा या पद्धतीत अभ्यास केला जातो. एका विशिष्ट परिस्थितीमध्ये राष्ट्राचे वर्तन जर तर्कसंगत असेल तर यामध्ये राष्ट्रे कोणत्या प्रकारचा निर्णय घेऊ शकतात; याचा अंदाज या सिद्धांताचा वापर करून काढता येतो. सहकार्य व संघर्ष करण्याच्या परिस्थितीत असलेल्या व्यक्ती त्यांचा समूह किंवा राष्ट्र जे निर्णय घेतात त्या निर्णयाची निर्मिती प्रक्रियेचा अभ्यास या सिद्धांतात केला जातो.

(५) फायद्यातोटयांचे संख्यात्मक मोजमाप :आंतरराष्ट्रीय राजकारणात एखाद्या राष्ट्राने घेतलेल्या विशिष्ट निर्णयांच्या फायद्या-तोटयांचे संख्यात्मक पद्धतीने मोजमाप केले जाते. यासाठी गणितामधील तर्कपद्धतीचा अवलंब केला जातो. तर्कपद्धतीच्या परिणामांचा विचार करून अचूक निर्णय घेता येतात. ही मोजमापाची पद्धती स्पर्धेतील राष्ट्रांच्या संख्येनुसार बदलत जाते. युद्ध तसेच संरक्षणाचे डावपेच ठरविण्यासाठी या मोजमापाचा खूपच फायदा होतो.

खेळ सिद्धांताचे परीक्षण :

(१) खेळ सिद्धांताचा मुख्य दोष असा की, जर अशा स्वरूपाचा खेळ दोन राज्यांच्या दरम्यान झाला तर या खेळाबाबत या सिद्धांताचा उपयोग होऊ शकतो. परंतु, आंतरराष्ट्रीय राजकारणात अशा प्रकारची परिस्थिती शक्यतो होत नाही; अनेकदा अनेक राज्ये या खेळात भाग घेत असतात.

(२) थॉमस शिलिंग यांनी तर शून्य योग खेळाबाबतही शंका व्यक्त केली आहे. आंतरराष्ट्रीय राजकारणाचे मूलसार राज्यांचे परस्परांतील संघर्ष व परस्परावलंबित्व हेच आहे; म्हणूनच त्यांच्यात काही प्रमाणात सहकार्य व समायोजनाचे वातावरण आवश्यक आहे असे त्याचे यावर मत आहे.

(३) केवळ युद्धकाळातच शून्य योग खेळाची स्थिती निर्माण होऊ शकते. परंतु आंतरराष्ट्रीय राजकारणाच्या अभ्यासामध्ये केवळ युद्धाचा अभ्यास करून चालत नाही तर दोन राज्यातील युद्धस्थिती व शांततेच्या काळातील परराष्ट्रधोरणाच्या प्रक्रियांचे विश्लेषण करणे आवश्यक असते; म्हणूनच काही लेखक या खेळास शून्य योग खेळाऐवजी 'चिकन गेम' म्हणतात.

(४) पेडलफोर्ड आणि लिंकन यांच्या मते, खेळ सिद्धांताच्या तंत्राचा थोडा फार उपयोग राष्ट्राचा धोरणाविषयक अंदाज बांधण्याइतपत होऊ शकतो. या सिद्धांताद्वारे धोरण विषयक स्पष्ट मार्गदर्शन होण्याऐवजी राज्यांराज्यांमधील कठीण प्रश्नच पुढे येतात; म्हणजेच आंतरराष्ट्रीय संबंधात सर्व समस्यांचा अभ्यास करण्यासाठी याचा उपयोग होऊ शकत नाही.

(५) खेळ सिद्धांताचा उपयोग युद्धाच्या डावपेचात्मक खेळाबाबत सैनिकांना व त्यांच्या अधिकाऱ्यांना प्रशिक्षण देण्यासाठी उपयुक्त ठरू शकतो; पण राजकारणातील कठीण समस्यांचे ज्ञान होण्यासाठी त्याचा

उपयोग होत नाही.

(६) थॉमस शिलिंग यांनी असे मत व्यक्त केले आहे की, हा सिद्धान्त मर्यादित युद्ध, शीतयुद्ध, अचानक आक्रमण किंवा आण्वस्त्राबाबत उपयोगी पडत नाही, केवळ सर्वंकष युद्ध अवस्था लक्षात घेऊनच याचा अर्थबोध होऊ शकतो.

(७) क्विन्सी राईट यांनी याबाबत असे मत व्यक्त केले आहे की, खेळ सिद्धान्तानुसार शीतयुद्धाचे विश्लेषण करून जर आपण परराष्ट्र धोरण ठरवू लागलो तर परस्परातील मतभेद समाप्त न होता ते उलट वाढत जातील व आपणास अपयश येईल; एवढेच नाही तर आपण संपूर्ण विनाशाच्या टोकाला जाऊन उभे राहू.

(८) खेळ सिद्धांतात प्रत्येक राष्ट्र दुसऱ्यांच्या कृती व सद्व्यवहाराबद्दल साशंक असते. राज्ये सदैव्य प्रतिस्पर्ध्याची खरी इच्छा काय, याबद्दल साशंकच असतात; म्हणूनच खेळ सिद्धांत परराष्ट्र धोरणाबाबत विश्वासार्ह मानला जात नाही.

खेळ सिद्धान्ताचे मूल्यमापन :

खेळ सिद्धान्त फारसा महत्त्वपूर्ण नसला तरी आंतरराष्ट्रीय राजकारणातील काही घटनांचे सूक्ष्म विश्लेषण करण्यास हा आज तरी उपयुक्त आहे. खेळ सिद्धान्त निर्णयग्राही सिद्धांताला पूरक मानला आहे; कारण यातून आपणास अशी माहीती मिळते की, आंतरराष्ट्रीय समस्यांबाबत घेतलेले निर्णय हे तात्पुरत्या स्वरूपाचे असतात. त्यातून कायमचे प्रश्न सुटू शकत नाहीत. या सिद्धांताचा सर्वाधिक फायदा असा होतो की, प्रतिपक्षाच्या युद्धनीती व डावपेचांचा विचार करून त्यातील महत्त्वाच्या डावपेचांना शह देण्यास हा सिद्धान्त उपयोगी ठरतो; त्याचप्रमाणे हा सिद्धान्त कोणत्याही देशाच्या परराष्ट्र धोरणाबाबत अनुमान लावण्यास उपयुक्त ठरतो.

लघूत्तरी प्रश्न :

(१) आंतरराष्ट्रीय राजकारणाचा विकास थोडक्यात सांगा.
(२) आंतरराष्ट्रीय राजकारण व आंतरराष्ट्रीय संबंध यातील फरक सांगा.
(३) आदर्शवादी सिद्धांताची प्रमुख वैशिष्ट्ये लिहा.
(४) आदर्शवादी विचारांबाबतची विल्सनची १४ तत्त्वे कोणती?
(५) आदर्शवादी व वास्तववादी सिद्धांताची तुलना करा.
(६) जागतिक रचनेच्या बाबतीत आदर्शवादी विचारवंतांनी सुचवलेली उपाययोजना कोणती?
(७) आदर्शवादी सिद्धांताची थोडक्यात माहिती लिहा.
(८) मॉर्गेन्थ्या यांच्या वास्तववादी सिद्धांताची सहा मूलतत्त्वे कोणती?
(९) मॉर्टिन काप्लान यांच्या व्यवस्था सिद्धांताविषयी लिहा.
(१०) निर्णय निर्धारक सिद्धांताचा अर्थ व स्वरूप सांगा.
(११) निर्णयावरील प्रक्रिया व त्यावरील प्रभाव सांगा.
(१२) खेळ सिद्धांताची आधारभूत तत्त्वे कोणती?
(१३) खेळ सिद्धांताची वैशिष्ट्ये कोणती?
(१४) खेळ सिद्धांताचे नियम सांगा.
(१५) खेळ सिद्धांताचे प्रकार कोणते?

दीर्घोत्तरी प्रश्न :

(१) आंतरराष्ट्रीय राजकारणाचा अर्थ व व्याख्या सांगून स्वरूप स्पष्ट करा.

(२) आंतरराष्ट्रीय राजकारणाची व्याप्ती लिहा.

(३) आदर्शवादी सिद्धान्ताचे टीकात्मक परीक्षण करा.

(४) वास्तववादी सिद्धान्ताचे परीक्षण करा.

(५) वास्तववादी सिद्धान्त म्हणजे काय? ते सांगून वास्तववादी सिद्धान्ताची मूलभूत तत्त्वे लिहा.

(६) आंतरराष्ट्रीय राजकारणाच्या अभ्यासाचा वास्तववादी दृष्टिकोन विशद करा.

(७) व्यवस्था सिद्धान्ताचे टीकात्मक परीक्षण करा.

(८) व्यवस्था सिद्धान्त म्हणजे काय ? ते सांगून व्यवस्था सिद्धान्ताची मूलभूत तत्त्वे लिहा.

(९) निर्णय निर्धारक सिद्धान्ताची थोडक्यात माहिती लिहा.

(१०) निर्णय निर्धारक सिद्धान्ताचे टीकात्मक परीक्षण करा.

(११) खेळ सिद्धान्ताचे परीक्षण करा.

प्रकरण ६

आंतरराष्ट्रीय राजकारणाविषयक महत्त्वाच्या संकल्पना

प्रस्तावना

आंतरराष्ट्रीय राजकारणाच्या अभ्यासात अनेक संकल्पनांचा अभ्यास केला जातो. त्यामध्ये प्रामुख्याने राष्ट्रीय हित, राष्ट्रीय सुरक्षा, सत्तासमतोल, सामूहिक सुरक्षितता, शीतयुद्ध, एकध्रुवीय जग, पेच व्यवस्थापन, संघर्षनिवारण, परराष्ट्रधोरण, राजनय किंवा राजनीती व आंतरराष्ट्रीय कायदा इ. संकल्पनांचा अभ्यास या प्रकरणामध्ये केला जाणार आहे. आज जगात प्रत्येक राष्ट्र आपल्या राष्ट्रीय हिताची जपवणूक करत आहे म्हणूनच राष्ट्रीय हितास परराष्ट्रधोरणाचे मूलस्थान मानले आहे. राष्ट्रीय सुरक्षेमध्ये अंतर्गत व बहिर्गत शत्रूंचा प्रामुख्याने विचार केला जातो. आंतरराष्ट्रीय समूहात कोणत्याही राष्ट्राला मनाला वाटेल तसे वागू दिले जात नाही त्यासाठी 'सत्तेचा समतोल' ही संकल्पना राबविली जाते; तर एखाद्या शक्तिशाली राष्ट्रावर नियंत्रण घालण्यासाठी सामूहिक सुरक्षा कार्य करते. द्वितीय महायुद्धानंतर अमेरिका व सोव्हिएत रशिया यांच्यामध्ये शीतयुद्धाला सुरुवात झाली. १९९१ मध्ये सोव्हिएत रशियाचे विघटन होऊन अमेरिका जगात एकमेव महासत्ता उरली त्यामधून एकध्रुवीय जगाची संकल्पना उदयास आली. त्याचवेळी आंतरराष्ट्रीय शांतता व सुरक्षितता अबाधित ठेवण्यासाठी पेच व्यवस्थापन व संघर्षनिवारण या संकल्पना महत्त्वाची भूमिका बजावत आहेत; आज जगातील कोणतेही राष्ट्र स्वावलंबी नसल्यामुळे त्याला इतरांबरोबर संबंध प्रस्थापित करावेच लागतात आणि ते परराष्ट्रधोरणाच्या माध्यमांतून राबविले जातात. तसेच दोन राष्ट्रातील संबंध चांगले होण्यासाठी म्हणजेच त्यांच्यातील संघर्ष मिटविण्यासाठी राजनय व आंतरराष्ट्रीय कायदा या संकल्पना प्रयत्न करताना दिसतात. वरील संकल्पनांचा सविस्तर अभ्यास या प्रकरणात केलेला आहे.

(६. अ. १) राष्ट्रीय हित

प्राचीन काळापासून राष्ट्रीय हिताची संकल्पना साकार झालेली आहे. त्या राष्ट्रीय हिताच्या स्वरूपात

आज कमीअधिक फरक झालेला आढळतो; म्हणजेच हा शब्दप्रयोग व्यापक अर्थाने उपयोगात आणला जातो. राष्ट्रीय हितसंबंध ही अतिशय महत्त्वाची संकल्पना असून ही एक मानसिक धारणा आहे; म्हणूनच तिचे आंतरराष्ट्रीय राजकारणात फारच महत्त्व आहे. संपूर्ण आंतरराष्ट्रीय राजकारण राष्ट्रीय हित या संकल्पनेभोवती फिरताना दिसते. राष्ट्रीय हित समोर ठेवूनच प्रत्येक राष्ट्र आपल्या राष्ट्रीय आणि आंतरराष्ट्रीय धोरणाची उद्दिष्टे निश्चित करीत असते. परंतु, ही उद्दिष्ट्ये म्हणजे अंतिम ध्येय नसून ध्येय सिद्धीसाठी ही उद्दिष्टे आवश्यक असतात; म्हणूनच त्याला व्यापक अर्थ प्राप्त झालेला आहे.

अर्थ आणि संकल्पना :

राष्ट्रीय हिताची व्याख्या विविध विचारवंतांनी आपापल्या दृष्टिकोनातून करण्याचा प्रयत्न केला आहे. सर्वसामान्यपणे राष्ट्रीय हिताची व्याख्या पुढीलप्रमाणे करता येईल. 'राष्ट्रीय हित म्हणजे एखाद्या राष्ट्राद्वारे सैद्धांतिकदृष्ट्या निश्चित केलेले ध्येय होय.' प्रत्येक राष्ट्राची परराष्ट्र धोरणाबाबतची उद्दिष्टे विभिन्न प्रकारची असतात. धोरण ठरविताना राष्ट्रीय हिताच्या कल्पनेला विशेष महत्त्व दिले जाते; राष्ट्रीय हिताची व्याख्या करताना **पेडलफोर्ड आणि लिंकन** म्हणतात, 'राष्ट्रीय हिताची संकल्पना समाजाच्या मूलभूत मूल्यांशी संबंधित आहे. ते मूल्य म्हणजे राष्ट्राचे कल्याण, त्याच्या राजकीय विश्वासांचे संरक्षण,राष्ट्रीय जीवन पद्धती,प्रादेशिक अखंडता आणि सीमांची सुरक्षितता.' या व्याख्येमध्ये राष्ट्रीय हिताला व्यापक असा अर्थ प्राप्त झालेला आहे. राष्ट्रीय हिताचे स्पष्टीकरण देताना **चार्ल्स लेरशे व अब्दुल सैद** म्हणतात' 'राष्ट्रीय हित म्हणजे सामान्य व दीर्घमुदतीची अशी उद्दिष्टे की, जी साध्य होण्यासाठी राष्ट्र-राज्य आणि सरकारही सतत प्रयत्नशील असतात.'

जोसेफ फ्रँकल राष्ट्रीय हिताची व्याख्या स्पष्ट करताना म्हणतात, 'राष्ट्रीय हित हा परराष्ट्र धोरणाचा मूलभूत सिद्धान्त आहे.'म्हणजे फ्रँकल परराष्ट्रीय धोरणाच्या तत्त्वालाच राष्ट्रीय हित संबोधतात. राष्ट्रीय हिताच्या संदर्भात **व्हर्नान व्हॅन डायक** यांनी स्पष्ट केले की, 'राष्ट्रीय हित म्हणजे असे धोरण की,जे इतर राज्यासोबत संबंध प्रस्थापित करण्यासाठी किंवा प्रस्थापित करण्यासाठी झालेल्या संबंधांच्या रक्षणासाठी प्रयत्नशील असते.' राष्ट्रीय हित म्हणजे शक्तिशाली राष्ट्रांच्या आकांक्षा होत. त्या दुसऱ्या राष्ट्राच्या माध्यमातून पूर्ण केल्या जातात. अन्य राज्यांच्या तुलनेमध्ये एखाद्या राज्याच्या ज्या आशा-आकांक्षा असतात; त्या सामान्यपणे परकीय नीतीच्या उद्देश्यांशी संबंधित असतात; त्या ध्येय,उद्दिष्टांनाच राष्ट्रीय हित संबोधले जाते.

थोडक्यात, राष्ट्रीय हिताची कल्पना इतर राज्यांच्या संदर्भातच केली जाते आणि प्रत्येक राष्ट्राच्या परराष्ट्र धोरणातून ती स्पष्ट होत असते; तसेच तत्कालीन हिताबरोबरच अपेक्षित हित साध्य करण्यावरच तिचा भर असतो. आंतरराष्ट्रीय दृष्टिकोनातून राष्ट्रीय हिताचा विचार केल्यास राष्ट्रीय हिताच्या प्राप्तीसाठी राष्ट्र शक्तिशाली असणे आवश्यक असते. राष्ट्रहिताच्या प्राप्तीचे मुख्य साधन शक्तीच असल्यामुळे राष्ट्रीय हिताला राष्ट्र शक्तीच्या स्वरूपातच स्पष्ट करता येते. याच कारणामुळे कोणत्याही राष्ट्राच्या परराष्ट्रीय धोरणाचा मुख्य उद्देश राष्ट्रीय शक्तीत वाढ करण्याचाच असतो. एवढेच नाही तर तो तसा असलाच पाहिजे; म्हणजेच राष्ट्रीय हित ही एक मानसिक धारणा असून आंतरराष्ट्रीय राजकारणात तिचे सर्वात अधिक महत्त्व आहे. संपूर्ण आंतरराष्ट्रीय राजकारण राष्ट्रीय हित या संकल्पनेभोवती फिरत असते. राष्ट्रीय हित समोर ठेवूनच प्रत्येक राष्ट्र आपल्या राष्ट्रीय आणि आंतरराष्ट्रीय धोरणांची उद्दिष्टे निश्चित करीत असते. परंतु ही उद्दिष्टे म्हणजे ध्येय सिद्धीसाठी आवश्यक असतात; अशा प्रकारे राष्ट्रहिताला व्यापक अर्थ आहे.

स्वरूप व व्याप्ती :

राष्ट्रीय हित वातावरणानुसार परराष्ट्रीय धोरणास दृष्टिकोन देत असते. कोणत्याही देशाचे परराष्ट्रीय

धोरण हे त्या देशाच्या हितसंबंधावर आधारित असते. परराष्ट्रीय धोरणातील दीर्घकालीन मुदतीच्या किंवा अल्पकालीन मुदतीच्या प्रयत्नाबाबत राष्ट्रीय हित दिशा दर्शविते. राष्ट्राचे परराष्ट्रीय धोरण ठरविताना किंवा उपयोगात आणताना सर्व प्रकारच्या आंतरराष्ट्रीय स्थितीबाबत विचार करणे अत्यावश्यक असते. निश्चित राष्ट्रीय हित वा ध्येय धोरणांनुसार परराष्ट्रधोरण निर्धारित केले जाते. राष्ट्रीय हिताचा आणि अन्य राष्ट्रांच्या संबंधित घटनांचाही संबंध असू शकतो. या संदर्भात एखाद्या राष्ट्राची समर्थता त्या राष्ट्राला भेडसावणारे प्रश्न यांचा जसा राष्ट्रीय हितसंबंधाच्या निश्चितीवर परिणाम होतो. तसाच मोठ्या राष्ट्रांकडून येणारे दबाव, आंतरराष्ट्रीय संघटनांच्या आज्ञा,हुकूम इत्यादींचा सुद्धा परिणाम होतो. मॉर्गेन्थांच्या विचारानुसार,राष्ट्रीय हितसंबंध हे त्या राष्ट्राच्या क्षमतेशी प्रमाणबद्ध असावेत, तसे ते असतात. आपल्या सामर्थ्याचा व क्षमतेचा विचार करूनच प्रत्येक राष्ट्र आपल्या हितसंबंधांची उभारणी करते.

आंतरराष्ट्रीय राजकारणात एकच स्थिती कायमस्वरूपी नसते किंवा लॉर्ड पामर्स्टनच्या शब्दांत सांगावयाचे झाल्यास आंतरराष्ट्रीय राजकारणात कायमचे मित्र किंवा कायमचे शत्रू असे असूच शकत नाहीत, त्यामध्ये बदल किंवा स्थित्यंतरे ही होतच असतात. त्यानुसार राष्ट्राच्या हितसंबंधामध्येही बदल होत असतात; राष्ट्रीय हितसंबंधाची निश्चितीही वास्तववादी पद्धतीने होत असते. त्यामध्ये काल्पनिक आदर्शवादाला विशेष स्थान नसते, प्रत्येक देश आपल्या शक्तीगोलामध्ये राष्ट्रीय हित संबंधाची निश्चिती करीत असतात. वास्तविक राष्ट्रीय हित संबंधाची कल्पना ही मानसशास्त्रीय संकल्पना आहे. त्या संदर्भात रेमंड एर्शॅन यांनी स्पष्ट केले आहे की,राष्ट्रीय हित बोट दाखवून स्पष्ट करता येत नाही, कारण त्याचा संबंध व्यक्तीच्या गटांशी असतो. प्रत्यक्षपणे व्यक्तीशी तो कधीच नसतो. एखाद्या राष्ट्रात जितके गट राष्ट्रीय हितात भाग घेतात तेवढे विभिन्न अर्थ राष्ट्रीय हिताचे निघतात.

राष्ट्रीय हित हे प्रामुख्याने राष्ट्राच्या सुरक्षेशी संबंधित असतात. नॉर्मल हिल यांच्या मतानुसार राष्ट्रीय हितसंबंध हे परराष्ट्रीय धोरणाचे निर्मितीस्थान असते; व राष्ट्रीय सुरक्षिततेवरच प्रामुख्याने परराष्ट्रीय धोरणाची उभारणी केली जाते. आजच्या भयग्रस्त युद्धकुशल जगामध्ये सुरक्षा हा राष्ट्रीय हितसंबंधाशी जोडलेला अतिशय महत्त्वाचा घटक आहे. राष्ट्रीय हितसंबंधाचे वैचारिक,वैधानिक,वास्तववादी,नोकरशाही, वांशिक,परावलंबी आणि जागतिक हितसंबंधातून आधार निर्माण झालेले आहेत. या निरनिराळ्या आधारावरून हितसंबंधाचे स्वरूपही बदलते. बऱ्याच वेळा जगामध्ये एकमेकांच्या विरोधी हितसंबंधाची जोपासणी झाल्याची आढळते. म्हणजेच राष्ट्रीय हित संबंध हे महत्त्वाकांक्षीचे, परस्पर विरोधी इच्छांचे, विविध उद्दिष्टांचे व प्रेरणांचे, राष्ट्रीय कर्जाचे,राष्ट्रीय मागण्यांचे आणि इतर घटकांचे एक अपत्य आहे. राष्ट्रीय हितसंबंध हे राष्ट्राच्या निर्णय-निर्धारण प्रक्रियेमध्ये अतिशय महत्त्वाची भूमिका बजावतात.

राष्ट्रीय हित आणि परराष्ट्रीय धोरण यांचा जसा संबंध आहे तसाच राष्ट्रीय हिताचा सुरक्षा आणि आंतराष्ट्रीय सुरक्षेशी संबंध आहे. जगामध्ये राष्ट्रीय सुरक्षेचा प्रश्न सर्वांनाच भेडसावत आहे. नवोदित राष्ट्रच नाहीत तर जुन्या राष्ट्रांना सुद्धा सुरक्षेसाठी विचार करणे जरुरीचे झालेले आहे. म्हणजेच राष्ट्रहिताचा अर्थ फक्त राष्ट्राचे कल्याण साधणे एवढाच सीमित राहिला नसून, संरक्षणाच्या दृष्टीनेही त्यावर गहन विचार होत आहेत. पर्यायाने राष्ट्रहिताचा सिद्धान्त हा राष्ट्रीय संरक्षणाचाच सिद्धान्त म्हणून ओळखला जात आहे; त्याचे कारण स्पष्ट आहे. राष्ट्रीय हितामध्ये सुरक्षिततेला पर्यायाने अंतर्गत सुरक्षिततेलाही अधिक महत्त्व दिले जाते आणि त्या सुरक्षिततेच्या सिद्धतेमुळेच परकीय व अंतर्गत आक्रमणास आळा घातला जातो. राष्ट्रीय सुरक्षेच्या नावाने पर्यायाने राष्ट्रीय हितासाठीच अंतर्गत शत्रूपासून बचाव होणे जरुरीचे आहे आणि त्या बचावासाठीच संरक्षणाची तयारी असणे आवश्यक आहे. संरक्षणाच्या तयारीमध्ये प्रत्येक राष्ट्राने सुरक्षा बाळगण्याचा प्रयत्न सुरू केलेला आहे. राष्ट्राराष्ट्रांच्या संरक्षणाच्या तयारीमुळे फरक आढळतो तसेच राष्ट्राच्या ध्येयपूर्तीच्या

साधनांमध्ये सुद्धा फरक आढळतो. राष्ट्राराष्ट्रांच्या धोरणामध्ये जो फरक होत असतो त्याला अनेक कारणे आहेत. काही राष्ट्रांनी शस्त्रीकरणावर भर दिला आहे. काहींनी नि :शस्त्रीकरणाच्या करारावर सह्या केलेल्या आहेत; तर काही राष्ट्रे अगदीच तटस्थ आहेत. यावरूनच प्रश्न निर्माण होतो की,सुरक्षितता ही राष्ट्रीय हिताचे माध्यम किंवा अंतिम ध्येय होऊ शकते काय? मेकियाव्हलीच्या शिष्यांनी 'संरक्षणा'ला अंतिम ध्येय मानले आहे तर अनेकांनी राष्ट्रीय सुरक्षेस अंतिम ध्येय मानण्यास विरोध केला आहे. म्हणजेच राष्ट्रीय हिताची कल्पना काही अंशी वादग्रस्त तर काही अंशी अस्पष्ट असल्याची दिसते.

बदलत्या राजनीतीच्या आंतरराष्ट्रीय क्षेत्रामध्ये सुरक्षिततेचे प्रश्न जाणून घेणे अतिशय महत्त्वाचे आहे. अण्वस्त्रांमुळे तर सुरक्षिततेची व्यापकता जागतिक स्वरूपाची झालेली आहे म्हणजे अण्वस्त्रांच्या संदर्भात कोणत्याही राष्ट्राचा प्रश्न हा वैयक्तिक नाही तर तो संपूर्ण जगाच्या सुरक्षेचाही प्रश्न आहे. त्याशिवाय मानवतेच्या सुरक्षिततेचा प्रश्न हा राष्ट्रीय हिताच्या दृष्टीने एक नवीन प्रश्न आहे. आज राष्ट्रीय हिताचा सिद्धांत हा राष्ट्रीय संरक्षणाचा सिद्धान्त मानला जात आहे. राष्ट्रीय हितामध्ये अंतर्गत सुरक्षिततेला प्रथमच स्थान दिले जाते. सुरक्षिततेच्या अद्ययावत मार्गांनेच परकीय आक्रमणांपासून संरक्षण करणे शक्य होते; कदाचित याच उद्देशामुळे जगामध्ये शस्त्रास्त्र निर्मितीमध्ये वाढ होऊन शस्त्रस्पर्धा सुरू झालेली आहे. विचारांती व अनुभवातून संरक्षणविषयक करार होत आहेत. अर्थात, त्या करारांमध्ये नि :शस्त्रीकरण करार,शस्त्रनियंत्रण करार,अण्वस्त्रप्रसार बंदी करार,अलिप्तता धोरण, इत्यादींचा समावेश असला तरी सुरक्षिततेचे महत्त्व कुणीही नाकारलेले नाही. सुरक्षितता ही मानण्यावर आहे. जगामध्ये जशा सुखाच्या कल्पना व दु :खाच्या कल्पना मानण्यावर अवलंबून आहेत; त्याचप्रकारे सुरक्षिततेचा विचार करता येईल कारण कितीही शस्त्रास्त्रे गोळा केली तरी सुरक्षितता प्राप्त झाली असे म्हणता येणार नाही. कोणत्याही देशाला संपूर्ण जग ताब्यात घेतल्याशिवाय किंवा जिंकल्याशिवाय परिपूर्ण सुरक्षितता प्राप्त झाली असे म्हणता येणार नाही. म्हणजेच राष्ट्रहितामध्ये सुरक्षितता आवश्यक असूनही ते राष्ट्राचे अंतिम ध्येय होणार नाही. कदाचित यामुळेच जॉन हर्झे यांनी 'सुरक्षिततेची द्विधावस्था' असा उल्लेख केलेला आहे. त्या संदर्भात प्रत्येक राष्ट्राने स्वत :चे संरक्षण करीत असताना त्या संरक्षण तयारीमध्ये काही पथ्ये पाळणे आवश्यक आहे; त्यात इतर राष्ट्रांच्या मनामध्ये संरक्षण तयारीबाबत निर्माण होणारा संशय दूर करणे आवश्यक ठरते म्हणजेच या सुरक्षिततेमध्ये राष्ट्रीय समाधान व परकीय आक्रमणाची शक्यता कमी करणे जरुरीचे ठरते.

राष्ट्रीय हिताबद्दलच्या अनेक कल्पना स्पष्ट नाहीत. त्यातील काही कल्पना तर वादग्रस्त सुद्धा आहेत. त्यामुळेच सामान्यपणे प्रत्येक राष्ट्रास जीवन जगण्याचा अधिकार या दृष्टिकोनालाच राष्ट्र हित मानता येईल. कौटिल्याने याच तत्त्वावर भर देऊन राष्ट्रीय विकास घडवून आणण्याचा प्रयत्न केला. आजच्या युगामध्ये राष्ट्रीय हिताचा संबंध आंतरराष्ट्रीय हिताशी जोडला जातो; ही कल्पना काही नवीन नाही. कौटिल्याने परराष्ट्र धोरण व राष्ट्रीय हित यांचा मेळ घालताना आंतरराज्य संबंध स्पष्ट केलेला आहे.

पामर आणि पर्किन्सच्या विचारांनुसार पुढील मार्गांनी राष्ट्रीय हितामध्ये वृद्धी होत असते. राष्ट्रीय हिताच्या व्याप्तीमध्ये राजनय किंवा राजनीती डावपेच, अफवा,राजकीय युद्धे, आर्थिक साधने, साम्राज्यवाद, वसाहतवाद, युद्ध इत्यादीमुळे भर पडते. या मार्गांनी राष्ट्रीयहिताचे क्षेत्र वाढत जाते.

राष्ट्रीय हिताची तत्त्वे :

राष्ट्राला कोणत्या गोष्टीचे संरक्षण करावयाचे आहे व कोणत्या गोष्टी प्राप्त करावयाच्या आहेत हे परराष्ट्र धोरणाच्या उद्दिष्टांत स्पष्ट केलेले असते. ही उद्दिष्टे दोन प्रकारची असतात, राष्ट्राचे ध्येय व राष्ट्राची उद्दिष्टे.

ध्येय व उद्दिष्टे यात वेळेचे किंवा कालावधीचे अंतर आहे. ध्येय गाठण्यासाठी जास्तीत जास्त

कालावधी ठेवणे आवश्यक असते तर उद्दिष्टे ही अल्पावधीत व ताबडतोब साध्य करावयाची असतात. ध्येय हे आदर्शात्मक हित असते; तर उद्दिष्ट म्हणजे वास्तविकपणे साध्य होण्यासारखे हित असते. ध्येय हे अपेक्षित हित साध्य करण्यावर भर देते तर उद्दिष्टे हे तात्कालिक हित साध्य करीत असते.

राष्ट्रीय हित म्हणजे केवळ तात्कालिक हित साध्य करणे नव्हे. तसेच अपेक्षित हित साध्य करणेही नव्हे या दोन्ही हितांचा अंतर्भाव तर राष्ट्रहितात होतोच. परंतु, राष्ट्रीय हिताला यापेक्षा व्यापक अर्थ प्राप्त झाला आहे. राष्ट्रीय हित हे तात्कालिक व अपेक्षित हित साध्य करण्याबाबत धोरण-निर्धारकास सतत मार्गदर्शन करीत असते. राष्ट्रीय हित साध्य करण्यासाठी राज्याला नेहमी विभिन्न प्रश्न सोडवावे लागतात.

मार्गेन्था यांच्या मते, 'राष्ट्रीय हितात मुख्यत: दोन तत्त्वे अंतर्भूत असतात. पहिले तत्त्व म्हणजे तात्त्विक दृष्टिने राष्ट्रहिताची कल्पना योग्य म्हणून आवश्यक आहे आणि दुसरे तत्त्व म्हणजे राष्ट्रीय हित हे अस्थिर असून ते परिस्थितीनुसार निश्चित केले जाते.' राष्ट्रीय हित एकदा आवश्यक आहे असे मानले म्हणजे राष्ट्राला दुसऱ्या राष्ट्राविरुद्ध आपल्या भौतिक,राजकीय आणि सांस्कृतिक एकरूपतेचे संरक्षण करणे आवश्यक बनते. याचा सहज परिणाम म्हणजे एका राष्ट्राचे हित हे दुसऱ्या राष्ट्राच्या हितापेक्षा भिन्न असते व प्रत्येक राष्ट्र आपले स्वत:चे हित साध्य करण्याचा प्रयत्न करीत असते. राष्ट्रीय हित साध्य करण्यासाठी प्रत्येक राष्ट्र कधी शांततेच्या तर कधी युद्धाच्या मार्गांचाही अवलंब करीत असते,आपल्या सुरक्षिततेच्या दृष्टीने शक्तीत अमाप वाढ करीत असते; व याचा परिणाम म्हणजे इतर राज्यांना असुरक्षितता वाटू लागते. परिणामत :अशी राष्ट्रे आपली संरक्षण सिद्धता वाढविण्याचा प्रयत्न करतात.

राष्ट्रीय हिताची वैशिष्ट्ये :

राष्ट्रीय हितासंबंधी बऱ्याच व्याख्येचे विश्लेषण केल्यास आपणास राष्ट्रीय हिताची वैशिष्ट्ये पुढीलप्रमाणे दाखविता येतील.

(१) अमूर्त कल्पना : राष्ट्रीय हिताची कल्पना ही अमूर्त तसेच मानसिक आणि तत्त्वज्ञानात्मक आहे. राष्ट्रीय हित कोणते, हे स्पष्टपणे दाखविता येत नाही. परिस्थिती गट,आंतरराष्ट्रीय परिस्थिती या संदर्भात राष्ट्रीय हिताची कल्पना करता येते.

(२) सुरक्षिततेशी संबंधित : राष्ट्रीय हिताचे दुसरे वैशिष्ट्य म्हणजे राष्ट्रीय हिताची कल्पना ही प्रामुख्याने राष्ट्राच्या सुरक्षिततेशी संबंधित असते कारण राष्ट्र जर सुरक्षित नसेल तर राष्ट्रहिताला अर्थ उरणार नाही, म्हणूनच राष्ट्राची सुरक्षितता, संरक्षण हे राष्ट्राचे निरंतर आणि कायम स्वरूपाचे हित असते.

(३) परिस्थिती सापेक्ष : तिसरे वैशिष्ट्ये म्हणजे राष्ट्राची सुरक्षितता हे एक हित सोडल्यास राष्ट्राच्या अन्य हितांची कल्पना ही परिस्थितीनुसार बदलत असते कारण राष्ट्राच्या सुरक्षिततेसाठीच इतर हितांत परिवर्तन करावे लागते. या अन्य हितांना दुय्यम स्वरूपाचे हित किंवा धोरणांची उद्दिष्टे असेही म्हणता येईल. व्हर्नान व्हॅन डायक यांनी याच उद्देशाने राष्ट्रीय हिताचे निरपेक्ष हित आणि दुय्यम हिताची निवड योग्यतेच्या आधारावर करावी असे म्हटले आहे.

(४) सापेक्षता : राष्ट्रीय हिताचे चौथे उद्दिष्ट्य म्हणजे, राष्ट्रहिताची कल्पना ही सापेक्ष असून इतर राष्ट्रांच्या संदर्भात करावी लागते; म्हणजे राष्ट्रहिताची कल्पना ही वास्तववादी असावी लागते. आपले राष्ट्र व इतर राष्ट्र यांच्या शक्ती, साधनसामग्रीशी तुलना करूनच वास्तववादी दृष्टिकोनातून राष्ट्रहिताची कल्पना निश्‍चित करावी लागते. उदा. राष्ट्राची सुरक्षितता. यासाठी राष्ट्रशक्तीत वाढ करणे आवश्यक असते, परंतु राष्ट्रशक्तीला मर्यादा नाही म्हणून इतर राष्ट्रांच्या तुलनेत आपण किती शक्ती संपादन करावी हे प्रत्येक राष्ट्राला निश्चित करावे लागते.

(५) राष्ट्रीय शक्तीवर आधारित : राष्ट्रीय हिताची कल्पना ही मानवी शक्तीच्या, नैसर्गिक

साधनसामुग्रीच्या उपलब्धतेचा आणि जनतेच्या मनोबलाचा विचार करून ठरवावी लागते; म्हणजे राष्ट्राच्या एकूण शक्तीचा,सामर्थ्याचा विचार करून त्यानुसार आणि त्याप्रमाणात करावी लागते कारण राष्ट्रीय हिताच्या निश्चितीनंतरच इतर राष्ट्रांशी संबंध कसे ठेवावे, हे निश्चित केले जाते.

(६) परराष्ट्रीय धोरणांचा आधार : राष्ट्रीय हिताचे सहावे आणि शेवटचे वैशिष्ट्य म्हणजे राष्ट्रीय हित हे राष्ट्राच्या अंतर्गत आणि परराष्ट्र धोरणाच्या निर्धाराने प्रक्रियेवर महत्त्वाचा प्रभाव टाकीत असतात. एवढेच नव्हे तर राष्ट्रीय हित साध्य करण्याच्या दृष्टीने या धोरणाचा साधन म्हणून वापर करण्यात येतो. राष्ट्राचे परराष्ट्रीय धोरण हे राष्ट्रीय हितानुसार स्वीकारलेल्या उद्दिष्टांनुसार निश्चित केले जाते.

नार्मल हिल यांच्या मते, 'राष्ट्रीय हित हे परराष्ट्र धोरणाचे प्रारंभ स्थान असते.' **ऑर्गेस्की** यांच्या मते, 'राष्ट्रीय हिताच्या संदर्भातच परराष्ट्र धोरणाचा अभ्यास केला जातो.' परराष्ट्रीय धोरणात जर राष्ट्रहिताची काळजी घेतली जात नसेल तर त्या धोरणाला काहीच महत्त्व नसते. **मॉर्गेन्था** यांच्या मते, 'कोणतेही राष्ट्र मग ते कितीही शक्तीशाली असो,कोणत्याही विचारप्रणालीचा पुरस्कार करणारे असो त्याला आपले परराष्ट्रीय धोरण राष्ट्रहित लक्षात घेऊनच निर्धारित करावे लागते.'जे राष्ट्र या सत्याकडे दुर्लक्ष करीत असेल त्या राष्ट्राचे अस्तित्व धोक्यात येण्याची शक्यता असते.

राष्ट्रीय हिताची कार्ये :

राष्ट्रामधील आर्थिक,सामाजिक, सांस्कृतिक इत्यादी स्वरूपाच्या विकासाबरोबरच त्या राष्ट्राचे अस्तित्व जोपासण्याची भूमिका राष्ट्र हितामध्ये असते.

(१) परराष्ट्रीय धोरणास वातावरणाधिष्ठित दृष्टिकोन देणे.
(२) परराष्ट्रधोरणातील दीर्घमुदतीच्या किंवा अल्पमुदतीच्या प्रयत्नांबाबत मार्गदर्शन करणे.
(३) राष्ट्राचे तत्कालीन हित अनपेक्षित हित साध्य करण्याबाबत धोरण निर्धारकास सतत मार्गदर्शन करणे.
(४) राष्ट्राचे स्वातंत्र्य आणि सार्वभौमत्व जोपासणे.
(५) आर्थिक विकासासाठी व्यापारी सुविधा प्राप्त करणे.
(६) राष्ट्रीय आणि आंतरराष्ट्रीय शांतता प्रस्थापित करणे.
(७) आंतरराष्ट्रीय कायद्याचा विकास करणे तसेच आंतरराष्ट्रीय संघटना यशस्वी करणे.
(८) राष्ट्रीय सीमांचे संरक्षण करणे.
(९) देशाची एकात्मतता जोपासणे.

राष्ट्रीय हित परराष्ट्र धोरणासाठी वातावरण निर्मिती करते. राष्ट्रीय हित व ध्येय, धोरणानुसार परराष्ट्रीय धोरण निश्चित केले जाते. सध्या उपलब्ध असलेल्या परिस्थितीमध्ये बदल न करता विकासकार्य घडवून आणणे हेच महत्त्वाच्या हितामध्ये वेळप्रसंगी युद्धाला सुद्धा तोंड द्यावे लागते. त्यामुळेच स्वातंत्र्याचे रक्षण करणे आणि राष्ट्रीय एकात्मता कायम राखणे हे राष्ट्रहिताचे आद्य कर्तव्य मानले जाते. अन्य हितांना आपण गौण किंवा दुय्यम मानतो कारण त्या हितांमधून युद्ध करण्याची गरज नसते. ऐहिक किंवा भौतिक सुखसमृद्धी, विचारधारा, राष्ट्राची अस्मिता व प्रतिष्ठा याचे संरक्षण करणे, यामध्ये समाविष्ट असते. बदलत्या परिस्थितीनुसार राष्ट्रहिताच्या कल्पनेत बदल होत असतात.

राष्ट्रीय हिताचे प्रकार :

राष्ट्र हित हे प्रामुख्याने दोन प्रकारचे असते. पहिले म्हणजे स्पर्धात्मक राष्ट्रीय हित. यात एक राष्ट्र अन्य राष्ट्रांबरोबर स्पर्धा करून राष्ट्रीय हित प्राप्त करते; अशा प्रकारचे हित हे अस्थाई स्वरूपाचे असते. दुसऱ्या प्रकारच्या हितास 'निरपेक्ष राष्ट्रीय हित' असे म्हणता येईल. यांच्या प्राप्तीसाठी इतर राष्ट्रांबरोबर

स्पर्धा करावी लागत नाही कारण अशा प्रकारचे हित हे फक्त त्या राष्ट्राचेच हित किंवा स्वार्थ असतो. हे हित परिवर्तनशील असते; म्हणजेच राष्ट्राच्या परिस्थितीत किंवा मूल्यांत परिवर्तन झाल्यास राष्ट्रहिताच्या कल्पनेत बदल होत असतो, याच कारणामुळे राष्ट्रीय हिताची कल्पना ही अस्पष्ट अशी कल्पना असल्याचे म्हटले जाते; याशिवाय राष्ट्रहिताचे वर्गीकरण थॉमस रॉबिन्सनच्या विचारानुसार सहा भागात केले गेले आहे.

(१) प्राथमिक हित : राष्ट्रासाठी सर्वाधिक महत्त्वाच्या हितांचा समावेश प्राथमिक हितामध्ये केला जातो. त्याच्या रक्षणासाठी मोठे राज्य मोठ्यांत मोठा त्याग करण्यासाठी नेहमी तत्पर असते. या प्रकारचे सर्वात मोठे हित म्हणजे राष्ट्राची सुरक्षा होय.

(२) दुय्यम हित : प्राथमिक हितापेक्षा थोड्या कमी महत्त्वाच्या हितांचा समावेश या प्रकारच्या हितामध्ये केला जातो. परंतु, राष्ट्रीय सत्ता टिकविण्यासाठी आवश्यक असते. उदा. परदेशातील आपल्या नागरिकांचे संरक्षण आणि परदेशातील आपल्या राजदूतांचे हित जोपासणे.

(३) चिरस्थायी हित : राष्ट्राची दीर्घकालीन ध्येयधोरणे किंवा उद्दिष्ट्यांचा समावेश यामध्ये होतो. उदा. इंग्लंडने वसाहतवाद्यांच्या आणि विदेशी व्यापाऱ्यांच्या रक्षणासाठी आणि नौकानयनांचे स्वातंत्र्य अबाधित ठेवण्यास आहे.

(४) बदलते हित : या हितामध्ये अशा हितांचा समावेश केला जातो की, जे एखाद्या राष्ट्रांकडून विशेष परिस्थितीमध्ये राष्ट्रहितासाठी आवश्यक मानले जातात. याप्रकारचे हित प्राथमिक व द्वितीय प्रकारच्या हितांपेक्षा वेगळे असतात. बदलते हित जनमत आणि वेगवेगळया व्यक्तीच्या वैचारिक प्रभावातून निर्माण होतात.

(५) सामान्य हित : देशाला सामान्य स्वरूपामध्ये किंवा आर्थिक, व्यापारी आणि राजकीय क्षेत्रांपासून फायदा मिळवून देणाऱ्या हितांचा समावेश यामध्ये होतो. उदा. युरोपमध्ये इंग्लंडसाठी सत्तासंतुलन टिकवून ठेवणे या प्रकारचे हित आहे.

(६) विशिष्ट हित : या प्रकारचे हित सामान्य हितापासून निर्माण होतात आणि त्याबरोबर अधिकाधिक संबंध ठेवतात. उदा. युरोपमध्ये सत्तासंतुलन टिकवून ठेवणे इंग्लंडचे सामान्य हित होते. परंतु, या हिताच्या पूर्ततेसाठी आवश्यक होते की, ब्रिटिश द्विपसमूहासमोरील इंग्लिश खाडी पलीकडील बेल्जियम आणि हॉलंडमध्ये युरोपच्या कोणत्याही महाशक्तींचा अधिकार असता कामा नये.

राष्ट्रीय हिताचे आधार किंवा घटक :

राष्ट्रीय हिताचा विचार हा इतर राष्ट्रांच्या संदर्भात केला जात असल्यामुळे राष्ट्रहिताचा आधार किंवा घटक आपणास पुढीलप्रमाणे सांगता येईल -

(१) शक्ती : प्रत्येक राष्ट्राचे मुख्य हित हे राष्ट्राचे संरक्षण करणे हेच असते; इतर हितांचे स्वरूप संरक्षणाच्या तुलनेत गौण असते. संरक्षणासाठी राष्ट्राला शक्ती प्राप्त करणे तसेच इतर राष्ट्रांच्या तुलनेत तिच्यात वाढ करणे आवश्यक वाटत असते. कोणतेही राष्ट्र राष्ट्रीय हिताची प्राप्ती तेव्हाच करू शकते की, ते राष्ट्र शक्तीशाली असते. आधुनिक काळात म्हणजे शीतयुद्ध आणि अचानक आक्रमणाची भीती यामुळे राष्ट्रीय सुरक्षिततेला महत्त्वाचे राष्ट्रीय हित मानण्यात येते. आज प्रत्येक राष्ट्र आपल्या शक्तीत वाढ करण्याच्या दृष्टीने शस्त्रास्त्र निर्मिती विशेषत : अण्वस्त्र निर्मितीवर भर देत आहे. याचबरोबर इतर राष्ट्रांशी सैनिकी करार करून आपल्या शक्तीत वाढ करीत आहे; याच कारणामुळे राष्ट्रीय हित आणि राष्ट्रीय शक्ती यांच्यात घनिष्ठ संबंध आलेला दिसून येतो. एवढेच नव्हे तर राष्ट्रीय शक्ती हाच राष्ट्रीय हिताचा प्रमुख आधार बनला आहे.

(२) शांतता : राष्ट्रीय हिताचा दुसरा आधार म्हणजे शांतता होय. प्रत्येक राष्ट्र राष्ट्रशक्तीत वाढ

करीत असतानाच शांततेसाठी प्रयत्न करीत असते; कारण शांततेच्या काळातच राष्ट्राला आपल्या नैसर्गिक साधनसंपत्तीचा विकास करता येतो राष्ट्राला औद्योगिकदृष्ट्या प्रगत करता येते. एवढेच नव्हे तर शस्त्रास्त्र निर्मिती आणि सैनिकी शक्तीत वाढ करण्यासाठीही शांततेची आवश्यकता असते. याच कारणामुळे सोव्हिएत रशिया आणि अमेरिका यांच्यासारख्या महाशक्ती सुद्धा जागतिक शांततेच्या दृष्टीने प्रयत्न करताना दिसतात. **ऑर्गन** यांच्या मते, 'युद्धसंघर्ष आणि तणावग्रस्त स्थितीत कोणतेही राष्ट्र आपापल्या हिताकडे लक्ष देऊ शकत नाही; एवढेच नव्हे तर आपल्या संरक्षणासाठी आवश्यक अशी साधनेही ती प्राप्त करू शकत नाही. दुसऱ्या शब्दांत राष्ट्रहिताच्या प्राप्तीसाठी शांतता आवश्यक असते.'

(३) संपत्ती : राष्ट्रहिताच्या प्राप्तीसाठी राष्ट्र हे आर्थिक आणि सांपत्तिक दृष्ट्या समृद्ध किंवा श्रीमंत असणे आवश्यक असते. या समृद्धीच्या जोरावरच राष्ट्र आंतरराष्ट्रीय क्षेत्रात आपला प्रभाव पाडीत असते. तसेच आंतरराष्ट्रीय परिस्थितीवर नियंत्रण ठेवू शकते. आज अमेरिका तिच्या समृद्धीच्या जोरावर संपूर्ण जागतिक राजकारणावर आपला प्रभाव पाडीत आहे. सोव्हिएत रशियासारख्या शक्तीशाली राष्ट्राने आज त्यांची स्थिती बिघडताच आपले महाशक्तीचे स्थान गमावले आहे. आज रशिया, अमेरिकेसारख्या शत्रू राष्ट्राबरोबर सहकार्यच करत नाही तर तिच्याकडून उपभोग्य वस्तूंची मदत घेत आहे. थोडक्यात, राष्ट्रीय हिताच्या सुरक्षिततेसाठी राष्ट्राची सांपत्तिक स्थिती उत्तम असली तरच ते इतर राष्ट्रांवर आपला प्रभाव टाकून राष्ट्रीय हित साध्य करू शकते; म्हणूनच राष्ट्राच्या सांपत्तिक स्थितीला राष्ट्रीय हिताचा तिसरा मूलभूत आधार म्हणता येईल.

भारताची सांपत्तिक स्थिती आज बिघडलेली असल्यामुळे आंतरराष्ट्रीय नाणेनिधीकडून त्याला कर्ज घ्यावे लागत आहे आणि कर्ज देताना ही संघटना काही नियंत्रणे राज्यावर घालीत असते. १९७१ यावर्षी भारतात रुपयाचे दोन वेळा झालेले अवमूल्यन अशा नियंत्रणाचाच एक भाग आहे.

(४) संस्कृती : संस्कृती हा राष्ट्रहिताचा मानसिक आधार आहे. संस्कृतीच्या माध्यमातूनच राष्ट्रहिताची कल्पना आकार घेत असते. राष्ट्राची संस्कृती समान किंवा एक असल्यास राष्ट्र हित अधिक स्पष्ट आणि सुरक्षित राहाते तसेच ते प्राप्त करण्यासाठी संपूर्ण राष्ट्र प्रयत्नशील असते. परंतु, भिन्न संस्कृतीचे लोक जर राष्ट्रात असतील तर मात्र राष्ट्र हित साध्य करणे कठीण जाते. उदा. इराक-अमेरिका युद्धात भारतातील मुस्लिम समाज सद्दाम हुसेन यांचे समर्थन करीत होता, तर आंतरराष्ट्रीय दृष्टिकोनातून तसेच पंचशिलाच्या तत्त्वानुसार भारताला अमेरिकेचे समर्थन करणे आवश्यक होते. परिणामतः यावेळी राष्ट्रहित समोर ठेवून अतिशय संदिग्ध भूमिका सरकारला घ्यावी लागली. यामुळे आपल्या राष्ट्रहिताला धोका निर्माण झाला होता. अमेरिकेसारख्या राष्ट्राच्या विमानांना इंधन भरू न दिल्यामुळे अमेरिकेच्या प्रभावाखालील राष्ट्रांनी भारताला आर्थिक मदत देणे बंद केले होते. कुवेतनेही मुक्तीनंतर भारतीय लोकांच्या पुनर्बांधणीच्या कामात सहभाग घेतला जाणार नाही असे घोषित केले होते; याचाच अर्थ भिन्न संस्कृतीचे लोक असल्यास किंवा दुर्बल सरकार असल्यास राष्ट्रहितास हानी पोहचते.

(५) राष्ट्रीय चारित्र्य : राष्ट्रीय चारित्र्याचा संबंध हा नैतिकता, प्रामाणिकपणा, कार्यक्षमता या गोष्टीशी असून राष्ट्रीय हिताचा हा महत्त्वाचा आधार असतो. लोक जर प्रामाणिक आणि मेहनती असतील तर राष्ट्र हित साध्य करणे सहज शक्य होते. जपान, जर्मनीने प्रमाणिकपणा,उद्योगशीलता यासारख्या गुणांमुळे व्यापक प्रमाणावर आपली औद्योगिक प्रगती केली आहे. दोन महायुद्धाचा फटका बसलेले जर्मन राष्ट्र आज पुन्हा उभे राहून भारतासारख्या देशाला तंत्र-विज्ञान व आर्थिक क्षेत्रात मदत करीत आहे. या गोष्टीवरून जर्मन लोकांच्या गुणांची,चारित्र्याची कल्पना येते.

(६) नेतृत्व : प्रामाणिकपणा, दूरदर्शीपणा, नेतृत्व सुद्धा राष्ट्रहिताचा आधार असते; कारण राष्ट्रीय

शक्तीच्या सर्व घटकांत समन्वय साधून राष्ट्रीय हित साधणे हे सर्वस्वी नेतृत्वावर अवलंबून असते. परराष्ट्रसंबंधात, युद्धकाळात तर राष्ट्रीय नेतृत्वाचे महत्त्व अन्यन्य-साधारण असते. युद्धकाळात नेतृत्वामुळेच सैनिकांचे आणि जनतेचे मनोबल उंचावते व युद्धात यश मिळणे शक्य होते. शांततेच्या काळातही औद्योगिक प्रगतीसाठी उत्तम नेतृत्व आवश्यक असते; कारण या प्रगतीतून राष्ट्रहित साध्य होत असते. दुसऱ्या महायुद्धाच्या काळात आर्यवंश श्रेष्ठत्वाच्या सिद्धान्ताच्या आधारावर हिटलरला संपूर्ण जर्मन जनतेचे सहकार्य मिळाले होते; तसेच राष्ट्रहितासाठी कोणताही त्याग करण्यास जर्मन जनता सिद्ध झाली होती. याच काळात विन्स्टन चर्चिल यांनी आपल्या प्रभावी संदेशाद्वारे इंग्लंडच्या जनतेत नवचैतन्य निर्माण केले होते.

(७) आंतरराष्ट्रीय परिस्थिती : राष्ट्रीय हिताचा आणखी एक आधार म्हणजे आंतरराष्ट्रीय परिस्थिती होय. राष्ट्रहिताच्या जोपासनेसाठी राष्ट्राने आंतरराष्ट्रीय क्षेत्रातील घटनांबद्दल अतिशय जागृत असले पाहिजे. आंतरराष्ट्रीय परिस्थिती समोर ठेवूनच प्रत्येक राष्ट्राच्या हिताची कल्पना निश्चित होत असते.

कोणत्याही एका महाशक्तीबरोबर राहून आपले हित साध्य होणार नाही असे दिसताच भारताने तटस्थतेच्या धोरणाचा स्वीकार केला. यामुळे सोव्हिएत रशिया आणि अमेरिका या दोन्ही राष्ट्रांकडून आर्थिक विकासासाठी मदत मिळविता आली. दुसरे उदाहरण म्हणजे अमेरिकेने पाकिस्तानला मदतीचे आश्वासन दिल्यामुळे भारताने रशियाशी परस्पर मैत्रींचा करार केला. म्हणजेच आंतरराष्ट्रीय परिस्थिती लक्षात घेऊनच प्रत्येक राष्ट्र आपल्या हिताच्या रक्षणासाठी इतर राष्ट्रांशी संबंध ठेवीत असते किंवा ते समाप्त करीत असते.

(८) विचार प्रणाली : आधुनिक युगात विचार प्रणाली हा राष्ट्रीय हिताचा महत्त्वाचा आधार बनला आहे. द्वितीय महायुद्धानंतर जगात दोन महाशक्तींच्या उदयामुळे साम्यवादी विचार प्रणाली आणि भांडवलवादी आणि लोकशाहीप्रधान विचार प्रणालींच्या प्रभावाखाली जगाची विभागणी झाली. राष्ट्रीय हित समोर ठेवूनच प्रत्येक राष्ट्र यापैकी एका प्रणालीला मान्यता देताना दिसते; यामुळे राष्ट्राला राष्ट्रीय आणि आंतरराष्ट्रीय प्रश्नाबाबत निश्चित धोरण स्वीकारता येते व त्याला अनुसरून परराष्ट्रीय धोरणाची आखणी केली जाते व परराष्ट्राशी संबंध निश्चित केले जातात.

अशा प्रकारे राष्ट्रहिताचा आधार म्हणून वरील मुद्द्यांचा उल्लेख करता येतो. परंतु, प्रत्यक्षात राष्ट्रीय हित हे राष्ट्रांतर्गत परिस्थिती आणि आंतरराष्ट्रीय स्थिती यावर बऱ्याच प्रमाणात आधारित असते.

राष्ट्रीय हित व अंतर्गत सुरक्षितता :

पंजाब, काश्मीर, ईशान्य व मध्य भारतातील विप्लववादी किंवा बंडखोर अतिरेकी संघटनांमुळे भारताचे राष्ट्रीय हित व सुरक्षितता वेळोवेळी मोठ्या प्रमाणात धोक्यात आलेली दिसते. याशिवाय भारतात अनेक जाती, उपजाती, वेगवेगळ्या भाषा, धर्म, संस्कृती, आर्थिक विषमता, बेकारी, गुन्हेगारी व राजकीय पक्ष इत्यादी घटकांमुळे ही भारताची अंतर्गत राष्ट्रीय सुरक्षितता पर्यायाने राष्ट्रीय हित केव्हाही धोक्यात येऊ शकते. आपली अंतर्गत राष्ट्रीय सुरक्षितता व राष्ट्रीय हित धोक्यात येऊ नये म्हणून आपली सेनादले व जनता अहोरात्र झटताना दिसतात; म्हणजेच राष्ट्रीय हित साधण्यासाठी जे जे प्रयत्न केले जातात ते सर्व प्रयत्न अंतर्गत सुरक्षेच्या मार्गाशी संबंधित असतात. याच संदर्भात स्पष्टीकरण करताना लेफ्ट. कर्नल अभ्यंकर असे म्हणतात की, ''संरक्षणाची चर्चा करताना पुष्कळ वेळा राष्ट्रीय संरक्षण, राष्ट्रीय सुरक्षा आणि अंतर्गत राष्ट्रीय सुरक्षा असे शब्दप्रयोग वापरले जातात. हे सर्व शब्द वर वर पाहता समानार्थी असले तरी प्रत्यक्ष वापरात वा प्रत्यक्ष शब्दप्रयोगास काही एक विशिष्ट अर्थ प्राप्त झालेला आहे, पण या सर्वांचा संबंध मात्र राष्ट्रीय हिताबरोबर घनिष्ठ स्वरूपाचा असलेला आपणास दिसतो.''

ज्यावेळी आपण राष्ट्रीय संरक्षणाबाबत बोलतो त्यावेळी मुख्यत : आपल्या मनात देशाबाहेरून होणारे आक्रमण व त्यांचा प्रतिकार या कल्पना असतात. राष्ट्रीय सुरक्षा या शब्दांत बाहेरून होणाऱ्या आक्रमणाची

कल्पना आहेच परंतु देशातील अंतर्गत शत्रूपासून देशाचे रक्षण करणे ही कल्पना प्रामुख्याने असते; तर राष्ट्राच्या अंतर्गत सुरक्षेमध्ये अंतर्गत शत्रूपासून होणारे आक्रमण व त्यांचा प्रतिकार या कल्पना असतात. याच संदर्भात महत्त्वाची गोष्ट अशी की, बाहेरून होणारे आक्रमण ही काही वर्षभर घडणारी घटना नाही. काही विशिष्ट वादामुळे राष्ट्रांराष्ट्रातील संबंध बिघडले, राजकीय तणाव वाढत गेला की, त्यांचे रूपांतर युद्धात होते. याउलट, शांततेच्या काळात सर्व स्थिरस्थावर असताना सुद्धा देशाच्या सुरक्षिततेसाठी संरक्षणयंत्रणा जागृत ठेवावी लागते; कारण देशाची अंतर्गत परिस्थिती केव्हाही स्फोटक बनू शकते. त्यापासून राष्ट्राचे संरक्षण करणे हेही फारच महत्त्वाचे काम असते; म्हणूनच युद्धाची तयारी शांततेच्या काळातच होते असे म्हणतात ते सर्वस्वी खरे आहे. म्हणजेच सर्वसाधारण शांततेच्या काळात राष्ट्रसंरक्षणाच्या दृष्टीने योजल्या जाणाऱ्या सर्व संरक्षक उपायांना 'अंतर्गत सुरक्षा' असे म्हणतात.

आज जगामधील सर्वच राष्ट्रांना अंतर्गत सुरक्षेचे महत्त्व मोठ्या प्रमाणात वाटत आहे; म्हणजेच त्याचे महत्त्व आजतरी कोणीही नाकारू शकत नाही; मग प्रश्न हा निर्माण होतो की, अंतर्गत सुरक्षितता ही राष्ट्रीय हिताचे माध्यम किंवा ध्येय ठरते काय? जर तिला मध्यम हित मानले तर मग तिला अंतिम हिताचे केवळ साधन म्हणून मान्य करावे लागेल. मॅक्यॅव्हेलीच्या अनुयायांनी संरक्षण हेच अंतिम ध्येय मानले आहे. परंतु, काही लेखक अंतर्गत सुरक्षिततेस अंतिम ध्येय मानीत नाहीत. तिचा फक्त उपयुक्ततेच्या दृष्टिकोनातून विचार केला जातो; कारण कोणत्याही राष्ट्रास संपूर्ण जग जिंकल्याशिवाय परिपूर्ण सुरक्षितता प्राप्त करता येणे शक्य नाही. एका राज्याने संपूर्ण जगावर विजय मिळविणे ही अशक्य गोष्ट आहे. म्हणूनच अंतर्गत सुरक्षितता ही अंतिम राष्ट्रीय हित होऊ शकत नाही; एक राष्ट्र जेव्हा सुरक्षिततेच्या दृष्टिने आपल्या सत्तेत अमाप वाढ करते त्यावेळी त्याचा अर्थ इतर राष्ट्रही सत्तावृद्धी त्यांच्या संरक्षणाच्या दृष्टीने धोकादायक आहे; असा त्याचा अर्थ समजतात.

मूल्यमापन :

राष्ट्रीय हिताची कल्पना अशा प्रकारे वादग्रस्त व अस्पष्ट आहे; म्हणूनच राष्ट्रीय हिताची सर्वसामान्य व्याख्या करणे कठीण आहे; प्रत्येक राष्ट्रास जीवन जगण्याचा अधिकार या दृष्टीने राष्ट्रीय हिताची सर्वसामान्य व्याख्या करता येईल. मूलभूतपणे राष्ट्रीय हित एक मानसास्त्रीय धारणा आहे. राष्ट्राराष्ट्रांतील परिस्थितीमध्ये किंवा नीतिमूल्यांमध्ये झालेल्या बदलामुळे किंवा परिवर्तनामुळे राष्ट्रीय हिताच्या कल्पनेत बदल होत गेला. हे बदलते स्वरूप राष्ट्रातील प्रभावी गट,लोकप्रिय नेत्याचे व्यक्तिमत्त्व,राष्ट्रीय शक्ती किंवा सत्ता व आंतरराष्ट्रीय समाजाच्या विद्यमान स्वरूपावरून हे परिवर्तन होत असते. **रेमंड ऐरॉन** यांच्या मते, 'राष्ट्रीय हित ओळखता येत नाही कारण त्याचा संबंध व्यक्तिमत्त्वाच्या गटाशी असतो व्यक्तीशी नव्हे.' एखाद्या राष्ट्रामध्ये जेवढे गट राष्ट्रहितामध्ये सहभागी होतात. तेवढ्या प्रकारचे अर्थ राष्ट्रीय हितातून निघत असतात. सुरक्षितता ही राष्ट्रीय हिताचे सर्वसामान्य लक्षण मानले जाते. सुरक्षितता हे ध्येय व उद्दिष्ट हे दोन्ही असू शकते. राष्ट्रीय हित हे धोरण निर्धारकांना आंतरराष्ट्रीय वस्तूस्थितीचे पुनरावलोकन करून त्यानुसार आपले ध्येय व उद्दिष्टं यामध्ये अग्रक्रम देण्याबाबत मार्गदर्शन करीत असते. परंतु, केवळ राष्ट्रीय हिताच्या मार्गदर्शनानुसार अग्रक्रम ठरविला जात नसतो. त्यात साधनांच्या उपलब्धतेचाही विचार केला जातो.

(६. अ. २) राष्ट्रीय सुरक्षा

अर्थ आणि संकल्पना :

आजच्या विज्ञान व तंत्रज्ञानाच्यायुगात प्रत्येक राष्ट्रांचा राष्ट्रीय सुरक्षितता हा प्रश्न राष्ट्रीय जीवनाचा अविभाज्य घटक बनला आहे. राष्ट्राच्या राष्ट्रीय सुरक्षेचा ज्यावेळी आपण विचार करतो त्यावेळी सर्वप्रथम

आपल्या समोर संबंधित राष्ट्राचे राष्ट्रीयहित येते. राष्ट्रीय हिताचे पर्यायाने राष्ट्रीय सुरक्षेचे संरक्षण करण्याची जबाबदारी जशी सेनादलाची असते तशीच ती देशातील कर्तव्यदक्ष आणि राष्ट्रप्रेमी नागरिकांचीसुद्धा असते.

राष्ट्राचे सार्वभौमत्व व अखंडत्व अंतर्गत व बर्हिगत शत्रूपासून टिकविणे हे राष्ट्रीय सुरक्षेचे मूलभूत उद्दिष्ट असते. वास्तविक पहाता राष्ट्रीय सुरक्षितता हा व्यापक असा शब्द असून त्याचा संबंध देशाची प्रादेशिक एकात्मता, देशाची सामरिक स्थिती, देशाचा कायदा, राष्ट्रीय व आंतरराष्ट्रीय समाजांच्या अंतर्गत व बर्हिगत शत्रूंपासून संरक्षण करणे याच्याशी असतो. याचाच अर्थ असा होतो की, राष्ट्रीय सुरक्षिततेद्वारे आपल्या अंतर्गत मूल्यांचे परकीय सत्तेपासून संरक्षण करणे हे होय.

परकीय शत्रू राष्ट्राच्या आक्रमणाचा धोका हा काही वर्षभर नसतो,तर तो दोन राष्ट्रांत जेव्हा काही वादाचे मुद्दे उपस्थित होतात, तेव्हा ते मुद्दे सोडविण्यासाठी त्यांच्यात संघर्ष होतात; पण अंतर्गत शत्रूची परिस्थिती जरा वेगळ्या प्रकारची असते. जातीय तणाव, मालक-कामगार संघर्ष, सामाजिक असंतोष, बेकारी, परकीय हस्तक्षेप या सारख्या प्रश्नातून देशाच्या अंतर्गत सुरक्षिततेपुढे केव्हाही धोका निर्माण होऊ शकतो. म्हणजेच अंतर्गत शत्रूचा धोका राष्ट्रापुढे वर्षभर असतो. त्यामुळे असे म्हटले जाते की, 'शांतताजन्य परिस्थिती,त्याचप्रमाणे युद्धजन्य परिस्थितीमध्ये राष्ट्रसंरक्षणाच्या दृष्टिकोनातून जे जे उपाय केले जातात,त्यांना 'राष्ट्रीय सुरक्षितता' असे म्हणतात' किंवा परकीय आणि अंतर्गत शत्रूपासून राष्ट्रसंरक्षणासाठी ज्या उपाययोजना केल्या जातात,त्यांना 'राष्ट्रीय सुरक्षितता' असे म्हणतात. **वॉल्टर लिपमनच्या** विचारानुसार 'एखादे राष्ट्र तेव्हाच पूर्णपणे सुरक्षित मानले जाते; जेव्हा त्या राष्ट्राला आपल्या राष्ट्रीय मूल्यांच्या संरक्षणासाठी युद्ध करावे लागत नाही; पण एखाद्या राष्ट्राकडून जर अशा राष्ट्रावर हल्ला झालाच तर संबंधित राष्ट्र आपल्याकडील लष्कराच्या मदतीने ते आक्रमण परतवून आपल्या हिताचे संरक्षण करण्याची क्षमता राखू शकते,यालाच राष्ट्रीय सुरक्षितता असे म्हणतात' **क्लाजविट** यांच्या मते, राष्ट्राचे उद्देश किंवा धोरण अंतिम स्वरूपात कोणत्याही राष्ट्रांद्वारे आपल्या राष्ट्राला त्यांची इच्छा मानण्यास रोखण्याची क्षमता,एखाद्या राष्ट्राला विरोध करण्याची क्षमता,त्या राष्ट्राच्या योग्यतेचे मूल्यमापन भीती दाखवून किंवा सैन्यशक्तीचा उपयोग करून करता येते. त्याचबरोबर राजकीय, आर्थिक किंवा विध्वंस करण्याचा दबाव टाकूनही करता येते.' या सर्वांचा विचार किंवा अभ्यास राष्ट्रीय सुरक्षितता या संकल्पनेत केला जातो.

राष्ट्रीय सुरक्षिततेची संकल्पना यशस्वी करण्यासाठी अंतर्गत व बर्हिगत शत्रूपासून राष्ट्र संरक्षणासाठी सतत सावधान किंवा जागृत राहिले पाहिजे. त्याचप्रमाणे संबंधित शत्रूंच्या आक्रमणाचे योग्य ते परीक्षण सतत करीत राहिले पाहिजे. त्या शत्रूचा बिमोड करण्यासाठी वेळप्रसंगी राजकीय, आर्थिक, सैनिकी तत्त्वांचाही वापर केला पाहिजे. त्या दृष्टीने या तत्त्वाचा विकासही मोठ्या प्रमाणात केला पाहिजे; तरच आपली सेना आपल्या राष्ट्राचे संरक्षण करण्यास सक्षम होईल व राष्ट्रीय सुरक्षितता अबाधित राहिल.

राष्ट्रीय सुरक्षितता-व्याप्ती व स्वरूप :

राष्ट्र लहान असो अगर मोठे,राष्ट्रीय सुरक्षिततेचा प्रश्न प्रत्येक राष्ट्राशी निगडित असतो. राष्ट्रीय सुरक्षिततेमध्ये राष्ट्रीय हित व राष्ट्रीय संरक्षण या संकल्पनांचाही अंतर्भाव होतो. त्याच हेतूने आज जगातील प्रत्येक राष्ट्र आपल्या राष्ट्रीय हितासाठी किंवा आपल्या राष्ट्राच्या संरक्षणासाठी सैन्याची निर्मिती करीत असते. सैन्यासाठी अत्याधुनिक शस्त्रास्त्रे, त्यांची निर्मिती व त्यांचे साठे करण्याकडे प्रत्येकाचा कल असलेला दिसतो. काही राष्ट्रांची आर्थिक परिस्थिती शस्त्रास्त्रनिर्मिती करण्याएवढी सक्षम नसल्यामुळे अशी राष्ट्रे संरक्षणासाठी आपापसात संरक्षणात्मक करार व उपाय करताना दिसतात. अर्थात, दोन राष्ट्रांच्या संरक्षण उपायांमध्ये फरक हा असतोच कारण काही राष्ट्रांनी संरक्षणासाठी अमेरिकाप्रणीत लष्करी करारात सहभागी

होणे पसंत केले आहे. काही राष्ट्रांनी चीनचे, काहींनी सोव्हिएत रशियाचे, तर काहींनी अलिप्ततेच्या धोरणाचा स्वीकार केलेला आहे. म्हणजेच राष्ट्रीय सुरक्षिततेचे महत्त्व कोणतेही राष्ट्र अमान्य करण्यास आज तयार नाही. आजच्या काळाचा विचार करता राष्ट्रीय सुरक्षिततेचे स्वरूप हे भिन्न भिन्न प्रकारचे असलेले आपणास दिसून येते. यावरून राष्ट्रीय सुरक्षितता ही राष्ट्राची मूलभूत गरज असली तर तिला अंतिम ध्येय मानता येईल काय? हाही प्रश्न काही विचारवंत व्यक्त करताना दिसतात; तर काहींच्या मते राष्ट्रीय सुरक्षिततेमुळे राष्ट्रीय हिताची जोपासना होते, असे असले तरी राष्ट्रीय सुरक्षितता राष्ट्राला संपूर्ण सुरक्षित ठेवूच शकत नाही; कारण आपल्या राष्ट्राची राष्ट्रीय सुरक्षितता तेव्हाच संपूर्णपणे सुरक्षित राहील जेव्हा आपली सत्ता संपूर्ण जगावर असेल; पण हे शक्य नाही.

काही राष्ट्रे राष्ट्रीय सुरक्षिततेच्या नावाखाली आपल्या राष्ट्रीय शक्तीमध्ये भरमसाठ वाढ करतात, तेव्हा अशा राष्ट्रांच्या शेजारील राष्ट्रांच्या मनामध्ये संशय व भीतीयुक्त वातावरण निर्माण होऊ लागते. अशावेळी लष्करी शक्तीत वाढ करीत असतानाच संबंधित राष्ट्राने शेजारील राष्ट्रांच्या मनामध्ये निर्माण होणाऱ्या संशयाचे निराकरण केले पाहिजे.

राष्ट्रीय सुरक्षितता राबविताना त्या संदर्भातील प्रत्येक राष्ट्राची धोरणेसुद्धा आदर्श स्वरूपात असली पाहिजेत,अशा आदर्श स्वरूपाच्या धोरणामुळे इतर राष्ट्रांचे समाधान होते,त्यांच्या मनातील संशय दूर होतो. त्यामुळेच युद्धाची शक्यताही कमी होते. उदा. १९७४ मध्ये भारताने अणुची चाचणी राजस्थानच्या पोखरणच्या वाळवंटात घेतली. या चाचणीमुळे पाकिस्तानच्या मनामध्ये भारताविषयी एकप्रकारे संशय निर्माण झाला; त्यातून पाकिस्तानने भारताविरोधी भयानक वातावरण निर्माण करण्याचा प्रयत्न केला. त्यावेळी भारतीय नेत्यांनी भारत अणुशक्तीचा उपयोग शांततेसाठी व आर्थिक विकासासाठी करण्यास कटिबद्ध राहील, हे स्पष्ट केले. भारताच्या या शांततामय धोरणामुळे पाकिस्तानच्या मनातील भीती दूर होण्यास काही प्रमाणात मदत झाली; यालाच आदर्श राष्ट्रीय सुरक्षिततेचे धोरण म्हणता येईल.

परराष्ट्रीय धोरणाला योग्य दिशा दाखविण्याचे काम राष्ट्रीय सुरक्षितता करते. परराष्ट्रीय धोरणातील दीर्घमुदतीच्या किंवा अल्पमुदतीच्या योजनांनाही राष्ट्रीय सुरक्षितता दिशा दाखविण्याचे काम करते. याचाच अर्थ असा होतो की, परराष्ट्रीय धोरण निर्माण करताना किंवा अंमलात आणताना जागतिक राजकारणाचा विचार करावाच लागतो; कारण त्यावर प्रत्येक राष्ट्राची राष्ट्रीय सुरक्षितता आधारित असते. राष्ट्राच्या ध्येयधोरणानुसार ती कार्यान्वित होत असते.

राष्ट्रीय सुरक्षिततेमध्ये अंतर्गत आणि बाह्य किंवा परकीय शत्रूपासून राष्ट्रांच्या सीमांचे संरक्षण करणे जसे महत्त्वाचे आहे तसेच राष्ट्रांचे स्वातंत्र्य व सार्वभौमत्व, राष्ट्रीय एकात्मता व राष्ट्रीय संविधान या घटकांचे संरक्षण करणेही महत्त्वाचे असते; या घटकांच्या संरक्षणासाठी प्रसंगी राष्ट्राला युद्धेही करावी लागतात.

प्रत्येक राष्ट्राचे ध्येय आणि उद्दिष्टे राष्ट्रीय सुरक्षिततेच्या अंतर्गतच मोजली जातात; त्यांना अनुसरून प्रत्येक राष्ट्र आपले संरक्षण आणि परराष्ट्रीय धोरण आखते. आज राष्ट्रीय सुरक्षितता,आंतरराष्ट्रीय सुरक्षिततेचा भाग बनत चाललेली असल्यामुळे तिची व्याप्ती व स्वरूप दिवसेंदिवस विस्तीर्ण वाढताना दिसून येत आहे.

भारतीय राष्ट्रीय सुरक्षितता :

१९४७ सालापासून पाकिस्तान, १९६२ पासून चीन या दोन्हीही बहिर्गत शत्रूपासून भारताच्या राष्ट्रीय सुरक्षिततेला वेळोवेळी आव्हान दिले गेले. त्याचप्रमाणे दहशतवाद, विप्लववाद किंवा बंडखोरी, नक्षलवाद, आर्थिक विषमता, बेरोजगारी, सामाजिक व आर्थिक परिस्थिती हे ही घटक भारताच्या अंतर्गत सुरक्षिततेपुढे केव्हाही धोका निर्माण करू शकतात. हे टाळण्यासाठी भारताने युद्धकाळ असो किंवा शांततेचा

काळ असो,देशाच्या सुरक्षिततेसाठी अहोरात्र संरक्षणयंत्रणा सुसज्ज कशी राहील हेच पाहिले पाहिजे. त्या दृष्टीने भारताने सतत प्रयत्न केले पाहिजेत. पुढे जाऊन असे म्हटले जाते की,युद्धाची तयारी शांततेच्या काळातच होत असते.

भारतीय राष्ट्रीय सुरक्षिततेची संकल्पना :

भारताला स्वातंत्र्य मिळाले तेव्हा जागतिक राजकारणात अमेरिका व सोव्हिएत रशियामध्ये शीतयुद्धाला सुरुवात झाली होती. भारताने दोघाच्यांही गटात न जाता आपल्या राष्ट्रीय हितासाठी,राष्ट्रीय सुरक्षिततेच्या संरक्षणासाठी व आर्थिक विकासासाठी अलिप्ततेच्या धोरणाचा स्वीकार केला. दोनच महिन्यांनी काश्मीरचा प्रश्न निर्माण झाला. पाकिस्तानी अतिरेक्यांना यशस्वीपणे तोंड देता येईना म्हणून काश्मीर भारतामध्ये २६ ऑक्टोबर, १९४७ मध्ये विलीन झाले. काश्मीर भारतात विलीन होताच तो भारताचा अविभाज्य भाग बनल्यामुळे पाकिस्तानी अतिरेकी कारवायांमुळे भारताची सुरक्षितता धोक्यात आली. तिच्या संरक्षणासाठी अतिशय बिकट परिस्थिती असतानाही भारतीय सेना त्या ठिकाणी गेली. तिने पाकिस्तानी सेनेला मागे रेटण्यास सुरुवात केली. त्याचवेळी भारतीय नेतृत्वाने हा प्रश्न आंतरराष्ट्रीय पातळीवर (युनोत) नेला. तेव्हापासून आजपर्यंत हा प्रश्न तसाच लोंबकळत पडलेला दिसतो; पण या प्रश्नाने भारतीय राष्ट्रीय सुरक्षिततेपुढे मोठ्या प्रमाणात आव्हान उभे केलेले दिसते.

१९४७ मध्ये साम्यवादी चीनचा उदय झाला. शीतयुद्धातील सोव्हिएत रशियाचे पारडे त्यामुळे जड झाले. अमेरिका व त्यांच्या गटातील राष्ट्रांचा राग ओढावून केवळ शेजारधर्म म्हणून सर्वप्रथम भारताने चीनला मान्यता दिली. 'हिंदी-चिनी भाई भाई' ही घोषणा उभय राष्ट्रांनी प्रसिद्ध केली पण विस्तारवादी चीनने, इंग्रजांच्या राजवटीत उभय राष्ट्रातील मॅक्मोहन रेषा अमान्य करून, भारतातील अरुणाचल प्रदेश व लडाखच्या प्रदेशातील काही भाग यावर आपला हक्क सांगितला. एवढेच नाही तर त्यातील बराच मोठा भूप्रदेश २० ऑक्टोबर १९६२ ला भारतावर हल्ला करून जिंकून घेतला. या हल्ल्यामुळे भारताची सुरक्षितता मात्र धोक्यात आलेली दिसून येते.

भारताच्या स्वातंत्र्यानंतर भारताने आपल्या गटात सहभागी व्हावे म्हणून अमेरिकेने प्रयत्न केला; पण त्याला भारताने प्रतिसाद दिला नाही, म्हणून अमेरिकेने पाकिस्तानला आपल्या जाळ्यात ओढले. पाकिस्तान अमेरिकाप्रणीत सिटो आणि सेन्टो या लष्करी कराराचा सभासद बनला. सभासद होण्यापाठीमागे भारतापासून काश्मीर जिंकणे हीच पाकिस्तानची कूटनीती होती. अपेक्षेप्रमाणे पाकिस्तानला अमेरिकेकडून मोठ्या प्रमाणात अत्याधुनिक प्रकारची शस्त्रसामग्री मिळू लागली. त्यामध्ये सेबरजेट विमाने व पॅटर्न जातीचे रणगाडे होते. त्याचकाळात चीनकडून भारत पूर्ण पराभूत झाला, पंडित नेहरुजींच्या निधनामुळे भारतीय सत्तेत पोकळी निर्माण झाली. अमेरिकेकडून मिळालेल्या अत्याधुनिक शस्त्रास्त्रांच्या जोरावर आपण भारताचा सहजपणे पराभव करू, शिवाय या युद्धामध्ये चीनही आपणास मदत करेल याच हेतूने पाकिस्तानने १ सप्टेंबर १९६५ ला भारतावर हल्ला केला आणि भारताची राष्ट्रीय सुरक्षितता धोक्यात आणली. याही वेळी भारतीय सेनेने आपल्याकडील जुनाट झालेल्या सेंच्युरिअन जातीचे रणगाडे, नॅट विमानाच्या मदतीने परकीय आक्रमण धुडकावून लावत आपली राष्ट्रीय सुरक्षितता अबाधित ठेवण्यात यश मिळविले.

अमेरिकन लष्करी मदतीच्या जोरावर आपण भारताचा सहज पराभव करू शकत नाही, हाच विचार करून १९७० च्या दशकात पाकिस्तानने कूटनीतीचा आधार घेऊन चीन-अमेरिका-पाकिस्तान अशी युती घडवून आणली. या युतीमुळे भारताची राष्ट्रीय सुरक्षितता मोठ्या प्रमाणात धोक्यात आली. याला प्रत्युत्तर म्हणून व आपली राष्ट्रीय सुरक्षितता अबाधित ठेवण्यासाठी भारताने सोव्हिएत रशियाबरोबर वीस वर्षे मुदतीचा मैत्रीचा करार केला. या कराराच्या अंतर्गत राहून भारताची लष्करी क्षमता मजबूत करण्यासाठी

सोव्हिएत रशियाने भारताला मिग जातीची विमाने, टी-५४, टी-५५ जातीची रणगाडे,वेगवेगळ्या प्रकारच्या तोफा, इत्यादी प्रकारची लष्करी साधनसामग्री दिली.

१९७१ मध्ये पूर्व पाकिस्तानात यादवी युद्ध सुरू झाले. पश्चिम पाकिस्तानच्या अत्याचाराला कंटाळून अनेक पूर्व पाकिस्तानमधील बंगाली लोक भारताच्या आश्रयाला आले. या लोकांचा पाठलाग करीत पाकिस्तानी सैनिक भारताच्या प्रदेशात शिरू लागले. त्यामुळे भारताची सुरक्षितता धोक्यात आली. भारताने ही घटना जगातील प्रमुख राष्ट्रांच्या कानावर घातली म्हणून पाकिस्तानने ३ डिसेंबर, १९७१ ला भारताच्या अनेक शहरांवर मोठ्या प्रमाणात बॉम्बफेक केली. भारतानेही आपल्या राष्ट्रीय सुरक्षेच्या रक्षणासाठी या हल्ल्याला सडेतोड उत्तर दिले; एवढेच नाही तर केवळ तेरा दिवसांत पूर्व पाकिस्तानचे रूपांतर बांगलादेश या स्वतंत्र राष्ट्रात केले. या युद्धात पाकिस्तानचा प्रचंड पराभव झाला. या युद्धानंतर भारताचा दक्षिण आशियात त्याचप्रमाणे जागतिक राजकारणात दबदबा वाढला; दक्षिण अशियातील स्थानिक सत्तेचा दर्जा या युद्धानंतर भारताला मिळाला चीन,सोव्हिएत रशिया व अमेरिका यांची प्रत्यक्ष-अप्रत्यक्षरीत्या भारताच्या या स्थानरूपी दर्जाला मान्यता मिळाली. १८ मे,१९७४ मध्ये राजस्थानमधील पोखरणच्या वाळवंटात भारताने आपली पहिली अणुची चाचणी घेऊन आपली राष्ट्रीय सुरक्षितता मजबूत केली; पण पाकिस्तानने याचा उलट अर्थ घेऊन आपला अणु-कार्यक्रम जोरात सुरू करून दक्षिण आशियात अण्वस्त्र स्पर्धा सुरू केली.

आपल्या मित्राच्या मदतीला आपणास पटकन जाता येत नाही. उदा. पाकिस्तान. याची खंत अमेरिकेला वाटली. यापुढे किंवा भविष्यात असे होऊ नये, म्हणून अमेरिकेने हिंदी महासागरातील दिगो-गार्सिया या व्यापारी बेटांचे रूपांतर नाविक तळात करण्यास सुरुवात केली. अल्पावधीतच या बेटांचे स्वरूपच बदलून गेले. आज या बेटांवर अमेरिकेने खडे सैन्य, आंतरखंडीय, मध्यम पल्ल्याची क्षेपणास्त्रे, बी-५२ जातीची लांब पल्ल्याची विमाने, विमानवाहू नौका,लढाऊ जहाजे, अणुपाणबुड्या, मोठी विमाने उतरू शकतील अशी धावपट्टी,अणुसंशोधनकेंद्र,अवकाश क्षेपणास्त्र केंद्र,जहाजे व विमाने यांना लागणाऱ्या इंधनाचे साठे व इंधन भरण्याची सोय याशिवाय गतिमान कृती दल त्या ठिकाणी आहे. म्हणजेच एक प्रकारचे तरते लष्करी केंद्रच दिगो-गार्सियात अमेरिकेने उभे केले असल्यामुळे हिंदी महासागराची, किनाऱ्यावरील राष्ट्रांची त्याचप्रमाणे भारताचीही राष्ट्रीय सुरक्षितता धोक्यात आलेली आहे. आपल्या सुरक्षिततेला निर्माण झालेला धोका कमी करण्याच्या हेतूने भारताने नौदलचा विकास करण्यास सुरुवात केलेली आहे. सोव्हिएत रशियाने भारताला अणुशक्तीवर चालणारी आय. एन. एस. चक्र ही पाणबुडी देऊन काही प्रमाणात भारताची नाविकशक्ती मजबूत केलेली दिसते.

१९७९ मध्ये सोव्हिएट रशियन फौजा अफगाणिस्तानात शिरल्या त्यामुळे आमच्या सुरक्षिततेला धोका निर्माण झाला,असा कांगावा करून पाकिस्तानने अमेरिकेकडून मोठ्या प्रमाणात लष्करी मदत मिळविण्यास सुरुवात केली. या मदतीच्या सहकार्याने त्यांनी काश्मीर व पंजाबमधील असंतुष्ट तरुणांना हेरून,त्यांना आर्थिक लालूच दाखवून,आपल्या प्रदेशात नेऊन,तेथे त्यांना लष्करी प्रशिक्षण देऊन, त्यांच्या करवी भारतात अघोषित युद्ध किंवा प्रोक्सीवॉर सुरू केले. यालाच 'प्रभारी युद्ध' म्हणजे दुसऱ्याच्या जबाबदारीवर सुरू केलेले युद्ध असे म्हणतात. या युद्धामुळे मोठ्या प्रमाणात भारताच्या पंजाब व काश्मीर राज्यात हिंसाचार सुरू झाला. त्यामुळे भारताची सुरक्षा व्यवस्था व सामाजिक शांततेस बाधा निर्माण झाली.

भारताच्या ईशान्य भागात आसाम,अरुणाचल प्रदेश, नागालॅण्ड,मेघालय, मणिपूर,त्रिपुरा,मिझोराम या राज्यांचा समावेश होतो. ही सातही घटक राज्ये मागासलेली म्हणून ओळखली जातात. या ठिकाणच्या लोकांचा कोणत्याही प्रकारचा विकास अद्यापपर्यंत होऊ शकलेला नाही. १९६० पासून या भागात बंगाली लोकांचे आक्रमण सुरू झाले. १९७१ च्या युद्धाअगोदर व नंतरही बांगलादेशी मुस्लिम निर्वासित भारतात

येतच राहिले. या लोकांनी आमच्या संपत्तीची लुटमार केली आहे,आमचा विकास त्यामुळे होत नाही. त्यातूनच या सातही राज्यात विप्लववादी किंवा बंडखोर अतिरेकी संघटना निर्माण झाल्या. त्यांनी जाळपोळ, लुटालूट, सरकारी मालमत्तेची नासधूस, रस्ता रोको, सामूहिक हिंसाचार या मार्गाने बंगाली जनतेला आपला देश सोडण्यास भाग पाडले; पण ही परिस्थिती आजही तशाच स्वरूपाची असलेली आपणास दिसून येते कारण फरक एवढाच आहे की,या संघटनांना आज मोठ्या प्रमाणात परकीय मदत मिळत आहे व त्या मदतीच्या जोरावर या संघटना भारताच्या राष्ट्रीय सुरक्षिततेपुढे धोका निर्माण करताना दिसत आहेत.

पंजाब, काश्मीर, ईशान्य भारतातील विप्लववादी किंवा बंडखोर अतिरेकी संघटनांमुळे भारताची सुरक्षितता वेळोवेळी मोठ्या प्रमाणात धोक्यात आलेली दिसते. याशिवाय भारतात अनेक जाती, उपजाती,वेगवेगळ्या भाषा,धर्म,संस्कृती,आर्थिक विषमता, बेकारी,गुन्हेगारी व राजकीय पक्ष इत्यादी घटकांमुळे ही भारताची राष्ट्रीय सुरक्षितता केव्हाही धोक्यात येऊ शकते. आपली राष्ट्रीय सुरक्षितता धोक्यात येऊ नये म्हणून आपली सेनादले अहोरात्र झटताना दिसतात.

२१ व्या शतकातील भारतीय सुरक्षिततेपुढील आव्हाने :

भारताला स्वातंत्र्य मिळाले तेव्हापासून भारतीय राष्ट्रीय सुरक्षिततेची संकल्पना अभ्यासल्यानंतर आपणास दिसते की, पाकिस्तानने वेळोवेळी अमेरिका व चीनची मदत घेऊन भारतीय सुरक्षिततेपुढे आव्हान उभे केले. १९६२ मध्ये चीननेही भारतावर हल्ला करून भारताची सुरक्षितता धोक्यात आणली. १९७० मध्ये पाकिस्तानने पुढाकार घेऊन पाकिस्तान-चीन-अमेरिका युती घडवून आणली. त्यामुळे भारतीय राष्ट्रीय सुरक्षिततेपुढे एक प्रकारचे कडवे आव्हान उभे राहिले. एवढेच नाही तर पाकिस्तानने कारगिलमध्ये (१९९९) हल्ला करून भारतीय सुरक्षिततेपुढे आव्हान उभे केले. हे भारतीय राष्ट्रीय सुरक्षिततेपुढील परकीय किंवा बहिर्गत धोके होते. या सर्व आव्हानांवर यशस्वीरित्या मात करून भारतीय सेनेने आपल्या सुरक्षिततेचे संरक्षण केलेले दिसते. बहिर्गत शत्रूप्रमाणेच वेळोवेळी अंतर्गत शत्रूंनीही भारताच्या सुरक्षिततेपुढे आव्हान निर्माण केलेले दिसून येते. त्यामध्ये प्रामुख्याने जातीयवाद, धार्मिक भेदभाव, भाषिक वाद, बेकारी, आर्थिक विषमता, दहशतवाद इत्यादी मुद्द्यांचा समावेश करता येईल. २१ व्या शतकातही भारतीय राष्ट्रीय सुरक्षिततेपुढे अशा प्रकारचे बहिर्गत व अंतर्गत शत्रूचे आव्हान कायम असलेले आपणास दिसून येते; याशिवाय पुढील काही आव्हाने २१ व्या शतकात भारतीय राष्ट्रीय सुरक्षिततेपुढे असलेली आपणास दिसून येतात.

(१) अण्वस्त्रक्षमता : १९६४ मध्ये चीनने अण्वस्त्रक्षमता संपादन केली. त्या चीनने भारतावर १९६२ मध्ये हल्ला करून भारतीय सुरक्षितता धोक्यात आणली होती. १९४५ मध्येच अमेरिकेकडे अण्वस्त्रक्षमता आलेली होती. १९५४ सालापासून अमेरिका सर्व प्रकारची मदत पाकिस्तानला देत आली आहे. शिवाय अमेरिकेने हिंदी महासागरातील दिगो-गार्सिया या बेटावर आपला अत्याधुनिक असा नाविकतळ उभा केला आहे. त्या ठिकाणी अण्वस्त्रे व अणुशक्तीवर चालणाऱ्या पाणबुड्याही आहेत. भारतीय सुरक्षिततेला वेळोवेळी धोका निर्माण करणाऱ्या पाकिस्ताननेही १९९८ मध्ये आपली अण्विकक्षमता सिद्ध केल्यामुळे भारतीय राष्ट्रीय सुरक्षिततेपुढे चीन,अमेरिका व पाकिस्तान या त्रिकुटरूपी अण्वस्त्र क्षमतेचा धोका निर्माण झाला आहे.

(२) हिंदी महासागरात वाढता हस्तक्षेप : आपल्या मित्राच्या मदतीला पटकन जाता यावे म्हणून १९७९ पासून दिगो-गार्सिया या हिंदी महासागरातील व्यापारी बेटाचे रूपांतर अमेरिकेने आरमारी नाविक बेटात करण्यास सुरुवात केली. तेव्हापासूनच हिंदी महासागरातील अमेरिकन हालचाली वाढल्या आहेत; ते पाहून सोव्हिएट रशिया, चीन,फ्रान्स, इंग्लंड व जपान यांनीही आपल्या नाविक हालचाली हिंदी महासागरात वाढविण्यास सुरुवात केली आहे. २१ व्या शतकातही हीच परिस्थिती कायम असल्यामुळे या परिस्थितीमुळे

भारताची सुरक्षितता मोठ्या प्रमाणात धोक्यात आली आहे.

(३) पाकिस्तान-चीन-बांगला देश युती : १९७१ मध्ये पाकिस्तानमधून बांगला देश वेगळा होऊन स्वतंत्र झाला. त्यावेळी पाकिस्तानी सैन्यांनी बंगाली जनतेवर जे अत्याचार केले. त्याबद्दल पाकिस्तानचे राष्ट्राध्यक्ष जनरल परवेझ मुशर्रफ यांनी जुलै २००२ ला बांगला देशाला भेट देऊन दु:ख व्यक्त केले. बेगम खालिदा झिया नोव्हेंबर २००२ मध्ये चीनला गेल्या; तेथे त्यांनी चीनबरोबर संरक्षण,सहकार्य,सैनिकांना प्रशिक्षण व शस्त्रास्त्रांच्या सुट्या भागाचा पुरवठा या विषयीचे अनेक करार केले. चीन व पाकिस्तानने बांगलादेशाला भारताविरुद्ध चिथावणी देण्याचे प्रयत्न सुरू केले आहेत. चीनला बांगला देशाची बाजारपेठ हवी आहे; तर ईशान्य भारतातील बंडखोरांना मदत करण्यासाठी पाकिस्तानला त्या देशाचा उपयोग करावयाचा आहे; अशा या एकमेकांच्या मदतीतून जर भविष्यात पाकिस्तान-चीन-बांगला देश युती झाली तर भारतीय सुरक्षिततेपुढे तिन्ही बाजूने धोका निर्माण होईल.

(४) पाकिस्तानला नाटोबाहेरील सदस्य राष्ट्राचा दर्जा : दहशतवादी संघटना तसेच आंतरराष्ट्रीय दहशतवादी संघटना यांच्या दबावाखाली असतानाही पाकिस्तानने दहशतवादाविषयी आपल्या भूमिकेत व धोरणामध्ये केलेल्या आमूलाग्र बदलामुळे पाकिस्तानची भूमिका पूर्णपणे अमेरिकेला अनुकूल बनली; असा विश्वास अमेरिकेला पाकिस्तानविषयी वाटला; म्हणूनच पाकिस्तान दौऱ्यावर असताना १७ मार्च, २००४ रोजी अमेरिकन परराष्ट्रमंत्री कॉलीन पॉवेल यांनी पाकिस्तानला नाटो संघटनेतील राष्ट्राव्यतिरिक्तचा खास मित्र देशाचा दर्जा' देण्यात येणार आहे असे जाहीर केले; असे झाल्यास पाकिस्तानला होणाऱ्या कोणत्याही राजकीय अथवा सैनिकी धोक्याच्या वेळी अमेरिकेला त्या देशाची बाजू घेऊन त्याप्रमाणे कृती करणे भाग पडेल. यामुळे पाकिस्तानच्या दहशतवादाला खतपाणी घालण्याच्या व इतर धोक्यांना प्रतिसाद देण्याच्या भारताच्या पर्यायावर मर्यादा येणार आहेत; म्हणजेच भारताच्या सुरक्षिततेपुढे मोठ्या प्रमाणात आव्हान उभे राहणार आहे.

(५) दहशतवाद : आज भारताच्या वेगवेगळ्या प्रदेशात वेगवेगळ्या स्वरूपाचा दहशतवाद निर्माण होताना दिसून येतो; या दहशतवादाला परकीय राष्ट्रे कमी-जास्त प्रमाणात सहकार्य करीत आहेत. साहजिकच या दहशतवादामुळे भारतीय राष्ट्रीय सुरक्षिततेमुळे वेळोवेळी आव्हान उभे राहताना आपणास दिसून येत आहे. उदा. काश्मीरमधील दहशतवाद, ईशान्य भारतातील दहशतवाद,नक्षलवादी चळवळी शिवाय राजकीय पक्ष, आर्थिक परिस्थिती,आर्थिक विषमता,सामाजिक परिस्थिती, धार्मिक व सांस्कृतिक परिस्थिती यामुळेही भारतीय राष्ट्रीय सुरक्षिततेपुढे धोके निर्माण होणार आहेत.

राष्ट्रीय सुरक्षिततेसाठी उपाय :

भारतीय राष्ट्रीय सुरक्षिततेपुढे मोठ्या प्रमाणात अंतर्गत व बहिर्गत धोके आहेत. या धोक्यावर मात करण्यासाठी आणि आपली राष्ट्रीय सुरक्षितता मजबूत करण्यासाठी भारताने पुढील उपाय केले पाहिजेत.

(१) परराष्ट्रीय धोरण : आपल्या राष्ट्रीय सुरक्षिततेच्या मजबुतीसाठी भारताने परराष्ट्रीय धोरणाची आखणी करताना ते धोरण लवचिकतेच्या तत्त्वाला अनुसरून केले पाहिजे.

(२) राष्ट्रीय हित : राष्ट्रीय हिताचे संरक्षण करण्यासाठी भारताने शक्तीशाली सेनादले उभारली पाहिजेत. त्याचप्रमाणे परराष्ट्रीय धोरणाची आखणी करताना त्यामध्ये सर्वप्रथम राष्ट्रीय हिताचा अग्रक्रमाने विचार केला पाहिजे.

(३) विकास : भारतीय संरक्षण,विचारधारा, परराष्ट्रीय धोरणाची आखणी, अंमलबजावणी व सेनादलाचा विस्तार यांच्या बरोबरच राष्ट्राचा सर्वांगीण विकास झाला पाहिजे.

(४) अणुशक्ती : भारताचा अणुकार्यक्रम आर्थिक विकासासाठी तयार केला पाहिजे; पण भारताच्या राष्ट्रीय सुरक्षिततेला जर आण्विक धोका निर्माण झाला तर मात्र भारताने वेळेनुरूप व परिस्थितीनुसार या अणुशक्तीचे रूपांतर लष्करीशक्तीत केले पाहिजे.

(५) सतर्कता : भारताच्या राष्ट्रीय सुरक्षिततेला धोका जमीन, आकाश व पाणी या कोणत्याही क्षेत्रातून पोहचू शकतो. तेव्हा आपल्या तीनही सेनादलांनी सतत सावध राहून आपल्या राष्ट्रीय सुरक्षिततेचे संरक्षण केले पाहिजे.

(६) अंतर्गत परिस्थिती : भारताने आपली अंतर्गत राजकीय, सामाजिक, आर्थिक व सांस्कृतिक परिस्थिती सुधारण्यासाठी एकतेच्या तत्त्वानुसार प्रयत्न केले पाहिजेत.

तत्त्वे : प्रत्येक राष्ट्राचे परराष्ट्रीय धोरण हे राष्ट्रीय सुरक्षिततेच्या तत्त्वावर अवलंबून असते. राष्ट्रीय सुरक्षिततेमध्ये राष्ट्रीय हित व राष्ट्रीय संरक्षण या गोष्टींना अग्रक्रम दिला जातो. तसेच यामध्ये युद्धाचीही शक्यता गृहीत धरावी लागते. त्यासाठी सैन्यशक्तीची गरज असते. सैन्यशक्ती मजबूत करण्यासाठी त्यांना शस्त्रास्त्रे, दारूगोळा व इतर साधनसामग्री वेळेवर पुरविली गेली पाहिजे. त्यासाठी राष्ट्राची आर्थिक परिस्थितीही भक्कम असली पाहिजे.

(६. अ. ३) सत्तासंतुलन किंवा समतोल

सत्तासमतोलाचा अर्थ :

सुरुवातीच्या काळात म्हणजेच बहुराज्य पद्धतीपासून सत्तासमतोल किंवा सत्ता-संतुलनाचा प्रयोग सुरू झाला. प्राचीन काळात ग्रीकांनी सत्ता संतुलित राखण्याचा प्रयत्न केला होता. चीन, भारत व इजिप्तमध्येही प्राचीन काळात या संकल्पनेचा अवलंब केला होता, याचा संदर्भ सापडतो. परंतु, रोमन साम्राज्यांच्या व मध्ययुगाच्या काळात याचे महत्त्व राहिले नाही. विज्ञान युगाची सुरुवात अमेरिकेचा लागलेला शोध व राष्ट्र-राज्य पद्धतीचा झालेला उदय या कारणामुळे सत्ता समतोल पुन्हा सुरू झाला. १६४८ मधील वेस्टफालियाच्या तहानंतर सत्तासमतोलाच्या हेतूने युरोपीय राज्यात युट्रेट संधी, व्हिएन्ना काँग्रेस यासारखे करार घडून आले. एकंदरीत सत्तासमतोल ही पद्धती प्राचीन काळापासून प्रत्यक्ष प्रयोगात असल्याने एक उपयुक्त पद्धती म्हणून आंतरराष्ट्रीय राजकारणात ही एक अतिशय महत्त्वाची पद्धती म्हणून ओळखली जाते.

आंतरराष्ट्रीय राजकारणात प्रत्येक राष्ट्र आपली शक्ती किंवा लष्करी ताकद वाढविण्याचा प्रयत्न करीत असते; याच शक्तीचा वापर प्रत्येक राष्ट्राकडून ज्यावेळी केला जातो तेव्हा संघर्ष निर्माण होतो. त्यातून आंतरराष्ट्रीय राजकारणात अराजकाची स्थिती निर्माण होते. म्हणजेच आंतरराष्ट्रीय राजकारणात प्रत्येक राष्ट्र मन मानेल तसे वागायला लागले आपल्यापेक्षा दुबळ्या राष्ट्रावर आक्रमण करू लागले किंवा त्यांचे शोषण करू लागले तर संपूर्ण जगच बदलून जाईल; परंतु, आंतरराष्ट्रीय राजकारणात किंवा समाजात कोणत्याही राष्ट्राचे मन मानेल तसा व्यवहार करण्याचे स्वातंत्र्य इतर राष्ट्रे मान्य करत नाहीत. राष्ट्रांच्या अशा मन मानेल त्या पद्धतीने वागण्याच्या वृत्तीवर प्रतिबंध घालण्याचे काम इतर राष्ट्रे करीत असतात; म्हणून जगात संघर्षाचे वातावरण सारखे राहात नाही. सत्तासमतोल, आंतरराष्ट्रीय कायदेपालन, राजनयिक पद्धतीचा उपयोग, सामूहिक सुरक्षिततेची व्यवस्था व नि :शस्त्रीकरण या पद्धतीने संघर्षाचे वातावरण नियंत्रित होऊन शांतता प्रस्थापित करण्याची कार्ये केली जातात.

संघर्ष नियंत्रित करण्याच्या वेगवेगळ्या पद्धतींमध्ये सत्तासमतोल हा अति महत्त्वाचा मार्ग समजला जातो. शिवाय तो आंतरराष्ट्रीय संबंधातील मूलभूत स्वरूपाचा सिद्धान्त म्हणूनही ओळखला जातो. शक्तिशाली राष्ट्रे नेहमीच सत्ता संतुलित ठेवण्याचा प्रयत्न करीत असतात; कारण ते जागतिक शांततेसाठी आवश्यक

मानले जाते. 'प्रभुसत्ता' व 'शक्ती' हे शब्दप्रयोग आंतरराष्ट्रीय राजकारणात किंवा संबंधात नेहमीच वापरले जातात. शक्ती हा राज्यव्यवस्थेचा आधार असला तरी सर्व राज्ये आक्रमणासाठीच शक्तीचा वापर करीत नाहीत. शक्तीचा उपयोग युद्ध व आक्रमणाचा प्रतिकार करण्यासाठी तर होतोच, पण ज्यावेळी याचा उपयोग शांतता प्रस्थापित करण्यासाठी केला जातो तेव्हा त्यास सत्तासमतोलासाठी केलेला शक्तीचा प्रयोग असे म्हणतात. आजच्या आधुनिक काळातही सत्तासमतोल पद्धतीवर भर दिला जातो. जगाच्या समतोल स्थितीत बिघाड होऊ दिला जात नाही. सत्तासमतोल पद्धती ही राष्ट्र-राज्य व्यवस्था जोपर्यंत जिवंत राहील तोपर्यंत अस्तित्वात असेल, पण आज तिचे स्वरूप मात्र वेगळ्या प्रकारचे झालेले आहे.

सत्तासमतोलाच्या व्याख्या :

वेगवेगळ्या विचारवतांनी वेगवेगळ्या अर्थाने सत्तासमतोलाच्या व्याख्या केल्यामुळे निश्चित व्याख्या करणे कठीण झाले आहे. वास्तविक पाहता संतुलन या शब्दाचा व्यावहारिक अर्थ 'समतोल' असा होत असल्यामुळे सत्तेबाबत समतोल निर्माण करणे म्हणजेच सत्तासमतोल होय, अशी साधी व्याख्या तयार करता येते.

ए. एफ. पोलार्ड यांनी म्हटले आहे की, 'शब्दश : विश्लेषण केल्यास सत्तासमतोलाचे हजारो अर्थ निघतात. सत्तासमतोलाची कल्पना तराजूच्या दोन पारडयांच्या समतोल स्थितीच्या कल्पनेवर आधारलेली आहे. जेव्हा दोन्ही पारडयात सारखे वजन असते त्यावेळी समतोल साधला जातो. आंतरराष्ट्रीय राजकारणात देखील एका शक्तीशाली सार्वभौम राज्यास वरचढ होऊ देत नाही. शक्तिहीन, शक्तिशाली राष्ट्रास मदत करून किंवा संघटन करून सत्ता संतुलित ठेवण्याच प्रयत्न केला जातो.'

ईनिस एल. क्लाइड यांच्या मते, 'सत्तासमतोलाचा निश्चित अर्थ नाही, परंतु त्याचे अनेक अर्थ काढल्यामुळे ही अडचण निर्माण झाली आहे.'

क्विन्सी राईटच्या मते, 'सत्ता समतोल म्हणजे अशी व्यवस्था की ज्यात राष्ट्रे सामूहिक प्रतिकाराच्या भीतीमुळे आक्रमक कृत्यापासून परावृत्त होतात.'

मॉर्गेन्थॉ यांच्या मते, 'सत्तासमतोल म्हणजे सर्वसामान्य सामाजिक सिद्धान्ताचे विशेष प्रगटीकरण होय.'

प्रा. टायबी यांनी प्रयत्नांच्या गतिमानतेला महत्त्व देऊन सत्तासमतोलाची व्याख्या पुढीलप्रमाणे केली आहे. त्यांच्या मते, **'**मानवी समाजात जेव्हा परस्परांपासून स्वतंत्र अशी अनेक राज्ये अस्तित्वात येतात तेव्हा त्यामधील राजकीय शक्तीच्या गतिमान प्रयत्नातून निर्माण होणारी व्यवस्था म्हणजे सत्तासमतोल होय.'

हार्टमन यांच्या मते, सत्तासमतोलामुळे गट, प्रतिगट निर्मितीची एक शृंखला तयार होते. ज्यामुळे आंतरराष्ट्रीय राजकारणात स्थिरता निर्माण होऊन युद्धाचा धोका टळतो.

जॉर्ज श्वार्त्सनबर्जर यांच्या मते, 'सत्तासमतोल म्हणजे आंतरराष्ट्रीय संबंध स्थिर ठेवणे होय. शस्त्रसंपन्न राष्ट्रे सहकार्याने सहजीवन जगत असतात.'

पामर आणि पर्किन्स यांच्या मते, 'सत्तासमतोलामध्ये परस्परविरोधी दबावाची एक प्रक्रिया निर्माण केली जाते. ज्यामुळे कोणत्याही विशिष्ट राष्ट्राला किंवा राष्ट्रांच्या गटाला इतरांच्या तुलनेत शक्तिशाली बनण्यापासून परावृत्त केले जाते.'

सत्तासमतोलाबाबत **प्रो. फॉय** असे म्हणतात की, 'राज्याच्या समुदायातील सत्तेचे असे संतुलन की, ज्यामुळे एका राज्यास इतके बलशाली होऊ न देणे की, जेणेकरून ते राज्य आपल्या इच्छांचे पालन शक्तीने दुसऱ्यांकडून करवून घेईल.'

सत्तासमतोलाच्या वरील व्याख्या पाहिल्यानंतर आपणास असे म्हणता येईल की, 'सत्ता समतोल

म्हणजे जागतिक राजकारणात अशी एक व्यवस्था निर्माण करणे की, ज्यामुळे कोणतेही एखादे राष्ट्र आक्रमक आणि बलशाली होऊ शकणार नाही आणि बळाच्या आधारे दुसऱ्याचे राजकीय, आर्थिक शोषण करू शकणार नाही; म्हणजेच जगातील सर्व राष्ट्रांना समान स्तरावर आणून राष्ट्रीय आणि आंतरराष्ट्रीय हिताची पूर्ती करण्याचा सत्तासमतोलाचा उद्देश असतो.'

सत्तासमतोलाची वैशिष्ट्ये :

सत्तासमतोलाची वैशिष्ट्ये आपणास खालीलप्रमाणे सांगता येतील –

(१) सत्तासमतोल हे समतोलावर आधारलेले आहे. युद्धामध्ये कोणतेतरी एक राष्ट्र विजयी होते तेवढयापुरते त्याचे पारडे जड होते; म्हणजेच सत्ता असंतुलितसुद्धा राहते.

(२) सत्तासमतोल ही ईश्वर देणगी नव्हे तर ती मानवाने सक्रिय हस्तक्षेपाने स्थापित करावी लागते; ती आपोआप निर्माण होत नाही; जर राज्यांना जगायचे असेल तर त्यांना त्या काळातील वाढत्या एकात्मक शक्तींविरुद्ध युद्धासाठी तयार व्हावेच लागते असे विचार **निकोलस जे. स्पायकमन** यांनी व्यक्त केले आहेत.

(३) यथास्थितीचे समर्थन सत्तासमतोल पद्धती करीत असते; परंतु, ही पद्धती परिणामकारक ठरण्यासाठी तिच्यामध्ये गातिमानता व ती परिवर्तनशील असावी लागते.

(४) अस्थिर व तात्पुरत्या स्वरुपाची ही पद्धती आहे; शिवाय तिचा कालावधीही फारच कमी असतो.

(५) ही पद्धती प्रस्थापित झाली आहे की, नाही हे समजण्याचा निश्चित मार्ग नाही म्हणजेच ती एक साधारण स्वरूपाची समजूत असते.

(६) व्यक्तिनिष्ठ व वस्तुनिष्ठ अशा दोन्ही प्रकारांत ही पद्धती असू शकते.

(७) या पद्धतीचा मूळ उद्देश शांतता राखण्याचा नसून राज्यांचे स्वातंत्र्य सुरक्षित ठेवण्याचा आहे.

(८) मोठ्या राष्ट्रांचे सत्तासमतोल राखण्याचे खरे काम आहे; लहान राष्ट्रांचाही त्यात संबंध असतो. परंतु लहान राष्ट्रे एकतर मोठ्यांच्या तंत्राने वागतात किंवा मोठी राष्ट्रे त्यांना गिळंकृत करतात किंवा अलिप्त राहून प्रेक्षकांची भूमिका घ्यावी लागते.

(९) लोकशाही व हुकूमशाही या दोघांनाही ही पद्धती उपयुक्त ठरत नाही.

(१०) आजच्या परिस्थितीत ही पद्धती उपयोगी नाही असे बरेच विचारवंत सांगतात. युरोपीय राज्यपद्धतीचा काळ त्यासाठी योग्य होता, आज राज्यपद्धतीचा विस्तार होऊन तिचे स्वरूप द्विध्रुवीय व बहुलकेंद्रीय असे झाले आहे; त्यामुळे कोणत्याही राष्ट्रास किंवा आंतरराष्ट्रीय संघटनेस देखील या पद्धतीनुसार कार्य करता येणार नाही.

वरील टीका बरोबर आहे; परंतु, सत्तासमतोलाचा आजही उपयोग होत आहे; पण त्याचे स्वरूप मात्र बदलले आहे.

सत्तासमतोलाचे प्रकार :

(१) साधारण सत्तासमतोल : यामध्ये दोन परस्परविरोधी शक्तिशाली गट किंवा राष्ट्रे असतात; या गटांची शक्ती समान असते. शिवाय ही पद्धती द्वि-ध्रुवीय पद्धतींवर आधारित असते.

(२) बहुविध सत्तासमतोल : यामध्ये अनेक राष्ट्रे सत्तासमतोल राखण्यामध्ये भाग घेत असतात; अनेक राष्ट्रे किंवा त्यांचे गट एकमेकांना समतोलात ठेवत असतात; अशा समतोलातील गटात परस्पर संघर्ष झाल्यास त्या गटातील मोठी राष्ट्रे संघर्ष किंवा मतभेद सोडविण्याचा प्रयत्न करीत असतात. आज जगात दोन मोठ्या गटांबरोबर तिसरा अलिप्त राष्ट्रांचा गट निर्माण झाला आहे. या पद्धतीस 'बहुल समतोल पद्धती' असे म्हणतात.

(३) भौगोलिक सत्तासमतोल : यामध्ये स्थानिक, क्षेत्रीय व जागतिक असे तीन प्रकार असतात. भारत आणि पाकिस्तान सारख्या राष्ट्रातील संघर्षानंतर त्यांच्यामध्ये सत्तासमतोल राखण्याचा जो प्रयत्न झाला त्यास 'स्थानिक प्रकारचा सत्तासमतोल' असे म्हणतात; जर समतोलाचा प्रश्न आशिया किंवा युरोप खंडापुरता मर्यादित असेल तर त्यास 'क्षेत्रीय समतोल' व संपूर्ण जगाचाच सत्तासमतोलाशी संबंध आल्यास त्यास 'जागतिक सत्तासमतोल' असे म्हणतात.

(४) परिवर्तनशील सत्तासमतोल : राजतंत्र पद्धतीच्या वेळी समतोल लवचिक किंवा परिवर्तनशील स्वरूपाचे होते. पूर्वी राजे ताबडतोब आपल्या मित्र व शत्रूमध्ये बदल करीत असत. म्हणजेच प्रत्येक राष्ट्र बदलत्या परिस्थितीनुसार व आपल्या हितसंबंधानुसार आपली भूमिका त्वरित बदलतात.

(५) परिदृढ सत्तासमतोल : दोन परस्परविरोधी राष्ट्रे किंवा गट हे सत्तासमतोलाच्या दृष्टीने आपली भूमिका सोडावयास तयार नसतात; म्हणजेच ते आपल्या भूमिकेवर ठाम असतात; अशा समतोलाला 'कठीण किंवा परिदृढ सत्तासमतोल' असे म्हणतात.

(६) प्रत्यक्ष आणि अप्रत्यक्ष सत्तासमतोल : दोन राष्ट्रांमध्ये जेव्हा प्रत्यक्ष संघर्ष अथवा तणाव निर्माण होण्याची स्थिती असते त्यावेळी ती दोन्ही राष्ट्रे इतर कोणालाही मध्यस्थ न घालता प्रत्यक्ष सत्तासमतोल राखण्याचा प्रयत्न करतात. राजनय किंवा राष्ट्रप्रमुखांच्या भेटी किंवा करार करून सत्तासमतोल ठेवण्याचा प्रयत्न करतात, पण जेव्हा एखादे राष्ट्र प्रत्यक्ष संतुलन न ठेवता दुसऱ्या एखाद्या राष्ट्राबाबत राष्ट्र गटांमार्फत समतोल ठेवण्याच्या दृष्टीने अप्रत्यक्षरीत्या प्रयत्न करते अशा या तिसऱ्या राष्ट्राची भूमिका ही मध्यस्थांची असते म्हणजे प्रत्यक्ष ज्यांच्यात संघर्ष आहे ते न भेटता समतोल न ठेवता तिसऱ्या राष्ट्रामार्फत समतोल ठेवतात त्याला 'अप्रत्यक्ष समतोल' असे म्हणतात.

सत्तासमतोल राखण्याचे मार्ग किंवा तंत्र किंवा पद्धती :

(१) शक्तीत वाढ : सत्तासमतोल स्थापन करण्यासाठी विरोधी गटाच्या प्रमाणात आपली शक्ती वाढविण्याचा प्रयत्न राष्ट्रे करत असतात. संकट उद्भवण्याची किंवा आक्रमणाची संभावना असल्यास राष्ट्रशक्तीमध्ये जास्त वाढ केली जाते. विशेषत : सैनिक, तांत्रिक व उत्पादन क्षेत्रांत वाढ केली जाते. सैन्यावरील खर्च वाढविण्यात येतो. सोव्हिएत रशिया-अमेरिका, भारत-पाकिस्तान यांच्यात संघर्षात्मक वातावरण असल्यामुळे ही राष्ट्रे सतत आपली शक्ती वाढविण्याचा प्रयत्न करीत असतात; प्रत्यक्ष युद्धकाळात शस्त्रवाढ जास्त प्रमाणात होत असते.

(२) प्रत्यक्ष प्रमुख शत्रूराष्ट्राबरोबर करार करणे : दोन मोठी शक्तीशाली राष्ट्रे परिस्थितीचे अवलोकन करून जागतिक लोकमत, देशातील लोकमत आणि एकूण परिस्थिती यांचा विचार करून परस्परांत युद्ध न करणे, शस्त्रास्त्रांमध्ये कपात करणे, काही विशिष्ट शस्त्रास्त्रांचे पूर्ण नि:शस्त्रीकरण करणे, आदि मार्गांचा अवलंब करून परस्परांना विश्वासात घेणे आणि त्यासंदर्भातील करार करणे यामुळे सत्तासमतोल राखले जाऊ शकते.

(३) संधी किंवा मैत्रीचा तह : आजच्या काळात कोणतेही राष्ट्र संरक्षणाबाबत स्वयंपूर्ण असत नाही; राष्ट्रांना संरक्षणासाठी व आपली शक्ती वाढविण्यासाठी परस्परांमध्ये संधी किंवा करार करून आपल्या मित्र राष्ट्रांचा गट वाढवावा लागतो. **नाटो वॉर्सा**सारखे करार याच उद्देशाने झालेले दिसून येतात; अशा प्रकारचे करार, आक्रमण,अनाक्रमण, तटस्थ राहण्याच्या स्वरूपातलेही असू शकतात; त्यांचे स्वरूप द्विपक्षीय किंवा बहुपक्षीय त्याचप्रमाणे सैनिकी वा आर्थिक स्वरूपाचेही असू शकते.

(४) हस्तक्षेप : सत्तासमतोल व आपले हितसंबंध राखण्यासाठी प्रबळ राष्ट्रे दुसऱ्या राज्यांच्या

अंतर्गत व बाह्य कारभारात हस्तक्षेप करतात, हस्तक्षेप न करण्याचे धोरण आपले धोरण म्हणून सहसा लहान राष्ट्रे निश्चित करीत असतात.

(५) मोबदला देणे : सत्तासमतोल राखण्यासाठी मोठी राष्ट्रे एखादा प्रदेश प्राप्त करून त्या प्रदेशाची दुसऱ्या राज्यांना मोबदला म्हणून वाटणी करीत असतात. १८ व १९ व्या शतकात एखाद्या बलाढय राष्ट्राने सत्तासमतोल बिघडवून एखादा प्रदेश काबीज केल्यास मोठ्या राष्ट्रांना त्याचे हिस्से करून वाटणी करावी लागत असे. उदा. युट्रेक्टच्या करारानंतर अशाच स्वरूपाची वाटणी करण्यात आली होती. परंतु, अशा पद्धतीने संतुलन राखले जाईलच असे खात्रीने सांगता येत नाही.

(६) आपल्या देशाची भौगोलिक सीमा वाढवणे : सत्ता समतोलाचा हा फार प्राचीन आणि परंपरागत असा मार्ग आहे. त्या काळात भूमी विस्ताराला फार महत्त्व दिले जात असे; आपल्या बाजूच्या लहान आणि दुबळ्या देशाचा पूर्ण भाग अथवा काही भाग जिंकून नवे सत्ता संतुलन साधण्याचा प्रयत्न राष्ट्रे करत.

(७) आघात प्रतिबंधक राज्य : सत्तासमतोल राखण्यासाठी दोन प्रबळ राष्ट्रांमध्ये लहान तटस्थ राज्य निर्माण करावे लागते. त्यालाच आघात प्रतिबंधक राष्ट्र असे म्हणतात, असे राष्ट्र दोन प्रबळ राष्ट्रात असल्याशिवाय जगाचे सत्तासंतुलन होणे फारच कठीण असते; अशी राष्ट्रे परस्परविरोधी राष्ट्रांच्या दरम्यान असल्यामुळे विरोधक राष्ट्रांचे संघर्ष किंवा तणाव कमी झाले आहेत.

(८) फूट पाडणे व राज्य करणे : एका विशिष्ट काळात या धोरणाचा उपयोग केला जातो. काही वेळा या धोरणाचा सत्ता समतोलाशी संबंध देखील नसतो. साम्राज्यवाद्यांनी गुलाम राष्ट्रांना याच पद्धतीने वागविले होते.

सत्तासमतोलाची कार्ये :

सत्तासमतोलाच्या पद्धतीत प्रत्यक्षपणे भाग घेणे हे वाटते तेवढे सोपे कार्य नाही. शक्तिशाली मोठ्या राष्ट्रांना देखील सत्तासमतोल खेळणे धोक्याचे असते. त्यात जबाबदारी मोठी व निष्कर्ष अनिश्चित असतात. त्यासाठी मोठ्या राष्ट्रांना समतोल राखण्याचे महत्त्वाचे कार्य करावे लागते.

प्राचीन काळापासून मोठी राष्ट्रे संतुलन राखण्याची कामे करत आलेली आहेत. त्यासाठी नेहमी एकाच गटाकडून किंवा एकाच बाजूने संघर्षात संम्मिलित होऊन चालत नाही.

जागतिक राजकारणात ब्रिटनने ही कार्ये बऱ्याच वेळा केली आहेत. १८ व १९ व्या शतकामध्ये युरोपच्या राजकारणात निर्माण झालेली असंतुलित स्थिती ब्रिटनने संतुलित केली होती. ऑस्ट्रेलिया आणि फ्रान्स यांच्या संघर्षात ब्रिटनला समतोलाचे कार्य करावे लागले होते. १९ व्या शतकात ब्रिटनच्या सामुद्रिक शक्तीमुळे व ते युरोप खंडापासून पृथक असल्यामुळे तसेच औद्योगिक व राजकीय प्रगती आणि सफल राजनयिक संबंधांमुळे त्याने सत्तासमतोलाचे कार्य यशस्वीरीत्या पार पाडले आहे. परंतु, १९९१ नंतर अमेरिकेची वाढती शक्ती व २० व्या शतकातील नवोदित राज्यांच्या प्रभावामुळे इंग्लंडची एकमेव सत्तासमतोलाची प्रतिष्ठा आज संपलेली आहे; त्यामुळे जगात आज संतुलक असे कोणतेही एकमेव राष्ट्र नाही.

द्वितीय महायुद्धानंतर दोन प्रभावी गट निर्माण झाले होते. साम्यवादी व पाश्चिमात्य राष्ट्रांच्या या दोन गटांत संघर्ष, तणाव व शीतयुद्ध सुरू होते. सत्तेच्या या द्विध्रुवीकरणामुळे विभिन्न राष्ट्रे कोणत्या ना कोणत्या गटाला मिळालेली होती; आज जागतिक राजकारणात अलिप्त राष्ट्रांचा तिसरा प्रभावी गट उदयाला आला असून हा गट देखील सत्तासमतोलाच्या कार्यात भाग घेत आहे.

गेल्या एक दशकापासून आंतरराष्ट्रीय राजकारणात अमेरिकेचे वर्चस्व वाढत चालले आहे, सारांशाने आपणास असे म्हणता येईल की, सत्तासमतोलाचे कार्य कोणत्या ना कोणत्या स्वरूपात चालूच असते. मात्र, समतोलाचे स्वरूप व पद्धती यामध्ये फरक झालेला आहे.

सत्तासमतोलाचे फायदे-तोटे :

आंतरराष्ट्रीय राजकारणात सत्तासमतोल ही एक महत्त्वाची संकल्पना आहे. हिच्या अंमलबजावणीमुळे अनेक विविध प्रकारचे फायदे तसेच त्याची उपयुक्तता दिसून येते; म्हणूनच या पद्धतीचे **फायदे किंवा गुण** आपणास खालीलप्रमाणे सांगता येतील -

(१) जगाची युद्ध व तणावाच्या वातावरणापासून मुक्तता होते.

(२) जगातील लहान राष्ट्रांचे स्वातंत्र्य व आस्तित्व यामुळे टिकून राहते.

(३) आंतरराष्ट्रीय कायद्याचे पालन व संरक्षण केले जाते.

(४) एखाद्या राष्ट्राच्या किंवा गटाच्या स्वार्थाला रोखता येते.

(५) जगातील विविध राष्ट्रांमध्ये सहकार्याची व विश्वासाची भावना निर्माण होते.

(६) जगात शांतता, सुव्यवस्था व सुरक्षितता निर्माण करता येते; याच संदर्भात **टेलिरॅड** हे विचारवंत असे म्हणतात की, 'सत्तासमतोलामुळे राष्ट्रा-राष्ट्रांमधील हितसंबंध, हक्क, इतर प्रकारचे संबंध, यांचा सुयोग्य मेळ घातला जातो; म्हणून सत्तासमतोलाच्या परिस्थितीत कोणतेही राष्ट्र इतरांवर आक्रमण करीत नाही.'

(७) देशाचे स्वातंत्र्य टिकवण्यात व सर्वांगीण प्रगती करण्यास राष्ट्राला संधी मिळते.

सत्तासमतोलाचे तोटे : सत्तासमतोलाचे जसे वरील प्रकारचे काही फायदे किंवा गुण आहेत तसेच त्याचे खालील प्रकारचे काही तोटेही आहेत

(१) सत्तासमतोल करताना लहान-लहान राष्ट्रांनाच त्रास सहन करावा लागतो.

(२) सत्तासमतोल करताना अनेक वेळा युद्धही करावे लागते; त्यामुळे युद्धाच्या शक्यतेत मोठ्या प्रमाणात वाढ होते.

(३) सत्तासमतोलात स्पर्धा असते; पण ही स्पर्धा प्रगतीला पोषक नसून जीवघेण्या स्वरूपाची स्पर्धा असते.

(४) सत्तासमतोलामध्ये जगातील राष्ट्रांमध्ये फूट पडते त्यातून वेगवेगळे गट निर्माण होतात; त्यातून जगात तणावाची परिस्थिती निर्माण होते.

(५) सत्तासमतोल ठेवण्याचा आणि तो मोडण्याचा खेळ मोठी राष्ट्रे करत असतात.

(६) सत्तासमतोल न्यायाच्या तत्त्वावर आधारित व्यवस्था नाही.

सत्तासमतोल की दहशतीचा समतोल :

आजचे सत्तासमतोल साधारण संतुलनातून क्लिष्ट अशा संतुलनाकडे मार्ग आक्रमित आहे; आज जगात सत्तेचा समतोल राहिलेला नसून दहशतीचे किंवा भीतीचे संतुलन निर्माण झालेले आहे. सत्तासमतोल व दहशतीचा समतोल या दोनही संकल्पना सत्ताप्राप्ती व सत्तेची वाढ यांच्याशी निगडित आहेत; यातून जागतिक महायुद्ध उद्‌भवण्याची संभावना आहे. आज विभिन्न राज्ये जागतिक विनाशक अशा अणू, परमाणू व हायड्रोजन तसेच न्यूट्रॉन बॉम्ब यासारख्या शस्त्रास्त्रांची निर्मिती करून परस्पर विनाशासाठी सिद्ध झाले आहेत; या नवनिर्मित विनाशक शस्त्रास्त्रांच्या सत्तासमतोलावर होणारा परिणाम थोडक्यात जाणून घेणे कठीण आहे. परंतु, या नवीन शस्त्रास्त्रांनी अखिल मानवास विनाशाच्या टोकावर आणून सोडले आहे.

मॅक्स अस्कोली यांच्या मते; 'आज लोकशाही व साम्यवादी अशा दोन्ही राज्यांच्या दृष्टीने

सत्तासमतोल हे सत्तेचे संतुलन राहिलेले नसून त्याने दहशतीच्या संतुलनाचे स्वरूप धारण केले आहे; म्हणूनच प्रत्येक राष्ट्र आपले उद्दिष्ट उपयुक्त अशा सत्तासमतोलावर ठेवून व दहशतीच्या संतुलनाला टाळून शांततेच्या व नि:शस्त्रीकरणाच्या मार्गाकडे जाण्याचा प्रयत्न करत आहे. दोन्ही गटांनी देखील परस्पर विनाश टाळून नि:शस्त्रीकरणाच्या व्यवहार्य मार्गाकडे वाटचाल करणे आवश्यक आहे. हे मान्य केले आहे; हेतू हा की,आपले राष्ट्रीय हितसंबंध अबाधित रहावे. आजपर्यंत अनेक नि :शस्त्रीकरणाच्या सभा झाल्या परंतु साम्यवादी व गैरसाम्यवादी गटांमध्ये अणुयुद्धाचे भय टाळण्याच्या दृष्टीने कोणतेही मूलभूत करार झालेले नाहीत. अणुयुगाचे संतुलनावर कोणतेही परिणाम झालेले असो परंतु राज्ये अजूनही आंतरराष्ट्रीय राजकारणात अणुपूर्व नियमांप्रमाणे व्यवहार करताना आढळतात. सत्तासमतोलाचे स्वरूप आजच्या काळात बदललेले असले तरी त्याचा गाभा मात्र जुनाच आहे. आजही राज्ये विभिन्न मार्गाने सत्तासमतोल राखण्याचा प्रयत्न करीत असतात.'

सत्तासमतोलाचे मूल्यमापन :

आजच्या स्थितीत सत्तासमतोलाचे पूर्वीचे स्वरूप बदलले आहे. दुसऱ्या महायुद्धापर्यंत सत्तासमतोल हे बहुलकेंद्र होते. उदा जर्मनी, जपान, इटली, अमेरिका व रशिया अशी अनेक सत्तासमतोलक राज्ये होती. परंतु, द्वितीय महायुद्धानंतर अमेरिका व सोव्हिएत रशिया ही दोनच राष्ट्रे जागतिक राजकारणात महाशक्ती म्हणून उदयाला आली होती. त्यामुळे जागतिक राजकारणाचे द्वि-ध्रुवीकरण झाले होते, परंतु १९९१ पासून म्हणजेच सोव्हिएत रशियाच्या विघटनापासून यामध्ये परत बदल झालेला आहे.

या द्वि-ध्रुवीकरणाचा परिणाम म्हणजे जगात परस्परविरोधी गट तयार झाले व त्यांच्यात शीतयुद्धास प्रारंभ झाला. आज १९९१ नंतर जगात सत्तेच्या दृष्टीने अमेरिका सत्तेची एकाधिकारी बनली आहे.

साम्यवादी गटातील राष्ट्रांनी परस्परांत संरक्षणात्मक करार म्हणजेच वॉर्सा करार केला होता तर अमेरिकेच्या नेतृत्वाखाली दुसऱ्या गटानेही नाटो, सिएटो, सेन्टो यासारखे अनेक संरक्षणात्मक करार केलेले आढळतात. या दोन्ही गटांकडे नवनवीन शस्त्रास्त्रांचा भरपूर साठा होता. त्यामुळे आजच्या युद्धतंत्रात देखील बराच फरक पडलेला आहे. सत्तासमतोल म्हणून कोणतेही एक राष्ट्र राहिले नाही. ब्रिटनने सत्तासमतोलाचे कार्य केले. परंतु, आज कोणीही एक राष्ट्रसंतुलक म्हणून राहिलेले नाही.

आजच्या काळात आंतरराष्ट्रीय राजकारणात भारत, ब्रम्हदेश, इंडोनेशिया, सिलोन म्हणजेच आजचा श्रीलंका, युगोस्लाव्हिया सारख्या राष्ट्रांचा गट उदयाला आला आहे. या गटातील राष्ट्रे आपली शक्ती वाढवित आहेत. ही राष्ट्रे कोणत्याही गटात समाविष्ट झालेली नाहीत. या राष्ट्रांनी आपला वेगळा गट तयार करून संयुक्त राष्ट्रसंघात महत्त्वाचे स्थान प्राप्त केलेले आहे. शांततेच्या मार्गाने संघर्ष सोडविणे, अण्वस्त्रांवर बंदी घालणे व नि :शस्त्रीकरण करणे यावर अलिप्त राष्ट्रे भर देताना दिसतात. त्यामुळे द्विध्रुवी सत्तासमतोलावर बराच परिणाम झाला आहे. त्याचप्रमाणे द्वितीय महायुद्धानंतर घडलेली महत्त्वपूर्ण घटना म्हणजे 'साम्यवादी चीनचा उदय' ही होय. त्यामुळे सत्तासमतोलाच्या स्थितीत फरक पडलेला दिसतो. सुरुवातीला चीन रशियाच्या गटातील साम्यवादी राष्ट्र होते. परंतु, आता चीनने आपली शक्ती वाढवून अण्वस्त्रांची निर्मिती केली आहे. त्यामुळे साम्यवादी गटात विभाजन झाले आहे; पेकिंग व मॉस्को ही दोन प्रभावी केंद्रे बनली होती. चीन स्वत: तिसरी महाशक्ती बनण्याचा प्रयत्न करत आहे. त्याचबरोबर इस्लामिक युनिटीच्या नावाखाली इस्लामी राष्ट्रे एकत्रित येऊन नवा गट निर्माण करीत आहेत.

सारांश रूपाने असे म्हणता येईल की, आज सत्तासमतोलाबाबत जगातील स्थिती अशी आहे की, सत्तासमतोलवर अलिप्त राष्ट्रांच्या गटाचा इस्लामिक गटाचा व त्याच्या जोडीने साम्यवादी चीनचाही प्रभाव पडला आहे.

आज सत्तासमतोल सिद्धान्त कालबाह्य झाला आहे काय? :

द्वितीय महायुद्धानंतर राष्ट्रवाद व प्रभुसत्ता यांचे महत्त्व कमी झाल्यामुळे व जगाचा व्यवहार महाशक्तींच्या इच्छेप्रमाणे चालत असल्यामुळे सत्तासमतोलाचा सिद्धान्तही कालबाह्य झाला आहे असे मत अनेक विचारवंतांनी व्यक्त केले आहे.

सत्तासमतोल पद्धतीची उपयोगिता व सतत्येबाबत अनेक विचारवंतांनी संदेह व्यक्त केला आहे. सत्तासमतोल सिद्धान्त खरोखरच शांततेचा संरक्षक आहे काय?असा प्रश्न निर्माण होतो, जर समतोल म्हणजे सर्व घटकांना समान सत्ता वाटप, असा अर्थ केला तर प्रत्येक राष्ट्राला इतरांवर आक्रमण करण्याचा मोह होईल.

समतोल स्थिती राष्ट्रांना युद्धास प्रवृत्त करीत असते; कारण प्रत्येक राष्ट्रास वाटते की, आपला विजय होईल, असे मत प्रा. ऑर्गेस्की यांनी मांडले आहे. त्यांनी असेही स्पष्ट केले की, प्रत्यक्ष सत्तासमतोलाचा काळ हा युद्धाचाच काळ असतो. उलट, प्रबळ सत्तेचा काळ हा शांततेचा काळ ठरला आहे.

जेव्हा सत्तासमतोलाचा उपयोग द्विध्रुवीकरणाच्या तत्त्वात केला जातो त्यावेळी संतुलन होत नाही. द्विध्रुवी स्थितीत प्रत्येक पक्ष आपली सत्ता वाढविण्याचा प्रयत्न करतो, अशा वेळी एका संतुलकाची गरज असते. परंतु, आज कोणत्याही गटात समाविष्ट न झालेल्या व कोणत्याही पक्षाच्या पारड्यात माप न टाकणारा तटस्थ संतुलक आढळत नाही. असे मत **प्रा. अँड्र्यू स्कॉट** यांनी मांडले आहे.

जर लोकतंत्र व व्यक्तीस्वातंत्र्याला जीवित ठेवायचे असेल तर ज्या राष्ट्रांनी सत्तासमतोलाचा स्वीकार केला आहे. त्यांना राजकीय सुरक्षिततेसाठी सत्तासमतोलाऐवजी दुसरी योजना तयार करावी लागेल. त्यासाठी संयुक्त राष्ट्रसंघाने सत्तासमतोलाचे कार्य हाती घेणे आवश्यक आहे. असे **क्विन्सी राईट** यांनी प्रतिपादन केले आहे. परंतु, द्वितीय महायुद्धानंतरच्या अनुभवांप्रमाणे असे दिसते की, सत्तासमतोल संपुष्टात आलेला नाही; उलट तो अधिक दृढ झाला आहे.

जगात साम्यवादी व गैरसाम्यवादी यांच्या उदयामुळे सत्ता दोन महाशक्तीत केंद्रित झाली आहे. त्याचप्रमाणे अलिप्त व इस्लामिक गट व साम्यवादी चीनच्या उदयामुळे त्याचा सत्तासमतोलावर प्रभाव पडला आहे.

आज प्रत्येक राष्ट्र पुढे जाण्याची व प्रगती करण्याची धडपड करीत आहे; जरी आज जागतिक शांतता व नि:शस्त्रीकरणाचा उद्घोष होत असला तरी अमेरिका व रशिया यांच्यासारख्या महाशक्ती जगात भीतीचे संतुलन निर्माण करीत आहेत. राष्ट्रे शस्त्रस्पर्धा करण्यात गुंतली आहेत. अमेरिकेने तर चंद्रावरही विजय मिळविला आहे व आता इतर ग्रहांवर दृष्टी वळविली आहे.

आजच्या युगात विचारधारा व शीतयुद्धाने राष्ट्रवादाचे महत्त्वदेखील कमी झाले आहे, असे मत व्यक्त करण्यात येते. **प्रा. कारलेंटन** यांनी असे मत व्यक्त केले आहे की, विचारधारांनी राष्ट्रांच्या सीमा पार केल्या आहेत. त्यामुळे राष्ट्रवादाची कल्पना व सत्तासमतोल सिद्धान्त मागे पडला आहे; पण आज विचारधारांचे महत्त्व सर्वाधिक आहे. अमेरिका, रशिया व चीन ही तिन्ही राष्ट्रे आपली विचारधारा जगात कशी यशस्वी होईल याचा प्रयत्न करत आहेत; म्हणूनच विचारधारांनी आजच्या सत्तासमतोल पद्धतीवर फार मोठा प्रभाव पाडला आहे असे म्हणता येईल.

शेवटी असे म्हणावे लागेल की, अद्याप सत्तासमतोल नष्ट झालेला नाही. अजूनही तो एक अर्थपूर्ण सिद्धान्त आहे. जोपर्यंत बहुराष्ट्र पद्धतीचे अस्तित्व राहील तोपर्यंत राष्ट्र-राज्य सत्तासमतोलाचे धोरण चालूच ठेवतील.

(६. अ. ४) सामूहिक सुरक्षितता

जागतिक शांतता स्थापण्यासाठी व जागतिक संघर्ष सोडविण्यासाठी सामूहिक सुरक्षितता हा महत्त्वाचा मार्ग समजला जातो. यामध्ये आक्रमक राष्ट्रांविरुद्ध एकत्र येऊन सैनिकी कारवाई करून शांतता प्रस्थापित करण्यावर भर दिला जातो. आंतरराष्ट्रीय संस्थांची स्थापना जागतिक शांतता व सामूहिक सुरक्षिततेसाठीच झालेली आहे. पहिल्या महायुद्धानंतरचा राष्ट्रसंघ व आजचा संयुक्त राष्ट्रसंघ यांचा मुळ हेतू सामूहिक सुरक्षितता हाच आहे. आक्रमक वृत्तीच्या राष्ट्रांना रोखणे व शांतताप्रेमी राष्ट्रांना संरक्षण देणे हे सामूहिक सुरक्षिततेद्वारे शक्य आहे.

कोणत्याही एका राष्ट्रावर झालेले आक्रमण म्हणजे सर्व राष्ट्रांवर झालेले आक्रमण समजणे व आक्रमक राष्ट्राविरुद्ध सामूहिक शक्तीद्वारे लढा देणे हे सामूहिक सुरक्षिततेचे लक्षण समजले जाते; जर सर्व राष्ट्रे अशा प्रकारे एकत्र आलीत तर ती आक्रमक राष्ट्राला रोखू शकतात. याप्रमाणे राष्ट्रे एकत्र आल्यामुळे सहसा कोणी आक्रमण करणार नाही व त्यामुळे राष्ट्रीयहित सुरक्षित राहून जागतिक शांतता स्थापन होईल. सामूहिक सुरक्षिततेत एका राष्ट्रावर झालेले आक्रमण हा त्या राष्ट्रापुरता प्रश्न न समजता त्यास आंतरराष्ट्रीय समस्येचे स्वरूप प्राप्त होते.

सामूहिक सुरक्षेचा प्रथम विचार १९ व्या शतकात **विल्यम पेन व विल्यम पिट** यांनी मांडला. यापूर्वी शांतता व संरक्षणाच्या दृष्टीने ओस्नाब्रुक येथे संधी घडवून आलेला आढळतो. परंतु, २० व्या शतकात खऱ्या अर्थाने सामूहिक सुरक्षिततेच्या कल्पनेचा विशेष प्रचार झाला. **प्रा. विल्सन** यांनी जागतिक शांततेसाठी सामुदायिक संघटन आवश्यक असल्याचे प्रतिपादन केले व त्यातून राष्ट्रसंघाची निर्मिती झाली. यास सामूहिक सुरक्षिततेचा पहिला प्रयोग म्हणता येईल; परंतु, हा पहिला प्रयत्न अयशस्वी झाला. युद्धोत्तर काळात संयुक्त राष्ट्रसंघाने पुन्हा सामूहिक सुरक्षिततेला प्रमुख स्थान दिले व राष्ट्रसंघातील दोष दूर करून सामूहिक सुरक्षिततेची कल्पना यशस्वी करण्याचा प्रयत्न सुरू केला. या दुसऱ्या प्रयत्नात मात्र संयुक्त राष्ट्रसंघाला अल्प यश मिळाले आहे.

सत्तासमतोलामुळे युद्ध बंद झाली नाहीत म्हणून सामूहिक सुरक्षिततेचे प्रतिपादन करण्यात आले; जागतिक शांतता व संरक्षणाच्या उद्देशानेच आंतरराष्ट्रीय संघटना स्थापन करण्यात आल्या. जागतिक संघटना व सामूहिक सुरक्षितता यांचा घनिष्ठ संबंध आहे. जागतिक संघटना जेवढी प्रभावी होईल तितकी सामूहिक सुरक्षिततेची योजना यशस्वी होऊ शकेल.

सामूहिक सुरक्षितता म्हणजे राष्ट्रहिताचे संरक्षण करण्यासाठी विभिन्न राष्ट्रांनी सामूहिकरीत्या केलेली एक व्यवस्था होय. सामूहिक सुरक्षिततेस सामूहिक सुरक्षा व्यवस्था असते. केवळ एकटे राज्य सुरक्षिततेचा प्रयत्न करत नाही. सामूहिकरीत्या शक्तीचा उपयोग केला जातो व त्याचा लाभ सारख्या प्रमाणात सर्वांना मिळतो. सामूहिक सुरक्षितता हा युद्ध टाळण्याचा एक मार्ग आहे; कारण आक्रमक राष्ट्राला युद्धाची धमकी देऊन आक्रमण मागे घेण्यास बाध्य केले जाते. सामूहिक सुरक्षिततेला परराष्ट्र धोरणाचे एक प्रभावी साधन देखील मानले जाते.

व्याख्या :

सामूहिक सुरक्षितता या शब्दाची व्याख्या विविध विचारवंतांनी आपापल्या दृष्टिकोनातून केलेली आहे, त्यापैकी काही विचारवंतांच्या व्याख्या खालीलप्रमाणे –

मॉर्गेन्था यांनी, 'सामूहिक सुरक्षितता म्हणजे एकासाठी अनेक व अनेकांसाठी एक हा सिद्धान्त आंतरराष्ट्रीय समाजात उपयोगात आणणे' अशा प्रकारची व्याख्या केली आहे. दुसऱ्या शब्दांत सामूहिक

सुरक्षा व्यवस्था सुरक्षिततेची समस्या ही कोणत्याही एका राष्ट्राची समस्या राहात नसून ती सर्व राष्ट्रांची समस्या असते जे या व्यवस्थेच्या अंतर्गत परस्परांशी निगडित असतात; यामध्ये एकावरील आक्रमण हे सर्वांवरील आक्रमण समजले जाते. तसेच सुरक्षिततेसाठी सहकार्य करण्याची सर्व राष्ट्रांवर जबाबदारी असते.

जेकब आणि अर्थरटन यांच्या मते, सामूहिक सुरक्षितता हा राष्ट्रांमधील परस्पर सुरक्षिततेचा हमी करार आहे. यात प्रत्येक राष्ट्र इतर राष्ट्रांच्या संरक्षणाची हमी घेते आणि त्याबदलात त्याचे स्वातंत्र्य आणि सार्वभौमत्व अबाधित राहते.

क्लॉउड यांनी सामूहिक सुरक्षिततेला सत्तासमतोल व जागतिक शासनाप्रमाणेच, 'शक्तीसंचलनाचे स्वरूप' मानले आहे. त्यांच्या मते, 'सामूहिक सुरक्षितता ही सत्तासमतोल व जागतिक शासनामधील स्थिती होय.'

श्लेचर यांच्या मते,सामूहिक सुरक्षितता ही एक अशा स्वरूपाची अवस्था आहे ज्यात राष्ट्राच्या संकटकाळात परस्परांच्या मदतीसाठी वचनबद्ध असतात.

जॉर्ज श्वार्झनबर्जर यांच्या मते, 'सामूहिक सुरक्षितता म्हणजे प्रस्थापित आंतरराष्ट्रीय व्यवस्थेविरुद्ध आक्रमण करण्यास कृतिद्वारे प्रतिबंध घालणारी एक यंत्रणा होय.'

अर्नेस्ट ए. ग्रॉस यांनी म्हटले आहे की, सुरक्षिततेसाठी सामूहिक कृतीशिवाय दुसरा पर्याय नाही. सामूहिक सुरक्षिततेविरुद्ध पूर्ण असुरक्षितता आहे. परंतु, सर्वच सामूहिक कृती सामूहिक सुरक्षिततेच्या कृती ठरत नाहीत.

स्टेनले बाल्डविन यांचे मत असे आहे की, जोपावेतो सामूहिक सुरक्षा व्यवस्थेत एकत्र आलेली राष्ट्रे आक्रमकाला केवळ धमकी देऊन न भागल्यास आवश्यकतेनुसार त्याच्याशी प्रत्यक्ष युद्धही करीत असतात तेव्हाच सामूहिक सुरक्षिततेचे कार्य यशस्वी होऊ शकते, म्हणजेच आक्रमक राष्ट्रांविरुद्ध सर्व राष्ट्राची एकाच वेळी युद्ध करण्याची तयारी असणे म्हणजे सामूहिक सुरक्षितता होय.

राज्यशास्त्र शब्दकोषामध्ये सामूहिक सुरक्षितता ही युद्ध टाळून प्रत्येक देशाचे स्वातंत्र्य व प्रादेशिक ऐक्य कायम राखणारी व्यवस्था होय; अशा प्रकारची व्याख्या केली आहे.

सामूहिक सुरक्षिततेचे आधार :

(१) आंतरराष्ट्रीय किंवा जागतिक संघटनेची निर्मिती : सामूहिक सुरक्षिततेसाठी आंतरराष्ट्रीय किंवा जागतिक संघटनेची गरज असते,या समान हेतूसाठी जगातील राष्ट्रांनी एकत्र येणे आवश्य असते. आंतरराष्ट्रीय संघटनेत सर्व राष्ट्रे एकत्र येऊ शकतील तरच ती आपल्या शक्तिसंचयाद्वारे आक्रमक राष्ट्राला रोखू शकतात. सामूहिक सुरक्षिततेसाठी कायम स्वरूपाचे दृढ संघटन असणे आवश्यक आहे. राष्ट्रे वेगळी राहून जागतिक शांतता व सुरक्षितता कायम ठेवू शकत नाही, म्हणूनच राष्ट्रसंघ व संयुक्त राष्ट्रसंघ सारख्या जागतिक संघटना उभारण्यात आल्या.

(२) लष्करी करारापासून दूर राहणे : सामूहिक सुरक्षिततेमध्ये सामील झालेली राष्ट्रे जागतिक संघटनेच्या वतीने संघर्ष करण्यासाठी एकत्र आलेली असतात, म्हणजेच अशा राष्ट्रांनी कोणत्याही लष्करी संघटनेत सामील होता कामा नये.

(३) व्यापक शक्तिसंचय : सामूहिक सुरक्षिततेत व्यापक शक्तिसंचय असण्याची अपेक्षा असते. आंतरराष्ट्रीय संघटनेजवळ प्रचंड शक्तिसंचय असल्याशिवाय आक्रमक राष्ट्रे भयभीत होणार नाहीत. या व्यापक शक्तीसंचयामुळे सहसा कोणतेही राष्ट्र आक्रमण करण्यास धजणार नाही.

(४) राष्ट्रांचे समान धोरण : सामूहिक सुरक्षिततेला मान्यता देणाऱ्या व आक्रमक राष्ट्राविरुद्ध

संघटित होणाऱ्या राष्ट्रांचे धोरण समान असले पाहिजे म्हणजेच ते परस्परविरोधी नसावे, अन्यथा सामूहिक सुरक्षिततेची कल्पना यशस्वी होणार नाही. एकदा आक्रमक कोण, हे ठरल्यानंतर व त्याविरुद्ध कारवाई करण्याचे निश्चित झाल्यानंतर सर्व राष्ट्रांना सामुदायिक कारवाईला अनिवार्यपणे पाठिंबा देणे आवश्यक असते.

(५) परस्पर हितांना गौण स्थान : सामूहिक सुरक्षिततेला मान्यता दिल्यानंतर राष्ट्रे वैयक्तिक हिताला महत्त्व न देता सामूहिक हिताला त्यांनी महत्त्व दिले पाहिजे; म्हणजेच आपसातील परस्परविरोधी हितांना सामूहिक सुरक्षिततेच्या कार्यासाठी गौण स्थान दिले पाहिजे. आपसातील मतभेद कायम राहिले तर सामूहिक सुरक्षितता यशस्वी होऊ शकत नाही.

सामूहिक सुरक्षितता आणि सत्तासमतोल :

आंतरराष्ट्रीय राजकारणात प्रत्येक राष्ट्र स्वत :चे स्वातंत्र्य व सुरक्षितता कायम ठेवण्याचा प्रयत्न करीत असते. यासाठी जगातील राष्ट्रे सामूहिक सुरक्षितता व सत्तासमतोल या दोन्ही मार्गांचा अवलंब करताना दिसून येतात; वास्तविक पाहता आंतरराष्ट्रीय राजकारणात सामूहिक सुरक्षितता सत्तासमतोल राखण्याचे प्रामुख्याने काम करते. सत्तासमतोलात संधी तसेच गटाची निर्मिती करण्यावर भर दिला जातो. संयुक्त राष्ट्राच्या सामूहिक सुरक्षिततेच्या या सिद्धान्तावर विश्वास ठेवून जगातील सर्वच राष्ट्रे एकत्र आली तर या राष्ट्रांना आपापसात संरक्षणासाठी वेगळे करार करण्याची गरजच भासणार नाही; तसेच त्यांच्यातील अविश्वासाची भावना नष्ट होऊन युद्धाचे कारणच उरणार नाही. परंतु, सामूहिक सुरक्षितता व सत्तासमतोल यांचे संबंध परस्पर पूरक व विरोधक अशा दोन्ही प्रकारचे आहेत. या दोन्ही संकल्पनांमुळे जागतिक शांतता प्रस्थापित होण्यासच मदत होते कारण सामूहिक सुरक्षिततेत ज्या राष्ट्रांवर आक्रमण झालेले आहे त्या राष्ट्राला संरक्षण देण्यासाठी इतर राष्ट्रे मदत करतात. आक्रमक राष्ट्राशी एकत्रित शक्तीद्वारे टक्कर देवून आक्रमण झालेल्या राष्ट्राला वाचवितात. याशिवाय या दोन्ही संकल्पनेमध्ये काही बाबतीत खालील प्रकारचे साम्य असलेले आपणास दिसून येते.

(१) वास्तविक पाहता सामूहिक सुरक्षितता ही सत्तासमतोलाचा एक घटक किंवा भाग म्हणून कार्य करत असते.

(२) दोघांचेही कार्य परस्परावर अवलंबून असते. सामूहिक सुरक्षितता अयशस्वी झाली तर त्याचा परिणाम सत्तासमतोलावर होतो; परिणामी ते असंतुलित होते. यावरून या दोन्ही संकल्पना परस्परांशी संबंधित आहेत हे स्पष्ट होते.

(३) या दोन्हींचा उद्देश जगात शांतता प्रस्थापित करण्याचाच आहे. म्हणजेच या दोन्ही संकल्पनेमध्ये युद्धाची शक्यता गृहीत धरावी लागते आणि शांतता प्रस्थापित करण्यासाठी युद्धावर दोन्हींचाही विश्वास आहे.

(४) आक्रमक राष्ट्राविरुद्ध युद्ध करणे हे दोन्ही संकल्पनेमध्ये गृहीत तत्त्व असल्यामुळे हे दोन्ही सिद्धान्त प्रतिरोधाच्या सिद्धान्तावर आधारित आहेत.

(५) हे दोन्ही सिद्धान्त सामूहिक कार्यवाहीवर विश्वास ठेवतात.

अशा प्रकारे या दोन्हींमध्ये बरेच साम्य असले तरी या दोन्ही कल्पना एकच आहेत असे समजणे चूक आहे. या संदर्भात **पामर आणि पर्किन्स** असे म्हणतात की, सामूहिक सुरक्षितता, आंतरराष्ट्रीय संबंध अशा प्रकारे निश्चित होत असतात की,ज्यामुळे सत्तासमतोलाचा सिद्धान्त समाप्त होतो. **क्लाऊड** यांच्या मते, केंद्रीकरणाच्या दृष्टीतून विचार केल्यास सामूहिक सुरक्षितता ही जागतिक शासन आणि सत्तासमतोल यांच्यामधील अवस्था आहे.

अशा प्रकारच्या उभय संकल्पनेत परस्पर संबंध असला तरी यामध्ये खालील प्रकारचे मूलभूत फरक आहेत.

(१) सामूहिक सुरक्षिततेचा सिद्धान्त निश्चित अशा तत्त्वांवर आधारलेला आहे. त्यामध्ये सर्वांना समान समजले जाते. परंतु, सत्तासमतोलाबाबत अशा प्रकारचे तत्त्व आढळत नाही शिवाय तो स्थिर स्वरूपाचा सिद्धान्त वाटत नाही.

(२) सामूहिक सुरक्षितता निश्चित स्वरूपाची एक व्यवस्था निर्माण करण्याचा प्रयत्न करते, तर सत्तासमतोलाची व्यवस्था मुळातच अस्तव्यस्त स्वरूपात असते.

(३) सामूहिक सुरक्षिततेत जगातील एक मोठा गट कायम स्वरूपाचा असतो तर सत्तासमतोलाबाबत ठाम प्रकारची निष्ठा आढळत नाही, तसेच यातील राष्ट्रे नेहमीच गट बदलताना दिसून येतात.

(४) सामूहिक सुरक्षिततेत राष्ट्रांचे स्वातंत्र्य टिकून राहते. सत्तासमतोलाच्या सिद्धान्तात सतत आक्रमणाची भीती असल्याने त्यांच्या स्वातंत्र्याची खात्री देता येत नाही.

(५) सामूहिक सुरक्षिततेमध्ये संपूर्ण जगाचाच विचार केला जातो, पण सत्तासमतोलामध्ये विशिष्ट राष्ट्राचा किंवा गटांचाच विचार केला जातो.

(६) आक्रमक राष्ट्राविरुद्ध सर्वांनी एकत्र येऊन त्याचा सामना करणे, हाच सामूहिक सुरक्षिततेचा उद्देश असतो; पण सत्तासमतोलामध्ये कोणतेही राष्ट्र सैन्यशक्तीचा अवलंब करणार नाही; असे संतुलन राखले जाते.

(७) सामूहिक सुरक्षिततेचा वरील उद्देश ताबडतोब पूर्ण होत असतो याउलट सत्तासमतोलामध्ये या उद्देशाच्या यशासाठी बरीच वाट पहावी लागते.

(८) सामूहिक सुरक्षिततेसाठी जागतिक संघटन स्थापन केले जाते त्यामुळे यामध्ये गट-तट नसतात पण सत्तासमतोलासाठी गटबाजी आवश्यक असते.

(९) आक्रमक राष्ट्राविरुद्ध कारवाई करून जगात स्थिर स्वरूपाचा समतोल सामूहिक सुरक्षिततेमुळे निर्माण होतो तर सत्तासमतोलामुळे अस्थिर स्वरूपाचा समतोल स्थापन होतो.

(१०) सामूहिक सुरक्षिततेत जगातील सर्व राष्ट्रे एकत्र येऊन सामूहिक आक्रमणाचा प्रतिकार करतात तर सत्तासमतोलामध्ये मात्र मर्यादित राष्ट्राकडूनच आक्रमणाला तोंड दिले जाते.

(११) सामूहिक सुरक्षिततेत सर्व जगालाच आक्रमक राष्ट्राविरुद्ध उभे राहावे लागते पण सत्तासमतोल जगात परस्पर विरोधी दोन तुल्यबळ गट निर्माण करण्यावर भर देतो.

सामूहिक सुरक्षितता आणि सामूहिक संरक्षण :

सामूहिक सुरक्षितता व सामूहिक संरक्षण या दोन्ही संकल्पनांमध्ये काही समान वैशिष्ट्ये आहेत. उदा. दोन्हींमध्ये सामूहिक स्वरूपाची कृती असते आणि दोन्हींचा उद्देश आक्रमणाला प्रतिबंध करणे हा असतो. तरीही या दोन्ही संकल्पना पूर्णपणे वेगळ्या आहेत. आंतरराष्ट्रीय राजकारणात शांतता व संरक्षणाचा प्रश्न हा दोन राष्ट्रांपुरता मर्यादित नसून तो एक सामुदायिक स्वरूपाचा प्रश्न समजला जातो. कोणत्याही राष्ट्राला स्वतंत्र राहून स्वत:चे संरक्षण स्वत:च करण्याचा पूर्ण अधिकार आहे. परंतु, ते आंतरराष्ट्रीय संघटना व सामूहिक सुरक्षिततेच्या विरोधात केलेले कार्य ठरेल. कधी कधी संरक्षणासाठी लष्करी संघटन स्थापन करून सामूहिक संरक्षणाची व्यवस्था राष्ट्रांना करता येते अशा सामूहिक संरक्षण व्यवस्थेत व सामूहिक सुरक्षिततेत फरक असतो.

सामूहिक संरक्षणाच्या संकल्पनेत सामूहिक सुरक्षिततेचे उद्दिष्ट असले तरी त्याचा आधार सामूहिक सुरक्षिततेत इतका व्यापक नाही. सामूहिक सुरक्षिततेच्या कल्पनेत जगातील सर्व राष्ट्रांचा समावेश होतो.

याउलट 'सामूहिक संरक्षण' ही कल्पना फक्त काही राष्ट्रांपुरतीच मर्यादित असते.

सामूहिक सुरक्षिततेसाठी आंतरराष्ट्रीय संघटनेची आवश्यकता असते. उदा. जागतिक शांतता स्थापन करणे व सामूहिक सुरक्षिततेची व्यवस्था करणे याच हेतूसाठी संयुक्त राष्ट्रसंघटनेची स्थापना करण्यात आलेली आहे; पण सामूहिक संरक्षणासाठी अशा आंतरराष्ट्रीय संघटनेची आवश्यकता नसते. उदा. नाटो किंवा वॉर्सा या सारख्या सैनिकी स्वरूपाच्या सामूहिक संरक्षणात्मक व्यवस्थेसाठी कोणत्याही आंतरराष्ट्रीय संघटनेची गरज भासली नाही.

सामूहिक सुरक्षितता कायम स्वरूपाची व्यवस्था असते. याउलट, सामूहिक संरक्षण हे काही राष्ट्रांनी तात्पुरत्या काळासाठी आपल्या गटातील राष्ट्रांना संरक्षण देण्यासाठी निर्माण केलेले असते.

सामूहिक सुरक्षिततेच्या योजनेत पहिलेपासून शत्रूपक्ष निश्चित झालेला नसतो. जो कोणी आक्रमण करेल तो सर्वांचा शत्रू समजला जातो; व त्याच्याविरुद्ध सामूहिक स्वरूपाची कारवाई केली जाते. परंतु, सामूहिक संरक्षण व्यवस्थेत शत्रूपक्ष पहिल्यापासूनच स्पष्ट झालेला असतो. उदा. 'नाटो' किंवा 'सीटो' संघटन हे साम्यवाद्यांच्या विरोधात केलेले सामूहिक संरक्षण करार आहेत. आंतरराष्ट्रीय क्षेत्रांत केलेले हे करार सामूहिक सुरक्षिततेशी विसंगत आढळतात. हे करार साम्यवादी राष्ट्रांनी भांडवलवाद्यांविरुद्ध व भांडवलवाद्यांनी साम्यवाद्यांविरुद्ध केलेले आहेत. त्यामुळे मात्र संयुक्त राष्ट्रसंघाच्या शांततेच्या कार्यात अडथळे निर्माण झाले आहेत असे असतानाही या करारांना संयुक्त राष्ट्रसंघाच्या कायद्यातील कलम ५१ नुसार मान्यता दिलेली आहे.

सामूहिक सुरक्षितता आणि अलिप्तता :

आंतरराष्ट्रीय राजकारणात सामूहिक सुरक्षितता व अलिप्तता या संकल्पना परस्परविरोधी मानल्या जातात; याचे कारण म्हणजे 'अलिप्तता' म्हणजे 'तटस्थता' नव्हे. तटस्थतेत जागतिक राजकारणाबाबत एक प्रकारची उदासीनता असते, पण अलिप्ततेत स्वतंत्र्य परराष्ट्रीय धोरण निर्धारित केले जाते. जगातील गटबाजीपासून स्वत :ला स्वतंत्र ठेवून जगात शांतता प्रस्थापित करण्याचे व जागतिक समस्या सोडविण्याचे कार्य अलिप्त राष्ट्रे करीत असतात. म्हणजेच सामूहिक सुरक्षितता व अलिप्तता यांचा अंतिम उद्देश एकच आहे. तसेच सामूहिक सुरक्षितता ही संकल्पना जगातील युद्ध नियंत्रणाच्या दृष्टीने एक उपयुक्त साधन म्हणून सकारात्मक दृष्टिकोनातून वापरली जाते; पण अलिप्ततेची संकल्पना ही या संकल्पनेच्या काही बाबतीत वेगळी अशी आहे. सामूहिक सुरक्षिततेस ज्या परिस्थितीची गरज असते त्यासंबंधी अलिप्तता सामूहिक सुरक्षिततेला मदत करीत असते. उदा. जगातील राष्ट्रांमध्ये त्यागाची भावना व नैतिक दृष्टिकोन निर्माण करणे, आक्रमक राष्ट्रास प्रतिबंध घालणे, राष्ट्रीय संरक्षणाच्या प्रश्नांचा आंतरराष्ट्रीय सुरक्षिततेच्या प्रश्नांशी संबंध जोडणे, सामूहिक संरक्षणात्मक सैनिकी संधीचा विरोध करणे, इत्यादी. सामूहिक सुरक्षितता व अलिप्तता या दोघांची जागतिक समुदायावर पूर्ण निष्ठा आहे. अलिप्ततेच्या धोरणामुळे युद्ध किंवा शांततेबाबत कोणताही निर्णय घेण्यास अलिप्त राष्ट्रे स्पष्टपणे आपले मत व्यक्त करीत नाहीत तेव्हाच या दोघांत संघर्ष निर्माण होऊ शकतो. वास्तविक पाहाता अलिप्त राष्ट्रांनी अशा वेळी निश्चित निर्णय घेण्याचा प्रयत्न केल्यास हे दोन्ही सिद्धान्त परस्परांना पूरक ठरतील.

संयुक्त राष्ट्रसंघ आणि सामूहिक सुरक्षिततेचा प्रयत्न :

आंतरराष्ट्रीय राजकारणात सामूहिक सुरक्षितता व शांततेसाठी १९४५ मध्ये संयुक्त राष्ट्रसंघाची स्थापना करण्यात आली. संयुक्त राष्ट्रसंघाच्या चार्टरमधील कलम ४५ ते ४९ प्रमाणे एखादे राष्ट्र आक्रमणाची भीती दाखवून जागतिक शांतता धोक्यात आणत असेल तर संयुक्त राष्ट्रसंघ त्या राष्ट्रांविरुद्ध

सामूहिक कार्यवाही करेल अशा स्वरूपाचा उल्लेख आहे अशा प्रकारच्या सामूहिक कार्यवाहीसाठी लागणाऱ्या सैन्यबळाची मागणी सभासद राष्ट्रांकडे कलम १ व ४३ नुसार संयुक्त राष्ट्रसंघ करू शकते. त्यानुसार सभासदांनी संयुक्त राष्ट्रसंघाला सैन्य पुरवावे अशाही प्रकारची तरतूद त्यामध्ये आहे. कलम ४७ नुसार 'मिलिटरी स्टाफ कमिटी' स्थापण्यात येऊन कलम ५१ प्रमाणे वैयक्तिक व सामूहिक संरक्षणाचा अधिकार जगातील राष्ट्रांना मिळाला आहे. सुरुवातीच्या काळात संयुक्त राष्ट्रसंघाला सामूहिक सुरक्षितता व शांतता प्रस्थापित करण्यात काही प्रमाणात यश मिळालेले दिसून येते. संयुक्त राष्ट्रसंघाने १९५० मध्ये 'शांततेसाठी ऐक्य' अशा प्रकारचा ठराव पास केला. त्याचवेळी उत्तर कोरियाने दक्षिण कोरियावर आक्रमण केले होते. या ठरावानुसार संयुक्त राष्ट्रसंघाने सभासदांकडून सैन्य घेऊन दक्षिण कोरियात पाठवून त्यांचे संरक्षण केले होते.

संयुक्त राष्ट्रसंघ आपत्कालीन शक्तीसंचय ही योजना १९५६ मध्ये स्वीकारण्यात आली; यास सभासद राष्ट्रांनी मदत केली. त्याचवेळी सुवेझ कालव्याबाबत निर्माण झालेला संघर्ष सोडविण्यासाठी या योजनेचा उपयोग झालेला आपणास दिसून येतो. संयुक्त राष्ट्रसंघाने जागतिक संघर्ष शांततेच्या मार्गाने सोडविण्यावर भर दिल्यामुळे जागतिक तणाव कमी होण्यास मदत झालेली आपणास दिसून येते. याला अनुसरून संयुक्त राष्ट्रसंघाने एक सामूहिक उपाय समिती स्थापन केली. त्यानुसार सभासद राष्ट्रांनी संयुक्त राष्ट्रसंघाच्या कार्यासाठी वेगळी सेना निर्माण करावी असे ठरूनसुद्धा कोणत्याही सभासदाने संयुक्त राष्ट्रसंघासाठी सैन्य निर्माण केलेले दिसून येत नाही.

संयुक्त राष्ट्रसंघाने स्वत:च्या घटनेला विसंगत असूनही केवळ जागतिक सुरक्षा व शांततेसाठी सभासद राष्ट्रांना आपापसात लष्करी करार करण्यास घटनेनुसार अनुमती दिलेली दिसून येते.

संयुक्त राष्ट्रसंघाच्या कार्यात अनेक प्रकारचे अडथळे असल्यामुळे जागतिक शांतता व सुरक्षितता राखण्याच्या कार्यात तिला म्हणावे तेवढ्या प्रमाणात यश मिळू शकलेले नाही; त्याची काही कारणे खालीलप्रमाणे आपणास सांगता येतील.

(१) जागतिक प्रश्न किंवा समस्या याबाबत सभासद राष्ट्रांचे वेगवेगळे हितसंबंध असलेले दिसून येतात. उदा. कोरिया युद्ध, व्हिएतनाम युद्ध किंवा अरब-इस्राइल संघर्षात अमेरिका व सोव्हिएत रशियाचे हितसंबंध यामध्ये कोणत्यातरी एका बाजूने गुंतलेले होते, त्यामुळेच असे प्रश्न सोडविण्यात संयुक्त राष्ट्रसंघाला अपयश येत होते.

(२) संयुक्त राष्ट्रसंघाचे ध्येयधोरण व त्यांच्या इतर कार्यक्रमांमध्ये सभासदांकडून अडथळे उत्पन्न होतील अशा प्रकारचे अनेक मुद्दे होते, की ज्यामध्ये व्हेटोचा अधिकार याचे उदाहरण देता येईल.

(३) सभासद राष्ट्रांचा संयुक्त राष्ट्रसंघाच्या शांतता व सुरक्षिततेच्या कार्यावर विश्वास न राहिल्यामुळे अशी राष्ट्रे आपापसात संरक्षणासाठी क्षेत्रीय लष्करी करार करीत आहेत, यांचाही परिणाम संयुक्त राष्ट्रसंघाच्या कार्यावर झालेला दिसून येतो.

(४) आपले हितसंबंध राखले जाणार नसतील तर संयुक्त राष्ट्रसंघाने ठराव पास करूनही सभासदांनी त्यांच्या कार्यासाठी वेगळ्या सैन्याची तरतूद केलेली दिसत नाही.

(५) जागतिक शांतता व सामूहिक सुरक्षिततेच्या दृष्टीने संयुक्त राष्ट्रसंघाला म्हणावे तेवढ्या प्रमाणात यश मिळू शकले नाही, पण सभासद राष्ट्रांनी आपापसातील मतभेद विसरून संयुक्त राष्ट्रसंघाच्या कार्याला जर ते मदत करणार असतील तरच जागतिक शांतता व सामूहिक सुरक्षिततेची कल्पना सत्यस्वरूपात येण्यास मदत होईल.

सामूहिक सुरक्षिततेची उपयुक्तता व परीक्षण :

सामूहिक सुरक्षिततेचा सिद्धान्त 'एकासाठी अनेक व अनेकांसाठी एक' या तत्त्वावर आधारित आहे. सामूहिक सुरक्षिततेमुळे राष्ट्रीय हिताचे संरक्षण होते व जागतिक शांतता स्थापन होते. एकावर आक्रमण झाल्यास ते सर्वांवर आक्रमण झाले असे समजून सामूहिक शक्तीद्वारे प्रतिबंध घालण्याचे कार्य सामूहिक सुरक्षितता करीत असते.

सत्तासमतोल पद्धतीच्या अपयशामुळे सामूहिक सुरक्षिततेची कल्पना मांडण्यात आली व जागतिक संघटन स्थापन करावे लागले. सामूहिक सुरक्षिततेचे यश राष्ट्रांच्या सहकार्यावर अवलंबून असते. **प्रा. फ्रीडमन** यांच्या मते, 'एक यशस्वी सामूहिक सुरक्षा पद्धती प्रत्येक राष्ट्रास आपले पूर्ण स्वातंत्र्य गमविण्यास सांगत नाही किंवा व्यक्तित्वाचा पूर्ण त्यागही करण्यास सांगत नाही तर त्या राष्ट्रास स्वत:च्या इच्छेस सामूहिक निर्णयाशी सहमत होण्यास सांगत असते.' सामूहिक सुरक्षितता प्रभावी होण्यासाठी ती राष्ट्रांच्या सैन्यांवर, शस्त्रांस्त्रांवर व राजकीय प्रभुसत्तेवर कडक आंतरराष्ट्रीय नियंत्रण घालीत असते.

सामूहिक सुरक्षिततेच्या यशस्वीततेसाठी मोठ्या प्रमाणात शक्तीसंचय आवश्यक असतो. त्यामुळे आक्रमक राष्ट्राला आक्रमण करण्याचे धाडस होत नाही. त्याचप्रमाणे आक्रमक राष्ट्राविरुद्ध एकत्र येणाऱ्या राष्ट्रांचे धोरणही समान असले पाहिजे, तसेच राष्ट्रांनी आपल्या राष्ट्रीय हितास सामूहिक सुरक्षिततेपुढे गौण समजले पाहिजे.

वरील सर्व लक्षणांचा विचार केल्यानंतर प्रत्यक्ष व्यवहारात मात्र सामूहिक सुरक्षितता मोठ्या प्रमाणात अयशस्वी झालेली आपणास दिसून येते, त्याची प्रमुख कारणे पुढीलप्रमाणे आहेत-

(१) सामूहिक सुरक्षिततेसाठी मोठ्या प्रमाणात शक्तीसंचयाची गरज असते. त्याशिवाय सामूहिक कार्यवाही होऊच शकत नाही. परंतु, याबाबत सामूहिक सुरक्षितता यशस्वी होताना दिसत नाही कारण शक्तीसंचयनाशिवाय ही फक्त कल्पनाच राहते.

(२) आजच्या काळात किंवा आंतरराष्ट्रीय राजकारणात सामूहिक सुरक्षितता ही एक चांगली कल्पना आहे. ती यशस्वी होण्यासाठी तीमध्ये सहभागी असलेल्या राष्ट्रांमध्ये त्यागाची व सहकार्याची गरज असते, परंतु दुर्दैव्याने त्याग व सहकार्याची भावना राष्ट्रांमध्ये आढळत नाही, म्हणूनच सामूहिक सुरक्षितता यशस्वी होताना दिसत नाही.

(३) सामूहिक सुरक्षिततेत सामूहिक कार्यवाही ताबडतोब केली जात नाही; कारण यामधील जो प्रश्न असतो तो अगोदर चिघळू दिला जातो आणि त्याने उग्रस्वरूप धारण केल्यानंतर त्याविरुद्ध कारवाई करणे कठीण जाते. सुरुवातीला जर्मनी व इटलीच्या आक्रमक धोरणांकडे दुर्लक्ष केल्याने जगाला द्वितीय महायुद्धाला सामोरे जावे लागले.

(४) सामूहिक सुरक्षितता ही एक विसंगत स्वरुपाची कल्पना आहे. अशा स्वरूपाची टीका तिच्यावर केली जाते. सामूहिक सुरक्षिततेने युद्धप्रवृत्ती नष्ट करणे हे प्रमुख कार्य असताना ती तिच्याकडे दुर्लक्ष करताना दिसून येते, म्हणजेच एखाद्या राष्ट्रातील छोटा प्रश्न दुर्लक्ष करण्याच्या प्रवृत्तीमुळे जागतिक युद्धाचे कारण बनू शकते.

(५) यामध्ये सामील असणारी राष्ट्रे याचे धोरण व दृष्टिकोन समान असला पाहिजे तरच सामूहिक सुरक्षितता ही संकल्पना यशस्वी होईल अन्यथा ती यशस्वी होणार नाही; म्हणजेच यामध्ये सामील असणारी राष्ट्रे तिच्याबाबत मोठ्या प्रमाणात अनास्था दाखवताना दिसून येतात.

(६) सामूहिक सुरक्षिततेच्या कल्पनेमुळे राष्ट्राच्या शक्तीवर नियंत्रण लावले जाते. त्याचप्रमाणे सामूहिक सुरक्षिततेच्या यशासाठी सभासद राष्ट्रांना आपले सैन्यही पुरवावे लागते. परंतु, प्रत्यक्षात कोणतेही

राष्ट्र आपली सैन्यशक्ती कमी करण्यास तयार नसते त्याचवेळी ते सामूहिक सुरक्षिततेसाठी सैन्य देतानाही दिसत नाही; यामुळेच ही संकल्पना अयशस्वी होताना दिसून येते.

(७) संयुक्त राष्ट्रसंघाजवळ स्वत:चे सैन्य नाही, सामूहिक सुरक्षितता या पद्धतीवर राष्ट्रांचा विश्वास नसल्यामुळे ते संरक्षणासाठी आपापसात लष्करी करार करताना दिसून येतात, संयुक्त राष्ट्रातील गटबाजी सुरक्षा परिषदेतील मोठ्या राष्ट्रांना दिलेला नकाराधिकार या विविध कारणांमुळे संयुक्त राष्ट्राला सामूहिक सुरक्षिततेची संवल्पना राबविण्यात अडचणी येताना दिसून येतात.

'सामूहिक सुरक्षितता यथास्थितीची संरक्षक आहे.' असे मत **वाल्टर लिपमन** व्यक्त करताना दिसतात. तर **प्रा. क्लाऊड** यांनी तिला अवास्तविक धोरण असे म्हटले आहे. या सिद्धान्ताच्या उपयोगितेच्या दृष्टिकोनातून यावर टीका करताना **मॉर्गेन्था** असे म्हणतात की,परस्पर सहकार्य व त्यागाची भावना निर्माण होईल अशा प्रकारची पोकळ आशा बाळगताना राष्ट्रे दिसतात. **महेंद्रकुमार** यांच्या मते, ''सामूहिक सुरक्षिततेत न्यायपूर्ण स्थितीपेक्षा शांततेवर अधिक भर दिला आहे. न्यायपूर्ण शांततेचा विचार कोणीही करताना दिसत नाही,'' अशा अनेक विचारवंतांनी या सिद्धान्तावर टीका केलेली दिसून येते.

सामूहिक सुरक्षिततेच्या सिद्धान्ताचे मूल्यमापन :

वाल्टर लिपमन यांनी असे म्हटले आहे की, 'जोपर्यंत खऱ्या अर्थाने जागतिक समूह निर्माण होत नाही छोटया आणि शांतताप्रिय राष्ट्रांना आपल्या अस्तित्वालाच धोका आहे असे वाटते; तोपर्यंत अशा प्रकारच्या व्यवस्थेवर लक्ष केंद्रित करणे म्हणजे अस्तित्वात असलेल्या धोक्याकडे दुर्लक्ष करणे, तसेच शांतता प्रस्थापण्याचे जे इतर व्यवहार्य मार्ग आहेत, त्याकडे दुर्लक्ष करणे होय. सामूहिक सुरक्षिततेच्या सिद्धांतावर वरील प्रकारची टीका होत असली तरी जागतिक शांततेसाठी हा सिद्धान्त अतिशय उत्तम मार्ग असलेला आपणास दिसतो, फक्त त्यापुढील अडथळे दूर करण्याचा प्रयत्न केला पाहिजे. शिवाय जागतिक शांतता प्रस्थापित करण्याची संयुक्त राष्ट्राची ही संकल्पना म्हणजे चांगल्या प्रकारची आधारशीला आहे असे मानल्यास चूक होणार नाही. 'एकासाठी अनेक व अनेकांसाठी एक' या तत्त्वावर ही संकल्पना आधारित असल्यामुळे युद्धे बंद होतील लहान-लहान राष्ट्रांना आपले स्वातंत्र्य टिकवून ठेवण्यात यश मिळेल पर्यायाने सर्वच राष्ट्रांना आपला सर्वांगीण विकास करता येईल. यामधील मोठ्या राष्ट्रांनी जरी आपली शक्ती वाढवण्यावर भर दिला तरी या संकल्पनेमुळे त्यांचे महत्त्व कमी होईल. त्याचे वर्चस्व लहान राष्ट्रांवर राहणार नाही. एकंदरीत सामूहिक सुरक्षिततेमुळे राष्ट्रीय हिताचे संरक्षण होण्यास मदत होईल.

(६. ब. १) शीतयुद्ध

शीतयुद्धाचा अर्थ व स्वरूप :

द्वितीय महायुद्धानंतर सोव्हिएट रशिया व अमेरिका यांच्यामध्ये शीतयुद्धाला सुरुवात झाली. यामध्ये वेगवेगळ्या काळात चढउतार होऊन सोव्हिएट रशियाच्या विघटनाबरोबरच म्हणजेच १९९१ ला शीतयुद्ध संपुष्टात आले. दुसऱ्या महायुद्धाच्या अगोदर प्रथम सत्ता असलेल्या इंग्लंड व फ्रान्स या युद्धात नामशेष झाल्या; तर या युद्धानंतर सोव्हिएट रशिया व अमेरिका महासत्ता म्हणून पुढे आल्या; वैचारिक मतभेद त्यांच्यात असल्यामुळे त्यांनी एकमेकांना शह देण्याचे राजकारण सुरू केले त्यातूनच 'शीतयुद्ध' ही संकल्पना आंतरराष्ट्रीय राजकारणात आली. जेव्हा एखादे राष्ट्र किंवा राष्ट्रांचा गट लष्करी बळाचा वापर करून आपली इच्छा दुसऱ्या राष्ट्रांवर किंवा राष्ट्रांच्या गटावर लादण्याचा प्रयत्न करते तेव्हा अशा कृत्याला 'युद्ध' म्हणतात. याचाच अर्थ युद्धात प्रत्यक्ष लष्करी कारवाई, आक्रमण आणि शस्त्रास्त्रांचा वापर अपेक्षित असतो. ह्या दृष्टिकोनातून विचार केला तर शीतयुद्धाला युद्ध म्हणणे चुकीचे ठरेल कारण शीतयुद्धाच्या ४५

वर्षांच्या कालावधीत अमेरिका आणि सोव्हिएत रशिया यांसारख्या महासत्तांमध्ये समोरासमोर युद्ध कधीच झाले नाही; युद्धजन्य परिस्थिती अनेकदा निर्माण झाली, पण त्यांचे रूपांतर प्रत्यक्ष लढाईत झालेच नाही; मग प्रश्न हा निर्माण होतो की, शीतयुद्धाला युद्ध म्हणायचे का? याचे उत्तर म्हणजे विसाव्या शतकाच्या उत्तरार्धात अनेक प्रकारच्या राजकीय संघर्षांसाठी युद्ध हा शब्दप्रयोग वापरण्याची पद्धत सुरू झाली. अमेरिका आणि जपानमध्ये जो व्यापारसंघर्ष आहे; त्यासाठी अनेकदा व्यापारयुद्ध असा शब्दप्रयोग केला जातो. त्याचप्रमाणे प्रचारतंत्राचा वापर करून प्रस्थापित शासनयंत्रणेला उलथून पाडण्यासाठी जनतेला आवाहन करण्याचे प्रयत्न केले जातात किंवा विशिष्ट विचार, मूल्ये, संस्कृती, जीवनपद्धती हीच जगात सर्वश्रेष्ठ असून इतरांनी त्याचा अवलंब करावा यासाठी जाणीवपूर्वक प्रचार केला जातो; तेव्हा त्याला 'मानसशास्त्रीय युद्ध' म्हणून संबोधले जाते.

दुसऱ्या महायुद्धानंतर अमेरिका आणि सोव्हिएत रशिया या दोन राष्ट्रांचा महासत्ता म्हणून उदय झाला; या दोन्ही महासत्ता दोन परस्परविरोधी विचारसरणीच्या पुरस्कर्त्या होत्या. अमेरिका भांडवलवादी लोकशाही, मुक्त अर्थव्यवस्था, व्यक्तिस्वातंत्र्य या विचाराचा पुरस्कर्ता आहे, तर सोव्हिएत रशिया साम्यवादी विचारसरणीवर आधारित महासत्ता, या दोन्ही महासत्तामधील तीव्र संघर्ष, परस्पर संशय, भीती, शस्त्रास्त्र स्पर्धा, राजनैतिक पातळीवरील संघर्ष, शहप्रतिशहाचे वातावरण हे दर्शविण्यासाठी शीतयुद्ध हा शब्दप्रयोग वापरला गेला. शीतयुद्ध म्हणजे सत्तेसाठी चाललेली स्पर्धा असून जागतिक राजकारणावर प्रभाव पाडणे व जगाचे नेतृत्व करणे हाच शीतयुद्धाचा उद्देश समजला जातो. शीतयुद्ध म्हणजे दोन परस्परविरोधी राजकीय पद्धती किंवा विचारधारांमध्ये चाललेला संघर्ष होय.

पंडित नेहरूजींच्या मते, 'शीतयुद्ध म्हणजे अशा प्रकारचे युद्ध की, जे युद्धक्षेत्रात लढले जात नसून व्यक्तीच्या किंवा मानवाच्या डोक्यात लढले जाते.'

दुसऱ्या महायुद्धाच्या दरम्यान पूर्व युरोपमधील दोस्त राष्ट्रांच्या लष्करी आघाडीचे नेतृत्व सोव्हिएत रशियाकड होते. परिणामी पूर्व युरोपमधील अनेक राष्ट्रांमध्ये रशियाचा लष्करी तळ होता. ही राष्ट्रे रशियाच्या प्रभावाखाली होती. युद्धोत्तर युरोपच्या रचनेसाठी सन १९४५ साली अमेरिका, ब्रिटन आणि सोव्हिएत रशिया या राष्ट्रांच्या दरम्यान एक महत्त्वपूर्ण बैठक याल्टा या ठिकाणी झाली होती. या बैठकीच्या दरम्यान पूर्व युरोपमधील रशियाचा लष्करी तळ आवश्यक मानण्यात येऊन तेथील रशियाच्या लष्करी तळाला आणि प्रभावाला परिषदेने मान्यता दिली होती.

दुसऱ्या महायुद्धात पश्चिम युरोपीय राष्ट्रांचे मोठे आर्थिक नुकसान झाले होते; या बिकट आर्थिक परिस्थितीचा फायदा सोव्हिएत रशिया, पश्चिम युरोपीय राष्ट्रांमध्ये साम्यवादाच्या प्रसारासाठी करून घेईल याची भीती अमेरिकेला होती. १९४० च्या दशकातील जर्मनीमधील संघर्षाने अमेरिकेच्या भीतीने वस्तुस्थितीचे रूप घेतले होते. सोव्हिएत रशियाचा प्रभाव पूर्व युरोपमधून पश्चिम युरोपमध्ये वाढू नये यासाठी अमेरिकेला विशेष धोरणाची आवश्यकता होती. या दशकाच्या उत्तरार्धात सोव्हिएत रशियाचा वाढता प्रभाव मर्यादित किंवा नियंत्रित करण्यासाठी अमेरिकेने जे धोरण स्वीकारले ते साम्यवादाचे 'प्रतिरोधन धोरण' म्हणून ओळखले जाते. या धोरणांतर्गत लष्करी, राजकीय विचारसरणीच्या आणि आर्थिक अशा सर्व प्रमुख आघाडयांवर सोव्हिएत रशियाच्या वाढत्या प्रभावाचा सामना करण्याचे ठरवण्यात आले. आशिया खंडात सन १९४९ साली चीन साम्यवादी झाल्यानंतर आणि सन १९५० च्या कोरियन युद्धानंतर प्रतिरोधन धोरणाची अंमलबजावणी अमेरिकेने करायला सुरुवात केली.

अमेरिकेचे प्रतिरोधनाचे धोरण हा शीतयुद्धाच्या राजकारणाचा पाया आहे. या धोरणांतर्गत जगातील अनेक राष्ट्रांना आर्थिक मदत पुरवली गेली. पश्चिम युरोपीय राष्ट्रांना आर्थिक मदत पुरविण्यासाठी मार्शल

योजना नावाची महत्त्वाकांक्षी योजना आखण्यात आली. लष्करी पातळीवर पश्चिम युरोपीय राष्ट्रांना संरक्षण देण्यासाठी सन १९५० साली 'नॉर्थ अॅटलांटिक ट्रीटी ऑर्गनायझेशन' म्हणजेच 'नाटो' या संघटनेची स्थापना करण्यात आली. या संघटनेची स्थापना सामूहिक सुरक्षिततेच्या तत्त्वावर झाली आहे. कोणत्याही सदस्य राष्ट्रावरील आक्रमण हे सर्व सदस्य राष्ट्रांवरील आक्रमण म्हणून गृहीत धरले जाईल. असे नाटोच्या जाहिरनाम्यात स्पष्ट केले आहे. अशाच स्वरूपाच्या सिएटो आणि सेन्टो या संघटना आशिया खंडातील सदस्य राष्ट्रांना संरक्षण देण्यासाठी स्थापन करण्यात आल्या.

अमेरिकेच्या या प्रयत्नांना उत्तर सोव्हिएत रशियाने 'वॉर्सा करार' करून दिले. सन १९५५ साली सोव्हिएत रशियाच्या नेतृत्वाखाली वॉर्सा करार संघटनेची स्थापना झाली. पूर्व युरोपातील राष्ट्रे या संघटनेची सदस्य बनली. रशियाने देखील पूर्व युरोप आणि आशिया खंडातील अनेक राष्ट्रांना आर्थिक आणि लष्करी मदत पुरवायला सुरुवात केली. दुसऱ्या महायुद्धापर्यंत अमेरिकेकडे अण्वस्त्रे होती; पण लवकरच या क्षेत्रात सोव्हिएत रशियाने देखील आघाडी मारली.

दोन्ही महासत्तांमधील तीव्र शस्त्रास्त्र स्पर्धा, नव्याने स्वतंत्र झालेल्या आशिया व आफ्रिका खंडातील राष्ट्रांना आपल्या गटात सामील करून घेण्यासाठीची चढाओढ इतर राष्ट्रांना आर्थिक साहाय्य आणि लष्करी मदत देण्यासाठी प्रयत्न संयुक्त राष्ट्र संघटनेत एक दुसऱ्यांच्या प्रस्तावांना विरोध करून आपल्या शक्तीसामर्थ्याचे प्रदर्शन इत्यादी शीतयुद्धाच्या राजकारणातील प्रमुख पद्धती होत्या. विस्टन चर्चिलने शीतयुद्धामुळे झालेल्या युरोपच्या विभागला 'आयर्न करटन' म्हणून संबोधले आहे. यामुळे १९९० पर्यंत पूर्व आणि पश्चिम युरोपच्या दरम्यान मोठी दरी निर्माण केली होती. शीतयुद्धाच्या समाप्तीनंतर आता अनेक पूर्व युरोपीय राष्ट्रे नाटोसारख्या अमेरिका पुरस्कृत संरक्षण संघटनेचे सदस्य बनत आहेत.

शीतयुद्धाचा उदय आणि विकास :

१९१७ मध्ये रशियात क्रांती होऊन तेथे साम्यवादी राजवट प्रस्थापित झाली. त्याच्या पुढच्याच वर्षी पाश्चिमात्य राष्ट्रांनी सोव्हिएत रशियावर हल्ला केला. तेव्हापासून शीतयुद्धाला सुरुवात झाली असे मानले जाते. परंतु, द्वितीय महायुद्धात हुकूमशाही राष्ट्रांना (जपान, जर्मनी इ.) पराभूत करण्यासाठी भिन्न विचारसरणी असूनही अमेरिका, सोव्हिएत रशिया, इंग्लंड व फ्रान्ससारखी मोठी राष्ट्रे एकत्र आली. द्वितीय महायुद्धात त्यांनी हुकूमशाही राष्ट्रांना पराभूत केले. हुकूमशाही पराभूत करणे या समान हेतूने एकत्र आलेल्या या राष्ट्रांना युद्धानंतर काहीच काम न राहिल्यामुळे ती राष्ट्रे परत एकमेकांच्या विरोधी भूमिका घेऊ लागली. त्यातूनच द्वितीय महायुद्धानंतर खऱ्या अर्थाने सोव्हिएत रशिया व अमेरिका यांच्यामध्ये शीतयुद्धाला सुरुवात झाली.

शीतयुद्धाचा विकास :

शीतयुद्धाच्या विकासाच्या पहिल्या अवस्थेत अमेरिकेने आपल्या ट्रुमन व मार्शल योजना जाहीर केल्या. द्वितीय महायुद्धानंतर सोव्हिएत रशिया व अमेरिका महासत्ता म्हणून पुढे आल्या. द्वितीय महायुद्धाअगोदरच्या महासत्ता इंग्लंड व फ्रान्स की ज्यांचे साम्राज्य संपूर्ण जगभर पसरलेले होते. या दोन्ही सत्ता या महायुद्धामुळे मोडकळीस आल्या होत्या. साहजिकच त्यांनी निर्माण केलेल्या साम्राज्यावर त्यांना नियंत्रण ठेवणे अवघड होऊ लागले. परिणामी जगातील अनेक राष्ट्रे इंग्लंड व फ्रान्सच्या गुलामगिरीतून मुक्त होऊ लागली. ही मुक्त झालेली राष्ट्रे संरक्षण व आर्थिकदृष्ट्या फारच गरीब होती. वरील मदतीसाठी ही राष्ट्रे सोव्हिएत रशियाकडे गेली तर सोव्हिएत रशियाचा दबदबा किंवा आंतरराष्ट्रीय राजकारणातील त्यांचे वर्चस्व वाढेल हे आपल्या राष्ट्रीय हिताच्या विरोधी असेल हाच विचार करून सोव्हिएत रशियाच्या साम्यवादापासून युरोपातील

गरीब राष्ट्रांना वाचविण्यासाठी व त्यांना आर्थिक व संरक्षणाच्या गरजेसाठी ट्रुमन योजना व जगातील इतर गरीब राष्ट्रांना सोव्हिएत रशियाच्या साम्यवादापासून वाचविण्यासाठी व त्यांना आर्थिक व संरक्षणाच्या गरजा तात्काळ पुरविण्यासाठी मार्शल योजना अमेरिकेने सुरू केल्या त्यामुळे जगातील अनेक राष्ट्रांना अमेरिकन मदतीचा ओघ सुरू झाला.

शीतयुद्धाच्या विकासाच्या दुसऱ्या अवस्थेत, द्वितीय महायुद्धाच्या शेवटच्या टप्प्यात सोव्हिएत रशियन फौजा जर्मन सेनेचा पराभव करत पूर्वेकडील बाजूने युरोपात शिरून त्यांनी जर्मनीचा पराभव केला. युद्धानंतर या फौजा सोव्हिएत रशियाने तेथून माघारी बोलावणे गरजेचे होते पण सोव्हिएत रशियाने तसे न करता पूर्व युरोपातील राष्ट्रांमध्ये साम्यवादी राजवटी प्रस्थापित करून शीतयुद्धातील आपला गट वाढविण्यावर भर दिला. त्यामुळे सोव्हिएत रशिया व त्याच्या साम्यवादाचा धोका पश्चिम युरोपपुढे उभा राहिला. सोव्हिएत रशियाच्या साम्यवादाला विरोध करण्यासाठी व पश्चिम युरोपच्या संरक्षणासाठी अमेरिकेने पुढाकार घेऊन 'नाटो' हे लष्करी संघटन स्थापन केले. परिणामी सोव्हिएत रशियाने नाटोला विरोध म्हणून पूर्व युरोपातील राष्ट्रांच्या आर्थिक व लष्करी मदतीसाठी 'कोमिनफॉर्म' नावाची संघटना स्थापन केली. कोमिनफॉर्ममुळे सोव्हिएत रशियाची पूर्व युरोपवरील पकड आणखीनच मजबूत होण्यास मदत झाली. या दोन्ही संघटनांचे एक कलम असे आहे की, या संघटनेतील कोणत्याही एका राष्ट्रावर झालेले परकीय आक्रमण हे त्या एका राष्ट्रांवर झालेले नसून ते या संघटनेतील सर्वच राष्ट्रांवर झालेले असून त्याचा प्रतिकार संघटनेतील सर्वच राष्ट्रे करतील असे होते. त्यामुळे कोणतेही राष्ट्रे दुसऱ्यावर आक्रमण करण्याचा नाद सोडून देतील अशाच स्वरूपाच्या या संघटना स्थापण्यामागचा हेतू होता.

शीतयुद्धाच्या विकासाच्या तिसऱ्या अवस्थेत, द्वितीय महायुद्ध संपविण्यासाठी अमेरिकेने अणुबॉम्बचा वापर केल्यामुळे अणुक्षेत्रांमध्ये अमेरिकेची मक्तेदारी होती त्यामुळे शीतयुद्धामध्ये काही प्रमाणात का होईना अमेरिकन शक्ती वरचढ होती; पण १९४९ मध्ये सोव्हिएत रशियाने आण्विक चाचणी घेऊन अणुक्षेत्रातील अमेरिकेची मक्तेदारी रशियाने मोडून काढली. शिवाय अणुक्षेत्रात ही दोन्ही राष्ट्रे तुल्यबळ झाली. त्याचवेळी आशिया खंडातील कोरिया या राष्ट्रांत उत्तर कोरिया व दक्षिण कोरिया यांच्यात यादवी युद्धाला सुरुवात झाली. शीतयुद्धाचा एक भाग म्हणून उत्तर कोरियाची बाजू सोव्हिएत रशिया व चीनने घेतल्यामुळे दक्षिण कोरियाच्या बाजूला अमेरिकेला यावे लागले. म्हणजेच युरोपमध्ये सुरू झालेले शीतयुद्ध आता आशिया खंडात आलेले आपणास दिसून येते.

१९४९ मध्ये चीनमध्ये साम्यवादी राजवट प्रस्थापित झाली. तेव्हापासून शीतयुद्धाच्या विकासाची चौथी अवस्था सुरू होते. याच अवस्थेत सोव्हियत रशियाच्या साम्यवादाला विरोध करण्यासाठी अमेरिकेने जगाच्या कानाकोपऱ्यात ज्या ज्या ठिकाणी जागा मिळेल त्या त्या ठिकाणी लष्करी संघटना स्थापन करण्यास सुरुवात केली. त्यातूनच सिएटो, सेन्टो या लष्करी संघटना अस्तित्वात आल्या. त्याला उत्तर म्हणून सोव्हिएत रशियाने पुढाकार घेऊन पूर्व युरोपाच्या संरक्षणासाठी 'वॉर्सा' हे लष्करी संघटन स्थापन केले.

शीतयुद्धाचा पाचवी अवस्था म्हणजे १९५३ मध्ये रशिया व अमेरिका यांनी घेतलेली 'हायड्रोजन बॉम्बची चाचणी' होय. या चाचणीनंतर शीतयुद्ध जास्तच तीव्र बनलेले आपणास दिसून येते; अशा प्रकारे आपणास शीतयुद्धाचा उगम व विकास थोडक्यात सांगता येईल.

शीतयुद्धाची कारणे :

द्वितीय महायुद्धानंतर दोन्ही महासत्तांना आपापली स्थिती बळकट करावयाची होती आणि हितसंबंध जपायचे होते. त्यांच्या महत्त्वाकांक्षा परस्परविरोधी असल्यामुळे शीतयुद्धाला पोषक वातावरण निर्माण झाले. एकमेकांविरुद्ध छुप्या कारवाया करून, प्रचार करून त्यांनी परिस्थिती आणखी बिघडवली. याशिवाय

शीतयुद्धाच्या पुढील काही कारणांचा ऊहापोह या ठिकाणी करणे गरजेचे आहे.

(१) ऐतिहासिक कारणे : काही निरीक्षकांच्या मते इ. स. १९१७ च्या बोल्शेव्हिक क्रांतीमध्ये शीतयुद्धाची बीजे दडलेली होती. पाश्चिमात्य राष्ट्रे रशियाला नष्ट करण्याचा प्रयत्न करीत होती; कारण साम्यवाद ही भांडवलशाही समूळ नष्ट करू पाहणारी एक जागतिक चळवळ होती. ब्रिटनने १९२४ मध्ये तर अमेरिकेने १९३३ मध्ये रशियाला मान्यता दिली. पाश्चिमात्य राष्ट्रे हिटलरला रशियावर हल्ला करण्यासाठी चिथावणी देत होती; कारण त्यावेळी त्यांना नाझी जर्मनीपेक्षा साम्यवादी रशियाची भीती अधिक वाटत होती.

(२) रशियाकडून याल्टा कराराचा भंग : रशियाने रुझवेल्ट, स्टॅलिन व चर्चिल यांनी केलेल्या याल्टा कराराचा १९४५ मध्ये भंग करून पोलंडच्या ल्युबनिन सरकारवर आपला प्रतिनिधी लादण्याचा प्रयत्न केला. त्याचप्रमाणे त्याने हंगेरी, बल्गेरिया, रुमानिया व झेकोस्लोव्हाकियामध्ये रशियाधार्जिणी सरकारे आणली. दोस्त राष्ट्रांना सैबेरियामध्ये लष्करी तळ स्थापन करण्यास रशियाने प्रतिरोध केला; त्यामुळेही दोस्त राष्ट्रांच्या मनातील रशियाबद्दलच्या संशयामध्ये भर पडली. त्यातच मांचुरियामध्ये तैनात केलेल्या रशियन फौजांनी जपानने तेथे मागे ठेवलेला दारूगोळा व शस्त्रास्त्रे १९४६ च्या सुरुवातीस साम्यवादी फौजांकडे सुपूर्त केली.

(३) रशियाकडून बाल्कन कराराचा भंग : ऑक्टोबर १९४४ मध्ये रशियाने पूर्व युरोपचे विभाजन करण्याविषयीच्या चर्चिलच्या योजनेला मान्यता दिली होती. या योजनेनुसार बल्गेरिया व रुमानियावर रशियाचे नियंत्रण राहणार होते. ग्रीस, ब्रिटिश नियंत्रणाखाली राहणार होता, तर हंगेरी व युगोस्लाव्हियावर ब्रिटन-रशियाचे संयुक्त नियंत्रण असणार होते. रशियाने या कराराकडे दुर्लक्ष करून या सर्व देशांमध्ये 'कामगारांची हुकूमशाही' प्रस्थापित केली. या सर्व देशांतील प्रशासनावर रशियन साम्यवादी पक्षाचे नियंत्रण होते; या करार भंगामुळे पाश्चात्त्य राष्ट्रामध्ये चीड उत्पन्न झाली व त्यातूनच शीतयुद्धाला सुरुवात झाली.

(४) पोकळीची संकल्पना : जर्मनी व जपानचा पराभव झाल्यामुळे एक प्रकारची पोकळी अथवा निर्वात प्रदेश निर्माण झाला होता. सोव्हिएत रशिया व अमेरिका हे दोन्ही देश ही पोकळी भरून काढू शकले असते; पण त्याऐवजी त्यांनी जर्मनीचे खच्चीकरण करण्याचा प्रयत्न केला; त्यामुळे शीतयुद्धाला पोषक अशी परिस्थिती निर्माण झाली.

(५) परस्परांविषयी संशय : रशिया व पाश्चिमात्य देशांनी जर्मनी, इटली व जपानशी एकत्रित युद्ध केले होते; पण त्यांचा कधीच परस्परांवर विश्वास नव्हता. दुसऱ्या महायुद्धापूर्वी बोल्शेव्हिक क्रांती असफल करण्यासाठी पाश्चात्त्य देशांनी केलेली धडपड सोव्हिएत रशिया विसरणे शक्य नव्हते आणि भांडवलशाहीचा नाश करणे हेच सोव्हिएत रशियन नेतृत्वाचे उद्दिष्ट असल्याची पक्की खात्री पाश्चात्त्य देशांना होती. म्युनिक येथील बैठकीत झेकोस्लोव्हाकियाचे भवितव्य ठरविले गेले; पण त्या वेळी सोव्हिएत रशियाला मात्र अंधारात ठेवले गेले. या बैठकीच्या वेळी सोव्हिएत रशिया संदर्भात किमान शिष्टाचारांचेही पालन केले गेले नाही. ब्रिटन व फ्रान्सने स्टॅलिनची निंदा करून हिटलर-मुसोलिनी या हुकूमशहांना झुकते माप देऊन शांत ठेवण्याचे धोरण स्वीकारले. या अपमानजनक वागणुकीमुळे दुखावल्या गेलेल्या सोव्हिएत रशियाने हिटलरशी 'अनाक्रमणाचा करार' केल्यावर मात्र सोव्हिएत रशियाने विश्वासघात केला असे आरोप पाश्चात्त्य सत्तांनी केले.

(६) सोव्हिएत रशियाकडून व्हेटोचा वारंवार वापर : शीतयुद्धाचे आणखी एक कारण म्हणजे विश्वशांती स्थापन करण्यात आलेल्या संयुक्त राष्ट्रसंघावर अमेरिकेचे वर्चस्व प्रस्थापित होऊ नये म्हणून पाश्चिमात्य राष्ट्रांनी मांडलेल्या बहुतेक प्रस्तावांविरुद्ध सोव्हिएत रशियाने सुरक्षा मंडळात व्हेटो अधिकाराचा वापर करण्यास सुरुवात केली. यामुळे अमेरिका व ब्रिटन यांची प्रत्येक योजना निष्फळ ठरू लागली. या

घटनेमुळे सोव्हिएत रशिया विरुद्धचा कार्यक्रम अधिक व्यापक केला.

(७) अमेरिकेकडून अणुरहस्याबाबत गुप्तता : सोव्हिएत रशिया आणि अमेरिकेमधील शीतयुद्धाचे महत्त्वाचे कारण म्हणजे अमेरिकेने हिरोशिमावर अणुबॉम्ब वापरून आपले श्रेष्ठत्व सिद्ध केले होते. या वेळेपर्यंत रशियाने अणुशक्तीचा विकास केलेला नव्हता. विशेषत: अमेरिकेने अणुशक्तीच्या विकासासंबंधीचे संशोधन अतिशय गुप्त ठेवले होते. परिणामत: रशिया अमेरिकेकडे साशंक नजरेने पाहू लागला. यामुळे त्यांच्यातील मैत्रीसंबंध तर संपुष्टात आलेच पण त्याचबरोबर त्याची जागा शीतयुद्धाने घेतलेली आपणास दिसून येते.

(८) महाशक्तीकडून शक्ती संघर्षाचे राजकारण : वैचारिक संघर्षामुळे सोव्हिएत रशिया आणि अमेरिका परस्परांना शत्रू मानू लागले. यातूनच आंतरराष्ट्रीय राजकारण शक्ती संघर्षाचे राजकारण बनले. अमेरिका आणि सोव्हिएत रशिया यांनी महाशक्ती म्हणून स्वत:ला पात्र ठरविण्यासाठी अधिकाधिक शक्ती प्राप्त करण्याचा प्रयत्न सुरू केला. आंतरराष्ट्रीय राजकारणाच्या संदर्भात शक्ती या शब्दाचा अर्थ भौगोलिक, आर्थिक, सैनिकी शक्तीबरोबरच,आंतरराष्ट्रीय राजकारणावर प्रभाव टाकण्याची क्षमता असा होत असल्यामुळे या दोन्ही राष्ट्रांनी शक्ती संतुलन, प्रभाव क्षेत्र, अधिनस्थ देश, मित्र देश इत्यादी सिद्धान्ताचा स्वीकार केला. शक्ती संघर्षाच्या या राजकारणाचा परिणाम दोन्ही राष्ट्रातील संघर्ष अटळ बनला व त्यातूनच शीतयुद्धास सुरुवात झाली.

(९) जर्मनीकडून बळजबरीने वसुली : दुसऱ्या महायुद्धात जर्मनीने रशियावर आक्रमण केल्यामुळे सोव्हिएत रशियाची जबरदस्त हानी झाली होती. सोव्हिएत रशियाने हे नुकसान २० अब्ज डॉलर असल्याचे घोषित करून युद्ध समाप्तीनंतर जबरदस्तीने वसूल केले. यासाठी रशियाने जर्मनीतील महत्त्वाच्या उद्योगातील अतिशय मौल्यवान मशिनरी सोव्हिएत रशियात हस्तांतरित केली. परिणामत:जर्मनीची अर्थव्यवस्था कोलमडून पडली. सोव्हिएत रशियाच्या या धोरणाने अमेरिका आणि ब्रिटन नाराज तर झालेच परंतु जर्मनीला त्यांना ही नुकसान भरपाई नंतर द्यावी लागली; अगोदरच सुरू असलेल्या शीतयुद्धात यामुळे भर पडली.

अशा प्रकारे शीतयुद्धाची कारणे आपणास सविस्तरपणे सांगता येतील.

शीतयुद्धाचे स्वरूप :

दुसऱ्या महायुद्धानंतर अमेरिका आणि सोव्हिएत रशिया या दोन राष्ट्रांचा महासत्ता म्हणून उदय झाला. या दोन्ही महासत्ता दोन परस्परविरोधी विचारसरणीच्या पुरस्कर्त्या होत्या. अमेरिका भांडवलवादी लोकशाही, मुक्त अर्थव्यवस्था, व्यक्तिस्वातंत्र्य या विचारांची पुरस्कर्ती आहे; तर सोव्हिएत रशिया साम्यवादी विचारसरणींवर आधारित महासत्ता. या दोन्ही महासत्तांमधील तीव्र संघर्ष, परस्पर संशय, भीती, शस्त्रास्त्र स्पर्धा, राजनैतिक पातळीवरील संघर्ष, शह-प्रतिशहाचे वातावरण हे दर्शविण्यासाठी 'शीतयुद्ध' हा शब्दप्रयोग वापरला गेला. शीतयुद्ध म्हणजे सत्तेसाठी चाललेली स्पर्धा असून जागतिक राजकारणावर प्रभाव पाडणे व जगाचे नेतृत्व करणे हाच शीतयुद्धाचा उद्देश समजला जातो. 'शीतयुद्ध म्हणजे दोन परस्परविरोधी राजकीय पद्धती किंवा विचारधारांमध्ये चाललेला संघर्ष होय.'

दुसऱ्या महायुद्धाच्या दरम्यान पूर्व युरोपमधील दोस्त राष्ट्रांच्या लष्करी आघाडीचे नेतृत्व सोव्हिएत रशियाकडे होते. परिणामी पूर्व युरोपमधील अनेक राष्ट्रांमध्ये रशियाचा लष्करी तळ होता. ही राष्ट्रे रशियाच्या प्रभावाखाली होती. रशियाच्या लष्करी तळाला आणि प्रभावाला सन १९४५ च्या याल्टा परिषदेने मान्यता दिली होती. युद्धोत्तर युरोपच्या रचनेसाठी सन १९४५ साली अमेरिका, ब्रिटन आणि सोव्हिएत रशिया या राष्ट्रांच्या दरम्यान एक महत्त्वपूर्ण बैठक 'याल्टा' या ठिकाणी झाली होती. या बैठकीच्या दरम्यान पूर्व युरोपमधील रशियाचा लष्करी तळ आवश्यक मानण्यात आला होता. दुसऱ्या महायुद्धात पश्चिम युरोपीय

राष्ट्रांचे मोठे आर्थिक नुकसान झाले होते. या बिकट आर्थिक परिस्थितीचा फायदा सोव्हिएत रशिया, पश्चिम युरोपीय राष्ट्रांमध्ये साम्यवादाच्या प्रसारासाठी करून घेईल याची भीती अमेरिकेला होती. सन १९४७ च्या जर्मनीमधील संघर्षाने अमेरिकेच्या भीतीने वस्तुस्थितीचे रूप घेतले होते. सोव्हिएत रशियाचा प्रभाव पूर्व युरोपमधून पश्चिम युरोपमध्ये वाढू नये यासाठी अमेरिकेला विशेष धोरणाची आवश्यकता होती. सन १९४० च्या दशकाच्या उत्तरार्धात सोव्हिएत रशियाचा वाढता प्रभाव मर्यादित किंवा नियंत्रित करण्यासाठी अमेरिकेने जे धोरण स्वीकारले ते साम्यवादाचे प्रतिरोधन धोरण म्हणून ओळखले जाते. या धोरणांतर्गत लष्करी, राजकीय विचारसरणीच्या आणि आर्थिक अशा सर्व प्रमुख आघाड्यांवर सोव्हिएत रशियाच्या वाढत्या प्रभावाचा सामना करण्याचे ठरवण्यात आले. आशिया खंडात सन १९४९ साली चीन साम्यवादी झाल्यानंतर आणि सन १९५० च्या कोरियन युद्धानंतर प्रतिरोधन धोरणाची अंमलबजावणी अमेरिकेने करायला सुरुवात केली. म्हणजेच शीतयुद्धाचे स्वरूप युरोप खंडातून आशिया खंडात व त्यानंतर हळूहळू संपूर्ण जगभर पोहचलेले दिसून येते.

शीतयुद्धाची व्याप्ती :

ऑक्सफोर्ड शब्दकोशानुसार शीतयुद्ध म्हणजे प्रकटपणे कोणत्याही प्रकारची हिंसा न करता धमकी, अडथळे आणि प्रचाराच्या माध्यमातून शत्रुत्व चालू ठेवणे होय. म्हणजेच शीतयुद्ध म्हणजे सत्तेसाठी चाललेली स्पर्धा असून जागतिक राजकारणावर प्रभाव पाडणे व जगाचे नेतृत्व करणे हाच शीतयुद्धाचा उद्देश समजला जातो. याचाच अर्थ शीतयुद्ध म्हणजे दोन परस्परविरोधी राजकीय पद्धती किंवा विचारधारांमध्ये चाललेला संघर्ष होय. पंडित नेहरुजींच्या मते, 'शीतयुद्ध म्हणजे अशा प्रकारचे युद्ध की जे युद्धक्षेत्रात लढले जात नसून व्यक्तीच्या डोक्यात लढले जाते.' तसेच याद्वारे विचारांवर नियंत्रण प्रस्थापित करण्याचा प्रयत्न केला जातो. के. पी. एस. मेनन यांच्या मते, 'शीतयुद्ध म्हणजे दोन विचारप्रणाली, दोन जीवनपद्धती, दोन गट, दोन राज्ये किंवा दोन व्यक्तींमधील दृढ संघर्ष होय.'

शीतयुद्धाचे राजकारण हे सत्ता सामर्थ्याच्या प्रदर्शनाचे शह-प्रतिशहाचे राजकारण होते. सन १९४५ ते १९९० या पंचेचाळीस वर्षांत घडलेल्या प्रत्येक संघर्षाला मग तो देशांतर्गत असो वा दोन राष्ट्रांमधील वाद असो त्याला शीतयुद्धाचा रंग दिला गेला. परिणामी अनेक स्थानिक पातळीवरील संघर्षाला 'वैश्विक रूप' प्राप्त झाले. अमेरिका आणि रशिया या दोन्ही महासत्तांच्या स्थानिक संघर्षातील सहभागांमुळे हे संघर्ष सुटण्यापेक्षा अधिक गुंतागुंतीचे बनत गेले. या संघर्षामधून दोन्ही महासत्तांनी आपले हितसंबंध जोपासण्याचा प्रयत्न केला पण याची फार मोठी किंमत आशिया व आफ्रिका खंडातील छोट्या राष्ट्रांना चुकवावी लागली. शीतयुद्धाच्या राजकारणात भर घालणारे काही प्रश्न योजना खालीलप्रमाणे आहेत. या संघर्षामुळे शीतयुद्धाची व्याप्ती किंवा राजकारण अधिक तीव्र बनलेली आपणास दिसून येते.

पॅरिस शांतता परिषद : शीतयुद्धाचे पहिले पडसाद दुसऱ्या महायुद्धानंतर झालेल्या पॅरिस शांतता परिषदेत उमटले. जर्मनी, इटली व जपानच्या पराभवानंतर सन १९४६ साली पॅरिस येथे दोस्त राष्ट्रांची युद्धोत्तर युरोपच्या पुनर्रचनेसाठी परिषद झाली. या परिषदेत घेण्यात आलेले दोन निर्णय अमेरिका आणि सोव्हिएट रशियामधील दरी वाढविण्यास कारणीभूत ठरले.

(१) ट्रीस्टी या बंदराची 'मुक्त बंदर' म्हणून घोषणा आणि बंदराला संयुक्त राष्ट्र संघटनेच्या सुरक्षा परिषदेच्या नियंत्रणाखाली ठेवण्याचा निर्णय आणि

(२) डॅन्यूब आणि काळा समुद्रांची मुक्त जलप्रवाह म्हणून घोषणा यामुळे पश्चिम युरोपीय राष्ट्रांचा बाल्कन देशांशी व्यापार जरी सोपा होणार होता तरी सोव्हिएत रशियाच्या सुरक्षिततेला धोका निर्माण झाला

होता.

ट्रुमन योजना किंवा तत्त्व : दुसऱ्या महायुद्धानंतर अमेरिकेचे परराष्ट्र धोरण आणि तत्त्वांची घोषणा १२ मार्च १९४७ रोजी अमेरिकेचे तत्कालीन अध्यक्ष हॅरी ट्रुमन यांनी केली. या योजनेचा प्रमुख उद्देश युद्धोत्तर आर्थिक दुष्परिणामांना बळी पडलेल्या युरोपातील राष्ट्रांना आर्थिक मदत पुरवणे व पश्चिम युरोपातील राष्ट्रांना सोव्हिएत रशियाच्या साम्यवादापासून किंवा त्यांच्या नियंत्रणात जाण्यापासून वाचविणे हे होते. युरोपमधील ग्रीस, तुर्की यांसारख्या राष्ट्रांमध्ये आर्थिक प्रश्नामुळे राजकीय अस्थिरता निर्माण झाली होती. या राजकीय अस्थिरतेचा फायदा सोव्हिएत रशिया साम्यवादाच्या प्रसारासाठी घेण्याची शक्यता अधिक होती; तेव्हा अशा राष्ट्रांना आर्थिक मदतीद्वारे प्रस्थापित लोकशाही व्यवस्थेला स्थिरता प्राप्त करून देण्यासाठी आर्थिक साहाय्य देण्याची तरतूद ट्रुमन योजनेत होती. या योजनेअंतर्गत ग्रीस आणि तुर्कस्थान या राष्ट्रांना जवळजवळ ४०० दशलक्ष डॉलर्स एवढी मदत देण्यात आली. त्यानंतर इतर युरोपातील राष्ट्रानांही अशाच स्वरूपाची मदत पुरविण्यावर लक्ष देण्यात आले.

मार्शल योजना : ट्रुमन योजनेप्रमाणेच मार्शल योजनेचा उद्देश देखील दुसऱ्या महायुद्धानंतर विविध आर्थिक समस्यांशी झुंजत असणाऱ्या युरोपियन तसेच जगातील राष्ट्रांना आर्थिक मदत पुरविण्याचा होता; कारण युद्धोत्तर आर्थिक दुष्परिणामांमुळे जगातील अनेक राष्ट्रात अशा स्वरूपाच्या आर्थिक प्रश्नांमुळे राजकीय अस्थिरता निर्माण झाली होती. या राजकीय अस्थिरतेचा फायदा सोव्हिएत रशिया साम्यवादाच्या प्रसारासाठी घेण्याची शक्यता अधिक होती; तेव्हा अशा राष्ट्रांना आर्थिक मदतीद्वारे प्रस्थापित लोकशाही व्यवस्थेला स्थिरता प्राप्त करून देण्यासाठी आर्थिक साहाय्य देण्याची तरतूद यामध्ये होती. या योजनेची घोषणा ५ जून, १९४७ रोजी अमेरिकेचे तत्कालीन परराष्ट्रमंत्री जॉर्ज मार्शल यांनी केली. विशेष म्हणजे या योजनेत नंतरच्या कालावधीत सहभागी होण्यासाठी सोव्हिएत रशियाला देखील आवाहन केले गेले होते. या योजनेनुसार युरोपियन आर्थिक सुधारणा कार्यक्रम आखण्यात आला. १६ एप्रिल, १९४८ रोजी स्थापन झालेली युरोपियन राष्ट्रांची आर्थिक सहकार्य संघटना मार्शल योजनेवरच आधारित होती.

नाटो, सिएटो, सेन्टो, वॉर्सा यासारखे लष्करी करार व संघटनांची स्थापना : शीतयुद्धाच्या काळात अमेरिका व रशिया या महासत्तांनी परस्पर दबाव निर्माण करण्यासाठी सामूहिक सुरक्षिततेच्या तत्त्वांच्या आधारावर संरक्षण करार केले. त्यातून काही लष्करी संघटना अस्तित्वात आल्या. साम्यवादाच्या वाढत्या प्रसारापासून पश्चिम युरोप, आशिया खंडातील राष्ट्रांचे संरक्षण करण्यासाठी अमेरिकेने सन १९४९ साली नाटो, सन १९५४ साली सिएटो, तसेच सन १९५५ मध्ये सेन्टो या संघटनांची स्थापना केली. साम्यवादाचा प्रसार रोखण्यासाठी या संघटना स्थापन करण्यात आल्या. सुरुवातीला इंग्लंड, फ्रान्स, बेल्जियम, हॉलंड आणि लक्झेंबर्ग ही नाटोची सदस्य राष्ट्रे होती. नंतरच्या काळात ही संख्या मोठ्या प्रमाणात वाढली. सिएटो या संघटनेचे अमेरिका, ऑस्ट्रेलिया, न्यूझिलंड, पाकिस्तान, थायलंड, फिलिपाईन्स, इंग्लंड, फ्रान्स ही राष्ट्रे सदस्य बनली. सेन्टो करारात पाकिस्तान, इंग्लंड, इराण, इराक व तुर्कस्थान ही राष्ट्रे सहभागी झाली. या कराराअंतर्गत सदस्य राष्ट्रांना अमेरिकेहून मोठ्या प्रमाणात आर्थिक व लष्करी मदत पुरविण्यात आली. पाकिस्तान सिएटो आणि सेन्टो या कराराचा सदस्य बनल्यामुळे शीतयुद्धाचे राजकारण दक्षिण आशियात करण्यात आले. पाकिस्तानला अमेरिकेहून जी मोठ्या प्रमाणावर लष्करी मदत मिळाली त्याचा वापर पाकिस्तानने सन १९६५ च्या भारतविरुद्धच्या युद्धात केला. या कराराअंतर्गत सदस्य राष्ट्रांच्या संरक्षणासाठी अमेरिका बांधील होती.

सोव्हिएत रशियाने सन १९५५ साली वॉर्सा करार घडवून अमेरिकेच्या प्रयत्नांना उत्तर दिले. वॉर्सा करार नाटो कराराच्या धर्तीवरच आधारलेला होता; या करारात अल्बानिया, बल्गेरिया, झेकोस्लाव्हिया,

पोलंड, रुमानिया यासारख्या पूर्व युरोपिय राष्ट्रांनी सहभाग घेतला. या राष्ट्रांच्या संरक्षणाची जबाबदारी सोव्हिएत रशियाने उचलली. हा करार नाटोप्रमाणेच सामूहिक सुरक्षिततेच्या तत्त्वांवर आधारित होता.

लष्करी करार आणि संघटनामुळे शीतयुद्धाची तीव्रता वाढली, शस्त्रास्त्र स्पर्धा वाढली. आशिया खंडातील अनेक गरीब राष्ट्रांना अमेरिका व सोव्हिएत रशियासारख्या महासत्तांकडून शस्त्रास्त्रे मिळाल्यामुळे त्यांच्या शेजारील राष्ट्रांमध्ये असुरक्षितता निर्माण झाली; या करारांमुळे जागतिक राजकारणातील ध्रुवीकरण आणखी वाढले.

इराणमधील सोव्हिएत सैन्याचा प्रश्न : दुसऱ्या महायुद्धानंतर इराणमधून रशियाचा सैन्य काढून घ्यायला नकार, इराणच्या अंतर्गत कारभारात रशियाच्या वाढत्या हस्तक्षेपामुळे इराणने संयुक्त राष्ट्रसंघटनेत रशियाविरुद्ध तक्रार केली. स्वाभाविकपणे अमेरिकेने हा प्रश्न उचलून धरला. सुरक्षा परिषदेने इराणमधून रशियाने सैन्य काढावे असा ठराव पास केला.

बर्लिनचा पेचप्रसंग : दुसऱ्या महायुद्धानंतर जर्मनीमधील बर्लिनच्या पूर्व भागावर सोव्हिएत रशियाचा आणि पश्चिम भागावर अमेरिकेचा ताबा होता. रशियाने सन १९४२ मध्ये वाहतूक आणि व्यापारावर कडक बंधने टाकून अमेरिका आणि त्याच्या मित्रराष्ट्रांची कोंडी करण्याचा प्रयत्न केला. रशियाने केलेल्या या कोंडीमुळे पश्चिम बर्लिनमधील जनतेला दैनंदिन व्यवहारासाठी आवश्यक गोष्टींचा पुरवठा खंडित झाला. अमेरिका आणि त्याच्या मित्र राष्ट्रांनी हवाई मार्गाने पश्चिम बर्लिनला अन्नधान्याचा पुरवठा केला; पुढे संयुक्त राष्ट्रसंघटनेच्या हस्तक्षेपानंतर ही कोंडी सुटण्यास मदत झाली.

हंगेरीचा प्रश्न : हंगेरीमध्ये सोव्हिएत रशियाचा लष्करी हस्तक्षेप राष्ट्रवादी साम्यवादी आंदोलन यामुळे हंगेरीत जनतेच्या मूलभूत अधिकारांची पायमल्ली होत आहे असा आरोप आणि तक्रार अमेरिका आणि त्याच्या मित्रराष्ट्रांनी संयुक्त राष्ट्रसंघटनेत केली होती. हंगेरी वॉर्सा कराराचा सदस्य असल्यामुळे हंगेरीला लष्करी मदत पुरविण्यासाठी सोव्हिएत रशिया बांधील आहे; अशी भूमिका रशियाने घेतली. खुद्द हंगेरीनेदेखील हा आपला अंतर्गत प्रश्न असल्याचे घोषित केले.

इंडोचायनामधील यादवी : इंडोचायनामधील फ्रेंच साम्राज्यवादाविरुद्धच्या संघर्षात दोन्ही राष्ट्रगटांनी विरूद्ध बाजूंना पाठिंबा दिला असला तरी या प्रश्नावर शांततापूर्ण तोडगा काढण्याचा प्रयत्न केला गेला. १९५४ मध्ये इंडोचायना प्रश्नावर 'जिनिव्हा करार' झाला. व्हिएतनामचे साम्यवादी उत्तर व्हिएतनाम व लोकशाहीवादी दक्षिण व्हिएतनाम असे दोन तुकडे करण्यात आले. या दोघांमध्ये १९५३ ते १९७० या काळामध्ये युद्ध चालू होते. महासत्तांमधील शीतयुद्धाचे हे एक चांगले उदा. आहे.

क्युबामधील क्षेपणास्त्र संघर्ष : क्युबा हे अमेरिकेच्या दक्षिणेला असलेले साम्यवादी राष्ट्र. अमेरिकेच्या मुख्य भूमीपासून क्युबा केवळ १४५ कि. मी. अंतरावर आहे. सन १९६२ मध्ये सोव्हिएत रशियाने क्युबामध्ये मध्यमपल्ल्याची आण्विक क्षेपणास्त्र ठेवण्याचा निर्णय घेतला. हे अमेरिकेच्या संरक्षणाला उघड आव्हान होते, ज्याचा अमेरिकेने केवळ विरोधच केला नाही तर लष्करी कारवाईची धमकीदेखील दिली. अनेक संरक्षणतज्ज्ञ मानतात की, दुसऱ्या महायुद्धानंतर हा पहिला प्रसंग होता की, जेव्हा तिसऱ्या महायुद्धाची शक्यता सर्वाधिक होती; पुढे रशियाने हा निर्णय मागे घेतल्यानंतर परिस्थिती निवळली.

यानंतर या दोन देशांत तणावशैथिल्य किंवा सलोख्याचा कालखंड सुरू होतो. तरीही या दोन महासत्तांमध्ये सुरू झालेल्या शीतयुद्धाची व्याप्ती कमी होण्याऐवजी ती वाढतच गेलेली आपणास दिसून येते. अफगाणिस्तानमधील सोव्हिएत रशियाच्या हस्तक्षेपानंतर तर तिची व्याप्ती मोठ्या प्रमाणात वाढलेली दिसून येते.

शीतयुद्धाची वैशिष्ट्ये :

शीतयुद्धाची प्रमुख वैशिष्ट्ये खालीलप्रमाणे आपणास सांगता येतील-

(१) शीतयुद्धाची रचना ही ध्रुवीकरणाच्या कल्पनेवर आधारित आहे. ध्रुवीकरण ही पारंपरिक सत्तासमतोलाच्या व्यवस्थेशी निगडित कल्पना आहे. ध्रुवीकरणाच्या प्रक्रियेत दोन परस्परविरोधी गट किंवा समूहांमध्ये सर्वसाधारणपणे समान सत्ताविभागणी होते, अशी विभागणी केवळ आंतरराष्ट्रीय पातळीवर असू शकते. हे दोन्ही गट आर्थिक, वैचारिक, लष्करी आणि राजकीय पातळीवर तुल्यबळ असतात. परस्पर सामर्थ्याची त्यांना कल्पना असल्यामुळे त्यांच्यात संघर्ष जरी असला तरी त्याचे रूपांतर युद्धात होत नाही.

(२) शीतयुद्धातून अमेरिका आणि सोव्हिएत रशिया यांच्यातील दुसऱ्या महायुद्धानंतर तीव्र संघर्ष,शस्त्रास्त्र स्पर्धा, शह-प्रतिशहाचे राजकारण यांचे दर्शन होते.

(३) अनेकदा शीतयुद्धाचा उल्लेख दोन परस्परविरोधी विचारसरणींमधला संघर्ष म्हणून केला जातो. या दोन विचारसरणी भांडवलवादी लोकशाही आणि साम्यवाद या होत्या. सन १९९० च्या दशकात सोव्हिएत रशियाच्या विघटनानंतर भांडवलवादी लोकशाही या विचारसरणीचा विजय झाला; आणि सध्या ही जगातील सर्वांत प्रभावशाली विचारसरणी आहे असा युक्तिवाद फ्रॅन्सिस फुकूयामा, डॅनियल बेल यांसारखे विचारवंत करतात.

(४) शीतयुद्धाच्या राजकारणात दोन्ही महासत्तांमध्ये तीव्र संघर्ष असला तरी प्रत्यक्ष युद्ध कधीच झाले नाही. अनेकदा दोन्ही महासत्तांच्या दरम्यान युद्धजन्य परिस्थिती निर्माण झाली. उदा. १९६२ च्या क्युबामधील संघर्षातसुद्धा युद्ध झाले नाही.

(५) शीतयुद्धाचे राजकारण विभागीय म्हणजे केवळ युरोपपुरते मर्यादित नव्हते तर यात आशिया, आफ्रिका आणि लॅटिन अमेरिकेमधील राष्ट्रेदेखील ओढली गेली होती.

(६) नवीन शीतयुद्ध हा शीतयुद्धाचा एक प्रकार आहे. नवीन शीतयुद्धाची सुरुवात अमेरिकेमध्ये सन १९८० साली रोनाल्ड रेगन यांची अध्यक्षपदावर निवड झाल्यानंतर सुरू झाली. सन १९७९ साली सोव्हिएत रशियाने अफगाणिस्तानमध्ये सैन्य घुसविले. त्याचबरोबर दक्षिण आणि उत्तरपूर्व आशियामध्ये रशियाने आपल्या लष्करी हालचाली तीव्र केल्या. रेगन यांनी रशियाच्या वाढत्या प्रभावाविरुद्ध कडवी भूमिका घेण्याचा निर्णय घेतला. सन १९८० च्या दशकात पश्चिम युरोपीय राष्ट्रांची संरक्षण संघटना नाटो, अमेरिका, जपान या राष्ट्रांनी सोव्हिएत रशियाच्या वाढत्या प्रभावाचा सामना करण्यासाठी आपल्या संरक्षण खर्चात मोठी वृद्धी केली. याच काळात रशियाचा सामना करण्यासाठी स्टार वॉर, स्टॅटेजिक डिफेन्स इनिशेटिव्ह यासारख्या कल्पना अमेरिकेकडून पुढे आल्या. या कल्पना कल्पनाच राहिल्या. त्यांना वास्तवतेचे रूप मिळू शकले नाही; पण याचा परिणाम म्हणजे अमेरिकेच्या वैज्ञानिक प्रगतीविषयी रशियाच्या मनात दरारा निर्माण झाला.

(७) शीतयुद्धाच्या काळात आर्थिक आणि लष्करी मदतीचा प्रमुख साधन म्हणून उपयोग केला गेला. ही मदत प्रत्यक्ष-अप्रत्यक्षपणे अमेरिका-सोव्हिएत रशिया या दोन्ही महासत्तांकडून त्यांच्या मित्रराष्ट्रांना दिली गेली.

शीतयुद्धाच्या पद्धती किंवा साधने :

शीतयुद्धाच्या काळात प्रत्यक्ष संघर्ष दिसत नसला तरी संघर्ष निर्माण झालाच तर त्यात आपली शक्ती अधिक असावी या दृष्टीने रशिया आणि अमेरिका ही राष्ट्रे प्रयत्नशील होती. आपली शक्ती वाढविण्यासाठी या दोन्ही देशांनी अधिकाधिक राष्ट्रांशी विविध प्रकारांनी संबंध जोडून त्यांना आपल्या प्रभावाखाली आणण्याचा प्रयत्न केला. ही साधने पुढीलप्रमाणे होत.

(१) साहित्याचा प्रसार : रशिया आणि अमेरिका या दोन्ही देशांनी आपला प्रभाव वाढविण्यासाठी तसेच दुसऱ्याचा प्रभाव कमी करण्यासाठी जगातील सर्व देशांत विविध प्रकारचे साहित्य वाटण्यास सुरुवात केली. उदा. अमेरिकन सरकारने केवळ लोकशाहीला प्रोत्साहन मिळेल अशा प्रकारचेच साहित्य वाटले नाही तर साम्यवादामुळे व्यक्तीस्वातंत्र्य कसे नष्ट होते साम्यवादामुळे कोणते नवीन प्रश्न निर्माण होतात, साम्यवादी रशियात व्यक्तीचे स्थान कसे आहे, म्हणजेच मानवी विकासासाठी साम्यवाद कसा घातक ठरतो हे दाखविण्यासाठी पुस्तके, पत्रिका, मासिके अशा विविध स्वरूपात साहित्याचे वितरण केले; याची प्रतिक्रिया म्हणून रशियानेही मार्क्स, एंजेल आणि मार्क्सवादी विचारवंतांचे साहित्य अतिशय कमी मूल्य ठेवून वाटले. हे साहित्य वाटताना पाश्चिमात्य राष्ट्रे इतर राष्ट्रांचे कशा प्रकारे शोषण करून वसाहतवाद किंवा नवीन प्रकारचा साम्राज्यवाद निर्माण करीत आहेत हे सुद्धा स्पष्ट केले.

(२) आर्थिक व तांत्रिक मदत : रशिया आणि अमेरिका या दोन्ही देशांनी आफ्रिका, आशिया आणि लॅटिन अमेरिकेतील नव्यानेच स्वतंत्र्य झालेल्या परंतु, अविकसित असलेल्या देशांना भरपूर प्रमाणात आर्थिक आणि तांत्रिक मदत देण्यास सुरुवात केली. या आर्थिक मदतीचा परिणाम असा झाला की, त्या राष्ट्रांनी आपले धोरण संबंधित राष्ट्राला अनुकूल राहील असेच ठेवले. उदा. पाकिस्तान. पाकिस्तानला अमेरिकेची विपुल मदत मिळत असल्यामुळे पाकिस्तानच्या परराष्ट्र धोरणावर अमेरिकेचा प्रभाव स्पष्टपणे दिसून येतो. थोडक्यात, रशिया आणि अमेरिका ही दोन्ही राष्ट्रे आर्थिक मदतीला एक अस्त्र या स्वरूपात वापरतात व त्याद्वारे विविध राष्ट्रांत आपला प्रभाव वाढवताना दिसतात.

(३) सैनिकी करार किंवा संधी : जगात आपला प्रभाव वाढविण्याचा आणखी एक मार्ग या महाशक्तींनी वापरला आहे आणि तो मार्ग म्हणजे विविध राष्ट्रांना संरक्षणात्मक दृष्टिकोनातून एकत्र आणून त्यांना करारांमार्फत आपल्या प्रभावाखाली ठेवणे होय. उदा. नाटो, सिटो हे करार अमेरिका पुरस्कृत असून वॉर्सा करार हा रशिया पुरस्कृत आहे; जर एखाद्यावेळेस युद्ध सुरू झालेच तर अशा करारातील सर्व राष्ट्रांना त्यात भाग घ्यावा लागतो. याशिवाय विविध देशांत या राष्ट्रांनी परस्परांच्याविरुद्ध सैनिकी ठिकाणे किंवा तळ स्थापन केले. थोडक्यात, अप्रत्यक्षरीत्या रशिया व अमेरिकेने आपली शक्ती वाढविली. त्याचबरोबर महाशक्तींचा उद्देश युद्ध झालेच तर ते इतर व्हावे असाच राहिला आहे. शिवाय याची प्रत्यक्ष-अप्रत्यक्ष झळ सर्वांनाच बसणार असल्यामुळे त्यांच्या आर्थिक व्यवस्थाही त्यामुळे प्रभावीत झालेल्या आहेत.

(४) सांस्कृतिक आदान-प्रदान : आर्थिक मदत किंवा सहकार्याबरोबरच रशिया आणि अमेरिका या दोन्ही देशांनी इतर देशांना आपल्या प्रभावाखाली आणण्यासाठी नव्यानेच स्वतंत्र झालेल्या देशांशी सांस्कृतिक संबंधही प्रस्थापित केले. यासाठी त्यांनी शासकीय व अशासकीय अशा विविध संस्थांची स्थापना केली. या कार्यक्रमाद्वारे इतर देशांच्या नागरिकांना आपल्या देशात भेटीसाठी बोलावणे तसेच त्यांना आपला देश किती मोठा, उदार, शक्तिशाली आणि संपन्न आहे याची जाणीव करून देण्याचा होता. नाटक, सिनेमा, सर्कस, खेळ इ. सांस्कृतिक कार्यक्रम यांचे मुक्तपणे आदान-प्रदान करण्यात आले. नोबेल पुरस्कार, लेनिन पुरस्कार यांसारखे पुरस्कार आणि मोठी धनराशी यांचा मुक्तपणे वापर करण्यात आला. या सर्वांचा उद्देश सांस्कृतिक देवाण-घेवाण हा वरवर वाटत असला तरी विद्यार्थी, शिक्षक, उच्च अधिकारी वर्ग, नागरिक यांच्यात आपले लोक घुसवून आपला प्रभाव निर्माण करणे हा खरा उद्देश होता.

(५) गुप्तहेर संघटनेचा वापर : अमेरिका व रशियाने सी. आय. ए. आणि के. जी. बी. यासारख्या गुप्त संघटना स्थापन केल्या. यांचा उद्देश इतर राष्ट्रात हेरगिरी करणे, तेथील राजकीय कार्याची माहिती मिळविणे, राजकीय आणि सरकारी अधिकाऱ्यांना आपल्या प्रभावाखाली आणणे आणि आवश्यकता पडल्यास तेथील सरकार उलथून टाकणे हाच राहिला आहे. लष्करी व राजकीय योजना, अणुशक्ती विकास

या बाबतीत या संघटना विशेष कार्यरत असताना दिसतात. थोडक्यात, रशिया व अमेरिका यांनी राजकीय, आर्थिक, सांस्कृतिक अशा विविध क्षेत्रांत उघडपणे तसेच गुप्तरीत्या सतत प्रयत्न केले असून त्यासाठी नैतिक आणि अनैतिक अशा सर्व साधनांचा वापर केला होता व आजही करीत आहे.

शीतयुद्धाची शिथिलता कमी होण्याची कारणे :

शीतयुद्ध खालील काही घटनांनामुळे किंवा कारणांमुळे शिथिल झाले किंवा त्या युद्धाची तीव्रता कमी झालेली आपपणास दिसून येते.

(१) सोव्हिएत सत्तेत जोपर्यंत स्टॅलिन होते तोपर्यंत शीतयुद्धाची तीव्रता मोठ्या प्रमाणात होती पण त्यांच्या निधनानंतर सत्तेत आलेले ख्रुश्चेव्ह यांनी अमेरिका व पाश्चिमात्य राष्ट्रांबरोबर सहअस्तित्वाचे धोरण स्वीकारले त्यामुळे उभय राष्ट्रात चालू असलेले शीतयुद्ध शिथिल बनण्यास मदत झाली.

(२) आंतरराष्ट्रीय राजकारणात १९५५ पासून शांतता व सहअस्तित्वासाठीच्या शिखर राजनयाला सुरुवात झाली. त्याची सुरुवात १९५५ च्याच जिनेव्हा शिखर संमेलनामुळे झाल्यामुळे शीतयुद्धाची तीव्रता कमी होण्यास मदत झाली.

(३) १९५७ च्या कालावधीत दोन्ही महासत्तांनी अतिवेगाने जाणारी आंतरखंडिय क्षेपणास्त्रे निर्माण केली; यामुळे तर आपला विनाश अतिजवळ आला आहे याची जाणीव या दोघांनाही झाल्यामुळे शीतयुद्धाची तीव्रता कमी होण्यास मदत झाली.

(४) १९६० मध्ये हेरगिरी करणारे अमेरिकन विमान सोव्हिएत रशियाने पाडले हे ते यू- विमान प्रकरण, तसेच १९६२ मध्ये क्युबामध्ये साम्यवादी राजवट प्रस्थापित झाल्यामुळे शीतयुद्धाचे संकट अमेरिकेच्या अगदी दारात आले. त्यातच क्युबामध्ये रशियाकडून क्षेपणास्त्र तळ उभा केला जात आहे याची कल्पना अमेरिकेला आल्यामुळे अमेरिकेने क्युबाची नाकेबंदी केली. तेव्हा उभय राष्ट्रांत मोठ्या प्रमाणात तणाव निर्माण झाला आता यांच्यामध्ये आण्विक युद्धच होणार याची जाणीव जगाला झाली; पण महासत्तांनी समजूतदारपणा दाखवून हे प्रश्न सोडवल्यामुळे शीतयुद्धाची तीव्रता कमी होण्यास मदत झाली.

(५) आपल्याकडे असलेल्या शस्त्रास्त्रात कपात करण्याच्या हेतूने या महासत्तांनी १९६३ अणुपरीक्षण प्रतिबंध करार व १९६८ मध्ये अण्वस्त्र निर्माण व प्रसार प्रतिबंधक करार म्हणजेच एन. पी. टी. केल्याने उभय राष्ट्रांतील शीतयुद्धाची तीव्रता कमी होण्यास मदत झाली.

(६) १९७० च्या दशकात कंबोडियाचा प्रश्न महासत्तांनी निकालात काढल्यामुळे या भागातील यादवी थांबल्यामुळे उभय राष्ट्रातील शीतयुद्धाची तीव्रता कमी होण्यास मदत झाली.

(७) १९७५ च्या दशकात व्हिएतनामचा प्रश्न महासत्तांनी निकालात काढल्यामुळे आग्नेय आशियातील शीतयुद्धाचे मूळच नष्ट झाल्यामुळे उभय राष्ट्रातील शीतयुद्धाची तीव्रता कमी होण्यास मदत झाली.

(८) १९४८ पासून सुरू असलेला पश्चिम आशियातील अरबईस्त्रायल यांच्यातील संघर्ष १९७५ मध्ये झालेल्या त्रिपक्षीय कराराने संपुष्टात आल्यामुळे याही भागातील शीतयुद्ध थांबले; यामुळे उभय राष्ट्रातील शीतयुद्धाची तीव्रता कमी होण्यास मदत झाली.

(९) महासत्तांमध्ये परस्पर सहकार्यासाठी देतांत (सलोखा) या संकल्पनेचा उदय झाल्यामुळे उभय राष्ट्रातील शीतयुद्धाची तीव्रता कमी होण्यास मदत झाली.

(१०) महासत्तांमधील सोव्हिएत रशियाच्या गटातील चीनने तर अमेरिकेच्या गटातील फ्रान्सने या सत्तांच्या स्थानाला आव्हान दिल्यामुळे उभय राष्ट्रांतील शीतयुद्धाची तीव्रता कमी होण्यास मदत झाली.

(११) सोव्हिएत रशियाच्या गटातील चीनने रशियाबरोबरच सीमासंघर्ष उकरून काढला. एवढेच

नाही तर या चीनने हायड्रोजन बॉम्बची निर्मिती केल्यामुळे अमेरिका व चीन अशा दोन आघाड्यांवर संघर्ष टाळण्याचे रशियाने ठरविल्यामुळेच उभय राष्ट्रातील शीतयुद्धाची तीव्रता कमी होण्यास मदत झाली.

शीतयुद्ध व आंतरराष्ट्रीय संबंध :

द्वितीय महायुद्धानंतर सोव्हिएत रशिया व अमेरिका यांच्यामध्ये शीतयुद्धाला सुरुवात झाली. यामध्ये वेगवेगळया काळात चढउतार होऊन सोव्हिएत रशियाच्या विघटनाबरोबरच म्हणजेच १९९१ला शीतयुद्ध संपुष्टात आले. दुसऱ्या महायुद्धाच्या अगोदर प्रथम सत्ता असलेल्या इंग्लंड व फ्रान्स या युद्धात नामशेष झाल्या; तर या युद्धानंतर सोव्हिएत रशिया व अमेरिका महासत्ता म्हणून पुढे आल्या. वैचारिक मतभेद त्यांच्यात असल्यामुळे त्यांनी एकमेकांना शह देण्याचे राजकारण सुरू केले त्यातूनच 'शीतयुद्ध' ही संकल्पना आंतरराष्ट्रीय राजकारणात आली. या दोघांनी एकमेकांना शह देण्यासाठी गट, लष्करी करार, आर्थिक मदत, शस्त्रास्त्रस्पर्धा याद्वारे आंतरराष्ट्रीय राजकारणात महासत्तांनी एकप्रकारच्या उघड राजनियिक संघर्षाला सुरुवात केल्यामुळे मोठ्या प्रमाणात तणाव वाढला. वेळोवेळी संघर्षाची परिस्थिती निर्माण होऊनही उभय राष्ट्रातील तणावाचे रूपांतर युद्धात झाले नाही; म्हणूनच या युद्धाला वॉल्टर लिपमन 'राजनयिक युद्ध' म्हणतात.

शीतयुद्धामुळे आंतरराष्ट्रीय संबंधाची व्याप्ती वाढण्यास मदत झाली; यातूनच विकसित झालेल्या वास्तववादी सिद्धान्त, प्रतिरोधकता किंवा प्ररोधन, दहशतीचा समतोल, देतांत किंवा तणावशैथिल्य, नवे शीतयुद्ध, परस्परविनाशाची खात्री या संकल्पनांमुळे आंतरराष्ट्रीय संबंधांची व्याप्ती वाढण्यास मदत झाली. याशिवाय खालील काही शीतयुद्धाच्या अनुषगांने निर्माण झालेल्या काही घटनांमुळे आंतरराष्ट्रीय संबंधांची व्याप्ती वाढण्यास मदत झालेली आपणास दिसून येते.

(१) द्वितीय महायुद्धानंतर स्थापन झालेल्या संयुक्त राष्ट्रसंघ व तिच्या विविध घटकांनी आंतरराष्ट्रीय संबंधांच्या विकासात मोठ्या प्रमाणात भर टाकली.

(२) आंतरराष्ट्रीय संबंधांच्या विकासात मोठ्या प्रमाणात भर टाकण्यासाठी जे संशोधन सुरू झाले त्याला चालना देण्यासाठी संयुक्त राष्ट्रसंघ व तिच्या विविध घटकांनी मोठ्या प्रमाणात निधी उपलब्ध करून दिला.

(३) आंतरराष्ट्रीय संबंधांच्या विकासात जॉर्ज केन्नर, मॉर्गेन्था, किसिंजर, केनेथ थॉम्पसन या विचारवंतांनी मोलाचे योगदान देऊन या विषयाच्या अभ्यासाला वेगळया स्वरूपाची दिशा दाखविण्याचे काम केलेले आहे.

(४) इंग्लंड व फ्रान्सच्या गुलामगिरीतून मुक्त झालेल्या राष्ट्रांना आपल्या गटात ओढण्याची स्पर्धा महासत्तांनी सुरू केल्यामुळे या विषयाच्या अभ्यासाला चालना मिळून आंतरराष्ट्रीय संबंधांचा विकास झाला.

(५) शीतयुद्धाच्या अंतर्गत महासत्तांनी सुरक्षेच्या नावाखाली अनेक लष्करी संघटना निर्माण केल्या त्यातून नाटो, सेन्टो, सिएटो, वॉर्सा या सारख्या संघटना उभ्या राहिल्या. या संघटनांमुळे शीतयुद्धाच्या राजकारणाला केवळ जागतिक राजकारणाचेच स्वरूप मिळाले नाही तर संघटनेत सामील झालेल्या राष्ट्रांत हस्तक्षेप करण्याची संधीही या राष्ट्रांना मिळालेली दिसून येते; यातूनच राष्ट्रीय सार्वभौमत्वाच्या प्रश्नांची समस्या निर्माण झालेली दिसून येते.

(६) लष्करी संघटनांबरोबरच काही आर्थिक संघटना व व्यापारी संघटना त्यामध्ये प्रामुख्याने सार्क, एपेक, युरोपीय महासंघ, नाफ्टा, साफ्टा निर्माण झाल्यामुळे त्यांची आंतरराष्ट्रीय राजकारणातील भूमिका वाढली; त्यामुळेही राष्ट्रीय सार्वभौमत्वाचे महत्त्व आणखी कमी होण्यास मदत झाली.

शीतयुद्धाचे परिणाम :

सन १९४५ ते १९९० हा शीतयुद्धाचा काळ मानला जातो. शीतयुद्ध संपून आता १५ वर्षांहून जास्त काळ उलटून गेला आहे. तरीही शीतयुद्धकालीन अनेक समस्या अद्याप सुटलेल्या नाहीत. शीतयुद्धाच्या राजकारणाचे अनेक नकारात्मक परिणाम आजही जगाला भोगावे लागत आहेत. शीतयुद्धाचे काही सकारात्मक परिणामही आहेत. तिसरे महायुद्ध टाळण्यात शीतयुद्धाला यश प्राप्त झाले असे म्हणावे लागेल. शीतयुद्धाचे प्रमुख परिणाम खालीलप्रमाणे आहेत.

(१) शीतयुद्धाच्या ४५ वर्षांच्या काळात दोन्ही महासत्तांमधील शह-प्रतिशहाच्या राजकारणामुळे परस्पर संशय, भीती आणि संघर्ष यामुळे युद्धजन्य परिस्थिती सतत टिकून होती.

(२) शीतयुद्धाने निर्माण केलेल्या असुरक्षिततेमुळे शस्त्रास्त्र स्पर्धा वाढली. मोठ्या प्रमाणावर अणुचाचण्या करण्यात येऊन विध्वंसक क्षेपणास्त्राचा विकास करण्यात आला. अमेरिका व रशियाने केलेल्या अणुचाचण्यांची संख्या दोन हजारांच्यावर आहे. यातून विकसित करण्यात आलेल्या क्षेपणास्त्रांची क्षमता पृथ्वीवरील जीवसृष्टीचा क्षणार्धात नाश करण्याची आहे. अमेरिका आणि रशियाने केवळ आपलाच संरक्षण खर्च वाढवला नाही, तर आपल्या सहकारी राष्ट्रांवर संरक्षण खर्च वाढवावा म्हणून दबाव आणला. उदा. अमेरिकेने असा दबाव जपानवर अनेकदा आणला. अमेरिकेकडून पाकिस्तानला शस्त्रास्त्रे मिळाल्यामुळे भारतालादेखील सुरक्षेपोटी आपला संरक्षणखर्च वाढवावा लागला. शस्त्रास्त्र स्पर्धेतून वाढलेल्या संरक्षणखर्चामुळे आर्थिक व सामाजिक विकासासाठी आवश्यक तरतुदींत मोठी कपात करावी लागली. ज्याचा नकारात्मक परिणाम ह्या क्षेत्रावर झाला.

(३) शीतयुद्धाच्या काळात नाटो, वॉर्सा, सिएटो, सेन्टो यांसारख्या अनेक लष्करी संघटना निर्माण करण्यात आल्या; अशा संघटनांच्या निर्मितीमुळे सामूहिक सुरक्षिततेची व्यवस्था निर्माण होऊन राष्ट्रीय सार्वभौमत्वाच्या संरक्षणाची हमी जरी राष्ट्रांना मिळाली असली तरी द्विध्रुवीकरणाची प्रक्रिया अधिक तीव्र झाली.

(४) शीतयुद्धामुळे अनेक स्थानिक संघर्षाला वैश्विकरूप प्राप्त होऊन त्यांचे स्वरूप अधिक गुंतागुंतीचे बनले. संघर्ष सोडविण्यापेक्षा त्या संघर्षाच्या मार्गाने आपले हितसंबंध जोपासण्याचा महासत्तांनी प्रयत्न केल्यामुळे शीतयुद्धाच्या समाप्तीनंतरही अनेक प्रश्न भिजत पडले आहेत.

(५) शीतयुद्धाच्या काळात महासत्तांच्या राजकारणामुळे संयुक्त राष्ट्रसंघटनेला जागतिक शांतता आणि सुरक्षिततेची भूमिका पार पाडताना अनेक अडथळे आले. महासत्तांनी आपल्या शह-प्रतिशहाच्या राजकारणात युनोच्या व्यासपीठाचा एक साधन म्हणून उपयोग केला; परिणामी युनोला नि :पक्षपातीपणे कार्य करता आले नाही. शीतयुद्धाच्या समाप्तीनंतर विशेषत:सन १९९१ च्या खाडी युद्धानंतर संयुक्त राष्ट्र संघटनेचे महत्त्व आंतरराष्ट्रीय राजकारणात वाढल्याचे दिसते.

(६. ब. २) शीतयुद्धोत्तर जग

१९९१ मध्ये सोव्हिएत रशियाचे विघटन झाले. त्याचबरोबर ४५वर्षांपूर्वी आंतरराष्ट्रीय राजकारणात सुरू झालेले शीतयुद्धही आपोआपच नष्ट झाले. शीतयुद्धाच्या समाप्तीबरोबरच आंतरराष्ट्रीय संबंधांच्या अभ्यासकांनी नवीन आंतरराष्ट्रीय व्यवस्थेचे स्वरूप कसे असेल, शीतयुद्धोत्तर आंतरराष्ट्रीय राजकारणाची दिशा कोणती असेल, या विषयी विविध दृष्टिकोन मांडण्यास सुरुवात केली. काही विचारवंताच्या मते, शीतयुद्धाच्या राजकारणात अमेरिकेचा आणि अमेरिका पुरस्कृत भांडवलवादी लोकशाहीचा विजय झाल्यामुळे नवीन आंतरराष्ट्रीय व्यवस्थेत अमेरिकेचे वर्चस्व अबाधित राहील. सोव्हिएत रशियाच्या विघटनानंतर

अमेरिकेला आव्हान देऊ शकेल अशी दुसरी तुल्यबळ महासत्ता जागतिक राजकारणात अस्तित्वात नसल्याने शीतयुद्धोत्तर काळात एकध्रुवीय आंतरराष्ट्रीय व्यवस्था निर्माण झालेली आहे. या दृष्टिकोनाला विरोध करणारे अभ्यासक असा युक्तिवाद करतात की, नवीन आंतरराष्ट्रीय व्यवस्थेत अमेरिकेशिवाय जपान, चीन, भारत, आसियान संघटना, युरोपियन महासंघ यांच्या आर्थिक प्रगतीच्या जोरावर महासत्ता म्हणून उदय झाल्यामुळे नवीन आंतरराष्ट्रीय व्यवस्थेचे स्वरूप हे बहुध्रुवीय असेल.

शीतयुद्धोत्तर जगाचे स्वरूप :

शीतयुद्धोत्तर जग किंवा आंतरराष्ट्रीय राजकारणाच्या स्वरूपाविषयी मांडण्यात आलेल्या विविध दृष्टिकोनांची विभागणी **रस्कीन आणि बेरी** या दोन विचारवंतांनी खालील पाच गटात केलेली आहे.

(१) एकध्रुवीय आंतरराष्ट्रीय व्यवस्था.

(२) बहुध्रुवीय आंतरराष्ट्रीय व्यवस्था.

(३) स्तरीय व्यवस्था.

(४) रशिया-चीन युतीच्या पुनरुज्जीवनातून निर्माण होणारी व्यवस्था

(५) जागतिकीकरणाची व्यवस्था.

(१) एकध्रुवीय आंतरराष्ट्रीय व्यवस्था : अमेरिकेचे हस्तक्षेपी धोरण :

सोव्हिएत रशियाच्या विघटनानंतर जागतिक राजकारणातील शीतयुद्धकालीन द्विध्रुवीकरणाची व्यवस्था कोसळली आणि त्याचबरोबर अमेरिकेला आव्हान देणारी दुसरी मोठी तुल्यबळ महासत्ता अस्तित्वात नसल्याने अमेरिकेच्या नेतृत्वाखाली एकध्रुवीय व्यवस्था निर्माण झाली. यातूनच अमेरिकेच्या निरंकुश हस्तक्षेपी दादागिरीला प्रारंभ झाला. १९९१ साली अमेरिकेचे तत्कालीन राष्ट्राध्यक्ष जॉर्ज बुश सिनियर यांनी एका नवीन जागतिक रचनेची कल्पना मांडली या कल्पनेच्या केंद्रस्थानी अर्थातच अमेरिका होती आणि जागतिक लोकशाहीच्या संरक्षणाची जबाबदारी अमेरिकेवर असल्यामुळे आंतरराष्ट्रीय राजकारणात अमेरिकेच्या सक्रिय भूमिकेवर या सिद्धान्तात जोर देण्यात आला होता. रशियन साम्यवादाचा धोका जरी संपुष्टात आला असला तरी लोकशाहीला इतरही अनेक धोके आहेत त्यामुळे अमेरिकेला जागतिक राजकारणापासून अलिप्त राहता येणार नाही हा बुश यांचा यामागील प्रमुख युक्तिवाद होता. जॉर्ज बुश सिनियर यांच्या या नवीन जागतिक रचनेच्या घोषणेनंतर अमेरिकेच्या हस्तक्षेपी राजकारणाच्या नव्या युगाला प्रारंभ झाला. सन १९९० च्या दशकात इराकविरुद्धची पहिली लष्करी कारवाई सन २००१ मधील अफगाणिस्तानमधील तालिबान शासनाविरुद्धची लष्करी मोहीम आणि २००३ मधील इराकमधील सद्दाम हुसेनचे शासन उलथून टाकण्यासाठी इराकमध्ये करण्यात आलेला दुसरा लष्करी हस्तक्षेप. हे अमेरिकेच्या हस्तक्षेप करण्याच्या निरंकुश दादागिरीची साक्ष देतात. या हस्तक्षेपामागच्या अमेरिकेच्या आर्थिक हितसंबंधाचे संरक्षण करण्याचा स्वार्थी हेतू लपू शकलेला नाही. अमेरिकेच्या या हस्तक्षेपी धोरणामुळे अमेरिकेचे शत्रू वाढतच आहेत. विशेष म्हणजे इस्लामिक राष्ट्रांमध्ये अमेरिकाविरोधी असंतोष जोर पकडत आहे. ११ सप्टेंबर २००१ रोजी अमेरिकेतील जागतिक व्यापार केंद्र आणि संरक्षण मंत्रालयाच्या कार्यालयावर झालेला भीषण दहशतवादी हल्ला ही अमेरिकी हस्तक्षेपी राजकारणाचीच प्रतिक्रिया आहे. एवढेच नाही, तर सन १९९० ते २००३ या दरम्यान जगभरात झालेल्या दहशतवादी हल्ल्यांपैकी १/३ हल्ले एकट्या अमेरिकेवर झाले आहेत.

(२) बहुध्रुवीय आंतरराष्ट्रीय व्यवस्था :

शीतयुद्धोत्तर काळात निर्माण झालेल्या आंतरराष्ट्रीय व्यवस्थेचे 'बहुध्रुवीय आंतरराष्ट्रीय व्यवस्था' असे वर्णन करणे अधिक संयुक्तिक आणि वास्तववादी ठरेल. १९९० च्या दशकात निर्माण झालेल्या

बहुध्रुवीय आंतरराष्ट्रीय व्यवस्थेत अमेरिका, भारत, चीन, जपान, युरोपियन युनियन, आसियान अशी विविध सत्ताकेंद्रे आहेत.

१९९० नंतरच्या बहुध्रुवीय आंतरराष्ट्रीय व्यवस्थेची वैशिष्ट्ये :

(१) या व्यवस्थेत सत्तेची पाच ते सहा केंद्रे असतात.

(२) यातील सत्तांचे सामर्थ्य कमी-अधिक प्रमाणात सारखेच असते.

(३) समान हितसंबंधांच्या संरक्षणासाठी सामूहिक सुरक्षिततेच्या आधारावर या सत्तांमध्ये युती होण्याची शक्यता असते.

(४) सत्ताविभागणी सम असल्यामुळे विशिष्ट राष्ट्र अधिक शक्तिशाली बनण्याचा किंवा आक्रमक धोरण अवलंबण्याची शक्यता कमी असते.

(५) राष्ट्रांबरोबर राष्ट्रांचेसंघ किंवा व्यापारसंघ देखील सत्ताकेंद्र या नात्याने आंतरराष्ट्रीय राजकारणात सक्रिय आहेत.

(६) सत्ताकेंद्रामधील स्पर्धा ही प्रामुख्याने आर्थिक स्वरूपाची आहे.

जागतिक शांतता व सुरक्षितता धोक्यात आणणाऱ्या राष्ट्रांविरोधी या सत्ता एकत्र आल्या आहेत. सन १९९१ च्या खाडीयुद्धाच्या वेळी इराकविरुद्ध सर्व प्रमुख सत्ता अमेरिकेच्या नेतृत्वाखाली एकत्र आल्या होत्या; त्याप्रमाणे सन २००१ मध्ये अफगाणिस्तानमधील तालिबान शासनाविरुद्ध लोकशाहीप्रेमी राष्ट्रांची मोठी युती तयार झाली होती. याशिवाय या महासत्तांमधील सहकार्य संयुक्त राष्ट्रसंघटनेच्या शांति मोहिमा यशस्वी करण्यात महत्त्वपूर्ण ठरते.

शीतयुद्धोत्तर बहुध्रुवीय आंतरराष्ट्रीय व्यवस्थेमध्ये प्रमुखसत्ता आर्थिकदृष्ट्या सामर्थ्यवान असल्या तरी त्यांना संरक्षणासाठी बऱ्याच प्रमाणात अमेरिकेवर अवलंबून राहावे लागते. आसियान संघटनेमधील राष्ट्रांना चीनपासून असलेल्या धोक्यासाठी अमेरिकेच्या मदतीची आवश्यकता आहे. परिणामी शीतयुद्धोत्तर आंतरराष्ट्रीय व्यवस्थेचे स्वरूप जरी बहुध्रुवीय असले तरी आंतरराष्ट्रीय राजकारणातील अमेरिकेचे वर्चस्व नाकारता येत नाही.

(३) स्तरीय व्यवस्था :

शीतयुद्धोत्तर आंतरराष्ट्रीय व्यवस्थेच्या स्वरूपाविषयीच्या या दृष्टिकोनानुसार आंतरराष्ट्रीय राजकारणात राष्ट्रांचे 'तीन स्तर' निर्माण झाले आहेत.

(१) श्रीमंत राष्ट्रे

(२) विकसनशील राष्ट्रे

(३) आंतरराष्ट्रीय गुन्हेगारीत (यामध्ये बेकायदेशीर शस्त्रव्यापार व अंमली पदार्थांचा व्यापार) अग्रेसर असणाऱ्या गरीब राष्ट्रांचा समावेश होतो. उदा. अफगाणिस्तान, कांगो, कोलंबिया इ.

(४) रशिया-चीन युतीच्या पुनरुज्जीवनातून निर्माण होणारी व्यवस्था :

या दृष्टिकोनानुसार रशिया आणि चीनच्या शीतयुद्धकालीन युतीचे पुनरुज्जीवन होऊन अमेरिकेचा वाढता प्रभाव नियंत्रित केला जाईल असा युक्तिवाद यामध्ये केला जातो; विशेष म्हणजे शीतयुद्धोत्तर काळात रशिया आणि चीनकडून पूर्वीच्या युतीचे पुनरुज्जीवन करण्याचे काही प्रयत्न झाले. १६ जुलै, २००१ ला रशिया आणि चीन यांच्या दरम्यान एक ऐतिहासिक स्वरूपाचा करार झाला; जो अमेरिकेच्या एकाधिकार निरंकुश सत्तेला शह देण्याचा मोठा प्रयत्न होता; रशिया आणि चीन यांच्यातील युतीच्या पुनरुज्जीवनाची तीन प्रमुख उद्दिष्टये आहेत. ती खालीलप्रमाणे-

(१) इस्लामिक कट्टरवादापासून रशिया, चीन आणि मध्यआशियाचे संरक्षण करणे.

(२) नाटो लष्करी संघटनेच्या पश्चिम युरोपमधून पूर्व युरोपकडील विस्ताराला विरोध करणे.

(३) अमेरिकेला राष्ट्रीय क्षेपणास्त्र संरक्षण व्यवस्था (नॅशनल मिसाईल डिफेन्स सिस्टम) विकसित करण्यापासून रोखणे.

सोव्हिएत रशियाला आर्थिक दुर्दशेतून बाहेर येण्यासाठी अमेरिकेने कोरड्या आश्वासनांशिवाय रशियाला काहीच दिले नाही. उलट, रशियाच्या आर्थिक दुर्बलतेचा गैरफायदा घेऊन अमेरिकेने मध्य आशियात आपला प्रभाव वाढवण्याचा प्रयत्न केला की, जी मध्य आशियातील राष्ट्रे पूर्वी सोव्हिएत संघराज्याची भाग होती. सन १९९४ साली नाटो संघटनेत वॉर्सा करारातील राष्ट्रांना समाविष्ट करून घेण्यासाठी एक विशेष मोहीम सुरू केली. हे रशियाला उघड आव्हान आणि चिथावणी होती एवढेच नाही तर नाटो संघटनेत कोसेवो प्रश्नाला धरून युगोस्लाव्हियात हस्तक्षेप, एकतर्फी बॉम्बवर्षाव म्हणजे नाटोच्या आक्रमक धोरणाची पावतीच होती. या बॉम्ब हल्ल्यात बेलग्रेडमधील चीनच्या वकिलातीचेसुद्धा नुकसान झाले. या कृत्यामुळे 'चीन' आणि 'रशिया' दोघेही दुखावले. नाटोच्या विस्तारवादी धोरणाबरोबरच रशिया आणि चीनला युतीसाठी संधी उपलब्ध करून देणारे आणखी एक कारण म्हणजे अमेरिकेची महत्त्वाकांक्षी राष्ट्रीय क्षेपणास्त्र संरक्षण योजना, ही योजना जरी इराण, इराक, क्युबा, लिबिया, उत्तर कोरिया यांसारख्या राष्ट्रांकडे अण्वस्त्रांपासून अमेरिकेचे आणि त्यांच्या मित्रराष्ट्रांचे संरक्षण करण्यासाठी राबवण्यात येत असल्याने अमेरिकेकडून सांगण्यात येत असले तरी या योजनेचा मुख्य रोख चीन आणि रशियाविरुद्ध आहे. ही योजना यशस्वी झाली तर रशिया आणि चीनसाठी मोठे आव्हान असणार आहे; परिणामी या दोन्ही सत्ता अमेरिकेच्या योजनेला संयुक्तपणे विरोध करत आहेत.

(५) जागतिकीकरणाची व्यवस्था :

शीतयुद्धोत्तर आंतरराष्ट्रीय व्यवस्थेचे हे एक महत्त्वाचे वैशिष्ट्य आहे. जागतिकीकरणाच्या प्रक्रियेत जगाचे परिवर्तन एका भांडवलशाही बाजारपेठेत होत आहे. या प्रक्रियेत प्रत्येक राष्ट्राकडे एक आर्थिक घटक म्हणून पाहिले जाते. आर्थिक स्पर्धेच्या वातावरणात राष्ट्रे आपले हितसंबंध विविध व्यापारसंघाची स्थापना करून जोपासण्याचा प्रयत्न करतात. जागतिकीकरणाची प्रक्रिया ही शीतयुद्ध समाप्त होण्यापूर्वीच सुरू झाली होती. शीतयुद्धाच्या समाप्तीनंतर या प्रक्रियेला गती प्राप्त झाली. जागतिकीकरण प्रक्रियेचा प्रमुख उद्देश आर्थिक विकास आणि समृद्धी हा आहे. सन १९९५ साली विश्व व्यापार संघटनेच्या झालेल्या स्थापनेमुळे जागतिकीकरणाची प्रक्रिया गतिमान झालेली आहे. संपूर्ण जगाचा आर्थिक विकास हा जरी जागतिकीकरणाच्या प्रक्रियेचा प्रमुख हेतू असला तरी या प्रक्रियेचे स्वरूप खऱ्या अर्थाने जागतिक बनलेले नाही; कारण जगातील श्रीमंत राष्ट्रेच सध्या या प्रक्रियेत सक्रिय आहेत. या प्रक्रियेमुळे गरीब आणि श्रीमंत राष्ट्रांमध्ये आर्थिकदरी रुंदावत चालली असून मूठभर विकसित आणि औद्योगिकदृष्ट्या पुढारलेल्या राष्ट्रांनाच या प्रक्रियेचा फायदा होत असल्याची टीका अनेकांकडून होत आहे. या प्रक्रियेवर होणारा दुसरा महत्त्वाचा आरोप म्हणजे आर्थिक समृद्धीतून शांतता निर्माण होईलच असे नाही, आर्थिकदृष्ट्या समृद्ध असणाऱ्या अनेक राष्ट्रांना गंभीर राजकीय प्रश्नांचा सामना करावा लागत आहे. या प्रक्रियेवर आरोप जरी होत असले तरी ही एक अपरिहार्य प्रक्रिया असून, प्रत्येक राष्ट्राला यात सहभागी व्हावेच लागणार आहे.

शीतयुद्धोत्तर काळातील आंतरराष्ट्रीय राजकारणाची किंवा जगाची वैशिष्ट्ये :

शीतयुद्धोत्तर काळात निर्माण झालेली आंतरराष्ट्रीय राजकीय व्यवस्था सुरुवातीस शांततेकडे जाणारी आहे असे वाटले तरी ११ सप्टेंबरच्या दहशतवादी हल्ल्यानंतर या व्यवस्थेतील अस्थिरता विचारवंतांच्या

ध्यानात आली. अमेरिकेकडे वर्चस्ववादी सत्ता असूनही अनेक अमेरिकी विचारवंताना हा कालखंड अधिक धोक्याचा वाटतो. या नव्या आंतरराष्ट्रीय राजकीय व्यवस्थेची वैशिष्ट्ये आपणास पुढीलप्रमाणे सांगता येतील.

(१) शीतयुद्धाचा शेवट : शीतयुद्धाच्या शेवटाबरोबरच या विचारप्रणालींवर आधारलेली द्विध्रुवीयता संपुष्टात आली. त्यामुळे अमेरिकेचा म्हणजेच भांडवली विचारव्यूह हा एकमेव पर्याय शिल्लक असल्याचा दावा होऊ लागला. सोव्हिएत रशियाच्या विघटनानंतर रशियन गणराज्याने व बहुतेक युरोपीय देशांनी भांडवलशाही बाजारपेठीय अर्थव्यवस्थेचा स्वीकार केला व त्यानंतरच भांडवलाच्या जागतिकीकरणाच्या प्रक्रियेने वेग घेतला. या घटनांचा परिणाम अखिल जागतिक व्यवस्थेवर झाला. 'उत्तरदक्षिण' विभाजन तसेच राहिले व अमेरिकेचे प्रभुत्व चालूच राहिले. परंतु, भांडवलशाही विरोधात वैचारिक भूमिका मांडणे हे मात्र वैचारिक मागासलेपणाचे मानले जाऊ लागले.

(२) भांडवलाचे जागतिकीकरण : १९९० च्या दशकातील सर्वाधिक चर्चित विषय 'जागतिकीकरण'हाच होता. जागतिकीकरण केवळ जागतिक अर्थव्यवस्थेचे अधिक खुलेपण दर्शवित नाही, तर भांडवलाच्या राष्ट्रीय सीमा ओलांडल्यामुळे राष्ट्र-राज्यांच्या व्यवस्थेला आलेले गौणत्वही दर्शवते. आंतरराष्ट्रीय अर्थव्यवस्थेचे जसजसे जागतिकीकरण झाले तसतसे जगातील एकंदर राजकारणाचे स्वरूप बदलत गेले. वैचारिकदृष्ट्या हे राजकारण मध्यममार्गी व उजवीकडे झुकत चालले. भांडवलशाहीला विरोध करणाऱ्या डाव्यांना विशेषत: साम्यवादाच्या पाडावानंतर नव्या आर्थिक वास्तव्याच्या संदर्भात आपल्या भूमिकांचा पुनर्विचार करावा लागत आहे.

(३) अमेरिका प्रभुत्वाकडे : व्हिएतनाममधील पराभवानंतर अमेरिकेच्या प्रभुत्वाचा ऱ्हास होत असल्याचे व सत्तास्पर्धेत ती मागे पडत असल्याचे अनुमान मांडले जात होते. परंतु, प्रत्यक्षात परिस्थितीने वेगळेच वळण घेतले. १९८९ च्या काही घटनांनी अमेरिकेने जगापुढे आपण महासत्ता असल्याचे सिद्ध केले. १९८९ मध्ये पनामा या मध्य अमेरिकेतील देशावर आक्रमण करून अमेरिकेने पनामाचा अध्यक्ष मॅन्युएल नोरिएका याला अटक केली. १९९० मध्ये इराकने कुवेतवर आक्रमण केल्यावर अमेरिकेने इराकवर हल्ला चढवून कुवेतवरील आक्रमण परतवले. नव्वदच्या दशकात एकीकडे सोव्हिएत व्यवस्थेचे विघटन होत असताना अमेरिकेत मात्र बिल क्लिंटन या अध्यक्ष्यांच्या कारकिर्दीत अमेरिकी अर्थव्यवस्थेला गती मिळाली. १९९२ ते २००० या कालखंडात अमेरिकी अर्थव्यवस्थेची अभूतपूर्व भरभराट झाली. या काळात अमेरिकेची आर्थिक संपत्ती जवळजवळ चौपटीने वाढली. नवीन नोकऱ्या मोठ्या प्रमाणात निर्माण झाल्याने बेकारीचे प्रमाण घटले व अर्थव्यवस्थेतील तूट बऱ्याच प्रमाणात भरून निघाली. या सर्व पार्श्वभूमीवर २० वे शतक संपताना अमेरिका हा जगातील आर्थिकदृष्ट्या सर्वात संपन्न देश बनला.

(४) रशियापुढील पेच : सोव्हिएत रशियाच्या विघटनानंतर अस्तित्वात आलेल्या रशियन गणराज्यापुढे अर्थव्यवस्थेत सुधारणा करून ती मजबूत करण्याचे मोठे आव्हान होते. जुनी साम्यवादी अर्थव्यवस्था विसर्जित करून भांडवलशाही बाजारप्रधान अर्थव्यवस्थेत सामील होणे हे जसे एक मोठे परिवर्तन होते तसेच साम्यवादी सर्वंकषवादी राज्यव्यवस्था सोडून लोकशाहीपद्धती स्वीकारणे हेही एक मोठेच परिवर्तन होते. या दोन्ही परिवर्तनासाठी इतर भांडवलशाही देशांची व नाणेनिधीसारख्या अर्थसंस्थांची मदत मिळण्याची रशियाला गरज होती. या मदतीच्या आधारेच हे परिवर्तन सुरळीत होणे शक्य होते. प्रत्यक्षात हे बदल अत्यंत कठीण झाले. औद्योगिक उत्पादनात झालेल्या परवडीमुळे लोकांचे मनोधैर्य खचले. माफिया टोळयांनी अर्थव्यवस्थेवर मिळवलेल्या कब्जामुळे, रशियाच्या अर्थव्यवस्थेला 'गुन्हेगारी भांडवलशाही' असे टीकाकार म्हणू लागले. लोकशाही प्रस्थापित होण्याची प्रक्रियाही रशियामध्ये जिकिरीची झाली. एकेकाळी वार्सा कराराचे सदस्य असणारे रशियाचे मित्र देश आता नाटो करारात सामील

झाले असून युरोपीय संघाचे सदस्यही बनले आहेत किंवा सदस्यत्वाची प्रतीक्षा करीत आहेत. रशिया मात्र या बाहेर असून त्याची आर्थिक व राजकीय परिस्थिती अजून तरी अमेरिकेशी स्पर्धा करण्याची नाही. पण, ती संभाव्यता ध्यानात घेऊन अमेरिका शीतयुद्धोत्तर काळातही रशियाची ताकद मर्यादित ठेवण्याचा प्रयत्न करताना दिसते, पण नजीकच्या काळात तरी रशिया जागतिक पातळीवर अमेरिकेसाठी धोकादायक ठरेल असे दिसत नाही.

(५) चीन एक वाढती सत्ता : पूर्व युरोप व सोव्हिएत रशियामध्ये साम्यवादाचा पाडाव झाला; तरी त्याच दरम्यान चीनमध्ये मात्र साम्यवादी पक्षाची राजवट अधिक भक्कम झाली. बाजारपेठी व्यवस्थेत पदार्पण केल्यानंतर आपल्या उत्पादन व्यवस्थेमध्ये आवश्यक ते बदल करून चीनने आपली अर्थव्यवस्था झपाट्याने स्पर्धात्मक बनवली. मोठ्या आर्थिक परिवर्तनामुळे चीन जागतिक अर्थव्यवस्थेतील महत्त्वाचा देश बनला आहे. स्वत: मोठी बाजारपेठ असून उत्पादनव्यवस्थेसाठी मोठ्या प्रमाणात परकीय भांडवल आकर्षित करणे आणि प्रचंड प्रमाणात व स्वस्तदरात ग्राहकोपयोगी वस्तू निर्माण करणे व जगभरातील बाजारपेठा काबीज करणे चीनला साध्य झाले आहे. मोठी आर्थिक ताकद असल्यामुळेच आंतरराष्ट्रीय राजकारणातही चीन स्वतंत्र भूमिका घेत आहे. त्याने अमेरिकेसारख्या राष्ट्रापुढे आव्हान उभे केले आहे. आज दोघांनाही एकमेकांची गरज आहे. गेल्या अनेक वर्षांमध्ये चीनने आंतरराष्ट्रीय राजकारणात अत्यंत संयमाने आपली भूमिका पार पाडली असून आर्थिक हितसंबंधांना प्राधान्य दिले आहे. चीनच्या वाढत्या आर्थिक ताकदीमुळे चीनबरोबर वाढत्या प्रमाणात व्यापार करण्यास व चीनमध्ये आर्थिक गुंतवणूक करण्यास उत्सुक असणारी पाश्चिमात्य युरोपीय राष्ट्रे व अमेरिका भविष्यातील आंतरराष्ट्रीय भूमिकेबाबत मात्र सावधपवित्रा घेताना दिसतात. चीनच्या वाढत्या ताकदीमुळे जपानसारख्या आशियाई-पॅसिफिक भागातील देशांमध्ये मात्र अस्वस्थता दिसते, चीनच्या वाढत्या महत्त्वाकांक्षा त्यांच्यासाठी धोक्याच्या ठरू शकतात.

(६) आशियाई वाघ : आशियाई-पॅसिफिक भागातील दक्षिण कोरिया, मलेशिया, थायलंड आणि तैवान या देशांनी १९८० च्या दशकाच्या अखेरीस एक नवीनच प्रतिमा लाभली. भांडवली अर्थव्यवस्थेचा स्वीकार करून आणि संरचनात्मक बदल करून त्यांनी जो प्रचंड आर्थिक विकास साधला त्यामुळे त्यांना 'आशियाई वाघ' असे संबोधले जाऊ लागले. तंत्रज्ञानाचा विकास, मोठी उत्पादनक्षमता, बाजारपेठा, भांडवलवाढ यांच्या आधारे शीतयुद्धोत्तर काळात या देशांनी जपानसारख्या देशांपुढे आर्थिक आव्हान उभे केले. परंतु, १९९० च्या दशकाच्या अखेरीस हा आर्थिक प्रगतीचा फुगा फुटला. चलनाचे दर स्थिर राखण्याच्या प्रयत्नात या देशातील अर्थव्यवस्था एकामागून एक कोसळल्या. खुद्द जपानच्याही अर्थव्यवस्थेवर याचा परिणाम झाला. अर्थव्यवस्था उद्ध्वस्त झाल्या नाहीत तरी त्यांच्या गतीला खीळ बसली. या गोष्टीचे दीर्घकालीन आणि सखोल सामाजिक व राजकीय परिणाम झाले. या आर्थिक फटक्याचा परिणाम जागतिक अर्थव्यवस्थेवरही झाला. २००० सालापासून या अर्थव्यवस्था पुन्हा सावरू लागल्या आहेत.

(७) युरोप एकीकरण आणि विस्तार : शीतयुद्ध संपल्याचा सर्वात मोठा परिणाम युरोपवर झाला. पूर्व युरोपातील साम्यवादी राजवटी एकामागून एक कोसळू लागल्या. १९९० मध्ये जर्मनीचे एकीकरण तर युगोस्लाव्हियाचे विघटन घडून आले. विघटनानंतर वांशिक विद्वेषातून अनेक ठिकाणी वांशिक संघर्ष व कत्तली झाल्या, नाटो संघटनेलाही हस्तक्षेप करून या कत्तली थांबवणे सोपे गेले नाही.

नाटो संघटनेची व्याप्ती वाढून नव्याने स्वतंत्र झालेल्या पूर्व युरोपीय देशांना टप्प्याटप्प्याने सभासदत्व देण्यात आले. त्यामुळे नाटोची सदस्यसंख्या वाढण्याबरोबरच तिचा प्रादेशिक विस्तारही वाढला. २००६ मध्ये युरोपीय संघाची सदस्यसंख्या १२ होती, ती या सदस्यांच्या समावेशामुळे २७ वर जाऊन पोहचली आहे. शीतयुद्धाच्या समाप्तीनंतर याप्रमाणे एका विस्तृत एकात्म युरोपची संकल्पना अस्तित्वात आली.

युरोपीय संघाने युरोपीय संसदेबरोबरच 'युरो' या सामाईक चलनाचा स्वीकार करून एकत्र येण्याच्या प्रक्रियेतील पुढची पावले टाकली. समान आर्थिक धोरणाच्या जोडीने समान परराष्ट्रधोरण स्वीकारण्याचा युरोपीय संघाचा प्रयत्न आहे. एकत्र आल्यामुळे ताकद वाढलेला युरोपीय संघ जागतिक राजकारणातील प्रमुख म्हणून पुढे येत आहे.

(८) 'उत्तर-दक्षिण' विभाजन : शीतयुद्धोत्तर जगात वरील प्रकारचे अनेक बदल झाले असले तरी तिसऱ्या जगाची स्थिती मात्र फारशी बदलली नाही. आंतरराष्ट्रीय स्तरावर पाश्चिमात्य भांडवलशाही राष्ट्रांचे पहिले जग अधिक समृद्ध व बलशाली बनले. साम्यवादी प्रगत राष्ट्रांमध्ये आर्थिक व राजकीय परिवर्तन घडून आले; पण विकसनशील व अविकसित राष्ट्रांच्या तिसऱ्या जगाची स्थिती फारशी बदलली नाही. विकसित 'उत्तर' राष्ट्रांच्या स्थितीपर्यंत पोहोचू इच्छिणाऱ्या या देशांचे प्रयत्न जागतिकीकरणाच्या प्रक्रियेतही फारसे यशस्वी झाले नाहीत. नव्या प्रक्रियेत त्यांच्यासमोर नवी आणि अधिक गंभीर आव्हाने उभी राहिली. गॅटच्या नियामक व्यवस्था विकसनशील राष्ट्रांच्या फारशा हिताच्या नसूनही त्या त्यांच्यावर लादल्या जात आहेत ज्यातून गरीब व श्रीमंत राष्ट्रांमधील दरी म्हणजे 'उत्तर-दक्षिण' अंतर वाढतच आहे.

शीतयुद्धाच्या समाप्तीनंतर अलिप्त राष्ट्रांच्या एकजुटीमागील कारण संपुष्टात आले. त्यांच्या राजकीय एकजुटीच्या अभावी त्यांचा दुबळेपणा अधिकच वाढला असून श्रीमंत राष्ट्रांवरील त्यांचे अवलंबनही वाढले आहे.

(६. ब. ३) एकध्रुवीय जग

सोव्हिएत रशियाच्या विघटनानंतर जागतिक राजकारणातील शीतयुद्धकालीन द्विध्रुवीकरणाची व्यवस्था कोसळली आणि त्याचबरोबर अमेरिका या महासत्तेला आव्हान देणारी दुसरी मोठी तुल्यबळ महासत्ता अस्तित्वात नसल्याने अमेरिकेच्या नेतृत्वाखाली एकध्रुवीय जागतिक व्यवस्था निर्माण झाली असे काही विचारवंत मानतात. शीतयुद्धाच्या समाप्तीनंतर एकध्रुवीय व्यवस्था निर्माण झाली की, बहुध्रुवीय व्यवस्था निर्माण झाली हा जरी अभ्यासकांमधील वादाचा विषय असला तरी एक गोष्ट मात्र निश्चित होते आणि ती म्हणजे शीतयुद्धकालीन सत्तासमतोलाची व्यवस्था ढासळली आणि अमेरिकेच्या निरंकुश एकाधिकारशाही दादागिरीला प्रारंभ झाला. १९९१ साली अमेरिकेचे तत्कालीन राष्ट्राध्यक्ष जॉर्ज बुश सिनियर यांनी एका नवीन जागतिक रचनेची कल्पना मांडली; **या नवीन जागतिक रचनेची पाच तत्त्वे त्यांनी सांगितली-**

(१) जगाचे नेतृत्व करण्याची क्षमता अमेरिकेकडे असल्यामुळे या कल्पनेच्या केंद्रस्थानी अमेरिका होता.

(२) जागतिक लोकशाहीच्या संरक्षणाची जबाबदारी अमेरिकेवर असल्यामुळे आंतरराष्ट्रीय राजकारणात अमेरिकेच्या सक्रिय भूमिकेवर या सिद्धान्तात जोर देण्यात आला होता.

(३) साम्यवादाचा धोका जरी संपुष्टात आला असला तरी लोकशाहीला इतरही अनेक धोके आहेत त्यामुळे अमेरिकेला जागतिक राजकारणापासून अलिप्त राहून चालणार नाही.

(४) जगातील मोठ्या राष्ट्रांनी जागतिक शांतता,आंतरराष्ट्रीय कायदा व सुरक्षिततेसाठी एकमेकांना सहकार्य करावे.

(५) संयुक्त राष्ट्रसंघाला तसेच अण्वस्त्रप्रसाराला आळा घालण्याच्या दृष्टीने जगातील राष्ट्रांनी सहकार्य करणे.

सोव्हिएत रशियाचे विघटन होऊन शीतयुद्ध संपुष्टात आले; पूर्व युरोपात असलेल्या देशांमधील साम्यवादी राजवटी एकामागोमाग एक नष्ट होऊ लागल्या शीतयुद्धाच्या काळातील सत्तासमतोल व्यवस्था

कोसळली शीतयुद्धामुळे अस्तित्वात आलेल्या 'सत्तासमतोल' किंवा 'दहशतीचा समतोल' या संकल्पना नामशेष होण्याच्या दिशेने वाटचाल करू लागल्या सोव्हिएतप्रणीत वॉर्सा लष्करी संघटन नष्ट झाले लष्करी हितसंबंधाची जागा आर्थिक हितसंबंधाने घेतली; यातूनच विभागीय व्यापारी संघटनांचा उदय झाला; उत्तर आणि दक्षिण कोरियाच्या एकीकरणाच्या दिशेने वाटाघाटी सुरू झाल्या पूर्व व पश्चिम जर्मनीचे एकीकरण घडून आले रशिया प्रमाणेच युगोस्लाव्हियाचेही विघटन घडून आले आंतरराष्ट्रीय राजकारणातील संघर्षाचे वातावरण नष्ट करण्यासाठी संघर्ष निवारण्याचे कार्य जगातील प्रमुख राष्ट्रांनी हाती घेतले; अशा प्रकारचे अनेक मोठ्या प्रमाणात बदल जागतिक राजकारणात १९९० च्या दशकात घडून आले.

अमेरिकेच्या नेतृत्वाखालील एकध्रुवीय व्यवस्थेची वैशिष्ट्ये :

(१) व्हिएतनाममधील पराभवानंतर अमेरिकेच्या वर्चस्वाचा ऱ्हास होत असल्याचे व सत्तास्पर्धेत ती मागे पडत असल्याचे तर्क केले जात होते. परंतु, प्रत्यक्षात १९८९ च्या काही घटनांनी अमेरिकेने जगापुढे आपण वर्चस्ववादी सत्ता असल्याचे सिद्ध केले. उदा. १९८९ मध्ये पनामा या मध्यअमेरिकेतील देशावर आक्रमण करून तेथे हस्तक्षेप केला तसेच १९९० मध्ये इराकने कुवेतवर आक्रमण केल्यावर अमेरिकेने इराकवर हल्ला चढवून कुवेतवरील आक्रमण परतवले; म्हणजेच अमेरिकेच्या हस्तक्षेपी राजकारणाच्या नव्या युगाला प्रारंभ झाला.

(२) सन १९९० च्या दशकात इराकविरुद्धची पहिली लष्करी कारवाई सन २००१ मधील अफगाणिस्तानमधील तालिबान शासनाविरुद्धची लष्करी मोहीम आणि २००३ मध्ये इराकमधील सद्दाम हुसेनचे शासन उलथून टाकण्यासाठी इराकमध्ये करण्यात आलेला दुसरा लष्करी हस्तक्षेप ही उदाहरणे अमेरिकेच्या निरंकुश शीतयुद्धोत्तर जागतिक रचना एकध्रुवी असल्याचे मान्य करतात.

(३) अमेरिकेच्या या हस्तक्षेपी धोरणांमुळे अमेरिकेचे शत्रू वाढतच आहेत. विशेष म्हणजे इस्लामिक राष्ट्रांमध्ये अमेरिका विरोधी असंतोष जोर पकडत आहे.

(४) १९९२ ते २००० या कालखंडात अमेरिकी अर्थव्यवस्थेची अभूतपूर्व भरभराट झाली आर्थिक संपत्ती जवळजवळ चौपटीने वाढली, नवीन नोकऱ्या मोठ्या प्रमाणात निर्माण झाल्याने बेकारीचे प्रमाण घटले व अर्थव्यवस्थेतील तूट बऱ्याच प्रमाणात भरून निघाली. या सर्व पार्श्वभूमीवर २० वे शतक संपताना अमेरिका हा जगातील आर्थिकदृष्ट्या सर्वात महत्त्वाचा देश बनला.

(५) सोव्हिएत विघटनामुळे अमेरिकेपुढे आता कोणताच मोठा लष्करी धोका उरला नव्हता. तरीही अमेरिकेचा संरक्षणव्यवस्थेवरील खर्च कमी झाला नाही. अर्थातच, आपल्या लष्करी ताकदीच्या जोरावर अमेरिकेची जगातील भूमिका वाढत्या हस्तक्षेपाची आणि वर्चस्ववादी होत गेली. पूर्व युरोप, दक्षिण आशिया आणि मध्यपूर्व या सर्व क्षेत्रांमध्ये अमेरिकेने आपले वर्चस्व दाखवून दिले.

(६) अमेरिकेची सध्याची आंतरराष्ट्रीय राजकारणातील भूमिका स्वयंघोषित जागतिक रक्षणकर्त्याची असून त्यासाठी अण्वस्त्रे बाळगण्याचा अधिकार केवळ अमेरिका व त्याच्या मित्र राष्ट्रांनाच असून जगातील इतर राष्ट्रांनी अण्वस्त्रांचा विकास करू नये अशा प्रकारची भूमिका अमेरिका घेत आहे.

(७) अमेरिका आंतरराष्ट्रीय राजकारणातील अपरिहार्य घटक बनल्यामुळे तिच्याकडे अधिकाधिक प्रमाणात साम्राज्यवादी सत्ता म्हणून पाहिले जाऊ लागले आणि हिचा वापर अमेरिका शहाणपणाने करेल किंवा नाही याबद्दल संशयही निर्माण होऊ लागले.

(८) एकंदरीत आर्थिक, लष्करी, विज्ञान तंत्रज्ञान, माहिती तंत्रज्ञान, यातील प्रगतीच्या आधारावर अमेरिका जगाचे नेतृत्व करू पहात आहे.

वरील वैशिष्ट्यांवरून जागतिक राजकारणात अमेरिकेची वाढत असलेली एकाधिकारशाही स्पष्ट होते.

(६. क.) संघर्षाचे पेच व्यवस्थापन आणि सोडवणूक

आंतरराष्ट्रीय राजकारणात संघर्षाचे अस्तित्व अटळ आहे. एक संघर्ष मिटला की, दुसरा संघर्ष निर्माण होतो. राष्ट्रांना आपली उद्दिष्ट्ये साधण्यासाठी आंतरराष्ट्रीय शांतता आणि सुरक्षिततेची आवश्यकता असते. परिणामी संघर्षावर नियंत्रण ठेवण्याचे प्रयत्न आंतरराष्ट्रीय राजकारणात सदैव चालू असतात. अनेकदा संघर्ष कायमस्वरूपी सोडविणे जरी शक्य नसले, तरी संघर्षाचे व्यवस्थापन करून,त्यावर नियंत्रण ठेवणे शक्य असते. अन्यथा, एखादा संघर्ष जर दीर्घकाळ चालत राहिला तर त्यातून हिंसाचार आणि युद्धाची शक्यता वाढते. संघर्ष दीर्घकाळ भिजत पडणे राष्ट्रीय हितासाठी योग्य नाही. त्यातून राष्ट्रीय विकासाच्या प्रक्रियेत अडथळे निर्माण होतात. याचसाठी संघर्षाच्या व्यवस्थापनासाठी व संघर्ष सोडविण्यासाठी विविध मार्गांचा अवलंब केला जातो. या मार्गांचा अभ्यास आंतरराष्ट्रीय राजकारणात किंवा संबंधात होतो. आज अनेक आंतरराष्ट्रीय संघटना आणि शांतता निर्मितीसाठी कार्य करणाऱ्या संस्था संघर्षाचे नियंत्रण करण्यासाठी विविध मार्गांचा अवलंब करीत आहेत. आंतरराष्ट्रीय संबंधात वर्तनवादी दृष्टिकोनातून संघर्षाचे विश्लेषण करून त्यांच्या व्यवस्थापनाच्या व संघर्ष सोडविण्याच्या पद्धती शोधल्या जातात.

संघर्ष व्यवस्थापन व संघर्ष सोडविण्याचे मार्ग किंवा पद्धती :

(१) सत्तासमतोल
(२) सामूहिक सुरक्षितता
(३) हस्तक्षेप
(४) प्ररोधन
(५) राजनय किंवा राजनीती
(६) आंतरराष्ट्रीय कायदा

(१) सत्तासमतोल : संघर्ष सोडविण्याचा सत्तासमतोल ही पारंपरिक पद्धती असून राष्ट्र-राज्याच्या निर्मितीपासूनच या साधनाचा वापर होत आहे. सत्तासमतोल हे अनेक राष्ट्रांच्या परराष्ट्र धोरणाचे उद्दिष्ट बनले आहे. सत्तासमतोल हे आंतरराष्ट्रीय राजकारणातील संघर्ष टाळून स्थैर्य टिकवून धरणारे तंत्र आहे. प्रस्थापित आंतरराष्ट्रीय रचना मोडण्याचा प्रयत्न जर एखाद्या राष्ट्राकडून होत असेल तर इतर देश एकत्र येऊन त्याला प्रतिशह देतात; प्रस्थापित रचना टिकवून धरतात. म्हणजेच राज्य व्यवस्थेत प्रत्येक राष्ट्र आपली शक्ती वाढविण्याचा प्रयत्न करीत असते. या शक्तीचा किंवा बलाचा प्रयोग राज्यसत्तेकडून केला जातो. या बलप्रयोगामुळे अराजकाची स्थिती निर्माण होते व त्यातून युद्धदेखील उद्भवू शकते. आंतरराष्ट्रीय समाजात प्रत्येक राष्ट्र मन मानेल तसे वागायला लागले तर जगाचे चित्र बदलून जाईल व जगात सर्वत्र अराजकाची स्थिती निर्माण होईल; परंतु, आंतरराष्ट्रीय समाजात कोणत्याही राष्ट्राचे मन मानेल तसा व्यवहार करण्याचे स्वातंत्र्य इतर राज्ये मान्य करीत नाहीत. राज्याच्या अशा स्वच्छंदी वृत्तीवर प्रतिबंध घालण्याचे कार्य इतर राष्ट्रे करीत असतात, म्हणूनच संघर्षमय वातावरण कायम राहात नाही; अशा प्रकारे स्थैर्य आणि शांतता टिकविणारा हा एक विभिन्न पद्धतीमध्ये उत्तम मार्ग मानला जातो. सत्तासंतुलन हा आंतरराष्ट्रीय संबंधातील मूलभूत सिद्धान्त म्हणून समजला जातो. एखाद्या राष्ट्राला अधिक शक्तिशाली होऊन आपली इच्छा इतरांवर लादण्यापासून सत्तासमतोलाद्वारे परावृत्त केले जाते; म्हणजेच शक्तिशाली राष्ट्रे नेहमी सत्तासंतुलन ठेवण्याचा प्रयत्न करीत असतात. शक्तीसंतुलन हे जागतिक शांततेसाठी आवश्यक मानले जाते. अर्थात, आंतरराष्ट्रीय संबंधांविषयीच्या आदर्शवादी दृष्टिकोनाचे पुरस्कर्ते सत्तासमतोलाचा विरोध करतात. मोठ्या राष्ट्रांनी आपल्या

हितसंबंधांच्या जपवणुकीसाठी जाणीवपूर्वक विकसित केलेले हे तंत्र आहे असा त्यांचा आरोप आहे. शीतयुद्धाच्या काळात सत्तासमतोलाला दहशतीच्या समतोलाचे रूप प्राप्त झाले. दहशतीच्या समतोलामुळे अमेरिका आणि सोव्हिएत रशियामधील संघर्षाचे रूपांतर प्रत्यक्ष युद्धामध्ये झाले नाही, असे असले तरी शक्ती हा राज्यव्यवस्थेचा आधार असतो. त्याचा उपयोग युद्ध किंवा आक्रमणाचा प्रतिकार करण्यासाठी तर होतोच; परंतु शांतता राखण्यासाठी जेव्हा शक्तीचा प्रयोग केला जातो तेव्हा त्यास सत्ता संतुलनासाठी केलेला प्रयोग असे म्हणतात.

(२) सामूहिक सुरक्षितता : संघर्ष आणि युद्ध टाळून आंतरराष्ट्रीय शांतता,राष्ट्रीय स्वातंत्र्य, सार्वभौमत्व तसेच प्रादेशिक ऐक्य टिकविण्यासाठी सामूहिक सुरक्षितता ही एक महत्त्वाची व्यवस्था आहे; तसेच यामध्ये संघर्ष सोडविण्यासाठी व शांतता निर्माण करण्यासाठी सामूहिक सुरक्षितता व शांततेच्या मार्गाने वाद सोडविणे या दोन मार्गांचा अवलंब केला जातो. पहिल्या मार्गानुसार आक्रमक राष्ट्रांविरूद्ध एकत्र येऊन व सैनिकी कारवाई करून शांतता प्रस्थापित करण्यात येते. दुसऱ्या मार्गानुसार युद्ध किंवा सैनिकीशक्तीचा उपयोग न करता पत्रव्यवहार,मध्यस्थी व लवादामार्फत निर्णय किंवा समझोता करून संघर्ष सोडविले जातात. जागतिक शांतता स्थापन करण्यासाठीच पहिल्या महायुद्धानंतर राष्ट्रसंघाची तर दुसऱ्या महायुद्धानंतर संयुक्त राष्ट्रसंघाची स्थापना करण्यात आली; म्हणजेच या शांततेच्या संघटना स्थापनेचा मूलाधार सामूहिक सुरक्षितता हाच आहे. आक्रमक वृत्तीच्या राष्ट्रांना रोखणे व शांतताप्रेमी राष्ट्रांना संरक्षण देणे हे सामूहिक सुरक्षेद्वारे शक्य आहे.

कोणत्याही एका राष्ट्रांवर झालेले आक्रमण म्हणजे सर्व राष्ट्रांवर झालेले आक्रमण समजणे व आक्रमक राष्ट्रांविरुद्ध सामूहिक शक्तीद्वारे लढा देणे हे सामूहिक सुरक्षिततेचे लक्षण होय. जर सर्व राष्ट्रे अशाप्रकारे एकत्र आली तर ती आक्रमक राष्ट्राला रोखू शकतात. या प्रमाणे राष्ट्रे एकत्र आल्यामुळे सहसा कोणी आक्रमण करणार नाही व त्यामुळे राष्ट्रीय हित सुरक्षित राहून जागतिक शांतता स्थापन होईल. सामूहिक सुरक्षिततेत एका राष्ट्रावर झालेले आक्रमण हा त्या राष्ट्रापुरता प्रश्न न समजता त्यास आंतरराष्ट्रीय समस्येचे स्वरूप प्राप्त होते.

जागतिक शांतता व संरक्षणाच्या उद्देशानेच आंतरराष्ट्रीय संघटना स्थापन करण्यात आल्या. जागतिक संघटना व सामूहिक सुरक्षितता यांचा घनिष्ट संबंध आहे. जागतिक संघटना जितकी प्रभावी होईल तितकी सामूहिक सुरक्षिततेची योजना यशस्वी होऊ शकेल.

सामूहिक सुरक्षितता म्हणजे राष्ट्रहिताचे संरक्षण करण्यासाठी विभिन्न राष्ट्रांनी सामूहिकरीत्या निश्चित केलेली एक व्यवस्था होय. सामूहिक सुरक्षिततेत सामूहिक सुरक्षा व्यवस्था असते. केवळ एकटे राज्य सुरक्षिततेचा प्रयत्न करीत नाही. सामूहिकरीत्या शक्तीचा उपयोग केला जातो व त्याचा लाभ सारख्या प्रमाणात सर्वांना मिळतो. सामूहिक सुरक्षितता हा युद्ध टाळण्याचा एक मार्ग आहे, कारण आक्रमक राष्ट्राला युद्धाची धमकी देऊन आक्रमण मागे घेण्यास बाध्य केले जाते. सामूहिक सुरक्षिततेला परराष्ट्र धोरणाचे एक प्रभावी साधन देखील मानले जाते.

सामूहिक सुरक्षिततेचा मुख्य उद्देश जगात शांतता प्रस्थापित करणे होय. या शांतता स्थापनेसाठी प्रचंड शक्तीसंग्रह आवश्यक असतो. शक्तीसंचयामुळे कोणतेही राष्ट्र आक्रमक कारवाई करणार नाही त्यामुळे जगात सदैव शांतता राहील. आंतरराष्ट्रीय प्रश्नदेखील शांततेच्या मार्गानेच सोडविले जातील.

परंतु, असा शक्तीसंचय होणे हा एक कठीण प्रश्न आहे. आक्रमक राष्ट्रे संयुक्त राष्ट्रसंघाजवळील शक्तीसंचयाचा पोकळपणा जाणून आहेत त्यामुळे त्यांना आंतरराष्ट्रीय संघटना व सैनिकी कारवाईचे भय वाटत नाही. सामूहिक आक्रमणाच्या धमकीलाही राष्ट्रे घाबरत नाहीत; जर आक्रमक राष्ट्राविरुद्ध कारवाई

ताबडतोब करण्यात आली तर प्रश्न लवकर सोडविता येतो. परंतु, संघर्ष वाढल्यावर कारवाई करणे कठीण जाते, प्रश्न सुटत नाहीत व त्यातून युद्धाची संभावना निर्माण होते.

म्हणूनच आज प्रत्येक राष्ट्र स्वत:ची शक्ती वाढवित असताना व परस्परांत सामूहिक संरक्षण करार करीत असताना दिसते. हे करार सामूहिक सुरक्षिततेस व शांतता स्थापनेस घातक ठरणारे असतात. सामूहिक यश बड्या राष्ट्रांचे एखाद्या प्रश्नाबाबत एकमत झाल्यास प्रश्न ताबडतोब सुटत असतो सुरक्षिततेचे यावर प्रामुख्याने अवलंबून असते, हे इ. स. १९५६ मधील सुएझ कालवा संघर्षाबाबत आपण अनुभवले आहे. तेव्हा शांतता प्रस्थापित करण्यासाठी सामूहिक सुरक्षिततेच्या सिद्धातांवर राष्ट्रांचा दृढ विश्वास व त्यांच्या धोरणात एकता असणे आवश्यक आहे.

(३) हस्तक्षेप : संघर्ष टाळण्यासाठी अनेकदा हस्तक्षेपांच्या पद्धतींचा अवलंब केला जातो. हस्तक्षेप म्हणजे एखाद्या सार्वभौम राष्ट्रांच्या अंतर्गत व्यवहारात ढवळाढवळ करणे. संघर्ष टाळण्यासाठी आपल्या हितसंबंधांना अनुकूल शासन शेजारील राष्ट्रांमध्ये प्रस्थापित करण्यासाठी आणि प्रतिकूल शासन पाडण्यासाठी हस्तक्षेप केला जातो. अमेरिका आणि सोव्हिएत रशियाकडून अशा प्रकारचे हस्तक्षेप अनेकदा झाले. सोव्हिएत रशियाने झेकोस्लोव्हाकिया, अफगाणिस्तानमध्ये तर अमेरिकेने ग्रेनाडा, पनामा,हैती इराक व अफगाणिस्तानमध्ये हस्तक्षेप केला. तथापि, हस्तक्षेपामुळे संघर्ष कमी होण्यापेक्षा तो वाढलेलाच आपणास दिसून येतो.

(४) प्ररोधन : संघर्ष टाळण्यासाठी प्ररोधन तंत्राचा वापर शीतयुद्धाच्या काळात प्रामुख्याने करण्यात आला. प्ररोधन हे धाक निर्माण करणारं अस तंत्र आहे की,ज्याद्वारे प्रतिपक्षाला आक्रमण किंवा युद्धाचे धाडस करण्यापासून परावृत्त केले जाते. दुसऱ्या महायुद्धानंतर अमेरिका आणि रशियाकडून अण्वस्त्रांची मोठ्या प्रमाणावर निर्मिती झाली. या दोन महासत्तांमधील अण्वस्त्र स्पर्धेतून आंतरराष्ट्रीय राजकारणातील तणाव वाढला; पण यातून एक प्रकारची स्थिरतादेखील निर्माण झाली. दोन्ही महासत्तांमध्ये अण्वस्त्र युद्ध झाल्यास परस्पर विनाशाची खात्री असल्यामुळे प्रथम हल्ला करण्याचे धाडस कोणीच केले नाही, अशा प्रकारे शीतयुद्धाच्या ४५ वर्षांच्या काळात दोन्ही महासत्तांमध्ये प्रत्यक्ष संघर्ष किंवा युद्ध झाले नाही यालाच 'आण्विक प्ररोधन' असे म्हणतात.

(५) राजनय किंवा राजनीती : राजनय किंवा राजनीती हे संघर्ष नियंत्रणाचे एक साधन आहे. त्याचप्रमाणे हा संघर्षाच्या व्यवस्थापनाचा सर्वात प्रभावी मार्ग म्हणून ओळखला जातो. शिवाय हे एक तंत्र व पद्धती असून ज्यायोगे एक राज्य विभिन्न राज्यांशी संबंध स्थापन करीत असते,त्यात साधारण संबंध ते दोन देशांतील युद्ध व शांतता प्रस्थापित करण्यापर्यंतचे संबंध यांचा समावेश होतो. राजनयिक संबंध परराष्ट्रातील कार्यालयांद्वारे राजदूत व राजनयिक प्रतिनिधींद्वारे स्थापन केले जातात. राजनय किंवा राजनीती हा आंतरराष्ट्रीय संबंध स्थापन करण्याचा एक उत्तम मार्ग समजला जातो. त्याचप्रमाणे राजनयाद्वारे वाटाघाटीच्या, चर्चेच्या माध्यमातून संघर्षावर मार्ग काढण्याचा प्रयत्न केला जातो. त्यामुळे ज्यावेळी राजनयाचा मार्ग अपयशी ठरतो त्यावेळी युद्धाला प्रारंभ होतो. संयुक्त राष्ट्र संघटनेमुळे राजनैतिक वाटाघाटींना उत्तम व्यासपीठ उपलब्ध झाले आहे. युद्धाद्वारे संघर्षावर कायमस्वरूपी तोडगा निघणे अवघड आहे; पण वाटाघाटी,चर्चेच्या माध्यमातून संघर्षावर कायमस्वरूपी तोडगा निघू शकतो याची जाणीव आज बहुतांश राष्ट्रांना झाली आहे. त्यामुळे द्विपक्षीय तसेच बहुपक्षीय पातळीवरचे संघर्ष सोडविण्यासाठी राजनयिक पातळीवर प्रयत्न होताना दिसतात. राजनयज्ञ ज्या क्रिया करतात त्यांना 'राजनय' असे म्हणतात. श्रीलंकेमध्ये तमिळवाघांचा स्वायत्ततेसाठी संघर्ष सन १९८३ पासून चालू आहे. या संघर्षात आतापर्यंत ५० हजारांहून अधिक लोक मारले गेले; पण हा संघर्ष सुटला नाही. आता नॉर्वेच्या मध्यस्थीने श्रीलंका सरकार आणि

तमिळवाघांच्या दरम्यान राजनयिक पातळीवर चर्चा चालू आहे. भारत-पाकिस्तान तसेच भारत-चीन यांच्यातील संघर्षावर तोडगा काढण्यासाठी आता राजनयिक मार्गांचा अवलंब होत आहे. संघर्ष नियंत्रण व शांतता राखण्याबरोबरच राष्ट्रशक्तीच्या विकासात सर्वात मोठी भर टाकणारे साधन म्हणून याची ओळख आहे. उत्तम राजनयाची साथ मिळाल्यानंतर त्यांचा खऱ्या अर्थाने राष्ट्रशक्तीच्या विकासासाठी उपयोग होत असतो.

(६) आंतरराष्ट्रीय कायदा : आंतरराष्ट्रीय कायदा हे संघर्ष नियंत्रणाचे एक साधन आहे. पण आजच्या काळाचा विचार करता आंतरराष्ट्रीय कायदा हे संघर्ष नियंत्रणाचे साधन काहीसे दुर्बळ बनलेले आहे. त्यामुळेच अनेक आंतरराष्ट्रीय प्रश्न सोडविण्याच्या बाबतीत निरुपयोगी ठरले आहे. त्यामुळे साहजिकच असा प्रश्न निर्माण होतो की, आंतरराष्ट्रीय कायद्यांच्या मार्गात अनेक अडचणी आहेत. या कायद्याचे अद्याप संहितीकरण पूर्ण झालेले नाही. राज्यांचे सर्व व्यवहार व संघर्ष हे आंतरराष्ट्रीय कायद्याच्या कक्षेत आणले जात नाही. राज्ये ही स्वत :च न्यायधीश बनतात व तीच कोणते प्रश्न राज्याने सोडवावेत व कोणते विषय किंवा प्रश्न आंतरराष्ट्रीय क्षेत्राच्या अधिकारात निकालात आणावेत याचा निर्णय घेतात. अनेकदा ज्वलंत आंतरराष्ट्रीय प्रश्न, स्थानिक प्रश्न या नावाने संबोधला जातो. त्यांना आंतरराष्ट्रीय कायद्यांच्या कक्षेत येऊ दिले जात नाही. उदा. गोव्याचा प्रश्न,पोर्तुगीज सरकार या प्रश्नास आपली अंतर्गत बाब म्हणून समजत होते व यामुळे या प्रश्नास ते संयुक्त राष्ट्रसंघात आणावयास तयार नव्हते. पाकिस्ताननेही प्रथम बांगला देशाचा प्रश्न अंतर्गत असून जातिवध व कत्तली करीत असताना अनेक राष्ट्रांची दिशाभूल करण्याचा प्रयत्न केला.

काही राष्ट्रे आंतरराष्ट्रीय कायद्याच्या आधारे सोडविण्यास अनेक राष्ट्रे तयार असतात. उदा. राज्याच्या मान्यतेचा प्रश्न,उत्तराधिकार,प्रादेशिक समुद्रभूमी, आकाशावरील प्रभुत्व, कायदे किंवा तह इ. बाबत झालेल्या संहितीकरणाची राज्ये यथायोग्य रीतीने पालन करीत असतात. कायदेपालनाबाबत सर्वसाधारण अनुभव असा की, पराभूत राष्ट्रांवर त्यांच्या पालनाची सक्ती केली जाते. परंतु, ही पराजित राष्ट्रे बलसंपन्न झाल्यावर त्यांच्यावर लादलेल्या कायद्यांना ते झुगारून देत असतात. उदा. व्हर्सायची संधी, तह करार जर्मनीवर लादण्यात आली होती. परंतु, हिटलरच्या नेतृत्वाखाली शक्तिशाली होताच ही संधी किंवा करार किंवा तह जर्मनीने फेटाळून लावली. मुख्यत: कायद्याचे स्वरूप विकेंद्रित असते व कायदे निर्माण करणारे शक्तीशाली आंतरराष्ट्रीय विधिमंडळ व अधिकारसंपन्न कार्यकारिणी नसते; अनेक आंतरराष्ट्रीय प्रश्नांवर राज्यांची संमती मिळविणे कठीण असते. आंतरराष्ट्रीय पातळीवरील न्यायव्यवस्थेलासुद्धा आवश्यक असे अधिकारक्षेत्र नाही; आंतरराष्ट्रीय न्यायालयाचे अधिकारक्षेत्र अनिवार्य नाही. एखाद्या आंतरराष्ट्रीय प्रश्नाबाबत न्यायालयाकडे जायचे किंवा नाही, याबाबत राज्ये स्वत:च निर्णय घेत असतात. तद्वत राज्ये स्वत:च आंतरराष्ट्रीय कायद्याचा अर्थ लावीत असतात. त्यामुळे या कायद्याबाबत अस्पष्टता निर्माण झाली आहे. या कायद्याच्या अंमलबजावणीची व्यवस्थादेखील बरोबर नाही. बडीराष्ट्रे या कायद्याचे सरळ उल्लंघन करतात. दुर्बल राष्ट्रांनी मात्र या कायद्याचे पालन करावे असा त्यांचा आग्रह असतो. अनेक दुर्बल राष्ट्रे आंतरराष्ट्रीय कायद्याचे पालन सत्तासंतुलनात भाग घेऊन किंवा सामूहिक संरक्षणाच्या संधीत समाविष्ट होऊन करीत असतात; काही वेळेस न्यायालयाचा प्रभाव,संयुक्त राष्ट्रसंघासारख्या संस्थांचे दडपण व जागतिक जनमताच्या मदतीनेदेखील आंतरराष्ट्रीय कायद्याचे पालन होत असते.

आंतरराष्ट्रीय न्यायालय हे आंतरराष्ट्रीय कायदा व न्यायाच्या रक्षणात महत्त्वाची भूमिका पार पाडीत आहे. आंतरराष्ट्रीय न्यायालय ही संयुक्त राष्ट्रसंघटनेची एक महत्त्वाची शाखा असून,आंतरराष्ट्रीय कायद्याचे उल्लंघन करणाऱ्या राष्ट्राविरुद्ध खटले या न्यायालयात चालविले जातात. आंतरराष्ट्रीय कायद्याचा अर्थ लावण्याचे तसेच त्याविषयी आमसभा व सुरक्षा परिषदेला सल्ला देण्याचे कार्य आंतरराष्ट्रीय न्यायालय पार पाडते. या न्यायालयाच्या निर्मितीपासून २००३ पर्यंत न्यायालयाने ६१ खटल्यांमध्ये अंतिम निवाडा दिला

असून २३ वेळा सुरक्षा परिषद व आमसभेला शांततेच्या संदर्भातील सल्ला दिला आहे. 'सीमावादा'सारखे काही महत्त्वाचे राजकीय प्रश्न या न्यायालयाने सोडविण्याचा प्रयत्न केला आहे. १९९२ मध्ये एल. साल्वाडोर आणि होन्डुरस या दोन देशांतील एक शतकाहून अधिक काळ भिजत पडलेला, गुंतागुंतीचा सीमावाद सोडविला. १९९५ मध्ये अणुचाचणीला आंतरराष्ट्रीय कायद्याचे उल्लंघन संबोधून नि :शस्त्रीकरण प्रक्रियेला गती देण्याचा प्रयत्न केला. दहशतवादी कारवायांना,समर्थन दिल्याबद्दल या न्यायालयाने लिबियाच्या व्यावसायिक विमान वाहतुकीवर बंदी घालण्याचा निर्णय १९९२ मध्ये दिला होता.

(६. ड.) परराष्ट्रीय धोरण आणि राजनीति

आज जगातील कोणतेही राष्ट्र एकमेकांच्या सहकार्याशिवाय राहूच शकत नाही, कारण आज जगातील कोणतेही राष्ट्र स्वावलंबी नाही, जगापासून अलिप्त राहून कोणतेही राष्ट्र आपला विकास करू शकत नाही, म्हणजेच प्रत्येकाला दुसऱ्या राष्ट्राबरोबर कोणत्या ना कोणत्या प्रकारचे संबंध हे ठेवावेच लागतात. तसेच आंतरराष्ट्रीय राजकारणात राहताना प्रत्येक राष्ट्राला काही कृती करण्याचे बंधन हे पाळावेच लागते. राष्ट्राचे हे परस्पर संबंध सूत्रबद्ध व निर्धारित अशा तत्त्वांवर आधारित असतात. प्रत्येक सरकारला दुसऱ्या राष्ट्रातील सरकारशी विशिष्ट पद्धतीचे आचरण ठेवावे लागते. तसेच राष्ट्राचे आचरण इतर राष्ट्रांना त्यांच्या हितसंबंध रक्षणाच्या दृष्टीने प्रभावित करीत असते. परराष्ट्र धोरण म्हणजे एका राष्ट्राद्वारे दुसऱ्या राष्ट्राबाबत स्वीकारलेले धोरण किंवा व्यवहार होय. राष्ट्राच्या कृतीची स्वहितासाठी जुळणी करून घेणे हा परराष्ट्रधोरणाचा उद्देश समजला जातो.

परराष्ट्राधोरणाची व्याख्या :

परराष्ट्र धोरणाची व्याख्या करण्याचे प्रयत्न अनेक विचारवंतांनी केलेले आहेत. त्यातील काही विचारवंतांनी केलेल्या व्याख्या पुढीलप्रमाणे-

प्रा. मार्शल यांच्या मते, 'परराष्ट्रधोरण म्हणजे राज्यसत्तेने आपल्या क्षेत्राबाहेरील परिस्थितीला प्रभावित करण्यासाठी केलेल्या कृतींचा क्रम होय.'

जॉर्ज मॉडेल्स्की यांच्या मते, 'परराष्ट्रधोरण म्हणजे राज्याच्या व्यवहाराची अशी विकसित पद्धती की, जी द्वारे एक राज्य दुसऱ्या राज्यास आपल्या इच्छेनुसार व्यवहार करण्यास सांगत असते किंवा व्यवहाराची जुळवणी आंतरराष्ट्रीय पद्धतींनुसार करून घेत असते.'

फेलिक्स ग्रॉस यांच्या मते, 'परराष्ट्रधोरण म्हणजे एखाद्या राज्याशी कोणत्याही प्रकारचा संबंध किंवा व्यवहार न ठेवण्याचा निर्णय होय.'

जोसेफ फ्रँकल यांच्या मते, 'राष्ट्रीय हित हा परराष्ट्रधोरणाचा मूलभूत स्वरूपाचा सिद्धान्त आहे.'

परराष्ट्रधोरणाची उद्दिष्टे :

परराष्ट्र धोरणाची तीन प्रकारची उद्दिष्टे असतात. ती खालीलप्रमाणे-

(अ) प्राथमिक प्रकारची उद्दिष्टे : यामध्ये प्रामुख्याने खालील उद्दिष्टांचा समावेश केला जातो.

(१) आर्थिक विकास : राष्ट्राचा आर्थिक विकास घडवून आणणे हे संबंधित राष्ट्रांचे प्राथमिक स्वरूपाचे उद्दिष्ट असते.

(२) राष्ट्रीय संरक्षण : राष्ट्राची भूमी, राष्ट्राचे संविधान, स्वातंत्र्य आणि सार्वभौमत्व, तसेच जनता व त्यांची संपत्ती यांचे देशात व देशाबाहेर संरक्षण करणे हे संबंधित राष्ट्राचे प्राथमिक स्वरूपाचे उद्दिष्ट असते.

(३) राष्ट्रशक्तीत वाढ करणे : राष्ट्राचे स्वसंरक्षण करण्यासाठी संबंधित राष्ट्राला आपल्या राष्ट्रशक्तीत

वाढ करावी लागते; म्हणजेच हे त्या संबंधित राष्ट्राचे प्राथमिक स्वरूपाचे उद्दिष्ट असते.

(ब) जागतिक प्रकारची उद्दिष्टे : यामध्ये प्रामुख्याने खालील उद्दिष्टांचा समावेश केला जातो.

(१) आंतरराष्ट्रीय समाजाची नवनिर्मिती करणे : जगातील मोठी राष्ट्रे जागतिक पातळीवर प्रतिष्ठा मिळविण्यासाठी विचारधारा किंवा राजकीय आधार घेऊन आंतरराष्ट्रीय समाजाची नवनिर्मिती करत असतात. हे त्या राष्ट्राचे जागतिक स्वरूपाचे उद्दिष्ट असते.

(२) दीर्घकालीन जागतिक उद्दिष्टे : जगातील मोठी राष्ट्रे जागतिक पातळीवर राजकारण करण्यासाठी दीर्घकालीन जागतिक उद्दिष्टं समोर ठेवून त्यादृष्टिने सतत प्रयत्न करत असतात; हे त्या राष्ट्राचे जागतिक स्वरूपाचे उद्दिष्ट असते.

(क) मध्यवर्ती प्रकारची उद्दिष्टे : यामध्ये प्रामुख्याने खालील उद्दिष्टांचा समावेश केला जातो.

(१) देशातील दबाव गटाचे हित : दबाव गटामुळे परराष्ट्रनिर्मितीकर्त्यांना एक प्रकारची चालना मिळत असते. हे गट वेगवेगळ्या प्रकारचे असतात. उदा. राजकीय तसेच आर्थिक; त्यामुळे अशा गटांचे हित सांभाळणे हे संबंधित राष्ट्राचे मध्यवर्ती स्वरूपाचे उद्दिष्ट असते.

(२) अराजनैतिक स्वरूपाची उद्दिष्टे : समाजाचे कल्याण आणि आर्थिक विकासाशी निगडित असणारी काही उद्दिष्टे असतात. त्यांचा समावेश राष्ट्रांच्या मध्यवर्ती स्वरूपाच्या उद्दिष्टांत केला जातो.

(३) राष्ट्राची प्रतिष्ठा वाढविणे : आपल्या राष्ट्राला जागतिक पातळीवर प्रतिष्ठा मिळवून देण्याचे प्रयत्न संबंधित राष्ट्राला करावे लागतात. हे त्या राष्ट्राचे मध्यवर्ती स्वरूपाचे उद्दिष्ट असते.

(४) भूमिचा विस्तार करणे : साम्राज्यवादी विचारसरणीची राष्ट्रे व्यापाराचे निमित्त करून दुसऱ्या राष्ट्राची जमीन बळकावतात व आपल्या राष्ट्राचे क्षेत्र वाढवितात; हे त्या राष्ट्राचे मध्यवर्ती स्वरूपाचे उद्दिष्ट असते.

परराष्ट्रधोरणाचे निर्धारक घटक :

परराष्ट्रधोरणाला प्रभावी करणारी साधने म्हणजे परराष्ट्रधोरणाचे निर्धारक घटक होत. यातील काही घटक हे कायम स्वरूपाचे उदा. भौगोलिक स्थिती व नैसर्गिक साधने तर काही घटक मानवी प्रयत्नानंतर बदलता येण्यासारखे असतात. उदा. लोकसंख्या व राजनय किंवा राजनीती.

(१) देशाची भौगोलिक स्थिती : भौगोलिक तत्त्व हे परराष्ट्रधोरणातील कायमस्वरूपी तत्त्व म्हणून ओळखले जाते. भौगोलिक तत्त्वाचे महत्त्व सांगताना डॉ. एअर्स असे म्हणतात की, एकवेळ आंतरराष्ट्रीय करार किंवा संधी एकतर्फी भंग केल्या जातील पण भूगोल आपल्या तत्त्वांशी एकनिष्ठ असतो. समुद्रसान्निध्य, चांगले हवामान यामुळे राष्ट्राची संरक्षण फळी मजबूत बनण्यास मदत होते. आज गतिमान वाहतुकीच्या साधनांमुळे जग जवळ आले आहे. भौगोलिक स्थितीवर या साधनांचा परिणाम झालेला आहे. शिवाय आधुनिक शस्त्रास्त्रांच्या निर्मितीमुळे भौगोलिक स्थितीचे परराष्ट्र धोरणामधील स्थान काहीसे कमी झालेले आपणास दिसून येते, असे असले तरी भौगोलिक स्थितीचा परिणाम परराष्ट्रीय धोरणावर पडत असतोच.

(२) नैसर्गिक साधने : नैसर्गिक साधनात अन्नधान्ये व खनिजद्रव्यांचा प्रामुख्याने समावेश केला जातो. यातील अन्नधान्य हे अतिशय महत्त्वाचे मानले जाते. अन्नधान्यं सर्वसामान्य जनतेप्रमाणेच सैन्यालाही लागते. सैन्याला वेळेवर अन्नधान्यं मिळाले नाही तर तिच्यावर पराभूत होण्याची वेळ येते, म्हणूनच अन्नधान्याचा साठा आहे तोपर्यंतच दुसरे महायुद्ध जिंकण्याची घाई जर्मनीला झाली होती. खनिजद्रव्यांमध्ये युरेनिअम, प्लेटोनियम, पेट्रोल यांचा समावेश होतो. लष्करीदृष्ट्या यांना फारच महत्त्व आहे. एकंदरीत अन्नधान्य व खनिजद्रव्यांसाठी राष्ट्राला कधीकधी दुसऱ्या राष्ट्रांवर अवलंबून राहावे लागते. म्हणजेच हे घटक

राष्ट्राच्या परराष्ट्रीय धोरणावर आपापल्या परीने परिणाम करताना दिसून येतात.

(३) ऐतिहासिक घटक किंवा तत्त्वे : ज्या राष्ट्राचा भूतकालीन इतिहास उज्ज्वल असतो, त्यांना भविष्यकाळही चांगला असतो; म्हणजेच अशा राष्ट्राचे परराष्ट्रधोरण देशाचा ऐतिहासिक वारसा लक्षात घेऊन ठरविले जाते; कारण हीच ऐतिहासिक तत्त्वे परराष्ट्रधोरणाला मार्गदर्शन करत असतात. उदा. भारताचे परराष्ट्रधोरण असहकार, सत्य, अहिंसा या तत्त्वांवर आधारलेले आहे. म्हणजेच ऐतिहासिक तत्त्वांचा परिणाम परराष्ट्रीय धोरणांवर पडलेला दिसून येतो.

(४) लष्करी शक्ती : सैन्यशक्तीवरच राष्ट्राचा दर्जा अवलंबून असतो. जे राष्ट्र लष्करीदृष्ट्या शक्तिशाली असते तेच राष्ट्र आंतरराष्ट्रीय राजकारणात समर्थ मानले जाते. लष्करी शक्ती ही कायमस्वरूपात नसते तर ती सतत बदलत असते. उदा. दुसऱ्या महायुद्धाच्या अगोदर इंग्लंड व फ्रान्स या प्रबळ सत्ता होत्या, पण या युद्धानंतर त्या उन्मळून पडल्या तर त्यांच्या जागा अमेरिका व सोव्हिएत रशियाने घेतल्या. आज अणुशक्तीमुळे जगाचा विनाश जवळ आलेला असतानाही प्रत्येक राष्ट्र आपल्याकडे अणुशक्ती असावी हाच प्रयत्न करताना दिसून येत आहे. याचाच अर्थ असा होतो की, लष्करी शक्तीही परराष्ट्रधोरणावर परिणाम करताना दिसून येते. उदा. आज भारताच्या चोहोबाजूला अण्वस्त्रधारी राष्ट्रे आहेत. भारतीय लष्करी शक्तीला प्रबळ बनविण्याच्या हेतूने भारतानेही आपल्या परराष्ट्रीय धोरणात बदल करून अण्वस्त्रधारी बनले पाहिजे, तरच आपण आपल्या राष्ट्राचे संरक्षण करण्यात यशस्वी होऊ.

(५) तांत्रिक,वैज्ञानिक व औद्योगिक विकास : तांत्रिक, वैज्ञानिक व औद्योगिक विकासानेही परराष्ट्रीय धोरण प्रभावित होत असते, कारण यावर राष्ट्राची औद्योगिक प्रगती अवलंबून असते; औद्योगिक प्रगती जर प्रभावी असेल तर संबंधित राष्ट्राला दुसऱ्यावर छाप टाकून त्यांना मदत करून आपल्या नेतत्वाखाली आणता येते; म्हणूनच याही घटकाचा परिणाम देशाच्या परराष्ट्रीय धोरणावर होताना दिसतो.

(६) लोकसंख्या : परराष्ट्र धोरणाच्या निर्णायक घटकांमध्ये लोकसंख्येचाही विचार करणे आवश्यक आहे कारण तो अतिशय महत्त्वाचा आणि परिणाम करणारा घटक म्हणून ओळखला जातो. लोकसंख्येच्या बाबतीत भारताचा जगात दुसरा क्रमांक लागतो. यामुळेच जागतिक आणि दक्षिण आशियाच्या राजकारणात भारताला विशेष महत्त्वाचे स्थान प्राप्त झाले आहे. लोकसंख्या जास्त किंवा कमी असणे हे सुद्धा परराष्ट्रीय धोरणाला कधी कधी घातक ठरू शकते कारण निसर्गाने साथ दिली नाही तर जनतेला पुरेल एवढे अन्नधान्य देशात निर्माण होणार नाही. पर्यायाने जनतेसाठी अन्नाची इतर राष्ट्राकडून आयात करावी लागते. अशावेळी आपणास आपल्या परराष्ट्रीय धोरणात बदल करावा लागतो.

(७) धोरण निर्धारक व पुढारी : दोन राष्ट्रांच्या परराष्ट्रीय धोरणात विभिन्नता आढळते. प्रत्येक देशाच्या परराष्ट्रीय धोरणावर मुत्सद्दी, राजकारणी, अनुभवी व्यक्तींचा प्रभाव असलेला आपणास दिसतो. देशाचे परराष्ट्रधोरण ठरविण्यामध्ये देशाचा परराष्ट्रमंत्री, शासनप्रमुख, संबंधित खात्याच्या मंत्रालयातील सचिव, उपसचिव हे अधिकारी आपापल्यापरीने योगदान देत असतात. लोकशाही शासनपद्धतीत धोरण निर्धारकाला अतिशय महत्त्व प्राप्त झालेले असते. त्याचप्रमाणे देशातील पुढारी व राजकीय विचारवंत यांचाही परराष्ट्रीय धोरणांवर प्रभाव पडत असतो.

(८) जागतिक लोकमत : जागतिक लोकमत हे परराष्ट्रीय धोरणांवर परिणाम घडवून आणू शकते कारण दिवसेंदिवस ते जास्त प्रभावी बनू लागलेले आहे. जागतिक लोकमतापुढे कोणत्याही शासनव्यवस्थेला नमते हे घ्यावेच लागते. शिवाय प्रत्येक राष्ट्राला जागतिक मताची कदरही करावीच लागते. तसेच जागतिक लोकमत हे कधी कधी अयोग्य किंवा दिशाभूलही करणारे असू शकते. जागतिक लोकमताच्या प्रभावामुळेच इंग्रजी सत्तेला भारताला स्वातंत्र्य द्यावे लागले. उदा. काश्मीर प्रश्न, गोवा प्रश्न, बांगलादेशाचा प्रश्न ज्या ज्या

वेळी निर्माण झाले त्या त्या वेळी भारताने जागतिक मताचा कौल घेतलेला दिसतो; तर १९९८ मध्ये जागतिक जनमताचा विरोध डावलून भारताने पाच आण्विक चाचण्या घेतलेल्या दिसतात; प्रश्न कोणताही असो जागतिक जनमताचा परिणाम परराष्ट्रीय धोरणावर होताना दिसून येतो.

(९) राजनयाची गुणवैशिष्ट्ये : राष्ट्राचे परराष्ट्रीय धोरण हे राजनय किंवा राजनीतीच्या गुणांवरून ओळखले जाते. कुशल व गुणसंपन्न राजनीतिज्ञालाच देशाच्या राष्ट्रीयहिताची स्पष्ट जाणीव असते. राष्ट्रातील उपलब्ध साधनसामग्रीचा तो देशाच्या राष्ट्रीय हिताचीउद्दिष्टे साध्य करण्यासाठी अतिशय कुशलतेने उपयोग करीत असतो.

(१०) आंतरराष्ट्रीय संस्था : राष्ट्रसंघ किंवा सध्याचा संयुक्त राष्ट्रसंघ यांचा यामध्ये उल्लेख केला जातो. राष्ट्रांनी आपले परराष्ट्रीय धोरण मजबूत करण्यासाठी संयुक्त राष्ट्राच्या माध्यमातून आपापसात मित्रत्वाचे व सहकार्याचे करार केले आहेत, शिवाय या संघटनेच्या नियमांचे बंधन राष्ट्रांनी स्वेच्छेने स्वीकारले आहे. साहजिकच कोणत्याही राष्ट्राला आपले परराष्ट्रीय धोरण आखताना आंतरराष्ट्रीय कायदा व संयुक्त राष्ट्रसंघटना यांचा विचार हा करावाच लागतो.

(११) विधिमंडळ : लोकशाही शासनव्यवस्थेत लोकमताचे प्रतिबिंब देशाच्या विधिमंडळात असते; साहजिकच राष्ट्रांच्या सर्व व्यवहारांवर त्याचा प्रभाव पडावा अशा प्रकारची धारणा परराष्ट्र धोरण आखणाऱ्यांची असते. शिवाय लोकमताचा कौल घेतल्याशिवाय कोणतेही निर्णय घेणे राष्ट्रहिताच्या दृष्टीने अनिष्ट स्वरूपाचे असते.

(६. ड.) आंतरराष्ट्रीय कायदा

देशाच्या राष्ट्रशक्तीत मोठ्या प्रमाणात भर टाकणारे साधन म्हणून राजनयाकडे पाहिले जाते. राष्ट्राचा सर्वांगीण विकास किंवा उन्नती उत्तम राजकीय संबंध व यशस्वी कूटनीती यावर अवलंबून असते. राष्ट्र जरी अन्नधान्य, खनिजद्रव्य, सैन्यशक्ती व मनोधैर्य यांनी परिपूर्ण असले तरी उत्तम राजनयिक नेतृत्वाच्या अभावी वरील सर्व लक्षणे निरुपयोगी ठरतात. राजनयिक प्रतिनिधी या सर्व साधनांचा योग्य उपयोग करून आपल्या राष्ट्राची प्रतिष्ठा वाढवित असतात. याचाच अर्थ असा होतो की, प्राचीन काळापासून राजनयाला आंतरराष्ट्रीय राजकारणात तसेच परराष्ट्रीय धोरणात अतिशय महत्त्वाचे स्थान आहे. आज युद्ध टाळण्यासाठी व शांतता राखण्यासाठी याचा अतिशय प्रभावी मार्ग म्हणून वापर केला जात आहे. एवढेच नाही तर राष्ट्राराष्ट्रांतील संबंध राजनयामुळे जोडले जातात. राष्ट्राराष्ट्रांत संवाद साधण्याचे कामही राजनयालाच करावे लागते. आर्थिक व सामाजिक क्षेत्रातही हा अतिशय चांगल्या प्रकारे कार्ये करत आहे. राजनय म्हणजे असे तंत्र किंवा पद्धती की, त्यायोगे एक राष्ट्र विविध राष्ट्रांशी संबंध स्थापन करीत असते, अशा प्रकारचे संबंध परराष्ट्र कार्यालयाकडून राजदूत किंवा राजनयिक प्रतिनिधींकडून स्थापन केले जातात.

राजनय किंवा राजनीतीची व्याख्या :

राजनय किंवा राजनीतीची व्याख्या करण्याचा प्रयत्न अनेक विचारवंतांनी केलेला आहेत. त्यातील काही विचारवंतानी केलेल्या व्याख्या पुढीलप्रमाणे-

प्रा. मॉर्गेन्था यांच्या मते, 'राजनय किंवा राजनीतीचा प्राथमिक उद्देश शांततापूर्ण मार्गाद्वारे राष्ट्रहिताची सर्वांगीण वाढ करणे हा आहे.'

ऑक्सफोर्ड इंग्लिश शब्दकोशानुसार, 'राजनय किंवा राजनीती म्हणजे वाटाघाटी करून आंतरराष्ट्रीय संबंधांचे व्यवस्थापन करणे.'

क्विन्सी राईट यांच्या मते, 'आंतरराष्ट्रीय वाटाघाटीत किंवा व्यवहारात बुद्धिमत्ता व कौशल्य यांचा

वापर करून आपली उद्दिष्ट्ये साध्य करणे म्हणजे राजनय किंवा राजनीती होय.'

सर अर्नेस्ट सातो यांच्या मते, 'स्वतंत्र राज्याच्या शासनामधील किंवा अंकित राज्यांच्या अधिकृत संबंधांबाबत उपयोगात आणला जाणारा बुद्धी व चातुर्य यांचा प्रयोग म्हणजे राजनय होय.'

पामर आणि पार्किन्स यांच्या मते, 'राजनय किंवा राजनीती एखाद्या यंत्राप्रमाणे असून त्याला नैतिक किंवा अनैतिक म्हणता येणार नाही; ज्या व्यक्तीकडून त्यांचा वापर करण्यात येतो; त्या व्यक्तींच्या परस्पर क्रिया आणि कौशल्यांवर राजनयाचे मूल्य आधारित असते.'

राजनय किंवा राजनीतीची उद्दिष्ट्ये :

राजनय किंवा राजनीतीची उद्दिष्ट्ये पुढीलप्रमाणे-

(१) आपल्याविरुद्ध अन्य राष्ट्रे एकत्र येऊन एक गट निर्माण करीत असतील तर तो प्रयत्न सफल होणार नाही याची काळजी घेणे.

(२) युद्धकाळात आपल्या राष्ट्राने सुरू केलेले युद्ध हे न्यायावर आधारलेले असून त्यांचा उद्देश न्यायाची प्रस्थापना करणे हे आहे, हे जगातील इतर राष्ट्रांना पटवून देणे.

(३) राजनयाचे सर्व प्रयत्न अयशस्वी झाल्यानंतरच युद्धाची सुरुवात करणे.

(४) मित्रराष्ट्रांबरोबर संबंध दृढ करणे तसेच ज्या राष्ट्रांबरोबर मतभेद असतील त्या राष्ट्राबाबत अलिप्ततेच्या धोरणाचा स्वीकार करणे.

(५) राष्ट्राच्या आर्थिक आणि व्यापारिक हिताची वाढ करणे त्यासाठी नवीन बाजारपेठा शोधणे, खनिजद्रव्ये प्राप्त करणे, तांत्रिक ज्ञान, नवीन तंत्र, यंत्र आणि संपत्ती इतर राज्यांकडून मिळविणे.

राजनय किंवा राजनीतीचे स्वरूप :

राजनय किंवा राजनीतीला स्वत :चे असे नैतिक किंवा अनैतिक स्वरूप नाही; त्यांचा वापर करण्याच्या हेतूनुसार त्याचे स्वरूप ठरत असते, सर्व देशात असणाऱ्या परराष्ट्र कचेऱ्या, दूतावास, वाणिज्य दूतावास, खास प्रतिनिधी अशा विविध संस्थामार्फत राजनयाचे कार्य चालू असते. राजनय सामान्यत : द्विपक्षी स्वरूपाचा असतो, पण अलीकडे आंतरराष्ट्रीय परिषदा, आंतरराष्ट्रीय संघटना, विभागीय संघटना, सामूहिक सुरक्षितता यांचे महत्त्व वाढत चालल्याने राजनयाला बहुपक्षी स्वरूप प्राप्त झाले आहे. राजनयांतर्गत केल्या जाणाऱ्या कार्याची व्याप्ती मोठी आहे. दोन राज्यातील संबंधांचा तपशील ठरविण्यापासून युद्ध आणि शांततेच्या समस्या सोडविण्यापर्यंत विविध प्रकारची कार्ये राजनयामार्फत पार पाडली जातात. राष्ट्राराष्ट्रांतील समस्या वाटाघाटीतून आणि शांततामय मार्गाने सोडविण्याचे राजनय हे एक उत्तम साधन आहे. जेव्हा राजनयाचा मार्ग खुंटतो तेव्हा राष्ट्राराष्ट्रांत संघर्षाची किंवा युद्धाची शक्यता वाढते. नंतरच खऱ्या अर्थाने युद्धाला सुरुवात होते; परंतु, युद्ध सुरू झाल्यानंतर ही राजनयाची आवश्यकता भासते म्हणजेच शांततेसाठी युद्ध यशस्वीपणे चालू ठेवण्यासाठी तसेच युद्ध समाप्तीनंतरही राजनयाची आवश्यकता भासत असते.

राजसत्तेच्या काळात राजा आपला खासगी दूत इतर राज्यांकडे पाठवत असे व त्याचा उद्देश दोन्ही परस्पर राज्यांत सद्भाव निर्माण करण्याचा तसेच परस्परांच्या गरजांची पूर्तता करण्याचा राहात असे, आधुनिक काळात आंतरराष्ट्रीय संबंध हे अधिक गुंतागुंतीचे बनल्यामुळे राजनयाचे महत्त्व फारच वाढले, त्याचबरोबर त्याचे स्वरूपही मोठ्या प्रमाणात वाढलेले आपणास दिसून येते.

परराष्ट्र धोरणाची उद्दिष्टे साध्य करण्याचे प्रमुख साधन म्हणून राजनयाकडे पाहिले जाते; याच कारणामुळे राजनय हे साध्य नसून राष्ट्रहिताची वाढ करण्याचे एक साधन आहे. राष्ट्राराष्ट्रांतील संबंधाबाबत

जे प्रश्न निर्माण होतात. त्यांना चर्चा, समझोता आणि परस्पर हिताची देवाण-घेवाण याद्वारे सोडविण्याचा तसेच दोन्ही राष्ट्रातील संघर्ष टाळण्याचा प्रयत्न याद्वारे केला जातो; याच कारणामुळे आधुनिक युगात राजनयाला आंतरराष्ट्रीय राजकारणात महत्त्वाचे स्थान प्राप्त झाले आहे.

राजनय किंवा राजनीतीचे प्रकार :

राजनय किंवा राजनीतीचे अनेक प्रकार आहेत. त्यातील काही खालीलप्रमाणे-

(१) जुना व नवा राजनय किंवा राजनीती :

जुना राजनय किंवा राजनीती : या राजनयाला अतिशय जुना असा इतिहास आहे. जुन्या ग्रीक नगर राज्यापासून ते हिंदू, चिनी, इजिप्शियन तसेच प्राचीन लेखनात राजनयाचे उल्लेख सापडतात; असे असले तरी जुना राजनय हा शब्दप्रयोग साधारणपणे १७ व्या शतकात असलेल्या राष्ट्राराष्ट्रांतील संबंधांच्या संदर्भात वापरला जातो त्या काळात सर्वत्र राजेशाही अस्तित्वात होती; म्हणून राजाने वैयक्तिक हितसंबंध सुरक्षित राखणे, हा जुन्या राजनयाचा मुख्य हेतू होता. त्यात राष्ट्रीयहित फारच गौण व दुय्यम स्वरूपाचे होते, म्हणजेच त्याचा संबंध फक्त राजघराण्याशी होता. शिवाय जुना राजनय हा केवळ युरोपपुरताच मर्यादित होता, कारण त्या काळात सर्वत्र युरोपियनांच्याच वसाहती होत्या. जुना राजनय हा गुप्त राजनय पद्धतीवर आधारलेला होता, जुन्या राजनयात ध्येयवाद, राष्ट्रवाद, स्वार्थहेतू हे राजनय किंवा राजनीती बाळगीत नसत.

नवा राजनय किंवा राजनीती : राजेशाही संपली आणि लोकशाही शासनपद्धतीचा उदय झाला. वसाहतवादाची पिछेहाट होऊन अनेक वसाहती स्वतंत्र झाल्या; म्हणजेच नव्या स्वतंत्र व सार्वभौम राष्ट्रांचा उदय झाला लोकमताचे प्रभुत्व नव्या शासनावर पडू लागले. साहजिकच राजनयाच्या पद्धतीत बदल झाला, त्याचे क्षेत्रही वाढले. त्यातूनच नवा राजनय उदयाला आला. नव्या राजनयाचे कार्यक्षेत्र व्यापक बनले. नव्या राजनयाच्या कार्यात मोठ्या प्रमाणात वाढ झाली, नवा राजनय हा उघड स्वरूपाचा आहे. नव्या राजनयामध्ये प्रशिक्षित राजदूत वर्गाचा उदय झाला. नव्या राजनयामध्ये दळणवळणाच्या साधनांमुळे राजदूतांना दुय्यम स्थान प्राप्त झाले.

जुना व नवा राजनय किंवा राजनीती यातील फरक :

(१) जुना राजनय हा फक्त युरोपपुरताच मर्यादित होता; नवीन राजनय हा जागतिक स्वरूपाचा झाला आहे.

(२) जुना राजनय हा परस्पर विश्वासावर आधारित होता. याच्या कालखंडात राजदूत आपले कार्य विश्वासपूर्ण रीतीने एकमेकांकडून करवून घेत असत. त्यांच्यात तह करणे, तहाच्या अटी पाळणे हे पवित्र कर्तव्य समजले जाई. नवीन राजनयाच्या कालखंडात सर्वत्र युद्धाची भीती निर्माण झालेली दिसून येते.

(३) जुना राजनय हा गुप्त होता; नवीन राजनय हा खुला आहे.

(४) जुन्या राजनयात राजे किंवा सम्राटांच्या संमतीने तडजोडी होत असत. आज देशाचे विधिमंडळ व लोकमत यांची संमती आंतरराष्ट्रीय व्यवहारासाठी आवश्यक समजली जाते.

(५) जुन्या राजनयात राज्याच्या हिताला प्राधान्य दिले जात होते; नवीन राजनयात राष्ट्रीय हिताला प्राधान्य दिले जात असे.

(६) जुन्या राजनयात राज्ये समान मानली जाऊन त्यांना राजनयिक व्यवहारात सारखेच महत्त्व दिले जात होते. नवीन राजनयात महासत्ता, मोठी राष्ट्रे, दुर्बल राष्ट्रे असा फरक प्रत्यक्ष व अप्रत्यक्षपणे केला जातो.

(७) जुना राजनय, हा आहे ती स्थिती टिकवून ठेवण्यावर भर देणारा म्हणजेच वास्तववादी होता. नवीन राजनय हा ध्येयवादी आहे; जगातील शांततेसाठी राष्ट्राच्या ध्येयवादी उद्दिष्टांनाच आधुनिक काळात अधिक महत्त्व दिले जाते.

(८) जुना राजनय हा प्रसिद्धीपासून अलिप्त होता. नवीन राजनयात प्रचारतंत्रावर व जागतिक लोकमत अनुकूल करून घेण्यासाठी प्रयत्न करण्यावर अधिक भर दिला जातो.

(९) जुन्या राजनयिक प्रतिनिधींपेक्षा नवीन प्रतिनिधी प्रशिक्षित असतात.

(१०) जुन्या राजनयाला जी प्रतिष्ठा व महत्त्वाचे स्थान होते तसे नवीन राजनयाला किंवा आजच्या राजनयिक प्रतिनिधीला महत्त्वाचे स्थान राहिलेले नाही.

(२) गुप्त व खुला किंवा प्रकट राजनय किंवा राजनीती :

गुप्त राजनय किंवा राजनीती : जुन्या राजनय पद्धतीचा नियम म्हणजेच 'गुप्त राजनय' होय. या गुप्त राजनयाचा सर्वात मोठा परिणाम म्हणजे पहिले महायुद्ध होय. या युद्धापूर्वी युरोपातील अनेक राष्ट्रांनी आपापसात अनेक गुप्त प्रकारचे करार किंवा संधी केलेले दिसून येतात.

खुला किंवा प्रकट राजनय किंवा राजनीती : जुन्या राजनय पद्धतीमुळे जगावर अनेक लहान-मोठ्या प्रकारची संकटे उद्‌भवली त्यातील सर्वात मोठा परिणाम म्हणजे पहिले महायुद्ध होय. या युद्धानंतर जागतिक शांततेसाठी प्रो. विल्सन यांनी जी १४ कलमी योजना मांडून प्रकट किंवा खुल्या राजनय पद्धतीचे समर्थन केले. यामध्ये दोन राष्ट्रे समोरासमोर येतात आणि उघड स्वरूपात आपापसात करार करतात.

(३) हुकूमशाही व लोकतांत्रिक राजनय किंवा राजनीती :

हुकूमशाही राजनय किंवा राजनीती : हुकूमशाही राजनय पद्धतीमध्ये जे करार केले जातात त्या करारांचा मनाला वाटेल तसा अर्थ काढला जातो किंवा ते करारभंग करण्याकडेही यातील राष्ट्रांचा कल असतो. हुकूमशाही राजनय पद्धतीमध्ये धमकी देऊन किंवा दहशतीने काम करून घेण्याकडे प्रामुख्याने कल असतो. या पद्धतीचा स्वीकार करणारी राष्ट्रे कट्टर स्वरूपाची असतात. त्यामध्ये नाझी जर्मनीचा जसा उल्लेख करता येईल तसाच फॅसिस्ट विचारसरणी असलेल्या इटालीचाही विचार करता येईल.

लोकतांत्रिक राजनय किंवा राजनीती : लोकशाही राजनय पद्धतीमध्ये जे करार किंवा आपापसात ज्या वाटाघाटी केल्या जातात त्या अंमलात कशा येतील, हे पाळण्यावर यातील राष्ट्रांचा प्रामुख्याने कल असतो. लोकशाही राजनय पद्धतीमध्ये गोड बोलून यातील उद्दिष्टांची पूर्तता करण्यावर भर दिला जातो. या पद्धतीचा स्वीकार अनेक पाश्चिमात्य राष्ट्रांनी केलेला आहे की, ज्यामध्ये अनेक राष्ट्रे साम्राज्यवादी असलेली दिसून येतात. उदा. अमेरिका.

(४) व्यक्तिगत व शिखर राजनय किंवा राजनीती :

व्यक्तिगत राजनय किंवा राजनीती : या राजनयामध्ये वेगवेगळ्या राष्ट्राचे प्रमुख (यामध्ये राज्यप्रमुख, परराष्ट्रमंत्री इ.) परराष्ट्रधोरण राबवणारे एकत्र येतात आणि परस्परांशी वाटाघाटी करतात आणि तेच त्या ठिकाणी योग्य तो निर्णय घेतात.

शिखर राजनय किंवा राजनीती : या राजनयामध्ये वेगवेगळ्या राष्ट्राचे फक्त प्रमुखच (यामध्ये राष्ट्रपती किंवा पंतप्रधान यांचाच समावेश होतो.) भाग घेतात आणि परस्परांशी वाटाघाटी करतात आणि तेच त्या ठिकाणी योग्य तो निर्णय घेतात. १९१९ मध्ये झालेली पॅरिस शिखर परिषद हे याचे उत्तम उदाहरण मानले जाते.

(५) संसदीय व परिषद राजनय किंवा राजनीती :

संसदीय राजनय किंवा राजनीती : या राजनयामध्ये एखाद्या राज्याच्या संसदेमध्ये जसे सरकार पक्षाचे, विरोधी पक्षाचे, अपक्ष असलेले अनेक नेते एखाद्या चर्चेत भाग घेऊन त्यावर निर्णय घेत असतात; क तशाच प्रकारे संयुक्त राष्ट्रसंघाच्या बैठकांचे स्वरूप असते व त्यामध्येही अशाच प्रकारे सामूहिक निर्णय घेतले जातात. यामध्ये वेगवेगळे गट असतात ते आपल्या हितसंबंधानुसार यामध्ये प्रभाव टाकण्याचा प्रयत्न करत असतात.

परिषद राजनय किंवा राजनीती : या राजनय पद्धतीचा प्रामुख्याने उपयोग आंतरराष्ट्रीय राजकारणात द्वितीय महायुद्धानंतर झालेला दिसून येतो. जगातील अनेक राष्ट्रांच्या प्रतिनिधींनी एखाद्या विशिष्ट प्रश्नावर चर्चा करण्यासाठी परिषदांच्या माध्यमातून एकत्र येऊन निर्णय घेण्यावर भर दिला जातो.

राजदूत किंवा राजनयाची कार्ये :

देशाच्या सर्वांगीण विकासासाठी राजदूताला विविध प्रकारची कार्ये करावी लागतात. त्यांना दोन्ही सरकारतर्फे प्रवक्ते किंवा दुभाषी म्हणून कार्य करावे लागते. राजदूतांना शासनाचे कान व डोळे असे समजले जाते. राजदूत आपल्या शासनास संबंधित राष्ट्रांच्या संदर्भात जगातील प्रमुख उलाढालींची माहिती देत असतात. त्यांची कामे खालीलप्रमाणे-

(१) प्रतिनिधित्व करणे : राजदूताचे पहिले कार्य म्हणजे आपल्या राज्याचे प्रतिनिधित्व करणे हे होय. तो आपल्या शासनाचे आणि देशातील जनतेचे ही प्रतिनिधित्व करीत असतो. दोन देशांचे संबंध जोडताना राजदूतास संबंधित राज्यातील प्रतिष्ठित व्यक्ती महत्त्वपूर्ण गट व सर्व क्षेत्रांतील प्रमुख व्यक्तींशी संबंध प्रस्थापित करावे लागतात. राजदूत हा मेहनती, संयमी, चतुर व प्रभाव पाडणारा असावा लागतो. आपला देश, आपल्या नागरिकांबद्दल कार्य करणाऱ्या देशात, सद्भावना निर्माण करण्यात व मैत्री वाढविण्यात तो यशस्वी झाला पाहिजे. आपल्या देशाची व लोकांची प्रतिष्ठा स्वागतकक्षा देशात वाढविणे राजदूताच्या कौशल्यावर अवलंबून असते.

(२) वाटाघाटी करणे : आज दळणवळणाच्या साधनांच्या विकासामुळे वार्ता करणारा म्हणून आंतरराष्ट्रीय राजकारणातील राजदूताचे महत्त्व कमी होत आहे. तरीही परराष्ट्रसंबंध विभागाच्या सूचनेनुसार किंवा मार्गदर्शनानुसार त्याला कार्य हे करावेच लागते. राजदूताच्या माध्यमाने आर्थिक, राजकीय, सामाजिक इत्यादी स्वरूपाचे संधी व करार होत असतात. प्रादेशिक बदल, परराष्ट्राची मदत, आयात-निर्यात, विमान वाहतूक, दळणवळण इत्यादी बाबतीत स्वागतकर्त्या राष्ट्राशी आपल्या राज्यांच्या वतीने राजदूत वाटाघाटी करत असतो.

(३) निवेदन सादर करणे : आपल्या देशास अहवाल किंवा निवेदन सादर करणे हे राजदूताचे तिसरे व महत्त्वाचे कार्य आहे. राजदूत ज्या देशात आपल्या देशाचे प्रतिनिधित्व करत असतो. तेथील घटनांचे तो निरीक्षण करतो. त्यानुसार आपल्या सरकारने कोणते धोरण निर्धारित करावे याबाबत तो अहवाल सादर करतो. त्यामुळेच तो योग्य निरीक्षण करणारा असावा लागतो, शिवाय संबंधित राष्ट्रातील बारीकसारीक गोष्टींबाबतचे त्याने आपल्या सरकारला निवेदन सादर केले पाहिजे.

(४) हितसंबंध वाढविणे व सुरक्षित ठेवणे : आपल्या देशाचे हितसंबंध वाढविणे व आपल्या नागरिकांचे हितसंबंध सुरक्षित ठेवणे हे राजदूताचे चौथे महत्त्वाचे कार्य आहे. यामध्ये व्यापारी वर्ग, विद्यार्थी सहलीसाठी त्या देशात गेलेले नागरिक इत्यादींचा समावेश होतो. या सर्वांना तेथे कोणतीही अडचण येऊ नये किंवा त्यांना संबंधित राज्याकडून वाईट वागणूक मिळू नये, हे पाहण्याचे काम राजदूताचे असते.

राजनय किंवा राजनीतीची उपयुक्तता :

आंतरराष्ट्रीय राजकारणात आज राजनय किंवा राजनीतीची किती उपयुक्तता आहे अशा प्रकारचा प्रश्न आपल्यापुढे उपस्थित होतो; कारण आज मानवाने विज्ञानाच्या मदतीने अतिविनाशक स्वरूपाची अण्वस्त्रे निर्माण करून अणुयुगाला सुरुवात केलेली आहे. या पार्श्वभूमीवर जगाचे संरक्षण करण्याबरोबर प्रत्येक राष्ट्राला आपल्या राष्ट्रीय हिताचे संरक्षण करण्यासाठी उत्तम राजनयाची गरज आहे. आज जगातील कोणत्याही भागात दोन राष्ट्रांत युद्धसदृश्य परिस्थिती निर्माण होताच त्यांच्यातील वाद मिटविण्यासाठी जगातील राष्ट्रे पुढाकार घेऊन राजनयाच्या पातळीवरून प्रयत्न करू लागतात. साहजिकच दोन राष्ट्रांदरम्यान तसेच जागतिक पातळीवर शांतता प्रस्थापित करणे, हे आजच्या राजनयाचे महत्त्वाचे कार्य समजले जाते. त्यातूनच त्याला जागतिक राजनयाचे स्वरूप प्राप्त झालेले आपणास दिसून येते. दोन राष्ट्रांत आलेल्या वितुष्टामुळे त्यांच्यातील राजनयिक संबंधावर त्याचा परिणाम होतो असे असले तरी या संबंधात सुधारणा करून ते परत स्थापन करण्याचे कामही राजनयालाच करावे लागते.

राजनीतीचा ऱ्हास :

राजनय हे संघर्ष नियंत्रणाचे व राष्ट्रीय धोरणाचे एक साधन या दृष्टीने जरी महत्त्वपूर्ण असले तरी आज राजनयाचा अनेक कारणामुळे ऱ्हास होत आहे. एकेकाळी राजनयाचे महत्त्व होते पण आजच्या परिस्थितीत त्याचे महत्त्व कमी होत आहे, असे मानणारा विचारवंतांचा एक वर्ग आहे. राजनयाचा ऱ्हास खालील कारणाने होत आहे.

(१) राजनयावर जनतेचा अविश्वास : पहिल्या महायुद्धात झालेली अपरिमित प्राणहानी व संपत्तीच्या विनाशामुळे लोकांना मोठ्या प्रमाणात हादरा बसला. या सर्व विनाशासाठी गुप्त राजनय जबाबदार आहे, अशी त्यांची समजूत झाली. यापुढे दोन देशातील करार व वार्ता जनतेच्या समोर झाल्या पाहिजेत, अशी जनमताने मागणी केली. त्यामुळे गुप्त राजनयाचे दिवस संपले व राजनय पद्धतीचे महत्त्व हळूहळू कमी होऊ लागले.

(२) दळणवळण साधनांचा विकास : दळणवळणाच्या साधनांमध्ये झपाट्याने झालेल्या प्रगतीमुळे राजनयावर फार मोठा परिणाम झाला. पूर्वीच्या काळी राजदूत राज्याच्या वतीने स्वत :च स्वतंत्रपणे राजनयिक निर्णय घेत असत. आज दळणवळण साधनात मोठ्या प्रमाणात झालेल्या विकासामुळे प्रत्येक राजनयिक प्रतिनिधीला आपल्या शासनाशी संपर्क साधावा लागत आहे. त्यामुळे राजदूताचे महत्त्व हळूहळू कमी होत आहे. राष्ट्राध्यक्षांच्या शिखर परिषदा होऊन त्यातील निर्णयाची कार्यवाही करण्याची कार्ये काही वेळा राजदूतांना करावे लागते.

(३) संसदीय राजनयाचा विकास : पहिल्या महायुद्धानंतर राष्ट्रसंघ व द्वितीय महायुद्धानंतर संयुक्त राष्ट्रसंघाच्या निर्मितीमुळे संसदीय राजनय पद्धतीला प्रारंभ झाला. आंतरराष्ट्रीय समस्या संयुक्त राष्ट्रसंघाच्या कार्यक्रमपत्रिकेवर ठेवली जाते. या प्रश्नाबाबत सर्व प्रतिनिधींच्या उपस्थितीत खुली चर्चा होत असते. त्यातून बहुमताच्या आधारावर राज्यांचे त्या प्रश्नाविषयी मत घेतले जाते. या प्रकारामुळे आता द्विपक्ष व गुप्त राजनयाचे महत्त्व संपले असून त्यांची जागा प्रखर राजनय पद्धतीने घेतलेली आहे. त्यामुळे राजनयिक प्रतिनिधींचे महत्त्व कमी झाले आहे.

(४) महासत्ताचा उदय : पूर्वी राजनय पद्धतींमुळे परराष्ट्रीय धोरणाच्या निर्धारणात मदत होत असे. परंतु, आज महासत्तांच्या उदयामुळे व त्यांच्या प्रभावामुळे त्यांनी इतर राज्याच्या राजनय पद्धतीला प्रभावित केले आहे. त्यामुळे राजनयाचे महत्त्व कमी झाले आहे. महासत्तांच्या परस्परविरोधी भूमिकांमुळे इतर

राज्यांच्या राजनयावर त्यांचे गंभीर परिणाम झाले आहेत, त्यांचे स्वतंत्र अस्तित्व त्यांनी गमाविले आहे.

(५) आजच्या जागतिक राजकारणाचे स्वरूप : जगाच्या राजकारणात आज द्विध्रुवीकरण झालेले दिसते. साम्यवादी व गैरसाम्यवादी गटाचा संघर्ष आपल्याला आजच्या स्थितीत आढळतो; जरी आज द्विपक्ष किंवा बहुपक्ष समझोते व वार्ता होत असल्या तरी महाशक्तीमध्ये संयोजन घडवून आणण्यास या वार्ता यशस्वी ठरल्या आहेत.

(६) सत्तासमतोलाची समाप्ती : पहिल्या महायुद्धापूर्वी सत्तासमतोल पद्धतीमुळे जागतिक शांतता होती. परंतु, त्यानंतर विनाशक शस्त्रांची निर्मिती, राजकीय व सामाजिक क्रांती आणि नवोदित स्वतंत्र राज्याचे आंतरराष्ट्रीय राजकारणात पदार्पण झाल्यामुळे सत्तासमतोल व शांतता भंग झाला आहे. नवीन राज्यांच्या उदयामुळे राजनयपद्धती विश्वव्यापी बनली आहे.

(६. ड. २) आंतरराष्ट्रीय कायदा

आजच्या प्रगत युगात जग इतके जवळ आले असताना आणि परस्परसंबंधांची राष्ट्रासंदर्भात जास्त वाढ झाली असताना आंतरराष्ट्रीय कायद्याचे महत्त्व दिवसेंदिवस वाढतच आहे; हे सत्य मान्य करावे लागेल. या कायद्यामुळे आंतरराष्ट्रीय राजकारणात शांतता आणि सुव्यवस्था निर्माण होण्यास फार मोठी मदत झाली आहे. तसेच आंतरराष्ट्रीय संबंधांना यामुळे स्थैर्य प्राप्त झाले आहे. आज जगातील सर्वच राष्ट्रे या कायद्याचे पालन करताना दिसतात. त्यामुळे जागतिक राजकारणात स्थैर्याचे वातावरण निर्माण होण्यास मदत झाली आहे. मानव हा जन्मत :च संघर्षशील प्राणी असल्यामुळे आणि आंतरराष्ट्रीय राजकारण मानवानेच नियंत्रित केले असल्यामुळे तेथे कायद्याची आवश्यकता आहेच; या कायद्यामुळे जगातील नागरिकांना काही महत्त्वाचे हक्क प्राप्त झाले आहेत; म्हणूनच हा कायदा मानवी प्रगतीच्या सुरक्षिततेचे एक महत्त्वाचे साधन म्हणून सिद्ध झाले आहे.

आंतरराष्ट्रीय कायद्यामध्ये मान्यता, चालीरीती, प्रथा, संधी किंवा करार, त्याचप्रमाणे आंतरराष्ट्रीय न्यायालयाचे निर्णय व आंतरराष्ट्रीय संस्थांचाही समावेश होत असतो. आंतरराष्ट्रीय कायदा जगातील सर्व राष्ट्रांसाठी सारखाच आहे. राष्ट्राराष्ट्रांतील संबंध सुरळीत व्हावेत या हेतूने सर्व राष्ट्रांनी स्वीकारलेले ते नियम आहेत; म्हणून त्यांचे वर्णन राष्ट्रांनी स्वीकारलेले नैतिक आचारसंहिता असे करता येईल.

आंतरराष्ट्रीय कायदा व्याख्या :

आंतरराष्ट्रीय कायदे म्हणजे सभ्य राष्ट्रांनी परस्परांत व्यवहार करण्यासाठी मान्य केलेल्या नियमांचा संग्रह होय,अशा प्रकारची आंतरराष्ट्रीय कायद्यांची सुटसुटीत व्याख्या केली जाते,याशिवाय अनेक विचारवंतांनी केलेल्या व्याख्या पुढीलप्रमाणे आहेत.

जॉर्ज श्वार्झनबर्जर यांच्या मते, 'सार्वभौम राज्यांचे परस्परांमधील व्यवहारांचे नियम म्हणजे आंतरराष्ट्रीय कायदे होय.'

ओपेनहाईमर यांच्या मते, 'सभ्य राष्ट्रे परस्परांत व्यवहार करताना ज्या नियमांना कायदेशीररीत्या बंधनकारक मानतात अशा परंपरागत प्रथेवर आधारलेल्या नियमांना आंतरराष्ट्रीय कायदे असे म्हणतात.'

लॉरेन्स यांच्या मते, 'सुसंस्कृत राज्यांच्या सामान्य समूहाच्या परस्पर व्यवहाराचे निर्धारण करणाऱ्या नियमांना आंतरराष्ट्रीय कायदे म्हणतात.'

हॅन्स केलसन यांच्या मते, 'सभ्य राष्ट्रांना परस्परांमध्ये व्यवहार ठेवणे ज्यामुळे शक्य होते अशा नियम व सिद्धान्ताचे संकलन म्हणजे आंतरराष्ट्रीय कायदे होत.'

फिलीप जोसेफ यांच्या मते, 'राज्याराज्यातील संबंधांना लागू होणारा कायदा म्हणजे आंतरराष्ट्रीय कायदा होय.'

आंतरराष्ट्रीय कायद्याचे स्वरूप :

आंतरराष्ट्रीय कायद्याला कायदा म्हणावे की नाही, याबाबत विचारवंतांमध्ये परस्पर विरोधी मतभेद आहेत. हे मतभेद त्यांनी केलेल्या व्याख्यांवरून निर्माण झालेले दिसून येतात. आंतरराष्ट्रीय कायद्याचे स्वरूप हे आपण कायद्याची कोणती व्याख्या स्वीकारतो यावर प्रमुख्याने अवलंबून असले तरी यासंबंधी इतर विचारवंतांचीही मते जाणून घेणेही आवश्यक आहे. या दृष्टीने जे लोक आंतरराष्ट्रीय कायदा हा कायदा नाही असे प्रतिपादन करतात ते त्याचे समर्थन पुढील मुद्द्यांच्या आधारे ते करतात.

(१) जॉन ऑस्टिन यांच्या मते, 'आंतरराष्ट्रीय कायदे हे खऱ्या अर्थाने कायदे नसून ते केवळ आंतरराष्ट्रीय नैतिकतेचे नियम आहेत, कारण आंतरराष्ट्रीय कायद्याची निर्मिती कोणत्याही सर्वोच्च विधिवत संस्थेद्वारे होत नाही. ते पुढे असेही म्हणतात की, अशा कायद्यांचे पालन करवून घेईल अशी कोणतीच सर्वोच्च सत्ता या कायद्यामागे नाही. या कायद्यांचे पालन राष्ट्रांना आवश्यक नसून ते ऐच्छिक स्वरूपाचे आहे. त्यामुळे आंतरराष्ट्रीय कायदा यामधील 'कायदा' हा शब्द भ्रम निर्माण करणारा तसेच काल्पनिक वाटतो.'

(२) आंतरराष्ट्रीय कायदे सौजन्यावर आधारलेले आहेत. हे कायदे अंमलात आणणारी सार्वभौम सत्ता नसते. यातील 'कायदा' हा शब्द चुकीचा आहे असे मत 'हॉलड'यांनी व्यक्त केले आहे.

(३) हॉब्जच्या मते, 'कायद्यात भीती आणि शिक्षेची कल्पना अंतर्भूत असते. परंतु, आंतरराष्ट्रीय कायद्याच्या उल्लंघनामुळे शिक्षा होईल अशी भीती राज्यांना वाटत नाही, कोणतीही सार्वभौम सत्ता जिची राज्यांना भीती वाटेल अशी सत्ताही या कायद्यांच्या मागे नाही. परिणामत : आंतरराष्ट्रीय कायदा अंमलात आणणे कठीण आहे आणि जो कायदा अंमलात आणता येत नाही त्याला कायदा म्हणता येणार नाही.'

(४) न्यायाधीश कोलरिज यांच्या मते, 'बदलत्या परिस्थितीनुसार कायद्यात परिवर्तन, दुरुस्ती आवश्यक असते; परंतु, अशा प्रकारची दुरुस्ती करणारी एकमेव सत्ता कायद्यामागे नसल्यामुळे बरेच कायदे अनावश्यक ठरले आहेत आणि तरीही ते व्यवहारात आहेत, म्हणूनच राष्ट्रे त्यांचा आदर करत नाहीत. किंवा अशा कायद्यांकडे दुर्लक्ष करण्याचीच प्रवृत्ती अधिक दिसून येते, म्हणूनच ते या कायद्याला अनिश्चित व भ्रम निर्माण करणारा मानतात.'

(५) राष्ट्रीय आणि आंतरराष्ट्रीय कायदे हे परस्पर पूरक असावे लागतात. त्यात समन्वय असावा लागतो परंतु प्रत्यक्ष व्यवहारात राष्ट्रीय कायदे राष्ट्रहित लक्षात घेऊन, केलेले असल्यामुळे आंतरराष्ट्रीय समाजहिताशी सुसंगत नसतात; आणि तरीही ते जागतिक राजकारणात कार्यशील असतात. यामुळे राष्ट्रीय कायद्यांचे महत्त्व वाटते; आणि आंतरराष्ट्रीय कायदा त्याच प्रमाणात दुर्बल ठरतो.

जे लोक आंतरराष्ट्रीय कायदा हा कायदा आहे असे प्रतिपादन करतात, ते त्याचे समर्थन पुढील मुद्द्यांच्या आधारे करतात.

(१) हॉब्जच्या मते, 'आंतरराष्ट्रीय कायदा हा खऱ्या अर्थाने कायदा आहे; कारण राष्ट्रीय कायद्याप्रमाणेच त्याचा उगम रूढी, परंपरा यातून झालेला आहे, जर एखादा कायदा मोडला तर त्यामागची परंपरा तोडली जाते व त्यातून संघर्षमय परिस्थिती निर्माण होते, यामुळे कोणतेही राष्ट्र सहसा हे आंतरराष्ट्रीय कायदे तोडण्याचा प्रयत्न करत नाहीत.

(२) मानव शिक्षेच्या भीतीने कायद्याचे पालन करत नाही तर कायद्याचे पालन करण्यात आपले राष्ट्रीय हित आहे या जाणिवेतून तो या कायद्याचे पालन करतो.

(३) हेन्रीमेन यांच्या विचारानुसारआंतरराष्ट्रीय कायद्यामागे त्याचे पालन करून घेण्यासाठी सार्वभौम सत्ता असण्याची गरज नाही.

(४) जे. सी. स्टार्क यानेही इतिहासाच्या आधारे हे सिद्ध केले आहे की, कायदा पालनासाठी सार्वभौम सत्तेची आवश्यकता नसते.

(५) पीट कॉबेट यांच्या मते,आंतरराष्ट्रीय कायद्याला कायद्याचा आधार दिला पाहिजे, याला केवळ नैतिक नियम समजू नये, याचे पालन ऐच्छिक नसून अनिवार्य आहे.

(६) आधुनिक काळात आंतरराष्ट्रीय संघटनेने आंतरराष्ट्रीय न्यायालयाची स्थापना केली आहे. याचे निर्णय संबंधित राज्यावर बंधनकारक असतात, त्याचप्रमाणे फौजदारी न्यायालयाद्वारे गुन्हेगारांना पकडून त्यांना शिक्षा दिली जाते किंवा दंड केला जातो.

(७) ओपनहाईमरच्या मते,समाजाची आवश्यकता विकसित असे व्यवहाराचे नियम व या नियमांना असलेली समाजाची मान्यता या तीन महत्त्वाच्या गोष्टी कायद्यासाठी आवश्यक असतात. या तीन गोष्टींवर कायद्याचे परीक्षण केल्यास आज आंतरराष्ट्रीय समाज निर्माण झालेला आहे; दुसरे म्हणजे घोषणापत्र, संमेलन, युनोची घटना, विविध राष्ट्रातील करार किंवा संधी या आधारे परस्पर व्यवहाराचे नियम निश्चित करण्यात आलेले आहेत. तसेच या नियमांना व युनोच्या घटनेला जगातील जवळजवळ सर्वच राष्ट्रांची मान्यता आहे, अशा प्रकारे या तीन निकषांवर आंतरराष्ट्रीय कायदा पूर्ण उतरतो म्हणूनच हा 'कायदा' आहे हे मान्यच करावे लागते. म्हणजेच राष्ट्रीय कायद्यांप्रमाणेच आंतरराष्ट्रीय कायद्यांची रूढी, परंपरा, संकेत, तह यातून निर्मिती, त्यांच्या पालनातील असलेले हित जागतिक लोकमताचा तसेच आंतरराष्ट्रीय संघटनेचा त्यामध्ये असलेला पाठिंबा या सर्व गोष्टी आंतरराष्ट्रीय कायदा हा कायदा आहे हेच स्पष्ट करतात.

आंतरराष्ट्रीय कायद्याची उगमस्थाने :

आंतराष्ट्रीय करार, रूढी आणि परंपरा, कायद्याची सर्वसाधारण तत्त्वे, न्यायालयीन निर्णय, विचारवंतांची मते व आंतरराष्ट्रीय संघटना ही आंतरराष्ट्रीय कायद्याची प्रमुख उगमस्थाने मानली जातात.

आंतराष्ट्रीय करार : जगातील अनेक राष्ट्रे विविध परिषदा किंवा अधिवेशनांमध्ये भाग घेतात आणि त्या ठिकाणी विशिष्ट प्रकारचे नियम करतात व उपस्थित राष्ट्रे त्याला मान्यता देतात; पुढे याच नियमांचे रूपांतर आंतरराष्ट्रीय कायद्यात होते; शक्यतो आंतरराष्ट्रीय कायद्याच्या संदर्भातील अशा प्रकारची अधिवेशने किंवा परिषदा हेग किंवा जिनिव्हा येथेच भरविण्यात येतात; तसेच आंतरराष्ट्रीय करारांद्वारे करण्यात आलेले कायदे बऱ्याच प्रमाणात वस्तुनिष्ठ प्रकारचे असतात, कारण बहुतेक वेळा याबाबत मतभेद असतात; तर हा कायदा मानायचा का, हा प्रश्न कधीकधी निर्माण होतो. एखाद्या परिषदेतील नियम हा सर्वच राष्ट्रांना मान्य असेलच असे नाही.

रूढी आणि परंपरा : राष्ट्राराष्ट्रांतील संबंधांच्या अनेक वर्षांच्या इतिहासातून काही रूढी आणि परंपरा निर्माण झालेल्या आहेत. जगातील बहुतेक राष्ट्रे सवयीने त्यांचे पालन करत असतील तर त्या रूढी आणि परंपरेला कायद्याचे स्थान प्राप्त होते. आंतरराष्ट्रीय कायद्याचा बराच मोठा भाग हा यावर आधारलेला आहे. कायदा पुराव्यानिशी सिद्ध करून दाखवणे ही याची प्रमुख अडचण असते, साधारणपणे न्यायालयाचे निर्णय, राजनैतिक पत्रव्यवहार, शासकीय कागदपत्रे, संशोधकाचे संशोधन कार्य यांच्या माध्यमातून पुरावा मिळत असतो. याच्यातून जो अर्थ निघतो याबाबत पूर्ण एकमत होत नाही ही याची दुसरी अडचण असते.

कायद्याची सर्वसाधारण तत्त्वे : कायद्याची काही सर्वसामान्य अशी तत्त्वे असतात. सुसंस्कृत राष्ट्रांमध्ये त्यांना मान्यता मिळालेली असते. न्यायाची कल्पना व्यवहारज्ञान योग्य कारणमीमांसा यावर ही तत्त्वे आधारलेली असतात. ती व्यक्तिनिष्ठ असतात म्हणजेच ती व्यक्तीप्रमाणे बदलतात असे समजण्याचे

कारण नाही. जगातील विविध राज्यांच्या कायद्याच्या व्यवस्थेमध्ये ती मान्य झालेली आणि स्वीकारली गेलेली असतात. त्यामुळे अशा तत्त्वांबाबतही बऱ्याच प्रमाणात वस्तुनिष्ठता असू शकते; अशा तत्त्वांचा उपयोग ज्या बाबतीत आंतरराष्ट्रीय कायदा स्पष्ट नाही किंवा परिपूर्ण नाही अशा बाबतीत निर्णय देतांना न्यायालयांना होतो.

न्यायालयीन निर्णय : आंतरराष्ट्रीय कायद्यांच्या अनुषगांने विविध राज्यांतील न्यायालये तसेच आंतरराष्ट्रीय न्यायालय जे निर्णय देतात त्यामुळे हा कायदा अधिक परिपूर्ण बनतो. ज्या बाबतीत आंतरराष्ट्रीय कायदा संदिग्ध आहे किंवा त्यात अपुरेपणा आहे अशा बाबतीत एकूण त्या कायद्याचे स्वरूप, न्यायाची कल्पना, कायद्याची सर्वसाधारण तत्त्वे, समन्याय बुद्धी, यांच्या आधारे न्यायाधीश निर्णय देतात आणि एकप्रकारे कायदा परिपूर्ण करण्याचा प्रयत्न करतात. एकदा एका संघर्षाबाबत निर्णय दिल्यानंतर तशाच प्रकारचा संघर्ष पुन्हा उपस्थित झाला तर त्याबाबत निर्णय देताना पूर्वी दिलेल्या निर्णयाचा आधार घेतला जातो. साहजिकच न्यायाधीश अशा प्रकारे कायद्यातील संदिग्धता किंवा अपुरेपणा नाहीसा करण्यासाठी त्याचा अर्थ लावून निर्णय देतात, तेव्हा कायद्याच्या निर्मितीचे कार्य घडते असे म्हटले जाते.

विचारवंतांची मते : आंतरराष्ट्रीय कायद्याचे अभ्यासक या कायद्यासंबंधी अभ्यास करून निष्कर्ष काढतात. कायद्याच्या अर्थासंबंधी स्वत :ची मते मांडतात; विविध प्रकारच्या आंतरराष्ट्रीय समस्यांबाबत संशोधन करतात आणि काही माहिती उजेडात आणतात. या सर्वांचा परिणाम आंतरराष्ट्रीय कायद्यात भर पडण्यामध्ये होत असतो.

आंतरराष्ट्रीय संघटना : अलीकडच्या काळात आंतरराष्ट्रीय कायदे निर्मितीचे सर्वात प्रमुख उगमस्थान आंतरराष्ट्रीय संघटना बनलेल्या आहेत. राष्ट्रसंघ व संयुक्त राष्ट्रसंघ यांच्या स्थापनेनंतर आंतरराष्ट्रीय कायदे निर्मितीची अधिकाधिक जबाबदारी या संघटनांवर आलेली आहे. यांचे सभासदत्व सर्वांना खुले आहे. जगातील बहुतेक सर्व राष्ट्रे यांचे सभासद आहेत. त्यामुळे बहुपक्षीय करार काही ठराविक राष्ट्रांनी मान्य केलेला असतो; तशी स्थिती आंतरराष्ट्रीय संघटनेने केलेल्या नियमांची नसते. हे नियम सर्व राष्ट्रांच्या प्रतिनिधींनी मान्य केलेले असतात म्हणून त्यांचे पालन करण्याची नैतिक जबाबदारी सर्व राष्ट्रांची असते.

या उगमस्थानांव्यतिरिक्त आंतरराष्ट्रीय कायद्याची शासकीय कागदपत्रे, आंतरराष्ट्रीय परिषदांचे ठराव इत्यादी दुय्यम स्वरूपाची उगमस्थानेही आहेत.

आंतरराष्ट्रीय कायद्याचे संहितीकरण :

विधिनियमांचे एकत्रीकरण म्हणजेच कायद्याचे संहितीकरण होय. एखाद्या विषयावरील सर्व कायदे व त्यासंदर्भातील नियमांचे संकलन केले जाते. आंतरराष्ट्रीय कायद्याबाबत असे आढळते की, हे कायदे वेगवेगळया प्रथा, रूढी, संधी व न्यायालयीन निर्णयांमध्ये विखुरलेले असतात. या विखुरलेल्या सर्व नियमांचे एकत्रीकरण करून त्यात आवश्यक त्या सुधारणा वा बदल करून तसेच त्याचे योग्य भाषांतर करून त्यांची पुनर्रचना किंवा सूत्रबद्ध मांडणी करणे म्हणजे संहितीकरण होय. या प्रक्रियेमध्ये सर्व राज्यांचे एकमत होणे गरजेचे असते.

संहितीकरणाचे गुण : संहितीकरणाचे गुण खालीलप्रमाणे-

(१) यामुळे आंतरराष्ट्रीय कायद्यातील अनिश्चितता दूर होण्यास मदत होते.
(२) राज्या-राज्यांतील सर्व नियम एकत्र करून त्यांच्यात एकसूत्रता निर्माण करण्यावर भर दिला जातो.
(३) या प्रक्रियेमुळे न्यायाधिशांना न्याय देणे सुलभ होते.
(४) यामुळे आंतरराष्ट्रीय कायद्यात नवीन संशोधनाला चालना मिळते.

(५) यामुळे राज्या-राज्यांतील मतभेद व तणाव दूर करणे.
(६) संहितीकरणामुळे कायदे सुस्पष्ट होतात.

संहितीकरणाचे दोष : संहितीकरणाचे दोष खालीलप्रमाणे-

(१) यामुळे कायद्याची नैसर्गिक वाढ बंद होते.
(२) यामुळे कायद्यामध्ये गतिशीलता राहणार नाही व ते कुचकामी ठरतील.
(३) यामुळे कायद्यातील न्यायिक तत्त्व नष्ट होईल.
(४) कायद्यापुढील अडथळे दूर करण्यासाठी कायदेपंडिताऐवजी राजनीतिज्ञ एकत्र येतील व हेच कायद्याच्या कार्यात अडथळे आणताना दिसून येतात.

आंतरराष्ट्रीय कायद्याची आंतरराष्ट्रीय राजकारणातील भूमिका :

आंतरराष्ट्रीय संबंधांना स्थैर्य प्राप्त करून देण्याची जेवढी साधने उपलब्ध आहेत त्या साधनांपैकी अधिक सर्वसाधारण आणि सातत्य असलेले साधन म्हणजे 'आंतरराष्ट्रीय कायदा' होय. आंतरराष्ट्रीय कायद्याची आंतरराष्ट्रीय संबंधातील भूमिका आपणास खालीलप्रमाणे सांगता येईल-

(१) आंतरराष्ट्रीय संबंधांचा चांगला आधार : आंतरराष्ट्रीय संबंध हे अधिक सुरळीत आणि सुव्यवस्थित आंतरराष्ट्रीय कायद्याच्या आधारेच होऊ शकतात. राष्ट्राराष्ट्रांतील आर्थिक, सांस्कृतिक, राजकीय असे सर्व प्रकारचे संबंध सतत वृद्धिंगत होत आहेत; अशा स्थितीत त्यांच्यामध्ये सुव्यवस्था निर्माण करण्यासाठी कायद्याची अत्यंत आवश्यकता आहे. राष्ट्राराष्ट्रांतील द्विपक्षीय संबंध आंतरराष्ट्रीय कायद्यांमुळे सुव्यवस्थीत राहू शकतात. राजकीय प्रतिनिधी, राजदूत यांचे विशेषाधिकार आंतरराष्ट्रीय कायद्यामुळेच सामंजस्याने निर्माण होऊ शकतात.

(२) राष्ट्राच्या पूर्वापार भूमिकेत बदल : मानवी हक्काचा जाहीरनामा हे मानवी समूहाच्या दृष्टिने आंतरराष्ट्रीय कायद्याद्वारे झालेले महत्त्वपूर्ण योगदान आहे. सर्व मानवी समूहांना किमान कोणते हक्क प्राप्त झाले पाहिजेत हे या जाहिरनाम्याने स्पष्ट केले आहे. राष्ट्रातील जनतेला दिली जाणारी वागणूक ही केवळ आपल्या अखत्यारीतील बाब आहे; ही राष्ट्राची पूर्वापार असलेली भूमिका थोडीफार तरी बदलण्याचे कार्य आंतरराष्ट्रीय कायद्याच्या निर्मिती व विकासामुळे झाली आहे असे म्हणता येते.

(३) राष्ट्राराष्ट्रातील व्यापारी संबंधाचा आधार : वेगवेगळ्या राष्ट्रांमधील व्यापारी संबंध सुरळीत राहण्यास आंतरराष्ट्रीय कायद्याची फार मोठी मदत झाली आहे. व्यापारी संबंध हे राष्ट्रांच्या द्विपक्षीय किंवा बहुपक्षीय संबंधांपासून निर्माण होतात, अशा करारातून प्रस्थापित झालेल्या अनेक नियमांना आंतरराष्ट्रीय कायद्याचे स्थान मिळाले आहे. आंतरराष्ट्रीय पोस्टल सेवा समुद्रमार्गे होणारी जलवाहतूक आंतरराष्ट्रीय विमानसेवा आदींचे सुव्यवस्थित संचालन आंतरराष्ट्रीय कायद्याच्या निर्मितीमुळेच शक्य झाले आहे.

(४) आंतरराष्ट्रीय संघर्षाच्या नियमनाचे व नियंत्रणाचे साधन : आंतरराष्ट्रीय कायद्याला मर्यादा असूनही आंतरराष्ट्रीय कायद्याचे राष्ट्राकडून पालन होत असल्याचे आढळून येते. आंतरराष्ट्रीय कायद्याचे पालन करण्याचे राष्ट्रांनी स्वत :वर बंधन घालून घेतले तर आंतरराष्ट्रीय क्षेत्रांत अधिक स्थाई स्वरूपाची शांतता प्रस्थापित होऊ शकेल असे विचारवंताना वाटते. यामध्येच कायद्याचे महत्त्व स्पष्ट होतांना दिसून येते.

(५) तांत्रिक, वैज्ञानिक क्षेत्रातील विकासकार्यात मदत : संपूर्ण जगात तांत्रिक, वैज्ञानिक क्षेत्रातील विकासकार्य सुरळीत चालू राहण्यास आंतरराष्ट्रीय कायद्याची मदत होत आहे. अंतराळ क्षेत्र,

अंटार्क्टिकाचे क्षेत्र, महासागरामधील खनिज संपत्ती व नैसर्गिक साधनसामग्री, सागरीसीमा इत्यादी विषयांबाबत आंतरराष्ट्रीय कायदे करण्यात आले आहेत. या सर्व क्षेत्रांत वेगवेगळ्या राष्ट्रांना संशोधन व विकास कार्य सुरू ठेवण्याबाबत आंतरराष्ट्रीय कायद्याचे मोलाचे सहकार्य झाले आहे.

आंतरराष्ट्रीय कायद्याचे आंतरराष्ट्रीय संबंधातील स्थान जे जागतिक व्यवस्थेवर अवलंबून आहे. जागतिक परिस्थिती तेवढ्या प्रमाणात सहकार्याची सामंजस्याची बनत जाईल तेवढ्या प्रमाणात आंतरराष्ट्रीय कायद्याचे महत्त्व वृद्धिंगत होत जाईल.

आंतरराष्ट्रीय कायद्यांचे मूल्यमापन :

आंतरराष्ट्रीय राजकारणातील प्रश्न सोडविण्यात आंतरराष्ट्रीय कायद्यांना अपयश आले आहे अशा प्रकारची टीका यावर केली जाते. यावरून आंतरराष्ट्रीय कायद्याला 'संघर्ष निवारण्याचे साधन' म्हणता येईल काय, अशा प्रकारचा प्रश्न उपस्थित होतो. म्हणजेच यांच्या मार्गात अनेक अडचणी आहेत. उदा. अनेक ज्वलंत प्रश्नांना ते स्थानिक आहेत असे सांगून अनेक राष्ट्रांकडून यांच्या कार्यक्षेत्रांत येऊ दिले जात नाहीत. कायदे पाळण्यासाठी कधीकधी पराभूत राष्ट्रावर सक्ती केली जाते त्यातूनच त्यांच्यात सुडाची आग निर्माण होते,त्यातूनच बलसंपन्न होताच संबधित राष्ट्र असे करार झिडकारून लावते.

आंतरराष्ट्रीय कायद्याचे स्वरूप विकेंद्रित असल्यामुळे त्यांच्या पालनाबाबत अडचणी निर्माण होतात,कायदे निर्माण करणारे शक्तिशाली किंवा अधिकारसंपन्नही नसतात. याशिवाय अनेक प्रश्नांमध्ये राज्यांची संमती मिळत नाही. एखादा प्रश्न आंतरराष्ट्रीय न्यायालयाकडे न्यायचा की नाही, हे राज्यच ठरवितात, त्यातून या कायद्यामध्ये अस्पष्टता निर्माण होते. आज मोठी राष्ट्रे या कायद्याचे उल्लंघन करताना आढळून येतात पण लहान राष्ट्रांनी हे कायदे पाळावेत म्हणून हीच राष्ट्रे त्यांच्यावर दडपण आणतानाही दिसतात. एकंदरीत लहान राष्ट्रे आंतरराष्ट्रीय कायदे पाळताना दिसतात म्हणूनच त्यांना आजच्या काळात महत्त्वाचे स्थान प्राप्त होत आहे; कारण युद्धकाळात अशा प्रकारचे कायदेभंग केले जात असले तरी जगातील कोणतेही राष्ट्र त्याचे महत्त्व नाकारत नाही. दोन महायुद्धांमुळे जगाची प्रचंड प्रमाणात हानी झाली, यामुळेच आंतरराष्ट्रीय कायद्याच्या पालनाची गरज मोठ्या प्रमाणात भासू लागलेली आपणास दिसून येते. जागतिक शांतता, सुव्यवस्था व सुरक्षितता स्थापण्याच्या दृष्टिकोनातून नवीन कायदे करण्यावर आणि ते पाळण्यावर भर दिला पाहिजे यावर पामर आणि पर्किन्स, क्विन्सी राईट व केल्सन यासारखे विचारवंत जोर देताना दिसतात.

लघूत्तरी प्रश्न :

(१) आंतरराष्ट्रीय कायद्याची उगमस्थाने कोणती?
(२) आंतरराष्ट्रीय संबंधातील आंतरराष्ट्रीय कायद्याची भूमिका कोणती?
(३) राष्ट्रीय हिताची व्याख्या सांगून स्वरूप स्पष्ट करा.
(४) राष्ट्रीय हिताची तत्त्वे स्पष्ट करा.
(५) राष्ट्रीय सुरक्षितता अर्थ आणि संकल्पना स्पष्ट करा.
(६) सत्तासमतोलाची वैशिष्ट्ये सविस्तर सांगा.
(७) सत्तासमतोल खेळण्याच्या पद्धती कोणत्या?
(८) शीतयुद्धाच्या पद्धती कोणत्या.
(९) शीतयुद्धाची कारणे स्पष्ट करा.
(१०) शीतयुद्धोत्तर काळातील जगाची वैशिष्ट्ये कोणती?
(११) एकध्रुवीय जगाची वैशिष्ट्ये कोणती?

(१२) संघर्ष सोडविण्याच्या पद्धती कोणत्या?
(१३) परराष्ट्रीय धोरणाची उद्दिष्टे कोणती?
(१४) राजनयज्ञांची कार्ये कोणती?
(१५) राजनयाचे प्रकार कोणते?
(१६) राजनयाचा ऱ्हास स्पष्ट करा.

दीर्घोत्तरी प्रश्न :

(१) आंतरराष्ट्रीय कायदा म्हणजे काय ते सांगून आंतरराष्ट्रीय कायद्याचे स्वरूप स्पष्ट करा.
(२) आंतरराष्ट्रीय कायद्याचे सविस्तर मूल्यमापन करा.
(३) राष्ट्रीय हिताचा अर्थ सांगून आधारभूत घटक स्पष्ट करा.
(४) सोव्हिएत रशियाच्या विघटनाची कारणे सांगून जागतिक राजकारणावरील परिणाम विशद करा.
(५) सत्तासमतोलाचा अर्थ व तंत्रे विषद करा.
(६) सत्तासमतोलाचा अर्थ व स्वरूप सविस्तर स्पष्ट करा.
(७) भारतीय राष्ट्रीय सुरक्षेची संकल्पना सविस्तर स्पष्ट करा.
(८) शीतयुद्धोत्तर काळातील जगाचे स्वरूप स्पष्ट करा.
(९) एकध्रुवीय जगाची माहिती लिहा.
(१०) संघर्ष व्यवस्थापन सांगून संघर्ष निवारण्याचे मार्ग कोणते?
(११) परराष्ट्रीय धोरणाचा अर्थ सांगून घटक सविस्तर सांगा.
(१२) राजनयाची व्याख्या व उपयुक्तता स्पष्ट करा.
(१३) जुना व नवा राजनय स्पष्ट करून त्यातील फरक स्पष्ट करा.

प्रकरण ७

आंतरराष्ट्रीय राजकारणातील कळीचे मुद्दे

प्रस्तावना

द्वितीय महायुद्धानंतर म्हणजेच २० व्या शतकानंतर जगावर दूरगामी परिणाम करणाऱ्या अनेक घटना आंतरराष्ट्रीय राजकारणात घडून आल्या. त्यामध्ये प्रामुख्याने कूटनीतीचा आधार घेऊन अरबांच्या भूमिमध्ये इस्त्रायलची निर्मिती करून इंग्लंड व अमेरिकेने अरब-इस्त्रायल संघर्षाला खतपाणी घातलेले दिसून येते, यातूनच पेट्रोलचे राजकारण करत अमेरिकेने इराकवर हल्ला करून आखाती युद्धाला सुरुवात केली. या अमेरिकन राजनीतीचा पश्चिम आशियातील राष्ट्राच्या परराष्ट्रीय धोरणांवर विपरीत परिणाम झालेला दिसतो. १९९१ ला शीतयुद्धातील सोव्हिएत रशियाचे विघटन झाले. त्याअगोदर १९७९ ला सोव्हिएत रशियाने अफगाणिस्तानमध्ये हस्तक्षेप केल्यामुळे तेथे नागरी युद्ध उभे राहिले, यातील रशियाविरोधी गटाला अमेरिकेने पाकिस्तानमार्फत मोठ्या प्रमाणात मदत पुरविली, रशियाने तेथून माघार घेतली परंतु जुलमी तालिबान राजवट अफगाणिस्तानमध्ये प्रस्थापित झाली, त्यातूनच दहशतवादाने जन्म घेतलेला आपणास दिसतो. दरम्यानच्या काळात जागतिक विरोध झुगारून भारत आणि पाकिस्तानने अण्वस्त्रांच्या चाचण्या घेऊन दक्षिण आशियात अण्वस्त्र स्पर्धा सुरू केली. अमेरिकेने इस्लामिक दहशतवादाला खतपाणी घातले पण आपला स्वार्थ संपताच त्याने यातील लोकांकडे दुर्लक्ष केले, या समजुतीनेच त्यांनी अमेरिकेवरच हल्ला केला. यामुळे आंतरराष्ट्रीय राजकारण दहशतवादी कारवायांनी ढवळून निघाले. यामधूनच मानवी हस्तक्षेप, वाढलेले पर्यावरण व त्याचे जगावर होणारे परिणाम, मानवी व महिला हक्कांची संकल्पना, जागतिकीकरणाची संकल्पना उदयास येऊन, जागतिक व्यापारी संघटन त्यातूनच निर्माण झाले. या सर्व मुद्द्यांची सविस्तर चर्चा या प्रकारणात केलेली आहे.

(७. अ. १) अरब-इस्त्रायल तंटा किंवा संघर्ष

द्वितीय महायुद्धानंतर अमेरिका व सोव्हिएत रशिया या महासत्तांमध्ये जे शीतयुद्ध सुरू झाले त्याचा सर्वात जास्त परिणाम पश्चिम आशियाला भोगावा लागला असे म्हटल्यास चूक होणार नाही, कारण अरबांच्या भूमित अमेरिकेच्या पुढाकाराने इस्त्रायल या राष्ट्राची निर्मिती झाली. तेव्हापासूनच पश्चिम आशिया म्हणजेच मध्यपूर्व संघर्षभूमी बनलेली आहे. त्याचबरोबर ही सर्व अरब राष्ट्रे आपापसातही लढताना दिसून येतात, तर काही राष्ट्रांमध्ये अंतर्गत कलह आहेत. या सर्व परिस्थितीचा विचार करता हा संपूर्ण भाग सदैव तणावग्रस्तच राहिलेला आहे, किंबहुना तो तसाच राहावा म्हणून महासत्ता प्रयत्न करताना दिसून येते.

संघर्षाचे मूळ :

पॅलेस्टाइन ही एक भौगेलिक संज्ञा आहे. पूर्वेस जॉर्डन खोरे, पश्चिमेस भूमध्य सागर, उत्तरेस लेबनॉन पर्वत, तर दक्षिणेस नेगेव्ह वाळवंट अशा चतु:सीमा असलेल्या प्रदेशास पॅलेस्टाईन हे नांव होते. इसवी सनापूर्वी सुमारे दोन हजार वर्षे फिलिस्टाईन नावाने इंडोयुरोपीय वंशीय दर्यावर्दी लोक तेथील किनारी प्रदेशात राहात होते. त्यावरून पॅलेस्टाईन हे नाव आलेले आहे. पॅलेस्टाईनच्या अंतर्गत भागात याच सुमारास सेमेटिक वंशीय लोक राहात असत; तर, इजिप्तमधील हिब्रू लोकांनी त्याचवेळी म्हणजे इसवी सनापूर्वी २००० वर्षे पॅलेस्टाईन प्रांतात स्थलांतर केलेले होते. इसवी सनापूर्वी १२०० वर्षे ज्यू लोकांची बेदूईन लोकांसारखीच भटकी जमात होती व मोझेस नावाचा त्यांचा प्रमुख नायक होता. इसवी सनापूर्वी १००४ वर्षे पॅलेस्टाईन मधील टेकड्यांच्या प्रदेशात डेव्हिड नावाच्या एका राजाने ज्यूंचे म्हणजे हिब्रू लोकांचे एक राज्य स्थापन केलेले होते. बायबल कालापासून ते इसवी सन ६३६ पर्यंत ज्यू लोकांची अनेक राज्ये या प्रदेशांत होऊन गेली. जेरुसलेम, हेब्रॉन, सफेद व टायबरियास ही त्यातील प्रमुख शहरे होती; हिब्रू ही त्यांची भाषा होती.

इसवी सन ६३७ मध्ये इस्लामी अरबांनी जेरुसलेम जिंकले व १०९८ पर्यंत अधूनमधून ज्यूंचा छळ तर अधूनमधून चांगली वागणूक असे दुहेरी धोरण त्यांच्याबद्दल स्वीकारले. परंतु, १०९९ ते १२९१ पर्यंत युरोपीय धर्मयोद्धांनी ज्यूंची पॅलेस्टाईनमध्ये ससेहोलपट केली. १२९१ मध्ये इस्लामी आक्रमक व १५१७ मध्ये ऑटोमन तुर्कांनी पॅलेस्टाईन प्रांत जिंकला व प्रसंगी ज्यूंना अमानुष वागणूक दिली; तरीही युरोपमधून केवळ धार्मिक छळामुळे पॅलेस्टाईन प्रांतात ज्यू कुटुंबे येतच राहिली. १७९९ मध्ये नेपोलियन गाझीपट्टीकडे येत आहे असे कळल्याने तेथील ज्यूंनी मृतसमुद्रांकडील प्रदेशात असलेल्या हेब्रॉनकडे पलायन केले. १९ व्या शतकाच्या अखेरीस पॅलेस्टाईनमधील ज्यूंची संख्या काही हजार तर अरबांची ५ लाखांवर होती. परंतु, १९१८ ते १९४१ जगाच्या इतर भागातून व विशेषत : युरोपीय देशांतून ज्यूंनी स्थलांतर केल्याने ज्यूंची संख्या ३,८०,००० ने वाढली तर अरबांची नैसर्गिक कारणांमुळे फक्त ३,५६,००० ने वाढली.

पहिल्या महायुद्धात अरबांनी राष्ट्रवादाने प्रेरित होऊन दोस्तांना जर्मनीचा मित्र असलेल्या तुर्कस्तानाविरुद्ध मदत केली व त्याचा मोबदला म्हणून स्वातंत्र्य मागितले. १९१५ च्या मॅक्मोहन हुसेन करारानुसार ब्रिटिशांनी पॅलेस्टाईनमधील अरबांना स्वातंत्र्य बहाल केले खरे; परंतु १९१९ च्या व्हर्सायिच्या तहानुसार ते औट घटकेचे ठरले व पॅलेस्टाईन प्रांतात अनेक मांडलिक अरब देश निर्माण झाले. १९१७ च्या बालफोर खलित्यानुसार ब्रिटनने पॅलेस्टाईन प्रातांत ज्यूंची मातृभूमी स्थापन करण्याचे ठरविले. धनाढ्य ज्यू समाजाचा पैसा युद्धास उपलब्ध व्हावा हा त्या मागचा हेतू होता. परंतु, अरब व ज्यू राष्ट्रवादास खतपाणी ब्रिटिशांनीच घातले. 'फोडा व झोडा' या नीतीचा अवलंब करण्यासाठी मध्यपूर्वेसारख्या भूसामरिक महत्त्वाच्या प्रदेशात त्यांनी अशी दुटप्पी चाल स्वीकारली, अरब राष्ट्रवाद व ज्यू राष्ट्रवाद अशा दोन्ही राष्ट्रवादाची निर्मिती

साधारणपणे एकाच वेळेस व एकाच भौगोलिक क्षेत्रामध्ये म्हणजे पॅलेस्टाईन प्रांतामध्ये झाली. पॅलेस्टाईन प्रांत आज जगातील निम्म्या लोकांची सांस्कृतिक मातृभूमी म्हणून ओळखला जातो व मक्का मदिनाच्या खालोखाल जेरुसलेम व बेधलेम या धार्मिक स्थळांचे महत्त्व आहे.

द्वितीय महायुद्धानंतर पॅलेस्टाईन प्रांतातील व आजूबाजूच्या प्रदेशातील भूसामरिक पर्यावरण बदलले. ब्रिटनला याचा अंदाज युद्धापूर्वीच आलेला असल्याने १९३९ मध्ये ब्रिटनने श्वेतपत्रिका काढली व पॅलेस्टाईन प्रांतात ज्यूंची स्वतंत्र राज्यसंस्था निर्माण करण्याचा उल्लेख त्यात केला. द्वितीय महायुद्धात अरब देश ओढले जातील अशी ब्रिटिशांची खात्रीच असल्याने तेथील व जगाच्या इतर भागातील ज्यूंचा पाठिंबा मिळविण्यासाठी ब्रिटिशांनी श्वेतपत्रिकेचे आमिष ज्यूंना दाखविले. १९४८ मध्ये इस्त्राईलची निर्मिती झाली,अमेरिकेने सर्वप्रथम इस्त्राईलला मान्यता दिली. परंतु इस्त्राईलच्या निर्मितीची प्रक्रिया कोणत्याही अरब देशांना मान्य नव्हती; यातूनच अरब-इस्त्राईल संघर्षाला सुरुवात झाली.

१९४८ पासून ते आजपर्यंत अरब-इस्त्राईल यांच्यामध्ये अरब-इस्त्राईल पहिले युद्ध १९४८, अरब-इस्त्राईल दुसरे युद्ध १९५६, अरब-इस्त्राईल तिसरे युद्ध १९६७, अरब-इस्त्राईल चौथे युद्ध १९७३ व अरब-इस्त्राईल पाचवे युद्ध किंवा लेबनॉनचे युद्ध १९८२ मध्ये एकूण पाच मोठमोठे संघर्ष झालेले आहेत. १९७० च्या दशकापासून या भागातील हा संघर्ष थांबावा म्हणून महासत्तांनी पुढाकार घेऊन शांतता प्रस्थापनेसाठी प्रयत्न सुरू केलेले दिसून येतात; या युद्धांची थोडक्यात पार्श्वभूमी खालीलप्रमाणे-

अरब-इस्त्राईल पहिले युद्ध १९४८ :

अरबांच्या भूमीमध्ये इस्त्राईलची निर्मिती ही कल्पना कोणत्याही अरब राष्ट्राला आवडलेली नव्हती. त्यामुळे चिडून सोव्हिएत रशियाच्या मदतीने सीरिया, लेबनॉन, जॉर्डन या राष्ट्रांनी इस्त्राईलवर हल्ला केला, पण इस्त्राईलच्या बाजूने अमेरिका व इंग्लंडने आपली पूर्ण शक्ती लावलेली होती, परिणामी या युद्धात अरबांचा पराभव झाला. एवढेच नाही तर इस्त्राईलने आपल्या रणनीतीच्या बळांवर अरबाचा विशेषत: सिनाईचा बराच मोठा भूभाग, गाझापट्टीचा भूभाग असा जवळजवळ ७० ते ८० टक्के भूभाग जिंकून आपल्या नियंत्रणाखाली आणला. परंतु, संयुक्त राष्ट्रसंघाने गाझापट्टी इजिप्तला परत देण्यास सांगितले.

या युद्धामुळे खालीलप्रकारचे **परिणाम** झाले-

(१) या युद्धात जास्त अरब राष्ट्रे असूनही त्यांचा पराभव झाला.

(२) अरबांच्या या पराभवामुळे अनेक पॅलेस्टिनी लोक हा प्रदेश सोडून इतरत्र राहावयास गेले. बाकी अरब राष्ट्रांमध्ये निर्वासित म्हणून राहू लागले.

(३) या संघर्षामुळे एक आंतरराष्ट्रीय तणावग्रत प्रदेश म्हणून याकडे पाहिले जाऊ लागले; म्हणजेच या प्रदेशात कायमस्वरूपी शांतता प्रस्थापित होऊ शकली नाही.

(४) पराभवाचा बदला घेण्यासाठी अरब राष्ट्रे शस्त्रसज्ज होऊ लागली.

(५) आपल्या पराभवामुळे अरब राष्ट्रांनी इस्त्राईलवर व्यापारी बहिष्कार घातला.

(६) १९४९ मध्ये अरब-इस्त्राईल यांच्यात शस्त्रसंधी झाला पण त्यातील कोणत्याही गोष्टींची अंमलबजावणी झाली नाही.

(७) पॅलेस्टाईनमधून परांगदा झालेल्या अरबांना भरपाई देणे तसेच जेरुसलेम व बेथलहेम या धार्मिक स्थळांवर आंतरराष्ट्रीय नियंत्रण ठेवणे यांची अंमलबजावणी अजूनही झालेली नाही.

अरब-इस्त्राईल दुसरे युद्ध १९५६ :

मागासलेला, परंतु पेट्रोडॉलर्समुळे गर्भश्रीमंत बनलेल्या अरब जगतांमध्ये असलेल्या ज्यू- लोकांचे राज्य म्हणजे एक विरोधाभासच आहे. युरोपीय आचार-विचार, संस्कृती व शिक्षण यांच्या प्रभावामुळे ज्यू समाज शिस्तबद्ध, तांत्रिकदृष्ट्या खूपच पुढारलेला, राष्ट्राभिमानी असून औद्योगिक विकासाला आवश्यक असणारे संघटनचातुर्य त्यांच्याकडे आहे. वाळवंटात नंदनवन त्यांनी उभे केलेले असून टीचभर भूमि व अल्प लोकसंख्या असूनही ते त्यांच्यापेक्षा अनेक पट क्षेत्र व लोकसंख्या असलेल्या अरबांना भारी ठरले आहेत.

१९५६ मध्ये सुएझ कालव्याचे राष्ट्रीयकरण झाल्याने ब्रिटन व फ्रान्स यांची सुएझ कालव्यावरील मालकी संपुष्टात आली. साहजिकच इस्त्राईलचा सुवेझ कालव्यातील प्रवेश थांबला. म्हणजे ब्रिटिश साम्राज्याची जीवनरेषा सुएझ कालवा हा इजिप्तच्या ताब्यात जाऊन ती इजिप्तची 'दुसरी नदी' म्हणून ओळखली जाऊ लागली. नाईलच्या खालोखाल तिला महत्त्व प्राप्त झाले. ही भूसामरिक वास्तू इजिप्तच्या मालकीची झाली. त्यामुळे हिंदी महासागरातील नौदलतळाकडे जाण्याचे दोस्तांचे जवळचे मार्ग त्यांच्या मालकीचे राहिले नाहीत. एडन, मालदीव, सिंगापूर, हाँगकाँग या नौदलतळांना जोडणारा दुवा ब्रिटनच्या हातून गेला.

इस्त्राईलची आकृती एका कट्यारीसारखी आहे. ही कट्यार पाश्चात्त्यांनी आपल्या हृदयात खुपसलेली आहे असे अरब जगतास वाटते. नैर्ऋत्य आशियाच्या नकाशाकडे बघितल्यानंतर इस्त्राईलचा दक्षिणेकडील निमुळता भाग लगेच अपले लक्ष वेधून घेतो. तेलसंपन्न अरब जगतामध्ये आपल्याला मागच्या दाराने चंचुप्रवेश करता यावा म्हणून पाश्चात्त्यांना इस्त्राईलचा उपयोग होऊ शकतो. अरब जगतामध्ये राजकीय अस्थिरता असल्याने एक राजवट जाऊन दुसरी राजवट येणे हे नेहमीच सुरू असते, अशा वेळी सैनिकी कारवाई होते. त्यावेळी वापरली जाणारी शस्त्रे परदेशी बनावटीची असतात म्हणजे प्रतिवर्षी अब्जावधी डॉलर्सची शस्त्रे ब्रिटन, रशिया, फ्रान्स व अमेरिका हे देश अरब जगतामध्ये विकत असतात. याशिवाय गाझापट्टी, तिरानची समुद्रध्वनी, जॉर्डन खोयाचा पश्चिमेकडील भाग यावरून अनेकदा रक्तरंजित संघर्ष अरब व इस्त्राईलमध्ये झालेले आहेत. ही संघर्षस्थाने टिकवून धरण्यात, प्रश्न चिघळत ठेवण्यात, पाश्चात्त्यांचे व्यापारी व राजनैतिक हित असल्याने 'येन केन प्रकारेण' प्रश्नांची सोडवणूक करण्याचे त्यांचे धोरण आहे.

सुएझ कालव्याच्या राष्ट्रीयकरणाला पाश्चिमात्यांनी विरोध केला व त्यांच्याच छुप्या आशीर्वादाने इस्त्राईलने सिनाई क्षेत्रावर तर दुसऱ्या बाजूने इंग्लंड व फ्रान्सने इजिप्तवर हल्ला केला, अशा प्रकारे इजिप्तवर तिन्ही भागातून हल्ला झाला. यामध्ये इजिप्तचा पराभव झाला. सोव्हिएत रशियाच्या धमकीमुळे इंग्लंड व फ्रान्सने आपल्या फौजा मागे घेतल्या, पण अमेरिकेच्या सांगण्यावरूनच इस्त्राईलने या युद्धातून माघार घेतली.

परिणाम :

(१) इजिप्तच्या विनंतीवरून संयुक्त राष्ट्रांची सेना या भागात तैनात केली, त्यामुळे या समस्येची तीव्रता काही प्रमाणात कमी झाली.
(२) या युद्धानंतर सुएझ कालवा इस्त्राईलसाठी कायमस्वरूपी बंद करण्यात आला.
(३) सुएझ कालवा ही इजिप्तची संपत्ती आहे हे सर्व जगाने मान्य केले.
(४) या युद्धानंतर इस्त्राईलला सर्व राष्ट्रांनी आक्रमक म्हणून घोषित केले.
(५) अरबांना याही युद्धात अपयश आल्याने हा पराभवाचा डाग धुवून काढण्यासाठी अरब राष्ट्रे नव्या जोमाने युद्धाच्या दृष्टीने तयारीला लागले.

अरब-इस्त्राईल तिसरे युद्ध १९६७ :

इस्त्राईलची असुरक्षितता ही त्या राष्ट्राच्या वैशिष्ट्यपूर्ण भौगोलिक परिस्थितीत आढळून येते. मध्य इस्त्राईलची रूंदी फक्त १५ कि. मी. पासून ३० कि. मी. पर्यंत आढळून येते; म्हणजे पूर्वेस जॉर्डन नदीवरील सीमारेषेवरील पश्चिमेस भूमध्य सागरापर्यंत असलेला मध्य इस्त्राईलचा भाग फक्त १५ ते ३० कि. मी. पर्यंत रुंद आहे. हा प्रदेश सहजपणे जॉर्डनच्या तोफखान्याच्या मारटप्प्यात येतो. जॉर्डनमधून अनेक इस्त्राईली ग्रामीण वसाहतींवर छुपे हल्ले झालेले आहेत. त्याचप्रमाणे सीरियन सीमेवरील सीरियाच्या गोलन टेकड्या उंचावर असून त्यांचा वापर सीरियाने इस्त्राईली प्रदेशात तोफगोळे टाकण्यासाठी केल्याने इस्त्राईलला तो भाग १९६७ च्या लढाईत जिंकून घ्यावा लागला. अरब देशांच्या सीमेलगत इस्त्राईली तरुणांच्या वसाहती इस्त्राईल सरकारने सीमावर्ती भागात निर्माण केल्या व अरबांच्या छुप्या आक्रमणास यशस्वीरीतीने तोंड दिले. १९५१ ते १९६७ पर्यंत अशा वस्त्या निर्माण झाल्या. त्यांना 'नहाल' वसाहती असे म्हणतात.

अरब-इस्त्राईल तिसऱ्या युद्धाची कारणे :

(१) सीमा समस्या : १९४८ मध्ये इस्त्राईलची स्थापना झाली तेव्हाच्या त्यांच्या सीमा त्याने मोठ्या प्रमाणात अरबांच्या भूमीत वाढविलेल्या होत्या.

(२) निर्वासितांची समस्या : १९४८ च्या युद्धानंतर अनेक लोक इतर राष्ट्रांच्या तर काही युनोच्या स्थापित कॅम्पमध्ये राहात होते.

(३) जेरुसलेमची समस्या : १९४८ मध्ये यहुदी लोकासाठी इस्त्राईलची स्थापना झाली. जेरुसलेम अरब व यहुदी दोघांचेही पवित्र स्थान आहे. पहिल्या युद्धाने हे विभक्त करण्यात आले; पण दोन्हीही धर्मातील लोकांना याचे एकीकरण व्हावे असे वाटत होते.

(४) पाणी समस्या : जॉर्डन नदीच्या पाणी वाटपाची समस्या सुटण्याऐवजी अधिकच गंभीर बनलेली दिसून येते.

१९६५ च्या कालावधीत इस्त्राईलच्या एलात या बंदराची इजिप्तने कोंडी केल्यानंतर इस्त्राईलचा पूर्व, आफ्रिका देश, जपान व आग्नेय आशियाई देश याबरोबर चालणारा व्यापार खुंटला त्यामुळे इस्त्राईलने सिनाई मोहीम हाती घेतली, परंतु युनोकडून इस्त्राईलला आश्वासन मिळाल्यानंतर इस्त्राईलने गाझापट्टी व सिनाई द्वीपकल्पातून माघर घेतली. परंतु, आश्वासने पाळली गेली नाहीत. गाझापट्टी परत इजिप्तच्या फौजांनी व्यापली व तेथून गनिमी हल्ले इस्त्राईलवर सुरू केले व सुएझ कालव्यातून इस्त्राईलला वाहतूक करण्यास परवानगी नाकारली. युनोने अफाट खर्च करून सिनाई गाझा व सिनाई द्वीपकल्पाच्या दक्षिण टोकाजवळ असलेले 'शार्म अल् शेख' हे बंदर या ठिकाणी आपल्या फौजा ठेवल्या व थोडीफार शांतता प्रस्थापित केली. परंतु, इजिप्तच्या सांगण्यावरून युनोने आपले सैन्य तेथून काढून घेतले. त्यानंतर ५ जून, १९६७ पर्यंत इस्त्राईल अरब देश यांच्या व सौदी अरेबियांच्या देशांनी आपल्या फौजा इस्त्राईली सीमेवर युद्धाच्या पवित्र्यात उभ्या केल्या. त्याचवेळी सौदी अरेबियाने इस्त्राईलच्या जहाजांना अकाबा खाडीत प्रवेश देण्यास मनाई केली. त्यामुळे परिस्थिती जास्त तणावग्रस्त बनली. त्याचवेळी अमेरिका व इंग्लंडच्या फौजांनी अकाबा खाडीला वेढा घातला त्यामुळे तणावात भरच पडली. रशियन जहाजेही भूमध्य सागरात फिरू लागली. या वेळी इस्त्राईलकडे २,६४,००० खडे सैन्य, ८०० रणगाडे, ३०० विमाने तर अरब देशांकडे याच्या तिप्पट प्रत्येक गोष्ट होती. सैन्याची कमतरता इस्त्राईलने आश्चर्यकारक गतिमान हालचाली करून भरून काढली व ५ जूनला शेजारी देशांवर हल्ला चढवून संपूर्ण सिनाई द्वीपकल्प, जॉर्डनचा पश्चिम तीर, गोलन टेकड्या हे प्रदेश व्यापले व आपल्या सीमांचे प्रसारण घडवून आणून त्यांची सुरक्षितता

वाढवली. चिमुकल्या कल्पक इस्त्राईलने आपल्या सीमा सुरक्षित राहाव्यात म्हणून व युद्ध झालेच तर ते अरब प्रदेशात व्हावे म्हणून १९६७ च्या ६ दिवसांच्या युद्धात विजेच्यावेगाने हालचाली करून अरब देशांचा मुलूख काबीज केला व आपली प्रत्यक्ष ताबा रेषा सुएझ कालवा व सीरियन गोलन हाईट्सपर्यंत नेली; त्यानंतर जी बोलणी अमेरिकेच्या मध्यस्थीची इजिप्तबरोबर झाली त्यावेळी जिंकलेला प्रदेश सोडवण्यासाठी त्यांनी आपल्या राष्ट्राची सार्वभौमता अबाधित राहावी व आपल्यावर आक्रमण होऊ नये म्हणून बऱ्याच अटी इजिप्तवर लादल्या; म्हणजे जिंकलेल्या प्रदेशाचा मुत्सद्दीपणाने उपयोग आपले सीमा संरक्षण व्हावे म्हणून केला. युद्धकाळात इस्त्राईलने आपल्या सीमांचे प्रसारण मुद्दाम घडवून आणले. जिंकलेला प्रदेश सोडविण्याची तयारी दर्शवून तो नंतर सोडल्याने अरब विचारवंतांमध्येही इस्त्राईलची पत वाढली. १९६७ चे अरब-इस्त्राईल युद्ध फक्त सहा दिवस चालले. ७ जूनला सुरक्षा परिषदेने या भागातील युद्ध थांबवावे म्हणून एक प्रस्ताव पारित केला. या युद्धानंतर या भागात शांतता प्रस्थापित करण्यासाठी सोव्हिएत रशियाने एक 'चारसूत्री' योजना प्रस्तुत केली. त्यामध्ये खालील सूत्रांचा समावेश होतो.

(१) इस्त्राईलचे सैन्य १९६७ च्या अगोदर जेथे होते तेथे परत जावे.
(२) शांततेसाठी या राष्ट्रांच्या सीमेवर युनोची व्यवस्था असावी.
(३) या भागात संघर्ष होऊ नये म्हणून सोव्हिएत रशिया, अमेरिका, इंग्लंड व फ्रान्स काळजी घेतील.
(४) अरब व इस्त्राईल पुढाकार घेऊन या भागात युद्धबंदी करतील.

युद्धाचे परिणाम :

(१) अरबांचा याही युद्धात पूर्ण पराभव झाला.
(२) इस्त्राईलची हवाईसेना अतिशय वेगवान व कुशल होती.
(३) इस्त्राईली सेनेचे नेतृत्व सुनियोजित व प्रभावशाली होते.
(४) युद्धातील गतिमानता व अचानकपणा या गोष्टींचा मेळ इस्त्राईलच्या सैन्याने चांगल्या पद्धतीने घातला.
(५) या युद्धानंतर इस्त्राईलच्या बदल्यांसाठी निर्वासित अरबांनी 'ब्लॅक सप्टेंबर' ही दहशतवादी संघटना स्थापन केली.
(६) इस्त्राईलने जिंकून घेतलेला प्रदेश परत मिळवण्याचा प्रयत्न अरबांनी सुरू केला.
(७) इस्त्राईलच्या बाजूने अमेरिका, इंग्लंडसारखी राष्ट्रे ज्यू लोकांच्या जगातील संघटना व बँका यांची फार मोठी मदत आहे. या सर्व पाठिंब्यामुळे अरब राष्ट्रांपेक्षा इस्त्राईल आर्थिक व सैनिकीदृष्ट्या शक्तिशाली बनले. त्यामुळेच ते १४ अरब राष्ट्रांवर मात करू शकले.
(८) अरब राष्ट्रे प्रचंड तेलसाठ्यामुळे आर्थिकदृष्ट्या बलशाली आहेत पण त्यांच्यात एकी नाही.

अरब-इस्त्राईल चौथे युद्ध १९७३ :

मे १९४८ ते मे १९७२ पर्यंत इस्त्राईलमध्ये मोरोक्को, अल्जिरिया, इजिप्त, टयुनिशिया व लिबियातून हजारोंच्या संख्येने व युरोपीय देशातून लक्षावधी ज्यू इस्त्राईलमध्ये आले व त्यांनीच आज इस्त्राईलच्या लोकसंख्येस आकार दिला आहे.

१९६८ ते १९७३ या काळात २.६ अब्ज डॉलर्सपेक्षा जास्त किमतीची शस्त्रास्त्रे सोव्हिएत रशियाने अरब देशांना दिली तर अमेरिकेने फक्त ८० कोटी डॉलर्सची, याच काळात अमेरिकेने इस्त्राईलला १. ३ अब्ज डॉलर्सची लष्करी मदत, ४२ कोटी डॉलर्सइतके आर्थिक साहाय्य दिले. दुसरी महत्त्वाची बाब म्हणजे पहिल्या तीनही युद्धात इस्त्राईलने गतिमानता साधून ती जिंकली होती पण अरब राष्ट्रांनी ती संधी

इस्त्राईलला ६ ऑक्टोबर ते २२ ऑक्टोबर पर्यंत चाललेल्या. या युद्धात न दिल्यामुळे त्यांचा प्रथमच पराभव झाला.

युद्धाची कारणे :

(१) अगोदरच्या युद्धात जी अरब राष्ट्रांची प्रतिष्ठा लयास गेली होती ती परत मिळविणे.

(२) अरबांचा जिंकलेला भूप्रदेश परत मिळविणे.

(३) अरब राष्ट्रांमधील लढण्याची मानसिकता किंवा त्यांच्यातील आत्मविश्वास यामध्ये वाढ करणे.

(४) इस्त्राईल अपराजित आहे अशी त्यांची प्रतिमा धुवून काढणे.

(५) अरबांचा जिंकलेला प्रदेश ते सोडण्यास तयार नव्हते.

(६) अमेरिकेकडून घेतलेल्या शस्त्रास्त्रांची भीती अरब राष्ट्रांना इस्त्राईल दाखवत होता.

(७) शांततेवरचा अरबांचा विश्वास उठलेला होता.

(८) रशियाच्या सैनिकी मदतीने अरब राष्ट्रांमध्ये परत विश्वास निर्माण केला.

इस्त्राईलने जिंकून घेतलेले प्रदेश परत मिळविण्यासाठी इजिप्त व सीरियाने ६ ऑक्टो. १९७३ या दिवशी म्हणजे योम किप्पूर या ज्यूंच्या अत्यंत पवित्र दिवशी बहुसंख्य इस्त्राईली उपास करून प्रार्थनेत दंग असताना आक्रमण केले. सुरुवातीस इजिप्तने इस्त्राईल व्याप्त सिनाईमध्ये खोलवर चढाई केली व सुएझ कालव्याच्या पूर्व बाजूचा काही भाग व्यापला. परंतु इस्त्राईलने इजिप्तच्या सुएझ कालव्याच्या पश्चिमेस असलेला भाग व्यापून इजिप्तला शह दिला व सीरियाचा गोलन टेकड्यांच्या पूर्वेकडील भाग व्यापला. या युद्धास 'योम किप्पूर युद्ध' असे म्हणतात. यानंतर १९७५ पासून मात्र इजिप्त-इस्त्राईल यांच्यात तह होऊन टप्प्याटप्प्याने सिनाईमधून माघार घ्यावी, त्या बदल्यात इस्त्राईलच्या सीमा सुरक्षित ठेवण्यास इजिप्तने मदत करावी गनिमी हल्ले थांबवावेत असे ठरले. बिगर लष्करी वाहतुकीसाठी इजिप्तने सुएझ कालवा इस्त्राईलला वापरायला परवानगी दिली. इस्त्राईली सीमेपासून सिनाईमध्ये ४० कि. मी. अंतरापर्यंत सैन्य न ठेवता हलकी शस्त्रे असलेले पोलिसदल ठेवावे. इस्त्राईल-अरब सीमा शांत होण्याची लक्षणे दिसत असतानाच एका नव्या संघर्षाला सुरुवात झाली व त्यात परत इस्त्राईल गोवला गेला. लेबनॉन हा देश इस्त्राईलच्या उत्तरेस आहे. तेथील अंतर्गत यादवीमुळे इस्त्राईल व सीरिया हे दोन देश त्यात ओढले गेले.

या युद्धानंतर अमेरिकेने पुढाकार घेऊन २४ वर्षांमध्ये प्रथमच इस्त्राईल व इजिप्तच्या सेनाधिकाऱ्यांनी ११ नोव्हेंबर १९७३ रोजी युद्धविराम करारांवर सह्या केल्या. या करारांचा मसुदा अमेरिकन परराष्ट्रमंत्री डॉ. हेन्री किसिंजर यांनी तयार केला होता; त्यातील प्रमुख कलमे खालीलप्रमाणे होती.

(१) युद्धविरामाचे पालन दोन्ही बाजूंकडून करणे.

(२) २२ ऑक्टोबरला जी परिस्थिती सीमेवर होती ती पूर्ववत करून त्यानंतर वाटाघाटी कराव्यात.

(३) सुएझचा पूर्व किनारा निर्लष्करी करण्याच्या कार्यात अडथळे आणू नयेत.

(४) सुएझ शहराला अत्यावश्यक गरजांचा पुरवठा करणे व तेथील जखमी सैनिकांचे स्थलांतर घडवून आणणे.

(५) ठिकठिकाणी युनोच्या सैन्यांच्या चौक्या बसताच सर्व युद्धकैद्यांची आणि जखमी लोकांची अदलाबदली करणे.

(६) सुएझ ते कैरो रस्त्यावरील इस्त्राईल सैन्यांच्या चौक्यांच्या जागी युनो सैन्यांच्या चौक्या बसविणे.

हा करार अरब राष्ट्रांना जास्त अनुकूल असलेला दिसून येतो. या करारावर अमेरिकेच्या दबावामुळेच इस्त्राईलला सही करावी लागली हेही तेवढेच खरे होते. या कराराचा दोन्ही बाजूंकडून अधूनमधून भंगही झालेला दिसून येतो. शेवटी किसिंजरच्या मध्यस्थीने इजिप्त व इस्त्राईलमध्ये जानेवारी १९७४ मध्ये सुएझ

कालव्याच्या पूर्वेकडे जवळजवळ ४० ते ४८ कि. मी. पर्यंत इस्त्राईल सेना मागे घेईल व पूर्वेकडील इजिप्तच्या सैन्यांचे काम फक्त टेहळणीचे असेल, अशा स्वरूपाचा करार झाला.

परिणाम :

(१) अमेरिकेसाठी काहीतरी शिकण्यासारखे हे युद्ध होते; कारण या युद्धात अरब राष्ट्रांनी तेलाचे राजकारण करून, अमेरिका व पाश्चिमात्य राष्ट्रांवर दबाव टाकलेला दिसून येतो. परिणामी अमेरिकेला पुढाकार घेऊन हे युद्ध थांबवावे लागले.

(२) २४ वर्षानंतर प्रथमच युद्धातील दोन्ही गट समोरासमोर आले व त्यांनी आपापसात वार्तालाप करून मार्ग काढलेला दिसून येतो.

(३) अगोदरच्या युद्धात जी अरब राष्ट्रांची प्रतिष्ठा लयास गेली होती ती या युद्धाने त्यांना परत मिळाली.

(४) या युद्धाने इस्त्राईलसुद्धा पराभूत होऊ शकतो हे दाखवून दिले.

(५) या युद्धाने प्रथमच अरब राष्ट्रांमध्ये एकता निर्माण झाली हे दिसले.

(६) या युद्धानंतर उभय राष्ट्रांनी शांततेच्या दिशेने वाटचाल करताना वेगवेगळे करार करण्यावर भर दिला.

(७) या करारावर प्रथमच उभय बाजूंच्या शासनप्रमुखांच्या सह्या असल्यामुळे अरब राष्ट्रांनी इस्त्राईलला एक प्रकारची मान्यताच दिलेली दिसून येते.

शांततेच्या दृष्टीने करण्यात आलेले करार किंवा प्रयत्न :

वास्तविक पाहता मध्यपूर्वेत संघर्षाची परिस्थिती निर्माण करण्यास महासत्ताच जबाबदार असलेल्या दिसून येतात. दुसऱ्या महायुद्धानंतर अरब राष्ट्रे सोव्हिएत रशियाकडे झुकली. साहजिकच या भागात साम्यवादाचा जोमाने प्रसार होईल अशा स्वरूपाची भीती अमेरिकेला वाटली. त्यातूनच या भागात साम्यवादाला विरोध करण्यासाठी अमेरिकेने इस्त्राईलला सक्रिय पाठिंबा दिला. एकंदरीत या भागातील महासत्तांच्या हितसंबंधामुळेच हा भाग संघर्षमय बनलेला दिसून येतो; पण वस्तुस्थिती ही आहे की, आत्तापर्यंतच्या सर्वच युद्धांमध्ये महासत्तांच्या सैनिकी हालचाली या भागात वाढल्या पण त्यांनी उघड उघड हस्तक्षेप कोठेही केलेला दिसत नाही. यानंतर या भागात शांतता प्रस्थापित करण्याचा प्रयत्नही अमेरिकेच्या पुढाकारानेच झालेला दिसून येतो. या भागात शांतता प्रस्थापित झालेली आहे की नाही, हे पाहण्यासाठी डॉ. किसिंजर यांनी मार्च १९७५ मध्ये या भागातील राष्ट्राचा दौरा केलेला दिसतो.

(१) सप्टेंबर, १९७५ मध्ये झालेला सिनाई समझोता करार : अमेरिकेने पुढाकार घेऊन या प्रदेशात जी शांततेच्या दृष्टिने बोलणी सुरू केली होती त्याला लवकरच फळ आलेले आपणास दिसून येते; ते म्हणजे सोव्हिएत रशिया, इराक, जॉर्डन व सीरिया यांच्यात सप्टेंबर १९७५ मध्ये सिनाई करार घडून आला; या करारानुसार-

(१) आक्रमणाची सूचना प्राप्त होण्यासाठी सिनाई पर्वत रांगेत निरीक्षण चौक्या उभ्या करून त्याठिकाणी जास्तीत जास्त अमेरिकेचे तांत्रिक कर्मचारी असतील. त्यांच्या सोबत इस्त्राईल व इजिप्तचेही प्रतिनिधी ठेवण्यास परवानगी दिली.

(२) इस्त्राईलची तांबड्या समुद्रात नाकेबंदी केली जाणार नाही तसेच इस्त्राईलविरोधी अरब राष्ट्रांनी युद्ध जर अगोदर सुरू केले तर इजिप्त या युद्धात नसेल; या आश्वासनानंतरच अबुसदी पेट्रोल क्षेत्रावर इजिप्तचा अधिकार मान्य केला गेला.

(३) दोन्हीकडील गट एकमेकांना युद्धाची धमकी किंवा युद्धकार्यवाही करणार नाहीत.

(४) या भागात शांतता प्रस्थापित करण्यासाठी संयुक्त राष्ट्रसंघाच्या मदतीने पारंपरिक स्वरूपाचा सहयोग गट स्थापन करण्यावर भर दिला जाईल, असे ठरले.

(२) १९ नोव्हेंबर, १९७७ ला इजिप्तचे राष्ट्रपती इस्त्राईल दौऱ्यांवर गेले : इस्त्राईलच्या पंतप्रधानांच्या आमंत्रणावरून इजिप्तचे पंतप्रधान सआदत यांनी १९ नोव्हेंबर, १९७७ ला इस्त्राईलला भेट दिली; पण ही भेट अरब राष्ट्रांना आवडली नाही. अनेक अरब राष्ट्रांनी यावर टीका केली तर काहींनी इजिप्तबरोबरचे राजनैतिक संबंध तोडण्याची धमकी दिली तर काहींनी ते तोडले. तरीही या भेटीतून या भागात शांतता स्थापन करण्यासाठी उभय राष्ट्रांनी खालील प्रकारचे उपाय सुचविले.

(१) इस्त्राईलने अरबांच्या क्षेत्रातून तसेच जेरुसलेमच्या भागातून दूर व्हावे.

(२) पॅलेस्टाईनसाठी स्वतंत्र राज्य स्थापनेच्या दृष्टीने पावले उचलणे.

(३) कोणत्याही मार्गाचा अवलंब करून या भागातील तणावाची परिस्थिती नष्ट कशी होईल हे पाहणे.

(४) शांतता व सुरक्षा या युनोच्या तत्त्वांचे या भागात पालन केले जाईल.

(५) यापुढे या भागातील शांततेसाठी आपापसातील मतभेद सामोपचाराने सोडविण्यावर भर द्यावा.

(६) एकंदरीत या भागात युद्ध होणार नाही याची दक्षता घेण्यात यावी.

(३) २५ डिसेंबर, १९७७ ला इस्त्राईलच्या पंतप्रधानांची इजिप्तबरोबर बोलणी :१९७७ मध्ये या भागातील समस्या समजून घेऊन ती वाटाघाटी किंवा बोलणी करून मिटवण्याचा प्रयत्न करावा, अशा प्रकारचा सल्ला अमेरिकन राष्ट्राध्यक्ष जिमी कार्टर यांनी इजिप्तला दिला. या संदर्भात इजिप्तची इस्त्राईलच्या प्रमुखांची २५ डिसेंबर, १९७७ रोजी इजिप्तमध्ये बोलणी झाली. यामध्ये प्रथमच इस्त्राईलचा दृष्टिकोन शांतता प्रस्थापित करण्याच्या बाजूने म्हणजेच काहीसा सौम्य झालेला दिसला; तसेच ते काही जिंकलेला प्रदेश सोडण्यासही तयार होते हे त्यांच्या बोलण्यातून जाणवले; पण त्यांनी इजिप्तसमोर खालील काही अटी ठेवलेल्या दिसतात -

(१) शांततेचा समझोत्यासाठी अरब राष्ट्रांनी इस्त्राईलला सुरक्षेची हमी द्यावी.

(२) जगाशी व्यापार करण्यासाठी सर्व जलमार्गांचा इस्त्राईलला वापर करता यावा.

(३) जॉर्डन नदीतून मिळणाऱ्या पाण्याची हमी द्यावी; तसेच -

(४) सामारिया व गाझापट्टीत समान अधिकार इस्त्राईलला द्यावेत.

(५) शांततेसाठीचा 'कॅम्प डेव्हिड' करार : मध्यपूर्वेत कायमची शांतता प्रस्थापित व्हावी या हेतूने अमेरिकेचे त्यावेळचे राष्ट्रपती जिमी कार्टर यांनी कॅम्प डेव्हिड या ठिकाणी बैठक बोलावली; त्यानुसार इजिप्त व इस्त्राईल यांच्यात अमेरिकेसमोर दोन करार झाले.

पहिला करार सप्टेंबर, १९७८ मध्ये झाला. त्या करारानुसार-

(१) जॉर्डनच्या पश्चिमेकडील भाग व गाझापट्टीतील लोकांना स्वशासनाचा अधिकार राहील असे नमूद करण्यात आले.

(२) तसेच या भागातील लोकांना पूर्ण स्वातंत्र दिले जावे.

(३) या भागातील लोक आपल्या प्रतिनिधीची निवड शांतता प्रक्रियेमध्ये भाग घेण्यासाठी करतील.

(४) या भागात केली जाणारी शांततेची बोलणी ही संयुक्त राष्ट्रांच्या नियमानुसार केली जावी.

दुसरा करार मार्च, १९७९ मध्ये झाला. त्या करारानुसार -

(१) पुढील तीन वर्षांत इस्त्राईलचे रहिवासी सिनाईच्या भागातून निघून जातील असे ठरले.

(२) इजिप्तशिवाय इस्त्राईल अन्य अरब राष्ट्राबरोबर शांततेची बोलणी करेल.

(३) सिनाईतून इस्त्राईलचे सैन्य मागे आल्यानंतर दोन्ही राष्ट्रांत मैत्रीचे तसेच राजनैतिक संबंध प्रस्थापित होतील.

(४) पॅलेस्टाईनच्या काळात जी सीमा इजिप्त व इस्त्राईलच्या दरम्यान होती तीच यापुढेही कायम राहील.

(५) उभय राष्ट्रांत करार लागू करण्यासाठी संयुक्त आयोगाची स्थापना केली जाईल.

(६) यापुढे या भागातील शांततेसाठी व आपापसातील मतभेद मिटविण्यासाठी सामोपचाराचा अवलंब करतील, तसेच एकमेकांच्या प्रादेशिक अखंडता व स्वातंत्र्याचा आदर दोन्ही राष्ट्रे करतील.

(७) जगाशी व्यापार करण्यासाठी सर्व जलमार्गांचा त्यामध्ये प्रामुख्याने सुएझ कालवा व भूमध्य समुद्राचा इस्त्राईलला वापर करू द्यावा.

(८) करारातील दोन्ही गट तिरान द्विपकल्प व अकाबाच्या खाडीस आंतरराष्ट्रीय जलमार्ग मानण्यास सहमती दाखवतील.

परिणाम :

(१) जगातील व पाश्चिमात्य राष्ट्रांनी या कराराचे स्वागत केले.

(२) अरब राष्ट्रांनी या कराराचा धिक्कार केला.

(३) इजिप्तला अलिप्त संघटनेतून काढून टाकण्याची मागणी अरब राष्ट्रांनी केली.

(४) या करारामुळे इजिप्तला सिनाईचा प्रदेश मिळाला. त्याचवेळी इजिप्तने अरब जगताचा विश्वास गमविला.

(५) या करारामुळे इजिप्तने स्वत:च्या स्वार्थासाठी संपूर्ण अरब राष्ट्रांचे स्वप्न धुळीला मिळविले.

(६) या करारामुळे या भागातून सोव्हिएत रशियाची पिछेहाट तर अमेरिकेचा या भागात प्रभाव वाढला.

(७) या कराराच्या अंतर्गत दोन्ही राष्ट्रातील जनतेला एकमेकांच्या देशात जाण्यासाठी सर्व मार्ग खुले करण्यात आले.

अरब-इस्त्राईल पाचवे युद्ध किंवा लेबनानचे युद्ध १९८२ :

फक्त १०,४०० चौरस कि. मी. क्षेत्रफळ असलेल्या लेबनॉनची लोकसंख्या ३१ लक्षांवर असून नैर्ऋत्य आशियातील या अत्यंत चिमुकल्या देशाचे परिणाम संपूर्ण अरब जगतावर मात्र अतिशय गंभीर व व्यापक स्वरूपाचे आढळतात. त्याला लेबनॉनचे भौगोलिक स्थान कारणीभूत आहे. लेबनॉन संघर्षामागची भूराजनैतिक परिस्थिती पुढे दिलेली आहे.

भूमध्य सागराच्या पूर्व किनाऱ्यावर लेबनॉन, इस्त्राईल,जॉर्डन व सीरिया हे देश आहेत. परंतु, भौगोलिक दृष्ट्या विचार करता हा एकच विभाग समजला जातो. वरील चार देशांत सार्वभौम सरकारे असली तरी एकाच प्रकारचे पर्यावरण असून या प्रदेशाचे वेगळेच किंवा या भागाव्यतिरिक्त स्थान आहे. भूमध्य सागरी देशांकडून तैग्रिस व युफ्रेटिस नद्यांचा सखल प्रदेशामार्गे इराणी आखात, कास्पियन सागरवर्ती सखल प्रदेश व इराण अफगाणिस्तानमार्गे भारताकडे येण्याचे मार्ग वरील देशांतून व विशेषत : लेबनॉनमधून होते व आहेत. इ.स.वी. सनापूर्वी मार्गावरील स्थानामुळे पूर्वापारपासून ग्रीक, रोमन, फोनिशियन इत्यादी लोक लेबनॉनमध्ये आले. त्यानंतर धर्मयुद्धाच्या काळात ब्रिटिश व फ्रेंच लोक आले. त्यामुळेच लेबनॉनमध्ये बहुढंगी समाज निर्माण झाला. लहान-मोठे धार्मिक भेद असलेल्या समाजाच्या राष्ट्रनिष्ठा वेगवेगळया उद्दिष्टे

वेगवेगळी असल्याने व येथे कायम अस्थिरता राहावी असे पाश्चात्यांना व विशेषत : महासत्तांना वाटत असल्याने त्यांनी आपापली भूसामरिक उद्दिष्टे साध्य करण्यासाठी लेबनॉनमध्ये १९७५ पासून तेथील यादवीस खतपाणी घातले.

पूर्व भूमध्य सागरवर्ती देशांना लम्हा (म्हणजेच उगवत्या सूर्याच्या दिशेकडील प्रांत) असे नांव असून, तेथे त्रिपोली, बेरूत, लटाकिया टायर, सिडॉन ही प्रमुख बंदरे आहेत. या बंदराच्या पूर्वेस असलेल्या पर्वतराजीतून तैग्रिस व युफ्रेटिस नद्यांच्या खोऱ्याकडे जाण्यास ईशान्य व नैऋत्य असे सुगम मार्ग आहेत. यापैकी काही मार्ग अँटी लेबनॉन पर्वत व हर्मन पर्वत यांच्या पश्चिम पायथ्यालगत असलेल्या बेका खोरे ही लेबनॉनची मर्मभूमी किंवा महत्त्वाचे केंद्र समजली जाते, वरील बंदरे व पूर्व भूमध्य सागर किनारा हा पूर्वापारपासून आशिया व युरोप यांच्या दरम्यानचा संपर्कविभाग म्हणून ओळखला जातो. अरब व आखाती देशातील तेलाचे नळ आज वरीलपैकी अनेक बंदरांपर्यंत आलेले आहेत व तेथून रोज लक्षावधी बुधले तेल युरोपीय देशाकडे जाते, अनेक विभंग खोरी असल्याने त्यांचा दळणवळणासाठी उपयोग होतो.

पूर्व भूमध्य सागर किनाऱ्यावरचा साम्यवादी देश व अमेरिकेच्या गटातील देश यांच्या हस्तक देशांची, यांच्या मित्रराष्ट्रांची समोरासमोर गाठ पडते. रशिया व अमेरिका अशा दोन्ही जागतिक शक्तीचे मित्रदेश मध्यपूर्वेत आहेत. लेबनॉन व इस्त्राईल हे प्रामुख्याने अमेरिकेच्या गटातील समजले जातात तर सीरिया हा रशियाचा मित्र समजला जातो. त्यामुळे बड्या देशांचा राजकीय खेळ भूमध्य सागर किनाऱ्यावर या देशांच्यातर्फे सुरू आहे. नवीन स्वनातील लढावू विमानांची कार्यक्षमता व सॅम क्षेपणास्त्रांची हननक्षमता तपासण्यासाठी दक्षिण किनारा, गोलन टेकड्यांचा परिसर, येथील संघर्षस्थाने, रशिया व अमेरिकेस उपयोगी पडतात.

सुएझ कालवा ज्याप्रमाणे आशियाई देश व प्रशांत महासागराकडे जाण्याचा महत्त्वपूर्ण जलमार्ग समजला जातो, त्याचप्रमाणे बेरूत येथील विमानतळ हा वरील विभागाकडे वायूमार्गाने जाण्याचे प्रवेशद्वार समजले जाते. भूमध्य सागराचा पूर्व किनारा व इराणी आखात यांच्या दरम्यानची वायुसीमा जर एखाद्या संघर्षकालात नागरी विमान वाहतुकीस बंद झाली तर आंतरराष्ट्रीय नागरी विमान वाहतुकीस अनेक अडथळे निर्माण होतात. परंतु, असा प्रकार होऊ नये म्हणून जागतिक सत्ता काळजीपूर्वक खेळी आपल्या हस्तक देशांतर्फे खेळत आहेत.

अरब जगातील ख्रिस्ती लोकांचा सर्वात महत्त्वपूर्ण प्रदेश म्हणजे लेबनॉन. धर्मयुद्धाच्या काळापासून फ्रान्स व लेबनॉन यांचे संबंध होते व लेबनॉनच्या डोंगराळ भागात मॅरोनाईट ख्रिस्ती लोकांनी त्यांचा धर्म हालअपेष्टा सोसून अस्मानी सुलतानीस तोंड देऊन टिकविला होता, असे वैशिष्ट्यपूर्ण स्थान असलेला लेबनॉन हा देश. सीरियाच्या विभाजनाला लिग ऑफ नेशन्सची मान्यता मिळविली व सीरिया व लेबनॉन अशी दोन राज्ये निर्माण केली. १९४३ मध्ये लेबनॉन फ्रेंच दास्यत्वातून मुक्त होऊन त्याला स्वातंत्र्य प्राप्त झाले. स्वतंत्र लेबनॉनमध्ये ख्रिश्चन समाज ५० टक्के व मुस्लिम समाज ४० टक्क्यांपेक्षा थोडा जास्त होता. स्वतंत्र लेबनॉन सरकार स्थापन होते वेळी राष्ट्राध्यक्ष मॅरोनाईट ख्रिश्चन व पंतप्रधान सुन्नी मुसलमान असावा असे ठरले. १९५० पर्यंत सीरिया व लेबनॉन यांचे खूपच आर्थिक सहकार्य होते, नंतर मात्र सीरियाचे नियंत्रण वाढले. सीरियाकडून होणारा धान्यपुरवठा अनियमित व महाग झाला. सीरियन बाजारपेठांतील लेबानी औद्योगिक मालावर कर लादले. लेबनॉनच्या बंदरातून होणारी विदेशी वाहतूक सीरियाच्या करवाढीमुळे खर्चिक झाली तर सीरिया लाटाकिया बंदरातून होणारी वाहतूक मात्र स्वस्त असल्यामुळे सीरियास त्याचा फायदा मिळाला. १९५८ मध्ये सीरिया व इजिप्त यांचे अल्पकाळ टिकलेले संघराज्य स्थापन झाले तरीदेखील लेबनॉनमध्ये मुस्लिम व अरब ज्यूंनी हुसकले व यापैकी सुमारे दोन लाखांवर अरब लेबनॉनमध्ये

येऊन स्थायिक झाले. त्यामुळे लेबनॉनमधील ख्रिश्चन व मुस्लिम समाजाचे असलेले नाजूक संतुलन बिघडले. दोन समाजातील सलोखा नाहीसा होऊन त्यांची जागा तणावाने घेतली; त्याला बाहेरील शक्तींनी पाठिंबा दिल्यानंतर त्याचे रूपांतर रक्तरंजित यादवीमध्ये झाले. यात सीरियाने लेबनॉनमधील इस्लाम धर्मियांची बाजू घेतली तर इस्त्राईलने ख्रिश्चन धर्मियांची. त्यामुळे इस्त्राईलची पाठराखीण अमेरिका व सीरियाचा रक्षक रशिया हे दोन्ही बलाढ्य देश संघर्षात उतरले.

लेबनान व पॅलेस्टाईन प्रांत यांच्यात नद्या व पर्वत असे नैसर्गिक अडथळे नाहीत. त्यामुळे यांच्या दरम्यानचा सुगम सीमा प्रदेश मानवसमूहांच्या हालचालींना फारसे अडथळे आणू शकत नाही. नेमका याच नैसर्गिक घटकांचा फायदा घेऊन पॅलेस्टाईनमधील अरब निर्वासित लेबनॉनमध्ये आले व त्यांनी नंतर इस्त्राईलच्या उत्तर भागात गनिमी हल्ले चढविण्यास सुरुवात केली. परागंदा झालेले अरब पॅलेस्टाईनमध्ये असताना सुखी जीवन जगत होते. पॅलेस्टाईन प्रांत 'सुजलाम् सुफलाम' भूमी म्हणून ओळखला जाई. पॅलेस्टाईनमधील अरबांचे राहणीमान उच्च होते; आता मात्र त्यांना दरवर्षी कमी कमी होत जाणाऱ्या आंतरराष्ट्रीय मदतीवर जगावे लागत आहे. या असंतोषामुळे त्यांनी पॅलेस्टाईन स्वतंत्र करण्याचा चंग बांधला असून पॅलेस्टाईन मुक्ती आघाडी किंवा सेना (पी. एल. एफ.) तयार केली आहे.

दक्षिण लेबनॉनमध्ये पॅलेस्टाईन मुक्ती आघाडीने किंवा सेनेचे तळ असल्यामुळे इस्त्राईली सीमेवरील वस्त्यांना धोका निर्माण झाल्याने इस्त्राईलने दक्षिण लेबनॉनमध्ये लष्करी हस्तक्षेप केला. इस्त्राईलच्या स्वारीमुळे पॅलेस्टाईन मुक्ती आघाडीची सैनिकीदृष्ट्या वाताहत झाली. त्यामुळे ख्रिश्चन अल्पसंख्य जमातीला जास्त सुरक्षितता प्राप्त झाली तर मुस्लिम बहुसंख्य जमातीने इस्त्राईली सैनिकांवर छुपे हल्ले सुरू केले. इस्त्राईलच्या सैनिकी विजयामुळे ख्रिश्चन समाजाचे पारडे जड होऊन त्यांच्यातील फॅलनजिस्ट या लढाऊ व जहाल गटांचा पाठिंबा असलेले अमिगनेमयेल हे अध्यक्ष कारभार पाहू लागले. त्यांना मुस्लिम समाजातील श्रीमंत लोकांचा पाठिंबा होता. पॅलेस्टाईन मुक्ती आघाडी (पराभूत) सैनिक ईशान्य लेबनानमधील बेका खोऱ्यातील सीरियन सैनिकांच्या मागे त्यांनी आपल्या चौक्या स्थापन केल्या.

पॅलेस्टाईन मुक्ती आघाडी किंवा संघटनेचे अध्यक्ष यासर आराफत यांच्या मतानुसार अरब व इस्त्राईली लोक हे एकमेकांचे पूर्वापार सख्खे भाऊ असून एकाच म्हणजे सेमिटिक वंशाचे आहेत. इस्त्राईल केवळ अमेरिकेच्या पाठिंब्यामुळे आक्रमक भूमिका स्वीकारत असून पॅलेस्टाईन प्रांतामध्ये व जॉर्डन खोऱ्यातील पश्चिम भागात की जो भाग इस्त्राईलच्या निर्मितीच्या वेळी इस्त्राईलमध्ये नव्हता त्या भागात पॅलेस्टाईनने अरबांचे तेथे एक स्वतंत्र सार्वभौम राष्ट्र निर्माण करावे; तशी राष्ट्रभावना निर्माण करण्याचे प्रयत्न सुरू आहेत. या बदल्यात इस्त्राईल या देशास सर्व अरब देशांनी मान्यता द्यावी. परंतु, केवळ अमेरिकेच्या चिथावणीमुळे पॅलेस्टाईन प्रांतात व विशेषता जॉर्डन खोऱ्याच्या पश्चिम भागात इस्त्राईलने वसाहती व वाहतूकमार्गांचे जाळे उभारलेले आहे. इस्त्राईलमध्ये जमिनींच्या किंमती भरमसाठ वाढल्याने असंख्य इस्त्राईली लोक जॉर्डन खोऱ्याच्या पश्चिम भागात अरबांकडून कमी किमतीत जमिन विकत घेतात तेथे घरे बांधतात व इस्त्राईलमध्ये रोज आपापल्या कामास जातात; अशामुळे पुढील काही वर्षांत जॉर्डन खोऱ्याच्या पश्चिम भागात इस्त्राईली लोकांची संख्या वाढेल व नंतर जरी पॅलेस्टाईनमधील अरबांचे स्वतंत्र राज्य निर्माण झाले तरी देखील त्या राज्यास सुरुवातीपासून यादवी युद्धाचा मोठ्या प्रमाणात धोका राहील व ते खिळखिळे होईल.

लेबनॉनमध्ये एक प्रकारे सत्तेची पोकळी आहे; असे भूराजनीतितज्ज्ञ म्हणतात; कारण सध्याचे सरकार हे समर्थ नसून यादवीत गुंतलेल्या ख्रिश्चन व मुस्लिम समाजांची अस्मिता व शक्ती टिकून आहे; याला इस्त्राईलचा हस्तक्षेप हे कारण आहे. मेजर साद हेंदाद या ख्रिस्ती समाजाच्या पुढाऱ्याने इस्त्राईलांशी हातमिळवणी केली. त्यामुळे लेबनॉनमधील मुस्लिम व पॅलेस्टाईन गनिम यांच्या वर्चस्वाला शह दिला गेला.

आज या प्रदेशात इस्त्राईल ही प्रादेशिक सत्ता समजली जाते; ही सत्ता लेबनॉनमधील ख्रिश्चन समाजाच्या पाठीमागे आहे.

अमेरिका व रशिया या दोन्ही महासत्तांची काही भूसामरिक उद्दिष्टे या विभागात विभागली होती. व्हिएटनामध्ये अमेरिकेस दारुण पराभव पत्करावा लागला. व्हिएटनामचे एकीकरण होऊन व्हिएटनाम रशियाचा मित्र बनला. अफगाणिस्तानमध्ये रशियन सैन्य आल्याने तेथेही म्हणजे इस्लामी जगताच्या ईशान्य भागात रशियन प्रभावक्षेत्र निर्माण झाले. सीरिया व इराक हे देश रशियाचे मित्र आहेतच. रशियाच्या या वाढत्या प्रभावक्षेत्रास अटकाव करण्यासाठी अमेरिकेने इस्त्राईल व इजिप्त यांच्यात समझोता घडवून आणला. लेबनॉनची मर्मभूमी किंवा महत्त्वाचा भाग असलेल्या बेका खोरे सीरियन प्रभावाखाली जाऊ नये व तेथील पॅलेस्टाईन गनिमांना व त्यांच्या सैनिकी तळांना सीरियाचा आधार राहू नये म्हणून अमेरिका इस्त्राईलवर दडपण आणून सध्या इस्त्राईलच्या ताब्यात असलेल्या सीरियाचा गोलन टेकड्या सीरियास परत देण्यासाठी वाटाघाटी इस्त्राईल व सीरियामध्ये सुरू करेल. परंतु, या वाटाघाटींना यश मिळू नये असे प्रयत्न रशियाचे आहेत कारण त्यांना अमेरिकेचा वरचष्मा या प्रदेशात निर्माण व्हायला नको आहे. लेबनॉनमध्ये राजकीय स्थैर्य आल्यास तेथे एक प्रादेशिक शक्ती तयार होईल; यादवीपूर्वी हा देश अरब जगतामधील सुखी देश होता. स्वित्झर्लंड प्रमाणे तेथे बँकिंग व पर्यटन यांचा विकास झालेला होता.

ड्रुझ नावाचे इस्लामधर्मीय जहाल व अतिरेकी लोक लेबनॉनमध्ये असून त्यांचे ख्रिश्चन अतिरेक्यांशी म्हणजे फॅलनजिस्टांशी हाडवैर आहे. ड्रुझ लोकांच्या अतिरेकी कारावायांमुळे पश्चिम बेरुतमध्ये पूर्णपणे त्यांचे म्हणजे मुस्लिम लेबानी लोकांचे वर्चस्व आहे; तर पूर्व बेरुतमध्ये फॅलेनजिस्टांचे. ड्रुझ लोकांनी, पॅलेस्टाईन गनिमांशी काही काळ हातमिळवणी करून लेबनॉनमधील ख्रिश्चन जनतेवर अनन्वित अत्याचार केलेले होते. त्यामुळे ख्रिश्चन लोकांनी इस्त्राईली सैनिकांचे स्वागत केले. परंतु,दोन्ही अतिरेकी पक्षात जे विचारवंत होते त्यांनी आता सीरियन व इस्त्राईली असे दोन्ही परकीय लोक व सैनिक नकोत, लेबनॉनची फाळणीदेखील त्यांना नको, अशी भूमिका घेतली. लेबनॉनवर इस्त्राईलने स्वारी केल्याने लेबनॉनमध्ये ख्रिश्चन व मुस्लिम समाजाचे दोन प्रादेशिक राष्ट्रवाद आहेत, त्यामुळे यादवी निर्माण झाली.

लेबनॉनवर हल्ला करण्याची इस्त्राईलची कारणे :

(१) पॅलेस्टाईन मुक्ती संघटनेचा नायनाट करणे.
(२) पॅलेस्टाईन मुक्ती संघटनेला धडा शिकविणे.
(३) दक्षिण लेबनॉनमध्ये शांततारूपी सुरक्षेचे क्षेत्र निर्माण करणे.
(४) या भागातील नद्यांच्या पाण्याचा पिण्यासाठी प्रयोग करणे.
(५) लेबनॉनमध्ये आपले समर्थक सरकार स्थापन करणे.

लेबनॉनवरील हल्ल्याचे परिणाम :

(१) कोणत्याही अरब राष्ट्रांच्या सहकार्याशिवाय एकट्या पॅलेस्टाईन मुक्ती संघटनेने हे युद्ध लढले.

(२) या युद्धातून अरबांची एकजूट नसल्याचे सिद्ध झाले.

(३) या युद्धात इजिप्तची अमेरिकेपुढे शरणागती, रशियाचे या युद्धाबाबत असलेले मौन, अरब राष्ट्रात एकजुटीचा अभाव, इस्त्राईलला असलेले अमेरिकेचे समर्थन या सर्व कारणामुळे पॅलेस्टाईन मुक्ती संघटनेची प्रचंड प्रमाणात हानी झाली.

(४) या युद्धामुळे पॅलेस्टाईन मुक्ती संघटनने दक्षिण लेबनॉन सोडण्यास संमती दिल्यानंतरच लेबनॉन-इस्त्राईल युद्धबंदीचा करार १७ मे, १९८३ ला झाला.

(५) या युद्धामुळे पॅलेस्टाईन मुक्ती संघटना सर्वत्र विखुरली गेली.

पॅलेस्टाईन मुक्ती संघटना व पॅलेस्टाईन राज्याची घोषणा :

अरब जगतामध्ये पॅलेस्टाईन मुक्ती संघटना या नावाची एक संघटना असून १९६४ मध्ये तिची स्थापना करण्यात आलेली आहे. पॅलेस्टाईनमधील अरबांचे स्वतंत्र्य सार्वभौम राज्य निर्माण करणे हे तिचे ध्येय आहे. दहशतवाद गनिमीकाव्याचा अवलंब करून आपले उद्दिष्ट सफल करण्यावर त्यांचा भर आहे. १९६७ च्या सहा दिवसांच्या युद्धानंतर पॅलेस्टाईन मधील मुक्ती संघटना जास्तच कार्यरत झालेली आहे.

१९६७ च्या युद्धात इस्त्राईलने जॉर्डन नदीचा पश्चिमतीर जिंकून घेतल्यानंतर लक्षावधी अरब परागंदा झाले. इस्त्राईलने वाजवी किंमत देऊन अरबांच्या जमिनी विकत घेतल्या. परागंदा झालेल्या अरबांनी दक्षिण लेबनॉनमध्ये आपले बस्तान बसविले व तेथून इस्त्राईलच्या उत्तर भागात दहशतवादी कारवायांना सुरुवात केली. त्यामुळे इस्त्राईल लेबनॉनवर आक्रमण करण्यास कारण मिळाले. अनेक अरब देशांची पॅलेस्टाईन मुक्ती संघटनेस फूस आहे. 'ओपेक' म्हणजे तेल निर्यातदार अरब देशांच्या संघटनेवरून छुप्या मार्गाने अर्थसाहाय्य पॅलेस्टाईन मुक्ती संघटनेस दिले जाते.

सौम्य प्रकृतीचे यासेर अराफत हे पॅलेस्टाईन मुक्ती संघटनेचे अध्यक्ष असून पश्चिम तीरावरील जॉर्डन नदीच्या हेब्रान व जेरिचो या शहरात पॅलेस्टाईन लोकांचे राज्य स्थापन करण्यात ते यशस्वी झालेले आहेत, पश्चिम तीरावरील, इस्त्राईलव्याप्त परिसरात जेथे पॅलेस्टाईन लोकांची राजवट येईल तेथील इस्त्राईली लोकांच्या सुरक्षेची हमी यासेर अराफत यांनी दिलेली आहे. परंतु, हमाससारख्या इस्लामी मूलतत्त्वांच्या अतिरेकी संघटनांच्यामुळे शांततेच्या क्रियेत अडथळे येत आहेत. दक्षिण लेबनॉनमध्ये सिरीयात व जॉर्डन नदीच्या पश्चिम तीरावर अनेक ठिकाणी पॅलेस्टाईन मुक्ती संघटनेच्या लोकांचे तळ होते. यापैकी काही तळावर इस्त्राईलने हल्ला करून ते उद्ध्वस्त केले. १९८२ मध्ये पॅलेस्टाईन मुक्ती संघटनेने दक्षिण लेबनॉनमधून माघार घेतली, तर १९८८ मध्ये जॉर्डनचे राजे हुसेन यांनी जॉनच्या पश्चिम तीरावर असलेल्या पॅलेस्टाईनचा पाठिंबा काढून घेतला. त्याचवेळी पॅलेस्टाईन मुक्ती संघटनेचा नेता यासर अराफत यांनी इस्त्राईलच्या भागामध्ये स्वतंत्र पॅलेस्टाईन राष्ट्राच्या स्थापनेची घोषणा केली होती. त्याचवेळी इस्त्राईलच्या ताब्यात असलेला पश्चिम भाग व गाझापट्टी या राष्ट्रात सामील करून याची राजधानी जेरुसलेम असेल असे जाहीर केले. भारतासह इराक, मलेशिया, अल्जेरिया यासारख्या राष्ट्रांनी पॅलेस्टाईनच्या राज्यास मान्यता दिली.

पॅलेस्टाईन मुक्ती संघटना व इस्त्राईल यांच्या पुढाऱ्यात अमेरिकेच्या मध्यस्थीने वॉशिंग्टन येथे १३ सप्टेंबर १९९३ ला शांतता करार झाला. या करारामुळे पॅलेस्टाईन मुक्ती संघटनेने इस्त्राईलचे अस्तित्व मान्य केले. या करारानंतर १९९४ मध्ये इस्त्राईलने गाझापट्टीचा काही भाग व जेरिका यांचे हस्तांतरण पॅलेस्टाईन मुक्ती संघटनेकडे केले. याचा दोन्ही बाजूंकडील कडव्या घटकांनी तीव्र विरोध केला. त्यामुळे या वाटाघाटी फिसकटल्या. त्यानंतर २८ सप्टेंबर १९९५ ला नव्याने वाटाघाटी होऊन वेस्ट बॅंक व अटक क्षेत्रातून इस्त्राईल आपले सैन्य मागे घेईल असे ठरले, पण यामध्येही अडथळे आले त्यानंतर भारतासह अनेक राष्ट्रांनी यामध्ये मध्यस्थी करून या भागात शांतता प्रस्थापित करण्याचा प्रयत्न केलेला दिसून येतो.

अरबइस्त्राईल संघर्ष का झाला?

१९४८ पासून ते जवळजवळ २००० पर्यंत या भागात शांतता ही नव्हतीच; मग प्रश्न हा निर्माण होतो की एवढा प्रचंड काळ या भागात तणाव किंवा संघर्षाची परिस्थिती का राहीली असावी, म्हणजेच अरब-इस्त्रायल संघर्ष का झाला. त्याला कोणती परिस्थिती किंवा प्रसंग कारणीभूत झाले यासंदर्भात आपणास पुढील मुद्यांचा विचार करावा लागेल.

(१) शीतयुद्धाचे राजकारण : वास्तविक पाहता मध्यपूर्वेत संघर्षाची परिस्थिती निर्माण करण्यास महासत्ताच जबाबदार असलेल्या दिसून येतात. दुसऱ्या महायुद्धानंतर अरब राष्ट्रे सोव्हिएत रशियाकडे झुकली. साहजिकच या भागात साम्यवादाचा जोमाने प्रसार होईल अशा स्वरूपाची भीती अमेरिकेला वाटली. त्यातूनच या भागात साम्यवादाला विरोध करण्यासाठी अमेरिकेने इस्त्राईलला सक्रिय पाठिंबा दिला. एकंदरीत या भागातील महासत्तांच्या हितसंबंधामुळेच हा भाग संघर्षमय बनलेला दिसून येतो.

(२) पॅलेस्टाईन स्वातंत्र्याचा प्रश्न : पहिल्याच अरब-इस्त्राईल युद्धानंतर पॅलेस्टिनी विस्थापित झाले होते. त्यांना आत्मनिर्णयाने जगता यावे यासाठी त्यांना स्वतंत्र राज्य असावे, ही अरब राष्ट्रांची मागणी होती, पण याला इस्त्राईलला विरोध असलेला दिसून येतो.

(३) इस्त्राईलच्या मान्यतेचा मुद्दा : दुसऱ्या महायुद्ध काळात अरबांच्या भूमीत त्यांचा विरोध असताना इंग्रजांनी स्वतंत्र इस्त्राईलची निर्मिती केली; अमेरिकेने आपले समर्थन त्यांना लगेच दिले पण अरब राष्ट्रांनी त्यांना मान्यता दिली नव्हती.

(४) जेरूसलेमचा प्रश्न : जेरुसलेम हे धार्मिक क्षेत्र म्हणून ओळखले जाते. यहुदी व अरब लोकांचे ते श्रध्द्ास्थान आहे, पण हा भाग दोन गटात विभागला गेल्यामुळे हे दोन्ही गट नाराज होते; त्यातूनच त्यांनी हा भाग एक व्हावा म्हणून प्रयत्न सुरू केले.

(५) सीमा वाद : इस्त्राईलची निर्मिती ही अरब भूमीच्या अगदी मध्यभागी झाली असल्यामुळे त्यांच्या सीमा सर्वच अरब राष्ट्रांना भिडलेल्या आहेत. त्यामुळेच हा प्रश्न १९४८ पासूनच यांच्या संघर्षामधील कळीचा मुद्दा बनलेला दिसून येतो.

(६) अनधिकृत इस्त्राईली वस्त्या : इस्त्राईलची असुरक्षितता ही त्या राष्ट्राच्या वैशिष्ट्यपूर्ण भौगोलिक परिस्थितीत आढळून येते. मध्य इस्त्राईलची रुंदी फक्त १५ कि. मी. पासून ३० कि. मी. पर्यंत आढळून येते. म्हणजे पूर्वेस जॉर्डन नदीवरील सीमारेषावरील पश्चिमेस भूमध्य सागरापर्यंत असलेला मध्य इस्त्राईलचा भाग फक्त १५ ते ३० कि. मी. पर्यत रुंद आहे. हा प्रदेश सहजपणे जॉर्डनच्या तोफखान्याच्या मारगिरीच्या क्षेत्रात येतो. जॉर्डनमधून अनेक इस्त्राईली ग्रामीण वसाहतींवर छुपे हल्ले झालेले आहेत. त्याचप्रमाणे सीरियन सीमेवरील सीरियाच्या गोलन टेकड्या उंचावर असून त्यांचा वापर सीरियाने इस्त्राईली प्रदेशात तोफगोळे टाकण्यासाठी केल्याने इस्त्राईलला तो भाग १९६७ च्या लढाईत जिंकून घ्यावा लागला. अरब देशांच्या सीमेलगत इस्त्राईली तरुणांच्या वसाहती इस्त्राईल सरकारने सीमावर्ती भागात निर्माण केल्या व अरबांच्या छुप्या आक्रमणास यशस्वीरीतीने तोंड दिले. १९५१ ते १९६७ पर्यंत अशा वस्त्या निर्माण झाल्या; त्यांना 'नहाल' वसाहती असे म्हणतात.

(७) अरब क्षेत्र परत देण्यास नकार : इस्त्राईलने पहिल्या तीन युद्धात अतिशय गतिमान डावपेचांचा वापर करून अरबाचा बराच भूप्रदेश जिंकून घेतला होता. तो परत देण्यास इस्त्राईल टाळाटाळ करत होते.

अरब-इस्त्राईल संघर्षाचे जगावर झालेले परिणाम :

पश्चिम आशिया किंवा मध्यपूर्वेत १९४८ पासून तणावाची परिस्थिती राहिलेली आपणास दिसून येते. या प्रदीर्घ काळातील संघर्षाचा जागतिक राजकारणावर विपरीत प्रकारचा परिणाम झालेला दिसून येतो, त्यातील काही परिणाम पुढीलप्रमाणे-

(१) अरब-इस्त्राईल संघर्षामुळे तसेच या भागातील तेल आपल्यालाच मिळावे म्हणून महासत्तांनी या क्षेत्राला शीतयुद्धाचे स्वरूप दिले.

(२) या संघर्षामुळे भूमध्य सागर, अरबी समुद्र, पर्यायाने हिंदी महासागरात महासत्तांनी आपल्या नाविक हालचाली वाढविल्या; त्यामुळे यांच्या किनाऱ्यावरील राष्ट्रांची सुरक्षितता धोक्यात आली.

(३) अरब-इस्त्राईल संघर्षाचा जगातील अनेक राष्ट्रांच्या परराष्ट्रीय धोरणावर परिणाम झालेला दिसून येतो. उदा. बऱ्याच कालावधीपर्यंत भारताने इस्त्राईलला मान्यता दिलेली नव्हती. अलीकडच्या काळात उभय राष्ट्रातील संबंध सुधारण्यास मदत झालेली आहे.

(४) अरब-इस्त्राईल संघर्षात अनेक वेळा अरबांनी तेलाचे राजकारण केल्याने जगावर त्याचा विपरीत परिणाम झाला.

(५) पश्चिम आशियातील सर्वच समस्या जगात प्रभावी ठरून त्यांनी जगावर परिणाम केलेले आहेत, मग त्यामध्ये जॉर्डन पाणी वाटपाची समस्या असो की, जेरुसलेमची समस्या असो.

(७. अ. २) तेलाचा प्रसंग आणि आखाती युद्ध

आधुनिक काळात प्रत्येक राष्ट्राच्या सर्वांगीण प्रगतीसाठी पेट्रोल किंवा तेलाची गरज अत्यावश्यक आहे. पेट्रोल किंवा तेलाचे साठे किंवा एकूण जागतिक तेलांपैकी ६६ टक्के तेलसाठे मध्यपूर्वेत असल्यामुळे या भागाला फारच भूसामरिक महत्त्व प्राप्त झाले आहे. इराक, इराण, कुवेत व सौदी अरेबिया ही राष्ट्रे यामध्ये महत्त्वाची आहेत. युरोपची ८० टक्के तेलाची गरज याच भागातून पुरविली जाते. जगातील इतर राष्ट्रेही याच भागावर यासाठी अवलंबून आहेत, शांतताकाळ किंवा युद्धकाळातही तेलाचे महत्त्व अनन्य स्वरूपाचे आहे.

मध्यपूर्वेतील राजकारणात महाशक्तींचा अनावश्यक हस्तक्षेप रोखण्यासाठी जे तेलाचे राजकारण केले जाते, त्यालाच 'तेलाची राजनीति' असे म्हणतात.

सुरुवातीच्या काळात तेल उत्पादनावर आपला अधिकार असावा याच हेतूने महासत्ता मध्यपूर्वेकडे पाहात होत्या. यानंतर या मध्यपूर्वेतील राष्ट्रांनी महाशक्तीबरोबरील राजकारणात तेलाचा प्रयोग करण्याचे ठरविल्याबरोबर त्याला 'तेलाचे राजकारण' म्हटले जाऊ लागले. उदा. अमेरिका व इंग्लंडने इस्त्राईलला कोणत्याही प्रकारची मदत करू नये यासाठी त्यांच्यावर दडपण आणण्यासाठी अरब राष्ट्रांनी तेलाचे अस्त्र वापरले. पेट्रोलची निर्यात करणाऱ्या अरब राष्ट्रांच्या ओपेक या संघटनेने अमेरिकेला तेलपुरवठा न करण्याचा हा एक महत्त्वाचा निर्णय घेतला; तर युरोपातील राष्ट्रांवर दबाव टाकण्यासाठी तेल उत्पादक राष्ट्रांनी सर्व परकीय कंपन्याचे राष्ट्रीयीकरण करण्याचे ठरविले. याला अरब-इस्त्राईल युद्धाने प्रोत्साहन दिलेले दिसून येते. त्यानंतर हळूहळू सर्वच परकीय कंपन्यांचे राष्ट्रीयीकरण सुरू झाले.

१९४८ पासून पाश्चिमात्य राष्ट्रांनी विशेषत : अमेरिका व इंग्लंडने इस्त्राईलचा पाठपुरावा केला. त्याला मोठ्या प्रमाणात आर्थिक लष्करी व तांत्रिक मदत पुरविली. त्याच्या जोरावरच इस्त्राईलने पहिल्या तीनही युद्धात अरबांचा प्रचंड पराभव केला. परंतु, १९७३ मधील युद्धात अरब राष्ट्रांनी महासत्तांना विचार करण्यास भाग पाडले की इस्त्राईलला मदत करायची की या भागात इस्त्राईलवर दडपण आणून शांतता प्रस्थापित करावयाची. त्यासाठी अमेरिका व इंग्लंडने इस्त्राईलला कोणत्याही प्रकारची मदत करू नये यासाठी त्यांच्यावर दडपण आणण्यासाठी अरब राष्ट्रांनी तेलाचे अस्त्र किंवा तेलाचे आर्थिक कारण वापरण्याचे ठरविले. सर्वप्रथम कुवेतच्या पेट्रोलियम मंत्र्याने पेट्रोलचा इस्त्राईलविरोधी शस्त्र म्हणून वापरण्याचे व जगातील जी राष्ट्रे इस्त्राईलला मदत करतील अशा देशांचा पेट्रोल पुरवठा बंद करावा अशा प्रकारचे आवाहन त्यांनी अरब राष्ट्रांना केले; गुप्त संदेशाद्वारे इस्त्राईलला कोणत्याही प्रकारची मदत न करण्याचे सौदी अरेबियाने अमेरिकेला सुचविले. त्याचवेळी पेट्रोलची निर्यात करणाऱ्या अरब राष्ट्रांच्या ओपेक या संघटनेने अमेरिकेला तेलपुरवठा न करण्याचा एक महत्त्वाचा निर्णय घेतला. त्याचबरोबर इस्त्राईलने अरबांचा घेतलेला

प्रदेश जोपर्यंत मुक्त केला जात नाही, तसेच पॅलेस्टाईन निर्वासितांचे सर्व हक्क त्यांना जोपर्यंत मिळत नाहीत तोपर्यंत दर महिन्याला ५ टक्के तेलाचे उत्पादन कमी करावे इस्त्राईलबरोबर असलेल्या देशांच्या पेट्रोलमध्ये कपात करावी व पेट्रोलच्या किमती १७ टक्क्यांनी वाढवाव्यात अशा प्रकारची विनंती कुवेतने अरब राष्ट्रांना केली.

इस्त्राईलवर आणखी दडपण आणण्यासाठी तेलाच्या उत्पादनाची मक्तेदारी असलेल्या अरब राष्ट्रांनी क्रूड ऑईलच्या किमतीमध्ये चौपट वाढ केली. या निर्णयाचा सर्व देशांच्या अर्थव्यवस्थेवर विपरीत परिणाम झाला. सर्व पाश्चिमात्य जग या भाववाढीच्या चक्रात सापडले. अविकसित देशांच्या अर्थव्यवस्थेवरही त्याचा परिणाम झाल्यावाचून राहिला नाही. अरब राष्ट्रांचा हा निर्णय म्हणजे आंतरराष्ट्रीय पातळीवरचा 'ब्लॅकमेल' होता; हा निर्णय बदलण्यास भाग पाडण्यासाठी अरब राष्ट्रांवर कारवाई करावी असे विचार व्यक्त होऊ लागले. अमेरिकेचे परराष्ट्रव्यवहार सचिव हेन्री किसिंजर यांनी लष्करी कारवाईचा उल्लेख केला होता; लष्करी कारवाई व्यवहार्य असली तरी तिचे राजकीय परिणाम गंभीर होतील हे लक्षात घेऊन कोणत्याही देशाने लष्करी कारवाईचा पाठपुरावा केला नाही. या संदर्भात दुसरा धोका असा होता की, पाश्चात्त्य राष्ट्रांनी अरब राष्ट्रांवर लष्करी कारवाई केली असती तर रशियाने अरब राष्ट्रांची बाजू घेतली असती व युद्धाचे क्षेत्र वाढले असते.

फेब्रुवारी १९७४ मध्ये अरब राष्ट्रांनी तेलपुरवठ्यांवरची बंदी उठविली. जून महिन्यात अमेरिकेचे राष्ट्रपती रिचर्ड निक्सन यांनी इजिप्तला भेट दिली आणि २५ कोटी डॉलर्सची त्यांना मदत जाहीर केली. सुएझ कालव्याच्या दोन्ही किनाऱ्यावर इजिप्तचे नियंत्रण प्रस्थापित झाल्याने हा कालवा वाहतुकीसाठी खुला करण्याचे निश्चित केले. इजिप्तवरील रशियाचा प्रभाव कमी करण्यासाठी आणि इस्त्राईलची अडवणुकीची भूमिका कमी करण्यासाठी अमेरिकेने इजिप्तला लष्करी मदत देण्याचेही जाहीर केले.

१९७३ च्या युद्धाला सुरुवात होताच परकीय तेल कंपन्यांचे राष्ट्रीयीकरण करण्यात आले. या निर्णयाचा ताबडतोब परिणाम झाला नाही याचे कारण म्हणजे सिनाई वाळवंटातून इस्त्राईलला आवश्यक अशा ६० टक्के पेट्रोलचा पुरवठा होत होता आणि अरब राष्ट्रांमध्ये एकी नसल्याकारणाने अमेरिकेलाही गुप्तपणे तेलपुरवठा होत होता, पण नंतर मात्र हळूहळू परिणाम जाणवू लागला. तरीसुद्धा आंतरराष्ट्रीय राजकारणात तेलाला एक महत्त्वाचे राजकीय शस्त्र बनविण्यात आले. पेट्रोलच्या या शस्त्रामुळे युरोपियन राष्ट्रांना आपल्या धोरणात बदल करण्यास भाग पाडले. जपानने अरबांना आपले यापुढे सहकार्य राहील असे जाहीर केले तर तेल उत्पादक राष्ट्रांनी स्वीकारलेल्या धोरणाचा एक निश्चित परिणाम झाला. तो म्हणजे १९४८ पासून सातत्याने इस्त्राईलची बाजू घेणाऱ्या पाश्चिमात्य राष्ट्रांनी शांततामय तडजोडीसाठी इस्त्राईलवर यशस्वी दडपण आणले. अमेरिकन परराष्ट्रमंत्री डॉ. किसिंजर यांनी पुढाकार घेऊन अरब-इस्त्राईल युद्ध थांबविण्यासाठी व येथे कायमस्वरूपी शांतता प्रस्थापित केली जावी म्हणून कॅम्प डेव्हिड येथे इजिप्त व इस्त्राईल यांच्यात शांततामय करार घडवून आणला.

आखाती युद्ध :

१९६० मध्ये खनिज तेल निर्यात करणाऱ्या देशांनी इराकची राजधानी बगदाद येथे एक संघटना स्थापन केली तिलाच 'ओपेक' असे म्हणतात. या संघटनेमध्ये इराण, इराक, कुवेत, सौदी अरेबियाबरोबरच अनेक अरब राष्ट्रे त्यामध्ये सामील झाली. त्यानंतर असे ठरले की, एका ठराविक प्रमाणात पेट्रोल निर्यात करणाऱ्या कोणत्याही राष्ट्राला ओपेकचे सभासदत्व दिले जाईल त्याचवेळी संस्थापक सदस्याच्या धोरणाशी त्याचे धोरण जुळणारे असावे आणि खनिज तेलाचे उत्पादन नियंत्रित करून जागतिक बाजारपेठेत तेलाच्या किमती स्थिर ठेवणे. हा या संघटनेचा प्रमुख हेतू होता; त्याचबरोबर इतरही काही उद्दिष्टे होती; त्यामध्ये

प्रामुख्याने सभासद राष्ट्रांचे हितसंबंध सुरक्षित ठेवण्यासाठी यामध्ये सतत विचारविनिमय करणे,तेलाच्या किमती जशाच्यातशा ठेवण्यासाठी उत्पादन नियंत्रणात ठेवणे, ग्राहकाला वेळेवर तेलपुरवठा करणे व लगेच सभासदांना त्यांचा हिस्सा देणे,पेट्रोलच्या किमतीत अकारण वाढ होणार नाही हे पाहणे व तेल उत्पादन कंपन्यांबरोबर विचार-विनिमय केल्याशिवाय तेलाच्या किमतीत बदल करू नये.

ओपेक देश श्रीमंत असून उद्योगधंदा, तंत्रविद्येत मागासलेले आहेत. परंतु, त्यांच्याकडे तेलाचे प्रचंड साठे असल्याने त्यांचा ते अमोघ शस्त्र म्हणून उपयोग करू शकतात. युद्ध व शांततेच्या काळातही अत्यंत महत्त्वाच्या ठरलेल्या तेलासारखा पदार्थ अत्यंत कमी किमतीला विकला जातो असे ओपेक देशांचे म्हणणे होते. तेल निर्यात करून त्यांना आवश्यक असलेल्या सर्व जीवनावश्यक वस्तू त्यांच्याकडे आयात केल्या जातात. जीवनावश्यक वस्तूंच्या किमतीत प्रचंड वाढ झाल्याने ओपेक देशांना तेलाची किंमत वाढवावी लागली. ओपेक देशांना आर्थिक विकासाकरिता पैसा आवश्यक आहे व तो मिळविण्याचा सोपा मार्ग म्हणजे तेलाची निर्यात. तेलाची निर्यात करून युरोपीय देशात व अमेरिकेत ओपेक देशांना अद्ययावत शस्त्रास्त्रे खरेदी करता येतात. बहुतेक ओपेक देशांना दरवाढीमुळे प्रचंड परकीय चलन प्राप्त झाले. त्यानंतर अनेक विकसनशील देशांत ओपेक देशांनी प्रतिवर्षी १०० अब्ज डॉलर्सपेक्षा जास्त गुंतवणूक १९८० नंतर केली. अनेक ओपेक देशांनी गरीब देशांना मदत म्हणून आपल्या राष्ट्रीय उत्पन्नाच्या ३ ते १० टक्के उत्पन्न काही काळ वाटलेले आहे; व अल्पदराने भांडवल गुंतवणूक, कृषी व्यवसाय व उद्योगधंद्यात मदत केली आहे. आपल्या देशातील तेल एक दिवस संपणार आहे; ही जाणीव या देशांना आहे व त्या दृष्टीने त्यांची तयारी सुरू आहे.

त्यातच अमेरिकन राजनीतीला बळी पडून व ओपेक संघटनेचे उल्लघंन करून १९९० च्या सुरुवातीला कुवेतने पेट्रोलचे जास्तीचे उत्पादन घेण्यास सुरुवात केल्यामुळे पेट्रोलच्या किमती झपाट्याने खाली आल्या. तसेच दक्षिण रुमानियाच्या तेल क्षेत्रातून कुवेतने बेकायदेशीर तेल आयात केले. हे ओपेक संघटनेच्या विरुद्ध होते. हे आरोप इराकने कुवेतवर लावले. त्याचवेळी कुवेतमध्ये यादवी युद्ध सुरू झाले आणि कुवेतमधील क्रांतिकारी संघटनेच्या विनंतीवरून ऑगस्ट १९९० मध्ये कुवेत मध्ये इराकने आपल्या सेना पाठवल्या आणि आखाती युद्धाला सुरुवात झाली; तर जगाच्या विशेषत : अमेरिका व पाश्चिमात्य राष्ट्रांच्या दृष्टिने इराकने कुवेतवर आक्रमण केले. या हल्ल्यांमधून जीव वाचवून कुवेतचे राज्यकर्ते अलसाहब यांनी इराकची नजर चुकवून सौदी अरेबियामध्ये राजकीय आश्रय घेतला.

आंतरराष्ट्रीय समूहाने इराकच्या कुवेतवरील कारवाईवर मोठ्या प्रमाणात टीका केली आणि कुवेत या अलिप्त राष्ट्रांमधून ताबडतोब इराकने आपल्या फौजा मागे घ्याव्यात अशा प्रकारची मागणी केली. जागतिक लोकमताचा आदर करून संयुक्त राष्ट्राने इराकच्या कारवाईवर टीका करून लवकरात लवकर इराकने आपल्या फौजा तेथून मागे घ्याव्यात अशा प्रकारचा ठराव पास केला. सुरक्षा मंडळाने इराकच्या कृतीची निंदा करून इराकवर आर्थिक बहिष्कार टाकण्याचे पाऊल उचलले; तर १५ जानेवारी १९९१ पर्यंत इराकने कुवेत सोडला नाही तर संयुक्त राष्ट्राची फौज त्यांना कुवेत सोडण्यास भाग पाडेल असेही सुरक्षा मंडळाने इराकला कळविले.

इराकने सुरक्षा मंडळाच्या या ठरावाकडे दुर्लक्ष केल्यानंतर अमेरिकेच्या नेतृत्वाखाली इराकविरुद्धची कारवाई संयुक्त राष्ट्राने हाती घेतली. अमेरिकन सैन्याने इराकच्या अनेक भागांवर एकाचवेळी हल्ले चढविले. अल्पावधीतच इराकचे प्रचंड नुकसान अमेरिकन हल्ल्यांमुळे झाले. याचवेळी इराकने कूटनीतीचा अवलंब करून इस्राईलवर हल्ला केला. इराकच्या कूटनीतीनुसार इस्राईलला युद्धात ओढण्यासाठी की, जेणेकरून या युद्धाला अरबइस्राईल युद्धाचे स्वरूप इराकला द्यावयाचे होते; असे झाल्यास अरब राष्ट्रे इराकच्या बाजूने

युद्धात उतरतील. परंतु,आपल्यावर हल्ले होऊनही इस्राईलने तटस्थतेचे धोरण स्वीकारले.

या युद्धात इराकचे प्रचंड नुकसान होत आहे, हे पाहून आखाती युद्ध थांबविण्यासाठी इराक तयार असून सर्वप्रथम या भागातून सर्वच देशांच्या फौजा निघून गेल्या पाहिजेत, इस्राईलने पॅलेस्टाईनच्या प्रदेशातून आपल्या फौजा काढून घ्याव्यात तरच इराक आपल्या फौजा कुवेतमधून मागे घेईल अशा प्रकारची अट इराकने अमेरिकेपुढे ठेवली. या अटीचे स्वागत पी. एल. ओ. ने केले पण अमेरिकेने ही अट धुडकावली आणि आपले आक्रमण जास्तच वेगवान बनविले.

परिणाम : आखाती युद्धाचे खालील परिणाम झाले.

(१) इराकचे जवळपास एक लाख सैनिक या युद्धात मारले गेले,कित्येक जखमी झाले, तर जवळजवळ ८० हजार युद्धकैदी बनविण्यात आले.

(२) आखाती युद्धाला कंटाळून इराकने आपल्या फौजा कुवेतमधून २५ फेब्रुवारी १९९१ ला मागे घेतल्या.

(३) संयुक्त राष्ट्राच्या मध्यस्थीने युद्धविराम होऊन युद्धकैद्यांना सोडण्याचे ठरविण्यात आले.

(४) कुवेतमधून इराकने सैन्य मागे घेणे हा सुरक्षा मंडळाचा आणि सामूहिक सुरक्षा योजनेचा महत्त्वपूर्ण स्वरूपाचा असा विजय होता.

(५) अमेरिकेने ठरविलेल्या इराकविरुद्धच्या कारवाईला संयुक्त राष्ट्राला स्वीकारावेच लागले.

(६) इराकची सैन्यशक्ती नष्ट करण्याचा अमेरिकन हेतू या युद्धाने सफल झाला.

(७) या युद्धामुळे अरब राष्ट्रांमध्ये परत एकदा फूट पाडण्यात अमेरिका यशस्वी झाली.

(८) कुवेतमध्ये अमेरिकेला आपले सैनिकी तळ परत या युद्धामुळे प्रस्थापित करता आले.

(९) या युद्धानंतर इराकने आपल्याकडील रासायनिक व जैविक अस्त्रे नष्ट करण्याचे जाहीर केले.

(७. ब. १) अफगाणिस्तान यादवी युद्ध

अफगाणिस्तानच्या राजकारणात एप्रिल १९७८ ते डिसेंबर १९७९ या कालावधीत तीन क्रांत्या घडून आल्या; एप्रिल १९७८ या पहिल्या क्रांतीत राष्ट्राध्यक्ष दाऊदच्या विरोधात पीपल्स डेमोक्रॅटिक पार्टी ऑफ अफगाणिस्तान (पी. डी. पी. ए.) ने लष्कराच्या मदतीने क्रांती घडवून आणली. सप्टेंबर १९७९ मध्ये पंतप्रधान अमीनने एके काळचा आपला मित्र असलेल्या राष्ट्रपती तराकीला ठार मारून दुसरी क्रांती केली तर तिसऱ्या क्रांतीमध्ये (डिसेंबर १९७९) बबराक करमालने सोव्हिएत रशिया या भूप्रदेशाबाहेरील परकीय सत्तेची मदत घेऊन राष्ट्राध्यक्ष अमीनची हत्या करून अफगाणिस्तानची सत्ता आपल्या हाती घेतली. तेव्हापासून अफगाणिस्तानमध्ये नागरी युद्धाला सुरुवात झालेली आपणास दिसून येते, या नागरी युद्धाचे स्वरूप वेगवेगळ्या काळात वेगवेगळे राहिलेले आपणास दिसून येते.

सोव्हिएत रशियाचा अफगाणिस्तानमध्ये हस्तक्षेप :

अमीन अफगाणिस्तानचे राष्ट्रपती झाल्यानंतर अफगाणिस्तानमध्ये त्यांनी मोठ्या प्रमाणात दडपशाहीला सुरुवात केली. जनतेवर मोठ्या प्रमाणात अत्याचार सुरू झाले तसेच अफगाणिस्तान तरुणांना लष्करी शिक्षण सक्तीचे करण्यात येऊ लागले. राष्ट्रपती अमीनच्या दडपशाहीमुळे धर्मगुरूंना त्यांच्या राजनीतीबद्दल शंका येऊ लागली होती. कम्युनिस्ट इस्लामविरोधी आहेत, असा प्रचार खेडोपाडी करण्यात येऊ लागला त्यामुळे खेडोपाडी राष्ट्रपती अमीन सरकारविरोधी आंदोलने सुरू करण्यात आली त्यातूनच अफगाणिस्तानमध्ये बंडखोरांच्या निरनिराळ्या टोळ्या उदयास येऊ लागल्या. त्यामुळे अफगाणिस्तानची अंतर्गत परिस्थिती अत्यंत धोकादायक बनली म्हणजेच अफगाणिस्तानची अंतर्गत सुरक्षा शांतता व स्थैर्य मोठ्या प्रमाणात

धोक्यात येऊ लागले. राष्ट्रपती अमीन सोव्हिएत रशियाचे कोणतेही म्हणणे ऐकून घेत नव्हता. उलट तो सोव्हिएत रशिया विरोधी भूमिका घेऊ लागला राष्ट्रपती अमीन अफगाणिस्तानची ध्येय-धोरणे अमेरिका व पाकिस्तान यांच्याशी विचार-विनिमय करून ठरवू लागला; हे असेच चालू राहिले तर अमेरिकेचा हस्तक्षेप अफगाणिस्तानमध्ये वाढेल त्यामुळे सोव्हिएत रशियाची सुरक्षा व या भागातील आपले हित धोक्यात येईल हे टाळण्यासाठी सोव्हिएत रशियाने अफगाणिस्तानमध्ये सैनिकी हस्तक्षेप केला.

सोव्हिएत रशियाने अफगाणिस्तानात हस्तक्षेप का केला? त्याची कारणे पुढीलप्रमाणे सांगता येतील -

(१) सोव्हिएत रशियाचे राष्ट्रीय हित : आंतरराष्ट्रीय सत्ता समतोलाचा विचार करता अफगाणिस्तानातील सोव्हिएत रशियाच्या हस्तक्षेपाचे सर्वात मोठे कारण म्हणजे त्यांचे वैयक्तिक 'राष्ट्रीय हित' होय. अमेरिका, पाकिस्तान व चीन यांची जवळीकता पाहता त्यांचा आपल्या सीमेजवळ जर एखादा लष्करी तळ झाला तर आपली सुरक्षितता, शांतता व स्थैर्य मोठ्या प्रमाणात धोक्यात येईल, अशी भीती सोव्हिएत रशियाला वाटत होती; त्याचप्रमाणे अफगाणमध्ये वाढत चाललेल्या इस्लामिक बंडखोरांच्या हालचालींना विरोध करेल आपले हित सुरक्षित राखू शकेल असे सरकार अफगाणिस्तानमध्ये आणण्यासाठी सोव्हिएत रशियाने तेथे हस्तक्षेप केला होता.

(२) राष्ट्रपती अमीनचे सोव्हिएत रशियाविरोधी धोरण : राष्ट्रपती अमीनच्या अगोदर अफगाणिस्तानच्या सत्तेत असलेल्या तराकी सरकारचे धोरण साम्यवादी विचारसरणीचे होते; राष्ट्रपती अमीनने आपल्या राजवटीत साम्यवादी विचारसरणीच्या विरोधी धोरण घेतलेले दिसते असेच जर भविष्यात चालू राहिले तर अफगाणिस्तानात आपल्या विरोधात पाकिस्तान व अमेरिकेचा हस्तक्षेप मोठ्या प्रमाणात वाढेल आणि ते आपल्या हिताच्या विरोधी असेल हे होऊ नये तसेच अफगाणिस्तानमधील साम्यवादाच्या संरक्षणासाठी सोव्हिएत रशियाने तेथे हस्तक्षेप केला.

(३) अफगाणिस्तान सरकारकडे असलेला लोकमताचा अभाव : १९६५पासून अफगाणिस्तानच्या सत्तेत वेगवेगळ्या प्रकारची साम्यवादी विचारधारा असलेली सरकारे सोव्हिएत रशियाच्या सहकार्याने आली की, ज्या सरकारांनी अफगाणिस्तान जनमताचा किंवा जनतेच्या मनाचा नेहमीच अनादर केला त्यांच्यावर मोठ्या प्रमाणात अत्याचार अन्याय केले त्यामुळे या जनतेने सरकारविरोधात आंदोलने सुरू केली; त्या आंदोलनाला परकीय मदतही मोठ्या प्रमाणात मिळू लागली; साहजिकच अफगाणिस्तानची अंतर्गत परिस्थिती दिवसेंदिवस खालावत चालली होती. याच संधीचा फायदा घेऊन सोव्हिएत रशियाने तेथे हस्तक्षेप करून बबराक करमालला अफगाणिस्तानच्या गादीवर बसविले.

(४) अफगाणिस्तानमध्ये सोव्हिएत हस्तकांचा वाढता जोर : अफगाणिस्तानमध्ये १९७८ मध्ये झालेल्या सौरक्रांतीपासूनच सोव्हिएत रशियन हस्तकांची संख्या वाढत चालली होती डिसेंबरच्या क्रांतीनंतरच्या कालावधीत ही संख्या एवढी वाढली की, अफगाणिस्तानमधील शासन त्यांच्याच सल्ल्यानुसार चालू लागले; म्हणजेच अफगाणिस्तान शासनात त्यांचा प्रत्यक्ष हस्तक्षेप मोठ्या प्रमाणात झाला होता; शिवाय कोणत्याच अफगाणिस्तानमधील सरकारने त्यांचा विरोध केलेला दिसत नाही, पण अफगाणिस्तानमधील सोव्हिएत रशियन हस्तकांना अफगाणिस्तानमधील बंडखोर विरोध करू लागले त्यातूनच अफगणिस्तानमध्ये हस्तक्षेप करण्यास सोव्हिएत रशियाला चांगलीच संधी मिळालेली दिसते.

(५) अफगाणिस्तानमधील अस्थिरता : एप्रिल १९७८ ते डिसेंबर १९७९ या मधील वीस महिन्यांच्या कालवधीत अफगाणिस्तानमध्ये तीन रक्तरंजित क्रांत्या झाल्या त्यामुळे अफगाणिस्तानात मोठ्या

प्रमाणात अस्थिरता निर्माण होऊन तेथील स्थैर्य, सुरक्षितता व शांतता धोक्यात आली होती; या अस्थिरतेचाच फायदा घेऊन अफगाणिस्तानात स्थिरता निर्माण करण्यासाठीच सोव्हिएत रशियाने तेथे हस्तक्षेप केला.

(६) हिंदी महासागरात जाण्याची सोव्हिएत रशियाची इच्छा : शीत युद्धाच्या काळात किंवा नंतर आपणास बाराही महिने वापरात येईल असे एखादे बंदर असावे; कारण सोव्हिएत रशियाची बंदरे सतत गोठलेली असतात. हिंदी महासागरातील बंदरांमधून आपणास समुद्रामध्ये हालचाली करता येतील व जगातील प्रमुख राष्ट्रांबरोबर व्यापार करता येईल; याचसाठी अफगाणिस्तानमध्ये सोव्हिएत रशियाने हस्तक्षेप केला असावा.

(७) इराणवर लक्ष ठेवणे : राष्ट्रपती अमीनची सत्ता अफगाणिस्तानमध्ये असताना इराणमधील वातावरण जास्तच तापले होते तेथे मोठ्या प्रमाणात अस्थैर्य निर्माण झाले होते, इराणमध्ये असलेल्या अमेरिकनांना ओलीस ठेवण्यात आले होते त्यावेळी अमेरिका इराणवर हल्ला करेल की काय, अशी भीती निर्माण झाली होती; म्हणूनच सोव्हिएत रशियाने इराणच्या सरहद्दीवर हेरत शहराच्या परिसरात इराणमधील राजकीय घडामोडींवर लक्ष ठेवण्यासाठी आपली सैनिकी ठाणी उभारण्याची परवानगी राष्ट्रपती अमीनकडे मागितली होती, ती राष्ट्रपती अमीनने नाकारली म्हणूनच मदत देण्याच्या बहाण्याने सोव्हिएत रशियाने आपल्या फौजा अफगाणिस्तानात आणल्या होत्या.

२७ डिसेंबर ते ३१ डिसेंबर, १९७९ या पाच दिवसांत सोव्हिएत रशियाने अफगाणिस्तानात मोठ्या प्रमाणात सैन्य पाठवून अफगाणिस्तानच्या अतिमहत्त्वाच्या ठिकाणांचा ताबा घेतला होता हेतू हा की, तेथील राष्ट्रपती अमीन सरकार सोव्हिएत रशियाविरोधी भूमिका घेत होते व ते अमेरिका व पाकिस्तान यांचे समर्थन करीत होते. सोव्हिएत रशियाची ही कारवाई एवढी गतिमान होती की त्यामुळे पाकिस्तान, चीन व अमेरिका यांची राष्ट्रपती अमीनच्या सांगण्यावरून अफगाणिस्तानात शिरण्याची जी योजना होती ती अक्षरक्ष: अयशस्वी झाली होती.

अफगाणिस्तानमधील नागरी युद्ध :

डिसेंबर १९७९ मध्ये सोव्हिएत रशियाचा अफगाणिस्तानात मोठ्या प्रमाणात सैनिकी हस्तक्षेप झाला. त्यानंतर अफगाणिस्तानच्या सत्तेत पी. डी. पी. ए. चे बबराक करमाल यांची राष्ट्रपती म्हणून निवड करण्यात आली. या नवीन सरकारला सोव्हिएत रशियाचा सर्वांगीण पाठिंबा होता. अफगणिस्तानच्या संरक्षण व सुरक्षेचीही सर्व जबाबदारी सोव्हिएत रशियाने घेतली होती. सोव्हिएत रशियाच्या अत्याचाराला कंटाळून तेथे हळूहळू अफगाणिस्तान बंडखोरांचा उदय होऊ लागला. सुरुवातीला हे बंडखोर फक्त सोव्हिएत रशियन फौजांना विरोध करीत होते. त्यानंतर मात्र ते सर्वसामान्य जनतेलाही त्रास देऊ लागले; म्हणजेच अफगाणिस्तानचे सरकार व अफगाणिस्तान बंडखोर यांच्या क्रूर, अन्याय व अत्याचारांमुळे अफगाणिस्तानची जनता मोठ्या प्रमाणात पिळवटून निघत होती त्यातच अफगाणिस्तानातील सोव्हिएत रशियन हस्तक्षेपांमुळे त्यामध्ये मोठ्या प्रमाणात भरच पडली होती. त्या काळात अफगाणिस्तानात अनेक बंडखोर गट अस्तित्वात होते हे बंडखोर कधी सरकारविरोधात तर कधी आपापसात लढत असत. त्यानंतरच्या काळात सुशिक्षित तरुणांकडे या बंडखोर गटांचे नेतृत्व येऊ लागले. बंडखोरामध्ये पख्तून लोकांचा भरणा अधिक होता सोव्हिएत रशियन हस्ताक्षेपानंतर तेथील बंडखोरांची व्याप्ती वाढलेली दिसून येते. १९८० मध्ये अफगाणिस्तानमधील बंडखोरांनी 'इस्लामिक अलाएन्स फॉर लिबरेशन ऑफ अफगाणिस्तान' या बंडखोर संघटनेची स्थापना केली. त्यामध्ये त्यांचे प्रामुख्याने दोन हेतू होते. एक इस्लामिक देशाकडून पैसे मिळविणे त्यामुळे सोपे जाईल आणि जगभरातून आपल्या कार्यवाहीला नैतिक पाठिंबा आणि प्रत्यक्ष मदतही मिळेल. त्याकाळात अफगाणिस्ताना मधील बंडखोरांमध्ये मवाळपंथीय व कट्टरपंथीय असे दोन गट

होते. मवाळपंथीय बंडखोर गट हे लोकशाही विचारांचे होते. त्यांना वाटत होते की, अमेरिका व पाश्चात्त्य देशांशी संपर्क साधून त्यांच्याकडून मदत मिळवावी; झहीरशहांना परत बोलावून अफगाणिस्तानच्या गादीवर बसवावे, ही त्यांची कृती कट्टरपंथीयांना मान्य नव्हती. तरीही त्यांनी अफगाणिस्तानात आलेल्या सोव्हिएत रशियन फौजांना विरोध करण्यास सुरुवात केली होती पण त्यांचा विरोध शक्तिशाली नव्हता. हळूहळू त्यांनी आपला विरोध वेगवान करण्यास सुरुवात केली, अफगाणिस्तानमधील राजकीय परिस्थिती दिवसेंदिवस अस्थिर बनत चालली होती. या अस्थिर परिस्थितीचा फायदा शेजारील राष्ट्रांनी घेतला. त्यांनी बंडखोरांना अत्याधुनिक शस्त्रास्त्रे व आर्थिक मदत देण्यास सुरुवात केली. त्यामध्ये कवचधारी शस्त्रे, कवचभेदी शस्त्र, विमानविरोधी तोफा, स्वयंचलित रायफली इत्यादींचा समावेश होता. याच शस्त्रास्त्रांच्या मदतीने त्यांनी सोव्हिएत रशियन फौजा विरुद्धच्या आपल्या हालचाली अतिशय गतिमान केल्या, त्यामुळे सोव्हिएत रशियाची चिंता अधिकच वाढली त्यातूनच त्यांनी अफगाणिस्तानमधील आपली सैन्याची संख्या वाढवण्यास सुरुवात केली; यामुळेही अफगाणिस्तानची राजकीय व्यवस्था विस्कळीत होण्यास मदत होऊ लागली.

अफगाणिस्तानमधील २९ प्रांतांपैकी २३ प्रांतात बंडखोरांच्या गतिमान कारवाया चालू होत्या त्यामुळे तेथील राजकीय व्यवस्था विस्कळीत होऊन अंतर्गत सुरक्षा धोक्यात येऊ लागलेली होती. परिणामी अफगाणिस्तान सरकार व सोव्हिएत फौजा यांच्या पुढील राजकीय समस्यांत वाढच होत राहिली, त्यातच भर म्हणजे जगातील अनेक देशांनी अफगाणिस्तानमधील आपले दूतावास बंद केले. आंतरराष्ट्रीय समुदायाने अफगाणिस्तानची सर्व प्रकारची मदत बंद करून एक प्रकारे त्यांना वाळीत टाकले. त्यातच अफगाणिस्तान शासनामध्ये सोव्हिएत रशियन सल्लागारांची संख्या वाढू लागली होती, अफगाणिस्तान शासनाचे सर्व निर्णय तेच घेऊ लागले होते. त्याशिवाय अफगाणिस्तानातील सोव्हिएत रशियन फौजांचा अफगाणिस्तान लोकांवर विश्वास राहिलेला नव्हता. शिवाय सोव्हिएत रशियन सैन्याच्या अत्याचाराला अफगाणिस्तान जनता मोठ्या प्रमाणात कंटाळली होती. या सर्वांचा राग म्हणून ती अफगाण बंडखोरांना मदत करू लागली. अफगाणिस्तान बंडखोरांना विरोध करण्यासाठी राष्ट्रपती करमाल सरकारने शक्तीची सैन्यभरती सुरू केली. त्यामुळे अफगाणिस्तान सैनिक संधी मिळताच आपल्याकडील शस्त्रास्त्रांनिशी अफगाण बंडखोरांना जाऊन मिळू लागले; त्यामुळे बंडखोरांची शक्ती दिवसेंदिवस वाढू लागली. एवढेच नाही तर अफगाणिस्तान जनता बंडखोरांना करमाल सरकारची नजर चुकवून सर्वांगीण मदत करू लागली. त्यामध्ये प्रामुख्याने बंडखोरांना जेवण व लपण्याच्या जागा यांचा समावेश होता. यावर 'इंडिया टुडे' या साप्ताहिकाला मुलाखत देताना एका बंडखोर नेत्याने असे म्हटले होते की, 'संघर्ष करणे किंवा लढणे हा आमच्या रक्तातील गुण आहे आणि सोव्हिएत रशियन सैन्याला आमच्या देशातून पळवून किंवा माघार घेण्यास भाग पाडणे ही काही आमची चूक नाही तर ते आमचे कर्तव्य आहे.' ते पुढे जाऊन असेही म्हणतात की, 'सोव्हिएत रशियन फौजा आमच्या भूमिवर जास्तीत जास्त दहा वर्षांच्या पुढे राहू शकणार नाहीत.'

अफगाणिस्तानमध्ये आलेली सोव्हिएत रशियन फौज व त्यांना विरोध करत असलेले अफगाण बंडखोर यामुळे अफगाणिस्तानमधील नागरी युद्ध गतिमान होऊन या भागातील राजकीय स्थिरता व शांतता भंग पावली. सहा वर्षांत अफगाणिस्तानमधील बंडखोरांना वठणीवर आणता आले नव्हते, म्हणून या ठिकाणी डॉ. नजिब-उल्लाह यांना नेमून सोव्हिएत रशियाने अफगाणिस्तानच्या राजकीय व्यवस्थेत एकप्रकारे ढवळाढवळ केलेली दिसते. सत्तेवर येताच डॉ. नजिब-उल्लाह यांनी सहा महिन्यांसाठी एकतर्फी युद्धबंदी जाहीर केली. अफगाणिस्तानला नवे रूप देण्याचाही त्यांचा प्रयत्न होता; पण त्यांनाही यामध्ये यश आले नाही.

तालिबान राजवटीत मोठ्या मोठ्या प्रमाणात पख्तुन लोकांचा समावेश व त्यांना पाकिस्तानाचा

असलेला पाठिंबा तर या राजवटीच्या विरोधात उत्तर अफगाणमधील ताजिक लोकांनी नॉर्दन अलायन्सच्या नेतृत्वाखाली नागरी संघर्ष गतिमान केलेला दिसून येतो. तालिबान राजवटीने दहशतवादाला खतपाणी घालण्यास सुरुवात केल्यानंतर संपूर्ण जगानेच नॉर्दन अलायन्सला मदत करून तालिबान राजवटीवर बंदी घातलेली दिसून येते. त्यातच या दहशतवाद्यांनी जगातील प्रमुख राष्ट्रांवर छुपे हल्ले करण्यास सुरुवात केली. त्यातूनच त्यांनी ११ सप्टेंबर २००१ रोजी अमेरिकेवरही हल्ला केला. त्यामुळे चिडून अमेरिकेने तालिबान राजवटीच्या अफगाणिस्तानवर हल्ला करून त्यांचा पराभव करून नॉर्दन अलायन्सच्या नेतृत्वाखाली सत्ता स्थापन केली. त्यावेळी पाकिस्तानला लागून असलेल्या अफगाण सीमेमधून तालिबानने नॉर्दन अलायन्सच्या विरोधात नागरी संघर्षाला सुरुवात केलेली दिसून येते. एकंदरीत सोव्हिएत रशियाच्या हस्तक्षेपाबरोबर अफगाणिस्तानमध्ये सुरू झालेले नागरी युद्ध अद्यापही थांबलेले नाही.

(७. ब. २) सोव्हिएत रशियाचे विघटन :

जगातील कोणत्याही सत्तेला जिंकता न आलेली सोव्हिएत रशिया; आकार किंवा विस्ताराने जगात एक नंबर असलेली तसेच द्वितीय महायुद्धानंतरची महासत्ता अशा प्रकारची ओळख असलेला सोव्हिएत महासंघ. १९९१ ला पाहता पाहता उन्मळून पडला. त्यामुळे केवळ पाश्चात्त्य अभ्यासकांनाच या आश्चर्याचा धक्का बसला नाही तर पूर्व यरोपातील राजकीय नेते व जनतेलाही बसला. पश्चिम युरोपातील अभ्यासकांना १९८६ सालापर्यंत सोव्हिएत व्यवस्था मजबूत व स्थिर आहे असेच वाटत होते, पण या भक्कम वाटणाऱ्या व्यवस्थेत सुधारणांचे वारे असणाऱ्या गोर्बाचेव्ह यांच्या धोरणामुळे व्यवस्थेच्या पायालाच धक्का बसला. गोर्बाचेव्ह याचा हेतू खुलेपणा व पुनर्रचनेच्या मार्गाने समाजवादी व्यवस्था अधिक मजबूत करणे हाच होता, परंतु प्रत्यक्षात या धोरणामुळे तोपर्यंत टिकून राहिलेल्या पण आतून पोखरल्या गेलेल्या रशियन व्यवस्थेलाच हादरा बसला. वरवर पाहता मजबूत असणारा हा डोलारा किती पोकळ झालेला आहे, हे लक्षात न आल्यामुळे त्याच्या कोसळण्याने जगाला आश्चर्याचा धक्का बसला. नव्वदच्या दशकाच्या सुरुवातीसच जगातील सत्ताकारणाची समीकरणे बदलून टाकणारी ही अनपेक्षित घटना होती.

सोव्हिएत विघटणाची कारणे :

सोव्हिएत व्यवस्था कोसळण्याच्या कारणांचे दीर्घकालीन व तत्कालीन असे वर्गीकरण करता येईल. दीर्घकालीन कारणांमध्ये आर्थिक कारणे महत्त्वाची असली तरी त्यांचा पाया राजकीयच होता. आर्थिक धोरणे व व्यवहार हे राजकीय विचारप्रणालीनुसार ठरत असल्याने त्यांचा विचार त्या संदर्भात करावा लागतो; याशिवाय खालील काही कारणे सांगता येतील.

(१) सोव्हिएत रशियाचा मोठा विस्तार : सोव्हिएत रशियाच्या विभाजनाचा हा मुख्य घटक मानावा लागतो. येथे अनेक भाषिक व वांशिक गट होते. युरोपीय रशियात जे लोक राहात होते. त्यांचे वर्चस्व सर्वच क्षेत्रात होते. रशियातील उर्वरित भागातील लोकांबरोबर ते चांगले वागत नव्हते. साहजिकच त्यामुळे लोकांमध्ये दुहीची भावना निर्माण झाली. रशियाचे विघटन होण्यास या लोकांचा असंतोष हे महत्त्वाचे कारण कारणीभूत ठरले.

(२) केंद्रीय नियोजन व आधुनिकतेचा अभाव : केंद्रीय नियोजनावर आधारलेल्या व लवचिकपणे राबवल्या जाणाऱ्या केंद्रीकृत आर्थिक व्यवस्थेमध्ये केंद्रीकरणामुळेच एक संरचनात्मक कमकुवतपणा आला होता. उत्पादकतेला किंवा व्यवस्थापनात नवे प्रयोग वा संकल्पना राबवण्याला महत्त्व नव्हते. उत्पादनाच्या तंत्रातही नावीन्य आणण्याला फारसे महत्त्व नव्हते. कशाचे किती उत्पादन करायचे व ते उत्पादन कोणत्या किमतीला विकायचे हे केंद्राकडून ठरवले जात होते. बाजारपेठेतील मागणी व पुरवठा तत्त्वाला वाव नव्हता.

१९२० नंतर अवजड उद्योगांना महत्त्व दिले गेले कारण देशाचा औद्योगिक पाया घडवायचा होता. सोव्हिएत रशिया महासत्ता बनण्यास हे धोरण बऱ्याच अंशी उपयुक्त ठरले; पण काहींच्या मते हे धोरण फार जास्त काळ पुढे रेटण्यात आले व त्याची उपयुक्तता व संयुक्तिकता संपुष्टात आली तरीही ते चालू ठेवण्यात आले. १९७० नंतर संगणक क्रांतीने पाश्चात्त्य जगात क्रांतिकारक बदल झाल्यानंतरही सोव्हिएत रशियामधले हे बदल लष्कर सोडले तर पोहचले नाहीत. औद्योगिक आधुनिकीकरणाच्या अभावी सोव्हिएत अर्थव्यवस्था तुलनात्मकदृष्ट्या कमकुवत बनली. उद्योगक्षेत्राप्रमाणेच सोव्हिएत शेती क्षेत्रातील उत्पादकताही वाढली नाही. शेती व उद्योगक्षेत्रातील आर्थिक गतिरोधामुळे सोव्हिएत व्यवस्था एकप्रकारच्या अरिष्टात सापडली. राजकीय दृष्टीने कम्युनिस्ट शिस्त व दडपशाहीमुळे सर्व प्रकारचा विरोध दडपला जात होता. युद्धकालीन अर्थव्यवस्थेप्रमाणे जनसामान्यांच्या आकांक्षा दडपून लष्करासाठी मात्र साधनसंपत्ती उपलब्ध करून दिली जात होती; याकाळात सोव्हिएत रशियामधील मृत्युदर व अर्भकांचे मृत्युप्रमाणही वाढले होते.

(३) संरक्षणखर्चातील वाढ : नेपोलियन व हिटलरने रशियावर पूर्वी आक्रमण केले होते; तशा प्रकारची पुनरावृत्ती परत होऊ नये म्हणून रशियाने आपल्या संरक्षणावरील खर्च मोठ्या प्रमाणात वाढविला, शिवाय काही बाहेरच्या राष्ट्रांमध्ये उदा. हंगेरीतील उठाव मोडून काढणे, अमेरिकेबरोबर सुरू केलेले शीतयुद्ध व अफगाणिस्तानमध्ये रशियाने केलेला हस्तक्षेप यामुळेसुद्धा रशियाचा संरक्षणावरील खर्च वाढण्यास मदत झाली होती, साहजिकच सामान्य जनतेच्या आर्थिक प्रश्नांकडे लक्ष देण्यास रशियाला वेळ मिळाला नाही.

(४) कमकुवतपणा : आर्थिक गतिरोधाचे अरिष्ट, अर्थव्यवस्थेच्या आधुनिकीकरणाचा अभाव, शेती क्षेत्रातही अकार्यक्षमता व जोडीला अ-लवचिक केंद्रीय नियोजनावर/नियंत्रणावर भर देणारी व दडपशाहीवर टिकून असणारी राजकीय व्यवस्था या सर्वांमुळे सोव्हिएत व्यवस्था आतून कमजोर झाली होती. बाहेरच्या जगाला दिसणारे तिचे स्थैर्य वरवरचे होते. मिखाईल गोर्बाचेव्ह यांनी सुरू केलेल्या आर्थिक व राजकीय सुधारणांमुळे ही व्यवस्था सुधारून भक्कम होण्याऐवजी आणखीनच खिळखिळी होऊन तिचे पूर्णत : विघटन झाले.

(५) गोर्बाचेव्हचे धोरण : गोर्बाचेव्ह यांच्या ग्लासनोस्त धोरणात माहितीचा व व्यवस्थेचा खुलेपणा अपेक्षित होता. पेरेस्त्रोइकामध्ये राजकीय व आर्थिक पुनर्रचना करण्याचे धोरण होते. गोर्बाचेव्ह यांच्या दोन्ही धोरणांपाठीमागे बदल घडविताना दडपशाहीऐवजी लोकांच्या संमतीचा आधार असावा हा विचार होता. त्यांच्या या योजनेमागे सोव्हिएत व्यवस्था अस्थिर करण्याचा हेतू निश्चित नव्हता. परंतु, ग्लासनोस्तसारखे धोरण लवकरच हाताबाहेर गेले. प्रसारमाध्यमांवरील नियंत्रणे उठल्यावर सोव्हिएत रशियामधील लोकमतावरील गोर्बाचेव्ह यांचे नियंत्रण सुटले. अभिव्यक्ति स्वातंत्र्यामुळे गोर्बाचेव्ह यांच्या विरोधकांनी आवाज मिळवला. ग्लासनोस्त धोरण विरोध पक्ष निर्माण करण्याच्या हेतूने जरी राबवलेले नसले तरी त्याची परिणती मात्र कम्युनिस्ट पक्षाची मक्तेदारी संपवण्यात झाली.

(६) राजकीय व्यवस्था : ग्लासनोस्तमुळे सोव्हिएत समाजव्यवस्थेत मूलभूत बदल घडून आले. समाज व्यवस्थेतील बदलांसोबत राजकीय व्यवस्थेतही बदल केले गेले. कम्युनिस्ट पक्षाच्या एकाधिकारशाहीवर आधारित राजकीय व्यवस्था बदलून अध्यक्षीय व्यवस्था निर्माण करण्यात आली. १९८९ मध्ये झालेल्या लोकप्रतिनिधींच्या परिषदेत हे ऐतिहासिक निर्णय घेतले गेले. राजकीय व्यवस्थेवरील कम्युनिस्ट पक्षाचे नियंत्रण जसजसे सुटत गेले तसतशी सोव्हिएत रशियाच्या विविध राष्ट्रकांना बांधून ठेवणारी शक्तीही क्षीण होत गेली व त्यामुळे सोव्हिएत रशियाच्या रचनेलाच धोका निर्माण झाला. बहुवांशिक व बहुभाषिक पंधरा स्वायत्त गणराज्यांचा मिळून बनलेला सोव्हिएत रशिया नांवापुरताच संघराज्यात्मक होता. प्रबळ केंद्रीय सत्ता विचारप्रणालीचे पालन करण्याच्या दडपणामुळे व बळाच्या वापराचा धाक यामुळेच टिकून असलेले

संघराज्य आता विघटनाच्या टप्प्यावर पोहचले. या सर्व गणराज्यांना बांधण्यात कम्युनिस्ट पक्षाने महत्त्वाची भूमिका बजावली होती. या स्वायत्त गणराज्यांमध्ये प्रथमपासूनच असलेली स्वातंत्र्याची भावना पोलादी पकडीमध्ये दडपली गेलेली असली तरी नष्ट झाली नव्हती. कम्युनिष्ट पक्षाचे अधिकार थोडे सैलावताच या गणराज्यांमधील स्वातंत्र्याच्या मागणीने उचल खाल्ली. विशेषत : लॅटव्हियाइस्टोनिया व लिथुआनिया या बाल्टिक देशांमध्ये आणि जॉर्जियामध्ये या भावनेचा जोर होता. त्याचा प्रभाव मध्य आशियाई अझरबैजान,आर्मेनिया इ. गणराज्यांवरही पडला. या स्वातंत्र्याच्या मागणीतून त्यासाठीच्या चळवळी उसळल्या व पाहता पाहता सोव्हिएत रशियाचे विघटन झाले.

(७) गोर्बाचेव्हचे उदारमतवादी धोरण : गोर्बाचेव्ह यांच्या ग्लासनोस्ट धोरणाची ही परिणती होती. मिखाईल गोर्बाचेव्ह 'राष्ट्रकांच्या प्रश्नां'बाबत असंवेदनशील होते. राष्ट्रकांच्या फुटून निघण्याच्या मागणीबाबत त्यांना अजिबात सहानुभूती नव्हती; पण बळाच्या वापराने ह्या चळवळी दडपाव्या हे त्यांच्या उदारमतवादात बसत नव्हते. या त्यांच्या भूमिकेमुळे त्यांनी उदारमतवादी व स्थितिप्रिय अशा दोन्ही प्रकारच्या गटांचा पाठिंबा त्यांना मिळाला नाही. १९९० ते ९१ च्या दरम्यान गोर्बाचेव्ह आलटून पालटून उदारमतवादी व स्थितिप्रिय गटांना संतुष्ट करण्याचा प्रयत्न करीत राहिले.

(८) गोर्बाचेव्ह विरोधी वातावरण : ऑगस्ट १९९१ मध्ये काँझर्व्हेटिव्ह गटांनी गोर्बाचेव्ह यांच्याविरुद्ध कट करून अनेक दिवस त्यांना क्रिमियामध्येच डांबून ठेवले. गोर्बाचेव्ह यांच्या गणराज्यांकडे जास्त अधिकार सोपविण्याच्या योजनेमुळे हा गट खवळला होता. या काळात बोरिस येल्तसिन यांनी मॉस्कोमध्ये कटवाल्यांना न जुमानता तोंड दिले व नंतरच्या स्वत :च्या सत्तेचा पाया घातला. कट जरी फसला तरी गोर्बाचेव्ह यांचे पद व अधिकार ते पुन्हा मिळवू शकले नाहीत. त्यांनीच मुक्त केलेल्या शक्ती आता त्यांच्या नियंत्रणाबाहेर गेल्या होत्या. त्यानंतर काही महिन्यांतच सोव्हिएत रशियाचे विघटन करून त्याजागी स्वतंत्र राष्ट्रांचा एक सैल संघ निर्माण केला.

(९) अर्थव्यवस्थेत क्रांतिकारी बदल : राजकीय घडामोडींच्याबरोबरच आर्थिक पुनर्रचनाही चालू होती. अर्थकारण राजकारणापासून वेगळे करण्याच्या दिशेने प्रयत्न चालू झाले होते. १९८७ पासून बदल व्हायला खरी सुरुवात झाली. खासगी शेती व सहकारी उद्योगांना कायदेशीर मान्यता देण्यात आली. त्यानंतरच्या वर्षात सरकारी उद्योगांत तयार झालेली उत्पादने खुल्या बाजारात विकण्याचे मर्यादित स्वातंत्र्य देण्यात आले. त्या सर्व उपाययोजना शासकीय नियंत्रणाखालील अर्थव्यवस्था हळूहळू 'मुक्त बाजारपेठ'व्यवस्थेच्या दिशेने नेण्यासाठी होत्या. परकीय भांडवलाला हळूहळू प्रवेश मिळाला. भांडवलशाहीपासून पूर्णपणे अलग राखणाऱ्या अर्थव्यवस्थेत हे एक प्रकारे क्रांतिकारक बदल होते.

(१०) अर्थव्यवस्थेचा दुष्परिणाम : या आर्थिक बदलाचे परिणाम अरिष्टकारी ठरले. आर्थिक सुधारणांनी जुन्या व्यवस्थेच्या पायावरच आघात केला. आधीच्या व्यवस्थेचा आधार काढून घेताना त्याजागी नवी सक्षम आर्थिक यंत्रणा मात्र आणली नाही. नियोजन रद्द केले पण त्याजागी व्यवस्थित चालणारी बाजारपेठेची व्यवस्था आली नाही. पेरेस्त्रोइका व ग्लासनोस्तच्या परिणामी चलनवाढ, महागाईटंचाई व उत्पादनात घट या गोष्टी आल्या. त्याच्याच जोडीला वाढती गुन्हेगारी, सामाजिक विस्कळीतपणा व भवितव्याबद्दलची अनिश्चितता हेही आले. पेरेस्त्रोइकाच्या पुनर्रचनेपेक्षा एकूण व्यवस्था मोडकळीला मात्र आली.

सोव्हिएत रशियन विघटनाचे परिणाम :

१९१७ च्या क्रांतीनंतर सोव्हिएत रशियामध्ये साम्यवादी राजवट निर्माण झाली. शीतयुद्ध काळात या साम्यवादाचा जगात कसा प्रसार होईल हाच विचार या देशातील नेत्यांनी केला. १९८५ मध्ये

सुधारणावादी गोर्बाचेव्ह रशियन सत्तेत आले. त्यांनी सत्तेत आल्याबरोबर खुलेपणा व पुनर्रचनेच्या मार्गाने समाजवादी व्यवस्था अधिक मजबूत करण्यावर भर दिला. परंतु, प्रत्यक्षात या धोरणामुळे तोपर्यंत टिकून राहिलेल्या पण आतून पोखरल्या गेलेल्या रशियन व्यवस्थेलाच हादरा बसला. आणि पाहता पाहता १९९१ सोव्हिएत रशियाचे विघटन घडून आले. त्यानंतरचे परिणाम पुढीलप्रमाणे -

(१) खुलेपणा या गोर्बाचेव्हच्या विचाराने प्रेरित होऊन अनेक रशियन लोक लिखाण करू लागले. काही आपल्याच सरकारवर टीका करू लागले. परिणामी रशियन सुधारणावादी व कट्टर साम्यवादी यांच्यात संघर्षाला सुरुवात झाली; यातूनच सोव्हिएत विघटन घडून आले.

(२) सोव्हिएत रशियामधून आठ घटकराज्ये फुटून स्वतंत्र झाल्यामुळे सोव्हिएत रशियाचा आकार कमी झाला.

(३) विघटनानंतर सोव्हिएत रशिया महासत्ता राहिली नाही.

(४) सोव्हिएत रशियाच्या विघटनानंतर पूर्व युरोपावरील रशियाचे वर्चस्व कमी होऊन तेथेही बदलाचे वारे वाहू लागले, येथील राष्ट्रांनीही साम्यवाद झुगारून दिला.

(५) जगाच्या दृष्टिने शांतिदूत असलेले गोर्बाचेव्ह यांना सत्तेतून जावे लागले त्यानंतर सत्तेत आलेले येलत्सिन सुद्धा रशियाचे विघटन रोखू शकले नाही.

(६) येलत्सिन यांच्या काळात रशियामध्ये जीवनावश्यक वस्तूंची तीव्र टंचाई निर्माण झाली.

(७) रशियाच्या विघटनाबरोबरच शीतयुद्धाचीसुद्धा समाप्ती झाली.

(८) रशियाच्या विघटनाबरोबरच जगात अमेरिका एकमेव महासत्ता उरली.

(९) रशियाच्या विघटनानंतर अमेरिकेच्या खासगीकरणाचा प्रभाव जगभर जाणवू लागला.

(१०) रशियाच्या विघटनानंतर अमेरिकेबरोबर उरलेल्या रशियाने स्टार्ट (स्ट्राटेजीक आर्म्स रेडक्सन ट्रिटी) या श्रेणीतील तीन करार (पहिला १९९१, दुसरा १९९३ व तिसरा १९९७) करून अण्वस्त्राच्या संदर्भातील नि:शस्त्रीकरणाला हातभार लावलेला दिसून येतो.

(११) रशियाच्या विघटनानंतर सर्वच बाबतीत त्यांनी अमेरिकेला सहकार्य करण्याचे धोरण स्वीकारलेले दिसून येते. मग ते नि:शस्त्रीकरणातील सहकार्य असो की, इराकवरील अमेरिकन आक्रमणाचा प्रश्न असो.

(१२) १९९६ मधील सी. टी. बी. टी. कराराला रशियाने पाठिंबा दिला.

(७. ब. ३) आशियातील अण्वस्त्रांचा प्रसार

आशियातील अण्वस्त्रांचा प्रसार या मुद्द्यांचा विचार करताना आपणास चीन, भारत आणि पाकिस्तान या देशांचाच या संदर्भात विचार करावा लागेल. आशिया खंडातील अण्वस्त्रांच्या विकासाला खऱ्या अर्थाने सुरुवात १९६० च्या दशकातच झाली. १९६४ मध्ये चीनने अणुची पहिली चाचणी घेऊन यांच्या विकासाला सुरुवात केली. याच काळात पाकिस्ताननेही अणुबॉम्ब बनविण्याची महत्त्वाकांक्षा बोलून दाखवली आणि ती पूर्ण करण्यासाठी योजना आखायला सुरुवात केली. पाकिस्तानच्या आण्विक तयारीला चीन, उत्तर कोरिया, फ्रान्स या राष्ट्रांनी मोठ्या प्रमाणात वैज्ञानिक मदत पुरवली. पाकिस्तानचे झुल्फिकार अली भुट्टो यांनी १९६५ मध्ये जाहीर केले होते की, 'भारत जर अणुबॉम्ब बनवत असेल तर आम्ही हजार वर्षे गवत खाऊन राहू; परंतु, आमचा स्वत:चा बॉम्ब बनवू.' त्यावेळी पाकिस्तानच्या इतर मंत्र्यांकडून त्यांना योग्य तो प्रतिसाद मिळाला नव्हता. १९७१ च्या युद्धानंतर पाकिस्तानचे दोन तुकडे झाले. त्यामुळे पाकिस्तान भारतावर जास्तच चिडला आणि त्याने भारताला धडा शिकविण्यासाठी अण्वस्त्रे निर्मितीचा औपचारिक कार्यक्रम १९७२ ला सुरू केला. याच वर्षी पाकिस्तानने फ्रान्सबरोबर या संदर्भातील करार केला. परंतु, हा

करार काही कारणास्तव पूर्णत्वास गेला नाही. भुट्टोंनी अणुकार्यक्रमासाठी डॉ. अब्दुल कादिर यांच्या नेतृत्वाखाली 'विशेष कार्य विभाग' स्थापन केला. डॉ. अब्दुल कादिर यांच्या नेतृत्वाखाली पाकिस्तानने अणुभट्टीसाठी लागणारे साहित्य, तंत्रज्ञान व माहिती येनकेन प्रकाराने मिळवून आपली अण्वस्त्र तयारी जोरात सुरू केली. त्याला खोटेपणा आणि तस्करीची साथही मिळालेली दिसून येते.

१८ मे, १९७४ रोजी पोखरणच्या वाळवंटात भारताने अणुची चाचणी घेतली. तथापि, अणुबॉम्ब बनविण्याचा किंवा त्यादृष्टीने प्रयत्न करण्याचा कोणताही कार्यक्रम भारताने हाती घेतला नाही. भारताचा हा अणुशक्ती कार्यक्रम प्रामुख्याने शांतता व विकासात्मक कार्यासाठीच होता. हे भारताने वेळोवेळी जाहीर केलेले आहे. त्यानंतर तीन वर्षांनी पाकिस्ताननेही अणुचाचणी घेण्याची तयारी केली होती. त्यासाठी त्यांनी चीनकडे मदतही मागितली होती, पण चीनने ती मदत नाकारली. त्यानंतर अणुभट्टी मदतीसाठी पाकिस्तान फ्रान्सकडे वळलेला आपणास दिसतो. भरपूर पैसे घेऊन फ्रान्सने पाकिस्तानला 'चष्मा' या ठिकाणी अणुभट्टी बनवून देण्याचे मान्य केले. कराराप्रमाणे त्यांनी अणुभट्टी बनवून दिली. एक टन युरेनियम उत्पादन करण्याची या अणुभट्टीची क्षमता आहे. त्यानंतर फ्रान्सवर अमेरिका व इतर राष्ट्रांनी दबाव आणल्यामुळे फ्रान्सने पाकिस्तानला दिली जाणारी मदत थांबवली. याचकाळात उच्च प्रतिच्या क्राईट स्वीच यंत्राची तस्करी करण्याच्या आरोपाखाली अमेरिकेने तीन पाकिस्तानी नागरिकांना शिक्षा केली. या यंत्राचा उपयोग अणुबॉम्ब स्फोटाच्या वेळी करण्यात येतो. पाकिस्तान अणुशक्ती मिळविण्याच्या मागे लागलेला पाहून अमेरिकेने पाकिस्तानबरोबरचे संबंध तोडले तेव्हा पाकिस्तान चीनकडे वळला. त्याशिवाय १९८७ मध्ये ट्रिटियम तयार करण्याची सामग्री पाकने पश्चिम जर्मनीकडून आयात केली. हा हायड्रोजन बॉम्ब बनविण्यासाठी उपयोगात आणला जातो. अशाही परिस्थितीत १९८७ पर्यंत पाकिस्तानने अणुबॉम्ब विकासाची क्षमता प्राप्त केली होती, अशा प्रकारचा अंदाज अनेक विचारवंत व्यक्त करत होते.

पाकिस्तानच्या अणुबॉम्बची सर्वप्रथम माहिती अमेरिकन वार्ताहर 'अंडरसन' यांनी आपल्या 'वॉशिंग्टन पोस्ट' या दैनिकात दिली, पण या माहितीचा स्पष्ट शब्दांत पाकिस्तानने इन्कार केला; कारण आपल्याकडे बॉम्ब आहे अशी माहिती जर जगजाहीर झाली तर अमेरिका सर्वप्रथम आपली लष्करी व आर्थिक मदत थांबवेल. त्यानंतर इस्लामिक राष्ट्रे आपल्याकडे अण्वस्त्रांची मागणी करतील. १९८४ मध्ये अंडरसन याने पाककडे अणुबॉम्ब असून त्याचे वर्णनच 'वॉशिंग्टन पोस्ट'ला दिले, त्यानुसार 'पाकचा अणुबॉम्ब साडे सत्तेचाळीस कि. ग्रॅ. वजनाचा, ५२ सेंटीमीटर व्यासाचा, १५ सेंटिमीटर युरेनियमचा थर असलेला अशा स्वरूपाचा आहे.' या लिखाणामुळे अमेरिका व जगात प्रचंड खळबळ माजली. १९८५ मध्ये चीनच्या मदतीने पाकिस्तानने अणुचाचणी घेतली असावी अशा प्रकारचा सूर सर्वत्र पहावयास मिळतो. १९८५ मध्येच पाकिस्तानचे राष्ट्राध्यक्ष भारत दौऱ्यावर आले होते; तेव्हा उभय राष्ट्रांनी 'एकमेकांच्या अणुभट्ट्यांवर हल्ले करावयाचे नाहीत' अशा स्वरूपाचा अलिखित करार केलेला होता.

पाकिस्तान इन्स्टिट्युट ऑफ न्यूक्लिअर सायन्स ॲण्ड टेक्नॉलॉजी केंद्र, रावळपिंडी येथे आहे. लक्की आणि डेरागाजीखान येथे युरेनियमच्या खाणी आहेत. काहुटा, सिंहाला या ठिकाणी युरेनियम संपन्न करण्याच्या भट्ट्या आहेत. चष्मा येथे प्लुटोनियम रिप्रोसेसिंग साठीची भट्टी, कराचीला न्यूक्लिअर रिॲक्टर, मुलतानजवळ हेवी वॉटर बनवण्याचा कारखाना, वाह आणि काहुटा येथे अण्वस्त्रे तयार करण्याचे कारखाने, तर पश्चिमेकडील चगाई टेकड्यात अणुचाचणी घेण्याची जागा आहे.

आशियातील अण्वस्त्रांचा प्रसार म्हणजेच दक्षिण आशियातील भारत आणि पाकिस्तान यांच्यात चालू असलेली अण्वस्त्र स्पर्धा होय असे म्हटल्यास वावगे होणार नाही. दक्षिण आशियाच्या अण्वस्त्रविकासाच्या प्रक्रियेला खऱ्या अर्थाने १९९० च्या दशकात चालना मिळाली. जागतिक राजकारणात एकीकडे अण्वस्त्र

चाचणी बंदी व प्रसार करारावर बोलणी चालू असतानाच दुसरीकडे चीनकडून पाकिस्तानला क्षेपणास्त्रे, अणुबॉम्ब बनविण्याचे तंत्रज्ञान आणि त्यासंदर्भातील साधनसामग्री पुरविल्याचे भरपूर पुरावे मिळाल्याचे स्पष्ट झाले होते, त्याचकाळात पाकचे राजकीय नेते भारतावर अणुबॉम्ब टाकण्याची भाषा बोलत होते.

१९९४ मध्ये भारताच्या सी. बी. आय. या गुप्तचर संघटनने पाकिस्तानकडे जवळजवळ १८ ते २० अणुबॉम्ब असून ते त्यांनी एका ठिकाणी न ठेवता अनेक ठिकाणी ठेवलेले आहेत, अशा प्रकारची माहिती दिली. यावर प्रतिक्रिया म्हणून पाकिस्तानी नेत्यांनी,पाकिस्तान हे स्वतंत्र राष्ट्र असून पाकिस्तानला स्वसंरक्षणासाठी अणुबॉम्ब निर्माण करण्याचा अधिकार आहे, असे सांगून अप्रत्यक्षरीत्या आमच्याकडे अणुबॉम्ब असल्याची कबुलीच दिली. त्यानंतर पाकिस्तानचे माजी पंतप्रधान नवाज शरीफ यांनी पाकिस्तानकडे अणुबॉम्ब असल्याची घोषणा केली.

चीन आणि पाकिस्तानच्या अण्वस्त्र कार्यक्रमाच्या विकासाच्या पार्श्वभूमीवर भारताचा अण्वस्त्रांचा व क्षेपणास्त्रांचा कार्यक्रम विकसित झाला. भारताने ११ व १३ मे १९९८ मध्ये जागतिक जनमत झुगारून देऊन 'आपरेशन शक्ती' या नावाखाली अण्वस्त्राच्या पाच अणुचाचण्या पोखरणच्या वाळवंटात घेतल्या आणि भारत हे अण्वस्त्रधारी राष्ट्र आहे हे जाहीर केले. त्यानंतर १७ दिवसांनी पाकिस्तानने चगाई टेकड्यांत आण्विक चाचण्या घेऊन आपली अण्वस्त्रसज्जता अधिकाधिक बळकट करून भारताला त्याबद्दल अप्रत्यक्षपणे इशाराच दिला आहे, त्यानंतर पाकिस्तानने भारताबरोबर अण्वस्त्र युद्धाच्या संभावनेची घोषणा केलेली दिसून येते. एकंदरीत भारत पाकिस्तानच्या अण्वस्त्रक्षमतेमुळे आशिया खंडात विशेषता दक्षिण आशियात दहशतीचा समतोल निर्माण होऊन या दोघांबरोबरच जगातील राष्ट्रे यांच्या आण्विक सुरक्षेविषयी अधिक चिंताग्रस्त आणि संवेदनशील बनली आहेत. त्याचबरोबर दक्षिण आशियात अणुयुद्ध झाले तर ते कोणालाही जिंकता येणार नाही उलट यांच्या वापरामुळे परस्पर विनाश मात्र होणार आहे याची जाणीव या दोनही राष्ट्रांना आहे.

अलीकडच्या काळात पाकिस्तानला चीनकडून एम११ ही क्षेपणास्त्रे मिळाली आहेत. त्या क्षेपणास्त्राचे नाव पाकिस्तानने 'शाहीन' असे ठेवले आहे. अलीकडेच 'घौरी' हे क्षेपणास्त्र तयार करून पाकिस्तानने आपला उद्देश स्पष्ट केला आहे.

दक्षिण आशियामध्ये आण्विक सत्तासमतोल टिकवून धरणे ही भारत आणि पाकिस्तानची या चाचण्यांमुळे नैतिक जबाबदारी बनलेली आपणास दिसून येते. या दोघांतील छोटी चकमकही अणुयुद्धाचे रूप धारण करू शकते आणि तसे झाल्यास या युद्धाची झळ संपूर्ण दक्षिण आशियाला तसेच आशिया खंडाला भोगावी लागेल.

भारत आणि पाकिस्तानमध्ये अणुयुद्ध होऊ नये म्हणून अनेक संरक्षण विचारवंतांनी खालीलप्रकारच्या उपाययोजना सुचविलेल्या आहेत.

(१) दोन्ही राष्ट्रातील अण्वस्त्रे चांगले लोकप्रतिनिधी किंवा शासनाच्या नियंत्रणाखाली असायला हवीत.

(२) दक्षिण आशियातील अण्वस्त्रे सत्तासमतोल टिकवून धरण्यासाठी दोन्ही राष्ट्रांनी आपापसात तशा स्वरूपाचा करार केला पाहिजे.

(३) दोन्ही राष्ट्रांनी अण्वस्त्रे धोरणांची आपापल्या परीने आखणी करून त्याची कल्पना परस्परांना दिली पाहिजे.

(४) दोन्ही राष्ट्रांनी क्षेपणास्त्रनिर्मिती व चाचणीची पूर्वसूचना एकमेकांना द्यायला हवी.

(५) अण्वस्त्रचाचणीमुळे उभय राष्ट्रांदरम्यान झालेले गैरसमज दूर करून परस्परविश्वास वाढविण्याच्या दृष्टीने प्रयत्न केले पाहिजेत.

(६) दोन्ही राष्ट्रांनी एकमेकांमधील संबंध सुधारण्यासाठी अण्वस्त्रांवर नियंत्रण प्रस्थापित करण्यावर भर दिला पाहिजे.

(७) दोन्ही राष्ट्रांनी परस्परांना सूचना किंवा माहिती देण्यासाठी संदेश, दळणवळण यंत्रणा प्रस्थापित करण्यावर भर दिला पाहिजे.

याशिवाय दक्षिण आशियातील अण्वस्त्रयुद्ध टाळण्यासाठी भारत व पाकिस्तानने परस्परविश्वास निर्मितीच्या काही उपाययोजना करण्यावर भर दिला पाहिजे. त्याचे उदाहरण म्हणजे १९८५ मध्ये भारत आणि पाकिस्तानमध्ये अप्रत्यक्ष स्वरूपाचा करार झाला होता. त्यानुसार उभय राष्ट्रांनी परस्परांच्या अणुशक्ती केंद्रांवर हल्ले करू नयेत असे ठरविण्यात आले होते; अशाच प्रकारचा प्रयत्न १९९० च्या दशकात अमेरिकेच्या पुढाकाराने भारत, पाकिस्तान व चीनने दक्षिण आशिया अण्वस्त्रमुक्त निर्माण करण्यासाठी केलेला दिसून येतो. तसेच भारताने दक्षिण आशियातील सत्तासमतोल टिकून राहावा यासाठी काही योजनांची घोषणा करून प्रयत्न केलेला दिसून येतो.

(७. क) दहशतवाद

दहशतवाद हा एक दिशाहिन स्वरूपाचा विनाश नसतो; दहशतवादामागे काही निश्चित उद्देश असतात. प्रेरणा देणारी विचारप्रणाली असते. कार्य साधणाऱ्या संघटना असतात. अटळ निष्ठा,बांधिलकी ठेवणाऱ्या व्यक्ती असतात. आर्थिक बळ असते आणि ध्येय साध्य करण्याची असीमित जिद्द असते. भीती आणि दहशत निर्माण होईल अशी कृती करणे हे यामध्ये अभिप्रेत असते; अशा या दहशतवादाची आज संपूर्ण जगभर चर्चा ही होताना दिसून येते.

अर्थ व व्याख्या :

दहशतवादाची निश्चित स्वरूपाची व्याख्या करणे कठीण आहे. 'दहशतवाद हा शब्द इंग्रजी **'टेरिरीजम'** या शब्दाचे मराठी रूपांतर आहे.'**टेरिरीजम'** हा इंग्रजी शब्द मूळ **'टेरिओस्टे'**या फ्रेंच शब्दापासून घेण्यात आला आहे. हिंसक मार्गाने आपले उद्दिष्ट पूर्ण करण्यासाठी किंवा आपल्या ध्येयप्राप्तीसाठी व्यक्ती किंवा गट यांचा वापर करतात.

इंग्रजी शब्दकोशामध्ये दहशतवादाचा अर्थ 'लोकांना मारण्याची संघटित व्यवस्था म्हणजे दहशतवाद' अशी केलेली आहे. त्याचप्रमाणे **'टेरर'** म्हणजेच दहशत हा शब्द **'डेटर'** या लॅटिन शब्दापासून आला असावा. थरकाप उडविणे किंवा घाबरविणे हा दहशतवादाचा अर्थ सांगता येईल. २५०० वर्षांपूर्वी चिनी युद्धशास्त्राचा प्रणेता सुतझु या तत्त्ववेत्त्याने 'एकाला मारा व दहा हजार भयभीत करा' अशा स्वरूपाचे दहशतवादाविषयीचे विचार सांगितले होते. तो पुढे जाऊन असेही म्हणतो की, दहशतवादाचा उपयोग करून दहशतवादी आपली उद्दिष्टे चांगल्या प्रकारे साध्य करू शकतो.

'राजकीय,सामाजिक किंवा धार्मिक उद्दिष्टे साध्य करण्यासाठी, हिंसा किंवा हिंसेच्या घटकांचा उपयोग म्हणजेच दहशतवाद होय.' अशी संयुक्त राष्ट्रसंघाने दहशतवादाची व्याख्या केली आहे. संयुक्त राष्ट्रसंघाच्या दहशतवाद विरोधी समितीने असे सांगितले की, 'ज्या समितीमध्ये ३५ सदस्य असून ते आफ्रिका,लॅटिन अमेरिका व आशिया खंडातील आहेत की, ज्यांना दहशतवादाची झळ कमी-जास्त प्रमाणात बसलेली आहे.' या समितीने 'हिंसात्मक तत्त्वांना अग्रक्रम देऊन त्याद्वारे समाजामध्ये भीती निर्माण करणे म्हणजेच दहशतवाद होय.' अशी दहशतवादाची व्याख्या केलेली आहे. कमीत कमी सैनिकी किंवा असैनिकी शक्तीचा उपयोग करून बलाढ्य प्रतिस्पर्धांशी दीर्घकाळ लढा देऊन त्यांना जेरीस आणणे, हा दहशतवादी तंत्राचा मूलभूत गाभा मानला जातो.

बेंजामिन नेता न्याहू यांच्या विचारानुसार, 'आपली राजकीय उद्दिष्टे साधण्यासाठी निष्पाप लोकांची जाणूनबुजून आणि पद्धतशीरपणे केलेली हत्या वा त्यांना जखमी करून त्यांच्या अवयवांची केलेली निर्घृण तोडमोड आणि त्याद्वारे निर्माण केलेले भीतीचे वातावरण म्हणजेच 'दहशतवाद' होय.'

गौण राष्ट्रीय गटाकडून किंवा छुप्या सरकारी हस्तकातर्फे नागरी लक्ष्यांवर पूर्वनियोजित व राजकीय दृष्ट्या प्रेरित हिंसाचाराचा केलेला प्रयोग म्हणजे 'दहशतवाद' होय, अशीही त्याची व्याख्या करता येईल. रशियन व चीनच्या साम्यवादाला विरोध करण्यासाठी कट्टर मुस्लिम संघटनांनी अमेरिकेच्या मदतीने जे मृत्यूचे तांडव सुरू केले; या कृतीलाही 'दहशतवाद' असे म्हणता येईल. निष्पाप लोकांचा लक्ष्य म्हणून दहशतवादी प्रामुख्याने उपयोग करतात. निष्पाप लोकांचे बळी घेऊन दहशतवादी आपल्या उद्दिष्टांचा डांगोरा पिटण्याचा प्रयत्न करतात. हत्येमधील अमानुषता जितकी भीषण तेवढा त्यांचा गवगवा जास्त; प्रसिद्धी हे त्यांचे एक प्रमुख उद्दिष्ट आणि खळबळजनक परिस्थिती निर्माण करण्यासाठी अमानुषतेच्या कोणत्याही थरास पोहचण्यास दहशतवादी डगमगत नाहीत. दहशतवादी जरी ध्येयप्रेरित असला तरी निष्पाप लोकांच्या हत्येप्रकरणी भीती पसरवून आपले उद्दिष्ट साध्य करण्याच्या प्रयत्नात तो असतो.

सुप्रसिद्ध युद्धनीतिज्ञ **क्लॉजविल्झ** यांच्या मते, 'कोणत्याही राष्ट्राला दुसऱ्या राष्ट्राबरोबरच्या संघर्षात सरकार,प्रजा आणि सैनिक यांच्या बळाची आवश्यकता असते. परंतु, दहशतवादी संघर्षात मात्र सरकार आणि सेनादले एका बाजूस आणि प्रजेचा काही भाग दुसऱ्या बाजूला असे विभाजन झालेले असते. या संघर्षामुळे मूळ युद्ध कल्पनाच बदलून जाण्यास मदत होते.' ते पुढे जाऊन असेही म्हणतात की, 'दहशतवादी' संघर्ष हा आता दोन राष्ट्रांमधील शत्रुत्वाच्या अभिव्यक्तीचे एक प्रभावी साधन होऊन बसले आहे. विशेषत : आकाराने लहान व शक्तीने कमजोर अशा राष्ट्रांना आपल्या बलशाली शेजारी राष्ट्रांबरोबर संघर्षाची ज्योत तेवत ठेवून त्यांची शक्ती क्षीण करण्याचे ते एक परिणामकारक माध्यम झाले आहे.'

डॉ. शांतीश्री पंडित यांच्या विचारानुसार, 'राजकीय कारणांनी प्रेरित झालेला आणि भय निर्माण करण्यासाठी निष्पाप लोकांना आणि प्रशासनाला लक्ष्य करणारा हिंसाचार म्हणजेच 'दहशतवाद' होय.'

वरील व्याख्यांच्या आधारे आपण असे म्हणू शकतो की, दहशतवाद एक मानवतेला लागलेला कलंक आहे. तो समूळ नष्ट झाला पाहिजे; कारण यामुळे दहशतवादी व्यक्ती आणि त्यांचे गट, अमानुष अशा हिंसेचीच भाषा करताना दिसतात.'

दहशतवाद हे इतर पद्धतीपेक्षा कमी खर्चात आणि प्रत्यक्ष समोरासमोर न येता लढा देण्याचे दुय्यम तंत्र आहे. दहशतवादी आपल्या कार्यवाहीची योजना अत्यंत तर्कशुद्ध,सखोलतने करतात. तिचा कसून सराव करतात आणि ती अत्यंत काटेकोरपणे अंमलात आणतात. त्यामुळे दहशत म्हणजे निर्घृण हिंसा असली तरी त्यांच्या मागे एक नियोजनबद्ध आराखडा आणि निर्धारपूर्वक अंमलबजावणी असते. दहशतवादी आपल्या तत्त्वाला पूर्णपणे बांधील असतो. तो आपला हेतू साध्य करण्यासाठी कोणत्याही थराला जाऊ शकतो; दहशतवादाचे हेतू त्यांच्या मनावर प्रशिक्षणाद्वारे बिंबवले जातात.

(१) महत्त्वाच्या ठिकाणांवर बॉम्बफेक करणे.
(२) मोठ्या प्रमाणात मानवी हत्या घडवून आणणे.
(३) महत्त्वाच्या व्यक्तीचे अपहरण करणे.
(४) वाहतुकीस अडथळा निर्माण होईल अशी कृती करणे.
(५) एखाद्या महत्त्वाच्या व्यक्तीला किंवा लोकांना ओलीस ठेवणे.
(६) विमानाचे अपहरण करणे.
(७) प्रस्थापित शासनव्यवस्था किंवा समाजव्यवस्था उखडून टाकणे.

दहशतवाद विकासाच्या व्याप्तीच्या प्रामुख्याने तीन पायऱ्या सांगितल्या जातात. दहशतवादाच्या पहिल्या पायरीत अशा विघटनवादी कृत्यांना सुरुवातीला नैतिक आणि आर्थिक पाठिंबा देऊन त्यांना सरकारविरुद्ध बंड करण्यास प्रवृत्त केले जाते. एवढेच नाही तर त्यांच्यामधूनच बंडाचे नेतृत्व निर्माण केले जाते. दहशतवादाची दुसरी पायरी म्हणजे एकदा का त्या असंतोषाने मूळ पकडले आणि त्याचे रूपांतर विस्तृत लढ्यात झाले की, त्यांच्यामधून तरुण आणि जहालमतवादी घटकांची निवड करून त्यांना लष्करी वा निमलष्करी शिक्षण देऊन तसेच त्यांना शस्त्रास्त्रांची मदत करून त्या लढ्याला हिंसक स्वरूप दिले जाते. तिसरी पायरी म्हणजे वरील संघटना तयार झाल्यानंतर त्यांच्याकरवी हिंसाचार घडवून आणावयाचा आणि प्रसार माध्यमांमार्फत त्याला आंतरराष्ट्रीय प्रसिद्धी द्यायची. यजमान देशाचे सैन्य त्या दहशतवादी कृत्यास आळा घालण्यासाठी तैनात झाल्यावर मग हा संघर्ष सतत जागृत राहतो.

दहशतवादाची वैशिष्टये :

(१) विशिष्ट प्रकारचा राजकीय हेतू साध्य करून घेणे.
(२) या कार्यासाठी विध्वंसक व विनाशक शस्त्रास्त्रांचा वापर करणे.
(३) सनदशीर मार्गाऐवजी बेकादेशीर मार्गांचा अवलंब करून सरकारला हादरा देणे.
(४) लपूनछपून कारवाया करण्यावर भर देणे.
(५) दहशतवादी कारवाया करताना गौप्यतेवर भर देणे.
(६) एखाद्या महत्त्वाच्या व्यक्तीला किंवा लोकांना ओलीस ठेवणे किंवा त्यांची हत्या करणे.
(७) समाजामध्ये दहशत निर्माण होईल अशा प्रकारची कारवाई करणे.

दहशतवादाची कारणे :

११ सप्टेंबर, २००१ या दिवशी अमेरिकेच्या वर्ल्ड ट्रेड सेंटर व लष्कराचे मुख्यालय असलेल्या पेन्टॅगॉनवर दहशतवाद्यांनी जोरदार आक्रमण केले. या आक्रमणामुळे अमेरिकेबरोबरच सारे जग खडबडून जागे झाले. त्यानंतर मोठ्या प्रमाणात दहशतवादावर चर्चा होऊ लागली. या चर्चेमधून आपण असे म्हणू शकतो की,दहशतवाद किंवा दहशतवादी एकाएकी जन्माला येत नाहीत. वेगवेगळ्या कारणामुळे दहशतवाद वाढीस लागतो. म्हणजेच दहशतवादी हा मुळात दहशतवादी नसतो, तर समाज किंवा वेगवेगळ्या राज्यव्यवस्थेतून ते जन्माला येतात. दहशतवादाची कारणे पुढीलप्रमाणे-

(१) सामाजिक व सांस्कृतिक कारणे : काही समाजशास्त्रज्ञांच्या मते सामाजिक असुरक्षिततेच्या भावनेतून दहशतवाद उदयास येतो, कारण समाजात जगताना वैफल्य, दुरावस्था, वंचितपणाची कल्पना, एकटेपणा यामुळे नैराश्य येत असते. त्यातच समाजजीवनात, दुर्मीळ साधनसंपत्तीत किंवा विकासाच्या प्रक्रियेत वा निर्णयात अशा काही व्यक्तींना वाटा मिळत नाही. त्यातच हे लोक दहशतवादाकडे वळतात. आपल्या संस्कृतीच्या संरक्षणासाठीही दहशतवादाचा अवलंब करण्यावर भर दिला जातो. उदा. श्रीलंकेतील तमिळ आणि सिंहली या दोन जमातींमध्ये संघर्ष निर्माण झाला; त्यातूनच सिंहलीने तमिळी वंशावर अन्याय केला, अन्यायाच्या प्रीत्यर्थ सुरू झालेल्या संघर्षातून तेथे न संपणारा दहशतवाद जन्माला आला.

(२) आर्थिक कारणे : देशाची डबघाईला आलेली आर्थिक परिस्थिती,आर्थिक शोषण, भांडवलशाही, अन् जमीनदारी पद्धती, इत्यादींतून कंटाळून,निराश होऊन,नवयुवक दहशतवादाकडे वळलेले आहेत. तसेच सीमावर्ती भागात किंवा घनदाट जंगलात जे लोक राहतात त्यांच्यासाठी सरकारकडून कोणत्याही प्रकारच्या आर्थिक सोयीसुविधा दिल्या जात नाहीत त्यामुळे ते दिवसेंदिवस गरिबीत दिवस काढतात. त्याचवेळी जर त्यांना कोणी मोठ्या रकमेची लालूच दाखवली तर ते त्याबदल्यात काहीही करण्यास तयार

होतात. उदा. पैशांसाठी हत्या करणे,बॉम्बफेक करणे या सततच्या कामामुळे पुढेपुढे ते दहशतवादाचा मार्ग स्वीकारताना दिसतात.

अशा वेगवेगळ्या प्रकारच्या कारणांमुळे दहशतवाद वाढीस लागतो. या दहशतवादाला आपापल्या हितसंबंधाप्रमाणे बाह्यशक्ती अप्रत्यक्ष मदत करतात. आपली जागतिक उद्दिष्टे साध्य करण्यासाठी अशी राष्ट्रे कायम सभ्यता,सुसंस्कृतपणा म्हणजेच मानवी मूल्ये धाब्यावर बसवून दहशतवादाचा अवलंब करतात.

(३) राजकीय कारणे : दहशतवादाला कारणीभूत होणाऱ्या राजकीय कारणांमध्ये राष्ट्रीय हितसंबंधविस्तारवादी धोरण, बदला घेण्याची प्रवृत्ती, द्विराष्ट्रवादाचा सिद्धान्त यांचा प्रामुख्याने समावेश करावा लागतो.

काही राष्ट्रांचे आर्थिक,राजकीय हितसंबंध असतात. ते हितसंबंध दुसऱ्या राष्ट्रामुळे धोक्यात येतात. आपले हितसंबंध धोक्यात येत आहेत हे पाहून अशी राष्ट्रे दहशतवादास प्रोत्साहन देतात; त्यातून दहशतवाद निर्माण होण्यास मदत होते. उदा. काश्मीर आमचा आहे. तो भारताकडून युद्ध करून जिंकता येत नाही म्हणून स्वत :ची प्रतिष्ठा आणि हितसंबंध जपण्यासाठी पाकिस्तानने काश्मीरमध्ये दहशतवादाला खतपाणी घातले. तसेच स्वत :ची प्रतिष्ठा आणि हितसंबंध सुरक्षित ठेवण्यासाठी सुरुवातीच्या काळात अमेरिकेने पाकिस्तानच्या भारतातील दहशतवादाला व अफगाणिस्तानमधील तालिबान राजवटीला प्रोत्साहन दिले. त्याच दहशतवादाने अमेरिकेवर हल्ला करताच आपल्या हितसंबंधाच्या संरक्षणासाठी अमेरिकेने दहशतवादाविरुद्ध लढा देण्यास सुरुवात केली.

काही राष्ट्रांचे धोरण हे विस्तारवादावर आधारलेले असते, म्हणजेच दुसऱ्यावर वर्चस्व गाजवण्याचा ते प्रयत्न करतात. या प्रयत्नाला संबंधित राष्ट्राकडून म्हणावा तेवढा विरोध होत नाही; पण काही तरुण एकत्र येऊन अशा सत्तेला विरोध करतात. यातूनच दहशतवादाची निर्मिती होण्यास मदत होते. उदा. पॅलेस्टाईनच्या प्रदेशात इस्राईलची निर्मिती झाली. हळूहळू इस्राईल पॅलेस्टाईनच्या प्रदेशात वर्चस्व गाजवू लागला. त्याला कंटाळून पॅलेस्टाईनमध्ये दहशतवाद निर्माण झाला. विस्तारवादाच्या हेतूने सोव्हिएत फौजा अफगाणिस्तानात शिरल्या, त्यांना विरोध करण्यासाठीच तेथे तालिबानची निर्मिती झाली.

एखादे बलशाली राष्ट्र ज्यावेळी दुसऱ्या राष्ट्रावर अत्याचार करीत असते, अशा वेळी त्या राष्ट्रातील जनता आपला निषेध नोंदविण्यासाठी रस्त्यावर उतरते, पण त्याकडे संबंधित राष्ट्र दुर्लक्ष करते, अशा वेळी रस्त्यावर उतरणाऱ्या जनतेमध्ये बदला घेण्याची प्रवृत्ती जागी होते. तेव्हा ते दहशतवादी कृत्यांचा आधार घेतात. कधी कधी ते मानवी बॉम्ब बनून या बलशाली सत्तेविरुद्ध लढण्यास तयार होतात. उदा. श्रीलंका सरकारच्या विरोधात तमिळ लोकांनी याच मार्गांचा अवलंब केला.

द्विराष्ट्रवादाच्या सिद्धान्तामुळे इंग्रजांच्या मध्यस्थीने अखंड हिंदुस्थानची भारत व पाकिस्तान या दोन राष्ट्रांत निर्मिती झाली. याला 'भारताची फाळणी झाली' असेही म्हणतात. फाळणीमुळे उठलेल्या जमातवादाच्या वणव्यात सारा देश होरपळून निघाला. पाकने याच संधीचा फायदा घेऊन जमातवादी विद्वेषाचे विष समाजमनात कायमचे कालवून दहशतवादाच्या निर्मितीला हातभार लावलेला दिसतो.

(४) धार्मिक कारणे : मूलतत्त्ववादी व धार्मिक कट्टरतावादी दहशतवादाचा मार्ग स्वीकारून आपल्या विचारसरणीचा व धार्मिक तत्त्वाचा मार्ग स्वीकारतात. उदा. मुस्लिमांचा इस्लामिक जेहाद,ओसामा बिन लादेनचा अल् कायदारूपी दहशतवाद. दहशतवादी कारवायांमध्ये धार्मिक कारण जुन्या भक्कम स्वरूपात रुजलेले आहे. काश्मीरातील पंडितांची किंवा हिंदूची हत्या ही धार्मिक दहशतवादाची फळे आहेत. धार्मिक कट्टरतेच्या नावाखाली पाकिस्तानने भारताविरुद्ध दहशतवाद सुरू केला आहे.

(५) गरिबी व बेकारी : कधी कधी सरकारच्या उदासीनतेमुळे राष्ट्राच्या विकासाला खिळ बसते.

जनतेला आपल्या मूलभूत गरजाही भागवता येत नाहीत, त्यातून त्यांच्या जीवनात वैताग त्याचप्रमाणे संताप निर्माण होतो. युवकांना कष्ट करून शिक्षण घेऊनही नोकरी किंवा कामे मिळत नाहीत व ते बेकार राहतात, अशा वेळी देशात दारिद्र्य व बेकारी मोठ्या प्रमाणात निर्माण होते. त्यातूनच असे तरुण दहशतवादाकडे झुकतात त्याचवेळी सरकारकडून आपल्या कोणत्याही अपेक्षांची पूर्तता होत नाही; अशी पूर्ण खात्री या तरुणाची झालेली असते. त्याच वेळी दहशतवादी प्रवृत्तीचे लोक यांना मोठ्या प्रमाणात सुखसोईची आमिषे दाखवून त्यांच्याकडून या मार्गाचा अवलंब केला जातो.

(६) नीतिमत्ता : दहशतवादी वृत्ती जोपासण्यासाठी युवक-युवतीचा बुद्धिभेद केला जातो. त्यांच्या विचारावर घाव घालून नवीन विचार त्यांच्या मनी रुजविले जातात. खरे-खोटे,पाप-पुण्य,नीति-अनीति या विषयीच्या सर्वसामान्य कल्पना बदलून त्या युवकाचे मनोबल दहशतवादाकडे उंचावले जाते. निरनिराळ्या इलेक्ट्रानिक माध्यमाचा उपयोग करून तरुणांचा बुद्धिभेद केला जातो; म्हणजे त्यांची नीतिमत्ता नाहीशी करून नवीन नीती त्यांच्या मनात रुजविली जाते. हिंसाचाराशिवाय दुसरा मार्ग ते योग्य मानत नाहीत.

दहशतवादाचे प्रकार :

गेल्या काही वर्षांपासून जगातील दहशतवादाने उग्ररूप धारण केलेले आहे, अशा या दहशतवादाचे अनेक प्रकार आहेत; त्यातील काही प्रकार हे स्वरूपावरून विविध विचारवंतांनी पुढीलप्रमाणे मांडलेले आहेत.

राष्ट्रपुरस्कृत दहशतवाद : काही राष्ट्रांचे आर्थिक,राजकीय हितसंबंध असतात. ते हितसंबंध दुसऱ्या राष्ट्रामुळे धोक्यात येतात. आपले हितसंबंध धोक्यात येत आहेत हे पाहून अशी राष्ट्रे दहशतवादास प्रोत्साहन देतात; त्यातून राष्ट्रपुरस्कृत दहशतवाद निर्माण होण्यास मदत होते. उदा. काश्मीर आमचा आहे. तो भारताकडून युद्ध करून जिंकता येत नाही म्हणून स्वत :ची प्रतिष्ठा आणि हितसंबंध जपण्यासाठी पाकिस्तानने काश्मीरमध्ये दहशतवादाला खतपाणी घातले, तसेच स्वत :ची प्रतिष्ठा आणि हितसंबंध सुरक्षित ठेवण्यासाठी सुरुवातीच्या काळात अमेरिकेने पाकिस्तानच्या भारतातील दहशतवादाला व अफगाणिस्तानमधील तालिबान राजवटीला प्रोत्साहन दिले; त्याच दहशतवादाने अमेरिकेवर हल्ला करताच आपल्या हितसंबंधाच्या संरक्षणासाठी अमेरिकेने दहशतवादाविरुद्ध लढा देण्यास सुरुवात केली.

राष्ट्रीय किंवा देशांतर्गत किंवा राष्ट्रांतर्गत दहशतवाद : या दहशतवादाचा उदय एकाच राष्ट्रात होतो. त्याची व्याप्तीही त्याच राष्ट्रापुरती मर्यादित असते. यामध्ये आपल्याच देशाच्या सरकारविरोधी किंवा समूहाविरोधी काही अंतर्गत गट एकत्र येतात व आपल्यावर झालेला अन्याय,आपल्या काही मागण्या मान्य करून घेण्यासाठी या दहशतवादाचा स्वीकार करतात; म्हणून त्याला 'राष्ट्रीय दहशतवाद' असे म्हणतात. आपल्या मागण्यांच्या पूर्ततेसाठी ते सामान्य नागरिकांमध्ये हिंसाचाराच्या मार्गाने दहशत निर्माण करतात; उदा. श्रीलंकेतील तमिळी दहशतवाद,नेपाळमधील माओवाद्यांचा दहशतवाद,भारतातील नक्षलवादी,इंग्लंडमधील 'आयरिश रिपब्लिक आर्मीचा दहशतवाद' इत्यादी राष्ट्रीय पातळीवरील दहशतवादाची काही प्रमुख उदाहरणे आहेत.

सीमेपलीकडील किंवा देशाबाहेरील दहशतवाद किंवा आंतरराष्ट्रीय दहशतवाद : जेव्हा एका राष्ट्रातील दहशतवादी संघटना दुसऱ्या राष्ट्रातील सरकार किंवा जनतेच्या विरुद्ध दहशतवादी कारवाया करतात. तेव्हा त्यास, 'आंतरराष्ट्रीय दहशतवाद' किंवा 'सीमेपलीकडील दहशतवाद' असेही म्हणतात. सीमापार दहशतवादामध्ये दहशतवादी संघटनेचा उदय आणि त्यांचे प्रशिक्षण एका राष्ट्रात होते; मात्र त्यांचे कार्य दुसऱ्या राष्ट्रात चालते. उदा. भारताच्या जम्मूकाश्मीर राज्यात हजारो निरपराध नागरिक ज्या दहशतवादी संघटनांच्या हल्ल्यात बळी पडत आहेत,त्या संघटनांची मुख्यालये पाकिस्तानमध्ये आहेत. तेथे त्यांना

प्रशिक्षण दिले जाते. त्याकामी पाकिस्तानची आय. एस. आय. ही गुप्तहेर संघटना महत्त्वाची भूमिका बजावताना दिसते.

भारतातील दहशतवाद : भारताची अंतर्गत सुरक्षितता आणि उपाययोजना :

दहशतवाद राष्ट्रीय असो की, सीमेपलीकडचा असो, या दोन्ही प्रकारांमधून देशाच्या राष्ट्रीय सुरक्षिततेपुढे आव्हान उभे राहते. या दोन्ही प्रकारच्या दहशतवादी कारवायांसाठी देशातीलच असंतुष्ट तरुण-तरुणीचा उपयोग केला जातो. आज भारताच्या वेगवेगळ्या राज्यात वेगवेगळ्या प्रकारच्या दहशतवादी संघटना कार्यरत होत्या व आहेत.

घरात घुसून हत्या करणे,मुलामुलींचे अपहरण करणे,अचानक आघात करणे,बॉम्बस्फोट घडवून आणणे,अंदाधुंद गोळीबार करणे,एखाद्याला झाडाला टांगून फाशी देणे आणि प्रेत झाडाला लटकत राहू देणे यासारखे विध्वंसक भय निर्माण करणारे कार्य या दहशतवादी संघटना करताना दिसतात.

भारतातील दहशतवादामध्ये क्रांतिकारी दहशतवाद,नक्षलवादी दहशतवाद, वांशिक दहशतवाद, धार्मिक कट्टरवादी दहशतवाद, फुटीरवादी दहशतवाद,प्रशासकीय दहशतवाद,गटवादी दहशतवाद अशा प्रकारच्या दहशतवादांचा समावेश होतो. या सर्व प्रकारच्या दहशतवादी कारवायांमुळे भारताची अंतर्गत सुरक्षितता मोठ्या प्रमाणात धोक्यात येताना दिसून येते. त्याचप्रमाणे या दहशतवादी कारवायांमुळे भारताच्या सर्वांगीण विकासकार्यापुढे अडथळा निर्माण झालेला आहे; त्यामुळे या दहशतवादाची सर्वच स्तरांवर पाळेमुळे नष्ट करण्याची सध्या वेळ आलेली आहे.

याशिवाय धार्मिक अस्तित्वासाठी लढणाऱ्या अकाली दलाने स्वतंत्र खलिस्तान राष्ट्रांची कल्पना राजकीय दृष्ट्या विस्तारित करून पुढे आणलेली दिसते. त्यासाठी त्यांनी भारतासरकारच्या विरोधात संघर्ष सुरू केला होता; या संघर्षामुळे भारताची अंतर्गत सुरक्षितता मोठ्या प्रमाणात धोक्यात आल्यामुळे त्यांच्या विरोधात उपाययोजना म्हणून तत्कालीन पंतप्रधान श्रीमती इंदिरा गांधी यांनी 'ऑपरेशन ब्लू स्टार' अंतर्गत त्यांच्यावर कार्यवाही केली होती. त्यातूनच श्रीमती गांधींची हत्या करण्यात आली होती; त्यानंतर पंजाबमधील दहशतवाद नष्ट करण्यासाठी राजीव गांधीनींही मोठ्या प्रमाणात प्रयत्न केले पण त्यामध्ये त्यांना यश मात्र आले नाही. 'सीमी' म्हणजे 'स्टुडंट्स इस्लामिक मूव्हमेंट ऑफ इंडिया.' भारताविरुद्ध जेहाद पुकारणाऱ्या जहालमतवादी विद्यार्थ्यांची दहशतवादी कारवाई करणारी सीमी ही संघटना. संपूर्ण भारतात मुस्लिम धर्माचा प्रसार करून मुस्लिम भूमी म्हणजेच 'दारूल इस्लाम' ची व्याप्ती वाढविणेप्रसंगी त्यासाठी हिंसेचा मार्ग अवलंबणे हे 'सीमी'चे मुख्य ध्येय आहे. भारतातील उत्तरप्रदेश, मध्यप्रदेश, गुजरात, केरळ, महाराष्ट्र, आंध्रप्रदेश आणि आसाममध्ये सीमीने आपले जाळे भक्कमपणे विस्तारले आहे. उत्तरप्रदेशात बिहारी उग्र दहशतवाद सामावलेला आहे. भारतातील राज्या-राज्यांमध्ये दहशतवादी कारवाया चालू असल्या तरी त्या सर्व एकाच प्रकारच्या आहेत. मात्र बिहारमधील दहशतवाद वेगळ्याच प्रकारचा आहे. संपूर्ण भारतात सर्वसाधारण दृष्टीने विचार केला तर बिहारचे राज्य सामान्य स्वरूपाचे नाही. अशांतता,हिंसाचार,गोंधळ, भ्रष्टाचार इत्यादी सर्वांचे थैमान त्या ठिकाणी सुरू आहे. बिहारच्या प्रत्येक भागात मानवी संहार सुरू आहे. जमीनदारांची दहशतवादी भूमिका वाढतच आहे; त्यात यादवांची लेरिकसेना,भूमिदारांची ब्रह्मर्षी सेना,राजपुतांची कुमारसेना, कुर्मीजातीची भूमिसेना इत्यादी दहशतवाद्यांनी आपली वास्तविकता स्पष्ट केलेली आहे.

काश्मीरमध्ये अलफताह आणि अलजिहाद, हिजबुल मुजाहिद्दीन हिजबुलल अल्अमर मुजाहिद्दीन, लष्करे तोयबा, हिजबुल, मुजाहिद्दीन, जमात- इ- इस्लामी इत्यादी अनेक प्रकारच्या अतिरेकी दहशतवादी संघटनांनी धुमाकूळ माजविलेला आहे. त्यातील बहुतांशी संघटनांनी पाकिस्तानच्या दबावाखाली आणि तालिबानकडून प्रशिक्षण घेऊन आपल्या दहशतवादी कारवाया सुरू ठेवलेल्या आहेत; त्या अतिरेकी

संघटना फक्त पुरुषी संघटनांपर्यंतच मर्यादित नाहीत तर त्यामध्ये अलीकडच्या काळात महिलांचाही समावेश झालेला आहे. 'दुख्तरन- इ-मिल्लत' ही इस्लामी मूलतत्त्ववाद्यांची दहशतवादी महिला संघटना आहे.

भारताची सुरक्षा दहशतवादाने डळमळीत झालेली आहे. भारतापुढे सामाजिक, आर्थिक, राजकीय व अन्य स्वरूपाच्या समस्या असताना दहशतवाद्यांच्या हिंसात्मक कार्यवाहीने विकासकार्य ठप्प झालेले झालेले आहे. दहशतवाद पंजाब, जम्मू-काश्मीर मध्येच सीमित राहिलेला नाही. हळूहळू सर्वच राज्यात त्याचा प्रसार झालेला आहे. दहशतवादामुळे सुरक्षेची भावनाही नष्ट होऊ पाहात आहे. राजकीय, सामाजिक, आर्थिक, शास्त्रीय इत्यादी सर्वच थरावर दहशतवादाची पाळेमुळे उखडून नष्ट करण्याची वेळ आलेली आहे.

प्रतिबंधात्मक उपाय :

आज दहशतवादाचा प्रश्न राष्ट्रीय त्याचप्रमाणे जागतिक पातळीवर मोठ्या प्रमाणात निर्माण झालेला आहे. हे दोन्ही प्रकारचे दहशतवाद नष्ट करण्यासाठी, रोखण्यासाठी किंवा त्यांचा प्रतिकार कमी करण्यासाठी आज जगातील प्रत्येक राष्ट्रांनी आपापल्यापरिने प्रयत्न सुरू केलेले आहेत. दहशतवादाला प्रतिबंध घालण्यासाठी राष्ट्रीय व आंतरराष्ट्रीय पातळीवर उपाय योजले जात आहेत; त्याशिवाय खालील स्वरूपाचे प्रतिबंधक उपाय योजले पाहिजेत.

(१) सामाजिक व सांस्कृतिक उपाय : एखाद्या विशिष्ट समाजावर सतत अन्याय, अत्याचार होत असतील तर तो वेगळे राहण्याची इच्छा व्यक्त करतो. त्याची वेगळेपणाची मागणी मान्य झाली नाही तर तो दहशतवादी मार्गाने जातो; ते होऊ नये म्हणून समाजावर अन्याय, अत्याचार न होता;त्यांच्या सर्वांगीण विकासासाठी जाणीवपूर्वक प्रयत्न केल्यास दहशतवादाला निश्चितच प्रतिबंध घालता येईल.

समाजात अनेक प्रकारचे सांस्कृतिक गट आढळतात. त्यांच्यामध्ये भावनिक वाढ निर्माण करून प्रेम, जिव्हाळा निर्माण केल्यास त्यांच्यात एकमेकांबद्दल आदर वाढीस लागून त्यातूनही आपणांस दहशतवादास आळा घालता येईल.

(२) राजकीय उपाय : वैफल्यग्रस्त झालेल्या दहशतवादी तरुणांना राष्ट्रपातळीवरून सुधारण्यासाठी संधी उपलब्ध करून दिली पाहिजे; त्यांना भावनिक आधार दिला पाहिजे, नवनवे कायदे करून दहशतवाद दूर कसा राहील हे पाहिले पाहिजे. दहशतवाद्यांना मिळणारी साधने व साधनसामग्री त्यांना मिळणार नाही याची खबरदारी घेतली पाहिजे.

दहशतवादाबरोबर संघर्ष करण्यात प्रत्यक्ष संघर्ष करणे, प्रत्येक वेळी शक्य होत नाही किंवा ते उचितही ठरत नाही. काही प्रसंगी शासकीय पातळीवरून दहशतवादाचे निर्मूलन करण्यासाठी वेगवेगळे प्रयत्न केले पाहिजे. दहशतवाद निर्मिती मागची कारणे शोधून किंवा त्यांची उद्दिष्टे लक्षात घेऊन त्यांच्या नेत्यांशी करार करणे किंवा समझोता घडवून आणणे इत्यादी मार्ग अवलंबणे सुद्धा श्रेयस्कर ठरते. अशाच प्रकारचे प्रयत्न करण्यासाठी माजी पंतप्रधान कै. राजीव गांधी यांनी पंजाब करार, मिझोकरार तसेच आसाम समझोता घडवून आणला.

दहशतवाद निर्मितीमागे वशिलेबाजी,अन्यायी धोरण,बेजबाबदारपणा राजकीय उदासीनता, भ्रष्टाचार इत्यादी कारणे असतात. दहशतवादाच्या निमूर्लनासाठी या कारणाचा पाठपुरावा केला पाहिजे, त्यासाठी प्रशासकीय पातळीवरून प्रयत्न झाले पाहिजेत.

त्याचबरोबर कोणत्याही राज्यकर्त्याने कोणताही प्रतिष्ठेचा प्रश्न न बनविता,पक्षीय विचार न करता,देशहित समोर ठेऊन दहशतवाद नष्ट करण्याचा प्रयत्न करावा. वृत्तपत्रे किंवा प्रसारमाध्यमांनी दहशतवादाची भडक माहिती प्रसारित करू नये किंवा त्याला मोठ्या प्रमाणात प्रसिद्धी देऊ नये. तसेच कोणत्याही राज्यकर्त्याने

आपल्या स्वार्थासाठी दहशतवादाला खतपाणी घालू नये किंवा त्यांची उपेक्षा करू नये. त्यांच्या कोणत्याही मागण्या मान्य करू नयेत, त्यांच्यापुढे शरणागती पत्करू नये.

दहशतवादाची तीव्रता ज्या प्रदेशात आहे तेथील तीव्रता कमी करण्यासाठी स्थानिक जनतेमधून पथके उभी केली पाहिजेत, म्हणजेच दहशतवादाचा सामना किंवा दहशतवादावर प्रतिबंधक उपाय योजनेसाठी शासनाबरोबरच जनतेचाही सहभाग महत्त्वाचा असतो.

दहशतवादाविरुद्ध लढण्यासाठी महत्त्वाचा मार्ग म्हणजे 'सुसज्ज संरक्षण यंत्रणा' होय. यामध्ये लष्करी दलांबरोबरच निमलष्करी दलांचा समावेश होतो. दहशतवादाचा मुकाबला करण्यासाठी या सर्वांना चांगली शस्त्रास्त्रे,बुलेटप्रूफ जाकिटे, गाडया, वायरलेस सेंट्स, गुप्तचर यंत्रणा आवश्यक असते.

(३) आर्थिक दर्जात वाढ करणे : दहशतवाद, बेकारी,गरिबी व दारिद्र्यामुळे वाढीस लागतो. त्याला आळा घालण्यासाठी शासनाने सर्वसामान्यांच्या अत्यावश्यक गरजा, उदा. अन्न,वस्त्र व निवारा भागविण्यावर भर दिला पाहिजे, म्हणजेच राष्ट्रातील जनता सुखी, समाधानी राहील. सर्वांना काम उपलब्ध करून दिले पाहिजे. त्यासाठी देशातील शेतीउद्योग, कारखानदारी यावर आधारलेले अनेक छोटे-छोटे उद्योगधंदे वाढीस लावण्यासाठी शासनाने सर्वांना सहकार्य केले पाहिजे. ज्यामुळे सर्वांच्याच आर्थिक दर्जात वाढ होईल पर्यायाने दहशतवादाला आळा बसेल.

त्याचप्रमाणे देशातील दहशतवाद नष्ट करण्यासाठी आपल्या देशाची आर्थिक प्रगती होणे गरजेचे असते. आर्थिक प्रगतीच्या जोरावरच दहशतवादी कारवाया नष्ट करता येऊ शकतात. दहशतवादी कारवायांमागे आर्थिक शक्ती महत्त्वाची असते, म्हणून आपण आपली आर्थिक उन्नती करणे जरुरीचे असते. आर्थिक उन्नती मधूनच दहशतवादी कारवाया थोपविता येतात, त्याचप्रमाणे दहशतवादाविरुद्ध यशस्वी कार्यवाही करण्यामध्ये दहशतवाद्यांची आर्थिक नाकेबंदी करणे हा एक मार्ग आहे. दहशतवाद्यांना कोणतीही गोष्ट विकत घेण्यासाठी कोणत्याही मार्गाने पैसा उपलब्ध होणार नाही अशी व्यवस्था केली पाहिजे, जो कोणी दहशतवाद्यांना मदत करेल त्याची सर्व बाजूने कोंडी केली तर दहशतवाद लवकर संपुष्टात येऊ शकतो.

याशिवाय दहशतवाद नष्ट करण्यासाठी सर्वांच्या सहकार्याची गरज असते.

(७. ड. १) मानवतावादी हस्तक्षेप

देशातील अंतर्गत संघर्ष सोडविण्यास हातभार लावणे, दोन राष्ट्रांतील संघर्षाची सोडवणूक करणे किंवा संघर्षास प्रतिबंध घालणे या उद्देशाने ही संकल्पना उदयास आली, म्हणजेच मानवतावादी उद्दिष्ट समोर ठेवून दुसऱ्या राष्ट्रात करण्यात आलेला हस्तक्षेप म्हणजे मानवतावादी हस्तक्षेप होय; म्हणूनच अलीकडच्या काळात याला आंतरराष्ट्रीय संबंधांच्या अभ्यासात विशेष महत्त्वाचे स्थान प्राप्त झालेले आहे. तसेच १९९१ नंतरच्या काळात जी नवीन स्वरूपाची जागतिक रचना निर्माण करण्यात आली; त्यात मानवतावादी हस्तक्षेप हे तिचे प्रमुख वैशिष्टे मानण्यात आले. त्यामुळेच मानवतावादी हस्तक्षेप हा विषय आंतरराष्ट्रीय राजकारणात विवादात्मक विषय म्हणून ओळखला जातो.

मानवतावादी हस्तक्षेपाचा मूळ गाभा हा 'आदर्शवाद' आहे. आदर्शवादाची कल्पना समोर ठेवून संयुक्त राष्ट्रसंघाने तसेच नाटो फौजेने वेळोवेळी मानवी मूल्यांच्या संरक्षणाचे कारण पुढे करून दुसऱ्या राष्ट्रात हस्तक्षेप केलेला आहे. उदा. कोरियन संघर्ष, इराकचा संघर्ष, अफगाणिस्तानचा संघर्ष, सोमालियामधील यादवी,कोसोवामधील नाटोची कारवाई इत्यादी प्रसंगी मानवी मूल्यांचे संरक्षण करून शांतता प्रस्थापित करण्यासाठी वरील संघटनांनी मानवतावादी हस्तक्षेप केलेला दिसून येतो.

सहकार्य या तत्त्वाला अनुसरून हा मानवतावादी हस्तक्षेप केला जातो; म्हणूनच हा बहुविध प्रकारचा

मानला जातो; वास्तविक पाहता मानवतावादी हस्तक्षेपाच्या विषयात आदर्शवाद व वास्तववाद या दोन्ही विषयांचा समावेश होत असल्याकारणाने किंवा हे दोन्ही विषय १९९१ नंतरच्या काळात उदयास आलेले असले तरी त्यांचा आंतरराष्ट्रीय राजकारणात अभ्यास करताना नवीन स्वरूपाचा संदर्भ व अडचणी लक्षात घेणे गरजेचे ठरते; तर कधीकधी मानवी मूल्यांच्या संरक्षणासाठी दुसऱ्या राष्ट्रात सैनिकी हस्तक्षेप करण्यावरही भर दिला जातो. उदा. श्रीलंकेत भारतीय सेनेने केलेला हस्तक्षेप.

शीतयुद्धोत्तर काळात मानवतावादी हस्तक्षेप योग्य की अयोग्य यावर विचारविनिमय करण्यासाठी अनेक ठिकाणी चर्चा घडवून आणण्यात आल्या. १९९३ मध्ये रिचर्ड लिटील यांनी या संदर्भात विचार करून आपले संशोधनपर विचार मांडले; तर काही विचारवंत मानवतावादी हस्तक्षेप हा हक्क आहे की, कर्तव्य आहे अशा स्वरूपाच्या प्रश्नावर आपले लक्ष्य केंद्रित करतात; तर काहींच्या मते हा हस्तक्षेप राजकीय डावपेचांचा भाग आहे.

नीतीमत्ता व राजकीय डावपेच यांचा अतिजवळचा संबंध आहे, त्यामुळे या दोघांचा सविस्तर अभ्यास करून त्यादृष्टिने आपले मत मांडणे महत्त्वाचे आहे. दुसऱ्या राष्ट्रात हस्तक्षेप करताना मानवी मूल्यांमध्ये मानवी हक्क हा खरा संरक्षणाचा महत्त्वाचा मुद्दा मानला जातो. अलीकडच्या काळात लष्करी स्वरूपाची हुकूमशाही, वांशिक हिंसाचार, धार्मिक पुनरुज्जीवनवाद, धार्मिक मूलतत्त्ववाद, दहशतवाद, वेगवेगळ्या प्रकारची राजकीय अस्थिरता, यामधूनच मानवी हक्कांचे मोठ्या प्रमाणात उल्लघंन होत आहे. महिला व बालकेही यामधून सुटलेली नाहीत. या प्रकारच्या संघर्षामुळे स्थानिक विभागीय शांतता, सुरक्षितता व सुव्यवस्था मोठ्या प्रमाणात धोक्यात येण्यास मदत झाली आहे. संबंधित राष्ट्रांना ज्यावेळी अशा प्रकारची मानवी हक्काची प्रकरणे हाताळता येत नाहीत, अशा वेळी संयुक्त राष्ट्रसंघ हे कार्य पार पाडताना दिसून येतो.

(७. ड. २) मानवी हक्क

मानवी हक्कासाठी मानवाचा संघर्ष शतकानुशतके चालू होता, लोकतंत्र पद्धतीच्या उदयानंतर मानवाला हक्क प्राप्त होण्याची चिन्हे दिसू लागली. सुखी, आंनद, निरामय आणि भयमुक्त जीवनास मानवाला हक्क प्राप्त होणे आवश्यक आहे. व्यक्तीला आपल्या व्यक्तिमत्त्वाचा सर्वोत्कृष्ट विकास साधता येईल अशी परिस्थिती म्हणजे मानवी हक्क होय किंवा मानवी हक्कांची ही संकल्पना मानवी प्रतिष्ठेशी बांधील असून, मानवाला प्रतिष्ठेचे जीवन जगण्यासाठी जे हक्क आवश्यक असतात त्यांना 'मानवी हक्क' असे म्हणतात.

मानवाधिकारांचा प्रश्न पुढे आला तो प्रामुख्याने द्वितीय महायुद्धानंतरच्या काळात; नाझी राजवटीने घडविलेला ज्यूंचा वंशसंहार अशासारखी काही तत्कालीन कारणे त्यामागे होती. मात्र, मानवी हक्कांची संकल्पना ही प्रत्यक्षात कितीतरी आधीची म्हणजेच पुरातन आहे. मध्ययुगीन युरोपीय तत्त्वज्ञानातील नैसर्गिक कायद्याच्या कल्पनेतून 'हक्क' या संकल्पनेचा उगम झाला. प्रत्येक व्यक्तीला, ती माणूस म्हणून जन्माला आल्यानेच काही हक्क प्राप्त होतात अशी ती संकल्पना आहे. यातून पुढे आधुनिक युरोपात 'सामाजिक करारा'चा सिद्धान्त मांडण्यात आला आणि त्यातूनच संविधानात्मक शासनपद्धतीची सुरुवात झाली. संविधानाने शासनाच्या अधिकारावर मर्यादा घालणे तसेच व्यक्तिंच्या हक्कांना संरक्षण देणे, शासनाने नागरिकांच्या हक्कांचे रक्षण करणे आणि नागरिकांनी कायद्यांचे पालन करणे, अशी संविधानात्मक लोकशाही आधुनिक युरोपात हळूहळू रूढ झाली. व्यक्तिंना निसर्गत :च हक्क असतात आणि संविधान व कायद्याचे कर्तव्य त्या हक्काचे रक्षण करणे हे असते; ही मुख्यत : राजकीय तत्त्वज्ञानातील संकल्पना आहे.

राज्यघटनेद्वारा आणि कायद्याने नागरिकांना अनेक हक्क प्रदान केले जातात; घटना आणि कायद्यामध्ये

त्यांच्या संरक्षणाची तरतूद असते असा या तत्त्वाचा अर्थ आहे. १९ व्या व २० व्या शतकात युरोपातील तसेच कित्येक नवस्वतंत्र देशांच्याही राज्यघटनेमध्ये नागरिकांच्या हक्कांचा समावेश केला गेला. भारताच्या संविधानात प्रकरण तीनमध्ये नागरिकांच्या मूलभूत हक्कांचा समावेश आहे हे आपल्याला माहीत आहेच.

मानवाधिकारांच्या रक्षणासाठी गेल्या साठ वर्षांत संयुक्त राष्ट्र संघटनेकडून अनेक उपाययोजना करण्यात आल्या आहेत. मानवाधिकार म्हणजे काय? या अधिकारांमध्ये नेमक्या कोणत्या अधिकारांचा समावेश होतो? याविषयीचा संभ्रम दूर करण्यासाठी १९४५ मध्ये संयुक्त राष्ट्राच्या निर्मितीनंतर मानवी हक्कांना प्रामुख्याने प्राधान्य देण्यात आले. मानवी हक्कांच्या संदर्भात संयुक्त राष्ट्राच्या महासभेने १० डिसेंबर, १९४८ रोजी 'मानवी हक्कांचा जागतिक जाहीरनामा' प्रसिद्ध केला. या जाहीरनाम्यात ३० प्रमुख मानवी हक्कांचा समावेश करण्यात आला. सर्व मानव जन्मानेच स्वतंत्र आहेत, आज सर्वांचा दर्जाही समान आहे. जात, धर्म, भाषा, लिंग, इ. भेदभाव न पाळता सर्व मानवांना मानवीय मूलभूत हक्क प्राप्त आहेत. उदा. जीविताचा, संपत्तीचा, स्वातंत्र्याचा इ. मानवीय अधिकार प्राप्त आहेत. या जाहीरनाम्यामुळे मानवाला एकांततेचा व कुटुंबाचा निवाऱ्याचा अधिकार आहे, राष्ट्रीयत्व प्राप्त करणे, संपत्तीवर स्वामित्व प्रस्थापित करणे, विवाह करणे तसेच राजकीय अधिकारात भाषण स्वातंत्र्याचा, संघटना स्थापन करण्याचा,मतदानाचा व शासन निवडण्याचा अधिकार प्राप्त आहे; अशा प्रकारे मंडळाने जागतिक आर्थिक शांततेचा पाया घातला आहे असे म्हणता येईल. या जाहीरनाम्याचे महत्त्व आपणास खालीलप्रमाणे स्पष्ट करता येईल.

(१) यामुळे व्यक्तीचे हक्क व स्वातंत्र्याबद्दल जगातील मानवी समूहामध्ये जागृती निर्माण झालेली आहे.

(२) यामुळे जगातील अनेक राज्यांनी स्त्रिया, लहान मुले, कामगार व निर्वासित यांच्या हक्कांचे संहितीकरण केले.

(३) जगाच्या विविध देशातील वंशभेद, छळ, अमानुष वागणूक यांना प्रतिबंध करणाऱ्या कायद्यांचा समावेश आंतरराष्ट्रीय कायद्यात केला जातो.

(४) जागतिक मानव जातीच्या कल्याणासाठी मानवी हक्कांचे रक्षण झाले पाहिजे व ते उपभोगण्याची संधी सर्वांना मिळणे गरजेचे आहे.

संयुक्त राष्ट्राने मानवी हक्कांच्या प्राप्ती आणि रक्षणार्थ, 'आंतरराष्ट्रीय मानवी आयोगाची' स्थापना केली आहे. संयुक्त राष्ट्राच्या विविध उपांगाद्वारे विविध राज्यांची पाहणी करून मानव हक्क संबंधांच्या समस्या इ. बाबत आपला अहवाल या आयोगास सादर करतात. या अहवालावर चर्चा होऊन उपाय सुचविले जातात, मानवी हक्कांच्या संवर्धन व विकासाची जबाबदारी युनोच्या उपांगावर टाकलेली आहे. उदा. आर्थिक-सामाजिक मंडळ मानवीय रक्षणाची जबाबदारी पार पाडीत असते. गरिबी व निर्धनतेचे प्रश्न व त्यातून मानवी हक्कांची होत असलेली पायमल्ली या संबंधीचा अहवाल आयोगाला सादर केला जातो. निर्धनता दूर करणे, गुलामगिरी नष्ट करणे, निर्वासितांचे प्रश्न सोडविणे, जाती-वंशाचा विरोध करणे, त्यासंबंधीच्या तक्रारी दूर करणे यासाठी निरीक्षकांना पाठवणे व त्या संबंधीचा अहवाल मागविणे इत्यादी कार्ये केली जातात.

युनिसेफ संस्थेद्वारे मुलांच्या आरोग्याचे सर्वेक्षण करून अहवाल सादर करून त्यावर उपाय सुचविले जातात.

(१) आंतरराष्ट्रीय कामगार संघटना, कामगारांच्या बेकारी निवारणाचे प्रश्न, त्यांचे आजार, आरोग्य, वेतन, कामाचे तास इ. बाबत पाहणी करून मानवीय मूल्यांच्या जोपासनेसंबंधी विचार करीत असतात.

(२) जागतिक आरोग्य संघटन जगातील लोकांना रोगमुक्त जीवन जगण्यास मदत करणे, तसेच साथीचे रोग नष्ट करणे, रोग प्रतिबंधक लस उपलब्ध करून देणे, गर्भवती स्त्रियांची जोपासना करून आरोग्याच्या दृष्टीने मानवी हक्कांचे रक्षण करीत असते.

(३) युनेस्कोद्वारे शिक्षणाची मदत केली जाते; वैज्ञानिक संस्थांना मदत करून शिक्षणासाठी प्रसार माध्यमांचा उपयोग उपलब्ध करून देत असते.

(४) खाद्य व कृषी संघटन किंवा फाओ जगात पिण्याच्या पाण्याचा पुरवठा करीत असते. जंगले लावणे, खाद्यान्नाचा पुरवठा करून जगात कोणाचेही कुपोषण होणार नाही याची काळजी घेतली जाते. १९६० मध्ये फाओने 'भूकेपासून जगाची मुक्तता' हा कार्यक्रम राबविला.

अशा प्रकारे या विविध अंगाद्वारे मानवी हक्काने संरक्षण व संवर्धनाच्या प्रयत्नात बरेच यश प्राप्त केले आहे.

टीकात्मक परीक्षण :

युनोला स्थापन होऊन ६० वर्षे होऊनही व मानवी अधिकारांची हमी देऊनही माणसाला मानवी हक्कांची खरोखरच उपलब्धी झाली आहे काय? या प्रश्नाचे नकारार्थी उत्तर दिले जाते कारण मागील ६० वर्षांत जगात वर्णविद्वेश, वांशिक कत्तली, सांप्रदायिक दंगली, अण्वस्त्रांचे हल्ले, मानवी संहार, राज्यांचे विभाजन, शरणार्थ्यांचे प्रश्न, बालमजुरांचे शोषण, कुपोषण, पोलिसी अत्याचार, स्त्रियांवरील अत्याचार, दहशतवाद्यांकडून मानवीय हत्या, इत्यादी समस्या उभ्या राहिल्यामुळे मानवी हक्कांची अवहेलना फार मोठ्या प्रमाणात झालेली आहे. एकूण मानवी हक्कांचे संरक्षण व संवर्धन अपेक्षेप्रमाणे होत नाही त्याची प्रमुख कारणे पुढीलप्रमाणे आहेत -

(१) मानवी हक्क आयोगापुढे येणाऱ्या तक्रारी व त्यांच्या निवारणाचे उपाय यांचे स्वरूप केवळ शिफारशीवजा असते. या अहवालातील उपायांची सक्तीने अंमलबजाणी होत नाही.

(२) कारण अहवालाची अंमलबजावणी करणे सुरक्षा मंडळावर व बड्या राज्यांच्या मर्जीवर अवलंबून असते. ज्या प्रश्नात बड्या राज्यांचे हितसंबंध गुंतलेले असतील त्या अहवालांची व उपायांची अंमलबजावणी होत नाही.

(३) मानवी हक्कांची अवहेलना करणाऱ्यांना कठोर दंड देणारी यंत्रणा मुक्त नाही.

(४) 'भुकेपासून जगाला मुक्त करू' ही घोषणा केवळ कागदावरच राहिली. प्रत्यक्षात अनेक भूकबळी पडलेले दिसतात, बालकांच्या कुपोषणामुळे होणाऱ्या मृत्यूची संख्या भयानक आहे, जगात जवळजवळ ३५,००० बालके रोज कुपोषणाने मृत्युमुखी पडत आहेत.

(५) जगात आर्थिक विषमता प्रचंड प्रमाणात आहे. एम्नेस्टी इंटरनॅशनलच्या अहवालाप्रमाणे जगातील १३ कोटी लोकांचे उत्पादन फक्त रु. १४०० प्रतिमहिना आहे.

(६) स्त्रियावरील अत्याचाराची व बलात्काराची संख्या वाढतच आहे. स्त्रियांच्या विक्रीचे प्रकारही चालूच आहेत. चिली, नामीबिया इ. देशात विवाहित स्त्रियांना संपत्तीबाबत अधिकार नाही. पश्चिम आफ्रिका व उत्तर आफ्रिकेत स्त्रियांना विवाहानंतर पतीच्या देशाचे नागरिकत्व मिळत नाही; भारतासारख्या देशात अजूनही अधूनमधून सती जाण्याचे व बाल विवाहाचे प्रकार घडतात म्हणूनच स्त्रियांबाबत मानवी हक्कांची पायमल्ली मोठ्या प्रमाणात होताना दिसते.

(७) दक्षिण आफ्रिकेत वर्षानुवर्षे वर्णद्वेषाचे प्रकार चालूच आहेत, अमेरिकेतही रंगभेद अजूनही पाळला जातो.

(८) आंतरराष्ट्रीय पातळीवर दहशतवाद वाढला असून निरपराध मानव बळी पडत आहेत, दहशतवादाला अजूनही प्रतिबंध घालता आलेला नाही.

(९) युनोच्या मानवी हक्क समितीने १९८८ ते १९९० या काळात विविध राज्यात पोलिस कस्टडीत झालेल्या मृत्यूचा रिपोर्ट मागितला. परंतु, राज्यांनी या मागणीकडे दुर्लक्ष केले; एकूण मानवी

हक्कांची हमी केवळ कागदावर आहे प्रत्यक्षात मानवी हक्कांची कुचंबणा होत आहे अशी प्रखर टीका केली जाते.

(७. ड. ३) जागतिकीकरण

१९५० नंतर जगाच्या राजकारणात जागतिकीकरणाच्या संकल्पनेला महत्त्व प्राप्त झाले. अमेरिकेने सर्वप्रथम आर्थिक उदारमतवादाचा पुरस्कार केला. त्यांचे अनुकरण करून अनेक राष्ट्रांनी खासगीकरणाला चालना दिली. जागतिकीकरणामुळे अनेक देशांच्या अर्थव्यवस्थाही डबघाईला आल्या, सोव्हिएत रशियाचे विघटन त्यामधूनच झाले. जागतिक राजकारणातील वर्चस्वाला लढा देण्याच्या हेतूने ज्या ज्या देशांनी खासगीकरणाला महत्त्व दिले त्यांचा मूळ हेतू दूर राहिला. आर्थिक जागतिकीकरणाचा हा राजकीय परिणाम होता. आंतरराष्ट्रीय राजकारणाने जागतिकीकरणाला नवा अर्थ देण्याचा प्रयत्न केला. जागतिकीकरणाची संकल्पना आर्थिक वाटत असली तरी प्रत्यक्षात ती आंतरराष्ट्रीय राजकारण व देशांतर्गत राजकीय व्यवस्थेशी संबंधित आहे.

जागतिकीकरणातून एक नवी जागतिक व्यवस्था उदयास येईल आणि सर्वच देशांच्या दृष्टीने ती हिताची असेल असे जागतिकीकरणाचे समर्थक मानतात तर जागतिकीकरणाची प्रक्रिया ही प्रगत राष्ट्रांच्या हिताची आणि विकसनशील देशांवर अन्याय करणारी असून, त्यातून नवा वसाहतवाद निर्माण होईल असे मत जागतिकीकरणाचे विरोधक व्यक्त करतात. जागतिकीकरण हा असा प्रकार विवाद्य बनला आहे. काही देश व गट या प्रक्रियेचे स्वागत करत आहेत, तर काही सामाजिक गटांचा तिला विरोध आहे. विकसनशीलच नव्हे तर विकसित देशांतीलही काही सामाजिक गट जागतिकीकरणास विरोध करताना दिसतात.

व्याप्ती :

जागतिकीकरणाला सार्वत्रिकीकरण किंवा वैश्वीकरण असे म्हटले जाते. दुसऱ्या महायुद्धानंतर हे तत्वज्ञान उदयाला आले कारण नव्याने स्वतंत्र झालेली बरीच राष्ट्रे आर्थिक दृष्टीने दुर्बल होती. त्या सर्वांनी लोकशाहीचा स्वीकार केल्यानंतर त्यांचे राजकीय तत्त्वज्ञान समान बनले आणि जागतिकीकरणाला नवे परिणाम मिळाले. जागतिकीकरणाच्या प्रक्रियेत राष्ट्र-राष्ट्रांमध्ये अधिकाधिक मुक्त आर्थिक व्यापारी संबंध निर्माण होणे अभिप्रेत आहे. उत्पादने, भांडवल, सेवा, तंत्रज्ञान इत्यादींच्या देवाण-घेवाणीवर राष्ट्रांनी घातलेले निर्बंध दूर करून त्यांचा सीमापार मुक्त प्रवाह निर्माण करणारी प्रक्रिया म्हणजे जागतिकीकरण ही मुक्त व्यापार आणि मुक्त बाजारपेठ निर्माण करून जगाचे आर्थिक व्यापारी एकीकरण साधणारी प्रक्रिया आहे असे तिचे वर्णन केले जाते.

व्याख्या :

एडवर्ड हार्मन यांच्या मते, जागतिकीकरण ही उत्पादने भांडवल, सेवा आणि आर्थिक संबंध यांचा सीमापार वाढता प्रवाह दर्शविणारी प्रक्रिया आहे.

जागतिक बँकेने उपभोग्य वस्तुंसह सर्व वस्तुंच्या आयातीवरील निर्बंध टप्याटप्प्याने रद्द करून आणि सार्वजनिक क्षेत्रातील खासगीकरण करणे म्हणजे जागतिकीकरण अशी व्याख्या केली आहे.

संयुक्त राष्ट्रांच्या मते, जागतिक सहकार्यामधून नवी राजकीय व्यवस्था स्थिर करून विकसित करणे आणि त्या राष्ट्रांचा सर्वांगीण विकास करणे म्हणजे 'जागतिकीकरण' होय.

स्मिथ यांच्या मते, जागतिकीकरण ही आंतरराष्ट्रीय वाद आणि सर्वांसाठी स्वातंत्र्य या मूल्यांचा समावेश असणारी आणि मुक्त व्यापार आणि अर्थव्यवस्थेचे फायदे सर्वांना मिळवून देणारी सर्वसमावेशक प्रक्रिया आहे.

कॉक्स आणि कॉर्टन यांच्या मते, जागतिक भांडवलशाहीतून निर्माण झालेल्या बहुराष्ट्रीय कंपन्या, संस्था, यांचा प्रभाव असणारी आंतरराष्ट्रीय राजकीय आणि आर्थिक व्यवस्थेत राष्ट्रांची भूमिका मर्यादित करणारी प्रक्रिया म्हणजे 'जागतिकीकरण' होय.

वरील व्याख्या या केवळ जागतिकीकरणाचा आर्थिक पैलू दाखविणाऱ्या आहेत. वास्तविक पाहता, जागतिकीकरण ही संकल्पना विविध पैलू असणारी आणि व्यापक स्वरूपाची आहे. या प्रक्रियेत आर्थिक घटक हा प्रधान घटक आहे. हे खरे असले तरी तो एकमेव घटक या प्रक्रियेत नाही. सामाजिक,राजकीय, सांस्कृतिक, पर्यावरण विषयक अशी मानवी जीवनाची इतर क्षेत्रेही जागतिकीकरणाच्या प्रक्रियने व्यापली आहेत,कारण राष्ट्रा-राष्ट्रांत असे विविध प्रकारचे संबंध पूर्वीही होते, फक्त आजच्या जागतिकीकरणाच्या प्रक्रियेत ते अधिक व्यापक बनले आहेत एवढेच म्हणून असे म्हणता येईल की,मानवी जीवनाच्या सर्वच क्षेत्रात व्यापक, सखोल आणि वेगवान असे परस्पर संबंध प्रस्थापित करणारी प्रक्रिया हा 'जागतिकीकरण' या संज्ञेचा अर्थ आहे; अशा प्रकारे जागतिकीकरण ही उत्पादने सेवा, भांडवल,लोक, माहिती आणि संस्कृती यांचे सीमापार वाढते प्रवाह निर्माण करणारी प्रक्रिया आहे.

जागतिकीकरणामुळे बहुराष्ट्रीय कंपन्या निर्माण होऊन त्यांचा मोठ्या प्रमाणात विकास झाला. जागतिकीकरणाने दळणवळण आणि तंत्रज्ञान यांच्या पायाभूत सुविधा मोठ्या प्रमाणात उपलब्ध झाल्या; त्यामुळे बहुराष्ट्रीय कंपन्याचा विकास जलद झाला; अशा बहुराष्ट्रीय कंपन्याची वाढ आणि त्यांचा विस्तार म्हणजेच जागतिकीकरण होय.

स्वरूप :

जगाच्या वेगवेगळ्या प्रदेशात राहणाऱ्या लोकसमूहांचा परस्परांशी संपर्क येणे, त्यांच्यात विविध प्रकारच्या आंतरक्रिया किंवा परस्परसंबंध निर्माण होणे ही नवी घटना नाही. आधुनिक काळात युरोपीय देशांनी आपली साम्राज्ये निर्माण केली. पाश्चात्त्य संस्कृती, आचार-विचार यांचा संबंध आशिया-आफ्रिका व अमेरिका खंडातील लोकांशी आला. ब्रिटिश साम्राज्य हे त्यातले सर्वात मोठे साम्राज्य होते. स्थलांतर या कारणामुळेही आंतरराष्ट्रीय व्यापार मोठ्या प्रमाणात वाढला. जागतिकीकरणाची संकल्पना ही जागतिक उत्पत्ती आहे. युनोच्या निर्मितीमुळे राजकीय व बिगरराजकीय क्षेत्रांत काम करणाऱ्या संघटनांमध्ये समन्वय निर्माण झाला. त्यातून सार्वत्रिकीकरणाच्या प्रक्रियेला सुरुवात झाली. १९९० नंतर जागतिकीकरणाची प्रक्रिया अधिक वेगवान बनली. रशिया व पूर्व युरोपातील देशांमधील साम्यवादी शासनव्यवस्था संपुष्टात आल्या व त्या देशात लोकशाहीचा उदय झाला. जगात होत असलेले लोकशाहीकरण जागतिकीकरणाला उपकारक ठरले आहे, कारण त्यामुळे विविध देशांच्या आर्थिक धोरणांत एकसारखेपणा येऊ लागला आहे. संयुक्त राष्ट्रांच्या निर्मितीमुळे राजकीय व बिगरराजकीय क्षेत्रांत काम करणाऱ्या संघटनांमध्ये समन्वय निर्माण झाला. विश्वव्यापी संघटना म्हणून संयुक्त राष्ट्रांना मान्यता मिळाली. त्यातून सार्वत्रिकीकरणाची प्रक्रिया सुरू झाली, सार्वत्रिकीकरणाचे स्वरूप आर्थिक,राजकीय,सामाजिक व सांस्कृतिक प्रकारचे होते.

जागतिकीकरणाची आधारभूत तत्त्वे :

(१) आंतरराष्ट्रीय व्यापारामधील सर्व प्रकारचे अडथळे दूर करणे.
(२) आंतरराष्ट्रीय व्यापारातील आयात-निर्यातीमधील सर्व प्रकारची बंधने शिथिल करणे.
(३) भांडवलाच्या मुक्त वहनासाठी आवश्यक ती सर्व प्रकारची उपाययोजना करणे.
(४) तंत्रज्ञानाच्या मुक्त वहनासाठी आवश्यक ती सर्व प्रकारची उपाययोजना करणे.
(५) श्रमिकांच्या मुक्त वहनासाठी आवश्यक ती सर्व प्रकारची अनुकूल परिस्थिती निर्माण करणे.

जागतिकीकरणाची आधारभूत वैशिष्ट्ये :

(१) जागतिकीकरण ही विविध पातळ्यांवर लोकांमधील संबंध क्रिया-प्रतिक्रिया वाढविणारी प्रक्रिया आहे.

(२) जागतिकीकरणाची प्रक्रिया मुक्त जागतिक व्यवस्थेच्या निर्मितीशी संबंधित आहे.

(३) जागतिकीकरणाच्या प्रक्रियेत बहुराष्ट्रीय कंपन्यांची भूमिका आणि प्रभाव मोठा आहे.

(४) आंतरराष्ट्रीय आर्थिक आणि राजकीय व्यवस्थेमध्ये बिगरशासकीय संघटनांची महत्त्वाची भूमिका हे जागतिकीकरणाच्या प्रक्रियेचे आणखी एक महत्त्वाचे वैशिष्ट्ये आहे.

(५) जागतिकीकरणाच्या प्रक्रियेत विभागीय व्यापारी आणि आर्थिक संघटनांची भूमिका मोठ्या प्रमाणात वाढली आहे.

(६) गेल्या काही वर्षांमध्ये व्यापार राजवटींचा घडून आलेला उदय आणि विकास हे जागतिकीकरणाच्या प्रक्रियेचे आणखी एक महत्त्वाचे वैशिष्ट्य आहे.

(७) जागतिकीकरणामुळे अनेक देशांनी आर्थिक उदारीकरणाचे धोरण अंगीकारले आहे.

(८) जागतिकीकरणामुळे अनेक गतिमान साधने,तसेच संपर्काची साधने निर्माण झाल्यामुळे जग फारच जवळ येण्यास मदत झाली.

(९) जागतिकीकरणामुळे लोक मोठ्या प्रमाणात स्थलांतर करू लागले.

(१०) जागतिकीकरणामुळे सर्व देशांच्या बाजारपेठा खुल्या झाल्या.

(११) जागतिकीकरण ही विविध पातळ्यांवर लोकांमधील संबंध क्रिया-प्रतिक्रिया वाढविणारी प्रक्रिया आहे.

जागतिकीकरणाचे भारतावरील परिणाम : हे सकारात्मक व नकारात्मक अशा दोन्ही प्रकारचे आहेत.

सकारात्मक परिणाम :

(१) भारत व तिसरे जग : जागतिकीकरणाच्या प्रक्रियेमध्ये आर्थिक, भौतिक आणि सामाजिक सुधारणांच्या अनुषंगाने जगाची वर्गवारी करण्यात आली होती. विकसित देशाचा पहिला गट विकासनशील देशांचा दुसरा तर अविकसित देशांचा तिसरा गट होता. भारत तिसऱ्या गटातले राष्ट्र होते. गॅट करारावर सही करून जागतिकीकरणाच्या प्रक्रियेमध्ये भारत प्रगतीकडे वाटचाल करू लागला. जागतिकीकरणामुळे भारताच्या औद्यौगिक व्यापारात वाढ झाली. जागतिकीकरणामुळे भारत तिसऱ्या जगाचे नेतृत्व करू लागला, जगाच्या राजकारणात भारताचा दबदबा वाढला. परदेशांतून जलप्रकल्पासाठी निधी उपलब्ध झाल्याने शेती क्षेत्रांत प्रचंड प्रगती झाली. बहुराष्ट्रीय कंपन्यांमुळे परकीय गुंतवणूक वाढली. दर्जेदार उत्पादने तयार होऊ लागली. युरोपियन राष्ट्रांच्या तुलनेने भारताला तेल राष्ट्रांकडून कमी किमतीत तेल मिळू लागले. त्या मोबदल्यात धान्य,कपडे व औद्योगिक उत्पादनांची निर्यात करता आली. तिसऱ्या जगातील एक मोठा विकसनशील देश अशी भारताची प्रतिमा जागतिक समुदायात निर्माण झाली.

(२) भारताचे वाढते राजकीय वर्चस्व : जागतिकीकरणाचा सर्वप्रथम स्वीकार करणाऱ्या अमेरिकेने आपले वर्चस्व वाढवण्याचा प्रयत्न केला. रशियाचे विघटन झाल्यावर जागतिक नेतृत्वाचे केंद्रीकरण अमेरिकेकडे गेले; परंतु तिसऱ्या जगाचे नेतृत्व भारताकडे आले. जागतिकीकरणामुळे भारताने १९९१ नंतर आपले आर्थिक धोरण बदलले. भारत आर्थिक महासत्ता बनू लागली. भारताने जागतिक, राजकीय आणि व्यवस्थेच्या कार्यपद्धतीत लोकशाहीचा आदर्श निर्माण केला. भारताने जागतिक स्तरावर प्रगत राष्ट्रांशी स्पर्धा करता येईल, अशी औद्योगिक प्रगती केली. हरितक्रांतीमुळे अन्नधान्याच्या बाबतीत भारत स्वयंपूर्ण बनला. इतर अविकसित राष्ट्रांच्या मानाने जागतिकीकरणाचा लाभ घेऊन भारताने बरीच प्रगती साधली. आशियाई

राष्ट्राचे नेतृत्व करण्याची संधी भारताला वरचेवर मिळू लागली. हा भारताला जागतिकीकरणामुळे झालेला मोठा लाभ आहे.

(३) आंतरराष्ट्रीय सहकार्य : आजच्या जागतिकीकरणाच्या युगात आंतरराष्ट्रीय प्रश्न निर्माण झालेले आहेत. आंतरराष्ट्रीय दहशतवाद, आंतरराष्ट्रीय संघटित गुन्हेगारी, आंतरराष्ट्रीय मादक द्रव्यांचा व्यापार, तसेच शस्त्रांस्त्राचा वापर असे प्रश्न निर्माण झाले आहेत. त्यांचा बीमोड करण्यासाठी आंतरराष्ट्रीय सहकार्य आवश्यक ठरलेले आहे. भारतासमोरील या समस्या सोडविण्यासाठी भारताला आंतरराष्ट्रीय समुदायाशी सहकार्य करणे व त्यांचे सहकार्य घेणे अपरिहार्य बनले आहे.

नकारात्मक परिणाम :

(१) आंतरराष्ट्रीय कराराची बंधने : भारत हा युनोचा सदस्य आहेच. शिवाय अनेक इतर आंतरराष्ट्रीय संघटना व करारातही तो सामील झालेला आहे. जागतिक व्यापार संघटना, युरोपियन संघ, आशियान, सार्क इ. संघटनांचा तो सदस्य आहे. त्यामुळे सर्व संघटनांची व करारांची बंधने भारताला स्वीकारावी लागतात. आपले परराष्ट्रीय नव्हे तर अंतर्गत धोरण ठरवतानाही या बंधनांचे पालन आता गरजेचे बनले आहे. उदा. आयात-निर्यातीवर जकात किती आकारावी हा प्रत्येक राष्ट्रांचा हक्क होता, पण आता जागतिक व्यापार संघटना त्याबाबत नियम ठरवते व सभासद राष्ट्रांना ते मान्य करण्यास भाग पाडते.

(२) बहुराष्ट्रीय कंपन्यांचा प्रभाव : जागतिकीकरणाच्या प्रक्रियेत बहुराष्ट्रीय कंपन्यांची भूमिका महत्त्वाची बनलेली आहे. या कंपन्यांना आकर्षित करण्यासाठी विकसनशील देशांत स्पर्धाच सुरू झालेली आहे. त्यासाठी या कंपन्यांना विविध प्रकारच्या सवलती, सुविधा देण्यात येऊ लागल्या आहेत. भारतसुद्धा परकीय कंपन्या,भांडवल यांना आकर्षित करण्यासाठी प्रयत्नशील आहे. त्यासाठी धोरणात्मक बदल केले जात आहेत. एवढेच नव्हे तर भारतातील वेगवेगळ्या राज्यातही परकीय भांडवलाला आकर्षित करण्यासाठी स्पर्धा सुरू झालेली आहे. बहुराष्ट्रीय कंपन्यांची मक्तेदारी होऊ घातली जात असताना देशी उद्योगांच्या संरक्षणाचा प्रश्न निर्माण झाला आहे.

(३) खासगीकरणाचा विपरीत परिणाम : भारत या विकसनशील देशाने जागतिकीकरणाची संकल्पना आयोग्य अर्थाने स्वीकारली. प्रारंभी विकासाचा संबंध पाश्चिमात्यीकरणाशी जोडला गेला होता. परंतु जागतिकीकरणानंतर विकासाचा संबंध खासगीकरणाशी जोडला गेला. स्वातंत्र्याच्या वेळी भारताने समाजवादी अर्थव्यवस्था स्वीकारली होती. परंतु १९९० नंतर नव्या आर्थिक धोरणानुसार खासगीकरणाला प्राधान्य मिळाले, त्यानंतर मात्र खासगीकरणाचा प्रभाव कमी करता आला नाही; म्हणजेच खासगीकरणामुळे भारताची अर्थव्यवस्था डळमळीत होऊ लागली आहे. त्यातूनच औद्योगिक वाढीचा वेगही काही अंशी कमी झाला. खासगीकरणामुळे राष्ट्रीय उत्पनांची वाढ खाली आली. वीज, माहिती व तंत्रज्ञान, विमाक्षेत्र, औद्योगिक क्षेत्र,बँका,खासगी कंपन्या प्रभावित झाल्या आहेत.

जागतिकीकरणाचे तिसऱ्या जगावरील परिणाम :

जागतिकीकरणाचे तिसऱ्या जगावरील परिणाम हे सकारात्मक व नकारात्मक अशा दोन्ही प्रकारचे आहेत.

सकारात्मक परिणाम :

(१) जागतिकीकरण आणि तिसरे जग : जागतिकीकरणाच्या प्रक्रियेमध्ये आर्थिक, भौतिक आणि सामाजिक सुधारणांच्या अनुषंगाने जगाची वर्गवारी करण्यात आली होती. विकसित देशांचा पहिला गट,विकासनशील देशांचा दुसरा तर अविकसित देशांचा तिसरा गट होता. तिसऱ्या जगातील भारत व कोरिया यांचा अपवाद सोडला तर अन्य राष्ट्रे गरीब, दुर्बल आणि आर्थिक दृष्ट्या कमकुवत होती. या राष्ट्रांमध्ये दारिद्रय,

बेरोजगारी, निरक्षरता,अतिरिक्त लोकसंख्या,अन्न आणि निवाऱ्याची कमतरता होती. यातील काही राष्ट्रे पाश्चिमात्य राष्ट्रांच्या कर्जाखाली दबलेली होती, परकीय मदत देऊन बडी राष्ट्रे यांचे शोषण करीत होते. जागतिकीकरणामुळे त्यांच्या औद्यौगिक व्यापारात वाढ झाली. परदेशांतून या राष्ट्रांमधील जलप्रकल्पासाठी निधी उपलब्ध झाल्याने शेती क्षेत्रात प्रचंड प्रगती झाली. बहुराष्ट्रीय कंपन्यांमुळे परकीय गुंतवणूक वाढली, दर्जेदार उत्पादने तयार होऊ लागली. युरोपियन राष्ट्रांच्या तुलनेने यामधील राष्ट्रांना तेल राष्ट्रांकडून कमी किमतीत तेल मिळू लागले. त्या मोबदल्यात त्यांना ही राष्ट्रे धान्य,कपडे व औद्योगिक उत्पादनांची निर्यात करू लागली. यामुळे तिसऱ्या जगातील काही देश प्रगती करू लागले. उदा. जागतिकीकरणामुळे एक मोठा विकसनशील देश अशी भारताची प्रतिमा जागतिक समुदयात निर्माण झाली.

(२) राजकीय वर्चस्व : जागतिकीकरणाचा सर्वप्रथम स्वीकार करणाऱ्या अमेरिकेने आपले वर्चस्व वाढवण्याचा प्रयत्न केला. रशियाचे विघटन झाल्यावर जागतिक नेतृत्वाचे केंद्रीकरण अमेरिकेकडे गेले. परंतु, तिसऱ्या जगाचा मोठा गट उदयास येत होता; व त्याचे नेतृत्व भारताकडे आले होते. जागतिकीकरणामुळे तिसऱ्या जगातील राष्ट्रांनी १९९१ नंतर आपले आर्थिक धोरण बदलवले. त्यातूनच भारतासारखे राष्ट्र आर्थिक महासत्ता बनण्याच्या दिशेने वाटचाल करू लागले. तिसऱ्या जगातील राष्ट्रांनी जागतिक,राजकीय आणि व्यवस्थेच्या कार्यपद्धतीत लोकशाहीचा आदर्श निर्माण केला.

(३) आंतरराष्ट्रीय सहकार्य : आजच्या जागतिकीकरणाच्या युगात अनेक आंतरराष्ट्रीय प्रश्न तिसऱ्या जगातील राष्ट्रांसमोर निर्माण झालेले आहेत. आंतरराष्ट्रीय दहशतवाद, आंतरराष्ट्रीय संघटित गुन्हेगारी, आंतरराष्ट्रीय मादक द्रव्यांचा व्यापार तसेच शस्त्रास्त्रांचा वापर असे प्रश्न निर्माण झाले आहेत. त्यांचा बीमोड करण्यासाठी या राष्ट्रांना आंतरराष्ट्रीय सहकार्याची मोठ्या प्रमाणात आवश्यकता आहे, हे सहकार्य घेणे त्यांना अपरिहार्य बनले आहे.

नकारात्मक परिणाम :

(१) आंतरराष्ट्रीय कराराची बंधने : तिसऱ्या जगातील राष्ट्रे ही युनोची सदस्य आहेत; शिवाय अनेक इतर आंतरराष्ट्रीय संघटना व करारातही यातील काही राष्ट्रे सामील झालेली आहेत. जागतिक व्यापार संघटना, युरोपियन संघ, आशियान, सार्क इ. संघटनांची तिसऱ्या जगातील राष्ट्रे सदस्य आहेत. त्यामुळे सर्व संघटनांची व करारांची बंधने त्यांना स्वीकारावी लागतात. आपले परराष्ट्रीय नव्हे तर अंतर्गत धोरण ठरवतानाही या बंधनांचे पालन करणे त्यांना आता गरजेचे बनले आहे. उदा. आयात-निर्यातीवर जकात किती आकारावी हा प्रत्येक राष्ट्रांचा हक्क होता; पण आता जागतिक व्यापार संघटना त्याबाबत नियम ठरवते व सभासद राष्ट्रांना ते मान्य करण्यास भाग पाडते.

(२) बहुराष्ट्रीय कंपन्यांचा प्रभाव : जागतिकीकरणाच्या प्रक्रियेत बहुराष्ट्रीय कंपन्यांची भूमिका महत्त्वाची बनलेली आहे. या कंपन्याना आकर्षित करण्यासाठी विकसनशील देशात स्पर्धाच सुरू झालेली आहे. त्यासाठी या कंपन्यांना विविध प्रकारच्या सवलती, सुविधा देण्यात येऊ लागल्या आहेत. तिसऱ्या जगातील राष्ट्रे सुद्धा परकीय कंपन्या,भांडवल यांना आकर्षित करण्यासाठी प्रयत्नशील आहेत. त्यासाठी प्रत्येकाच्या पातळीवर धोरणात्मक बदल केले जात आहेत. एवढेच नव्हे तर प्रत्येक राष्ट्राच्या वेगवेगळ्या राज्यातही परकीय भांडवलाला आकर्षित करण्यासाठी स्पर्धा सुरू झालेली आहे. बहुराष्ट्रीय कंपन्यांची मक्तेदारी येऊ घातली जात असतानाच तिसऱ्या जगातील राष्ट्रांसमोर देशी उद्योगांच्या संरक्षणाचा प्रश्न निर्माण झाला आहे.

(३) खासगीकरणाचा विपरीत परिणाम : तिसऱ्या जगातील राष्ट्रांनी जागतिकीकरणाची संकल्पना अयोग्य अर्थाने स्वीकारली. प्रारंभी विकासाचा संबंध पाश्चिमात्यीकरणाशी जोडला गेला होता. परंतु,

जागतिकीकरणानंतर विकासाचा संबंध खासगीकरणाशी जोडला गेला. स्वातंत्र्याच्या वेळी यातील अनेक राष्ट्रांनी समाजवादी अर्थव्यवस्था स्वीकारली होती. परंतु, १९९० नंतर नव्या आर्थिक धोरणानुसार खासगीकरणाला प्राधान्य मिळाले. त्यानंतर मात्र खासगीकरणाचा प्रभाव कमी करता आला नाही, म्हणजेच खासगीकरणामुळे तिसऱ्या जगातील अनेक राष्ट्रांची अर्थव्यवस्था डळमळीत होऊ लागलेली आपणास दिसून येते. त्यातूनच या राष्ट्रांमधील औद्योगिक वाढीचा वेगही काही अंशी कमी झालेला आपणास दिसून येतो. खासगीकरणामुळे अनेक राष्ट्रांच्या राष्ट्रीय उत्पनांची वाढ खाली आली. वीज, माहिती व तंत्रज्ञान, विमाक्षेत्र, औद्योगिक क्षेत्र, बँका, खासगी कंपन्या जागतिकीकरणाने प्रभावित झाल्या आहेत.

(७. ड. ४) जागतिक व्यापार संघटना

ही स्थायी जागतिक व्यवसाय किंवा व्यापार संघटना असून तिची स्थापना १९४७ मध्ये करण्यात येणार होती. परंतु, सभासदांमधील मतभेदांमुळे ती स्थापन होऊ शकली नाही. त्याऐवजी व्यापारविषयक प्रश्न सोडविण्यासाठी आणि व्यापाराला चालना देण्यासाठी व्यापार व जकाती यासंबंधीचा सर्वसाधारण करार गॅट संमत करण्यात आला. जागतिक व्यापारातील अडचणी सोडविण्यासाठी गॅटच्या कार्यकाळात चर्चेच्या आठ फेऱ्या झाल्या याचा मसुदा डंकेल यांनी तयार केला होता म्हणून तो डंकेल प्रस्ताव या नावाने प्रसिद्ध आहे. कालांतराने गॅट करार नष्ट करण्यात आला आणि त्याची जागा १ जानेवारी, १९९५ मध्ये जागतिक व्यापार संघटनेने घेतली, म्हणजेच या संघटनेची स्थापना या दिवशी झाली. त्यावेळी या संघटनेचे सदस्य ७७ होते तर २००४ मध्ये ही सदस्यसंख्या १४८ पर्यंत वाढली होती.

रचना व संघटन :

जागतिक व्यापार संघटनेची रचना व संघटन पुढीलप्रमाणे आहे-

अ. मुख्य कार्यालय : जागतिक व्यापारी संघटनेचे मुख्य कार्यालय स्वित्झर्लंडमधील जिनिव्हा येथे आहे.

ब. मंत्रिपरिषद : मंत्रीपरिषद ही जागतिक व्यापार संघटनेची सर्वोच्च अधिसत्ता आहे. यामध्ये सर्व सदस्य देशांचे व्यापारमंत्री प्रतिनिधी असतात. या परिषदेची दोन वर्षांतून किमान एक सभा घेतली जाते. मंत्रीपरिषद जागतिक व्यापार संघटनेची कार्यप्रणाली ठरविते व त्यानुसार योग्य ती कार्यवाही करते.

क. सामान्य परिषद : जागतिक व्यापार संघटनेचा दैनंदिन कारभार सामान्य परिषदेकडून पाहिला जातो. ही परिषद मंत्रीस्तरीय पातळीवर घेतलेल्या निर्णयाची अंमलबजावणी करते. सामान्य परिषद विवाद निवारण मंडळ आणि व्यापार धोरण परीक्षण मंडळ या दोन प्रकारांत विभाजन होते;सामान्य परिषदेची सभा प्रत्येक महिन्यात घेतली जाते. सामान्य परिषदेच्या अंतर्गत पुढील मंडळे व उपसमित्या कार्य करतात.

(१) वस्तू व्यापाराचे मंडळ
(२) सेवा व्यापाराचे मंडळ
(३) बौद्धिक संपदा व्यापाराचे मंडळ
(४) व्यापार व विकास समिती
(५) व्यापार व पर्यावरण समिती
(६) व्यवहारातील समिती
(७) अंदाजपत्रक वित्त व प्रशासन समिती

ड. सचिवालय :जागतिक व्यापार संघटनेसाठी एक डायरेक्टर जनरल नेमण्यात येतात. ही नेमणूक मंत्रीस्तरीय संमेलनात सदस्य राष्ट्रांकडून केली जाते. डायरेक्टर जनरलच्या पदाची मुदत चार वर्षांची असते.

डायरेक्टर जनरलचे अधिकार व कर्तव्य मंत्री परिषदेकडून ठरविले जातात.

इ. निर्णय प्रक्रिया : जागतिक व्यापार संघटनेचे सर्व निर्णय एकमताने घेतले जातात. एखाद्या प्रश्नावर एकमत होत नसेल तेव्हा २/३ बहुमताने निर्णय घेतले जातात. मूळ करारातील मतभेद मिटविण्यासाठी मात्र ३/४ बहुमतांची गरज असते.

उद्दिष्टे :

गॅटची व जागतिक व्यापार संघटनेची उद्दिष्टे जवळजवळ सारखीच आहेत, तथापि जागतिक व्यापार संघटनेच्या करारांनुसार काही उद्दिष्टे निश्चित करण्यात आली आहेत. सर्व प्रमुख उद्दिष्टे पुढीलप्रमाणे आहेत.

(१) आंतरराष्ट्रीय व्यापारावरील सर्व प्रकारचे निर्बंध कमी करणे.
(२) सभासद देशातील जनतेचे उत्पन्न व राहणीमानात वाढ व्हावी यासाठी प्रयत्न करणे.
(३) जगातील उपलब्ध साधनसामग्रीचा पर्याप्त वापर करणे.
(४) आंतरराष्ट्रीय व्यापारात वाढ करण्यासाठी व्यापारात सभासद राष्ट्रांचा सहभाग वाढविणे.
(५) सभासद देशांना हितकारक होईल अशी व्यापारव्यवस्था प्रस्थापित करणे.
(६) बहुपक्षीय संघटित व्यापारव्यवस्था विकसित करणे.
(७) देशादेशांतील भेदभाव करणारी व्यापारव्यवस्था नष्ट करणे.
(८) आंतरराष्ट्रीय व्यापारातील वादविवाद मिटविण्यासाठी प्रयत्न करणे.
(९) सभासद देशांच्या पर्यावरणाचे संरक्षण करणे व त्यांच्या स्थायी विकासासाठी प्रयत्नशील राहणे.
(१०) व्यापारातील अनिष्ट स्पर्धेला पायबंद घालणे.
(११) उरुग्वे फेरीतील मान्य तरतुदींचे पालन करणे.
(१२) व्यापारविषयक विवाद मिटविणाऱ्या यंत्रणेत सुधारणा घडवून आणणे.
(१३) विकसनशील देशांना व्यापारविषयक धोरणे ठरविण्यास मदत करणे.

कार्ये :

आंतरराष्ट्रीय व्यापाराला चालना देण्यासाठी जागतिक व्यापार संघटनेला अनेक कार्ये करावी लागतात, त्यापैकी प्रमुख कार्ये आपणास पुढीलप्रमाणे सांगता येतील.

(१) बहुपक्षीय व्यापारी करारांचे व्यवस्थापन व कार्यप्रणालीचे पालन करण्यासाठी प्रयत्न करणे.
(२) संघटनेच्या मंत्रीस्तरीय बैठकांतून व्यापारविषयक करारासंबंधी चर्चा करणे व कराराची अंमलबजावणी करणे.
(३) सभासद देशांमध्ये जकाती व व्यापारासंबंधी तणाव निर्माण झाल्यास ते दूर करण्यासाठी प्रयत्न करणे.
(४) सभासद देशांच्या व्यापार धोरणांचे परीक्षण करणे व त्याबाबत सभासद देशांना व्यवहार्य सूचना देणे.
(५) जागतिक आर्थिक धोरण निश्चितीच्या प्रक्रियेत आंतरराष्ट्रीय नाणेनिधी व जागतिक बँकेला सहकार्य करणे.
(६) जागतिक संसाधनांच्या अतिरिक्त वापरावर प्रतिबंध घालून संसाधनांच्या पर्याप्त वापरासाठी प्रयत्नशील राहणे.
(७) अल्पविकसित देशांना निर्यात प्रोत्साहनासाठी मार्गदर्शन करणे व निर्यात वाढविण्यासाठी सभासद देशांच्या कर्मचाऱ्यांना प्रशिक्षण देणे.
(८) जागतिक व्यापार संघटनेचे मूलभूत व महत्त्वाचे कार्य म्हणजे सभासद राष्ट्रांच्या राष्ट्रीय व्यापारविषयक

धोरणावर लक्ष ठेवणे हे आहे.

(९) सभासद राष्ट्रांना नवीन व सुधारित व्यापार उपाययोजनांची माहिती देणे.

(१०) पर्यावरणाचे संरक्षण करण्याच्या हेतूने व्यापार व पर्यावरण धोरणे परस्परास सहाय्यक बनविणे. व्यापार व पर्यावरणाचा अभ्यास करण्यासाठी जागतिक व्यापार संघटनेने एक समिती नेमली आहे.

(११) वस्तूसेवा आणि बौद्धिक संपदांच्या हक्कांसाठी सल्लागार मंडळे स्थापन करणे.

(१२) जागतिक स्तरावर व्यापार क्षेत्रांत अनिष्ट स्पर्धेचे नियंत्रण करून निकोप स्पर्धेला चालना देणे.

(१३) आंतरराष्ट्रीय व्यापारात वाढ व्हावी यासाठी सतत प्रयत्नशील राहाणे.

(१४) आंतरराष्ट्रीय व्यापाराच्या उदारीकरणासाठी व व्यापारावरील निर्बंध कमी करण्यासाठी आंतरराष्ट्रीय वाटाघाटीकरता व्यासपीठ उपलब्ध करून देणे.

कामगिरीचे मूल्यमापन :

जागतिक व्यापार संघटना स्थापन होऊन आता तेरा वर्षे पूर्ण झाली आहेत. याबाबतचे या संघटनेने व्यापारक्षेत्रात मोलाचे कार्य केलेले आहे. या पार्श्वभूमीवर या संघटनेचे गुणदोष म्हणजे यश-अपयशाचे मूल्यमापन करणे आवश्यक ठरते; मूल्यमापनाचा सविस्तर तपशील पुढीलप्रमाणे-

यशाची बाजू पुढीलप्रमाणे

(१) व्यापक कार्य क्षेत्र : जागतिक व्यापार संघटनेचे कार्यक्षेत्र गॅटपेक्षा जास्त व्यापक आहे. गॅट अंतर्गत केवळ वस्तूंच्या व्यापाराला फक्त प्राधान्य दिले जात असे. जागतिक व्यापार संघटनेत वस्तूसेवा इ. सर्वच बाबींशी संबंधित व्यापाराला महत्त्व देण्यात आले आहे, त्यामुळे जागतिक व्यापाराला शिस्त लावणे व त्याला अपेक्षित दिशा देणे जागतिक व्यापार संघटनेला शक्य झाले आहे.

(२) व्यापारविषयक करार : जागतिक व्यापार संघटनेने निर्धारित उद्दिष्टे साध्य करण्यासाठी अनेक व्यापारविषयक करार केले आहेत. वस्तू व्यापाराचा बहुउद्देशीय करार,आंतरराष्ट्रीय क्षेत्रातील सर्व सेवांचा व्यापारविषयीसाठीचा सामान्य करार,विवाद निवारण पद्धती,बहुपाक्षिक व्यापारी धोरणे पुर्विलोकन यंत्रणा इत्यादी करारांचा त्यात समावेश होतो. या कराराच्या माध्यमातून वेगवेगळ्या उपाययोजना करून उदारीकरणाला चालना देण्याचे आणि सभासद देशांच्या आंतरराष्ट्रीय व्यापारात वाढ करण्याचे प्रयत्न आंतरराष्ट्रीय व्यापार संघटनेने केले आहेत.

(३) परिषदांचे आयोजन : व्यापारविषयक प्रश्नांवर चर्चा करण्यासाठी जागतिक व्यापार संघटनेने विविध ठिकाणी मंत्रीस्तरीय परिषदांचे आयोजन केले. या परिषदा अनुक्रमे सिंगापूर १९९६, जिनिव्हा १९९८, दोहा २००१ व कॅनकून २००३ येथे घेण्यात आल्या. परिषदांमध्ये व्यापार व गुंतवणूक व्यापाराचे उदारीकरण, आयातीसंबंधी धोरणे,अनुदाने व शेती इ. बाबींवर चर्चा झाली. त्यापैकी काही बाबींवर सभासद देशांचे एकमत झाल्यामुळे व्यापारविषयक प्रश्नांची तीव्रता कमी होण्यास मदत झाली.

(४) वाद मिटवण्यात यश : जागतिक व्यापार संघटनेने आपल्या अधिकाराचा वापर करून सभासद देशांमधील व्यापारसंधीचे वाद मिटविण्यात बरेच यश मिळविले आहे. गॅटच्या तुलनेत ही कामगिरी निश्चितच प्रशंसनीय मानली जाते.

(५) कार्यतत्परता : जागतिक व्यापार संघटनेची कार्यपद्धती जास्त तत्पर व गतिमान असल्याचे प्रतिपादन केले जाते. व्यापारविषयक करार होण्यास पूर्वी अनेक वर्षे लागत असे, जागतिक व्यापार संघटनेने आंतरराष्ट्रीय व्यापाराच्या महत्त्वाच्या प्रश्नावर अभ्यासपूर्ण मसुदे तयार केले आणि प्रश्न सोडविण्याच्या कार्यपद्धतीत तत्परता आणली.

(६) सर्व राष्ट्रांचा फायदा : जागतिक व्यापार संघटनेने आतापर्यंत जे कार्य केले त्याचा जगातील सर्वच देशांना फायदा झाला आहे. या संघटनेचे व्यापारविषयक काही नियम बऱ्याच देशांना लाभदायक ठरले आहेत.

(७) पारदर्शकता, जागरुकता व सुरक्षा : जागतिक व्यापार संघटनेचा आणखी एक फायदा म्हणजे या संघटनेने जागतिक व्यापारात बरीच पारदर्शकता आणली आहे; तसेच सभासद देशांमध्ये जागरूकता व सुरक्षेची भावना रुजविण्यात ही संघटना यशस्वी झाली आहे.

(८) विकसन देशांना फायदे : जागतिक व्यापार संघटनेचे विकसनशील देशांना बरेच फायदे होतील असे प्रतिपादन केले जाते. उदा. विकसनशील देशांच्या निर्यातीत वाढ होणे,कृषी निर्यातीपासून अधिक लाभ होणे,खुल्या व्यापारामुळे उपभोक्त्यांना स्वस्तात वस्तू मिळून त्यांचे राहणीमान उंचावणे इ.

जागतिक व्यापार संघटनेचे अपयश किंवा तोटे :

जागतिक व्यापार संघटनेच्या फलश्रुतीत अपयशाची दुसरी बाजूदेखील आहे. या संघटनेच्या कार्यपद्धतीत अनेक दोष असल्यामुळे तिच्यावर पुढील स्वरूपाची टीका केली जाते.

(१) श्रीमंत देशांची हस्तक : आर्थिक व व्यापारविषयक सहकार्य वाढविण्यासाठी जागतिक स्तरावर ज्या संस्था व संघटना स्थापन करण्यात आल्या त्या सर्वांवर श्रीमंत राष्ट्रांचे वर्चस्व आहे. जागतिक व्यापार संघटना त्यास अपवाद नाही. त्यामुळे ही संघटना अमेरिका व युरोपातील श्रीमंत राष्ट्रांची हस्तक बनून कार्य करते अशी टीका तीवर केली जाते.

(२) पक्षपाती धोरण : टीकाकारांच्या मते जागतिक व्यापार संघटनेकडून काही देशांसाठी पक्षपाती धोरण स्वीकारले जाते. विशेषत: अल्पविकसित व विकसनशील देशांच्या संदर्भात या संघटनेकडून भेदभाव केला जातो, त्यामुळे ही राष्ट्रे जागतिक व्यापार संघटनेच्या कार्यपद्धतीवर नाराज आहेत.

(३) वाटाघाटी अपूर्ण : जागतिक व्यापार संघटनेच्या स्थापनेला आता तेरा वर्षे पूर्ण झाली आहेत. या काळात विविध परिषदांमध्ये करण्यात आलेल्या वाटाघाटी अद्याप अपूर्ण आहेत. शेती, वस्तू सेवा आणि औद्योगिक वस्तूंच्या व्यापाराचे उदारीकरण करण्यासाठीच्या वाटाघाटी जिनिव्हा परिषदेपर्यंत (जुलै २००६) पूर्णत्वास गेल्या नव्हत्या. त्यामुळे या संघटनेच्या विलंबकारी कार्यपद्धतीवर सर्वत्र टीका करण्यात येत आहे.

(४) जाचक नियम : सुती कापड,बौद्धिकसंपदा, शेती, वस्तू इ. चा व्यापार करण्यासाठी जागतिक व्यापार संघटनेने काही नियम केले आहेत. परंतु, बहुतेक सभासद देशांना हे नियम जाचक वाटतात. विशेषत: अल्पविकसित देशांमध्ये या संघटनेच्या नियमांबाबत नाराजीचे सूर आहेत, त्यामुळे वरील वस्तू व सेवांच्या व्यापारावर प्रतिकूल परिणाम होतील अशी भीती या देशांना वाटते.

(५) कृषी अनुदानाचा वाद :जागतिक व्यापार संघटनेच्या नियमानुसार सर्वच सभासद देशांनी कृषी अनुदानामध्ये कपात करावयाची होती. परंतु, अमेरिका व इतर श्रीमंत सभासद देशांनी त्यांच्या शेतकऱ्यांचे हित जोपासण्यासाठी कृषी अनुदानात कपात केली नाही. उलट, अल्पविकसित देशांनी कृषी अनुदाने कमी करावीत यासाठी त्यांच्यावर दबाव आणला अशा कृतींमुळे या संघटनेच्या सभासद देशातील मतभेद अधिक तीव्र होऊ शकतात.

(६) नियम व कराराच भंग : जागतिक व्यापार संघटनेने औद्योगिक वस्तू, सेवा, शेती, बौद्धिक संपदा इ. बाबत अनेक करार केले आहेत. करारांचे पालन करण्यासाठी दबाव आणला जातो. या संघटनेची ही भेदात्मक कृती योग्य वाटत नाही.

(७) गुंतवणूक उपाय योजनाविषयक करार : व्यापारासंबंधी गुंतवणुक उपाययोजन करार हा या संघटनेचा महत्त्वाचा करार आहे. या करारानुसार विदेशी गुंतवणूकीला स्वदेशी गुंतवणुकीप्रमाणेच वागणूक

दिली जाणार आहे. परंतु, विदेशी गुंतवणुकीला व्यवहारावर नियंत्रण ठेवण्याची कोणतीच तरतूद या करारात नाही. त्यामुळे विदेशी गुंतवणुकीचे व प्रामुख्याने बहुराष्ट्रीय कंपन्यांचे अल्पविकसित देशांतील उद्योगांवर विपरित परिणाम होण्याची शक्यता आहे.

लघूत्तरी प्रश्न :

(१) अरब-इस्रायल संघर्षाची पार्श्वभूमी स्पष्ट करा.
(२) अरब-इस्रायल यांच्यातील चौथ्या संघर्षाचे कारणे आणि परिणाम स्पष्ट करा.
(३) पॅलेस्टाईन मुक्ती संघटनेची थोडक्यात माहिती द्या.
(४) तेलाचे राजकारण थोडक्यात स्पष्ट करा.
(५) अफगाणिस्तानमधील नागरी संघर्ष थोडक्यात सांगा.
(६) आशियातील अण्वस्त्रांचा प्रसार सविस्तरपणे स्पष्ट करा.
(७) दहशतवादाची कारणे सांगून उपाययोजना सुचवा.
(८) मानवतावादी हस्तक्षेप यावर माहिती लिहा.
(९) मानवी हक्काची थोडक्यात माहिती लिहा.
(१०) जागतिक व्यापार संघटनेची उद्दिष्टे व कार्ये सांगा.
(११) जागतिकीकरणाचे तिसऱ्या जगावर कोणते परिणाम झाले ते सांगा.

दीर्घोत्तरी प्रश्न :

(१) अरबइस्रायल तिसऱ्या संघर्षाचे कारणे व परिणाम स्पष्ट करा.
(२) लेबनॉन संघर्षाचे मूल्यमापन करा.
(३) अरब-इस्रायल संघर्षाची कारणे सांगून त्याचे जागतिक राजकारणावर झालेले परिणाम स्पष्ट करा.
(४) आखाती युद्ध सविस्तर परिणामांसह विशद करा.
(५) अफगाणिस्तानमध्ये सोव्हिएत रशियाने हस्तक्षेप का केला
(६) सोव्हिएत रशियाच्या विघटनाची कारणे सांगून त्याचे जगावरील परिणाम विशद करा.
(७) दहशतवादाचा अर्थ सांगून प्रकार व उद्दिष्टे स्पष्ट करा.
(८) मानवी हक्काचे टीकात्मक परीक्षण करा.
(९) जागतिकीकरणाची व्याख्या सांगून तिची वैशिष्ट्ये सांगा.
(१०) जागतिक व्यापार संघटनेचे मूल्यमापन करा.

प्रकरण ८

आंतरराष्ट्रीय व प्रादेशिक संघटना

प्रस्तावना

द्वितीय महायुद्धानंतर आंतरराष्ट्रीय राजकारण झपाटयाने बदलले. इंग्लंड व फ्रान्स या सत्ता की ज्या या युद्धापूर्वी जगावर वर्चस्व गाजविणाऱ्या होत्या त्या नामशेष झाल्या. अमेरिका व सोव्हिएत रशिया महासत्ता म्हणून पुढे आल्या, त्यांनी एकमेकांना शह देण्यासाठी शीतयुद्धाला सुरुवात केली. त्या अंतर्गत जगाचे द्विध्रुवीकरण घडून आले. शस्त्रास्त्र स्पर्धा, लष्करी संघटना, आर्थिक मदत यांच्या माध्यमातून महासत्तांनी जगातील अनेक राष्ट्रांच्या परराष्ट्रीय धोरणावर परिणाम घडवून आणले. महासत्तांच्या या दोन गटातील तणावाच्या परिस्थितीमुळे जागतिक शांतता धोक्यात आलेली होती; यावर उपाययोजना आंतरराष्ट्रीय कायदा व न्यायाला धरून करणे गरजेचे होते. याच कार्यासाठी संयुक्त राष्ट्रसंघाची स्थापना करून त्यांची प्रमुख अंगे व उपांगे या कार्यासाठी कार्यरत असलेले आपणास दिसून येतात. त्यामध्ये प्रामुख्याने आंतरराष्ट्रीय न्यायालय, आंतरराष्ट्रीय कामगार संघटना, संयुक्त राष्ट्र आंतरराष्ट्रीय बालक आणि शैक्षणिक

निधी, संयुक्त राष्ट्र शैक्षणिक वैज्ञानिक आणि सांस्कृतिक संघटना, संयुक्त मानव आयोग, इत्यादी. तर या कार्यात काही प्रादेशिक संघटनाही आपापल्या परीने काम करताना दिसून येतात. त्यामध्ये प्रामुख्याने युरोपीय संघ, आशिया पॅसिफिक आर्थिक संघटन, आग्नेय आशियाई राष्ट्रांची संघटना, तेल निर्यात राष्ट्रांची संघटना, आफ्रिकी संघ आणि दक्षिण आशिया प्रादेशिक सहकार्य संघ यांचा समावेश होतो. या प्रकरणामध्ये संयुक्त राष्ट्रसंघ त्याची विविध प्रमुख अंगे व उपांगे तसेच प्रादेशिक संघटना त्यांची रचना कार्ये यांची सविस्तर चर्चा केलेली आहे.

(८. अ. १) संयुक्त राष्ट्र संघटना

१ सप्टेंबर, १९३९ या दिवशी हिटलरच्या जर्मनीने पोलंडवर हल्ला केला आणि द्वितीय महाभयंकर अशा महायुद्धाला सुरुवात झाली. हळूहळू जगातील प्रमुख राष्ट्रे या महायुद्धात ओढली गेली. छोटया-छोटया राष्ट्रांची इच्छा नसतानाही महायुद्धाची झळ त्यांना बसली. हे युद्ध संपविण्यासाठी अमेरिकेने जपानच्या हिरोशिमा व नागासाकी या शहरावर दोन अणुबॉम्ब टाकले आणि जवळजवळ साडे सहा वर्षे आकाश, पाणी व जमीन या रणक्षेत्रावर लढले जात असलेले अतिभयंकर असे महायुद्ध संपुष्टात आले.

महायुद्धाच्या काळात व महायुद्धानंतर जगातील प्रमुख राष्ट्रांचे नेते जागतिक शांततेसाठी आणि सुरक्षिततेसाठी एखादे संघटन असावे,या दृष्टीने प्रयत्न करीत होते. शेवटी त्यांच्या प्रयत्नाला यश आले आणि जागतिक शांतता व सुरक्षितता सांभाळण्यासाठी २४ ऑक्टोबर, १९४५ या दिवशी त्यांनी संयुक्त राष्ट्रसंघाची स्थापना केली.

संयुक्त राष्ट्र :

द्वितीय महायुद्धानंतर जगामध्ये शांतता व सुरक्षितता सांभाळण्यासाठी किंवा राखण्यासाठी जगातील प्रमुख राष्ट्रांच्या नेत्यांच्या प्रयत्नातून संयुक्त राष्ट्रसंघाची स्थापना करण्यात आली. अर्थातच, संयुक्त राष्ट्रसंघाची स्थापना किंवा तिची उत्पत्ती ही एकाएकी घडून आलेली नाही; तर तिच्या स्थापनेची पूर्वतयारी बऱ्याच कालवधीपासून म्हणजे द्वितीय महायुद्धाच्या काळातच चालू असलेली आपणास दिसून येते. या संघटनेची रूपरेषा कोणत्याही एका व्यक्तीने तयार केलेली नव्हती. तरीही या संघटनेच्या स्थापनेचे विशेष श्रेय अमेरिकन अध्यक्ष रूझवेल्ट यांच्याकडे जाते. २२ एप्रिल ते २६ जून या दरम्यान सॅन फ्रॅन्सिस्को परिषद घेण्यात आली. तिला जगातील ५० राष्ट्रे उपस्थित होती. यामध्येच संयुक्त राष्ट्राची सनद बनविण्यासाठी जगभरातून दोन हजारांहून जास्त तज्ज्ञ गोळा झाले होते. सनदेचा बराचसा भाग बहुमताने मंजूर करण्यात आला. इंग्लंड, फ्रान्स, अमेरिका, सोव्हिएत रशिया व चीन या बड्या राष्ट्रांना नकाराधिकार देण्यात आला. या संमेलनातील ठरावाच्या प्रतीसभासद राष्ट्रांकडे पाठवून त्यांच्या मान्यता घेण्यात आल्या. त्यांच्या मान्यता आल्यानंतर अधिकृतपणे संयुक्त राष्ट्र ही संघटना २४ ऑक्टोबर, १९४५ रोजी स्थापन करण्यात आली. किंवा उदा. सेंट जेम्स राजवाडयातील घोषणा, अंटलांटिक सनद,संयुक्त राष्ट्राचे घोषणापत्र, मॉस्को संमेलन, तेहरान परिषद,याल्टा परिषद,सॅनफ्रान्सिको परिषद या परिषदामधूनच युनोची उत्पत्ती झालेली आपणास दिसते.

संयुक्त राष्ट्राचे हेतू :

संयुक्त राष्ट्राच्या सनदेमधील कलम एक यामध्येच संयुक्त राष्ट्राचा हेतू किंवा उद्दिष्टांचा आशय स्पष्टपणे दिलेला आहे, हे हेतू किंवा उद्दिष्टे खालीलप्रमाणे **:**

(१) आंतरराष्ट्रीय शांतता व सुरक्षितता राखणे.

(२) आक्रमण झाल्यास किंवा शांततेचा भंग झाल्यास शांततेच्या मार्गाने किंवा आंतरराष्ट्रीय कायद्याला अनुसरून सामुदायिक उपाय योजणे.
(३) सभासद राष्ट्रांनी एकमेकांशी मित्रत्वाचे संबंध प्रस्थापित करणे.
(४) सभासद राष्ट्रांनी जागतिक शांतता व सुरक्षितता अबाधित ठेवण्याच्या हेतूने प्रयत्न करावा.
(५) आंतरराष्ट्रीय स्वरूपाचे आर्थिक, सामजिक, सांस्कृतिक व मानवीय प्रश्न सोडविण्यासाठी आंतरराष्ट्रीय सहकार्य मिळविणे.
(६) मानवीय हक्क, मानवी स्वातंत्र्य म्हणजेच मानवतेच्या उपयोगासाठी या संघटनेचा उपयोग करणे.
(७) प्रत्येक व्यक्तीला न्याय, वागणूक,सामाजिक न्याय व राहणीमान वाढेल यासाठी प्रयत्न करणे.
(८) समाजकल्याणा व्यतिरिक्त अन्य कोणत्याही कारणासाठी शस्त्रास्त्रांचा वापर न करणे.
(९) राष्ट्राराष्ट्रांत सहिष्णुतेचे वातावरण निर्माण करणे.

वरील ध्येय साध्य करण्यासाठी संयुक्त राष्ट्रास केंद्र मानून राष्ट्राराष्ट्रांच्या व्यवहारात सुसंवाद स्थापन करणे.

(८. अ. २) संयुक्त राष्ट्राची विशेषीकृत मुख्य विभाग किंवा उपांगे

संयुक्त राष्ट्र संघाच्या सनदेतील प्रकरण ३ मधील कलम ७ नुसार युनोची ६ प्रमुख अंगे निर्माण केली आहेत, जागतिक शांतता व सुरक्षितता राखण्यासाठी ते आपापल्या परीने प्रयत्न करतात.
(१) महासभा
(२) सुरक्षा परिषद किंवा मंडळ
(३) आर्थिक व सामाजिक मंडळ किंवा परिषद
(४) विश्वस्त मंडळ किंवा परिषद
(५) सचिवालय
(६) आंतरराष्ट्रीय न्यायालय

(१) महासभा :

संयुक्त राष्ट्राच्या सनदेतील कलम ९ ते २२ नुसार हिची निर्मिती करण्यात आलेली आहे. महासभा, आमसभा त्याचप्रमाणे 'जागतिक संसद किंवा जनरल असेम्बली' या नावानेही ओळखली जाते. संयुक्त राष्ट्राच्या सर्व सदस्य राष्ट्रांना यामध्ये सदस्यत्व असते. जगाचे भवितव्य ही सभा निश्चित करते. प्रत्येक राष्ट्राला आपले पाच प्रतिनिधी यामध्ये पाठवता येतात. पण त्यांचे एकच मत गृहीत धरले जाते. प्रतिनिधींच्या नेमणुकीबाबत सदस्य राष्ट्रांवर ही संघटना कोणतेही बंधन टाकत नाही. हे प्रतिनिधी आपल्या राज्याला जबाबदार असतात आणि त्यांच्या आपल्या राष्ट्राच्या सूचनेनुसार ते कार्य करतात. त्यांचा पगार किंवा भत्ते संबंधित राष्ट्रच देते.

आज महासभेची सभासद संख्या १९१ एवढी आहे; महासभेचे अधिवेशन वर्षातून एकदा नियमित भरविले जाते. सुरक्षा समिती व बहुसंख्य सभासदांच्या विनंतीवरून महासभेचे खास अधिवेशन बोलावले जाते.

महासभा सभासदातून एक अध्यक्ष,उपाध्यक्ष व वेगवेगळया समित्यांचे सभापती यांची प्रत्येक एका वर्षासाठी नेमणूक करते. ही नेमणूक आलटूनपालटून असल्यामुळे सर्व सभासदांना संधी मिळते. शक्यतो अमेरिका, सेव्हिएत रशिया, चीन, इंग्लंड व फ्रान्स ही राष्ट्रे या पदासाठी उभे राहत नाहीत.

संयुक्त राष्ट्राच्या खर्चासाठी सभासदांमधून प्रतिवर्षी वर्गणी घेतली जाते. एखादे राष्ट्र ही वर्गणी सतत

दोन वर्षे देऊ शकली नाही तर त्याला मतदानाचा अधिकार दिला जात नाही. महासभेच्या महत्त्वाच्या विषयावर दोन तृतीयांश तर इतर विषयांवर साध्या बहुमताने निर्णय घेतले जातात. जागतिक शांतता व सुरक्षितता हा महत्वाचा विषय आहे. महासभेचे कामकाज इंग्रजी, चिनी, रशियन, स्पॅनिश व फ्रेंच भाषेतून चालते.

अधिकार व कार्ये/ भूमिका :

(१) शांततेचे संरक्षण करणे : जागतिक शांतता व सुरक्षितता अबाधित ठेवण्याचा महत्त्वाचा विचार महासभेला करावा लागतो; त्यासाठी सभासदांनी नि :शस्त्रीकरण घडवून आणावे, अशा प्रकारची शिफारस महासभा सभासदांना व सुरक्षा परिषदेला करू शकते. जे प्रश्न सुरक्षा समितीकडे सोपविलेले असतात. त्या प्रश्नांवर महासभेला शिफारस करता येत नाही.

(२) मूलभूत स्वरूपाचे कार्ये : हे विचारविनिमय करणारे मंडळ आहे. यामध्ये प्रामुख्याने जागतिक शांतता व सुरक्षितता स्थापन करून आबाधित ठेवणे, सदस्य राष्ट्राच्या समस्या शांततामय मार्गाने सोडविणे,परस्पर सहकार्य निर्माण करणे, इ. मुद्द्यांवर विचार या सभागृहात केला जातो.

(३) समन्वय विषयक कार्ये : ज्यावेळी एखाद्या गंभीर प्रश्नाबाबत सभासद राष्ट्रात मतभेद होतात यामुळे जागतिक शांतता व सुरक्षितता धोक्यात येते. अशावेळी महासभेला मध्यस्थांची किंवा समन्वयाची भूमिका पत्कारावी लागते. कधी कधी अशा राष्ट्राविरोधी सामूहिक कार्यवाही किंवा सैनिकी कारवाई ही सभा करू शकते किंवा तशी कार्यवाही करण्याचा सल्ला सुरक्षा परिषदेला देते.

(४) विधेयात्मक अभ्यास : कायदेशीर आभास निर्माण करणारी कामे महासभेला पार पाडावी लागतात. त्यामध्ये आंतरराष्ट्रीय कायद्याचा विकास, त्यांचे संहितीकरण,मानवी हक्क व मूलभूत स्वातंत्र्याची घोषणा, प्रस्ताव इ. मार्गांनी महासभा आपल्या सदस्यांना जबाबदारीची जाणीव करून देते.

(५) अंदाजपत्रक : संयुक्त राष्ट्राच्या व्यवस्थापनासाठी अंदाजपत्रक तयार करण्याचा अधिकार महासभेला आहे. निधी उभा करणे,संघटनांना आर्थिक मदत करणे, अविकसित राष्ट्रांना मदत करण्यासाठी निधी गोळा करणे, अशा प्रकारची कामेही करते.

(६) नियुक्ती किंवा नेमणूक : सुरक्षा समितीचे अस्थाई सभासद, विश्वस्त मंडळाचे सभासद, सामाजिक व आर्थिक मंडळाचे सभासद, न्याय धीश यांची नेमणूक करणे, सुरक्षा समितीच्या शिफारशींवरून महासचिवाची नेमणूक व नवीन राष्ट्रांना सभासदत्व देण्याचे काम महासभा करते.

(७) घटनात्मक कामे : संयुक्त राष्ट्राच्या घटनेत योग्य ती सुधारणा करण्याचा अधिकार या सभेला आहे. सुरक्षा समितीने २/३ बहुमताने असा मसुदा संमत केल्यानंतर यामध्येही २/३ बहुमत मिळत असेल तर घटनात्मक बदल करण्याचा अधिकार महासभेला आहे.

(८) निरीक्षण करणे : संयुक्त राष्ट्राच्या सनदेतील १३ व्या कलमानुसार महासभेला आर्थिक, राजकीय, सांस्कृतिक, शैक्षणिक, आरोग्यविषयक इत्यादी क्षेत्रांचे निरीक्षण करण्याचा, त्यामध्ये बदल घडवून आणण्याचा, त्याचप्रमाणे त्यामध्ये बदल सुचविण्याचाही अधिकार महासभेला आहे.

(२) सुरक्षा परिषद किंवा मंडळ :

संयुक्त राष्ट्राच्या सनदेतील प्रकरण सहा ते आठमधील कलम क्रमांक २३ ते ५४ नुसार सुरक्षा परिषदेची निर्मिती करण्यात आलेली आहे. जागतिक शांतता व सुरक्षितता निर्माण करून परस्पर सहकार्य आणि विकास साध्य करणारे जग निर्माण करण्याची जबाबदारी या परिषदेवर आहे.

रचना :

सुरक्षा परिषदेमध्ये ५ कायम व १० अस्थाई असे एकूण १५ सभासद असतात. भारताला यामध्ये कायम सभासद करण्याबाबतचा प्रचार गेल्या चार वर्षांपासून चालू आहे. अद्यापपर्यंत भारताला यामध्ये कायम सभासदत्व मिळू शकले नाही, पाच कायम सभासदांमध्ये अमेरिका, रशिया, चीन, इंग्लंड व फ्रान्स यांचा समावेश होतो. इतर १० सभासद दर दोन वर्षांनी महासभेकडून निवडले जातात. निवडताना सर्वांना प्रतिनिधित्व मिळावे म्हणून १० सभासदांपैकी ५ अफ्रिका व आशिया खंडातून, २ पश्चिम युरोप, २ लॅटिन अमेरिकेतील व एक पूर्व युरोपातील अशी विभागणी केली आहे.

सुरक्षा परिषदेची बैठक आठवड्यातून एकदा होते. दोन बैठकीमधील अंतर १४ दिवसांपेक्षा जास्त असू नये असा संकेत आहे. बैठकीत ठराव मान्य होण्यासाठी नऊ मतांची गरज असते. महत्त्वाच्या प्रश्नांमध्ये मात्र ५ कायम सभासदांची संमती लागते. याचा अर्थ एका जरी कायम सदस्याने विरोध दर्शविला तरी ठराव फेटाळला जातो. त्यालाच 'नकाराधिकार'म्हणतात. पाच कायम सभासदांना हा नकाराधिकार दिलेला आहे. सुरक्षा परिषदेचे प्रमुख कार्यालय 'न्यूयार्क' याठिकाणी आहे.

अधिकार व कार्ये/ भूमिका :

संयुक्त राष्ट्राच्या सनदेतील कलम ३९ ते ५१ मध्ये सुरक्षा परिषदेची कार्ये स्पष्ट करण्यात आली आहेत-

(१) शांतता व सुरक्षाविषयक कार्ये : जागतिक शांतता व सुरक्षितता सांभाळण्याची जबाबदारी या परिषदेवर आहे. दोन राष्ट्रातील संघर्षाची चौकशी करणे,त्याठिकाणी निरीक्षक पाठवणे,दोन राष्ट्रात समझोता घडवून आणणे,सभासदांनी आपापसातील वाद शांततेच्या मार्गाने सोडवावा अशी शिफारस ही समिति करते,याशिवाय मध्यस्थी,लवाद न्यायालयीन उपाय ही परिषद सभासदांना सुचविते यांचा उपयोग होत नसेल तर जागतिक शांतता व सुरक्षिततेसाठी अशा राष्ट्राबरोबरचे राजकीय व आर्थिक संबंध तोडून टाकावेत असे आवाहन ही परिषद सभासदांना करते. एवढे करूनही सभासद राष्ट्र वठणीवर येत नसेल तर त्याच्या विरोधात युद्धकार्यवाही करण्याचे आदेश सभासदांना देते.

(२) सभासदत्व : नव्या सभासद राष्ट्रांना सदस्यत्व देणे किंवा जुन्याचे सभासदत्व तात्पुरते रद्द करणे,महासचिव पदासाठी योग्य व्यक्तीची शिफारस करणे, आंतरराष्ट्रीय न्यायालयातील न्यायाधीश पदासाठी अनुभवी व्यक्तीची शिफारस करणे.

(३) इतर कामे : कोणताही भेदभाव न करता जगातील सर्व राष्ट्रांतील व्यक्तींच्या राहणीमानाचा विकास करणे, मानवी अधिकार व मानवी स्वातंत्र्याची जपवणूक करणे, त्यासाठी महासभेला सूचना देणे. संयुक्त राष्ट्रांच्या इतर घटक संस्थांना आणि संलग्न संस्थांना वेळोवेळी मदत करणे,आपल्या अधिकार क्षेत्रातील विषयासंबंधी जागतिक परिषदा भरविणे आणि ते प्रश्न चांगल्या रीतीने सोडविणे,सुरक्षा परिषद ही संयुक्त राष्ट्रांची कार्यकारिणी आहे. संयुक्त राष्ट्रांचे धोरण आणि ठराव अंमलात आणण्याची जबाबदारी सुरक्षा परिषदेचीच आहे.

(३) आर्थिक व सामाजिक मंडळ किंवा परिषद :

संयुक्त राष्ट्राच्या सनदेतील कलम ५५ नुसार या मंडळाची निर्मिती करण्यात आली आहे. संयुक्त राष्ट्राच्या ध्येय-धोरणांना मानवी समानतेच्या दृष्टिकोनातून समान विकासाच्या संधी देण्यासाठी, अराजकीय कार्यातील महत्त्वाचे कार्य या मंडळाला करावे लागते. याशिवाय आर्थिक, सामाजिक, शैक्षणिक व आरोग्यविषयक कार्येही या मंडळाला करावी लागतात.

रचना :

आज या मंडळाची ५४ एवढी सभासदसंख्या असून, दरवर्षी त्यातील १८ सभासद निवृत्त होतात व त्यांच्या जागी नवीन १८ सभासद महासभेकडून नियुक्त केले जातात. निवृत्त झालेले सभासद परत नियुक्त केले जाऊ शकतात; एका वेळी प्रत्येक राष्ट्राचा एकच सभासद असतो. येथील निर्णय बहुमताने घेतले जातात. एका सभासदाला एकच मत असते. वर्षातून कमीतकमी दोन बैठका या मंडळाच्या होतात. हे मंडळ आपल्यामधून एक अध्यक्ष व एक उपाध्यक्षांची निवड करते.

कार्ये/ भूमिका :

या मंडळाला प्रामुख्याने खालील कार्ये करावी लागतात.

(१) योजना तयार करणे : आंतरराष्ट्रीय क्षेत्रातील सामाजिक, सांस्कृतिक, शैक्षणिक, आर्थिक, आरोग्य विषयक आदी प्रश्नांचा सखोल आणि विस्तृत विचार करून ते प्रश्न सोडविण्यासाठी योजना तयार करणे आणि शिफारशीसाठी महासभेला सादर करणे.

(२) अभ्यास व अहवाल : आर्थिक,सांस्कृतिक, शैक्षणिक, आर्थिक, आरोग्यविषयक बाबीचा अभ्यास करून त्यासंबंधीचा अहवाल तयार करण्याची जबाबदारी यांच्यावर असते.

(३) रूढी, प्रथा, इत्यादींचे संकलन करणे : निरनिराळया देशातील रूढी, प्रथा, संकेत इत्यादीचे संकलन करून त्या मानवी विकासासाठी आवश्यक किंवा अनावश्यक आहेत. त्यासंबंधीचा निर्णय घेणे आणि त्यांच्या शिफारशी महासभेला करणे.

(४) परिषदा भरविणे : आपल्या कार्यक्षेत्राशी संबंधित जागतिक परिषदा भरवून त्यांचे अहवाल महासभेला वेळोवेळी सादर करणे.

(५) मदत करणे : मागास देशातील दारिद्र्य दूर करणे,मागास राष्ट्रांना तात्रिक मदत करणे,आवश्यक यंत्रसामुग्रीचा पुरवठा करणे,कृषीउद्योग व शिक्षणाच्या विकासात मदत करणे. यासारखी मदतीची कार्ये या मंडळाला करावी लागतात.

(४) विश्वस्त मंडळ किंवा परिषद :

विश्वस्त मंडळ किंवा परिषद हे संयुक्त राष्ट्राचे प्रमुख अंग आहे. संयुक्त राष्ट्राच्या सनदेतील कलम क्रमांक ८६ ते ९१ नुसार या मंडळाची निर्मिती करण्यात आली आहे.

रचना :

विश्वस्त मंडळाची रचना खालील भागानुसार केली. सुरक्षा परिषदेतील कायम सदस्य राष्ट्रे (अमेरिका, रशिया, चीन, इंग्लंड व फ्रान्स) ज्या राष्ट्राकडे असे प्रदेश (विश्वस्त म्हणून) सोपविले जातात अशी राष्ट्रे,महासभेकडून दर तीन वर्षासाठी निवडले गेलेले निर्वाचित राष्ट्रे, कारभारी राष्ट्रे म्हणून अमेरिका व ऑस्ट्रेलिया काम पाहतात.

अशा या विश्वस्त मंडळाची वर्षातून दोन वेळा बैठक होते, पण सुरक्षा मंडळ किंवा महासभेच्या बहुसंख्य सभासदांनी इच्छा व्यक्त केल्यास मंडळाची बैठक केव्हाही होऊ शकते. हे मंडळ आपल्यामधून दरवर्षी एका अध्यक्षाची व एका उपाध्यक्षाची निवड करते.

कार्ये/ भूमिका : या मंडळाला प्रामुख्याने खालील कार्ये करावी लागतात.

(१) संयुक्त राष्ट्राने विश्वस्त म्हणून सोपविलेल्या प्रदेशाचा कारभार करणे.

(२) विश्वस्त प्रदेशातील जनतेचा आर्थिक, सामाजिक, शैक्षणिक व राजकीय असा सर्वांगीण विकास करणे.

(३) अशा प्रदेशातील परिस्थितीची वेळोवेळी पाहणी करणे आणि त्यासाठी आवश्यक तेव्हा चौकशी मंडळ नेमणे.

(४) चौकशीसाठी नेमलेल्या मंडळाकडून तेथील इतिवृत्त मागविणे, त्यावर विचार करणे आणि त्यासंबंधीचा अहवाल त्या त्या वेळी महासभेला सादर करणे.

(५) विश्वस्थ प्रदेशाची सर्वांगीण प्रगती होताच त्या प्रदेशांना स्वातंत्र्य देणे.

(५) सचिवालय :

संयुक्त राष्ट्राच्या सनदेतील कलम ९७ ते १०१ मध्ये सचिवालय व महासचिव या संदर्भात माहिती आहे. संयुक्त राष्ट्राचे कार्य व्यवस्थित चालावे तिच्या विविध अंगांच्या कार्यात एकसूत्रीपणा यावा या उद्देशाने सचिवालयाची स्थापना करण्यात आली आहे. हे संयुक्त राष्ट्राचे मध्यवर्ती प्रशासकीय कार्यालय असून त्याचे प्रमुख कार्यालय 'न्यूयॉर्क' या ठिकाणी आहे. या सचिवालयाचा एक प्रमुख असतो. त्यालाच 'महासचिव किंवा सेक्रेटरी' असे म्हणतात. त्यांच्या मदतीसाठी नऊ उपसचिव व वीस हजारांच्या आसपास कर्मचारी आहेत. हे सर्व कर्मचारी जगातील सर्वच राष्ट्रांमधून आलेले असतात. शिवाय ते आपली कार्ये निष्पक्षपणे करीत असतात. संयुक्त राष्ट्राचे यश हे सचिवालय व महासचिवांच्या कार्यक्षमतेवर अवलंबून असते. सुरक्षा परिषदेच्या शिफारसीवरून त्यांची निवड महासभेकडून केली जाते. ही निवड पाच वर्षांसाठी असते. तो निष्पक्षपाती व अलिप्त असला पाहिजे. सचिवालयाचा पहिला सचिव बनण्याचा मान नॉर्वेच्या ट्रिग्वेली यांना मिळाला.

सेक्रेटरी जनरल किंवा महासचिव :

महासचिव किंवा सेक्रेटरी हा सचिवालयाचा प्रमुख असतो. म्हणजेच तो संयुक्त राष्ट्रसंघाचा प्रशासकीय प्रमुख ही असतो. सुरक्षा परिषदेच्या शिफारसींवरून त्याची निवड महासभेकडून केली जाते. ही निवड पाच वर्षांसाठी असते. तो निष्पक्षपाती व अलिप्त असला पाहिजे. सचिवालयाचा पहिला सचिव बनण्याचा मान नॉर्वेच्या ट्रिग्वेली यांना मिळाला.

अधिकार व कार्ये/ भूमिका :

(१) सचिवालयाचा प्रमुख म्हणजेच संयुक्त राष्ट्रसंघाचा प्रशासकीय अधिकारी या नात्याने त्याला खालील अधिकार असून त्यानुसार तो कार्ये करीत असतो.
(२) सुरक्षा परिषदेच्या बैठकीला त्याला हजर राहता येते, तेथे त्याला आपले विचारही मांडता येतात. पण त्या ठिकाणच्या मतदान प्रक्रियेत भाग घेता येत नाही.
(३) जागतिक शांतता आणि सुरक्षिततेला धोका निर्माण झाल्यास तो सुरक्षा परिषदेची तातडीची बैठक बोलावू शकतो, तसेच महासभेच्या निदर्शनालाही ती बाब आणून देऊ शकतो.
(४) तसेच प्रमुख प्रशासक म्हणून तो इतर सभा व परिषदांना हजर राहू शकतो.
(५) महासभेला वार्षिक व पूरक अहवाल सादर करणे.
(६) महासभेचे अधिवेशन बोलावणे तसेच त्यांचा तपशील ठरविणे.
(७) वार्षिक अंदाजपत्रक तयार करून ते महासभेपुढे मांडणे.
(८) महासभा व सुरक्षा परिषदेने घेतलेल्या निर्णयाची अंमलबजावणी करणे.
(९) सदस्य राष्ट्रांनी केलेल्या सूचनांची माहिती महासभा व सुरक्षा समितीला देणे.

(१०) वादग्रस्त प्रदेशाची पाहणी करून अहवाल महासभा व सुरक्षा परिषदेला देणे.
(११) सभासद राष्ट्रांकडून वर्गणी गोळा करणे.
(१२) महासभेच्या नियमानुसार इतर नोकरवर्गांची नेमणूक करणे.
(१३) संयुक्त राष्ट्रसंघाशी संलग्न असलेल्या संस्थांच्या ठरावांची अंमलबजावणी करणे.

(८. अ. ३) आंतरराष्ट्रीय न्यायालय

युनोच्या सनदेतील कलम ९२ ते ९६ मध्ये आंतरराष्ट्रीय न्यायालयाचे सविस्तर माहिती दिलेली आहे.

रचना :

संयुक्त राष्ट्रसंघाच्या आंतरराष्ट्रीय न्यायालयाची स्थापना हॉलंड म्हणजेच नेदरलॅंडमधील 'हेग' या ठिकाणी ३ एप्रिल, १९४६ मध्ये करण्यात आली आहे. या न्यायालयात एकूण १५ न्यायाधीश असतात. या १५ न्यायधिशांमध्ये सुरक्षा परिषदेच्या ५ कायम सदस्यांचे ५ न्यायधीश, आशिया खंडातून दोन न्यायाधीश, युरोपीय खंडातून तीन, दक्षिण अमेरिकेतून सहा व ऑस्ट्रेलियातून एका न्यायाधीशांची निवड यामध्ये केली जाते. न्यायाधीशाची निवड महासभा व सुरक्षा परिषद यांच्या मार्फत ९ वर्षांसाठी केली जाते. आपला कार्यकाल संपल्यावर संबंधित न्यायाधीशाला परत निवडणुकीला उभे राहता येते. एकाच देशाचे एका वेळी दोन न्यायाधीश निवडण्याची पद्धत नाही. यांना राष्ट्रीय त्याचप्रमाणे आंतरराष्ट्रीय कायद्याचे ज्ञान असणे गरजेचे आहे. न्यायाधीशांची निवड करताना जगातील सर्वच राष्ट्रांना यामध्ये संधी मिळावी यादृष्टीने प्रयत्न केला जातो. न्यायाधीशांच्या निवडीचा कार्यक्रम महासचीव तीन महिने अगोदर जाहीर करतात. हे न्यायाधीश आपल्यामधून अध्यक्ष व उपाध्याक्षाची निवड ३ वर्षांसाठी करतात. न्यायालयाचे कामकाज चालविण्यासाठी कमीत कमी ९ न्यायाधीश लागतात. न्यायालयाचे कामकाज इंग्रजी व फ्रेंच या अधिकृत भाषेतूनच चालते, वादी किंवा प्रतिवादी राष्ट्रांच्या विनंतीवरून त्यांना या न्यायालयात आपल्या राष्ट्रभाषेत आपली बाजू मांडता येते, न्यायाधीश निवडताना कायम सदस्यांना व्हेटो वापरता येत नाही.

कालावधी :

न्यायाधीशाला त्यांच्या ९ वर्षांच्या कालावधीत त्याच्या पदावरून काढता येत नाही किंवा संबंधित राष्ट्रही त्याला परत बोलावू शकत नाही किंवा त्याचे कार्यकाळातील वेतनही कमी करता येत नाही. परंतु, न्यायालयातील १४ न्यायाधीश सदस्यांनी जर एखाद्याच्या राजीनाम्याची मागणी केली तर मात्र त्याला आपल्या पदाचा राजीनामा द्यावा लागतो. न्यायाधीश ज्या देशाचा असतो तोच देश न्यायाधीशाला वेतन किंवा इतर भत्ते पुरवत असतो. शिवाय संबंधित राष्ट्राचा वाद जर न्यायालयात असेल तर अशा वेळी त्या देशाच्या न्यायाधीशाला यामध्ये भाग घेता येत नाही, शिवाय आपल्या कार्यकाळामध्ये यांना दुसरा कोणताही व्यवसाय करता येत नाही.

न्यायाधीशांना वार्षिक वेतन २५ हजार डॉलर्स एवढे असते. अधिवेशन काळात महासभा ठरवेल ते भत्ते यांना मिळतात.

कामकाज पद्धती :

न्यायालयाला कामकाजासाठी काही नियम करावे लागतात; तसेच न्यायालयाच्या कामात सुसूत्रता यावी म्हणून तिचे विविध विभाग केले जातात त्या विभागांनाच 'बेंचेस' असे म्हणतात. प्रत्येक बेंचमध्ये कमीतकमी तीन न्यायाधीश असावेच लागतात. शिवाय या बेंचने दिलेला निर्णय हा संपूर्ण न्यायालयाचा

निर्णय मानला जातो; यावर अध्यक्ष आपले निर्णायक मत देऊ शकतो. न्यायालयाने दिलेल्या निर्णयाची फेरतपासणी वादी किंवा प्रतिवादी जास्तीत जास्त १० वर्षांनी करू शकतो. आंतरराष्ट्रीय न्यायालयाकडून न्याय मिळविण्याचा अधिकार असलेल्या राष्ट्राची तीन गटात वर्गवारी केली जाते.

(१) ज्या राष्ट्रांनी संयुक्त राष्ट्रसंघाच्या सनदेवर सही केली आहे अशा प्रकारची राष्ट्रे या विभागात सामील असतात.

(२) ज्या राष्ट्रांनी संयुक्त राष्ट्रसंघाच्या सनदेवर सही केलेली नाही पण सुरक्षा परिषदेच्या अटी मान्य करून आंतरराष्ट्रीय न्यायव्यवस्थेला ज्यांनी मान्यता दिली आहे अशा प्रकारची राष्ट्रे या विभागात सामील असतात.

(३) ज्या राष्ट्रांनी संयुक्त राष्ट्रसंघाच्या सनदेवर सही केलेली नाही; परंतु, न्यायालयीन व्यवस्थेच्या संदर्भात असलेल्या कायद्याच्या करारावर त्यांनी सही केली आहे तसेच आपल्या वादग्रस्त प्रश्नांना न्यायाची अपेक्षा या न्यायालयाकडून करतात. अशा प्रकारची राष्ट्रे या विभागात सामील असतात.

अधिकार व कार्ये/भूमिका :

आंतरराष्ट्रीय न्यायालयाचे कार्यक्षेत्र मोठ्या प्रमाणात व्यापक आहे कारण ते खऱ्या अर्थाने जागतिक न्यायालय आहे. याठिकाणी जगातील कोणतेही राष्ट्र आपला वाद आणू शकतात, आंतरराष्ट्रीय न्यायालयाचे अधिकारक्षेत्र तीन विभागांत विभागले आहे.

(अ) ऐच्छिक क्षेत्रातील अधिकार : जगातील कोणत्याही राष्ट्रांनी आंतरराष्ट्रीय न्यायालयाकडे दाद मागितली असेल व न्यायालयाने त्यावर निर्णय दिला असेल. पण तो निर्णय राष्ट्रांवर बंधनकारक नसतो,म्हणजेच तो निर्णय पाळलाच पाहिजे असे बंधन कोणत्याही राष्ट्रावर नसते. तेव्हा ते अधिकार क्षेत्र या विभागात मोडले जाते.

(ब) आवश्यक अधिकार क्षेत्र : एखाद्या वादातील प्रश्न काही राष्ट्रे या न्यायालयाकडे सोपवितात. तत्पूर्वी ते आपापसात करार करतात की, न्यायालयाने दिलेला निर्णय आपल्यावर बंधनकारक राहील. हा निर्णय न पाळल्यास संबंधित राष्ट्रावर योग्य ती कार्यवाही केली जाईल, अशा स्वरूपाचे निर्णय या अधिकार क्षेत्रांमध्ये मोडला जातो.

(क) सल्लाविषयक अधिकार क्षेत्र : महासभा,सुरक्षा परिषद व संयुक्त राष्ट्रसंघाच्या इतर संलग्न संस्थानी या न्यायालयाकडे कायदेविषयक सल्ला मागितल्यास तो देण्याचा अधिकार न्यायालयाला आहे, पण तो या संस्थानी पाळलाच पाहिजे. असे बंधनमात्र या संस्थांवर नाही. निर्णय देताना आंतरराष्ट्रीय न्यायालय प्रथा,चालीरीती,आंतरराष्ट्रीय करार, श्रेष्ठ कायदे पंडितांचे निर्णय,सिद्धांत व न्यायबुद्धीनुसार निर्णय देत असते. **आंतरराष्ट्रीय न्यायालयाने** आत्तापर्यंत जगामधील अनेक महत्त्वाच्या समस्या सोडविण्यात हातभार लावलेला आहे.

(८. अ. ४) आंतरराष्ट्रीय कामगार संघटना

११ एप्रिल, १९१९ ला व्हर्सायचा तह होऊन पहिले महायुद्ध संपुष्टात आले. या युद्धानंतर जगात शांतता प्रस्थापित करण्यासाठी राष्ट्रसंघाची स्थापना करण्यात आली. आंतरराष्ट्रीय कामगार संघटना व्हर्सायच्या तहामधून निर्माण होऊन राष्ट्रसंघाच्या नियंत्रणाखाली काम करू लागली; दरम्यानच्या काळात दुसरे महायुद्ध घडून आले. या युद्धानंतरही जगात शांतता प्रस्थापित करण्यासाठी संयुक्त राष्ट्रसंघाची स्थापना करण्यात आली आणि १९४६ पासून आंतरराष्ट्रीय कामगार संघटना ही संयुक्त राष्ट्रसंघाची संलग्न किंवा तिचे उपांग म्हणून कार्यरत झाली. जगातील कामगारवर्गाचे राहणीमान आणि त्यांच्या कामाच्या परिस्थितीत सुधारणा

घडवून आणण्याचे प्रमुख काम या संघटनेचे आहे. या संघटनेचे प्रमुख कार्यालय स्वित्झर्लंडची राजधानी जिनेव्हा या ठिकाणी आहे. या प्रमुख कार्यालयामध्ये माहिती केंद्र व प्रकाशन विभाग हे दोन प्रमुख विभाग आहेत. याच्या माध्यमातून वेगवेगळ्या प्रकारची कागदपत्रे, त्यासंदर्भातील दस्तऐवज तयार करून त्यांचे प्रकाशन करण्यावर ही संघटना भर देते, आज या संघटनेचे सभासद जवळजवळ ११० राष्ट्रे आहेत.

आंतरराष्ट्रीय कामगार संघटनेची रचना :

आंतरराष्ट्रीय कामगार संघटनेचे प्रामुख्याने तीन घटक आहेत

(१) आंतरराष्ट्रीय मजूर परिषद : यामध्ये सभासदराष्ट्रांचे प्रत्येकी चार प्रतिनिधी असतात; त्यांचे मत मात्र एकच गृहीत धरले जाते. हे प्रतिनिधी आपल्या देशाचे कामगार व मालक वर्गांचे प्रतिनिधित्व करतात. जगातील कामगारांसाठी जीवनात व कामाची स्थिती याबाबत आंतरराष्ट्रीय पातळीवर किमान आवश्यक अटी ठरविण्याचे काम ही परिषद करते; या संघटनेचे वार्षिक अंदाजपत्रक ठरविणे परिषदेने घेतलेल्या निर्णयांची विविध राष्ट्रांत झालेल्या अंमलबजावणी बाबतचे अहवाल तपासण्याचे काम ही परिषद करते.

(२) प्रशासकीय घटक : यामध्ये ४८ सभासद असतात. २४ वेगवेगळया राष्ट्रांच्या सरकारचे प्रतिनिधी, १२ जागतिक पातळीवरील कामगारांचे प्रतिनिधी, १२ जागतिक पातळीवरील मालक वर्गांचे प्रतिनिधी व आंतरराष्ट्रीय कामगार संघटनेच्या कार्यालयाचे पर्यवेक्षक हा घटक यामध्ये असतो. यातील प्रतिनिधीची निवड तीन वर्षांसाठी असते. वर्षातून कमीतकमी तीन वेळा याची बैठक बोलावणे, बैठकीत कामाचा मसुदा मांडणे, कामकाजाच्या संदर्भात धोरण ठरविणे, ते मंजुरीसाठी सभासदांच्यापुढे मांडणे, धोरणाची अंमलबजावणी करणे, आंतरराष्ट्रीय कामगार कार्यालयाचे व तेथील कामकाजाचे पर्यवेक्षण करणे, त्याचप्रमाणे अंदाजपत्रक तयार करून ते मंजुरीसाठी ठेवणे, अशा प्रकारे या कार्यालयाचे कामकाज चालते. औद्योगिकदृष्ट्या प्रगत अशा १२ देशांना यामध्ये कायम स्वरूपाचे प्रतिनिधित्व आहे. भारत हा त्यापैकी एक आहे.

(३) प्रशासकीय कार्यालय : हे आंतरराष्ट्रीय कामगार संघटनेचे प्रशासकीय कामासाठीचे मध्यवर्ती कार्यालय म्हणून ओळखले जाते. याचा प्रमुख सरसंचालक या श्रेणीचा अधिकारी असतो. जागतिक पातळीवरील मजुरांचे जे जे प्रश्न असतील त्या सर्व प्रश्नांचा अभ्यास करून त्या दृष्टीने सतत संशोधन करीत राहणे या प्रश्नांच्या संदर्भातील कागदपत्रे तयार करणे आणि या संघटनेची नियतकालिके प्रकाशित करणे, इत्यादी कामे या कार्यालयाला करावी लागतात.

आंतरराष्ट्रीय कामगार संघटनेचे उद्देश :

(१) जीवन निर्वाहासाठी प्रत्येक कामगारास पुरेशा प्रमाणात मजुरी मिळवून देणे.
(२) जगातील कामगारांना सामाजिक संरक्षण उपलब्ध करून देणे.
(३) कामगारांसाठी पुरेसे जेवण व निवासस्थानाची व्यवस्था करणे.
(४) कामगारांना सामूहिक पद्धतीने दुसऱ्या पक्षाशी करार करण्याचा अधिकार देणे.
(५) कामगारांना सर्वच क्षेत्रांमध्ये समान संधी मिळवून देणे.
(६) कामगारांच्या आरोग्याची काळजी घेणे.

आंतरराष्ट्रीय कामगार संघटनेची कार्ये किंवा कामे :

वरील उद्देशांनुसार ही संघटना कामगारांसाठी खालील कार्ये किंवा काम करते

(१) आंतरराष्ट्रीय कामगारांच्या प्रश्नांबाबत जागतिक पातळीवर परिषदा भरवून त्या मार्फत प्रश्न

सोडविण्याचे प्रयत्न करणे. याच संदर्भात ज्यावेळी १९६२ मध्ये परिषद भरली होती त्यावेळी या परिषदेने प्रत्येक कामगाराचे आठवड्यांचे कामाचे तास ४८ असावेत अशा स्वरूपाचा ठराव पास केला होता.

(२) जागतिक पातळीवरील बेकारी कमी करून रोजगाराच्या संधी वाढविण्यावर भर देणे, तसेच त्यांचे राहणीमान वाढविण्याच्या दृष्टीने प्रयत्न करणे.

(३) जागतिक पातळीवरील विविध क्षेत्रांतील कामगारांना सामाजिक सुरक्षितता मिळवून देण्यासाठी प्रयत्न करणे.

(४) जागतिक कामगारांसाठी सक्तीची विमायोजना आणि औद्योगिक प्रकल्पातील कामगारांच्या अपघाताबद्दल नुकसान भरपाई मिळवून देण्याबाबत प्रयत्न करणे.

(५) व्यापारी जहाजावरील खलाशी कामगारांची कामाची स्थिती सुधारण्यासाठी प्रयत्न करणे.

(६) जागतिक पातळीवरील किंवा प्रत्येक देशातील कामगार व मालक यांनी स्वत:च्या पातळीवर संघटना स्थापन कराव्यात म्हणून ही संघटना प्रयत्न करते.

(७) औद्योगिक प्रकल्पातील अपघात टाळण्यासाठी या प्रकल्पांची वेळोवेळी तपासणी करून घ्यावी अशा स्वरूपाचा आग्रह ही संघटना धरते.

(८) कामगारांचे कामाचे तास, वेतन याबाबत ही संघटना वेळोवेळी नियम करत असते. या संघटनेने स्त्रिया व मुलांच्या कामाकडे विशेष लक्ष पुरविलेले दिसून येते. विशेषत : १५ वर्षाखालील मुलांना अतिश्रमाची कामे देऊ नयेत, त्याचप्रमाणे स्त्रियांना रात्रपाळी करावी लागू नये.

(९) सभासद राष्ट्रातील कामगार व मालक संघटनांना ही संघटना प्रशिक्षण व्यवस्थापन व पर्यवेक्षण या संदर्भातील तांत्रिक माहिती पुरवित असते.

(१०) कामगारांचे वेगवेगळे आजार व रोगराई या सारखे प्रश्न सोडविण्याचा प्रयत्न ही संघटना करत असते.

(११) कामगारांसाठी वेगवेगळ्या स्वरूपाचे करार व संहिता तयार करण्याचे काम ही संघटना करीत असते.

सारांश रूपाने आपणास असे म्हणता येईल की, ही संघटना आपल्या विविध कामाद्वारे कामगार व मालक वर्गांची सर्वांगीण प्रगती घडविण्याचा प्रयत्न करीत असते तसेच जगातील कामगारांमध्ये एकीची भावना निर्माण करण्याचा प्रयत्न करणे.

(८. अ. ५) संयुक्त राष्ट्र, आंतरराष्ट्रीय बालक आणि शैक्षणिक निधी

द्वितीय महायुद्धाची विनाशक स्वरूपाची झळ ज्या ज्या राष्ट्रांना बसली, तेथील लहान मुलांचे आरोग्य व तेथील शाळांचा दर्जा सुधारण्यासाठी संयुक्त राष्ट्रसंघाच्या महासभेने केलेल्या ठरावानुसार १९४६ मध्ये युनिसेफची स्थापना करण्यात आली. जगातील जी राष्ट्रे आपल्या साधनसामग्रीतून बालकांच्या गरजा भागवू शकत नसतील अशा राष्ट्रांना त्यासंदर्भातील निधी, वस्तू आणि सेवा पुरविण्याच्या हेतूने या संघटनेची स्थापना करण्यात आलेली आहे. आर्थिक आणि सामाजिक परिषदेद्वारे निर्माण करण्यात आलेल्या ३० सभासदांची कार्यकारिणी या संघटनेचा कारभार पाहते. तसेच या संघटनेच्या कामकाजावर देखरेख करण्यासाठी एक कार्यकारी संचालक असतो.

युनिसेफची उद्दिष्टे :

(१) जगातील ज्या ज्या भागात दुष्काळ, रोगराई, पूरासारखी परिस्थिती निर्माण होईल अशा ठिकाणच्या बालकांना तातडीने मदत पुरविणे.

(२) अशा प्रदेशातील माता व बालकांचे संगोपन करणे.
(३) अशा प्रदेशातील मुलांच्या प्रशिक्षणाची सोय करणे.
(४) प्रशिक्षण काळात मधल्या सुटीच्या वेळेत मुलांना भोजनाची व्यवस्था करणे.
(५) मुलांच्या किंवा बालकांच्या आरोग्याच्या काळजीसाठी ठिकठिकाणी आरोग्य केंद्रे उभे करणे.
(६) मुले किंवा लहान बालकांमध्ये रोगप्रतिकार शक्ती वाढावी म्हणून लसीकरण मोहीम राबवावी.
(७) या संस्थेच्या माध्यमातून रोगनिवारण कार्यक्रम राबविणे.

कार्यकारी मंडळ व कार्यकारी संचालक यांचा समावेश या युनिसेफमध्ये असतो. युनिसेफच्या खर्चाची जबाबदारी सभासद राष्ट्रांवर असते. त्यासाठी सभासद राष्ट्रे वेळोवेळी वर्गणी गोळा करतात, त्याचप्रमाणे जगातील काही दानशूर व्यक्ती किंवा संस्था युनिसेफला देणगीच्या स्वरूपात मदत देत असतात. या वर्गणीमधून किंवा देणगीतून आलेल्या किंवा आर्थिक मदतीतूनच गरजू सभासद राष्ट्रांना तातडीने मदत करण्यावर भर दिला जातो, एकंदरीत युनिसेफचे कार्य मोठ्या प्रमाणात प्रशंसनीय असल्याचे दिसून येते.

(८. अ. ६) संयुक्त राष्ट्र, शैक्षणिक, वैज्ञानिक आणि सांस्कृतिक संघटना किंवा युनेस्को

द्वितीय महायुद्धाच्या काळात मित्रराष्ट्राच्या शिक्षण मंत्र्यांच्या परिषदांमधून या संस्थेच्या विकासाचा मसुदा लंडन येथील १९४५ च्या परिषदेमध्ये स्वीकारण्यात येऊन शैक्षणिक, विज्ञान व संस्कृतीच्या विकासासाठी 'युनेस्को' ही संघटना ४ नोव्हेंबर, १९४६ रोजी स्थापन करण्यात आली. या संघटनेच्या स्थापनेच्या वेळी हिची सभासद संख्या फक्त २० होती. शैक्षणिक आणि वैज्ञानिक विकास तसेच सांस्कृतिक देवाण-घेवाण या मार्गाने खालील उद्दिष्टे साध्य करण्याचा संघटनेचा प्रयत्न असतो. युनोस्कोचे कार्यालय फ्रान्सची राजधानी पॅरिस येथे आहे. वर्षातून एकदा हिची बैठक बोलवावी अशा प्रकारचा नियम आहे. आज या संघटनेची सभासद संख्या जवळजवळ ११३ एवढी झालेली आहे.

युनेस्कोची उद्दिष्टे :

(१) राष्ट्राराष्ट्रातील नागरिकांमध्ये परस्परांविषयीचा अविश्वास दूर करून सामंजस्याची भावना निर्माण करणे.
(२) विविध देशातील मानवी समूहांनी परस्परांच्या जीवनपद्धती समजून घ्याव्यात यासाठी प्रयत्न करणे.
(३) जागतिक शांततेसाठी लोकांच्या मनात तळमळ निर्माण करणे.
(४) प्रारंभिक स्वरूपाचे शिक्षण देऊन शिक्षणाचा दर्जा उंचावणे.
(५) सांस्कृतिक कार्यक्रमांना प्रोत्साहन देणे.

युनेस्कोची रचना :

या संघटनेचे तीन प्रमुख घटक आहेत

(१) परिषद : यामध्ये संघटनेच्या संदर्भातील सर्व प्रकारचे निर्णय घेतले जातात, यामध्ये सभासद राष्ट्रांचे प्रत्येकी पाच प्रतिनिधी असतात. पण त्यांना मत मात्र एकच देता येते; संघटनेचा कार्यक्रम ठरविणे कार्यकारिणीचे सभासद निवडणे तसेच सचिवालयाचा प्रमुख निवडण्याची कामे या परिषदेला करावी लागतात.

(२) कार्यकारिणी : परिषद आपल्यामधून २४ सदस्यांची कार्यकारिणी निवडते. निवड करताना सदस्यांचा अनुभव, त्याची कार्यक्षमता विचारात घेतली जाते. संघटनेच्या कायकारिणीमध्ये जगातील सर्व देशांना प्रतिनिधित्व मिळावे या संदर्भात विचार करण्यावर भर दिला जातो, शिवाय परिषदेने ठरविलेले

कार्यक्रम व धोरण अंमलात आणण्याचे काम या कार्यकारिणीला करावे लागते.

(३) सचिवालय : सचिवालयाच्या प्रमुखाला सरसंचालक असे म्हणतात; त्यांची निवड कार्यकारिणीच्या शिफारशीवरून परिषद करते; सचिवालयातील इतरांची नेमणूक मात्र सरसंचालक करतो.

युनेस्कोची कार्ये किंवा कामे :

या संघटनेची कामे किंवा कार्ये आपणास पुढीलप्रमाणे सांगता येतील-

(१) शिक्षणाचा प्रसार करणे : जागतिक पातळीवरील मुलांमध्ये तसेच प्रौढ व्यक्तींमध्ये शिक्षण देणे व त्याचा प्रसार करणे हे या संस्थेचे प्रमुख काम आहे, त्यासाठी आवश्यक साहित्य पुरविणे, प्रशिक्षण, अभ्यासक याबाबत सल्ला आणि तज्ज्ञांची मदत देणे इ. कामांचा समावेश यामध्ये होतो. विशेषता समाज शिक्षणावर युनेस्कोचा आग्रह आहे. तसेच विनामूल्य शिक्षण देणे हे या संस्थेचे ध्येय मानले जाते.

(२) विज्ञानाचा प्रसार करणे : वैज्ञानिक शिक्षणाचा विविध पातळीवर प्रसार करणे वैज्ञानिक संशोधनाला प्रोत्साहन देणे विज्ञान आणि तंत्रज्ञानाचा विकासकार्यात उपयोग करून घेण्यास प्रोत्साहन देणे अविकसित देशांना वैज्ञानिक बाबतीत प्रगती करून घेण्यास प्रशिक्षण, सल्ला अशा प्रकारची मदत देणे.

(३) सांस्कृतिक कार्याचा प्रसार करणे : ही संघटना सभासद राष्ट्रांना आपला सांस्कृतिक ठेवा जतन आणि त्याचे रक्षण करण्यास मदत करते. विविध राष्ट्रांच्या अभिजात वाङ्मयाचे इतर भाषेत रूपांतर करण्यास मदत देते, परदेशी ग्रंथ खरेदीला मदत देते, विविध कलांना उत्तेजन देते.

(४) युनोस्कोने तांत्रिक मदत कार्यक्रमांनुसार अनेक राष्ट्रांना भरपूर मदत केलेली आहे.

(५) जगातील श्रीमंत राष्ट्रांकडून किंवा वित्तसंस्थांकडून मदत घेऊन वेगवेगळ्या राज्यातील निर्वासितांच्या पुनर्वसनावर वापरण्याकडे या संस्थेचा कल असलेला दिसतो.

(६) युनोस्कोच्या मदतीने वेगवेगळ्या देशातील विषयतज्ज्ञांना एकमेकांच्या देशात पाठवण्यावर भर दिला जातो.

(७) सामूहिक शिक्षणावर या संस्थेचा भर आहे त्यासाठी ही संस्था मुद्रण, चित्रपट, आकाशवाणी, दूरचित्रवाणी या साधनांचा उपयोग शिक्षण प्रचारासाठी करते.

अशा प्रचंड शैक्षणिक कार्यामुळे जगातील अनेक राष्ट्रांमध्ये सामंजस्य व सहकार्य वाढविण्याचे कार्य युनोस्कोने केलेले आहे. न्याय, कायद्याचे राज्य, मानवी हक्क, मूलभूत स्वातंत्र्य याची ओळख जगातील सर्वांनाच व्हावी याच हेतूने ही संस्था शिक्षणाचा प्रसार करताना दिसून येते. १९७० मध्ये युनोस्कोने आंतरराष्ट्रीय शैक्षणिक वर्ष यशस्वीरीत्या साजरे केले आहे.

(८. अ. ७) संयुक्त राष्ट्र मानव हक्क आयोग

संयुक्त राष्ट्र संघटनेच्या स्थापनेमागचा महत्त्वाचा उद्देश म्हणजे मानवाधिकारांचे रक्षण करणे होय. मानवाधिकार म्हणजे असे अधिकार की, जे प्रत्येक व्यक्तीला धर्म, वंश, भाषा, जात, लिंग आदी कोणत्याही भेदभावांशिवाय जन्मापासून प्राप्त होतात. हे अधिकार प्राप्त करण्यासाठी व्यक्तीला कोणत्याही देशाचे नागरिक असणे गरजेचे नाही. हे अधिकार निसर्गाने व्यक्तीला बहाल केलेले आहेत. त्यामुळे ते काढून घेण्याचा अधिकारदेखील देश किंवा देशातील समाजाला नाही. मानवांधिकारामध्ये जगण्याचा अधिकार, स्वातंत्र्याचा अधिकार, गुलामगिरीतून मुक्ततेचा अधिकार यासारख्या अधिकारांचा समावेश होतो. या अधिकारांच्या संरक्षणाशिवाय व्यक्तीला आपल्या व्यक्तिमत्त्वाचा विकास घडवून आणणे अशक्य आहे. याचाच विचार करून मानवाच्या वरील अधिकारांना चालना देण्याच्या हेतूने संयुक्त राष्ट्रसंघटनेच्या आर्थिक

व सामाजिक मंडळाच्या नियंत्रणाखाली तिची उपशाखा म्हणून १९४७ मध्ये 'मानवी हक्क आयोगा'ची स्थापना करण्यात आली. हा आयोग संयुक्त राष्ट्रसंघटनेचे केंद्रीय धोरण ठरवते. यामध्ये जे सदस्य असतात त्यांची नेमणूक करण्याचा अधिकार आर्थिक व सामाजिक मंडळाला असतो. आयोगातील सदस्यांचा कालावधी तीन वर्षांचा असतो. आयोगाच्या कामकाजासाठी एक उच्चायुक्तालय निर्माण करण्यात आले आहे. या कार्यालयाचा उच्चायुक्त हा प्रमुख असतो. मानवी हक्काविषयक कार्यक्रम आखणे व त्यांची अंमलबजावणी होते की नाही, हे पाहण्याचे याचे प्रमुख काम असते. द्वितीय महायुद्धाच्या दरम्यान मानवाधिकारांचे मोठ्या प्रमाणावर उल्लंघन झाले. स्त्रिया, लहान मुलांवर हल्ले करणे, वंशसंहार यासारख्या घटना या महायुद्धादरम्यान मोठ्या प्रमाणात घडल्या. अशा प्रकारच्या घटनांची पुनरावृत्ती भविष्यात टळावी या उद्देशाने संयुक्त राष्ट्रसंघटनेने पुढाकार घेतला. संयुक्त राष्ट्रसंघटनेच्या घटनेमध्ये मानवाधिकारांच्या रक्षणाविषयीची वचनबद्धता व्यक्त करण्यात आली आहे. १० डिसेंबर, १९४८ रोजी संयुक्त राष्ट्रसंघटनेने मानवाधिकारांचा जाहिरनामा घोषित करून या अधिकारांच्या रक्षणाच्या दिशेने महत्त्वाचे पाऊल टाकले. यामध्ये ३० मानवाधिकारांचा समावेश करण्यात आला आहे. गेल्या ६० वर्षांमध्ये मानवाधिकारांच्या रक्षणासाठी अनेक करार करण्यात आले. या करारांमध्ये राजकीय आणि नागरी अधिकारांच्या रक्षणासाठीचा करार १९६६ मध्ये करण्यात आला त्याच वर्षी आर्थिक, सामाजिक, सांस्कृतिक अधिकारांच्या रक्षणासाठी स्वतंत्र स्वरूपात एक करार करण्यात आला छळवणुकीविरोधीचा करार, महिलाविरुद्ध भेदभावांचे किंवा हक्काविषयीचा करार १९७९ ला करण्यात आला. लहान मुले किंवा बालकांच्या हक्कांविषयीचा ठरावरूपी करार १९८४ मध्ये करण्यात आला अशा स्वरूपाचे अनेक करार करण्यात आलेले आहेत. एवढेच नाही तर आयोगाने काही उपाययोजनाही केलेल्या आहेत. त्यामध्ये प्रामुख्याने १९७० मध्ये सत्यशोधक व अंमलबजावणीच्या यंत्रणा निर्मितीवर भर दिला. १९९० मध्ये मानवाच्या आर्थिक, सामाजिक व सांस्कृतिक हक्कांच्या मार्गात येणारे अडथळे दूर करण्यासाठी त्या त्या सभासद राष्ट्राला भरघोस स्वरूपाची मदत केलेली आहे. अलीकडच्या काळात मानवाधिकारांच्या रक्षणासाठी आंतरराष्ट्रीय मानवाधिकार आयोगाची स्थापनाही करण्यात आली आहे; तर २००६ पासून संयुक्त राष्ट्र; संघटनेच्या मानवी हक्क आयोगाच्याऐवजी संयुक्त राष्ट्र मानवी हक्क सल्लागार मंडळ असे नामकरण करण्यात आलेले आहे.

(८. ब) प्रादेशिक किंवा विभागीय संघटना

क्षेत्रवाद किंवा प्रादेशिकवाद किंवा विभागीयतेची निर्मिती निरनिराळ्या हितसंबंधातून झालेली आहे. याचा अर्थ वेगवेगळ्या प्रकारे वेगवेगळ्या शब्दात केला असला तरी त्याचा मथितार्थ आपल्या भूभागाचे हितसंबंध व त्याचा विकास करण्याशी किंवा जोपासण्याशी आहे. डॉ. वॉन व केलेन्स या विचारवंताच्या विचारानुसार, 'प्रादेशिक किंवा विभागीय व्यवस्था किंवा करार म्हणजे अशा प्रभुत्वसंपन्न राज्यांचा ऐच्छिक समुदाय असतो की,जो एका निश्चित प्रदेशाच्या अंतर्गत असून त्या क्षेत्रावर आक्रमण होणार नाही,हा मूलभूत स्वरूपाचा हेतू त्यामागे असतो.'

प्रादेशिकतेमध्ये प्रादेशिक कराराने परस्परांना संरक्षणाची हमी दिली जाते. क्षेत्रीय आणि प्रादेशिक व्यवस्था ही युद्धोत्तर काळातील आंतरराष्ट्रीय राजनीतीचे एक प्रमुख वैशिष्ट्य आहे. क्षेत्रीय किंवा प्रादेशिक संघटनेचा अर्थ समान उद्दिष्टांच्या प्राप्तीसाठी राज्यांच्या समुदायांनी एकत्र येऊन कार्य करावयाचे आहे. निरनिराळ्या क्षेत्रीय रचनेस संयुक्त राष्ट्रसंघाने मान्यता दिला होती; संघटनाही स्थापन झाल्या पण दुसऱ्या महायुद्धाच्या सुरुवातीस त्या संघटना लयास गेल्या.

निरनिराळ्या देशांमध्ये किंवा खंडांमध्ये निरनिराळ्या प्रादेशिक व्यवस्था, प्रादेशिक संघटना निर्माण

झालेल्या आहेत. उदा. अमेरिका खंडातील संघटनांची सुरुवात इ. स. १८२६ मध्ये पॅन अमेरिकॅनिझमची सुरुवात पनामा संमेलनापासून झाली. संयुक्त राष्ट्राच्या सनदेने अमेरिकन राज्य संघास क्षेत्रीय संघटन म्हणून मान्यता दिली आहे. युरोपमध्ये क्षेत्रीय संघटनांचे आर्थिक संघटना,राजकीय संघटना आणि लष्करी संघटना असे प्रकार आहेत. लष्करी संघटनामध्ये नाटो, सेन्टो, सिटो, अरब लीग यांचा समावेश आहे. तसेच आर्थिक संघटनात युरोपमधील सामूहिक बाजारपेठा,दि कोल ॲण्ड स्टील कम्युनिटी, दि फ्रि ट्रेड असोसिएशन, आर्थिक सहकार्य व विकास संघटन यांचा समावेश आहे.

प्रादेशिक वादातून काही प्रसंगी संघर्ष होण्याचे नाकारता येत नाही. साम्राज्यवाद किंवा नवसाम्राज्यवाद यातून शक्तीच्या उपयोगाने संघर्ष होतच असतात. नववसाहतवादसुद्धा संघर्षाला कारणीभूत ठरतो. या सर्वांचा विचार करून राष्ट्रीय सुरक्षा अबाधित ठेवण्याचा प्रयत्न केला जातो. गेल्या चार शतकांमध्ये आंतरराष्ट्रीय संबंधांची प्रभावी व्यवस्था म्हणून जी राष्ट्रव्यवस्था होती,तीच अशा व्यवस्थेकडे उत्क्रांत झालेली आहे की,ज्यात राष्ट्रांचे क्षेत्रीय संघटन हे एकटे राष्ट्र राहण्यापेक्षा अधिक उपयुक्त ठरेल. लिमन वाल्टेटने म्हटल्याप्रमाणे, 'कदाचित एकटे राष्ट्र न राहता यापुढे राष्ट्रांचे समूह हेच खरे आंतरराष्ट्रीय व्यवस्थेचे सभासद राहतील अशी या क्षेत्रीय संघटनांची आंतरराष्ट्रीय राजकारणात गरज निर्माण झालेली आहे.'

भौगोलिक भिन्नता राजकीय भिन्नता आर्थिक विकासातील असमानता सांस्कृतिक भिन्नता, धार्मिक भिन्नता, प्रादेशिक संघटना, भाषिक भिन्नता, सांप्रदायिकता, जातीयवाद व नेतृत्व हे प्रादेशिक किंवा प्रादेशिकता निर्माण होण्यासाठी कारणीभूत ठरणारे घटक आहेत. प्रादेशिकतेमुळे त्या देशाचा एकसंघ विकास होत नाही. विकास कार्यामध्ये अडथळे निर्माण होतात. राष्ट्राची आर्थिक शक्ती सुदृढ होत नाही. त्यातूनच राष्ट्रीय सुरक्षा धोक्यात येते. तसेच राष्ट्रीय एकात्मतेस धोका पोहोचतो अशा प्रकारची टीका यावर केली जाते.

विभागातील राष्ट्रांनी एकत्र येऊन आपल्या संरक्षणासाठी जशा कराररूपाने संघटना निर्माण केल्या तशाच प्रकारे विभागीय क्षेत्रांच्या विकासासाठी आर्थिक संघटना, विभागीय व्यापारी गट व विभागिक मौद्रीक किंवा पतपुरवठा करणाऱ्या संस्था निर्माण केल्या आहेत. आजच्या जागतिकीकरणाच्या प्रक्रियेतील या संघटनांची भूमिका मोठ्या प्रमाणात वाढलेली आपणास दिसून येते. किंबहुना हे तीनही विभाग किंवा गट आजच्या जागतिकीकरणाच्या काळात अतिशय महत्त्वाची भूमिका पार पाडताना दिसून येत आहेत. व्यापारी आणि आर्थिक पातळीवर विभागीय एकीकरणात यांचे योगदान महत्त्वाचे आहे. या घटकांनी आज शीतयुद्धकालीन लष्करी संघटनांची जागा घेतलेली असून विभागीय आर्थिक व्यापारी हितसंबंधांच्या संरक्षणासाठी संघटित प्रयत्न सुरू केले आहेत. या तिघांचेही कार्यक्षेत्र जरी आर्थिक तत्त्वांच्या विकासाशी निगडित असले तरी ते आजच्या काळात राष्ट्रांमधील राजकीय तसेच संरक्षणविषयक संबंधांनादेखील ते प्रभावित करत आहेत.

(८. ब. १) युरोपीय संघ

जगातील सर्वात शक्तिशाली व्यापारसंघ किंवा युरोपातील एकूण २७ राष्ट्रांचे राजकीय व आर्थिक स्वरूपाचे संघटन म्हणून युरोपियन महासंघाचा उल्लेख केला जातो. हा संघ द्वितीय महायुद्धानंतर अस्तित्वात आला पण या संघाची सुरुवात खऱ्या अर्थाने १९५७ मध्ये झालेल्या रोमच्या संधीमधून युरोपियन आर्थिक परिषदेच्या माध्यमातून सहा युरोपियन देशांनी आर्थिक दृष्टिकोनातून केलेली आपणास दिसून येते. त्यावेळी बेल्जियम, जर्मनी, फ्रान्स, इटली, लक्झंबर्ग, नेदरलँड हे सहा देश या संघाचे मूळ सभासद होते. १९७३ ला तिला आधुनिक स्वरूप दिले गेलेले दिसून येते. त्यावेळी डेन्मार्क आयरिश प्रजासत्ताक व ग्रेट ब्रिटन या

संघात सामील झाले. तर ग्रीस १९८१ मध्ये आणि पोर्तुगाल व स्पेन ही दोन राष्ट्रे १९८६ मध्ये आणि १९९५ च्या विस्तारात ऑस्ट्रीया, फिनलंड आणि स्वीडन यांचा समावेश करून घेण्यात आला. असे एकूण १५ सभासद बऱ्याच कालावधीपर्यंत या संघाचे होते. युरोपियन महासंघाचा उदय हा जरी १९९१ च्या ऐतिहासिक मॅस्ट्रिश करारातून झालेला असला तरी गेल्या चाळीस वर्षांत युरोपियन राष्ट्रांमध्ये झालेल्या विविध करारांनी या महासंघाची पार्श्वभूमी तयार केली. त्यामध्ये प्रामुख्याने पॅरिस करार -१९५१, रोम करार - १९५८, एकीकृत युरोपियन कायद्याविषयीचा करार - १९८६, मॅस्ट्रिश करार -१९९२.

मॅस्ट्रिश करार ९ नोव्हेंबर, १९९३ रोजी अस्तित्वात आला आणि युरोपियन महासंघ अस्तित्वात आला. युरोपियन महासंघाची सदस्यसंख्या वेळोवेळी बदलत गेलेली आपणास दिसून येते. आज ही सदस्य संख्या २७ एवढी झालेली आहे. युरोपियन महासंघाचे मुख्यालय ब्रुसेल्स (बेल्जियम) येथे आहे. युरोपियन संघाचे लोक प्रत्येक पाच वर्षांनी आपल्या संसदीय व्यवस्थेसाठी निवडणुका करतात. युरोप खंडातील सर्वांत मोठे राजकीय व आर्थिक अस्तित्व युरोपीय संघाला लाभले आहे.

८ एप्रिल, १९६५ रोजी आर्थिक व राजकीय व्यवहारात एकी आणण्यासाठी ब्रुसेल्स येथे रोमचा करार करून युरोपीय आर्थिक समुदाय व युरोपीय अणुशक्ती समुदाय असे दोन संघ स्थापन करण्यात आले. युरोपीय समुदायाचे कामकाज स्पॅनिश, फ्रेंच, इंग्लिश, जर्मन, ग्रीक इ. भाषांमध्ये चालते.

(अ) रचना किंवा आराखडा :

युरोपियन महासंघाचे सात प्रमुख घटक असून ते प्रामुख्याने खालीलप्रमाणे -

(१) युरोपियन संघ परिषद : यामध्ये सदस्य राष्ट्रांच्या शासकीय प्रमुखांचा समावेश होतो.

(२) युरोपियन संघ संसद : यामध्ये युरोपियन महासंघाच्या १५ सदस्य राष्ट्रांमधून निवडून आलेले ६२६ सदस्यांचा समावेश होतो. या सदस्यांची निवड पाच वर्षांसाठी केली जाते.

(३) मंत्रिपरिषद : यामध्ये १५ सदस्य राष्ट्रांच्या परराष्ट्रमंत्र्यांचा समावेश होतो; सर्व महत्त्वपूर्ण निर्णय घेण्याचे कार्यही परिषद करते.

(४) युरोपियन आयोग : युरोपियन आयेगाचे कार्य हे कार्यकारी प्रमुखाचे असून युरोपीयन महासंघाच्या दैनंदिन प्रशासनाचे कार्य युरोपियन आयोगाकडून होते.

(५) युरोपियन न्यायालय : न्यायालयाचे मुख्यालय लुक्झंबर्ग येथे असून त्यात १५ न्यायाधीशांचा समावेश होतो. युरोपियन महासंघाच्या करारातील तरतुदींचा अर्थ लावण्याचे कार्य न्यायालयाकडून होते.

(६) लेखापालांचे न्यायालय : युरोपियन महासंघाचा खर्च आणि उत्पन्नाच्या हिशोबाचे कार्य लेखपालांच्या न्यायालयाकडून होते.

(७) सल्लागार समित्या : विविध विषयांवर चर्चा करण्यासाठी आणि सल्ला देण्यासाठी अशा समित्यांची निर्मिती करण्यात आली आहे. उदा. आर्थिक आणि सामाजिक समिती क्षेत्रीय समिती इ.

(ब) युरोपियन महासंघाची उद्दिष्टे :

युरोपियन महासंघाची उद्दिष्टे पुढीलप्रमाणे आहेत-

(१) आर्थिक, व्यापारी, सामाजिक, राजकीय पातळीवरील विकास धोरण व सहकार्य वाढविणे.
(२) आर्थिक, वित्तीय संघ स्थापण्याच्या दिशेने प्रयत्न करणे.
(३) एका चलन व्यवस्थेच्या निर्मितीसाठी प्रयत्न करणे.
(४) संपूर्ण युरोपासाठी एका नागरिकत्वाच्या निर्मितीसाठी प्रयत्न करणे.
(५) स्वातंत्र्याचे अदान-प्रदान करणे

(६) युरोपीय देशामध्ये राजकीय व शासकीय संयुक्तता आणणे.
(७) समान अर्थव्यवस्था व समान व्यापार नियम लागू करणे.
(८) समान चलन युरो अस्तित्वात आणणे.

(क) युरोपियन महासंघाची कार्ये :

युरोपियन महासंघाकडून सन १९९९ मध्ये एक चलनव्यवस्था सुरू करण्यात आली, ती युरो नावाने ओळखली जाते. सन २००० पर्यंत महासंघाच्या राष्ट्रांपैकी ११ राष्ट्रांनी या चलनव्यवस्थेचा स्वीकार केला होता. सभासद देशांतर्गत वस्तू, व्यक्ती सेवा, आणि भांडवल यांच्या मुक्त वहनाचे तत्त्व या कराराने प्रस्थापित केले. रोम करारातील अटींची अंमलबजावणी करणे सभासद राष्ट्रांवर बंधनकारक असल्यामुळे रोम करार हे एक प्रकारे युरोपीय समूहाचे संविधान आहे, असे म्हणता येते. बाजाराच्या एकात्मीकरणाची प्रक्रिया तडीस नेणे हे १९८७ च्या 'एक युरोप'कायद्याचे उद्दिष्ट होते. हे या द्वारे यशस्वी करण्यात आले आहे. याशिवाय आर्थिक सेवा, विमा, दळणवळण या क्षेत्रांचे विविध सभासद देशांतील नियमन; तसेच सुरक्षाविषयक आणि तंत्रज्ञानविषयक मानके यांच्यात सुसूत्रता आणण्याचा निर्धार या संघाने तडीस नेलेला आहे. १९९२ मधील मॅस्ट्रिश करारामुळे पश्चिम युरोपच्या एकात्मिकरणाच्या प्रक्रियेने आणखी एक पाऊल पुढे पडले. यातूनच पश्चिम युरोपचा आर्थिक संघ निर्माण होण्याच्या प्रक्रियेने वेग घेतला तसेच युरोपिय देशांच्या सामाजिक धोरणांत सुसूत्रता आणण्याचाही प्रयत्न झाला. डेन्मार्क आणि फ्रान्समध्ये मोठ्या संख्येने लोकांनी या कराराविरुद्ध मतदान केले तर ब्रिटनने या करारातून बाहेर पडण्याचा हक्क राखून ठेवला. परंतु युरोपीय संघाच्या सर्वच सभासद राष्ट्रांनी मॅस्ट्रिश करारास अखेर मंजुरी दिली.

(८. ब. २) आशिया पॅसिफिक आर्थिक सहकार्य - एपेक

एपेक (आशिया पॅसिफिक आर्थिक सहकार्य) हा जगातील श्रीमंत राष्ट्रांचा व्यापारसंघ म्हणून युरोपीय आर्थिक समुदाय व नाफ्टा यांच्यानंतर ओळखला जातो. सन १९८९ साली एपेक संघटनेची स्थापना ऑस्ट्रेलियाचे तत्कालीन पंतप्रधान बॉब हॉक यांच्या प्रेरणेतून झाली होती. एपेकमध्ये अमेरिका, ऑस्ट्रेलिया, कॅनडा, जपान, दक्षिण कोरिया, न्यूझिलंड, मलेशिया, थायलंड, सिंगापूर, फिलिपाईन्स, इंडोनेशिया, ब्रुनोई, चीन, हॉगकॉग, तैवान, मेक्सिको, पपूआन्यूगिनिया आणि चिली या १८ राष्ट्रांचा समावेश होतो. एपेकच्या सदस्यांमध्ये विकसित आणि विकसनशील अशा दोन्ही प्रकारच्या राष्ट्रांचा समावेश आहे. एपेकचा प्रवास आसियान संघटनेप्रमाणेच मुक्त व्यापारक्षेत्राच्या निर्मितीच्या दिशेने होत आहे. विकसित राष्ट्रांसाठी मुक्त व्यापार आणि गुंतवणुकीची मुदत सन २०१० तर विकसनशील राष्ट्रासाठी सन २०२० ठेवण्यात आली आहे. मुक्त व्यापार आणि गुंतवणूक क्षेत्र निर्मितीचा एपेकचा हा प्रस्ताव 'मनिला कृती योजना' म्हणून ओळखला जातो; एपेकचे प्रमुख कार्यालय किंवा सचिवालय सिंगापूर येथे आहे.

सुरुवातीला १८ सदस्य असलेल्या या संघटनेने १९९८ मध्ये रशिया, व्हिएटनात व पेरू यांना याचे सभासदत्व दिल्याने या संघटनेची सभासद संख्या आता २१ झालेली आहे.

एपेकची उद्दिष्टे :

(१) या भागासाठी मुक्त व्यापाराचे धोरण स्वीकारून गुंतवणुकीला चालना देण्याचे धोरण ठरविणे.
(२) सभासद राष्ट्रांच्या व्यापारातील प्रमुख अडथळे दूर करणे.
(३) सभासद राष्ट्रांचा सर्वांगीण विकास करण्याच्या हेतूने त्यांच्यात आर्थिक व व्यापारी संबंध वाढविण्यावर भर देणे.
(४) सभासद राष्ट्रांच्या विविध क्षेत्रांतील उदा. संरक्षण, परराष्ट्रधोरण इ. राष्ट्रीय हितसंबंधाच्या पूर्ततेसाठी

सर्वांनी मिळून प्रयत्न करणे.

या संघटनेची पहिली शिखर परिषद १९९३ मध्ये अमेरिकेच्या सीटल या शहरात झाली. या पद्धतीने दुसरी परिषद १९९४ मध्ये इंडोनेशियातील बोगोर येथे, तिसरी परिषद १९९५ मध्ये जपानमधील ओसाका येथे, चौथी परिषद १९९६ मध्ये फिलीपाईन्सच्या मनिला येथे झाली आणि याच परिषदेमध्ये या भागासाठी मुक्त व्यापार व गुंतवणुकीसाठी निरनिराळे क्षेत्र निर्माण करण्यासाठी कृती योजना बनविण्यात आली. ही योजना मनिला ॲक्शन प्लॅन या नावाने ओळखला जातो. यानुसार अमेरिका व ऑस्ट्रलियासारख्या विकसित राष्ट्रांसाठी मुक्त व्यापार आणि गुंतवणुकीची मुदत सन २०१० तर चीन मेक्सिको सारख्या विकसनशील राष्ट्रासाठी सन २०२० ठेवण्यात आली आहे. या संघटनेची पाचवी परिषद १९९७ मध्ये कॅनडामधील वैकुवर येथे, नववी परिषद २००१ मध्ये चीनमधील शांघाय या ठिकाणी झाली. या परिषदेत प्रथमच आर्थिक व्यापारी मुद्द्यांबरोबर दहशतवादाच्या मुद्द्यांवर सविस्तर चर्चा करण्यात आली.

(८. ब. ३) आग्नेय आशियाई राष्ट्रांची संघटना किंवा दक्षिण-पूर्व आशियायी राष्ट्रांची संघटना किंवा आसियन :

व्हिएटनाममधील संघर्ष आणि अमेरिकेची व्हिएटनाममधील साम्राज्यवादी भूमिका, कंबोडिया, इंडोनेशिया, लाओस व ब्रम्हदेशातील संघर्षमय स्थिती यामुळे सुरुवातीला इंडोनेशिया, मलेशिया, फिलिपाईन्स, सिंगापूर आणि थायलंड या राष्ट्रांना एका क्षेत्रीय संघटनेची गरज भासू लागली. त्यातूनच दक्षिणपूर्व आशियाई राष्ट्रांची संघटना म्हणजेच 'आसियन' ची स्थापना ८ ऑगस्ट, १९६७ मध्ये बॅकॉक येथे करण्यात आली. भौगोलिकदृष्ट्या दक्षिणपूर्व आशियाई राष्ट्रांशी संलग्न असणाऱ्या राष्ट्रांनाच केवळ यामध्ये प्रवेश देण्यात आला आहे. आसियानच्या स्थापनेमागचा मुख्य उद्देश दक्षिणपूर्व आशियाई राष्ट्रांमध्ये आर्थिक सहकार्य वृद्धिंगत करणे आर्थिक सहकार्यासाठी संघटित प्रयत्न करणे हा आहे. कालांतराने आशियानची सदस्यसंख्या दहावर जाऊन पोहोचली असून त्यात ब्रुनेई, व्हिएटनाम, कंबोडिया, लाओस या देशांचा १९९९ मध्ये समावेश झालेला आपणास दिसतो. आर्थिक सहकार्याबरोबरच विभागीय संरक्षणाच्या मुद्यावर चर्चा करण्यासाठी आसियानच्या अंतर्गत आसियान रिजनल फोरम नावाचे व्यासपीठ तयार करण्यात आले आहे. या फोरमची सदस्यसंख्या १८ असून भारतदेखील या फोरमचा सदस्य आहे. १९९२ मध्ये संघटनेच्या सदस्य राष्ट्रांनी आसियान मुक्त व्यापारक्षेत्र सुरू केले. दक्षिणपूर्व आशियाई राष्ट्रांच्या आर्थिक आणि औद्योगिक विकासात आसियान संघटनेचा वाटा महत्त्वाचा आहे. या राष्ट्राच्या आर्थिक विकासाचा दर ७ ते ८ टक्के एवढा असून ते आशियाई वाघ म्हणून ओळखले जातात.

(अ) आसियानची संघटनात्मक रचना किंवा स्वरूप :

आसियनच्या स्थापनेच्या वेळी या संघटनेचे थायलंड, मलेशिया, सिंगापूर, फिलीपाईन्स आणि इंडोनेशिया हे मूळ सदस्य राष्ट्रे होती. नंतर १९८४ मध्ये ब्रुनेई, १९९५ मध्ये व्हिएटनाम, १९९७ मध्ये लाओस आणि म्यानमार तर १९९९ मध्ये कंबोडिया हे राष्ट्र या संघटनेचे सभासद बनले. सध्या आसियनची सदस्यसंख्या १० आहे. आज दक्षिणपूर्व आशियातील राष्ट्रे 'आसियन टायगर्स' म्हणून ओळखली जातात. १९९० च्या दशकातील काही दक्षिणपूर्व आशियाई राष्ट्रांच्या आर्थिक विकासाचा दर हा पाश्चिमात्य विकसित राष्ट्रांपेक्षा अधिक होता.

आसियन या संघटनेचे चार प्रमुख घटक आहेत-

(१) मंत्री परिषद किंवा सभा : मंत्री सभा ही सर्वात महत्त्वाची असून त्यात सभासद राष्ट्रांचे परराष्ट्र व्यवहार मंत्री आणि त्याचे राजदूत वार्षिक सभेत व अन्य बैठकीच्या वेळी एकत्र येतात. विभागीय

हितसंबंधाच्या दृष्टीने महत्त्वाच्या प्रश्नांवर निर्णय घेण्याचे कार्य मंत्री परिषदेतून होते, मंत्री परिषदेच्या नियमित बैठका होतात.

(२) कार्यकारी समिती : कार्यकारी समितीची बैठक आवश्यकतेनुसार घेण्यात येते. कार्यकारी समितीचे मुख्य कार्य आसियनच्या अधिवेशनाची तयारी करणे अधिवेशनात चर्चेसाठी विषय ठरविणे हे आहे. या समितीमध्ये ज्या सदस्य राष्ट्रांमध्ये अधिवेशन होणार आहे; त्या राष्ट्रांचा परराष्ट्रमंत्री आणि इतर सदस्य राष्ट्रांचा समावेश होतो.

(३) सचिवालय : आसियनचे प्रशासकीय कार्य सचिवालयामार्फत पार पाडले जाते. १९७६ मध्ये एका सचिवालयाची स्थापना करण्यात आली. सचिवालयाची प्रमुख कचेरी जकाती येथे आहे. सचिवालय प्रशासकीय कामकाज करीत असते. सचिवालयाचा जो प्रमुख सचिव असतो त्याची नेमणूक पाच वर्षांसाठी केली जाते.

(४) स्थायी व अस्थायी समित्या : आर्थिक आणि व्यापारी सहकार्याच्या विविध पैलूवर चर्चा करण्यासाठी आसियन अंतर्गत विषयावर स्थायी व अस्थायी समित्या निर्माण करण्यात आल्या आहेत. सध्या या संघटनेमध्ये नऊ स्थायी व आठ अस्थायी समित्या आहेत. त्यांचेकडे विशेष परंतु ठराविक कामे सोपविली जातात.

(ब) उद्दिष्टे :

संघटनेची प्रमुख उद्दिष्ट्ये पुढीलप्रमाणे आहेत-

आसियन हे वरील समुद्रतटीय गैरराजकीय व गैरसैनिकीय असे आर्थिक संघटन आहे. हे संघटन स्थापन करण्यामागचा प्रमुख उद्देश म्हणजे दक्षिणपूर्व आशियाई राष्ट्रांमध्ये आर्थिक सहकार्य वृद्धिंगत करणे,सदस्य राष्ट्रांमधील साधनसंपत्तीचा संयुक्तिक किंवा सामुहिक वापर करणे हा होता. या शिवाय ह्या संघटनेची प्रमुख उद्दिष्ट्ये पुढीलप्रमाणे आहेत-

(१) या प्रदेशामधील राष्ट्रांनी आर्थिक, सामाजिक आणि सांस्कृतिक प्रगती घडवून आणणे.
(२) या सभासद राष्ट्रांमध्ये सुरक्षितता आणि शांततेची व्यवस्था करणे.
(३) सभासद राष्ट्रांच्या विभिन्न हितसंबंधांमध्ये वाढ करणे व परस्परांतील सहकार्य वाढविणे.
(४) सभासद राष्ट्रातील नागरिकांमध्ये स्थिरता व संशोधनास प्रोत्साहन देणे व मदत करणे.
(५) परस्परांत कृषी, उद्योग व व्यापारवृद्धीचा प्रयत्न करणे.
(६) अन्य आंतरराष्ट्रीय आणि क्षेत्रीय संघटनांशी सहकार्य वाढविणे.
(७) आर्थिक आणि वित्तीय क्षेत्रांतील एकात्मीकरण घडवून आणणे.
(८) आसियन देशांना जोडणारी वाहतूक व्यवस्था सुरळीत करणे.
(९) हवाई वाहतुकीचे एकात्मीकरण घडवून आणणे.
(१०) आसियन देशांचे ऊर्जानेटवर्क कार्यान्वित करणे;

ही आसियनची भविष्यातील काही उद्दिष्टे आहेत.

(क) कार्ये :

दक्षिणपूर्व आशियाई राष्ट्रांमधील व्यापारी, आर्थिक, सामाजिक आणि संरक्षणक्षेत्रातील सहकार्यांमध्ये आसियनची भूमिका महत्त्वाची आहे. आज जगातील सर्वात शक्तिशाली व्यापार संघापैकी आसियन हा एक असून त्यामध्ये प्रवेशासाठी अनेक राष्ट्रे उत्सुक आहेत. आर्थिक सहकार्याबरोबरच विभागीय संरक्षणावर चर्चा करण्यासाठी आसियन अंतर्गतच 'आसियन रीजनल फोरम' नावाचे एक व्यासपीठ तयार करण्यात आले

आहे. या फोरमची सदस्यसंख्या १८ असून भारतदेखील या फोरमचा सदस्य आहे. आसियनशी सहकार्य वाढविण्यासाठी भारताने सन १९९१ मध्ये 'लूकइस्ट' नावाचे धोरण स्वीकारले. या धोरणात तीन गोष्टींना प्राधान्य देण्यात आले.

(१) आसियनच्या सदस्य राष्ट्रांबरोबर राजकीय संबंध सुधारणे.

(२) आसियनच्या सदस्य राष्ट्रांबरोबर विज्ञान, तंत्रज्ञान, गुंतवणूक पर्यटन अशा क्षेत्रांमध्ये सहकार्य वाढविणे.

(३) आसियनच्या सदस्य राष्ट्रांबरोबर संरक्षणसंबंध प्रस्थापित करणे.

१९९५ मध्ये आसियनमध्ये भारताला विभागीय सहकार्याचा दर्जा देण्यात आला.

या संघटनेने अत्यंत थोड्याकाळात नेत्रदीपक प्रगती केली आहे. इतर क्षेत्रीय संघटनांना या संधीपासून प्रेरणा मिळाली आहे. या संघटनेतील राष्ट्रांनीदेखील पूर्व आशिया कॉमन मार्केटची कल्पना मांडली आहे. संघटनेच्या नोव्हेंबर, १९९९ मध्ये मनिला येथे झालेल्या परिषदेत चीन व जपानचे पंतप्रधान तसेच दक्षिण कोरियाचे अध्यक्ष उपस्थित होते. या सभेत पूर्व आशियाच्या आर्थिक व सुरक्षिततेच्या दृष्टीने विचार मांडण्यात आला. इ. स. २०१० ते २०१५ पर्यंत जकातकर पूर्णपणे उठविण्याचा विचार झाला; त्याचप्रमाणे चाचेगिरीवर, दहशतवादी कारवायावर नियंत्रण ठेवण्याचा निर्णय घेण्यात आला. यापूर्वी १९९७ च्या परिषदेत आर्थिक संकट दूर करण्यासाठी आंतरराष्ट्रीय नाणे निधीला मदतीची विनंती करण्यात आली. १९९८ च्या सिंगापूर येथील अधिवेशनात अर्थमंत्र्यांना परस्परांशी व्यापार करताना क्षेत्रीय चलनाच्या माध्यमातून व्यवहार करण्याचा विचार झाला. परंतु या ठरावाला संमत करण्यात फारसे यश मिळाले नाही. आसियन मुक्त व्यापार क्षेत्र निर्माण करणे हे आता आसियनचे पुढचे उद्दिष्ट आहे.

याशिवाय आसियन करार १९६७ मध्ये करण्यात आला. त्याच्या अंतर्गत राहून शांतता, स्वातंत्र्य आणि तटस्थतेच्या क्षेत्रांचा जाहीरनामा १९७१ मध्ये करण्यात आला. आसियनचा दक्षिण चीन समुद्रविषयक जाहीरनामा १९९२ मध्ये करण्यात आला. आग्नेय आशिया अण्वस्त्रविरहित क्षेत्राचा करार १९९७ मध्ये तर आसियन व्हिजन २०२० हे आसियन देशांचे काही महत्त्वाचे करार आहेत. क्षेत्रीय सुरक्षेच्या दृष्टिकोनातून १९९४ मध्ये आसियन क्षेत्रीय व्यासपीठाची स्थापना करण्यात आली. यामध्ये आसियनच्या दहा सभासदाव्यतिरिक्त ऑस्ट्रेलिया, कॅनडा, चीन, युरोपीय संघ, भारत, जपान, उत्तर व दक्षिण कोरिया, मंगोलिया, न्यूझीलंड, पाकिस्तान, पापुआन्यूगिनी, रशिया आणि अमेरिका यांचा समावेश आहे.

आसियनच्या व्यासपीठावर क्षेत्रीय सुरक्षेशी संबंधित विषयांवर चर्चा आणि वाटाघाटी होतात. १९९२ पासून आसियन मुक्त व्यापार क्षेत्राची वाटचाल सुरू झाली. आर्थिक आणि वित्तीय क्षेत्रांतील एकात्मीकरण आसियन देशांना जोडणारी वाहतूक व्यवस्था, हवाई वाहतुकीचे एकात्मीकरण, आसियन देशांचे ऊर्जा-नेटवर्क; ही आसियनची भविष्यातील काही उद्दिष्टे आहेत.

(८. ब. ४) तेल निर्यात देशांची संघटना-ओपेक

१९६० मध्ये खनिज तेल निर्यात करणाऱ्या देशांनी इराकची राजधानी बगदाद येथे एक संघटना स्थापन केली तिलाच 'ओपेक' असे म्हणतात. या संघटनेमध्ये इराण, इराक, कुवेत, सौदी अरेबिया व व्हेनेझुएला ही संस्थापक सदस्य राष्ट्रे होती. नंतरच्या कालावधीत यामध्ये आल्जेरिया, इक्वेडोर, इंडोनेशिया, गबन, लिबिया, नायजेरिया, संयुक्त अरब अमिरती व कतार ही राष्ट्रे सामील झाली. त्यानंतर असे ठरले की, एका ठराविक प्रमाणात पेट्रोल निर्यात करणाऱ्या कोणत्याही राष्ट्राला ओपेकचे सभासदत्व दिले जाईल त्याचवेळी संस्थापक सदस्यांच्या धोरणाशी त्याचे धोरण जुळणारे असावे अशा प्रकारची ओपेकची प्रमुख

अट होती. एकंदरीत ओपेकमध्ये अरब राष्ट्रांचे प्राबल्य असलेले आपणास दिसून येते.

ओपेकची उद्दिष्टये :

(१) खनिज तेलाचे उत्पादन नियंत्रित करून जागतिक बाजारपेठेत तेलाच्या किमती स्थिर ठेवणे.

(२) सभासद राष्ट्रांचे हितसंबंध सुरक्षित ठेवण्यासाठी यामध्ये सतत विचार-विनिमय करणे.

(३) तेलाच्या किमती जशाच्यातशा ठेवण्यासाठी उत्पादन नियंत्रणात ठेवणे.

(४) ग्राहकाला वेळेवर तेलपुरवठा करणे व लगेच सभासदांना त्यांचा हिस्सा देणे.

(५) पेट्रोलच्या किमतीत अकारण वाढ होणार नाही हे पाहणे.

(६) तेल उत्पादन कंपन्याबरोबर विचार विनिमय केल्याशिवाय तेलाच्या किमतीत बदल करू नये.

ओपेक देशांनी १९७३ मध्ये प्रथम ७० टक्के व नंतर १३० टक्के दरवाढ केली. १९७३ मध्ये त्यांनी तेलाच्या प्रत्येक गॅलनची किंमत तीन डॉलर्स वरून ती ११. ६५ डॉलर्स इतकी वाढविली. १९७३ च्या 'योम किप्पूर' युद्धात युरोपीय देश व अमेरिकेने इस्त्रायलला पाठिंबा दिल्याने ओपेक देशांनी हा निर्णय घेतला. परंतु, याचा आर्थिक फटका तिसऱ्या जगातील विकसनशील देशांना बसला व श्रीमंत देश देखील या कारवाईने हादरून गेले. ओपेक देश श्रीमंत असून उद्योगधंदा तंत्रविद्येत मागासलेले आहेत. परंतु,त्यांच्याकडे तेलाचे प्रचंड साठे असल्याने त्यांचा ते अमोघ शस्त्र म्हणून उपयोग उपयोग करू शकतात. युद्ध व शांततेच्या काळातही अत्यंत महत्त्वाचा ठरलेल्या तेलासारखा पदार्थ अत्यंत कमी किमतीला विकला जातो असे ओपेक देशांचे म्हणणे होते. तेल निर्यात करून त्यांना आवश्यक असलेल्या सर्व जीवनावश्यक वस्तू त्यांच्याकडे आयात केल्या जातात. जीवनावश्यक वस्तूंच्या किमतीत प्रचंड वाढ झाल्याने ओपेक देशांना तेलाची किंमत वाढवावी लागली. ओपेक देशांना आर्थिक विकासाकरिता पैसा आवश्यक आहे व तो मिळविण्याचा सोपा मार्ग म्हणजे तेलाची निर्यात. तेलाची निर्यात करून युरोपीय देशात व अमेरिकेत ओपेक देशांना अद्ययावत शस्त्रास्त्रे खरेदी करता येतात. बहुतेक ओपेक देशांना दरवाढीमुळे प्रचंड परकीय चलन प्राप्त झाले. त्यानंतर अनेक विकसनशील देशात ओपेक देशांनी प्रतिवर्षी १०० अब्ज डॉलर्सपेक्षा जास्त गुंतवणूक १९८० नंतर केली. अनेक ओपेक देशांनी गरीब देशांना मदत म्हणून आपल्या राष्ट्रीय उत्पन्नाच्या ३ ते १० टक्के उत्पन्न काही काळ वाटलेले आहे व अल्पदराने भांडवल गुंतवणूक, कृषी व्यवसाय व उद्योगधंद्यात केली आहे. आपल्या देशातील तेल एक दिवस संपणार आहे, ही जाणीव या देशांना आहे व त्या दृष्टीने त्यांची तयारी सुरू आहे.

(८. ब. ५) आफ्रिकी संघ किंवा आफ्रिकी आर्थिक समदाय

आफ्रिकी खंडातील जी राष्ट्रे परकीयांच्या गुलामगिरीतून मुक्त झाली,अशा एकूण ५१ राष्ट्रांनी एकत्र येऊन १९६३ मध्ये आफ्रिकी राष्ट्रांचा एकसंघ तयार केला. त्याचेच रूपांतर २००२ मध्ये डरबन या ठिकाणी आफ्रिकी संघ म्हणून उदयास आला. आज यामध्ये ५३ सभासद आहेत. नवीन आफ्रिकी संघाचे संघटन युरोपीय संघाच्या धर्तीवर आधारलेले आहे.

उद्दिष्टे :

(१) नवीनच स्वतंत्र झालेल्या आफ्रिकन राष्ट्रांमध्ये ऐक्य भावना वाढीस लावण्याच्या दृष्टीने प्रयत्न करणे.

(२) स्वतंत्र झालेली ही आफ्रिकन राष्ट्रे गरीब व आर्थिक दृष्टीने कमकुवत आहेत म्हणून येथील

जनतेला चांगले जीवनमान लाभण्यासाठी सर्वांगीण प्रयत्न करणे.

(३) नवीनच स्वतंत्र झालेल्या आफ्रिकन राष्ट्रांचे स्वातंत्र्य व सार्वभौमत्वाचे सर्वांनी मिळून संरक्षण करणे.

(४) आफ्रिकी खंडातून सर्व प्रकारचा साम्राज्यवाद व वसाहतवाद नष्ट करणे.

(५) संयुक्त राष्ट्रसंघावर या सर्व राष्ट्रांचा विश्वास असून त्यांच्या अंतर्गत राहून आंतरराष्ट्रीय सहकार्य वाढीस लावण्यासाठी प्रयत्न करणे.

(६) या संघाच्या माध्यमातून परस्पर आर्थिक विकास व सहकार्याची जाणीव निर्माण करून देणे.

या भागात मोठ्या प्रमाणात कच्च्या मालाच्या स्वरूपात नैसर्गिक साधनसंपत्ती विपुल प्रमाणात आहे. तिच्या बदल्यात विकसित राष्ट्रांनी या प्रदेशाचा आर्थिक विकास साध्य करण्यासाठी पुढे आले पाहिजे अशा स्वरूपाची या संघाची मागणी आहे. त्याचबरोबर या संघाने आफ्रिकी देशांनाही विनती केली आहे की,आपापसातील संघर्षाऐवजी शांतता व सहकार्यानुसार आर्थिक विकास करण्यावर भर द्यावा.

संघटना :

(१) लिबियाची राजधानी त्रिपोली येथे यांची संसद असेल, त्यामध्ये सर्व सभासद राष्ट्रांचे प्रतिनिधी कार्यरत असतील.

(२) या संघाने सभासद राष्ट्रांमध्ये निर्माण झालेला अंतर्गत विवाद सोडविण्यासाठी शांतिसेना स्थापन करण्यावर भर दिला.

(३) आपसातील चलनाचा प्रश्न सोडविण्यासाठी या संघाने आपली एक बँक निर्माण करण्यावर भर दिला.

(४) सभासद राष्ट्रातील संघर्ष मिटविण्यासाठी या संघाने एक न्यायालय निर्माण करण्यावर भर दिला.

(८. ब. ६) दक्षिण आशिया प्रादेशिक सहकार्य संघ किंवा संघटन किंवा सार्क

भारतीय उपखंडालाच अलीकडच्या काळात 'दक्षिण आशिया' असे म्हणतात. दक्षिण आशियात भारत, पाकिस्तान, नेपाळ, भूतान, बांगला देश, श्रीलंका, मालदीव या सात राष्ट्रांचा समावेश होतो. या सात राष्ट्रापैकी भारत हे धर्मनिरपेक्ष राष्ट्र आहे, पाकिस्तान, बांगला देश व मालदीव ही मुस्लिमधर्मीय राष्ट्रे आहेत. श्रीलंका व भूतान ही बौद्धधर्मिक राष्ट्रे आहेत. तर नेपाळ हे हिंदू राष्ट्र आहे. अशा वेगवेगळया धर्माची राष्ट्रे असूनही त्यांनी एकत्र येऊन दक्षिण आशियाच्या सर्वांगीण विकासासाठी १९८५ मध्ये 'सार्क' या क्षेत्रीय संघटनेची स्थापना केली. अलीकडच्या काळात सार्क संघटनेत अफगाणिस्तान हे आठवे सभासद म्हणून सामील झालेले आहे.

सार्कची मूळ कल्पना व स्थापना :

दक्षिण आशियाचा सर्वांगीण विकास व्हावा, त्यासाठी या भागात एखादे क्षेत्रीय संघटन असावे याची जाणीव तत्कालीन बांगला देश अध्यक्ष झिया-उर-रहेमान यांना झाली. त्या दृष्टीने त्यांनी एक प्रस्ताव तयार केला व तो प्रस्ताव त्यांनी दक्षिण आशियातील राष्ट्रांना विचारासाठी पाठवून दिला, या प्रस्तावामध्ये (१) दक्षिण आशियामध्ये नाटो किंवा वार्सा या सारखे एखादे संघटन असावे आणि (२) दक्षिण आशियाच्या सर्वांगीण विकासासाठी या क्षेत्रातील सर्वांनी एकमेकांना सहकार्याच्या भावनेतून मदत करावी. सहकार्याची क्षेत्रे म्हणून दळणवळण, आर्थिक आणि औद्योगिक विकास, पर्यटन इत्यादी मुद्यांचा त्यामध्ये

समावेश करण्यात आला होता. या प्रस्तावाबरोबरच त्यांनी स्वत : यासाठी दक्षिण आशियातील राष्ट्रांना भेटी दिल्या. त्यानंतर परिपत्रकाद्वारे त्यांनी आपले प्रतिनिधी दक्षिण आशियातील राष्ट्रात पाठवून दक्षिण आशियात एखादे संघटन स्थापन करण्याचे आवाहन केले. एवढेच नाही तर या राष्ट्रांनी यासाठी एकत्र येऊन शिखर परिषद घ्यावी असाही त्यांनी प्रयत्न केलेला दिसून येतो.

या प्रस्तावावर विचारविनिमय करण्यासाठी सुरुवातीला सातही राष्ट्रांच्या (अफगाणिस्तान सोडून कारण २००६ नंतर अफगाणिस्तानचा समावेश या संघटनेत केलेला आहे.) परराष्ट्रीय मंत्र्यांच्या सचिवाची २१ ते २३ एप्रिल १९८१ मध्ये कोलंबो येथे बैठक झाली. या बैठकीत दक्षिण आशियाच्या सहकार्यासाठी एक आराखडा बनविण्यात आला. त्यामध्ये शेती, ग्रामीण विकास, आरोग्य व लोकसंख्या इत्यादी सहकार्याची क्षेत्रे प्रामुख्याने ठरविण्यात आली. शिवाय या प्रत्येक क्षेत्राचा सखोल अभ्यास करण्यासाठी तज्ज्ञ लोकांची एक समिती नियुक्त करण्यात आली. नोव्हेंबर १९८१, ऑगस्ट १९८२, मार्च १९८३ आणि जुलै १९८३ मध्ये ठिकठिकाणी दक्षिण आशियातील परराष्ट्रीय मंत्र्यांच्या सचिवांच्या बैठका झाल्या. त्यामध्ये परस्परांशी सहकार्य करण्याची अनेक क्षेत्रे निश्चित करण्यात आली. त्या क्षेत्रांच्या विकासासाठी कार्ययोजना आखण्यात आल्या. त्यानंतर सातही राष्ट्रांचे परराष्ट्रीय मंत्री नवी दिल्ली येथे १ व २ ऑगस्ट १९८३ रोजी एकत्र आले. या बैठकीत त्यांनी आतापर्यंत झालेल्या सर्व सचिवांच्या बैठकीचा आढावा घेऊन दक्षिण आशियाच्या सहकार्यासाठी दक्षिण आशियाई क्षेत्रीय सहकार्याचे संघटन स्थापन करण्याची औपचारिक घोषणा केली. भूतानची राजधानी थिम्पू येथे १९८५ मध्ये झालेल्या परराष्ट्रीय मंत्र्यांच्या बैठकीत दक्षिण आशियाई सहकार्याच्या प्रयत्नांना संघटनात्मक स्वरूप देण्याचे ठरले.

दक्षिण आशियातील भारत,पाकिस्तान, नेपाळ, भूतान, बांगलादेश, श्रीलंका व मालदीव या सात राष्ट्राचे प्रमुख बांगला देशाची राजधानी ढाका येथे ७-८ डिसेंबर, १९८५ रोजी एकत्र आले. या ठिकाणी या सात राष्ट्रांनी परस्पर सहकार्य करण्याच्या आवश्यकतेवर भर देऊन दक्षिण आशियाई क्षेत्रीय सहकार्य संघटन अर्थात सार्क अधिकृत स्थापन केले. या दोन दिवसांत या सात राष्ट्रांच्या प्रमुखांनी या प्रदेशातील दारिद्र्य, निरक्षरता, कुपोषण, रोगराई यासारख्या अनेक प्रश्नांवर सविस्तर चर्चा केली. एवढेच नाही तर सार्क संघटनेची उद्दिष्टे या संमेलनामध्ये निश्चित करण्यात आली. तसेच सार्कची मूलभूत तत्त्वेही ठरविण्यात आली. हे सर्व हाताळण्यासाठी एक घटना बनविण्यात आली. त्या घटनेनुसार सार्कच्या शिखर परिषदा कधी घ्याव्यात,सार्कच्या यशस्वी कार्यासाठी मंत्रीपरिषद, स्थाई समिती, तांत्रिक समिती, कार्यकारी समिती, वित्तीय समिती, सचिवालय इत्यादींची निर्मिती करण्यात आली.

सार्कची उद्दिष्टे :

क्षेत्रीय सहकार्याचे अंतिम उद्दिष्ट हे 'सार्क' देशांचे आर्थिक,सामाजिक व सांस्कृतिक विकासाचा वेग वाढवून सामाजिक न्याय व या भागातील लोकांचे कल्याण साधणे हे आहे. या व्यतिरिक्त सार्क संघटनेची काही उद्दिष्टे खालीलप्रमाणे-

(१) दक्षिण आशियान जनतेच्या कल्याणात व जीवनमानात सुधारणा करणे.

(२) आर्थिक,सामाजिक आणि सांस्कृतिक विकास साधणे; सर्व व्यक्तींना विकासाच्या संधी उपलब्ध करून देणे.

(३) दक्षिण आशियाई राष्ट्रांची सामूहिक आत्मनिर्भरता बळकट करणे.

(४) दक्षिण आशियाई राष्ट्रांमध्ये परस्परांच्या समस्या आणि प्रश्नांविषयी सहानुभूती विश्वास निर्माण करणे.

(५) सदस्य राष्ट्रांमध्ये आर्थिक, सामाजिक, सांस्कृतिक आदी क्षेत्रांमध्ये सहकार्य वाढविणे

(६) इतर विकसनशील राष्ट्रांबरोबर दक्षिण आशियाई राष्ट्रांचे सहकार्य आणि मैत्रीचे संबंध प्रस्थापित करणे.

(७) दक्षिण आशियाई राष्ट्रांमध्ये सामूहिक हितसंबंधाच्या विषयावर सहमती प्रस्थापित करणे.

(८) इतर विभागीय व्यापारसंघ आणि आंतरराष्ट्रीय संघटनांबरोबर सहकार्य वाढविणे.

सार्कची तत्त्वे :

दक्षिण आशियातील सर्वच राष्ट्रांनी दक्षिण आशियाच्या विकासासाठी, सहकार्यासाठी आधारभूत ठरतील अशी सार्कची खालील तत्त्वे मांडून स्वीकारली.

(१) सदस्य राष्ट्रे परस्परांच्या सार्वभौमत्वाच्या आणि भौगोलिक एकात्मतेचा आदर करतील.

(२) परस्परांच्या अंतर्गत कारभारात हस्तक्षेप केला जाणार नाही.

(३) परस्परांचे हित व फायद्यासाठी प्रयत्न केले जातील.

(४) सदस्य राष्ट्रांमध्ये सार्वभौम समानता असेल.

(५) सार्कच्या व्यासपीठावरून जे करार केले जातील, ते सार्कच्या सदस्य राष्ट्रांनी द्विपक्ष पातळीवर अथवा बहुपक्ष पातळीवर इतर राष्ट्रांसमवेत जे करार केलेले असतील त्यांच्याशी विसंगत नसतील.

(६) सार्कच्या व्यासपीठावर झालेले करार सदस्य राष्ट्रांनी इतर राष्ट्रांबरोबर केलेल्या करारांची जागा घेणार नाहीत.

सार्कपुढील समस्या किंवा अडथळे :

१९८५ मध्ये सार्क संघटनेची स्थापना दक्षिण आशियाच्या आर्थिक विकासासाठी करण्यात आली. अल्पावधीतच या संघटनेपुढे अनेक समस्या प्रस्थापित झालेल्या आपणास दिसून येतात. त्यामधील काही खालीलप्रमाणे -

(१) वैचारिक भिन्नता : सार्क संघटनेतील सर्वच राष्ट्रे भिन्न विचारधारेची आहेत. साहजिकच भिन्न विचारधारा एकत्र येऊन यशस्वीरीत्या कार्य करूच शकत नाहीत. त्यामध्ये नेपाळ हे हिंदू राष्ट्र, भूतान व श्रीलंका ही बौद्धधर्मीय, पाकिस्तान, बांगला देश, मालदीव व अलीकडेच सार्कमध्ये सामील झालेले अफगाणिस्तान ही मुस्लिम-धर्मीय; तर भारत हे धर्मनिरपेक्ष राष्ट्र आहे. त्यामुळेच या संघटनेतील राष्ट्रांमध्ये वैचारिक भिन्नता आढळून येते.

(२) सहकार्याचा अभाव : सार्क संघटनेची स्थापना केल्यानंतर सार्क संघटनेतील सर्व राष्ट्रे एकमेकांना स्थानिक व आंतरराष्ट्रीय पातळीवर सहकार्य करतील असे ठरले होते, परंतु दक्षिण आशियातील प्रश्नाबाबत तर सोडाच पण आंतरराष्ट्रीय पातळीवरही ही राष्ट्रे एकमेकांना सहकार्य करताना दिसत नाहीत. उलट परस्पर विरोधी मतदान करताना दिसून येतात.

(३) दहशतवाद : दक्षिण आशियातील सर्वच राष्ट्रात आज कमीजास्त प्रमाणात दहशतवादाचे स्वरूप पहावयास मिळते. तसेच दक्षिण आशियातीलच राष्ट्रे एकमेकांच्या प्रदेशातील दहशतवादाला खतपाणी घालण्याचे काम करताना दिसतात. उदा. भारतात दहशतवाद निर्माण करण्याचे काम पाकिस्तान व बांगला देश करतात; तर श्रीलंकेमध्ये भारताकडून कार्यवाही होताना दिसते. दहशतवादामुळे संबंधित राष्ट्राची सुरक्षितता धोक्यात तर येतेच त्याचबरोबर दक्षिण आशियाच्या विकासाला खिळ बसून दक्षिण आशियाची सुरक्षितता धोक्यात येताना दिसते.

(४) महासत्तेची भूमिका : इंग्रजांची सत्ता बऱ्याच काळपर्यंत दक्षिण आशियावर होती. इंग्रज येथून

निघून गेल्यानंतर दक्षिण आशियात एक प्रकारची सत्तेची पोकळी निर्माण झाली. ही पोकळी भरून काढण्यासाठी व दक्षिण आशियातील राष्ट्रांना आपल्या बाजूला वळविण्यासाठी महासत्तांनी प्रयत्न सुरू केले. हेच प्रयत्न सार्क संघटनेच्या स्थापनेनंतरही चालू असलेले दिसतात. त्यामुळेच दक्षिण आशियातील राष्ट्रांमध्ये सहकार्य होताना दिसत नाही.

(५) हस्तक्षेप : दक्षिण आशियातील कोणत्याही राष्ट्रांनी एकमेकांच्या प्रदेशात हस्तक्षेप करू नये या हेतूनेच 'सार्क संघटनेची' स्थापना केली. परंतु, दक्षिण आशियातील प्रत्येक राष्ट्र दुसऱ्या राष्ट्राच्या अंतर्गत कारभारात कोणत्या ना कोणत्या प्रकारचा हस्तक्षेप करताना दिसून येतात.

(६) अविश्वास : सार्क संघटनेतील सर्वच राष्ट्रे भिन्न विचारधारेची, भिन्न संस्कृतीची असल्यामुळे त्यांच्यात एकी तर होणार नव्हतीच, असे असूनही त्यांनी एकत्र येऊन सार्क संघटनेची स्थापना केली. या संघटनेतील भारत हे सर्वच बाबतीत इतरांपेक्षा मोठे राष्ट्र असल्यामुळे त्यांच्याकडे इतर राष्ट्रे संशयाने पाहताना दिसतात; म्हणजेच सार्क संघटनेमध्ये अविश्वासाचे वातावरण असलेले दिसून येते.

(७) सुरक्षितता : दक्षिण आशियाची सुरक्षितता अबाधित ठेवण्याच्या हेतूने दक्षिण आशियातील राष्ट्रांनी एकत्र येऊन सार्क संघटन स्थापन केले. परंतु, दक्षिण आशियातील राष्ट्रे परकीयांची मदत घेऊन दक्षिण आशियाची सुरक्षितता धोक्यात आणताना दिसून येतात. अलीकडच्या काळात चीन-पाकिस्तान व बांगलादेश युती होऊ पाहतेय. तसे झाल्यास दक्षिण आशियाची सुरक्षितता धोक्यात येण्यास मदत होईल. त्याचप्रमाणे अमेरिकेने पाकिस्तानला नाटोबाहेरील खास मित्रराष्ट्रांचा दर्जा दिल्यामुळे भारताची पर्यायाने दक्षिण आशियाची सुरक्षितता धोक्यात येणार आहे. त्याशिवाय १९९८ मध्ये भारत-पाकिस्तान यांनी आण्विक चाचण्या घेतल्यामुळे दक्षिण आशियात अण्वस्त्रस्पर्धा सुरू झाली. त्यांचाही परिणाम दक्षिण आशियाच्या सुरक्षिततेवर झालेला दिसून येतो.

(८) व्यापार : दक्षिण आशियात मोठ्या प्रमाणात गरिबी आहे. आर्थिक मागासलेपणा आहे तो दूर करण्यासाठीच सार्क संघटन स्थापन करण्यात आले. पण, सार्क संघटनेतील राष्ट्रे आपापसातील व्यापार वाढविण्याकडे लक्ष देताना दिसत नाहीत. पर्यायाने त्यांचा आर्थिक विकास घडून येत नाही. उदा. भारताची साखर दक्षिण आशियातील राष्ट्रात जाण्याऐवजी ती इतरत्र जाताना दिसते. भारतात लोखंड मुबलक प्रमाणात आहे, पण बांगलादेश, ऑस्ट्रेलियाकडून लोखंड आयात करताना दिसतो.

सार्कचे यश :

सार्कच्या स्थापनेला २००९ मध्ये २४ वर्षे होत आलेली आहेत. या कालावधीतील सार्कच्या प्रगतीचे यशापयश तपासल्यात आपणास असे जाणवते की, सार्क संघटनेतील सदस्य राष्ट्रांनी आपापसातील मतभेद दूर करून, परस्परातील संशय दूर करून, समानतेच्या तत्त्वावर एकत्र येऊन कार्य केल्यास सार्क संघटन निश्चित यशस्वी होईल. त्यासाठी सार्क संघटनेतील सभासद राष्ट्रांनी सार्कच्या तत्त्वांचे पालन केलेच पाहिजे. तरच सार्क संघटन भविष्यात उज्ज्वल बनण्यास मदत होईल. म्हणजेच सार्कच्या मार्गात अनेक अडथळे आहेत, असे असले तरी दक्षिण आशियाई राष्ट्रांमध्ये विविध क्षेत्रांत सहकार्य वाढविण्यास सार्कमुळे चालना मिळाली आहे. सार्कने दक्षिण आशियाई राष्ट्रांमधील समान हितसंबंधाच्या अनेक विषयांवर सदस्य राष्ट्रांमध्ये सहमती निर्माण करण्याचा प्रयत्न केला. सार्कमुळे केवळ विभागीय सहकार्यालाच प्रोत्साहन मिळाले नाही तर दक्षिण आशियातील अनेक वादग्रस्त प्रश्न सोडविण्यासाठी पोषक परिस्थिती निर्माण झाली. या संघटनेचा सर्वांत मोठा फायदा म्हणजे आर्थिक मुद्द्यांना राजकीय संघर्षापासून वेगळे करण्याची मानसिकता सार्कने सदस्य राष्ट्रांमध्ये विकसित केली. राजकीय संघर्षामुळे आर्थिक किंवा व्यापारी सहकार्याच्या

मार्गात अडथळा निर्माण व्हायला नको,अशी भूमिका पाकिस्तानचा अपवाद वगळता इतर सर्व सदस्य राष्ट्रांची आहे. सार्कच्या सदस्य राष्ट्रांना भेडसावणाऱ्या समान प्रश्नांमध्ये गरिबी, बेकारी, लोकसंख्या, महागाई, पर्यावरणाचे प्रदूषण, निम्न जीवनस्तर महिला आणि लहान मुलांच्या मानवाधिकारांचे उल्लंघन आदी समस्यांचा प्रमामुख्याने समावेश होतो. सार्कच्या व्यासपीठावरून या समस्यांवर व्यापक चर्चा झाली, आणि त्या सोडविण्यासाठी कृतियोजना बनविण्यात आली. या कृती योजनेची अंमलबजावणी सदस्यराष्ट्रांमधील राजकीय इच्छाशक्तीच्या अभावामुळे जरी पूर्णपणे होऊ शकली नाही,तरी अशा समस्यांवर सामूहीक सहमती निर्माण करण्यात सार्कला यश प्राप्त झाले आहे. सार्कमुळे भारत आणि पाकिस्तान या दोन्ही राष्ट्रांना इतर सदस्यराष्ट्रांबरोबर संबंध सुधारण्याची संधी प्राप्त झाली तसेच दक्षिण आशियाई राष्ट्रांमधील भारताविषयीची अकारण भीती सार्कमुळे बऱ्याच प्रमाणात कमी झाली. सार्कच्या अंतर्गत भारताने छोट्या दक्षिण आशियाई राष्ट्रांना अनेक व्यापारी सवलती दिल्या. त्याचबरोबर उपविभागीय सहकार्याच्या तत्त्वांतर्गत भारताने नेपाळ, भूतान, श्रीलंका, बांगलादेश आणि मालदीव या राष्ट्रांना कोणत्याही परतफेडीची अपेक्षा न ठेवता मोठे आर्थिक साहाय्य पुरविले,यामुळे भारताविषयी आदर वाढण्यास मदत झाली.

सार्कच्या सदस्य राष्ट्रांमध्ये आर्थिक आणि व्यापारी पातळीवरील सहकार्य वाढावे,तसेच सर्व सदस्य राष्ट्रांना भेडसावणाऱ्या समान समस्यांवर सामूहिक योजना करता याव्या,यासाठी गेल्या चोवीस वर्षात सार्कच्या व्यासपीठावरून अनेक प्रयत्न झाले आहेत. त्यापैकी काही प्रयत्न म्हणजेच सार्कचे कार्य खालीलप्रमाणे सांगता येतील -

(१) कृषी,साधनसंपत्तीचा विकास, ग्रामविकास,शिक्षण,आरोग्य,पर्यावरण, विज्ञान-तंत्रज्ञान आदी क्षेत्रांमध्ये सहकार्याला प्रोत्साहन मिळावे यासाठी अकरा समित्यांची स्थापना करण्यात आली.

(२) कृषी,हवामान तसेच काही साथीच्या रोगांसंबंधीचे संशोधन व्हावे,या क्षेत्रांमधील माहितीची देवाणघेवाण केली जावी यासाठी चार विभागीय केंद्रे उघडण्यात आली आहेत.

(३) महिला आणि लहान मुलांच्या अधिकारासंबंधी सार्क संघटना सुरुवातीपासूनच संवेदनशील राहिली आहे. महिला व बाल कल्याणासाठी,त्यांच्या अधिकारांच्या रक्षणासाठी,त्यांच्या व्यापारावर बंदी घालण्यासाठी, विविध प्रकारचे करार सार्कच्या व्यासपीठावरून करण्यात आले आहेत. २००१ ते २०१० हे दशक 'बालहक्क दशक' म्हणून घोषित करण्यात आले आहे.

(४) दारिद्र्यनिर्मूलन, महापुरांसारख्या नैसर्गिक आपत्ती, अन्नधान्याची उपलब्धता, याविषयी सार्कच्या व्यासपीठावर बहुपक्षीय करार करण्यात आले आहेत.

(५) दहशतवाद आणि अंमली पदार्थांचा व्यापार या परस्परसंबंधित समस्या असून बहुतेक दक्षिण आशियाई राष्ट्रांना भेडसावत आहेत. या समस्यांचा सामूहिक प्रतिकार करण्यासाठी सार्कच्या व्यासपीठावरून महत्त्वपूर्ण करार करण्यात आले.

(६) सार्कने दक्षिण आशियाई राष्ट्रांना द्विपक्षीय तसेच बहुपक्षीय पातळीवर चर्चा करून आणि सहकार्याच्या माध्यमातून आपले प्रश्न सोडविण्याची संधी उपलब्ध करून दिली आहे.

१९८५ मध्ये ढाका येथे झालेल्या सार्कच्या पहिल्या परिषदेमध्ये महिलांचे सबलीकरणबाल-आरोग्यशिक्षण, अंमली पदार्थांच्या व्यापारावर प्रतिबंध या विषयावर चर्चा होऊन उपाययोजना करण्याचे ठरविण्यात आले. या परिषदेमध्ये एक एकात्मिक कृतिकार्यक्रम आखण्यात आला. याच्या अंतर्गत सहकार्यासाठी काही क्षेत्रांची निवड करण्यात आली. त्यामध्ये कृषी, ग्रामविकास, विज्ञान-तंत्रज्ञान, आरोग्य, वाढत्या लोकसंख्येचे प्रश्न, दळणवळण आदी क्षेत्रांचा समावेश होता. १९८६ मध्ये झालेल्या सार्कच्या दुसऱ्या परिषदेमध्ये सदस्यराष्ट्रांचे परस्परविश्वास आणि सहकार्य वाढावे यासाठी शैक्षणिक क्षेत्रामध्ये सहकार्य,विद्यार्थी

आणि शिष्यवृत्तीची देवाणघेवाण पर्यटन आणि प्रसारमाध्यमातील सहकार्य यांवर चर्चा होऊन सर्वानुमते निर्णय घेण्यात आला. काठमांडू येथे १९८७ मध्ये झालेल्या सार्कच्या तिसऱ्या परिषदेमध्ये दक्षिण आशियातील पर्यावरणासंबधी, पर्यावरणाचे वाढते प्रदूषण कमी करण्यासाठी निर्णय घेण्यात आला. १९८८ मध्ये इस्लामाबाद येथे झालेल्या सार्कच्या चौथ्या परिषदेत जनतेच्या पातळीवर संबंध वाढावे यासाठी प्रयत्न करण्यात आले. १९९० मध्ये मालद्विवची राजधानी माले येथे झालेल्या सार्कच्या पाचव्या परिषदेमध्ये अंमली पदार्थांचा व्यापार, दहशतवाद, शस्त्रास्त्रांचा व्यापार, यावर चर्चा होऊन बहुपक्षीय करार करण्यात आले. १९९१ साली कोलंबो येथे झालेल्या सार्कच्या सहाव्या परिषदेमध्ये नि:शस्त्रीकरण मानवाधिकार यासंबंधी चर्चा होऊन निर्णय घेण्यात आले.

१९९३ मध्ये ढाका येथे झालेल्या सार्कच्या सातव्या परिषदेमध्ये प्रयत्नशील व्यापार करार किंवा सातासंबंधीचा महत्वपूर्ण ठराव करण्यात आला. त्या अंतर्गत असे ठरविण्यात आले की, सार्कच्या सदस्य राष्ट्रांनी परस्परांबरोबर व्यापाराला प्राधान्य द्यावे त्यासाठी व्यापार सवलती, जकात करामध्ये कपात, आदी पावले उचलली जावीत असे अपेक्षित होते. १९९५ मध्ये नवी दिल्ली येथे झालेल्या सार्कच्या आठव्या परिषदेमध्ये दहशतवाद आणि नि :शस्त्रीकरणाच्या प्रश्नांवर चर्चा झाली आणि त्यावर उपाययोजना सुचविणाऱ्या प्रसिद्ध दिल्ली घोषणेचा स्वीकार करण्यात आला. १९९७ मध्ये माले येथे झालेल्या सार्कच्या नवव्या परिषदेमध्ये विभागीय पातळीवर व्यापार वाढावा यासाठी व्यापार अडथळे, अवाजवी जकात दूर करण्यासंबंधी निर्णय घेण्यात आला. यामध्ये २००५ पर्यंत दक्षिण आशिया मुक्त व्यापार क्षेत्र निर्माण करण्याचे उद्दिष्ट निर्धारित करण्यात आले. १९९९ मध्ये कोलंबो येथे झालेल्या सार्कच्या दहाव्या परिषदेमध्ये विभागीय व्यापार वाढावा यासाठी प्रसिद्ध 'कोलंबो करार' करण्यात आला. यामध्ये आर्थिक आणि व्यापारी सहकार्य वाढावे यासाठी काही महत्त्वपूर्ण तरतुदींचा समावेश करण्यात आला. तसेच उपविभागीय सहकार्याला प्रोत्साहन देण्याचे मान्य करण्यात आले. २००१ मध्ये काठमांडू येथे झालेल्या सार्कच्या अकराव्या परिषदेमध्ये वाढत्या दहशतवादी कारवायांचा मुकाबला करण्यासाठी सामूहिक प्रयत्न करण्याचे मान्य करण्यात आले. २००४ मध्ये इस्लामाबाद येथे झालेल्या सार्कच्या बाराव्या परिषदेमध्ये दहशतवादाचा मुकाबला, दारिद्र्य निर्मूलन आणि मुक्त व्यापार हा तीन सूत्री कार्यक्रम अंमलात आणण्याचे मान्य करण्यात आले.

लघूत्तरी प्रश्न :

(१) महासभेची रचना व कार्ये स्पष्ट करा.
(२) आर्थिक व सामाजिक मंडळाची थोडक्यात माहिती लिहा.
(३) संयुक्त राष्ट्रसंघाची रचना स्पष्ट करा.
(४) आंतरराष्ट्रीय कामगार संघटनेची रचना व कार्ये सांगा.
(५) आंतरराष्ट्रीय बालकनिधीची उद्दिष्टे व कार्ये स्पष्ट करा.
(६) युनेस्कोची कार्ये स्पष्ट करा.
(७) युरोपियन संघावर टीप लिहा.
(८) ओपेकची कार्ये व उद्दिष्टे लिहा.
(९) आसियानची रचना व उद्दिष्टे लिहा.
(१०) ओपेकची रचना व उद्दिष्टे लिहा.

दीर्घोत्तरी प्रश्न :

(१) युनोच्या सुरक्षा परिषदेची रचना, अधिकार व कार्ये स्पष्ट करा.

(२) आंतरराष्ट्रीय न्यायालयावर सविस्तर लिहा.

(३) युरोपिय संघाची माहिती सविस्तर लिहा.

(४) सार्कची सविस्तर माहिती लिहा.

(५) आंतरराष्ट्रीय मानवी हक्क आयोगाची माहिती सविस्तर लिहा.

विभाग (क)

प्रकरण ९
भारताचे परराष्ट्रीय धोरण

प्रस्तावना

आज आंतरराष्ट्रीय समूहात कोणतेही राष्ट्र पूर्णपणे स्वावलंबी नाही त्याला कोणत्या ना कोणत्या गोष्टींसाठी इतरांवर अवलंबून हे राहावेच लागते, किंवा आज जगातील कोणतेही राष्ट्र एकमेकांच्या सहकार्याशिवाय जगूच शकत नाही. त्याचप्रमाणे, जगातील प्रत्येक राष्ट्र आज स्वतंत्र व सार्वभौम प्रकारचे असल्यामुळे दुसऱ्याबरोबर आपले संबंध कशाप्रकारे प्रस्थापित झाले पाहिजेत यांची जाणीव प्रत्येकालाच असते; म्हणजेच आपल्या गरजा भागविण्यासाठी ज्यावेळी दोन राष्ट्रे आपापसात संबंध प्रस्थापित करतात; त्याचे नेमके स्वरूप कशा प्रकारचे असावे हे निश्चित होणे आवश्यक असते, आणि याच स्वरूपाची दिशा ठरविण्यासाठी प्रत्येक राष्ट्र आपले परराष्ट्रीय धोरण निर्धारित करीत असते, किंबहुना परराष्ट्रीय धोरण निर्धारित करणे हे आज प्रत्येक राज्याचे महत्त्वाचे कार्य बनलेले दिसून येते. परराष्ट्र धोरण म्हणजे एका राष्ट्राद्वारे दुसऱ्या राष्ट्राबाबत स्वीकारलेले धोरण किंवा व्यवहार होय. राष्ट्राच्या कृतीची, स्वहितासाठी जुळणी करून घेणे हा परराष्ट्रधोरणाचा उद्देश समजला जातो. या प्रकरणामध्ये भारतीय परराष्ट्रीय धोरणाचा उगम, भारतीय परराष्ट्रीय धोरणामागील तत्त्वज्ञान, भारतीय परराष्ट्रीय धोरणाचे निर्धारित घटक, भारतीय परराष्ट्रीय धोरणाच्या निर्मिती,यामधील कायदेमंडळ, कार्यकारी मंडळ व नोकरशाहीतील विविध यंत्रणाची भूमिका, भारतीय परराष्ट्रीय धोरणनिर्मितीची प्रक्रिया, यामधील राजकीय पक्ष, दबावगट, प्रसार माध्यमे व लोकमत यांची भूमिका या सर्व घटकांची सविस्तरपणे चर्चा या प्रकरणात करण्यात आलेली आहे.

परराष्ट्रधोरणाची व्याख्या :

परराष्ट्र धोरणाची व्याख्या करण्याचा प्रयत्न अनेक विचारवंतांनी केलेले आहेत; त्यातील काही विचारवंतानी केलेल्या व्याख्या पुढीलप्रमाणे-

प्रा. मार्शल यांच्या मते, 'परराष्ट्रधोरण म्हणजे राज्यसत्तेने आपल्या क्षेत्राबाहेरील परिस्थितीला प्रभावित करण्यासाठी केलेल्या कृतींचा क्रम होय.'

जॉर्ज मॉडेल्स्की यांच्या मते, 'परराष्ट्रधोरण म्हणजे राज्याच्या व्यवहाराची अशी विकसित पद्धती की, जिच्याद्वारे एक राज्य दुसऱ्या राज्यास आपल्या इच्छेनुसार व्यवहार करण्यास सांगत असते किंवा व्यवहाराची जुळवणी आंतरराष्ट्रीय पद्धतीनुसार करून घेत असते.'

फेलिक्स ग्रॉस यांच्या मते, 'परराष्ट्रधोरण म्हणजे एखाद्या राज्याशी कोणत्याही प्रकारचा संबंध किंवा व्यवहार न ठेवण्याचा निर्णय होय.'

जोसेफ फ्रॅकल यांच्या मते, 'राष्ट्रीय हित हा परराष्ट्रधोरणाचा मूलभूत स्वरूपाचा सिद्धांत आहे.'

कोणत्याही राष्ट्राच्या परराष्ट्र धोरणाचे मुख्य दोन घटक असतात, एक म्हणजे राष्ट्रीय उद्दिष्टे आणि दोन म्हणजे ही उद्दिष्टे गाठण्यासाठी लागणारी साधने, आणि हे घटक परिपूर्ण करण्याचे काम संबंधित राष्ट्राच्या परराष्ट्रीय धोरणाला करावे लागते.

राष्ट्राच्या राष्ट्रीय उद्दिष्टांमध्ये प्रामुख्याने खालील मुद्यांचा समावेश केला जातो-

(१) राष्ट्राचा आर्थिक विकास घडवून आणणे.

(२) राष्ट्राची भूमी, राष्ट्राचे संविधान, स्वातंत्र आणि सार्वभौमत्व तसेच जनता व त्यांची संपत्ती, यांचे देशात व देशाबाहेर संरक्षण करणे.

(३) राष्ट्राचे स्वसंरक्षण करण्यासाठी आपल्या राष्ट्रशक्तीत वाढ करणे.

(४) जागतिक पातळीवर आपल्या राष्ट्राची प्रतिष्ठा मिळविणे.

(९. अ. १) भारतीय परराष्ट्रीय धोरणाचा उगम किंवा विकास

स्वातंत्र्य-पूर्व काळातील भारतीय परराष्ट्रधोरणांवर ब्रिटिश परंपरेचा स्पष्ट प्रभाव जाणवतो. इंग्लंडमधील संसदीय लोकशाही, राजनीती प्रस्थापित करण्याची प्रशासकीय रचना, उदारमतवादी स्वरूपाचे धोरण, लोकशाहीप्रणित उद्दिष्टे, परराष्ट्रधोरण ठरविण्याची प्रक्रिया इत्यादी गोष्टींमुळे भारताच्या जागतिक राजकारणाकडे पाहण्याच्या दृष्टिकोनावर चांगलाच परिणाम झाला. स्वातंत्र्यानंतरही या गोष्टी भारताच्या परराष्ट्रीय धोरणासाठी आणि त्याच्या निर्मितीसाठी मार्गदर्शक ठरल्या आहेत. म्हणजेच भारतीय परराष्ट्रीय धोरणावर ब्रिटिश परंपरेचा प्रभाव स्पष्टपणे जाणवतो. स्वातंत्र्यपूर्व काळात भारतीय परराष्ट्रीय धोरणाचा उगम किंवा विकास कसकसा होत गेला त्यामध्ये वेळोवेळी कोणते बदल घडून आले हे पाहण्यासाठी आपणास भारताच्या परराष्ट्रीय धोरणाच्या विकासाचे टप्पे पाडावे लागतील. ते टप्पे आणि भारतीय परराष्ट्रीय धोरणाचा झालेला विकास आपणास खालील प्रमाणे सांगता येईल

(१) १८८५ ते १९२० पहिला कालखंड आणि भारतीय परराष्ट्रीय धोरणाचा विकास :

हिंदुस्थानात १८८५ मध्ये इंडियन नॅशनल काँग्रेसची स्थापना झाली. याचबरोबर परराष्ट्रधोरण आणि आंतरराष्ट्रीय राजकारण यासंबंधी हिंदुस्थानने आपली मते व्यक्त करायला सुरुवात केली. या काळात हिंदुस्थानी लोकांनी ब्रिटिशांचे युद्धखोर धोरण व शेजारी राष्ट्रांच्या अंतर्गत कारभारात हस्तक्षेप या दोन धोरणांवर प्रामुख्याने टीका केली. १८८५ मध्ये ब्रिटनच्या राणीच्या जाहीरनाम्यात ब्रिटिश साम्राज्यांचा यापुढे विस्तार केला जाणार नाही असे जाहीर केले असतांनाही ब्रिटिशांच्या ब्रह्मदेशावरील स्वारीचा इंडियन

काँग्रेसने निषेध केला. एवढेच नाही तर सैन्यावरील खर्च कमी करण्याची ठरावाद्वारे मागणी केली. १८८४ मध्ये ब्रिटिशांनी सिक्कीमवर हल्ला करून त्याला आपल्या साम्राज्यात जोडून आपल्या साम्राज्याचा विस्तार केला, यावर १८९२ मध्ये भरलेल्या इंडियन नॅशनल काँग्रेसच्या अधिवेशनात टीका करण्यात आली. याकडे दुर्लक्ष्य करून याच कालावधीत हिंदुस्थानच्या भौगोलिक सीमारेषांवर ब्रिटिशांनी आपल्या लष्करी कारवाया वाढवण्यावर भर दिला. यामुळे चिडून ब्रिटिशांच्या लष्करी कारवाया आणि हालचालींना इंडियन काँग्रेसने टीकेचे लक्ष्य बनविले. दरम्यानच्या काळात लॉर्ड कर्झन हिंदुस्थानात व्हॉईसरॉय म्हणून आले. हिंदुस्थानी लोकांची भावना लक्षात घेऊन त्यांनी अफगाणिस्तानच्या सीमेलगत तैनात केलेल्या सेना काही प्रमाणात परत बोलावल्या. परंतु, अल्पावधीतच रशियन सेनेचा शिरकाव तिबेटमध्ये होऊ नये म्हणून ब्रिटिशांनी आपले सैन्य तिबेटमध्ये पाठवून तिबेट आपल्या साम्राज्याला जोडला. १९०४ च्या इंडियन नॅशनल काँग्रेसच्या अधिवेशनात शेजारी असलेल्या तिबेट आणि अफगाणिस्तान यासारख्या प्रदेशांच्या अंतर्गत कारभारात ब्रिटिशांकडून होत असलेल्या हस्तक्षेपावर इंडियन काँग्रेसने टीका करून शेजारील राष्ट्रात हस्तक्षेप करण्यासाठी ब्रिटिश हिंदुस्थानच्या भूमीचा वापर करतात तो यापुढे त्यांनी करू नये अशा प्रकारचा ठराव मांडून संमत केला. इंडियन काँग्रेसच्या याच धोरणाला डॉ. एन. व्ही. राजकुमार यांनी स्वातंत्र्यानंतरच्या पंचशील धोरणाचा पाया मानले आहे.

महात्मा गांधींनी दक्षिण आफ्रिकेत स्थायिक झालेल्या हिंदुस्थानच्या जनतेवर ब्रिटिश राजवटीने जुलूम करणारे कायदे लावल्यामुळे १९०६ ते १९१४ या काळात ब्रिटिश सत्तेविरुद्ध सत्याग्रह करून ब्रिटिशांना ते जुलमी कायदे परत घेण्यास भाग पाडलेले दिसते. याचा परिणाम हिंदुस्थानमधील नेत्यांवरही झाला. त्यानंतर हे नेते ही जनतेच्या प्रश्नाकडे लक्ष देवू लागले. १९२५ मध्ये झालेल्या इंडियन नॅशनल काँग्रेसच्या अधिवेशनात 'परराष्ट्रविभाग' स्थापन करण्यात येऊन परदेशात स्थायिक झालेल्या हिंदुस्थानी लोकांचे संरक्षण करण्याचे या विभागाचे उद्दिष्ट ठरविण्यात आले.

पहिल्या महायुद्धात ब्रिटन व त्याची मित्र राष्ट्रे जर्मनीच्या आक्रमक स्वरूपाच्या राष्ट्रवादाविरोधात लढत होती म्हणून इंडियन काँग्रेसने त्यांना पाठिंबा दिला. एवढेच नाही तर ब्रिटिशांच्यासाठी इंडियन फौज जगाच्या कानाकोपऱ्यात जाऊन लढली. या युद्धानंतर पॅरिस शांतता परिषदेत हिंदुस्थानच्या नेत्यांनी भाग घेऊन राष्ट्रसंघाच्या निर्मितीत त्यांनी मोलाची कामगिरी बजावली. राष्ट्रसंघाचा हिंदुस्थान हा संस्थापक सदस्य बनला. याच राष्ट्रसंघाच्या व्यासपीठावरून हिंदुस्थानने शांतता व आंतरराष्ट्रीय सहजीवनाचा पुरस्कार करून वसाहतवाद, साम्राज्यवाद व वंशवादाच्या विरोधी भूमिका घेतलेली दिसून येते.

या कालखंडात हिंदुस्थानचे परराष्ट्रीय धोरण व आंतरराष्ट्रीय राजकारणाकडे पाहण्याचा दृष्टिकोन हा मर्यादितच राहिलेला आपणास दिसून येतो. परिणामी, या काळात हिंदुस्थान परराष्ट्र धोरणाविषयी इंडियन काँग्रेसकडून जी मते व्यक्त केली गेली ती प्रामुख्याने हिंदुस्थान व त्याच्या शेजारील राष्ट्रांच्या संदर्भात म्हणजेच द्विपक्षीय संबंधांना गृहीत धरून करण्यात आलेली होती; म्हणजेच त्या काळातील हिंदुस्थान परराष्ट्रधोरणाची प्रमुख तत्त्वे खालीलप्रमाणे होती-

(१) कोणत्याही युद्धाला विरोध आणि शांततेच्या माध्यमातून राजकीय स्वरूपाचे संघर्ष सोडविण्यावर भर देणे.

(२) राष्ट्रसंघाच्या शांतता व आंतरराष्ट्रीय सहजीवनाला संपूर्ण पाठिंबा देणे.

(३) जगातील वसाहतवाद, साम्राज्यवाद व वंशवादाच्या विरोधी भूमिका घेणे.

(४) इतर राष्ट्रांच्या अंतर्गत कारभारात हस्तक्षेप न करणे.

या तत्त्वांशी हिंदुस्थानची बांधिलकी ही १९व्या शतकापासून व्यक्त होत आली आहे. हीच तत्त्वे पुढे स्वातंत्र्यानंतर भारताच्या पंचशील धोरणाचा पाया बनलेली आहेत.

(२) १९२० ते १९४५ पर्यंतचा कालखंड आणि भारतीय परराष्ट्रीय धोरणाचा विकास :

पहिल्या महायुद्धाच्या समाप्तीनंतर भारतीय परराष्ट्रीय धोरणांच्या विकासाचा हा कालखंड सुरू होतो. या कालखंडात लोकमान्य टिळकांच्या निधनानंतर महात्मा गांधी यांच्याकडे इंडियन नॅशनल काँग्रेसचे नेतृत्व आले. त्यामुळे आंतरराष्ट्रीय राजकारणाकडे पाहण्याच्या भारतीयांच्या दृष्टिकोनात व्यापकता आलेली दिसून येते. वेगवेगळ्या आंतरराष्ट्रीय घडामोडींमध्ये भाग घेण्याबरोबरच ठाम आणि स्पष्ट भूमिका घेण्यास भारताने याच कालखंडात सुरुवात केली. आंतरराष्ट्रीय राजकारण आणि परराष्ट्रीय धोरण याविषयी भारतीयांच्या विचारांमध्ये संघटितपणा व सूत्रबद्धता आली. त्यातूनच त्यांनी अनेक आंतरराष्ट्रीय मुद्द्यांवर आपली मते इंडियन काँग्रेसच्या अधिवेशनात ठरावरूपाने मांडावयास सुरुवात केली. उदा. १९२१ च्या इंडियन नॅशनल काँग्रेसच्या अधिवेशनात भारत हा केवळ शेजारील राष्ट्रांशीच नाही तर जागतिक प्रत्येक राष्ट्राशी शांततेचे, मैत्रीचे व सहकार्याचे संबंध प्रस्थापित करेल अशा स्वरूपाचा ठराव मांडून संमत केला, या ठरावांना परराष्ट्रीय धोरणाच्या दृष्टीने फारच महत्त्व आहे.

पहिल्या महायुद्धानंतर जागतिक शांततेसाठी जो राष्ट्रसंघ निर्माण झाला तो अमेरिकेचे अध्यक्ष वुड्रो विल्सनच्या १४ कलमी योजनेचा भाग होता, त्यावर भारताने सही करून त्याचे सभासदत्व स्वीकारल्यामुळे भारताचा जागतिक दृष्टिकोन व्यापक बनलेला दिसून येतो. जागतिक प्रश्न शांतता, चर्चा व सहकार्याच्या भूमिकेतून सोडविण्यासाठी राष्ट्रसंघाची स्थापना करण्यात आली. शिवाय तिची स्थापना सामूहिक सुरक्षिततेच्या तत्त्वांतर्गत करण्यात आली होती. अशा या संघटनेचा मूळ सदस्य होण्याचा मान भारताला मिळाला होता. राष्ट्रसंघाच्या अनुषंगानेच भारताने पुढे आंतरराष्ट्रीय कामगार संघटना व आंतरराष्ट्रीय न्यायालयात आपले प्रतिनिधी पाठवले होते. याबरोबरच भारताने अनेक आंतरराष्ट्रीय परिषदांमध्ये व सभांमध्ये भाग घेऊन तेथे झालेल्या ठरावावर चर्चा करून त्यावर सह्या केलेल्या दिसतात. उदा. अफू संबंधीचा ठराव, महिलांचा बेकायदेशीर व्यापारासंबंधीचा ठराव, गुलामगिरी विरुद्धचा ठराव, इ. चा त्यामध्ये समावेश होतो. आंतरराष्ट्रीय कामगार संघटनेतर्फे कामगारांच्या कल्याणासाठी आणि त्यांचे शोषण थांबावे म्हणून जे विविध प्रकारचे ठराव संमत करण्यात आले; त्यावरही भारतानेही सही कलेली आहे. १९२८ मधील कोलकाता येथील इंडियन नॅशनल काँग्रेसच्या अधिवेशनात परराष्ट्रविभाग स्थापन करण्यात येऊन जगातील सर्व राष्ट्रांबरोबर मैत्री व सहकार्याचे संबंध प्रस्थापित करण्याचा निर्णय घेण्यात आला. त्याचवेळी यापुढे भारताचे परराष्ट्रीय धोरण पूर्णपणे स्वतंत्र राहील व ते कोणाच्याही परराष्ट्रधोरणाचा भाग राहणार नाही असे स्पष्ट करून भारत अलिप्ततेच्या धोरणाकडे झुकलेला दिसून येतो.

२० व्या शतकाच्या पूर्वार्धापासूनच अनेक आशियायी राष्ट्रांमधून वसाहतवादाविरुद्ध तीव्र स्वरूपाची स्वातंत्र्यासाठीची आंदोलने सुरू झाली. इंडियन नॅशनल काँग्रेसने या सर्व आंदोलनांना पाठिंबा दिला, त्याचप्रमाणे इजिप्त, इराक, सीरिया आणि पॅलेस्टाईनमध्ये पाश्चिमात्य वसाहतवादाविरुद्ध जी जनतेची आंदोलने सुरू झालेली होती त्यांनाही इंडियन नॅशनल काँग्रेसने पाठिंबा दिलेला होता, यावर भारतीय परराष्ट्रविभागाचे संचालक असलेल्या पंडित नेहरूंनी भारतीय स्वातंत्र्य चळवळ ही वसाहतवादविरोधी आंतरराष्ट्रीय चळवळीचा भाग आहे हे स्पष्ट केले. नेहरूजींच्या या भूमिकेमुळेच वसाहतवादाविरूद्ध लढणारी आशिया आणि आफ्रिका खंडातील राष्ट्रे एकत्र आली आणि त्यांनी परस्परसहकार्यातून सामूहिक विकास साधण्याचे ठरविले.

१९३० नंतर जर्मनीमध्ये उदयास आलेला नाझीवाद व इटालीतील फॅसिस्टवादी हुकूमशाहीचा इंडियन नॅशनल काँग्रेसने निषेध केला. एवढेच नाही तर इंडियन नॅशनल काँग्रेसने हुकूमशाही विचारधारे-विरुद्ध जी भूमिका घेतली ती पुढे स्वातंत्र्योत्तर काळात भारतीय परराष्ट्रधोरणाचे आधारभूत तत्त्व बनली.

१९३४३५ मधील इटालीचा इथिओपियावरील हल्ला, जपानचा चीनवरील हल्ला व जर्मनीचा स्पेनमधील हस्तक्षेप यांचा इंडियन नॅशनल काँग्रेसने निषेध केला व सहानुभूती म्हणून चीनला वैद्यकीय मदत पाठविली होती. आजही भारत हुकूमशाहीचा तिरस्कार व लोकशाहीचा सन्मान करणारा देश म्हणून संपूर्ण जगतात ओळखला जातो. २००५ मध्ये लोकशाही पद्धतीने निवडून आलेले सरकार बरखास्त करून नेपाळ नरेश यांनी तेथे आणीबाणी जाहीर करून एक प्रकारे हुकूमशाहीला सुरुवात केली. या घटनेचा भारताने फक्त निषेधच केला नाही तर तेथे परत लोकशाही कशी प्रस्थापित होईल या दृष्टीने मध्यस्थी केली.

१९३८ मधील इंडियन नॅशनल काँग्रेसच्या अधिवेशनात इतर राष्ट्रांच्या स्वातंत्र्याचा आदर राखणे, सामूहिक सुरक्षेवर विश्वास व्यक्त करणे, साम्राज्यवादाचे उच्चाटन करणे, गुलामगिरीतील राष्ट्रांचे शोषण थांबविणे, यासारखे ठराव मांडून ते संमत केलेले आहेत. १९३९ च्या इंडियन नॅशनल काँग्रेसच्या अधिवेशनात या युद्धानंतर आम्हाला स्वातंत्र देणार असाल तरच आम्ही तुम्हाला या युद्धात मदत करू; अशा प्रकारची भूमिका इंडियन नॅशनल काँग्रेसने घेतली. परंतु त्याकडे दुर्लक्ष करून ब्रिटिशांनी भारताला युद्धराष्ट्र म्हणून घोषित केले. याचा इंडियन नॅशनल काँग्रेसने निषेध करून प्रांतीय मंत्रिमंडळाने आपले राजीनामे दिले त्याचबरोबर इंग्रजांबरोबर असहकाराचे धोरण स्वीकारून महात्मा गांधींनी आपले स्वातंत्र्याचे 'चले जाव आंदोलन' अतितीव्र करण्यावर भर दिला.

द्वितीय कालखंडात इंडियन नॅशनल काँग्रेसने परराष्ट्रधोरणाच्या संदर्भात जे ठराव संमत केले; त्यामधूनच भारतीय परराष्ट्रीय धोरणाची खालील उद्दिष्टे निश्‍चित झालेली आपणास दिसून येतात-

(१) कोणत्याही प्रकारचा वसाहतवाद व वंशवादाचा विरोध करणे.
(२) उदारमतवादी लोकशाहीचा आदर व हुकूमशाहीला विरोध करणे.
(३) आफ्रोआशियाई राष्ट्रांना संघटित करून सामूहिक विकास साधणे.
(४) जगातील सर्व राष्ट्रांबरोबर मैत्रीचे आणि सहकार्याचे संबंध प्रस्थापित करणे.
(५) युद्धाचा विरोध करून आंतरराष्ट्रीय प्रश्न, चर्चा, शांतता व सहकार्याच्या माध्यमातून सोडविणे.
(६) आंतरराष्ट्रीय शांतता आणि सुरक्षितता प्रस्थापित करण्यासाठी आंतरराष्ट्रीय संघटनेच्या स्थापनेला समर्थन देणे.

याच तत्त्वांतर्गत इंडियन नॅशनल काँग्रेसने १९२० मध्ये स्थापन झालेल्या राष्ट्रसंघाला पूर्ण समर्थन दिले. एकंदरीत, या कालखंडात भारताचा जगाकडे पाहण्याचा दृष्टिकोन आदर्शवादी बनलेला दिसतो.

(३) १९४५ ते १९४७ पर्यतचा कालखंड आणि भारतीय परराष्ट्रीय धोरणाचा विकास :

या कालखडात जागतिक राजकारण अतिशय गतिमान बनले. जगाला शांततेची गरज आहे यातूनच संयुक्त राष्ट्रसंघाची निर्मिती करण्याचे १९४५ मधील सनफ्रॅन्सिस्को परिषदेमध्ये निश्‍चित करण्यात आले. दरम्यानच्या काळात भारताला स्वातंत्र्य मिळण्याची खात्री वाटू लागल्यामुळे भारताने शांततामय सहजीवनासाठीच्या न्यायावर आधारलेले परराष्ट्रीय संबंध प्रस्थापित करण्यासाठी संयुक्तराष्ट्र संघटनेच्या निर्मितीला पाठिंबा दिला पण संघटनेच्या रचना व स्वरूपाला मात्र विरोध केला.

इंग्लंड व फ्रान्स यांच्या गुलामगिरीत असलेल्या अनेक राष्ट्रांनी भारताप्रमाणेच स्वातंत्र्यासाठी चळवळी सुरू केल्या. त्यामधून जागतिक तणाव वाढत होता; भारत काँग्रेस वर्किंग कमिटीने या जागतिक तणावाबाबत चिंता व्यक्त केली; तसेच जगातील वसाहतवाद समूळ नष्ट झाला पाहिजे अशा प्रकारची मागणी त्यांनी केली. काँग्रेस वर्किंग कमिटीने १९४६ मध्ये भारताच्या स्वातंत्र्यावर अनेक राष्ट्रांचे स्वातंत्र्य व जगाची शांतता अवलंबून आहे अशा स्वरूपाचा ठराव पास केला. त्याचवेळी भारताला लवकरात लवकर स्वातंत्र्य दिले जाईल अशा प्रकारची इंग्रजांनी घोषणा केली, एवढेच नाही तर भारतात 'क्रिप्स मिशन योजने' प्रमाणे

पंडित नेहरूंजींच्या नेतृत्वाखाली हंगामी स्वरूपाच्या सरकारची स्थापना करण्यात आली. याला सोव्हिएत रशियाने पाठिंबा दिला असल्यामुळे व तशा स्वरूपाची आमसभेमध्ये रशियाने भूमिका घेतल्यामुळे हिंदुस्थान व रशियामध्ये सहकार्याचे संबंध प्रस्थापित होण्यास मदत झाली.

हंगामी सरकारने आपल्या परराष्ट्रीय धोरणात प्रामुख्याने पुढील मुद्द्यांना अग्रक्रम दिलेला दिसून येतो-

(१) जागतिक शांतता व सहजीवन जगण्यासाठी प्रयत्न करणे.
(२) जागतिक गटबाजी व स्पर्धेपासून भारत दूर राहील.
(३) वसाहतवाद व गुलामगिरीतील राष्ट्रांना स्वातंत्र्याचा मार्ग दाखविणे.
(४) वंशवादाला विरोध करून त्यावर आधारित असलेला भेदभाव नष्ट करून सर्वांना समान संधी उपलब्ध करून देण्याचा प्रयत्न करणे.
(५) राष्ट्राराष्ट्रात मतभेद संघर्ष व द्वेशभावना असली तरी सहकार्याला पर्याय नाही हे जगाला दाखवून देणे.
(६) इंग्रजांनी आमच्यावर अनेक वर्षे राज्य केले असले तरी त्यांच्याबरोबरही आमचे मैत्रीचेच संबंध असतील हे जाहीर केले.
(७) शेजारील चीन व इतर राष्ट्रांबरोबर चांगले संबंध प्रस्थापित करण्यावर भर दिला जाईल.

१९४७ मधील मार्च महिन्यात आशिया खंडातील राष्ट्रांमध्ये एकीची भावना निर्माण करणे, त्यांच्यात जवळीक निर्माण करून समान स्वरूपाच्या समस्या सोडविण्यासाठी दिल्ली येथे या खंडातील राष्ट्रांची एक परिषद पंडित नेहरूजींनी पुढाकार घेऊन आयोजित करण्यात आली. परिषदेमध्ये आशिया खंडातील राष्ट्रांनी एकजुटीने परस्परांना सहकार्य करून स्वावलंबी बनण्याच्या दिशेने वाटचाल केली पाहिजे. त्याचप्रमाणे गुलामगिरीतून मुक्ती मिळविली पाहिजे अशा प्रकारची भूमिका यामध्ये घेण्यात आली.

ऑगस्ट १९४७ मध्ये हिंदुस्थानची फाळणी होऊन भारत आणि पाकिस्तान ही दोन राष्ट्रे स्वतंत्र झाली, या फाळणीमुळे या दोन्ही देशांसमोर अनेक प्रकारच्या समस्या निर्माण झाल्या. यातूनच भारतीय परराष्ट्रीय धोरण जास्तच व्यवहारी बनू लागलेले आपणास दिसून येते. स्वातंत्र्यानंतर भारताने आपल्या परराष्ट्रीय धोरणामध्ये पुढील मुद्यांचा प्रामुख्याने समावेश केला-

(१) आशिया खंडातील राष्ट्रांबरोबर जवळीक निर्माण त्यांच्याबरोबर सहकार्य प्रस्थापित करण्यावर भर देणे.
(२) सर्वांगीण प्रगती करून स्वावलंबी बनण्याच्या दिशेने वाटचाल करणे.
(३) वसाहतवाद, साम्राज्यवाद, वंशवाद यांना विरोध करणे.
(४) गुलामगिरीतील राष्ट्रांना स्वातंत्र्याचा मार्ग दाखवून त्यांच्या स्वातंत्र्य चळवळीबाबत सहानुभूती देणे, त्यांच्याबरोबर सहकार्य प्रस्थापित करण्यावर भर देणे.
(५) कोणत्याही गटाबरोबर न जाता, तसेच जागतिक सत्तास्पर्धेपासून दूर राहून अलिप्ततावादी भूमिका घेणे.
(६) आंतरराष्ट्रीय समस्या किंवा प्रश्नांकडे स्वतंत्रपणे व न्याय भावनेने पाहण्याची भूमिका घेणे.
(७) आंतरराष्ट्रीय शांतता व सहजीवन वाढविण्यासाठी प्रयत्न करणे.
(८) आंतरराष्ट्रीय संघटनांना पूर्ण सहकार्य देणे.

(४) स्वातंत्र्यानंतरचा कालखंड आणि भारताच्या परराष्ट्रीय धोरणाचा झालेला विकास :

इंग्रजाच्या गुलामगिरीतून भारत १९४७ मध्ये स्वतंत्र झाला. स्वातंत्र्य मिळाल्यानंतर भारताने आपल्या

परराष्ट्रीय धोरण आखणीला सुरुवात केली. कारण इंग्रजाच्या राजवटीत भारताचे परराष्ट्रीय धोरण इंग्रज आपले हित सुरक्षित ठेवण्याच्या हेतूने आखत असत. इंग्रजांच्या गुलामगिरीतून मुक्त होण्यासाठी भारतीयांनी जी स्वातंत्र्य चळवळ उभी केली, त्या चळवळीचा ऐतिहासिक वारसा व भारतीय संस्कृतीचा ठसा स्वातंत्र्यानंतरच्या भारताच्या परराष्ट्रीय धोरणावर पडलेला दिसतो. या शिवाय इंग्रजांच्या काळातील भारतीय प्रतिनिधींनी विशेषत: पंडित नेहरूजींनी परराष्ट्र धोरणाबाबत घेतलेले निर्णय व सिद्धांताचा परराष्ट्र धोरण आखताना विचार करण्यात आला. स्वातंत्र्यानंतर भारत संयुक्त राष्ट्रसंघाचा सभासद बनला. संयुक्त राष्ट्राच्या शांतता या संकल्पनेवर भारताचा पूर्ण विश्वास असून जगातील सर्वच राष्ट्राबरोबर भारताने मैत्रीपूर्ण संबंध प्रस्थापित करण्यावर भर देण्याचे वेळोवेळी जाहीर केलेले आहे. भारतीय परराष्ट्रीय धोरणाची वाटचाल आपणास खालील नेत्यांच्या अनुषंगाने व्यवस्थित पाहता येतील.

पंडित नेहरूजींचा काळ : १९४७-१९६४ : या कालखंडात भारताच्या परराष्ट्रीय धोरण पूर्णपणे पंडित नेहरूजींची छाप राहिलेली आपणास दिसते. भारताने संयुक्त राष्ट्रावर पूर्ण विश्वास दाखवून त्याचे सभासदत्व स्वीकारून दक्षिण कोरियातील शांती प्रक्रियेत भाग घेतला. शेजारी म्हणून साम्यवादी चीनलाही मान्यता दिली. वसाहतवाद विरोधी भूमिका या कालखंडात भारताने घेतली. अलिप्ततेचा भारताने स्वीकार करून आम्ही कोणत्याच गटात नाहीत हेच भारताने जगाला दाखवून दिले.

स्टॅलिनच्या मृत्युनंतर सोव्हिएत रशियाने भारताबद्दलचे धोरण बदलले. भारत सोव्हिएत रशिया मैत्रीचे पर्व सुरू केले. या काळात भारत-अमेरिका संबंध काही प्रमाणात बिघडले तर भारत चीन संबंध सुधारलेले दिसतात. १९५४ मध्ये भारत चीनने पंचशिल तत्त्वाचा स्विकार केला. प्रिन्सिडेंट डग्लसच्या मृत्युने तर अमेरिका-भारत संबंध चांगले बनले. भारताला अमेरिकेने भरीव स्वरूपाची आर्थिक मदत दिली. १९६१ मध्ये लष्करी कार्यवाही करून भारताने गोवा जिंकून घेतला. १९६२ मध्ये चीनने भारतावर हल्ला केला तेव्हा अमेरिकेने भारताला भरीव मदत दिली. चीनच्या आक्रमणाने भारताच्या पर्यायाने नेहरूजींच्या शांतता धोरणाला धक्का बसला. त्यातूनच भारताचे परराष्ट्रीय धोरण अधिक व्यवहारी असले पाहिजे; असा एक प्रकारचा मतप्रवाह भारतात सुरू झाला; असे असले तरी पंडित नेहरूजींच्या काळातील भारताचे परराष्ट्रीय धोरण शांततेला अनुसरून आखलेले आपणास दिसते.

लालबहादुर शास्त्रीजींचा कालावधी : १९६४-१९६६ : १९६४ मध्ये नेहरूजींचे निधन झाले. त्यामुळे भारतीय राजकारणात सत्तेची पोकळी निर्माण झाली. चीन युद्धात अमेरिकेने भारताला लष्करी मदत दिल्यामुळे,भारत अमेरिकेच्या गटात जातो की, काय अशी शंका अलिप्त चळवळीला आली. परंतु, शास्त्रीजींनी वास्तववादी भूमिका स्वीकारून आपल्या शेजाऱ्याबरोबरचे संबंध सुधारण्यावर भर दिला. त्यामध्ये नेपाळ, श्रीलंकेचा समावेश होता. अलिप्ततेकडे दुर्लक्ष्य करण्यास शास्त्रीजींनी विरोध दर्शविला. त्याचवेळी संरक्षणसज्जता वाढविण्याच्या हेतूने संरक्षणाची पहिली पंचवार्षिक योजना आखली. त्यांच्याच काळात १९६५ मध्ये पाकिस्तानने भारतावर हल्ला केला. शास्त्रीजींनी 'जय जवान जय किसान' ही घोषणा देऊन हे युद्ध जिंकून आपले परराष्ट्रीय धोरण बळकट केले, सोव्हिएत रशियाच्या मदतीने १९६६ मध्ये ताश्कंद येथे भारत-पाकिस्तान यांच्या दरम्यान करार झाला. त्यानंतर अल्पावधीतच शास्त्रीजींचे निधन झाले.

इंदिरा गांधीजींची राजवट : १९६६-१९७७ : इंदिरा गांधीजींची कारकीर्दही बरीच मोठी होती. त्यांच्या काळात भारताचे परराष्ट्रीय धोरण अधिक व्यवहारी आणि वास्तववादी बनले. परराष्ट्रीय धोरणाच्या मूलतत्त्वात मात्र बदल झाला नाही. त्यांच्या काळात भारत सामर्थ्यवान बनण्यास मदत झाली. दक्षिण आशियातील बदलत्या राजकारणाची दखल घेऊन, त्यांनी सोव्हिएत रशियाबरोबर २० वर्षांचा मैत्री व सहकार्याचा करार केला. १९७१ च्या पाकिस्तानबरोबरच्या युद्धानंतर त्यांनी पुढाकार घेऊन स्वतंत्र बांगला

देश निर्माण केला. भारताच्या या साहसी व नि:स्वार्थी धोरणामुळे भारताची जागतिक प्रतिष्ठा वाढली. १९७४ मध्ये भारताने शांततेसाठी अणुची चाचणी घेऊन आम्ही तांत्रिक प्रगतीतही जगाच्या मागे नाहीत, हेच त्यांनी जगाला दाखवून दिले. १९७५ मध्ये सिक्कीमच्या जनतेच्या मागणीनुसार सिक्कीमला घटकराज्याचा दर्जा दिला. त्यांनी आपल्या काळात शेजारील राष्ट्रांबरोबर मैत्रीचे संबंध प्रस्थापित केले. १९७६ नंतर चीनबरोबरचे राजनैतिक संबंध सुधारण्यासाठी भारताने त्यांच्याच काळात पुढाकार घेतलेला दिसतो. सोव्हिएत रशियाच्या मदतीने क्षेपणास्त्रे अवकाशात सोडण्यास भारताने त्यांच्याच काळात सुरुवात केली.

जनता राजवट : जनता राजवटीने चालत आलेले भारताचे परराष्ट्रीय धोरण आहे, त्याच स्थितीत पुढे चालू ठेवले. उदा. अलिप्त चळवळीचा पुरस्कार महाशक्तीशी पूर्ववत चांगले संबंध, इत्यादी. अमेरिकेबरोबर बिघडलेले संबंध सुधारण्याचा प्रयत्न जनता राजवटीने केला. चीन व इतर शेजारी राष्ट्राबरोबर जनता राजवटीने आपले संबंध चांगले ठेवलेले दिसून येतात.

राजीव गांधी राजवट : राजीव गांधी यांनी नेहरू व श्रीमती गांधी यांचेच परराष्ट्रीय धोरण पुढे चालू ठेवले. संयुक्त राष्ट्रावर विश्वास,जागतिक आर्थिक विषमतेला विरोध, पंचशिलचा पुरस्कार, याच धोरणाचा त्यांनी पुरस्कार केला. शस्त्रस्पर्धेला विरोध, वंशभेदाचा विरोध, यावरही त्यांनी भर दिला. दक्षिण आशियाई क्षेत्रीय सहकार्य संघटन म्हणजेच सार्कची स्थापना त्यांच्याच काळात झाली. श्रीलंकेतील तमीळ बंडखोराचे बंड मोडून काढण्यासाठी व मालदीवच्या मदतीसाठी भारताने आपली शांतिसेना त्यांच्याच काळात वरील देशात पाठवली होती.

नरसिंहराव राजवट : नरसिंहरावाच्या काळात आंतरराष्ट्रीय क्षेत्रात व्यापक स्वरूपात परिवर्तने घडून आली होती. सोव्हिएत रशियाचे विघटन झाले होते. अमेरिका एकमेव महासत्ता उरली होती. भारताने एन. पी. टी. व सी. टी. बी. टी. करारावर सही करावी असा दबाव अमेरिका भारतावर टाकत होती. भारताच्या अंतर्गत भागात बॉम्बस्फोट जातीय दंगली व दहशतवादाने उग्रस्वरूप धारण केले होते. भारताने त्यांच्या राजवटीत अमेरिका, रशिया, चीन व आपले शेजारी यांच्याबरोबरचे संबंध सुधारण्यावर भर दिला.

भारतीय जनता पक्ष व आघाडी सरकार : काश्मीर प्रश्न दिवसेंदिवस बिकट होत होता. दहशतवादाने उग्र स्वरूप धारण केले होते. अटलबिहारी वाजपेयींनी भारताचे परराष्ट्रीय धोरण आदर्शवादाकडून वास्तवतेकडे परिवर्तित केले. १९९८ मध्ये भारताने आण्विक चाचण्या घेऊन देशाला संरक्षणात्मक दृष्टीने मजबूत करण्यावर भर दिला, पण अमेरिका व इतर मोठ्या राष्ट्रांनी भारतावर आर्थिक बंदी घातली याला न घाबरता भारत सरकारने आपला संरक्षण व आर्थिक विकासाचा कार्यक्रम चालूच ठेवला. दरम्यान, बससेवा चालू करून पाकिस्तानबरोबर संबंध सुधारण्याचा प्रयत्न भारताने केला. परंतु, १९९९ मध्ये पाकिस्तानने भारतावर कारगील संघर्ष लादला. हा संघर्ष ही भारताने जिंकला. त्यामुळे भारताची जागतिक प्रतिष्ठा वाढण्यास मदत झाली. दहशतवादाचा बिमोड करण्यासाठी जगाने आम्हाला मदत करावी अशा प्रकारची मागणी भारताने जगापुढे केली. दहशतवादाचे सर्व पुरावे भारताने अमेरिकेला दिले, पण त्यामध्ये अमेरिकेच्या मर्यादा स्पष्ट झाल्या.

२००१ मध्ये अमेरिकेवर दहशतवाद्यांनी हल्ला केला. त्यानंतर भारत अमेरिका परत एकमेकांच्या जवळ येण्यास मदत झाली. पाकिस्तानने भारतातील अतिरेक्यांना प्रशिक्षण, शस्त्रास्त्रे यासहीत सर्व प्रकारची मदत करणे, हे शत्रूत्वाचे कृत्य असून ह्यामध्ये पाकिस्तान जोपर्यंत बदल करीत नाही तोपर्यंत भारत-पाकिस्तान संबंध सुधारणार नाहीत, अशाच प्रकारचे भारताचे धोरण आहे, सर्व शेजारील राष्ट्रांशी चांगले संबंध प्रस्थापित करण्याचा प्रयत्न भारताचा राहील, अशी ग्वाही राष्ट्रीय आघाडी सरकारने दिली आहे.

काँग्रेस प्रणित आघाडी सरकार : डॉ. मनमोहन सिंग २००४ मध्ये सत्तेवर आल्याबरोबर त्यांनी

संयुक्त राष्ट्राच्या कार्यांचे समर्थन करून त्यामध्ये भारताला कायम स्वरूपाचे सदस्यत्व द्यावे अशीच भारताने भूमिका घेतलेली आहे. शेजारील राष्ट्राबरोबरचे संबंध सुधारावेत अशाच प्रकारचे प्रयत्न भारताने यांच्या काळात सुरू केलेला दिसतो. काश्मीर दौरा करून काश्मीरमधून सैन्य मागे बोलावून आम्ही काश्मीर प्रश्न सोडविण्यास तयार आहोत, हेच त्यांनी जगाला दाखवून दिले. काश्मीरच्या विकासासाठी मोठ्या प्रमाणात आर्थिक तरतूदही त्यांनी केली. मणिपूरचा दौरा करून बंडखोरांना शांततेचे आवाहन त्यांनी केलेले दिसते.

भारताच्या परराष्ट्रीय धोरणाच्या विकासाचा आढावा घेतल्यास एक गोष्ट स्पष्ट होते ती म्हणजे भारताच्या सत्तेत वेळोवेळी बदल होऊनही भारताच्या परराष्ट्रीय धोरणाच्या मूलभूत तत्त्वामध्ये कोणताही मोठा बदल झालेला आपणास दिसून येत नाही. या जागतिक राजकारणामध्ये भारताचे हे धोरण व्यवहारी व वास्तववादी बनत गेलेले आपणास दिसून येते.

भारतीय परराष्ट्रीय धोरणाची उद्दिष्ट्ये :

१९२५ मध्ये अखिल भारतीय कॉंग्रेस समितीने एक ठराव पास करून इंग्रजांना भारतात परराष्ट्रीय खाते किंवा विभाग निर्माण करण्याची सूचना केली. परराष्ट्रातील भारतीयांच्या हितसंबंधाचे रक्षण करणे आणि त्या देशात शैक्षणिक प्रसार करणे ही कामे या विभागाकडून अपेक्षित होती. १९२८ मध्ये हा विभाग निर्माण करण्यात आला व त्याचे प्रमुख पंडित नेहरूजींना बनविण्यात आले. तेव्हापासून १९६४ पर्यंत परराष्ट्रीय धोरण निर्माण करण्याचे काम पंडित नेहरूजींनी अतिशय चांगल्या प्रकारे राबविलेले दिसून येते. किंबहूना परराष्ट्रीय धोरणाचा पाया त्यांनीच घातला असे म्हटले जाते. त्यांनी भारतीय परराष्ट्रीय धोरण आखताना काही उद्दिष्टे समोर ठेवलेली दिसतात. त्यानंतर भारतीय सत्तेत वेळोवेळी बदल झाले, पण भारतीय परराष्ट्रीय धोरणाची उद्दिष्टे मात्र बदललेली आपणास दिसत नाहीत,ही उद्दिष्टे पुढीलप्रमाणे - :

(१) भारताच्या राष्ट्रीय हितसंबंधाचे संरक्षण करणे.
(२) जागतिक शांतता टिकविण्यासाठी प्रयत्न करणे.
(३) संयुक्त राष्ट्रसंघटनेला सर्वतोपरीने सहकार्य करणे.
(४) राष्ट्राराष्ट्रातील वाद शांततेच्या मार्गाने मिटवण्यावर भर देणे.
(५) जागतिक सत्तागटापासून अलिप्त राहणे.
(६) सोव्हिएत रशिया व अमेरिका यांच्यापैकी कोणत्याही गटात सहभागी न होता त्यांच्याशी मैत्रीचे व सहकार्याचे संबंध ठेवणे.
(७) राष्ट्रकुल या संस्थेचे पारंपरिक संबंध टिकवून ठेवणे.
(८) कोणत्याही प्रकारच्या वसाहतवादाला विरोध करणे.
(९) गुलामगिरीत खितपत पडलेल्या राष्ट्रांना मुक्ततेचा मार्ग दाखवणे.
(१०) शेजारील राष्ट्रांबरोबर मैत्रीचे संबंध प्रस्थापित करणे व टिकवणे.
(११) शस्त्रनियंत्रण व नि:शस्त्रीकरण योजनांमध्ये सहभागी होऊन सर्वतोपरीने सहकार्य करणे.
(१२) संयुक्त राष्ट्र संबंधाच्या आंतरराष्ट्रीय कायद्याचे पालन करणे.
(१३) मानवी किंवा नैसर्गिक आपत्तीत सापडलेल्या राष्ट्राला सर्वतोपरीने मदत करणे.

भारतीय परराष्ट्रीय धोरणाचे आदर्शे :

स्वातंत्र्यासाठी बऱ्याच कालावधीपर्यंत इंग्रजी सत्तेविरूद्ध अनेक जाती धर्मातील लोकांनी एकत्र येऊन लढा दिला; या परिणामातूनच भारत स्वतंत्र झाला. स्वातंत्र्यानंतर भारताने आपली स्वतंत्र अशी राज्यघटना अस्तित्वात आणली. राज्यघटनेतील ५१ व्या कलमामध्ये भारतीय परराष्ट्र धोरणाची काही निश्चित अशी आदर्शे ठरविण्यात आले आहेत. ती खालीलप्रमाणे

(१) जागतिक शांतता आणि सुरक्षितता सदैव कायम राखण्यासाठी प्रयत्न करणे.
(२) स्थानिक पातळीवरील,त्याचप्रमाणे जागतिक पातळीवरील दोन राष्ट्रातील वादाचे प्रश्न शक्यतो समजुतीने किंवा आंतरराष्ट्रीय कायद्याच्या आधारे सोडविणे.
(३) संयुक्त राष्ट्रसंघाचे सर्व सभासद या सर्वांबरोबर चांगले संबंध प्रस्थापित करणे.
(४) आंतरराष्ट्रीय कायद्याचा मान राखून त्याचा आदर करणे.

भारतीय परराष्ट्रीय धोरणाची मूलभूत तत्त्वे :

गुलामगिरीत असलेल्या भारताचे परराष्ट्रधोरण इंग्रज ठरवत असत. स्वातंत्र्यानंतर हे धोरण भारतीयांना आखावे लागले. परराष्ट्रधोरणाची आखणी करण्यासाठी ज्या तत्त्वाची गरज असते ती सर्व तत्त्वे भारताच्या स्वातंत्र्य आंदोलनातच विकसित झालेली आपणास दिसून येतात. वेळोवेळी भारतीय सत्तेत परिवर्तन होऊनही या तत्त्वांनी भारतीय परराष्ट्रीय धोरणातील आपले स्थान अबाधित ठेवलेले आपणास दिसते. ती तत्वे खालीलप्रमाणे :

(१) अलिप्ततेच्या धोरणाचा स्वीकार.
(२) वसाहतवाद,साम्राज्यवाद व वर्णभेदाला विरोध.
(३) आंतरराष्ट्रीय सुरक्षितता व शांततेवर भर.
(४) आफ्रिका व आशिया खंडातील राष्ट्राबरोबर मैत्रीचे संबंध.
(५) पंचशील तत्त्वांचा आदर.
(६) दोन्ही महासत्तांबरोबर मैत्रीचे संबंध.
(७) दक्षिण आशियातील राष्ट्रांबरोबर विशेष मैत्रीचे संबंध.
(८) आंतरराष्ट्रीय संघटनांचे समर्थन.

(१) अलिप्ततेच्या धोरणाचा स्वीकार : अलिप्तता हे भारतीय परराष्ट्रीय धोरणाचे मूलभूत तत्त्व मानले जाते. अलिप्तता हा शब्दप्रयोगही सर्वप्रथम भारताचाच असल्यामुळे अलिप्तता चळवळीचा भारत हा आद्यप्रवर्तक मानला जातो. अलिप्तता या संकल्पनेची 'परस्पर विरोधी स्वरूपात संलग्न होणाऱ्या गटांच्या राजकारणांपासून भारत अलिप्त राहिल.' अशा स्वरूपात पंडित नेहरूंनी स्पष्ट व सुसंगत अशी मांडणी केलेली दिसते; एवढेच नाही तर अलिप्तता हे धोरण भारताची भौगोलिक स्थिती, जागतिक राजकारणाचे स्वरूप, देशाची अंतर्गत स्थिती आणि आर्थिक परिस्थिती या सर्व परिस्थितीला विचारात घेऊनच भारताने स्वीकारलेले दिसते.

भारताला स्वातंत्र्य मिळाले तेव्हा आंतरराष्ट्रीय परिस्थिती झपाट्याने बदलत होती. दुसऱ्या महायुद्धाच्या अगोदर प्रबळ सत्ता असलेल्या इंग्लंड व फ्रान्स या सत्ता नामशेष झाल्या,त्यामुळे त्यांच्या गुलामगिरीतील अनेक वसाहतीरूपी राष्ट्रे स्वतंत्र होऊ लागली. जर्मनी,इटाली व जपान या लष्करी सत्ता पूर्णपणे पराभूत झाल्या,अमेरिका व सोव्हिएत रशिया या जागतिक राजकारणात महासत्ता म्हणून पुढे आल्या. त्यांनी एकमेंकाना शह देण्यासाठी शीतयुद्धाला सुरुवात केली. शीतयुद्धाच्या अंतर्गत राहून एकमेकांना शह देण्यासाठी त्यांनी लष्करी गट,विनाशक स्वरूपाची शस्त्रास्त्रे निर्माण केली. त्यातूनच जगामध्ये भीतीचा समतोल उभा राहिला. पाकिस्तान, अमेरिकाप्रणित लष्करी गटामध्ये सहभागी झाला. ही सर्व कृती भारताच्या पर्यायाने जागतिक शांततेच्या दृष्टीने धोकादायक होती; अनेक वर्षे गुलामगिरीत असल्यामुळे आर्थिक विकासाची भारताला फार गरज होती; आपण जर एखाद्या गटात सहभागी झालो तर परत गुलामगिरीत जाऊ ही भीतीही भारताला होती,या सर्व परिस्थितीचा विचार करून, दोन्ही महासत्ताची मदत घेता यावी या हेतूनेच भारताने अलिप्ततेच्या धोरणाचा स्वीकार केला.

अलिप्ततेच्या धोरणाचा स्वीकार केल्यामुळेच भारताला आजपर्यंत जागतिक राजकारणात महत्त्वाची भूमिका पार पाडता आली. त्यामध्ये प्रामुख्याने अनेक आंतरराष्ट्रीय वाद भारताच्या पुढाकाराने सोडविता आलेले आहेत. त्याचप्रमाणे काही प्रश्नांमध्ये भारताने आपले विशिष्ट प्रकारचे मत व्यक्त केलेले दिसते. भारताच्या नेतृत्वाखालील अलिप्तता ही चळवळ आंतरराष्ट्रीय राजकारणात महत्वाची चळवळ मानली जाऊ लागली आहे, म्हणूनच अलिप्ततेचा अर्थ आपणास 'कोणत्याही लष्करी गटात सामील न होता,एक स्वतंत्र शक्ती म्हणून आंतरराष्ट्रीय शांतता आणि सहकार्यासाठी कार्य करणे.' असा सांगता येईल.

तिसरे महायुद्ध होऊ नये,जगाचा विनाश टाळून जगात शांतता प्रस्थापित व्हावी हा अलिप्तता चळावळीचा प्रमुख उद्देश आहे. भारताने स्वीकारलेल्या या धोरणामुळे महासत्तामध्ये सामंजस्य निर्माण करणे हीच भारतप्रणित अलिप्तता धोरणाची भूमिका आहे. महासत्तांना युद्धापासून परावृत्त करणे हे ही भारतीय अलिप्ततेचे प्रमुख काम आहे. अलिप्ततेच्या धोरणामुळे भारताला जगातील अनेक राष्ट्रांबरोबर आपल्या इच्छेप्रमाणे चांगले संबंध प्रस्थापित करता आले,आपले स्वतंत्र असे परराष्ट्रीय धोरण आखता आले सुरूवातीला भारताच्या या धोरणाकडे महासत्ता तिरस्काराने पहात होत्या,नंतर त्यांच्याही धोरणात बदल झालेला आपणास दिसून येतो. आज जगातील अनेक देश यामध्ये सहभागी झाल्यामुळे ही चळवळ शक्तिशाली किंवा उपयुक्त बनण्यास मदत झाली आहे.

(२) वसाहतवाद,साम्राज्यवाद व वर्णभेदाला विरोध : व्यापाराच्या निमित्ताने येऊन अगोदर वसाहती,वसाहतीचे रूपांतर वसाहतवादात,वसाहतवादातून साम्राज्यवादात रूपांतर करून युरोपातील इंग्लंड व फ्रान्स या देशांनी आशिया व आफ्रिका खंडावर आपले वर्चस्व प्रस्थापित केले होते. स्वातंत्र्यानंतर भारताने सर्वप्रथम वसाहतवाद व साम्राज्यवाद यालाच विरोध केलेला दिसतो. कारण इतरांप्रमाणे वसाहतवाद व साम्राज्यवादाचा अनुभव स्वत: भारतानेही घेतलेला दिसतो. जे देश अजूनही गुलामगिरीत खितपत पडलेले आहेत. त्यांना भारताची सहानुभूती आणि पाठिंबा होता. एवढेच नाही तर अशा राष्ट्रांचे प्रश्न भारताने सतत संयुक्त राष्ट्रसंघाच्या व्यासपीठावर मांडलेले दिसतात व जगातील वसाहतवाद संपविण्याच्या दृष्टीने प्रयत्न केलेले दिसून येतात.

साम्राज्यवाद ज्या देशात आहे, त्या देशाची प्रगती सर्व बाजूने खुंटते. तेथील समाजांची मोठ्या प्रमाणात पिळवणूक होते. अशा प्रकारच्या साम्राज्यवादाचा शेवट झाल्याशिवाय संपूर्ण मानवजातीचा विकास होणार नाही, त्याचप्रमाणे जगात खऱ्या अर्थाने शांतता प्रस्थापित होणार नाही, अशाच प्रकारची भारताची भूमिका होती.

इंग्रजी सत्ता भारतात असताना वंश-भेद काय असतो. याचा अनुभव स्वत: भारतीयांनी घेतलेला होता: म्हणूनच भारताने आपल्या परराष्ट्रीय धोरणात वांशिक-सांस्कृतिक भेदभावाला सतत विरोध केला आहे. याचाच अनुभव दक्षिण अफ्रिकेत असतांना महात्मा गांधींनी स्वत: घेतलेला दिसून येतो. एवढेच नाही तर भारताने पुढाकार घेऊन दक्षिण अफ्रिकेचा प्रश्न संयुक्त राष्ट्रसंघात उपस्थित केलेला दिसून येतो. त्याचप्रमाणे जगातील सर्वच राष्ट्रांनी दक्षिण अफ्रिकेबरोबरच सर्वच प्रकारचे संबंध तोडावेत असाही प्रयत्न भारताने केलेला दिसतो. होडेशियातील वंवादी राजवटीलाही भारताने सतत विरोध केलेला दिसून येतो. एवढेच नाही तर अलीकडच्या काळात पॅसिफिक महासागरातील 'फिजी' या छोट्याशा राज्यात वांशिक प्रश्न निर्माण होऊन भारतीय लोकांना तेथे अन्याय सहन करावा लागत असल्यामुळे भारताने फिजीबरोबरचे राजनैतिक संबंध तोडून टाकलेले दिसून येतात, अशा प्रकारे भारताने आपल्या परराष्ट्रीय धोरणाच्या तत्त्वात वसाहतवाद,साम्राज्यवाद व वंशभेदाला सतत विरोध केलेला दिसून येतो.

(३) आंतरराष्ट्रीय सुरक्षितता व शांततेवर भर : द्वितीय महायुद्धात जगाची प्रचंड प्रमाणात हानी

झाली. जगाला आता खऱ्या अर्थाने शांततेची गरज आहे, असे जगातील प्रमुख राष्ट्रांना वाटले. त्यातूनच त्यांनी पुढाकार घेऊन संयुक्त राष्ट्रसंघाची स्थापना केली. आ या संयुक्त राष्ट्रसंघावर व त्यांच्या तत्त्वावर स्वतंत्र भारताचा पूर्ण विश्वास असल्यामुळे भारताने आपल्या परराष्ट्रीय धोरणात जागतिक शांततेचा पुरस्कार केलेला दिसून येतो.

संयुक्त राष्ट्राच्या निर्मितीनंतर लगेचच अमेरिका व सोव्हिएत रयिया यांच्यामध्ये शीतयुद्धाला सुरुवात झाली. एकमेकांना ह देण्यासाठी त्यांनी विनाक स्वरूपाची अण्वस्त्रे निर्माण केली. त्यामुळे जग परत एकदा असुरक्षित बनले, त्यातूनच जगाचा विनाश जवळ आला. जगाची सुरक्षितता सांभाळण्यासाठी त्यावर एकच पर्याय आहे आणि तो म्हणजे जागतिक शांतता. याच दृष्टीने भारताने प्रयत्न केलेला दिसतो. एवढेच नाही तर जगाच्या कानाकोपऱ्यांत दोन राष्ट्रांत निर्माण झालेला वाद युद्धाच्या मार्गाने सोडविण्याऐवजी तो शांततेच्या मार्गाने सोडविला जावा,असाच प्रयत्न भारताने आपल्या परराष्ट्रीय धोरणाच्या माध्यमातून केलेला दिसून येतो.

(४) आफ्रिका व आशिया खंडातील राष्ट्रांबरोबर मैत्रीचे संबंध : जगातील सर्व देशाशी सहकार्य करण्याचे भारताचे जरी धोरण असले तरी आशिया व आफ्रिका खंडातील राष्ट्रांशी विशेष स्वरूपाचे सहकार्य असलेले दिसून येते, कारण भारताप्रमाणेच आशिया व आफ्रिकेतील सर्वच राष्ट्रे युरोपियनांच्या गुलामगिरीत होती. स्वतंत्र होताच सर्वप्रथम भारताने आशिया व आफ्रिका खंडातील राष्ट्रांच्या स्वातंत्र्य आंदोलनाला पाठिंबा दिला. त्यांना स्वातंत्र्याचा मार्ग दाखविला, एवढेच नाही तर स्वातंत्र्यानंतर या खंडातील राष्ट्रांच्या परिषदा,अधिवेशने आयोजित करून त्यांच्यात ऐक्य निर्माण करण्याचा प्रयत्न केलेला दिसून येतो. याच प्रयत्नातून अलिप्त राष्ट्रांचा गट मोठा होण्यास मदत झाली. पुढे याच गटाने युनोच्या कार्याला प्रभावित केलेले दिसून येते; साहजिकच अलिप्ततेच्या माध्यमातून भारताने या दोन्ही खंडातील राष्ट्रांबरोबर विशेष मैत्रीचे संबंध प्रस्थापित केलेले दिसून येतात.

(५) पंचशील तत्त्वांचा आदर : जगातील राष्ट्रात परस्पर विश्वास व सहकार्य निर्माण व्हावे. त्यांच्यात निर्माण झालेले वाद शांततेच्या मार्गाने सोडविले जावेत. अशाच प्रकारचा प्रयत्न भारताने सतत केलेला आहे. जागतिक शांतता व सुरक्षिततेसाठी परस्पर सहकार्य आणि शांततामय सहजीवन आवश्यक आहे; असे भारताचे सतत धोरण राहिलेले आहे. १९५४ मध्ये बांटुंग येथे भरलेल्या अलिप्ततेच्या अधिवेशनात भारताच्या पंडित नेहरूंनी पंचशील तत्त्वाविषयी आपली भूमिका स्पष्ट केली. १९५४ मध्येच भारताने चीनबरोबर झालेल्या वाटाघाटीत प्रथमच या तत्त्वाचा स्वीकार केला. त्यानंतर अलिप्त चळवळीतील राष्ट्रांनीही या तत्त्वाचा स्वीकार केलेला दिसून येतो. ही तत्त्वे पुढीलप्रमाणे

(१) एकमेकांच्या प्रादेशिक एकात्मतेबद्दल व सार्वभौमत्वाबद्दल आदर बाळगणे.
(२) दुसऱ्या राष्ट्राच्या अंतर्गत कारभारात हस्तक्षेप न करणे.
(३) परस्परांच्या प्रदेशावर आक्रमण न करणे.
(४) राष्ट्रीय समता आणि परस्परांचे हीत सांभाळून सर्व प्रश्न सहकार्याने सोडविण्यावर भर देणे.
(५) शांततामय सहजीवन आणि आर्थिक सहकार्य या तत्त्वाचा स्वीकार करणे.

या तत्त्वाचा स्वीकार केल्यामुळे सुरक्षितता, शांतता, विश्वास व सहकार्याची भावना जगामध्ये वाढीस लागेल. अशाच प्रकारची भूमिका भारताची असलेली दिसते, पण ज्या चीनबरोबर भारताने सर्वप्रथम या तत्त्वाचा स्वीकार केला. त्याच चीनने भारतावर १९६२ मध्ये हल्ला केलेला दिसतो. त्यानंतर भारताने या तत्त्वाकडे काही प्रमाणात दुर्लक्ष्य करून आपली लष्करी क्षमता वाढविण्याकडे लक्ष दिलेले दिसते, असे असले तरी भारतीय परराष्ट्र धोरणाच्या तत्त्वात पंचशील या तत्त्वांना अग्रक्रमच दिलेला दिसून येतो.

(६) दोन्ही महासत्तांबरोबर मैत्रीचे संबंध : द्वितीय महायुद्धानंतर इंग्रज व फ्रेंचाची सत्ता नामशेष झाल्यामुळे त्यांच्या गुलामगिरीतील वसाहती हळूहळू स्वतंत्र होऊ लागल्या. त्यामुळे सत्तेची पोकळी निर्माण झाली, निर्माण झालेली ही पोकळी भरून काढण्यासाठी अमेरिका व सोव्हिएत रशिया या महासत्ता पुढे आल्या. त्यांनी स्वतंत्र झालेल्या राष्ट्रांना आपल्या बाजूला वळविण्याचा प्रयत्न सुरू केला, पण भारताने मात्र या दोघांपैकी कोणाच्याही गटात न जाता दोघांबरोबर मैत्रीचे संबंध प्रस्थापित करण्यावर भर दिला; कारण आपण जर एका गटात सामील झालो तर,आपला कोणताच विकास होणार नाही. आपला सर्वांगीण विकास करण्यासाठी दोघांकडूनही मदत घेता यावी याच हेतूने दोन्ही देशांशी मैत्रीपूर्ण संबंध ठेवण्याचे धोरण भारताने स्वीकारले. सुरुवातीला या दोन्ही महासत्तांनी भारताच्या या धोरणाकडे संशयाने पाहिलेले दिसून येते, नंतर मात्र त्यांचा संशय कमी झालेला आपणास दिसून येतो. अमेरिकेने सुरुवातीच्या काळात भारताच्या आर्थिक विकासासाठी भरीव स्वरूपाची मदत केलेली दिसून येते,तर राजकीय व लष्करी क्षेत्रात सोव्हिएत रशियाची मदत भारताला उपयुक्त ठरली, एवढेच नाही तर आंतरराष्ट्रीय पातळीवर काश्मीर प्रश्नात सोव्हिएत रशिया सदैव भारताच्या पाठीशी ठामपणे उभा राहिलेला दिसून येतो.

(७) दक्षिण आशियातील राष्ट्रांबरोबर विशेष मैत्रीचे संबंध : भारत, पाकिस्तान, नेपाळ, भूतान, बांगला देश, श्रीलंका, मालदीव व अफगाणिस्तान या आठ राष्ट्रांचा मिळून दक्षिण आशिया तयार झाला आहे. याला 'भारतीय उपखंड' या नांवानेही ओळखले जाते. या उपखंडात लष्करी, आर्थिक इ. बाबतीत सर्वच क्षेत्रात भारत हे मोठे असलेले राष्ट्र जगातील तीन नंबरचा हिंदी महासागर याच भागात आहे. दक्षिण आशियातील ही आठही राष्ट्रे भौगोलिकदृष्ट्या एकमेकांच्या जवळ आहेत. एवढेच नाही तर त्यांच्यात राजकीय, सांस्कृतिक व सामाजिक संबंध आहेत. या सर्वात भारताचे स्थान अगदी मध्यावर आहे. त्यामुळेच एखाद्या राष्ट्राच्या सुरक्षिततेला जेव्हा धोका निर्माण होतो तेव्हा त्यांचा परिणाम भारताच्या सुरक्षिततेवर होताना दिसून येतो. अशा प्रकारची परिस्थिती निर्माण होऊ नये म्हणून भारताने आपल्या परराष्ट्रीय धोरणाच्या तत्त्वामध्ये या तत्त्वाचा समावेश केलेला दिसून येतो.

भारतावर पाकिस्तानने आत्तापर्यंत चार युद्धे लादली, तरीही पाकिस्तानबरोबर मैत्रीचे संबंध कसे प्रस्थापित होतील अशाच प्रकारचे भारताचे धोरण राहिलेले दिसून येते. नेपाळ, भूतान या राष्ट्रांना परराष्ट्राशी व्यापार व दळणवळण यासाठी भारतीय प्रदेशाचा वापर करावा लागतो. त्याचबरोबर या दोन्ही राष्ट्रांत राजकीय स्थैर्य आणि शांतता अबाधित ठेवण्याची जबाबदारी आपलीच आहे. याच हेतूने भारताने या दोन्ही राष्ट्राबरोबर मैत्रीचे संबंध प्रस्थापित केलेले दिसून येतात, श्रीलंकेमध्ये निर्माण झालेली यादवी, त्याचप्रमाणे मालदीवमध्ये निर्माण झालेला पेचप्रसंग सोडविण्यासाठी पण भारताने विनाविलंब आपली मदत पाठविलेली दिसून येते. ज्या बांगला देशाच्या स्वातंत्र्य आंदोलनाला भारताने भरीव मदत केली त्या मदतीमुळेच बांगला देश स्वतंत्र होऊ शकला, तोच बांगला देश भारताच्या विरोधी जावू लागला तरीही भारताने बांगलादेशा-विषयीच्या धोरणात बदल होऊ दिला नाही; म्हणजेच दक्षिण आशियाबरोबर भारताचे विशेष स्वरूपाचे संबंध राहिलेले दिसून येतात.

(८) आंतरराष्ट्रीय संघटनांचे समर्थन : द्वितीय महायुद्धानंतर जागतिक शांतता व सुरक्षितता अबाधित ठेवण्यासाठी संयुक्त राष्ट्रसंघाची स्थापना करण्यात आली. स्वातंत्र्यप्राप्तीनंतर लगेचच भारताने संयुक्त राष्ट्राचे सभासदत्व स्वीकारले. संयुक्त राष्ट्राच्या प्रत्येक कार्यावर भारताचा विश्वास आहे. जगाच्या कानाकोपऱ्यात निर्माण झालेली संघर्षाची परिस्थिती हाताळण्यासाठी संयुक्त राष्ट्रांच्या सांगण्यावरून आपली शांती सेना त्याठिकाणी पाठवून भारताने स्वत:ची व संयुक्त राष्ट्राची प्रतिमा उंचावण्यास हातभार लावलेला दिसून येतो; एवढेच नाही तर आतापर्यंत भारताने संयुक्त राष्ट्राच्या प्रमुख अंगामध्ये व उपांगामध्ये महत्त्वाची

भूमिका पार पाडून संयुक्त राष्ट्राचे समर्थन केलेले दिसून येते; म्हणजेच भारत सतत आंतरराष्ट्रीय संघटनांचे समर्थन करीत आलेला आपणास दिसून येतो.

भारतीय परराष्ट्रीय धोरणाचे निर्धारक घटक :

भारत इंग्रजांच्या गुलामगिरीत असताना भारतीय परराष्ट्रधोरण आखण्याचे व राबविण्याचे काम इंग्रज करत असत,परंतु, स्वातंत्र्यानंतर भारतीयांना स्वतःचे परराष्ट्रीय धोरण स्वतःच निर्माण करावे लागले. त्यासाठी भारताने परराष्ट्र मंत्रालय हे पद निर्माण केले. भारताच्या परराष्ट्रीय धोरणावर कमीजास्त प्रमाणात खालील घटक परिणाम करताना दिसतात-

(१) भौगोलिक घटक
(२) ऐतिहासिक घटकांचा प्रभाव
(३) आर्थिक घटक
(४) आर्थिक साधने
(५) लष्करी शक्ती
(६) तांत्रिक,वैज्ञानिक व औद्योगिक विकास
(७) लोकसंख्या
(८) मान्यवर व्यक्तींचा प्रभाव
(९) जागतिक जनमत

(१) भौगोलिक घटक : असे म्हटले जाते की,पूर्वीच्या काळी हिंदुस्थानचे उत्तरेला असलेला हिमालय, दक्षिणेकडील हिंदी महासागर, पूर्वेला असलेला बंगालचा उपसागर व पश्चिमेला असलेला अरबी समुद्र या नैसर्गिक सीमा संरक्षण करीत असत. स्वातंत्र्यानंतर भारत-पाकिस्तान हे स्वतंत्र देश निर्माण झाले. तसेच १९७१ मध्ये बांगला देश निर्माण झाला. या राष्ट्राबरोबरच्या सीमा या मानवनिर्मित बनल्या. पुढे चीननेही भारताबरोबर सीमावाद उकरून काढला. अशा परिस्थितीत आज भारताचे भौगोलिक सीमामुळे संरक्षण होऊ शकणार नाही. त्यातच मानवाने निर्माण केलेल्या सीमा नेहमीच कटकटी निर्माण करताना दिसून येतात. आज अतिविनाशक स्वरूपाची शस्त्रास्त्रे निर्माण झाल्यामुळे कोणतेच राष्ट्र सुरक्षित राहिलेले नाही. अशा बदलल्या भौगोलिक परिस्थितीचा परराष्ट्रीय धोरणावर विपरीत परिणाम होतो. म्हणूनच परराष्ट्रीय धोरण आखताना भौगोलिक घटकांचा विचार करावाच लागतो.

(२) ऐतिहासिक घटकांचा प्रभाव : गुलामगिरीतून मुक्त होण्यासाठी भारतीयांनी जी इंग्रजांच्या विरुद्ध चळवळ उभी केली. ती चळवळ महात्मा गांधीजींच्या असहकार, सत्य, अहिंसा या तत्त्वांवर आधारलेली होती. स्वातंत्र्यानंतर भारताने इंग्रजाविषयी कोणतीही कटुता मनात न ठेवता त्यांच्याबरोबरचे संबंध कसे सुधारतील अशाच प्रकारचा प्रयत्न केलेला दिसतो, पाकिस्तान व चीनबरोबर युद्ध होऊनही त्या राष्ट्राबरोबर संबंध कसे सुधारतील असाच प्रयत्न भारताने सतत केलेला दिसतो. साम्राज्य आणि वसाहती स्थापन करण्याचे करण्याचे धोरण भारताने कधीच आखलेले नव्हते, या ऐतिहासिक तत्त्वांचा प्रभाव भारताच्या परराष्ट्रीय धोरणावर पडलेला दिसून येतो.

(३) आर्थिक घटक : इंग्रज भारतात येण्यापूर्वी भारत आर्थिकदृष्ट्या प्रबळ होता. भारतातील सर्वच खेडी स्वावलंबी होती. साहजिकच भारतात मोठ्या प्रमाणात आर्थिक सुबत्ता होती. इंग्रज भारतात आले. त्यांनी भारतीय कच्चा माल इंग्लंडला,तर इंग्लंडच्या कारखान्यातून तयार झालेला पक्का माल भारतीय बाजारपेठेत आणून विकण्यास सुरुवात केली. त्यामुळे भारतातील छोटे छोटे उद्योगधंदे बंद पडले.

इंग्रजांच्या राजवटीत मोठमोठे औद्योगिक प्रकल्प निर्माण होऊ शकले नाहीत; म्हणजेच भारताची आर्थिक लूट कशी करता येईल एवढेच धोरण इंग्रजांचे होते.

भारत स्वतंत्र झाला तेव्हा भारत आर्थिकदृष्ट्या अतिशय दुर्बळ बनला होता, अशा परिस्थितीत आर्थिक सुधारणा घडवून आणणे हे भारतीय धोरणापुढे एक प्रकारचे आव्हान होते. अशाही परिस्थितीमध्ये भारताने अमेरिका किंवा सोव्हिएत रशियाच्या गटात न जाता अलिप्ततेच्या धोरणाचा स्वीकार करून दोन्ही महासत्तांकडून आर्थिक मदत घेऊन पंचवार्षिक योजनेद्वारे आपला आर्थिक विकास करण्यास सुरुवात केलेली दिसून येते; अशाच प्रकारचे धोरण भारताने सतत राबवलेले दिसून येते.

(४) आर्थिक साधने : आर्थिक साधनांमध्ये अन्नधान्ये व खनिजद्रव्ये यांचा समावेश केला जातो. सुरुवातीपासूनच भारत हा शेतीप्रधान देश राहिलेला आहे. भारताची जवळजवळ ८० टक्के जनता आजही शेतीवर अवलंबून असलेली दिसून येते; भारताची बहुतेक शेती पावसावर अवलंबून आहे. पाऊस जर वेळेवर पडला तर भारताकडे उत्पादन मोठ्या प्रमाणात होते; पण पाऊस पडला नाही तर मात्र मोठ्या प्रमाणात अन्नधान्याची चणचण निर्माण होते; अशावेळी अन्नाची गरज भागविण्यासाठी अन्नधान्य दुसऱ्या राष्ट्राकडून आयात करावे लागते अशा वेळी संबंधित राष्ट्र म्हणेल त्या प्रमाणात भारताला वागावे लागते तर कधी कधी भारताला आपले परराष्ट्रीय धोरण ही बदलावे लागेल.

आज खनिजद्रव्यांमध्ये पेट्रोल, युरेनियम, प्लुटोनियम, कोळसा इत्यादींचा समावेश केला जातो. ही सर्व खनिजे लष्करीदृष्टया महत्वाची मानली जात आहेत. त्याचप्रमाणे ही सर्व खनिजद्रव्ये जगातील एका राष्ट्राकडे उपलब्ध नाहीत. भारतही त्याला अपवाद नाही; साहजिकच ही खनिजे गरजेनुसार दुसऱ्या राष्ट्रांकडून भारताला आयात करावी लागतात, त्याबद्दल भारतालाही संबंधित राष्ट्रांना काहीतरी वस्तू अगर माल पाठवावा लागतो, अन्यथा ती राष्ट्रे ही खनिजे भारताला देणार नाहीत. ज्यावेळी देतात त्यावेळी भारतावर काहीतरी अटी लादतात. शिवाय भारताला आपल्या धोरणात बदलही करावा लागतो, म्हणूनच आपण असे म्हणू शकतो की, आर्थिक साधनांमुळे भारताचे परराष्ट्रीय धोरण मजबूत होऊ शकेल किंवा दुर्बल होऊ शकेल.

(५) लष्करी शक्ती : सैन्यशक्तीवरच राष्ट्राचा दर्जा अवलंबून असतो. भारतीय सैन्याला प्राचीन सैनिकी लढाऊ परंपरा आहे. इंग्रजांनी याच सैन्याच्या जोरावर भारतीय वसाहतीचे शत्रूपासून संरक्षण केले, इंग्रजांच्या हितासाठी हिच भारतीय सेना जगाच्या कानाकोपऱ्यात जाऊन लढली. पहिल्या व दुसऱ्या महायुद्धात भारतीय सेनेने आपले शौर्य पणाला लावलेले दिसते.

स्वातंत्र्यानंतरही पर्वतीय प्रदेशात कसे लढावे, याचे प्रशिक्षण नसतानाही तिने पाकिस्तानच्या अतिरेक्यांपासून काश्मीरचे संरक्षण केले. चीनचा अपवाद वगळता १९६५, १९७१ व कारगील संघर्षातही भारतीय सेनेने आपले शौर्य पणाला लावलेले दिसते; एवढेच नाही तर संयुक्त राष्ट्राच्या सांगण्यावरून भारतीय सेना जगाच्या कानाकोपऱ्यात गेली. तेथे आपल्या शौर्याने सत्ता प्रस्थापित करण्यात तिने यश मिळविलेले दिसते.

आज भारताच्या चोहोबाजूला अण्वस्त्रधारी राष्ट्रे आहेत, भारतीय लष्करी शक्तीला प्रबळ बनविण्याच्या हेतूने भारतानेही आपल्या परराष्ट्रीय धोरणात बदल करून अण्वस्त्रधारी बनले पाहिजे, आपण आपल्या राष्ट्राचे संरक्षण करण्यात यशस्वी होऊ.

(६) तांत्रिक,वैज्ञानिक व औद्योगिक विकास : तांत्रिक, वैज्ञानिक व औद्योगिक विकासानेही परराष्ट्रीय धोरण प्रभावित होत असते. इंग्रजी राजवटीत यामध्ये इंग्रजांनी सुधारणा होऊ दिल्या नाहीत. त्यांच्या मते, भारत ही फक्त कच्चा माल पुरविणारी व पक्का विकत घेणारी बाजारपेठ आहे. शिवाय तांत्रिक, वैज्ञानिक व औद्योगिक विकास जर आपण भारतामध्ये घडवून आणला तर भारतीय लोक हुशार होतील व

आपणास येथे राज्य करता येणार नाही. स्वातंत्र्यानंतर मात्र भारताने सोव्हिएत रशिया किंवा अमेरिकेच्या लष्करी गटात सहभागी न होता,अलिप्ततेच्या धोरणाचा स्वीकार करून दोन्ही महासत्तांकडून मदत घेऊन पंचवार्षिक योजनेद्वारे आपला तांत्रिक, वैज्ञानिक व औद्योगिक विकास करण्यास सुरुवात केलेली दिसते, म्हणूनच याही घटकाचा परिणाम परराष्ट्रीय धोरणावर होताना दिसतो.

(७) लोकसंख्या : परराष्ट्रधोरणाच्या निर्णायक घटकांमध्ये लोकसंख्येचाही विचार करणे आवश्यक आहे. भारतामध्ये आज जागतिक दोन नंबरची लोकसंख्या आहे; त्यामुळेच जागतिक आणि दक्षिण आशियाच्या राजकारणात भारताला विशेष महत्त्वाचे स्थान प्राप्त झाले आहे. लोकसंख्या जास्त किंवा कमी असणे हे सुद्धा परराष्ट्रीय धोरणाला कधी कधी घातक ठरू शकते,कारण निसर्गाने साथ दिली नाही तर जनतेला पुरेल एवढे अन्नधान्य देशात निर्माण होणार नाही. पर्यायाने जनतेसाठी अन्नाची इतर राष्ट्रांकडून आयात करावी लागते. अशावेळी आपणास आपल्या परराष्ट्रीय धोरणात बदल करावा लागतो, आज भारताच्या परराष्ट्रीय धोरणावर लोकसंख्या हा घटक मोठ्या प्रमाणात परिणाम करताना दिसून येतो.

(८) मान्यवर व्यक्तींचा प्रभाव : भारताच्या परराष्ट्रीय धोरणावर मान्यवर व्यक्तीचाही प्रभाव असलेला आपणास दिसतो. इंग्रजांनी भारत सोडून जावे व भारताला स्वातंत्र्य द्यावे म्हणून इंग्रजी सत्तेविरूद्ध जी चळवळ उभी राहिली त्या चळवळीत ज्या नेत्यांनी पुढाकार घेतला त्या नेत्याच्या आचारविचारांचा, व्यक्तिमत्त्वाचा प्रभाव आजही भारतीय परराष्ट्रीय धोरणावर पडलेला दिसतो.

पंचशील व अहिंसा या तत्त्वाच पंडित नेहरूंनी परराष्ट्रधोरण आखताना उपयोग करून घेतला. स्वातंत्र्यानंतर भारताने अलिप्ततेच्या धोरणाचा स्वीकार केला. म्हणूनच अलिप्तता हा भारतीय परराष्ट्रीय धोरणाचा गाभा मानला जातो. पंडित नेहरू, लाल बहादूर शास्त्री, इंदिरा गांधी या मान्यवर व्यक्तींचा प्रभावही भारताच्या धोरणावर पडलेला आपणास दिसून येतो.

(९) जागतिक जनमत : जागतिक लोकमत ही परराष्ट्रीय धोरणावर परिणाम घडवून आणू शकते. जागतिक लोकमताच्या प्रभावामुळेच इंग्रजी सत्तेला भारताला स्वातंत्र द्यावे लागले. उदा. काश्मीर प्रश्न, गोवा प्रश्न, बांगलादेशाचा प्रश्न, ज्या ज्या वेळी निर्माण झाले त्या त्या वेळी भारताने जागतिक मताचा कौल घेतलेला दिसतो. १९९८ मध्ये जागतिक जनमताचा विरोध डावलून भारताने पाच आण्विक चाचण्या घेतलेल्या दिसतात, प्रश्न कोणताही असो जागतिक जनमताचा परिणाम परराष्ट्रीय धोरणावर होताना दिसून येतो.

भारताच्या परराष्ट्रीय धोरणाचे मूल्यमापन :

भारताचे परराष्ट्रीय धोरण अतिशय सुलभ, सुस्पष्ट व सर्वांना समजेल असे असले तरी त्यावर मोठ्या प्रमाणात टीका होताना दिसून येते, असे असले तरी भारतीय परराष्ट्रीय धोरणाने मोठ्या प्रमाणात यशही मिळविलेले दिसून येते, म्हणजेच भारताच्या परराष्ट्रीय धोरणाचे मूल्यमापन करताना त्याचे यशापयश आपणास पहावेच लागते.

भारताच्या परराष्ट्रीय धोरणावर होणारी टीका :

(१) स्वहित : भारताने आपले परराष्ट्रीय धोरण आखताना स्वहितापेक्षा जागतिक हिताला जास्त महत्त्व दिले अशी त्यावर टीका करण्यात येते.

(२) मदत : आपल्या परराष्ट्रीय धोरणाच्या अंतर्गत राहून ज्या ज्या राष्ट्रांची मदत भारताने घेतली त्या राष्ट्रांशी भारत एकनिष्ठ राहिला नाही. उलट त्यांचे भारताशी मतभेद, गैरसमज जास्त प्रमाणात वाढीस

लागलेले दिसून येतात, त्याचप्रमाणे ज्या राष्ट्रांना भारताने भरीव स्वरूपाची मदत केली, ती राष्ट्रे ही भारताच्या विरोधात गेलेली दिसून येतात. उदा. बांगला देश.

(३) मित्र : भारताच्या परराष्ट्रीय धोरणाला जागतिक राजकारणात जास्त मित्र मिळवता आले नाहीत, याउलट शत्रूच जास्त मिळवलेले किंवा निर्माण केलेले दिसून येतात.

(४) हितसंबंध रक्षण करण्यात अपयश : भारतीय परराष्ट्रीय धोरणात वास्तवतेचा अभाव जाणवतो, म्हणजेच हे धोरण आंतरराष्ट्रीय समाजाच्या हितसंबंधाचे रक्षण करण्यास अयशस्वी ठरले आहे. जागतिक राजकारणात परस्परांना समजून घेण्याची गरज असते, आणि त्यांची पूर्तता भारतीय परराष्ट्रीय धोरणातून होताना दिसून येते.

(५) शेजारील राष्ट्रे : भारताला शेजारील राष्ट्राबरोबरचे विशेष स्वरूपाचे संबंध चांगले बनविण्यात अपयश आलेले आहे.

(६) अलिप्तता : काही टीकाकाराच्या मते भारताने स्वीकारलेले अलिप्ततेचे धोरण चुकीचे आहे, कारण जगाची विभागणी दोन गटांत झाली असताना भारताने कोणत्या तरी एका गटात सहभागी होणे गरजेचे होते, कारण जगात आज कोणतेही राष्ट्र स्वावलंबी नाही. त्याला दुसऱ्याची मदत ही घ्यावीच लागते, शिवाय भारताने अलिप्ततेच्या धोरणाचा स्वीकार केला, असे असूनही तो सोव्हिएत रशियाकडे झुकला आहे. अशी टीका भारताच्या परराष्ट्रीय धोरणावर होताना दिसते.

(७) गतिमानतेचा अभाव : भारताचे परराष्ट्रीय धोरण सुरुवातीला पंडित नेहरूंनी आखले. नेहरूजींचा ठसा आजपर्यंतच्या भारतीय परराष्ट्रीय धोरणावर उमटलेला दिसतो. वास्तविक पाहता आंतरराष्ट्रीय बदलत्या परिस्थितीनुसार भारताने आपल्या परराष्ट्रीय धोरणात बदल करणे गरजेचे होते; परंतु, भारताच्या परराष्ट्रीय धोरणामध्ये गतिमानतेचा अभाव असल्यामुळे बदलणे शक्य झाले नाही.

(८) नवीन गटाची निर्मिती : भारत स्वतंत्र झाला तेव्हा सोव्हिएत रशिया व अमेरिका यांच्यात शीतयुद्ध सुरू झाले होते, या दोन्हींपैकी कोणत्याही गटात सहभागी न होता भारताने अलिप्ततेचा स्वीकार केला. त्यातूनच भारताच्या पुढाकाराने जगात तिसरा गट निर्माण झाला, अशा स्वरूपाची ही भारताच्या परराष्ट्रीय धोरणावर टीका केली जाते.

भारताच्या परराष्ट्रीय धोरणावर अशा प्रकारे टीका होत असली तरी भारताच्या परराष्ट्रीय धोरणाने मोठ्या प्रमाणात यश संपादन केलेले दिसून येते, ते यश पुढीलप्रमाणे-

(१) अलिप्तता : भारताने स्वीकारलेल्या अलिप्ततेच्या धोरणामुळे भारताची जागतिक प्रतिष्ठा वाढलेली दिसून येते. वेळप्रसंगी स्वसंरक्षणासाठी, आर्थिक विकासासाठी, महासत्तांकडून वेळोवेळी मदत घेतली. याचा अर्थ भारताने अलिप्तता सोडली असा होत नाही, किंवा तो सोव्हिएत रशियाकडे झुकला असे म्हणणेही चुकीचे ठरते. या धोरणामुळेच भारताने जगातील अनेक राष्ट्रांकडून मदत घेऊन आपली आर्थिक परिस्थिती सुधारलेली दिसून येते.

(२) मित्र : भारताच्या परराष्ट्रीय धोरणामुळे भारताला आंतरराष्ट्रीय पातळीवर मित्राऐवजी शत्रूच जास्त झाले, अशी टीका त्यांच्यावर केली जाते, पण वस्तुस्थिती तशी नाही; अलिप्ततेमुळे भारताला अनेक मित्र मिळविता आलेले आहेत. अरब-इस्त्राइल युद्धात भारताने अरबांची बाजू घेऊन १४ अरब मित्र मिळविलेले आहेत.

(३) शेजारील राष्ट्रे : सार्कच्या माध्यमातून किंवा इतर माध्यमांच्या सहकार्याने भारताने सतत शेजारील राष्ट्रांबरोबरचे संबंध कसे सुधारता येतील, अशाच प्रकारचा प्रयत्न केलेला दिसतो, पण शेजारील राष्ट्रे भारताला म्हणावा तेवढा प्रतिसाद देताना दिसत नाहीत.

(४) सुरक्षितता : ज्या ज्या वेळी आंतरराष्ट्रीय व्यासपीठावर काश्मीरचा प्रश्न चर्चेला आला. त्या त्या वेळी सोव्हिएत रशिया भारताच्या पाठीमागे ठामपणे उभा राहिलेला दिसून येतो; त्याशिवाय १९७० च्या दशकांत भारताला एकटे पाडण्याच्या हेतूने पाकिस्तानने पुढाकार घेऊन अमेरिका-चीन-पाकिस्तान अशी युती घडवून आणली. त्यामुळे भारताची सुरक्षितता धोक्यात आली, आपली सुरक्षितता अबाधित ठेवण्यासाठी भारताने सोव्हिएत रशियाबरोबर २० वर्षांचा मैत्रीचा करार केलेला दिसतो.

(५) स्वहित : भारताने स्वहितापेक्षा जागतिक हिताला जास्त महत्त्व दिले, असे असले तरीही भारताने स्वहिताकडे दुर्लक्ष केलेले नाही.

(६) संयुक्त राष्ट्राचे समर्थन : भारताच्या परराष्ट्रीय धोरणाने सतत संयुक्त राष्ट्रांचे समर्थन केलेले दिसून येते ज्या ज्या वेळी संयुक्त राष्ट्राला गरज भासेल त्या त्या वेळी भारताने त्यांच्या सांगण्यावरून जगाच्या काना-कोपऱ्यात आपली शांतिसेना पाठवलेली दिसून येते.

(७) पाठिंबा किंवा प्रतिष्ठा : अलिप्तता धोरणाचा स्वीकार केल्यामुळे भारताची जागतिक प्रतिष्ठा वाढलेली आपणास दिसून येते. अलिप्तता चळवळीतील २/३ पेक्षा जास्त राष्ट्रे सहभागी झालेली आहेत, त्या सर्वांचा पाठिंबा भारताला असलेला आपणास दिसून येतो.

(८) गतिमानता : भारताच्या धोरणावर पंडित नेहरूजींचीच छाप आहे. अशी टीका केली जाते, शिवाय ते गतिमान नाही असेही बोलले जाते, ते खरे नाही कारण आंतरराष्ट्रीय परिस्थितीनुसार भारताने आपले परराष्ट्रीय धोरण गतिमान बनविण्याच्या हेतूनेच पाच आण्विक चाचण्या घेतलेल्या दिसतात.

(९) महासत्तांना विरोध : वेळप्रसंगी भारताने अमेरिका व सोव्हिएत रशिया या दोघांच्याही आक्रमक कार्यवाहीचा व हस्तक्षेपाचा विरोध केलेला आहे.

(१०) सहकार्य : भारताने आण्विक चाचण्या घेतल्याबरोबर आज चीन व पाकिस्तान सहकार्याची भाषा बोलू लागले.

(११) पंचशील व सहअस्तित्वाच्या धोरणामुळे भारताने आपले स्थैर्य कायम टिकविण्यात यश मिळविले आहे.

(१२) अलिप्त गटाचे नेतृत्व, शांततामय मध्यस्थी ही भारताची धोरणे यशस्वी झालेले आहेत.

(९. ब) भारतीय परराष्ट्रीय धोरण निर्मितीच्या संस्था

परराष्ट्र धोरणाच्या माध्यमातून आंतरराष्ट्रीय समाजाच्या संदर्भात आपल्या देशाच्या राष्ट्रीय उद्दिष्टांना मूर्त स्वरूप देण्याचा प्रयत्न केला जातो. शिवाय हा शासनाच्या घटनात्मक व विधीवत सल्ला देणाऱ्या व्यक्ती किंवा व्यक्तीगटांचा असा निर्णय व कृतीचा संच असतो; देशाची भौगोलिक स्थिती, आर्थिक परिस्थिती, लष्करी शक्ती, राष्ट्रीय चारित्र्य, लोकसंख्या, राजनीती, नैसर्गिक साधने, देशाच्या ऐतिहासिक परंपरा यासारख्या घटकांतून देशाच्या परराष्ट्र धोरण निर्मितीची पार्श्वभूमी तयार होत असते. वरील घटकांतून मिळालेल्या माहितीच्या आधारे देशाचे नेतृत्व याबाबत योग्य तो निर्णय घेत असते. परराष्ट्र धोरणाच्या निर्मितीची प्रक्रिया कायदेमंडळ, कार्यकारी मंडळ, परराष्ट्र मंत्रालय, राष्ट्राचे कॅबिनेट, राजकीय पक्ष, देशातील दबाव गट इत्यादी प्रमुख घटकांमधून आकाराला येते; या घटकांनाच संस्था म्हटल्यास चूक होणार नाही.

परराष्ट्र धोरण निर्मितीच्या संदर्भात **रॉय जॉन्सन** असे म्हणतात की, परराष्ट्र धोरण निर्मितीसाठी योग्य प्रकारची माहिती गोळा केली जाते; त्यानंतर त्या माहितीचे वर्गीकरण केले जाते. वर्गीकरण करत असताना निश्चित प्रकारचे प्रश्न व त्याची विविध पर्यायी उत्तरे दिली जातात; यापैकी योग्य पर्यायाची निवड करून

परराष्ट्र धोरण निर्मितीच्या कार्यवाहीला सुरुवात केली जाते. या कार्यवाहीमध्ये सहभागी झालेल्या सर्व घटकांच्या कार्यांचा समन्वय साधने निवडलेल्या पर्यायाची अंमलबजवणी करणे, ती होते की नाही यावर लक्ष्य ठेवणे, त्यातून येणाऱ्या परिणामांचे सतत मूल्यमापन करत राहणे गरज भासल्यास त्यामध्ये परिस्थितीनुसार बदल किंवा सुधारणा घडवून आणणे हे या निर्मितीतील विविध प्रकारचे टप्पे मानले जातात; तर काही विचारवंत यांच्या स्पष्टीकरणासाठी वेगवेगळया प्रकारच्या सिद्धांतांचा आधार घेतात. देशाच्या वतीने परराष्ट्र धोरणविषयक निर्मितीचा निर्णय घेताना संसद किंवा कायदेमंडळ, कार्यकारी मंडळ, नोकरशाही यांच्याद्वारे देशाच्या हितसंबंधांचा पाठपुरावा कसा केला जातो हे समजून घेता येते; या भागात परराष्ट्रधोरण निर्मितीच्या कार्यात ज्या संस्था सहभागी होतात. त्यामध्ये कायदेमंडळ किंवा संसद, कार्यकारी मंडळ व नोकरशाही यांचा प्रामुख्याने समावेश केला जातो; या भागात परराष्ट्र धोरण निर्मिती प्रक्रियेतील या संस्थांच्या भूमिकांची सविस्तर चर्चा केलेली आहे.

(१) कायदेमंडळ किंवा संसद :

समाजातील विविध घटकांसाठी कायदे करणारे व जुने कायदे रद्द करणारे जे मंडळ असते त्याला कायदेमंडळ असे म्हणतात. कायदे करण्याचे काम भारतामध्ये संसद करत असल्यामुळे तिलाच 'कायदेमंडळ' म्हणून ओळखले जाते. संसदीय शासनपद्धतीचा भारतीय राज्यघटनेने स्वीकार केला असल्यामुळे केंद्र व राज्यांमध्ये सत्तेची विभागणी करण्यात आली आहे. निवडणुकांना संसदीय शासनपद्धतीमध्ये अन्यन्यसाधारण स्वरूपाचे महत्त्व असते. निवडणुकीत निवडून आलेले सदस्य संसदेचे सदस्य बनतात. संसदेमध्ये ज्या पक्षाला बहुमत मिळेल त्या पक्षाचा नेता राज्यघटनेप्रमाणे तसेच राष्ट्रपतीच्या अनुमतीने देशाचा पंतप्रधान बनतो, पंतप्रधान आपला पक्ष व त्याला मदत करणारे इतर पक्ष यांच्यामधून म्हणजेच संसद सदस्यांमधून देशासाठी मंत्रिमंडळ बनवतो, म्हणूनच या मंत्रिमंडळाला 'संसदेची कार्यकारी समिती' असे म्हणतात. शिवाय मंत्रिमंडळ हा संसदेचा एक भाग असल्याने मंत्रिमंडळ जे धोरण किंवा निर्णय ठरवितात ते धोरण संसदेच्याच धोरणाचा एक भाग असतो. त्याचप्रकारे संसदीय लोकशाहीमध्ये संसद ही अतिशय शक्तिशाली असल्याने ती मंत्रिमंडळाच्या कार्यावर देखरेख व नियंत्रण ठेवण्याचे काम करीत असते. म्हणजेच संसद आपल्या इच्छेनुसार व धोरणांनुसार मंत्रिमंडळाला काम करायला लावते किंवा तिच्याकडून काम करून घेते; याचाच अर्थ असा होतो की, परराष्ट्र धोरण निर्माण करण्याचा अधिकार पंतप्रधान व मंत्रिमंडळाचा असतो हे जरी खरे असले तरी त्यांच्यावर संसदेतील प्रत्येक सभासदाचाही तेवढाच अधिकार असतो; म्हणजेच कार्यकारी मंडळाला परराष्ट्रधोरण निर्माण करण्याचे काम संसदेच्या नियंत्रणाखाली राहून करावे लागते. पर्यायाने याबाबत पंतप्रधान व मंत्रिमंडळ हे संसदेच्या माध्यमातून देशातील सर्वसामान्य जनतेला जबाबदार राहत असतात. याचाच अर्थ असा होतो की, परराष्ट्रधोरण निर्मितीमध्ये संसद ही खऱ्या अर्थाने सूत्रधाराची भूमिका बजावत असते.

देशाचे परराष्ट्रीय धोरण व त्यासंदर्भात असणाऱ्या इतर बाबींच्या संदर्भात कायदे करण्याचा मूलभूत स्वरूपाचा अधिकार संसदेला भारतीय राज्यघटनेच्या २४६ व्या कलमानुसार दिलेला आहे. आंतरराष्ट्रीय समूहात जगताना आपल्याला हव्या त्या गरजा मिळविण्यासाठी एका राष्ट्राला दुसऱ्या राष्ट्राबरोबर तशा स्वरूपाचे करार करावे लागतात तसेच काही विषयावर ठराव पास करावे लागतात, पण अशाच प्रकारचे करार किंवा ठराव करून त्याची अंमलबजावणी ज्यावेळी देशात करण्याची वेळ येते तेव्हा राज्यघटनेच्या कलम २५३ नुसार कायदे करण्याचा संसदेला अधिकार दिलेला आहे; वरील दोन्ही कलमांतील तरतुदींमुळे केंद्रसरकारला किंवा केंद्रीय मंत्रिमंडळाला परराष्ट्रधोरण निर्मिती व तिची अंमलबजावणी संसदेच्या सहकार्याशिवाय करताच येत नाही, परराष्ट्र धोरणाबाबत घेतलेल्या निर्णयाला संसद ठरावाद्वारे पाठिंबा देवू शकते किंवा

विरोधही करू शकते, तसेच केंद्रसरकारने एखादा कायदा तयार करून मान्यतेसाठी तो संसदेपुढे मांडला आणि संसदेने त्याला संमती दिली नाही तर तो केंद्रसरकारचा पराभव मानला जातो,कधीकधी यामधून सरकारला राजीनामा देवून सत्तात्यागही करावा लागतो.

संसदेची परराष्ट्र धोरणाबाबतची भूमिका :

परराष्ट्र धोरणाच्या कक्षेतील एखाद्या विषयावर कायदा करण्यासाठी संसदेचे खास अधिवेशन बोलावून त्यामध्ये एखादे खासगी विधेयक मांडून त्यावर चर्चा करते. संसदेमध्ये जरी हे विधेयक मंजूर होत नसले तरी त्या निमित्ताने संसदेमध्ये चर्चा करून, सरकारच्या अकार्यक्षमतेवर किंवा सरकार परराष्ट्र धोरणाबाबत कसे चुकीच्या मार्गाने जाऊन निर्णय घेत आहे हे दाखविण्यासाठी अतिशय उपयुक्त असते. संसदेने मांडलेल्या परराष्ट्र धोरणाच्या संदर्भातील या विधेयकावर सरकारला स्पष्टीकरण द्यावे लागते; याशिवाय संसदेचे ज्यावेळी कामकाज चालू असते; त्यावेळी सरकारवर व त्याच्या परराष्ट्रीय धोरणावर नियंत्रण ठेवण्यासाठी कामकाजातून प्रश्नोत्तरासाठी काही तास संसद राखून ठेवते. या प्रश्नोत्तराच्या तासांमध्ये कोणताही संसद सदस्य देशाचे परराष्ट्र धोरण व त्यासंदर्भातील इतर बाबींच्या संदर्भात प्रश्न किंवा उपप्रश्न विचारू शकतो, त्याचे उत्तर देणे सरकारला बंधनकारक असते, शिवाय संबंधित प्रतिनिधी या सदर्भातील प्रश्न विचारून आपला प्रभाव संसदेच्या कामकाजात दाखवून देण्याचा प्रयत्न करत असतो.

परराष्ट्र धोरणावर व त्यासंदर्भात विचारलेल्या प्रश्नांवर चर्चा घडवून आणण्यासाठी राज्यघटनेच्या अनेक नियमांनुसार संसदेच्या कामकाजात व्यवस्था करण्यात आलेली आहे. उदा. राज्यघटनेतील नियम ५५ नुसार संसदेला अल्पावधीतच म्हणजेच अधिवेशन सुरू होताच देशाच्या परराष्ट्र धोरणावर काही तासात चर्चा घडवून आणण्याचा अधिकार आहे. त्याचप्रमाणे या अधिकाराच्या जोरावर ती देशाच्या परराष्ट्रीय धोरणावर आपला प्रभाव पाडू शकते. राज्यघटनेतील नियम १०३ नुसार संसदेतील कोणताही सदस्य स्थगन प्रस्ताव किंवा अविश्वासाचा प्रस्ताव देऊन सरकारने निर्माण केलेल्या परराष्ट्रीय धोरणावर चर्चा घडवून आणू शकतो. राज्यघटनेतील नियम १८४ नुसार संसदेमध्ये एखादा संसद सदस्य परराष्ट्रधोरणाच्या संदर्भातील एखाद्या विशिष्ट प्रश्नांवर चर्चा घडवून आणण्यासाठी प्रस्ताव देऊ शकतो. त्याचप्रमाणे संसदेला एखाद्या प्रश्नावर विचार करण्यास भाग पाडण्यासाठी राज्यघटनेतील नियम ३४२ नुसार तरतूद केलेली आहे.

देशाच्या मंत्रिमंडळाने देशासाठी तयार केलेल्या परराष्ट्र धोरणावर नियंत्रण किंवा प्रभाव पाडण्यासाठी संसद आपल्या वेगवेगळ्या समित्यांच्या माध्यमातून प्रयत्न करत असते, त्यादृष्टीने संसदेच्या पुढील समित्या कार्यरत आहेत.

(१) अंदाज समिती : संसदेतील जास्तीत जास्त ३० सदस्यांचा समावेश या समितीत केलेला असतो. या समितीत या सदस्याचा समावेश करताना शक्यतो संसदेमध्ये असलेल्या सर्वच राजकीय प्रतिनिधींना त्यांच्या संख्येच्या प्रमाणानुसार प्रतिनिधीत्व दिले जाते. संसदेमध्ये शासनाच्या वतीने जे वार्षिक अंदाजपत्रक मांडले जाते. त्यामध्ये काही खर्च हा परराष्ट्र मंत्रालयाच्या संदर्भात असतो. संबंधित मंत्रालयाने या संदर्भात कोणत्या गोष्टींची मागणी केलेली आहे व त्यावर किती खर्च अपेक्षित आहे, याच्या अंदाजाचे परीक्षण किंवा त्याची छाननी करण्याचे काम या समितीला करावे लागते. परराष्ट्र मंत्रालयाने परराष्ट्र धोरणाबाबत एखाद्या अंदाजात स्वीकृत केलेल्या मुद्याला अनुसरून काही आर्थिक स्वरूपाच्या सुधारणा, त्या अनुषगांने त्यामध्ये फेरफार त्याचप्रमाणे आपले परराष्ट्रीय धोरण कार्यक्षम होण्यासाठी मौलिक स्वरूपाच्या सूचना देण्याचे कामही ही समिती करू शकते. त्याचप्रमाणे या समितीचे कामकाज अहोरात्र चालत असल्यामुळे या काळात या संदर्भातील कोणत्याही व्यक्तीला बोलवून त्याच्याकडून महत्त्वाची माहिति ही

समिती घेऊ शकते किंवा परराष्ट्र मंत्रालयाकडून महत्त्वाची कागदपत्रे मागविण्याचा अधिकार या समितीला असतो.

(२) सार्वजनिक हिशेब समिती : संसदेतील जास्तीत जास्त १५ सदस्यांचा समावेश या समितीत केलेला असतो. या समितीत या सदस्याचा समावेश करताना शक्यतो संसदेमध्ये असलेल्या सर्वच राजकीय प्रतिनिधींना त्यांच्या संख्येच्या प्रमाणानुसार प्रतिनिधित्व दिले जाते. ही समिती प्रत्यक्ष परराष्ट्रधोरणाच्या संदर्भात किती खर्च झाला तो कसा झाला याचा तपास करण्याचे मुख्य काम करते. हा तपास करताना अंदाजपत्रकातील रक्कम ज्या कारणासाठी परराष्ट्र मंत्रालयाने खर्च करावयाची आहे त्याचसाठी ती खर्च झाली आहे किंवा नाही, परराष्ट्र धोरणाबाबत ज्या अधिकाऱ्याला असा खर्च करण्याचा अधिकार दिलेला आहे, त्यानेच तो केलेला आहे किंवा नाही. तसेच त्याने केलेला हा खर्च नियमाला धरून आहे किंवा नाही याबाबतची पूर्ण खात्री करूनच या समितीला आपला अहवाल तयार करून तो वेळेतच संसदेला सादर करण्याचे कामही या समितीला करावे लागते; म्हणजेच या समितीच्या वरील कामकाजामुळेच संसदेचा सरकारवर कायमस्वरूपी वचक राहतो.

(३) आश्वासन समिती : या समितीच्या माध्यमातूनही संसद सरकारवर नियंत्रण ठेवून परराष्ट्रधोरणावर आपला प्रभाव पाडू शकते, परराष्ट्रधोरणाच्या संदर्भात मंत्री किंवा सरकार एखाद्या सदस्याने प्रश्नोत्तराच्या तासाला एखादा प्रश्न विचारला त्यावेळी त्याचे उत्तर देतात, शिवाय या प्रसंगी काही सरकारच्या वतीने आश्वासने दिली जातात. ही आश्वासने सरकारने पाळली आहेत किंवा नाहीत हे पाहण्याचे प्रमुख काम या समितीला करावे लागते.

(४) उपविधान समिती : या समितीच्या माध्यमातूनही संसद सरकारवर नियंत्रण ठेवून परराष्ट्रधोरणावर आपला प्रभाव पाडू शकते, परराष्ट्रधोरणाच्या संदर्भात संसद ज्यावेळी विविध प्रकारचे कायदे करते, तेव्हा ती कायद्याची ढोबळ स्वरूपाची चौकट तयार करून अंमलबजावणीसाठी नियम व उपनियम करण्याचे काम कार्यकारी शाखेकडे सोपविते. कार्यकारी मंडळ करत असलेल्या अशा उपनियमांना 'उपविधी' असे म्हणतात. संसदेची ही समिती कार्यकारी मंडळाने केलेले नियम व उपविधी मूळ धोरणाशी विसंगत आहेत ना या संदर्भातील प्रमुख परीक्षण या समितीला करावे लागते.

(५) सल्लागार समिती : या समितीच्या माध्यमातूनही संसद सरकारवर नियंत्रण ठेऊन परराष्ट्रधोरण निर्धारण प्रक्रियेवर आपला प्रभाव पाडू शकते. परराष्ट्र धोरणाच्या संदर्भात संसदेची ही समिती १९६९ च्या पूर्वी अनौपचारिक स्वरूपाची होती. १९६९ मध्ये या समितीत काही राज्यघटनेच्या अंतर्गत राहून, सुधारणा करून, तिला औपचारिक स्वरूप प्राप्त करून देण्यात आले. सरकार संसदेची सदस्यसंख्या विचारात घेऊन या समितीची सदस्यसंख्या ठरविते. या समितीत सदस्यांचा समावेश करताना शक्यतो संसदेमध्ये असलेल्या सर्वच राजकीय प्रतिनिधीना त्यांच्या संख्येच्या प्रमाणानुसार प्रतिनिधित्व दिले जाते. या समितीचा अध्यक्ष परराष्ट्रमंत्री हा असतो. या समितीची बैठक बोलावण्याचा व त्याचा कार्यक्रम ठरविण्याचा अधिकार हा अध्यक्ष या नात्याने परराष्ट्रमंत्र्याला असतो. परराष्ट्र धोरणाच्या संदर्भातील माहिती घेण्यासाठी संबंधित अधिकाऱ्याला समितीच्या बैठकीला बोलवणे व त्याच्याकडून ती माहिती घेणे. संसदेमध्ये चाललेल्या कोणत्याही प्रश्नावर चर्चा करण्याचा व चर्चेत सहभागी होण्याचा अधिकार या समितीला असतो. या समितीचे कार्य हे प्रामुख्याने शिफारसवजा असते; असे असले तरी या समितीमध्ये जे निर्णय झालेले असतात व ते सरकारने स्वीकारलेले नसतात. ते निर्णय सरकारने का स्वीकारले नाहीत याची कारणे सरकार पुढील बैठकीत समितीला देते किंवा समितीचे सदस्य सरकारला ती कारणे विचारू शकतात, त्याचप्रमाणे या समितीमध्ये जी चर्चा होते त्यासंदर्भातील अहवाल संसदेला देण्याचे सरकारवर बंधन नसते.

एवढेच नाही तर, देशामध्ये जेवढी मंत्रालये आहेत त्या सर्व मंत्रालयांसाठी सल्लागार समितीप्रमाणेच समित्या स्थापन करण्यात आलेल्या आहेत. या विविध मंत्रालयासाठी असलेल्या समित्या या आपापल्या परीने परराष्ट्रधोरण निर्मिती व नियंत्रणाबाबत महत्त्वाची भूमिका बजावत असतात. ही सर्व मंत्रालये परराष्ट्र मंत्रालयाप्रमाणेच परराष्ट्र धोरणाच्या प्रक्रियेमध्ये सहभागी होतात. संसद सदस्यातील अनेक सदस्यांना या सर्व मंत्रालयाच्या माध्यमातून सहभागी करून घेतले जाते व त्यांना आपापल्या परीने परराष्ट्रधोरणावर प्रभाव पाडण्याची संधी उपलब्ध करून दिली जाते. या सर्व मंत्रालयामध्ये व समित्यांमध्ये झालेल्या चर्चा परराष्ट्रधोरण ठरविताना शासनाला उपयोगी ठरतात; तसेच याचे प्रतिबिंब परराष्ट्रधोरणातून व्यक्त होत असते.

भारताच्या परराष्ट्रधोरण निर्माण व अंमलबजावणी प्रक्रियेमध्ये संसदेला सहभागी होऊन त्यावर आपला प्रभाव पाडण्यासाठी विविध प्रकारचे मार्ग उपलब्ध आहेत. या सर्वांचा तिने चांगल्या पद्धतीने उपयोग केल्यास उदा. परराष्ट्रधोरण ठरविणे, त्यांची अंमलबजावणी करणे व आवश्यकतेनुसार त्यात बदल करणे, यामध्ये संसद महत्त्वपूर्ण भूमिका बजावू शकेल.

भारतीय संसदेचा परराष्ट्र धोरणाच्या संदर्भातील प्रभाव नेहरुजींच्या काळात फारसा पडलेला दिसत नाही. त्याची अनेक कारणे आहेत त्यापैकी काही कारणे म्हणजे नेहरुजींचे प्रभावशाली व शक्तिशाली व्यक्तिमत्त्व, त्यांचे आंतरराष्ट्रीय संबंधाबाबतचे ज्ञान, भारताच्या राजकारणातील त्यांचे महत्त्वाचे स्थान, त्यांचा लोकशाही व संसदीय पद्धीतीवरील विश्वास, त्याचप्रमाणे त्यांच्या काळात त्यांनी संसदेची प्रतिष्ठा मोठ्या प्रमाणात जपली होती. त्यांच्या काळात देशाचे मंत्रिमंडळ व संसद यांच्यामध्ये नेहमी चांगल्या प्रकारचा सुसंवाद होत असे व ते संसदेत सतत विविध प्रकारच्या प्रश्नांवर चर्चा घडवून आणण्यात उत्सुक असत, ही होती. असे असले तरी १९५६ मध्ये सोव्हिएत रशियाने हंगेरी या देशात सैनिकी हस्तक्षेप केला,त्यावेळी भारताने सोव्हिएत रशियाच्या या कार्यवाहीचे समर्थन केल्यामुळे संसदेतील टीकेला नेहरूजींच्या मंत्रिमंडळाला सामोरे जावे लागले होते. या टीकेतून नंतरच्या काळात भारताच्या सोव्हिएत रशियाविषयीच्या भूमिकेत बदल झालेला आपणास दिसून येतो. १९५९ पर्यंत 'भारत-चीन भाई भाई' या तत्त्वावर भारताचा विश्वास होता. त्याचवेळी सीमेलगत चीनच्या सेनेच्या हालचाली वाढलेल्या होत्या अशावेळी भारतीय संसदेच्या दबावामुळेच भारतीय मंत्रिमंडळाला चीनबाबतच्या धोरणात मोठा बदल करावा लागला होता. याच काळात संसदेच्या सांगण्यावरून मंत्रिमंडळाने एक श्वेतपत्रिका काढून आतापर्यंत चीनबरोबर झालेला सर्व प्रकारचा पत्रव्यवहार संसदेपुढे मांडावा लागला होता. चीनप्रमाणेच १९६८ मध्ये झेकोस्लोव्हाकिया प्रश्नांबाबत सरकारने घेतलेल्या भूमिकेत संसदेच्या प्रभावामुळे त्यांना बदल करावा लागला होता. १९६९ ते १९७१ या कालावधीत श्रीमती इंदिरा गांधींचे सरकार काही प्रमाणात अस्थिर होते कारण या काळात दक्षिण आशियायी परिस्थिती झपाटयाने बदलत होती. त्यावेळी संसदेची परराष्ट्र व्यवहार सल्लागार समिती काही प्रमाणात आक्रमक बनलेली आपणास दिसते. जनता पक्षाच्या राजवटीच्या काळात सरकारने संसदेबाबत काहीसे उदार धोरण स्वीकारले होते. संसदेत व संसदेच्या सल्लागार समितीत मांडलेल्या मतांना व विचारांना आपल्या परराष्ट्र धोरणाविषयक निर्णयामध्ये महत्त्व दिले गेले होते.

पाकिस्तानबरोबर झालेल्या १९६५ व १९७१ या युद्धप्रसंगी भारत सरकारच्या भूमिकेला भारतीय संसदेने पाठिंबा देऊन आपला सकारात्मक पाठिंबा दर्शविला होता. असे असले, भारतीय राजकारणात तरी स्थूलमानाने संसद कार्यकारी मंडळापुढे दुय्यम ठरल्याचे प्रमाण जास्त आहे. इंदिरा गांधींच्या काळात एम. सी. छागला हे परराष्ट्रमंत्री होते. त्यांच्या मते, भारताच्या परराष्ट्रधोरण निर्मिती प्रक्रियेमध्ये संसदेचा सहभाग अगदी शून्य राहिला होता. याचाच अर्थ असा होतो की, संसदेचा सहभाग अप्रत्यक्ष व नकारात्मक

स्वरूपाचा होता. याचप्रमाणे स्वर्णसिंग, दिनेशसिंग व इतरांनी असे मत व्यक्त केले की, संसदेचा प्रभाव हा केवळ परराष्ट्र धोरणातील अनावश्यक भाग व असंतुलन दूर करण्यापुरता मर्यादित राहिला होता.

परराष्ट्र धोरण निर्माण किंवा अंमलबजावणीत संसदेचा प्रभाव कमी होण्याची कारणे :

(१) संसदीय शासनपद्धतीमध्ये मंत्रिमंडळ, कॅबिनेट व पंतप्रधान या दिशेने सत्तेचे वर्तुळ लहान होत जाऊन प्रत्यक्ष सत्ता पंतप्रधानांच्या हाती एकवटते व संसदेचा प्रभाव त्यावर राहत नाही.

(२) भारतीय समाज विविधतेने नटलेला असून, त्याचे प्रतिबिंब संसदेत उमटलेले आहे. संसदेत असलेले अनेक पक्ष विविध विचारसरणी धारण करणारे असल्याने एखाद्या प्रश्नावर क्वचितच त्याच्यात एकमत होऊन ते सरकारवर प्रभाव पडू शकतात, म्हणजेच या प्रसंगी संसद सरकारवर प्रभाव पाडण्यात यशस्वी होते.

(३) परराष्ट्र धोरण निर्मिती प्रक्रियमध्ये कार्यकारी मंडळाला पुढाकार घेऊन कार्य करावे लागते अशा प्रसंगी संसदेचे कार्य फक्त उत्तरीय तपासणीच्या स्वरूपात राहत असल्यामुळे कार्यकारी मंडळाला संसदेपेक्षा स्वभाविकपणे अधिक महत्त्व प्राप्त होते.

(४) कायदे व समिती पद्धतीमुळे कार्यकारी मंडळ संसदेवर सहज मात करू शकते, कारण सत्तेचा उपयोग करून सरकार आपल्या सोईनुसार परराष्ट्र धोरणाला अंमलबजावणीच्या वेळी वळण देवू शकते. त्याचप्रमाणे सरकार आपल्या परराष्ट्र धोरणातील वाईट भाग समितीच्या माध्यमातून संसदेच्या गळी उतरविण्याचा प्रयत्न करू शकते, असे झाल्यास संसद सरकारवर वर्चस्व गाजवू शकत नाही.

(५) परराष्ट्र धोरणाचा प्रत्यक्ष संबंध राष्ट्रीय हिताशी लावला जाऊन त्यास अधिक प्रमाणात महत्त्व दिले जाते, त्यामुळे अनेक प्रसंगी कार्यकारी मंडळ आपल्या वरील कामगिरीचे श्रेय घेऊन संसदेवर प्रभाव पाडण्यात यशस्वी होते. अशावेळी विरोधी पक्षही आपली भूमिका व विवेक विसरतात, पर्यायाने संसद सरकारावर प्रभाव पाडू शकत नाही.

(६) परराष्ट्र धोरणात अनेक बाबतीत राष्ट्रहित व संरक्षणाच्या दृष्टीने गुप्तता पाळणे आवश्यक असल्याने सरकार व परराष्ट्रमंत्र्याला अशा प्रकारची सर्व माहिती संसदेत जाहीर करण्यास संसदेला भाग पाडता येत नाही.

(७) संसदेतील बहुमत प्राप्त पक्षाचे सरकार परराष्ट्रधोरण बनवित असल्याने त्या पक्षाच्या सदस्याला सरकारचे समर्थन करण्याचे काम करावे लागते. विरोधी पक्ष इतके दुर्बल व परस्पर विरोधी आहेत की, त्यांचा प्रभाव सरकारवर पडू शकत नाही. पर्यायाने संसदेला सरकारवर प्रभाव पाडता येत नाही.

(८) संसदेला (अधिवेशन काळ सोडल्यास) मिळणारा वेळ व तिच्या कामाची व्याप्ती लक्षात घेता सर्व बाबींवर सखोल विचार करण्यास तिला फारसा वेळ उपलब्ध होत नाही. त्याचप्रमाणे, परराष्ट्रधोरणात असलेल्या अनेक प्रकारच्या तांत्रिकतेमुळे व गुंतागुंतीमुळे अनेक संसद सदस्य त्यात रस घेत नाहीत; पर्यायाने संसद सरकारवर प्रभाव पाडू शकत नाही.

(९) संसदेला घटनेने दिलेल्या अधिकाराचा उपयोग करून आपला प्रभाव पाडताना अनेक परिस्थितीजन्य घटकांवर अवलंबून राहावे लागते. त्यामध्ये पंतप्रधानांचे व्यक्तिमत्त्व, देशातील राजकीय परिस्थिती व आंतरराष्ट्रीय परिस्थिती हे प्रमुख घटक आहेत.

(२) कार्यकारी मंडळ :

कोणत्याही राष्ट्राचे परराष्ट्रीय धोरण ठरविण्याचे अधिकार राज्यघटनेने निश्चित केलेल्या संस्था व व्यक्ती यांच्याकडेच असतात. भारतात हे अधिकार राष्ट्राचा प्रमुख या नात्याने राष्ट्रपतींकडे सोपविण्यात

आलेले आहेत. परंतु, भारताने संसदीय शासनव्यवस्था स्वीकारल्यामुळे संसदीय शासनव्यवस्थेत राष्ट्रपती हे केवळ घटनात्मक नामधारी प्रमुख असतात व शासनाची वास्तविक सत्ता प्रत्यक्षात पंतप्रधान व त्यांचे मंत्रिमंडळ यांच्याकडे एकवटलेली असते.

भारतामध्ये परराष्ट्र धोरणविषयक नियोजन, निर्मिती व अंमलबजावणी विषयक अधिकारांचा वापर पंतप्रधान हे शासनप्रमुख या नात्याने करतात. राज्यघटनेनुसार शासनाची सत्ता प्रत्यक्षात पंतप्रधान व मंत्रिमंडळाकडे असते. आपल्या कार्याबाबत त्यांना संसद जबाबदार धरते, परराष्ट्रधोरणाची निर्मिती व अंमलबजावणीही पंतप्रधान व मंत्रिमंडळाची सांघिक जबाबदारी असली तरी मंत्रिमंडळाच्या अधिकारांचे केंद्रीकरण विविध कारणांनी पंतप्रधानांमध्ये झालेले असते. पंतप्रधानांच्या सल्ल्याने राष्ट्रपती मंत्रिमंडळातील मंत्र्यांची नेमणूक करतात. हे मंत्री राष्ट्रपतींची इच्छा असेतोपर्यंत पदावर राहतात अशा प्रकारची घटनात्मक तरतूद असली तरी प्रत्यक्षात मंत्र्यांच्या नेमणुकीबाबत राष्ट्रपतींचा अधिकार नाममात्र स्वरूपाचा असून राष्ट्रपतीऐवजी पंतप्रधानांची इच्छा असेपर्यंत मंत्री सत्तेवर राहतात. पंतप्रधान एखाद्या मंत्र्यास राजीनामा देण्यास सांगू शकतात. किंवा त्यांच्याशी मतभेद झाल्यास मंत्र्याला राजीनामा द्यावा लागतो किंवा त्यांच्या मताशी जुळवून घेऊन पदाचा उपभोग घेता येतो. पंतप्रधानांचे जर अनेक सहकारी मंत्र्यांशी मतभेद झाले तर ते स्वत: मंत्रिमंडळ किंवा शासनाच्या वतीने राजीनामा देतात व पुन्हा संसदेच्या निवडणुका घेऊन जनतेचा कौल मागतात. थोडक्यात, पंतप्रधान हा मंत्रिमंडळाचा निर्माता व मारक सुद्धा असतो. मंत्रिमंडळाचा नेता या नात्याने तो मंत्रिमंडळावर नियंत्रण ठेवतो अनेकदा पंतप्रधान स्वत:च धोरणात्मक निर्णय घेतात त्यामुळे सर्वच महत्त्वाचे प्रश्न संसदेसमोर किंवा मंत्रिमंडळापुढे मांडले जातीलच असे नाही, तसेच पंतप्रधान हा पक्षाच्या बहुमताच्या जोरावर संसदेवर नियंत्रण ठेवतो; तसेच मंत्रिमंडळाच्या उपसमित्यांवरही नियंत्रण ठेवतो. याचाच अर्थ असा होतो की अंतर्गत तसेच आंतरराष्ट्रीय प्रश्नांच्या बाबतीत संसद व मंत्रिमंडळाच्या सत्तेचे केंद्रीकरण पंतप्रधानांमध्ये झालेले असते, व त्यामुळे परराष्ट्र धोरणाची निर्मिती व अंमलबजावणी प्रक्रियेतील त्यांचे स्थान व भूमिका अत्यंत महत्त्वाची असते.

पंतप्रधानांस भारतीय राज्यघटनेद्वारे जे अधिकार दिलेले असतात त्यांचा उपयोग करून ते आंतरराष्ट्रीय राजकारणात कशा प्रकारची भूमिका घेतात. हे स्वातंत्र्यानंतर पंडित नेहरूंपासून सध्या पंतप्रधान असलेल्या डॉ. मनमेहनसिंग यांच्यापर्यंतच्या परराष्ट्र धोरणावरून दिसून येते.

पंतप्रधान पंडित नेहरूजींच्या काळात परराष्ट्र मंत्र्यांची सर्व सूत्रे त्यांनी स्वत:कडेच ठेवली होती. याबाबत मायकेल ब्रिचर यांनी म्हटले आहे की, परराष्ट्र धोरणाच्या संदर्भातील कॅबिनेटमधील चर्चेत नेहरूंचा शब्द हा अंतिम स्वरूपाचा मानला जात असे. म्हणजेच त्यांच्या काळात परराष्ट्र विभाग हा पंतप्रधानांच्या कार्यालयाचा एक विस्तारित भाग बनलेला होता. त्याचबरोबर परराष्ट्रधोरणाच्या संदर्भातील अभ्यास, संशोधन, शास्त्रशुद्ध निर्णय प्रक्रिया, समन्वय व अंमलबजावणी या दृष्टीने विचार करण्यासाठी हा विभाग स्वतंत्रपणे विकसित झालाच नाही. त्यामुळे परराष्ट्रधोरण निर्मिती व अंमलबजावणी प्रक्रियेत नेहरूंजीच्या काळात पंतप्रधान हेच केंद्र बनलेले होते.

पं. नेहरूंनंतर लालबहादूर शास्त्री भारताचे पंतप्रधान झाले. त्यांनी आपल्या काळात परराष्ट्र धोरण विषयक निर्णय व अंमलबजावणीचे कार्य पंतप्रधानांच्या दैनंदिन कामापासून वेगळे केले व ते काम हाताळण्यासाठी आपल्या कॅबिनेटमध्ये परराष्ट्रमंत्र्यांचे एक वेगळ्या स्वरूपाचे पद निर्माण करून पूर्वीचे 'सेक्रेटरी जनरल' हे पद रद्द केले, परंतु पं. नेहरूंपासून चालत आलेली पंतप्रधान केंद्रित परराष्ट्रधोरण निर्मिती व अंमलबजावणी प्रक्रिया तसेच पुढे चालू राहिलेली आपणास दिसून येते त्याची कारणे प्रामुख्याने दोन आहेत.

(१) भारतीय शासनव्यवस्थेत पंतप्रधान केंद्रस्थानी असून प्रशासनातील धोरणनिश्चिती, त्यांच्यातील समन्वय व त्यांच्यावर नियंत्रण इत्यादी महत्त्वाची कामे त्यांना पाहावी लागतात. परराष्ट्र मंत्रालयाशिवाय इतर अनेक मंत्रालयाच्या कक्षेत परराष्ट्र धोरणाशी निगडित बाबी येतात, त्यामुळे त्यांच्यात परस्पर विरोध व विसंगती येऊ न देता त्यांच्या कार्यात परस्पर सहकार्य व एकोपा निर्माण करण्यासाठी पंतप्रधान व त्याचे सचिवालय यांना त्यांच्या कार्यात सतत हस्तक्षेप करावा लागतो.

(२) पं. नेहरूंच्या काळात परराष्ट्र खाते स्वतंत्रपणे विकसित झालेले नव्हते त्या खात्यातील अधिकाऱ्यांना ही जबाबदारी एकदम पेलणे शक्य नव्हते. म्हणून ते अनेक निर्णयाच्या बाबतीत पंतप्रधान व त्यांच्या कार्यालयाच्या सूचना व आदेशानुसार काम करत असत. पंडित नेहरूंप्रमाणे शास्त्रींजीचे कॅबिनेटमध्ये प्रभावी व्यक्तिमत्त्व नव्हते. तरीही त्यांच्या अल्पशा काळामध्ये परराष्ट्र धोरण निर्मिती व त्याची अंमलबजावणी प्रक्रियेत पंतप्रधान या नात्याने त्यांनी अनेकदा कॅबिनेट व सहकारी मंत्र्यांना विश्वासात न घेता निर्णय घेतले होते.

लालबहादूर शास्त्री यांच्यानंतर श्रीमती गांधी यांनी भारतीय पंतप्रधान पदाची सूत्रे दीर्घकाळापर्यंत सांभाळली. त्यांच्या कारकिर्दीत अनेकदा परराष्ट्र खात्याचा कारभार पंतप्रधानच पाहत असे. १९७३ पर्यंत काही प्रमाणात त्यांची राजवट अस्थिर असल्यामुळे त्यांच्या स्वतंत्र निर्णय घेण्याच्या धोरणाला काही प्रमाणात विरोध झाला असला तरी त्यानंतर त्यांचे संपूर्ण प्रशासन केंद्रीभूत झालेले आपणास दिसून येते. नंतरच्या कालावधीत त्यांच्यापुढे परराष्ट्रमंत्री, कॅबिनेट, संसद, राजकीय व्यवहार समिती या परराष्ट्र धोरण निर्माण व अंमलबजावणी करणाऱ्या संस्था दुय्यम ठरलेल्या दिसून येतात. म्हणजेच त्यांचे कार्य हे केवळ पंतप्रधानांच्या धोरणावर व निर्णयावर शिक्कामोर्तब करणे एवढ्या पुरतेच मर्यादित राहिले होते.

श्रीमती इंदिरा गांधींनंतरच्या काळात भारतीय सत्तेत आलेल्या पंतप्रधानांची परराष्ट्र धोरणावरील पकड काही प्रमाणात सैल झालेली आपणास दिसते. कारण, शास्त्रींजीच्या काळात परराष्ट्र धोरण निर्मिती व अंमलबजावणी प्रक्रियेत लोकशाहीकरण व विकेंद्रीकरणाची जी प्रक्रिया आकार घेऊ लागली होती; तिचे जनता राजवटीत पुनरूज्जीवन झाले. मोरारजी देसाई हे पंतप्रधान व अटलबिहारी वाजपेयी हे परराष्ट्रमंत्री होते व दोघांमध्ये वरवर सुसंवाद दिसत असला तरी अनेकदा त्यांच्या परराष्ट्र धोरणाच्या संदर्भातील भूमिका आणि मते भिन्न स्वरूपाची असलेली दिसतात. या काळात परराष्ट्रमंत्री पंतप्रधानांपेक्षा अधिक प्रभावी असल्याचे दिसून येत होते. तसेच या राजवटीत जनता पक्षाचे अध्यक्ष चंद्रशेखर, जनता पक्षाचे महासचिव मधू लिमये, राजनारायण, जॉर्ज फर्नांडिस इत्यादी नेते परराष्ट्र धोरणात आपापल्या परीने रस घेत होते. त्या काळात भारतीय पंतप्रधानांची परराष्ट्र धोरण निर्मिती व अंमलबजावणी प्रक्रियेवर प्रभावी पकड नसल्याने परराष्ट्र धोरणामध्ये सुसूत्रता व एकवाक्यतेचा अभाव असलेला दिसतो. तसेच या काळात परराष्ट्र धोरणाबाबत अनेकदा संभ्रम किंवा संशय निर्माण झालेला दिसतो. परंतु, १९८९ मध्ये जेव्हा दुसऱ्यांदा काँग्रेसेतर सरकार भारतीय राजवटीत आले तेव्हा पंतप्रधान व्ही. पी. सिंग व परराष्ट्रमंत्री इंद्रकुमार गुजराल यांच्यात मात्र समन्वय व सुसंवाद असलेला दिसतो.

इंदिरा गांधीची हत्या १९८४ मध्ये झाली. त्यानंतर राजीव गांधी यांनी पंतप्रधान पदाची सुत्रे हाती घेतली. पं. नेहरू व इंदिरा गांधी यांच्याच परराष्ट्र धोरणाचा राजीव गांधी यांनी पुरस्कार केला. त्यांनी आपल्या राजवटीत आंतरराष्ट्रीय राजकारणात मोठ्या प्रमाणात रस घेतला. त्यामध्ये प्रामुख्याने आंतरराष्ट्रीय संमेलनात सहभाग घेणे, आंतरराष्ट्रीय घडामोडींकडे लक्ष देणे, निरनिराळ्या देशांना भेटी देऊन परराष्ट्र धोरण निर्मिती व त्याची अंमलबजावणी या प्रक्रियेत त्यांनी आपली चुणूक दाखवून दिली.

१९९१ मध्ये पी. व्ही. नरसिंहराव देशाचे पंतप्रधान झाले. या काळात जागतिक राजकारणात अत्यंत

वेगाने घडामोडी घडल्या. त्या पार्श्वभूमीवर त्यांना आपली गतिमानता सिद्ध करता आली नाही. कॅबिनेटमध्ये आंतरराष्ट्रीय क्षेत्रात त्यांच्यापेक्षा जास्त उठावदार व अधिक रस देणारा दुसरा नेता नसला तरी या क्षेत्रात त्यांचा फारसा प्रभाव सुरुवातीच्या काळात जाणवला नव्हता. काँग्रेसमधील गटबाजी प्रभावी विरोधी पक्ष व लोकसभेत त्यांच्या पक्षाचे अल्पमत यामुळे आंतरराष्ट्रीय राजकारणापेक्षा अंतर्गत प्रश्नातच त्यांचा अधिक वेळ जाताना दिसतो. सद्य:स्थितीत डॉ. मनमोहनसिंग पंतप्रधानपदी असताना भारताने परराष्ट्र धोरण निर्धारणात इतर देशांशी सहकार्य व सलोख्याच्या संबंधास प्राधान्य दिले.

मंत्रिमंडळ किंवा कॅबिनेट :

परराष्ट्र धोरण निर्मिती व अंमलबजावणी प्रक्रियेत पंतप्रधानांनंतर महत्त्वाचा सहभाग कॅबिनेट किंवा मंत्रिमंडळाचा असतो; यातूनच परराष्ट्र धोरण निर्मिती व अंमलबजावणी प्रक्रियेवर प्रभाव पाडण्यास कॅबिनेटमधील सदस्यांना पुरेसा वाव असल्याचे स्पष्ट होते. पंतप्रधानांना व्यापक स्वरूपाचे काम असते; या व्यापामुळे परराष्ट्र धोरणाच्या विविध घटकांचा अभ्यास करून त्यावर योग्य व निर्णायक स्वरूपाचा निर्णय घेण्यासाठी आवश्यक तेवढा वेळ त्यांच्याकडे नसतो. त्यामुळे अनेकदा त्यांना आपल्या सेक्रेटरी जनरल व सहकारी मंत्र्यावर यासाठी अवलंबून राहावे लागते. तसेच परराष्ट्र धोरण ही अशी एक व्यापक बाब असून त्यात अनेक अंगांचा समावेश होतो. त्यामुळे परराष्ट्र धोरणाशी निगडित असलेल्या अनेक बाबी निरनिराळ्या धोरणांशी निगडित असलेल्या किंवा निरनिराळ्या मंत्रालयाकडून सांभाळल्या जातात. उदा. यूनोची आंतरराष्ट्रीय व्यापारविषयक परिषद, भारताबाहेरील व्यापाऱ्यांच्या हिताची काळजी,युरोपीय सामायिक बाजारपेठ, शैक्षणिक व सांस्कृतिक आदान-प्रदान, शिष्यवृत्तीची देवाण-घेवाण व युनेस्कोशी निगडित शैक्षणिक बाबी शिक्षण खात्याकडून हाताळल्या जातात. थोडक्यात, परराष्ट्र धोरणाचे नियोजन,निर्मिती व अंमलबजावणी करताना या मंत्र्यांना आपला सहभाग त्यामध्ये द्यावा लागतो. या विविध खात्यांकडून होणाऱ्या परराष्ट्रीय धोरणाशी निगडित कार्यामध्ये समन्वय घडविणे आवश्यक असते व हे कार्य कॅबिनेटकडून चांगल्या प्रकारे होते. कॅबिनेट ही सरकारचे अंतिम निर्णय घेणारी संस्था असून कॅबिनेटच्या विविध विषयांबाबतच्या स्थायी समित्या स्थापन करण्यात येऊन संबंधित खात्याच्या प्रश्नावर सखोल विचार करून निर्णय घेण्यात येतात व हे निर्णय कॅबिनेटच्या बैठकीत विचारार्थ मांडले जातात. परराष्ट्र धोरण निर्मिती व अंमलबजावणी प्रक्रियेत देशातील परराष्ट्र व्यवहार समितीसुद्धा महत्त्वाचे कार्य करीत असते; पंतप्रधान स्वत: या समितीचे प्रमुख असतात. त्यांच्याशिवाय गृहमंत्री, संरक्षणमंत्री, अर्थमंत्री व इतर पंतप्रधानांना हवे असणारे मंत्री या समितीवर त्यांना घेता येतात. परराष्ट्र धोरणाच्या विविध प्रश्नांवर या समितीत सांगोपाग विचार होऊन निर्णय घेण्यात यावेत असे अभिप्रेत असते, असे असले तरी प्रत्यक्षात पं. नेहरू जोपर्यंत सत्तेत होते तोपर्यंत तेच निर्णय घेत असल्याने इतर खात्यांच्या मंत्र्यांना या समित्यांच्या मदतीने निर्णय घ्यावे लागत असत व परराष्ट्र व्यवहार खात्याच्या समितीची बैठक गंभीर विषय असल्याशिवाय बोलावली जात नसे, सर्व निर्णय पंतप्रधान घेत असत.

कॅबिनेटच्या परराष्ट्र व्यवहार समितीप्रमाणेच संरक्षणसमिती आणि वित्तसमिती या ही परराष्ट्र धोरणाच्या संदर्भात आपापल्या परीने कार्य करत असत. या तिनही मंत्रिमंडळाच्या स्थायी समित्या इंदिरा गांधींनी १९७० मध्ये बरखास्त करून त्यांच्याऐवजी एकच राजकीय व्यवहार समिती निर्माण केली होती. या समितीचे अध्यक्ष स्वत: पंतप्रधान असून यात संरक्षणमंत्री, अर्थमंत्री, परराष्ट्रमंत्री, अन्न व शेती मंत्री, हे सदस्य म्हणून काम करीत असत. सर्व महत्त्वाच्या खात्यांचे प्रमुख या समितीत होते. त्यामुळे या समितीला राजकीयदृष्ट्या विशेष प्रतिष्ठा प्राप्त झालेली होती. त्यामुळे परराष्ट्र धोरणातील महत्त्वांच्या बाबींवर या समितीत निर्णय घेतले जात व मंत्रिमंडळाच्या बैठकीत केवळ शिक्कामोर्तब केले जात असे, १९७३ नंतर

जागतिक राजकारणामुळे या समितीची कार्यक्षमताही बदलेली दिसून येते. यानंतरच्या काळात इंदिरा गांधींनी केंद्रीभूत प्रशासनास सुरुवात केल्यावर या समितीचे निर्णय प्रक्रियेतील कार्य औपचारिक स्वरूपाचे बनले. ही समिती पंतप्रधानाच्या निर्णयाला संमती प्रदान करण्यापलीकडे कोणतीही कार्यवाही करीत नव्हती, त्यामुळे अनेक निर्णय समितीपुढे न आणता पंतप्रधान स्वत: घेत असत.

जनता पक्षाच्या शासनाने १९७७ मध्ये लोकशाही व विकेंद्रीकरण प्रक्रिया बळकट करून मंत्रिमंडळ व राजकीय व्यवहार समिती यांना परराष्ट्र धोरण निर्मिती व अंमलबजावणी प्रक्रियेत महत्त्वाचे स्थान दिले गेले.

(३) नोकरशाहीतील विविध यंत्रणांची भूमिका :

नोकरशाहीची भूमिका परराष्ट्र धोरण निर्मिती व अंमलबजावणी प्रक्रियेत अत्यंत महत्त्वाची असते. भारतीय प्रशासनातील परराष्ट्र हे खाते ऐतिहासिक काळापासून प्रतिष्ठित असून स्वातंत्र्योत्तर काळात या खात्याचा कारभार पंतप्रधानाच्या नेतृत्त्वाखाली आला होता. १७८४ मध्ये वॉरन हेस्टिंग्जने सर्वप्रथम ईस्ट इंडिया कंपनीच्या प्रशासन काळात परराष्ट्र हे खाते सुरू केले. त्यावेळी 'गुप्त व राजकीय खाते' असे या खात्यास म्हटले जात असे. १९१४ मध्ये 'परराष्ट्र व राजकीय खाते' असे या खात्याचे नामकरण करण्यात आले; त्यानंतर परराष्ट्र व राजकीय अशा त्याच्या दोन शाखा करण्यात येऊन परराष्ट्र शाखेकडे परदेशाबाबतचे व्यवहार सोपविण्यात आले तर राजकीय शाखेकडे देशातील संस्थानिकांशी निगडित असलेल्या बाबी सोपविण्यात आल्या. यातून पुढे १९३५ मध्ये 'परराष्ट्र व्यवहार विभाग' व 'राजकीय विभाग' असे दोन स्वतंत्र विभाग निर्माण करण्यात आले. १९४७ मध्ये या सर्वांचा मिळून परराष्ट्र व्यवहार मंत्रालय असा एकच विभाग तयार करण्यात आला. परराष्ट्र व्यवहार मंत्रालयाचा परराष्ट्रमंत्री हा प्रमुख म्हणून काम करीत असतो व त्याच्या या कार्यात त्याला मदतीला एक राज्यमंत्री दिलेला असतो. ज्यावेळी हा विभाग पंतप्रधान स्वत:कडे ठेवतात त्यावेळी वेगळा कॅबिनेट मंत्री नेमला जात नाही; पण कामाची गरज व राजकीय परिस्थिती लक्षात घेऊन या विभागासाठी उपमंत्र्याची नेमणूक करण्यावर भर दिला जातो.

प्रशासकीय पातळीवर परराष्ट्र सचिव हा विभागप्रमुख असतो, त्याच्या मदतीला आवश्यकतेनुसार उपसचिव, सहसचिव, अतिरिक्त सचिव, इतर अधिकारी व कर्मचारी नेमलेले असतात. परराष्ट्र मंत्रालयाची विभागणी कामकाजाच्या दृष्टिकोनातून अनेक विभागांमध्ये केली जाते. त्यांची संख्या गरजेनुसार कमी किंवा जास्त करण्यात येते. या विभागाची रचना प्रादेशिक, कार्यात्मक व प्रशासकीय अशा तीन तत्त्वांच्या आधारावर केलेली आहे हे विभाग पुढीलप्रमाणे

प्रादेशिक उपविभाग : यामध्ये पुढील विभागांचा समावेश होतो. (१) आफ्रिका विभाग (२) अमेरिका विभाग (३) बांगला देश, श्रीलंका मालदीव विभाग (४) पूर्व युरोप विभाग (५) पश्चिम आशिया आणि पश्चिम युरोप विभाग (६) पूर्व आशिया विभाग व (७) पाकिस्तान, इराण आणि अफगाणिस्तान विभाग.

हे सर्व विभाग कामकाजाच्या दृष्टीने सर्वसाधारण सेवा आणि विशेष उपविभाग असून ते खालील बाबींशी संबंधित असतात. प्रशासन, राजशिष्टाचार, पारपत्र, देशांतर आणि वाणिज्यदूत, बाह्य प्रसिद्धी, संयुक्त राष्ट्रे आणि परिषदा, आर्थिक व्यवहार आणि तांत्रिक साहाय्य, ऐतिहासिक संशोधन, कायदेविषयक बाबी आणि तह धोरण, नियोजन आणि पुनर्विलोकन, सेवकवर्ग, सुरक्षा, संरचण व नागरी संरक्षण.

परराष्ट्र मंत्रालयाकडे स्वातंत्र्योत्तर काळात जी कामे सोपविण्यात आली त्यानुसार त्याचे संघटनात्मक स्वरूप साकार झाले आहे. या खात्याचे नाव जरी परराष्ट्र मंत्रालय असले तरी नावाप्रमाणे देशाचे परराष्ट्र धोरण ठरविण्याची पूर्ण जबाबदारी या खात्याकडे नसून तो राजकीय कार्यकारी मंडळाचा अधिकार असतो.

म्हणजेच पंतप्रधान आणि मंत्रिमंडळ यांनी घेतलेल्या निर्णयाची अंमलबजावणी करणे हे या विभागाचे मुख्य कार्य असते. आंतरराष्ट्रीय राजकारणात भारताचे संबंध येत असलेल्या राष्ट्रांची संख्या फार मोठी आहे आणि या संबंधातील विविध गोष्टी विचारात घेतल्या तर परराष्ट्र विभागाला मोठ्या प्रमाणात माहिती पुरविण्याचे व सल्ला देण्याचे कार्य करावे लागते. या विभागाचे हे कार्य इतर कोणत्याही प्रशासकीय विभागापेक्षा अधिक व्यापक स्वरूपाचे असते. पंतप्रधानांच्या कॅबिनेटमधील एक सदस्य या नात्याने परराष्ट्रमंत्री हा धोरण निर्धारण प्रक्रियेत सहभागी होतो तेव्हा इतर मंत्री जसे आपापल्या खात्याच्या निर्णय प्रक्रियेत पुढाकार घेतात तसेच परराष्ट्रमंत्री परराष्ट्र खात्यातील धोरणविषयक निर्णय घेण्यात पुढाकार घेतात. परराष्ट्र खात्यातील एखाद्या विशिष्ट प्रश्नावर चर्चा करून कॅबिनेट निर्णय घेताना परराष्ट्रमंत्री त्या प्रश्नाच्या विविध पैलूंची माहिती देवून निरनिराळे पर्याय सुचवित असतात. परराष्ट्र मंत्र्यांचा आंतरराष्ट्रीय प्रश्नांशी असलेला निकटचा संबंध व त्याच्या खात्यातील तज्ज्ञांशी त्याच्या होत असलेल्या सल्लामसलती यापुढे आंतरराष्ट्रीय परिस्थितीचे त्याने केलेले अवलोकन अनेक दृष्टीने महत्त्वाचे असते. मंत्रिमंडळाच्या बैठकीत निर्णयासाठी त्याने ठेवलेले प्रस्ताव आधारभूत मानून त्यावर चर्चा होते व त्या अनुषगांने योग्य ते निर्णय घेतले जातात.

परराष्ट्र धोरणाच्या निर्णय प्रक्रियेत माहितीला अत्यंत महत्त्व असते. या माहितीचे अधिकृत संकलन करण्याची जबाबदारी परराष्ट्र मंत्रालयावर असते. या मंत्रालयाच्या शाखा जगातील निरनिराळ्या देशांमध्ये असून केंद्रीय कार्यालयातही असे क्षेत्रीय विभाग निर्माण करण्यात आलेले आहेत. परदेशात असणारे भारताचे राजदूत त्या देशातील निरनिराळ्या घडामोडींचे बारकाईने अवलोकन करून त्याचा भारताच्या संबंधावर काय परिणाम होऊ शकतो, या स्वरूपाचा सविस्तर अहवाल केंद्रीय कार्यालयाला नियमितपणे पाठवत असतात. निरनिराळ्या देशातील राजदूत हे सरकारचे कान व डोळेच समजले जातात. परराष्ट्रातील राजदूताकडून प्राप्त होणाऱ्या माहिती व्यतिरिक्त आंतरराष्ट्रीय घडामोडींची माहिती परराष्ट्र मंत्रालय गोळा करते. आजच्या परिस्थितीत आंतरराष्ट्रीय पत्रकारितेच्या विकासामुळे तसेच दळणवळणाच्या साधनातील वाढ व शिखर परिषदांचे वाढते आयोजन यामुळे राजदूतांच्या अहवालाचे महत्त्व पूर्वीप्रमाणे राहिले नसले तरी अधिकृत माहितीचा एक महत्त्वाचा स्रोत म्हणून परराष्ट्र मंत्रालय याकडे पाहत असते. परराष्ट्र मंत्रालयाकडे विविध मार्गांनी येणाऱ्या माहितीचे संकलन करून घेऊन तिची पद्धतशीर मांडणी, अभ्यास विश्लेषण व मूल्यमापन केल्याशिवाय धोरण निर्धारकास तिचा उपयोग करून घेता येणार नाही; कारण ज्याच्या हातात परराष्ट्र धोरणविषयक निर्णय घेण्याची सत्ता असते त्या राजकीय कार्यकारी मंडळातील व्यक्ती तज्ज्ञ असतातच असे नाही. याशिवाय माहितीचे स्रोत हे विभिन्न असल्याने मिळालेली माहिती परस्परविरोधीही असू शकते. त्यामुळे माहितीतील महत्त्वाचा भाग कोणता, हे शोधून त्याची छाननी करून, पर्याप्त आकार देऊन त्या माहितीस अर्थपूर्ण बनविले जाते. याचसाठी भारताच्या परराष्ट्र मंत्रालयात 'समन्वय विभाग' स्थापन केलेला असून, त्याद्वारे विविध पातळीवरील व्यक्ती व संस्था यांच्यामध्ये समन्वय प्रस्थापित करण्याचे कार्य केले जाते. या विभागाद्वारे परदेशात घडत असलेल्या विविध घटना, घडामोडी विशेषत: लष्करी व राजनैतिक घडामोडींची गुप्त माहिती गोळा करण्याचे काम करणाऱ्या गुप्तचर संघटनांच्या कामामध्ये समन्वय प्रस्थापित करून धोरण निर्धारकास माहिती देण्याचे कार्य केले जाते. परराष्ट्र खात्याचे संघटन १९६२ पर्यंत व्यवस्थित नव्हते. पिलाई समितीने आपल्या अहवालात परराष्ट्र मंत्रालयाच्या समन्वयविषयक कार्याला अग्रक्रम दिला व विविध खात्यांमध्ये व शाखांमध्ये समन्वय प्रस्थापित करणारी यंत्रणा अधिक मजबूत करण्याची सूचना केली.

परराष्ट्र धोरण हा राजकीय नेतृत्वाने वेगवेगळ्या प्रसंगी घोषित केलेले निर्णय व विधाने यांचा संच असला तरी असे निर्णय व विधाने केवळ त्यांच्या आपल्या लहरींनुसार व्यक्त केलेल्या प्रासंगिक प्रतिक्रिया

नसतात. विशिष्ट राष्ट्रीय उद्दिष्टे स्पष्ट करून त्यांची पूर्तता करावयाच्या प्रयत्नांचाच तो एक भाग असतो. प्लावूडन समितीने परराष्ट्र धोरणाच्या नियोजनाचे महत्त्व स्पष्ट करताना म्हटले आहे की, लष्करी हालचालींच्या दृष्टीने आपत्कालीन योजना आखून संकटावर मात केली जात असली तरी एकूणच परराष्ट्र धोरणाच्या दृष्टीने अशा तात्पुरत्या कृती फारशा उपयुक्त ठरत नाहीत; कारण त्यात परराष्ट्रधोरण व कृतीशी निगडित असलेल्या सर्व घटकांचा समूचित विचार करून भविष्यातील घडामोडींचा अंदाज बांधणे शक्य नसते; म्हणून परराष्ट्र धोरणामध्ये दीर्घकालीन नियोजन ही मूलभूत गरज असते. लष्करी सामर्थ्य व युद्ध यांना आता परराष्ट्र धोरणाचे साधन म्हणून पूर्वीप्रमाणे महत्त्व राहिले नसल्याने व राजनयाला दिवसेंदिवस महत्त्वाचे स्थान प्राप्त झाल्यामुळे परराष्ट्र धोरणात नियोजनाला सर्व राष्ट्रे विशेष महत्त्व देतात. पं. नेहरूंनंतर नियोजनबद्ध कृतिकार्यक्रम आखण्यात आल्याने परराष्ट्र मंत्रालयाची जबाबदारी वाढू लागली. पूर्वी संशोधनात्मक माहिती पुरविण्याचे काम ऐतिहासिक विभाग करीत असत. त्याऐवजी १९६६ पासून परराष्ट्र धोरण नियोजन व मूल्यमापन समिती स्थापन करून त्याकडे हे काम सोपविण्यात आले. राष्ट्रीय उद्दिष्टांमध्ये देशाच्या हितसंबंधाच्या दृष्टीने देशाच्या आर्थिक हितसंबंधाची जपवणूक हे प्रथम उद्दिष्ट मानले. आर्थिक हितसंबंध व साधनसामुग्रीचा उपयोग राजकीय सांस्कृतिक व विचारप्रणाली क्षेत्रात होत असल्याने आर्थिक राजनयास विशेष महत्त्व प्राप्त झाले. आर्थिक राजनय व परराष्ट्र धोरण यांच्यातील परस्परसंबंधांची पं. नेहरूंना जाणीव असल्याने त्यांनी अंतरिम सरकारची सूत्रे हाती घेतल्यावर या बाबींकडे लक्ष देऊन पुढील वर्षी परराष्ट्रमंत्रालयात वित्तीय विभागाची स्थापना केली. याशिवाय आंतरराष्ट्रीय क्षेत्रात भारताने इतर राष्ट्रांबरोबर होत असलेले विविध करारांविषयीचे प्रश्न हाताळणे ही महत्त्वाची जबाबदारी परराष्ट्र मंत्रालयाची असते; याशिवाय भारताच्या आंतरराष्ट्रीय संबंधविषयक कृती व धोरणांना परदेशात प्रसिद्धी देणे, त्यांचे समर्थन करणे, भारताची बाहेरच्या जगात चांगली प्रतिमा निर्माण करणे, यासाठी परराष्ट्रमंत्रालयात प्रसिद्धी विभाग आहे. परराष्ट्र मंत्रालय ही संस्था भारताच्या परराष्ट्र धोरण निर्धारण व अंमलबजावणी कार्यात अत्यंत महत्त्वपूर्ण भूमिका पार पाडते व निर्धारकाला लागणारी माहिती गोळा करून त्या माहितीचे विश्लेषण करणे, सल्ला देणे, समन्वय प्रस्थापित करणे, आंतरराष्ट्रीय संघटनाविषयक प्रश्न हाताळणे, जागतिक घडामोडींची माहिती संकलित करणे, आर्थिक हितसंबंध जोपासणे व भारताच्या भूमिकेचा जगात प्रचार करणे इ. अनेक कामे केली जातात.

(९. क) परराष्ट्रीय धोरण निर्मितीची प्रक्रिया

राजकीय पक्ष, दबाव गट, प्रसार माध्यमे व लोकमत हे मूलभूत घटक प्रत्येक देशाच्या परराष्ट्र धोरण निर्मिती व अंमलबजावणीवर परिणाम करतात. परराष्ट्र धोरण निर्मिती व अंमलबजावणीत राजकीय पक्ष हे महत्त्वाची भूमिका बजावतात. काँग्रेस पक्षाने स्वातंत्र्यपूर्व व स्वातंत्र्योत्तर काळात परराष्ट्र धोरण प्रक्रियेत महत्त्वाची भूमिका बजावली आहे. तसेच सरकारचे परराष्ट्र धोरण कशा प्रकारचे आहे व त्याचे संभाव्य परिणाम काय होतील, याची दखल विरोधी पक्षही घेतात. समाजातील दबाव गट हे प्रामुख्याने जात व धर्मावर आधारित आहेत, तर आजच्या परिस्थितीत वृत्तपत्र संस्था या दबाव गटाचे प्रभावी काम करतात. संसदेत संसद सदस्यांना व्यक्तिगत स्तरावर विविध घटकांद्वारे समर्थन मिळते व त्या आधारावर संसद सदस्य दबावतंत्राचा वापर करून शासनावर दबाव आणू शकतात. वृत्तपत्रे, दूरचित्रवाणी, निदर्शने व चळवळी या सारख्या माध्यमातून सरकारच्या परराष्ट्रीय धोरणाविषयी सर्वांगीण माहिती जनतेसमोर प्रभावीपणे मांडली जाते. भारतात लोकमताचा प्रभाव परराष्ट्र धोरणावर मोठ्या प्रमाणात दिसून येतो. देशांतर्गत बदलत्या परिस्थितीनुसार आंतरराष्ट्रीय राजकारणातील लोकमत प्रभावी ठरताना दिसते.

(१) राजकीय पक्ष :

प्रत्येक देशाच्या परराष्ट्र धोरण निर्मिती व अंमलबजावणीवर परिणाम करणारे काही मूलभूत घटक असतात. त्यामध्ये काही घटक स्थायी स्वरूपाचे तर काही घटक अस्थाई स्वरूपाचे असतात. या घटकांच्या मूलभूत स्वरूपात बदल झाला तर त्यानुसार परराष्ट्र धोरणातही सर्वसाधारण स्वरूपात बदल हे होत असतात. तसेच यातील काही निर्धारक घटक हे गतिशील असतात, या पैकीच एक राजकीय पक्ष हा घटक आहे; त्याचा परिणाम परराष्ट्र धोरणावर अत्यंत प्रभावशाली ठरलेला आहे.

भारताच्या राष्ट्रीय आंदोलनाबरोबरच भारतातील राजकीय पक्षाचा उदय व विकासाचा इतिहास हा विकसित झालेला आहे. भारतीय राष्ट्रीय काँग्रेसची स्थापना १८८५ मध्ये झाली. हिची स्थापना कोणत्याही राजकीय उद्देशासाठी म्हणजेच निवडणूक लढविण्याच्या उद्देशाने झालेली नसून परकीय शासनाच्या विरोधात फक्त देशाला स्वातंत्र मिळविण्यासाठी झालेली होती. तसेच राजकीय पक्षाद्वारे सर्वसामान्य जनतेत ब्रिटिश सत्तेविरूद्ध प्रसार व वेगवेगळया विचारधारा व राष्ट्रीय हित यात समन्वय घालण्याचा प्रयत्न भारतीय राष्ट्रीय काँग्रेसने केला, असे मत रजनी कोठारी यांनी व्यक्त केले होते. भारतीय राष्ट्रीय काँग्रेसनंतर भारतामध्ये मुस्लिम लीग, फॉरवर्ड ब्लॉक, साम्यवादी पक्ष व स्वराज्य पक्ष यासारखे राजकीय पक्ष निर्माण झाले. १९१९ ते १९३५ या कालावधीत भारतातील अनेक प्रातांमध्ये प्रांतीय राजकीय पक्ष उदयास आले. उदा. चेन्नईमध्ये जस्टीस पार्टी, बंगालमध्ये कृषक लोक प्रजा पार्टी. भारताला स्वातंत्र मिळण्याच्या काळात भारतीय राष्ट्रीय काँग्रेस, मुस्लिम लीग, हिंदू महासभा, यासारखे महत्त्वपूर्ण पक्ष अस्तित्वात होते. या कालखंडामध्ये राष्ट्रीय काँग्रेस हा राजकीय पक्षापेक्षा आंदोलनात सर्वांना एकत्रित आणणारी एक राष्ट्रीय आघाडी या स्वरूपाचा होता. भारतीय राष्ट्रीय काँग्रेसला विरोध करण्यासाठी ब्रिटिशांच्या कुटिल नीतीमुळे त्या काळात मुस्लिम लीगची स्थापना करण्यात आली. भारतीय राष्ट्रीय काँग्रेसचे मुस्लीम लीगला सर्व प्रकारचे सहकार्य करण्याचे धोरण तसेच भारतीय राष्ट्रीय काँग्रेसच्या विरोधातील मुस्लिम लीगचे आक्रमक धोरण यांना विरोध करण्यासाठी त्याकाळात हिंदू महासभेची निर्मिती करण्यात आली. भारतास स्वातंत्र्य मिळण्याअगोदर हे तीन महत्त्वाचे राजकीय पक्ष भारतात निर्माण झालेले होते. याच काळात भारतामध्ये 'समाजवादी' व 'साम्यवादी' चळवळींचा प्रभाव अगदी थोडा होता. ज्या वेळेस भारताला स्वातंत्र्य मिळाले, त्या वेळेस भारत व पाकिस्तान अशी दोन स्वतंत्र्य राष्ट्रे निर्माण झाली. मुस्लिम लीगचा प्रभाव भारतात नष्ट झाला. मुस्लिम लीगचा हिंदू महासभेने केलेला विरोध हे एककलमी उद्दिष्ट या स्वातंत्र्यामुळे अर्थहीन ठरले. परिणामी स्वातंत्र्योत्तरच्या काळामध्ये भारतीय राष्ट्रीय काँग्रेस या आघाडीचे राजकीय पक्षात रूपांतर झाले, त्यानंतर या पक्षाचा राजकारणात एकाधिकार निर्माण झाला. तसेच भारतीय राष्ट्रीय काँग्रेस या आघाडीचे राजकीय पक्षात झालेले रूपांतर स्वातंत्र्योत्तर काळामध्ये भारताच्या राजकीय स्थैर्याच्या दृष्टीने ते हितावह ठरले होते.

भारतात स्वातंत्र्योत्तर काळामध्ये इतर राजकीय पक्षांची निर्मिती झाली होती, पण सुरुवातीच्या काळात त्यांचा प्रभाव अतिशय कमी होता. परंतु, त्यानंतर मात्र त्यांचा विकास हा अतिवेगाने झालेला आपणास दिसतो. सुरुवातीच्या काळात संसदेत शासन व विरोधी पक्ष यांच्यामध्ये परराष्ट्र धोरण तसेच संरक्षण धोरणाच्या संदर्भात सतत संघर्ष व वादावादी होत असे, या वादावादी चर्चेत त्याकाळात आचार्य कृपलानी, डॉ. श्यामप्रसाद मुखर्जी, एन. सी. चटर्जी व हिरेन मुखर्जी या सारखे नेते हिरिरीने भाग घेत असत. चर्चेदरम्यान त्यांनी उपस्थित केलेल्या मुद्यांची शासनाला दखल घ्यावीच लागत असे. उदा. चीनचा विस्तारवाद तसेच पाकिस्तानचे भारताविषयीचे असलेले धोरण या काळात शासनाच्या अनुनयाच्या भूमिकेविरुद्ध विरोधी पक्षांनी प्रचंड प्रमाणात जनमत जागृती घडवून आणली व सरकारला स्वत:च्या भूमिकेची दखल

घेण्यास भाग पाडले. त्याचप्रमाणे १९६५ मध्ये कच्छ कराराच्या विरोधात भारतीय जनसंघाने दिल्ली येथे आयोजित केलेला प्रचंड मोर्चा समाजामध्ये लक्षवेधक ठरला होता.

१९६२-१९६५ व १९७१ मधील युद्धप्रसंगी विरोधी पक्षांनी शासनाला सहकार्यही केलेले दिसून येते. तसेच १९७७ व १९७९ या काळात जनता पक्षाचे सरकार असताना भारताच्या परराष्ट्र धोरणाने कायम सातत्य राखलेले दिसून येते. त्यामुळे विशिष्ट क्षेत्रात भारतातील राजकीय पक्षांच्या मूलभूत धारणा बऱ्याचअंशी सारख्या आढळतात. शासन व विरोधी पक्ष यांच्यातील धोरणात्मक भूमिकांचे आदान-प्रदान होत असते व शासनाला विरोधी पक्षांच्या प्रभावाची दखल घ्यावीच लागते. भारतात संघराज्यातील तसेच घटक राज्यातील विरोधी पक्षांच्या सरकारचे दृष्टिकोन व धोरणे यांचाही परराष्ट्र धोरणावर परिणाम होतो. उदा. बांगला देश संदर्भात पश्चिम बंगाल शासनाचे धोरण व भूमिका तसेच श्रीलंकेतील तमिळ समस्येच्या संदर्भात तमिळनाडू सरकारची भूमिका व त्याचा प्रत्यक्ष प्रभाव ही दोन प्रमुख उदाहरणे आपणास या संदर्भात देता येतील.

(२) दबाव गट :

परराष्ट्र धोरण निर्मिती व अंमलबजावणीवर प्रभाव टाकणाऱ्या अनेक घटकांमध्ये दबाव गटाचा उल्लेख करावाच लागतो. विविध स्वरूपाचे उद्योग, व्यवसाय, व्यापार व इतर आर्थिक हितसंबंध हे आपापल्या परीने अमेरिका व इतर पाश्चात्त्य देशांच्या परराष्ट्र धोरण निर्मिती व अंमलबजावणी प्रक्रियेवर प्रत्यक्ष प्रभाव टाकतात. भारतात मात्र अजूनतरी अशा प्रकारचे प्रबळ आर्थिक गट अस्तित्वात नाहीत, तसेच अशा प्रबळ गटांनी राजकीय प्रक्रियेत उघडपणे दबाव गट, तंत्र किंवा संसदेतील लॉबी तंत्राचा अवलंब करण्याची परंपरा नव्हती व तसे करण्यास वैधानिक मान्यताही नव्हती.

भारतात जात व धर्म या घटकांवर आधारित दबाव गट अस्तित्वात होते व आहेत. वर्तमान स्थितीत 'टाईम्स ऑफ इंडिया' वृत्तपत्र गट व इंडियन एक्सप्रेस वृत्तपत्र गट यांची वृत्तपत्र जगात असणारी स्पर्धा, वाडिया व अंबानी यांची आर्थिक क्षेत्रातील राजकीय स्पर्धा या सर्वांचा राजकारणावर होणारा अप्रत्यक्ष प्रभाव लक्षात घेतला तर असे जाणवते की, पारंपरिक दबाव गटाप्रमाणे आधुनिक दबाव गट सक्रिय होत असून त्यांचा राजकारणावर व परराष्ट्रीय धोरण निर्मिती व अंमलबजावणीवर प्रभाव पडत आहे; याशिवाय राजकीय नेत्यांमधील राजकीय स्पर्धा सत्तांतरे व मंत्र्याचे राजीनामे वगैरे घटनाही प्रभावी ठरतात.

संसदेमध्ये दबाव गट तंत्र वापरण्यास कायद्याचा प्रतिबंध असला तरी राजकीय वास्तववाद हा वेगळा असतो. संसद सदस्यांना निवडणुकीमध्ये त्यांचे आर्थिक व मतगट म्हणून समर्थन मिळविणे अत्यावश्यक वाटत असते. त्यामुळे व्यक्तिगत स्तरावर त्यांच्या विविध दबाव गट, हितसंबंधी गट, मतगट इत्यादींबरोबर संबंध कायम राहतो व त्याचा परिणाम संसद सदस्यांच्या राजकीय वर्तनावर होतो, भारतामध्ये अशा प्रकारचे विविध दबाव गट या तंत्राचा अवलंब करून धोरण निर्मिती व अंमलबजावणी प्रक्रियेवर प्रभाव टाकण्याचा प्रयत्न करतात.

(३) प्रसार माध्यमे :

भारतात राजकीय प्रसार माध्यमांमध्ये नभोवाणी, दूरदर्शन, निदर्शने व चळवळी, अहवाल, वृत्तपत्रे व नियतकालिका ही प्रमुख माध्यमे मानली जातात. तसेच ही साधने आपापल्या परीने परराष्ट्रधोरण निर्मिती व अंमलबजावणी प्रक्रियेत चांगल्या प्रकारची भूमिका बजावताना दिसतात. नभोवाणी व दूरदर्शन या साधनांचा प्रभाव अतिशय व्यापक स्वरूपाचा आहे. भारतात ही दोन्ही साधने सरकारी नियंत्रणाखाली असल्याने त्यांच्याविषयी सुशिक्षित समाजात संपूर्ण विश्वसनीयता असावयास पाहिजे पण तसे दिसत नाही.

त्यामुळे परराष्ट्र धोरणाच्या संदर्भात त्यांच्या सरकारी दृष्टिकोनावर कोणताही प्रभाव राहणे असंभवनीय ठरते.

प्रसार माध्यमांमध्ये निदर्शने व चळवळी यांचाही उल्लेख केला जातो. वास्तविक पाहता निदर्शने व चळवळी दररोज होत नसल्या तरी त्याचा वारंवार अवलंब होत असतो. तसेच निश्चित कालावधीनंतर होणाऱ्या निवडणुका हे राजकीय प्रसार माध्यमांचे प्रभावी साधन आहे. सभा व संमेलने यांचाही प्रभाव मर्यादित लोकसमूहावर होतो.

गुप्त राजनय पद्धती आज राहिलेली नसल्याने, परराष्ट्र धोरण व राजनय ही क्षेत्रे प्रसिद्धीच्या माध्यमासाठी निषिद्ध मानली जात नसून त्यांच्यासाठी उपयुक्त प्रसार माध्यम मानले जाते. भारतात परराष्ट्र धोरण निर्धारणाची सत्ता ज्या राजकीय कार्यकारी मंडळाकडे असते त्यांना ती निवडणुकीद्वारे देशाचा राज्यकारभार करण्यासाठी प्राप्त झालेल्या जनादेशाद्वारे मिळत असते; अशा परिस्थितीत देशाचे परराष्ट्रीय धोरण हे जनतेला मान्य असलेल्या तत्त्वांच्या चौकटीतच राबवावे लागते. काही वेळेस लोकमत आजमावण्यासाठी तत्संबंधीचे अहवाल प्रसिद्ध करावे लागतात. तसेच हे अहवाल म्हणजे विशिष्ट प्रश्न किंवा धोरणे या संदर्भात व्यक्त झालेले प्रातिनिधिक स्वरूपातील लोकमत मानले जाते. लोकमताचा अंदाज घेऊन परराष्ट्र धोरणामध्ये आवश्यक ते फेरबदल केले जातात. त्यामुळे लोकमत व शासनाचे परराष्ट्रीय धोरण यात पडणारे अंतर कमी होऊन परराष्ट्र धोरण खऱ्या अर्थाने राष्ट्रीय बनते.

आजच्या काळात वर्तमानपत्रे आणि नियतकालिके यांचे स्थान लोकमानसामध्ये अत्यंत उच्च पातळीवर आहे. वर्तमानपत्र हे अतिशय स्वस्त असल्यामुळे ते सर्वसामान्यांना विकत घेऊन वाचता येते व ते यावर लगेच आपली प्रतिक्रिया देत असतात म्हणूनच त्याला 'चौथी इस्टेट' असे मानले जाते, तसेच ही साधने परराष्ट्र धोरण निर्मितीसाठी व अंमलबजावणीसाठी अतिशय उपयुक्त अशा माहितीचा पुरवठा करण्याची महत्त्वपूर्ण भूमिका बजावतात. मंत्रिमंडळाने परराष्ट्र धोरणाबाबत घेतलेला निर्णय, परराष्ट्रीय धोरणाबाबत किंवा एखाद्या प्रश्नाबाबत जागतिक समाजाची भूमिका, परराष्ट्रांमध्ये असलेल्या वकालती, आपल्या देशाच्या संबंधांवर परिणाम घडवून आणणाऱ्या घटना किंवा घडामोडी तसेच आंतरराष्ट्रीय प्रश्नावर घेतलेली भूमिका व संबंधित देशात त्यावर होणाऱ्या प्रतिक्रिया याबाबतची माहिती गोळा करण्यासाठी स्थानिक व जागतिक वर्तमानपत्रांचा उपयोग करून घेतला जातो. त्यात माहितीचे संकलन करून विश्लेषण करणे व त्या विश्लेषणावर आधारित अहवाल तयार करून पाठविणे, हे परराष्ट्र वकिलातीचे महत्त्वाचे कार्य असते, इतर देशांमध्ये घडणाऱ्या घटना व घडामोडी यांची वर्तमानपत्रातून येणारी माहिती पंतप्रधान व मंत्रिमंडळाला उपयुक्त ठरते.

वर्तमानपत्रांद्वारे आंतरराष्ट्रीय व परराष्ट्र धोरणाबाबत निश्चित असा दृष्टिकोन बाळगला जातो. त्यानुसार शासनाच्या परराष्ट्रधोरणावर भाष्य केले जाते. आंतरराष्ट्रीय करार दुसऱ्या देशांबरोबर मैत्री व मदत यावर टीका केली जाते किंवा समर्थन केले जाते. वर्तमान पत्रांद्वारे या घटनांचे मूल्यमापन केले जाते. त्यामुळे त्याचा परिणाम देशातील लोकमतावर पडतो, वर्तमानपत्रातून दाखविले जाणारे दोष हे विरोधी पक्ष सरकारवर टीका करतात किंवा आंदोलन करून लोकमत संघटित करतात,त्यातून सरकारला अप्रियता स्वीकारावी लागते. त्यामुळे शासनाला अशा टीकाटिपणीतून जागरूक राहावे लागते व धोरणात बदल करावे लागतात. अनेकदा वर्तमानपत्रांद्वारे शासनाचे एखादे धोरण उचलून धरले जाते. त्यावेळेस त्याचा फायदा सरकारला मिळतो. आंतरराष्ट्रीय करारांचे भवितव्य वर्तमानपत्रे घेत असलेल्या भूमिकेवरही अवंलबून असतात. वर्तमानपत्रांची भूमिका व त्यांचा दृष्टिकोन शासनाला धोरणात्मक निर्णय घेण्यासाठी अत्यंत उपयुक्त असतो. त्यामुळे शासन महत्त्वाचे निर्णय घेण्यापूर्वी वर्तमानपत्रांची भूमिका जाणून घेण्यासाठी पत्रकारांशी सल्लामसलत करतात.

आंतरराष्ट्रीय प्रश्नावर सरकारची भूमिका किंवा दृष्टिकोन समजण्यासाठी वर्तमानपत्रे महत्त्वाची भूमिका बजावतात. उदा. परराष्ट्र दौऱ्यावर जाण्याअगोदर व तसेच परदेश दौरा झाल्यानंतर नेते वर्तमानपत्रांना मुलाखती देतात. शासनाद्वारे निर्णय व प्रश्नांवर ठेवत असलेल्या दृष्टिकोनाचे स्पष्टीकरण देण्यासाठी पत्रकार परिषद आयोजित केली जाते. परदेशात आपल्या भूमिकेचे समर्थन करून देशाबद्दल सद्भावना निर्माण करण्यासाठी वर्तमानपत्रांची शासनाला मदत मिळते. आंतरराष्ट्रीय क्षेत्रांत आपले शत्रू कमी करणे, तसेच त्याची तीव्रता कमी करणे व मित्र मिळविणे हे परराष्ट्रीय धोरणाचे उद्दिष्ट असते व ते गाठण्याचा प्रयत्न शासन वर्तमानपत्राच्या माध्यमांतून करते. वर्तमानपत्रांद्वारे परराष्ट्रीय धोरणाबाबत लोकांचे दृष्टिकोन साकार केले जातात. शासनाच्या धोरणाबाबत निश्चित माहिती मिळते. वर्तमानपत्रांद्वारे निरनिराळ्या प्रश्नांच्या विविध बाजू जनतेसमोर ठेवल्या जातात; त्यामुळे लोकांना आंतरराष्ट्रीय प्रश्न नीटपणे समजतात व त्या आधारे ते आपले मत बनवितात, शासन अनेक गोष्टी जनतेपासून लपवून ठेवते. परंतु, वृत्तपत्रे, सत्यशोधन करून ती माहिती लोकांना पुरवतात. सरकार संसदेला जबाबदार असल्याने परराष्ट्रीय धोरणाबाबत संसदेत जे निवेदन केले जाते व चर्चा होते त्याची माहिती लोकांपर्यंत सविस्तरपणे पोहोचविण्याचे कार्य वर्तमानपत्रे करतात. परराष्ट्र धोरणाचे निर्धारण व अंमलबजावणीशी निगडित भूमिका पार पाडून वर्तमानपत्रे परराष्ट्र धोरणावर प्रभाव पाडतात. त्यामुळे त्यांना परराष्ट्र धोरण निर्धारण प्रक्रियेतील महत्त्वाची संस्था मानली जाते. अर्थात, भारतीय वृत्तपत्रे फार मोठ्या प्रमाणात निरनिराळ्या दबाव गटांच्या प्रभावाखाली वावरत असल्यामुळे त्यांना या गटहिताशी विसंगत भूमिका घेणे कठीण जाते, यापैकी भांडवलदार वर्गाची वृत्तपत्रावरील मालकी व पकड पक्की असल्याने आंतरराष्ट्रीय क्षेत्रांत पाश्चिमात्य व भांडवलशाही देशांशी भारताचे जवळचे संबंध असावेत असा त्यांचा सर्वसाधारण सुर असतो. अनेकदा वृत्तपत्रांमधून भडक विचारांचे समर्थन केले जाते. त्यामुळे आंतरराष्ट्रीय संबंधाबाबतचा वस्तुनिष्ठ दृष्टिकोन घडविण्यास वृत्तपत्रे अपुरी पडतात, भारतात निरक्षरतेचे प्रमाण अधिक असल्यामुळे केवळ मूठभर लोक वर्तमानपत्राचा वापर करतात व याची जाणीव सरकारला असल्यामुळे वर्तमानपत्राच्या टीकेला फारसे महत्त्व देत नाहीत. वर्तमानपत्रांद्वारे शासन बदलण्याइतपत प्रभावीपणे लोकमत तयार होऊ शकत नाही याची नेत्यांना जाणीव असते, म्हणून या माध्यमाचा वापर ते सोईनुसार करतात. निवडणूक प्रचारता राजकीय पक्षांकडून परराष्ट्र धोरणाच्या प्रश्नांना फारसे महत्त्व दिले जात नाही व अंतर्गत प्रश्नांवर लक्ष केंद्रित केले असे प्रत्ययास येते. त्यामुळे निवडणुकांचा परराष्ट्र धोरणांवर फारसा परिणाम होत नाही.

(४) जनमत किंवा लोकमत :

भारत हे लोकशाहीप्रणित शासन असलेले राष्ट्र असल्याने राष्ट्रीय धोरणांवर जसा लोकमताचा प्रभाव असतो तसाच आंतरराष्ट्रीय क्षेत्रावरही असतो; कारण परराष्ट्र धोरण ही एखाद्या व्यक्तीची अथवा गटाची खासगी बाब नसते. लोकशाही शासन हे मुळातच जनतेचे शासन असल्याने शासनाच्या सर्व कृती व धोरणे यावर लोकांचाच प्रभाव असतो. परराष्ट्रीय धोरणाची राष्ट्रीय उद्दिष्टे निश्चित करून ती गाठण्यासाठी कृती लोकसंमत असल्या पाहिजेत असा मूलभूत संकेत असल्याने कोणत्याही लोकशाही देशाप्रमाणे भारताचे परराष्ट्रीय धोरण व अभिजन वर्गाची मक्तेदारी नसून जनमतातून साकारणारी बाब आहे. पंतप्रधान, मंत्रिमंडळ व संसद घेत असलेले परराष्ट्रधोरण विषयक निर्णय लोकांच्या वतीने प्रातिनिधिक स्वरूपात करतात. त्यामुळे ते लोकमताच्या गृहीत संमतीवर आधारलेले असतात. ही गृहिते चुकल्यास त्यांना धोरणामध्ये बदल करावे लागतात किंवा सत्ता सोडावी लागते. त्यामुळे नेते सतत जनमताचा कौल घेऊन निर्णय घेत असतात.

भारताच्या परराष्ट्रीय धोरणाची उद्दिष्टे केवळ आदर्शवादी किंवा वास्तववादी असणे भारतीय लोकांना

मान्य नाही, कारण भारताच्या लोकमतावर प्राचीन संस्कृतीचा विचारसरणीचा मोठा प्रभाव पडलेला दिसून येतो. त्याचप्रमाणे महाभारत, मनुस्मृती, गौतम बुद्ध, सम्राट अशोक, महात्मा गांधी यांच्या तत्त्वज्ञानातून आदर्शवादी तसेच मानवतावादी दृष्टिकोन निर्माण झालेला आहे. स्वातंत्र्यानंतर ज्यावेळी भारताने परराष्ट्रीय धोरणात अलिप्ततावादाचा पुरस्कार केला त्यावेळी जनतेने या धोरणाचा स्वीकार केलेला असला तरी त्यातील काही बदलांना मात्र विरोध केलेला आपणास दिसतो असे बदललेले धोरण पूर्वपदावर आणण्यासाठी देशाची जनता नेतृत्वाला भाग पाडते. याचाच अर्थ लोकमताद्वारे परराष्ट्र धोरणातील अतिरेकी धोरण रोखण्याचे कार्य केले जाते. उदा. पं. नेहरूंनी अलिप्ततेचा पुरस्कार केला असला तरी त्यांची सोव्हिएत रशियाबरोबर असलेली विशेष जवळीक त्यातच हंगेरी प्रश्नाबाबत भारतीय प्रतिनिधीने संयुक्त राष्ट्रसंघात सोव्हिएत रशियाची घेतलेली बाजू यावर भारतीय लोकांनी भारताचे हे धोरण अलिप्तवादास विसंगत तसेच पक्षपाती असल्याचे आरोप करून मोठ्या प्रमाणात तीव्र स्वरूपाची टीका केली. या लोकमताच्या टीकेमुळे पंडित नेहरू यांना आपल्या धोरणात तातडीने बदल करावे लागल होते. चीनने भारतावर आक्रमण करून भारताचा दारुण पराभव केला. यामुळे चीनबरोबरचे विशेष सलोख्याचे संबंध भारतीयांना रुचले नाहीत. १९६८ मध्ये निर्माण झालेल्या झेकोस्लाव्हाकियाच्या प्रश्नावर भारताने आपली भूमिका स्पष्ट करण्यासाठी गैर कम्युनिस्ट पक्षाने पंतप्रधान इंदिरा गांधी यांच्यावर दडपण आणले. परिणामी, इंदिरा गांधी सरकारने झेकोस्लोव्हाकियाच्या प्रश्नात सोव्हिएत रशियाच्या कृतीचा निषेध केला. तसेच जेव्हा युनोत यासंदर्भात ठराव मांडला गेला तेव्हा भारत अनुपस्थित राहिला, त्यामुळे ही बाब भारतीयांना न पटल्याने त्याविरुद्ध जनतेने कठोर टीका केली.

साधारणतः कोणत्याही देशातील जनता आंतरराष्ट्रीय राजकारणात रस घेण्याऐवजी अंतर्गत राजकारणात रस घेते, कारण त्यामध्ये त्यांच्या दैनंदिन प्रश्नाला प्रत्यक्ष स्पर्श झालेला असतो; युद्ध प्रसंगी मात्र सर्वांचे लक्ष सीमेवरील संघर्षाकडे असते शिवाय त्यांच्या चर्चेचा विषयही तोच असतो. भारताच्या परराष्ट्रीय धोरणाच्या संदर्भात मात्र वेगळे धोरण आढळते. शांतता काळात लोक परराष्ट्र धोरणाबाबत अत्यंत जागरूक असतात; याचे महत्त्वाचे कारण म्हणजे भारताला १९४७ मध्ये मिळालेले स्वातंत्र्य होय. भारतीयांना त्यावेळी एकसंघ भारताची झालेली फाळणी रूजलेली नव्हती. कारण मुस्लिम लीगची स्वतंत्र पाकिस्तानची मागणी ही धर्माच्या तत्त्वावर होती; त्यामागे दुसरे कोणतेही तत्त्व नव्हते. परंतु, ब्रिटिशांनी भेदनीतीच्या आधारे भारताची फाळणी केली होती. त्यामुळे विशिष्ट काळात पाकिस्तानसाठी दिलेला लढा, त्यातून उसळलेल्या दंगली, निर्वासितांचे पुनर्वसन, त्यांच्या संपत्तीचे आदान-प्रदान, राष्ट्रीय कर्जाची व मालमत्तेची वाटणी व काश्मीर प्रश्नावरून झालेला लष्करी संघर्ष या घटना भारतीयांच्या मनाला स्पर्श करणाऱ्या होत्या व पाकिस्तान हे अत्यंत कटू आठवणींचे प्रतीक बनलेले आहे. भारतातील प्रत्येक नागरिक पाकिस्तानच्या घडामोडींबाबत अतिशय जागरूक असल्याचे दिसून येते. त्यामुळे पाकिस्तानबरोबर असलेली अमेरिकेची वाढती जवळीक तसेच पाकिस्तानचे चीनबरोबर वाढते सहकार्य, काश्मीर प्रश्नाबाबत पाश्चात्त्यांची व आंतरराष्ट्रीय संघटनेची भूमिका व सोव्हिएत रशियाची भारताशी मैत्री यासारख्या बाबींमध्ये भारतीय नागरिक सावध व जागरूक असतो.

भारतीयांना आंतरराष्ट्रीय संबंध व परराष्ट्रीय धोरणात रस असण्याचे महत्त्वाचे कारण म्हणजे भारताला असलेली स्वातंत्र्य चळवळीची पार्श्वभूमी होय. महात्मा गांधींचे नेतृत्व लाभल्याने स्वातंत्र्य चळवळीस व्यापकता लाभली, त्यात सामान्य लोकांचा सहभाग वाढला. महात्मा गांधीनंतर पं. नेहरूंनीही लोकशक्ती मुख्य मानली. कोणत्याही स्वरूपाचा प्रश्न असो, मग तो राष्ट्रीय असो की आंतरराष्ट्रीय अशा प्रश्नांची चर्चा ते लोकांबरोबर करीत असत. भाषणे, भेटी, वेगवेगळे प्रसंग, यांच्या माध्यमातून ते विविध प्रश्न जनतेसमोर

मांडत व त्यांच्या प्रश्नांचे निराकरण करीत असत. त्यामुळे लोकांनाही राजकारणातील विविध प्रश्न आंतरराष्ट्रीय स्वरूपाच्या प्रश्नांमध्ये जिव्हाळा निर्माण झाला व पुढे तो सवयीचा भाग बनला. त्यानंतर इंदिरा गांधी यांनी अनेक राजकीय प्रश्न संसदेबाहेर मतदारांच्या मदतीने निकाली काढण्याचे तंत्र अवलंबिले त्यामुळे भारतीय जनतेत राष्ट्रीय व आंतरराष्ट्रीय प्रश्नांबाबत जागरूकता निर्माण होण्यास मदत झाली. कोणत्याही आंतरराष्ट्रीय प्रश्नाकडे भारतीय लोक उपेक्षेने व उदासीनपणे पाहत नसत. अर्थात, कोणत्याही निवडणुकीत भारताचे परराष्ट्रधोरण व त्यावरील विविध प्रश्न हा निवडणुकीचा महत्त्वाचा प्रश्न होत नाही किंवा त्या प्रश्नावरून सरकार कोसळल्याची उदाहरणेही आढळत नसली तरी नेत्याची आंतरराष्ट्रीय क्षेत्रातील कर्तबगारी किंवा अपयश याचे श्रेय किंवा अपयश नेत्याच्या पदरात लोक टाकतात. उदा. भारताच्या चीनविषयक भूमिकेचा परिणाम व त्यावरून झालेल्या टीकेमुळे व्ही. के. कृष्णमेनन यांना मंत्रिपदाचा त्याग करावा लागला. इंदिरा गांधी यांनी बांगला देशांचा प्रश्न व त्या निमित्ताने पाकिस्तानचा खंबीरपणे हाताळलेला प्रश्न त्यासाठी तयार केलेले जागतिक जनमत व सोव्हिएत रशियाशी केलेला मैत्रीकरार या घटनांद्वारे त्यांच्या लोकप्रियतेत वाढ होत गेली; तसेच पाकिस्तानबरोबर झालेल्या सिमला करारातून काश्मीर प्रश्न हा कायमचा जागतिक व्यासपीठावरून यशस्वीपणे काढून घेतला व त्याला द्विपक्षीय स्वरूप देऊन ते पाकिस्तानला स्वीकारायला भाग पाडले. ही त्यांच्या राजनैतिक कौशल्यात जमेची बाजू ठरली; पुढे व्ही. पी. सिंग यांनी हा प्रश्न आंतरराष्ट्रीय काय द्विपक्षीय सुद्धा नसून भारताचा अंतर्गत प्रश्न अशी भूमिका घेतल्याने भारतीय जनतेने त्यांना उचलून धरले. याउलट, खाडी युद्धाच्या वेळी अमेरिकन विमानांना भारतात इंधन भरण्यास परवानगी देण्याच्या प्रश्नावरून भारतात जेव्हा वादळ माजले त्या वेळी पंतप्रधान चंद्रशेखर यांना हा गुंता सोडवायला खूप कठीण गेले.

परराष्ट्र धोरणाबाबत नेत्यांकडून जी माहिती मिळते त्याच्या आधारावर जनमत बनते. अनेकदा नेते सोईनुसार माहिती देऊन लोकमतावर नियंत्रण ठेवतात किंवा लोकांचा विरोध असलेल्या धोरणांचाही त्यांना स्वीकार करण्यास भाग पाडतात. उदा. सोव्हिएत रशियाशी असलेली जवळीक पाश्चिमात्त्यांबरोबर विशेषत: अमेरिकेबरोबर वाढत जाणारा दुरावा हे अनेकांना पसंत नसले तरी त्यांच्या गळी हे धोरण उतरविले गेले. अटलबिहारी वाजपेयींना यात बदल करण्यात यश आले नाही. भारतात लोकतांत्रिक शासनपद्धती असली तरी व्यक्तिकेंद्रित राजकारणाचा सतत प्रभाव असल्यामुळे परराष्ट्रधोरणात मोठ्या प्रमाणात व्यक्तिनिष्ठा निर्माण झाली आहे. थोडक्यात, लोकमताचा परराष्ट्रधोरणावर असलेला प्रभाव सामान्य स्वरूपाचा आहे. एकदा परराष्ट्रधोरणाची लोकांना मान्य होणारी तत्त्वांची चौकट निश्चित केल्यानंतर दैनंदिन प्रश्नांची लोक दखल घेत नाहीत, त्यामुळे लोकमताची परराष्ट्र धोरणावर प्रभावी पकड राहत नाही.

लघूत्तरी प्रश्न :

(१) भारताच्या परराष्ट्रीय धोरणाची उद्दिष्टे स्पष्ट करा.

(२) भारताच्या परराष्ट्रीय धोरणाची वैशिष्टे स्पष्ट करा.

(३) परराष्ट्रधोरणाबाबतची संसदेची भूमिका स्पष्ट करा.

(४) परराष्ट्रधोरणातील मंत्रिमंडळाची भूमिका स्पष्ट करा.

(५) कार्यकारी मंडळाची परराष्ट्रधोरणातील भूमिका स्पष्ट करा.

(६) परराष्ट्रधोरण निर्माण करण्याच्या प्रक्रियेतील संसदेचा प्रभाव कमी होण्याची कारणे स्पष्ट करा.

(७) परराष्ट्रधोरण निर्धारणावर दबावगट कशा प्रकारे प्रभाव पाडतो ते स्पष्ट करा.

(८) परराष्ट्रधोरण निर्धारण प्रक्रियेतील लोकमताची भूमिका स्पष्ट करा.

(९) परराष्ट्रधोरण निर्धारण प्रक्रियेतील माध्यमांची भूमिका स्पष्ट करा.

दीर्घोत्तरी प्रश्न :

(१) भारताच्या परराष्ट्रीय धोरणाचे निर्धारक घटक स्पष्ट करा.

(२) भारताच्या परराष्ट्रीय धोरणाची तत्त्वे कोणती ते स्पष्ट करा.

(३) भारताच्या परराष्ट्रीय धोरणाचे मूल्यमापन करा.

(४) भारताच्या परराष्ट्रीय धोरणाचा विकास थोडक्यात सांगा.

(५) परराष्ट्रमंत्रालयाच्या कार्याचे मूल्यमापन करा.

(६) परराष्ट्र धोरणातील संसदेची भूमिका व कार्यपद्धती सविस्तर स्पष्ट करा.

(७) भारताच्या परराष्ट्रधोरण निर्मितीतील विविध घटकांच्या प्रभावाच्या चर्चा करा.

(८) भारताच्या परराष्ट्रधोरणनिर्मितीतील पंतप्रधान व कार्यकारी मंडळाचा सहभाग विशद करा.

(९) परराष्ट्रधोरण निर्धारण प्रक्रियेतील राजकीय पक्षांची भूमिका स्पष्ट करा.

प्रकरण १०

भारत आणि दक्षिण आशिया

प्रस्तावना

भारत, पाकिस्तान, बांगलादेश, श्रीलंका, नेपाळ, भूतान, मालदीव या सवांचा मिळून दक्षिण आशिया हा भू-राजकीय प्रदेश तयार झालेला आहे; किंवा अफगाणिस्तानपासून ते ब्रह्मदेशापर्यंत (म्यानमार) आणि हिमालयाच्या पायथ्यापासून ते हिंदी महासागरापर्यंत विस्तारलेल्या या भागाला 'दक्षिण आशिया' या नावाने ओळखले जाते. अलीकडच्या काळात यामध्ये अफगाणिस्तानचा समावेश करण्यात आलेला आहे. स्वातंत्र्यानंतर भारताने अलिप्तता आणि पंचशील तत्त्वांचा आपल्या परराष्ट्रीय धोरणांमध्ये पुरस्कार केला. संयुक्त राष्ट्राच्या शांतता, सुव्यवस्था, सुरक्षितता व सहजीवनाच्या तत्त्वावर भारताचा विश्वास असल्यामुळे यांनाही भारताने आपल्या परराष्ट्रीय धोरणाच्या तत्त्वात स्थान दिले; तसेच आपल्या परराष्ट्रीय धोरणाच्या तत्त्वात दक्षिण आशियायी राष्ट्रांबरोबर विशेष मैत्रीचे संबंध प्रस्थापित करण्यावर भर दिलेला आहे; या प्रकरणामध्ये दक्षिण आशियातील राष्ट्रांबरोबर म्हणजेच पाकिस्तान, बांगलादेश, श्रीलंका, नेपाळ, भूतान व मालदीव या राष्ट्राबरोबर भारताचे संबंध कशा प्रकारचे आहेत याची सविस्तर चर्चा केलेली आहे.

(१०. अ. १) पाकिस्तान-भारत संबंध

इंग्रजांनी जाता जाता अखंड हिंदुस्थानची भारत आणि पाकिस्तान या दोन राष्ट्रांत फाळणी केली. ही फाळणी झाली तरी भौगोलिक, ऐतिहासिक, सांस्कृतिक आणि आर्थिक असे अनेक समान घटक उभय राष्ट्रांत

होते. स्वातंत्र्यानंतर उभय राष्ट्रांत सलोखा, बंधुभाव, प्रेम राहील असे वाटत होते; पण काश्मीर प्रश्नावरून उभय राष्ट्रांत तणाव निर्माण झाला तो आजपर्यंत निवळू शकलेला नाही. उलट, याच प्रश्नावरून उभय राष्ट्रांत आजपर्यंत चार युद्धे झाली आहेत. भारत आणि पाकिस्तान यांच्यामधील संबंधांचा अभ्यास करताना काश्मिरचा प्रश्न जसा महत्त्वाचा आहे,तशाच प्रकारे इतरही काही मुद्दे उभय राष्ट्रांतील संबंधांबाबत आपणास सांगता येतील.

भारत आणि पाकिस्तान यांच्यातील संबंध बिघडण्यास कारणीभूत असणारे घटक किंवा त्यांच्यातील वादाचे मुद्दे :

(१) काश्मीर प्रश्न किंवा समस्या :

हिंदुस्थानावर इंग्रजांची राजवट होती,तेव्हा जम्मू व काश्मीर हे स्वतंत्र संस्थान होते, इतर संस्थानांपैकी लष्करी, आर्थिक, राजकीय व आकाराच्या मानाने हे सर्वात मोठे संस्थान असल्यामुळे काश्मिरने त्यावेळी भारत व पाकिस्तान बरोबर 'जैसे थे' चा करार करून स्वतंत्र राहण्याचा निर्णय घेतला. वास्तविक पाहता त्याकाळात भौगोलिक सलगता, बहुसंख्य मुस्लिम जनता, काश्मिरची सर्व दळणवळण यंत्रणा पाकिस्तानवर अवलंबून होती,काश्मीरचा प्रदेश भारतापेक्षा पाकिस्तानला जवळ होता. या सर्व परिस्थितीचा विचार करता आज ना उद्या काश्मीर हे संस्थान पाकिस्तानमध्येच विलीन झाले असते,यामध्ये तिळमात्र शंका नाही; पण पाकिस्तानी राज्यकर्त्यांना धीर धरवला नाही आणि त्यांनी सुरुवातीला अतिरेक्यांच्या व नंतर सैनिकांच्या मदतीने काश्मिरी सैन्याला व जनतेला त्रास देण्यास सुरुवात केली, यामागे काश्मिरच्या महाराजांवर दबाव टाकणे हा पाकिस्तानचा हेतू होता, त्यानंतर काश्मीरमध्ये येणारे अन्नधान्य व सामानाची आवक थांबवून पाकिस्तानने काश्मीरची गळचेपी सुरू केली, त्याचा परिणाम काश्मीरमधील जनजीवन विस्कळीत होण्यात झाला. त्यानंतर २२ ऑक्टोबरला पाकिस्तानने काश्मिरवर हल्ला केला. परिस्थितीचे गांभीर्य लक्षात घेऊन काश्मीरच्या महाराजांनी म्हणजे राजा हरिसिंगने काश्मिरची सर्व सूत्रे अब्दुल्ला यांच्याकडे देऊन ते जम्मूला निघून गेले. शेख अब्दुल्लाने भारताकडे मदत मागितली पण भारताने काश्मीर हे स्वतंत्र असल्यामुळे मदत करण्यास नकार दिला. त्यानंतर २६ ऑक्टोबर, १९४७ ला जम्मू-काश्मीर हे संस्थान भारतात विलीन करण्यात आले. त्यानंतर काश्मिरची सुरक्षितता ही भारताची सुरक्षितता बनल्यामुळे हा प्रश्न हाताळण्यासाठी भारतीय सेना अतिशय बिकट परिस्थितीत काश्मीरमध्ये गेली. तेथे तिने सर्वच आघाड्यांवर पाकिस्तानी सैनिक व हल्लेखोरांना मागे पिटाळण्यास सुरुवात केली. त्याचवेळी काश्मिरचा प्रश्न भारताने युनोच्या व्यासपीठावर उपस्थित केला. त्यामुळे जम्मू-काश्मीर प्रश्नाला आंतरराष्ट्रीय स्वरूप प्राप्त झाले. युनोच्या मध्यस्थीने काश्मीरमधील भारत-पाकिस्तान यांच्यातील युद्ध थांबवण्यात आले. दोन्ही फौजा ज्या ठिकाणी उभ्या होत्या, त्यामधून उभय राष्ट्रातील युनोच्या मध्यस्थीने सीमारेषा आखण्यात आली. तेव्हा १/३ काश्मीरचा भाग पाकिस्तानकडे व २/३ काश्मीरचा भाग भारताकडे राहिला. पाकिस्तानच्या ताब्यातील काश्मीरच्या भागाला 'पाक व्याप्त काश्मीर' तर भारताकडील काश्मीरला 'आझाद काश्मीर' असे म्हणतात.

लष्कराच्या बळावर आपण भारताचा पराभव करू शकत नाही,म्हणजेच काश्मीर आपल्या ताब्यात घेण्याचे आपले स्वप्न स्वप्नच राहू नये म्हणून पाकिस्तानने कूटनीतीचा आधार घेऊन अमेरिकाप्रणीत सिटो व सेन्टो कराराचा तो सभासद बनला. त्यामुळे पाकिस्तानला अमेरिकेकडून मोठ्या प्रमाणात लष्करी व आर्थिक मदत मिळू लागली. त्याच दरम्यान १९६२ मध्ये चीनने भारतावर हल्ला करून भारताचा पराभव केला. याचाच फायदा घेऊन पाकिस्तानने चीनशी मैत्री संपादन केली. पंडित नेहरुंचे १९६४ मध्ये निधन झाले. त्यामुळे भारताच्या अंतर्गत राजकारणात पोकळी निर्माण झाली. भारताचा पराभव करून काश्मीर

जिंकण्याची हीच चांगली संधी आहे. हा पाकिस्तानच्या लष्करी राजवटीने विचार करून भारतावर १९६५ चे युद्ध लादले, पण याही युद्धात पाकिस्तानचा पराभव झाल्यामुळे त्यांना काश्मीर जिंकता आला नाही. १९७० च्या दशकात पूर्व पाकमध्ये अंतर्गत यादवी सुरू झाली. त्यापासून भारताच्या पूर्व भागाच्या सुरक्षेला धोका निर्माण झाला, म्हणून भारताने यामध्ये हस्तक्षेप केला तर पाकिस्तानने भारताच्या पश्चिम सीमेवरील महत्त्वांच्या ठिकाणांवर हल्ले केले. म्हणजेच त्याला काश्मीरच्या प्रश्नाचे रूप देण्याचा पाकिस्तानकडून प्रयत्न केला गेला. भारताने एकाच वेळी पूर्व व पश्चिम या दोन्ही आघाड्यांवर पाकिस्तानचा पराभव केला. या युद्धामुळे पाकिस्तानला काश्मीर तर जिंकता आले नाहीच उलट पाकिस्तानमधूनच भारताच्या मदतीने बांगला देश स्वतंत्र झाला.

१९४७ मध्ये पाकिस्तानने काश्मीरवर हल्ला केला. या हल्ल्याला प्रत्युत्तर देण्यासाठी जेव्हा भारतीय सेना काश्मीरमध्ये गेली,तेव्हा काश्मिरी जनतेने भारतीय फौजांचे प्रचंड स्वागत केले होते, पण १९८० पर्यंत बराच काळ गेला होता. डोंगराळ दऱ्या खोऱ्यांचा काश्मीरचा भूभाग आर्थिक विकासापासून वंचित राहिला. त्यामुळे येथील मुस्लिम जनता भारत सरकार,भारतीय सेना यांच्या विरोधात जाऊ लागली. याचाच फायदा घेऊन तेथे 'जम्मू-काश्मीर लिबरेशन फ्रंट' व इतर काही विघटनवादी संघटना निर्माण होण्यास मदत झाली. त्यांनी मुस्लिम जनतेचे मनोधैर्य खच्ची करून त्यांच्या मनात भारताविषयी तिरस्काराची भावना निर्माण करण्याचा प्रयत्न केला. त्याचाच परिणाम म्हणून काश्मीर खोऱ्यात दहशतवाद मोठ्या प्रमाणात फोफावला. दहशतवाद्यांच्या हिंसक कारवायांमध्ये ज्यावेळी आपल्याच डोळ्यांसमोर आपलेच बांधव मारले जात आहेत. हे पाहून काश्मिरी दहशतवादी खडबडून जागे झाले, आपली चूक लक्षात येताच हे दहशतवादी परत भारत सरकार व भारतीय सेनेला मदत करू लागले, त्यातूनच काश्मीरमध्ये दहशतवादाला विरोध होऊ लागला,काश्मीरमध्ये शांततेचे वारे वाहू लागले. याचाच फायदा घेऊन भारत सरकारने तेथे लोकशाही प्रक्रियेने निवडणुका घेऊन लोकनियुक्त शासन काश्मीरच्या गादीवर बसविले. ही गोष्ट पाकिस्तानला पाहविली नाही. त्यानंतर पाकिस्तानने भारतावर कारगील संघर्ष लादला. या संघर्षातही पाकिस्तानचा दारुण पराभव झाला.

कारगील संघर्षाअगोदर काश्मीर प्रश्नावरून अमेरिका व चीन यांचे सहकार्य पाकिस्तानला मिळत होते. त्यामध्ये या संघर्षानंतर बदल झाला. या दोन्ही राष्ट्रांनी काश्मीरचा प्रश्न भारत आणि पाकिस्तानने चर्चेद्वारे करून सोडवावा अशी भूमिका घेतली. त्यानंतर उभय राष्ट्रांनी काश्मीरचा प्रश्न सोडविण्यासाठी एकमेकांना तसे प्रस्ताव पाठवण्यास सुरुवात केली. उभय राष्ट्रांत शांततेची प्रक्रिया सुरू झाली. भारताचे पंतप्रधान यांनी जम्मू-काश्मीर दौऱ्यात १८ नोव्हेंबर, २००४ ला काश्मीर खोऱ्यात शांतता प्रस्थापित करण्यासाठी आणि राज्याच्या विकासासाठी २४ हजार कोटी रुपयांची योजना जाहीर केली. एवढेच नाही तर हिंसाचार थांबविल्या शिवाय काश्मीरचा कोणताही विकास होऊ शकत नाही असे सांगून ज्या भागातील दहशतवाद ओसरलेला आहे तेथून भारत आपले सैन्य मागे घेईल असे सांगितले आणि त्यांची कार्यवाही लगेच सुरू केली. त्याचबरोबर पाकिस्तानकडून काश्मीरप्रश्नी व्यवहारीप्रश्न आले तर त्यावर योग्य विचार करू हे सांगताना त्यांनी आंतरराष्ट्रीय सीमा बदलाने किंवा धर्माच्या आधारावर प्रदेशाची विभागणी करणे, हे कधीच मान्य केले जाणार नाही, असेही खडसावले, यावर पाकिस्तानने भारत काश्मीर प्रश्नावर ताठर भूमिका घेत आहे,अशी टीका केली. त्यातच अलीकडच्या काळात दहशतवाद्यांनी मुंबईवर हल्ला केला, यामागे पाकिस्तानमधील दहशतवादी संघटना आहेत असे पुरावे भारताने पाकिस्तानला दिले. हा प्रश्न सोडविण्याऐवजी पाकिस्तानने आपले सैन्या भारतसीमेजवळ आणून उभय राष्ट्रांमधील संबंधात तणाव वाढविण्यास मदत केलेली दिसून येते. म्हणजेच १९४७ मध्ये निर्माण झालेला काश्मीरचा प्रश्न किंवा

समस्या अद्यापपर्यंत सुटू शकलेली नाही, कारण काश्मीरचे लष्करी किंवा सामरिक व राजकीय महत्त्व उभय राष्ट्रांसाठी फार महत्त्वाचे आहे.

काश्मीरचे भूराजकीय व भूसामरिक महत्त्व :

जम्मू-काश्मीर राज्य उत्तर-दक्षिण ४८० कि. मी. तर पूर्व-पश्चिम ८०० कि. मी. पर्यंत पसरले आहे. जम्मू-काश्मीर हे राज्य भारताचे सर्वात उत्तरेकडील राज्य म्हणून ओळखले जाते. काही विचारवंत या राज्याला भारताचे 'डोके' अशी उपमा देतात. काश्मीरच्या ईशान्येस तिबेट,उत्तरेस चीनचा सिंकीयांग प्रदेश,वायव्येस अफगाणिस्तान पश्चिम व नैर्ऋत्येस पाकिस्तान अशा चारी बाजूने वेढलेला हा प्रदेश भारताच्याच नव्हे तर संपूर्ण दक्षिण आशियाच्या भूसामरिक दृष्टिकोनातून अत्यंत महत्त्वाचा प्रदेश आहे. काश्मीरवर चारी बाजूकडील वेगवेगळ्या संस्कृतीचा परिणाम झालेला दिसून येतो. उदा. पश्चिमेकडील मुस्लिम संस्कृती,वायव्येकडून अफगाण संस्कृती, उत्तरेकडून बौद्ध संस्कृती तर दक्षिणेकडील हिंदू संस्कृती याचाच अर्थ असा होतो की, काश्मीर राज्याच्या सभोवताली असलेली भारत, चीन, रशिया, पाकिस्तान ही सारीच राष्ट्रे अति महत्त्वाकांक्षी अशीच आहेत, या सर्वांवर या ठिकाणावरून व्यवस्थित लक्ष ठेवता येते.

सिंधू, झेलम, चिनाब, रावी, सतलज या पंचगंगाचा प्रदेश म्हणून जगाला काश्मीरची ओळख आहे. या नद्यांना बाराही महिने पाणी असते. शिवालिक, हिमाद्री, काराकोरम,पीरपांजाल, झास्कर आणि लडाख इत्यादी उंच पर्वतरांगा याच प्रदेशात आहेत. हिमालयाच्या या वेगवेगळ्या पर्वत रांगांमुळे व नद्यांमुळे काश्मीरचा प्रदेश पर्वत, खोरी, उंच पठारांनी आणि निसर्गसौदर्यांनी नटलेला आहे. जगातील दुसऱ्या क्रमांकाचे उंच शिखर के-२ व आठव्या क्रमांकाचे 'नंगापर्वत' त्याचप्रमाणे जगप्रसिद्ध काराकोरम व झोजिला खिंड याच प्रदेशात आहेत. भारत आणि तिबेटमधील दुवा 'अक्साई चीन' व त्याच्याच दक्षिणेला असलेला 'सियाचीन' हा हिम नदीमय प्रदेश की जे लष्करीदृष्ट्या अतिशय महत्त्वाचे आहेत. ते ही याच प्रदेशात आहेत; म्हणजेच उंच उंच पर्वतशिखरे, पर्वतरांगा, त्यातील खिंडी व पठारे या सर्वांनाच आपापल्या परीने लष्करी महत्त्व मोठ्या प्रमाणात आहे.

हा प्रदेश समुद्रसपाटीपासून जवळजवळ ४ ते १६ हजार फूट उंचावर असलेला बराच मोठा सपाट भाग की, ज्याला 'लडाख किंवा उंचावरचे वाळवंट'असे म्हणतात. तोही लष्करीदृष्ट्या अतिमहत्त्वाचा आहे. हा भूभाग वर्षातील चार महिने बर्फाच्छादित असा असतो. कडाक्याची थंडीही येथे असते, म्हणजेच एकंदरीत आल्हादायक हवामान असलेला हा प्रदेश लष्करी व भूराजकीय दृष्टिकोनातून अतिमहत्त्वाचा आहे.

काश्मीरच्या या भूसामरिक व भूराजकीय महत्त्वामुळे भारत आणि पाकिस्तान या दोघांनाही काश्मीरचे महत्त्व वाटत आहे; त्यामुळेच ते दोघेही त्यावर आपला हक्क सांगताना दिसतात.

भारताच्या दृष्टीने काश्मीरचे महत्त्व :

जम्मू-काश्मीर हे भारताच्या सर्वात उत्तरेकडील, समुद्रसपाटीपासून सर्वात उंच असलेले राज्य, या राज्याला लागून पाकिस्तान व चीन हे भारताचे दोन शत्रू आहेत, तर अफगाणिस्तानच्या ५० कि. मी. च्या चिंचोळ्या पट्टीपलीकडे भारताचा मित्र रशिया आहे. भारत-चीन युद्धानंतर चीनची सहानुभूती मिळविण्यासाठी पाकिस्तानने चीनला पाकव्याप्त काश्मीरमधील काही भाग दिला, त्यानंतर चीनने अक्साईचीनमधून पाकिस्तानला जोडणारी २०० मैलांची पक्की सडक बांधली; या सडकेमुळे भारताचा बराच मोठा भूभाग चीन-पाकिस्तानच्या मारटप्प्यात आला. हे लक्षात घेऊन भारताने या प्रदेशात क्षेपणास्त्र तळ उभा केल्यास चीन, पाकिस्तान, अफगाणिस्तान, रशिया यांच्यावर देखरेख करता येईल व हे भाग भारताच्या मारटप्प्याखाली येतील.

काश्मीरमधील पर्यटन व्यवसाय,कलाकुसरीची कला,सफरचंद,आक्रोड सारखी फळे या सर्वांपासून

भारताला मोठ्या प्रमाणात परकीय चलन मिळते. या सर्वांमुळे काश्मीरचे भारताला फारच महत्त्व आहे, शिवाय काश्मीर भारताचा अविभाज्य भाग असल्यामुळे त्याच्या संरक्षणाची जबाबदारी भारतीय सेनेवर आहे.

पाकिस्तानच्या दृष्टीने काश्मीरचे महत्त्व :

काश्मीरमध्ये बहुसंख्य लोक मुस्लिम आहेत. त्यामुळे हा प्रदेश आपल्याला मिळावा ही पाकिस्तानची अपेक्षा आहे. नैसर्गिक दृष्ट्या पाकिस्तानचा उत्तर भाग व काश्मीर एकमेकांशी जोडलेले आहेत. काश्मीरमधील सर्व नद्या पाकिस्तानमध्ये जातात; त्या नद्यांच्या पाण्यावर पाकिस्तानचा आर्थिक विकास अवलंबून आहे. 'तरबेला'हा पाकिस्तानचा मानबिंदू असलेला सुमारे एक हजार कोटी रुपयांचा प्रकल्प झेलम नदीवर आहे, अशा प्रकारचे अनेक प्रकल्प तयार झाल्यास पाकिस्तानची इंधन व पाण्याची समस्या सुटणार आहे. काश्मीर जंगलातील लाकूडफाटाही पाकिस्तानसाठी महत्त्वाचा आहे, म्हणजेच काश्मिरी वनसंपदा पाकिस्तानसाठी बहुमोलाची आहे.

पाकिस्तान हा दक्षिणोत्तर लांबट, पण पूर्व-पश्चिम चिंचोळा देश आहे, अशा परिस्थितीत भारताचे कोणतेही आक्रमण पाकिस्तानचे दोन तुकडे करू शकते. निदान उत्तरेत तरी आपल्याला स्वतःचा बचाव करता यावा, अशी पाकिस्तानची अपेक्षा आहे. पाकिस्तानी लष्करी नेते हे ही ओळखून आहेत की,पाकिस्तानव्याप्त काश्मीर जर भारताच्या ताब्यात गेला तर संपूर्ण पाकिस्तान भारताच्या नजरेखाली आणि मारटप्प्याखाली येईल, त्यामुळे पाकिस्तानची सुरक्षितता मोठ्या प्रमाणात धोक्यात येऊ शकते. याचसाठी पाकिस्तानला काश्मीरचे महत्त्व आहे.

(२) नदीवरील बंधाऱ्याचा प्रश्न :

भारत आणि पाकिस्तान यांच्या दरम्यान पंजाबच्या राजकीय विभाजनानंतर तेथील कालव्यांच्या पाणीवाटपाचा प्रश्न निर्माण झाला; वास्तविक पाहता हे कालवे किंवा बंधारे बांधताना त्यांचे भविष्यात विभाजन करण्याची वेळ येईल याची शंका कोणालाच आलेली नव्हती; परंतु, पंजाबच्या विभाजनामुळे कालव्यांच्या पाणीवाटपाचे असंतुलित विभाजन झाले. पंजाबमधील पाच नद्यांपैकी सतलज आणि रावी या दोन नद्या या दोन्ही देशांमधून वाहतात. पाकिस्तानमधील पंजाब व सिंध प्रदेशातील सिंचन भारतीय हद्दीत राहिलेल्या कालव्यांवर अवलंबून असल्यामुळे पाकिस्तानच्या मते पाकिस्तानकडे जाणारे पाणी भारत केव्हाही अडवू शकेल व पाकिस्तानी जनतेला पाणी मिळणार नाही याची दक्षता भारत घेईल, यावर विचारविनिमय होऊन १९६० मध्ये उभय राष्ट्रांत पाणीप्रश्नावर समझोता झाला; यालाच 'सिंधू जलकरार' असेही म्हणतात.

(३) अणुप्रश्न किंवा अणुसमस्या :

भारत आणि पाकिस्तान यांच्यातील संबंध बिघडण्यास कारणीभूत असलेला अणुप्रश्न हा ही तेवढाच महत्त्वाचा प्रश्न आहे. पाकिस्तानची आण्विक तयारी भारतीय सुरक्षिततेसाठी जास्तच धोकादायक आहे. चीन, उत्तर कोरिया, फ्रान्स या राष्ट्रांकडून गुप्तपणे वैज्ञानिक मदत घेऊन आणि सैनिक व शस्त्रास्त्रे मुस्लिम राष्ट्रांना पुरवून त्यांच्याकडून प्रचंड आर्थिक मदत घेऊन पाकिस्तानने अण्वस्त्रे निर्माण करण्यास वेगाने सुरूवात केली. आमची अण्वस्त्रे फक्त भारताविरुद्ध असतील, असे प्रतिपादनही पाकिस्तानने केले आहे. पाकिस्तानचे झुल्फिकार अली भुट्टो यांनी १९६५ मध्ये जाहीर केले होते की, 'भारत जर अणुबॉम्ब बनवत असेल तर आम्ही हजार वर्षे गवत खाऊन राहू परंतु आमचा स्वतःचा बॉम्ब बनवू.' त्यावेळी पाकिस्तानच्या इतर मंत्र्याकडून त्यांना योग्य तो प्रतिसाद मिळाला नव्हता.

१९७१ च्या युद्धानंतर पाकिस्तानचे दोन तुकडे झाले. त्यामुळे पाकिस्तान भारतावर जास्तच चिडला

आणि त्याने भारताला धडा शिकविण्यासाठी आपला अणुकार्यक्रम जोराने सुरू केला. याच वर्षी पाकिस्तानने फ्रान्सबरोबर करार केला. परंतु, हा करार काही कारणास्तव पूर्णत्वास गेला नाही. त्यानंतर पाकिस्तानच्या एका शास्त्रज्ञाने हॉलंडमध्ये जाऊन,अमेलोमधील अणुभट्टीच्या रचनेची गुप्तपणे नक्कल मिळवून,शास्त्रीय तंत्राची चोरी करून ही सर्व माहिती पाकिस्तानला पाठवून दिली. भुट्टोंनी अणुकार्यक्रमासाठी डॉ. अब्दुल कादिर यांच्या नेतृत्वाखाली 'विशेष कार्य विभाग' स्थापन केला. डॉ. अब्दुल कादिर यांच्या नेतृत्वाखाली पाकिस्तानने अणुभट्टीसाठी लागणारे साहित्य तंत्रज्ञान व माहिती येनकेन प्रकारने मिळवून आपली अण्वस्त्र तयारी जोरात सुरू केली, त्याला खोटेपणा आणि तस्करीची साथ मिळाली.

१८ मे १९७४ मध्ये पोखरणच्या वाळवंटात भारताने अणुचीचाचणी घेतली. त्यानंतर तीन वर्षांनी पाकिस्ताननेही अणुचाचणी घेण्याची तयारी केली होती; त्यासाठी त्यांनी चीनकडे मदतही मागितली होती; पण चीनने ती मदत नाकारली. त्यानंतर अणुभट्टी मदतीसाठी पाकिस्तान फ्रान्सकडे वळलेला आपणास दिसतो; भरपूर पैसे घेऊन फ्रान्सने पाकिस्तानला 'चष्मा' या ठिकाणी अणुभट्टी बनवून देण्याचे मान्य केले. कराराप्रमाणे त्यांनी अणुभट्टी बनवून दिली, एक टन युरेनियम उत्पादन करण्याची या अणुभट्टीची क्षमता आहे. त्यानंतर फ्रान्सवर अमेरिका व उत्तर राष्ट्रांनी दबाव आणल्यामुळे फ्रान्सने पाकिस्तानला दिली जाणारी मदत थांबवली; उच्च प्रतिच्या क्राईट स्वीच यंत्राची तस्करी करण्याच्या आरोपाखाली अमेरिकेने तीन पाकिस्तानी नागरिकांना शिक्षा केली. या यंत्राचा उपयोग अणुबॉम्ब स्फोटाच्या वेळी करण्यात येतो. पाकिस्तान अतिशय गतीने अणुशक्ती मिळविण्याच्या मागे लागलेला पाहून अमेरिकेने पाकिस्तानबरोबरचे राजनैतिक संबंध तोडले तेव्हा मदतीसाठी पाकिस्तान चीनकडे वळला. त्याशिवाय १९८७ मध्ये ट्रिटियम तयार करण्याची सामग्री पाकने पश्चिम जर्मनीकडून आयात केली, हा हायड्रोजन बॉम्ब बनविण्यासाठी उपयोगात आणला जातो.

पाकिस्तान इन्स्टिट्यूट ऑफ न्यूक्लिअर सायन्स ॲण्ड टेक्नॉलॉजी केंद्र रावळपिंडी येथे आहे. लक्की आणि डेरागाजीखान येथे युरेनियमच्या खाणी आहेत. काहुटा, सिंहाला या ठिकाणी युरेनियम संपन्न करण्याच्या भट्टया आहेत. चष्मा येथे प्लुटोनियम रिप्रोसेसिंग साठीची भट्टी, कराचीला न्यूक्लिअर रिॲक्टर, मुलतानजवळ हेवी वॉटर बनवण्याचा कारखाना, वाह आणि काहुटा येथे अण्वस्त्रे तयार करण्याचे कारखाने, तर पश्चिमेकडील चगाई टेकडयात अणुचाचणी घेण्याची जागा आहे.

पाकिस्तानच्या अणुबॉम्बची सर्व प्रथम माहिती अमेरिकन वार्ताहर 'अंडरसन' यांनी आपल्या 'वॉशिंग्टन पोस्ट' या दैनिकात दिली; पण या माहितीचा स्पष्ट शब्दांत पाकिस्तानने इन्कार केला, कारण आपल्याकडे बॉम्ब आहे अशी माहिती जर जगजाहीर झाली तर अमेरिका सर्वप्रथम आपली लष्करी व आर्थिक मदत थांबवेल, त्यानंतर इस्लामिक राष्ट्रे आपल्याकडे अण्वस्त्रांची मागणी करतील. १९८४ मध्ये अंडरसन याने सांगितले की, पाककडे अणुबॉम्ब असून त्याचे वर्णनच त्याने 'वॉशिग्टन पोस्ट'मध्ये दिले त्यावर्णनानुसार 'पाकचा अणुबॉम्ब साडे सत्तेचाळीस कि. ग्रॅ. वजनाचा,५२ सेंटीमीटर व्यासाचा, १५ सेंटीमीटर युरेनियमचा थर असलेला अशा स्वरूपाचा आहे.' या लिखाणामुळे अमेरिका व जगात प्रचंड खळबळ माजली. १९८५ मध्ये चीनच्या मदतीने पाकिस्तानने अणुचाचणी घेतली असावी अशा प्रकारचा सूर सर्वत्र पहावयास मिळतो. १९८५ मध्येच पाकिस्तानचे राष्ट्राध्यक्ष भारत दौऱ्यावर आले होते. तेव्हा उभय राष्ट्रांनी 'एकमेकांच्या अणुभट्टयांवर हल्ले करावयाचे नाहीत' अशा स्वरूपाचा अलिखित करार केलेला होता.

१९९४ मध्ये भारताच्या सी. बी. आय. या गुप्तचर संघटननेचे पाकिस्तानकडे जवळजवळ १८ ते २० अणुबॉम्ब असून ते त्यांनी एका ठिकाणी न ठेवता अनेक ठिकाणी ठेवलेले आहेत, अशा प्रकारची माहिती दिली. यावर प्रतिक्रिया म्हणून पाकिस्तानी नेत्यांनी,पाकिस्तान हे स्वतंत्र राष्ट्र असून पाकिस्तानला

स्वसंरक्षणासाठी अणुबॉम्ब निर्माण करण्याचा अधिकार आहे, असे सांगून अप्रत्यक्षरीत्या आमच्याकडे अणुबॉम्ब असल्याची कबुलीच दिली. त्यानंतर पाकिस्तानचे माजी पंतप्रधान नवाज शरीफ यांनीही पाकिस्तानकडे अणुबॉम्ब असल्याची घोषणा केली.

पाकिस्तानला चीनकडून एम-११ ही क्षेपणास्त्रे मिळाली आहेत, त्या क्षेपणास्त्राचे नांव पाकिस्तानने 'शाहीन' असे ठेवले आहे. अलीकडेच 'घौरी' हे क्षेपणास्त्र तयार करून पाकिस्तानने आपला उद्देश स्पष्ट केला आहे. भारताने ११ व १३ मे १९९८ मध्ये 'ऑपरेशन शक्ती' या नावाखाली अण्वस्त्रांच्या पाच अणुचाचण्या पोखरणच्या वाळवंटात घेतल्या. त्यानंतर १७ दिवसांनी पाकिस्तानने चगाई टेकडयांत आण्विक चाचण्या घेऊन आपली अण्वस्त्रसज्जता अधिकाधिक बळकट करून भारताला त्याबद्दल अप्रत्यक्षपणे इशाराच दिला आहे. त्यानंतर पाकिस्तानने भारताबरोबर अण्वस्त्र युद्धाच्या संभावनेची घोषणा केलेली दिसून येते.

(४) सियाचेन हिमनदीचा प्रश्न :

भौगोलिकदृष्ट्या हा प्रदेश लडाखच्या उत्तरेला नुब्रा नदीच्या खोऱ्यात व अक्साईचीनजवळ आहे. बाराही महिने येथे बर्फ असल्यामुळेच त्याला सियाचेन हिमनद म्हणजेच 'बर्फाचा प्रदेश' म्हणत असावेत. १९४९ ला भारत व पाकिस्तान दरम्यान जी युद्धविराम रेषा आखण्यात आली ती लडाख प्रदेशात एन. जे. ९८४२ या बिंदूपर्यंतच जाते; त्यापुढे जात नाही अन् दुर्दैवाने हा प्रदेश त्यांच्या पुढे आहे; किंवा १९७१ च्या युद्धानंतर अस्तित्वात आलेली प्रत्यक्ष नियंत्रण रेषा या भागापर्यंत जातच नाही. त्यामुळे या प्रदेशावर दोन्ही राष्ट्रांनी त्याचे लष्करी महत्त्व ओळखून हक्क सांगण्यास सुरुवात केल्याने उभय राष्ट्रांत वाद निर्माण होण्यास मदत झाली आहे.

(५) सरक्रीक प्रश्न :

गुजरातच्या दक्षिण टोकाला असलेल्या कच्छच्या रणामध्ये भारत-पाक सीमेलगत हा भाग सतत येणाऱ्या सागरी लाटांमुळे दलदल युक्त बनलेला आहे,त्यामुळे येथे जाऊन उभय राष्ट्रांतील सीमारेषा निश्चित करता आलेली नव्हती. अलीकडच्या काळात येथे कच्चे तेल किंवा नैसर्गिक वायूचे साठे असण्याची शक्यता निर्माण झाल्याने पाकिस्तानने सरक्रीकमधील सीमारेषा ही पूर्वेकडून तर भारताने ही रेषा मध्यभागातून जात असल्याचा दावा केला, त्यामुळेच या प्रश्नावरून दोन्ही देशांत वाद निर्माण झाला आहे.

(६) तुलबुल जलवाहतूक प्रकल्प :

भारताने झेलम नदीवर तुलबुल जलवाहतूक प्रकल्प बांधला; याला पाकिस्तानने विरोध केलेला आहे. याला विरोध करताना पाकिस्तानचे असे म्हणणे आहे की,१९६० मध्ये भारत आणि पाकिस्तान यांच्या दरम्यान जो सिंधू पाणी वाटपाच्या संदर्भात करार झाला या कराराचा भारताने हा प्रकल्प तयार करून भंग केला आहे. याशिवाय या प्रकल्पामुळे भारत-झेलम नदीच्या पाण्याचे नियंत्रण करू शकेल आणि असे झाल्यास झेलमपासून पाकिस्तानला पाणी मिळणार नाही; पर्यायाने पाकिस्तानमध्ये दुष्काळी परिस्थिती निर्माण होऊ शकते; साहजिकच या प्रकल्पावरूनही उभय राष्ट्रातील संबंध तणावाचे बनण्यास मदत झालेली आहे.

(७) बाग्लियार जलविद्युत प्रकल्प :

जम्मू-काश्मीर राज्यातील दोडा जिल्ह्यातून चिनाब नदी वाहते; नंतर ती पाकिस्तानात जातो. दोडा जिल्ह्यातील बाग्लियार या ठिकाणी भारताने चिनाब नदीवर जलविद्युत प्रकल्प बांधण्याचे निश्चित करताच

या प्रकल्पामुळे १९६० मध्ये भारत आणि पाकिस्तान यांच्या दरम्यान जो सिंधू पाणी वाटपाच्या संदर्भात करार झाला आहे; तो करार भंग होईल, अशा स्वरूपाची टीका पाकिस्तानने भारतावर केली. एवढेच नाही तर या संदर्भात दाद मागण्यासाठी पाकिस्तानने २००५ मध्ये जागतिक बँकेकडे धाव घेतलेली आपणास दिसते, यावर तपास करण्यासाठी जागतिक बँकेने रेमंड लॅफिन यांच्या नेतृत्वाखाली तटस्थ तज्ज्ञ समितीची स्थापना केली, पण या समितीने भारताच्या बाजूने प्रकल्पास मान्यता देणारा निर्णय दिलेला आहे.

(८) सीमापार दहशतवाद :

भारताचा खुल्या मैदानात आपणास पराभव करता येत नाही हे पाहून पाकिस्तानने दहशतवाद्यांकरवी भारतीय प्रदेशात हस्तक्षेप करून भारत अस्थिर करण्यावर भर दिला. एवढेच नाही तर अफगाणिस्तानमधील मादक पदार्थांचा चोरटा व्यापारही तो या दहशतवाद्यांमार्फत भारतात करू लागला, त्यामुळे उभय राष्ट्रांच्या संबंधात तणाव निर्माण होण्यास मदत झालेली आपणास दिसून येते.

अशाच प्रकारे उभय राष्ट्रातील संबंध बिघडण्यास कारणीभूत ठरलेले हैदराबादचा प्रश्न व जुनागडचा प्रश्न यांचाही उल्लेख करता येईल.

शीतयुद्ध काळातील उभय राष्ट्रांतील संबंध :

शीतयुद्धकाळात आपणास सोव्हिएत रशिया व चीनच्या साम्यवादाला प्रतिबंध घालण्यासाठी दक्षिण आशियामध्ये एखादे राष्ट्र हवे म्हणून अमेरिका व तिच्या मित्र राष्ट्रांनी पाकिस्तानला जवळ केले, पाकिस्तान अमेरिकाप्रणीत सेन्टो व सिटो कराराचा सभासद बनला त्यामुळे पाकिस्तानला मोठ्या प्रमाणात अमेरिकेकडून लष्करी व आर्थिक मदत मिळू लागली; हीच मदत पाकिस्तान भारताविरोधी वापरू लागला; त्यातूनच पाकिस्तानने भारतावर १९६५ व १९७१ चे युद्ध लादले.

१९६५ चे युद्ध व ताश्कंद करार :

सोव्हिएत रशियाच्या साम्यवादाला दक्षिण आशियात येण्यापासून रोखण्यासाठी अमेरिका व पाश्चिमात्य राष्ट्रांनी व काही प्रमाणात चीननेही पाकिस्तानला मोठ्या प्रमाणात लष्करी मदत देण्यास सुरुवात केली. त्यामध्ये अमेरिकेने दिलेली सेबरजेट सारखी अत्याधुनिक विमाने व पॅटर्न जातीच्या रणगाडयांचा समावेश होता. त्यातच पाकिस्तानच्या अंतर्गत राजकारणात फार मोठ्या प्रमाणात बदल घडून आले. १९५८ ला जनरल आयूबखानने पाकिस्तानची सत्ता आपल्या हाती घेऊन तेथे लष्करी हुकूमशाही प्रस्थापित केली. सत्ता हाती घेताच त्यांचे पाऊल भारताविरोधी आक्रमणासाठीच पडू लागले. काश्मीरमध्ये युद्ध करण्यासाठी त्यांनी एक गुप्त प्रकारची योजना आखली; त्या योजनेनुसार पाकचे सैन्य वेषांतर करून गुप्त मार्गाने काश्मीरमध्ये जाईल, तेथे गेल्यानंतर सर्वत्र गोंधळ माजवून काश्मीरची शासनयंत्रणा खिळखिळी करून ती उलथून टाकण्याचा प्रयत्न करतील, काश्मीरमधील महत्त्वाची ठिकाणे आपल्या ताब्यात घेतील, त्यानंतर त्यांनी काश्मीर सरकारचा ताबा घ्यावा आणि मग आपल्या संरक्षणासाठी पाकिस्तानी सेनेला काश्मीरमध्ये बोलवावे. या योजनेनुसार पाकिस्तानने आपले सैनिक गटागटाने काश्मीरमध्ये मुजाहिद या नावाने गुप्त मार्गाने पाठवून दिले त्यानंतर त्यांनी भारतीय ठाण्यांवर हल्ले करण्यास सुरुवात केली, भारतीय सेनेने त्यांना सडेतोड स्वरूपात उत्तर दिले. त्यानंतर पाकिस्तानने १ सप्टेंबर, १९६५ला भारताच्या छांब प्रांतावर विमान हल्ला करून १९६५ च्या युद्धाला अधिकृत सुरुवात केली; त्यानंतर पाकिस्तानने रणगाड्यांच्या सहकार्याने भारतावर हल्ला केला. भारतीय सेनेने प्रखर विरोध केला, २२ दिवसांच्या संघर्षात पाकिस्तानचा प्रचंड पराभव झाला. २३ सप्टेंबरपर्यंत चीन आपल्याला या युद्धात मदत करेल याची पाकिस्तानने वाट पाहिली, परंतु, चीनने या युद्धात हस्तक्षेप केला नाही. तेव्हा पाकिस्तानने शस्त्रसंधी स्वीकारली. रशियाच्या मध्यस्थीने

भारताचे पंतप्रधान लालबहादूर शास्त्री व पाकिस्तानचे राष्ट्रपती जनरल आयूबखान यांनी ४ जानेवारी १९६६ ला करारावर सह्या केल्या; हाच तो 'ताश्कंदचा करार' होय. या कराराचा भारतापेक्षा पाकिस्तानला जास्त फायदा झाला कारण भारतीय फौजा पाकिस्तान हद्दीत फारच पुढे गेल्या होत्या या करारामुळे त्यांना ५ ऑगस्टला त्या जेथे होत्या तेथे परत यावे लागले दुसरे म्हणजे या युद्धामुळे पाकिस्तानच्या राजकारणात रशियाचा काही प्रमाणात का होईना हस्तक्षेप झाला.

ताश्कंद कराराची कलमे किंवा अटी :

(१) दोन्ही राष्ट्रे युद्धविरामाच्या अटीचे पालन करतील.
(२) दोन्ही राष्ट्रे परस्परांच्या प्रदेशात हस्तक्षेप करणार नाहीत.
(३) दोन्ही राष्ट्रांच्या फौजा २५ फेब्रुवारी, १९६६ पर्यंत आपल्या भूमीत जातील.
(४) दोन्ही राष्ट्रे आपले राजकीय संबंध परत प्रस्थापित करतील.
(५) दोन्ही राष्ट्रे मैत्रीपूर्वसंबंधांचा विकास करतील.
(६) दोन्ही राष्ट्रे कराराच्या संबंधित बाबींवर विचार करतील.
(७) दोन्ही राष्ट्रे युद्धात परस्परांचे जिंकलेले प्रदेश परत करतील.
(८) दोन्ही राष्ट्रे संयुक्त राष्ट्रसंघाच्या तत्त्वानुसार चांगल्या शेजाऱ्यांप्रमाणे संबंध प्रस्थापित करतील.
(९) दोन्ही राष्ट्रे युद्धकैद्यांची अदलाबदल करतील.

१९७१ चे युद्ध व सिमला करार :

१९६९ मध्ये जनरल आयूबखान यांना पदच्चुत करून जनरल याह्याखान पाकिस्तानच्या सत्तेत आले होते. डिसेंबर १९७० मध्ये पाकिस्तानात निवडणुका झाल्या. पूर्व पाकिस्तानात शेख मुजबीर रहेमान यांच्या 'अवामी लीग' या पक्षाला नॅशनल असेंब्लित तसेच पूर्व पाकिस्तानच्या राज्यविधानसभेत प्रचंड बहुमत मिळाले. याह्याखानाला ही गोष्ट आवडली नाही, तेव्हा त्यांनी या निवडणुका बेमुदत काळासाठी पुढे ढकलल्या. तेव्हा पूर्व पाकिस्तानातील जनता याह्याखानाचा निषेध करण्यासाठी रस्त्यावर आली. त्यातूनच आंदोलनाला सुरुवात झाली हे आंदोलन चिरडण्यास याह्याखानाने तेथे आपले लष्कर पाठवले. या लष्कराने मोठ्या प्रमाणात बंगाली जनतेवर अत्याचार करण्यास सुरुवात केली. त्या अत्याचाराला कंटाळून अनेक बंगाली लोक भारताच्या आश्रयाला आले तर त्यांचा पाठलाग करत पाकिस्तानी सैनिक भारतीय हद्दीत शिरू लागले; त्यामुळे भारताच्या पूर्वसीमेलगतच्या सुरक्षिततेला धोका निर्माण झाला. त्याचवेळी राजकारणाचा एक भाग म्हणून श्रीमती इंदिरा गांधी यांनी अनेक देशांचा दौरा करून त्यांच्या कानावर पूर्व पाकिस्तानातील अस्थिर परिस्थिती घातली. त्याचवेळी पाकिस्तानने भारताच्या पश्चिम सीमेवरही हवाई हल्ले करण्यास सुरुवात केली. दौऱ्यावरून परत येताच श्रीमती इंदिरा गांधींनी जनरल यांच्या नेतृत्वाखाली चोहोबाजूने आक्रमक कार्यवाहीच्या जोरावर आपली फौज पूर्व पाकिस्तानमध्ये घुसवली तर पश्चिम पाकच्या सीमेवर बचावात्मक पवित्रा घेऊन भारतात शिरण्याची त्यांची कार्यवाही रोखून धरली. भारताने तीनही दलांच्या सामूहिक कार्यवाहीच्या जोरावर पाकिस्तानचा प्रचंड पराभव पूर्व पाकिस्तानमध्ये केला. जवळजवळ ७५ हजार पाकिस्तानी सेनेने भारतीय सेनेपुढे शरणागती स्वीकारली. भारताने हे युद्ध केवळ १२ दिवसांत जिंकून पूर्व पाकला 'बांगला देश' म्हणून जगाच्या नकाशावर आणले. बांगला देशाची निर्मिती ही भारतीय उपखंडाच्या दृष्टीने युगप्रवर्तक घटना समजली जाते.

सिमला कराराची कलमे किंवा अटी :

३ जुलै, १९७२ ला भारताच्या पंतप्रधान श्रीमती इंदिरा गांधी व जनरल झुल्फिकार अली भुट्टो यांच्यात सिमला या ठिकाणी कराराची बोलणी होऊन त्यावर सह्या करण्यात आल्या, हाच तो 'सिमला

करार' होय. यावेळी युद्ध व इतर अनेक मुद्यांवर चर्चा करण्यात आली. त्यामध्ये युद्धकाळात उभय राष्ट्रांनी तोडलेले संबंध पूर्ववत सुरू करणे, उभय राष्ट्रातील हवाई सेवा परत सुरू करणे, युद्धकैद्यांची अदलाबदल करणे, एकमेकांचे जिंकलेले प्रदेश मुक्त करणे, काश्मीरची परिस्थिती 'जैसे थे' ठेवणे, यावर सविस्तर चर्चा होऊन कराराची कलमे ठरविण्यात आली. ती पुढीलप्रमाणे-

(१) दोन्ही राष्ट्रे आपल्यातील मतभेद द्विपक्षीय पातळीवर सोडविण्यास कटिबध्द आहेत.

(२) दोन्ही राष्ट्रांतील गेल्या अनेक दिवसांतील वादाचे मुद्दे आणि संघर्ष शांततेच्या मार्गाने सोडविण्यावर भर दिला जाईल.

(३) शांततेला बाधा निर्माण होईल अशा प्रकारचे वर्तन यामधील कोणतेही राष्ट्र करणार नाही.

(४) १७ डिसेंबर, १९७१ ची युद्धबंदी रेषा आणि ताबा रेषा दोन्ही देश मान्य करतील आणि त्याबाबत काही मतभेद असले तरी ते बदलण्याचा प्रयत्न कोणीही करणार नाहीत किंवा ती भंग होणार नाही याची खबरदारी घेतील.

(५) संयुक्त राष्ट्रसंघाच्या सनदेनुसार दोन्ही देश परस्परांची प्रादेशिक एकात्मता आणि राजकीय स्वातंत्र्य भंग होणार नाही यांची खबरदारी घेतील.

(६) दोन्ही देश आपल्या सामर्थ्याचा उपयोग एक दुसऱ्याच्या विरोधात करणार नाहीत.

(७) दोन्ही देश आपापसातील व्यापारी व राजकीय संबंध सुधारण्यावर भर देतील.

१९७४ च्या मे महिन्यात भारताने शांततेसाठी अणुची चाचणी घेतली; यावर पाकिस्तानने अतिशय तिखट स्वरूपाची प्रतिक्रिया दिली. त्याचकाळात पाकिस्तानच्या सुदैवाने १९७९ मध्ये सोव्हिएत फौजा अफगाणिस्तानमध्ये आल्या. सोव्हिएत आक्रमणाच्या भीतीने पाकिस्तानने अमेरिका व चीनकडून मोठ्या प्रमाणात लष्करी घेण्यास सुरुवात केली. दक्षिण आशियात सोव्हिएत रशियाला येण्यापासून रोखण्यासाठी अमेरिकेने पाकिस्तानला अत्याधुनिक शस्त्रास्त्रे की ज्यामध्ये एफ-१६ लढाऊ विमाने व काही क्षेपणास्त्रे यांसारखी अत्याधुनिक शस्त्रास्त्रे होती. या शस्त्रास्त्रामुळे दक्षिण आशियात तणावाची परिस्थिती निर्माण होण्यास मात्र मदत झाली.

शीतयुद्धोत्तर काळातील उभय राष्ट्रातील संबंध :

१९९१ ला अमेरिका व सोव्हिएत रशियातील शीतयुद्ध सोव्हिएत रशियाच्या विघटनाबरोबर संपुष्टात आले. त्यामुळे पाकिस्तानकडे पाहण्याचा अमेरिकन दृष्टिकोनही बदलला. या कालखंडात पाकिस्तानने काश्मीरमध्ये दहशतवादी कारवाया वाढवण्यावर भर दिला. बाबरी मशिदीचा प्रश्न व हजरतबल दर्गा प्रकरणांमुळे उभय राष्ट्रांच्या संबंधांत तणाव निर्माण झाला. याही परिस्थितीत उभय राष्ट्रातील संबंध सुधारण्यासाठी फेब्रुवारी १९९९ मध्ये 'लाहोर जाहीरनामा' प्रसिद्ध करण्यात आला. त्यानुसार दोन्ही राष्ट्रे खालील मुद्यांवर सहमत झालेली आहेत. ते मुद्दे खालीलप्रमाणे आहेत.

(१) सर्व प्रकारच्या दहशतवादाचा विरोध करून त्याचा प्रतिकार करण्यावर भर.

(२) काश्मीर समस्या सोडविण्यासाठी सतत द्विपक्षीय स्वरूपाची चर्चा करणे.

(३) माहिती तंत्रज्ञान क्षेत्रांत एकमेकांना सहकार्य करणे.

(४) सिमला कराराशी वचनबद्ध राहाणे.

(५) परस्परांच्या प्रदेशात हस्तक्षेप न करण्यावर भर.

(६) जागतिक व्यापार संघटनेशी संबंधित बाबींवर चर्चा करणे.

(७) सर्व प्रकारच्या शस्त्रास्त्रांच्या संदर्भात एकमेकांना विश्वासात घेणे.

(८) व्हिसा व नागरी व्यापारातील अडथळे दूर करणे.

(९) मानवतावादी मुद्द्यांचा तपास करण्यासाठी द्विसदस्यीय समिती नियुक्त करणे.

१९९९ लाहोर कराररूपी मैत्रीचे नाटक एकीकडे उभय राष्ट्रांत चालू होते तर दुसरीकडे पाकिस्तानची कपटनीती चालू होती. भौगोलिकदृष्ट्या अतिउंचावर असलेल्या कारगिलच्या क्षेत्रात पाकसैन्याने मोठ्या प्रमाणात भारतीय हद्दीत घुसखोरी केली होती. यांना विरोध करण्यासाठी भारतीय सेना भौगोलिक परिस्थितीवर मात करून एक-एक ठिकाण पाकिस्तानी सेनेकडून जिंकून पुढेपुढे सरकत होती. याही संघर्षात आपणास चीन किंवा अमेरिका मदत करतील असे पाकला वाटत होते, पण हीही त्यांची अपेक्षाच राहिली. शेवटी पाकला शरणागती मान्य करावी लागली.

२००१ मध्ये दहशतवाद्यांनी भारतीय संसदेवर हल्ला केला; त्यामुळे उभय राष्ट्रांतील संबंधांत परत एकदा तणाव निर्माण झाला. दोन्ही राष्ट्रांनी आपल्या फौजांची हालचाल सीमेलगत वाढवण्यावर भर दिला, पण जागतिक जनमतापुढे नमते घेऊन उभय राष्ट्रांनी ही परिस्थिती अत्यंत सावधपणे हाताळल्यामुळे मोठा अनर्थ टळला.

२००९ च्या सप्टेंबरमध्ये पाकिस्तानी दहशतवाद्यांनी मुंबईवर हल्ला करून परत एकदा उभय राष्ट्रांतील संबंध तणावग्रस्त बनविण्यावर भर दिलेला आपणास दिसून येतो.

पाकिस्तानची बदलती भूमिका व तिचे परिणाम :

लष्कराच्या बळावर आपणास काश्मीर जिंकता येत नाही. भारताबरोबरच्या युद्धात अमेरिका किंवा चीनही आपणास मदत करत नाही. तेव्हा भारताबरोबर युद्ध करण्यासाठी पाकिस्तानने कूटनीतीचा आधार घेतला व भारताबरोबर त्याने अघोषित स्वरूपाचे युद्ध सुरू केले. हीच पाकिस्तानची भारताबाबतची बदलती भूमिका होती असे म्हटल्यास चूक होणार नाही. त्याचप्रमाणे १९८० च्या दशकात अमेरिका व पाश्चिमात्य राष्ट्राकडून आलेल्या मदतीपैकी काही भाग पाकिस्तानने पंजाब व काश्मीरमध्ये भारताविरुद्ध लढण्यासाठी दहशतवाद्यांवर खर्च केलेला दिसून येतो. यासाठी भारतातीलच असंतुष्ट तरुणांना हेरून, त्यांना सर्वांगीण मदत करून, लष्करी प्रशिक्षण देऊन, त्यांच्याकरवी पंजाब व काश्मीरमध्ये पाकिस्तानने दहशतवादी हल्ले करण्यास सुरुवात केली; त्यामुळे भारत आणि पाकिस्तान यांच्यातील संबंध बिघडण्यास मदत झाली. १९९३ मध्ये मुंबईमध्ये झालेल्या बॉम्बस्फोटातून भारताविरुद्ध दहशतवादी कृत्यांचे समर्थन तसेच भारताच्या अंतर्गत हस्तक्षेप करण्याची पाकिस्तानची प्रवृत्ती हीच पाकिस्तानची भारताविरोधी बदललेली भूमिका आहे असे आपणास म्हणता येईल.

धार्मिक मुद्द्यांवरून पाकिस्तान भारतामध्ये अस्थैर्य निर्माण करणारी परिस्थिती निर्माण करीत आहे; तसेच भारताविरुद्ध जनतेच्या भावना कशा भडकल्या जातील, काश्मीरमधील परिस्थिती कशी स्फोटक बनेल, या हेतूने पाकिस्तानी राज्यकर्ते भारताविरोधी वक्तव्ये करताना दिसून येतात. पाकिस्तानने हजरतबल घटनेचा अतिशय कठोर शब्दांत प्रचार करण्यास सुरुवात केली. याचा मूळ हेतू उग्रवादी तत्त्वांना प्रोत्साहन व सांप्रदायिक भावना भडकावणे हा होता. यावर भारताने पाकिस्तानला स्पष्ट शब्दांत सुनावले की, जाणून-बुजून पाकिस्तानच्या मदतीने भारतात अस्थिरता पसरविण्याचे काम केले जात आहे. हे सिमला कराराचे उल्लंघन तर आहेच पण याचा उभय राष्ट्रांच्या द्विपक्षीय संबंधांच्या विश्वासावर विपरीत परिणाम होईल.

१९७९ मध्ये सोव्हिएत फौजा अफगाणिस्तानमध्ये आल्या. सोव्हिएत आक्रमणाच्या भीतीने पाकिस्तानने अमेरिका व चीनकडून लष्करी मदत घेण्यास सुरुवात केली. दक्षिण आशियात सोव्हिएत रशियाला येण्यापासून रोखण्यासाठी अमेरिकेने पाकिस्तानला अत्याधुनिक शस्त्रास्त्रे दिली की, ज्यामध्ये 'एफ्१६' लढाऊ विमाने व काही क्षेपणास्त्रे यासारखी शस्त्रास्त्रे होती, या शस्त्रास्त्रामुळे दक्षिण आशियात तणावाची परिस्थिती निर्माण होण्यास मदत झाली.

(१०. अ. २) बांगला देश-भारत संबंध

पार्श्वभूमी : बांगला देश १९७१ मध्ये भारताच्या सहकार्याने 'स्वतंत्र राज्य' म्हणून उदयास आले; त्यापूर्वी ते पाकिस्तानचा भाग होते. पाकिस्तानच्या दडपशाही विरुद्ध बांगला देशामध्ये 'बांगला मुक्ती वाहिनी' ही संघटना गनिमी काव्याने लढत होती. तिला भारतीय सेनेने सहकार्य दिले त्यामुळे बांगला देश स्वतंत्र झाला. या नवनिर्मित देशाला भारताने लगेच मान्यता दिली, बांगला देशाच्या निर्मितीमुळे आशिया खंडातील राजकारणाला नवीन वळण लागले; कारण एक धर्मनिरपेक्ष व लोकशाहीवादी राष्ट्राचा उदय ही आशिया खंडातील राजकारणातील एक महत्त्वाची घटना मानली जाते. या कारणाने नवोदित बांगला देश व भारत यांचे संबंध सुरुवातीच्या काळात धर्मनिरपेक्षता, पंचशील व अलिप्ततेचे धोरण या मुद्द्यांना अनुसरून चांगले होते.

भारत-बांगला देश मैत्री व आर्थिक संबंध :

भारताच्या मदतीने स्वतंत्र झालेल्या बांगला देशाच्या पुनर्वसनासाठी व त्यांच्या राजकीय स्थैर्यासाठी लगेचच भारताने त्यांच्याबरोबर राजनैतिक व व्यापारी संबंध प्रस्थापित केले. त्यांना तातडीने आर्थिक मदत दिली. बांगला देशाच्या नेतृत्वानेही भारताच्या या सहकार्याबाबत कृतज्ञता व्यक्त करून भारताबरोबर सहकार्य व्यक्त करण्याची इच्छा व्यक्त केली. भारत-बांगला देश यांच्या दरम्यान १७ जानेवारी, १९७२ मध्ये मैत्री व सहकार्याचा करार झाला. या कराराची कलमे खालीलप्रमाणे होती.

(१) दोन्ही देशांनी जागतिक शांतता आणि सुरक्षितता प्रस्थापित करण्यासाठी कार्य करणे.
(२) दोन्ही देशांनी साम्राज्यवाद, वसाहतवाद आणि वंशवाद यांच्याशी लढा देण्याचे मान्य केले.
(३) दोन्ही देशांनी परस्परांचे स्वातंत्र्य, सार्वभौमत्व आणि प्रादेशिक एकात्मता यांचा आदर राखण्यावर भर दिला.
(४) दोन्ही देशांनी परस्परांच्या अंतर्गत कारभारात हस्तक्षेप न करण्याचे मान्य करण्यात आले.
(५) परस्परांवर अतिक्रमण न करणे आणि आपल्या प्रदेशाचा परकीय देशास लष्करी कारणासाठी वापर करू न देणे याला दोन्ही राष्ट्रांनी मान्यता दिली.
(६) कोणत्याही एका राष्ट्रावर आक्रमण झाल्यास अथवा अतिक्रमणाचा धोका निर्माण झाल्यास त्याबाबत दोन्ही राष्ट्रांनी परस्परांशी विचारविनिमय करून योग्य ती उपाययोजना करावी असे ठरविण्यात आले.

या करारानंतर लगेचच तातडीची मदत म्हणून भारताने २५ कोटी रुपयांची साधनसामग्री बांगला देशाला दिली. तसेच, त्यांच्या चलनाची गरज भागविण्यासाठी ५० लाख पौंड्स कर्ज देण्याचेही भारताने मान्य केले. ही कर्जाची परतफेड त्यांनी पाच वर्षांनंतर १५ हप्त्यांत करावी, अशा प्रकारची सवलतही भारताने बांगला देशाला दिली. याच बरोबर सामाजिक, आर्थिक आणि सांस्कृतिक क्षेत्रांतही या दोन देशांत परस्पर संबंध वाढविण्यात आले आणि त्यासंदर्भात अनेक करार करण्यात आले, त्याचप्रमाणे विज्ञान आणि तंत्रज्ञान विषयात परस्पर सहकार्याचा करार झालेला आहे. या दोन देशांमधील सीमारेषा निश्चित करण्याचा प्रश्न होता; तो परस्पर विचारविनिमयाने सोडविण्यात आला.

भारताच्या बांगला देशाबाबतच्या धोरणासंबंधी भारताने आपल्या अलिप्ततेच्या धोरणाला तिलांजली दिली आहे, अशा प्रकारची टीका भारताच्या या धोरणावर होऊ लागली; आपल्या बांगला देशाबाबतच्या धोरणासंबंधीचे समर्थन करताना भारताने खालील मुद्दे उपस्थित केले.

(१) पाकिस्तानच्या अत्याचाराला कंटाळून अनेक बंगाली लोक भारताच्या आश्रयाला निर्वासित म्हणून आले व त्यांच्या रक्षण पोषणाची जबाबदारी भारताला स्वीकारावी लागली.

(२) आपल्या देशाच्या आश्रयाला आलेले हे निर्वासित लोक पूर्णपणे भयभीत झालेले होते, अशा वेळी त्यांना सुरक्षितपणे त्यांच्या देशात पाठविणे आवश्यक होते, त्याचसाठी तेथील परिस्थितीत सुधारणा होणे गरजेचे होते.

(३) पूर्व पाकमध्ये चालू असलेली दडपशाही उघड्या डोळ्यांनी पाहणे भारतासारख्या लोकशाही व मानवतावादी राष्ट्राला शक्य नव्हते.

(४) निर्वासित लोकांना न्याय मिळवून देणे हे भारताचे कर्तव्य होते.

(५) भारत हे अलिप्त राष्ट्र आहे; पण त्याचा अर्थ असा नाही की, भारत जागतिक राजकारणापासून अलिप्त आहे. अलिप्ततेचा अर्थ एवढाच आहे की, भारत त्या सर्व देशांना मदत करेल की जे मैत्रीसाठी योग्य असून भारताप्रमाणेच लोकशाही व शांततावादी आहेत, त्यामुळे भारताने तेथे हस्तक्षेप केला हे योग्यच केले आहे.

मे १९७४ मध्ये बांगला देशाचे नेते शेख मुजबीर रहेमान भारताच्या दौऱ्यावर आले तेव्हा भारताने परत बांगला देशाला ७९ कोटी रुपये कर्ज दिले. शिवाय आर्थिक, व्यापार व सीमा प्रश्नांवर अनेक करार करण्यात आले. सीमेबाबत या दोन राष्ट्रांत भविष्यात संघर्ष उद्‌भवू नये या दृष्टीने सीमारेषा अधिक निश्चितपणे ठरविण्याचे तसेच काही भागात सीमारेषा प्रत्यक्ष आखण्याचे दोन्ही देशांनी मान्य केले. सीमारेषेसंबंधीच्या करारानुसार बांगला देशाला भारताने दाहग्राम व अमरकोट हे क्षेत्र दिले; त्याबदल्यात बांगला देशाने भारताला बेरुवाडीचा प्रदेश दिला. मे १९७४ मध्ये भारताने अणुचाचणी घेतली, तीवर सर्वप्रथम बांगला देशाने अनुकूल प्रतिक्रिया व्यक्त केली, यामुळे उभय देशांचे मैत्रीचे संबंध खूपच चांगले होते असे आपणास म्हणता येईल. १९७५ मध्ये बांगला देशात अंतर्गत यादवी होऊन शेख मुजबीर व त्यांच्या कुटुंबीयांची हत्या करण्यात आली. त्यामुळे तेथे अस्थिरतेचे वातावरण निर्माण झाले, त्यातूनच तेथे लष्कराने सत्ता आपल्या हाती घेतली. १९७५ ते १९९१ पर्यंत बांगला देशात लष्करी हुकूमशाही होती. साहजिकच उभय राष्ट्रातील संबंध या काळात तणावाचेच होते असे आपणास म्हणता येईल आणि याला खतपाणी घालण्याचे काम चीन आणि पाकिस्तान करत होते.

भारत-बांगला देश तणावाची कारणे किंवा मुद्दे :

भारत आणि बांगला देश यांच्यातील सुरुवातीच्या काळातील सामंजस्य शेख मुजबीर रहेमान यांच्या हत्येनंतर तेवढ्या प्रमाणात राहिले नाही. त्यानंतरच्या बांगला देशाच्या नेतृत्वाने भारताबरोबर चांगले संबंध ठेवल्याची इच्छा व्यक्त केली; तसेच आर्थिक व सांस्कृतिक क्षेत्रातील संबंधात सुधारणा होत आली आहे आणि त्यात अधिक सहकार्य कसे करता येईल ते शोधून काढण्यासाठी एक संयुक्त आयोगही नेमण्यात आलेला होता, असे असले तरी नंतरच्या काळात उभय राष्ट्रांत काही मतभेदाचे मुद्दे निर्माण झाल्यामुळे यांच्यातील संबंधांतही तणाव निर्माण होण्यास मदत झाली; ते मुद्दे किंवा उभय देशातील तणावाची कारणे पुढीलप्रमाणे –

(१) सीमेवरील चकमकी : गारो टेकड्यांच्या परिसरात उभय राष्ट्रातील सैन्यात झालेल्या चकमकींमुळे या दोन देशातील संबंधात कटुता निर्माण झाली. दोन देशांच्या अधिकारी वर्गांच्या झालेल्या दीर्घ वाटाघाटीनंतर दोन्ही देशांच्या हितसंबंधांचे रक्षण होईल; तसेच दोन्ही देशांना न्याय मिळेल अशा प्रकारे या भागातील सीमारेषा निश्चित करण्याचे ठरविण्यात आले. त्यानंतरही सीमेवर काही चकमकींचे प्रकार घडले, पण सर्वसाधारणपणे या प्रश्नाबाबत दोन्ही देशांनी समजूतदार भूमिका घेतली आणि सीमाप्रश्नावरून तणाव निर्माण होऊ दिला नाही.

(२) फराक्का धरणाचा प्रश्न : फराक्का धरणाचा प्रश्न बांगला देश निर्मिती अगोदर पासून वादाचा

असलेला प्रश्न आहे. भारत सरकार आणि कोलकाता बंदर प्राधिकरणाच्या वतीने बंदर सुरक्षित व्हावे व हुगळी नदी जलवाहतुकीस उपयोगी पडावी म्हणून गंगेचे पाणी हुगळी नदीत सोडण्याच्या हेतूने गंगेवर 'रामहाल' याठिकाणी एक मोठे धरण बांधण्याची कल्पना पुढे आली, त्यातूनच फराक्का धरणाची योजना त्या काळात ब्रिटिशतज्ज्ञ सर आर्थर कॉटन यांनी आखली होती. भारत सरकारने ही योजना कार्यान्वित करण्याचे ठरवून प्रत्यक्ष कामाला सुरुवात १९६३-६४ मध्ये केली. हे धरण बांधून तयार झाले. या बंधाऱ्याची लांबी जवळजवळ २२४४. ४ मीटर असून त्यामध्ये १०९ गाळे आहेत, प्रत्येक गाळ्याची रुंदी १८. ३ मीटर्स असून पाणी वळविण्याची क्षमता प्रति सेकंद जवळजवळ ७६४०० घनमीटर्स आहे, या धरणावरून दोन रुंद मार्ग-लोहमार्ग व राष्ट्रीय महामार्ग बांधून दळणवळणाची सोय करण्यात आली आहे. या धरणामुळे खालील फायदे होण्यास मदत झाली -

(१) जमिनीची धूप थांबून उत्पादन मोठ्या प्रमाणात वाढण्यास मदत झाली.

(२) वीजउत्पादन मोठ्या प्रमाणात घेणे शक्य झाले आहे.

(३) कोलकाता शहर व त्याच्या आजूबाजूला पिण्यासाठी गोड्या पाण्याची सोय झाली.

(४) कोलकाता बंदर वाहतुकीसाठी २४ तास व बाराही महिने खुले झाले.

(५) या धरणामुळे पुरावर नियंत्रण बसले.

(६) कोलकाता बंदर उत्तर बंगाल व आसाम यांच्याशी रस्त्याने व लोहमार्गाने जोडण्यात आले.

(७) हुगळी नदीत आता गाळ न साचता तो समुद्रात जाऊ लागला.

बांगला देशाच्या निर्मितीनंतर १९७५ साली या प्रश्नाबाबत या दोन्ही देशांनी एक तात्पुरत्या स्वरूपाचा करार केला पण नंतरच्या काळातील बांगला देशांच्या नेत्यांनी तो करार बांगला देशाच्या हितसंबंधाविरोधी ठरवून अमान्य केला; नंतर बांगला देशाने हा प्रश्न संयुक्त राष्ट्रसंघासमोरही नेण्याचा प्रयत्न केला, पण त्यामुळे हा प्रश्न अधिकच गुंतागुंतीचा बनेल या कारणासाठी भारताने त्याला विरोध केला आणि परस्पर चर्चेतून हा प्रश्न सोडवावा असा आग्रह धरला. अखेर बोलणी होऊन १९७७ साली या संदर्भात एक करार करण्यात आला. या करारानुसार या प्रश्नावर कायम स्वरूपाचा तोडगा शोधून काढण्यासाठी एक 'संयुक्त आयोग' नेमण्यात आला. संयुक्त आयोगाने हा प्रश्न सोडविण्याचा प्रयत्न केला पण त्याला समाधानकारक असा कोणताही तोडगा सुचविता आला नाही, अशा रीतीने फराक्का धरण आणि गंगा पाणी वाटपाचा प्रश्न आजही तसाच अस्तित्वात राहिलेला आहे.

(३) न्यू मूर बेटाचा प्रश्न : बंगालच्या उपसागरातील न्यू मूर बेटाचा एक प्रश्न या दोन देशांदरम्यान १९८० मध्ये उपस्थित झाला. १९७० च्या उपसागरातील चक्रीवादळाने या बेटाची निर्मिती झाली होती आणि त्याचा शोध १९७१ मध्ये भारताला लागला होता. हे बेट भारतीय सागरी हद्दीपासून केवळ पाच कि. मी. वर तर बांगला सागरी हद्दीपासून केवळ सात कि. मी. वर आहे. हे बेट खनिजसंपत्ती व मासेमारीसाठी महत्त्वाचे असल्यामुळे उभय राष्ट्रांनी त्यावर हक्क सांगितला आहे. १९७९ मध्ये या बेटाचे स्थान आणि मालकी हक्क निश्चित करण्यासाठी संयुक्तरीत्या सर्वेक्षण करण्याचे ठरविण्यात आले. १९८१ मध्ये बांगला देशाने नौदलाच्या बोटी या बेटाकडे पाठवल्या आणि भारताच्या सर्वेक्षण करणाऱ्या बोटीवर हल्ला करण्याचा धाक दाखविला. भारताने आपल्या बोटींच्या सुटकेसाठी नौदलाची विनाशिका पाठवली, म्हणजेच या प्रश्नावरून उभय राष्ट्रात सशस्त्र संघर्षाची परिस्थिती निर्माण झाली होती पण यातून काही संघर्ष निर्माण न होता दोन्ही देशांनी अखेर हा प्रश्न सामोपचाराने मिटविण्याचे मान्य केले.

(४) निर्वासितांची समस्या : भारत-बांगला देश संदर्भात आणखी एक भारताला सतावणारा प्रश्न म्हणजे बांगला देशातून भारतात सतत येत असलेल्या निर्वासितांची समस्या होय. त्रिपुरा, मेघालय या

सीमांलगतच्या प्रदेशात बांगलादेशा मधून निर्वासितांचे सतत लोंढे येत असतात आणि त्यातून या भारतीय प्रदेशात सामाजिक तणावाचे वातावरण तयार होते. भारताने त्यामुळे सीमारेषेवर तारांचे कुंपण घालून निर्वासितांना थांबविण्याचा प्रयत्न केला, पण अद्यापपर्यंत तरी या प्रयत्नांना फारसे यश मिळालेले नाही.

(५) चकमा प्रश्न : चकमा हे आदिवासी चितगांव टेकड्यांच्या परिसरात अनेक वर्षांपासून राहात आहेत. सुरुवातीला पाकिस्तानी सैनिक व नंतर बांगला देशांच्या अत्याचारात येथील जवळजवळ ३० हजारांपेक्षा अधिक लोक ठार झालेले आहेत. त्यापेक्षा जास्त आजूबाजूच्या भारतीय प्रदेशात आश्रयाला गेलेले आहेत. त्यामुळे भारताच्या आर्थिक व सामाजिक सुरक्षेवर ताण पडत आहे. हा संघर्ष जवळजवळ २२ वर्षांपासून चालत आलेला आहे, अखेर नोव्हेंबर १९९७ मध्ये बांगला देश सरकार व चकमा प्रतिनिधी यांच्यात 'बांगला-चकमा करार' झाला. यानुसार-

(१) विभागीय मंडळाच्या परवानगीशिवाय चितगांव परिसरातील आदिवासींच्या जमिनीचे हस्तांतरण किंवा विक्री होणार नाही.
(२) तीन निर्वाचित पर्वतीय जिल्हा मंडळांकडे जमीन व्यवस्थापन, स्थानिक पोलीस, पर्यटन व त्या भागाचा विकास यांचे नियंत्रण सोपविले.
(३) सेवानिवृत्त न्यायाधीशाच्या लवाद मंडळाने जमीनविषयीचे तंटे सोडविणे.
(४) आदिवासी कल्याण खात्याची निर्मिती करण्यात आली.
(५) चितगाव परिसरातील लष्करी छावण्या तेथून हळूहळू उठविणे.
(६) सरकारने बंदी घातलेल्या या भागातील विप्लुववादी किंवा बंडखोर संघटनांनी विशिष्ट तारखेपर्यंत आपली शस्त्रास्त्रे सरकारच्या स्वाधीन करावीत तरच त्यांना माफ केले जाईल.

(६) भारतविरोधी भूमिका : भारताने बांगला देशाला स्वातंत्र्य मिळवून दिले. स्वातंत्र्यानंतर मदतीच्या नावाखाली आपली विस्तारवादी भूमिका भारत-बांगला देशात राबवत आहे अशा प्रकारचा भारतविरोधी प्रचार बांगलादेशात उदयास येऊ लागला आणि त्याचा गैरफायदा पाकिस्तान व चीनने घेऊन तेथील जनमत भारताच्या विरोधात कसे जाईल हेच पाहण्यावर भर दिला. बांगला देशातील इस्लामी नेत्यांनीही की, ज्यांना पाकिस्तान व चीनचे पाठबळ होते भारतविरोधी धोरण स्वीकारून इस्लामिक मूलतत्त्वावर भर दिला.

शीतयुद्धोत्तर काळातील संबंध :

भारत आणि बांगला देश यांच्यामधील सहकार्याचे नवे पर्व १९९१ नंतर सुरू झालेले आपणास दिसून येते. १९९१ ला बांगला देशात लष्करी हुकूमशाही नष्ट होऊन संसदीय शासनपद्धती प्रस्थापित झाली. बांगला देश नॅशनल पार्टीच्या बेगम खलिदा झिया या पहिल्या महिला पंतप्रधान झाल्या, येथे लोकशाही स्थापन झाल्याबरोबरच ताटकळत पडलेल्या भारत व बांगला देशामधील अनेक समस्यांवर शांततामय मार्गाने तोडगा काढण्यासाठी पोषक परिस्थिती निर्माण झाली, त्यातूनच उभय राष्ट्रांत अनेक प्रकारचे करार घडून आले.

(१) १० ते १२ डिसेंबर, १९९६ या काळात उभय राष्ट्रांत फराक्का धरण गंगा पाणी वाटपाच्या संदर्भात सविस्तर चर्चा झाली. या चर्चेअंती उभय राष्ट्रांत या बाबत एक करार झाला; त्यानुसार ३५ हजार क्युसेक्स पाणी बांगला देशाला व ४० हजार क्युसेक्स पाणी भारताला देण्याची तरतूद करण्यात आली शिवाय हा करार पुढील ३० वर्षांसाठी असेल हे निश्चित करण्यात आले. त्याचबरोबर गरज भासल्यास दोन वर्षांनंतर या कराराचे मूल्यमापन केले जाईल असेही ठरले; या करारामुळे बांगला देशाला जलसिंचनाच्या योजना राबविण्यासाठी मदत झाली आहे.

(२) आर्थिक व व्यापारी संदर्भाचा उभय राष्ट्रांत ९ मार्च, १९९७ ला आगरतळा येथे करार करण्यात आला; यानुसार बांगला देशातील काही वस्तूंवर भारत जकात लावणार नाही व त्या बदल्यात व्यापारी सवलतींवर भर दिला जाणार नाही हेही भारताने स्पष्ट केले.

(३) उभय राष्ट्रांत मे, १९९९ मध्ये नवी दिल्लीत करार होऊन संयुक्त निर्यात गटाची स्थापना करण्यात आली.

(४) जून, १९९९ मध्ये भारताचे पंतप्रधान वाजपेयी बांगलादेश भेटीवर गेले तेव्हा तेथे त्यांनी बांगला देशाबरोबर करार करून ढाका ते कोलकाता अशी बससेवा चालू करण्यास परवानगी दिली.

(५) १९६५ च्या युद्धाच्या काळात पाकिस्तानने जप्त केलेली हिंदूंची मालमत्ता बांगला देशाने स्वतंत्र झाल्यानंतरही परत दिलेली नव्हती; ती २००० मध्ये कायद्यातील कलमामध्ये दुरुस्ती करून शेख हसीना सरकारने परत केली.

(६) २००१ च्या निवडणुकीनंतर बेगम खलिदा झिया या सत्तेत आल्या, त्यांना इस्लामी मूलतत्त्ववाद्यांचा पाठिंबा होता. त्यामुळे त्यांच्या सरकारने भारतविरोधी भूमिका घेण्यास सुरुवात केली, पण २००४ मध्ये डॉ. मनमोहन सिंग यांचे सरकार सत्तेत येताच उभय राष्ट्रांतील संबंध सुधारण्यास मदत झालेली आपणास दिसते.

(७) बेगम खलिदा झिया मार्च २००६ मध्ये भारत भेटीवर आल्या, त्यावेळी उभय राष्ट्रातील व्यापार, चोरटी आयात-निर्यात, इतर स्वरूपाचा व्यापार, अंमली पदार्थांचा व्यापार, यासंदर्भात सविस्तर चर्चा करून आपापसात परस्पर सहकार्य कसे वाढविता येईल यावर सकारात्मक निर्णय घेऊन आपापसातील प्रश्न सामोपचाराने सोडविण्यावर यापुढेही भर दिला जाईल असे दोन्ही राष्ट्रांच्या सहमतीने ठरले.

(१०. अ. ३) श्रीलंका-भारत संबंध

प्रस्तावना :

भारताच्या दक्षिणेकडील हिंदीमहासागरात असलेले श्रीलंका हे एक बेट आहे. भारताशी या देशाचे अतिप्राचीन काळापासून अतिशय निकटचे सांस्कृतिक आणि ऐतिहासिक संबंध आहेत. श्रीलंकेचे स्थान हिंदी महासागरात आणि भारताच्या जवळ असल्याने त्याचे लष्करी व सामरिक महत्त्व भारतासाठी फारच आहे, तसेच या महासागरातून जाणारे सर्व मार्ग श्रीलंकेजवळून जात असल्यामुळे त्याला आंतरराष्ट्रीय राजकारणातही फारच महत्त्व आहे, अशा या श्रीलंकेतील बहुसंख्यांक सिंहली व अल्पसंख्याक तमिळ या दोन्ही वंशांचे भारताशी घनिष्ट संबंध असून त्यांचे पूर्वज हे भारतातच होते. सम्राट अशोकाने बौद्ध धर्माच्या प्रचाराकरिता आपला पुत्र महेंद्र आणि कन्या संघमित्रा यांना श्रीलंकेत पाठवले होते, हे सर्वांना माहीत आहेच. आज श्रीलंकेत बौद्ध धर्म हा प्रमुख धर्म आहे. सिंहली हे बुद्ध धर्माचे पुरस्कर्ते म्हणून ओळखले जातात; श्रीलंकेत भारतीय तमिळ लोक मोठ्या संख्येने स्थायिक झालेले आहेत. त्या देशातील चहा व रबराच्या मळ्यांमध्ये मुख्य मजूर म्हणून काम करतात; हे हिंदू धर्माचे पुरस्कर्ते म्हणून ओळखले जातात.

सुरुवातीचे संबंध :

भारत आणि श्रीलंका हे दोन्ही देश इंग्रजांच्या गुलामगिरीतून स्वतंत्र झाल्यानंतर सुरुवातीपासून राजकीय क्षेत्रांत त्यांनी परस्परांशी चांगले संबंध ठेवले; आर्थिक क्षेत्रातही जवळचे सहकार्य एकामेकांना दिले. दोन्ही देश अलिप्तता चळवळीचे सदस्य असून अनेक आंतरराष्ट्रीय प्रश्नाबाबत दोन्ही देशांची भूमिका सारखीच आहे, तरीही उभय राष्ट्रातील संबंधात चढउतार असलेले आपणास दिसून येतात.

दोन राष्ट्रांमधील द्विपक्षीय पातळीवरील संबंधांचा अभ्यास करताना श्रीलंकेच्या मनात भारताविषयी असलेली काल्पनिक भीती व भारत आपल्या अंतर्गत भागात हस्तक्षेप करेल, यामुळे दोघांचे संबंध

सुरुवातीच्या काळात चांगले बनू शकले नाहीत. यामधूनच श्रीलंकेचे १९४८ ते १९५६ पर्यंतचे धोरण हे भारताविरोधी असलेले आपणास दिसून येते. त्याचप्रमाणे भारताकडून आपल्यावर आक्रमण होईल किंवा अमेरिका व इंग्लंड यांच्या माध्यमातून भारताचा प्रभाव समतोलात ठेवावा अशा प्रकारची श्रीलंकेची सुरुवातीची भूमिका होती; म्हणूनच या काळात भारताला शह देण्यासाठी श्रीलंकेने अमेरिका व इंग्लंडबरोबर करार केलेले दिसून येतात. याशिवाय श्रीलंकेने इंग्लंडप्रणीत राष्ट्रकुल संघटनेचे सभासदत्व स्वीकारले होते. त्याचप्रमाणे श्रीलंका जरी अमेरिकन लष्करी गटात सामील झाला नसला तरीही त्याला शीतयुद्धकाळात अमेरिकन मदत मोठ्या प्रमाणात मिळत होती. त्यातूनच पाकिस्तान-श्रीलंका एकमेकांच्या जवळ येण्यास मदत झाली. १९५६ नंतर मात्र उभय राष्ट्रातील संबंध सुधारण्याच्या दृष्टीने हळूहळू सुरुवात झाली. याचकाळात सागरीसीमा व तमिळ लोकांची समस्या सोडविण्याच्या दृष्टीने महत्त्वाचे करार करण्यात आले. त्यामध्ये १९६४ मधील शास्त्री-सिरिमाओ करार व १९७४ चा इंदिरा गांधी-सिरिमाओ करार महत्त्वाचा होता.

१९७१ च्या युद्धात श्रीलंकेने आपल्या विमानतळावर पाकिस्तानच्या विमानांना लागणारे इंधन भरण्याची सोय उपलब्ध करून दिली होती; ही बाब उभय राष्ट्रांच्या संबंधात कटुता निर्माण करणारी होती. त्याचबरोबर तमिळनाडूतील काही राजकीय पक्ष व संघटना श्रीलंकेतील वांशिक संघर्षात भारताने लिट्टेला मदत करावी यासाठी भारत सरकारवर दबाव टाकत होते. याचा परिणाम म्हणून किंवा १९८० च्या दशकात भूराजकीय धोरणाचा भाग म्हणून श्रीलंकेतील लिट्टेला भारताने मदत केली होती अशा प्रकारचे पुरावे मिळतात; पण भारताची १९८७ नंतर लिट्टेविषयीची भूमिका बदललेली आपणास दिसते. राजीव गांधीजींच्या हत्येनंतर भारताने लिट्टेला 'दहशतवादी संघटना' म्हणून घोषित करावे ही मागणी करून संघटनेवर बंदी घातली होती.

भारत आणि श्रीलंका यांच्यामधील मतभेदाचे मुद्दे किंवा समस्या :

कच्छदीव बेटाची समस्या :

कच्छदीव हे भारत आणि श्रीलंकेदरम्यान हिंदी महासागरातील अंडाकृती आकाराचे एक छोटेसे बेट. ते श्रीलंकेने भूमिपासून १० मैलांवर तर भारतीय भूमिपासून १२ मैलांवर आहे. लष्करीदृष्ट्या महत्त्वाचे म्हणून या बेटावर दोनही राष्ट्रांनी आपली मालकी सांगितल्यामुळे त्यांच्यात संघर्षाचे व तणावाचे वातावरण निर्माण झाले; पुढे १९७४ व १९७६ मध्ये भारत आणि श्रीलंका यांच्यात सीमा निश्‍चितीबाबत दोन करार झाल्यामुळे या बेटाचा प्रश्‍न तात्पुरत्या स्वरूपात सुटण्यास मदत झाली आहे.

तमिळी समस्या :

१६ ते १८ व्या शतकात श्रीलंकेत दक्षिण भारताच्या काही भागातून तमिळ आणि मल्याळी लोक श्रीलंकेत गेले. त्यातील काही लोक श्रीलंकेचा पूर्व किनारा व उत्तर भाग येथे वस्ती करून राहू लागले, त्यावेळी जाफना हे या लोकांचे प्रमुख केंद्र होते, याभोवती सर्व तमिळ लोक राहात होते म्हणून या भागाला जाफना-तमिळाचा प्रदेश असेही म्हटले जात असे. इंग्रजांच्या श्रीलंकेतील प्रवेशानंतर तेथील चहा, रबर व कॉफीच्या मळ्यात काम करण्यासाठी भारतातून मोठ्या प्रमाणात तेथे मजूर नेण्यात येऊ लागले. या मजुरांची संख्या जवळजवळ दहा लाखांच्या आसपास होती. या मजुरांच्या मागोमाग अनेक तमिळ लोक की, ज्यामध्ये व्यापारीही मोठ्या प्रमाणात होते ते श्रीलंकेत गेले. हे लोक प्रामुख्याने कोलंबो आणि इतर शहरात व त्यांच्या आजूबाजूला राहू लागले.

१९२८ मध्ये डोनोगमोर कमिशन राज्य घटनेतील संदर्भातील सुधारणांच्या प्रश्‍नांचा विचार करण्यासाठी

स्थापन झाले, यावरून तेथे पहिला पेचप्रसंग निर्माण झाला. विशेषता मळेकामगारांना मताचे अधिकार मिळविण्यासाठी मालमत्तेच्या स्वरूपात अटी शिथिल कराव्यात अशा प्रकारची शिफारस या कमिशनने केली. १९३१ मध्ये श्रीलंकेला प्रौढ मताधिकार मिळाला. तेव्हापासून भारतीय तमिळाच्या बद्दल सतत चर्चा, वादविवाद होत राहिले. आम्ही येथे अल्पसंख्यांक असल्यामुळेच बहुसंख्य सिंहलींनी आमच्यावर स्वातंत्र्य मिळविण्यापूर्वीच पद्धतशीर हल्ले करावयास सुरुवात केली अशा प्रकारची तमिळींची तक्रार आहे.

१९४८ मध्ये श्रीलंका स्वतंत्र झाला. सत्ता स्थानिक सिंहली लोकांच्या हातात आली. तेव्हापासून हा प्रश्न खऱ्या अर्थाने आस्तित्वात आला आहे. स्वातंत्र मिळाल्यानंतर लगेचच येथील सरकारने हा प्रश्न निर्माण केला आणि श्रीलंकेत स्थायिक झालेल्या मुळच्या भारतीय लोकांना श्रीलंकेत सामावून घेण्यास नकार दिला गेला; त्यामुळे अनेक लोकांच्या नागरिकत्वाचा प्रश्न निर्माण झाला.

१९५३ मध्ये नेहरू आणि सेनानायके यांची लंडन येथे भेट झाली. त्यांच्या चर्चेतून दोन प्रश्न पुढे आले- ते म्हणजे नागरिकत्व कोणाला आणि कसे द्यावे. श्रीलंकेतील या मुळच्या भारतीय लोकांची जबाबदारी स्वीकारण्यास भारत सरकारही त्यावेळी तयार नव्हते. श्रीलंका सरकारने या लोकांना पूर्ण नागरिकत्व द्यावे असा आग्रह भारताने धरला; पण त्याचबरोबर ज्या मूळ भारतीय लोकांना स्वच्छेने भारतात यावयाचे असेल त्यांना भारतात स्थायिक होण्यास भारत सरकारने परवानगी दिली, यामुळे श्रीलंकेतील अनेक लोकांना भारताचे नागरिकत्व मिळाले पण तरीही मूळ भारतीय लोक मोठ्या संख्येने श्रीलंकेत होतेच. याबाबतीत दोन्ही देशांतर्गत अनेकवेळा वाटाघाटी झाल्या पण हा प्रश्न सोडविण्यात फारसे त्यांना यश आले नाही.

तमिळी समस्येवरून लालबहादुर शास्त्री व श्रीमती भंडारनायके यांच्यात ३० ऑक्टोबर १९६४ रोजी एक करार झाला. या करारानुसार श्रीलंकेत राहणारे सर्व भारतीय नागरिक जे आतापर्यंत कोणत्याही देशाचे नागरिक नाहीत त्यांनी भारताचे किंवा श्रीलंकेचे सभासदत्व स्वीकारावे उपलब्ध आकडेवारीनुसार त्यावेळी ५ लाख २५ हजार लोकांना भारताने तर तीन लाख लोकांना श्रीलंकेने नागरिकत्व दिले; उरलेल्या दीड लाख लोकांचा प्रश्न येणाऱ्या १५ वर्षांत सोडविला जाईल असे त्यावेळी ठरले होते. १९७४ मध्ये श्रीलंकेच्या पंतप्रधान श्रीमती भंडारनायके भारतात आल्या तेव्हा उभय राष्ट्रांनी ७५७५ हजार लोकांना नागिरकत्व देऊन उरलेल्या लोकांचा प्रश्न सोडविला होता.

१९७२ पासून तमिळांचे राजकारण आणि लढा सनदशीर मार्ग व सशस्त्र प्रतिकार या दोन्ही मार्गाने पुढे सरकत गेला. तमिळी प्रश्न श्रीलंकेत मोठ्या प्रमाणात गंभीर वळण घेत होता. १४मे,१९७६ ला तमिळ युनायटेड फ्रंट चे अधिवेशन झाले. यामध्ये प्रथमच तमिळींसाठी स्वतंत्र राज्य स्थापण्याबाबत ठराव पास करण्यात आला. त्याचबरोबर तामिळ युनायटेड फ्रंट चे नांव बदलून ते **'तमिळ युनायटेड लिबरेशन फ्रंट म्हणजेच तुल्फ'** असे करण्यात आले. ही संघटना आपली मागणी सनदशीर मार्गाने करत होती. तर तमिळ युवकांची टायगर मुमिमेंट नावाची जी संघटना होती तिचे नांव बदलून त्यांनी **'लिबरेशन टायगर्स ऑफ तमिळ इलम म्हणजेच लिट्टे'** असे केले. ही संघटना हिंसाचारी कृत्ये करण्यावर भर देत होती. या संघटनेचा नेता प्रभाकरन होता. तो लष्करी डावपेचांची आखणी करणे, ते अंमलात आणणे आणि पोलिसांच्या हातावर तुरी देऊन पळून जाणे, या गनिमी युद्धतंत्रासाठी तरबेज बनला होता. त्यामुळेच तो तमिळ युवकांमध्ये अल्पावधीतच प्रसिद्ध व आवडता बनला होता.

१९८१ पासून तमिळींनी आपल्या मागण्यांसाठी आपले आंदोलन तीव्र केले तर श्रीलंकन सरकारने ते आंदोलन चिरडण्यास सुरुवात केली; त्यामुळे भारताने प्रथमच या घटनेचा निषेध केला. त्यावेळी भारतीय राष्ट्रपतींनी आपला नियोजित श्रीलंका दौराही रद्द केला होता; तमिळ बंडखोरांच्या बंदोबस्तासाठी श्रीलंकेने

अमेरिका, ब्रिटन, चीन आणि इस्रायल यांच्याकडे मदत मागितली, पण या राष्ट्रांनी शस्त्रास्त्रांशिवाय कोणतीही मदत दिली नाही. परिणामी श्रीलंकेला भारताकडे वळण्याशिवाय दुसरा पर्याय नव्हता, भारताने श्रीलंकेचा प्रस्ताव लगेच स्वीकारला.

१९८३ मध्ये सिंहली अतिरेक्यांनी श्रीलंकेतील शेकडो तमिळी लोकांची हत्या केली, आणि या प्रश्नाने गंभीर वळण घेतले. भारतात याची तीव्र प्रतिक्रिया उमटली. भारतीय पंतप्रधानांनी या प्रश्नाची प्रत्यक्ष माहिती घेण्यासाठी परराष्ट्र मंत्र्यांना श्रीलंकेत पाठविले; श्रीलंकेत हळूहळू हिंसाचार वाढतच गेला, तमिळी लोकांवर हिंसक हल्ले सुरू झाले. यातून अनेक लोक भारताच्या आश्रयाला येत होते. याचा भारतीय अर्थव्यवस्थेवर व सुरक्षेवर मोठा ताण पडत होता. सिंहली यांच्या कार्यवाहीला प्रत्युत्तर म्हणून तमिळींच्या दहशतवादी संघटनांनीही आपले कार्य गतिमान करण्यावर भर दिला, त्यामुळे तर हा प्रश्न अधिकच गुंतागुंतीचा बनत गेला आणि तेव्हापासूनच स्वतंत्र तमिळ इलमची किंवा भूमिची मागणी जोर धरू लागली. या श्रीलंकेतील घडामोडींबद्दल भारतीय पंतप्रधानांनी स्वातंत्र्यदिनी चिंता व्यक्त केली, त्यावेळेपासून भारताने या प्रश्नात मध्यस्थाची शिष्टाई करण्याचीच भूमिका स्वीकारली; श्रीलंकेच्या अंतर्गत प्रश्नात हस्तक्षेप करण्याची भारताची अजिबात इच्छा नाही किंवा श्रीलंकेवर आक्रमण करण्याची भारताची इच्छा नाही. तथापि, तेथील तमिळ जनतेच्या स्थितीबाबत भारत उदासीन राहू शकत नाही. या शब्दांत भारताने या प्रश्नांवर आपली भूमिका स्पष्ट केली. याही परिस्थितीत अनेक लोक भारतात येतच होते; ते सन्मानाने परत गेले पाहिजेत याच संदर्भात भारत शिष्टाई करत होता.

१९८५ मध्ये राजीव गांधी भारताचे पंतप्रधान झाल्यानंतर त्यांनी श्रीलंकेची समस्या सोडविण्याकडे त्यांनी विशेष लक्ष्य दिले. त्यांनी जयवर्धनेंबरोबर एक करार करून श्रीलंकेची अंतर्गत परिस्थिती सुधारण्यासाठी श्रीलंकेत शांतीसेना पाठविण्याचा निर्णय घेतला व तेथूनच ही समस्या अधिक गुंतागुंतीची बनली, असे राजकीय विचारवंतांचे मत होते. १९८६ पासून श्रीलंकेच्या उत्तर आणि पूर्व प्रांतात तमिळी दहशतवादी संघटनांच्या हिंसक कारवायांना जोर चढला. त्यांच्या तमिळ इलम मुक्त संघटना आणि तमिळवाद्यांची संघटना या दोन प्रमुख संघटना आहेत. श्रीलंका सरकारने त्यांच्याविरुद्ध कारवाई केली पण त्यांना यश आले नाही.

भारत-श्रीलंका करार :

२९ जुलै, १९८७ रोजी श्रीलंकेतील तमिळींच्या प्रश्नाबाबत एक महत्त्वपूर्ण पाऊल उचलण्यात आले. त्या दिवशी भारताचे पंतप्रधान राजीव गांधी आणि श्रीलंकेचे अध्यक्ष जे. आर. जयवर्धने यांच्यात एक करार झाला. हाच करार 'कोलंबो करार' म्हणूनही ओळखला जातो. या करारानुसार –

(१) तमिळी बंडखोर आणि श्रीलंका सरकार यांनी आपल्या कारवाया पूर्णपणे थांबवाव्यात.

(२) तमिळ बंडखोरांनी आपल्या ताब्यातील सर्व शस्त्रास्त्रे परत करावीत.

(३) उत्तर व पूर्व प्रांताचा मिळून एकच प्रशासकीय घटक निर्माण करण्यात यावा.

(४) तेथे प्रांतिक परिषद निर्माण करून तिच्या शक्यतो लवकर निवडणुका घेण्यात याव्यात.

(५) या कराराची अंमलबजावणी योग्य पद्धतीने व्हावी या दृष्टीने श्रीलंकेत 'भारतीय शांतता दल' ठेवण्यात यावे.

(६) या करारामुळे श्रीलंकेच्या माध्यमातून अमेरिका आणि चीनचा हिंदी महासागरातील वाढता प्रभाव नियंत्रित करणे, भारताला शक्य झाले.

(७) श्रीलंकेची एकता, सार्वभौमत्व, प्रादेशिक एकात्मता यावर आघात करणाऱ्या कोणत्याही सत्तांना भारतीय भूमिचा उपयोग करू दिला जाणार नाही.

(८) या कार्यात भारतीय नौदल व तटरक्षक दल श्रीलंकेला मदत करतील.
(९) भारताकडे सैन्याची मागणी श्रीलंकेने केली तर भारत ती देईल.
(१०) भारतात आलेले तमिळ लोक सन्मानाने परत जातील.
(११) संपूर्ण श्रीलंकेमध्ये मुक्त वातावरणात निवडणुका होतील.
(१२) सिंहली, तमिळी व इंग्रजी या श्रीलंकेच्या अधिकृत भाषा राहतील, यासारखीच अनेक कलमे या करारात होती.

या करारानुसार भारताने १९८७ ते १९९० या काळात श्रीलंकेत शांतता रक्षणासाठी स्वत:चे सैन्य पाठवले. या शांतता दलाने तमिळ बंडखोरांचा प्रतिकार मोडून काढून श्रीलंकेत शांतता प्रस्थापनेचा आपल्या परीने प्रयत्न केला; पण त्याबाबत अपेक्षित यश भारताला मिळू शकले नाही. १९८८ मध्ये श्रीलंकेत निवडणुका होऊन प्रेमदासा यांच्या नेतृत्वाखाली नवे मंत्रीमंडळ सत्तेवर आले. भारताने श्रीलंकेतील आपल्या सेना माघारी घ्याव्यात अशा स्वरूपाची या सरकारने मागणी केली आणि त्यानंतर सप्टेंबर १९९० पासून भारतीय सेना माघारी घेण्याच्या प्रक्रियेला सुरुवात होऊन आता तेथून भारतीय सैन्य पूर्णत: काढून घेण्यात आले आहे.

भारतीय समस्या :

तमिळींचा प्रश्न हा श्रीलंकेचा अंतर्गत प्रश्न आहे; हे भारताने स्पष्ट केले आहे; पण ही समस्या शांततेने सुटावी यासाठी भारताचे प्रयत्न चालूच आहेत, कारण तमिळी बंडखोरांविरुद्ध श्रीलंका सरकार करत असलेल्या कारवायांमुळे हजारोंच्या संख्येने तमिळी निर्वासित भारताच्या आश्रयाला आले आहेत. आत्ताच त्यांची संख्या ४० हजारांपेक्षा जास्त झाली असून तो भारतासमोरचा एक महत्त्वाचा प्रश्न बनला होता; त्याचप्रमाणे याचा भारतीय अर्थव्यवस्थेवर व सुरक्षेवर मोठा ताण पडत होता.

या प्रश्नाबाबत भारताला चिंता वाटण्याचे दुसरे कारण म्हणजे तमिळ बंडखोरांच्या कारवाया मोडून काढण्यासाठी, बाहेरच्या एखाद्या सत्तेची मदत घेण्याचा श्रीलंका सरकारचा प्रयत्नही आहे. यामुळे या विभागात इतर सत्तांना शिरकाव करण्याची संधी मिळेल अशा प्रकारची भीती भारताला वाटते, म्हणून तमिळी संघटना आणि श्रीलंका सरकार यातील वाटाघाटींद्वारे हा प्रश्न सुटावा यासाठी भारत प्रयत्नशील आहे.

श्रीलंकेतील शांतता प्रक्रिया :

तमिळ समस्या सोडविण्यासाठी भारताने सुरुवातीपासूनच चर्चेचा मार्ग स्वीकारला होता. जुलै १९८३ मध्ये जी. पार्थसारथी यांनी भारताचे विशेष दूत म्हणून श्रीलंकेच्या सरकारशी कोलंबोमध्ये बोलणी केली होती. श्रीलंकेचे राष्ट्रपती जयवर्धने यांची जून १९८४ व जून १९८५ मध्ये दिल्ली येथे भारताच्या पंतप्रधानांबरोबर शिखर परिषद ठरविली. भूतानची राजधानी थिम्पू येथे श्रीलंकेच्या समस्येवर चर्चेच्या माध्यमातून तोडगा काढावा अशा प्रकारची भूमिका भारताने घेतली.

२००६ ला श्रीलंकेतील तमिळ बंडखोर व श्रीलंका सरकार यांच्यात नॉर्वे येथे श्रीलंकेतील शांततेबाबत दोन ऐतिहासिक निर्णय घेण्यात आले. त्या निर्णयानुसार - (१) श्रीलंकेची भौगोलिक किंवा प्रादेशिक एकात्मता भंग केली जाणार नाही. (२) उत्तर आणि पूर्व श्रीलंकेत तमिळांना मोठ्या प्रमाणात स्वायत्तता आणि स्वयंनिर्णयाचा अधिकार देण्यासाठी संघराज्य व्यवस्थेची निर्मिती केली जाईल.

हा करार महत्त्वाचा यासाठी आहे की, या करारामुळे तमिळ बंडखोर संघटनांनी स्वतंत्र तमिळ राष्ट्राची कल्पना बाजूला ठेवून संघराज्य व्यवस्थेच्या अंतर्गत स्वायतत्ता आणि स्वयंनिर्णयाचा अधिकार घेण्याचे मान्य

केले. तसेच श्रीलंकन सरकारने तमिळांना मोठ्या प्रमाणावर राजकीय, प्रशासकीय आणि आर्थिक अधिकार देण्याचे मान्य केले; दोन्ही गटांच्या प्रतिनिधींची मिळून एक संयुक्त राजकीय समिती आणि दोन उपसमित्या त्यावेळी बनविण्यात आल्या.

नॉर्वेच्या मध्यस्थीने श्रीलंकेत सध्या सुरू असलेल्या शांतता प्रक्रियेविषयी आणि एकूणच श्रीलंकेतील वांशिक संघर्षाविषयी आता भारताने अलिप्त धोरण स्वीकारले आहे. श्रीलंकेतील वांशिक संघर्षाबाबत यापूर्वी भारताने जी भूमिका घेतली होती त्यामुळे दोन्ही देशांमधील संबंध केवळ दुखावले नाहीत तर त्याची फार मोठी किंमत भारताला द्यावी लागली होती. श्रीलंकेतील घडामोडींविषयी भारताची उदासीनता श्रीलंकेला देखील नाराज करणारी आहे. जानेवारी २००६ मध्ये श्रीलंकेचे अध्यक्ष महेंद्र राजपक्ष यांनी भारताच्या श्रीलंकन प्रश्नात व्यापक भूमिकेची अपेक्षा व्यक्त केली. तथापि, भारताकडून सकारात्मक प्रतिसाद दिला गेला नाही. श्रीलंकेचा वांशिक संघर्ष हा श्रीलंकेचा अंतर्गत प्रश्न आहे आणि त्यावर तोडगा श्रीलंकेतील सर्व समुदायाच्या लोकांच्या समुदायाने काढायला हवा अशी यावर भारताची भूमिका आहे.

शीतयुद्धोत्तर काळातील संबंध :

१९९० च्या दशकापासून भारत-श्रीलंका यांच्यातील संबंधाच्या नवीन पर्वाला सुरुवात झाली असे म्हटले जाते. या दशकात दक्षिण आशियातील इतर राष्ट्रांप्रमाणेच श्रीलंकेनेही आपल्या आर्थिक विकासासाठी अर्थव्यवस्थेच्या उदारीकरणाचा मार्ग स्वीकारला. या दशकात राजकीय संघर्ष आणि आर्थिक व व्यापारी हितसंबंध यामध्ये फारकत करण्याचा व्यावहारिक शहाणपणा श्रीलंकेने दाखविला. पर्यायाने अनेक राजकीय मुद्द्यांबाबत दोन्ही राष्ट्रांमध्ये तणाव असतानाही आर्थिक आणि व्यापारी क्षेत्रांतील सहकार्य विकसित होताना दिसते. या दोन्ही राष्ट्रांतील संबंध सुधारण्यास सार्कचे योगदान महत्त्वाचे आहे. सार्कच्या माध्यमातून भारताने श्रीलंकेला मोठ्या प्रमाणात आर्थिक मदत दिलेली आहे. सार्कच्या प्रयत्नांमधूनच दक्षिण आशियामध्ये मुक्त व्यापारक्षेत्र निर्माण होण्यास भारत आणि श्रीलंकेमधील सहकार्य वाढण्यास मोठा हातभार लागलेला आहे.

१९९४ मध्ये श्रीलंकेची राजकीय सत्ता चंद्रिका कुमारतुंगे यांच्याकडे आली. त्यांच्या काळात उभय राष्ट्रातील संबंध सुधारण्यास श्रीलंकेतील वांशिक संघर्षाबाबत भारताने स्वीकारलेले अलिप्ततावादी धोरण आणि आर्थिक व व्यापारी सहकार्यावर दिलेला भर या दोन कारणांमुळे चांगली सुरुवात झाली. १९९८ मध्ये भारत-श्रीलंका दरम्यान मुक्त व्यापारविषयक स्वरूपाचा करार झाला. तो २००० पासून अंमलात आला आहे. या करारांमुळे उभय राष्ट्रातील व्यापारात १९५ टक्क्यांनी वाढ झाली. यावरून भविष्यात या राष्ट्रांमधील संबंध सुधारण्यास निश्चितच मदत होईल.

(१०. अ. ४) नेपाळ-भारत संबंध

भारत आणि नेपाळ संबंध फार प्राचीन काळापासून म्हणजेच सामान्यपणे २५०० वर्षांपासूनचे आहेत. दोन्ही देशातील भौगोलिक, राजकीय, सामाजिक, आर्थिक आणि धार्मिक परिस्थिती परस्परांशी संबंधित असल्याने साहजिकच त्या दोघांमध्ये परस्परांविषयी सहानुभूती त्याचप्रमाणे आदर आहे.

भारतामध्ये इंग्रजांची सत्ता होती तेव्हा नेपाळचे महामंत्री जंगबहादूर यांनी ब्रिटिशांना आव्हान दिले. ब्रिटिशांनी नेपाळवर ताबा मिळविण्याचा प्रयत्नही केला पण तो प्रयत्न अयशस्वी झाला. नेपाळच्या विशिष्ट युद्धतंत्रामुळे आणि नेपाळच्या भौगोलिक पृष्ठभूमीमुळे ब्रिटिश त्या प्रदेशात सैनिकी कार्यवाही करण्यात अयशस्वी ठरलेत; पुढे ब्रिटिशांनी महाराज जंगबहादूर राणा यांचेशी मैत्रीचे संबंध प्रस्थापित केले. जंगबहादूरने सुद्धा ब्रिटिशांना मदत केली. त्यामुळे ब्रिटिशांना नेपाळबद्दल सहानुभूती निर्माण झाली, या कालावधीत मात्र नेपाळ आणि भारत दरम्यान थोडा दुरावा निर्माण झाला. पुढे नानासाहेब पेशव्यांनी इंग्रजांविरुद्ध बंड

पुकारले तेव्हा ब्रिटिशांनी नानासाहेबांना पकडण्यासाठी खूप प्रयत्न केले पण नानासाहेब नेपाळच्या आश्रयाला होते. त्यामुळे ब्रिटिश हतबल ठरले, त्यावेळी पुन्हा भारत-नेपाळ संबंधात सुधारणा झाली. ब्रिटिशांच्या मनात मात्र यामुळे चलबिचल झाली, त्यानंतर नेपाळने इंग्रज राजवटीत भारत व चीनच्या दरम्यान आघातशोषक राष्ट्रांचीही भूमिका चांगल्या प्रकारे वठवली होती.

पहिल्या महायुद्धात आणि दुसऱ्या महायुद्धाच्या वेळी ब्रिटिशांनी नेपाळींचे शौर्य लक्षात घेऊन त्यांच्यामधून मोठ्या प्रमाणात सैन्यभरती केली. त्यांच्या कार्यालयाचे स्थित्यंतरही झाले पण यातूनच पुढे 'गुरखा रेजिमेंट' उभारली गेली. पुढे नेपाळचे स्वातंत्र्य मान्य करून ब्रिटिशांनी नेपाळशी चांगले संबंध प्रस्थापित केले. राजकीय भेटी, शिकार इत्यादी निमित्ताने देवाण-घेवाण सुरू झाली. भारताच्या स्वातंत्र्य चळवळींचाही परिणाम नेपाळवर झाला. त्यातून स्वातंत्र्याची त्यांची कल्पना साकारत गेली. हिंदुस्थानातील असहकाराच्या आणि भारत छोडोच्या चळवळींमध्ये नेपाळी लोकांनी भारतीयांबरोबर सहभाग घेतला. त्यांनी वेळप्रसंगी कारावासही पत्करला. पुढे नेपाळमधून राणा राजवट संपुष्टात आली. त्याला भारताचा पाठिंबा होताच. राजेश्री भुवन यांचे पलायन, त्यांनी भारतीय वकिलातमध्ये घेतलेला आश्रय, त्यानंतर राणा व नेपाळी काँग्रेसचे संयुक्त सरकार बद्दलची तडजोड या सर्वातून भारत-नेपाळ संबंध घनिष्ट झाले.

नेपाळने भारताशी बंधुत्वाचे नाते पत्करले. तसेच नेपाळ स्वकर्माने भारताच्या प्रभावक्षेत्राखाली स्वैरपणे वावरू लागला, पण आपण आपले स्वातंत्र्य गमावतो की काय? या भावनेतून नेपाळच्या मनात नंतरच्या काळात कटुता आली. भारताला दुखवायचे नाही म्हणून कुणीही प्रत्यक्ष हस्तक्षेप केला नाही. त्यातूनच या संबंधात थोडा दुरावा निर्माण झाला. पंडित नेहरुंजींचे धोरण नेहमीच सामंजस्याचे होते आणि नेपाळ संदर्भातही त्याच धोरणाने जवळीकता निर्माण केली. भारताच्या सुरक्षिततेच्या दृष्टीने नेपाळचे महत्त्व विचारात घेता, नेपाळ आपल्या प्रभावक्षेत्राखाली राहावा पण त्याचबरोबर नेपाळ हा स्वतंत्र, सार्वभौम देश असल्यामुळे त्याच्या अंतर्गत कारभारात आपण ढवळाढवळ करू नये हीच भूमिका नेहरुंनी त्या काळात घेतली.

नेपाळच्या उत्तरेला चीन व दक्षिणेला भारत यांना समोर ठेवून नेपाळनेही त्या काळात आपल्या परराष्ट्रीय धोरणाची खालील उद्दिष्टे निश्चित केली होती.

(१) सोव्हिएत रशिया व अमेरिका यांच्या शीतयुद्धापासून नेपाळने स्वत:ला अलिप्त ठेवले.
(२) आपल्या संरक्षणाची व्यवस्था मजबूत करण्यावर भर दिला.
(३) भारत व चीनला समान अंतरावर ठेवणे.
(४) आपल्या शेजारील राष्ट्रांबरोबर चांगले संबंध प्रस्थापित करणे.
(५) आपले राजकीय व आर्थिक स्थैर्य मजबूत करणे.
(६) अलिप्त चळवळ व सार्क संघटनेत सक्रिय सहभाग घेणे.

भारताच्या स्वातंत्र्यानंतरचे संबंध :

भारताच्या स्वातंत्र्यानंतर नेहरुंनी नेपाळशी मित्रसंबंध जोपासण्याचा प्रयत्न कायम ठेवला. भारताने वेळोवेळी नेपाळला सर्वांगीण मदत केली पण नेपाळच्या कारभारात हस्तक्षेप नको म्हणून तेवढीच अलिप्तताही बाळगली. परंतु, काही नेपाळींच्या मनामध्ये त्या संदर्भात गैरसमज निर्माण झालेत. त्यांच्या विचारानुसार आपले हितसंबंध जोपासून पाहणारा भारत आपली खास जबाबदारी मात्र टाळू पाहतो आहे. अर्थात, त्यामध्ये तथ्यांश फारच कमी होता. भौगोलिक दृष्ट्या नेपाळ हा पूर्णपणे जमिनीने वेढलेला देश असल्यामुळे कोणत्याही प्रकारच्या दळणवळणासाठी त्याला भारतावरच अवलंबून राहावे लागते. १९५० मध्ये उभय राष्ट्रांत मैत्री व सहकार्याचा महत्त्वपूर्ण स्वरूपाचा करार झाला. यानुसार दोन्ही राष्ट्रांनी आपली सुरक्षितता

परस्परांशी निगडित असल्याचे मान्य केले. या द्वारे भारताने नेपाळच्या संरक्षणाची अप्रत्यक्षपणे जबाबदारी आपल्यावर घेतली. १९५१ मध्ये दिल्लीमध्ये राणागट व नेपाळी काँग्रेस यांची तडजोड घडून आली; पण ती तडजोड अल्पायुषी ठरली आणि नेपाळमध्ये राजकीय अस्थिरता निर्माण झाली आणि त्याचा दोष भारताला देण्यात आला. त्यातूनच संबंधामध्ये थोडा दुरावा निर्माण झाला. १९५५ मध्ये त्रिभुवन वीरविक्रम मरण पावल्याने त्यांच्या जागेवर त्यांचे चिरंजीव महेंद्रवीरविक्रम आसनस्थ झाले. महेंद्रवीरविक्रम यांची राजवट, कारभार हुकूमशाही स्वरूपाचा होता. त्यामुळे तेथील हुकूमशाही राजवटीचा भारताने निषेध केला. वृत्तपत्रांमध्ये त्याचा प्रसार झाला आणि नेपाळींचीही भूमिका अशी होण्यास मदत झाली की, भारत आपल्या कारभारात हस्तक्षेप करत आहे. नेपाळी जनतेबरोबर नेपाळ नरेशाने भारतविरोधी पवित्रा घेतला. त्यांनी चीनशी मैत्री संबंध सुधारण्यावर भर दिला. भारताने चीनच्या तिबेटवरील आक्रमणाने चीनचा निषेध केला, चीनने भारत विरोधी भावना जोपासून भारतावर आक्रमक हल्ला केला. १९७० पासून भारत आणि नेपाळमधील १९५० मध्ये झालेला मैत्री आणि सहकार्याचा करार हा नेपाळवरील भारताच्या वाढत्या प्रभावाचे प्रतीक आहे. त्यामुळे या करारातून नेपाळने मुक्त व्हावे असे नेपाळमधील काही घटकांकडून सांगण्यास सुरुवात झालेली आहे. अशाच स्वरूपाची मागणी, १९८० च्या दशकातही झाली. त्याचप्रमाणे या कराराला मुदतवाढ देण्यावरूनही नेपाळमध्ये मोठा वाद निर्माण झाला, यावर तोडगा म्हणून १९७० मध्ये नेपाळकडून शांतताक्षेत्राचा प्रस्ताव केला गेला; त्यातील पुढील गोष्टींसाठी नेपाळ बांधील असल्याचे नमूद करण्यात आले -

(१) नेपाळ हे स्वतंत्रराष्ट्र असून; तो कोणत्याही लष्करी कराराचा भाग बनणार नाही किंवा कोणत्याही राष्ट्राला आपल्या भूमिचा वापर लष्करी तळासाठी करू देणार नाही.

(२) आपल्या सर्व शेजारील राष्ट्रांबरोबर नेपाळचे संबंध हे शांततेचे व मैत्रीपूर्ण स्वरूपाचे असतील.

(३) कोणत्याही राष्ट्राच्या स्वातंत्र्य आणि प्रादेशिक एकात्मतेला धोका निर्माण होईल अशा प्रकारचे कृत्य नेपाळ आपल्या भूमिवरून करू देणार नाही.

(४) आपल्या सर्व शेजारील राष्ट्रांच्या अंतर्गत कारभारात नेपाळ हस्तक्षेप करणार नाही.

(५) आपल्या सर्व शेजारील राष्ट्रांबरोबरचे सर्व संघर्ष शांततेच्या मार्गाने सोडविण्यावर नेपाळ भर देईल. भारताने हा प्रस्ताव फेटाळून लावला, तर चीन, पाकिस्तानने त्याला मान्यता दिली. यावरून नेपाळबरोबरचे द्विपक्षीय पातळीवरील संबंध हाताळण्यास भारताला अपयश आले आहे असेच आपणास म्हणता येईल कारण नेहरुजींच्यापासून भारतीय सर्व नेत्यांनी नेपाळचे अस्तित्व मोठ्या प्रमाणावर भारतावर अवलंबून असल्याचे गृहीत धरले होते. भारताशिवाय नेपाळला पर्याय नाही यावर भारतीय नेत्यांचा विश्वास होता. नेपाळचा वापर इतर राष्ट्रे भारताविरुद्ध करतील यावर भारताचा विश्वास नव्हता. नेमका याचाच फायदा नेपाळने उचलला अन् तो चीनकडे झुकला. भारतासाठी हे फार मोठे अपयश आहे. नेपाळचे महत्त्व भारताने वेळीच ओळखले असते तर नेपाळ चीनकडे झुकलाच नसता. भारतीय परराष्ट्रीय धोरणाचे दुसरे अपयश म्हणजे नेपाळच्या मनातून भारतभीतीची भावना भारतीय नेते दूर करू शकले नाहीत. नेपाळच्या या भीतीला चीन व पाकिस्तानने मात्र खतपाणी घातले त्यामुळे नेपाळ भारतापासून दुरावला.

भारतावरील आक्रमणे व नेपाळची भूमिका :

१९४७ मधील स्वातंत्र्यानंतर लगेचच पाकिस्तानने भारतावर आक्रमण केले. त्यानंतर १९६५ व १९७१ मध्ये परत पाकिस्तानने भारतावर आक्रमणे केली. तसेच चीननेसुद्धा भारतावर १९६२ ला आक्रमण केले. १९७१ च्या युद्धात भारताच्या सहकार्याने पाकिस्तानच्या गुलामगिरीतून बांगला देश मुक्त झाला. परंतु, तोच बांगला देश आज भारतविरोधी धोरण स्वीकारताना दिसतो.

१९५९ पासून भारत-चीन संबंध सीमाप्रश्नावरून बिघडू लागले; कारण चीनने तिबेटवर आक्रमण करून तो भाग गिळंकृत केला. त्यामुळे या संबंधात तणाव निर्माण झाला. त्याच काळात चीनने नेपाळला मोठ्या प्रमाणात मदत केली होती आणि नेपाळला चीनने आपल्या अंकित केले होते. तसेच चीनने नेपाळींना भडकवून भारतविरोधी वागण्यास भाग पाडले. नेपाळ हा देश चीन व भारताच्या मध्ये असल्याने दोघा देशांना असे वाटायचे की, नेपाळ आपल्या बाजूने यायला हवा. आपल्याला अतिशय जवळ असलेला शेजारी मिळेल असे जाणवायचे; पुढे १९६२ मध्ये भारत-चीन यांच्यामध्ये मोठ्या स्वरूपाचे युद्ध झाले. त्यामध्ये भारताचा पराभव झाला, पराभव होण्याचे कारण म्हणजे भारताने पूर्वीपासूनच या सीमेकडे संरक्षणाच्या दृष्टीने कानाडोळा केला होता; तसेच कोणत्याही प्रकारची युद्धयोजना भारताने या सीमेवर निर्माण केली नव्हती. चीनने या युद्धात अत्याधुनिक अशा शस्त्रास्त्रांचा वापर केला होता. कूटनीतीचा अवलंब केला होता, म्हणून भारताला या युद्धामध्ये पराजय पत्करावा लागला. चीनच्या य कूटनीतीचा विचार करून नेपाळ पुन्हा भारताच्या अंकित आला; पण युद्ध काळातील परिस्थितीचा आपण विचार केला तर नेपाळ या देशाने तटस्थतेची भूमिका घेतली, जर या देशाने अशी भूमिका घेतली नसती व नेपाळ चीनच्या बाजूने गेला असता तर चीनने भारताचा बहुतेक भाग काबीज केला असता; नेपाळसुद्धा काबीज केला असता. नेपाळमध्ये चीनने आपला पाय रोवला असता. नेपाळने चीनला मदत केली असती तर तो भारताच्या संबंधास मुकला असता व त्याची आर्थिक कोंडी मोठ्या प्रमाणात झाली असती. १९६२ च्या युद्धात नेपाळने दूरदृष्टीचा विचार करून एकाकी राहण्याचा प्रयत्न केला. नेपाळला समजून चुकले होते की, चीनने तिबेट व भारतावर हल्ला करून एकप्रकारे त्यांना धोका दिला होता; तसाच धोका भविष्यातही आपल्यालाही देईल म्हणून नेपाळने या वेळेस एकाकी राहण्याची भूमिका घेतली. नेपाळ देशात कोणतेही सरकार आले तरीसुद्धा भारत-नेपाळ मैत्रीचे संबंध कायम रहावेत. नेपाळला माहीत आहे की, भारत एक महान शक्ती आहे, तरीपण तो अहिंसेच्या मार्गावर चालतो. शिवाय भारत हा देश 'अलिप्तवादी' धोरणाचा पुरस्कर्ता आहे. 'जगामध्ये सतत शांतता नांदावी' असा प्रयत्न भारत देश नेहमी करीत असतो. १९४७ पासून भारत स्वतंत्र झाला तेव्हापासून तर आजपर्यंत त्याने कोणत्याही ठिकाणी हस्तक्षेप केलेला नाही.

इंग्रजांच्या गुलामगिरीतून भारत व पाकिस्तान १९४७ मध्ये स्वतंत्र झाले. धार्मिक आधारांवर हे दोन्ही देश वेगवेगळे करण्यात आले. वेगळे झाल्यानंतर पाकिस्तान हा भारतीय हद्दीत अतिरेकी कारवाया करीत आहे अशा कारवायांबद्दल नेपाळने खेद व्यक्त केला. पाकिस्तानने अशा कारवाया करू नये, म्हणून नेपाळने हा प्रश्न शांततेच्या मार्गाने सोडविण्याचा प्रस्ताव मांडला. परंतु, त्याचा उपयोग झाला नाही. भारत व पाकिस्तान यांच्यात समझोता घडवून आणण्यासाठी रशियाने मध्यस्थी करून ताश्कंद करार घडवून आणला. तेव्हा नेपाळच्या लक्षात आले की, भारताच्या बाजूने त्यावेळी रशिया ही महासत्ता आहे. नेपाळने याही युद्धात तटस्थतेची भूमिका घेतली होती.

पश्चिम पाकिस्तानने १९७१ मध्ये पूर्व पाकिस्तानवर मोठ्या प्रमाणात अत्याचार सुरू केले. हे अत्याचार भारताच्या दृष्टीने अतिशय गंभीर स्वरूपाचे होते. परंतु, त्याचा परिणाम मात्र भारतीय अर्थव्यवस्थेवर पडत होता. त्यामुळे याची दखल घेऊन भारताने बांगला देशाला पाकिस्तानच्या गुलामगिरीतून मुक्त केले, पाकच्या या कृतीवर नेपाळने खेद व्यक्त केला.

१९६२ च्या भारत-चीन युद्धात नेपाळने अलिप्त राहण्याचे धोरण स्वीकारले. बांगला मुक्ती संग्रामात भारताला दोन्ही आघाड्यांवर लढावे लागले. यात मात्र नेपाळने पाकिस्तानला अप्रत्यक्ष पाठिंबा दिला; त्याचे कारण असे की, भारताचा जय झाला तर त्याला आपली काही गरज पडणार नाही असे नेपाळला वाटत होत. परंतु, या युद्धानंतर नेपाळ परत भारताकडे वळला आणि उभय राष्ट्रांचे संबंध परत चांगले झाले.

भारत-नेपाळ संबंधातील वादाचे प्रश्न :

(१) भारत व नेपाळमध्ये १९५० साली जो ऐतिहासिक स्वरूपाचा करार झाला; त्याचे पुनर्विलोकन म्हणून या करारात बदल घडवून आणावेत यासाठी नेपाळमधून मोठ्या प्रमाणात मागणी होत आहे. याउलट, या करारातील तरतुदींमध्ये सातत्य ठेवणे भारताच्या संरक्षण हितसंबंधासाठी गरजेचे आहे.

(२) गंडक, त्रिशुली, कोसी आणि महाकाली या नद्यांच्या पाणी वाटपाचा प्रश्न या दोन राष्ट्रांत आहे.

(३) कालापानी हा छोटा भूभाग भारत, नेपाळ व चीनच्या सीमेरेषेवर आहे. कालापानी क्षेत्र हे भारतासाठी तिबेटमध्ये जाण्याचे प्रवेशद्वार समजले जाते. १९६२ मध्ये हे क्षेत्र चीनने आपल्या ताब्यात घेतले; यावर नेपाळ आपला हक्क सांगत आहे.

(४) भारत आणि नेपाळमधील मुक्त सीमारेषा ही जवळजवळ १७५१ कि. मी. लांबीची आहे. माओवादी चळवळी तीव्र बनल्यानंतर ही सीमारेषा भारतामध्ये चर्चेचा विषय बनला आहे. या सीमारेषेचा फायदा अनेकदा पाकिस्तान आपल्या भारतविरोधी कारवायांसाठी करत असल्याचेही आढळून आले आहे.

(५) नेपाळचे चीनबरोबरचे वाढते संबंध भारतासाठी चिंतेचा विषय आहे. चीनकडून नेपाळला शस्त्रास्त्रांचा पुरवठा होत असतो. नेपाळमधील माओवादी चळवळीला चीनकडून समर्थन मिळत असल्याचा भारताला दाट संशय आहे. चीनप्रमाणेच अमेरिकेचा देखील नेपाळमधील हस्तक्षेप २००१ नंतर वाढला आहे. अमेरिकेने माओवादी संघटनेला परकीय दहशतवादी संघटना म्हणून घोषित केले आहे. माओवादी हिंसाचाराचा सामना करण्यासाठी नेपाळी लष्कराला अमेरिकेकडून प्रशिक्षण देण्यात येत आहे. चीन आणि अमेरिका यांचा नेपाळमधील वाढता हस्तक्षेप भारतासाठी चिंतेचा विषय आहे.

शीतयुद्धोत्तर काळ व भारत नेपाळ संबंध :

सार्क शिखर परिषदेचे संमेलन इस्लामाबाद येथे डिसेंबर १९८८ ला भरले. दरम्यानच्या काळात भारत-नेपाळ संबंधात कटुता निर्माण झाली होती. ही कटुता दूर करण्याच्या हेतूने भारताचे पंतप्रधान राजीव गांधी यांनी नेपाळ नरेश वीरेंद्र यांना चहापाण्याचे निमंत्रण दिले पण ते त्यांनी नाकारले. या दोन राष्ट्रातील संबंध सुधारण्याचा प्रयत्न बेनझीर भुट्टो यांनीही केला पण त्यामध्ये त्यांनाही यश आले नाही. नेपाळच्या या वर्तनामुळे उभय राष्ट्रांमधील वाहतूक व व्यापार कराराची मुदत १९८९ ला संपत असल्यामुळे त्यानंतर या दोन्ही क्षेत्रांत भारताने त्यांच्यावर निर्बंध घातले. आंतरराष्ट्रीय कायद्याच्या नियमानुसार नेपाळला भारतातून वाहतुकीसाठी एकच मार्ग उपलब्ध करून द्यावयाचा असल्याने भारताने मात्र दोन मार्ग उपलब्ध करून देताना इतर १५ मार्ग बंद केले. नेपाळच्या आयात-निर्यातीवर जकात कर सुरू करण्यात आला. पेट्रोलियमचे पदार्थ कोळसा, खनिज तेल, औषधे व इतर जीवनावश्यक वस्तू पाठविण्यावर निर्बंध घातले. परिणामी नेपाळमध्ये जीवनावश्यक वस्तूंचा तुटवडा निर्माण झाला. त्याचवेळी त्यांनी भारतीयांविरुद्ध हिंसाचार सुरू केला पण लवकरच त्यांचे जीवन भारताशी निगडित आहे. याची जाणीव नेपाळी जनता व नेते यांना झाली. चीननेही नेपाळने भारताबरोबर सलोख्याचे संबंध ठेवण्याचा सल्ला दिला. उभय राष्ट्रांतील हा तणाव वाटाघाटी करून कमी करण्यासाठी नेपाळच्या विनंतीवरून भारताचे परराष्ट्रमंत्री पी. व्ही. नरसिंहराव काठमांडूला गेले. त्यानंतर उभय राष्ट्रांत बेलग्रेड येथे चर्चा होऊन त्यांच्यातील तणाव निवळण्यास मदत झाली आणि परत या दोन्ही राष्ट्रांतील संबंध सुधारण्यास मदत झाली.

(१०. अ. ५) भूतान-भारत संबंध

भारताच्या उत्तर दिशेला, हिमालयाच्या दक्षिण बाजूला निसर्गरम्य ठिकाणी वसलेला भूतान हा भूवेष्टित देश. संरक्षणासाठी त्याला पूर्णपणे भारतावर अवलंबून राहावे लागते; म्हणजेच भारत किंवा दक्षिण

आशियाच्या सुरक्षिततेसाठी भारताला भूतान महत्त्वाचा आहे आणि त्यादृष्टीनेच भारताचे भूतानबरोबरचे संबंध आहेत असे म्हटल्यास चूक होणार नाही.

स्वातंत्र्यानंतर काही दिवसांतच म्हणजेच ८ ऑगस्ट, १९४९ रोजी भारताने भूतानबरोबर एक मैत्रीचा करार केला. या करारानुसार, भारताच्या मार्गदर्शनानुसार आपले परराष्ट्रीय धोरण ठरविण्याचे भूतानने मान्य केले; तर भूतानच्या अंतर्गत प्रदेशात हस्तक्षेप करणार नाही अशा प्रकारचे वचन भारताने भूतानला दिले. म्हणजेच दोन्ही राष्ट्रांत मैत्रीपूर्ण स्वरूपाचे संबंध प्रस्थापित करण्यात आले. भूतान केवळ परराष्ट्रसंबंध आणि संरक्षण याबाबतच नव्हे तर व्यापार आणि परदेशांशी दळणवळण याबाबतही पूर्णत: भारतावर अवलंबून आहे.

१९५८-५९ मध्ये चीनने तिबेटमधील उठाव चिरडून टाकल्यावर तसेच १९६२ मध्ये भारत-चीन युद्धानंतर भूतानचे भारताशी अतिनिकट स्वरूपाचे संबंध प्रस्थापित झाले. त्यावेळी भारताने भूतानला संरक्षणाची हमी दिली. चीनने भूतानवर जर आक्रमण केले तर ते भारतावरील आक्रमण समजून भूतानला सर्व प्रकारची मदत करण्याचे भारताने मान्य केले. १९६३ मध्ये सुरू झालेल्या कोलंबो तांत्रिक योजनेत भूतानला सभासदत्व मिळवण्याबाबत भारताने भूतानला पाठिंबा दिला आहे. भूतानमधील रस्ते बांधणीच्या कार्यात भारत मदत करतो पण त्यासाठी भारतीय कर्मचारी वर्ग कमीत कमी वापरण्याचे भारताचे धोरण आहे. भूतानला एक स्वतंत्र राष्ट्र म्हणून भारताने मान्यता दिली आहे. १९७१ मध्ये भूतान संयुक्त राष्ट्रांचा सदस्य भारताच्या सहकार्यामुळेच झाला. १९८५ मध्ये भूतान, सार्कचा सदस्य बनल्यापासून भूतानला त्याच्या विकासकार्यात भारताची सर्वतोपरी मदत होत आहे. भूतानच्या पहिल्या दोन आर्थिक पंचवार्षिक योजनांसाठी भारताने मोठ्या प्रमाणात आर्थिक मदत केली आहे. 'छुखा' या भूतानमधील जलविद्युत प्रकल्पास भारताने मोठ्या प्रमाणावर आर्थिक मदत दिली आहे. याचबरोबर भूतानमधील सिमेंट प्रकल्प, रस्ते बांधणी, आकाशवाणी केंद्र इत्यादी प्रकल्पांबरोबरच भारताने भूतानला तांत्रिक मदतही पुरविली आहे. भारत-भूतान यांच्यातील व्यापारी संबंधही अतिशय चांगले आहेत. उदा. भूतानच्या एकूण निर्यातीपैकी जवळजवळ ९० टक्के निर्यात एकट्या भारताला होते, तर भारताकडून जवळजवळ ७८ टक्के आयात भूतानला होते.

१९८० च्या दरम्यान भूतानच्या राजकारणात बदल होऊ लागले; तेथे राजेशाही जोर धरू लागली तर तिच्या विरोधात विविध प्रकारचे दबाव गट उदयास आले, पण भारताने १९४९ च्या करारानुसार तेथे हस्तक्षेप केला नाही.

२००६ मध्ये भूतानचे राजे जिग्मे सिंगई वांगचूक यांनी भारताला भेट दिली; या भेटीदरम्यान उभय राष्ट्रांत काही विषयांवर चर्चा होऊन पुढील विषयाबाबत ठराव करण्यात आले; त्यामध्ये प्रामुख्याने भारताच्या विरोधात चालणाऱ्या कारवायांवर प्रतिबंध करण्यासाठी उपाययोजना करणे, त्यामध्ये ईशान्य भारतातील विप्लववादी संघटनांना चर्चेसाठी बोलवण्यावर भर देण्यात आला. भारताने भूतानमधील लोकशाही बळकटीकरणाच्या प्रयत्नांमधील विकासाबाबत समाधान व्यक्त केले इत्यादी ठरावांचा त्यामध्ये समावेश करण्यात आला.

८ ऑगस्ट १९४९ रोजी भारताने भूतानबरोबर केलेल्या मैत्रीच्या कराराचे नूतनीकरण करून एक अद्ययावत स्वरूपाचा भारत-भूतान दरम्यान मैत्रीचा करार ८ फेब्रुवारी, २००७ ला करण्यात आला. या करारावर भारताच्या वतीने भारताचे परराष्ट्रमंत्री प्रणव मुखर्जी व भूतानच्या वतीने भूतानचे राजे जिग्मे खेसर मानग्याल वांगचूक यांनी सह्या केल्या या करारामध्ये दोन्ही राष्ट्रांनी एकमेकांना संस्कृती, शिक्षण, कीडा, आरोग्य, विज्ञान व तंत्रज्ञान या क्षेत्रांत सहकार्य करावे; आर्थिक संबंध व्यापक करण्यावर उभय राष्ट्रांनी भर द्यावा, जलविद्युत क्षेत्रांत उभय राष्ट्रांनी सहकार्य वाढवावे,या करारानुसार भारत-भूतान संबंधांमधील एका नव्या संबंधाच्या पर्वाला सुरुवात झाली असे म्हटले जाते.

(१०. अ. ६) मालदीव-भारत संबंध

भारताच्या दक्षिण-पश्चिम दिशेला अरबी समुद्र व हिंदी महासागराच्या सीमेवर मालदीव हा देश सुमारे १२०० बेटांचा बनलेला आहे. या देशाचे उत्तर टोक केप कामोरीनच्या नैर्ऋत्येला ३०० मैलांवर येते. हा द्वीपसमूह ५०० मैल लांब व ८० मैल रुंद आहे. या बेटावर एखाद्या परक्या राष्ट्राने लष्करी तळ उभारला तर भारताच्या सुरक्षिततेला तो धोकाच ठरेल; म्हणूनच सुरक्षिततेच्या दृष्टीने या द्वीपसमूहाचे महत्त्व भारतासाठी फारच आहे; अशा या मालदीवबरोबर भारताचे मैत्रीचे संबंध आहेत. १८८७ ते १९६५ या दरम्यान हे बेट इंग्रजांच्या वर्चस्वाखाली होते. ११ नोव्हेंबर, १९६८ रोजी ते स्वतंत्र झाले.

भारत आणि मालदीवचे संबंध १९८८ मध्ये अधिक दृढ झाले. त्यावेळी तेथील एका प्रक्षुब्ध व्यापाऱ्याने श्रीलंकेतील भाडोत्री तमिळी अतिरेक्यांच्या मदतीने मालदीव मधील प्रशासन उलथून टाकण्याचा कट रचला व प्रत्यक्ष हल्ला केला; तेव्हा मालदीवहून लष्करी मदतीची तातडीची मागणी आली. भारताने ताबडतोब विमानाने सैन्य पाठवून तेथील बंड मोडून काढले. शांतता प्रस्थापनेनंतर नोव्हेंबर १९८९ मध्ये भारतीय सैन्याची शेवटची तुकडी मालदीवहून स्वदेशी परत आली, तेव्हापासून मालदीवच्या लष्करी महत्त्वाबद्दल भारतात चर्चा चालू झाली.

खुद्द मालदीव सरकारला आपल्या सुरक्षिततेबद्दल कायम स्वरूपाची यंत्रणा असावी अशा प्रकारची काळजी आहेच. महासत्ता आणि इतर संबंधित सत्तांची त्या देशापुढे प्रलोभने असतातच. मालदीव द्वीपसमूहांपैकी अगदी दक्षिणेला असलेल्या गान बेटांवर ब्रिटिशांनी आधुनिक प्रकारचे विमानतळ बांधले होते. १९६५ मध्ये ते मालदीवच्या हवाली केले. तेथे तळ उभा करावा म्हणून अनेकांचे प्रयत्न चालू आहेत असे तळ म्हणजे भारताला धोका आहे, हे लक्षात घेऊन भारताने तेथील घडामोडींवर सतत लक्ष ठेवायलाच हवे.

मालदीवची सुरक्षितता :

आज जगात दहा लाखांपेक्षा कमी लोकसंख्या असलेली ४४ राष्ट्रे आहेत. त्यांच्या सुरक्षिततेच्या दृष्टीने जी आंतरराष्ट्रीय चळवळ चालू आहे; तिचे नेतृत्व मालदीवचे ५२ वर्षीय अध्यक्ष अब्दुल गयूम यांच्याकडे आहे. ते या देशाच्या प्रमुखपदी १९९३ पासून आहेत. या देशांच्या सुरक्षिततेला परक्या राष्ट्रांकडून धोका निर्माण झाला तर त्यांना मदत करणे ही आपली जबाबदारी आहे, असे आंतरराष्ट्रीय लोकसमुदायाने मानले पाहिजे असा त्यांचा आग्रह आहे; अशा छोट्या देशांवर भाडोत्री सैनिकांच्या सहकार्याने हल्ला झाला किंवा शेजारच्या शत्रूराष्ट्राने आक्रमण केले तर संयुक्त राष्ट्रसंघटनेच्या अखत्यारीत त्यांचा मुकाबला करण्याची व उभारण्याची यंत्रणा तयार करण्याच्या दृष्टीने युनोच्या सरचिटणीसांनी प्रयत्न करावेत; असा ठराव भारताच्या पुढाकाराने मांडला तो संयुक्त राष्ट्रसंघटनेच्या महासमितीने डिसेंबर १९८९ मध्ये एकमताने संमत केला. १९८८ मधील बंडाच्या प्रयत्नानंतर मालदीवला आपल्या असुरक्षिततेची आणि संभाव्य धोक्याची चांगलीच जाणीव झाली; आता तेथील लष्कर दुप्पट करण्यात आले आहे. त्यांच्या हाती अत्याधुनिक शस्त्रे देण्यात आली. महासत्तांच्या गटात सामील न होता तिसऱ्या जगातील एक देश म्हणूनच त्याने राहणे पसंत केले आहे. त्यांच्या ऐन संकटाच्या वेळी भारताने तातडीने लष्करी साहाय्य दिले होते, तरीही भारताशी संरक्षण करारात बांधून घ्यायला मालदीवने नकार दिला आहे, पण परस्परांतील विश्वासावर शिक्कामोर्तब झाले आहे. आता हाच विश्वास अधिक दृढ करावयास हवा, पण मालदीवच्या संस्कृतीची मुळे भारतात नाहीत किंवा तेथे भारतीय वंशाचे लोकही जास्त नाहीत. मालदीवला आपली अस्मिता टिकवून ठेवायची आहे; तसेच आधुनिकीकरण आणि विकास त्वरित घडवून आणावयाचा आहे. अलिप्ततावादी व सार्क अशा दोन संघटनांचे सभासद राहायचे असे त्या देशाने पक्के ठरविले आहे. याच्या माध्यमातूनच मालदीव भारताला सर्वच क्षेत्रांत सहकार्य करत आहे. दक्षिण आशियात 'अण्वस्त्रमुक्त क्षेत्र

असावे' या पाकिस्तानच्या आणि 'हा भाग शांतीक्षेत्र असावा' या नेपाळच्या प्रस्तावाला त्याने पाठिंबा दिला आहे. भारताने मात्र या प्रस्तावांना पाठिंबा दिलेला नाही, पण मतभिन्नतेच्या या स्वातंत्र्याचे स्वागतच करायला हवे. भारताने मालदीवशी १९८० ते १९८३ मध्ये व्यापारी व सांस्कृतिक असे दोन करार केले आहेत; तसेच एकमेकांच्या देशांना भेटी देण्यास व्हिसाची आवश्यकता नसते, पण याहीपेक्षा आणखी प्रगती व्हावयास हवी. मालदीवचे प्रशासन भारताच्या मार्गदर्शनाखाली सुरळीत व शांततेत कार्यरत आहे. मालदीवच्या गरजा भारत पूर्ण करू शकला तर बाहेरच्या सत्तांकडे पाहण्याचे त्याला कारणच राहणार नाही.

(१०. ब) भारत आणि दक्षिण आशिया प्रादेशिक सहकार्य संघटना किंवा सार्क किंवा सार्कमधील भारताची भूमिका

भारतीय उपखंडालाच अलीकडच्या काळात 'दक्षिण आशिया' असे म्हणतात. दक्षिण आशियात भारत, पाकिस्तान, नेपाळ, भूतान, बांगला देश, श्रीलंका, मालदीव या सात राष्ट्रांचा समावेश होतो. या सात राष्ट्रांपैकी भारत हे धर्मनिरपेक्ष राष्ट्र आहे. पाकिस्तान, बांगला देश व मालदीव ही मुस्लिमधर्मीय राष्ट्रे आहेत. श्रीलंका व भूतान ही बौद्धधर्मीय राष्ट्रे आहेत. तर नेपाळ हे हिंदू राष्ट्र आहे. अशा वेगवेगळ्या धर्माची राष्ट्रे असूनही, त्यांनी एकत्र येऊन दक्षिण आशियाच्या सर्वांगीण विकासासाठी १९८५ मध्ये सार्क या क्षेत्रीय संघटनेची स्थापना केली. अलीकडच्या काळात सार्क संघटनेत अफगाणिस्तान हे आठवे सभासद म्हणून सामील झालेले आहे.

सार्कमधील भारताची भूमिका :

विभागीय सहकार्याच्या प्रस्तावाकडे पाहण्याचा भारताचा दृष्टिकोन हा सकारात्मक राहिला आहे. दक्षिण आशिया एक संघटित शक्ती म्हणून पुढे यावा अशी भारताची सुरुवातीपासून इच्छा आहे. युरोपियन महासंघ किंवा आसियानप्रमाणे दक्षिण आशियाई राष्ट्रांची देखील एखादी विभागीय सहकारी संघटना असावी आणि अशा संघटनेच्या माध्यमातून दक्षिण आशियाई राष्ट्रांनी आपला आर्थिक आणि सामाजिक विकास साधावा,असे भारताचे मत होते. पश्चिम युरोपियन राष्ट्रे दुसऱ्या महायुद्धापर्यंत एक-दुसऱ्याशी भांडत होती. युरोपियन महासंघाच्या स्थापनेनंतर पश्चिम युरोपियन राष्ट्रांमधील संघर्षाची जागा सहकार्याने घेतली आणि आज एक व्यापार महासत्ता म्हणून हा संघ नावारूपाला आला आहे. दक्षिण आशियामधून भारत आणि त्याच्या शेजारील राष्ट्रांमध्ये विविध कारणांवरून जे संघर्ष आहेत,ते सोडविण्यासाठी राष्ट्रांमध्ये परस्पर विश्वास निर्माण होणे आवश्यक आहे, असा विश्वास आर्थिक आणि व्यापारी सहकार्यातून निर्माण होऊ शकतो,अशी भारताची भूमिका असल्यामुळे सार्कच्या निर्मितीला भारताने पाठिंबा दिला. हा पाठिंबा देताना भारताच्या काही अटी होत्या. भारताच्या मते दक्षिण आशियाई राष्ट्रांमध्ये आर्थिक आणि व्यापारी सहकार्य वाढवणे हे सार्कचे मुख्य उद्दिष्ट आहे. त्यामुळे या संघटनेचा वापर सदस्य राष्ट्रांमधील संघर्षमय प्रश्नांच्या चर्चेसाठी होऊ नये. सार्कच्या माध्यमातून दक्षिण आशियाई राष्ट्रांमध्ये आर्थिक आणि व्यापारी सहकार्याला चालना मिळाली की,राजकीय प्रश्न सोडविण्यासाठी पोषक परिस्थिती निर्माण होईल,असे भारताचे मत होते. परिणामी दक्षिण आशियाई राष्ट्रांनी परस्परांमधील वादग्रस्त प्रश्न आणि संघर्ष बाजूला सारून आर्थिक आणि व्यापारी पातळीवर सहकार्याला प्राधान्य द्यावे,आर्थिक आणि राजकीय मुद्दे यामध्ये सदस्यराष्ट्रांनी फारकत करावी,असे भारताचे स्पष्ट मत आहे. राजकीय मुद्द्यांमुळे आर्थिक आणि व्यापारी हितसंबंधाच्या पूर्ततेत बाधा निर्माण होता कामा नये.

दक्षिण आशिया उपखंडातील राष्ट्रांच्या तुलनेत सर्वच क्षेत्रांमध्ये भारताचे श्रेष्ठत्व आहे,याची भारताला कल्पना आहे. परिणामी दक्षिण आशियाई विकासाचे उद्दिष्ट भारताच्या पुढाकाराशिवाय शक्य होणार नाही.

दक्षिण आशियात भारताला वडिलबंधूची भूमिका पार पाडावी लागेल,याची जाणीव पंडित नेहरुंपासून ते डॉ. मनमोहन सिंगांपर्यंत सर्वच पंतप्रधानांना आहे. दक्षिण आशियामध्ये श्रीलंका व मालदीव ही दोन राष्ट्रे सोडली तर इतर सर्वच राष्ट्रांशी भारताच्या भौगोलिक सीमा भिडलेल्या आहेत. यातून परस्परावलंबत्वाची भावना दक्षिण आशियाई राष्ट्रांमध्ये विकसित झाली आहे. भारताच्या स्वातंत्र्यापासूनच भारताने दक्षिण आशियाई राष्ट्रांच्या विकासात महत्त्वाची भूमिका बजावली आहे. भारताच्या श्रेष्ठत्वाविषयी दक्षिण आशियाई राष्ट्रांमध्ये भीती निर्माण होऊ नये,यासाठी भारत सुरुवातीपासूनच प्रयत्नशील राहिला आहे. भारताने आपल्या आकारमानाचा,आर्थिक व लष्करी सामर्थ्यांचा फायदा दक्षिण आशियाई राष्ट्रांवर प्रभाव पाडण्यासाठी किंवा त्यांच्या अंतर्गत कारभारात हस्तक्षेप करण्यासाठी कधीही केला नाही, पण भारत जर बलशाली व सुस्थिर झाला तर शेजारील देशांवर त्यांचा विशेष प्रभाव राहील; तसे न झाल्यास सद्य:स्थितीप्रमाणे दक्षिण आशियातील देश इतरांच्या प्रभावाखाली जातील म्हणून भारताच्या राजनीतीवर विशेष स्वरूपाची जबाबदारी आहे.

लष्करी व सत्तेचा समतोल : वास्तविक पाहाता दक्षिण आशियातील सत्तेचा व लष्करी समतोल १९४७ सालापासूनच भारताच्या नेतृत्वाभोवती फिरताना दिसून येतो. याला पाकिस्तानने मात्र वेळोवेळी आव्हान दिलेले दिसते. परंतु, त्यामध्ये पाकला यश मात्र मिळालेले दिसत नाही. १९४७ सालापासूनच भारताचे दक्षिण आशियाई धोरण दोन पातळ्यांवर आखलेले आपणास दिसून येते, एक म्हणजे पाकबरोबरचे संबंध व इतर लहान-लहान राष्ट्रांबरोबरचे संबंध.

१९७० च्या दशकात दक्षिण आशियाई सत्तासमतोलात काही बदल घडून आले. पाकने पुढाकार घेऊन पाकिस्तान-चीन-अमेरिका अशी युती घडवून आणली. त्यामुळे आपल्या सुरक्षिततेसाठी भारताला सोव्हिएत रशियाबरोबर मैत्रीचा करार करावा लागला; दरम्यान १९७१ चे युद्ध घडून आले; या युद्धानंतर बांगला देश स्वतंत्र झाला, भारत-पाकिस्तानमध्ये सिमला करार झाला. या करारानुसार भारताने आपल्या दक्षिण आशियाई धोरणाला मान्यता प्राप्त करून घेतली. या युद्धानंतर भारताला स्थानिक सत्तेचा दर्जा मिळाला, यानंतर भारताने दक्षिण आशियाई प्रश्न द्विपातळीवर सोडविण्याचे मान्य केले. या क्षेत्राबाहेरील सत्तांनी भारताच्या या दर्जाला प्रत्यक्ष-अप्रत्यक्षरीत्या मान्यता दिली.

स्थानिक सत्तेचा दर्जा मिळाल्यानंतर भारताने दक्षिण आशियाच्या सुरक्षिततेची जबाबदारी स्वीकारली. दक्षिण आशियात या क्षेत्राबाहेरील सत्ता हस्तक्षेप करणार नाही आणि केलाच तर त्यांचा भारताच्या नेतृत्वावर काहीही परिणाम होणार नाही. याची खबरदारी इतर राष्ट्रांनी उचलली पाहिजे,तरच भारताला दक्षिण आशियासाठी काहीतरी करता येईल.

१९९० च्या दशकात शीतयुद्धोत्तर काळात भारताने विभागीय सहकार्य आणि ऐक्याच्या जोरावर विशेष जोर दिल्याचे दिसते. शीतयुद्धोत्तर काळातील भारतीय परराष्ट्र धोरणाचे एक महत्त्वाचे उद्दिष्ट म्हणून विभागीय सहकार्याकडे पाहिले जाते. भारतीय परराष्ट्र धोरणाला नवी दिशा प्राप्त करून देणाऱ्या प्रसिद्ध 'गुजराल धोरणा' मध्ये विभागीय सहकार्यावर विशेष भर देण्यात आला आहे. कोणत्याही परतफेडीची अपेक्षा न करता, भारताने आपल्या शेजारील राष्ट्रांना आर्थिक मदत आणि सहकार्य करावे,हे गुजराल धोरणामधील मुख्य सूत्र होते. शेजारील राष्ट्रांच्या अंतर्गत कारभारात हस्तक्षेप न करणे,त्यांच्या स्वातंत्र्य, सार्वभौमत्व आणि भौगोलिक एकात्मतेचा आदर करणे,परस्परसहकार्यातून आर्थिक विकास साधणे, ही गुजराल धोरणामधील विभागीय सहकार्यासंबंधीची काही प्रमुख तत्त्वे आहेत. आशिया खंडात एक विभागीय महासत्ता म्हणून नांवारूपाला येण्यासाठी भारताला आपल्या शेजारील राष्ट्रांचे समर्थन आवश्यक आहे.

भारताकडून लष्करी सामर्थ्यांचा गैरवापर नाही : भारताची भूमिका आपल्या शेजारी राष्ट्रांविषयी

सदैव उदार राहिली आहे व भारताने आपल्या लष्करी सामर्थ्याचा वापर शेजारी राष्ट्रांविरुद्ध करण्याचा प्रयत्न केला नाही किंवा त्या आधारावर त्यांना धमकावले देखील नाही. भारतीय लष्कराने शेजारील राष्ट्रांच्या अंतर्गत कारभारांत केवळ तीनदा हस्तक्षेप केलेला आहे आणि हा हस्तक्षेप त्या राष्ट्रांच्या विनंतीवरून केला आहे. पूर्व पाकिस्तानमध्ये १९७१ आणि श्रीलंकेत १९८७-८९ मध्ये आणि मालदीवमध्ये १९८८ मध्ये. सन १९७१ च्या बांगला देश युद्धामध्ये शेवटचा पर्याय म्हणून भारताला लष्करी हस्तक्षेप करावा लागला. या हस्तक्षेपामध्ये श्रीलंका व मालदीवची भौगालिक एकात्मता, सार्वभौमत्व आणि स्वातंत्र्याचे संरक्षण व्हावे हाच उद्देश होता. या दोन्ही राष्ट्रांनी भारताला लष्करी मदतीची विनंती केली होती. भारताचा श्रीलंकेतील हस्तक्षेप हा भारतातील कोट्यावधी तमिळ लोकांची मने दुखवणारा होता. १९८७-८९ मधील भारतीय लष्कराच्या श्रीलंकेतील कारवाई दरम्यान हजारो तमिळ बंडखोरांना लष्कराने यमसदनास पाठवून श्रीलंकेच्या भौगोलिक एकात्मतेचे संरक्षण केले. एवढेच नव्हे तर,भारताने पाकिस्तानकडून बेकायदेशीरपणे बळकाविल्या गेलेल्या पाकव्याप्त काश्मीरची मुक्ततादेखील लष्करी मार्गाने करण्याचा प्रयत्न केला नाही. भारताचे लष्करी सामर्थ्य पाहता असे करणे भारतासाठी अवघड नव्हते. तथापि, 'युद्ध' आणि 'आक्रमण' हा भारतीय संस्कृतीचा भाग नाही. प्रत्येक प्रश्न शांतता,चर्चा आणि सहकार्याच्या माध्यमातून सोडविला जावा,ही भारताची भूमिका राहिली आहे. भारतामध्ये दहशतवादी हिंसाचार घडवून आणणाऱ्या दहशतवादी संघटनांच्या पाकव्याप्त काश्मीरमधील प्रशिक्षण केंद्राची भारताला पूर्ण कल्पना आहे. ती केंद्रे उद्‌ध्वस्त करण्यासाठी देखील भारताने लष्करी सामर्थ्याचा वापर केला नाही, दक्षिण आशिया विभागामध्ये स्थानिक पोलिसांची भूमिका पार पाडण्याचा भारताचा उद्देश नाही.

सार्कमधील भारताच्या भूमिकेच्या संदर्भात १३ नोव्हेंबर,२००६ रोजी भारताचे पंतप्रधान डॉ. मनमोहन सिंग यांनी जे भाषण केले त्यामधील महत्त्वाचे मुद्दे खालीलप्रमाणे आहेत.

(१) या संघटनेतील कोणत्याही राष्ट्राने दुसऱ्या राष्ट्राविरुद्ध कोणत्याही कारणासाठी आपल्या भूमीचा वापर न करणे किंवा करू न देणे.

(२) दक्षिण आशियातील कोणत्याही राष्ट्राने दहशतवादाला थारा देऊ नये.

(३) दक्षिण आशियाच्या राष्ट्रामधील मुलांना उच्च शिक्षण घेण्यासाठी दक्षिण आशियाई विद्यापीठ स्थापन करण्यावर भर

(४) दक्षिण आशियातील राष्ट्रांची अन्नाची गरज भागविण्यासाठी प्रांतिक स्वरूपाचे अन्नसाठे तयार करण्यावर भारत भर देईल.

(५) दक्षिण आशियातील राष्ट्रांसाठी हवाईसेवा निर्माण करण्यावर भर दिला जाईल.

सार्क संघटनेच्या १४ व्या परिषदेच्या सुरुवातीलाच भारताची सार्कमधील भूमिका स्पष्ट करताना भारताचे पंतप्रधान डॉ. मनमोहन सिंग यांनी दक्षिण आशियातील राष्ट्रांमधून भारतामध्ये येणाऱ्या मालावर भारत कर लावणार नाही. तसेच या राष्ट्रांसाठी भारतीय बाजार खुला केल्याचे त्यांनी स्पष्ट केले.

लघूत्तरी प्रश्न :

(१) भारत - पाकिस्तानातील संघर्ष निर्माण करणारे मुद्दे सांगा.

(२) भारत - पाकिस्तान यांच्यातील युद्धे व करार स्पष्ट करा.

(३) भारत - भूतानसंबंध स्पष्ट करा.

(४) मालदीव - भारतसंबंध थोडक्यात स्पष्ट करा.

(५) शीतयुद्धोत्तर काळातील भारत - नेपाळमधील संबंध सांगा.

(६) भारतातील युद्धे व नेपाळची भूमिका सांगा.

(७) भारत - बांगला देशातील संघर्षाचे मुद्दे सांगा.

(८) श्रीलंकेतील तमिळ समस्या सांगा.

दीर्घोत्तरी प्रश्न :

(१) शीतयुद्धकाळातील भारत - पाकमधीलसंबंध स्पष्ट करा.

(२) शीतयुद्धानंतरचे भारत - पाकिस्तानसंबंध स्पष्ट करा.

(३) भारताची सार्कमधील भूमिका स्पष्ट करा.

(४) भारत - बांगला देश संबंध सविस्तर स्पष्ट करा.

(५) सार्कच्या उद्दिष्टांची व सार्कमधील भारताच्या भूमिकेची चर्चा करा.

(६) भारत - श्रीलंकासंबंध स्पष्ट करा.

प्रकरण ११
भारत आणि आग्नेय आशिया

प्रस्तावना

स्वातंत्र्यानंतर भारताने आपले परराष्ट्र धोरण निर्धारित करताना शीतयुद्धातील अमेरिका व सोव्हिएत रशियाच्या गटात न जाता अलिप्त राहण्याचा निर्णय घेतला व आपले परराष्ट्रीय धोरण आखण्यास सुरुवात केली. त्यामध्ये भारताने अलिप्तता व पंचशील या तत्त्वांना अग्रक्रम दिला; त्याचप्रमाणे आपल्या शेजारील राष्ट्रांबरोबर व जगातील इतर राष्ट्रांबरोबर शांतता, मैत्री व सहकार्याचे संबंध प्रस्थापित करण्यावर भर दिला. आपल्या परराष्ट्रीय धोरणाला अनुसरून दक्षिण-पूर्व आशिया खंडातील राष्ट्रांबरोबर व त्यांनी स्थापन केलेल्या आसियान संघटनेबरोबरही भारताने आपले संबंध प्रस्थापित करण्यावर भर दिलेला आहे. या प्रकरणामध्ये दक्षिण-पूर्व आशिया खंडातील मलेशिया, सिंगापूर, थायलंड, म्यानमार, फिलिपाइन्स आणि इंडोनेशिया या राष्ट्रांबरोबर भारताचे असलेले संबंध सविस्तर स्पष्ट केलेले आहेत. त्याचबरोबर या भागातील राष्ट्रांनी स्थापन केलेली आशियान ही संघटना व भारत यांचेही संबंध स्पष्ट केलेले आहेत.

(११. अ. १) मलेशिया - भारत संबंध

मलेशिया म्हणजेच पूर्वीचा 'मलाया' देश होय. या देशावर ब्रिटिशांचीच सत्ता होती. हा रबराचा देश म्हणूनही ओळखला जातो. येथील रबराच्या मळ्यात काम करण्यासाठी ब्रिटिशांनी आपल्या साम्राज्याच्या काळात भारतामधील तमिळ लोकांना तेथे मोठ्या प्रमाणात नेले. मलाया १९५७ मध्ये ब्रिटिशांच्या गुलामगिरीतून स्वतंत्र झाला. त्यानंतर मलायामधून ही अनेक छोटी-छोटी राष्ट्रे स्वतंत्र झाली. या प्रक्रियेमधून शेवटी मलेशियाची स्थापना १९६३ मध्ये करण्यात आली. इ. स. पूर्वपासून राजनैतिक व सांस्कृतिक संबंध

भारत आणि मलेशिया या दोन्ही देशांमध्ये प्रस्थापित झालेले आहेत. मलेशियातील सामाजिक जीवनावर भारतीय मूल्यांचा महत्त्वपूर्ण प्रभाव पडलेला दिसून येतो. दोन्ही देशांत काही समान मूल्ये आहेत. ती म्हणजे,परिवारिक परंपरा, तसेच राजेशाही पद्धती, मलेशियात तमिळ भाषा महत्त्वपूर्ण आहे. दोन्ही देशांमध्ये राजकीय, आर्थिक, शैक्षणिक व संरक्षण तसेच सांस्कृतिक संबंध आहेत. त्यांनी विशेषत: आर्थिक व वाणिज्यीय संबंधावर विशेष ध्यान देऊन त्यांचा अंगीकार केलेला आहे; दोन्ही देशांमध्ये १९५७ पासून राजनैतिक संबंध प्रस्थापित झालेले आहेत व तेव्हापासून आजपर्यंत उभय राष्ट्रांतर्फे अनेक उच्चस्तरीय नेत्यांचे दौरेही आयोजित केले गेले आहेत.

या दोन्हीही देशांच्या परराष्ट्रधोरणाचे जवळजवळ सारखेच उद्दिष्ट आहे. भारत आणि मलेशिया हे दोन्ही देश नाम किंवा अलिप्त चळवळ राष्ट्रकुल परिषद जी-१५ राष्ट्राची परिषद व जी-७७राष्ट्राची परिषद तसेच संयुक्त राष्ट्रसंघटनेचे सदस्य आहेत. मलेशियाने काश्मीरवर भारताचा हक्क असल्याचे समर्थन केले व प्रदर्शित केले की, या बाबतीत कोणत्याही तिसऱ्या पक्षाच्या मध्यस्थीशिवाय द्विपक्षीय पातळीवर उपाययोजना करणे आवश्यक आहे. एकंदरीत मलेशियामध्ये भारताच्या पाकिस्तानविषयक भूमिकेबाबत सहानुभूती असलेली आपणास दिसून येते.

मलेशिया हे भारतासाठी आसियान संघटनेचे प्रवेशद्वार आहे असे मलेशियाच्या भारतासंदर्भातील महत्त्वाविषयी परराष्ट्रमंत्रालयातील पश्चिम विभागाचे सचिव आर. एस. कल्हा यांनी आपले मत व्यक्त केले आहे. आसियानमधील राष्ट्रे श्रीमंत व सधन आहेत म्हणूनच व्यापार व संयुक्त प्रकल्पाच्या दृष्टीने म्हणजेच आर्थिक परिस्थितीचा विचार करता भारतासाठी ही राष्ट्रे महत्त्वाची ठरतात. भारतामध्ये गुंतवणूक करणाऱ्या राष्ट्रांत मलेशियाचा जगात आठवा क्रमांक लागतो. तर मलेशियातील गुंतवणुकीत भारताचा जगात तेरावा क्रमांक लागतो. भारतामध्ये सध्या जे महामार्गांचे २६ प्रकल्प चालू आहेत, त्यापैकी १३ प्रकल्पांची अंमलबजावणी मलेशियन कंपन्या करीत आहेत. एवढेच नाही तर मलेशियन कंपन्यांना भारतातील खनिज तेल प्रकल्प, ऊर्जा, रेल्वे, मानव साधन संपत्ती, माहिती-तंत्रज्ञान, पर्यावरण, विज्ञान व तंत्रज्ञान इत्यादी क्षेत्रांमध्ये रस किंवा स्वारस्य आहे. त्याचबरोबर मलेशियातील कंपन्या भारतातील महामार्ग, दळणवळण, बंदरविकास, खनिज तेल, पर्यटन या क्षेत्रांत गुंतवणूक करण्यास उत्सुक आहेत. उषा, तागास, टेलिकॉम, मलेशिया जेंटिंग पॉवर होल्डिंग व ऑटोवेझ कन्स्ट्रक्शन या कंपन्यांनी भारतात मोठ्या प्रमाणात गुंतवणूक केली आहे व त्यांची अजूनही मोठ्या प्रमाणात गुंतवणूक करण्याची इच्छा आहे.

गेल्या पाच वर्षांत भारत-मलेशिया यांच्यातील व्यापारात तीन पटीने वाढ झाली आहे. भारत मलेशियाकडून पामतेल, कच्चे खनिज तेल, इलेक्ट्रॉनिक वस्तू, लाकूड, आदींची आयात करतो, तर भारत मलेशियाला प्रामुख्याने कापड, मांस, लोखंडी फर्निचर, रसायने, खाद्यतेल या वस्तू निर्यात करतो.

(११. अ. २) सिंगापूर-भारत संबंध

भारत व सिंगापूर यांचे १४ व्या शतकापासून ऐतिहासिक संबंध प्रस्थापित झालेले आहेत. भारत व दक्षिण-पूर्व आशिया खंडास जोडणारा पुरातन तेमासिक म्हणजेच सिंगापूर हा व्यापारी मार्ग होता. स्टॅमफोर्ड रॅफल या इंग्रज अधिकाऱ्याने १८१९ मध्ये या व्यापारी जलमार्गाचा शोध लावला होता. त्यामुळे या व्यापारी मार्गावर ईस्ट इंडिया कंपनीची सत्ता प्रस्थापित होऊन, तिच्यावर ब्रिटिशांचे १८६७ पर्यंत नियंत्रण व वर्चस्व प्रस्थापित झालेले होते. नंतरच्या कालावधीत या भागात जाण्यासाठी भारत व चीन यांच्यासाठी सिंगापूर हे प्रवेशद्वार मुक्त बंदर म्हणून प्रसिद्ध झाले.

शीतयुद्ध काळात म्हणजेच १९८० मध्ये व्हिएटनामींनी कंबोडियावर आक्रमण करून तेथे आपले

वर्चस्व प्रस्थापित केले व नाम पेन्हमध्ये हेंग सॅमरीन राजवटीने ते ओळखले जाऊ लागले, त्यावेळेस भारताने त्याचे समर्थन केले तर सिंगापूरने या कारवायांना तीव्र विरोध केला. सोव्हिएत रशियाबरोबरील घनिष्ट संबंध, व्हिएटनाम हा सोव्हिएत संघाच्या गटाचा सदस्य व चीनचा प्रतिस्पर्धी तसेच 'सिहनूक रग' की, ज्याचा १९६२ मध्ये भारत-चीन युद्धापासून उदय झाला या घटनांमुळे भारताची वरील भूमिका बनली होती व म्हणूनच भारताने व्हिएटनामच्या कंबोडियावरील आक्रमणाचे समर्थन केले होते. १९७१ मध्ये भारताने सोव्हिएत रशियाबरोबर २५ वर्षे मुदतीचा मैत्री व सहकार्याचा करार केला. सोव्हिएत रशियाच्या विघटनाच्या दरम्यान १९९० च्या मध्यास भारताने सोव्हिएत रशियाबरोबर द्विराष्ट्रीय करार करण्यावर भर दिला होता. या सर्व परिस्थितींचा विचार करून १९९४ मध्ये भारताच्या दौऱ्यावर आलेल्या सिंगापूरच्या पंतप्रधान गोह चोक तोंग यांनी भारताच्या बाजूने अनुकूल मत व्यक्त करून भारताबरोबर स्नेहपूर्वक स्वरूपाचे धोरण अवलंबिले होते. भारतानेही 'पूर्वेकडे पहा' या धोरणाचा अंगीकार केल्याने सिंगापूरने चीनबरोबर संतुलित संबंध प्रस्थापित केले व भारतास दक्षिण-पूर्व आशियाबरोबर तसेच आसियानबरोबर संबंध प्रस्थापित करण्यासाठी मोठ्या प्रमाणात मदत करण्याचे या भेटीदरम्यान आश्वासन दिले होते. सिंगापूरने भारताला दिलेले हे आश्वासन लगेचच म्हणजेच १९९५ मध्ये पूर्ण केलेले दिसून येते. सिंगापूर यांच्या प्रयत्नामुळेच आसियान या संघटनेमध्ये भारताला विभागीय सहकाऱ्याचा दर्जा देण्यात आला.

भारत हा आसियान रिजनल फोरमचा देखील सदस्य आहे व त्यानंतर 'आसियान अधिक तीन' या प्रक्रियेतही तो सामील झाला आहे. सिंगापूरने पर्यटन योजनेच्या आराखड्यासाठी भारतास मोठ्या प्रमाणात मदत केली. भारतानेही सिंगापूरची ही मदत पूर्णपणे काही बाबतीत स्वीकारली. तत्कालीन पंतप्रधान अटलबिहारी वाजपेयी यांनी एप्रिल २००२ मध्ये सिंगापूरला भेट देऊन या संदर्भात सविस्तर बोलणी केली. दोन्ही देशांनी दोन्ही बाजूंनी वेगवेगळ्या पातळीवर परस्परांच्या देशांना अनेक भेटी दिल्या. जानेवारी २००३ मध्ये सिंगापूरचे पंतप्रधान एस. आर. नाथन यांच्या भारतभेटीचाही यात अंतर्भाव होतो. सिंगापूर हे आधुनिक, सुनियंत्रित, स्वच्छ हिरवेगार, बगिच्याचे शहर म्हणून नावाजलेले आहे. याच संदर्भात आंध्रप्रदेशाचे मुख्यमंत्री चंद्राबाबू नायडू यांनी आपण आय. टी. मध्ये यशस्वी ठरलो नसलो तरी आपण विचारांचे वातावरण बदलू शकतो असे मत व्यक्त केले. ज्या वेळेस सिंगापूरला स्वातंत्र्य प्राप्त झाले, त्या वेळेस म्हणजेच १९६५ मध्ये भारत व सिंगापूर यांच्यामध्ये राजनैतिक संबंध प्रस्थापित झाले. सिंगापूर हा भारताप्रमाणेच अलिप्तता चळवळीचा, जी-७७ कॉमनवेल्थचा सभासद आहे.

२००१ मध्ये भारत हा सिंगापूरचा १५ वा व्यापार सहकारी देश बनला आहे, तर सिंगापूर हा भारतात आठवा गुंतवणूक करणारा जागतिक पातळीवरील देश आहे. सिंगापूरने भारतात २००१ मध्ये जवळजवळ २ दशलक्ष डॉलरची गुंतवणूक केली होती; दोन्ही देशांनी २००४ च्या मध्यात उभयपक्षी सर्वसमावेशक आर्थिक सहकार्य करार करण्याबाबत बोलणी केली. त्याचबरोबर आसियान व भारत यांच्या दरम्यान आसियान-भारत मुक्त व्यापार करारासंदर्भात चर्चा करण्यात आली. भारताने आसियानच्या बरोबर मैत्री कराराबाबत तसेच आसियान बरोबर प्रारंभिक करार करण्यात अनुकूलता दर्शविली, तसेच ऑक्टोबर २००३ मध्ये येथे झालेल्या ९ व्या आसियान परिषदेत आसियान-भारत मुक्त व्यापार कराराबाबत बोलणी सुरू केली.

वर्तमान स्थितीत भारताने सिंगापूरचे पुढील संयुक्त प्रकल्प हाती घेतले आहेत. उदा. सिया टाटा एव्हिएशन कंपनी एस. आय. ए. बंगलोर, हाय टेक्नॉलॉजी पार्क की, ज्यासाठी सिंगापूरने मोठ्या प्रमाणात खर्च केलेला आहे. १९९३ मध्ये उभयपक्षी करार करून 'लोन इंडियन कल्चरल आर्टिफॅक्टस' हे सिंगापूर म्युझियमसाठी केले. आजच्या परिस्थितीत जवळजवळ ३०० भारतीय कंपन्या सिंगापूरमध्ये वेगवेगळ्या

कामात कार्यरत आहेत. भवन इंडियन सेंट्रल स्कूल हे ३००० सिंगापूरस्थित भारतीय मुलांसाठी स्थापन केली आहे. विज्ञान,तंत्रज्ञान,दहशतवादास विरोध, सिंगापूरमधील उच्च दर्जाच्या सेवा, आयोगासाठी प्रशिक्षण, शैक्षणिक क्षेत्रात इंडियन इन्स्टिट्यूट ऑफ टेक्नॉलॉजिची सिंगापूरमध्ये शाखा सुरू करणे, यासारख्या योजना हाती घेण्यात आलेल्या आहेत. सिंगापूरमधील कंपन्यांनी बांधकाम प्रकल्पाअंतर्गत हैदराबाद येथे नवीन शहर गृहबांधणी प्रकल्प, मुंबई येथे गोदाम प्रकल्प, चेन्नई येथे आय. टी. पार्क यांसारखे प्रकल्प हाती घेतले आहेत इतर विकसनशील देशांना प्रशिक्षण देण्यासाठी दोन्ही देशांनी सहकार्य करण्यावर भर दिला. जून २००२ मध्ये वायुसेवा कराराद्वारे एस. आय. ए. भारतामध्ये अधिक उड्डाण करू शकेल असे ठरविले गेले, इतर करारांमधून दोन्ही बाजूंनी घेण्यात येणारे कर रद्द करणे सामान्य आर्थिक सहकार्य, बंदरांचा विकास, पर्यटन, खासगी क्षेत्र यात सहकार्य, सिव्हिल एव्हिएशन इन्फॉर्मेशन टेक्नॉलॉजी यासाठी सहकार्य केले आहे. ऑक्टोबर २००२ मध्ये नेटवर्क इंडिया ही संस्था मुंबईमध्ये स्थापन करण्यात आली. याद्वारे जनतेसाठी गृहप्रकल्प, नागरी पुनर्विकास, विमानतळ व्यवस्थापन, समुदायाच्या स्थलांतरात वाढ करण्यासाठी सिंगापूर येथील तज्ज्ञांना बोलावण्यात येणार आहे. हैदराबादमध्ये सिंगापूर येथील कंपन्यांनी गृहबांधणी प्रकल्प सुरू केले तर चेन्नईमध्ये आय. टी. पार्क बांधले.

भारत-सिंगापूर सहकार्याच्या संदर्भात संयुक्त कामकाज करणारा गट स्थापण्याचे ठरविण्यात आले. भारतीय नौसेनेने आसियान नौसेनेबरोबर समुद्रकिनाऱ्याच्या संरक्षणासाठी 'मिलन' या नावाने संयुक्त कवायती सुरू केल्या. १९९१ पासून आसियान नौदलाने भारताच्या पोर्टब्लेअर आणि विशाखापट्टणम् येथील बंदरांना भेटी देण्यास सुरुवात केली आहे. बंगालच्या उपसागरात भारत व सिंगापूर यांच्या संयुक्त नौदल कवायती अनेक वर्षांपासून आयोजित केल्या जातात; ऑक्टोबर २००३ मध्ये सिंगापूरचे परराष्ट्रमंत्री रिअर ॲडमिरल टिओची हिअन यांनी भारतास भेट दिली. त्यावेळी भारताचे परराष्ट्रमंत्री जॉर्ज फर्नांडिस यांच्याबरोबर त्यांनी संरक्षण सहकार्य करारावर सह्या केल्या. सिंगापूरने भारताची दक्षिण-आशियाई राष्ट्रांतील संतुलित भूमिका मान्य केलेली आहे. भारताने विकासासाठी सिंगापूरची आर्थिक भूमिका मान्य केलेली आहे. पंतप्रधान गोह चोक तोंग यांनी सिंगापूर भारतास विकास प्रकल्पांतर्गत एक दशलक्ष डॉलर फंड किंवा निधी देणार असल्याचे घोषित केले. सिंगापूरने भारताची अणुशक्ती, अंतराळातील संशोधन विकास कार्य, आर्थिक विकास वाढीमागील सातत्य, दक्षिण-आशियाई राष्ट्रातील भारताची महत्त्वपूर्ण क्षेत्रीय भूमिका पाहून तशी आपल्या देशाची प्रतिमा करण्याची कल्पना केलेली आहे.

आर्थिक व व्यावसायिक क्षेत्रातील संबंधः

आसियानमध्ये सिंगापूर हा भारतातील सर्वात मोठा गुंतवणूक भागीदार देश आहे. आजच्या काळात दोन्ही देशांमध्ये व्यापार व गुंतवणूक क्षेत्रामध्ये मोठ्या प्रमाणात विकास झालेला दिसून येतो. भारताने संरक्षण योजनेच्या पायाभूत घटकांसाठी गुंतवणूक तंत्रज्ञान, कौशल्य, निर्यात बाजारपेठ यादृष्टीने लक्ष्य घातलेले आहे, तर सिंगापूर हा अधिक भांडवलाच्या आधारावर व संरक्षण योजनेच्या विकासासाठी भारतात व भारतातील कंपन्याबरोबर उपयुक्त भागीदार आज व भविष्यातही ठरणार आहे.

२००२ मध्ये पंतप्रधान अटलबिहारी वाजपेयी यांनी सिंगापूरला भेट दिली; या भेटीच्या दरम्यान भारत-सिंगापूर 'संयुक्त अभ्यास गट' स्थापन करून 'सर्वसमावेशक आर्थिक सहकार्य करार'केला. एप्रिल २००३ मध्ये सिंगापूरचे पंतप्रधान गोह चोक तोंग यांच्या भारतभेटीच्या दरम्यान संयुक्त अभ्यास गटाने अहवाल सादर केला दोन्ही देशाच्या वाणिज्य मंत्रालयाची 'निर्णायक टीम' स्थापन केली गेली. या टीमच्या जानेवारी २००८ पर्यंत चर्चेच्या एकूण तेरा फेऱ्या झाल्या आहेत.

व्यापाराचा संदर्भात विचार केल्यास २००३ मध्ये भारताकडून सिंगापूरला निर्यात केल्या जाणाऱ्या

मालामध्ये क्रूड पेट्रोलियम, रिफाईंड, मोटार, स्पिरीट, पेट्रोलियम ऑईल, दागिन्यांसाठी पॉलिश, डायमंडस अॅल्युमिनियम शीटस्, अॅसिड, घरगुती वापराच्या वस्तु, ट्रक, टायर, डिझेल यासारख्या वस्तू निर्यात केल्या जातात हे प्रमाण जवळजवळ ६५ ते ७० टक्क्यांच्या आसपास आहे, तर सिंगापूरकडून भारताला पुढील वस्तू आल्या किंवा आयात केल्या गेल्या. त्यामध्ये सेल्युलर फोन, सीडी, रोम्स, शिवन मशीन, बॉल बेअरिंग, लोह व पोलादाच्या वस्तू, वैद्यकीय साधने, सिगारेट, इलेक्ट्रिक मशिनचे भाग ही भारताची आयात जवळजवळ ६० ते ६५ टक्क्याच्या आसपास आहे.

(११. अ. ३) थायलंड-भारत संबंध

स्वातंत्र्यानंतर ते १९९१ पर्यंत उभय राष्ट्रातील संबंध कसे होते, याचा उल्लेख कोठेही सापडत नाही. सुरुवातीच्या काळात विशिष्ट कारणामुळे भारताचेही या क्षेत्रातील देशांकडे दुर्लक्ष झालेले दिसून येते. या दोन्हीही देशांच्या परराष्ट्रधोरणाचे जवळजवळ सारखेच उद्दिष्ट आहे. भारत आणि थायलंड हे दोन्ही देश नाम किंवा अलिप्त चळवळ, राष्ट्रकुल परिषद, जी-१५ राष्ट्राची परिषद व जी-७७राष्ट्राची परिषद, तसेच संयुक्त राष्ट्रसंघटनेचे सदस्य आहेत, परंतु अलीकडच्या काळात उभय राष्ट्रे सर्वच क्षेत्रांत एकत्र येताना दिसून येत आहेत.

९ ऑक्टोबर, २००३ रोजी भारत आणि थायलंड यांच्या दरम्यान मुक्त व्यापार क्षेत्राबाबत करार करण्यात आला. हा करार दोन्ही देशांच्या वाणिज्य मंत्र्यामध्ये झाला. २०१० पर्यंत या कराराचा कालवधी ठेवण्यात आला. फळे, वेगवेगळ्या प्रकारचे दागिने, एअर किंवा व्हॅक्यूम पंपचे भाग, कॉम्प्रेसर पंखे, रेफ्रिजरेटर, मशीनरी,मनगटी घडयाळे, बेअरिंग, टी. व्ही. पिक्चर्स यांचा समावेश आहे. दोन्ही देशात ऑगस्ट १९९१ पासून नवीन औद्योगिक धोरणांचा स्वीकार करण्यात आला. ऑगस्ट १९९१ ते मार्च २००७ या दरम्यान दोन्ही देशांमध्ये सहकार्याच्या तत्त्वांवर गुंतवणूक करण्यात आली. थायलंडमध्ये आदित्य बिर्ला समूह, टाटा समूह, टाटा मापटर्स, बडोदा इंडस्ट्रीज, डाबर फार्मसी, उषा मार्टिन इत्यादीने मोठ्या प्रमाणात गुंतवणूक केली. भारत आणि थायलंड चेंबर ऑफ कॉमर्सने थायलंडमध्ये माहिती तंत्रज्ञान क्षेत्रात, वैद्यकीय, प्रसाधने, डेअरी विकास व उत्पादन, अवकाश तंत्रज्ञान, यांत्रिकी साधनांचे उत्पादन, औषधपुरवठा, ट्रान्सपोर्ट यामध्ये गुंतवणुक केली आहे. १९७३ पासून भारत ओव्हरसीज बँक थायलंडमध्ये कार्यरत आहे. जानेवारी १९९७ मध्ये क्रंग थायी बँक मुंबईमध्ये स्थापन करण्यात आली. बँक ऑफ बडोदाने ऑगस्ट २००५ मध्ये थायलंडमध्ये प्रातिनिधिक स्वरूपाचे कार्यालय सुरू केले.

आर्थिक क्षेत्रातील करार :

थायलंड व भारत यांच्या दरम्यान उभयपक्षी आर्थिक क्षेत्रातील करार खालील स्वरूपाचे व वेगवेगळ्या काळात करण्यात आलेले आहेत की, ज्यामुळे उभय राष्ट्रे आर्थिक क्षेत्रात एकमेकांच्या जवळ येण्यास मदत झाली. यांच्यामधील काही करार पुढीलप्रमाणे १९६८-उभयपक्षी व्यापार करार, १९६९-एअर सर्व्हिसेस अॅग्रीमेन्ट बोर्ड ऑफ इन्व्हेस्टमेंट थायलंड व इन्व्हेस्टमेंट प्रमोशन बोर्ड भारत याच्यामधील सहकार्य करार, जुलै २००३-उभयपक्षी गुंतवणूक प्रमोशन व प्रोटेक्शन अॅग्रीमेंट, २००१-इन्फॉर्मेशन टेक्नॉलॉजी अॅण्ड सर्व्हिसेस सहकार्य विज्ञान व तंत्रज्ञान तसेच पर्यावरणाविषयक सहकार्य करार, १ फेब्रुवारी, २००२ रोजी अणुस्फोट व अंतराळ विज्ञान याबाबत सहकार्य संबंधित करार, ९ ऑक्टेंबर, २००३ रोजी मुक्त व्यापार क्षेत्राच्या चौकट संबंधित करार, ९ ऑक्टोबर २००३ रोजी पर्यटन विषयक सहकार्य करार, ९ ऑक्टोबर २००३ रोजी जैव तंत्रज्ञान क्षेत्रासंबंधित सहकार्यविषयक करार.

आयात-निर्यात :

भारताद्वारे थायलंडला निर्यात केल्या जाणाऱ्या वस्तू २००४-०५ मध्ये वेगवेगळ्या प्रकारची रत्ने, वेगवेगळ्या प्रकारचे दागिने, निर्यातीत वाढ, त्याचे जवळजवळ ३४. २७ टक्के एवढे प्रमाण होते. याशिवाय स्टील व ऑईल मिल्स ५. ५८ टक्के, औषधे फार्माक्युट्स फाईन केमिकल्स ५. ५७टक्के, मशिनरी व साधने ५. २८टक्के, इनऑरगॉनिक ४. ३ टक्के, ट्रान्सफोर्ट साधने २. ४३टक्के.

भारताद्वारे थायलंडकडून आयात केल्या जाणाऱ्या वस्तू २००४-०५ मध्ये पुढीलप्रमाणे होत्या- इलेक्ट्रॉनिक वस्तू १८. ७८ टक्के, मशिनरी एक्सेप्ट इलेक्ट्रिकल्स १०. ६७ टक्के, प्लॅस्टिक मटेरियल्स ५. ५१ टक्के, ट्रान्सपोर्ट साधने ७. २९ टक्के इ. थायलंडमध्ये भारताची गुंतवणूक मोठ्या प्रमाणावर आहे. रेऑन फायबर द स्टीलं वायर्स ॲण्ड रॉडर्स पेपर, ग्रेड पल्स केमिकल्स औषधे व फार्माक्युटिक्स नायलॉन टायर, कॉड रिअल इस्टेट यांचा सहभाग आहे.

१३ व १४ वरी २००३ रोजी भारत व थायलंड संयुक्त कमिशनची चौथी बैठक नवी दिल्ली येथे झाली, या बैठकीत उभयपक्षी व्यापार, करार, दुहेरी कर रद्द करणे, वायू सेवा करार, बोर्ड ऑफ इन्व्हेस्टमेंट ऑफ थायलंड बरोबर सहकार्याविषयक करार, परकीय गुंतवणूक वृद्धी विभाग एफ. टी. ए. बाबतच्या कराराची चौकट ऑक्टोबर २००३.

(११. अ. ४) म्यानमार-भारत संबंध

म्यानमारचे पूर्वीचे नांव म्हणजे 'ब्रह्मदेश' होय. प्राचीन काळापासून भारताचे म्यानमारशी जवळचे संबंध आहेत. भारतातील बौद्ध धर्माचा प्रचार तेथे झाला आणि तोच सध्या तेथील जनतेचा धर्म बनलेला आहे. त्यांच्या समाजजीवनावर बौद्ध धर्माचा पर्यायाने भारतीय संस्कृतीचा जबरदस्त प्रभाव आहे. म्हणजेच म्यानमार या देशाचा तो राष्ट्रीय धर्म आहे.

म्यानमारची जवळजवळ ८०० मैलाची सीमा भारताच्या पूर्व सीमेशी जोडलेली आहे. १९२६ ते १९४६ या काळात ब्रिटिशांनी म्यानमार हा देश जिंकून घेतला. ब्रिटिश राजवटीच्या काळात भारतीय व्यापारी आणि सावकार यांनी तेथे आपले बस्तान बसविले. म्यानमारच्या जनतेची त्यांनी मोठ्या प्रमाणात लुबाडणूक केली. यामुळे भारताविरूद्ध म्यानमारच्या जनतेमध्ये असंतोष निर्माण झाला. भारतीय लोकांविरूद्ध तेथे उठाव झाला. परिणामी, ब्रिटिश सरकारने भारतापासून म्यानमार हा देश वेगळा करून साम्राज्यांतर्गत असा तो स्वतंत्र भाग बनविला.

द्वितीय महायुद्धाच्या काळात जपानच्या सहकार्याने म्यानमारने १९४३ साली आपण स्वतंत्र झाल्याचे घोषित केले; पण महायुद्धाच्या शेवटी जपानचा पराभव झाल्याने म्यानमार पुन्हा ब्रिटिशांच्या ताब्यात आला. ब्रिटिशांनी म्यानमारला वसाहतीचे स्वराज्य देण्याचे मान्य केले पण म्यानमारने ब्रिटिशांची ती योजना फेटाळून संपूर्ण स्वराज्यासाठी ऑग-सान यांच्या नेतृत्वाखाली आंदोलन सुरू केले. या आंदोलनाला भारताकडून मोठ्या प्रमाणात प्रेरणा मिळाली होती. या आंदोलनाच्या परिणामातून अखेर ४ जानेवारी १९४८ रोजी म्यानमार स्वतंत्र झाला. म्यानमारचे पहिले पंतप्रधान ऊन यांनी शपथ घेतली त्याचवेळी भारताचे म्यानमारबरोबर मित्रत्वाचे संबंध राहतील असे त्यावेळचे भारतीय पंतप्रधान पंडित नेहरूंनी स्पष्ट केले. म्यानमारच्या स्वातंत्र्यानंतर लगेचच सरकारला तेथील विरोधी गट व साम्यवादी गट यांनी एकत्र येऊन आव्हान दिले. या आव्हानाला यशस्वी तोंड देण्यासाठी म्यानमार सरकारच्या विनंतीवरून भारताने त्यांना त्यावेळी सर्वांगीण मदत दिली होती.

सुरुवातीपासून म्यानमरने भारताशी त्याचप्रमाणे चीनशी मैत्रीचे संबंध ठेवले. भारताप्रमाणेच म्यानमारनेही

स्वातंत्र्यानंतर अलिप्ततावादी धोरण स्वीकारले तसेच अनेक आंतरराष्ट्रीय प्रश्नावर भारताशी त्याने सहकार्य केले. अर्थात, म्यानमारमध्ये स्थायिक झालेल्या भारतीयांच्या प्रश्नांवरून मात्र या दोन देशातील संबंधात तणाव निर्माण झाला. तेथे स्थायिक झालेल्या भारतीयांना सुरुवातीपासून वाईट वागणूक मिळाली. शासकीय अधिकाऱ्यांकडून त्यांना निर्दयतेने वागविण्यात आले. त्यांची मालमत्ता जप्त करण्यात आली आणि भारतीय व्यापारी आणि सावकार यांना भारतात परत येणे भाग पाडण्यात आले. तेथील भारतीय बँकांचेही राष्ट्रीयीकरण करण्यात आले. हा वादाचा मुद्दा उभय राष्ट्रांत असूनही भारताने मात्र त्या देशांशी मैत्रीपूर्ण संबंध टिकविण्याचा सतत प्रयत्न केला आणि म्यानमारला शैक्षणिक, तांत्रिक आणि आर्थिक क्षेत्रात शक्य तेवढी मदत दिली.

उभय राष्ट्रांची आर्थिक परिस्थिती सुधारण्यासाठी या दोन राष्ट्रांनी आपापसात २९ सप्टेंबर, १९५१ रोजी व्यापारी करार केला. मार्च १९५३ मध्ये उभय राष्ट्रांच्या नेत्यांनी आपल्या सीमा प्रदेशांचा एकत्र पाहणी दौरा केला. साम्यवादी चीनची म्यानमारला नेहमीच भीती वाटत होती, साम्यवादी चीनपासून निर्माण होणारे धोके व चीनमधून म्यानमारमध्ये होणारी घुसखोरी रोखण्यासाठी भारताने म्यानमारला मोठ्या प्रमाणात मदत केलेली दिसून येते.

मार्च १९६२ मध्ये म्यानमारमध्ये रक्तविहीन सत्तांतर होऊन जनरल नेविन यांनी म्यानमारची सत्ता आपल्या हातात घेतली. याच काळात भारत-चीन संबंधात कटुता निर्माण झाली होती. त्यामुळे म्यानमारशी सलोखा टिकवून ठेवणे भारतासाठी गरजेचे असल्याने तेथील नव्या राजवटीला भारताने लगेच मान्यता दिली. १९६४ मधील सप्टेंबर महिन्यात भारतीय परराष्ट्रमंत्री स्वर्णसिंग यांनी म्यानमारला भेट देवून उभय राष्ट्रातील संबंध चांगले कसे होतील हे पाहण्याचा प्रयत्न केलेला आहे. म्यानमारचे प्रमुख जनरल नेविन यांनी फेब्रुवारी १९६५ ला भारताला भेट दिली. अगदी त्याचवेळी म्यानमार-चीन संबंधात वितुष्ट येवून त्यांच्यात तणाव निर्माण झाला होता. म्हणून भारताबरोबरचे संबंध मजबूत करण्याची गरज म्यानमारपुढे निर्माण झाली होती. या भेटीदरम्यान त्यांनी भारताबरोबर व्यापारी करार केला, त्या करारानुसार उभय राष्ट्रामध्ये जवळजवळ १०० ते १५० दशलक्ष रुपयांचा व्यापार करण्याची उभयतांची योजना होती.

उभय राष्ट्रात वादाचा असलेला एकमेव मुद्दा म्हणजे सीमानिर्धारण होय; सीमा प्रदेशातून नागा व मिझो बंडखोर भारतीय सुरक्षिततेला आव्हान देऊन म्यानमारमध्ये पळून जातात. यावर तोडगा काढण्यासाठी उभय राष्ट्रांनी संयुक्त सीमा सुरक्षा व्यवस्था निर्माण करण्यावर भर दिला आहे. नागा व मिझो बंडखोरांना म्यानमार भूमीचा उपयोग करू दिला जाणार नाही अशा प्रकारचे आश्वासन ब्रह्मदेशाने भारताला दिले आहे. यासाठी गतिमान हालचाली करण्यासाठी १९६७ मध्ये उभय राष्ट्रांमध्ये सीमाकरार होऊन जवळजवळ ८०० मैलांची सीमा निर्धारित करण्यासाठी संयुक्त समिती स्थापन करण्यात आली अशा प्रकारच्या सहकार्यामधूनच उभय राष्ट्रातील व्यापारी व आर्थिक सहकार्य वाढत गेले.

म्यानमारमध्ये गेलेले भारतीय व्यापारी तेथेच स्थायिक झाले होते. त्यांच्या नागरिकत्वाचा प्रश्नही उभय राष्ट्रांनी अगदी सामोपचाराने सोडविलेला आहे. १९६९ मध्ये भारताच्या पंतप्रधान श्रीमती इंदिरा गांधी म्यानमारच्या भेटीवर गेल्या असताना उभय नेत्यात भारतीय नागरिकांच्या नागरिकत्वाचा प्रश्न चर्चेसाठी पुढे आला. त्यावेळी जवळजवळ ६० हजार परकीय नागरिकांना म्यानमारने आपल्या देशाचे नागरिकत्व दिले. १९८० च्या दरम्यान भारताने ब्रम्हदेशांच्या जवळजवळ २१ नव्या प्रकल्पांना मदत करण्याचे आश्वासन देऊन ते पूर्ण केलेले दिसते.

गेली कित्येक वर्षे नेविन यांचे लष्करी हुकूमशाही पद्धतीचे सरकार म्यानमारमध्ये सत्तेवर होते. या काळात म्यानमारने आपला जगाशी संपर्क फारसा ठेवला नव्हता. त्या देशाने जणू स्वत:ला आपल्या कोषात बंदिस्त करून घेतले. भारताशीही पाहिजे तेवढेच संबंध या देशाने ठेवले होते, पण याचा परिणाम

म्यानमारची अर्थव्यवस्था ढासळण्यात झाला तसेच तिथे मोठ्या प्रमाणात मानवी स्वातंत्र्याचीही गळचेपी होत होती. अलीकडेच याविरुद्ध तेथील तरुणांनी उठाव केला. लोकशाही पद्धतीची आणि निवडणुकांची मागणी केली. याचे नेतृत्व आंग-स्यॅग-सु की या महिलेने केले. सरकारने हा उठाव मोडून काढण्याचा प्रयत्न केला. पण अखेर त्याला निवडणुकांची मागणी मान्य करावी लागली व १९९० मध्ये तेथे सार्वत्रिक निवडणूक झाली. या निवडणुकीच्या दरम्यान देशाच्या सुरक्षेच्या कारणावरून आंग-सॅग-सु की यांच्याबरोबरच इतर पक्ष्यांच्या अनेक नेत्यांना त्यांनी स्थानबद्ध केले त्यानंतर परत एकदा तेथील हुकूमशाही प्रबळ झाली. आंग-सॅग-सू की यांनी आपला लोकशाहीचा लढा अगदी शांततेच्या मार्गाने चालूच ठेवला. त्यांना या कार्याबद्दल १९९१ मध्ये शांततेचे नोबेल पारितोषिकही मिळालेले आहे. त्यानंतर मात्र नेविनच्या लष्करी हुकूमशाहीवर जागतिक दबाव वाढू लागला. त्या दबावामुळेच स्थानबद्धतेतून १९९५ ला आंग-सॅग-सू की ची मुक्तता या लष्करी प्रशासनाला करावी लागली. परंतु त्यांच्या नॅशनल लिग फ्रॉम डेमॉक्रॉसी या पक्षावर मात्र सरकारने बंदी घातली, तरीही सरकारच्या कारवाईला न घाबरता आंग-सॅग-सू कीने आपले शांततामय रीतीने आंदोलन चालूच ठेवले या दरम्यान म्यानमारसाठी प्रजासत्ताक राज्यघटना त्यांनी तयार केली.

नोव्हेंबर १९९६ पासून म्यानमारमधील जनतेचा लष्कराबरोबरचा संघर्ष गतिमान झाला. ऑगस्ट १९९० मध्ये निवडून आलेल्या संसद सदस्यांची आंग-सॅग-सू की यांनी लोकसंसद स्थापन केली; परंतु अल्पावधीतच लष्करी हुकूमशाहीने संसद सदस्यांना अटक करण्याचे सत्र सुरू केले.

जनरल नेविन यांच्या लष्करी हुकूमशाहीला भारताने विरोध ही केलेला नाही तसेच लोकशाही मार्गाने म्यानमारच्या हक्कासाठी लढणाऱ्या आंग-सॅग-सू की यांना व त्यांच्या चळवळीला पाठिंबाही दिलेला आहे. म्हणजेच म्यानमारमध्ये निर्माण झालेल्या अस्थिर परिस्थितीबाबत विशिष्ट प्रकारची भूमिका भारत घेताना दिसत नाही तर यापासून भारताने स्वत:ला अलिप्त ठेवले आहे. थोडक्यात, म्यानमारबाबतचे भारताचे धोरण गुंतागुंतीचे आहे. या स्वरूपाचे म्यानमारबाबतचे भारताचे धोरण असण्याची काही कारणे आहेत. त्यामध्ये -

(१) म्यानमार म्हणजे पूर्वीचा ब्रह्मदेश हा ब्रिटिश राजवटीत भारताशी जोडलेला होता. त्यामुळे दोन्ही देशातील आर्थिक, सांस्कृतिक आणि ऐतिहासिक संबंध घट्ट स्वरूपाचे आहेत.

(२) पूर्वेकडील देशांशी अधिक चांगले संबंध करण्याचे 'लुक ईस्ट धोरण' भारताने अवलंबले आहे. त्यामध्ये म्यानमार हा महत्त्वाचा देश आहे. मुख्य म्हणजे वायू, तेल आणि अन्य नैसर्गिक साधनसंपत्तीसाठी तो एक पर्याय आहे.

(३) म्यानमार हा भारताचा सख्खा शेजारी आहे. अरुणाचल प्रदेश, नागालँड, मणिपूर आणि मिझोराम या आपल्या राज्यांच्या सीमा म्यानमारला भिडल्या आहेत. या राज्यांतील अतिरेकी संघटना शस्त्रास्त्रांच्या तस्करीसाठी, प्रशिक्षण तळासाठी या सीमेचा वापर करतात. त्या रोखण्यासाठी आपणास म्यानमार सरकारची मदत हवी असते.

(४) चीनचा मुद्दाही याठिकाणी महत्त्वाचा आहे. तो म्यानमारबरोबर जवळीकता निर्माण करीत आहे. म्यानमार चीनच्या प्रभावाखाली जाणे भारताच्या हिताचे नाही.

हे सारे लक्षात घेऊन भारताने म्यानमारच्या लष्करी सरकारशी चांगले संबंध ठेवले आहेत, अशाही परिस्थितीत भारताने म्यानमारबरोबर व्यापारी व आर्थिक संबंध मात्र चालूच ठेवलेले आहेत. अलीकडच्या काळात म्हणजेच २७ जुलै, २००४ ला भारताने म्यानमारच्या दळणवळण सुविधेसाठी करार करून जवळजवळ साडेपाच कोटी डॉलरचे कर्ज म्यानमारला दिलेले आहे. तसेच उभय राष्ट्रांतील व्यापारी संबंधातही वाढ झालेली दिसून येते.

(११. अ. ५) फिलिपाईन्स-भारत संबंध

स्वातंत्र्यानंतर ते १९९१ पर्यंत उभय राष्ट्रातील संबंधात किरकोळ स्वरूपाचे झालेले करार सोडले तर जास्त प्रमाणात विकसित झाल्याचा उल्लेख सापडत नाही. सुरुवातीच्या काळात विशिष्ट कारणांमुळे भारताचेही या क्षेत्रातील देशांकडे दुर्लक्ष झालेले दिसून येते. या दोन्हीही देशांच्या परराष्ट्रधोरणाचे जवळजवळ सारखेच काही उद्दिष्टे आहेत. भारत आणि फिलीपाइन्स हे दोन्ही देश नाम किंवा अलिप्त चळवळ, राष्ट्रकुल परिषद, जी-१५ राष्ट्राची परिषद व जी-७७ राष्ट्राची परिषद, तसेच संयुक्त राष्ट्रसंघटनेचे सदस्य आहेत. परंतु अलीकडच्या काळात उभय राष्ट्रे सर्वच क्षेत्रांत एकत्र येताना दिसून येत आहेत.

भारत आणि फिलीपाईन्स ही दोन्ही राष्ट्रे बरीच वर्षे गुलामगिरीत होती. या दोन्हीही राष्ट्रांनी वसाहतवादाविरुद्ध म्हणजेच गुलामगिरीतून मुक्त होण्यासाठी संघर्ष केला होता. स्वातंत्र्यानंतर पंडित नेहरूंजींच्या आशियावादी दृष्टिकोनाचा स्वीकार फिलीपाईन्सने केला होता. स्वातंत्र्यानंतर लगेचच १९४९ मध्ये भारत आणि फिलीपाईन्समध्ये राजकीय संबंध प्रस्थापित झाले होते, तसेच अनेक क्षेत्रांमध्ये करार व समझोते केले गेले होते त्यातील काही महत्त्वाचे करार पुढीलप्रमाणे आहेत. १९४९ हवाई सेनेबाबत झालेला करार, १९६९ सांस्कृतिक स्वरूपाचा झालेला करार, १९६९ अणुऊर्जा शांततामय कार्यासाठी पूर्ण उपयोग करण्याचा करार.

भारत आणि फिलीपाईन्स या दोन्ही देशांमधील संबंधात कधीही विशेष समस्या निर्माण झाल्या नाहीत. भारताने २००४-०५ मध्ये फिलीपाईन्सच्या समर्थनात संयुक्त राष्ट्र सुरक्षा परिषदेत अस्थाई सदस्यतेची आपली उमेदवारी सोडून दिली होती. अलीकडच्या काळात दोन्ही देश जागतिक व्यापार संघटनेतील जी-२० समूहाचे सदस्य आहेत व हार्डलाईन्स या नावाने ओळखले जातात. हे दोन्ही देश संयुक्त राष्ट्राच्या पातळीवर व इतरत्र विकसित देशांवर शेतीमालावरील सबसिडी कमी करण्यासाठी दबाव टाकण्यासाठी प्रयत्न करीत आहेत.

(११. अ. ६) इंडोनेशिया-भारत संबंध

भारताचे इंडोनेशियाशी प्राचीन काळापासून सांस्कृतिक व व्यापारी संबंध होते. उभय राष्ट्रांच्या स्वातंत्र्यलढ्यांच्या काळात वैचारिक पातळीवरही संबंध दृढ होते. भारत आणि इंडोनेशिया संबंध हे शांतता, स्थैर्य, दक्षिण-पूर्व आशियामध्ये आर्थिक व व्यापारी विकासावर भर देण्यासाठी, तसेच भारत-आसियान संबंधातून इंडोनेशियाचा सर्वांगीण विकास करताना महत्त्वाचे मानण्यात आले. दोन्ही राष्ट्रांनी डावपेचात्मक बाबींचा विचार करून त्यामध्ये भागीदारी करून ऊर्जा, संरक्षण व सीमा दहशतवादाबाबत टिकाऊ स्वरूपाची भागीदारी केली. भारताने आसियानमधील इतर सदस्य राष्ट्रांबरोबर सदिच्छा व सहकार्य प्रस्थापित केल्यास आसियान-भारत संबंध प्रबळ होऊ शकतात, असे के. आर. नारायणन यांनी आपले म्हणजेच भारताचे मत मांडले आहे. लोकशाहीस पाठिंबा व दहशतवादाचे निर्मूलन करण्यासाठी सर्वतोपरी सहकार्य करण्यावर दोन्ही देशांनी भर दिला. निरीक्षकांच्या मते, इंडोनेशियाच्या दहशतवादाबाबतचा दृष्टिकोन यास विशेष महत्त्व दिले गेले. भारत-इंडोनेशिया संबंधामध्ये ऊर्जेबाबत सहकार्य करण्यासाठी चर्चा करण्यात आली. सरकारी सूत्रानुसार समुद्रातून नैसर्गिक वायूची पाईपलाईन ॲकेहपासून निकोबारपर्यंत नेण्याबाबतच्या शक्यतेचा अभ्यास केला गेला. एफ. आय. सी. सी. आय. व सी. आय. आय. तर्फे भारत इंडोनेशियाची संयुक्त बैठक बोलावण्यात आली. सुकार्नोपुत्री यांनीही भारतास ऑईल व गॅस पुरवठा करण्याबाबत इच्छा व्यक्त केली. तसेच दक्षिण-पूर्व आशियातील भू-राजकीय परिस्थितीबाबत भारतच्या इंडोनेशियाबरोबर चर्चा करण्यावर भर देण्यात आला. अमेरिकेबरोबर मलाक्का धुनीच्या संयुक्त पेट्रोलिंगच्या संदर्भात बोलणी करण्यासाठी भारताने

इंडोनेशियाबरोबर सल्लामसलत केली. सुकार्नोपुत्री यांनी या काळात अमेरिकेला भेट दिली. मार्च १९९४ मध्ये उभयपक्षी बैठकीत तसेच जी-१५ परिषदेत अध्यक्ष सोहर्तो यांनी सहभाग घेतला. एप्रिल १९९७ मध्ये परराष्ट्रमंत्री अली अॅलातास यांनी उभयपक्ष व नाम मंत्र्याबाबतच्या बैठकीत सहभाग घेतला. फेब्रुवारी २००० मध्ये अब्दुल रहेमान वाहीद हे अध्यक्ष असताना त्यांनी भारतास भेट दिली. एप्रिल २००२ मध्ये अध्यक्ष मिसेस मेगावर्ती सुकार्नोपुत्री यांनी भारताला भेट दिली. मार्च २००५ मध्ये परराष्ट्रमंत्री डॉ. हसनविरायुदा दुसऱ्या संयुक्त परिषदेच्या वेळी उपस्थित होते की, जी भारतात भरली होती.

व्यापारी व आर्थिक संबंध:

भारताचा इंडोनेशियाबरोबर व्यापार जवळजवळ आज २२० कोटी रुपयांपर्यत पोहोचला आहे. ऐतिहासिक व नागरिकीकरणाबाबत दोन्ही देशात सहभागित्व निर्माण करण्यात आले आहे. जून १९७८ मध्ये भारत-इंडोनेशिया व्यापारविषयक कराराच्या संदर्भात बोलणी झाली. दोन्ही देशांमध्ये आर्थिक व वाणिज्यविषयक कराराबाबत मंत्रालय व कार्यालयीन पातळीवर चर्चा करण्यात आली की, जी चर्चा मोठ्या प्रमाणात यशस्वी झालेली दिसून येते.

भारत-इंडोनेशिया या उभयतांमध्ये जे उभयपक्षी करार करण्यात आले ते भारतापेक्षा इंडोनेशियास जास्त फायदेशीर असून २००३ मध्ये २. ४ कोटी डॉलर निर्यात केली होती. ही वाढ २००२ मध्ये २४. १४ होती. भारत हा इंडोनेशियाकडून क्रूड पाम ऑईल, खनिजे, पेट्रोलियम उत्पादने, गहू, तांदूळ, साखर यासारखी उत्पादने आयात करतो. दोन्ही देशामध्ये उभयपक्षी व्यापारात तीव्रतेने वाढ झालेली दिसून येते.

इंडोनेशियात सिथेंटिक फायबर टेक्स्टाईल स्टील व हॅण्ड टुल्स इ. क्षेत्रात भारतीय कंपन्या उतरल्या असून त्यांनी मोठ्या प्रमाणात गुंतवणूक करण्यास सुरुवात केली आहे. आदित्य बिर्लाग्रुप, द एस. पी. रु. लोहिया ग्रुप, दि इस्पात ग्रुप, जायकायफाईल्स यांनी इंडोनेशियात जवळपास १५ पौंड गुंतवणूक केलेली आहे. या कंपन्यांची वार्षिक उलाढाल १ ते १. ५ कोटी डॉलरच्या दरम्यान आहे.

वॅपकोज इरकॉन रायटस् स्टप कन्सल्टिंग इंडिया लि. टि. सी. आय. एल. पंज लॉयड, भारत हेवी प्लेटस यांनी आय. टी. एज्युकेशन सेंटर इंडोनेशियात सुरू केले. बजाज ऑटोची दुचाकी तसेच तीन चाकी उत्पादने इंडोनेशियात सुरू करण्याबाबत बोलणी प्रगतीपथावर आहेत. इरकॉनने इंडोनेशियात रस्ते बांधणी प्रकल्प हाती घेतला आहे. तसेच रेल्वे पुनर्बांधणी व पुनर्विकास प्रकल्प हाती घेतला, तसेच लोकोमोटिव्ह प्रकल्प हाती घेतला आहे. एसटीसी हे इंडोनेशियात व्यापाराबाबत सक्रिय भागीदार आहेत.

ऑईल व गॅस, मनुष्यशक्ती, इंजिनिअरिंग कन्सल्टन्सी सर्व्हिसेस फॉर पेट्रोलियम इंडस्ट्रिज, खाणी, वनस्पती उत्पादने, सीपीओ आय टी एज्युकेशन व सर्व्हिसेस बंदरे, रेल्वेज इ. इंडोनेशियात राज्यस्तरीय तसेच खाजगी बँका आहेत. सर्व महत्त्वपूर्ण आंतरराष्ट्रीय बँका इंडोनेशियात आहेत. बँक ऑफ इंडियाने इंडोनेशियात प्रातिनिधिक कार्यालय सुरू केले आहे. व बँक ऑफ इंडोनेशिया इंटरनॅशनलची शाखा मुंबईमध्ये स्थापन झाली आहे.

इंडोनेशियाकडून भारतास क्रूड, रिफाईन्ड ऑईल, कॉपर ओअर व त्यासंबंधित कोळसा, पेट्रोलियम प्रॉडक्टस्,टेक्सस्टाईल यार्न, प्राणिज व भाजीपाला प्रथिने, ओव्हन निर्यात करते.

भारताकडून इंडोनेशियाला गहू व मस्लीन, हायड्रोकार्बन पेट्रोलियम उत्पादन, साखर, तेलबिया, तांदूळ, पोलाद, लोह, लोहाचे इतर मिश्र धातू आयात करतो.

काश्मीर समस्येबाबत मात्र डॉ. सुकार्नो यांनी भारताला पाठिंबा न देता संदिग्ध स्वरूपाची भूमिका घेतली. १९६२ च्या भारत-चीन संघर्षाच्या वेळी युद्धबंदीसाठी त्यांनी प्रयत्न केले. त्यावेळी श्रीलंकेच्या सिरिमाओ बंदरनायके यांच्याशी सहकार्य करून कोलंबो योजना तयार केली. प्रादेशिक बाबतीत भारत-

इंडोनेशिया यांच्यात सलोख्याचे संबंध आहे.

(११. ब) भारत आणि आग्नेय आशियायी राष्ट्रांची संघटना किंवा आसियान भारत संबंध

व्हिएतनाममधील संघर्ष आणि अमेरिकेची व्हिएतनाममधील साम्राज्यवादी भूमिका कंबोडिया, इंडोनेशिया, लाओस व म्यानमारमधील संघर्षमय स्थिती यामुळे सुरुवातीला इंडोनेशिया, मलेशिया, फिलिपाईन्स, सिंगापूर आणि थायलंड या राष्ट्रांना एका क्षेत्रीय संघटनेची गरज भासू लागली. त्यातूनच दक्षिण-पूर्व आशियाई राष्ट्रांची संघटना म्हणजेच 'आसियन' ची स्थापना ८ ऑगस्ट, १९६७ मध्ये बँकॉक येथे करण्यात आली. आसियानच्या स्थापनेमागचा मुख्य उद्देश दक्षिण-पूर्व आशियाई राष्ट्रामध्ये आर्थिक सहकार्य वृद्धिंगत करणे, आर्थिक सहकार्यासाठी संघटित प्रयत्न करणे हा आहे. कालांतराने आशियानची सदस्यसंख्या दहावर जाऊन पोहोचली असून त्यात ब्रुनेई, व्हिएतनाम, कंबोडिया, लाओस या देशांचा नंतरच्या काळात समावेश झालेला आपणास दिसतो. आर्थिक सहकार्याबरोबरच विभागीय संरक्षणाच्या मुद्यावर चर्चा करण्यासाठी आसियानच्या अंतर्गत आसियान रिजनल फोरम नावाचे व्यासपीठ तयार करण्यात आले आहे. या फोरमची सदस्यसंख्या १८ असून भारतदेखील या फोरमचा सदस्य आहे. आसियान मुक्त व्यापारक्षेत्राची निर्मिती सन २००५ पर्यंत करण्यात येणार आहे. दक्षिण-पूर्व आशियाई राष्ट्रांच्या आर्थिक आणि औद्योगिक विकासात आसियान संघटनेचा वाटा महत्त्वाचा आहे. या राष्ट्राच्या आर्थिक विकासाचा दर ७ ते ८ टक्के एवढा असून ते आशियाई वाघ म्हणून ओळखले जातात.

भारत आणि आग्नेय आशियायी राष्ट्रांची संघटना म्हणजेच आसियान :

गेल्या अनेक वर्षांपासून भारत आसियान संघटनेशी आर्थिक आणि व्यापारी संबंध सुधारण्याचा त्या संघटनेत स्थान मिळविण्याचा प्रयत्न करत आहे. अलीकडच्या काळात आर्थिक सहकार्याबरोबरच विभागीय संरक्षणावर चर्चा करण्यासाठी आसियान अंतर्गतच 'आसियान रीजनल फोरम' नावाचे एक व्यासपीठ तयार करण्यात आले आहे. या फोरमची सदस्य संख्या १८ असून भारत त्यापैकी एक आहे. स्वातंत्र्यानंतर सुरुवातीची जवळजवळ चार दशके भारताने आसियान राष्ट्राकडे लक्ष दिले नाही. वास्तविक पाहता आसियान ही संघटना अमेरिकेच्याच शीतयुद्धाच्या राजकारणाचा भाग असून भांडवलवादाला चालना देणारी अशाच स्वरूपाची भारताची सुरुवातीला यांच्याविषयीची समजूत झालेली होती. भारत या काळात सोव्हिएत रशियाकडे झुकलेला असल्यामुळे या भागातील राष्ट्रांचाही भारताकडे पाहण्याचा दृष्टिकोनही नकारात्मकच होता. अशा प्रकारे भारत आणि आसियानची राष्ट्रे अलिप्त चळवळीतील राष्ट्रे असूनही ती आपापसात मैत्रीपूर्व संबंध प्रस्थापित करू शकली नव्हती.

शीतयुद्धाच्या समाप्तीनंतर भारत आणि आसियान संबंध सुधारण्याची कारणे-

(१) भारताने आर्थिक उदारीकरणाचे धोरण स्वीकारले.

(२) भारताने आपल्या आर्थिक हितसंबंधांना परराष्ट्रधोरणात प्राधान्य दिले.

(३) भारताचे चीन,जपान आणि व्हिएतनाम यांच्याबरोबर आर्थिक संबंध सुधारण्यास सुरूवात झाली.

(४) आसियान संघटनेने अल्पावधीतच आर्थिक क्षेत्रांत नेत्रदीपक प्रगती केली.

(५) इंडोनेशिया व थायलंड या आसियानमधील मोठ्या राष्ट्रांकडे पाहण्याच्या भारताच्या दृष्टिकोनात बदल झाला.

या कारणाबरोबरच १९९१ मध्ये भारतीय काँग्रेस सरकारने दक्षिण-पूर्व आशियाई राष्ट्रांविषयीच्या धोरणात पुढील तीन गोष्टींना प्राधान्य दिले-

(१) आसियानच्या सभासद राष्ट्रांबरोबर राजकीय संबंध सुधारणे.

(२) आसियानमधील राष्ट्रांबरोबर विज्ञान व तंत्रज्ञान, व्यापार गुंतवणूक अशा विविध क्षेत्रांमध्ये सहकार्य वाढविणे.

(३) आसियान राष्ट्रांबरोबर संरक्षणसंबंध प्रस्थापित करणे.

आसियन सभासद राष्ट्रांनीही भारताच्या क्षमतेचा विचार करून भारताला १९९२ मध्ये विभागीय सहकाऱ्याचा तर १९९५ मध्ये पूर्ण सहकाऱ्याचा दर्जा दिला. त्यानंतर १९९६ ला भारताला यामध्ये स्थान दिले गेले. २००२ पासून भारत व आसियान यांच्यामध्ये नियमित स्वरूपात परिषदांचे आयोजन केले जात आहे. यातूनच भारताचा आसियानबरोबरचा व्यापार दिवसेंदिवस वाढत आहे. यांच्यामधील व्यापारात वाढ घडून येण्यास २००३ मध्ये झालेल्या द्वितीय शिखर परिषदेत 'भारत व आसियान मुक्त व्यापार क्षेत्र करार' करण्याबाबत सहमतीपत्रावर सह्या केल्यानंतर खऱ्या अर्थाने सुरुवात झाली. या व्यापारामध्ये प्रामुख्याने स्कूटर्स, सायकली, औषधे, रसायने, कापड, अन्नप्रक्रिया, दागिने इ. समावेश होतो. २००१ मध्ये हा व्यापार १० अब्ज डॉलर्सच्या वर होता तो २००७ मध्ये ३० अब्ज डॉलर्सपर्यंत गेलेला दिसून येतो.

भारत व आसियानमध्ये २००६ मध्ये विज्ञान-तंत्रज्ञान शिखर परिषद झाली. त्यामध्ये खालील निर्णय घेतले गेले-

(१) भारत व आसियानमधील राष्ट्रंनी विज्ञान व तंत्रज्ञान विकासासाठी सामूहिक निधी उभारण्यावर सहमती दिली.

(२) भारत व आसियानमधील सभासदांनी विज्ञान व तंत्रज्ञान क्षेत्रात संयुक्त संशोधन प्रकल्पांना सहमती दिली.

(३) संशोधन प्रकल्पात जैवतंत्रज्ञान, औषधनिर्मिती व कृषी या क्षेत्रांचा समावेश करण्यावर भर देण्यात आला.

(४) कृषीमालावर प्रक्रिया व जैवतंत्रज्ञान उत्पादने यासाठी निर्माण करण्यात आलेल्या मानकांमध्ये सुसूत्रता आणणे.

(५) कुशल मानवी साधनांच्या निर्मितीसाठी बौद्धिकसंपदा संवर्धन करणारी भारत आसियान संस्था स्थापन करणे.

भारत आणि आसियान दरम्यान सहावी शिखर परिषद १३ जानेवारी २००७ रोजी पार पडली. यामध्ये मुक्त व्यापार कराराच्या मसुद्यास सहमती देण्यात आली. भारत व आसियान यांच्यात सांस्कृतिक साधर्म असल्याने त्यांच्यातील सांस्कृतिक संबंधातही वाढ करण्यावर भर दिला जात आहे.

अलीकडेच आसियान संघटनेबरोबर व्यापारविषयक देवाण-घेवाण विषयीचा करार करून भारताने देशातील उद्योजकांना व्यापक पातळीवर विकासाची संधी उपलब्ध करून दिली आहे. बँकॉकमध्ये ४१ व्या परिषदेत भारतातर्फे आनंद शर्मा यांनी केलेल्या या करारामुळे २०१० पर्यंत सदस्य देशातील व्यापार ५० अब्ज डॉलरपर्यंत वाढेल. या वाढत्या व्यापाराने येथील उद्योजकांना जशा नव्या बाजारपेठा उपलब्ध होतील; तसेच स्पर्धात्मक बाजारपेठेत उत्पादने कशी टिकवून ठेवता येतील याचे प्रशिक्षण आणि अनुभवही मिळेल. मंदीचा फटका यालाही बसला आहे त्यातून सावरण्यासाठी एकमेकांना सहकार्य अनिवार्य आहे.

आसियानच्या सहकार्याची व्याप्ती भारतापर्यंत वाढू नये यासाठी अमेरिका आणि चीनने यापूर्वी अडथळे आणले आहेत. सदस्य देशांतील व्यापार वाढल्यास भारताचे महत्त्व वाढेल, अशा प्रकारची भीती त्यांना वाटते. युरोप, अमेरिका व तिचे मित्रराष्ट्र, डळमळीत झालेली अर्थव्यवस्था सावरण्यात गुंतल्याने ताज्या करारात कोणताही अडथळा आला नाही, ही भारतासाठी जमेची बाजू आहे. जगाच्या आर्थिक विकासाचा केंद्रबिंदू आशियाकडे सरकल्याच्या धारणेला त्यामुळे बळकटी आली आहे. भारताने आयात

शुल्कात कपातीस मान्यता दिल्याने आसियान देशांतील उत्पादनांना येथील बाजारपेठ खुली झाल्याने मंदीच्या स्थितीत येथील स्पर्धा अधिक तीव्र बनेल. संरक्षणक्षेत्रातही भारत-आसियान संबंध मजबूत होत असून चीनच्या वाढत्या संरक्षण प्रभावावर नियंत्रण ठेवण्यासाठी आसियान सभासद राष्ट्रांना भारताच्या संरक्षण सहकार्याची गरज आहे. आसियान संघटनेतील बहुतांश राष्ट्रांचा चीनबरोबर सीमावाद चालू आहे. चीनच्या अरेरावीच्या धोरणाचा त्यांना त्रास सहन करावा लागत आहे. चीनच्या वाढत्या सामर्थ्यावर नियंत्रण ठेवणे, हा आसियान रिजनल फोरमच्या निर्मितीमागचा एक प्रमुख उद्देश आहे. शिवाय चीनला नियंत्रित करण्यासाठीच भारताला यामध्ये सामावून घेण्यात आले आहे.

लघूत्तरी प्रश्न :

(१) भारत-मलेशियातील संबंध सविस्तर स्पष्ट करा.

(२) भारत-इंडोनेशियातील संबंधावर चर्चा करा.

(३) भारत-थायलंड यांच्यातील संबंध थोडक्यात स्पष्ट करा.

(४) भारत-फिलीपाईन्स यांच्यातील संबंध स्पष्ट करा.

दीर्घोत्तरी प्रश्न :

(१) भारत-म्यानमार यांच्यातील संबंध स्पष्ट करा.

(२) आसियान मधील भारतीय भूमिका स्पष्ट करा किंवा भारत व आसियान संबंध स्पष्ट करा.

(३) भारत-सिंगापूर यांच्यातील संबंध स्पष्ट करा.

विभाग (ड)

प्रकरण १२
भारत आणि जागतिक घडामोडी

प्रस्तावना

द्वितीय महायुद्धानंतर आंतरराष्ट्रीय राजकारणात अनेक बदल घडून आले. या युद्धाच्या अगोदरच्या काळात इंग्लंड, फ्रान्स, जर्मनी सारख्या प्रबळ सत्ता या युद्धाने नामशेष केल्या. जपानला पराभूत करण्यासाठी अणुबॉम्बचा वापर केल्यामुळे अमेरिका, तर जगातील लष्करी शक्तीबाबत अव्वलस्थानी असलेली सोव्हिएत रशिया ही दोन्ही राष्ट्रे या महायुद्धानंतर जागतिक राजकारणात महासत्ता म्हणून पुढे आली आणि त्यांनी एकमेकांना शह देण्यासाठी शीतयुद्धाच्या राजकारणाला सुरुवात केली. दुसरी महत्त्वाची गोष्ट म्हणजे इंग्लंड व फ्रान्स यांच्या गुलामगिरीतून अनेक मुक्त झालेल्या राष्ट्रांनी भारताच्या नेतृत्वाखाली अलिप्ततेचा स्वीकार केला. पण ही राष्ट्रे आर्थिकदृष्ट्या गरीब असल्यामुळे शीतयुद्धातील अमेरिका व सोव्हिएत रशियाने त्यांना वेगवेगळ्या प्रकारची लालूच दाखवून आपल्या गटात ओढण्याचा प्रयत्न केला. भारतही याला अपवाद नव्हता पण आपल्या आर्थिक विकासासाठी दोन्ही महासत्तांची आपणास मदत घेता यावी म्हणूनच भारताने अलिप्ततेच्या धोरणाचा स्वीकार करून अमेरिका व सोव्हिएत रशिया यांच्याबरोबर संबंध प्रस्थापित करण्यावर भर दिला. संयुक्त राष्ट्रसंघाने साम्यवादी चीनला सभासदत्व द्यावे म्हणून भारताने केलेला प्रयत्न त्यानंतर उभय राष्ट्रांत सीमावादवरून निर्माण झालेले तणावाचे संबंध व नंतरच्या घडामोडींवरून उभय राष्ट्रातील संबंध जपानबरोबरचे भारताचे व्यापारी व आर्थिक संबंध, हिंदी महासागरातील परकीय सत्तांचा वाढता वावर व भारताचे नाविक डावपेच, त्यातूनच निर्माण झालेली हिंदी महासागरातील प्रादेशिक सहकार्य संघटना या सर्व मुद्द्यांना अनुसरून भारताचे संबंधित राष्ट्रांबरोबर असलेले संबंध या सर्वच मुद्द्यांचा या प्रकरणामध्ये सविस्तरपणे विचार केलेला आहे.

(१२. अ) अमेरिका व भारत संबंध

प्रस्तावना :

भारताच्या स्वातंत्र्यापासून उभय राष्ट्रातील संबंधाचा विचार करता आपणास असे म्हणता येईल

की,दोन्ही राष्ट्रांच्या सीमा कोठेही एकमेकांना भिडलेल्या नसल्या तरी एकमेकांच्या वैयक्तिक हिताच्या आड या राष्ट्रातील एक राष्ट्र येताच दोहोंतील संबंध आपणास बिघडलेले दिसून येतात. अमेरिकेवर दहशतवादी हल्ला होईपर्यंत या राष्ट्रांतील संबंध बिघडलेलेच होते, पण त्यानंतरच्या काळात दोन्ही राष्ट्रे एकमेकांच्या जवळ येण्यास सुरुवात झालेली आपणास दिसून येते. उभय राष्ट्रातील संबंध पाहताना शीतयुद्धाअगोदरचे चांगले तसेच तणावाचे व शीतयुद्धोत्तर संबंधावर प्रकाश टाकण्यात येणार आहे. त्याचबरोबर अण्वस्त्रे करार, दहशतवाद व नागरी क्षेत्रातील करार याही मुद्यांचा ऊहापोह यामध्ये केला जाणार आहे.

शीतयुद्धकाळातील उभय राष्ट्रातील तणावाचे संबंध :

भारताचे ज्या ज्या राष्ट्रीय प्रश्नांत वैयक्तिक हितसंबंध गुंतलेले आहेत. त्या प्रश्नामध्ये केवळ स्वार्थापोटी अमेरिकेने भारताला विरोध केलेला आहे. वास्तविक पाहता संबंधित प्रश्नामुळे भारताची अंतर्गत सुरक्षितता धोक्यात आली असतानाही अमेरिकेने विचार न केल्यामुळेच उभय राष्ट्रातील संबंध तणावाचे किंवा वितुष्टाचे बनलेले दिसून येतात. ते प्रश्न पुढीलप्रमाणे-

काश्मीर प्रश्न : काश्मीर भारताचा असून त्यामध्ये भारताचे राष्ट्रीय हित गुंतलेले आहे. काश्मीरचा प्रश्न ज्या ज्या वेळी संयुक्त राष्ट्रसंघाच्या व्यासपीठावर चर्चेला आला त्या त्या वेळी अमेरिकेने पाकिस्तानच्या बाजूने व भारताच्या विरोधी बाजू घेतल्यामुळे उभय राष्ट्रातील संबंध वितुष्टाचे बनलेले दिसतात.

गोवा प्रश्न : स्वातंत्र मिळून बरीच वर्षे लोटले तरी पोर्तुगीज गोवा सोडत नव्हते तेव्हा भारताने सैनिकी कार्यवाही करून गोवा आपल्या प्रदेशात सामील केला. पोर्तुगीज नाटोचे सदस्य असल्यामुळे या संघर्षात अमेरिका आपणास मदत करील असे पोर्तुगिजांना वाटले पण अमेरिकेच्या मर्यादा या ठिकाणी स्पष्ट झाल्या तरी अमेरिकेने हा प्रश्न की जो भारताचा असून त्यामध्ये भारताचे राष्ट्रीय हित गुंतलेले आहे हे माहीत असूनही संयुक्त राष्ट्रसंघाच्या महासभेमध्ये मांडला पण तेथे अलिप्त राष्ट्रांपुढे अमेरिकेचे काहीही चालले नाही आणि गोवा भारताचा आहे हे निश्चित झाले. म्हणजेच अमेरिकेने गोवा भारताचा आहे हे माहीत असूनही त्याला निष्कारण आंतरराष्ट्रीय स्वरूप प्राप्त करून दिले त्यामुळे उभय राष्ट्रातील संबंध वितुष्टाचे बनलेले दिसतात.

अमेरिकेने पाकिस्तानला वेळोवेळी दिलेला शस्त्रपुरवठा : सिटो आणि सेन्टो या लष्करी संघटनांमध्ये सामील होताच पाकिस्तानला अमेरिकेने मोठ्या प्रमाणात शस्त्रास्त्रे दिली की, ज्या शस्त्रास्त्रांच्या जोरावर पाकिस्तानने १९६५ व १९७१ चे युद्ध भारतावर लादून भारताची सुरक्षितता धोक्यात आणलेली दिसून येते. अमेरिकन शस्त्रास्त्रांमुळे भारताची सुरक्षितता वेळोवेळी पाकिस्तानकडून धोक्यात येते हे अमेरिकेच्या निदर्शनास आणूनही अमेरिका त्याकडे मुद्दाम कानाडोळा करताना दिसते. साहजिकच त्यावरून उभय राष्ट्रातील संबंध वितुष्टाचे बनलेले दिसतात.

दिगो-गार्सिया : हिंदी महासागराच्या मध्यभागी असलेले हे बेट येथून चोहोबाजूला लक्ष ठेवता येते. १९८० पासून याठिकाणी अमेरिकेने नाविकतळ उभा करण्यास सुरुवात केली त्यामुळे भारतासह किनाऱ्यावरील राष्ट्रांची सुरक्षा मोठ्या प्रमाणात धोक्यात आली. त्यामुळे वेळोवेळी भारताने या क्षेत्राला शांततेचे क्षेत्र घोषित करावे म्हणून पुढाकार घेतला पण अमेरिकेने मुद्दाम त्याकडे दुर्लक्ष्य केलेले दिसून येते त्यामुळे उभय राष्ट्रातील संबंध तणावपूर्ण बनलेले दिसतात.

शीतयुद्धाकाळात जगात ज्या ज्या ठिकाणी संघर्षाची परिस्थिती निर्माण झाली. त्या त्या ठिकाणी केवळ सोव्हिएत रशियाच्या साम्यवादाचा प्रसार रोखण्यासाठी व आपले हितसंबंध सुरक्षित ठेवण्यासाठी अमेरिकेने त्या त्या प्रश्नांत हस्तक्षेप केलेला आपणास दिसून येतो अशा प्रश्नामध्ये अमेरिकेच्या मते भारताचा काहीही संबंध नसताना भारताने अमेरिकन धोरणावर टीका करून उभय राष्ट्रातील संबंध बिघडविण्यास हातभार लावलेला दिसून येतो. ते संघर्ष पुढीलप्रमाणे-

कोरिया प्रश्न : १९५० मध्ये उत्तर आणि दक्षिण कोरियामध्ये अंतर्गत यादवी सुरू झाली. शीतयुद्धाच्या अंतर्गत उत्तर कोरियाची बाजू सोव्हिएत रशिया व चीनने तर दक्षिण कोरियाची बाजू अमेरिकेने घेतली. दक्षिण कोरियाने ज्यावेळी उत्तर कोरियावर हल्ला केला तेव्हा काहीही कारण नसताना भारताने अमेरिकन धोरणावर टीका केल्यामुळे उभय राष्ट्रातील संबंधामध्ये तणाव निर्माण झाला असे दिसते.

क्यूबा प्रश्न : १९६२ मध्ये अमेरिकेच्या दक्षिणेला असलेल्या क्युबा या राष्ट्रामध्ये साम्यवादी राजवट प्रस्थापित झाली. त्यामुळे साम्यवादाचे संकट अगदी अमेरिकेच्या दारात आले. अमेरिकेला हे आवडले नाही,तेव्हा अमेरिकेने तेथील एका गटाला हाताशी धरून त्यांना सर्वांगीण मदत करून त्यांच्याकरवी क्युबामधील राजवट पाडण्याचा प्रयत्न केला. तेव्हा क्युबा हे अलिप्त चळवळीतील राष्ट्र असल्यामुळे त्या ठिकाणी अमेरिकेचा हस्तक्षेप भारताला सहन झाला नाही व त्याने अमेरिकन धोरणावर टीका केली, त्यावरून उभय राष्ट्रातील संबंधावर विपरित परिणाम झाल्याचे दिसते.

अफगाणिस्तानचा प्रश्न : १९७८-७९ मध्ये अफगाणिस्तानमध्ये अंतर्गत यादवी झाली त्यानंतर सोव्हिएत रशियाने तेथे सैनिकी हस्तक्षेप केला. त्यामुळे पाकिस्तानची सुरक्षितता मोठ्या प्रमाणात धोक्यात आली. या संकटाला सामोरे जाण्यासाठी अमेरिकेने पाकिस्तानला मोठ्या प्रमाणात शस्त्रास्त्रे दिली. या शस्त्रास्त्रांमुळे दक्षिण आशियाची सुरक्षितता धोक्यात येत आहे हे सांगून भारताने अमेरिकन धोरणावर टीका केल्यामुळे उभय राष्ट्रातील संबंध सौहार्दपूर्ण राहण्यात अडथळे निर्माण झाले.

इराक प्रश्न : इराक हे दहशतवादी राष्ट्र आहे. त्यांच्याकडे जैविक व रासायनिक शस्त्रास्त्रे आहेत. त्यामुळे जागतिक सुरक्षिततेला धोका निर्माण झालेला आहे असे सांगून अमेरिका व तिच्या मित्र राष्ट्रांनी इराकवर हल्ला केला. भारताने या कार्यवाहीत आम्हाला मदत करावी असे अमेरिकेने भारताला सांगितले पण त्याकडे भारताने दुर्लक्ष्य केल्यामुळे उभय राष्ट्रातील संबंध वितुष्टाचे बनलेले दिसतात याशिवाय साम्यवादी चीनला भारताची मान्यता, व्हिएटनाम प्रश्न यासारखी उदाहरणे देता येतील.

शीतयुद्धकाळातील उभय राष्ट्रातील चांगले संबंध :

अमेरिका व भारत ही दोन्ही लोकशाहीवादी राष्ट्रे, दोन्हीही राष्ट्रे दीर्घकाळपर्यत गुलामगिरीत होती. गुलामगिरीतून भारताच्या अगोदर अमेरिका मुक्त झाला होता. स्वातंत्र्य मिळविण्यासाठी ज्यावेळी भारतीयांनी इंग्रजांविरुद्ध आंदोलन सुरू केले त्याला अमेरिकेचा पाठिंबा होता; एवढेच नाही तर इंग्रजांनी भारताला स्वातंत्र्य द्यावे म्हणून अमेरिकेने इंग्रजांच्यावर दडपण आणलेले दिसते. साहजिकच स्वातंत्र्यानंतर भारताने अमेरिकेबरोबर संबंध वाढविण्यास सुरुवात केली. अमेरिकन लोकशाही परंपरेबाबत भारतीय नेत्यांना आदर होता. स्वातंत्र्यानंतर भारताने आपल्या आर्थिक विकासाला पंचवार्षिक योजनेद्वारे सुरुवात केली. भारताच्या पहिल्या दोन पंचवार्षिक योजनांना अमेरिकेने भरीव स्वरूपाची आर्थिक मदत केलेली दिसून येते.

१९६२ ला ज्यावेळी चीनने भारतावर हल्ला केला होता, त्यावेळी अमेरिकेने भारताला भरीव स्वरूपात आर्थिक व लष्करी मदत केलेली दिसून येते.

शीतयुद्धोत्तर काळातील उभय राष्ट्रांतील संबंध : सोव्हिएत रशियाच्या विघटनाबरोबरच अमेरिकेबरोबर चालत आलेले त्यांच्यातील शीतयुद्ध संपुष्टात आले. तेव्हा भारताच्या सत्तेत नरसिंहराव म्हणजेच काँग्रेसची सत्ता होती. तेव्हापासूनच भारताचे अमेरिकेबरोबराचे संबंध सुधारू लागलेले आपणास दिसून येतात; कारण याच काळात अमेरिकन सैनिकी सहकार्याचा प्रस्ताव भारताने स्वीकारलेला दिसतो. आर्थिक क्षेत्रातही अमेरिकेतील मोठ्या उद्योगधंद्यांना भारतात शिरकाव करण्यास भारताने परवानगी दिली. अनेक अमेरिकन कंपन्या भारतात आपली गुंतवणूक वाढवू लागल्या. १९९० च्या दशकात पाकिस्तान काही प्रमाणात

चीनकडे झुकू लागला. चीनच्या मदतीने तो आपला अणुकार्यक्रम जोरात सुरू करीत आहे. हे पाहून अमेरिका भारत संबंध जवळ येण्यास मदत झाली. त्यातच अमेरिकेचा काश्मीर प्रश्नावरील दृष्टिकोनही बदललेला दिसतो. त्याचवेळी भारताने अमेरिका समर्थित 'डंकेल प्रस्ताव' स्वीकारलेला दिसतो. १९९९ मध्ये पाकिस्ताननने कारगील क्षेत्रात आक्रमण केले. काश्मीरमध्ये मोठ्या प्रमाणात दहशतवाद्यांकडून निरपराध लोकांच्या हत्या केल्या. त्यामुळे अमेरिकेने पाकिस्तानची कानउघडणी केलेली दिसून येते. आंतरराष्ट्रीय दहशतवादाचे उच्चाटन करणे,भारताला विज्ञान तंत्रज्ञान क्षेत्रात भरपूर आर्थिक साहाय्य देण्याचे २००० मधील भारतभेटीत अध्यक्ष बिल क्लिटंन यांनी जाहीर केले. अमेरिकेवरील हल्ल्यानंतर तर उभय राष्ट्रे एकमेकांच्या फारच जवळ आलेली दिसून येतात.

शीतयुद्धोत्तर काळातील उभय राष्ट्रांतील संबंध चांगले होण्याची कारणे :

झॅग ग्विहॉग यांनी आपल्या 'दक्षिण आशियाच्या संदर्भातील अमेरिकन सुरक्षा धोरण' या लेखामध्ये भारत-अमेरिका यांच्या संबंधात शीतयुद्धोत्तर काळात झालेल्या सुधारणेची खालील कारणे सांगितली आहेत-

(१) पोषक वातावरण : शीतयुद्धाच्या समाप्तीमुळे भारत आणि अमेरिकेमध्ये संबंध सुधारण्यास पोषक वातावरण निर्माण झाले. शीतयुद्धाच्या ४५ वर्षांच्या काळात भारत आणि अमेरिका यांच्यातील संबंध तणावपूर्ण राहिले. भारताचे अलिप्ततावादी धोरण, सोव्हिएत रशियाकडे झुकता कल,अनेक आंतरराष्ट्रीय मुद्यांवर अमेरिकाविरोधी भारताने घेतलेली भूमिका,काश्मीरच्या प्रश्नावर अमेरिकेचे धोरण,अमेरिका आणि भारत संबंधात सातत्याने तणाव निर्माण झाला. शीतयुद्धाच्या समाप्तीबरोबरच पाकिस्तानचे सामरिक महत्त्व देखील कमी झाले.

(२) आर्थिक उदारीकरण : १९९० च्या दशकात भारताने स्वीकारलेल्या आर्थिक उदारीकरणाच्या धोरणातून घडून आलेला भारताचा आर्थिक विकास अमेरिकेला भारताकडे आकर्षित करण्यास कारणीभूत ठरला. भारत आणि अमेरिका यांच्यातील व्यापार वाढला. अमेरिकेची भारतातील आर्थिक गुंतवणूक वाढली. माहिती-तंत्रज्ञान क्षेत्रातील भारताच्या प्रगतीने अमेरिकेसह युरोपियन राष्ट्रांमध्ये भारतीयांची मागणी वाढली.

(३) अमेरिकेतील भारतीयांची भूमिका : अमेरिकेत स्थायिक झालेले भारतीय आणि अमेरिकेच्या आर्थिक,व्यापारी आणि राजकीय जीवनात या प्रतिक्रियेतर्गत स्वीकारण्यात आलेले नवीन उद्योग आणि व्यापारविषयक धोरणे आणि या भारतीयांचा वाढता सहभाग भारत आणि अमेरिका यांच्यातील संबंध सुधारावेत यासाठी अमेरिकेतील भारतीयांनी केलेले प्रयत्न महत्त्वाचे ठरले. २००० पर्यंत अमेरिकेत स्थायिक झालेल्या भारतीयांची संख्या ही जवळपास १७ लाख एवढी होती, गेल्या एका दशकात अमेरिकेच्या अंतर्गत राजकारणात भारतीयांचा दबावगट प्रभावी भूमिका पार पाडताना दिसत आहे.

(४) हिंदी महासागराचे सामरिक आणि व्यापारी महत्त्व : हिंदी महासागराचे वाढते सामरिक आणि व्यापारी महत्त्व आणि हिंदी महासागरातील भारताचे भौगोलिक स्थान अमेरिकेच्या भारताकडे पाहण्याच्या दृष्टिकोनात परिवर्तन घडवून आणण्यास जबाबदार ठरले. हिंदी महासागर हा तेलाने समृद्ध असलेला पश्चिम आशिया आणि आर्थिक व व्यापारी गुंतवणुकीसाठी फायदेशीर ठरणारा दक्षिण-पूर्व आशिया यांना जोडणारा असून भारताचे भौगोलिक स्थान या दोन्ही उपखंडाचा आणि हिंदी महासागराच्या केंद्रस्थानी आहे.

(५) भारत आणि पाकिस्तानकडे पाहण्याचा अमेरिकेचा दृष्टिकोन : एकीकडे भारत आर्थिक,व्यापारी तसेच लष्करी महासत्ता म्हणून आशिया खंडात उदयास येत आहे तर दुसरीकडे पाकिस्तानमध्ये धार्मिक मूलतत्त्ववादी गट, दहशतवादी संघटना, अंमली पदार्थ आणि शस्त्रास्त्रव्यापारातील माफिया दलाल यांचा प्रभाव वाढत आहे. पाकिस्तानमधील लोकशाहीला ग्रहण लागले असून लष्करी हुकूमशाहीने आपले पाय

घट्ट रोवले आहेत. पाकिस्तान आंतरराष्ट्रीय दहशतवादाचे केंद्र बनला असून पाकिस्तानमध्ये प्रशिक्षित झालेले दहशतवादी अमेरिका, युरोप आणि आशिया खंडातील दहशतवादी हिंसाचाराला प्रामुख्याने जबाबादार आहेत, या कारणांमुळे भारत आणि पाकिस्तानकडे बघण्याचा अमेरिकेचा दृष्टिकोन भिन्न आहे.

(६) चीनच्या वाढत्या सामर्थ्याला शह : आशिया खंडात चीनच्या वाढत्या सामर्थ्याला संतुलित करण्यासाठी एक वजनदार विरोधी म्हणून अमेरिका भारताकडे पाहत आहे. भविष्यात अमेरिका आणि चीन यांच्या संबंधात तणाव निर्माण झाल्यास भारताची मदत अमेरिकेसाठी महत्त्वपूर्ण ठरू शकते.

(७) भारत-चीन आणि रशिया यांच्या युतीला शह देणे : भारताबरोबर सहकार्य आणि मैत्री वाढविण्यात अमेरिकेचा आणखी एक हेतू आहे आणि तो म्हणजे भारत-चीन आणि रशिया यांच्या भविष्यातील संभाव्य युतीला तडा देणे. या तीन राष्ट्रांची जर युती झाली, तर आशिया खंडात अमेरिकेच्या आर्थिक, व्यापारी आणि राजकीय हितसंबंधांना धोका पोहोचू शकतो. भारताबरोबर घनिष्ठ संबंध प्रस्थापित केल्याने अशी युती निर्माण होण्याची शक्यता कमी होईल, असे अमेरिकन धोरणकर्त्यांना वाटते.

शीतयुद्धोत्तर काळातील उभय राष्ट्रातील संबंधात तणाव निर्माण होण्याची कारणे :

(१) पाकिस्तानला मिळणारी अमेरिकन मदत : शीतयुद्धाच्या समाप्तीनंतर अमेरिकेकडून पाकिस्तानला मिळणारी शस्त्रास्त्रे आणि संरक्षण सामग्री 'एफ-१६'सारखी अत्याधुनिक लढावू विमाने आणि 'हार्पून' सारखी क्षेपणास्त्रे १९९० च्या दशकाच्या पूर्वार्धामध्ये अमेरिकेकडून पाकिस्तानला मिळाली.

(२) पाकच्या अण्वस्त्र कार्यक्रमाकडे अमेरिकन दुर्लक्ष : अण्वस्त्रे आणि अण्वस्त्र तंत्रज्ञान काळ्या बाजारातून प्राप्त करण्यासाठी पाकिस्तानकडून होत असलेला प्रयत्न. या क्षेत्रांमध्ये पाकिस्तान आणि चीनचे साटेलोटे. चीन आणि उत्तर कोरियाकडून पाकिस्तानला प्राप्त होणारी क्षेपणास्त्रे आणि अण्वस्त्र तंत्रज्ञान आणि या सर्व प्रकरणाकडे अमेरिकेकडून होत असलेले दुर्लक्ष.

(३) अमेरिकेचा भारतावर आरोप : भारताच्या जम्मू-काश्मीर राज्यात भारतीय लष्कराकडून मोठ्या प्रमाणावर मानवाधिकार उल्लंघन होत असल्याचा अमेरिकेचा आरोप.

(४) बहुध्रुवी विश्वरचनेच्या निर्मितीसाठी भारताचे प्रयत्न.

(५) अण्वस्त्र करारावर सही करण्यास भारताचा नकार : अण्वस्त्रप्रसारबंदी करार आणि सर्वसमावेशक अणुचाचणी बंदी करारावर स्वाक्षरी करण्यास भारताने दिलेला स्पष्ट नकार.

(६) भारतावर आर्थिक निर्बंध : १९९८ मध्ये भारताने केलेल्या पाच अणुचाचण्या आणि त्यानंतर भारत विरोधी आर्थिक आणि व्यापारी बहिष्काराची अमेरिकेने केलेली घोषणा.

(७) संयुक्त राष्ट्र संघटनेच्या सुरक्षा परिषदेमध्ये कायम सदस्यत्वासाठी भारताच्या दावेदारीला अमेरिकेचे समर्थन नाही.

(८) इराकमध्ये शांतीसैनिक पाठविण्याची अमेरिकेची विनंती भारताने नाकारली.

(९) मार्च २००४ मध्ये अमेरिकेकडून पाकिस्तानला बहाल करण्यात आलेला नाटो बाहेरील खास मित्र राष्ट्रांचा दर्जा.

(१०) भारत आणि इराणमधील प्रस्तावित गॅसपाईप लाईन प्रकल्पाला अमेरिकेचा विरोध.

(११) आंतरराष्ट्रीय व्यापाराची नियमावली तयार करण्यासाठी विश्व व्यापार संघटनेच्या व्यासपीठावरून विकसित आणि विकसनशील राष्ट्रांमध्ये चर्चेच्या ज्या फेऱ्या चालू आहेत, त्यामध्ये मानवाधिकार, पर्यावरणाचे संरक्षण, बालकामगारांचा प्रश्न यासारख्या मुद्द्यांवरून भारत आणि अमेरिकेमधील मतभेद.

अण्वस्त्रे व करार : जपानवरील अणुबॉम्बच्या वापरानंतर त्याची संहारशक्ती जगाला समजली. अणुबॉम्बच्या वापरामुळे जागतिक शांतता मात्र धोक्यात आलेली दिसून येते. जगात शांतता प्रस्थापित

व्हावी, त्यासाठी अण्वस्त्रांच्या संदर्भात नि:शस्त्रीकरण करणे गरजेचे आहे, हा विचार पुढे आला. तोपर्यंत अमेरिका,सोव्हिएत रशिया, इंग्लंड, फ्रान्स व चीनने आपली अण्वस्त्रसज्जता स्पष्ट केली होती. त्यानंतर याच राष्ट्रांनी पुढाकार घेऊन यापुढे जगातील कोणत्याही राष्ट्राने अण्वस्त्र बनवू नयेत म्हणून अनेक अण्वस्त्रासंदर्भातील करार केले. त्यामध्ये १९६८ मधील अण्वस्त्र निर्माण व प्रसार प्रतिबंधक करार व १९९६ मधील सर्वसमावेशक चाचणी प्रतिबंधक करार यांचा प्रामुख्याने समावेश करावा लागेल.

अण्वस्त्र निर्माण व प्रसार प्रतिबंधक करार म्हणजेच एन. पी. टी. करार होय. युनोच्या महासभेने १९६८ मध्ये या कराराला मान्यता दिली. या करारानुसार अण्वस्त्रे फक्त यापुढे बड्या अण्वस्त्रधारी राष्ट्राकडेच राहतील,अण्वस्त्रविहीन राष्ट्रांना यापुढे अण्वस्त्रे तयार करता येणार नाहीत,अण्वस्त्रेविहीन राष्ट्रांना अण्वस्त्रांची मदत बंद केली जाईल,अण्वस्त्र परीक्षणावर आंतरराष्ट्रीय नियंत्रण राहील.

अण्वस्त्रविहीन राष्ट्रांवर जर अण्वस्त्रांचे हल्ले झाले तर त्यांनी काय करावे? अशा वेळी अण्वस्त्रधारी राष्ट्रे अण्वस्त्रविहीन राष्ट्रांच्या मदतीसाठी अण्वस्त्राचे छत्र धरतील का? अण्वस्त्रविहीन राष्ट्रांना ही व्यवस्था मान्य होईल का? अण्वस्त्रे ज्या राष्ट्राकडे आहेत ती राष्ट्रे त्यांचा उपयोग सैनिकी कार्यासाठी करतील,याची शाश्वती काय? अशा स्वरूपाचे अनेक प्रश्न उपस्थित करून भारताने या करारावर सही करण्यास नकार दिला. त्यामुळे अमेरिका भारतावर जास्तच चिडला व उभय राष्ट्रांच्या संबंधात त्यामुळे तणाव निर्माण होऊन तो पाकिस्तानला जास्तच लष्करी साधनसामग्री देऊ लागला. त्यातच भारताने १८ मे, १९७४ ला शांतता व आर्थिक विकासासाठी अण्वस्त्रांची चाचणी घेतली. भारताने अण्वस्त्रांची चाचणी घेऊन आंतरराष्ट्रीय कराराचे उल्लघंन केले आहे, अशी अमेरिकेने भारतावर टीका केली. एवढेच नाही तर अण्वस्त्राच्या संदर्भात जी राष्ट्रे भारताला मदत करीत होती त्यांच्यावरही दडपण आणून अमेरिकेने भारताची मदत बंद केलेली दिसून येते. एकंदरीत एन. पी. टी. (non-prolifiration treaty) कराराला अनुसरून उभय राष्ट्रांतील संबंध बिघडलेले दिसून येतात.

सर्वसमावेशक चाचणी प्रतिबंधक करार म्हणजेच सी. टी. बी. टी. करार होय. संपूर्ण जगामधून विनाशक आण्विक शक्ती काढून घेण्याच्या दृष्टीने युनोने पुढाकार घेऊन जिनिव्हा येथे १९९६ मध्ये एका परिषदेचे आयोजन करून खालील मुद्दे असलेला सी. टी. बी. टी. कराराचा मसुदा ५८ विरुद्ध ३ मतांनी मान्य करण्यात आला. त्यातील प्रमुख कलमे पुढीलप्रमाणे- सर्व प्रकारच्या अण्वस्त्रांच्या चाचण्यांवर बंदी घालणे,कराराचे उल्लंघन करणाऱ्या विरुद्ध नियंत्रण करणारी आंतरराष्ट्रीय निरीक्षण योजना तयार करण्यात आली,कोणताही देश अणुचाचणी घेत आहे,अशी शंका आल्यास त्याची चौकशी करण्याची यामध्ये तरतूद करण्यात आली,५१ सदस्यांची समिती स्थापन करून तिला यासंदर्भात कोणताही निर्णय घेण्याचा अधिकार देण्यात आला. हा करार सप्टेंबर १९९६ पासून पुढील १८० दिवसांत अंमलात येईल,जी राष्ट्रे अणुशक्तीचा शांततापुर्ण कार्यासाठी उपयोग करू इच्छितात आणि या क्षेत्रांत त्यांचे संशोधन सुरू आहे. त्यांच्यावर अनेक बंधने घालण्यात आली. अमेरिकन सिनेटनेच या कराराला विरोध केलेला असल्यामुळे अशा या दुटप्पी अमेरिकेने भारताला या करारावर सही करावी म्हणून दडपण आणावे ही हास्यास्पद गोष्ट आहे.

या करारामध्ये बड्या राष्ट्रांना झुकते माप दिलेले आहे,हा करार पूर्णपणे अमेरिकन धोरणांवर अवलंबून आहे, या कराराद्वारे जगाला अण्वस्त्रमुक्त करणे हा अमेरिकन हेतू आहे,पण स्वत: मात्र अण्वस्त्रे बनवताना दिसतो, या कराराची कलमे घातक आहेत,अण्वस्त्रधारी राष्ट्राकडील अण्वस्त्रे कशी नष्ट करणार याची कोणतीही योजना नाही, अण्वस्त्रे नष्ट करावीत पण त्याचा कार्यक्रम नाही,या करारानुसार युरेनियमच्या पुरवण्याबाबत मात्र बंधने घालण्यात आली आहेत असे सांगून भारताने या करारावर सही करण्यास नकार दिला. भारताने या करारावर सही करावी म्हणून अमेरिका भारतावर दबाव टाकताना दिसते. परंतु, भारताच्या

कोणत्याही नेत्याने अमेरिकन दडपणापुढे न झुकता या करारावर सही केली नाही. उलट, वाजपेयींनी ११ व १३ मे १९९८ मध्ये अणुच्या पाच चाचण्या घेतल्या. त्यानंतर संपूर्ण जगानेच भारताच्या या कृतीचा निषेध केला. भारतावर आर्थिक व लष्करी निर्बंध घातले. परंतु, भारताने त्यालाही जुमानले नाही. म्हणजेच सी. टी. बी. टी. कराराला अनुसरून उभय राष्ट्रातील संबंध वितुष्टाचे बनण्यास मदत झालेली दिसून येते. आज भारताने या करारावर सही करूनही भारताला शांततेसाठी अणुचाचण्या घेता येतील,अशा प्रकारचे लवचिक धोरण घेतले आहे, त्यामुळे उभय राष्ट्रातील संबंध सुधारण्यास मदत झालेली आपणास दिसून येते.

दहशतवाद : ११ सप्टेंबर २००१ रोजी अमेरिकेवर दहशतवाद्यांनी प्रचंड आक्रमण केले. तेव्हा खऱ्या अर्थाने दहशतवादाची झळ अमेरिकेला बसली होती की, जी झळ भारताला १९८० पासूनच बसत होती. तेव्हा मात्र अमेरिका भारताच्या या दु:खाकडे कानाडोळा करीत होता. वास्तविक पहाता अमेरिका व भारत जगातील सर्वांत मोठी लोकशाहीवादी राष्ट्रे आहेत. दहशतवादाला अनुसरून जगाच्या विविध व्यासपीठांवरून भारताने दहशतवाद पोसणाऱ्या विरुद्ध कारवाई करावी या संदर्भात आपली बाजू मांडली. परंतु, २००१ च्या घटनेनंतर जग भारताच्या या भूमिकेकडे सहानुभूतीने पाहू लागले.

अमेरिकेवरील दहशतवादी हल्ल्यानंतर त्याने आक्रमक स्वरूपाचे धोरण स्वीकारले. या धोरणांची आंतरराष्ट्रीय दहशतवादाचा बिमोड करणे, अमेरिकेवरील हल्ल्यामागचा प्रमुख सुत्रधार ओसामा-बिन-लादेनला पकडणे,अल् कायदासारख्या आंतरराष्ट्रीय दहशतवादी संघटनांचे जगभर पसरलेले जाळे उद्ध्वस्त करणे, दहशतवादी संघटनाच्या हातात अण्वस्त्रे पडणार नाहीत याची काळजी घेणे, आंतरराष्ट्रीय दहशतवादाला प्रोत्साहन देणाऱ्या राष्ट्रांविरूद्ध कारवाई करणे, ही प्रमुख वैशिष्टे होती. दहशतवाद विरूद्धच्या या कारवाईमध्ये अमेरिकेला नवीन सहकार्याची गरज होती. ही भारतासाठी निश्चितीच मोठी संधी होती. भारताने लगेचच दहशतवाद विरूद्धच्या मोहिमेत अमेरिकेला पूर्ण समर्थन देण्याचे जाहीर केले. एवढेच नाही तर भारताने पाकिस्तान व अफगाण पुरस्कृत दहशतवादाचे सबळ पुरावे अमेरिकेला दिले. यामधून भारताला दोन प्रकारे फायदा होणार होता. एक काश्मीरमधील दहशतवादाला आळा घालण्यास मदत व दोन चीनच्या वर्चस्वाला वचक बसविणे. दहशतवादाचे मूळ काश्मीरमध्ये असून त्यांचा धोका जर कमी करावयाचा असेल तर त्यांच्या मुळावरच घाव घातला गेला पाहिजे. म्हणजेच दहशतवादाचा सर्वच पातळीवर विरोध झाला पाहिजे. हेच मनमोहनसिंग यांनी आपल्या अमेरिका भेटीत बुश प्रशासनाला पटवून देण्याचा प्रयत्न केला. काश्मीरमधील दहशतवादी कारवायांकडे त्यांनी अमेरिकन कायदेमंडळाचे लक्ष वेधण्याचा प्रयत्न केला. दहशतवादाचा प्रश्न हा जागतिक असून त्यामध्ये कोणत्याही प्रकारचे राजकारण आणू नये,असेही त्यांनी या भेटीत स्पष्ट केले. या भेटीत अमेरिकेबरोबर त्यांनी यासंदर्भात अनेक करार केले. यानंतर दहशतवाद या मुद्याला अनुसरून भारताकडे पाहण्याच्या अमेरिकेच्या धोरणात बदल झालेला आपणास दिसून येतो. उदा. काश्मीरमध्ये दहशतवाद्यांनी केलेल्या निरपराध जनतेच्या क्रूर हल्ल्यांना जो अमेरिकन हत्या म्हणत होती, तीच अमेरिका अमेरिकेवरील हल्ल्यानंतर त्या हत्या नसून दहशतवादाचे बळी आहेत असे म्हणू लागली आहे. अमेरिकन परराष्ट्रमंत्री कॉलिन पॉवेल सप्टेंबर २००१ च्या घटनेनंतर बीबीसीला दिलेल्या मुलाखतीत इतर ठिकाणच्या दहशतवादा इतकीच काश्मीरमधील दहशतवादाबद्दल अध्यक्ष बुश यांना चिंता आहे,त्याचप्रमाणे लोकशाही मार्गाने स्थापन झालेल्या सरकारला जर दहशतवादी संघटना सत्तेवरून खाली खेचण्याचा प्रयत्न करत असतील तर अशा संघटनांचा बदोबस्त करावा लागेल हे सुद्धा त्यांनी स्पष्ट केले.

१३ डिसेंबर २००१ रोजी दहशतवाद्यांनी भारतीय संसदेवर हल्ला केला. अमेरिका व भारतावरील हल्ला हा एकाच संघटनेने केलेला असून त्यांची जाणीव अमेरिकन राज्यकर्त्यांना प्रथमच आली. एवढेच नाही तर भारताच्या दहशतवादाविरुद्धच्या लढयात सहकार्य करण्याचा अमेरिकेचा निर्धार आहे हे अमेरिकेने स्पष्ट

केले. त्यानंतर अमेरिकेच्या दबावतंत्राचा उपयोग होऊन पाकिस्तानने लष्करे-ए-तोयबा व जैश-ए-मंहमद यांच्याविरूद्ध कार्यवाही सुरू केली. एवढेच नाही तर पाकने अतिरेकी प्रशिक्षण तळ नष्ट करून दहशतवाद्यांना पाकिस्तान थारा देणार नाही हे स्पष्ट केले. त्यानंतर मुशर्रफ यांनी दहशतवादाचा स्पष्टपणे धिक्कार केला असून काश्मीरमधील दहशतवाद पाकिस्तान सहन करणार नाही,अशा प्रकारची ग्वाही अमेरिकेने भारताला दिली.

कॉलीन पॉवेल यांनी जानेवारी २००२ मध्ये पाकिस्तानला भेट दिली. या भेटीत पाकिस्तानने दहशतवाद संपविण्याची भाषा कृतीत आणावी अन्यथा गंभीर परिणाम होतील, अशा प्रकारचा गर्भित इशाराच पॉवेलने पाकिस्तानला दिला.

आज दहशतवाद या विषयाला अनुसरून भारताबरोबर संरक्षणसंबंध प्रस्थापित करण्यात अमेरिकेचा प्रमुख हेतू चीनच्या सामर्थ्यला नियंत्रित करणे हा आहे; कारण हिंदी महासागरातील चीनचा वाढता हस्तक्षेप भारत व अमेरिका या दोघांसाठीही धोक्याचा आहे, अशा वेळी दोघांनी एकत्र येणे दोघांसाठीही फायद्याचे आहे.

हिंदी महासागरात भारताचे स्थान मोक्याचे आहे. भारताचे क्षेत्रफळ मोठे आहे. भारताची आर्थिक परिस्थिती सुधारत आहे, अशा परिस्थितीत एखादा लष्करी तळ भारतात उभारता आला तर तो अमेरिकेसाठी अतिशय फायद्याचा ठरणार होता. पश्चिम आशियातील बहारीनमध्ये सध्या अमेरिकेचा मोठा लष्करी तळ आहे आणि अतिपूर्वेकडे जपानमध्ये आहे. या दोन्ही तळांमध्ये दुवा साधणारा आशिया खंडाच्या केंद्रस्थानी एखादा लष्करी तळ असावा,ही अमेरिकेची गरज आहे. अमेरिका व जपानसाठी पश्चिम आशियातून तेल वाहून नेणाऱ्या जहाजांना त्यामुळे सुरक्षा मिळेल. भारतातील विशाखापट्टणम् किंवा अंदमान-निकोबार लष्करी तळासाठी अतिशय संयुक्तिक ठिकाणे आहेत.

भारतामध्ये अमेरिकेचा तळ उभारला जाण्यात भारताचाही फायदा आहे. चीन आणि पाकिस्तानच्या धोक्यामुळे आज भारताचा संरक्षणावर प्रचंड खर्च होतो आहे, त्यात निश्चितच कपात होईल. भारताविरूद्ध कोणतेही धाडस करण्याचा विचारही या राष्ट्रांच्या मनात येणार नाही. भारताविरूद्धच्या दहशतवादी कारवायांचा वचक बसेल. अमेरिकेच्या समर्थनामुळे आज जो फायदा जपानला होतो आहे तो भारतालाही होईल,विभागीय महासत्ता म्हणून उदयाला येण्याचे भारताचे स्वप्न साकारले जाईल.

डॉ. मनमोहन सिंग २००५ मध्ये अमेरिका भेटीवर गेले. या भेटीमध्ये भारताला आर्थिक महासत्ता म्हणून विकसित करण्याचा तसेच चीनच्या वाढत्या सामर्थ्याला शह देण्याच्या अमेरिकन उद्देशातून एक महत्त्वाकांक्षी संरक्षण योजना बनविण्यात आली. अणुऊर्जा क्षेत्रात सहकार्य, दहशतवादाचा सामना सुरक्षा परिषदेत भारताच्या कायम सदस्यत्वाच्या दावेदारीला समर्थन आणि व्यापारीवृद्धी ही मनमोहन सिंग यांच्या अमेरिका भेटीची मुख्य उद्दिष्टे होती. शिवाय ती यशस्वीसुद्धा झालेली आपणास दिसतात.

नागरी क्षेत्रातील करार :

अणुउर्जा क्षेत्रांमध्ये अमेरिकेचे सहकार्य मिळवण्यासाठीच डॉ. मनमोहन सिंग अमेरिकन दौऱ्यावर गेले होते. वास्तविक पाहता अणुउर्जा क्षेत्रामध्ये अमेरिकेचे सहकार्य मिळविणे हा मनमोहनसिंग यांच्या २००५ मधील अमेरिकन भेटीचा महत्त्वाचा उद्देश होता. भारतातल्या अणुविद्युत प्रकल्पासाठी अणुइंधनाची अमेरिकेकडून भारताला गरज आहे. गेल्या दोन दशकापासून भारत अमेरिकेला अणुइंधनाची गरज आणि त्याच्या विकासात्मक कार्यासाठी कसा वापर केला जाईल, हे पटवून देण्याचा प्रयत्न केला जात आहे. २०५० पर्यंत भारताची विजेची गरज ही आठ हजार युनिट्स एवढी असणार आहे. ही गरज भागविण्यात अणुउर्जा प्रकल्प महत्त्वाची भर घालू शकतात; वरील गरज भागविण्यासाठी भारताला अणुइंधनाची गरज

आहे. भारताची अणुऊर्जेची ही गरज अमेरिकेला पटवून देण्यात पंतप्रधान मनमोहन सिंग यशस्वी ठरले आहेत. अमेरिकन काँग्रेसच्या संयुक्त अधिवेशनाला संबोधित करताना पंतप्रधान मनमोहन सिंग यांनी अणुइंधनाचा वापर भारताकडून विध्वंसक शस्त्रास्त्रांच्या निर्मितीसाठी कधीही केला जाणार नाही,असे आश्वासन दिले. बुश प्रशासनाने यावर विचार करून १८ जुलै २००६ रोजी त्यांनी भारताबरोबर अणुऊर्जा क्षेत्रातील सहकार्याबाबतचा महत्त्वपूर्ण करार केला. भारत आणि अमेरिका यांच्यातील अणुकरार हा दोन सार्वभौम देशांमधील नागरी स्वरूपाचा आणि एका विशिष्ट क्षेत्रात सहकार्य करण्याचा करार आहे. या दोन देशांमधील वाढत्या सहकार्याचे हे एक उत्तम उदाहरण आहे; तसेच जागतिक व्यवस्थेनुसार बदलत गेलेल्या भारताच्या परराष्ट्रीय धोरणाचेही एक उदाहरण आहे.

वास्तविक पाहाता भारत-अमेरिकेच्या दरम्यान आण्विक सहकार्याची चर्चा, भारताच्या दुसऱ्या अणुचाचणीनंतर म्हणजे १९९८ नंतर सुरू झाली. त्यावेळी अमेरिकेचे स्ट्रोब तालबोट व भारताचे जसवंतसिंह यांच्या दरम्यान बोलणी झाली होती. अमेरिकेतील १९५४ च्या अणुऊर्जा कायद्यांतर्गत तेथील सरकार आण्विक सहकार्याचे करार करते, या कायद्याच्या १२३ व्या कलमात करार करण्याचे निकष आहेत. त्यानुसार १९६८ च्या अण्वस्त्र प्रसारबंदी करारावर सही न केलेल्या देशांना आण्विक सहकार्याच्या प्रकल्पांवर संपूर्ण देखरेख (सेफगार्ड)मान्य करावी लागते; तसेच पुरवठा केलेले इंधन किंवा साधनसामग्री ही इतर कोणत्याही देशाला देता येत नाही आणि वापरलेल्या इंधनावर फेरप्रक्रिया करता येणार नाही. हे निर्बंध न पाळल्यास दिलेली साधनसामग्री परत घेण्याचा अधिकार अमेरिकेला आहे. या संदर्भातील इतर कलमेही महत्त्वाची आहेत. कलम १२९ मध्ये आंतरराष्ट्रीय अणुऊर्जा आयोगाचे (आयएईए) नियम पाळण्याबाबत उल्लेख आहे.

एप्रिल २००६ मध्ये अमेरिकेचे राष्ट्रांध्यक्ष जॉर्ज बूश यांच्या भारतभेटी दरम्यान दोन्ही राष्ट्रादरम्यान नागरी क्षेत्रातील ऐतिहासिक स्वरूपाचा अणुउर्जा सहकार्य करार झाला. यालाच '१२३ करार' असेही म्हणतात. या कराराला जुलै २००६ मध्ये अमेरिकन काँग्रेसच्या प्रतिनिधी ग्रहाने आणि नोव्हेंबर २००६ मध्ये सिनेटने मान्यता दिली. हा करार म्हणजे भारताच्या अण्वस्त्रसंपन्न राष्ट्राच्या दर्जाला अमेरिकेकडून मिळालेली अधिमान्यता आहे, हा करार करतेवेळी अमेरिकी कायद्यासमोर काही अडचणी आल्या. त्यासाठी अमेरिकेला नवीन कायदा संमत करून घ्यावा लागला,तो म्हणजे 'हाईड कायदा'! करार अमंलात येण्यासाठी भारताने नागरी प्रकल्प निश्चित करून त्यावर 'आयएईए'ची देखरेख मान्य करणे आणि आयएईए कडून मान्यता घेणे आवश्यक आहे.

या करारानुसार भारतातील सध्या कार्यान्वित असलेल्या पंधरा अणुभट्ट्यांना अणुइंधनाचा पुरवठा सुरळीत होईल. हा करार अस्तित्वात आल्यानंतर अमेरिकेसह चाळीस सदस्य संख्या असलेल्या 'आण्विक निर्यातदार राष्ट्रांच्या गटाकडून' भारतीय अणुभट्टयांना अणुइंधनाचा पुरवठा केला जाईल. आण्विक निर्यातदार राष्ट्रांनी भारताला अणुइंधनाचा पुरवठा करावा यासाठी अमेरिका प्रयत्न करेल. म्हणजेच १२३ कराराबाबत चर्चा करताना ऊर्जा उत्पादनाचा प्रश्न येतो. त्यात अणुऊर्जेच्या किमतीचा प्रश्न असतो; तसेच पर्यायी ऊर्जेची चर्चा असते. कोळसा,तेल, नैसर्गिक वायू; तसेच पाणी ही पारंपरिक साधने आहेत. येत्या वीस ते पन्नास वर्षांत यांच्या उपलब्धतेत फारशी वाढ होईल, असे दिसत नाही. उलट हे स्त्रोत आटण्याची शक्यताच अधिक आहे. त्यातल्या त्यात नैसर्गिक वायू अधिक मिळेल असे मानले जाते. भारताच्या दृष्टीने बोलायचे झाले तर हा नैसर्गिक वायू मिळविण्यासाठी इराणपर्यंत खटपट न करता बांगलादेशाकडे बघणे अधिक फायद्याचे ठरेल. नैसर्गिक साधनांच्या उपलब्धतेबाबतचे अंदाज असे आहेत : सन २००० ते २०५० दरम्यान टक्केवारीत उपलब्धीही कोळशाची २५. ४ टक्के ते ९. ८ टक्के, तेल ३७. ३ टक्केते १७.

९ टक्के,वायू २०. ९ टक्केते २६. ४ टक्के. त्याच दरम्यान अणुऊर्जा २ टक्केते ११. ३ टक्के असा अंदाज व्यक्त केला आहे. अणुऊर्जा ही या उपलब्ध ऊर्जेच्या साधनांना पूरक असणार आहे. तीच एकमेव असेल असे नाही; तसेच भारताच्या वाढत्या ऊर्जेच्या गरजा भागविण्यासाठी ऊर्जा उत्पादनाची नवीन साधने शोधणे गरजेचे आहे. अणुऊर्जेच्या उत्पादन खर्चाबाबत बरेच अहवाल सादर झाले आहेत. प्रत्येक अहवाल हा आपल्या पद्धतीने माहिती गोळा करून विश्लेषण करतो. कोणत्याही पद्धतीच्या खर्चाचा हिशोब करताना त्या प्रकल्पाच्या उभारणीबरोबर इतर खर्च लक्षात घेणे गरजेचे आहे.

१२३ करारात इंधनाच्या पुरवठ्याबाबतची विश्वासार्हता आणि इंधनाच्या 'स्ट्रॅटेजिक रिझर्व्ह' उल्लेख आहे. इंधनाचा पुरवठा अबाधित ठेवण्याची अमेरिकेने हमी दिली आह; तसेच भारताने इंधनाचा साठा करण्याबाबत उल्लेख आहे. तो करताना त्याचा पुरवठा केवळ अमेरिकेकडूनच होणे अपेक्षित नाही, तो इतर देशांकडूनही होऊ शकतो. त्याचबरोबर वापरलेल्या इंधनांवर फेरप्रक्रिया करण्यासाठी एक वेगळा प्रकल्प निर्माण करण्याचा उल्लेख आहे. या सर्व गोष्टी 'आयएईए'च्या देखरेखीच्या चौकटीत होणे अपेक्षित आहे. 'आयएईए'ची देखरेख भारताला नवीन नाही, आज, भारताचे तारापूर येथील दोन राजस्थान येथील दोन व कुंदनकुलम येथे निर्माण होऊ घातलेल्या दोन प्रकल्पांवर 'आयएईए'ची देखरेख आहे.

भारताने 'आयएईए' ला सादर केलेला देखरेखीबाबतचा मसुदा बघितला,की या प्रकल्पांच्या देखरेखीबाबतची भूमिका स्पष्ट होते. ज्या प्रकल्पांमध्ये आपण आयात केलेले इंधन वापरणार आहोत ते 'आयएईए'च्या देखरेखीखाली येणार आहेत. 'आयएईए'ची देखरेख असेल,तर या प्रकल्पांना अमेरिकेव्यतिरिक्त कॅनडा, रशिया, फ्रान्ससारखे देश इंधन किंवा साधनसामग्री देण्यास तयार आहेत. अमेरिकेबरोबरच्या करारातून भारताचे लष्करी आण्विक प्रकल्प बाहेर असणार आहेत. भारताने लष्करी उपयोगाचे प्रकल्प निश्चित केलेकी त्यांना हा करार लागू होणार नाही.

या करारानुसार भारतीय अणुभट्टयांची 'नागरी अणु उर्जा प्रकल्प' आणि 'लष्करी अणुउर्जा प्रकल्प' अशी दोन गटांमध्ये विभागणी केली जाईल. या करारांमधील तरतुदींप्रमाणे केवळ नागरी अणुउर्जा प्रकल्पच आंतरराष्ट्रीय अणुशक्ती संघटनेच्या आय. ए. इ. ए. नियंत्रणाखाली असतील. भारतातील प्रस्ताविक आठ अणुभट्टयांची विभागणीदेखील याचप्रमाणे केली जाईल, तसेच अणुशक्तीचा उपयोग लष्करी कारणासाठी करावयाचा म्हटले की, अणुचाचणीचा प्रश्न उपस्थित होतो. त्या बाबीचा 'हाईड कायदा' आणि '१२३ करार' याची भूमिका बघणे आवश्यक आहे. १२३ करारानुसार या करारांतर्गत मिळालेली साधनसामग्री ही केवळ शांततेच्या कार्यासाठी वापरावयाची आहे. हे कलम त्या कराराच्या नागरी चौकटीत आखले गेले आहे. हाईड कायदा हा अमेरिकी आण्विक धोरणाला धरून भूमिका घेतो. असे धोरण असताना अमेरिकेने भारताशी अपवादात्मक करार करण्याचे ठरविले,ते त्यांच्या काही फायद्यासाठी. हा कायदा सामरिक स्वरूपाचा असणार हे उघड आहे. अमेरिका त्याचे परराष्ट्रीय धोरण त्यांच्या राष्ट्रहिताच्याच चौकटीतच मांडणार हे उघड आहे. त्यांनी भारताच्या राष्ट्रहिताच्या दृष्टिकोनातून त्यांचा जागतिक दृष्टिकोन आखावा हा हट्ट आपण धरू नये.

भारताने १९९८ मध्ये अणुचाचणी घेतल्यानंतर लगेचच भारताला नव्याने अणुचाचण्या करण्याची गरज आहे काय? हे भारतीय शास्त्रज्ञ सांगू शकतील; परंतु भारताची अण्वस्त्र व वाहकक्षमता बघता,हा कार्यक्रम योग्य दिशेने जात असल्याची जाणीव होते. ७ मार्च २००६ रोजी पंतप्रधान मनमोहन सिंग यांनी संसदेसमोर १८ जुलै २००५ च्या समझोत्याचा मसुदा सादर केला; तसेच सरकारच्या वतीने निवेदन दिले. त्यात त्यांनी भारताच्या सामरिक गरजांच्या प्रकल्पांना,त्यात फेरप्रक्रिया प्रकल्प; तसेच शुद्धीकरण प्रकल्प हे समझोत्याच्या बाहेर असल्याचे स्पष्ट केले. त्याचबरोबर कल्पकम्‌चा 'फास्ट ब्रीडर' देखील देखरेखीखाली

ठेवला जाणार नसल्याचे जाहीर केले. 'बुलेटिन ऑफ ऑटोमिक सायंटिस्ट'मधील लेखांनुसार अंदाज दिलातर आज भारताकडे सुमारे ४० ते ५० अणुबॉम्ब; तसेच योग्य वाहकक्षमता आहे.

आज भारतासमोर खरे आव्हान हे आर्थिक स्वरूपाचे आहे, तेलाच्या वाढत्या किमती व अन्नधान्याची जाणवणारी टंचाई किंवा महागाईचे प्रश्न महत्त्वाचे आहेत; अशा वेळी अणुकराराचा मुद्दा इतक्या टोकाला जाण्याची काय कारणे असावीत? अणुकराराबाबत सरकारच्या भूमिकेविरुद्ध आवाज उठवायचा असेल,तर तो २००५ पासून करता आला असता; किंबहुना २००६ मध्ये संसदेसमोर वक्तव्य केल्यानंतर राजकीय पक्षांनी आपली भूमिका स्पष्टपणे मांडणे योग्य झाले असते; परंतु सरकार पडण्याची भीती,त्यातून पुन्हा नवीन निवडणुकीला सामोरे जाण्याचे आव्हान सर्वच पक्षांना नको होते. आज निवडणूक तशीही जवळ आली आहे, आर्थिक समस्या वेग घेत आहेत आणि राजकीय समीकरणे बदलण्याच्या मार्गावर आहेत. या सर्व बाबींचा विचार करता हा प्रश्न मनात नक्कीच येऊ शकतो की, पक्षाच्या हितापलीकडे देशहीताच्या प्रश्नाकडे एकत्रितपणे बघण्याची गरज असते. एकंदरीत या करारामुळे उभय राष्ट्रातील संबंध चांगले बनले आहेत.

(१२. अ. १) रशिया व भारत संबंध

प्रस्तावना :

स्टॅलिनच्या कालावधीपर्यंत भारत सोव्हिएत रशिया यांच्यातील संबंध म्हणावे तेवढे चांगले नव्हते,पण त्यांच्या निधनानंतर उभय राष्ट्रांतील संबंध चांगले बनण्यास सुरुवात झाली. त्यामध्ये उत्तरोत्तर वाढच होत गेली. १९९१ मध्य सोव्हिएत रशियाचे विघटन झाल्यानंतरही उरलेल्या रशियाबरोबरच्या भारताच्या संबंधाच्या संदर्भात बदल झालेला दिसत नाही पण आंतरराष्ट्रीय परिस्थितीनुसार संदर्भ मात्र बदललेले आपणास दिसून येतात.

शीतयुद्धातील सोव्हिएत रशिया व भारत यांच्यातील तणावाचा किंवा वितुष्टांचा काळ :

ब्रिटिश भारतात आले,त्याच्या अगोदर भारत आणि सोव्हिएत रशिया यांच्यातील संबंध चांगले होते, पण भारत ब्रिटिशांची वसाहत बनली आणि उभय राष्ट्रातील संबंध संपुष्टात आले. ब्रिटिशांची राजवट ज्यावेळी भारतावर होती त्यावेळी ब्रिटिशांची सत्ता झुगारून देवून स्वातंत्र्य मिळविण्यासाठी भारतीयांनी जे आंदोलन सुरू केले. त्या आंदोलनाला अमेरिकेने आपला पाठिंबा जाहीर केला होता. एवढेच नाही तर ब्रिटिशांनी भारतीयांना स्वातंत्र्य द्यावे म्हणून अमेरिकेने ब्रिटिशांच्यावर दडपणही आणलेले दिसून येते. स्वातंत्र्यानंतर भारताने लोकशाहीचा स्वीकार केला. तेव्हा शीतयुद्धातील अमेरिकेच्या गटात आता भारत सहभागी होईल अशी शंका सोव्हिएत रशियाला आली; पण भारताने शीतयुद्धातील कोणत्याही गटात सहभागी होण्याऐवजी अलिप्ततेच्या धोरणाचा स्वीकार केला.

स्वातंत्र्यानंतर भारताने आपला आर्थिक विकास वेगाने सुरू केला. त्यासाठी भारताने पंचवार्षिक योजना आखल्या; पहिल्या दोन योजनांना अमेरिकेने भरीव स्वरूपाची आर्थिक मदत भारताला दिली. त्यामुळे भारत आता अमेरिकन गटाकडे झुकेल अशा स्वरूपाची शंका सोव्हिएत रशियाच्या मनात निर्माण झाली होती.

१९६२ च्या भारत-चीन युद्धात अमेरिका व इंग्लंड यांनी भारताला मोठ्या प्रमाणात शस्त्रास्त्रांची मदत दिली. त्याही वेळी सोव्हिएत रशियाच्या मनात शंका निर्माण झाली होती. त्यानंतर १९६५ चे भारत-पाकिस्तान युद्ध सोव्हिएत रशियाच्या मध्यस्थीने संपुष्टात आले होते. सोव्हिएत रशियाने पाकिस्तानला त्यानंतर लष्करी मदत देण्यास सुरुवात केली. तेव्हा भारत सोव्हिएत रशियावर नाराज झाला, पण आम्ही

दिलेल्या लष्करी मदतीचा वापर पाकिस्तान भारताविरोधी करणार नाही अशा प्रकारचे आश्वासन सोव्हिएत रशियाने भारताला दिल्यानंतर उभय राष्ट्रातील संबंध चांगले बनण्यास सुरुवात झाली.

शीतयुद्धातील सोव्हिएत रशिया व भारत यांच्यातील संबंध सुधारण्यास कारणीभूत झालेल्या घटना :

भारत व सोव्हिएत रशियामधील संबंध सुधारण्यास खालील काही घटना कारणीभूत झालेल्या दिसून येतात-

साम्यवादी चीन व त्याला मान्यता : १९४९ मध्ये चीनमध्ये साम्यवादी राजवट प्रस्थापित झाली. त्यामुळे शीतयुद्धातील सोव्हिएत रशियाचे पारडे जड झाले तर अमेरिकन गटाला धक्का बसला. केवळ शेजारधर्म म्हणून साम्यवादी चीनला सर्वप्रथम भारताने मान्यता दिली; एवढेच नाही तर संयुक्त राष्ट्रसंघाने चीनला सभासदत्व द्यावे त्याचप्रमाणे सुरक्षा परिषदेत कायम सभासदाचा दर्जा द्यावा म्हणून प्रयत्न केलेला दिसून येतो. त्यामुळे सोव्हिएत रशियाच्या मनामधील भारताविषयी शंका दूर होऊन उभय राष्ट्रातील संबंध चांगले बनण्यास मदत झाली.

भारत-चीन युद्ध : २० ऑक्टोबर १९६२ ला भारत-चीन यांच्यातील युद्धाला सुरुवात झाली. शीतयुद्धाच्या गटातील राष्ट्र म्हणून या युद्धात सोव्हिएत रशियाने चीनला मदत करावयास हवी होती, पण सोव्हिएत रशियाने तसे केले नाही. उलट उभय राष्ट्रांनी आपापसात तडजोड करावी अशा प्रकारची सूचना सोव्हिएत रशियाने केली. त्यामुळे चीन सोव्हिएत रशियावर नाराज झाला. त्यानंतर मात्र सोव्हिएत रशियाने भारताला भरीव स्वरूपाची मदत केलेली दिसून येते. त्यामध्ये मिग जातीची अत्याधुनिक विमाने ही होती. डिसेंबर १९६२ मध्ये सोव्हिएत रशियाने भारतावरील चिनी आक्रमणाची निंदा केली; साहजिकच उभय राष्ट्रे एकमेकांच्या जवळ येण्यास मदत झाली.

क्युबा प्रश्न : १९६२ मध्ये अमेरिकेच्या दक्षिणेला असलेल्या क्युबा या छोट्याशा राष्ट्रात साम्यवादी राजवट प्रस्थापित झाली. क्युबा हे सुरुवातीपासूनच अलिप्त चळवळीतील राष्ट्र होते. साम्यवादाचे संकट आपल्या दारात आले हे अमेरिकेला पाहवले नाही म्हणून अमेरिकेने क्युबामधील एका गटाला हाताशी धरून त्यांना सर्वांगीण मदत करून त्यांच्याकरवी क्युबामधील साम्यवादी राजवट उलथून टाकण्याचा प्रयत्न केला; म्हणजेच क्युबामध्ये अमेरिकेने हस्तक्षेप केला हे भारताला पाहवले नाही आणि भारताने अमेरिकन धोरणावर कडाडून टीका केली; क्युबामधील साम्यवादी राजवटीला मदत करण्यासाठी सोव्हिएत रशियाने आपली विमानवाहू क्षेपणास्त्र नौका अटलांटिक समुद्रात पाठविली तेव्हाही भारताने सोव्हिएत रशियाच्या धोरणावर टीका करावयास हवी होती पण भारताने तसे काहीही केले नाही, यामुळेच उभय राष्ट्रे एकमेकांच्या जवळ येण्यास मदत झाली.

आंतरराष्ट्रीय प्रश्नात सोव्हिएत रशिया व भारत यांच्यातील सहकार्य :

आंतरराष्ट्रीय क्षेत्रात विशेषत: संयुक्त राष्ट्रसंघाच्या व्यासपीठावर उभय राष्ट्रांनी एकमेकांना सहकार्य केल्यामुळेच त्यांच्यातील संबंध सुधारण्यास मोठ्या प्रमाणात मदत झालेली आपणास दिसून येते. त्यातील महत्त्वांचे प्रश्न खालीलप्रमाणे आहेत-

काश्मीर प्रश्न : भारत स्वतंत्र झाला तेव्हा काश्मीर हे स्वतंत्र संस्थान होते. त्यामध्ये ८० टक्क्यांपेक्षा जास्त लोक मुस्लीम होते, भौगोलिकदृष्ट्या पाकिस्तानला अगदी जवळ असलेला हा भूप्रदेश आज ना उद्या तो पाकिस्तानमध्येच विलीन झाला असता पण पाकिस्तानी नेतृत्वाला धीर धरवला नाही आणि त्यांनी अगोदर अतिरेक्यांच्या करवी व नंतर आपल्या सैनिकांच्या सहकार्याने काश्मीर जिंकण्याचा प्रयत्न केला पण यामध्ये त्यांना यश आले नाही, अशाच प्रकारे वेळोवेळी चीन व अमेरिकेच्या मदतीने

पाकिस्तानने काश्मीर जिंकून घेण्याचा प्रयत्न यानंतर तीन वेळा केला, पण त्यामध्येही त्यांना यश मिळाले नाही तेव्हा पाकिस्तानने कूटनीतीचा आधार घेऊन अमेरिकन मदत दहशतवाद्यांना देऊन भारताच्या अंतर्गत कारभारात हस्तक्षेप करण्यास सुरुवात केली.

ज्या वेळी पाकिस्तानने काश्मीरचा प्रश्न संयुक्त राष्ट्रसंघाच्या व्यासपीठावर उपस्थित केला. त्याचप्रमाणे अमेरिकेच्या मदतीने हा प्रश्न सुरक्षा परिषदेमध्येही मांडण्यात आला तेव्हा सोव्हिएत रशियाने व्हेटोचा अधिकार वापरून या प्रश्नावरील चर्चा हाणून पाडून काश्मीर हा भारताचा अविभाज्य भाग आहे अशा प्रकारची भूमिका घेऊन तो आंतरराष्ट्रीय पातळीवर भारताच्या मागे ठामपणे उभा राहिलेला दिसून येतो.

गोवा प्रश्न : भारताला स्वातंत्र्य मिळून बरीच वर्षे लोटली तरी पोर्तुगीज गोवा वसाहतीवरील आपला हक्क सोडत नव्हते भारताचा वसाहतवादाला सुरुवातीपासूनच विरोध होता, तेव्हा भारताने १९६१ मध्ये सैनिकी कार्यवाही करून गोवा आपल्या प्रदेशात सामावून घेतला. तेव्हापासून गोवा भारताचा अविभाज्य भाग बनला. वास्तविक पाहता पोर्तुगीज नाटो या संघटनेचा सदस्य असल्यामुळे या संघर्षात अमेरिका आपणास मदत करील असे पोर्तुगिजांना वाटले होते, पण अमेरिकेच्या मर्यादा या ठिकाणी स्पष्ट झाल्या तरी अमेरिकेने हा प्रश्न की जो भारताचा असून त्यामध्ये भारताचे राष्ट्रीय हित गुंतलेले आहेत हे माहीत असूनही संयुक्त राष्ट्रसंघाच्या महासभेमध्ये मांडला पण तेथे अलिप्त राष्ट्रापुढे अमेरिकेचे काहीही चालले नाही, हे पाहून अमेरिकेने हा प्रश्न सुरक्षा परिषदेपुढे मांडला; पण त्या ठिकाणी सोव्हिएत रशियाने व्हेटोचा अधिकार वापरून गोवा हा भारताचा आहे अशा प्रकारची भूमिका घेतल्यामुळे उभय राष्ट्रातील संबंध जवळ येण्यास मदत झालेली आपणास दिसते.

दक्षिण आशियाई राजकारण आणि मैत्रीचा करार : १९७० च्या दशकात दक्षिण आशियात भारताला एकटे पाडण्याच्या हेतूने पाकिस्तानने पुढाकार घेऊन अमेरिका-पाकिस्तान-चीन अशी युती घडवून आणली. या युतीमुळे भारताची सुरक्षितता धोक्यात आली. यावर तोडगा काढण्यासाठी व या युतीला शह देण्यासाठी भारताने सोव्हिएत रशियाबरोबर ९ ऑगस्ट, १९७१ रोजी २० वर्षांसाठी मैत्रीचा करार केला. या कराराचा मुख्य हेतू संरक्षण किंवा सुरक्षा हाच होता. यानुसार दोन्ही देशांपैकी एकावर इतरांनी आक्रमण केल्यास त्यांचा प्रतिकार परस्परांनी विचारविनिमय करून करावा असे यामध्ये ठरविण्यात आले, या करारामुळेही उभय राष्ट्रातील संबंध जवळ येण्यास मदत झालेली आपणास दिसते.

सहकार्य व मैत्रीचा करार : दक्षिण आशियातील अस्थिर वातावरणाचा विचार करून भारताने सोव्हिएत रशियाबरोबर ९ ऑगस्ट, १९७१ रोजी २० वर्षांसाठी मैत्रीचा करार केला. या कराराचा मुख्य हेतू संरक्षण किंवा सुरक्षा हाच होता. याशिवाय या कराराची आणखी काही उद्दिष्टे होती, ती आपणास खालीलप्रमाणे सांगता येतील-

(१) या कराराला अनुसरून मैत्री संबंधांची सर्व क्षेत्रे खुली व व्यापक करणे.

(२) भारत व सोव्हिएत रशियाच्या मूलभूत राष्ट्रीय हिताच्या संरक्षणासाठी मैत्री व सहकार्य वाढीस लावणे.

(३) दक्षिण आशियात व जगात कायमस्वरूपी शांतता निर्माण करण्यासाठी प्रयत्न करणे.

(४) जागतिक शांतता व सुरक्षितता अबाधित ठेवणे; आंतरराष्ट्रीय तणाव दूर करणे वसाहतवाद नष्ट करणे यासाठी उभय राष्ट्रांनी एकमेकांना सहकार्य करणे.

(५) शांततामय सहजीवनाच्या आणि सहकार्याच्या तत्त्वावर विश्वास ठेवून वेगवेगळ्या राजकीय व सामाजिक व्यवस्थेमध्ये सहकार्य वाढीस लावणे.

हा करार करताना जवळजवळ १२ अटी किंवा कलमे करण्यात आली होती. त्यातील स्थूलमानाने

काही खालीलप्रमाणे आहेत-

(१) प्रादेशिक एकात्मता, स्वातंत्र्य व सार्वभौमत्व यांचा आदर दोन्ही राष्ट्रे करतील परस्परांच्या अंतर्गत कारभारात ते ढवळाढवळ करणार नाहीत.

(२) दोन्ही राष्ट्रे समता आणि परस्पर लाभ या तत्त्वांवर निखळ मैत्री, शेजारधर्म सर्वांगीण सहकार्य या तत्त्वांच्या आधारावर आपले संबंध अधिक दृढ करतील.

(३) या करारानुसार सोव्हिएत रशिया भारताच्या अलिप्ततेच्या धोरणास मान देईल आणि अलिप्ततेच्या या धोरणामुळे जागतिक शांतता, सुरक्षितता आणि जागतिक तणाव कमी करण्याच्या भारताच्या भूमिकेला सोव्हिएत रशिया सहकार्य करेल.

(४) करारातील दोन्ही राष्ट्रे परस्परांच्या हितसंबंधावर परिणाम करणाऱ्या महत्त्वाच्या प्रश्नासंबंधी परस्परांशी वेगवेगळ्या मार्गाने संपर्क साधतील.

(५) उभय देशांनी समजूतदारपणे व शांततापूर्ण उपायांनी परस्परातील मतभेद मिटविण्यावर भर द्यावा.

(६) दोन्ही देशांपैकी एकावर इतरांनी आक्रमण केल्यास त्यांचा प्रतिकार परस्परांनी विचारविनिमय करून करावा असे यामध्ये ठरविण्यात आले.

(७) करारातील कोणतेही राष्ट्र परस्परांना हानी पोहोचेल अशा प्रकारच्या गुप्त किंवा उघड स्वरूपाचा तह तिसऱ्या राष्ट्राबरोबर करणार नाही.

(८) करारातील प्रत्येक राष्ट्र दुसऱ्या राष्ट्राविरूद्धच्या तयार होणाऱ्या लष्करी करारात सहभागी होणार नाही,दोन्ही राष्ट्रे परस्परांवर आक्रमण करणार नाहीत दुसऱ्या राष्ट्रास हानी पोहोचेल अशा पद्धतीने आपल्या प्रदेशाचा वापर करू देणार नाहीत.

(९) विज्ञान, कला, साहित्य इत्यादी क्षेत्रात उभय राष्ट्रे आपापसातील संबंध दृढ करतील.

(१०) हा करार उभय राष्ट्रांनी २० वर्षांसाठी केला असून कोणत्याही कारणाने तो रद्द होणार नाही, तर तो तसाच पुढे चालू राहील. हा करार रद्द करावयाचा झाल्यास एक राष्ट्र दुसऱ्या राष्ट्रास एक वर्षे अगोदर तशा स्वरूपाची नोटीस देईल.

(११) दोन्ही देश एकमेकांना आर्थिक, वैज्ञानिक क्षेत्रांत परस्परांना सहकार्य देतील तसेच व्यापाराबाबत योग्य स्वातंत्र्य व दळणवळण सवलती दिल्या जातील.

(१२) करारातील कोणत्याही राष्ट्राबरोबर युद्ध सुरू करणाऱ्या तिसऱ्या राष्ट्रास करारातील दुसरे राष्ट्र कोणतीही मदत करणार नाही; करारातील एका राष्ट्रावर लष्करी हल्ला झाल्यास किंवा हल्ल्यांची परिस्थिती निर्माण झाल्यास ताबडतोब परस्परांशी संपर्क साधून धोका टाळण्यासाठी आणि शांतता व सुरक्षितता टिकविण्यासाठी परिणामकारक उपाययोजना ही दोन्ही राष्ट्रे करतील.

या करारामुळे आंतरराष्ट्रीय क्षेत्रात उभय राष्ट्रांची शक्ती वाढलेली दिसते. त्याचप्रमाणे उभय राष्ट्रातील संबंध दृढ बनण्यास मदत झालेली आपणास दिसून येते.

कराराचे मूल्यमापन : भारत-सोव्हिएत रशिया कराराचे या दोन देशांबरोबरच इतरत्र संमिश्र स्वागत झाले. हा करार ज्या परिस्थितीत झाला ती परिस्थिती पाहता या कराराचे अनेकांनी स्वागतच केले. या करारामुळे बांगला देश प्रश्नात चीन किंवा अमेरिका पाकिस्तानच्या मदतीला गेले नाहीत, असेच म्हणता येईल. वास्तविक पाहता या युद्धात अमेरिकेने आपले सातवे आरमार अरबी समुद्रात पाठवून हस्तक्षेप करण्याची धमकी दिली होती. परंतु,तितक्याच वेगाने सोव्हिएत रशियाकडूनही हस्तक्षेपाचे प्रत्युत्तर मिळाल्यामुळे या युद्धात अमेरिका काहीही करू शकला नाही. सोव्हिएत रशियन शक्ती जर भारताच्या मागे नसती तर बांगला देशाची समस्या सुटण्याऐवजी भारतच फार मोठ्या संकटात सापडला असता. या गोष्टींचा विचार

करता हा करार भारताच्या हिताच्या दृष्टीने महत्त्वाचा ठरला असेच म्हणता येईल.

करारावरील टीका : भारत सोव्हिएत रशिया यांच्यात झालेल्या करारावर खालील प्रकारची टीका करण्यात येते किंवा होताना दिसते-

(१) दुसऱ्या महायुद्धानंतर सोव्हिएत रशिया व अमेरिका या गटात शीतयुद्ध सुरू झाले. या दोघांच्याही गटात न जाता भारताने अलिप्ततेच्या धोरणाचा स्वीकार केला. भारत-सोव्हिएत रशिया यांच्यात झालेल्या करारामुळे भारताने अलिप्ततेच्या धोरणाचा त्याग केला.

(२) आशियाच्या सामूहिक सुरक्षेची योजना सोव्हिएत रशियाने १९६९ मध्ये मांडली. भारताने त्यांच्याबरोबर २० वर्षांचा करार करून, एक प्रकारे त्यांच्या सामूहिक सुरक्षा योजनेत सहभागी झाल्यासारखे आहे, म्हणजेच भारत अलगद सोव्हिएत रशियाच्या विस्तारवादी जाळ्यात अडकला.

(३) ज्यावेळी द्विपक्षीय पातळीवर करार केले जातात, त्यावेळी कराराचा फायदा करारातील मोठ्या राष्ट्राला जास्त होतो. त्या अनुषंगाने भारताच्या परराष्ट्रीय धोरणावरही सोव्हिएत रशियाचेच वर्चस्व निर्माण होईल अशीही टीका या करारावर करण्यात येते.

(४) या कराराचा विपरीत परिणाम भारत-चीन संबंधावर होईल, हा करार आपल्या विरोधात वापरला जाईल, म्हणून चीन आपला विरोध अधिक तीव्र करेल.

(५) सोव्हिएत रशियाच्या उत्पादित मालावर या करारामुळे भारतीय बाजारपेठ उपलब्ध होईल.

(६) आपल्या विरोधात चीन व अमेरिका हे दोन आपले शत्रू एकत्र आल्यामुळे आशियाच्या राजकारणाला फार मोठे महत्त्व प्राप्त झाले, या करारामुळे आपले प्रभुत्व टिकवण्यात भारतामुळे सोव्हिएत रशियाला शक्य झाले.

(७) विस्ताराने अतिप्रचंड असणाऱ्या सोव्हिएत रशियाला वर्षभर वापरता येतील अशी बंदरे नाहीत. साहजिकच हिंदी महासागरात व पॅसिफिक महासागरात प्रवेशासाठी धडपडणाऱ्या सोव्हिएत रशियाला या करारामुळे हिंदी महासागरात प्रवेश करण्याची संधी उपलब्ध झाली आहे.

या करारावर वरीलप्रकारची टीका जरी होत असली तरी यामधून काहीही विपरीत घडले नाही. भारतीय भूमीवर सोव्हिएत रशियाचा कोणताही धोका जाणवला नाही, शिवाय भारताने अलिप्ततेच्या धोरणांचाही त्याग केलेला नाही. या कराराचा दुरुपयोग करून सोव्हिएत रशियाने भारतावर आपला प्रभाव कधीही वाढवला नाही. मैत्री आणि अलिप्तता यांच्यात समन्वय साधण्यात भारतीय परराष्ट्रीय धोरण यशस्वी ठरलेले दिसून येते.

लष्करी व अंतराळ क्षेत्रातील सोव्हिएत रशिया व भारत यांच्यातील सहकार्य :

१९६२ मध्ये चीनने भारतावर हल्ला केला,या युद्धात सोव्हिएत रशियाने चीनची बाजू घ्यावयास हवी होती, पण तो या युद्धात गप्प बसला. उलट भारत, चीनने आपापसात तडजोडीचे धोरण स्वीकारावे असा सल्ला उभयतांना दिला. त्यामुळे चीन सोव्हिएत रशियावर नाराज झाला. तेव्हा उघडउघड सोव्हिएत रशियाने भारताला मदत देण्यास सुरुवात केली. १९६५ च्या युद्धानंतर भारत व पाकिस्तानमध्ये समझोता किंवा 'ताश्कंद करार' घडवून आणण्यात सोव्हिएत रशियाने पुढाकार घेतला, यानंतर लष्करी मदत पाकिस्तानला देण्यास त्याने सुरुवात करताच भारताने सोव्हिएत रशियाकडे नाराजी व्यक्त केली. त्यावेळी आम्ही दिलेल्या लष्करी साधनसामुग्रीचा वापर पाकिस्तान भारतविरोधी करणार नाही, अशा प्रकारचे आश्वासन दिल्यानंतर उभय राष्ट्रातील संबंध पूर्ववत होण्यास मदत झालेली दिसून येते. पाकिस्तानला परत अमेरिकेने शस्त्रास्त्रे देताच चिडून सोव्हिएत रशियाने भारताला मिग जातीची विमाने तयार करण्याचा प्रकल्प देण्याची घोषणा केली. नाशिकजवळ ओझर या ठिकाणी प्रत्यक्ष प्रकल्प उभारणीस सुरुवातही केली.

याशिवाय भारताच्या तिन्हीही सेना मजबूत करण्याच्या हेतूने त्यांनी मोठ्या प्रमाणात भारताला लष्करी साधनसामुग्री पुरविलेली दिसते. यामध्ये प्रामुख्याने बंदुका, तोफा, रणगाडे, जहाजे, पाणबुडया इत्यादींचा समावेश करता येईल. याशिवाय इंजिनियर व संपर्कदलासाठी लागणाऱ्या सामानांचाही त्यामध्ये समावेश आहे, या शस्त्रास्त्रांच्या जोरावरच भारत १९७१ चे युद्ध जिंकू शकला.

भारताने आपली लष्करी शक्ती वाढविण्यासाठी, आर्थिक व शांततेसाठी १८ मे १९७४ रोजी राजस्थानमधील पोखरणच्या वाळवंटात अणुची चाचणी घेतली. तेव्हा चिडून अमेरिकेने कॅनडा व फ्रान्सवर दडपण आणले, यामुळे भारताच्या अणुशक्तीसाठी दिले जाणारे जड पाणी व इतर साहित्य देण्यास या राष्ट्रांनी यापुढे नकार दिला. त्यानंतर भारताची ही गरज सोव्हिएत रशियाने पूर्ण केलेली दिसते. एवढेच नाही तर १९८२ मध्ये भारतीय नौदल शक्तिशाली बनविण्याच्या हेतूने सोव्हिएत रशियाने भारताला अणुशक्तीवर चालणारी 'आय. एन. एस. चक्र' ही पाणबुडी दिली.

१९८० च्या दशकात अमेरिकेने पाकिस्तानला एफ-१६ ही अत्याधुनिक विमाने दिली. त्याला प्रत्युत्तर देता यावे म्हणून सोव्हिएत रशियाने भारताला अत्याधुनिक प्रकारची मिग-२९ व मिग-३१ ही विमाने दिली, तर १९९० च्या दशकात अतिखोलपर्यंत हल्ला करणारी अत्याधुनिक सुविधा असणारी 'सुखोई-३०' जातीची विमाने भारताला दिली.

भारत-सोव्हिएत रशिया यांच्यात झालेल्या १९७२ च्या करारांतर्गत १९७५ मध्ये भारताने त्यांच्या मदतीने आपला पहिला उपग्रह 'आर्यभट्ट' रशियन भूमिवरून आकाशात सोडला, त्यानंतर भारताने अल्पावधीतच भास्कर-१, भास्कर-२ व रोहिणी सारखे उपगृह अवकाशात सोडले व ते यशस्वीरीत्या कार्य करू लागले. एवढेच नाही तर त्यांच्याच मदतीने आपला पहिला अंतराळवीर 'राकेश शर्मा' अवकाशात पाठवला गेला.

सोव्हिएत रशियाच्याच मदतीने भारताने क्षेपणास्त्र युगात १९८३ पासून पदार्पण केले. नंतर मात्र स्वतःचे तंत्रज्ञान वापरून भारताने क्षेपणास्त्रे बनविण्यास सुरुवात केलेली दिसते, पण क्षेपणास्त्रांसाठी लागणारे 'क्रायोजेनिक' हे अत्याधुनिक इंजिन भारताला देण्यासंदर्भाचा करार सोव्हिएत रशियाने केलेला होता. तोपर्यत भारताने पृथ्वी, अग्नी, त्रिशूल, आकाश ही मध्यम पल्ल्यांची क्षेपणास्त्रे विकसित केली होती. १९९१ मध्ये सोव्हिएत रशियाचे विघटन झाले यानंतर रशियाने हे इंजिन भारताला देऊ नये अशा प्रकारचे दडपण अमेरिकेने रशियावर टाकण्यास सुरुवात केलेली दिसून येते. या दडपणाला न जुमानता रशियाने १९९६ मध्ये हे क्षेपणास्त्र इंजिन भारताला देऊन आपले वचन पाळलेले दिसते.

१९८८ मध्ये भारताने अत्याधुनिक प्रकारचा आय. आर. एस. -१ अ उपगृह सोव्हिएत रशियन अग्निबाणाच्या सहकार्याने अवकाशात पाठवला. त्यानंतर भारताने स्वबळावर तयार केलेले इन्सॅट-२अ, इन्सॅट-२ब यासारखे उपगृह अवकाशात पाठवले.

सोव्हिएत रशिया अंतराळ व लष्करी क्षेत्रांत भारताच्या मागे ठामपणे उभा राहिल्यामुळेच आज या क्षेत्रात भारत पूर्णपणे स्वांवलंबी बनण्याच्या दिशेने वाटचाल करू लागलेला आपणास दिसतो.

आर्थिक व व्यापारी क्षेत्रातील सोव्हिएत रशिया व भारत यांच्यातील सहकार्य :

वसाहतीच्या काळात इंग्रजांनी भारताची प्रचंड प्रमाणात आर्थिक लूट केलेली होती. त्यामुळे स्वातंत्र्य मिळाले तेव्हा भारत आर्थिक दृष्ट्या प्रचंड मागासलेला व दुबळा बनलेला होता, आपली आर्थिक परिस्थिती सुधारण्यासाठी स्वातंत्र्यानंतर लगेचच भारताने पंचवार्षिक योजनेद्वारा प्रयत्न सुरू केले. तेव्हापासून आजपर्यंत भारताच्या आर्थिक विकासासाठी एकट्या सोव्हिएत रशियाने एकूण खर्चाच्या ४८ टक्के आर्थिक मदत दिलेली दिसते.

आर्थिक विकासाचाच एक भाग म्हणून सोव्हिएत रशियाने भारताला भिलाई या ठिकाणी पोलाद तर बोकारो या ठिकाणी स्टील कारखाना उभा करून दिला.

भारतात नैसर्गिक साधनसंपत्ती भरपूर आहे, त्याचप्रमाणे खनिजसंपत्तीही भरपूर आहे, पण ती शोधणे, तेथून बाहेर काढणे तिच्यावर योग्य ती प्रक्रिया करणे, की जेणे करून ही खनिजद्रव्ये वापरण्याजोगी बनतील. याबाबतही सोव्हिएत रशियाने मोठ्या प्रमाणात भारताला मदत केलेली दिसून येते.

भारताचे व्यापारी क्षेत्र मजबूत करण्यासाठी सोव्हिएत रशियाने भारताला भरीव स्वरूपाची मदत केलेली दिसते. याचे उत्तम उदाहरण म्हणजे १९८६ मध्ये सोव्हिएत रशियाचे अध्यक्ष मिखाईल गोर्बाचेव्ह ज्यावेळी भारतात आले त्यावेळी त्यांनी भारताबरोबर आर्थिक व व्यापारी क्षेत्रात तातडीने विकासाची कार्यवाही करावी म्हणून भारताला दोन हजार कोटी डॉलर रुपये दिले होते.

शीतयुद्धोत्तर काळातील भारत-रशिया सहकार्यातील नवे पर्व :

१९९० च्या दशकापासून भारत आणि रशिया सहकार्यातील नव्या पर्वाला प्रारंभ झाला आहे. भारताचे पहिले पंतप्रधान पंडित जवाहरलाल नेहरूंपासून ते मनमोहन सिंगांपर्यंत सर्वांच्याच परराष्ट्र धोरणात रशियाबरोबरच्या संबंधांना अग्रक्रम देण्यात आला आहे. गेल्या काही वर्षांत दोन्ही देशांदरम्यान विशेष मैत्री प्रस्थापित झाली आहे.

भारत आणि रशियामधील मैत्रीपूर्ण संबंध शीतयुद्धकाळापासूनचे आहेत. शीतयुद्धाच्या काळात भारताने जरी अलिप्तवादी धोरणांचा स्वीकार केला असला,तरी पंडित नेहरूंचा काळ हा सोव्हिएत रशियाकडेच होता. अमेरिकेच्या नेतृत्वाखाली कोणत्याही लष्करी गटात सामील होण्यास स्पष्ट नकार देणाऱ्या नेहरुंनी १९५५ मध्ये सोव्हिएत रशियाबरोबर महत्त्वपूर्ण करार केला होता. नेहरूंनंतर लाल बहादूर शास्त्री आणि इंदिरा गांधी या पंतप्रधानांचे परराष्ट्र धोरणही रशियाकडेच झुकणारे होते. इंदिरा गांधींच्या काळात ९ ऑगस्ट १९७१ ला भारत आणि रशियामध्ये शांतता,मैत्री आणि सहाकार्याचा झालेला करार हा एका परीने भारत सोव्हिएत रशियाच्या गटात सामील झाल्याचा स्पष्ट संकेत देणारा होता. भारताच्या संरक्षणाची अप्रत्यक्षपणे जबाबदारी सोव्हिएत रशियाने या कराराद्वारे आपल्याकडे घेतली होती आणि त्याचा प्रत्यय १९७१ च्या बांगलादेश युद्धात आला. काश्मीर आणि गोव्याच्या प्रश्नावर सोव्हिएत रशियाचे भारताला असणारे समर्थन,भारताच्या पंचशील धोरणाविषयी रशियाने व्यक्त केलेला आदर,रशियाकडून मिळालेले आर्थिक,विज्ञान, तंत्रज्ञान क्षेत्रांतील सहकार्य शीतयुद्धकाळात भारत-रशिया संबंध मजबूत करण्यात महत्त्वपूर्ण ठरले. १९७९ मध्ये सोव्हिएत रशियाने अफगाणिस्तानमध्ये केलेल्या लष्करी हस्तक्षेपाचा निषेध बहुसंख्य लोकशाहीप्रेमी राष्ट्रांनी केला असला,तरी भारताने मात्र कोणतीही प्रखर टीका केली नव्हती. त्यामुळे अनेक राष्ट्रांचा विशेषत:अमेरिकेचा रोषही भारताला ओढावून घ्यावा लागला होता. भारत आणि सोव्हिएत रशियाचा मैत्री व सहकार्याचा हा करार संपूर्ण शीतयुद्धकाळ चालला. पंडित नेहरू,इंदिरा गांधी,राजीव गांधी,पी. व्ही. नरसिंहराव या नेत्यांची रशियन नेत्यांबरोबर विशेष मैत्री होती. त्यांच्या मैत्रीचा दोन्ही देशांमधील संबंध सुधारण्यात मोठा वाटा आहे.

सन १९९१ मध्ये सोव्हिएत रशियाचे विघटन घडून आल्यानंतर अंतर्गत आर्थिक समस्यांमुळे रशिया आपल्या जुन्या मित्राकडे,विशेषत: भारताकडे पुरेसे लक्ष देवू शकला नाही. आर्थिक दुर्दशतेतून बाहेर पडण्यासाठी रशियाला पाश्चिमात्य राष्ट्रे आणि अमेरिका यांच्यापुढे हात पसरण्याशिवाय गत्यंतर नव्हते. परिणामी विघटनानंतरची काही वर्षे रशियाचे परराष्ट्र धोरण अमेरिका धार्जिण्य होते. कोरड्या आश्वासनाशिवाय अमेरिका आणि पाश्चिमात्य राष्ट्रांकडून रशियाला काहीच मिळू शकले नाही. विश्व बँकेने आणि आंतरराष्ट्रीय नाणेनिधीने आर्थिक मदत देण्यापूर्वी ज्या अटी ठेवल्या, त्यांना रशियातील कडव्या राष्ट्रवाद्यांनी विरोध केला.

सोव्हिएत रशियाच्या विघटनानंतर स्वतंत्र झालेली कझाकिस्तान,उझबेकिस्तान यासारखी मध्य आशियातील काही राष्ट्रे खनिजे,तेल व भूगर्भ वायूंच्या साठ्यासाठी प्रसिद्ध आहेत. या क्षेत्रावर आपला प्रभाव निर्माण करण्यासाठी अमेरिका आणि पश्चिम युरोपीय राष्ट्रांमध्ये मोठी चढाओढ निर्माण झाली. अमेरिकेने तर १९९४ मध्ये पश्चिम युरोपीय राष्ट्रांची लष्करी संघटना नाटोच्या विस्ताराची एक व्यापक योजना बनवून पूर्व युरोपीय राष्ट्रांनाही त्यात समाविष्ट करून घेण्याचे ठरविले. हे रशियाला उघड आव्हान होते.

शीतयुद्धानंतर अमेरिकेची एकाधिकारशाही,नाटोचे विस्तारवादी धोरण, चेचेन्यातील दहशतवादी कारवाया,रशियन संसदेतील कडव्या राष्ट्रवाद्यांचे वर्चस्व, यामुळे रशियाच्या धोरणात बद्दल घडून आला आणि जुन्या मित्रांना रशियाच्या परराष्ट्रीय धोरणात पुन्हा महत्त्व प्राप्त झाले. रशियाचे माजी परराष्ट्रमंत्री आणि पंतप्रधान प्रिमाकॉव्ह यांनी भारताबरोबरच्या मैत्रीवर विशेष भर दिला. भारत-रशिया संबंधात संरक्षणक्षेत्रातील सहकार्याला गेल्या काही वर्षात दिले गेलेले प्राधान्य ही उल्लेखनीय बाब आहे. संरक्षणक्षेत्रात सहकार्यासाठी १९९४ मध्ये सहा वर्षे कालावधीची एक विशेष योजना आखण्यात आली. त्या अंतर्गत उभय राष्ट्रांत संरक्षणात्मक करार करण्यात आला. त्या कराराच्या अंतर्गत भारताने रशियाकडून पंधरा अब्ज अमेरिकन डॉलर किमतीची शस्त्रास्त्रांची खरेदी,मिग-२१ लढाऊ विमानांचा दर्जा उंचावणे,एस. यू. -३० जातीच्या लढाऊ विमानांचा संयुक्त विकास,संरक्षण तंत्रज्ञानाचे हस्तांतरण, क्षेपणास्त्रविरोधी संरक्षण खरेदी,अत्याधुनिक टी-९० सारख्या रणगाड्यांची खरेदी, लढावू हेलिकॉप्टर, विमानवाहू नौका इत्यादी खरेदीविषयी विविध करार करण्यात आले. दोन्ही देशांच्या संरक्षणसंबंधातील विशेष बाब म्हणजे रशिया संरक्षणाच्या प्रत्येक क्षेत्रात भारताला सहकार्य करायला तयार आहे. संरक्षणक्षेत्राशिवाय वीज,तेल,कोळसा,स्टील,वाहतूक क्षेत्रातील सहकार्य वाढत आहे. या कराराला विस्ताररूपाने उभय राष्ट्रांनी २००१ मध्ये परत मान्यता दिलेली दिसते. संरक्षण कराराबरोबरच दोन्ही राष्ट्रांनी उतर क्षेत्रातही एकमेकाना सहकार्य करण्याचे ठरविले त्यामध्ये -

(१) उभय राष्ट्रातील व्यापार वाढवण्यावर भर देण्यात आला.
(२) माहिती तंत्रज्ञानाच्याबाबत भारत रशियाला मदत करेल.
(३) विघटनानंतर रशियाची आर्थिक परिस्थिती पूर्णपणे खालावली ती सुधारण्यासाठी भारत मदत करेल.
(४) संयुक्त राष्ट्राचा कायम सदस्यत्वासाठी रशिया भारताला मदत करेल.

वरील गोष्टींचा प्रामुख्याने समावेश करण्यात आला.

आंतरराष्ट्रीय दहशतवादाच्या समस्येने दोन्ही राष्ट्रांना सहकार्यासाठी एक नवीन व्यासपीठ उपलब्ध करून दिले आहे. भारताप्रमाणेच रशियालाही दहशतवादाच्या समस्येचा सामना करावा लागत आहे. चेचेन्यामधील फुटीरवादी दहशतवाद रशियाची मोठी डोकेदुखी आहे. या दहशतवादी कारवायांविरूद्ध रशियाने १९९४ पासून कडक लष्करी कारवाई सुरू केलेली असली,तरी तो पूर्ण निपटून काढणे रशियाला जमलेले नाही. भारतातील काश्मीर आणि रशियाच्या चेचेन्या क्षेत्रातील दहशतवादाचे स्वरूप जवळपास सारखेच आहे. विशेष म्हणजे या दोन्ही क्षेत्रांतील दहशतवादाचे केंद्र पाकिस्तान-अफगाणिस्तान सीमेरेषेवर आहे; येथूनच आत्मघातकी पथकांची निर्यात केली जाते.

भारत आणि रशियामध्ये १९९४-१९९६-१९९९ आणि २००३ मध्ये झालेल्या मैत्री व सहकार्य करारांमध्ये दहशतवादाचा संयुक्त सामना करण्यावर भर देण्यात आला आहे. दहशतवादाच्या समस्येचा सामना करण्यासाठी रशिया,चीन आणि मध्य आशियातील तीन राष्ट्रांनी मिळून १९९६ मध्ये शाघांय-५ नावाच्या एका संघटनेची स्थापना केली. भारतही या संघटनेचा सदस्य बनण्यासाठी प्रयत्नशील आहे. दहशतवादाबरोबरच जागतिक शांतता,संरक्षण,व्यापार,अवकाश,विज्ञान आणि तंत्रज्ञान इत्यादी क्षेत्रातील करारावर उभयराष्ट्रांनी २००४ मध्ये सह्या करून आपापसातील संबंध दृढ करण्यावर भर दिलेला आहे.

रशिया-चीन आणि भारत या तीन सत्तांच्या संभाव्य युतीविषयी अनेक अंदाज वर्तविले जात आहेत. शीतयुद्धोत्तर काळात अमेरिकेच्या वाढत्या एकाधिकारशाही आणि दादागिरीला ही युती नियंत्रित करू शकेल,असे मत टी. एन. कौल सारखे विचारवंत मांडतात. याच विषयावर आधारित प्रिमाकॉव्ह कौल यांचे एक पुस्तकही प्रसिद्ध झाले आहे अशी युती निर्माण होण्याची चिन्हे सध्यातरी दिसत नाहीत. भारत आणि रशियातील सहकार्य जरी वाढत असले,तरी भारत आणि चीनमध्ये अनेक राजकीय मुद्द्यांवर संघर्ष आहे. दुसरे म्हणजे गेल्या काही वर्षांत भारत आणि अमेरिका यांच्यातील सहकार्यात मोठी प्रगती झाली आहे; त्यामुळे अशा युतीत सामील होण्याची भारत तयारी दाखवील, असे वाटत नाही.

स्वतंत्र भारताच्या निर्मितीपासून भारत आणि रशिया यांच्यात असलेल्या मैत्री व सहकार्याचा विस्तार शीतयुद्धोत्तर काळात झालेला दिसतो. संरक्षणक्षेत्रातील सहकार्य आणि आंतरराष्ट्रीय दहशतवादाचा संयुक्त सामना करण्याची राजकीय इच्छाशक्ती यामुळे द्विपक्षीय संबंधाना मजबूती प्राप्त झाली आहे. भारत-रशिया युती अमेरिकेच्या एकाधिकारशाहीलाच नाही तर चीनच्या विस्तारवादी धोरणांनाही नियंत्रित करू शकेल. आज अमेरिका व चीन भारताबरोबर संबंध प्रस्थापित करू पाहात आहेत. भारताने हे नवीन संबंध प्रस्थापित करताना आपल्या जुन्या मित्राला म्हणजेच रशियाला विसरू नये. यामध्येच भारत आणि रशिया या दोघांचेही हित आहे. शिवाय अमेरिकेच्या मानाने रशियाची मैत्री व गरज भारतासाठी अधिक प्रामाणिक आहे असे मानण्यास अधिक वाव आहे.

शीतयुद्धोत्तर काळातील भारत-रशिया संबंध :

पंतप्रधान मनमोहन सिंग यांची २००५ मध्ये पार पडलेली रशिया भेट हा राजनैतिक औपचारिकतेचा भाग नव्हता. भारतीय प्रसारमाध्यमांनी मनमोहन सिंग यांच्या अमेरिका भेटीला जेवढी प्रसिद्धी दिली,तेवढी रशिया भेटीला जरी दिली नसली,तरी भारताच्या आर्थिक आणि संरक्षणक्षेत्रातील हितसंबंधाच्या दृष्टीने ही भेट निश्चितच महत्त्वाची होती. शीतयुद्धोत्तर विश्वरचनेमध्ये भारत आणि अमेरिकेचे संबंध घनिष्ठ झाले असले,तरी अद्यापही रशियाचे महत्त्व भारतासाठी कमी झालेले नाही. भारत-रशिया संबंधांनी आता नवीन वळण घेतलेले आहे. गेल्या पाच दशकांपासून चालत आलेली भारत-रशिया मैत्री कालबाह्य झालेली नाही. तथापि,आता या मैत्रीचा बदलत्या आंतरराष्ट्रीय राजकारणाच्या समीकरणांमधून विचार व्हायला हवा आणि या दृष्टीने मनमोहन सिंग यांची रशिया भेट महत्त्वाची होती. मनमोहन सिंग यांच्या भेटीदरम्यान दोन्ही राष्ट्रांमध्ये अणुऊर्जा, विज्ञान-तंत्रज्ञान, संरक्षण, आर्थिक आणि व्यापारी क्षेत्रांतील सहकार्य आदी मुद्यांवर महत्त्वपूर्ण चर्चा झाली. इराणचा प्रश्न,इराकमधील हिंसाचार,चीनचे वाढते सामर्थ्य आदी मुद्यांच्या दृष्टीनेही मनमोहन सिंग यांची भेट महत्त्वाची मानली जाते.

अमेरिकन दबाव व भारत-रशिया संबंध : १९९१ मध्ये सोव्हिएत रशियाचे विघटन होऊन १५ स्वतंत्र राष्ट्रे निर्माण झाली. भारत आणि रशिया ही दोन्ही राष्ट्रे सध्या अमेरिकेवर अनेक बाबतीत विसंबून आहेत. दोन्ही राष्ट्रांच्या धोरणांमध्ये अमेरिकेबरोबरच्या सहकार्याला प्राधान्य मिळाले आहे. दोन्ही राष्ट्रे सध्या विचारसरणी,राजकीय संघर्ष यापेक्षा आर्थिक विकासाला प्राधान्य देत आहेत. परिणामी,परस्पर सहकार्यावर अमेरिकेच्या दबावाच्या मर्यादा पडलेल्या आहेत. अमेरिकेला नाराज करणे दोन्ही राष्ट्रांसाठी फायद्याचे नाही, अशा परिस्थितीमध्ये भारताने रशियाकडून मोठ्या मदतीची अपेक्षा करणे शक्य नाही. तथापि, दीर्घकाळ चालत आलेली ही मैत्री टिकविण्याची दोन्ही राष्ट्रे प्रयत्न करीत आहेत. वास्तववाद हा भारतीय परराष्ट्रीय धोरणाचा नवीन आधार आहे. विचारसरणीच्या आधारे परराष्ट्रधोरण ठरविण्याचे दिवस आता गेले. भारतासाठी आता मित्र ठरविताना विचारसरणीपेक्षा हितसंबंधाना महत्व प्राप्त झाले आहे. भारत आणि अमेरिका यांचे संबंध गेल्या दशकामध्ये सुधारले असले,कारण त्यामधून भारताला आपले हितसंबंध

साधण्याचा मार्ग मिळाला. भारताची अणुऊर्जेची गरज,विभागीय महासत्ता बनण्याचे स्वप्न,संयुक्त राष्ट्रसंघटनेच्या सुरक्षा परिषदेमध्ये कायम सदस्यत्त्व मिळविण्याचा मुद्दा,दहशतवादाचा सामना,चीनच्या वाढत्या सामर्थ्याचे आव्हान,आर्थिक आणि व्यापारी फायदे आदी अनेक कारणांसाठी भारताला अमेरिकेच्या सहकार्याची गरज आहे. या सहकार्याच्या आड भारताचा लोकशाही समाजवाद किंवा अलिप्ततावादाचे धोरण येता कामा नये,याची काळजी भारताने घेतली. विचारसरणी आणि हितसंबंध यामध्ये भारताने फारकत केली. भारताचे हेच धोरण रशियाच्या बाबतीतही आहे. अमेरिकेशी सहकार्य वाढले,म्हणजे रशियाशी मैत्री कमी झाली असे नाही, रशियाबरोबरच्या सहकार्यामधूनही भारताला अनेक क्षेत्रांमध्ये आपले हितसंबंध साधता येणार आहेत. विशेषत: संरक्षण क्षेत्रातील हितसंबंधासाठी रशियाची मदत भारतासाठी आवश्यक आहे. गेल्या पाच दशकांपासून रशिया भारताला शस्त्रास्त्रे,लष्करी साधनसामग्री पुरविण्यात अव्वल स्थानावर आहे. आजही दोन्ही राष्ट्रांमध्ये अब्जावधी रूपयांची शस्त्रास्त्रे आणि लष्करी साधनसामग्रीचे व्यापार करार झालेले आहेत. भारत आणि रशियामधील अणुऊर्जाक्षेत्रातील सहकार्य मध्यंतरी अमेरिकेच्या दबावामुळे खंडित झाले. हे सहकार्य पुन्हा सुरू व्हावे,यासाठी भारताचे प्रयत्न चालू आहेत. पंतप्रधान मनमोहन सिंग यांच्या भेटीदरम्यान अणुऊर्जाक्षेत्रातील सहकार्यावर जोर दिला गेला. संयुक्त राष्ट्रसंघटनेच्या सुरक्षा परिषदेमध्ये कायम सदस्यत्व मिळविण्यासाठी भारताचे जे प्रयत्न चालू आहेत,त्यात रशियाची मदत महत्त्वाची ठरणार आहे. सुरक्षा परिषदेतील भारताच्या प्रवेशाला रशियाचे सुरुवातीपासूनच समर्थन आहे. शीतयुद्धाच्या समाप्तीनंतर आंतरराष्ट्रीय राजकारणाची समीकरणे बदलली, राजकीय हितसंबंधांपेक्षा आर्थिक विकासाला महत्व प्राप्त झाले, विकसनशील राष्ट्रांनी आर्थिक उदारीकरणाच्या धोरणाचा अवलंब करून आर्थिक आणि व्यापारी विकासासाठी प्रयत्न सुरू केला. संघर्षाची जागा सहकार्याने घेतली. राजकीय विचारसरणीची जागा आर्थिक हितसंबंधांनी घेतली. राजकीय मुद्यांवरून असणारे संघर्ष आर्थिक आणि व्यापारी सहकार्यांच्या आड न येऊ देण्याचे राजनैतिक शहाणपण राष्ट्रांनी दाखवायला सुरुवात केली. विभागीय व्यापारसंघाच्या निर्मितीमुळे राष्ट्रांमधील मतभेद आणि संघर्षाची तीव्रता कमी झाली आहे. आर्थिक विकासासाठी विभागीय पातळीवर संयुक्त व्यापारसंघाच्या माध्यमातून राष्ट्रांनी प्रयत्न सुरू केले. आंतरराष्ट्रीय राजकारणाच्या बदलत्या समीकरणापासून भारतही अलिप्त नाही. आर्थिक विकासाला भारताने सर्वोच्च प्राधान्य दिलेले आहे. त्यानुसार परराष्ट्र धोरण आखले जात आहे. भारताला आपल्या आर्थिक हितसंबंधाच्या रक्षणासाठी अमेरिका,रशिया,चीनशी समान सहकार्याचे संबंध आवश्यक आहेत. रशियाबरोबर भारताची मैत्री ही आजही तेवढीच महत्त्वाची आहे,जेवढी ती शीतयुद्धाच्या काळात होती. फरक एवढाच आहे की,या मैत्रीला आता विचारसरणीचा आधार नाही तर हितसंबंधांच्या पूर्ततेचा आधार आहे.

आंतरराष्ट्रीय दहशतवादाचा धोका व भारत-रशिया संबंध : आंतरराष्ट्रीय दहशतवादाचा धोका भारत आणि रशियाला परस्पर सहकार्य वाढविण्यासाठी पूरक ठरला आहे. गेल्या १५ वर्षांपासून ही दोन्ही राष्ट्रे दहशतवादाच्या आगीत होरपळत आहे. रशियातील चेचेन्या प्रांत आणि भारतातील जम्मू-काश्मीरचे क्षेत्र ही दहशतवादी हिंसाचाराची केंद्रे आहेत. या दोन्ही राष्ट्रांमधील दहशतवादी कारवायांमध्ये जो समान दुवा आहे,तो इस्लामिक जेहादी संघटनेचा, चेचेन्या आणि काश्मीरमधील हिंसाचाराचे उद्दिष्ट जरी राजकीय स्वरूपाचे असले,तरी धार्मिक प्रेरणा हे साधन आहे. दोन्ही प्रांतांमध्ये दहशतवादी कारवायांमध्ये हिंसाचारासाठी,शासनावर दबाव आणण्यासाठी,समान साधनांचा वापर केला जात आहे. निरपराध लोकांच्या हत्या,आत्मघातकी पथकांचे जाळे, बॉबस्फोट, अपहरण. विशेष म्हणजे चेचेन्य आणि काश्मीरमधील दहशतवाद हे केवळ त्या विभागापुरते मर्यादित नसून,त्यांचा संबंध हा आंतरराष्ट्रीय इस्लामिक जेहादी दहशतवादी चळवळीशी आहे. या क्षेत्रांमधील दहशतवादी कारवायांसाठी प्रशिक्षित फिदाईन इतर राष्ट्रांमधून पाठविले जातात. दहशतवाद्यांना अफगाणिस्तान,पाकिस्तान, मध्य आशियाई आणि काही आफ्रिकी राष्ट्रांमधून

विशेष प्रशिक्षण देऊन पाठविले जाते. एखाद्या बहुराष्ट्रीय कंपनीतील अधिकाऱ्यांची जशी एका राष्ट्रामधून दुसऱ्या राष्ट्रामध्ये बदली होते,तसेच हे दहशतवादी देखील बदलले जातात. अमेरिका,भारत, चीन,रशिया,इराक,बांगलादेश आणि इस्त्राइलमध्ये हिंसाचारी कारवाया करणाऱ्या दहशतवादी संघटनांची नावे जरी वेगळी असली,तरी त्या संघटना 'अल कायदा' सारख्या बहुराष्ट्रीय दहशतवादी संघटनेच्याच शाखा आहेत. त्यांचे स्वरूप संघटित आहे. कार्य पूर्वनियोजित आहे. त्यांना मिळणाऱ्या आर्थिक मदतीचे स्त्रोत समान आहेत. अंमली पदार्थ आणि शस्त्रास्त्रांचा काळा बाजार करणारे माफिया आणि पाकिस्तानमधील आय. एस. आय. सारख्या गुप्तहेर संघटना आंतरराष्ट्रीया दहशतवादाला बळकटी प्राप्त करून देत आहेत. गेल्या एक दशकापासून भारत अमेरिकेला हे पटवून देण्याचा प्रयत्न करीत आहे. अमेरिकेवर दहशतवादी हल्ला झाला, तेव्हा याचे गांभीर्य अमेरिकेच्या लक्षात आले. आता अमेरिकेने दाऊद इब्राहिमला 'आंतरराष्ट्रीय गुन्हेगार' म्हणून घोषित केले आहे. दहशतवादाचा सामना करण्यासाठी भारत आणि रशियाने यापूर्वीच संयुक्त व्यासपीठाची निर्मिती केली आहे. रशिया,चीन आणि मध्य आशियातील तीन राष्ट्रांनी एकत्र येऊन १९९६ मध्ये दहशतवादाचा संयुक्तपणे सामना करण्यासाठी 'शांघाय सहकार्य संघटना'स्थापन केली. भारत या संघटनेचा सदस्य बनण्यास उत्सुक आहे. भारताचे त्या दिशेने प्रयत्नही सुरू आहेत. पंतप्रधान मनमोहन सिंग यांची रशियाभेट या प्रयत्नांच्या दृष्टीने महत्त्वाची होती.

चीनच्या वाढत्या सामर्थ्याचे आव्हान व भारत-रशिया संबंध : गेल्या एक दशकापासून आर्थिक व्यापारी आणि लष्करी क्षेत्रांमध्ये चीनच्या वाढत्या सामर्थ्याने भारत आणि रशियाला आव्हान दिले आहे. चीनच्या वाढत्या सामर्थ्याचा आशियाई सत्तासमतोलावर विपरीत परिणाम झाला आहे. चीनच्या विस्तारवादी धोरणाने रशिया आणि भारताची चिंता वाढली आहे. मध्य आशियावर चीनचा वाढता प्रभाव रशियाला,तर हिंदी महासागरात चिनी नौदलाचा प्रवेश भारतासाठी धोक्याचा आहे. त्यामुळे संयुक्त प्रयत्नांनी चीनच्या वाढत्या सामर्थ्याला नियंत्रित करणे,हा भारत आणि रशियाच्या सहकार्यातील नवा संदर्भ आहे. अमेरिकेच्या वाढत्या एकाधिकारशाहीविरुद्ध भारत, रशिया आणि चीनची युती यशस्वी ठरू शकेल,असे काही अभ्यासकांना वाटते. अशा स्वरूपाची युती चीनच्या महत्त्वाकांक्षी विस्तारवादी धोरणामुळे अशक्य आहे. भारत आणि रशियामधील सहकार्य चीनचा घटक भारत आणि सोव्हिएत रशियाला एकत्र आणण्यात महत्त्वाचा ठरला आहे. भारत,रशिया आणि चीनची युती अस्तित्वात येणे अवघड आहे; पण भारत,रशिया आणि जपानची युती मात्र निश्चितच प्रभावी ठरू शकते. विशेष म्हणजे या तिन्ही राष्ट्रांना चीनच्या वाढत्या सामर्थ्याची चिंता आहे. चीन आणि जपानमधला संघर्ष हा जुना आहे. आता चीनच्या विस्तारवादी धोरणामुळे आणि उत्तर कोरियाला चीनकडून मिळणाऱ्या अणुक्षेत्रातील सहकार्यामुळे जपानची चिंता वाढली आहे. चीन आणि जपानमधील पारंपरिक शत्रुत्वाचा भारत आणि रशियाला अप्रत्यक्षपणे चीनला नियंत्रित करण्यासाठी फायदा होऊ शकतो. भारत,रशिया आणि जपान यांची युती आर्थिक आणि व्यापारी पातळीवरही रशिया आणि भारतासाठी उपकारक ठरू शकते. जपान आणि भारत सुरक्षा परिषदेमधील प्रवेशासाठी प्रयत्नशील आहेत. दोघांचे संयुक्त प्रयत्न प्रभावी ठरू शकतील. या दृष्टीने दोन्ही राष्ट्रांना रशियाची मदत महत्त्वाची ठरणार आहे.

(१२. ब) चीन व भारत संबंध

पार्श्वभूमी :

प्राचीन कालावधीपासून भारत आणि चीन यांच्यात परस्पर संबंध होते. भारतामधून चीनमध्ये धर्मप्रसारासाठी गेलेल्या बौद्ध भिक्षूकांनी चीनमध्ये बौद्ध धर्माचा प्रसार केला. पाश्चिमात्यांच्या गुलामगिरीतून मुक्त झालेली ही आशियातील दोन्ही राष्ट्रे आकार व लोकसंख्येच्या मानाने सर्वांत मोठी होती.

चीनमध्ये ऑक्टोबर १९४९ ला साम्यवादी राजवट प्रस्थपित झाली. तेव्हापासून दोन्ही राष्ट्रातील संबंधात सुधारणा होऊ लागली. केवळ शेजारधर्म म्हणून साम्यवादी चीनला भारताने सर्वप्रथम मान्यता दिली, एवढेच नाही तर भारताने चीनला संयुक्त राष्ट्रसंघाचे सभासदत्व मिळवून दिले. १९५० पासून चीनने 'तिबेट आमचा आहे' असे सांगण्यास सुरुवात केली. भारताने मात्र हा प्रश्न शांततेने सुटला पाहिजे अशी भूमिका घेतली. यानंतर चीनने भारत-चीन दरम्यानची सीमा कायम करण्याची इच्छा बोलून दाखवली. लगेचच चीनी फौजा तिबेटमध्ये घुसल्या, तिबेटमध्ये त्यांना म्हणावा तेवढा प्रतिकार झाला नाही. तिबेटला चीनने आपल्यामध्ये सामील करून घेतले. त्यामुळे चीनची सीमा भारताला येऊन भिडली. तिबेटवरील आक्रमणानंतरही उभय राष्ट्रातील संबंध चांगलेच राहिलेले दिसून येतात.

१९५४ च्या दरम्यान उभय राष्ट्रात व्यापारी व सांस्कृतिक स्वरूपाचे करार झाले. उभय राष्ट्रात नवी दिल्ली येथे याच वर्षी पंचशील करार झाला. या करारानुसार तिबेट चीनचा आहे हे भारताने मान्य केले. या नंतर उभय राष्ट्रांनी 'हिंदी चीनी भाई भाई' या घोषणेवर जोर दिला. १९५५ मध्ये झालेल्या बाडूंग परिषदेत चीनने पंचशील कराराचा स्वीकार केला. त्याचवेळी सोव्हिएत रशियाने भारताला चीनपासून सावध राहण्याचा सल्ला दिला होता.

१९५८ मध्ये तिबेटी जनतेने स्वायत्ततेसाठी चीनविरोधी आंदोलन सुरू केले; हे आंदोलन चिनी फौजेने दडपून टाकण्यास सुरुवात केली. या कारवाईत भारताने कोणत्याही प्रकारचा हस्तक्षेप केला नाही. स्वत:चा जीव वाचविण्यासाठी तिबेटचे धर्मगुरू दलाई लामा आपल्या सहकाऱ्यांबरोबर भारताच्या राजकीय आश्रयाला आले. भारतानेही त्यांना राजकीय आश्रय दिला. ही घटना चीनला आवडली नाही, त्यानंतर चीनने तिबेटमध्ये मोठ्या प्रमाणात सैन्यांची जमवाजमव करून भारतीय प्रदेशात घुसखोरी करण्यास सुरुवात केली. लडाखमधील अक्साईचीन व अरूणाचल प्रदेशातील काही भाग आमचेच आहेत असे सांगून चीनने तेथे रस्ते बांधण्यास सुरुवात केली. त्याचबरोबर या दोन प्रदेशातील जवळजवळ ५० हजार चौरस मैल प्रदेशांवर चीनने आपला हक्क सांगितला. या भागातील भारतीय निरीक्षण चौक्या, सैन्य यांच्यावर हरकत घेऊन हल्ले करण्यास सुरुवात केली.

खऱ्या अर्थाने उभय राष्ट्रांत सीमावाद १९५९ ला सुरू झाला, त्यानंतर भारताने आपला निषेध चीनकडे नोंदवला. त्यावर चर्चा करण्यासाठी चीनचे पंतप्रधान चौ-एन-लाय भारत भेटीवर आले. उभय राष्ट्रांत चर्चा सुरू झाली. एकीकडे 'हिंदी चीनी भाई भाई' या घोषणा चालू होत्या. त्याचवेळी चीन सैन्याने कधीच मान्य न केलेली मॅक्मोहन रेषा ८ सप्टेंबर, १९६२ रोजी ओलांडली. या घटनेकडे भारताने दुर्लक्ष केले. त्यामुळे विश्वास बळावलेल्या चीनने २० ऑक्टोबर,१९६२ ला भारतावर उघडउघड हल्ला केला. यामध्ये भारताचा प्रचंड पराभव झाला, भारताच्या उत्तरेकडील नेफा आणि लडाखचा काही भाग जिंकून एकतर्फे युद्धविरामाची घोषणा केली. २१ नोव्हेंबरपासून त्यांनी आपले सैन्य मागे घेण्यास सुरुवात केली. या कार्यवाहीत भारताने कोणताही हस्तक्षेप केला नाही. या युद्धानंतर चीनच्या विस्तारवादी भूमिकेची कल्पना आशियातील आणि जगातील सर्वच राष्ट्रांना आली.

१९६२ च्या युद्धानंतर उभय राष्ट्रातील संबंधांचा सीमावाद हा प्रमुख मुद्दा किंवा प्रश्न बनला, तरीही दक्षिण आशियातील सत्तासमतोलाची भूमिका आणि आंतरराष्ट्रीय राजकारणातील सोव्हिएत रशिया आणि अमेरिकेच्या धोरणातून निर्माण होणारे प्रश्न यावरूनही उभय राष्ट्रांतील संबंध ठरणार होते. या युद्धानंतर चीनने पाकिस्तानला लष्करी मदत देण्यास सुरुवात केली. या मागचा चीनचा हेतू पाकिस्तानकडून भारताच्या दक्षिण आशियाई सामर्थ्याला शह देण्याचा होता, यानंतर काश्मीर प्रश्नावरून चीनने पाकिस्तानला शस्त्रास्त्रे पुरवली,पण उघडउघड पाठिंबा मात्र दिला नाही.

१९७१ च्या युद्धानंतर भारताकडे पाहण्याची चीनची दृष्टी बदलली. या युद्धानंतर स्थानिक सत्ता म्हणून भारताच्या स्थानाला मान्यता देण्याचे चीनने पाकिस्तानला सुचविले. तेव्हा भारताने पुढाकार घेऊन उभय राष्ट्रातील सीमा प्रश्न वाटाघाटींद्वारे आणि शांततेच्या मार्गाने सोडवण्याच्या दृष्टीने प्रयत्न सुरू केला. चीनने ही त्याला पाठिंबा दिला, म्हणजेच १९७५ नंतर उभय राष्ट्रातील संबंध सुधारण्यास मदत झालेली आपणास दिसते. यामध्ये प्रामुख्याने उभय राष्ट्रांचे नेते एकमेकांच्या देशाला भेटी देऊ लागले. सीमाप्रश्न सोडविण्यासाठी उभय राष्ट्रांत चर्चा सुरू झाल्या व्यापारावर भर देण्यात येऊ लागला. इ. उभय राष्ट्रांतील संबंधांचा विचार करताना या ठिकाणी आपण फक्त तिबेट समस्या व उभय राष्ट्रांतील सीमावाद या दोन प्रश्नांवर प्रामुख्याने प्रकाश टाकणार आहोत. तिबेट प्रश्नापेक्षा सीमावाद हा उभय राष्ट्रातील संबंधामध्ये अडथळा आणणारा प्रमुख प्रश्न आहे.

उभय राष्ट्रांतील सीमावाद किंवा सीमातंटा सुटावा म्हणून प्रमुखांनी एकमेकांच्या देशांना भेटी देऊन, त्यावर सविस्तर चर्चा करून, नकाशाची अदलाबदल करून, आत्तापर्यंत मोठ्या प्रमाणात प्रयत्न केलेले आहेत. अशाच प्रकारचे प्रयत्न डॉ. मनमोहन सिंग भविष्यात करतील व हा प्रश्न सुटण्यास मदत होईल अशी आशा धरण्यास हरकत नाही.

तिबेट समस्या :

प्राचीन कालावधीपासून भारत आणि तिबेट यांच्यात धार्मिक व सांस्कृतिक संबंध होते. या संबंधांमुळे तिबेटमधील लोक निरनिराळ्या खिंडीतून भारतात येत व भारतीय लोक मुख्यत:व्यापारी आणि यात्रेकरू तिबेटमध्ये जात. ही एक पारंपरिक पद्धत बनलेली होती. प्राचीन कालावधीपासून मानस सरोवर, सिंधू नदीचा उगम व ल्हासा या ठिकाणी हजारो भारतीय यात्रेकरू जात असत. तिबेटमध्ये जनावरांचा चारा व अन्नधान्य यांचा तुटवडा असल्यामुळे तेथील गुराखी लोक आपली गुरे घेऊन भारतीय हद्दीत येत असत. प्राचीन काळापासून भारत तिबेटी लोकांना तांदूळ, साखर, मीठ, चहा हे जीवनावश्यक पदार्थ उत्तरप्रदेश, नेपाळ, सिक्कीममार्गे पाठवत असे.

इंग्रजांची सत्ता भारतावर असताना तिबेट, भारत आणि चीन यांच्या दरम्यान 'आघात शोषक राष्ट्राची' भूमिका पार पाडीत असे. तिबेट त्या काळी भूवेष्टित राष्ट्र म्हणूनही ओळखले जाई. व्यापारासाठी तिबेटला त्या काळात भारत किंवा चीनवर अवलंबून राहावे लागत असे.

चीनमध्ये साम्यवादी राजवट प्रस्थापित झाली. साम्यवादी चीनचे धोरण विस्तारवादावर आधारलेले होते. तिबेट हा आमचा प्रदेश आहे. त्यांच्या आर्थिक विकासाची आणि संरक्षणाची जबाबदारी आमच्यावर आहे असे सांगून १९५० मध्ये चीनने आपल्या फौजा तिबेटमध्ये पाठवल्या. चीनने या राष्ट्रावर जबरदस्तीने ताबाच मिळविला नाही तर अतिशय निर्दयपणे तिबेटी जनतेचा विरोध चिरडून टाकला. तिबेटी धर्मगुरूंचे मठ, धार्मिक स्थळे उद्ध्वस्त करण्यात आली. हजारोंच्या कत्तली करण्यात आल्या. माओ-त्से-तुंग यांच्या मते, तिबेट हा चीनचा तळहात आहे आणि नेपाळ, भूतान, सिक्कीम व अरुणाचल प्रदेश ही त्या तळहाताची बोटे आहेत. एकंदरीत तिबेट चीनने गिळंकृत केला.

तिबेट व भारतामध्ये गेल्या शेकडो वर्षापासून घनिष्ट, धार्मिक आणि सांस्कृतिक संबंध आहेत. बौद्ध धर्म या दोन्ही राष्ट्रांना जोडणारा महत्त्वाचा दुवा आहे. याशिवाय भारताच्या संरक्षण दृष्टीने तिबेट अतिशय महत्त्वाचा प्रांत आहे. भारत, चीन आणि रशिया या तीन मोठ्या राष्ट्रांमध्ये तिबेटचे स्थान असून संपूर्ण दक्षिण आणि दक्षिण-पूर्व आशियावर देखरेख ठेवण्यासाठी याचा उपयोग होऊ शकतो. त्याचबरोबर दक्षिण आशियातून वाहणाऱ्या प्रमुख नद्यांचे उगमस्थान तिबेटमध्ये आहे. त्यामुळे तिबेट मुक्त, स्वतंत्र राष्ट्र असणे भारताच्या हिताचे आहे. भारत आणि तिबेट दरम्यान ३५२० कि. मी. सीमारेषा असून, चीनच्या तिबेटवरील

आधिपत्यामुळे या सीमेचे रक्षण करणे भारतासाठी मोठी डोकेदुखी बनली आहे. या सीमेच्या रक्षणासाठी भारताला कोट्यावधी रूपये खर्च करावे लागत असल्यामुळे भारताच्या तिजोरीवर मोठा ताण पडत आहे. एकंदरीत चीनच्या कार्यवाहीमुळे तिबेटची स्वायत्तता नष्ट होऊन प्राचीन कालावधीपासून चालत आलेले भारत-तिबेट सांस्कृतिक संबंध संपुष्टात आले आहेत.

तिबेटचे धर्मगुरू दलाई लामाने चीनपुढे १९५१ मध्ये शरणागती पत्करली. तिबेटच्या चीनमधील विलीनीकरणाबरोबरच चीनची सीमा भारताला येऊन भिडली. चीनची भूमिका विस्तारवादी असूनही भारत मात्र चीनबरोबरचे मैत्रीचे संबंध कमी करण्यास तयार नव्हता. १९५४ मध्ये भारत व चीन यांच्यात 'पंचशील करार' झाला. या करारानुसार असे ठरले की, परस्परांच्या प्रादेशिक एकात्मतेबद्दल आणि सार्वभौमत्वाबद्दल आदरभाव बाळगणे, एकमेकावर आक्रमण न करणे, एकमेकांच्या अंतर्गत कारभारात हस्तक्षेप न करणे, राष्ट्रीय समानता व परस्पराचे हित सांभाळणे आणि शांततामय सहजीवन जगणे. पंचशील करारानुसार उभय राष्ट्रात तिबेटमार्गे व्यापार करण्याचा करार झाला आणि यामध्ये भारतीयांनी मोठ्या प्रमाणात निधी गुंतवला.

१९५८ मध्ये तिबेटी जनतेने चिनी सैन्याविरोधात आंदोलन सुरू केले. हे आंदोलन चिनी फौजांनी चिरडून टाकण्यास सुरुवात केली. तेव्हा १९५९ मध्ये तिबेटी धर्मगुरू दलाई लामा आपल्या अनुयायासह भारताच्या राजकीय आश्रयाला आले. भारतानेसुद्धा त्यांना राजकीय आश्रय दिला; तेव्हा भारत आमच्या अंतर्गत कारभारात ढवळाढवळ करीत असल्याचा आरोप चीनने भारतावर केला होता.

या आरोपावर प्रतिक्रिया व्यक्त करताना पंडित नेहरू म्हणाले, 'तिबेट व भारतादरम्यान असलेले पारंपरिक संबंध, व्यापार व यात्रेकरूची ठिकाणे जतन केली पाहिजेत. उदा. मानस व कैलास सरोवर. भारताला तिबेटमध्ये कोणतीही राजकीय महत्त्वाकांक्षा अथवा हेतू नाही चीनचे सरकार व चिनी जनतेबरोबर आम्हाला मैत्री हवी आहे. भारताच्या तिबेट-चीन विषयी धोरणाचे तीन निकष असतील-

(१) भारताचे ऐक्य व सुरक्षितता अबाधित ठेवणे.
(२) चीनबरोबर मैत्रीपूर्ण संबंध प्रस्थापित करणे.
(३) तिबेटी जनतेला नितांत सहानुभूती दाखवणे.

वास्तविक पाहाता तिबेटी धर्मगुरू भारताच्या राजकीय आश्रयाला आल्यामुळे चीन भारतावर नाराज झाला, एवढेच नाही तर दलाई लामाने इतरांची मदत घेऊन तिबेट परत मुक्त करू नये. म्हणूनच चीनने मोठ्या प्रमाणात तिबेटमध्ये सैनिकीतळ उभे केले आहेत, तिथे लाखो सैनिक आणि क्षेपणास्त्रे तैनात केली आहेत. भारतातील प्रत्येक शहर या क्षेपणास्त्रांच्या कक्षेत आहे. चीन तिबेटमधील आपल्या लष्करी तळांचा वापर नेपाळ, भूतान, बांगला देश आणि म्यानमारवर प्रभाव पाडून भारताची घेराबंदी करण्यासाठी करत आहे. यावर प्रतिक्रिया व्यक्त करताना त्यावेळी पंडित नेहरू म्हणाले होते की, 'प्राचीन काळापासून शांततेच्या वातावरणात वास्तव करणारे आशियातील ही दोन राष्ट्रे एकमेकांविषयी शत्रूत्वाची भावना बाळगू लागले तर त्यासारखे दुसरे दुर्दैव्य नाही. म्हणूनच दोन्ही देशाच्या संबंधात बाधा येईल असे कोणतेही पाऊल चीन उचलणार नाही. तरीही दलाई लामाच्या भारतातील आगमनाने भारतात संघटन, सुरक्षितता व वाहतूक यासारख्या समस्या निर्माण झाल्या.'

भारताने चीनच्या तिबेट नीतीचे समर्थन केले व आपल्या तिबेटमधील व्यापार आर्थिक व इतर हक्कांवर पाणी सोडले. तरीही चीनने लडाख व अरुणाचल प्रदेशातील बराच मोठा भूभाग आमचाच आहे, असे सांगून २० ऑक्टोबर, १९६२ रोजी भारतावर हल्ला केला. भारताचा बराच मोठा भूभाग जिंकून घेऊन २१ नोव्हेंबरला एकतर्फे युद्धविराम केला. तेव्हापासून उभय राष्ट्रातील संबंध बिघडण्यास मदत झालेली आपणास दिसून येते.

तिबेटच्या प्रश्नावर तोडगा काढण्यासाठी धर्मगुरू दलाई लामा आणि चीनचे शासन यांच्यात गेल्या एक दशकापासून चर्चा सुरू आहे. तथापि,चीनच्या हेकेखोर आणि आडमुठ्या धोरणामुळे या चर्चांमधून मार्ग निघत नाही. १९८७ मध्ये दलाई लामा यांनी एक 'पाचसूत्री कार्यक्रम' सुचविला होता. यानुसार तिबेटला अंतर्गत स्वातंत्र्य आणि संरक्षण, तसेच परराष्ट्रधोरण चीनकडे अशी योजना सुचविण्यात आली. हा प्रस्तावही चीनने अमान्य केला. चीनची मागणी आहे की,प्रथम दलाई लामा यांनी तिबेट चीनचा अविभाज्य घटक आहे,हे घोषित करावे. चीन आपल्या ताठर भूमिकेवर ठाम असल्यामुळे तिबेटचा प्रश्न रेंगाळतो आहे.

भारताचे पंतप्रधान राजीव गांधी १९८८ मध्ये चीन दौऱ्यावर गेले होते. तेव्हाही त्यांनी तिबेट हा चीनचा स्वायत्त भाग आहे असे सांगितले होते. १९९१ मध्ये चीन पंतप्रधान ली पेंग यांनी भारताला भेट दिली. त्या भेटीच्यावेळी तिबेटी लोकांनी उग्र निदर्शने केली, काही तिबेटी लोकांना अटक करण्यात आली. त्यामुळे वातावरण आणखीनच तापले. दलाई लामा यांनी भारताच्या या कृतीचा स्पष्ट विरोध केला. परंतु भारत सरकारने या तिबेटी विरोधकास दुर्लक्षित केले. १९९८ मध्ये ल्हासाच्या प्रमुख बौद्ध मठाचे अधिपती कर्माप्पा युजिन थिनले दोरजी हे चीनच्या अत्याचाराला कंटाळून पंधरा दिवसांचा पायी प्रवास करून चीनची नजर चुकवून भारताच्या आश्रयाला आले, तेव्हाही चीनने भारताकडे नाराजी व्यक्त केली.

प्रसिद्ध विचारवंत विजय नाईक यांनी दलाई लामा यांची २२ सप्टेंबर, २००१ रोजी भेट घेतली. तेव्हा दलाई लामा तिबेटविषयी म्हणाले होते की, चीनपासून आम्हाला स्वातंत्र्य नको आहे. चीनच्या अंतर्गत स्वायत्तता हवी आहे, आमची संस्कृती,कला टिकली पाहिजे. ते पुढे म्हणाले की,तिबेटमध्ये 'भन' हा परंपरागत धर्म आहे. त्याचा ऱ्हास होत आहे. त्यावर चिनी संस्कृतीचे आक्रमण होत आहे. तिबेट गिळंकृत केल्यामुळे चिनी फौजा भारतीय सीमेवर आल्या आहेत. त्यांना आता भारतीय संरक्षणाची चिंता आहे, एवढेच नाही तर सध्या चीन त्सांगपो (ब्रम्हपुत्रा) नदीचा प्रवाह बदलण्याच्या प्रयत्नात आहे असे झाल्यास त्याचा परिणाम लडाखपासून आसामपर्यंत भारतीय लोकांना भोगावा लागेल. याविषयी त्यांना काळजी वाटते.

२२ ते २७ जून, २००३ दरम्यान भारताचे पंतप्रधान वाजपेयी चीनच्या दौऱ्यावर गेले. तेथे त्यांनी 'तिबेट हा चीनचा स्वायत्त प्रदेश आहे' अशी भूमिका घेतली. तिबेट संदर्भात भारताने घेतलेल्या भूमिकेला खुद्द दलाई लामा व तिबेटचे हद्दपार सरकारचे पंतप्रधान सोमधेंग रिपोचे यांनी विरोध दर्शविला नाही. तथापि, तिबेटी युवकांनी स्थापन केलेल्या तिबेट युवक काँग्रेस व त्यांचे नेते जाययांग यांनी दिल्लीत भारता सरकारविरोधी निदर्शने करण्याची घोषणा केली; त्यावेळी चीनविरोधी कोणत्याही कारवायांवर बंदी घालण्यात आल्याचे भारताने म्हटले आहे. या संघटनेला दलाई लामांचा पाठिंबा नाही.

चीनने आपल्या भूमिकेत लवचिकता आणावी,यासाठी चीनवर राजनैतिक दबाव आणणे आवश्यक आहे. त्यासाठी तिबेटमध्ये चीनकडून होत असलेल्या मानवाधिकारांच्या उल्लंघनावर प्रकाश टाकणे,तिबेट मुक्तिसंघर्षाविषयी जागतिक लोकमत गतिशील बनवणे,संयुक्त राष्ट्रसंघाच्या व्यासपीठाचा चीनवर दबाव आणण्यासाठी वापर करणे गरजेचे आहे. तिबेटच्या मुक्तिसंघर्षात भारतीय जनता अतिशय महत्त्वाची भूमिका पार पाडू शकते. परिणामी तिबेटच्या प्रश्नाविषयी जनजागृती मोहीम आखून भारतीयांचे समर्थन,सहानुभूती प्राप्त करण्यासाठी योजनाबद्ध प्रयत्न तिबेटी नेत्यांकडून अपेक्षित आहेत. त्याचप्रमाणे तिबेटी स्वातंत्र्यासाठी आजपर्यंत भारताने जरी नकारात्मक भूमिका घेतली असली तरी तिबेटचा शेजारी देश आणि दलाई लामाचे भारतातील वास्तव्य यांची दखल चीनला घ्यावी लागेल, म्हणजे तिबेट समस्येवरून उभय राष्ट्रातील संबंध आव्हानात्मक बनलेले आहेत असे म्हटल्यास चूक होणार नाही.

सीमावाद किंवा सीमाविवाद :

इंग्रजांची भारतात राजवट असताना भारताच्या अरुणाचल प्रदेशातील द्विफुला खिंडीत भारत, तिबेट आणि चीन यांच्या सीमा एकत्र येतात; म्हणून या जागेला त्रिसीमा बिंदू असे म्हटले जाई. अरुणाचल प्रदेशात हिमालयीन पर्वताची उंच उंच शिखरे आहेत, तेथे जाऊन भारत तिबेट आणि चीन यांच्या दरम्यानची सीमारेषा आखणे अवघड असे काम होते, याचा विचार करून यावर चर्चा करण्यासाठी उभय राष्ट्रांचे प्रतिनिधी १९०० मध्ये 'सिमला' या ठिकाणी एकत्र आले. एकत्र येऊन त्यांनी या सीमेवर सविस्तारपणे चर्चाही केली, पण या चर्चेतून यश मात्र येऊ शकले नाही म्हणून यावर परत १९१२ मध्ये चर्चा करण्यासाठी उभय राष्ट्रांचे प्रतिनिधी सिमला येथेच एकत्र जमले या चर्चेला भारताचे प्रतिनिधी म्हणून सर मॅक्मोहन हे हजर होते. त्यांनी उभय राष्ट्रातील सीमेच्या संदर्भात एक योजना मांडली; या योजनेप्रमाणे कामेंग भागाच्या पश्चिम टोकाकडून हिमालयाच्या शिखर रेषेवरून जाणारी एक काल्पनिक रेषा आखली. काल्पनिक या दृष्टीने की, त्या वेळच्या परिस्थितीत १६ हजार ते २१ हजार फूट उंच असलेल्या बर्फाच्छादित शिखरावर जाऊन सीमेच्या मर्यादा काटेकोरपणे आखणे ही अशक्य गोष्ट होती,या भागात भरपूर पाऊस पडतो. पावसाचे पाणी ज्या ठिकाणी विभागले जाते. त्या ठिकाणावरून एक रेषा आखावी,तिलाच उभय राष्ट्रातील काल्पनिक रेषा मानावे आणि तिला उभयराष्ट्रांनी मान्यता द्यावी असे ठरले. अशी ही योजना त्या वेळच्या भारत सरकारच्या राजकीय खात्यांचे सचिव सर हेन्री मॅक्मोहन यांनी तयार केली होती. तिबेटी प्रतिनिधींनी ही योजना तत्काळ मान्य केली; पण चिनी प्रतिनिधींनी चिनी सरकारने ही योजना पाहिल्याशिवाय मान्य न करण्याचे धोरण स्विकारले. या योजनेला भारताची मान्यता तर होतीच. दरम्यानच्या काळात पहिले महायुद्ध सुरू झाले चीनमध्येही राज्यक्रांती घडून आली. त्यामुळे चीनच्या मान्यतेशिवाय ही सीमा रेषा अरुणाचल प्रदेशात,उभय राष्ट्रातील सीमारेषा १९१४ मध्ये मान्य करण्यात आली. या सीमा रेषेचा प्रस्ताव सर मॅक्मोहन यांनी तयार केला असल्यामुळे या सीमेला त्यांचेच नाव देण्यात आले. व यापुढे भारत, तिबेट आणि चीन यांच्या दरम्यानची अरुणाचल प्रदेशातील सीमा रेषा म्हणून 'मॅक्मोहन रेषा' ओळखू लागली.

१९४९ मध्ये चीनमध्ये साम्यवादी राजवट प्रस्थापित झाली. साम्यवादी चीनचे धोरण विस्तारवादावर आधारलेले होते. १९५० मध्ये तिबेट आमचा प्रदेश आहे असे सांगून चीनने तो गिळंकृत केला. तेव्हापासून चीनची बरीच मोठी सीमा भारताला येऊन भिडली. ब्रिटिशाच्या काळात ब्रिटिश सरकार व तिबेटच्या दरम्यान सीमा निश्चिती संबंधी जे करार करण्यात आले होते; ते चीनला अमान्य आहेत. अक्साई चीन व उत्तरपूर्व लडाख दरम्यान सीमारेषा निश्चितीसंबंधी कोणतेही करार झालेले नाहीत,असे चीनचे म्हणणे आहे, तेव्हापासूनच तो भारताच्या लडाख व अरुणाचल प्रदेशावरही आपला हक्क सांगू लागला होता.

१९५४ मध्ये भारत व चीन यांच्या दरम्यान पंचशील करार झाला; त्या करारानुसार तिबेटवरील चीनचा हक्क भारताने मान्य केला. त्यामुळे उभय राष्ट्रातील संबंध सुधारू लागले, पण १९५८ मध्ये तिबेटच्या जनतेने चिनी सैन्याविरोधी आंदोलन सुरू केले. हे आंदोलन चिनी फौजांनी चिरडून टाकण्यास सुरुवात केली. तेव्हा स्वत:चा जीव वाचवून तिबेटी धर्मगुरू आपल्या अनुयायांच्या सोबत भारताच्या राजकीय आश्रयाला आले. त्यामुळे चीन भारतावर प्रचंड रागावला. दलाई लामा व भारत एक होऊन जागतिक सहकार्याने आपल्यापासून तिबेट जिंकून घेतील असे होऊ नये म्हणून चीनने तिबेटमध्ये मोठ्या प्रमाणात लष्करी तळ निर्माण केले. एवढेच नाही तर उत्तरपूर्व लडाख व अरुणाचल प्रदेशावर आपला हक्क सांगून तो भाग आपल्या नकाशात दाखवण्यास व भारतीय सीमेच्या संरक्षणासाठी असलेल्या निरीक्षक चौक्यांना चीनने हरकत घेण्यास सुरुवात केली. त्याचवेळी सीमेलगत आपल्या भागात रस्ते तयार करून सैन्यांच्या हालचाली वेगवान करण्यास सुरवात केली. चीनच्या या कारवाईबाबत भारताने चीनकडे निषेध

नोंदवला. यावर तोडगा काढण्यासाठी चीनचे पंतप्रधान चौ-एन-लॉय १९६० मध्ये भारतात आले. उभय देशांच्या नेत्यांमध्ये याबाबत चर्चा होऊन 'हिंदी चीनी भाई भाई' ही घोषणा पुढे आली पण त्यामध्ये म्हणावी तेवढी प्रगती होऊ शकली नाही. त्याचवेळी भारताने अरुणाचल प्रदेशात आणखी ५० निरीक्षण चौक्या बांधल्यामुळे उभय राष्ट्रांच्या तणावात भरच पडली. याच संधीचा फायदा घेऊन चीनच्या फौजांनी कधीच मान्य न केलेली 'मॅक्मोहन' रेषा ८ सप्टेंबर, १९६२ रोजी ओलांडून २० ऑक्टोबर, १९६२ मध्ये भारतावर प्रचंड हल्ला केला. केवळ एका महिन्यात भारताचा पराभव करून भारताचा बराच मोठा भूभाग जिंकून घेतला की, ज्यामध्ये जम्मू-काश्मीर राज्यातला बराच मोठा भूभाग की ज्याला अक्साई चीन या नावाने ओळखतात याचा समावेश होता, मग प्रश्न हा निर्माण होतो की या युद्धात भारताचा पराभव का झाला, भारताच्या पराभवाची कारणे आपणास पुढीलप्रमाणे सांगता येतील.

१९६२ च्या युद्धाचे परिणाम :

(१) चीनविषयी प्रचंड प्रमाणात भारतीयांच्या मनात भीतीदायक राजकीय वातावरण तयार होऊन या पराभवामुळे आंतरराष्ट्रीय राजकारणात भारताची प्रचंड मानहानी झाली.
(२) लष्कराला अपूर्ण सुविधा व कमकुवत नेतृत्व यामुळे भारताचा पराभव झाला.
(३) या भारताच्या पराभवामुळे पाकिस्तानचे मनोधैर्य वाढून त्याने १९६५ ला भारतावर हल्ला केला.
(४) हिमालयाच्या पायथ्याला असलेल्या राष्ट्रांमध्ये चीनचा प्रभाव या युद्धामुळे वाढला. तसेच आग्नेय भारतातील फुटीरवादी प्रवृत्तीला यामुळे चालना मिळाली.
(५) राष्ट्राचे अस्तित्व व संरक्षण ही प्राथमिक मूल्ये आहेत हे या युद्धाने भारताला दाखवून दिले.
(६) या युद्धामुळे आपली खरी मित्रराष्ट्रे कोणती यांचे मूल्यमापन भारताला करता आले.
(७) आर्थिक विकासाबरोबरच संरक्षणाकडेही तेवढ्याच प्रमाणात लक्ष दिले पाहिजे हे या युद्धाने भारताला दाखवून दिले.

भारत व चीन यांच्यातील सीमावादावरून निर्माण झालेला तणाव कमी करण्यासाठी श्रीलंकेने पुढाकार घेऊन कोलंबो येथे संमेलन बोलावले; त्यामध्ये त्यांनी काही प्रस्ताव मांडले पण ते चीनने पूर्णपणे फेटाळले आणि भारताच्या पश्चिम व पूर्वभागातील जवळजवळ ९३ हजार चौरस मैलांच्या परिसरावर आपला हक्क सांगितला.

१९७० च्या दशकात चीन-पाकिस्तान-अमेरिका अशी युती असूनही भारत व सोव्हिएत रशिया यांच्यातील मैत्री व लष्करी करारांमुळे १९७१ च्या युद्धात चीनला पाकिस्तानसाठी काहीही करता आले नाही; हे युद्ध जिंकल्यामुळे भारताला दक्षिण आशियात स्थानिक सत्तेचा दर्जा मिळाला. त्यातच भारताने अणुची चाचणी घेऊन आपला प्रभाव निर्माण केला. त्यामुळे इतर राष्ट्राबरोबरच चीनने भारताच्या या स्थानाला मान्यता दिली. भारतानेही राजदूतांची अदान-प्रदान करून उभय राष्ट्रातील संबंध सुधारण्यास हातभार लावला. त्यानंतर उभय राष्ट्रांची शिष्टमंडळे,नेते व उपनेते एकमेकांच्या देशांना भेटी देवू लागले. त्याचवेळी ते आपापसातील सीमावाद सोडविण्याच्या दृष्टिकोनातून चर्चा करू लागले. उभय राष्ट्रातील सीमावाद सोडविण्याच्या हेतूनेच भारताचे पंतप्रधान राजीव गांधी चीनला गेले तेथे उभय राष्ट्रांच्या संमतीने सीमाप्रश्न सोडविण्यासाठी १९८८ मध्ये संयुक्त कार्यकारी गट स्थापन करण्यात आला. या गटांची दरवर्षी याबाबत बैठक होते,त्यामध्ये सविस्तर चर्चाही होते,पण त्यामधून अद्यापपर्यंत कोणत्याही प्रकारचा ठोस निर्णय झालेला दिसत नाही त्याचे प्रमुख कारण म्हणजे चीनची कोणतीही तडजोड न करण्याची हट्टी भूमिका होय. चीनच्या या अरेरावी भूमिकेमुळे सीमाप्रश्न सोडविण्यात अद्याप यश आलेले नाही.

१९९१ मध्ये सोव्हिएत रशिया या महासत्तेचे विघटन होऊन अमेरिका ही एकमेव महासत्ता उरली.

त्याचवेळी चीनमध्ये महासत्ता बनण्याची महत्त्वाकांक्षा निर्माण झाली, अशा वेळी भारताला दुखावून चालणार नाही हाही विचार चीन करू लागला. त्यातूनच उभय राष्ट्रातील सीमावाद सोडविण्याचा चीनकडून प्रयत्न होऊ लागला. त्याचाच एक भाग म्हणून चीनचे अध्यक्ष झियांग झेमिन भारत दौऱ्यावर आले. तेव्हा त्यांनी परस्पराविरुद्ध शक्तीचा उपयोग न करण्याचे मान्य केले. भारताचे पंतप्रधान वाजपेयी यांच्या चीन दौऱ्यांत शांततामय वाटाघाटीतून परस्परातील वाद सोडविण्यावर भर दिला.

१९९८ ते २००० हा कालावधी उभय राष्ट्रातील तणावाचा कालावधी होता असे म्हटल्यास चूक होणार नाही कारण मे १९९८ मध्ये भारताने अणुच्या चाचण्या घेतल्या तेव्हा चीनने भारतावर टीका केली, तसेच १९९८ मध्ये तिबेटचे सोळावे धर्मगुरू कर्मप्पा यांना राजकीय आश्रय दिला म्हणून चीनने भारताकडे नाराजी व्यक्त केली, तर चीन पाकिस्तानला व ईशान्य भारतातील बंडखोरांना शस्त्रास्त्रे पुरवतो की ज्यामुळे भारताची सुरक्षितता धोक्यात येते म्हणून भारताने चीनकडे आपली चिंता व्यक्त केली आहे. १९९९ मधील कारगील युद्धात चीन पाकिस्तानला मदत करेल असे वाटत होते पण चीनने त्यांना मदत देण्याऐवजी उभय राष्ट्रांनी ताबा रेषेला मान देऊन आपला प्रश्न सोडवावा,हा सल्ला भारत व पाकिस्तानला दिला.

२००२ मध्ये भारताचे पंतप्रधान वाजपेयी चीन दौऱ्यावर गेले त्यावेळी सीमाप्रश्न सोडविण्याच्या दृष्टीने भरीव स्वरूपाची प्रगती झालेली आपणास दिसून येते. या दौऱ्याचे दुसरे फलित म्हणजे अद्यापपर्यंत सिक्कीमला भारताचा भाग मानण्यास चीन तयार नव्हता,ते त्याने मान्य केले.

भारताला चीनच्या सीमावादविषयीच्या धूर्त धोरणाला ओळखून अतिशय समजूतदारपणे पावले उचलायला हवीत. या संदर्भात रशियाकडून चीनवर दबाव आणणे आणि त्याचबरोबर अमेरिकेसोबत घनिष्ठ आर्थिक आणि संरक्षणसंबंध प्रस्थापित करून दक्षिण आशियाच्या राजकारणात शह-प्रतिशहाची परिस्थिती निर्माण करणे आवश्यक आहे. अमेरिका आणि चीनदरम्यान अनेक मुद्यांवरून असलेल्या संघर्षाचा फायदा भारताने उठवला पाहिजे.

शीतयुद्धोत्तर काळातील संबंध :

शीतयुद्धोत्तर काळात उभय राष्ट्रांच्या संबंधात शांतता व सहकार्याचे एक नवीन युग सुरू झाले. चीनचा भारताकडे पाहण्याचा दृष्टिकोन बदलला,तसेच शीतयुद्धोत्तर काळात चीनच्या परराष्ट्रीय धोरणाच्या उद्दिष्टांमध्ये बदल झाल्याने भारत आणि चीन यांच्यातील संबंधाच्या नव्या युगाला प्रारंभ झाला. चीनच्या या धोरणात बदल होण्यास काही आंतरराष्ट्रीय घडामोडी प्रामुख्याने कारणीभूत झालेल्या आपणास दिसतात त्या पुढीलप्रमाणे -

काश्मीर प्रश्न व चीनची भूमिका : शीतयुद्धोत्तर काळात काश्मीरच्या प्रश्नावर चीनने अलिप्त धोरण स्वीकारले. काश्मीर प्रश्न हा भारत आणि पाकिस्तानमधील द्विपातळीवरील प्रश्न असून त्यामध्ये तिसऱ्या राष्ट्राची मध्यस्थी नको या भारताच्या भूमिकेशी आज चीन सहमत आहे. १९९६ मध्ये चीनचे तत्कालीन पंतप्रधान जियांग झेमेन यांनी पाकिस्तानी सिनेटसमोर बोलताना सुचवले की, भारत-पाकिस्तान आर्थिक आणि व्यापारी सहकार्यामधला काश्मीरचा प्रश्न अडथळा बनायला नको. पाकिस्तानने काश्मीरच्या प्रश्नावरील आपली पारंपरिक हट्टी भूमिका सोडून भारताबरोबर आर्थिक आणि व्यापारी सहकार्य वाढवावे. चीनला यादेखील गोष्टीची जाणीव आहे की,काश्मीरमधील दहशतवाद्यांना हिंसाचाराकडे स्वातंत्र्ययुद्ध म्हणून फार काळ पाहाता येणार नाही. चीनच्या शीन शियांग प्रांतातील दहशतवादी संघटनांचे आणि काश्मीरमधील दहशतवादी संघटनांचे परस्परसंबंध असून या दोन्ही प्रांतांमधून पाकिस्तानकडून प्रशिक्षित करण्यात आलेले दहशतवादी हिंसाचार घडवून आणत आहेत. जम्मू-काश्मीरमधील दहशतवादी हिंसाचार थांबावा आणि काश्मीरचा प्रश्न चर्चा आणि वाटाघाटीच्या मार्गातून सोडविण्यासाठी भारत आणि पाकिस्तानमध्ये शांतताप्रक्रिया अखंडितपणे चालू राहावी हे चीनचे धोरण आहे.

सीमावाद व चीनचे धोरण : गेल्या अनेक दशकांपासून भिजत पडलेल्या भारत-चीन सीमावाद प्रकरणी चीनने लवचिक भूमिका स्वीकारलेली आहे. भारत आणि चीनमधील सीमावाद हा युद्ध किंवा संघर्षाच्या माध्यमातून सुटणार नाही,याची चीनला जाणीव आहे. तसेच या प्रश्नावर त्वरित तोडगा काढणेही अवघड आहे याची कल्पना चीनला आहे; परिणामी, हा प्रश्न परस्पर चर्चा आणि वाटाघाटीच्या माध्यमातून सोडविला जावा,या भारताच्या भूमिकेशी चीन सहमत आहे. भारत आणि चीनमधील सीमावादाच्या प्रश्नावर वाटाघाटीच्या माध्यमातून तोडगा काढला जावा,यासाठी १९८८ मध्ये एका संयुक्त कार्यकारी गटाची स्थापना करण्यात आली. या गटाच्या व्यासपीठावरून भारत आणि चीन दरम्यान चर्चेच्या अनेक फेऱ्या चालू आहेत. नकाशाची देवाण-घेवाण, सीमेवरील लष्करी गस्त कमी करणे,सीमेवरील काही ठिकाणे व्यापारासाठी खुली करणे, यासारख्या उपक्रमांमधून सीमावादाच्या प्रश्नावर दोन्ही राष्ट्रांमध्ये परस्परविश्वासाची प्रक्रिया वाढत आहे.

भारत एक स्थानिक महासत्ता व भारत चीन संबंध : शीतयुद्धोत्तर काळात एक आर्थिक आणि लष्करी महासत्ता म्हणून आशिया खंडात नांवारूपाला येण्यासाठी भारताचे प्रयत्न गतिमान झाले. भारताने स्वीकारलेले आर्थिक उदारीकरणाचे धोरण, परकीय गुंतवणूक आकर्षित करण्यासाठी उद्योग आणि व्यापारक्षेत्रात भारताने दिलेल्या सवलती; अमेरिका, रशिया, जपान, फ्रान्स, इंग्लंड आणि चीन या राष्ट्रांबरोबर द्विपक्षपातळीवर भारताचे सुधारलेले आर्थिक आणि व्यापारी संबंध,आसियान आणि युरोपीयन महासंघासारख्या व्यापार संघाबरोबर भारताचे झालेले आर्थिक आणि व्यापारी करार यातून भारताच्या आर्थिक विकासाला चालना मिळाली. विश्व बँक,आंतरराष्ट्रीय नाणेनिधी यांसारख्या आंतरराष्ट्रीय वित्तीय संस्थांच्या अहवालांमधून भारताच्या आर्थिक प्रगतीची दखल घेतली जाऊ लागली,एवढेच नाही तर या संस्थांनी २०२५ पर्यंत अमेरिका आणि चीननंतर जगातील तिसरी आर्थिक महासत्ता म्हणून भारत उदयाला येईल,अशी भाकिते केली आहेत. भारताचा झपाट्याने घडून येणारा आर्थिक विकास भारताला आर्थिक महासत्तेच्या दिशेने घेऊन जाणारा आहे. लष्करी महासत्ता म्हणून उदयाला येण्याची भारताची महत्त्वाकांक्षा १९९८ मध्ये पूर्ण झाली. स्थानिक सत्ता म्हणून भारताचा उदय व्हावा ही अमेरिकेची देखील इच्छा असून अमेरिका त्या दृष्टीने भारतास मदत करीत आहे. आशिया खंडात भारताचा वाढता प्रभाव रोखणे अवघड असल्याचे चीनला समजले आहे. आंतरराष्ट्रीय राजकारणात भारताच्या वाढत्या भूमिकेची दखल चीननेदेखील घेतली आहे. आताचा भारत आणि १९६२ चा भारत यामध्ये मोठे अंतर असल्याची जाणीव चीनला झाली आहे. भारत आणि चीन ही दोन्ही राष्ट्रे आता अण्वस्त्रधारी राष्ट्रे असल्यामुळे त्यांच्यातील भविष्यातील युद्ध हे अण्वस्त्रधारी असेल आणि त्याची झळ दोन्ही राष्ट्रांना सहन करावी लागेल याचीही कल्पना चीनला आहे; त्यामुळे दोन राष्ट्रांमध्ये एक प्रकारचा दहशतीचा समतोल प्रस्थापित झाला आहे.

भारताचे अणुधोरण : सन १९९८ मध्ये भारताने अणुपरीक्षण करून स्वत:ला अण्वस्त्रधारी राष्ट्र म्हणून घोषित केले. भारताच्या या भूमिकेमुळे भारत-चीन संबंधामध्ये तणाव निर्माण झाला. तथापि,नंतर भारताने भारताचा अण्वस्त्र विकास कार्यक्रम हा केवळ आत्मरक्षणासाठी असून प्रथम हल्ला न करण्याच्या तत्त्वाशी भारत बांधील आहे; त्याचबरोबर भारत आता भविष्यात कोणतेही अणुपरीक्षण करणार नाही आणि अण्वस्त्रतंत्रज्ञान भारताकडून इतर राष्ट्रांना हस्तांतरित केले जाणार नाही याची खात्री चीनला पटवून दिली. त्यामुळे भारताच्या अण्वस्त्र कार्यक्रमाकडे बघण्याच्या चीनच्या दृष्टिकोनात काही प्रमाणात बद्दल झाला. भारताचा अण्वस्त्र विकास कार्यक्रम हा चीनच्या विरुद्ध नसल्याचे भारताने चीनला पटवले. भारताच्या नवीन अण्वस्त्रधोरणामुळे अण्वस्त्रांचा प्रश्न हा चीन आणि भारत संबंधातला अडथळा उरला नाही. भारताच्या अणुकार्यक्रमाविषयीच्या चीनच्या धोरणामध्ये परिवर्तन झाल्याचे स्पष्ट संकेत सन २००५ नंतरच्या अनेक

घटनांमधून मिळतात. या परिवर्तनाची मुळे भारत आणि अमेरिकेतील ऐतिहासिक अणुशक्ती करारामध्ये आहेत. सन १९९८ ते २००५ या काळात चीनचे धोरण भारताच्या आण्विक प्रतिरोधनाचे होते; तथापि सन २००५ नंतर चीनने आपल्या धोरणामध्ये लवचिकता आणली आहे. ही लवचिकता नोव्हेंबर २००६ मध्ये चीनचे राष्ट्राध्यक्ष हूजिंताओ यांच्या भारतभेटी दरम्यान अणुइंधन सहकार्यासंबंधी दोन्ही देशांमध्ये झालेल्या करारांमधून दिसून येते.

(१) चीनने आता अणुइंधन क्षेत्रांत भारताबरोबर सहकार्य करण्याचे धोरण अवलंबले आहे.
(२) अणुइंधन क्षेत्रातील सहकार्यातून चीनला मोठा आर्थिक फायदा होणार आहे.
(३) अणुइंधनाचा पुरवठा करणाऱ्या गटाचा चीन सदस्य आहे.
(४) अणुइंधन क्षेत्रातील सहकार्यामुळे दोन्ही राष्ट्रांचे पश्चिम आशियातील तेलावरचे परावलंबित्व कमी होणार आहे.

कारगिल युद्ध व भारत चीन संबंध : १९९९ मध्ये भारताच्या कारगिल क्षेत्रात पाकिस्तानकडून घुसखोरी झाला त्यानंतर उभय राष्ट्रांमध्ये तणाव निर्माण होऊन युद्धजन्य परिस्थिती निर्माण झाली होती. या प्रसंगी जर भारत आणि पाकिस्तानमध्ये प्रत्यक्ष युद्ध झाले असते,तर त्यात अण्वस्त्रांचा निश्चितच वापर झाला असता, असे युद्ध टाळावे म्हणून भारताने दाखवलेला संयम, अमेरिकेप्रमाणेच चीनच्या देखील कौतुकाचा विषय बनला. चीनच्या मनात भारताविषयी आदर यामुळे वाढला. पाकिस्तानकडून सीमारेषेचे उल्लंघन झाले असल्याची तसेच भारताच्या सीमाक्षेत्रामध्ये घुसखोरी झाली असल्याची पूर्ण कल्पना चीनला होती.

अमेरिका-भारत संबंधात सुधारणा व भारत-चीन संबंध : शीतयुद्धोत्तर काळात भारत आणि अमेरिका संबंधांमध्ये घडून आलेली सुधारणा चीनच्या भारताविषयीच्या दृष्टिकोनाला प्रभावित करणारी ठरली, या काळात भारत आणि अमेरिकेमधील केवळ आर्थिक आणि व्यापारी नाही तर लष्करी संबंधही सुधारले. भारताचा विभागीय सत्ता म्हणून उदय व्हावा,यासाठी अमेरिकेकडून होत असलेले प्रयत्न चीनच्या नजरेतून सुटणारे नव्हते. अमेरिकेकडून भारताला होणारी मदत ही चीनला प्रति संतुलन करणारी आहे,असे अनेक चिनी अभ्यासकांना वाटते. नुकताच भारत आणि अमेरिकेदरम्यान झालेला अणुइंधनाच्या पुरवठ्याविषयीचा ऐतिहासिक करार वाढत्या भारत व अमेरिका सहकार्याची साक्ष देणारा आहे. या सहकार्याच्या चीनच्या दृष्टिकोनावर निश्चितच परिणाम झाला आहे. सध्या चीनचे भारत आणि अमेरिका या दोन्ही राष्ट्रांसमवेत घनिष्ट आर्थिक आणि व्यापारी संबंध आहेत. तसेच दहशतवादासारख्या काही आंतरराष्ट्रीय मुद्यांवर भारत-चीन आणि अमेरिका यांचे एकमत आहे. या तीन राष्ट्रांमधील सहकार्य पाहता काही अभ्यासक भविष्यात अमेरिका-चीन आणि भारत यांच्या युतीची कल्पना करतात. भारत आणि अमेरिकेमधील वाढते संबंध हा चीनसाठी चिंतेचा विषय आहे. भविष्यात चीन आणि अमेरिका संबंधात तणाव निर्माण झाल्यास भारत अमेरिकेसाठी मोठी मदत ठरू शकतो. परिणामी, अमेरिकेच्या भारतावरील वाढत्या प्रभावाला कमी करण्यासाठी चीनने भारताशी सहकार्य वाढवावे,असे चिनी अभ्यासकांना तसेच धोरणकर्त्यांना वाटते.

तालिबान एक चीनची डोकेदुखी व भारत-चीन संबंध : सन १९९० च्या दशकात चीनच्या अंतर्गत सुरक्षिततेला दहशतवादाने आव्हान दिले. चीनच्या शीन-शियांग प्रांतामध्ये मुस्लिम अल्पसंख्यांकांनी फुटीरवादी चळवळ सुरू केली. यामध्ये अनेक अफगाणिस्तानी मुजाहिदीन सामील झाले. या फुटीरवादी चळवळीला जिहादचे स्वरूप प्राप्त होऊन या क्षेत्रातला हिंसाचार वाढला. अफगाणिस्तानमधील ज्या तालिबान शासनाच्या राजवटीमधून प्रशिक्षित दहशतवादी चीनमध्ये पाठवले जात होते. त्या तालिबान शासनाला पाकिस्तानचे असलेले समर्थन जगजाहीर होते. तालिबान आणि पाकिस्तानसंबंधाची चीनला पूर्ण

कल्पना होती. पाकिस्तानची गुप्तहेर संघटना आय. एस. आय. दक्षिण आशियात दहशतवाद पसरविण्यात कशा प्रकारची भूमिका पार पाडत आहे,याचीही कल्पना चीनला होती. या दहशतवादी कारवायांचा चीनलाही त्रास सहन करावा लागत होता. अशा दहशतवादी कारवायांना समर्थन देणे पाकिस्तानने थांबवावे,यासाठी चीनकडून पाकिस्तानवर दबावही आला.

दहशतवाद नष्ट करण्यासाठी भारत-चीन सहकार्य : दहशतवादाच्या समस्येने भारत आणि चीनला शीतयुद्धोत्तर काळात सहकार्याचे एक नवे व्यासपीठ मिळवून दिले आहे. चीनच्या शीन शीयांग प्रांतातील तर भारताच्या जम्मू-काश्मीर क्षेत्रातील दहशतवादी हिंसाचाराने दोन्ही राष्ट्रांची अंतर्गत सुरक्षा धोक्यात आणली आहे. विशेष म्हणजे या दोन्ही क्षेत्रांत पाकिस्तान, अफगाणिस्तानमधून प्रशिक्षित झालेले काही दहशतवादी हिंसाचार घडवत असून या क्षेत्रामध्ये दहशतवादी संघटनांचे परस्परांशी संबंध आहेत. चीनने दहशतवादाचा सामना करण्यासाठी रशिया आणि चीन मध्य आशियाई तीन राष्ट्रे यांच्या प्रयत्नातून 'शांघाय सहकार्य संघटना' स्थापन केली असून मध्य आशिया,रशिया आणि चीनमधील दहशतवादाचा सामना करण्यासाठी बहुपक्ष पातळीवरून या संघटनेच्या माध्यमातून प्रयत्न होत आहेत. भारताचे या संघटनेच्या सदस्यत्वासाठी प्रयत्न चालू आहेत. भारत या संघटनेचा सदस्य बनल्यास जम्मू-काश्मीरसह दक्षिण आशियातील दहशतवादी कारवायांवर नियंत्रण ठेवण्यास मदत होईल. जानेवारी २००२ मध्ये चीनने तत्कालीन पंतप्रधान झू रोंगजी यांच्या भारतभेटीदरम्यान भारत आणि चीनचे दहशतवादाचा सामना करण्यासाठी संयुक्त कार्यकारी गटाची म्हणजेच जे. डब्लू. जी. स्थापना करण्याचे मान्य केले.

चीनचे राष्ट्राध्यक्ष हू जिंताओ यांच्या नोव्हेंबर २००६ मध्ये झालेल्या भारत भेटी दरम्यान जिंताओ यांनी दक्षिण आशियामध्ये वाढत्या धार्मिक मूलतत्त्ववादावर आणि दहशतवादी कारवायांवर चिंता व्यक्त केली. या भेटी दरम्यान दोन्ही राष्ट्रांनी दहशतवादाचा सामना करण्यासाठी संयुक्त प्रयत्न करण्याचे मान्य केले आहे.

अमेरिकेचा दक्षिण आशियातील वाढता हस्तक्षेप व भारत-चीन संबंध : ११ सप्टेंबर २००१ रोजी अमेरिकेवर झालेल्या दहशतवादी हल्लानंतर अमेरिकेने दहशतवादाविरुद्ध सुरू केलेल्या आंतरराष्ट्रीय मोहिमेचे पहिले लक्ष्य होते अफगाणिस्तानमधील तालिबान राजवट. तालिबानचे आणि अल् कायदाचे संबंध स्पष्ट झाल्यामुळे तसेच ओसामा-बिन-लादेनने अफगाणिस्तानमध्ये आश्रय घेतल्याने अमेरिकेने अफगाणिस्तानविरुद्ध लष्करी कारवाईला प्रारंभ केला. दहशतवादाचे केंद्र पश्चिम आशियामधून दक्षिण आशियाकडे स्थलांतरित झाल्यामुळे अमेरिकेचे या क्षेत्रावरील लक्ष २००१ नंतर वाढले. २००१ ते २००६ या काळात दहशतवादाचा बीमोड करण्यासाठी अमेरिकेने भारतासह काही दक्षिण आशियाई राष्ट्रांबरोबर लष्करी करार केले. या लष्करी करारांमध्ये दहशतवादाचा बीमोड करणे हा उद्देश होताच; पण त्याहीपेक्षा महत्त्वाचे दोन सुप्त हेतू या करारामागे होते. अ) आशिया खंडात चीनच्या वाढत्या लष्करी सामर्थ्याला शह देणे. ब) पेट्रोलियम पदार्थ आणि भूगर्भवायूंनी समृद्ध असणाऱ्या मध्य आशियामध्ये आपले पाय रोवणे.

चीनच्या नाविक दलाचा हिंदी महासागरातील वाढता प्रभाव अमेरिकेसाठी चिंतेचा विषय होता. भारताला लष्करी वेढा घालण्याच्या चीनच्या धोरणामुळे चीनने पाकिस्तान बांगलदेश, म्यानमार आणि श्रीलंका यासारख्या राष्ट्रांबरोबर लष्करी करार केले. भारताच्या हद्दीमधील अंदमान-निकोबार बेटांपासून अगदी थोडया अंतरावर असणाऱ्या कोको बेटांवर चीनने प्राथमिक शत्रूबिषयक ज्ञानाच्या सुविधा प्रस्थापित केली होती. या सुविधेचा मुख्य उद्देश मलाक्काच्या समुद्रधुनीवरून जाणाऱ्या जहाजांवर देखरेख ठेवणे हा होता. चीनचे म्यानमारबरोबर विशेष मैत्री आणि सहकार्याचे संबंध असून म्यानमारच्या माध्यमातून हिंदी महासागरात चीन महासागरात चीन आपले पाय पसरवण्याचा प्रयत्न करत आहे. म्यानमारच्या नाविक

दलाच्या आधुनिकीकरणासाठी चीन मोठ्या प्रमाणावर प्रयत्न करीत आहे. १९९२ नंतर चीनने म्यानमारला दोन अब्ज अमेरिकन डॉलर्स एवढ्या किमतीची शस्त्रास्त्रे पुरवली आहेत. चीनच्या हिंदी महासागरातील या वाढत्या सामर्थ्यांचे प्रतिरोधन करण्यासाठी अमेरिकेने आशियातील आणि विशेषत: दक्षिण आशियात आपला लष्करी हस्तक्षेप वाढवला होता, ही चीनसाठी चिंतेची बाब होती. अमेरिकेच्या दक्षिण आशियातील वाढत्या हस्तक्षेपाला पाकिस्तान अप्रत्यक्षपणे जबाबदार असल्याचे चीनचे मत आहे; कारण ज्या दहशतवादाचे कारण पुढे करून अमेरिका आपला लष्करी हस्तक्षेप वाढवत आहे तो दहशतवाद पाकिस्तानच्या प्रत्यक्ष-अप्रत्यक्ष समर्थनातूनच दक्षिण आशियात पसरला होता. तसेच अमेरिकेकडून पाकिस्तानला दिला गेलेला नाटो बाहेरील गटाचा खास दर्जा पाकिस्तान आणि अमेरिकेमधला घनिष्ट लष्करी संबंधाचे संकेत देणारा आहे. परिणामी, पाकिस्तान-भारत आणि मध्य आशियाई राष्ट्रे यांच्याबरोबर लष्करी संबंध वाढवून चीनला वेढा घालण्याचा अमेरिकेचा उद्देश असल्याचा संशय चीनला येणे स्वाभाविक आहे अशा परिस्थितीत भारताबरोबर विशेष सहकार्याच्या माध्यमातून संबंध सुधारणे आणि अमेरिकेच्या भारतावरील वाढत्या प्रभावापासून भारताला आलिप्त ठेवण्याचा प्रयत्न करणे चीनच्या दक्षिण आशियाविषयक धोरणाचे एक उद्दिष्ट बनल्याचे दिसते.

दक्षिण आशियाविषयी चीनची भूमिका : दक्षिण आशिया राष्ट्रांविषयीच्या चीनच्या पारंपरिक भूमिकेत शीतयुद्धोत्तर काळात परिवर्तन झाल्याचे दिसते. दक्षिण आशियातील छोटया राष्ट्रांमध्ये भारताविषयी भीती आणि संशय निर्माण करून भारताशी असहकार्य करण्यास त्यांना चिथावणे,तसेच ही राष्ट्रे भारताच्या प्रभावापासून मुक्त व्हावीत यासाठी त्यांना आर्थिक व लष्करी मदत देणे, दक्षिण आशियाई राष्ट्रांनी भारताच्या प्रभावाला बळी न पडता स्वतंत्र परराष्ट्रधोरणाचा स्वीकार करावा यासाठी त्यांच्यावर दबाब आणणे हे चीनचे शीतयुद्धकाळात धोरण होते. दक्षिण आशियातील भारताच्या वाढत्या प्रभावाचे प्रतिरोधन करण्यासाठी भारताच्या शेजारील लहान राष्ट्रांचा प्यादी म्हणून वापर चीनकडून होत होता. चीनच्या या भूमिकेत १९९०च्या दशकात परिवर्तन झाल्याचे दिसते. दक्षिण आशिया राष्ट्रांमध्ये आर्थिक आणि व्यापारी सहकार्य वाढावेअशी चीनची इच्छा आहे. त्याचबरोबर दक्षिण आशियाई राष्ट्रांनी भारताबरोबरदेखील आर्थिक आणि व्यापारी सहकार्य वाढवावे असे चीन सुचवत आहे. दक्षिण आशियाई राष्ट्रांची सहकार्य संघटना म्हणजेच सार्कने दक्षिण आशियाई राष्ट्रांच्या आर्थिक विकासात महत्त्वाची भूमिका बजावावी अशी चीनची इच्छा आहे. सार्कच्या माध्यमातून दक्षिण आशियामध्ये मुक्त व्यापारक्षेत्र निर्माण झाल्यास त्याचा फायदा चीनलाही होणार आहे. २००६ मध्ये झालेल्या सार्कच्या शिखर परिषदेमध्ये चीनला निरीक्षकाचा दर्जा बहाल करण्यात आला. यातून दक्षिण आशियाई राष्ट्रांच्या आर्थिक आणि व्यापारी पातळीवरील सहकार्याच्या प्रक्रियेत चीनची भूमिका वाढेल असे दिसते.

(१२. ब. १) जपान व भारत संबंध

द्वितीय महायुद्धाच्या अगोदर आशियाच्या राजकारणात नेतृत्वाची भूमिका गाजविण्याची क्षमता फक्त जपानमध्ये होती; त्यावेळी भारत इंग्रजांच्या गुलामगिरीत होता. इंग्रज व जपान यांचे संबंध वितुष्टाचे असल्यामुळे भारताकडे पाहण्याचा जपानचा दृष्टिकोनही चांगला नव्हता. द्वितीय महायुद्धात अमेरिकेने जपानच्या हिरोशिमा व नागासाकी या दोन शहरांवर अणुबॉम्ब टाकून जपानचा पूर्ण पराभव केला त्यामुळे त्याच्यात आशिया खंडाचे नेतृत्व करण्याची क्षमता राहिली नाही. दरम्यानच्या काळात भारत स्वतंत्र झाला. स्वातंत्र्यानंतर पंडित नेहरूजींच्या नेतृत्वाखाली भारताने पंचशील व अलिप्तेच्या धोरणांचा स्वीकार करून आपल्या सर्वांगीण विकासाला सुरुवात केली. त्याच काळात सोव्हिएत रशिया व अमेरिका यांच्यात

शीतयुद्धाला सुरुवात झाली, पण युद्धात बेचिराख झालेला जपान किंवा आर्थिकदृष्ट्या मागासलेला भारत ही आशिया खंडातील दोन महत्त्वाची राष्ट्रे मात्र एकमेकांच्या जवळ येऊ शकली नाहीत; म्हणजेच जपानने या काळात आग्नेय आशियाबरोबर आपले संबंध प्रस्थापित करण्यावर भर दिला तर भारत, दक्षिण आशिया, चीन, व्हिएतनाम सारख्या राष्ट्राबरोबर संबंध प्रस्थापित करण्याच्या मागे लागलेला आपणास दिसतो.

आशिया खंडातील ही दोन्ही राष्ट्रे हळूहळू आर्थिक विकासात प्रगती करू लागले, त्यानंतर मात्र त्यांच्यात संबंध प्रस्थापित होऊ लागलेले आपणास दिसतात. विशेषत: भारताचे पंतप्रधान नरसिंहराव यांच्या कालावधीपासून उभय राष्ट्रांत संबंध प्रस्थापित होऊ लागलेले आपणास दिसतात. १९९८ मध्ये भारताने ज्या अणुच्या चाचण्या घेतल्या त्यामुळे दोन्ही देशांचे हितसंबंध एकमेकांच्या जवळ येण्यास मदत झाली. त्यानंतर आर्थिक मुद्यांवरून उभय राष्ट्रातील संबंध सुधारू लागलेले आपणास दिसतात. परंतु, या अणुचाचण्यानंतर जपानने भारताबरोबरचे आपले परराष्ट्रीय धोरण समांतर ठेवलेले दिसते. उभय राष्ट्रातील संबंध सुधारण्याच्या दृष्टीने जपानचे पंतप्रधान येशो मोरी यांची २००० मधील भारतभेट अतिशय महत्त्वपूर्ण ठरली. कारण त्यानंतर भारत जपान संबंधाचे नवीन पर्व सुरू झालेले आपणास दिसते.

आपापसातील संबंध सुधारण्याच्या दृष्टीने उभय राष्ट्रांचे प्रतिनिधी एकमेकांच्या देशांना भेटी देऊ लागले विविध विषयावर चर्चा किंवा आपापसात संवाद करू लागले. यातूनच उभय राष्ट्रात मैत्रीपूर्ण स्वरूपाचे संबंध प्रस्थापित होण्यास मदत झाली. २००१ मध्ये जपानच्या पंतप्रधानांनी भारताला भेट देऊन भारत-जपान सर्वंकष भागीदारी त्यांनी जाहीर केली, तर २००६ मध्ये भारत-जपान यांच्या दरम्यान सैनिकी डावपेचाच्या संदर्भातील सर्वंकष स्वरूपाची भागीदारी प्रस्थापित झाली.

खालील विविध कारणांमुळे उभय राष्ट्रांमधील संबंध प्रबळ बनलेले आपणास दिसून येतात.

(१) सोव्हिएत रशियाच्या विघटनाबरोबर शीतयुद्ध संपुष्टात आले. त्यानंतर भारत व जपानमध्ये लोकशाही प्रबळ होण्यासाठी कायद्याच्या मूल्यावर उभय राष्ट्रांनी प्रामुख्याने भर दिला.

(२) उभयपक्षी, प्रादेशिक व जागतिक पातळीवर सैनिकी डावपेचाबाबत उभय राष्ट्रांनी संबंध प्रस्थापित करण्यावर भर दिला. उभयपक्षी पातळीवर प्रामुख्याने दोन्ही देशांच्या दरम्यान कॅबिनेट मंत्री, परराष्ट्रमंत्री यांच्या पातळीवर सतत बैठका, परिषदा आयोजित करून लष्करी डावपेच, शस्त्रास्त्रे याबाबत विचारविमर्श करून संवाद प्रस्थापित करण्यावर भर देणे, दोन्ही देशामध्ये लष्करी संबंध वाढीस लावणे, संयुक्त लष्करी कवायतीवर भर देणे, सर्वसमावेशक आर्थिक व व्यापारी करार आपापसात करण्यावर भर देणे. प्रादेशिक पातळीवर उभय राष्ट्रांनी पूर्व आशिया परिषदेची स्थापना करण्यावर भर दिला. जागतिक पातळीवर दोन्ही राष्ट्रांनी एकमेकांना समजून जागतिक निर्णय प्रक्रियेत त्या अनुषगांने सहभागी होणे यावर भर दिला.

(३) आजच्या परिस्थितीचा विचार करता जपानमध्ये प्रबळ आर्थिक सामर्थ्य आहे. विज्ञान व तंत्रज्ञानाचा तेथे मोठ्या प्रमाणात विकास झालेला आहे. शिवाय भांडवल गुंतवणुकीस हा देश आज अतिशय चांगला आहे.

(४) आंतरराष्ट्रीय राजकारणात आज दोन्ही राष्ट्रांची काही समान उद्दिष्टे असल्यामुळेच ते एकमेकांच्या जवळ आले आहेत.

उदा. संयुक्त राष्ट्रसंघाच्या शांतता सुरक्षितता व सहकार्यावर यांचा विश्वास आहे ऊर्जासाधनांमध्ये विविध प्रकारची सवलत देणे,आंतरराष्ट्रीय सागरी मार्ग सुरक्षित ठेवणे, आंतरराष्ट्रीय दहशतवादाला सामूहिकरीत्या तोंड देणे इ. वरील मुद्यांना अनुसरून उभय राष्ट्रांच्या संबंधात अलीकडच्या काळात मोठ्या प्रमाणात सुधारणा होताना दिसत आहे.

(१२. क) भारत आणि हिंदी महासागर

हिंदी महासागराचे सामरिक महत्त्व :

जगामध्ये जेवढी म्हणून सामरिक ठिकाणे आपणास सांगता येतील; त्यातील प्रमुख सामरिक ठिकाण म्हणून हिंदी महासागराचा उल्लेख करता येईल. जागतिक महासागराच्या विस्ताराच्या बाबतीत हिंदी महासागराचा प्रशांत व अटलांटिक महासागरानंतर नंबर लागतो. हिंदी महासागर ऑस्ट्रेलिया, दक्षिण-पूर्व आशिया, दक्षिण आशिया, पश्चिम आशिया, पूर्व आणि दक्षिण आफ्रिकेतील राष्ट्रांच्या सामुद्रिक शक्तीला प्रभावित करीत आहे. हिंदी महासागराची लांबी जवळजवळ १०,४०० कि. मी. व रूंदी ९,६०० कि. मी. एवढी आहे. जगाच्या तेलाच्या ६६ टक्के तेलखाणी या महासागरात आहेत. इतरही खनिज आणि नैसर्गिक संपत्ती मोठ्या प्रमाणात या महासागरात आहे. असंख्य लहान-मोठ्या आकाराची बेटे आहेत की ज्यांना सामरिक-दृष्ट्या महत्त्व प्राप्त झाले आहे. उदा. दिगो-गार्सिया, अंदमान-निकोबार व लक्षद्विप.

मलक्का व सुंदा समुद्र ध्वनीमार्गे, प्रशांत महासागरातून, हिंदी महासागरात प्रवेश करता येतो, तसेच केप ऑफ गुड होप किंवा युरोपकडून भूमध्य सागरातून, सुवेझ कालव्यामार्गे, लाल समुद्रातून हिंदी महासागरात येता येते. जागतिक तेलाच्या वाहतुकीच्या साऱ्या वाटा याच महासागरातून जातात. पश्चिम युरोपच्या ७० टक्के तर जपानच्या १०० टक्के तेलाच्या गरजेचा पुरवठा संबंधित राष्ट्रांना या सागरातून आयात करावा लागतो. हिंदी महासागरातील सर्वच मार्ग सदैव व्यस्त आणि व्यग्र असतात. या सागरातून दररोज अनेक कोटी रुपयांच्या मालाची ने-आण केली जाते.

हिंदी महासागराच्या किनाऱ्यावर जवळजवळ ४२ लहान-मोठ्या आकाराची राष्ट्रे आहेत. ही सर्व राष्ट्रे द्वितीय महायुद्धापर्यंत इंग्रजांच्या गुलामगिरीत होती. नंतर ही राष्ट्रे हळूहळू इंग्रजांच्या गुलामगिरीतून स्वतंत्र झाली, तसा इंग्रजाच्या वर्चस्वातून हिंदी महासागरही मुक्त झाला. आज जागतिक लोकसंख्येच्या २/३ लोकसंख्या या भागात राहते. आजही हा भाग अविकसित म्हणून ओळखला जातो. किनाऱ्यावरील राष्ट्रापैकी भारत हे राष्ट्र लष्करी, लोकसंख्या, राजकारण, आकार, आर्थिक या सर्वच बाबतीत इतरांपेक्षा मोठे म्हणून ओळखले जाते. भारत आणि हिंदी महासागर यांचे नाते अगदी प्राचीन काळापासून आहे.

इंग्रजी सत्ता या प्रदेशातून निघून गेल्यानंतर या भागात एक प्रकारची सत्तेची पोकळी निर्माण झाली. या भागाचे सामरिक महत्त्व ओळखून महासत्तांनी द्वितीय महायुद्धानंतर हा भाग आपल्याकडे असावा. या हेतूने या महासागरात शीतयुद्ध खेळण्यास सुरुवात केली. तेव्हापासून खऱ्या अर्थाने या महासागराला सामरिक महत्त्व प्राप्त झालेले दिसून येते. शिवाय या भागात आपले वर्चस्व प्रस्थापित झाल्यास किनाऱ्यावरील राष्ट्रावर वर्चस्व प्रस्थापित करणे सोपे जाईल. हाही महासत्तांचा हेतू असलेला आपणास दिसतो.

हिंदी महासागरात वर्चस्व गाजवणाऱ्या सत्ता :

हिंदी महासागराच्या सामरिक श्रेष्ठतेमुळे त्यांच्यावर आपला प्रभाव ठेवण्यासाठी अतिबलाढ्य राष्ट्रे अत्यंत खटाटोप करीत असताना दिसतात. शीतयुद्धाच्या काळात एकमेकांना शह देण्याच्या महासत्तांच्या स्पर्धेतून हिंदी महासागरही सुटू शकलेला नाही. महासत्तांनी आपापल्या हिताच्या संवर्धनासाठी आणि परस्परांविरुद्ध कारवाया करण्यासाठी हिंदी महासागरात त्यांनी सत्तेसाठी स्पर्धा वाढविली.

द्वितीय महायुद्धानंतर राजकीय सत्तेची समीकरणे मोठ्या प्रमाणात बदलली. अमेरिका अण्वस्त्रधारी राष्ट्र, पण इंग्लंडचे मित्र राष्ट्र म्हणून पुढे आले. सोव्हिएत रशियाकडे अण्वस्त्र नव्हते,पण जगात एक नंबरची लष्करी सत्ता म्हणून ती पुढे आली. इंग्लंड, फ्रान्स या सत्ता नामशेष झाल्या. त्याचा परिणाम म्हणून त्यांच्या गुलामगिरीतील राष्ट्रे म्हणजेच हिंदी महासागराच्या किनाऱ्यावरील राष्ट्रे स्वतंत्र होऊ लागली. आज ना

उद्या हिंदी महासागरातून आपल्याला आपली शक्ती काढून घ्यावी लागेल असे इंग्रजाना वाटले. असे झाल्यास हिंदी महासागरात सत्तेची पोकळी निर्माण होईल. ती पोकळी सोव्हिएत रशियाने भरून काढल्यास आपल्या हिताला धोका निर्माण होईल, हे टाळण्यासाठी ब्रिटिशांनी प्रयत्न करून अमेरिकेला या क्षेत्रात आणण्याचे ठरविले.

वास्तविक पाहता अमेरिकेने द्वितीय महायुद्धानंतर सोव्हिएत रशिया व चीनच्या साम्यवादाला विरोध करण्यासाठी हिंदी महासागराच्या किनाऱ्यावरील राष्ट्रांना बरोबर घेऊन सिटो, सेंटो सारख्या लष्करी संघटना निर्माण केल्या. सेंटो कराराने आयोजित केलेल्या हिंदी महासागरातील आरमारी सरावात अमेरिका १९६३ मध्ये सहभागी झाली होती. १९६५ मध्ये अमेरिका व इंग्लंड यांच्यात एक करार झाला. या करारानुसार दिगो-गार्सिया हे बेट दळणवळण केंद्र म्हणून २०१६ पर्यंत अमेरिकेला देण्याचे इंग्लंडने मान्य केले. त्याच दिवसापासून अमेरिकन पोलरिस जातीच्या पाणबुड्या हिंदी महासागरात संचार करू लागल्या. इंग्लंड व अमेरिका यांच्यात झालेल्या कराराच्या अंतर्गत राहून १९६७ पासून अमेरिकेने हिंदी महासागरात आपल्या नाविक शक्ती विकासाला मोठ्या प्रमाणात सुरुवात केली.

अमेरिकन पाणबुड्यांवर करडी नजर ठेवून त्यांच्या सामरिक विचारांना पायबंद घालण्यासाठी १९६७ ते १९७१ मध्ये हिंदी महासागरात सोव्हिएत रशिया या दुसऱ्या महासत्तेचा शिरकाव झाला. डिंसेबर १९७१ मध्ये बांगला देशाच्या स्वातंत्र्यासाठी जे भारत-पाकिस्तान यांच्यात युद्ध झाले. या युद्धात पाकिस्तानच्या मदतीसाठी अमेरिकेने आपले सातवे आरमार हिंदी महासागरात पाठवले होते. त्याला प्रत्युत्तर म्हणून सोव्हिएत रशियानेही आपली जहाजे हिंदी महासागरात पाठविली होती. त्यावेळी अमेरिकेच्या १४ युद्धनौकांना तोंड देण्यासाठी सोव्हिएत रशियाने २६ युद्धनौका हिंदी महासागरात पाठवल्या होत्या.

१९७१ च्या युद्धानंतर हिंदी महासागराचे क्षेत्र एक वर्ष शांततेचे राहिले, परंतु ऑक्टो. १९७३ मध्ये अरब-इस्त्राइल युद्ध परत सुरू झाले. तेव्हा परत महासत्तांनी आपली शक्ती हिंदी महासागरात वाढवण्यास सुरुवात केली. १९८१ मध्ये अमेरिकेचे सातवे आरमार हिंदी महासागरात कायमस्वरूपी आले होते.

सोव्हिएत रशियन फौजा १९७९ मध्ये अफगाणिस्तानमध्ये आल्या, त्यांनी जर तेथून हिंदी महासागरात शिरकाव केला तर आपल्या हिताला धोका निर्माण होईल. हे ओळखून अमेरिकेने दिगो-गार्सिया या दळणवळण केंद्राचे रूपांतर आरमारी तळात करण्याचे ठरवून त्यांच्या विकासाला सुरुवात केली, म्हणजेच या दोन्ही महासत्ता आपल्या स्वार्थासाठी आणि उद्दिष्टासाठी हिंदी महासागरामध्ये तणाव निर्माण करीत आहेत. त्याचबरोबर अमेरिकेने ऑस्ट्रेलिया व इंग्लंड यांच्याबरोबर करार करून या महासागरात नौसैनिक तळ व वहातूक सुविधांची साखळी निर्माण केली आहे.

अमेरिका या भागात रस का घेते,त्याची प्रामुख्याने दोन कारणे सांगितली जातात.

(१) अमेरिका भांडवलशाही राष्ट्र आहे. त्याने आपले भांडवल अरब राष्ट्रातील तेल उत्पादनात गुंतवले आहे, शिवाय आपल्या राष्ट्राची तेल व पेट्रोलची गरज भागविली जावी हा त्यामागचा प्रमुख हेतू आहे.

(२) या भागात सोव्हिएत रशियन साम्यवादाचा वाढता प्रभाव रोखणे हा आहे.

सुएझ कालवा, मलाक्का समुद्रध्वनी, केप ऑफ गुड होप, ऑस्ट्रेलियाकडे जाणारे सर्व मार्ग आपल्या नियंत्रणात ठेवण्यात अमेरिकेला यश आले आहे. पाकिस्तान, सौदी अरेबिया, ऑस्ट्रेलिया, द. कोरिया, द. व्हिएटनाम इत्यादी घनिष्ट मित्र अमेरिकेने या क्षेत्रात मिळविले आहेत.

हिंदी महासागरात अमेरिकेबरोबरच सोव्हिएत रशिया, चीन, फ्रान्स, इंग्लंड यांच्याही युद्धनौका मोठ्या प्रमाणात संचार करीत होत्या व आहेत.

अफगाणिस्तान मोहिमेत आलेले अपयश, त्यानंतर सोव्हिएत रशियाचे झालेले विघटन, म्हणजेच शीतयुद्धातील सोव्हिएत रशियन सत्ता पूर्णपणे उद्‌ध्वस्त झाल्यामुळे आज तरी अमेरिका एकमेव महासत्ता उरली आहे, असे असले तरी हिंदी महासागरातील आपली सत्ता अमेरिकेने नामशेष केलेली नाही.

आजही हिंदी महासागरात, हिंदी महासागराचे सामरिक महत्त्व लक्षात घेऊनच त्याच्यावर आपला प्रभाव कायम रहावा म्हणून अमेरिकेचे सेंट्रल कमांड आणि नौदलाचे पाचवे आरमार, अरबी समुद्र आणि हिंदी महासागरावर अबाधितपणे हुकूमत गाजवण्यासाठी कायमचे तैनात केलेले दिसते. दिगो-गार्सिया या हिंदी महासागरातील बेटावर अमेरिकेने मोठा आरमारी तळ उभा केला आहे. बांगला देश, श्रीलंका, मालदीव या राष्ट्रांच्या क्षेत्रात नाविक तळासाठी हक्क मिळवून तेथे आपला प्रवेश व्हावा असा प्रयत्न अमेरिकेकडून सध्या चालू आहे.

चीन आज प्रबळ सागरी सत्ता म्हणून पुढे येत आहे. पॅरासेल, स्प्रॅटली, सेनकुक या बेटांवर त्यांनी हक्क सांगितला आहे. चीनने म्यानमारला नौदलाची पुनर्रचना करण्यास मोठ्या प्रमाणात मदत करून त्यांना मिंधे बनवले आहे. बंगालच्या उपसागरात इंग्या बेटावर त्यांनी नाविक तळाची स्थापना केली आहे, एवढेच नाही तर चीनने बांगला देशाच्या सीमेजवळ अक्याब, थायलंड सीमेजवळ मेरगुई आणि भारताच्या अंदमान-निकोबार बेटाजवळ ग्रेट कोको आयलंडवर आपले नाविक तळ उभारले आहेत. त्यांनी हिंदी महासागरातही वेळोवेळी आपल्या अस्तित्वाचे जाहीर प्रदर्शन करण्यास सुरुवात केली आहे. त्यांच्या पाणबुड्या बंगालच्या उपसागरात वारंवार भेटी देत असतात.

पाकिस्तानही आपल्या नौदलाचे विस्तारीकरण आणि आधुनिकीकरण जोरात करीत आहे. पाकिस्तानला फक्त ७०० कि. मी. लांबीचा समुद्रतट लाभलेला असताना पाकिस्तान मोठ्या प्रमाणात लढावू जहाजे, पाणबुड्या आणि टेहळणी विमाने विकसित करण्यावर भर देताना दिसून येत आहे. सध्या पाकिस्तान मरकान किनारपट्टीवर ग्वादर आणि पास्नी या बंदरांचा विकास करीत आहे.

हिंदी महासागरातील सुरुवातीला महासत्तांच्या हालचाली आणि आज अमेरिका, चीन, पाकिस्तान यांच्या हालचालीमुळे हिंदी महासागराच्या किनाऱ्यावरील राष्ट्रांची पर्यायाने हिंदी महासागराची सुरक्षितता मोठ्या प्रमाणात धोक्यात आलेली आहे.

भारताच्या दृष्टीने हिंदी महासागराचे सामरिक महत्त्व :

हिंदी महासागराच्या किनाऱ्यावर जी लहान-मोठ्या आकाराची ४२ राष्ट्रे आहेत. त्यापैकी आकार, लोकसंख्या, लष्करीशक्ती यांचा विचार करता भारत हे सर्वात मोठे राष्ट्र म्हणून ओळखले जाते. हिंदी महासागर आणि भारत यांचे फार प्राचीन कालावधीपासूनचे हितसंबंध एकमेकांत गुंतलेले आहेत. किंबहुना भारताच्या नावावरूनच याला 'हिंदी महासागर' असे नाव पडले असावे असे बऱ्याच लष्करी विचारवंताचे मत असलेले आपणास दिसते.

भारताला जसे हिंदी महासागराचे महत्त्व वाटते तसेच महत्त्व भारताविषयी हिंदी महासागराला आहे. भारताला हिंदी महासागराचे महत्त्व का आहे हे आपणास पुढील मुद्यांच्या आधारे स्पष्ट करता येईल-

(१) सागरी सीमाचे संरक्षण : भारताच्या पूर्वेला बंगालचा उपसागर, पश्चिमेला अरबी समुद्र तर दक्षिणेला अथांग पसरलेला हिंदी महासागर आहे, म्हणजेच भारताला प्रचंड प्रमाणात सागरी सीमा लाभलेली असून ती जवळजवळ ८००० कि. मी. लांबीची आहे. भारताला लाभलेल्या या तीनही सागरातून आक्रमणाचा धोका आहे; म्हणजेच हिंदी महासागरात परकीय सत्तेचे वर्चस्व निर्माण झाल्यास त्याचा प्रथम परिणाम भारताच्या सुरक्षिततेवर होणार आहे; त्या दृष्टीने भारताला हिंदी महासागराचे महत्त्व फारच आहे.

(२) वर्चस्व : हिंदी महासागराच्या किनाऱ्यावर जी लहान-मोठ्या आकाराची जवळजवळ ४२ राष्ट्रे आहेत. या सर्वांमध्ये भारत हे सर्वच बाबतीत मोठे राष्ट्र म्हणून ओळखले जाते. हिंदी महासागरावर जर परकीय सत्तेचे वर्चस्व प्रस्थापित झाले तर त्याचा सर्वप्रथम परिणाम भारताच्या आर्थिक व्यवस्थेवर होईल, भारताची राष्ट्रीय सुरक्षितता धोक्यात येईल. आपली राष्ट्रीय सुरक्षितता अबाधित ठेवण्यासाठी, आपल्या आर्थिक विकासासाठी आणि किनाऱ्यावरील राष्ट्रांच्या सुरक्षिततेसाठी भारताने हिंदी महासागरावर आपले वर्चस्व प्रस्थापित केले पाहिजे.

(३) हालचाली : आजपर्यंतची भारतावरील बरीचशी आक्रमणे समुद्रावरून झालेली आहेत, आज हिंदी महासागरात अमेरिका चीन व पाकिस्तान या भारताच्या शत्रूराष्ट्रांच्या युद्धनौकांच्या हालचाली मोठ्या प्रमाणात वाढलेल्या आहेत. या हालचालीपासून भारताच्या सुरक्षिततेला धोका निर्माण झालेला आहे. हा धोका दूर करण्यासाठी भारताने आपली नाविक क्षमता वाढवण्यावर भर दिला पाहिजे, तसेच आपल्या नौदलाच्या हालचाली हिंदी महासागरात वाढवल्या पाहिजेत.

(४) सागरी बेटे : भारताला तीनही बाजूने समुद्रकिनारा लाभलेला आहे. या तीनही भारतीय सागरांत जवळजवळ १२०० लहान-मोठ्या आकाराची बेटे आहेत, कि ज्यांना सामरिकदृष्ट्या फारच महत्त्व आहे, शिवाय आंतरराष्ट्रीय सागरी कायद्यानुसार भारताच्या सागरी किनाऱ्यापासून १२ सागरी मैलांपर्यंत भारताला प्रादेशिक जलाशय लाभलेला आहे. त्याचबरोबर किनाऱ्यापासून सागरामध्ये २०० कि. मी. अंतरापर्यंतच्या आर्थिक निर्बंध क्षेत्रावर (ई. ई. झेड.)भारताचा हक्क आहे. १९८७ मध्ये भारताला हिंदी महासागरातील १,५०,००० चौरस कि. मी. क्षेत्रात खोल समुद्रतळापर्यंत खाणकाम करण्याचे हक्क मिळाले आहेत. या सागरात मोठ्या प्रमाणात खनिज संपत्तीही आहे. या सर्वांचे हिंदी महासागराच्या माध्यमातून नौदलाच्या मदतीने भारताला संरक्षण करावयाचे आहे.

(५) व्यापार : भारताचा जवळजवळ ८० टक्के व्यापार जगातील १३० राष्ट्रांबरोबर या सागराच्या माध्यमातून चालतो. भारताच्या ८० टक्के तेलाची गरज समुद्रामार्फत पूर्ण होते. त्यातील ४६ टक्के दुसऱ्या देशांकडून विकत घेऊन समुद्रामधून वाहतूक केली जाते तर ३४ टक्के समुद्रकिनाऱ्याजवळील प्रदेशातून उपसून मिळवली जाते. परकीय सत्तेचे वर्चस्व जर या सागरावर प्रस्थापित झाले तर भारताचा हा व्यापार तात्काळ थांबणार असून त्याचा विपरीत परिणाम भारताच्या आर्थिक व्यवस्थेवर पडणार आहे. म्हणून भारताला हिंदी महासागराचे अनन्यसाधारण असे महत्त्व आहे.

(६) संबंध : भारताला जसे हिंदी महासागराचे महत्त्व आहे; तशाच प्रकारचे महत्त्व हिंदी महासागराच्या किनाऱ्यावरील इतर राष्ट्रांनाही आहे. यासर्वांमध्ये भारत हे सर्वच बाबतीत मोठे राष्ट्र म्हणून ओळखले जाते. त्यामुळे भारताने पुढाकार घेऊन या क्षेत्रांत शांतता प्रस्थापित करण्यासाठी हिंदी महासागराच्या माध्यमातून किनाऱ्यावरील राष्ट्रांबरोबर राजकीय,आर्थिक,सांस्कृतिक व व्यापारी संबंध प्रस्थापित केले पाहिजेत. तशाच प्रकारचे संबंध किनाऱ्यावरील इतर राष्ट्रांनाही भारताबरोबर प्रस्थापित केले पाहिजेत.

भारताचे हिंदी महासागराविषयीचे धोरण :

हिंदी महासागराच्या किनाऱ्यावर जी लहान-मोठ्या आकाराची ४२ राष्ट्रे आहेत. त्यापैकी आकार, लोकसंख्या, लष्करीशक्ती यांचा विचार करता भारत हे सर्वांत मोठे राष्ट्र म्हणून ओळखले जाते. भारताची लष्करी परंपराही फार मोठी आहे. भारताची भूसेना,नौसेना व हवाईसेना जगामध्ये वेगळी छाप पाडून आहे. अलीकडेच भारताने अण्वस्त्रसज्जताही मिळविलेली असून क्षेपणास्त्रामध्येही भारताची कामगिरी प्रशंसनीय अशी आहे. या सर्वांचा विचार करता आशियाच्या मध्यभागी असलेल्या हिंदी महासागरावर भारताला वर्चस्व

प्रस्थापित करणे फारसे अवघड नाही, पण भारताचे हिंदी महासागराविषयीचे सुरुवातीपासूनचे धोरण शांततेचेच असलेले दिसून येते,या सागराचा उपयोग करून भारत आपला आर्थिक विकास घडवून आणण्यावर भर देताना दिसून येतो. म्हणजेच भारताचे हिंदी महासागराविषयीचे धोरण 'जगा आणि जगू द्या' याच तत्त्वाशी निगडीत असलेले आहे.

द्वितीय महायुद्धानंतर या क्षेत्रातील इंग्लंडची स्थिती फारच हालाखीची बनली. त्यांना या क्षेत्रातील आपल्या वसाहतीवर नियंत्रण ठेवता येईना त्यातूनच या वसाहती हळूहळू स्वतंत्र होऊ लागल्या, स्वतंत्र झालेल्या वसाहतींना आपल्या बाजूला खेचण्याचा प्रयत्न अमेरिका व सोव्हिएत रशिया या महासत्तांनी सुरू केला, त्यातूनच या महासत्तांचा हिंदी महासागरात शिरकाव झाला.

१९८० च्या दशकात तर या सागरावर आपले वर्चस्व असावे म्हणून महासत्तांमध्ये चढाओढ सुरू झाली, त्यातूनच महासत्तांच्या पाणबुड्या, युद्धनौका व विमानवाहूनौका या सागरात मुक्तपणे संचार करू लागल्या, एवढेच नाही तर त्यांनी या सागरात आपले नाविकशक्ती प्रदर्शन ही करण्यास सुरूवात केली. या महासत्तांच्या हालचालींमुळे हिंदी महासागराच्या किनाऱ्यावरील राष्ट्रांची सुरक्षितता धोक्यात येण्यास मदत झाली. आपल्या हितसंबंधाचे तसेच आपल्या राष्ट्रीय सुरक्षिततेचे या महासत्तांपासून संरक्षण करण्याची क्षमता किनाऱ्यावरील कोणत्याही राष्ट्रांमध्ये नाही. या राष्ट्राकडे जी नाविक क्षमता आहे ती महासत्तांच्या तुलनेत अतिशय नगण्य स्वरूपाची आहे. या सर्वांचा विचार करून भारताने हिंदी महासागरातील महासत्तांनी, आपल्या हालचाली थांबवून या भागाला शांततेचे क्षेत्र म्हणून घोषित करावे,अशा प्रकारचे धोरण आखण्यास व राबवण्यास सुरुवात केली.

भारताचे हिंदी महासागराविषयीचे हे शांततेचे धोरण किनाऱ्यावरील राष्ट्रांना विश्वासात घेऊन त्यांनी परकीय सत्तेला या भागात येण्यास निमंत्रण देऊ नये असे ठरवून भारताच्या या शांततावादी धोरणाला सहकार्य दिले पाहिजे, पण तसे होताना दिसत नाही.

अलीकडच्या काळात भारताने पुढाकार घेऊन किनाऱ्यावरील राष्ट्राच्या मदतीने अलिप्तता चळवळीच्या माध्यमातून, आफ्रिकन, अशियन, राष्ट्रांच्या परिषदामधून, सार्कच्या व्यासपीठावरून, तर कधी कधी संयुक्त राष्ट्रसंघाच्या व्यासपीठावरून हिंदी महासागराचे क्षेत्र शांततेचे क्षेत्र म्हणून घोषित करावे अशा प्रकारचे धोरणात्मक आवाहन भारताने वेळोवेळी केलेले दिसून येते.

भारताच्या या हिंदी महासागराविषयीच्या धोरणाला काही प्रमाणात यश येऊन संयुक्त राष्ट्रसंघाने आपल्या कायद्यामध्ये हिंदी महासागराच्या सीमांच्या अंतर्गत, त्यांच्यावर असलेल्या आकाशात व समुद्राच्या जलांतर्गत असे सर्व क्षेत्र नेहमीसाठी शांततेचे क्षेत्र म्हणून घोषित करण्यात आले आहे असे जाहीर करण्यात आले आहे. एवढेच नाही तर हिंदी महासागरात महासत्तांतील संघर्षामुळे आणि या क्षेत्रातील महासत्तांच्या लष्करी तळामुळे या भागात तणाव निर्माण होण्यास मदत होते. या भागत लष्करी उपस्थिती वाढली जाते या भागात लष्करी तळ उभे करून किनाऱ्यावरील राष्ट्रांना शस्त्रास्त्रे पुरविण्याचे उद्योग ही महासत्ता करीत आहेत. हे उद्योग महासत्तांनी या भागात करू नयेत अशा प्रकारचा सल्लाही युनोने महासत्तांना दिलेला दिसतो.

१९६७ मध्ये मॉरिशियसच्या मालकीचे दिगो-गार्सिया हे बेट इंग्रजांनी परस्पर अमेरिकेला भाड्याने दिले,मॉरिशियस आज स्वतंत्र असल्यामुळे हे बेट त्यांच्या ताब्यात द्यावे अशा प्रकारचा दबाव भारताने जगातील राष्ट्रांच्या मदतीने अमेरिकेवर टाकण्यास सुरुवात केली आहे, पण अमेरिका जाणून बुजून त्याकडे दुर्लक्ष करताना दिसून येतो.

आज हिंदी महासागरात अमेरिकेबरोबरच रशिया, चीन, फ्रान्स, इंग्लंड त्याचबरोबर युरोपियन सत्तांची जहाजे मुक्तपणे संचार करताना दिसून येत आहेत. त्यामुळे आज तरी हिंदी महासागराचे क्षेत्र

शांततेचे क्षेत्र राहिलेले नाही. जगातील ४२ राष्ट्रे व निम्मी लोकसंख्या या भागात राहते, त्यामुळे भारताने आपले परराष्ट्रीय, आर्थिक व संरक्षण धोरणाबरोबरच हिंदी महासागराविषयीच्या धोरणाला अग्रक्रम दिला पाहिजे.

हिंदी महासागराविषयीचे धोरण आखताना भारताने या सागराच्या किनाऱ्यावरील राष्ट्रांचा सर्वप्रथम विचार केला पाहिजे. पाकिस्तान, सौदी अरेबिया व दक्षिण अफ्रिका ही काही राष्ट्रे सोडल्यास इतर राष्ट्रांबरोबर भारताचे संबंध बऱ्यापैकी चांगले आहेत असे म्हटल्यास चूक होणार नाही. जगातील तिसऱ्या गटाचे नेतृत्व, अलिप्त चळवळीचे नेतृत्व, सार्क संघटनेचे नेतृत्व,ज्याप्रमाणे भारताकडे आहे तशाच प्रकारे हिंदी महासागराच्या किनाऱ्यावरील राष्ट्रांचे नेतृत्व स्वीकारून त्यांच्या संरक्षणाची जबाबदारी भारताने घेऊन त्यांच्या मदतीने हिंदी महासागरामध्ये एक सामूहिक नाविक शक्ती तयार केल्यास महासत्तांना यशस्वीरीत्या तोंड देता येईल. त्याचप्रमाणे या भागाची पर्यायाने भारताची राष्ट्रीय व नाविक सुरक्षितता अबाधित ठेवण्यास भारताला यश मिळू शकेल, पण भारताच्या या हिंदी महासागराविषयीच्या धोरणाला किनाऱ्यावरील राष्ट्रांचे महासत्ताबरोबरचे संबंध पाहता कितपत यश येईल हे भविष्यकाळच ठरवेल.

भारत व हिंदी महासागर प्रादेशिक सहकार्य संघटना :

हिंदी महासागर किनाऱ्यावरील किंवा परिसरातील राष्ट्रांनी एकत्र येऊन आपापसातील व्यापार व आर्थिक विकास करण्याच्या हेतूने एखादी संघटना असावी अशा प्रकारचा विचारविनिमय सुरू केला. या संघटनेची मूळ संकल्पना भारत आणि दक्षिण आफ्रिका यांनी १९९० मध्ये या भागातील राष्ट्रांपुढे मांडली. या संकल्पनेला १९९४ मध्ये ऑस्ट्रेलियाने मान्यता दिली. १९९५ मध्ये संकल्पनेवर विचारविनिमय करण्यासाठी या प्रदेशातील प्रमुख राष्ट्रे एकत्र आली त्यातून त्यांनी या भागातील आर्थिक विकास व व्यापारासाठी एखादे संघटन असावे या संदर्भात निर्णय घेतला. त्यातूनच ६ मार्च १९९७ रोजी मॉरिशस देशातील पोर्ट लुई येथे भरलेल्या या प्रदेशातील मंत्रीपातळीवरील एका बैठकीत हिंदी महासागरीय प्रादेशिक सहकार्य संघटन अधिकृत रीत्या स्थापन करण्यात आले. आशिया, आफ्रिका व ऑस्ट्रेलिया यामध्ये जगाची एकूण लोकसंख्येपैकी जवळजवळ ३५ टक्के लोकसंख्या राहते या लोकांचे राहणीमान उंचावणे, या भागातील प्रादेशिक सहकार्य आणि आंतरखंडीय व्यापार मोठ्या प्रमाणात कसा वाढेल या दृष्टीने प्रयत्न करणे. हा या संघटनेचा मूलभूत हेतू आहे. या विभागातील व्यापार वाढीच्या सोईसाठी दक्षिण आफ्रिका, पूर्व आफ्रिका व पर्शियन आखात असे तीन प्रमख उपविभाग करण्यात आले. या भागात तेल, नैसर्गिक वायू, कोळसा, जलविद्युत, सौर ऊर्जा, मोठ्या प्रमाणात उपलब्ध आहेत. तसेच सोने, लोखंड, युरेनियम, तांबे या खनिजांच्या खाणी मोठ्या प्रमाणात उपलब्ध आहेत. यातूनच या भागातील आर्थिक विकासासाठी संघटितरीत्या एकत्र येण्याच्या संकल्पनेस महत्त्व प्राप्त होऊन त्यातूनच ही संघटना या भागात उदयास आली.

शीतयुद्धाच्या समाप्तीनंतर जागतिक व्यापारी क्षेत्र व जागतिक व्यापार मोठ्या प्रमाणात वाढून त्यात प्रभावी आर्थिक शक्तींचा उदय होऊ लागला. त्यामध्ये प्रामुख्याने युरोपीय महासंघ, आसियान, आशिया-पॅसिफिक फोरम, नाफ्टा, साफ्टा इत्यादी संघटना या व्यापारी क्षेत्रात उतरल्या.

भारतासाठी मात्र ही अतिउत्तम संधी मानली जाते; त्याचे कारण म्हणजे या संघटनेच्या माध्यमातून भारताला सार्क व्यासपीठाच्या बाहेर पडून पूर्वेकडील आसियान राष्ट्राबरोबर आणि पश्चिमेकडील आफ्रिकेतील राष्ट्राबरोबर आर्थिक संबंध प्रस्थापित करून ते वाढविणे शक्य झाले आहे, त्यामुळे या संघटनेच्या स्थापनेसाठी भारताची भूमिका आग्रहाची राहिलेली आपणास दिसून येते. भारताकडे मोठी लोकसंख्या व कुशल मनुष्यबळ असल्याने या क्षेत्रातील राष्ट्रे भारताबरोबर आर्थिक सहकार्य करण्यास उत्सुक आहेत. भारताच्या हिताच्या दृष्टीने विचार केल्यास व्यापारवाढ, भांडवल गुंतवणूक व आर्थिक विकासासाठी हे

सहकार्य साहाय्यभूत ठरणार आहे. भारत, आफ्रिका व ऑस्ट्रेलिया या तीन भिन्न ठिकाणी असणाऱ्या देशात आर्थिक सहकार्यासाठीची प्रक्रिया गतिमान होण्यासाठी या संघटनेतून एक चांगले व्यासपीठ या भागातील सर्वांसाठी उपलब्ध झाले आहे.

भारताची नाविक सुरक्षा व धोके :

भारताला पूर्व, पश्चिम व दक्षिण बाजूला जवळजवळ ८,००० कि. मी. लांबीचा समुद्रकिनारा लाभलेला आहे. भारताला १२ सागरी मैलाचा प्रादेशिक जलाशय व २०० कि. मी. अंतरापर्यंतचा आर्थिक निर्बंध क्षेत्राचा (ई. ई. झेड.)पट्टा लाभलेला आहे. या भारताच्या सागरामध्ये नैसर्गिक व सागरी संपत्ती मोठ्या प्रमाणात आहे. याशिवाय लहान-मोठ्या आकाराची सामरिकदृष्ट्या महत्त्वाची १२०० च्या आसपास बेटेही भारताच्या मालकीची आहेत. भारताचा जवळजवळ ८० टक्के व्यापार या सागराच्या माध्यमातून चालतो. या सर्वांचे संरक्षण करण्याची जबाबदारी भारतीय नौदलावर आहे.

आज भारतीय नाविक सुरक्षिततेला पाकिस्तान, चीन व अमेरिकन आरमारापासून धोका असलेला दिसून येतो. पाकिस्तानने आजपर्यंत भारतावर १९४७-४८, १९६५, १९७१ च्या युद्धाबरोबरच १९९९ मध्ये कारगिल संघर्षही लादला. या सर्व युद्धांचा विचार करता १९७१ च्या युद्धात पाकिस्तानने नौदलाचा वापर केलेला दिसतो. आज पाकिस्तान आपल्या नौदलाचे मोठ्या प्रमाणात विस्तारीकरण आणि आधुनिकीकरण करताना दिसून येत आहे. वास्तविक पाहता पाकिस्तानला फक्त ७०० कि. मी. लांबीची समुद्रकिनारपट्टी लाभलेली आहे असे असूनही पाकिस्तान लढावू नौका, पाणबुड्या, टेहळणी विमाने यांचा विकास करण्याच्या मागे लागलेला दिसून येतो. शिवाय तो मरकान किनारपट्टीवर ग्वादार आणि पास्नी बंदराचा विकास झपाट्याने करीत आहे. या बंदरातून पाकिस्तानी लढाऊ जहाजांना अरबी समुद्रातून भारताकडे येणाऱ्या तेलवाहू जहाजांवर हल्ला चढविता येईल, शिवाय मुंबईच्या किनाऱ्यापासून दूर 'बॉम्बे हाय' या तेल उत्पादन केंद्रावरही आघात करता येईल म्हणजेच भारताच्या पश्चिमेकडील नाविक सुरक्षिततेला भविष्यात पाकिस्तानकडून केव्हाही धोका निर्माण होऊ शकतो.

चीनने २० ऑक्टो. १९६२ मध्ये भारतावर हल्ला केला होता; भारताची वाढती सैन्यशक्ती व दक्षिण आशियातील भारताचे वाढते वर्चस्व चीनला पाहवत नाही, म्हणूनच चीन ईशान्य भारतातील बंडखोरांना मदत करून भारताची अंतर्गत सुरक्षितता धोक्यात आणताना दिसून येतो. आज चीनच्या म्यानमारच्या सागरात हालचाली वाढल्या आहेत. बंगालच्या उपसागरात इंग्या बेटावर त्यांनी नाविक तळाची स्थापना केली आहे. एवढेच नाही तर बांगला देशाच्या सीमेजवळ अक्याब,थायलंड सीमेजवळ मेरगुई आणि भारताच्या अंदमान-निकोबार बेटाजवळ ग्रेट कोको आयलंडवर चीनने आपले नाविक तळ उभे केले आहेत, एवढेच नाही तर चीनच्या पाणबुड्याही या भागात सदैव संचार करताना दिसून येत आहेत. चीनच्या या हालचालींमुळे बंगालचा उपसागर, अंदमान-निकोबार बेटे व भारताचा पूर्व किनारा येथील भारताच्या नाविक सुरक्षिततेला धोका निर्माण झाला आहे.

हिंदी महासागरातील दिगो-गार्सिया या ठिकाणच्या अमेरिकन आरमारी तळामुळे ही भारताची नाविक सुरक्षितता धोक्यात आलेली आहे. आज या आरमारी तळावर अमेरिकेचे पाचवे आरमार आणि सेंट्रल कमांड कायमस्वरूपी तैनात आहे. या बेटावर अमेरिकेने एक विमानतळ तयार करून त्या ठिकाणी लांब पल्ल्यांची बी-५२ जातीची बॉम्बफेक करणारी विमाने ठेवलेली आहेत. विमानवाहू नौका, आण्विक पाणबुड्या, क्षेपणास्त्रे, आर. डी. एफ. चा विकास या ठिकाणी अमेरिकेने मोठ्या प्रमाणात केलेला आहे. याशिवाय विमान व जहाजांना इंधन भरण्याची सुविधा या ठिकाणी केलेली आहे. अलीकडेच या बेटावर अत्याधुनिक इलेक्ट्रॉनिक संचार केंद्र स्थापन केल्यामुळे भारताच्या नाविक सुरक्षिततेला धोका निर्माण झाला

आहे. याशिवाय बांगलादेश, श्रीलंका व मालदीव या राष्ट्रांच्या क्षेत्रात नाविक तळासाठी अमेरिका प्रयत्न करताना दिसून येत आहे. त्यांच्या प्रयत्नाला यश आल्यास भारताच्या नाविक सुरक्षिततेचा धोका भारताच्या अगदीच दारात येईल, असे म्हटल्यास चूक होणार नाही.

भारताचे नाविक डावपेच किंवा भारताची नौदल तयारी :

भारताच्या नाविक सुरक्षिततेला पाकिस्तान, चीन व अमेरिकन आरमारापासून धोका आहे किंवा असलेला दिसून येतो. भारताला पूर्व, पश्चिम व दक्षिण बाजूला जवळजवळ ८,००० कि. मी. लांबीचा समुद्रकिनारा लाभलेला आहे. भारताला १२ सागरी मैलांचा प्रादेशिक जलाशय व २०० कि. मी. अंतरापर्यंतचा आर्थिक निर्बंध क्षेत्राचा (ई. ई. झेड.) पट्टा लाभलेला आहे. या भारताच्या सागरामध्ये नैसर्गिक व सागरी संपत्ती मोठ्या प्रमाणात आहे. याशिवाय लहान-मोठ्या आकाराची सामरिकदृष्ट्या महत्त्वाची १२०० च्या आसपास बेटे ही भारताच्या मालकीची आहेत. भारताचा जवळजवळ ८० टक्के व्यापार या सागराच्या माध्यमातून चालतो. या सर्वांचे संरक्षण करण्याची जबाबदारी भारतीय नौदलावर आहे, त्याचप्रमाणे २१ व्या शतकात समृद्धी आणि सामर्थ्याकडे वाटचाल करावयाची असेल तर भारताने सुसज्ज नौदलाच्या तयारीकडे किंवा नाविक डावपेचांकडे लक्ष दिले पाहिजे.

इंग्रजांनी मॉरिशसच्या मालकीचे दिगो-गार्सिया हे बेट दळणवळण केंद्र निर्माण करण्याच्या हेतूने २०१६ पर्यंत अमेरिकेला भाड्याने दिले. अमेरिकेने या दळणवळण केंद्राचे रूपांतर नाविक तळात करण्यास सुरुवात केल्यामुळे भारताच्या नाविक व राष्ट्रीय सुरक्षिततेला धोका निर्माण झाला, हा धोका दूर करण्यासाठी १९८० पासून नाविक सेनेच्या तयारीकडे विशेष लक्ष देण्यास सुरुवात केलेली दिसते. त्यामध्ये प्रामुख्याने दुसऱ्या राष्ट्राकडून जहाजे विकत घेण्यास सुरुवात केली. त्याचप्रमाणे माझगांव डॉकयार्ड ली-मुंबई, गॉर्डन वर्कशॉप-कोलकाता, कोचिन शिपयार्ड-कोचिन, गोवा शिपयार्ड-गोवा,या भारतीय जहाज कंपन्यामधून भारताने स्वत:चे तंत्रज्ञान वापरून जहाजे निर्माण करण्यास सुरुवात केली.

आपली नाविक सेना मजबूत करण्यासाठी भारताने आय. एन. एस. विक्रांत व आय. एन. एस. विराट या दोन विमानवाहू नौका विकत घेतल्या. दीर्घ सेवेनंतर भारतीय नौदलामधून आय. एन. एस. विक्रांत हे विमानवाहू जहाज निवृत्त झाले असून त्याच्या जागेवर हार्मिश जातीच्या विमानवाहू नौका इंग्लंडकडून किंवा गाश्कॉव्ह हे विमानवाहू जहाज सोव्हिएत रशियाकडून म्हणजेच आजच्या रशियाकडून विकत घेण्याविषयी बोलणी चालू केली आहेत. सध्या भारताकडे आय. एन. एस. विराट हे एकमेव विमानवाहू जहाज आहे. या जहाजावर 'सी हरीअर' ही विमाने 'सी किंग' जातीची हेलीकॉप्टर्स आहेत. सोव्हिएत रशियाने भारताला अणुशक्तीवर चालणारी आय. एन. एस. चक्र ही पाणबुडी १९८२ मध्ये दिल्यामुळे भारताची नाविक शक्ती काही प्रमाणात मजबूत बनण्यास मदत झालेली आहे.

आपल्या सागराचे परकीयांपासून संरक्षण करण्यासाठी भारताकडे अनेक युद्धनौका व विनाशिका आहे. शत्रूच्या युद्धनौकांना व पाणबुडयांना मारक अशी शस्त्रास्त्रे असलेल्या फ्रिगेट्सही आहेत. काही युद्धनौका व फ्रिगेटसवर निरीक्षणासाठी हेलीकॉप्टर्सही ठेवलेली आहेत. भारतीय नौदलाकडे 'सी ईगल'जातीची काही क्षेपणास्त्रेही आहेत.

आज भारतीय नौदलाकडे विशेष स्वरूपाची यंत्रसामुग्री उपलब्ध आहे. त्यामध्ये प्रामुख्याने विमानविरोधी तोफा, जहाजविरोधी तोफा, प्रत्येक युद्धनौकेवर असलेल्या दिसतात. पाणसुरुंग,सोलरपद्धतीही आज प्रत्येक जहाजावर भारताने बसविलेली दिसून येते. भारताने आपल्या नाविक दलामध्ये लेसरपद्धती व संगणकपद्धतीचाही अवलंब केला आहे. भारतीय नौदलातील काही जहाजे निरीक्षण आणि गस्त घालण्याचे काम करीत आहे.

१९९८ मध्ये भारताने केलेल्या आण्विक चाचण्यांमुळे भारतीय नाविक सेनाही मजबूत बनण्यास

मदत होणार आहे. १९९९ च्या कारगिल युद्धानंतर नाविकदलाच्या आधुनिकीकरणाकडे विशेष लक्ष देण्यास सुरुवात करण्यात आली. भारतीय नाविक दलात आज वेगवेगळ्या प्रकारची लढाऊ जहाजे आहेत. काही जहाजे कालबाह्य झाल्यामुळे त्यांच्या जागी अत्याधुनिक, संहारक आणि जलद लढाऊ जहाजे आणणे गरजेचे आहे. आज भारताकडे आशिया खंडातील सर्वात बलाढ्य सर्व सोईंनीयुक्त असे लढाऊ जहाज आय. एन. एस. दिल्ली असून त्या खालोखाल आय. एन. एस. म्हैसूर हे लढाऊ जहाज आहे. मांझगाव डॉकयार्ड ली. मधून स्वबळावर तयार केलेल्या अत्याधुनिक सोईनी सुसज्जित असलेल्या आय. एन. एस. मुंबई व आय. एन. एस. किर्च या युद्धनौका २००१ मध्ये भारतीय नौदलात सामील झाल्यामुळे भारतीय नौदलाची शक्ती वाढण्यास मदत झालेली आपणास दिसून येते.

भारताची नाविकसेना शक्तिशाली करण्यासाठी २००४ ऑक्टों. मध्ये स्वदेशी तंत्रज्ञान वापरून तयार केलेली पृथ्वी-३ हे क्षेपणास्त्र की ज्याचा पल्ला २५० ते ३०० कि. मी. असून त्याची चाचणी घेतलेली आहे, हे क्षेपणास्त्र खास नौदलासाठी वापरण्यात येणार आहे.

या नाविक तयारीबरोबरच भारताचे नाविक डावपेचही आक्रमक स्वरूप धारण करताना दिसून येत आहे. समुद्रातून निर्माण होणाऱ्या कोणत्याही धोक्याला सामोरे जाण्याची शक्ती भारतीय नाविक दलात या नाविक डावपेचांमुळे आलेली आपणास दिसून येते.

दिगो-गार्सिया : हिंदी महासागराच्या अगदी मध्यावर छागोस द्विपसमूहात दिगो-गार्सिया हे प्रवाळ बेट आहे. त्याच्या नैऋत्येस असलेला केपमार्ग व मोझांबिकची खाडी, वायव्येकडील तांबडा समुद्र, सवेझ मार्ग, तेलसमृद्ध प्रदेश, दक्षिण आशिया, भारताचे अंदमान-निकोबार व लक्षद्विप बेटे, हिंदी व प्रशांत महासागर यांना जोडणारी मलाक्काची व सुंदाची समुद्रध्वनी, क्राची समुद्रध्वनी, पाकिस्तान, रशिया, चीन, आग्नेय आशिया येथील लष्करी व नाविक हालचालीवर योग्य प्रकारे नजर ठेवण्याच्या दृष्टीने दिगो-गार्सियाच्या स्थानाला अतिशय महत्त्व आहे.

दिगो-गार्सिया बेटाची रचना, भूस्तरीय घटण व बेटाजवळील समुद्राची खोली या सर्व गोष्टी प्रंचड युद्धनौका, विमानवाहूनौका व क्षेपणास्त्रांनी सुसज्ज पाणबुड्या उभ्या राहण्याच्या दृष्टीने अत्यंत योग्य आहे. या बेटाचा आकार घोड्याच्या नालेच्या आकाराचा आहे, या बेटाचा परिघ अंदाजे ६४ कि. मी. एवढा आहे. हे बेट समुद्रसपाटीपासून ८ मीटर उंचीवर असून या बेटाची लांबी २१ कि. मी. व रूंदी ८. ५ कि. मी. आहे. हे बेट मालदीवपासून ७३० कि. मी. , भारतापासून २२२५ कि. मी. तर मॉरिशसपासून २३०० कि. मी. अंतरावर आहे.

भारताकडे असलेली मोठ्या प्रमाणावरील नैसर्गिक साधनसंपत्ती, भारताची जागृत लोकसंख्या, भारतामध्ये असलेली लोकशाही, भारत-रशिया मैत्री करार या बाबींचा विचार करता दक्षिण आशियात भारताचे वर्चस्व निर्माण होईल. भारताला मोठी किनारपट्टी लाभलेली आहे. भारताचा सागरी व्यापार व जलसीमा वाढल्यास भारताला सागरी खनिजसंपत्ती, मोठ्या प्रमाणात मिळेल, असे झाल्यास भारताची आर्थिक भरभराट होईल. भारताची आर्थिक नाकेबंदी करण्याच्या हेतूने १९७१ च्या युद्धानंतर अतिजलद गतिने अमेरिकेने या दळणवळण केंद्राचे रुपांतर नाविक तळात करण्यास सुरूवात केली.

अमेरिकेने या बेटावर दळणवळण केंद्र, उपग्रहाचा मागोवा घेणारे केंद्र, हवामान संबंधित केंद्र, विमानासाठी धावपट्टी, क्षेपणास्त्रतळ, विमाने व जहाजांना इंधन भरण्याची सुविधा या नाविक तळावर अणुशक्तीवर चालणाऱ्या पोलरिस जातीच्या पाणबुड्या क्रुझ क्षेपणास्त्रे, नाविक गस्तपद्धत, विमानवाहू नौका, लांब पल्ल्यांची बी-५२ जातीची बॉम्बफेक करणारी विमाने, २४ ते २५ हजार नौसैनिक या भागात आहेत. शिवाय अत्याधुनिक रडार यंत्रणा, आर. डी एफ. अमेरिकेने या भागात विकसित केले आहे. हिंदी

महासागराच्या किनाऱ्यावरील ४२ राष्ट्रांना धाक दाखवण्यासाठी अमेरिकेला हा तळ महत्त्वाचा वाटतो. या तळामुळे हिंदी महासागराचे क्षेत्र शांततेचे क्षेत्र न राहता अण्वस्त्रयुक्त असे क्षेत्र बनलेले दिसून येते. अमेरिकेच्या या नाविक तळामुळे भारत व हिंदी महासागराच्या किनाऱ्यावरील राष्ट्रांची सुरक्षितता मोठ्या प्रमाणात धोक्यात आलेली आपणास दिसून येते.

अंदमान-निकोबार बेटे : अंदमान-निकोबार या बेटांना भारतीय व्यापारी नग्न लोकांचा देश म्हणून ओळखत. नंतर ब्रिटिशांनी या बेटावर आपले वर्चस्व प्रस्थापित केले. ब्रिटिशांच्या काळात भारतातून अनेक बंगाली लोक या बेटावर वास्तव्याला आले.

अंदमान-निकोबार द्विपसमुहात लहानमोठ्या ४२९ बेटांचा समावेश आहे. हे द्विपसमूह बंगालच्या उपसागरात म्हणजेच हिंदी महासागरात आहेत. अंदमान-निकोबार बेटाची लांबी ६० ते ७५कि. मी. व रूंदी २५ कि. मी. एवढी आहे.

विषुववृत्ताजवळचे स्थान असल्यामुळे या बेटावरील हवामान उष्ण व दमट आहे. सागरी सान्निध्यामुळे ते सम बनले आहे. ईशान्य व नैऋत्य वाऱ्यापासून येथे पाऊस पडतो. अनूकुल हवामानामुळे येथील लोकसंख्या दिवसेंदिवस वाढतानाच दिसते. भारताच्या स्वातंत्र्य आंदोलनात शिक्षा झालेल्या क्रांतिकारकांना शिक्षेसाठी या ठिकाणी पाठविले जाई.

या बेटाचे सामरिक महत्त्व ओळखून भारताने या ठिकाणी नाविक तळाचा विकास केला पाहिजे, असे झाल्यास चीन, पाकिस्तान व अमेरिका हिंदी महासागरातून भारतावर हल्ला करण्यास धजवणार नाहीत. या ठिकाणावरून मलाक्का समुद्रध्वनीमार्गे होणाऱ्या सागरी व्यापारावर व सागरी हालचालींवर लक्ष ठेवता येईल. या ठिकाणापासून मलाक्का, क्राची समुद्रध्वनी जवळच आहे. दिगो-गार्सिया या बेटावर असलेला अमेरिकन नाविक तळ यामुळे या बेटांना फारच भूसामरिक व भूराजकीय महत्त्व प्राप्त झाले आहे.

ईशान्य भारतातील बंडखोरांना परकीय सत्ता याच भागातून शस्त्रास्त्रे पुरवतात. दक्षिण आशियातील तस्करी याच मार्गातून होते. भारताच्या पूर्व किनारपट्टीलगत व अंदमान सागरात मोठ्या प्रमाणात खनिज तेलाचे साठे सापडले आहेत, या दृष्टीनेही या भागाचे भूसामरिक व भूराजकीय महत्त्व वाढलेले आहे.

भविष्यात निर्माण होणाऱ्या हिंदी महासागरातील संभाव्य धोक्यापासून संरक्षणासाठी भारताने भक्कम नाविक दलाची योजना या भागात राबवली पाहिजे. हिंदी महासागरात या बेट समूहाचे स्थान राजकीयदृष्ट्या अतिमहत्त्वाचे आहे. नाविक दलाबरोबरच या भागाच्या आर्थिक विकासासाठी भारताने मुख्य भूमिशी दळणवळणाच्या सोई वाढविल्या पाहिजे.

लक्षद्विप बेटे : अरबी समुदात लखदीप, अमिनदिवी व मिनिकॉय ही प्रवाळी बेटे असून ती लक्षद्विप समूह या नांवाने ओळखली जातात. भारताच्या पश्चिम किनाऱ्यापासून अरबी समुद्रात, केरळ किनाऱ्यापासून २०० कि. मी. अंतरावर लक्षद्विप हा प्रवाळी द्विपसमुह आहे. त्याचे क्षेत्रफळ दिगो-गार्सिया एवढेच म्हणजेच २९ चौरस कि. मी. एवढे आहे.

या बेटावर नाविक तळ उभा केल्यास तेथून दिगो-गार्सिया, मसीराह, इराणी आखात, सुवेझ कालवा व केप मार्गे होणाऱ्या जलवाहतुकीवर योग्य प्रकारे नजर ठेवता येईल, खनिज तेल, नैसर्गिक रबर, लोह, खनिज, मंगल, कथील, यंत्रे, शस्त्रास्त्रे, कापूस व अन्नधान्याची वाहतूक या भागातून केली जाते. सुवेझ कालव्याद्वारे होणारी वाहतूक कधी कधी भारताच्या नाविक किंवा राष्ट्रीय सुरक्षिततेला धोकादायक ठरण्याची शक्यता आहे हे भारताने विसरता कामा नयेत.

आफ्रिकेच्या किनाऱ्याजवळ चीन व अमेरिकेचे नाविक तळ आहेत, तेथून भारताच्या विरोधात होणाऱ्या हालचालींना काटशह देण्यासाठी लक्षद्विपवरील नाविक तळ भारताच्या दृष्टीने उपयोगी पडणार

आहे.

भविष्यात अरबी समुद्रात मोठा नाविक संघर्ष उद्भवण्याची शक्यता नाकारता येत नाही, अशावेळी लक्षदीप येथील सुसज्ज नाविक तळ अत्यंत महत्त्वाचा ठरेल. येथून आपल्याला प्रत्याक्रमण करता येईल. त्याचप्रमाणे आपल्या व्यापारी जहाजाचे, छोट्या-छोट्या बेटांचे, मच्छिमारांचे, खनिजसंपत्तीचे, संरक्षण करता येईल.

लघूत्तरी प्रश्न :

(१) शीतयुद्धाच्या काळातील भारत-अमेरिका यांच्यातील संबंध स्पष्ट करा.

(२) दहशतवादाला अनुसरून भारत-अमेरिका यांच्यातील संबंध स्पष्ट करा.

(३) अण्वस्त्रे व अणुकरार याला अनुसरून भारत-अमेरिका यांच्यातील संबंध स्पष्ट करा.

(४) लष्करी व अंतराळ क्षेत्रातील सोव्हिएत रशिया व भारत यांच्यातील सहकार्य स्पष्ट करा.

(५) सोव्हिएत रशिया व भारत यांच्यातील संबंध स्पष्ट करा.

(६) सोव्हिएत रशिया व भारत यांच्यातील १९७१ चा करार स्पष्ट करा.

(७) चीन व भारत यांच्यातील संबंध स्पष्ट करा.

(८) सीमावादाला अनुसरून भारत-चीन यांच्यातील संबंध स्पष्ट करा.

(९) भारत-जपान यांच्यातील संबंध स्पष्ट करा.

(१०) रशिया व भारत यांच्यातील सहकार्याच्या संबंधांची चर्चा करा.

(११) चीन व भारत संबंधांतील संघर्षाच्या बाबींची चर्चा करा.

(१२) दिगो गार्सियाविषयी माहिती लिहा.

दीर्घोत्तरी प्रश्न :

(१) शीतयुद्धोत्तर काळातील भारत-अमेरिका यांच्यातील संबंध स्पष्ट करा.

(२) शीतयुद्धोत्तर काळातील भारत-रशिया यांच्यातील संबंध स्पष्ट करा.

(३) शीतयुद्धोत्तर काळातील भारत-रशिया संबंधातील बदलते संदर्भ स्पष्ट करा.

(४) १९७१ च्या कराराचे मूल्यमापन करा.

(५) शीतयुद्धोत्तर काळातील भारत-चीन यांच्यातील संबंध स्पष्ट करा.

(६) भारत-अमेरिका यांच्यातील मतभेदाचे मुद्दे स्पष्ट करा.

(७) भारताच्या दृष्टीने हिंदी महासागराचे सामरिक महत्त्व कोणते.

(८) हिंदी महासागर क्षेत्राविषयीची भारताची भूमिका स्पष्ट करा.

प्रकरण १३

भारताचे आण्विक धोरण

प्रस्तावना :

द्वितीय महायुद्धाचा शेवट करण्यासाठी अमेरिकेने जपानच्या ६ ऑगस्ट १९४५ ला हिरोशिमा व ९ ऑगस्ट १९४५ ला नागासाकी या दोन शहरांवर अणुबॉम्ब टाकून अणुयुगाला सुरुवात केली; त्यानंतर आपल्याकडेही अणुशक्ती असावी या दृष्टीने जगातील प्रमुख राष्ट्रे अणुशक्ती मिळविण्याच्या मागे लागली, म्हणजेच जगात एक प्रकारे 'अण्वस्त्र स्पर्धा' सुरू झाली.

आशिया खंडातील अण्वस्त्रांच्या विकासाला खऱ्या अर्थाने सुरुवात १९६० च्या दशकातच झाली. १९६२ ला चीनने भारतावर हल्ला केला त्यानंतर लगेचच १९६४ मध्ये चीनने अणुची पहिली चाचणी घेऊन यांच्या विकासाला सुरुवात केली. याच काळात पाकिस्ताननेही अणुबॉम्ब बनविण्याची महत्त्वाकांक्षा बोलून दाखवली आणि ती पूर्ण करण्यासाठी योजना आखायला सुरुवात केली; अशा प्रसंगी स्वसंरक्षणासाठी शांततेचे धोरण सोडून देऊन अणुचाचणी घेण्याचे संकेत शास्त्रींनी आपल्या काळात दिले होते. १९७० च्या दशकात दक्षिण आशियातील शांतता मोठ्या प्रमाणात बिघडण्यास सुरुवात झाली तसेच भारताच्या सुरक्षिततेलाही धोका निर्माण झाला होता. बिघडत चाललेली शांतता अबाधित ठेवण्यासाठी व आपल्या राष्ट्रीय सुरक्षेच्या संरक्षणासाठी भारताने १८ मे, १९७४ रोजी राजस्थान मधील पोखरणच्या वाळवंटात अणुची शांततेसाठी व आर्थिक विकासासाठी चाचणी घेतली; त्यानंतर भारताच्या अणुधोरणावर मोठ्या प्रमाणात चर्चा होऊ लागली. ११ व १३ मे, १९९८ रोजी परत भारताने अणुचाचणी घेऊन आपले आण्विक सामर्थ्य सिद्ध केले, असे असले तरी आपली आण्विक भूमिका ही नेहमीच शांततामय व विधायक कार्यासाठीच असेल हे भारताने वेळोवेळी स्पष्ट केले आहे. भारताच्या अणुधोरणाचा विकास, भारतीय अणुधोरणाची वैशिष्ट्ये, पोखरणमधील दोन्ही अणुचाचण्या व त्यांचे महत्त्व, एन. पी. टी व सी. टी. बी. टी. करार व भारताची यावरील भूमिका या मुद्द्यांची सविस्तरपणे या प्रकरणामध्ये चर्चा केलेली आहे.

भारताचे आण्विक किंवा अणु धोरण :

स्वांतत्र्यानंतर भारताचे अणुधोरण डॉ. होमी भाभा यांच्या अध्यक्षतेखाली व पंडित नेहरूजींच्या नियंत्रणाखाली सुरू झाले. डॉ. भाभा व पंडित नेहरू यांच्या नेतृत्वाखाली भारतीय आण्विक धोरण प्रामुख्याने दोन पातळ्यांवर आखलेले दिसते.

(१) अणुबॉम्बची निर्मिती न करण्याचा निश्चय म्हणजेच नि:शस्त्रीकरणाला संपूर्ण पाठिंबा व

(२) अणुशक्तीचा उपयोग शांततेसाठी व आर्थिक विकासासाठी करण्याच्या हेतूने अणुसंशोधन करीत राहणे.

'शांततेसाठी अणु'या नवीन अमेरिकन धोरणामुळे अणुतंत्रज्ञानाबाबत अमेरिकेची गुप्ततेची पकड हळूहळू सैल झाली. त्यांचा फायदा मोठ्या प्रमाणात भारताला मिळाला. अनेक भारतीय शास्त्रज्ञ अमेरिकेत जाऊन अणुशक्ती तंत्रज्ञानाचा अभ्यास करू लागले. पुढे कॅनडा व अमेरिकेच्या मदतीने **'सीरस'** हा संशोधन प्रकल्प भारतात सुरू करण्यात आला. या संशोधनाचा सतत शांततामय कार्यासाठी उपयोग केला जाईल असे भारताने कॅनडा व अमेरिकेला आश्वासन दिले होते. शांततेसाठी अणु या संदर्भात भारताने वरील राष्ट्राबरोबर तशा स्वरूपाचा करार केला.

१९४७ मध्ये डॉ. होमी भाभा व पंडित नेहरूजींच्या काळात आखल्या गेलेल्या अणुधोरणाला १९६० च्या दशकात काही प्रमाणात वेगळे वळण लागलेले दिसून येते. १९६० पासूनच चीनने भारताबरोबर सीमावाद उकरून २० ऑक्टो., १९६२ रोजी भारतावर प्रचंड आक्रमण केले. भारताचा बराच मोठा भूभाग जिंकून घेऊन एका महिन्यानंतर एकतर्फी युद्धबंदी केली; त्यानंतर १९६४ मध्ये चीनने आपली पहिली अणुचाचणी घेतली. आक्रमण आणि अणुचाचणी या दोन्ही घटनांचा भारताच्या अणुधोरणावर विपरीत परिणाम घडून आला. भारताच्या सुरक्षिततेला आता चीनकडून आण्विकधोका निर्माण झाला. त्यामुळे पंडित नेहरूजींच्या शेवटच्या काळात भारताचे अणुधोरण बदलू लागले; पण त्याला वेग मात्र आला नाही, कारण अणुशक्ती आयोगाचे पहिले अध्यक्ष आणि भारताचे पहिले पंतप्रधान पंडित नेहरू यांचे या कालावधीत निधन झाले.

डॉ. भाभा व पंडित नेहरू यांच्या निधनामुळे भारताच्या अणुविषयधोरणाला मोठ्या प्रमाणात धक्का बसला. पंडित नेहरूजींच्या निधनामुळे भारतीय राजकारणात मोठ्या प्रमाणात पोकळी निर्माण झाली. याचा फायदा चीन व पाकिस्तान ही राष्ट्रे घेतील व भारतावर हल्ला करतील; याची जाणीव पंतप्रधान शास्त्रींना आल्यामुळे त्यांनी आपले अणुधोरण जाहीर करताना सांगितले की, 'भारत अणुशक्तीचा उपयोग सदैव शांततेसाठी व आर्थिक विकासासाठी करेल, पण अणुबॉम्ब न बनविण्याचे भारताचे धोरण कायमस्वरूपी राहीलच असे नाही, तर स्वसंरक्षणासाठी वेळप्रसंगी भारत अणुची शांततामय कार्यक्रमाचा एक भाग म्हणून चाचणी घेईल.' त्यांच्याही काळात भारतीय अणुधोरणाला वेग घेता आला नाही, कारण अल्पावधीतच त्यांचे निधन झाले पण त्यांच्या कालावधीतच अणुचाचणीसाठी राजस्थानमधील पोखरण भागात जमीन घेण्यात येऊन त्या ठिकाणची जवळजवळ २५ खेडी सुरक्षितता क्षेत्राच्या बाहेर हलविण्यात आली होती.

श्रीमती इंदिरा गांधी ज्यावेळी सत्तेवर आल्या त्यावेळी जागतिक परिस्थिती झपाट्याने बदलत होती. चीनने अणुची तिसरी चाचणी घेतली होती,अणुक्षमता असलेल्या राष्ट्रांनी अण्वस्त्र प्रसारबंदी करार (एन. पी. टी.) सहीसाठी जगापुढे ठेवला होता, त्यावर सही केल्यानंतर यापुढे कोणत्याही राष्ट्राने अणुच्या संदर्भात प्रगती करू नये,अशा प्रकारचा उल्लेख त्यामध्ये असल्यामुळे हा करार अण्वस्त्रधारी राष्ट्रांवर कोणत्याही प्रकारची बंधने घालत नाही. म्हणून श्रीमती इंदिरा गांधींनी या करारावर सही करण्यास नकार दिला.

१९७० च्या दशकात दक्षिण आशियातील सत्तासमतोल मोठ्या प्रमाणात बदलला. दक्षिण आशियाई

पातळीवर भारताला एकटे पाडण्याच्या हेतूने पाकिस्तानने पुढाकार घेऊन,पाकिस्तान-चीन-अमेरिका अशी युती घडवून आणली. त्याला प्रत्युत्तर म्हणून सोव्हिएत रशियाबरोबर भारताने २० वर्षांसाठीचा मैत्रीचा व लष्करी करार केला. १९७१ च्या युद्धात अमेरिकेने आपली 'एंटरप्राईज' ही विमानवाहू नौका पाकिस्तानच्या मदतीसाठी पाठविली होती,. पण अमेरिकेला या युद्धात काहीच करता आले नाही; पण भविष्यात काहीही घडू शकते. हाच विचार करून भारताने आपले अणुधोरण बदलून अणुचाचणी घेण्याच्या दृष्टीने गुप्तपणे तयारी सुरू केली. त्याचवेळी श्रीमती इंदिरा गांधींनी लोकसभेत भारत अणुशक्तीच्या संदर्भात संशोधन करीत असल्याचे नमूद केले; त्यामुळे भारताचे अणुधोरण त्यांच्या काळात विशिष्ट दिशा घेत असल्याचे स्पष्ट झाले, त्यांच्याच काळात १८ मे, १९७४ या दिवशी राजस्थानमधील पोखरणच्या वाळवंटात भारताने अणुचाचणी घेतली, त्यानंतर ही अणुचाचणी अणुविषयक संशोधनाचा एक भाग आहे अशा स्वरूपाचे निवेदन त्यांनी लोकसभेत केले. त्या पुढे अशाही म्हणाल्या की, 'भारताने हीच अणुचाचणी घेऊन कोणत्याही आंतरराष्ट्रीय कराराचे उल्लंघन केलेले नाही.' तरीही अमेरिका व कॅनडाने भारताकडून **'सीरस'** कराराचा भंग झाला आहे. असे सांगून भारताची अणुतंत्रज्ञानात्मक मदत तातडीने थांबविली.

जनता पक्ष राजवटीच्या काळात पाकिस्तान अतिवेगाने अणुतंत्रज्ञान मिळवू लागला; ही भारताच्या सुरक्षिततेच्या दृष्टीने चिंतेची बाब होती. तेव्हा भारताचे परराष्ट्रीय मंत्री अटलबिहारी वाजपेयी यांनी जनता पक्षाचे अणुधोरण स्पष्ट करताना सांगितले की, 'पाकिस्तान जर अण्वस्त्रधारी बनण्याच्या दिशेने हालचाली करीत असेल, तर आपली सुरक्षितता अबाधित ठेवण्यासाठी अणुबॉम्ब न बनविण्याचा पवित्रा सोडून अणुबॉम्ब बनविण्याचा विचार भारताला करावा लागेल.'

परत सत्तेवर आल्यानंतर वेळ पडल्यास स्वसंरक्षणासाठी भारत परत एकदा अणुची चाचणी घेईल असे श्रीमती इंदिरा गांधींनी स्पष्ट केले; एवढेच नव्हे तर त्यांचा दुसरी अणुचाचणी घेण्याचा विचारही होता. त्यांनी त्या दृष्टीने प्रयत्नही सुरू केले होते, पण आंतरराष्ट्रीय परिस्थिती विचारात घेता त्यांनी तो निर्णय बदलविलेला दिसून येतो.

राजीव गांधींच्या काळात त्यांनी जागतिक नि:शस्त्रीकरणावर जास्त भर दिल्यामुळे त्यांच्या काळात भारतीय अणुधोरणाला वेग मात्र घेता आला नाही.

पंतप्रधान नरसिंहरावांच्या कालावधीत भारताने एन. पी. टी. व सी. टी. बी. टी. करारावर सही करावी, अशा प्रकारचे दडपण आणण्यास सुरुवात केली होती; पण भारताने कोणत्याही प्रकारच्या करारावर सही करण्यास नकार देऊन १९९५ च्या दरम्यान अणुचाचणी घेण्याची तयारी दर्शविली होती; पण अमेरिकन सल्ल्याला मान देऊन भारताने ही अणुचाचणी रद्द केली होती.

भाजप व मित्र पक्ष आघाडीच्या काळात भारताने ११ व १३ मे, १९९८ रोजी एकूण ५ अणुच्या चाचण्या घेतल्या व आपले अणुधोरण मजबूत करण्याचे स्पष्ट केले.

२००४ मध्ये भारतात डॉ. मनमोहन सिंग यांचे काँग्रेस आणि आघाडी प्रणित शासन सत्तारूढ झाले. ते ही आपल्या आण्विक धोरणाचा परिस्थितीनुरूप विचार करतील असे म्हटल्यास चूक होणार नाही.

भारताच्या एकूण अणुधोरणाचा विचार करता भारताचे अणुधोरण शांतता व आर्थिक विकासासाठी आहे असे म्हणणे संयुक्तिक ठरेल.

१९९२ मध्ये भारतात अणुशक्ती विकासासाठी चार मोठ्या प्रकल्पाचे काम सुरू करण्यात आले असून त्यापैकी तीन प्रकल्प अणुशक्तीविषयक आहेत. चौथा प्रकल्प युरेनियमच्या उपलब्धतेशी संबंधित आहे. त्याचप्रमाणे नांगल, तालचेर, मनुगुरू, बडोदा आणि तुतिकोरिन येथे हेवी वॉटर तयार करण्याचे कारखाने निर्माण करण्यात आलेले आहेत.

भारतातील अणुशक्तीचा विकास :

भारताने अणुशक्ती विकासाला स्वातंत्र्यानंतर लगेचच डॉ. होमी भाभा यांच्या अध्यक्षतेखाली व पंतप्रधान नेहरूजींच्या नेतृत्त्वाखाली सुरुवात केली. त्यापुर्वीच्या १९४५ मध्ये टाटा इन्स्टिट्यूट ऑफ फंडामेंटल रिसर्च (टी. आय. एफ. आर.) ची स्थापना केली होती. १० ऑगस्ट, १९४८ रोजी अणुशक्ती आयोगाची(अॅटोमीक एनर्जी कमिशन) स्थापना करण्यात आली. डॉ. भाभा या आयोगाचे पहिले अध्यक्ष बनले. अणुसंशोधन करणे हा या आयोगाचा प्रमुख उद्देश होता. अणुसंशोधनाचा विकास डॉ. भाभांच्या नेतृत्त्वाखाली तीन भागात झालेला दिसतो.

(१) हेवी वाटर मॉडरेटेड रिअॅक्टरची निर्मिती करणे, ब्रीडर्स सुरू करण्यासाठी विद्युत व प्लुटोनिअमचे उत्पादन करणे.

(२) वरील रिअॅक्टर मधून तयार झालेल्या प्लटोनियमचा वापर करून युरेनियम व यु^{२३३} या मूलद्रव्याची निर्मिती करणे.

(३) ब्रीडरला युरेनियम फीडवर चालवून यु^{२३३} चे उत्पादन करणे.

१९५० मध्ये 'इंडियन रेअरअथर्स लिमिटेडची' पायाभरणी करण्यात आली. त्यातूनच १९५३ मध्ये मुंबई येथे 'अणुउर्जा संस्था' स्थापन करण्यात आली. तिचे रूपांतर ३ ऑगस्ट १९५४ रोजी 'भाभा अणुउर्जा संशोधन केंद्र'यामध्ये करण्यात आले. ते केंद्र मुंबई येथे असून अणुशक्तीचे संशोधन करून अणुशक्तीचा शांततेसाठी उपयोग करणे हे या केंद्राचे मुख्य उद्दिष्ट आहे. भाभा अणुशक्ती संशोधन केंद्र, तुर्भे **(मुंबई)** यांच्या जोडीला अणुसंशोधनासाठी इंदिरा गांधी संशोधन केंद्र, कल्पक्कम **(तमिळनाडू)** व उन्नत औद्योगिक केंद्र, इंदौर **(मध्यप्रदेश)** ही दोन केंद्रे स्थापन करण्यात आली.

अणुशक्तीच्या वापरासाठी आवश्यक त्या वस्तुचे उत्पादन उदा. युरेनियम किंवा इलेक्ट्रॉनिक उपकरणे इत्यादी व विद्युतनिर्मिती करणाऱ्या अणुभट्टयांच्या आखणीचा कार्यक्रम भारताने १९५४ मध्ये डॉ. होमी भाभा आणि पंडित नेहरूजींच्या नेतृत्वाखाली हाती घेतला. हा महत्त्वाकांक्षी कार्यक्रम पार पाडण्यासाठी मंडळाला आर्थिक मदतीची मोठ्या प्रमाणात गरज होती. ही समस्या सोडविण्यासाठी घटनेत योग्य ते बदल करण्यात आले. प्रत्यक्ष विद्युत निर्मिती करणाऱ्या अणुभट्ट्या बांधण्यापूर्वी तद्विषयक संशोधनोपयोगी अणुभट्ट्यांची यशस्वी उभारणी करण्यात आली. तसेच ट्रॉम्बे येथील संशोधन संस्थेचा विस्तार अणुशक्तीसाठी उपयुक्त खनिजांपासून शुद्ध धातू मिळविण्याची प्रक्रिया कार्यान्वित करणे अणुभट्टी वापरण्यास योग्य असे इंधन तयार करणे, प्लटोनियम वेगळा करण्यासाठी वेगळी यंत्रणा उभी करणे, इलेक्ट्रॉनिक उपकरणांचे मोठ्या प्रमाणावर उत्पादन करणे, यासारखी महत्त्वाची कार्ये पार पाडण्यात आली.

१९६२ मध्ये भारतीय कर्करोग संशोधन संस्था व टाटा मेमोरियल हॉस्पिटलच्या कार्यवाहीची जबाबदारी अणुशक्ती खात्याकडे सोपविण्यात आली. कर्करोगावर इलाज म्हणून किरणोत्सर्गी एकस्थांचा वापर करण्यात येतो. कर्करोगासंबंधी संशोधन व वैद्यकीय उपचारांमध्ये या खात्याने यासंबंधीचे काम आपल्या हाती घेतल्यापासून मोठ्या प्रमाणात वाढ झाली आहे. १९६७ मध्ये जादुगुडामध्ये युरेनियम कॉर्पोरेशनची स्थापना करण्यात आली. १९६८ मध्ये हैदराबाद येथे न्यूक्लिअर फ्युएल कॉम्प्लेक्सची निर्मिती करण्यात आली तर १९६९ मध्ये तारापूर अॅटोमिक प्लँट स्टेशन स्थापन करण्यात आले.

भारतीय अणुभट्ट्या :

भारतीय अणुभट्ट्यांची माहिती खालीलप्रमाणे सांगता येईल.

(१) अप्सरा : ऑगस्ट १९५६ मध्ये ट्रॉम्बे **(मुंबई)** येथे 'अप्सरा' ही पहिली भारतीय अणुभट्टी

कार्यान्वित करण्यात आली. तिची क्षमता एक मेगावॅट एवढी असून त्यामध्ये युरेनियम हे इंधन वापरण्यात येते. मुंबईतील ट्रॉम्बे येथेच १९५९ मध्ये 'न्युक्लिअर ग्रेड युरेनियम प्लॅटस्टेशनची' स्थापना करण्यात आली.

(२) सायरस : जुलै १९६० मध्ये मुंबईजवळ तुर्भे येथे या अणुभट्टीची स्थापना करण्यात आली, तिची क्षमता ४० मेगावॅट एवढी असून प्रथम ही अणुभट्टी कॅनडा-इंडिया रिॲक्टर या नावाने ओळखली जात होता. कॅनडाने भारताची मदत थांबवल्यामुळे भारताने तिचे रूपांतर अणुभट्टीत करून तिचे नाव 'सीरस' असे ठेवले. या अणुभट्टीचा उपयोग प्लटोनियम व यु^{२३३} या मूलद्रव्यांचे उत्पादन करण्यासाठी केला जातो.

(३) झर्लिना : १९६१ मध्ये मुंबईजवळ तुर्भे येथे या अणुभट्टीची स्थापना करण्यात आली; हा संपूर्ण भारतीय बनावटीचा रिॲक्टर आहे, तिची क्षमता १०० मेगावॅट एवढी आहे.

(४) पौर्णिमा : मे १९७२ मध्ये तमिळनाडूमधील कल्पक्कम येथे या अणुभट्टीची स्थापना करण्यात आली, तिची क्षमता ४०० मेगावॅट एवढी असून इंधनाच्या रूपात यु^{२३३} निर्माण करणारी ही जगातीला पहिली अणुभट्टी म्हणून ओळखली जाते. हिलाच 'फास्टर ब्रीडर रिॲक्टर' या नावानेही ओळखतात.

उत्तर प्रदेशात बुलन्दशहर जिल्ह्यात नरौरा अणुशक्ती केंद्र असून त्याची क्षमता ४७० मेगावॅट आहे. भाभा अणुसंशोधन केंद्राद्वारे बंगलोर जवळ, भूकंपी स्टेशन स्थापन केले असून, याचा उपयोग भूमिगत अणुस्फोट व भूकंपाच्या तीव्रतेसंबंधी माहिती उपलब्ध करण्यासाठी होतो.

(५) मॅप्स : १९८४ मध्ये कल्पक्कम येथे मद्रास ॲटॉमिक स्टेशन **(मॅप्स)** या अणुभट्टीची स्थापना करण्यात आली, तिची क्षमताही १०० मेगावॅट एवढीच आहे.

(६) ध्रुव : १९८५ मध्येच तमिळनाडू राज्यात कल्पक्कम येथे या अणुभट्टीची स्थापना करण्यात आली, तिची क्षमता १०० मेगावॅट एवढी आहे.

१९८७ मध्ये एकूण सात अणुवीज केंद्रे कार्यान्वित करण्यात आली. यासाठी 'न्युक्लिअर पॉवर स्टेशन ऑफ इंडिया'ची निर्मिती करण्यात आली.

(१३. अ) आण्विक धोरण निर्धारित करणारे घटक

दुसरे महायुद्ध संपविण्यासाठी अमेरिकेने जपानच्या हिरोशिमा व नागासाकी या दोन शहरांवर ६ ऑगस्ट १९४५ व ९ ऑगस्ट १९४५ ला प्रत्येकी एक याप्रमाणे दोन अणुबॉब टाकून जपानची प्रचंड प्रमाणात मानवी व वित्तहानी घडवून आणली. या अणुहल्ल्यांमुळे दुसरे महायुद्ध संपले. अमेरिका जागतिक राजकारणात महासत्ता म्हणून पुढे आली. दुसऱ्या महायुद्धात आपण एकाच गटात असूनही अमेरिकेने अणुतंत्रज्ञान आपल्यापासून लपवून ठेवले म्हणून लष्करी दृष्ट्या प्रबळ असलेला सोव्हिएत रशिया अमेरिकेवर नाराज झाला व त्यांच्यात वितुष्ट येण्यास सुरुवात झाली. त्यातूनच उभय राष्ट्रांत शीतयुद्धाला सुरुवात झाली.

शीतयुद्धांतर्गत एकमेकांना शह देण्यासाठी या राष्ट्रांनी नुकतेच गुलामगिरीतून मुक्त झालेल्या राष्ट्रांना आपल्या बाजूला वळविण्यासाठी आर्थिक व लष्करी योजना लागू केल्या एवढेच नाही तर एकमेकांना शह देण्यासाठी विनाशक स्वरूपाची शस्त्रास्त्रे निर्मितीवर भर दिला. त्यामुळे जगात भीतीचा समतोल निर्माण होण्यास मदत झाली. अमेरिका, सोव्हिएत रशिया पाठोपाठ, इंग्लंड, फ्रान्स, चीन, भारत व पाकिस्तानने आपापल्या अणुचाचण्या घेतल्या, तर दक्षिण कोरिया, इस्त्रायल, इराण यासारख्या राष्ट्रांनी आपले अणुतंत्रज्ञान अतिवेगाने विकसित करण्यावर भर दिला आहे. अणुशक्तीचा विनाशासाठी (जपानवरील अण्विक हल्ला)

जसा उपयोग होतो तशाच प्रकारे अणुशक्तीचा विधायक म्हणजेच मानवाच्या कल्याणासाठीही उपयोग होतो, हाच विचार करून आंतरराष्ट्रीय समूहाने शांततेसाठी अणुउर्जा यावर आपले लक्ष्य केंद्रित केले, यातूनच अणुशक्तीचे शांततामय कामासाठी खालील स्वरूपाचे उपयोग होऊ लागले.

(१) वीज निर्मिती : कोळसा आणि पाण्यापासून मोठ्या प्रमाणात वीज निर्माण करता येते. जगातील कोळशाचे साठे लवकरच संपुष्टात येणार वीजेसाठी कोळशापेक्षा कमी खर्चाचा पर्याय शोधून काढला पाहिजे, अनियमित पाण्याचा पुरवठा असेल, पाऊस कमी असेल तर अशा वेळी वीज उत्पादन शक्तीवर ताण पडतो म्हणून वीज उत्पादनासाठी पर्यायी योजनेत अणुशक्ती फायदेशीर ठरली आहे. भारताने अणुशक्तीपासून वीज निर्मितीचे प्रकल्प सुरू केले आहेत; म्हणजेच वीज निर्मितीसाठी अणुशक्तीचा मोठ्या प्रमाणात उपयोग होतो.

(२) वाहने चालविण्यासाठी : अणुभंजन प्रक्रियेमध्ये मोठ्या प्रमाणात उष्णता निर्माण होत असल्यामुळे या अणुशक्तिचा निरनिराळ्या वाहनांमध्ये त्याचा इंधन म्हणून वापर करता येईल. उदा. निरनिराळ्या मोटारी, आगगाड्या, आगबोटी, विमाने, इत्यादी. मोठ्या अश्वशक्तीच्या वाहनांच्या बाबतीत अणुशक्तीच उपयोगी, फायदेशीर ठरण्याची शक्यता आहे.

(३) वैद्यकीय क्षेत्र : किरणोत्सर्गी समस्थानिकांच्या वापरामुळे आधुनिक वैद्यकीय वेगवेगळ्या क्षेत्रांत मोठी क्रांती घडून आली आहे. उदा. वैद्यकीय विज्ञानशास्त्र, जीवशास्त्र, रसायनशास्त्र इत्यादी. कार्बन सोडियम फॉस्फरस, लोह, आयोडिन इत्यादी. किरणोत्सर्गी समस्थानिक आणि दुर्मिळ स्थिर सम स्थानिकांनी संपन्न केलेले हायड्रोजन, नायट्रोजन व ऑक्सिजन यांचा आधुनिक वैद्यकीय क्षेत्रांत सर्रास वापर होत आहे. शरीरातील रक्ताभिसरण नीटपणे होत नसेल आणि प्रवाहात कोठे अडथळा येत असेल तर तो शोधण्यासाठी किरणोत्सर्गी सोडियमचा उपयोग करतात. किरणोत्सर्गी मूलद्रव्याच्या उपयोगावरून रक्तातील तांबड्या कोशिकांचे प्रमाण काढता येते. निरनिराळ्या रोगांचे निदान करण्यासाठी या पद्धतीचा उपयोग केला जातो.

(४) कालगणना : पृथ्वीचे वय काय किंवा पृथ्वीच्या अंतरंगातील पोटॅशियम व ऑरगॉन यांच्या प्रमाणावरून पृथ्वीचे वयोमान काढता येते. अणुशक्तिच्या मदतीने पृथ्वीसंबंधीची माहिती प्राप्त करता येते. विविध पुरातन अवशेषांचा काळ ठरविण्यासाठी किरणोत्सर्गी द्रव्यांचा किंवा कार्बन या किरणोत्सर्गी समस्थानिकांचा उपयोग करतात.

(५) खाद्यपदार्थ टिकवून ठेवण्यासाठी : किरणोत्सर्गीच्या साहाय्याने वेगवेगळी फळे, मांस-मासे, वेगवेगळ्या प्रकारचा भाजीपाला, दूध यासारखे नाशवंत पदार्थ जास्त वेळ टिकवणे शक्य झाले आहे.

(६) शेती उपयोग : जमिनीची उत्पादन क्षमता वाढविण्यासाठी खताचा शास्त्रशुद्ध वापर पिकाच्या व अन्नधान्याच्या नाशास आळा त्याचप्रमाणे खाद्यपदार्थ सडू न देता जास्त दिवस टिकवणे या विविध उपायांच्या अभ्यासासाठी किरणोत्सर्गी समस्थानिकांचा मार्गणद्रव्ये म्हणून वापर होत असून धान्योत्पादन वाढविण्यासाठी उपयुक्त ठरत आहेत. शेतातील व कोठारातील धान्यांचे नुकसान करणारे कीटक किरणोत्सर्गाच्या सहकार्याने मारता येतात.

(७) पाणीसाठा : भूस्तरावर पाण्याचा प्रवाह कसा व किती खोलीवर आहे. याचे संशोधन किरणोत्सर्गी समस्थानिकांमुळे सुलभ झाले आहे. यासाठी एक कूपनलिका खणून तिच्यातील पाण्यात किरणोत्सर्गी द्रव्य मिसळतात. सभोवताली वेगवेगळ्या अंतरावर खणलेल्या कूपनलिकापैकी कोठे किरणोत्सर्ग सापडतो त्यावरून भूस्तरातील प्रवाहाची दिशा व वेग कळू शकतो.

(८) मार्गणतंत्र : रासायनिक प्रक्रियांमध्ये एखाद्या मूलद्रव्याच्या किरणोत्सर्गी समस्थानिकाचा समावेश करतात व त्याचा किरणोत्सर्गाच्या उपकरणांच्या द्वारे शोध घेऊन त्याचा मार्ग ठरवितात आणि

त्यावरून प्रक्रियांचा अभ्यास करतात; यालाच 'मार्गण तंत्र' व अशा मूलद्रव्यांना 'मार्गण मूलद्रव्ये' म्हणतात. यापद्धतीने भारतानेही अणुशक्तीचा उपयोग करण्याच्या दृष्टीने आपले अणुधोरण त्यापद्धतीने तयार करण्यास सुरुवात केली. त्या दृष्टीने आवश्यक असलेल्या पायाभूत सोईंची उपलब्धता निर्माण करणे, कुशल मानवरूपी साधन तयार करणे, जागतिक शांततेसाठी अणु व आंशिक अणुचाचणी बंदी कराराला भारताने पाठिंबा दिला. म्हणजेच अणुचा शांततेसाठी उपयोग करण्याच्या दृष्टीने भारताने सुरुवातीपासून प्रयत्न केलेले आपणास दिसून येतात.

भारताने आपल्या अणुशक्ती विकासाला चालना मिळावी म्हणून अमेरिका, कॅनडा, फ्रान्स व सोव्हिएत रशिया या देशांकडून अणुतंत्रज्ञान व अणुसाधनसामुग्री मिळवून तिचा उपयोग भारत नेहमीच शांततेसाठी करेल असे वेळोवेळी जाहीर केले.

भारतीय अणुविषयक धोरणाची वैशिष्ट्ये :

(१) स्वातंत्र्यानंतर भारताने डॉ. भाभांच्या नेतृत्वाखाली अणुशक्तीचा विकास सुरू केला. तेव्हापासून आजपर्यंत भारत अणुशक्तीचा वापर शांततेसाठी व आर्थिक विकासासाठीच करेल अशाच प्रकारची भारताची अणुतत्त्वप्रणाली किंवा अणुनीती असलेली आपणास दिसते.

(२) भारत अणुशक्ती किंवा अण्वस्त्रांबाबत सतत संशोधन करीत राहणार आहे.

(३) दक्षिण आशियातील राजकीय परिस्थिती १९७० च्या दशकात पूर्णपणे बिघडली. त्यातच १९७१ मध्ये भारत-पाकिस्तान यांच्यात युद्ध होऊन स्वतंत्र बांगला देश उदयास आला. त्यातच भारताने १९७४ ला शांततेसाठी व आर्थिक विकासासाठी अणुची चाचणी घेतली, त्यावेळी भारताने असे जाहीर केले होते की,अणुशक्तीचा वापर विनाशासाठी कधीच करणार नाही, म्हणजेच भारत अणुशक्तीचा वापर दुसऱ्याविरुद्ध प्रथम कधीच करणार नाही.

(४) १९६२ मध्ये चीनने भारतावर हल्ला करून त्यांचा पराभव केला. त्यानंतर १९६४ मध्ये चीनने अणुची चाचणी घेतली. हिंदी महासागरातही अणुशक्तीवर चालणाऱ्या अमेरिका व सोव्हिएत रशियाच्या पाणबुड्या आहेत. या सर्वांमुळे भारताची सुरक्षितता केव्हाही धोक्यात येऊ शकते, याचसाठी भारताने आपल्या अणुधोरणात भीतीचा समतोल निर्माण करण्यावर भर दिला पाहिजे.

(५) भारताचे अणुधोरण कायमस्वरूपी अण्वस्त्रबंदी व अण्वस्त्र कपात या उद्दिष्टांशी निगडित असेलच असे नाही.

(६) जगातील ज्या राष्ट्रांनी अण्वस्त्रे तयार केली आहेत, ती त्यांनी जागतिक निरीक्षकांच्या देखरेखीखाली नष्ट करावीत अशा प्रकारचे भारताचे धोरण आहे.

(७) एन. पी. टी. व सी. टी. बी. टी. हे करार पक्षपाती धोरण राबवत असल्यामुळे भारताचे आण्विक धोरण या कराराशी सहमत नाही.

(८) परकीय आक्रमणापासून देश संरक्षणासाठी भारत आण्विक धोरणाचा उपयोग अण्वस्त्र निर्मितीसाठी करेल.

(९) ज्या राष्ट्राबरोबर भारताचे युद्ध चालू आहे पण त्यांच्याकडे जर अण्वस्त्रे नसतील तर अशा राष्ट्राविरुद्ध भारत अण्वस्त्रे वापरणार नाही.

(१०) अणुसंशोधन अणुनिर्मिती त्यांची साधनसामुग्री सुरक्षित ठेवणे हेच भारताचे अणुधोरण आहे.

(११) अणुशक्तीचा वापर जसा शांततेसाठी करता येतो तसाच तो विनाशासाठीही करता येतो. जगातील सर्वच राष्ट्रे एकसारखी नाहीत, जगातील कोणत्याही राष्ट्राने अणुशक्तीचा उपयोग विनाशासाठी करू नये म्हणून भारताने आपली अणुतत्त्व प्रणाली किंवा अणुशक्तीची मदत दुसऱ्याला देणार नाही अशीच ठरविलेली दिसते.

भारताला अण्वस्त्रांची गरज :

भारताचे अणुशक्तीविषयीचे धोरण नेहमीच शांततामय आर्थिक विकास करण्याच्या दृष्टीने विकसित झालेले दिसून येते. १९७४ मध्ये भारताने शांततेसाठी घेतलेली अणुची चाचणी व १९९८ मध्ये भारताने लागोपाठ घेतलुकू लागलेले राष्ट्र आहे,असे म्हणू शकतो,असे असतानाही भारतीय नेत्यांनी वेळोवेळी भारत अणुशक्तीचा उपयोग शांततेसाठी व आर्थिक विकासासाठीच करेल,असे जाहीर केलेले आहे. असे असतानाही आज भारताला अण्वस्त्रांची गरज आहे का? यासाठी आपणास खालील मुद्द्यांचा आधार घेता येईल-

(१) भीतीचा समतोल : चीनने भारतावर १९६२ मध्ये आक्रमण केले होते. पाकिस्तानने भारतावर आतापर्यंत १९४७-४८, १९६५, १९७१ व १९९८ मध्ये आक्रमण केलेले आहे. आज या भारताच्या दोन्ही शत्रूकडे अण्वस्त्रे आहेत, त्यांनी जर भारतावर अण्वस्त्रांनी हल्ला केला तर भारताला प्रत्युत्तर देण्यासाठी अण्वस्त्रांचीच गरज आहे. आपल्याकडे जर अण्वस्त्रे असतील आणि आपले प्रत्त्युत्तर जर जोरदार असेल,तर आपणास शत्रूची मोठ्या प्रमाणात हानी करता येईल. प्रत्युत्तरामध्ये अशा प्रकारची शक्ती असल्यामुळेच एक प्रकारची भीती निर्माण केली जाईल,की त्या भीतीमुळे कोणतेही राष्ट्र युद्ध सुरु करण्यास धजवणार नाही. याच स्थितीला 'भीतीचा समतोल' असे म्हणतात. केवळ आपल्या शत्रूंना भीती दाखवण्यासाठी का होईना भारताला अण्वस्त्रांची गरज आहे.

(२) सत्ता समतोल : जागतिक राजकारणात आणि दक्षिण आशियाच्या राजकारणात सत्तेचा समतोल राखण्यासाठी भारताला अण्वस्त्रांची गरज आहे; कारण भारताच्या उत्तरेला असलेल्या चीनने आतापर्यंत कित्येक वेळा अणुच्या चाचण्या घेऊन आपल्या शक्तीत वाढ केलेली आहे, त्यामुळे आशियातील अनेक छोटी छोटी राष्ट्रे चीनकडे मदतीसाठी जाऊ लागली आहेत. म्हणजेच सत्तेचा समतोल आशिया खंडात चीनभोवती फिरेल, ते होऊ नये म्हणून भारताने अण्वस्त्रे बनवली पाहिजेत आणि आशियातील छोट्या-छोट्या राष्ट्रांना लागेल ती मदत केली पाहिजे. तरच या भागातील सत्तासमतोल स्थिर राहील, त्याचप्रमाणे या भागात शांतताही नांदण्यास मदत होईल.

(३) अस्तित्वाच्या संरक्षणासाठी : आपल्या अस्तित्वाच्या संरक्षणासाठी भारताला अण्वस्त्रांची गरज आहे. आज भारताच्या चोहोबाजूला असलेल्या राष्ट्रांकडे अण्वस्त्रे आहेत; उदा. चीन व पाकिस्तान त्याचप्रमाणे हिंदी महासागरात वावरत असलेल्या रशिया व अमेरिकेच्या अण्विक पाणबुड्यांचा समावेश आहे. या सर्वांपासून भारताच्या अस्तित्वाला धोका निर्माण झालेला आहे. त्यातल्या त्यात पाकिस्तान ज्या वेगाने अण्वस्त्रांचे साठे तयार करीत आहे, त्यावरून का होईना भारताच्या अस्तित्वाला धोका निर्माण झालेला आहे. असे म्हटल्यास फारसे चूक होणार नाही. कारण पाकिस्तानकडे ज्या ज्या वेळी नवीन नवीन प्रकारची शस्त्रास्त्रे आली, त्या त्या वेळी त्या शस्त्रास्त्रांचा प्रयोग त्याने भारताविरुद्ध केलेला दिसतो. त्यामुळेच केवळ पाकिस्तानला का होईना विरोध करण्यासाठी पर्यायाने आपल्या अस्तित्वाच्या संरक्षणासाठी भारताला अण्वस्त्रांची गरज आहे.

(१३. ब) १९७४ ची शांततेसाठीची अणुचाचणी म्हणजेच पोखरण-१ व त्याचे महत्त्व

भारताने राजस्थानमधील पोखरणच्या वाळवंटात खेतोलाई क्षेत्रात १०४ मीटरच्या खोलीवर ९ किलोटन प्लुटोनियमची पहिली अणुचाचणी १८ मे, १९७४ रोजी शांततेसाठी घेतली, यालाच पोखरण १ या नावानेही ओळखले जाते. या घटनेला आज ३५ वर्षे झाली आहेत, या आण्विक चाचणीच्या यशाला अणुउर्जा खात्यातील भाभा अणुशक्ती संशोधन केंद्र, आण्विक वस्तु समन्वेक्षण त्याचप्रमाणे संशोधन संचलनालय, संरक्षण खात्याचा अनुसंधान व विकास विभाग, संरक्षण खात्यातील इंजिनियर आणि संबंधित

इतर संस्था या सर्वांमधील शास्त्रज्ञांचे अत्यंत सुसूत्र असे परस्पर सहकार्य कारणीभूत होते.

१९७४ च्या अणुचाचणीचा पाया खऱ्या अर्थाने १९६४ मध्येच घातला गेला होता. या वर्षी आंतरराष्ट्रीय अणुउर्जा परिषदेच्या जिनिव्हा येथे भरलेल्या संमेलनात शांततेसाठीच्या आण्विक चाचण्यांच्या औद्योगिक आणि अभियांत्रिका क्षेत्रांमधील उपयुक्ततेवर भर देण्यात आला होता. जमिनीखाली खोल दडलेली उपयुक्त खनिजे, तेल, नैसर्गिक वायू, इत्यादीचे उत्खनन आणि त्यांचे उत्पादन, कालवे,नद्यांची पात्रे, कृत्रिम बंदरे, यांचे निर्माण कार्ये यांच्यावर करण्यात आलेले शोधनिबंध या संमेलनात वाचण्यात आले.

या संमेलनानंतर सोव्हिएत रशिया, चीन व अमेरिकेमध्ये अनेक आण्विक चाचण्या घेण्यात आल्या. यांचा विचार करता भाभा अणुशक्ती संशोधन केंद्राचे संचालक डॉ. रामण्णा यांनी डॉ. चिदम्बरम यांच्यावर अणुस्फोट घडवून आणण्याची जबाबदारी सोपविली. त्या संदर्भात १९६७ ते १९६९ या दोन वर्षांच्या काळात डॉ. चिदम्बरम व डॉ. अरविंद फडके या दोघांनी अमेरिकेत जाऊन भूगर्भातील खनिज तेल आणि नैसर्गिक वायूचे साठे अडकलेल्या खडकांना आण्विक चाचणीद्वारे भेगा पाडून ते ज्या तऱ्हेने उपलब्ध होतील त्या कार्यपद्धतीचा अभ्यास केला. १९७२ नंतर तत्कालीन पंतप्रधान श्रीमती इंदिरा गांधी यांनी जमिनीखाली आण्विक चाचणी घडवून आणण्यासाठी संमती दिली. तेव्हा डॉ. रामण्णा यांनी औद्योगिक कार्यासाठी उपयोगी पडेल अशी आण्विक चाचणी घडवून आणण्यासाठी उपयुक्त जागा भारतात शोधून काढण्याची जबाबदारी डॉ. अरविंद फडके यांच्यावर सोपविली. देशभर सर्वेक्षण करून सुचविलेल्या पाच-सहा जागांपैकी डॉ. रामण्णांना पोखरणची जागा पसंत पडली. डॉ. सेठना यांनी या गोष्टीला होकार दिला. पोखरणची जागा लष्कराच्या संरक्षित क्षेत्रांत होती. त्यावेळच्या संरक्षणमंत्र्यांचे वैज्ञानिक सल्लागार डॉ. नाग चौधरी व डॉ. रामण्णा यांची मैत्री असल्यामुळे लष्कराचे सहकार्यही आण्विक चाचणीला मिळू शकले, जागा निश्चित झाल्यानंतर १९७३ च्या मध्यास जमिनीखाली खोलपर्यंत ड्रिलिंग करून तेथील खडकाचे नमुने घेण्यास सुरुवात करण्यात आली. त्या नमुन्यांचे रासायनिक पृथक्करण,घनता,आर्द्रता,सच्छिद्रता,दवबिंदु यांतील यांत्रिक गुणधर्म आणि पर्यावरणाच्या सुरक्षिततेच्या दृष्टीने महत्त्वाची अशी परीक्षणे करण्यात आली. ही परीक्षणे चालू असतानाच नियोजन आराखडयाप्रमाणे **'एल'** आकाराच्या कूपकांचे (शॅफ्ट)उत्खनन कार्य जोरात चालू होते. हे कार्य एप्रिल १९७४ मध्ये पूर्ण झाले. या कूपकांच्या तळाजवळचा आडवा आखूड भाग 'विस्फोट कक्ष' म्हणून वापरला गेला. भूपृष्ठापासून खाली १०७ मीटर खोलीवर या कक्षाचा तळ होता. या आडव्या कक्षाच्या टोकाला आण्विक चाचणीसाठी इंधन म्हणून 'प्लुटोनियम' वापरण्यात आले आहे. आणि अंत:स्फोटाचे (इम्प्लोजन) तंत्र अवलंबिले गेले. स्फोट साधने एक टन वजनाची होती. त्यामध्ये प्लुटोनियम इंधनाचे वजन काही किलो एवढेच होते, अणुस्फोटके ज्या ठिकाणी ठेवलेली होती. त्यापासून वर ५५ मीटरपर्यंत 'शेलजातीच्या' अवसादी खडकाचा थर दिला गेला, या थरावर सुमारे ४० मीटर जाडीचा सॅडस्टोन (वालुकाश्म खडक) थर देण्यात आला. या थरापासून भूपृष्ठापर्यंत (१० ते १२ मीटर) बारीक आणि भरड वाळूचा थर देण्यात आला.

आण्विक चाचणीची सर्व साधनसामग्री १७ मे, १९७४ रोजी कार्यस्थळावर आणण्यात आली. ही साधनसामग्री कूपकातून खाली सोडत असताना अचानक वाळूचे वादळ सुरू झाले, त्यामुळे कार्यात अडथळा येण्यास सुरुवात झाली; पण या कार्याचा पत्ता वादळामुळे दुसऱ्या राष्ट्राच्या टेहळणी उपग्रहांना लागला नाही. स्फोटसाधने विद्युतवाहक तारांद्वारे फायरिंग सर्किटला जोडण्यात आले, तयारी पूर्ण झाल्यानंतर आडवा स्फोटक कक्ष कॉंक्रिटचे ठोकळे व वाळू भरलेल्या पोत्यांनी बंद करण्यात आला. कूपकाच्या उभ्या भागातही वाळू भरण्यात आली. अशा प्रकारे अणुचाचणीची पूर्ण तयारी झाली. १८ मे, १९७४ रोजी या दिवशी गौतम बुद्धाची जयंती होती. सकाळी ०८ वाजून ०५ मिनिटांनी पाच किलोमीटर अंतरावरून रिमोट

कंट्रोलने स्फोट घडवून आणला. या आण्विक चाचणीला 'बुद्ध हसला' हे सांकेतिक चिन्ह देण्यात आले. स्फोटानंतर १७० मीटर व्यासाची व ३५ मीटर उंचीची वाळूची टेकडी तयार झाली. त्यानंतर ही टेकडी खाली बसून त्या जागी जमीन खचून ९० मीटर व्यासाचा व १५ मीटर खोलीचा एक खड्डा तयार झाला.

या स्फोटाची भूकंपमापन केंद्रावर ५ रिश्टरची नोंद झाली; या चाचणीमुळे १५ हजार टन टी. एन. टी. स्फोटके वापरून जेवढी शक्ती निर्माण होईल, तेवढी शक्ती तयार झाली असावी असा अंदाज व्यक्त करण्यात आला. या अणुचाचणीची बातमी आकाशवाणीवरून दुपारी एक वाजता सांगण्यात आली, साऱ्या देशात आनंदाची लहर निर्माण झाली. या चाचणीनंतर हवाई सर्वेक्षण करण्यात आले, पण वातावरणात किरणोत्सारी कण आढळले नाहीत. त्याचप्रमाणे माती, हवा, पाणी व वनस्पती यावरही कोणत्याही प्रकारचे प्रदूषण आढळून आले नाही. धुळीमध्येही घातक कण आढळले नाहीत. या चाचणीनंतर भारताने जाहीर केले की भारताची ही अणुचाचणी केवळ शांततेसाठीच आहे. तिचा उपयोग आर्थिक विकासासाठीच भारत करणार आहे, त्यामुळे भारताने ही अणुचाचणी घेऊन कोणत्याही आंतरराष्ट्रीय कराराचे उल्लंघन केलेले नाही.

पोखरण-१ ची वैशिष्टे, त्यावरील टीका व महत्त्व :

(१) पोखरण-१ या आण्विक चाचणीसाठी भारताने स्वत: चे आण्विक तंत्रज्ञान वापरले.

(२) भारतीय शास्त्रज्ञ व राजकीय नेते यांच्या प्रयत्नातूनच पोखरण १ यशस्वी झाला.

(३) स्फोटाचे ठिकाण, त्यासाठी आवश्यक असणारी यंत्र व स्फोटक सामुग्रीची कमालीची गुप्तता पाळण्यात आली.

(४) पोखरण-१ या चाचणीचे यश म्हणजे यानंतर केलेल्या हवाई सर्वेक्षणात वातावरणात किरणोत्सारी कण आढळले नाहीत. त्याचप्रमाणे माती, हवा, पाणी व वनस्पती यावरही कोणत्याही प्रकारचे प्रदूषण आढळून आले नाही. धुळीमध्येही घातक कण आढळले नाहीत.

(५) भारतीय शास्त्रज्ञांनी पोखरण १ चा अणुस्फोट जमिनीच्या पृष्टभागाखाली १०४ मीटर खोलीवर घडवून आणला.

(६) पोखरण-१ या आण्विक चाचणीला 'बुद्ध हसला' हे सांकेतिक चिन्ह देण्यात आले.

पोखरण-१ च्या यशस्वी चाचणीचे तीव्र स्वरूपाचे पडसाद पाकिस्तानवर पडले. भारताने अणुबॉम्बचा वापर पाकिस्तानविरुद्ध करणार नाही अशा प्रकारची लेखी मागणी पाकिस्तानने भारताकडे मागितली तसेच पोखरण-१ च्या चाचणीमुळे आमच्या सुरक्षिततेला धोका निर्माण झालेला आहे असेही त्यांनी आपल्या प्रतिक्रियेत सांगितले. भारताने केलेला अणुस्फोट जागतिक शांततेस धोकादायक आहे अशा स्वरूपाची प्रतिक्रिया इंग्लंडने व्यक्त केली, तर या अणुचाचणीला विरोध म्हणून तसेच भारताने अणुचाचणी घेऊन आमची फसवणूक केली आहे असे सांगून कॅनडाने भारताला दिले जाणारे अणुइंधन बंद केले. या चाचणीनंतर अमेरिकेने, भारताने जागतिक अणुकराराचे उल्लघंन केले आहे असे सांगून त्यांच्या आर्थिक मदतीत अडथळे निर्माण केले. भारताने अणुशक्तिच्या क्षेत्रात प्रवेश करण्याची गरज नव्हती अशा स्वरूपाची प्रतिक्रिया युनोचे महासचिव डॉ. कूर्त वाल्डहाईम यांनी व्यक्त केले. यावर चाचणीनंतर भारताने जाहीर केले की, भारताची ही अणुचाचणी केवळ शांततेसाठीच आहे. तिचा उपयोग आर्थिक विकासासाठीच भारत करणार आहे. त्यामुळे भारताने ही अणुचाचणी घेऊन कोणत्याही आंतरराष्ट्रीय कराराचे उल्लंघन केलेले नाही.

शांततावादी व अलिप्त चळवळीचा नेता असलेल्या भारताला पोखरण-१ या चाचणीची खरोखर गरज होती का? हा प्रश्न या चाचणीनंतर आंतरराष्ट्रीय समूहात विचारला जाऊ लागला. परंतु, दक्षिण आशियात १९७० च्या दशकात ज्या वेगाने घडामोडी घडल्या त्याला प्रत्युत्तर देण्यासाठी पोखरण-१ ची चाचणी हा एकमेव पर्याय भारताकडे होता. या चाचणीमुळे भारताच्या शांततामय धोरणास एक निश्चित

स्वरूपाची दिशा प्राप्त झाली. आपल्या अस्तित्वासाठी किंवा संरक्षणासाठी या चाचणीनंतर काही क्षणात आपले अणुशास्त्रज्ञ अणुबाॅम्ब बनवू शकतील याची खात्री भारताला आली.

(१३. ब. १) पोखरण-२ चे महत्त्व

मार्च १९९८ मध्ये भारतात लोकसभेच्या निवडणुका घेण्यात आल्या, त्या निवडणूकपूर्व जाहीरनाम्यात भाजपाने आपण सत्तेवर आल्यास भारत अण्वस्त्र सज्जतेकडे वाटचाल करेल असे आश्वासन दिले होते; त्या आश्वासनाची एवढ्या तातडीने अंमलबजावणी होईल असे कोणालाच वाटले नव्हते, कारण भाजपा आघाडीने १९ मार्चला भारताची सत्ता आपल्या हाती घेतली. त्याच्या दुसऱ्याच दिवशी अणुशक्ती आयोगाचे प्रमुख डॉ. आर. चिदम्बरम् यांच्याबरोबर पंतप्रधानांनी अणुचाचणीबाबत सविस्तर चर्चा केली. ८ एप्रिलला पंतप्रधानांनी डॉ. चिदम्बरम् आणि पंतप्रधानांचे विज्ञान विषयक सल्लागार डॉ. ए. पी. जे. अब्दुल कलाम यांच्याबरोबर अणुचाचणीविषयी सविस्तर चर्चा करून त्यांना मे महिन्यात अणुचाचणी घेण्याचे आदेश दिले.

हा अणुचाचणीचा कार्यक्रम अत्यंत गुप्तपणे पार पाडणे आवश्यक होते कारण पंतप्रधान नरसिंहरावांच्या काळात १९९५ मध्ये भारताने अणुचाचणी घेण्याची तयारी केली होती; पण त्याची कुणकुण अमेरिकेला लागल्यामुळे अमेरिकेने भारतावर दबाव टाकून हा कार्यक्रम रद्द करण्यास भाग पाडले होते. हा कटू अनुभव समोर असतानाच अमेरिकन उपग्रहांना हुलकावणी देणे अत्यंत आवश्यक होते. १९९५ साली अणुचाचणीसाठी जमिनीत खणलेले खोल छिद्र उपलब्ध होतेच. सैन्याच्या प्रशिक्षणासाठी या भागात नियमित हालचाली होत होत्या. यांच्या आडून अणुचाचणीसाठी करावी लागणारी तयारी गुप्त ठेवणे सहज शक्य होणार होते. याचाच फायदा भारताने करून घेण्याचे ठरविले. अणुचाचणीची बातमी अतिशय गुप्त ठेवण्यात आली. काही ठराविक शास्त्रज्ञांनाच याची माहिती दिली गेली, पंतप्रधान, गृहमंत्री, परराष्ट्रमंत्री, राष्ट्रीय सुरक्षा सल्लागार यांच्यापुरतीच ही माहिती मर्यादित ठेवण्यात आली. ९ मे ला तीन दलांच्या प्रमुखांना व परराष्ट्रीय सचिवांना याची माहिती पुरविण्यात आली. मंत्रिमंडळातील बाकी मंत्र्यांना शेवटपर्यंत या गोष्टीची कल्पना देण्यात आली नाही.

७ मे रोजी काही निवडक शास्त्रज्ञ या परिसरात येऊन दाखल झाले, अतिशय सावधपणे त्यांनी आपल्या कार्याला सुरुवात केली. अमेरिकन उपग्रहांचे भ्रमण ज्यावेळी भारतावर केंद्रित नसेल अशाच वेळी अतिवेगाने हालचाली केल्या जात. उपग्रहांची नजर भारतावर ज्यावेळी असे, त्यावेळी शांतता पाळली जात असे; अणुचाचणीची पूर्ण तयारी झाल्यानंतर ११ मे १९९८ रोजी भारताने अणुच्या तीन चाचण्या घेतल्या, त्यामुळे अमेरिकेसह संपूर्ण जगच आश्चर्यचकित झाले. त्यानंतर १३ मे १९९८ रोजी भारताने परत दोन अणुचाचण्या घेऊन जगाला थक्क करून सोडले. या अणुचाचण्यांना भारताने **'ऑपरेशन शक्ती'** असे नाव दिले.

११ मे रोजी ज्या आण्विक चाचण्या घेण्यात आल्या त्यामधील पहिल्या चाचणीत फिशन पद्धतीची साधने वापरली होती. या पद्धतीने कमी वेळात साधा बॉम्ब तयार करण्याची क्षमता प्राप्त होणार होती. द्वितीय चाचणीत कमी शक्तीच्या बॉम्बचा स्फोट करण्यात आला. या बॉम्बला 'डावपेचात्मक आण्विक शस्त्र **(टॅक्टिकल न्यूक्लियर वेपन)**'असे म्हटले गेले. तिसरी चाचणी थर्मोन्यूक्लियर तत्त्वांचा वापर करून केली गेली. या तीनही चाचण्यांमध्ये १२. ५ किलेटन वजनाच्या अणुबॉम्बचा स्फोट जवळजवळ १५० ते २०० मीटरच्या खोलीवर केला गेला.

१३ मे रोजी भारताने ज्या दोन आण्विक चाचण्या घेतल्या त्या दोन्हीही चाचण्या, किलो टनापेक्षा

कमी वजनाच्या अणुबॉम्बच्या होत्या. या दोन चाचण्या हायड्रोजन बॉम्बच्या होत्या असे नंतर जाहीर करण्यात आले. थर्मोन्यूक्लियर पद्धतीत हायड्रोजन बॉम्बचे तंत्रज्ञान अणुशास्त्रातील एक अत्याधुनिक व क्लिष्ट अशी पद्धती आहे असे असूनही भारतीय शास्त्रज्ञांनी ही अतुलनीय अशी कामगिरी करून दाखविली; त्यामुळे हायड्रोजन बॉम्ब बनवण्याच्या क्षमतेकडे भारताने पाऊल टाकले हे तेवढेच खरे आहे.

१९९८ च्या चाचण्या अगोदर गैरलष्करी कारणासाठी अणुशक्तीचा उपयोग करणाऱ्या भारताच्या राजकीय धोरणात या चाचणीनंतर आमूलाग्र बदल घडून आला. या चाचणीमुळे भारताने अण्वस्त्रसज्जतेकडे आपली वाटचाल सुरू झाल्याचे मान्य केले. एवढेच नाही तर 'भारत ही एक अण्वस्त्रसज्ज शक्ती आहे.' या सत्याचा संदेश आंतरराष्ट्रीय पातळीवर पोहोचला.

१९९८ च्या चाचण्यानंतर आंतरराष्ट्रीय समुदायाने विशेषता अमेरिकेने भारतावर आर्थिक निर्बंध घालण्यास सुरुवात केली. या आर्थिक निर्बंधाचा भारताच्या अर्थव्यवस्थेवर दुष्परिणाम होणार याची संपूर्ण कल्पना भारताला होतीच असे असूनही हा निर्णय केव्हा ना केव्हा तरी घेणे गरजेचे होते. भारताने आपल्या अणुचाचण्या तात्काळ बंद कराव्यात असे रशियाने म्हटले. भारताने अणुचाचण्या करणे अत्यंत दु:खद घटना असल्याचे जपानचे मत होते तर फ्रान्सने चिंता व्यक्त केली. कॅनडाने आपल्या प्रतिक्रियेत भारताने आपला अण्वस्त्र कार्यक्रम सोडून द्यावा असे म्हटले. प्रत्येक राष्ट्राला आपल्या हिताच्या संरक्षणासाठी राष्ट्रीय आणि आंतरराष्ट्रीय सुरक्षिततेचे विश्लेषण करून योग्य ती पावले उचलण्याचा हक्क आहे. हे पंतप्रधान वाजपेयी यांचे उद्गार भारताच्या दृढनिश्चयाचे द्योतक आहे. भारत एक अण्वस्त्रशक्ती आहे. या सत्यस्थितीची दखल त्यांच्या शेजाऱ्यांनी विशेषत: अण्वस्त्रसज्ज देशांनी घ्यावयाची आहे; असेही पंतप्रधान वाजपेयींनी वरील प्रतिक्रियेला उत्तर देताना सांगितले. १९९८ च्या चाचण्यानंतर म्हणजेच पोखरण-२ नंतर भारताच्या आंतरराष्ट्रीय राजकीय आणि संरक्षणविषयक भूमिकेत एक आमूलाग्र बदल घडून आला, शिवाय भारत अण्वस्त्रधारी राष्ट्र बनले. आंतरराष्ट्रीय राजकारणात भारताची प्रतिष्ठा वाढली. संयुक्त राष्ट्रसंघालाही भारताच्या आण्विक सामर्थ्याची दखल घ्यावी लागली.

(१३. क) अण्वस्त्र प्रसार बंदी करार किंवा एन. पी. टी. व भारताची भूमिका

अर्थ व संकल्पना :

अण्वस्त्रांच्या स्पर्धेमुळे जागतिक तणाव निर्माण झाला. हा तणाव निवळण्यासाठी व जगात शांतता प्रस्थापित करण्यासाठी अण्वस्त्रांचे नि:शस्त्रीकरण हा पर्याय पुढे आला. अमेरिका, सोव्हिएत रशिया, इंग्लंड, फ्रान्स व चीन या पाच अण्वस्त्रधारी राष्ट्राव्यतिरिक्त इतर राष्ट्रांमध्ये अण्वस्त्रांची निर्मिती व प्रसार होऊ नये व अणुशक्तीचा शांततेसाठी,त्याचप्रमाणे आर्थिक विकासासाठी उपयोग करता यावा. याच हेतूने अण्वस्त्र प्रसार बंदीचा ठराव संयुक्त राष्ट्रसंघाच्या व्यासपीठावर मांडण्यात आला. हा ठराव म्हणजेच अण्वस्त्र प्रसार बंदीचा करार (एन. पी. टी.) संयुक्त राष्ट्रसंघाच्या महासभेने जून १९६८ मध्ये मान्य केला. हा करार प्रत्यक्षात १९७० मध्ये अंमलात आणला गेला. या करारावर अमेरिकेसह जगातील १८६ राष्ट्रांनी सह्या केल्या आहेत. भारत, पाकिस्तान, इस्त्रायलसारख्या राष्ट्रांनी मात्र या करारावर सह्या केलेल्या नाहीत. या कराराची कलमे पुढीलप्रमाणे-

(१) या करारानुसार यावर सह्या करणाऱ्या राष्ट्रांनी अणुशक्तीचा शांततामय कार्यासाठी उपयोग करावयासाठी परस्परात सहकार्य केले तरी चालेल.

(२) हा करार अस्तित्वात येण्याअगोदर ज्या राष्ट्रांनी अणुचाचण्या केल्या आहेत ते अण्वस्त्रधारी राष्ट्रे व इतर बिगर अण्वस्त्रधारी राष्ट्रे अशा प्रकारची वर्गवारी या कराराने केली.

(३) अण्वस्त्रे फक्त पाच अण्वस्त्रधारी राष्ट्रांकडेच राहतील.
(४) ज्या राष्ट्रांनी अणुचाचणी केली नाही अशांना अणुतंत्रज्ञान आयात करता येणार नाही.
(५) अण्वस्त्रे ज्या राष्ट्राकडे नाहीत,पण त्यांनी या करारावर सह्या केलेल्या आहेत, त्यांना यापुढे अण्वस्त्रे निर्माण किंवा इतरांकडून आयात करता येणार नाहीत.
(६) या कराराचा कालावधी सुरुवातीला २५ वर्षांचा ठरविण्यात आला १९९५ मध्ये भरलेल्या न्यूयॉर्क येथील परिषदेत या कराराला अनिश्चित कालावधीसाठी मुदतवाढ देण्यात आली आहे.
(७) ज्या राष्ट्राकडे अण्वस्त्रे आहेत,त्यांनी ती इतर राष्ट्रांना देऊ नयेत किंवा त्यांच्या उत्पादनासाठी कोणतेही सहकार्य करू नये.
(८) या करारास मान्यता देणाऱ्या राष्ट्रांनी आपल्या सुरक्षेसाठी आंतरराष्ट्रीय अणुऊर्जा आयोगाशी करार करावेत.
(९) अण्वस्त्राधारी राष्ट्रांनी या कराराचे काटेकोरपणे पालन करावे.
(१०) अण्वस्त्र परीक्षणावर यापुढे आंतरराष्ट्रीय नियंत्रण राहील.
(११) हा करार अण्वस्त्रधारी राष्ट्राचे महत्त्व वाढविणारा आणि बिगर अण्वस्त्रधारी राष्ट्रांवर अन्याय करणारा असा आहे, त्यामुळेच अण्वस्त्रधारी राष्ट्रे या करारावर सह्या कराव्यात म्हणून बिगर अण्वस्त्रधारी राष्ट्रांवर दडपण आणतात.

भारताचा दृष्टिकोन किंवा भूमिका :

अण्वस्त्र निर्मिती, त्याचा प्रसार,त्याचे साठे यावर संपूर्ण बंदी असावी. याला भारताचा पाठिंबा आहे. परंतु, या कराराची अंमलबजावणी जगातील सर्व अणुसंपन्न राष्ट्रांनी करावी असा भारताचा आग्रह आहे. हा करार भेदभावमूलक असून अण्वस्त्रधारी राष्ट्रांची आण्विक मक्तेदारी अबाधित ठेवण्यासाठी केला गेला आहे, याशिवाय भारताने याबाबत खालील काही प्रश्न उपस्थित केले-

(१) जगातील ज्या राष्ट्रांकडे अण्वस्त्रे आहेत, किंवा ज्या राष्ट्रांकडे नाहीत; या दोनही गटातील राष्ट्रांच्या जबाबदाऱ्या कोणत्या यांचा उल्लेख या करारात सापडत नाही.
(२) ज्या राष्ट्रांकडे अण्वस्त्रांचे साठे आहेत, ते नष्ट करण्याबाबत कोणतीही तरतूद नाही.
(३) बिगर अण्वस्त्रधारी राष्ट्रावर अण्वस्त्राधारी राष्ट्रांनी हल्ले केल्यास त्यांनी काय करावे? अशावेळी इतर अण्वस्त्रधारी राष्ट्रे बिगर अण्वस्त्रधारी राष्ट्रांच्या मदतीला जातील का? असे झाल्यास राष्ट्रीय हिताचा प्रश्न पुढे करून अण्वस्त्रधारी राष्ट्रांची मदत बिगर अण्वस्त्रधारी राष्ट्रे घेतील का?
(४) ज्या राष्ट्राकडे अण्वस्त्रे आहेत, ती त्यांचा उपयोग बिगर सैनिकी कार्यासाठीच करतील याची शाश्वती काय?
(५) ज्या राष्ट्राकडे अण्वस्त्रे आहेत त्यांनी या करारावर सह्या केल्या आहेत, पण त्याचबरोबर त्यांनी आपला अणुकार्यक्रम बंद केलेला नाही.

या सर्व परिस्थितीचा विचार करून भारताने या करारावर सही करण्यास नकार देऊन आपला अण्वस्त्रे बनविण्याचा अधिकार राखून ठेवला आहे.

भारताने या करारावर सही करावी,म्हणून वेळोवेळी अमेरिकेकडून भारतावर दडपण आलेले दिसून येते. परंतु, भारताने या दडपणाला बळी न पडता अण्वस्त्रधारी राष्ट्रांनी अण्वस्त्रचाचण्या थांबवाव्यात अशी विनंती भारताने संयुक्त राष्ट्रांच्या व्यासपीठावरून वेळोवेळी केलेली दिसते. भारत अणुशक्तीचा उपयोग अण्वस्त्राच्या निर्मितीसाठी कधीही करणार नाही, मग तो अण्वस्त्र प्रसार बंद करारात सहभागी असो अगर

नसो. त्याचा उपयोग आम्ही सदैव शांततेसाठी व आर्थिक विकासासाठीच करू असे भारताने वेळोवेळी जाहीर केले आहे, पण जगामध्ये अण्वस्त्रांची स्पर्धा अशीच चालू राहिली आणि जागतिक आमची सुरक्षितता व शांतता धोक्यात आली तर आमच्या आण्विक धोरणाचा आम्हाला वेगळा विचार करावा लागेल असेही त्यावेळी भारताने सांगितले.

(१३. क. १) सर्वकष अणुचाचणी बंदी करार किंवा सी. टी. बी. टी. व भारताची भूमिका

अर्थ व संकल्पना :

संपूर्ण जगातून आण्विक शक्ती नष्ट करण्याच्या हेतूने युनोने पुढाकार घेऊन मार्च - एप्रिल १९९६ मध्ये एका परिषदेचे आयोजन जिनिव्हा या ठिकाणी केले. अणुशक्ती या विषयावर या परिषदेत सविस्तर चर्चा करणात आली आणि त्यातून सर्वसमावेशक (बहुव्यापी) चाचणी बंदी करार (सी. टी. बी. टी.) ५८ विरुद्ध ३ मतांनी मान्य करण्यात आला. हा करार २४ सप्टेंबर १९९६ पासून सदस्य देशांच्या मंजुरीसाठी खुला करण्यात आला, या करारात खालील कलमांचा समावेश करण्यात आला-

(१) सर्व प्रकारच्या अण्वस्त्रांच्या चाचण्यांवर बंदी घालणे.
(२) कराराचे उल्लंघन करणाऱ्या विरुद्ध नियंत्रण करणारी आंतरराष्ट्रीय निरीक्षण योजना तयार करण्यात आली.
(३) जगातील कोणताही देश अणुचाचणी घेत आहे, अशी शंका आल्यास त्याची चौकशी करण्याची त्यामध्ये तरतूद करण्यात आली.
(४) ५१ सदस्यांची समिती स्थापन करून तिला यासंदर्भात कोणताही निर्णय घेण्याचा अधिकार देण्यात आला.
(५) हा करार सप्टेंबर १९९६ पासून पुढील १८० दिवसांत अमलात येईल.
(६) जी राष्ट्रे अणुशक्तीचा शांततेच्या कार्यासाठी उपयोग करू इच्छितात आणि या क्षेत्रात त्यांचे संशोधन सुरू आहे. त्यांच्यावरही अनेक बंधने या करारानुसार घालण्यात आली.

ऑक्टोबर १९९६ मध्ये अमेरिकेबरोबरच जगातील इतर ६१ राष्ट्रांनी या करारावर सह्या केल्या. पण दुर्दैवाने अमेरिकन सिनेटने या कराराला विरोध केला. तेव्हा क्लिंटन प्रशासनाने यापुढे अनेक राष्ट्रे अणुचाचण्या करतील,अशी भीती व्यक्त केली. त्याचवेळी चीनने कॉक्स अहवाल प्रसिद्ध केला,त्यानुसार अमेरिकेने काही दिवसांपूर्वीच न्यूट्रॉन बॉम्ब व थर्मोन्युक्लियर बॉम्बसारखी अण्वस्त्रे विकसित केलेली आहेत. यामुळे अण्वस्त्रमुक्त जगाची अमेरिकेची कल्पना किती विश्वासू आहे. याची जाणीव जगाला झाली. करारावर भारताने सही करावी म्हणून अमेरिकेने दडपण आणावे ही हास्यास्पद गोष्ट आहे.

भारताचा दृष्टीकोन किंवा भूमिका :

ऑक्टो. १९९६ पासूनच भारताने सी. टी. बी. टी. (Comprehensive Test ban Treaty) या करारावर सही करण्यास नकार दिलेला आहे, त्यांची कारणे पुढीलप्रमाणे-

(१) या करारामध्ये अण्वस्त्रधारी पाच राष्ट्रांना झुकते माप देण्यात आलेले आहे.
(२) हा करार पूर्णपणे अमेरिकन धोरणावर अवलंबून आहे.
(३) या कराराद्वारे जगाला अण्वस्त्रमुक्त करणे हा अमेरिकन हेतू पण स्वत: मात्र अण्वस्त्रे बनविताना दिसतो.
(४) या कराराची सर्वच कलमे घातक आहेत.

(५) अण्वस्त्रधारी राष्ट्राकडील अण्वस्त्रे कशी नष्ट करणार याची योजना नाही.
(६) अण्वस्त्रे नष्ट करावीत,पण त्यांचा निश्चित कार्यक्रम नाही.
(७) या करारानुसार युरेनियमच्या पुरवण्याबाबत मात्र बंधने घालण्यात आली आहेत.

पी. व्ही नरसिंहराव पंतप्रधान असताना, त्यानंतर वाजपेयी पंतप्रधान झाल्यानंतरही भारताने सी. टी. बी. टी. करारावर सही करावी, अशा प्रकारचे दडपण अमेरिकेने भारतावर टाकलेले दिसते, पण या दडपणाला न जुमानता भारताने ११ व १३ मे १९९८ दरम्यान पाच आण्विक चाचण्या घेतल्या. भारताच्या या कृतीचा सर्व जगाने निषेध केला. अमेरिकेने भारतावर आर्थिक व लष्करी निर्बंध घातले. परंतु, भारताने त्यालाही जुमानले नाही.

सी. टी. बी. टी. कराराबाबत नव्या सहस्त्रकात अमेरिकन धोरणात काही प्रमाणात बदल झालेले दिसून येतात, कारण करारावर सही करणार नाही. या निर्णयावर भारत ठाम राहिला होता. अमेरिकेने भारताच्या या निर्णयापुढे झुकून सी. टी. बी. टी. करारावर सही करूनही भारताला शांततेसाठी अणुचाचण्या घेण्यात येतील,अशा प्रकारचे लवचिक धोरण घेतले आहे, असे असूनही अद्यापपर्यंत भारताने या करारावर सही केलेली नाही.

लघूत्तरी प्रश्न :

(१) भारताचे अणुधोरण स्पष्ट करा.
(२) भारतीय आण्विक धोरणाची वैशिष्ट्ये सांगा.
(३) अणुशक्तीचे उपयोग कोणते.

दीर्घोत्तरी प्रश्न :

(१) एन. पी. टी. व सी. टी. बी. टी. कराराची माहिती देऊन भारतीय भूमिका स्पष्ट करा.
(२) पोखरण-१ व २ ची माहिती देऊन भारतीय भूमिका स्पष्ट करा.

प्रकरण १४
भारत आणि आंतरराष्ट्रीय संघटना

प्रस्तावना
(१४. अ) संयुक्त राष्ट्रांच्या उपक्रमातील भारताचा सहभाग
(१४. ब) भारत आणि युरोपीय संघ
(१४. क) भारत आणि जागतिक व्यापारी संघटना

प्रस्तावना

द्वितीय महायुद्धानंतर जागतिक शांतता व सुव्यवस्था राखण्यासाठी संयुक्त राष्ट्रसंघ या आंतरराष्ट्रीय संघटनेची स्थापना करण्यात आली. सुरुवातीपासूनच भारताचा या संघटनेवर व तिच्या कार्यावर विश्वास आहे म्हणूनच संयुक्त राष्ट्रसंघाच्या विविध विभागात सदस्य म्हणून भारताने तिच्या कार्यात मोलाचे योगदान दिलेले दिसून येते. आपल्या देशाचे आर्थिक व व्यापारी क्षेत्र विकसित करण्यासाठी भारताने युरोपीय महासंघाबरोबरचे संबंध चांगले ठेवलेले दिसतात. तसेच जागतिक व्यापार वाढविण्याच्या हेतूने जागतिक व्यापार संघटनेबरोबर भारताने चांगले संबंध प्रस्थापित करण्यावर भर दिलेला आहे, या सर्व मुद्द्यांचा सविस्तर विचार या प्रकरणात केलेला आहे.

(१४. अ) संयुक्त राष्ट्रांच्या उपक्रमातील भारताचा सहभाग

संयुक्त राष्ट्रसंघाची स्थापना झाली तेव्हा भारत इंग्रजांच्या गुलामगिरीत होता असे असले तरी ही संघटना स्थापन व्हावी म्हणून भारतीय प्रतिनिधींनी प्रयत्न केलेले आहेत, तेव्हापासून आजपर्यंत भारत संयुक्त राष्ट्रसंघाच्या कार्यात सतत सहभागी होत आलेला आहे.

संयुक्त राष्ट्रसंघाच्या विविध भागांमध्ये किंवा उपांगांमध्ये भारताचा सदस्य म्हणून सहभाग :

संयुक्त राष्ट्राच्या विविध भागांमध्ये म्हणजेच वेगवेगळ्या समित्या, सेनापथके, विविध अंगे-उपांगे यामध्ये सदस्य म्हणून भारताने संयुक्त राष्ट्राच्या कार्यात चांगल्या प्रकारचे योगदान दिलेले आहे. ते पुढीलप्रमाणे-

(१) संयुक्त राष्ट्रसंघाचा मसुदा सॅनफ्रान्सिस्को येथे तयार करण्यासाठी जी समिती नेमली होती त्यामध्ये भारत होता.

(२) संयुक्त राष्ट्रसंघाच्या सुरक्षा समितीचा तात्पुरता सदस्य म्हणून भारताने आजपर्यंत पाच वेळा काम

केले आहे.

(३) संयुक्त राष्ट्रसंघाच्या आर्थिक व सामाजिक मंडळाचे भारताला आजपर्यंत सहा वेळा सभासदत्व मिळाले आहे.

(४) संयुक्त राष्ट्रसंघाच्या आर्थिक आणि सामाजिक मंडळाचे पहिले अध्यक्षपद १९४६-४७ मध्ये रामास्वामी मुदलियार यांनी भूषविलेले होते.

(५) संयुक्त राष्ट्रसंघाच्या सर्वसाधारण सभेच्या आठव्या अधिवेशनाचे अध्यक्षपद श्रीमती विजयालक्ष्मी पंडित या भारतीय महिलेला मिळालेले होते.

(६) संयुक्त राष्ट्रसंघाच्या अन्न आणि शेती संघटनेचे डायरेक्टर जनरल म्हणून १९५६ मध्ये डॉ. व्ही. आर. सेन यांनी कार्य केले.

(७) १९५५ मध्ये भरलेल्या अणुशक्ती शांततामय परिषदेचे पहिले अध्यक्ष डॉ. होमी भाभा हे होते.

(८) संयुक्त राष्ट्रसंघाच्या नि:शस्त्रीकरण समितीचा भारत सदस्य राहिलेला आहे.

(९) संयुक्त राष्ट्रसंघाच्या गाझा पट्टीतील सेनेचे प्रमुख जनरल गॅनी हे होते.

(१०) संयुक्त राष्ट्रसंघाच्या सायप्रसमधील लष्करी मोहिमेचे जनरल थिमय्या हे प्रमुख होते.

(११) संयुक्त राष्ट्रसंघाच्या सांगण्यावरून कोरिया युद्धाच्या वेळी भारताने आपले वैद्यकीय पथक पाठवले होते.

(१२) संयुक्त राष्ट्रसंघाच्या आंतरराष्ट्रीय न्यायालयाचे न्यायमूर्ती म्हणून भारतातील तीन न्यायमूर्तींनी आजपर्यंत काम पाहिलेले आहे.

संयुक्त राष्ट्रसंघाच्या कार्यातील भारताचा सहभाग :

(१) नवीन राष्ट्रांना सभासद करून घेणे : संयुक्त राष्ट्रसंघाला भारत नेहमीच जागतिक व्यासपीठ मानत आलेला आहे, म्हणून जगातील स्वतंत्र होणाऱ्या सर्व राष्ट्रांना या संघटनेचे सभासदत्व मिळाले पाहिजे यासाठी भारताने कोणत्याही गटबाजीला न जुमानता या नवीन राष्ट्रांची बाजू घेतलेली दिसून येते. याविषयी आपली भूमिका मांडताना संयुक्त राष्ट्रसंघाच्या महासभेच्या नवव्या अधिवेशनात कृष्णमेनन म्हणाले की, 'जगातील सर्व राष्ट्रे एका मंचावर येऊन चर्चा करतील तरच त्यांच्यातील मतभेद मिटविण्यास मदत होईल आणि त्यांच्या दरम्यान सुसंवाद निर्माण करणे सोपे होईल यासाठी जगातील सर्व राष्ट्रांनी संयुक्त राष्ट्रसंघाचे सभासदत्व घेतले पाहिजे. साम्यवादी चीनला संयुक्त राष्ट्रसंघाचे सभासदत्व व व्हेटोचा अधिकार भारताच्या प्रयत्नानेच मिळालेला आहे; म्हणजेच जगातील स्वतंत्र झालेल्या राष्ट्रांना संयुक्त राष्ट्रसंघाचे सभासदत्व मिळवून देण्याचा प्रयत्न भारताने सातत्याने केलेला आहे.'

(२) जागतिक राजकारणात भारताने तिसरा पर्याय निर्माण केला : द्वितीय महायुद्धानंतर जागतिक राजकारणात अमेरिका व सोव्हिएत रशिया असे दोन लष्करी गट निर्माण झाले. साहजिकच त्यांच्या राजकारणाचा परिणाम संयुक्त राष्ट्रसंघाच्या कामकाजावरही होऊ लागला अशा प्रसंगी भारताने अलिप्तता संघटनेच्या माध्यमातून जागतिक राजकारणात सत्तासमतोल साधण्याचा महत्त्वाचा प्रयत्न केला. एवढेच नाही तर अलिप्त गटाच्या दबावामुळेच महासत्तांना आपले ताठर धोरण वेळोवेळी बदलावे लागलेले आहे, यासाठी या संघटनेत सामील झालेल्या राष्ट्रांमध्ये आत्मसन्मान जागवण्याचे महान कार्य भारताने करून जागतिक राजकारणात त्याने तिसरा पर्याय या राष्ट्रांच्या मदतीनेच निर्माण केला.

(३) आर्थिक व सामाजिक क्षेत्रातील कार्य : संयुक्त राष्ट्रसंघाच्या आमसभेने 'मानवी अधिकारांचे घोषणापत्र' १० डिसेंबर, १९४८ जाहीर केले त्याचे भारताने जोरदारपणे समर्थन केले. जगातील सर्व मानवी समूहांना मानवी हक्क, स्वातंत्र्य, स्वयंनिर्णय मिळावेत असे भारताला वाटते; संयुक्त राष्ट्रसंघाच्या

आर्थिक व सामाजिक कार्यक्षेत्रात भारताने भरीव स्वरूपाची कामगिरी केलेली आहे. जगातील वेगवेगळे आर्थिक आणि सामाजिक प्रश्न उदा. बालमृत्यू व बालहत्येचे प्रश्न, मादक द्रव्यांचा आंतरराष्ट्रीय व्यापार, वेठबिगारीचा प्रश्न, स्त्रियांचे वेगवेगळे प्रश्न इ. सोडविण्यासाठी भारताने संयुक्त राष्ट्रसंघाला सुचविलेल्या उपाययोजना अतिशय महत्त्वाच्या ठरलेल्या आहेत. याशिवाय जगातील श्रीमंत राष्ट्रांकडून अन्नधान्य गोळा करून ते गरजू राष्ट्रांना देणे; आंतरराष्ट्रीय सर्वांगीण सहकार्य वाढविणे, आंतरराष्ट्रीय वित्तसंस्था स्थापन करून अविकसित व मागासलेल्या देशांना मदत करणे; जगातील वसाहतवाद नष्ट करून गुलामगिरी समाप्त करण्याच्या हेतूने प्रयत्न करणे, मानवी हक्कांची ज्याठिकाणी पायमल्ली होत असेल त्याठिकाणी आवाज उठविणे, अशा प्रकारचे फार मोठे कार्य संयुक्त राष्ट्रसंघाच्या व्यासपीठावरून भारताने सतत केलेले आहे.

(४) संयुक्त राष्ट्रसंघाच्या विविध उपांगातील कार्य : संयुक्त राष्ट्रसंघाचे कार्य मानवी गरजांप्रमाणे दिवसेंदिवस वाढत चालले आहे. त्यादृष्टिने जागतिक पातळीवर आणि विविध क्षेत्रांतील काम करण्यासाठी संयुक्त राष्ट्रसंघाने अनेक उपांगांची निर्मिती आर्थिक व सामाजिक मंडळाच्या नेतृत्वाखाली केली आहे, या प्रत्येक विभागामध्ये भारताने भरीव स्वरूपाचे कार्य केले आहे. उदा. आंतरराष्ट्रीय कामगार संघटना, जागतिक आरोग्य संघटना, अन्न व कृषी संघटना, युनेस्को, जागतिक बँक, वित्त आयोग इ. तसेच आंतरराष्ट्रीय बालनिधीकोश, आफ्रिकी कोश, पर्यावरण संवर्धन-निधी अशा अनेक महत्त्वाच्या संस्था व संघटनांमध्ये भारताने अतिशय महत्त्वाची भूमिका बजावली आहे. या छोट्या-छोट्या संघटनांमधून जर चांगले कार्य केले तर महासत्तांचे किंवा मोठ्या राष्ट्रांचे महत्त्व आपोआपच कमी होईल अशा प्रकारची भावना पंडित नेहरुजींची होती.

(५) जगातील अनेक संघर्ष टाळण्यात भारताचे योगदान किंवा कार्य : द्वितीय महायुद्धानंतर महासत्तांनी जे शीतयुद्ध सुरू केले त्यामुळे जागात ठिकठिकाणी तणाव निर्माण होण्यास मदत झाली; शिवाय महासत्तांच्या प्रेरणेतूनच जगातील वेगवेगळ्या भागात संघर्ष निर्माण होऊन जागतिक शांतता धोक्यात आली. महासत्तांच्या या निर्णयावर जोरदार आक्षेप घेऊन भारताने हे संघर्ष टाळण्यासाठी व सुरू झालेले संघर्ष थांबविण्यासाठी मध्यस्थीचे प्रयत्न संयुक्त राष्ट्रसंघाच्या माध्यमातून केले आणि अनेक ठिकाणी भारताला मोठ्या प्रमाणात यशही आले; कारण प्रत्येक ठिकाणी भारताची भूमिका ही परस्परसमन्वय, शांतता आणि मैत्री या मार्गानेच हे संघर्षरूपी प्रश्न सोडविण्याची राहिलेली आहे. त्या संघर्षामध्ये प्रामुख्याने कोरिया, व्हिएतनाम, कांगो, बर्लिन, सुएझ कालवा प्रकरण, सायप्रस, दक्षिण आफ्रिका, अरब-इस्त्राईल इत्यादींचा समावेश होतो. एवढेच नाही तर १९४७-४८ मध्ये पाकिस्तानने काश्मीरमध्ये अतिरेकी नंतर सैनिक पाठविल्यामुळे काश्मीरची समस्या निर्माण झाली. पंडित नेहरुंनी हा प्रश्न संयुक्त राष्ट्रसंघात नेला. यावर भारतात मोठ्या प्रमाणात टीका झाली पण नेहरुंजींच्या मते जर आपण संयुक्त राष्ट्रसंघावर विश्वास व्यक्त केला तरच त्याचे महत्त्व वाढेल व जगातील इतर राष्ट्रेही त्यावर विश्वास ठेवून आपापसातील संघर्ष सोडविण्यावर भर देतील.

(६) संयुक्त राष्ट्रसंघाच्या शांततारक्षण दलातील भारताचे योगदान किंवा कार्य : संयुक्त राष्ट्रसंघटना आक्रमक देशाविरुद्ध नेहमीच सामूहिक सुरक्षेचे उपाय योजते. सुरक्षा परिषद विचार करून आशा आक्रमक देशाविरुद्ध सामूहिक कारवाईचा निर्णय घेते. संयुक्त राष्ट्रसंघाजवळ या कारवाईसाठी स्वत:चे सैन्य नाही म्हणून यासाठी तिला सभासद राष्ट्रांवर अवलंबून राहावे लागते. संयुक्त राष्ट्रसंघातर्फे एखाद्या राष्ट्रातील संघर्ष मिटविण्यासाठी जाणारे सैन्य शांतीसेना म्हणून ओळखले जाते, जगाच्या अनेक ठिकाणी पाठवलेल्या शांतीसेनेत भारतीय लष्कर सहभागी झालेले होते, शिवाय अशा शांतीसेनेला भारताने वैद्यकीय व लष्करी साधनसामग्रीही पुरविली आहे. उदा. मोझांबिक येथे गेलेल्या संयुक्त राष्ट्रसंघटनेच्या शांतीसेनेत भारतीय

लष्कर होते. सोमालियातील यादवी युद्धातून तेथे शांतता प्रस्थापित करण्याचे कार्य भारतीय सेनेने केलेले आहे. सर्बिया आणि बोस्निया यांच्यातील युद्धात शांतता स्थापण्यासाठी पाठविलेल्या शांतीरक्षक दलात भारतीय सेना होती. अलीकडेच अफगाणिस्तानच्या संयुक्त राष्ट्रसंघटनेच्या कारवाईत भारताने लष्करी, मेडिकल व आर्थिक स्वरूपात मोठ्या प्रमाणात मदत केलेली आहे.

(७) विश्वस्त प्रदेशाच्या संदर्भातील कार्य : संयुक्त राष्ट्रसंघटनेच्या विश्वस्त राष्ट्रांच्या कामकाजाबद्दल तीव्र स्वरूपात नाराजी व्यक्त करून त्यांनी आपल्या विकास कामाची गती वाढविण्यावर भर द्यावा, त्यांचे शोषण न करता शक्य तितक्या लवकर तेथील नागरिकांना लोकशाही पद्धतीने राज्यकारभार करण्याची संधी द्यावी अशा स्वरूपाची मागणी वेळोवेळी भारताने संयुक्त राष्ट्रसंघाच्या व्यासपीठावरून केलेली आहे. यासंबंधीचे प्रस्तावही वेळोवेळी भारताने आमसभेमध्ये मांडलेले आहेत. मोरोक्को, पश्चिम गिनी या सारख्या राष्ट्रांना भारताच्या प्रयत्नांमुळेच लवकर स्वातंत्र्य मिळालेले आहे.

(८) नि:शस्त्रीकरणाबाबत भारताची भूमिका : भारताने संयुक्त राष्ट्रसंघाच्या महासभेच्या नि:शस्त्रीकरण प्रस्तावाचे नेहमीच समर्थन केले आहे, कारण भारत हा नेहमीच शांतता, मैत्री, परस्परसहकार्य आणि विकास यासाठी कार्य करत आलेला आहे. भारताने नेहमीच संपूर्ण नि:शस्त्रीकरण आणि युद्धमुक्त जगाची इच्छा व्यक्त केलेली आहे. त्याचसाठी शस्त्रकपात, शस्त्रनियंत्रण आणि नि:शस्त्रीकरण या पद्धतीने शस्त्रास्त्रस्पर्धा टाळावी असे भारताचे मत होते. भारताने नेहमीच या व्यासपीठावरून शांततेचा पुरस्कार केलेला आहे. ७ ऑगस्ट १९८६ रोजी सहा राष्ट्रांचे जे शिखर संमेलन झाले त्यावेळी महासत्तांनी सपूर्ण नि:शस्त्रीकरण करून सहकार्याबद्दल आवाहन करण्यात भारताने पुढाकार घेतला. भारताचे पंतप्रधान राजीव गांधीयांनी अण्वस्त्र युद्धाच्या स्थितीमध्ये आपण सर्वजण त्याचे बळी ठरू शकतो असे स्पष्ट केले, म्हणजेच भारताला जगात शांतता हवी आहे, म्हणूनच भारत नि:शस्त्रीकरणाचा पुरस्कर्ता आहे.

नि:शस्त्रीकरण यशस्वी करण्यासाठी आणि मानवी जीवन सुखी, समृद्ध करण्यासाठी मानवाने विज्ञान व तंत्रज्ञानात प्रगती करून आमूलाग्र स्वरूपात बदल करण्यावर भर दिला पाहिजे, तसेच प्रगत राष्ट्रांनी अप्रगत राष्ट्रांना विकासाच्या सर्व संधी उपलब्ध करून दिल्या पाहिजेत; हे केवळ नैतिक भूमिकेतूनच नव्हे तर सर्व दृष्टीने महत्त्वाचे आहे, अशा प्रकारची जागतिक भूमिका भारताने संयुक्त राष्ट्रसंघाच्या व्यासपीठावर नेहमीच घेतलेली आहे.

(९) संयुक्त राष्ट्रसंघटनेच्या विविध विभागात सभासदांची संख्या वाढवून घेण्यासंबंधीची कार्ये : संयुक्त राष्ट्रसंघटनेच्या सभासद राष्ट्रांची संख्या दिवसेंदिवस वाढत आहे. ही संख्या जगातील विविध प्रदेशातील आहे, त्यामुळे अशा सभासदांना संयुक्त राष्ट्रसंघटनेच्या विविध विभागांमधून कार्य करण्याची संधी उपलब्ध व्हावी यासाठी भारताने सातत्याने पाठपुरावा करून आमसभेपुढे असा प्रस्ताव मांडला की, सुरक्षा परिषद, आर्थिक आणि सामाजिक मंडळ, विश्वस्त मंडळ, आंतरराष्ट्रीय न्यायालय यामधील निर्वाचित सभासदांची संख्या वाढवावी. भारताच्या या प्रस्तावानुसार संयुक्त राष्ट्रसंघटनेने सभासद संख्या वाढविलेली दिसून येते, तसेच संयुक्त राष्ट्रसंघटनेच्या कार्यालयातील कर्मचाऱ्यांची संख्या ही जगातील राष्ट्रांमधील लोकसंख्येनुसार असली पाहिजे या भारताच्या मागणीचाही संयुक्त राष्ट्रसंघटनेने स्वीकार केलेला आहे.

(१०) संयुक्त राष्ट्रसंघटनेच्या सनदेमध्ये दुरुस्तीचे कार्य : संयुक्त राष्ट्रसंघाचा मसुदा सॅनफ्रान्सिस्को येथे तयार करण्यासाठी जी समिती नेमली होती त्यामध्ये भारत सदस्य होता. संयुक्त राष्ट्रसंघटनेच्या स्थापनेनंतर १० वर्षांनी १९५५ मध्ये सॅनफ्रान्सिस्को येथे युनोच्या सनदेत दुरुस्ती करण्याचा प्रस्ताव पुढे आला, याला भारताने विरोध केला. भारताच्या मते युनोची सर्वसाधारण सभा हीच जगाची प्रातिनिधिक सभा आहे. ती प्रभावशाली असली पाहिजे, सुरक्षा समितीचे स्थान केवळ कार्यकारी मंडळाएवढेच आहे, ती

आमसभेपेक्षा स्वतःला श्रेष्ठ समजते. हे लोकशाही संकेताच्या विरुद्ध आहे, तसेच यामध्ये फक्त पाचच राष्ट्रांना 'व्हेटोचा अधिकार' असल्याने गटबाजीला सुरुवात होते, महत्त्वाचे प्रश्न सुटत नाहीत. हे टाळण्यासाठी आणि जागतिक सत्तासमतोल टिकवण्यासाठी आणखी काही देशांना सुरक्षा परिषदेत कायम सभासदत्व व व्हेटोचा अधिकार मिळाला पाहिजे, तसेच गेल्या कित्येक दिवसांपासून आपणास व्हेटोचा अधिकार देण्यात यावा अशा प्रकारची मागणी भारताने केलेली आहे.

२००४ मध्ये युनोच्या महासभेत भारताच्या सुरक्षा परिषदेतील सदस्यत्वाच्या मागणीचा पुनरुच्चार डॉ. मनमोहन सिंग यांनी केला; तसेच नकाराधिकाराची मागणी करणाऱ्या जर्मनी, जपान व ब्राझील या देशांच्या राष्ट्रप्रमुखांबरोबर एक स्वतंत्र बैठक घेऊन युनोच्या सुरक्षा परिषदेची पुनर्रचना करून जागतिक सत्तासमतोल चांगल्या पद्धतीने सांभाळला पाहिजे अशी आग्रहाची मागणी यावेळी करण्यात आली.

१९९१ नंतर जागतिक राजकारणात मोठ्या प्रमाणात परिवर्तन घडून आले; सोव्हिएत रशियाचे विघटन झाले; पूर्व युरोपातील साम्यवादी राजवटी कोसळल्या अनेक राष्ट्रातील सत्तेत परिवर्तने घडून आली. दोन्ही जर्मनी एकत्र येऊन त्याचे रूपांतर विशाल जर्मनीत झाले. अनेक अलिप्त राष्ट्रांनी साम्यवाद व भांडवलशाही यांचा मध्य साधून लोकशाही समाजवादाचा पुरस्कार केला. परंतु, आज मात्र ही कल्पना चुकीच्या मार्गाने जात आहे असे वाटते. सोव्हिएत रशियाच्या विघटनानंतर अमेरिका एकमेव महासत्ता उरल्याने तिच्यावर नियंत्रण ठेवण्याचे काम संयुक्त राष्ट्रसंघाला करावे लागणार आहे. तसेच संयुक्त राष्ट्रसंघातील राष्ट्राराष्ट्रांत सर्व प्रकारचे सहकार्य प्रस्थापित करण्यासाठी, त्यांच्यात सामंजस्य निर्माण करण्याची आवश्यकता आहे. त्यांच्यामध्ये सामंजस्य निर्माण करण्यासाठी किंवा भारताने हे समन्वयाचे कार्य करावे अशी जगातील अनेक राष्ट्रांची अपेक्षा आहे. त्या अनुषंगाने भारताला सुरक्षा परिषदेमध्ये कायम सभासदत्व देणेही गरजेचे झालेले आहे, संयुक्त राष्ट्रसंघाच्या महासभेमध्ये अलिप्त राष्ट्रांचा मोठा गट असल्यामुळे तेथील निर्णयप्रक्रियेवर ते निश्चितच परिणाम घडवून आणू शकतात. त्याचप्रमाणे या राष्ट्रांच्या पाठिंब्याशिवाय महासभेत कोणताही निर्णय घेतला जाऊ शकत नाही. या राष्ट्रांचे नेतृत्व भारताकडे असल्यामुळे भारताने ज्या पद्धतीने शांततामय मार्गाने संयुक्त राष्ट्रसंघाला सहकार्य करण्याचे धोरण स्वीकारले आहे त्या धोरणाचाही अलिप्त राष्ट्रांवर परिणाम झालेला आहे. जागतिक शांतता, कायदा, राबवण्यासाठी व इतर मदतीसाठी संयुक्त राष्ट्रसंघाने वेळोवेळी भारताची मदत घेतलेली दिसते. ज्या वेळेस संयुक्त राष्ट्रसंघाने आशिया व आफ्रिका खंडातील देशांना सर्व प्रकारची मदत करण्याचे ठरविले त्या वेळेस भारताने संयुक्त राष्ट्रसंघाला सर्व प्रकारचे सहकार्य केलेले आहे. दक्षिण आफ्रिकेच्या विरोधात १९८६ मध्ये लंडनमध्ये झालेल्या सेमिनारमध्ये भारतास विशेष प्रतिनिधी म्हणून नियुक्त केले होते; तर नामिबियाच्या प्रश्नावर चर्चा करण्यासाठी विशेष बोलावलेल्या अधिवेशनाचे नेतृत्व भारताच्या परराष्ट्र मंत्र्याकडे होते. सारांशरूपाने आपणास असे म्हणता येईल की, स्वातंत्र्यानंतर आपल्या परराष्ट्रीय धोरणामध्ये अलिप्तता, पंचशील, शांततामय सहजीवन या सारख्या तत्त्वांमुळे भारत संयुक्त राष्ट्रसंघाचा विश्वास संपादन करू शकला, तसेच संयुक्त राष्ट्रसंघाला सातत्याने सहकार्य करण्याची भारताची भावना महत्त्वाची ठरली, तसेच इतर कार्यासाठी भारत व संयुक्त राष्ट्रसंघाची अत्यंत गरज आहे.

(१४. ब) भारत आणि युरोपीय संघ

युरोपातील एकूण २७ राष्ट्रांचे राजकीय व आर्थिक स्वरूपाचे संघटन किंवा जगातील सर्वात शक्तिशाली व्यापारसंघ म्हणून युरोपियन महासंघाचा उल्लेख केला जातो. हा संघ द्वितीय महायुद्धानंतर अस्तित्वात आला पण या संघाची सुरुवात खऱ्या अर्थाने १९५७ मध्ये झालेल्या रोमच्या संधीमधून

युरोपियन आर्थिक परिषदेच्या माध्यमातून सहा युरोपियन देशांनी आर्थिक दृष्टिकोनातून केलेली आपणास दिसून येते. त्यावेळी बेल्जियम, जर्मनी, फ्रान्स, इटली, लक्झेंबर्ग, नेदरलँड हे सहा देश या संघाचे मूळ सभासद होते. महायुद्धामुळे या भागातील राष्ट्रांची हानी मोठ्या प्रमाणात झाली होती; ही हानी भरून काढण्यासाठी युरोपच्या एकीकरणाची गरज होती,त्यासाठी या भागातील राष्ट्रांनी आर्थिक, सामाजिक, व्यापारी स्तरावर एकमेकांबरोबरील सहकार्य वाढवावे, हे सहकार्य मजबूत करण्यासाठी वित्तीय संस्थांची स्थापना करणे, एक निश्चित स्वरूपाची चलनव्यवस्था स्थापन करण्यात यावी या विविध कारणांसाठी त्या काळात युरोपीय संघ स्थापन केला गेला. १९७३ ला तिला आधुनिक स्वरूप दिले गेलेले दिसून येते. त्यावेळी डेन्मार्क, आयरिश प्रजासत्ताक व ग्रेट ब्रिटन या संघात सामील झाले. तर ग्रीस १९८१ मध्ये आणि पोर्तुगाल व स्पेन ही दोन राष्ट्रे १९८६ मध्ये आणि १९९५ च्या विस्तारात ऑस्ट्रिया, फिनलंड आणि स्वीडन यांचा समावेश करून घेण्यात आला.

भारत आणि युरोपीय संघ :

भारत आज जागतिक पातळीवर आर्थिक सत्ता म्हणून पुढे येत आहे. या पार्श्वभूमीवर १९९१ मध्ये सोव्हिएत रशियाच्या विघटनानंतर अमेरिका एकमेव महासत्ता उरली आहे. जागतिक राजकारणातला अलिप्ततावादी गट मोठा व प्रभावशाली म्हणून पुढे येत आहे. त्यालाच आपण आज 'तिसरे' जग या नावाने ओळखतो. या गटाचे नेतृत्व सतत भारताने केलेले आहे, कारण यांच्या स्वातंत्र्य आंदोलनाला दिशा देण्याचे काम भारताने केलेले आहे. संयुक्त राष्ट्रसंघाचे तिसऱ्या जगातील राष्ट्रांना सभासदत्व मिळवून देण्याचे कामसुद्धा भारतानेच केलेले असल्यामुळे भारताच्या धोरणांवर या राष्ट्रांचा विश्वास असल्यामुळे भविष्यातील महासत्ता म्हणूनही भारताकडे पाहिले जाते, आज भारत ही एक महत्त्वाची आर्थिक शक्ती म्हणून उदयास येत असल्यामुळे जगातील कोणताही देश भारत व भारताच्या आर्थिक क्षमतेकडे दुर्लक्ष करू शकत नाही.

त्याचप्रमाणे आपला सर्वांगीण आर्थिक विकास साध्य करण्यासाठी स्वातंत्र्यानंतर भारताने सोव्हिएत रशिया,अमेरिका त्याचप्रमाणे युरोपातील राष्ट्रांबरोबर आर्थिक, सामाजिक तसेच राजकीय स्वरूपाचे संबंध प्रस्थापित करण्यावर भर दिलेला दिसतो. १९९१ ला भारताने उदारीकरण या धोरणाचा स्वीकार केल्यामुळे भारत व युरोपीय संघ यांच्यातील संबंध गतिमान बनण्यास मदत झालेली आपणास दिसून येते. वास्तविक पाहता युरोपीय संघ हा व्यापारी संघ म्हणूनही ओळखला जातो, त्या दृष्टीने विचार करता या दोघांच्या दरम्यान व्यापारी संबंधातून पुढील मुद्द्यांचा प्रमुख्याने विचार केला जातो-

(१) युरोपच्या बाजार पेठेत भारतीय मसाल्याचे पदार्थ व चहा यासारख्या वस्तूंना मोठी मागणी आहे.
(२) भारत व युरोपदरम्यान व्यापार वाढावा म्हणून १९७३ मध्ये संयुक्त आयोगाची स्थापना करण्यात आली.
(३) विज्ञान व तंत्रज्ञान क्षेत्रातील संबंध वाढविण्यासाठी विशेष समिती नेमण्यात आली.
(४) भारत व्यापार केंद्राची ब्रुसेल्स येथे १९८१ ला स्थापना करण्यात आली.
(५) युरोपीय देश व भारत यांच्या दरम्यान १९८१ मध्ये वाणिज्य व आर्थिक सहकार्य स्वरूपाचा करार करण्यात आला.
(६) युरोपीय देश व भारत यांच्या दरम्यान १९९३ ला 'भागीदारी करार' झाला.
(७) युरोपीय व्यापारी माहिती केंद्राची स्थापना १९९६ ला मुंबईत करण्यात आली.

युरोपीय देश व भारत यांच्या दरम्यानचा आर्थिक विकास व व्यापार वाढविण्याच्या दृष्टीने विचारविनिमय करण्यासाठी आजपर्यंत अनेक शिखर परिषदांचे किंवा बैठकांचे नियोजन करण्यात आले. उभयतांमधील

आर्थिक व्यापारी संबंधात दिवसेंदिवस वाढच होत गेलेली आपणास दिसून येते. व्यापाराबरोबरच पर्यटन, वेगवेगळी रसायने, विविध प्रकारची औषधे, माहिती तंत्रज्ञान या क्षेत्रांत सहकार्य वाढविण्यावर भर दिलेला आहे. नवी दिल्ली या ठिकाणी नोव्हेंबर २००३ मध्ये भरलेल्या चौथ्या शिखर परिषदेत युरोपीय देश व भारत या दोघांनी आपसातील व्यापार ३५ ते ४० अब्ज डॉलर पर्यंत नेण्याचे तसेच तांत्रिक सहकार्य करण्याचे उद्दिष्ट समोर ठेवले होते. सातव्या शिखर परिषदेत युरोपीय देश व भारत यांच्यामध्ये सामरिक भागीदारी, द्विपक्षीय व्यापार वाढ, मानवी हक्कांवर चर्चा, बहुपक्षीय व्यापारास प्रोत्साहन या मुद्द्यांवर सहमती झाली. याशिवाय युरोपीय देश व भारत या दोघांनीही संयुक्त राष्ट्रसंघाच्या कार्यावर विश्वास व्यक्त करून, विनाशकारी शस्त्रास्त्रे नष्ट झाली पाहिजेत व ती नष्ट करण्यासाठी सामूहिक स्वरूपाची उपाययोजना तयार केली पाहिजे यावर यांचे एकमत झाले.

युरोपीय देश व भारत या दोघांनी मिळून आंतरराष्ट्रीय राजकारणात शांततेसाठी खालील प्रकारचे प्रयत्न केलेले आहेत.

(१) आण्विक चाचणीनंतर कोरियाने तो मार्ग सोडून चर्चा करावी या स्वरूपाचा प्रस्ताव दिला.

(२) जागतिक समुदायाने पश्चिम आशियातील शांततेसाठी स्थायी स्वरूपाचे प्रयत्न करावेत.

(३) अफगाणिस्तानच्या पुनर्बांधणीसाठी मदत करणे.

(४) संयुक्त राष्ट्रसंघाच्या दहशतवादाविरोधी उपाययोजनेचे स्वागत करून त्यामध्ये तिला सर्वांगीण मदत देणे.

युरोपीय देश व भारत या दोघांनी मिळून उर्जा सुरक्षा, नैसर्गिक वायू, परिवहन विज्ञान व तंत्रज्ञान, अंतराळ तंत्रज्ञान, माहिती तंत्रज्ञान, जैवतंत्रज्ञान ही क्षेत्रे विकसित करण्यावर भर दिला.

युरोपीय देश व भारत यांच्यातील संबंधांमुळे अनेक गोष्टींची देवाण-घेवाण झाल्यामुळे दोघांचाही आर्थिक फायदा झाला आहे. उदा. २००१ पासून उभयतांमध्ये नागरी उड्डाण कार्यक्रम सुरू झाल्यामुळे प्रशिक्षण व माहितीची देवाण-घेवाण झाली, नाविक परिवहनामुळे भारतीय बंदरांना फायदा झाला, भारतीय बंदरात इलेक्ट्रॉनिक माहिती केंद्राची स्थापना होऊ शकली. पर्यावरणासाठी कार्यगट सी. डी. एम. निर्माण होऊ शकला, भारताला युरोपीय राष्ट्रांकडून शैक्षणिक निधी उपलब्ध होऊ शकला. दिवसेंदिवस युरोपीय देश व भारत यांच्यातील व्यापारात व व्यापारी गुंतवणुकीच्या क्षेत्रांत वाढ होताना दिसून येत आहे.

(१४. क) भारत आणि जागतिक व्यापारी संघटना

ऊरुग्वे परिषदेत डंकेल प्रस्ताव मान्य झाला आणि त्यानुसार त्याला कायदेशीर स्वरूप देण्यात आले, त्यानंतर १९९४ मध्ये आंतरराष्ट्रीय व्यापाराविषयी नियमावली तयार करण्यात आली. त्यात तरतूद केल्याप्रमाणे १ जानेवारी, १९९५ रोजी जागतिक व्यापार संघटना (डब्लू. टी. ओ.)स्थापन झाली. ही संघटना कार्यरत झाल्याने गॅटचे महत्त्व आपोआपच कमी झाले; असे असले तरी डंकेल प्रस्तावावरून मोठ्या प्रमाणात गदारोळ उठला हे तेवढेच खरे आहे. या गदारोळावरून भारताने या जागतिक व्यापारी संघटनेत सहभागी व्हावे की नको, अशा स्वरूपाचा प्रश्न उपस्थित केला गेला. भारत सरकारने डंकेल प्रस्तावाला म्हणजेच जागतिक व्यापारी संघटनेला मान्यता देणे कसे गरजेचे व फायद्याचे आहे हे पटवून देण्याचा प्रयत्न केला तर विरोधी पक्षांनी त्यातल्या त्यात डाव्या पक्षांनी याला कडाडून विरोध केला, पण जागतिक परिस्थितीचा विचार करून भारताने डंकेल करारावर सही करून तो जागतिक व्यापारी संघटनेचा सभासद बनला आहे.

जागतिक व्यापारी संघटनेत सहभागी झाल्यामुळे भारताच्या व्यापाराला त्यापासून काय फायदे किंवा तोटे झाले याची चर्चा करताना जागतिक व्यापारी संघटना ज्या डंकेल प्रस्तावावर उभारली गेली आहे त्याचा संदर्भ विचारात घेणे गरजेचे आहे.

जागतिक व्यापारी संघटनेत सहभागी झाल्यामुळे भारताला अनेक फायदे झालेले आहेत तसेच भारताला यामुळे काही तोट्यांनाही सामोरे जावे लागले आहे.

भारताला झालेले फायदे :

जागतिक व्यापारी संघटनेत सहभागी झाल्यामुळे किंवा डंकेल प्रस्तावावर सही केल्यामुळे भारताला अनेक फायदे झालेले आहेत. ते खालीलप्रमाणे -

(१) जागतिक व्यापारी संघटनेत सहभागी झाल्यामुळे भारतातील प्रत्यक्ष परकीय गुंतवणुकीत मोठ्या प्रमाणात वाढ होण्यास मदत होणार आहे.

(२) जागतिक व्यापारी संघटनेत सहभागी झाल्यामुळे भारतीय पर्यटन व्यवसाय वाढून भारताला त्यापासून मोठ्या प्रमाणात परकीय चलन मिळण्यास मदत होणार आहे.

(३) गॅटच्या अंतर्गत भारताला दिलेली सर्व प्रकारची अनुदाने, जागतिक व्यापारी संघटनेत भारत सहभागी झाल्यामुळे त्यांच्यावर कोणत्याही प्रकारचा परिणाम होणार नाही.

(४) जागतिक व्यापारी संघटनेत भारत सहभागी झाल्यामुळे भारताची निर्यात मोठ्या प्रमाणात वाढून जागतिक व्यापारातील भारताचा सहभाग वाढण्यास मदत होईल.

(५) धागा किंवा बहुविध तंतू कापडविषयीच्या करारामुळे जी कोटापद्धती आली होती, यावरील जागतिक व्यापारी संघटनेत भारत सहभागी झाल्यामुळे नियंत्रणे रद्द होतील; पर्यायाने भारतीय सुती कापडाच्या निर्यातीत वाढ होईल.

(६) जागतिक व्यापारी संघटनेत भारत सहभागी झाल्यामुळे भारतातील कोणत्याही औषधी उत्पादनावर आणि त्यांच्या निर्यातीवर काहीही वेगळ्या स्वरूपाचा परिणाम होणार नाही.

(७) भारत हा कृषीप्रधान देश असल्यामुळे भारतातील कृषी मालावर आधारित उद्योगांना चालना मिळून मोठ्या प्रमाणात निर्यात वाढ होऊन भारताला यामुळे परकीय चलन मिळेल.

(८) व्यापाराशी निगडित असलेल्या बौद्धिक संपदेच्या कलमांमुळे भारतातील शेतकऱ्यांच्या बियाणे विक्री करण्याच्या हक्कांवर परिणाम होणार नाही. उलट शेतीशी निगडित असलेल्या नवनवीन बियाणांच्या जाती शोधून काढण्यावर भर दिला जाईल, त्यातूनच कृषी संशोधनाला मोठ्या प्रमाणात चालना मिळेल.

(९) जागतिक व्यापारी संघटनेच्या करारातील तरतुदींनुसार आयात कर कमी होणार आहे. त्यामुळे भारताला निर्यात वस्तूंच्या उत्पादनासाठी आवश्यक असलेला कच्चा माल स्वस्त होईल. त्यातूनच भारताची निर्यात वाढण्यास मदत होणार आहे.

(१०) जागतिक व्यापारी संघटनेत भारत सहभागी झाल्यामुळे भारतीय अर्थव्यवस्थेची कार्यक्षमता एकंदरीत मोठ्या प्रमाणात वाढण्यास मदत होणार आहे.

भारताला झालेले तोटे :

जागतिक व्यापारी संघटनेत सहभागी झाल्यामुळे किंवा डंकेल प्रस्तावावर सही केल्यामुळे भारताला अनेक तोटे झालेले आहेत. ते खालीलप्रमाणे-

(१) जागतिक व्यापारी संघटनेत श्रमिक सेवांना पूर्णपणे वगळण्यात आले आहे. त्यामुळे भारतामधून

श्रमिक सेवांची होणारी निर्यात आपोआपच मंदावेल किंवा श्रमिकांचे होणारे स्थलांतर एकदम थांबेल.

(२) जागतिक व्यापारी संघटनेतील तरतुदींप्रमाणे बँकिंग, विमा, दूरसंचार सेवा यासारख्या सेवांच्या बाबतीत विकसित देश प्रगत तंत्रज्ञानाचा अवलंब करतील त्यातून त्यांचे उत्पादन वाढण्यास मदत होईल, भारतालाही यातून बरेच लाभ मिळतील. परंतु ते विकसित राष्ट्रांच्या तुलनेत कमी असतील.

(३) जागतिक व्यापारी संघटनेच्या अंतर्गत झालेल्या पेटंट कायद्यामुळे भारतीय शेतकऱ्यांना जागतिक कंपन्यांकडून महागडे बियाणे खरेदी करावे लागेल.

(४) जागतिक व्यापारी संघटनेच्या अंतर्गत औषधी वस्तू उत्पादनाच्या पेटंटमुळे औषधांच्या किमती वाढतील. वाढलेल्या किमतीची औषधे भारतातील गरीब जनतेला घेणे परवडणार नाही परिणामी त्याचा परिणाम भारतीय लोकांच्या आरोग्यावर होण्यास मदत होईल.

(५) व्यापाराशी निगडित असलेल्या बौद्धिक संपदेच्या कलमांमुळे भारतातील कृषी संशोधनावर विपरीत परिणाम होईल कारण एखाद्या वस्तूंचे पेटंट मिळालेल्या वस्तूच्या बाबतीत नंतर बदल सूचविता येणार नाहीत.

(६) धागा किंवा बहुविध तंतू कापडविषयीच्या करारांमुळे जी कोटापद्धती आली होती; यावरील जागतिक व्यापारी संघटनेत भारत सहभागी झाल्यामुळे नियंत्रणे रद्द होतील; पर्यायाने भारतीय सुती कापडाच्या निर्यातीत वाढ होईल, असे जरी असले तरी कोणत्याना कोणत्या कारणावरून भारतीय सुती कापड नाकारले जाईल आणि असे झाल्यास भारताची निर्यात घटेल.

जागतिक व्यापार संघटनेची कृषी उत्पन्न या विषयावरील अलीकडे जिनिव्हा या ठिकाणी झालेली सदस्य राष्ट्रांची मंत्री पातळीवरील चर्चा निष्फळ ठरली आहे. कृषी उत्पन्नाची बाजारपेठ जागतिक व्यापारासाठी खुली करावी अशी अमेरिकेची मागणी आहे, जे देश अन्नधान्याच्या आयातीवर अवलंबून आहेत त्यांना अल्पकाळासाठी का होईना या धोरणाचा फायदा होईल, पण दीर्घकाळाचा विचार केल्यास मात्र हे धोरण हानिकारक आहे, भारतासाठी मात्र हे धोरण योग्य नाही. अन्नाची गरज पूर्ण करण्याची क्षमता भारतामध्ये आहे. खुल्या व्यापारामुळे भारताच्या या स्थानाला धोका निर्माण होणार आहे, म्हणून भारताने अमेरिकेच्या खुल्या व्यापार धोरणाला विरोध करून आयात शुल्क आकारण्याचा हक्क कायम ठेवावा. अशी मागणी केलेली आहे; हे अमेरिकेला मान्य नाही. जिनिव्हा येथील चर्चा भारत या विकसनशील राष्ट्रामुळे फिस्कटली असा अमेरिकेचा भारतावरील आरोप काही क्षणांसाठी का होईना खरा वाटतो! भारताने यासंदर्भातील आपली भूमिका बदलावी यासाठी विकसनशील राष्ट्रांकडून भारतावर दबाव येण्याची शक्यता आहे, त्या सर्व देशांना एकत्र ठेवण्यासाठी भारताला काही पर्यायी प्रस्ताव सादर करावे लागतील.

लघूत्तरी प्रश्न :

(१) भारत व जागतिक व्यापार संघटना याबाबत माहिती लिहा.

(२) भारताचा संयुक्त राष्ट्रसंघाच्या कार्यातील सहभाग थोडक्यात सांगा.

(३) भारत व युरोपीय संघ यांच्यातील संबंध स्पष्ट करा.

(४) जागतिक व्यापारी संघटनेमुळे भारताला झालेले फायदे-तोटे सांगा.

सूची (Index)